औरंगजेब
(India Under Aurangzeb)

जदुनाथ सरकार

अनुवाद
डॉ. श. गो. कोलारकर

डायमंड पब्लिकेशन्स

औरंगजेब

जदुनाथ सरकार, अनुवाद: डॉ. श. गो. कोलारकर

India Under Aurangzeb

Jadunath Sarkar, Trans. Dr. Sh. G. Kolalkar

© भारतीय इतिहास अनुसंधान परिषद, दिल्ली

© (Indian Council of Historical Research, Delhi)

ISBN 81-89724-10-X

मराठी प्रथम आवृत्ती : २००६

अक्षरजुळणी : अमित भागवत, पुणे -३०

मुखपृष्ठ : शाम भालेकर

प्रकाशक

डायमंड पब्लिकेशन्स

२६४/३ शनिवार पेठ, ३०२ अनुग्रह अपार्टमेंट

ओंकारेश्वर मंदिराजवळ, पुणे-४११ ०३०

☎ ०२०-२४४५२३८७, २४४६६६४२

info@diamondbookspune.com

www.diamondbookspune.com

प्रमुख वितरक

डायमंड बुक डेपो

६६१ नारायण पेठ, अप्पा बळवंत चौक

पुणे ४११ ०३०. ☎ ०२० : २४४८०६७७

या पुस्तकाचे प्रकाशन भारतीय इतिहास अनुसंधान परिषद, नवी दिल्ली, या संस्थेच्या इतिहासविषयक प्रसिद्ध इंग्रजी ग्रंथाच्या भारतीय योजनेअंतर्गत पुरस्कृत. या पुस्तकात व्यक्त झालेली मते सर्वस्वी लेखकांची आहेत. त्याच्याशी संपादक अथवा प्रकाशक सहमत असतीलच असे नाही.

This book has been sponsored by Indian Council of Historical Research, New Delhi, under its project Translation of well-known English History book in the India Languages.

Preface

The Council with the view to providing adequate historical meterial in different Indian languages for students, teachers, research scholars, etc., had initiated a programme of translating core books of History into regional languages. The basic idea was to reach out to scholars in their mother tongue. The selection of the titles was made after applying two principles, namely (i) to what extent the historian has used the modern historical and scientific methodology; and (ii) to what extent the work was an authentic piece of research.

We are really proud to present the work of Professor Jadhunath Sarkar entitled 'India Under Aurangzeb.'

We are extremely grateful to Professor A. R. Kulkarni who has made this publication possible. I also would like to extend my thanks to the publisher, Shri Pashte Dattraya G. for making an attempt to publish this important work into Marathi

D. N. Tripathi
(Chairman)
I. C. H. R.
New Delhi

प्रकाशकीय निवेदन

सदर ग्रंथ वाचकांच्या हाती देत असताना 'डायमंड प्रकाशन'ला विशेष आनंद होत आहे. इंडियन कौन्सिल ऑफ हिस्टॉरिकल रिसर्च आणि डायमंड प्रकाशन यांच्या संयुक्त विद्यमाने मराठीत प्रथमच एवढ्या मोठ्या प्रमाणावर हा प्रकल्प अस्तित्वात येऊ शकला. अत्यंत चांगले संदर्भग्रंथ अभ्यासकांच्या हाती उपलब्ध करून देण्याची संधी आम्हाला मिळाली, याबद्दल कृतज्ञता आणि आनंदसुद्धा !

इतिहास विषयाचे प्रमाणभूत संदर्भग्रंथ मराठीत आणणे हे एक आव्हानच होते. परंतु सर्वांच्या सहकार्याने आम्हा हा अकरा पुस्तकांचा प्रकल्प पूर्णत्वास नेतो आहोत, ही गोष्ट मराठी सारस्वताला ललामभूत आहे. 'याचसाठी केला होता अट्टाहास...' अशीच आमची याविषयी भावना आहे.

या निमित्ताने अधिकाधिक अनुवाद मराठीत आणण्याचा प्रयत्न आम्ही करीत आहोत.

सदर प्रकल्प अस्तित्वात येण्यासाठी इतिहासतज्ज्ञ प्रा. अ. रा. कुलकर्णी (माजी कुलगुरू, टि. म. वि., सुप्रतिष्ठ प्राध्यापक इतिहास विभाग, पुणे विद्यापीठ) यांचे मार्गदर्शन मोलाचे ठरले. त्यांच्याच पुढाकारामुळे हे काम घडून आले. डॉ. राजा दीक्षित यांची मदत या कामी अमूल्य होती. त्यांचेही विशेषत्वाने आभार. आमचे समन्वयक श्री. अनिल किणीकर, या संपूर्ण प्रकल्पाचे संपादक आणि प्रा. गणेश द. राऊत, भारतीय इतिहास अनुसंधान परिषदेच्या प्रकाशन विभागाचे अध्यक्ष श्री. डी. एन्. त्रिपाठी, सेक्रेटरी डॉ. प्रभातकुमार शुक्ला, डेप्युटी डायरेक्टर इंदिरा गुप्ता, मुद्रक, चित्रकार, आमचा कर्मचारी वर्ग यांच्याच सहकार्याने हा प्रकल्प अस्तित्वात येऊ शकला.

डायमंड पब्लिकेशन्स

भाषांतर योजनेविषयी थोडेसे

'भारताचा इतिहास' या विषयाच्या, संशोधन, अध्ययन आणि अध्यापन यांना उत्तेजन देण्याच्या उद्देशाने तत्कालीन शिक्षणमंत्री प्रा. नुरूल हसन यांच्या प्रयत्नामुळे 'भारतीय इतिहास अनुसंधान परिषदेची' स्थापना २७ मार्च १९७२ रोजी झाली. या परिषदेने आपल्या कार्यक्रमपत्रिकेत, भारतातील ज्येष्ठ इतिहासकारांनी इंग्रजीत लिहिलेल्या इतिहासावरील काही मूलभूत ग्रंथांचा परिचय प्रादेशिक भाषांतून इतिहासाच्या अभ्यासकांना प्रादेशिक भाषांत होणे आवश्यक आहे, असा विचार करून भारताच्या इतिहासावर विविध कालखंडातील राजवटींवर लिहिलेल्या ग्रंथांचे भाषांतर करण्याचा धोरणात्मक निर्णय घेतला. त्यानुसार काही प्रसिद्ध निवडक इतिहासग्रंथांची एक प्राथमिक यादी तयार केली. त्यात प्रामुख्याने डी. डी. कोसंबी, सुशोभन सरकार, रजनी पाम दत्त, जदुनाथ सरकार, रामशरण शर्मा, एस्. गोपाल, एच्. सी. रायचौधरी, डब्ल्यू. एच. मूरलँड, डी. सी. सरकार, रोमिला थापर, एन. ए. सिद्दिकी इत्यादी सिद्धहस्त इतिहासकारांच्या ग्रंथांची निवड करून, भारतातील प्रमुख विद्यापीठांच्या सहकार्याने ही योजना कार्यान्वित करण्याचे ठरविले.

या योजनेनुसार परिषदेचे पहिले अध्यक्ष प्रा. रामशरण शर्मा आणि मानद सचिव श्रीमती दोरायस्वामी यांनी, मराठी भाषांतराचे काम पुणे विद्यापीठाकडे सोपविले. भारतीय इतिहास अनुसंधान परिषदेचा महाराष्ट्राचा प्रतिनिधी, सदस्य आणि पुणे विद्यापीठाचा इतिहास विभागप्रमुख या दुहेरी नात्याने ही कामगिरी माझ्याकडे आली. तज्ज्ञांच्या सहकार्याने ग्रंथाची आणि अनुवादकांची निवड करण्यात आली आणि तीन-चार वर्षांच्या कालावधीत काही भाषांतरे मान्यवर व्यक्तींकडून तयार करून घेण्यात आली.

परंतु या कामास मराठी प्रकाशकांकडून योग्य तो प्रतिसाद न मिळाल्याने ज्या हेतूने हे अत्यंत जिकिरीचे आणि कष्टाचे काम करून घेण्यात आले होते, तो हेतू सफल झाला नाही.

तथापि, भारतीय इतिहास अनुसंधान परिषदेचे सचिव डॉ. प्रभातकुमार शुक्ला आणि प्रकाशन विभागप्रमुख श्रीमती इंदिरा गुप्ता यांनी रेंगाळत पडलेल्या या योजनेचे पुनरुज्जीवन करण्याचे ठरविले. पुण्यातील **डायमंड पब्लिकेशन्स** या प्रकाशन संस्थेच्या **श्री. दत्तात्रय गं. पाष्टे** यांनी विशेष पुढाकार घेऊन आम्हाला मदत करण्याचे ठरविले आणि पुस्तकांच्या प्रकाशनाची मोठी जबाबदारी स्वीकारली. पुण्यातील इतर मान्यवर प्रकाशकांनीही मदतीचा हात पुढे केला आणि या सर्वांच्या सहकार्यामुळे पंधरा महत्त्वाचे इंग्रजी भाषेतील ग्रंथ मराठीत लवकरच उपलब्ध होणार आहेत आणि मराठी माध्यमातून अध्ययन, अध्यापन करणाऱ्या महाविद्यालयीन विद्यार्थी, प्राध्यापक यांची एक महत्त्वाची गरज पूर्ण होईल अशी उमेद आहे.

पुणे
२६ जानेवारी, २००६

अ. रा. कुलकर्णी
सुप्रतिष्ठ प्राध्यापक
पुणे विद्यापीठ

अनुक्रमणिका

प्रकरण पहिले

पूर्वचरित्र : इ.स.१६१८-१६५२

१ औरंगजेबाच्या कारकिर्दीचे वैशिष्ट्य

औरंगजेबाचा इतिहास हा हिंदुस्थानचा जवळजवळ ६० वर्षांचा इतिहास आहे. त्याच्या स्वतःच्या कारकिर्दीमध्ये (इ.स.१६५८-१७०७) सतराव्या शतकाच्या उत्तरार्धाचा अंतर्भाव होतो. आपल्या देशाच्या इतिहासामध्ये हा कालखंड सर्वांत महत्त्वाचा टप्पा समजला जातो. ह्या कालखंडाप्रत औरंगजेबाच्या नेतृत्वाखाली मोगल साम्राज्याचा जास्तीत जास्त विस्तार घडून आला आणि हिंदुस्थानच्या इतिहासात, ब्रिटिश सत्तेच्या उदयापर्यंत कधीही अस्तित्वात न आलेले एक विशाल व एकसंध साम्राज्य प्रस्थापित झाले. ह्याच कालखंडात गझनीपासून चितगावपर्यंत आणि काश्मिरपासून कर्नाटकपर्यंत संपूर्ण हिंदुस्थान एक आज्ञावर्ती बनल्याचे दृश्य जगाला पाहावयास मिळाले. औरंगजेबाच्याच कारकिर्दीत मुसलमानी धर्माने आपल्या प्रगतीची शेवटची गरुडझेप घेतली. प्रस्थापित झालेले हे साम्राज्य आकाराने अफाट असूनही राजकीयदृष्ट्या एकसंध होते. ह्या साम्राज्यातील निरनिराळ्या प्रांतांचा कारभार मांडलिक राजांमार्फत न चालता प्रत्यक्ष बादशहाने नेमलेल्या सुभेदारांमार्फत चालत असे. औरंगजेबाचे मोगल साम्राज्य सम्राट अशोक किंवा समुद्रगुप्त किंवा हर्षवर्धन यांनी स्थापलेल्या साम्राज्यापेक्षा निश्चित विस्तृत होते.

ब्रिटिश-पूर्वकाळातील एक अत्यंत विशाल भारतीय साम्राज्य ज्या कारकिर्दीत उदयास आले, त्याच कारकिर्दीला त्याच्या विघटनाची व ऱ्हासाची स्पष्ट चिन्हेही पाहावी लागली. जेव्हा पर्शियन सम्राट नादीरशहा किंवा अफगाण सम्राट अहमदशहा यांनी दिल्लीची बादशाही ही खऱ्या बादशाहीची एक निष्क्रिय सावली आहे आणि दिल्ली म्हणजे पूर्ववैभवाचे केवळ थडगे बनले आहे ही गोष्ट सिद्ध केली किंवा मराठ्यांनी आपल्या विजिगीषु संघराज्याच्या प्रभावी सत्तेने या साम्राज्यशाहीला झाकोळून टाकले किंवा औरंगजेबाने आपले डोळे कायमचे मिटले त्यापूर्वीच हे मोगल साम्राज्य आर्थिकदृष्ट्या दिवाळखोर बनले होते. त्याचा कोणताही धाक उरला नव्हता आणि राज्यकारभार पार लयाला गेला होता. एवढ्या मोठ्या साम्राज्यामध्ये शांतता आणि सुव्यवस्था ठेवणे किंवा हे साम्राज्य टिकवून धरणे आपल्याला अशक्य आहे अशी कबुली साम्राज्यातील राज्यकर्त्यांना फार पूर्वीच द्यावी लागली होती.

औरंगजेबाच्या कारकिर्दीतच लहान लहान अल्पजीवी राज्यांच्या राखेतून मराठ्यांचा देशाभिमान उफाळून आला आणि याच काळात प्रस्थापित सत्तेविरुद्ध सशस्त्र संघर्ष करणाऱ्या लढाऊ शीख जमातीचा उदय झाला. याप्रमाणे अठराव्या शतकात आणि एकोणिसाव्या शतकाच्या प्रारंभी ज्या घटकांनी हिंदुस्थानच्या इतिहासावर विलक्षण प्रभाव गाजवला, ते सर्व घटक औरंगजेबाच्या राजवटीत त्याच्या धोरणातूनच निर्माण झाले असे आपल्याला दिसून येईल.

ज्या कारकिर्दीत मोगल साम्राज्याचा चांदतारा पौर्णिमेच्या पूर्णत्वाला पोहोचला, त्या कारकिर्दीत त्याच्या क्षयालाही सुरुवात झाली आणि हिंदुस्थानच्या राजकीय क्षितिजावर नव्या पहाटेची किरणे फाकू लागली. ह्या देशाच्या भावी राज्यकर्त्यांनी ह्या भूमीवर आपले पाय पक्के रोवले. अनुक्रमे इ.स.१६५३ आणि १६८७ मध्ये इंग्रजांनी मद्रास आणि मुंबई ह्या ठिकाणी कंपनीचे इलाखे प्रथम स्थापन केले. बंगालचा इलाखा इ.स.१६९० मध्ये निर्माण झाला. युरोपियन लोकांनी हिंदुस्थानात जी आश्रयस्थाने मिळविली, त्यांना त्यांनी 'राज्यांतर्गत राज्य' असे स्वरूप प्राप्त करून दिले.

१७ व्या शतकाच्या शेवटी तर मोगल साम्राज्य हे मुळापासूनच किडलेले आहे ही गोष्ट सर्वांनाच समजून चुकली. यावेळी राज्याची तिजोरी रिकामी झालेली होती. बादशाही सैन्याला आपण पराभूत झालो आहोत हे माहीत झाले होते आणि म्हणून त्यांनी माघारीचे धोरण स्वीकारले होते. राज्यातील विघटनवादी शक्ती आपला प्रभाव गाजवत होत्या आणि मोगल साम्राज्य हे शकले होण्याच्या मार्गावर होते. भौतिक ऱ्हासापेक्षा मोगल साम्राज्याचा नैतिक ऱ्हासच अधिक झाला होता. प्रजाजनांना शासनाबद्दल अजिबात धाक उरला नव्हता. सरकारी नोकरांमध्ये प्रामाणिकपणाचा आणि कार्यक्षमतेचा पूर्णपणे अभाव होता. मंत्री आणि राजपुत्र यांच्यात मुत्सद्देगिरी आणि लायकी यांची वाणच होती. सामर्थ्याचे साधन म्हणून सैन्याला मुळीच स्थान उरले नव्हते.

अशी परिस्थिती का निर्माण झाली ? वास्तविक बादशहा पापाचरणापासून पूर्णपणे मुक्त होता. त्याला कोणीही मूर्ख किंवा आळशी म्हणू शकले नसते. त्याच्या बुद्धीची कुशाग्रता अद्‌भुत होती. सौख्य संपादनाच्या मागे लागतात त्याच उत्साहाने आणि चिकाटीने कामकाजाकडे लक्ष देणे व त्याकरिता मेहनत घेणे या दोहोंच्या बाबतीत बादशहाची बरोबरी शासनातील कोणताही अधिकारी किंवा सेवक करू शकला असता किंवा नाही याची शंकाच होती. बादशहाची चिकाटी किंवा संयम हे गुण त्याच्या शिस्त व सुव्यवस्थितपणाइतकेच वाखाणण्यासारखे गुण होते. खाजगी जीवनात तो फकिरी वृत्तीने राहत असे. त्याच्या खाण्यापिण्याच्या सवयी अत्यंत साध्या होत्या.

प्रकरण दुसरे

दख्खनची दुसरी सुभेदारी (१६५२-१६५८)

१. दख्खन सुभ्याची अवनती व विपन्नावस्था, आर्थिक अडचणी

कंदाहारहून काबूलला परत आल्यानंतर औरंगजेबाची दख्खनचा सुभेदार म्हणून दुसऱ्यांदा नेमणूक करण्यात आली (१६५२). दक्षिणेकडे येताना औरंगजेबाने बऱ्हाणपूर येथे ९ महिने मुक्काम केला आणि नोव्हेंबर १६५३ मध्ये तो आपल्या औरंगाबाद ह्या राजधानीला येऊन पोहोचला. तेथे त्याने पुढील चार वर्षे घालविली. या चार वर्षांच्या वास्तव्यात त्याने फक्त दोनदाच म्हणजे गोवळकोंडा व विजापूर या दोन ठिकाणी स्वारी करण्यासाठी औरंगाबाद शहराबाहेर प्रयाण केले आणि अखेरीस दिल्लीचे तख्त बळकाविण्यासाठी त्याने ५ फेब्रुवारी १६५८ रोजी औरंगाबाद कायमचे सोडले.

१६४४ च्या मे महिन्यात औरंगजेबाने दख्खनची सुभेदारी सोडली. तेव्हापासून तेथील मोगल राजवटीचा फारसा उत्कर्ष झाला नाही. अर्थात एकंदरीने त्या प्रदेशात आता थोडीफार शांतता नांदत होती. ही गोष्ट जरी खरी असली तरी पुष्कळशा लागवडीखालील शेतजमिनी पडीक राहिल्यामुळे तेथे जंगले वाढली होती. शेतकऱ्यांची संख्या व त्यांची साधनसामग्री कमी झाली होती आणि महसूलाचे प्रमाणही खूपच खालावले होते. सुभेदारांच्या वारंवार होणाऱ्या बदल्या आणि कर्तृत्वशून्य सुभेदारांच्या नेमणुका यांमुळे या प्रदेशातील परिस्थिती निकृष्टावस्थेस पोहोचावी हे साहजिकच होते.

दख्खनचा हा सुभा दिल्लीच्या तिजोरीवर बऱ्याच काळापासून खर्चाचा एक मोठाच बोजा ठरला होता.

हा सुभा फार मोठा होता आणि त्यात मोठाली जंगले होती. त्यामुळे एकसंधपणा नव्हता, लोकवस्ती अव्यवस्थितपणे विखुरली होती. सुव्यवस्थेचा एकूण अभाव होता आणि त्याच्या सीमेवर दोन्ही बाजूंना दोन प्रबळ राष्ट्रे होती. म्हणून संरक्षणाकरिता मोठे सैन्यबळ ठेवावे लागत असे. जमीन सुपीक नसल्यामुळे नापिकी आणि दुष्काळ ही नित्याचीच गोष्ट झाली होती. त्यामुळे ठरलेला शेतसारा कधीच वसूल होत नसे. दक्षिणेकडील ह्या मोगल सुभ्यात चार परगणे होते आणि त्याचे एकूण वार्षिक उत्पन्न ३ कोटी ६२ लक्ष होते. पण इ.स.१६५२ मध्ये प्रत्यक्ष वसुली मात्र फक्त १ कोटीची म्हणजे एकूण उत्पन्नाच्या १/३ पेक्षाही कमी झालेली होती. सारांश उत्पन्नापेक्षा खर्चच

जास्त असल्यामुळे साम्राज्याच्या जुन्या व संपन्न सुभ्यातून द्रव्य पाठवून दक्षिणेचा कारभार चालवावा लागे.

दक्षिणेत आल्यानंतर औरंगजेबाला पहिल्याप्रथम गंभीर स्वरूपाच्या आर्थिक अडचणींना तोंड द्यावे लागले. जहागिरीचे उत्पन्न नाममात्र उरले होते व त्याचीही प्रत्यक्ष वसुली अत्यंत स्वल्प प्रमाणात होई. दक्षिण सुभ्यात नेमलेल्या मोगल अधिकाऱ्यांना उपजीविकेसाठी त्या जहागिरीवर पूर्णपणे अवलंबून राहावे लागले असते तर त्यांच्यावर उपाशीच राहण्याची पाळी आली असती. औरंगजेबाला पूर्वी नेमलेल्या सुभेदारांच्या गैरकारभारामुळे शासनव्यवस्थेत जिकडे तिकडे गोंधळ माजलेला दिसून आला. नेहमीच्या शेतसाऱ्यापैकी कधी कधी फक्त एक दशांश सारावसुलीच प्रत्यक्षात होत असे. अशा परिस्थितीत जमाखर्चाचा मेळ बसविणे हे नवीन सुभेदाराला अशक्यप्राय होऊन बसले होते. या काळात दक्षिण सुभ्याच्या मुलकी आणि लष्करी खात्यावर होत असलेल्या खर्चामुळे २०,३६,००० रुपयांची वार्षिक तूट येत होती (ह्या तुटीत जहागिरीतून अधिकारी वर्गाला जे वेतन देण्यात येत होते, त्याचा अंतर्भाव नव्हता.) आणि ही तूट दक्षिण सुभ्याच्या राखीव शिलकीतून भरून काढण्यात येत होती.

इतर जहागीरदारांप्रमाणेच औरंगजेबाला स्वतःलाही आर्थिक अडचणींना तोंड द्यावे लागत होते आणि आपल्या तुटपुंज्या उत्पन्नावर म्हणजे घटलेल्या तनख्यातून स्वतःचे नेहमीचे सैन्य पोसावे लागत होते. त्यामुळेच पिता-पुत्रातील आर्थिक तणातणी कित्येक वर्षे चालू राहिली. दक्षिण सुभ्यावर हा जो अमाप पैसा खर्च होत होता, त्याला पायबंद घालावा अशी शहाजहानची इच्छा होती. परंतु औरंगजेब मात्र दक्षिणेचा खर्च चालविण्यासाठी दक्षिण सुभ्यातील जहागिरीतून पैसा घेण्याऐवजी साम्राज्यातील इतर सुभ्यातून आपल्याला पैसा मिळावा अशी मागणी करीत होता.

जेव्हा शहाजहानने दक्षिणचा सुभेदार म्हणून औरंगजेबाची नेमणूक केली, त्यावेळी तेथील शेतीचा विकास आणि शेतकऱ्यांची सुधारणा ह्याकडे विशेष लक्ष देण्याविषयी त्याने औरंगजेबास बजावले होते आणि औरंगजेबानेही आपण त्याबाबतीत पराकाष्ठेचे प्रयत्न करू असे वचन दिले होते. परंतु तेथील परिस्थिती सुधारण्याकरता आपल्याला दीर्घकाळ अधिकारावर ठेवावे आणि आवश्यक ते मनुष्यबळ व द्रव्यबळ उपलब्ध करून द्यावे असे त्याचे म्हणणे होते. कारण एक पिढीभर चाललेल्या युद्धामुळे तेथे विध्वंस झालेला होता. प्रदेशचे प्रदेश उजाड झालेले होते आणि त्यानंतर दहा वर्षेपर्यंत गैरकारभारामुळे अव्यवस्था निर्माण झाली होती आणि या सर्व गोष्टी दोन किंवा तीन वर्षांत सुधारण्यासारख्या नव्हत्या. दक्षिणेकडील जमाबंदीच्या इतिहासात औरंगजेबाची कारकीर्द लवकरच संस्मरणीय ठरणार याची ही पूर्वचिन्हेच होती.

एखाद्या मुरलेल्या सैनिकाप्रमाणे विनातक्रार कोणत्याही स्वारीतील हालअपेष्टा तो सहन करीत असे. कोणत्याही प्रकारच्या क्षितीमुळे त्याचे अंत:करण कधीही विचलित होत नसे किंवा कोणत्याही दुर्बलतेमुळे किंवा दयेमुळे त्याचे अंत:करण कधीही, विरघळत नसे. पुरातन धर्मग्रंथातील ज्ञानावर त्याचे प्रभुत्व होते. याशिवाय आपल्या वडिलांच्या कारकिर्दीत बादशहाने राजकारण आणि युद्ध यांचा भरपूर अनुभव मिळविला होता ही गोष्ट वेगळीच.

आणि तरीसुद्धा अशा बादशहाच्या ५० वर्षांच्या कारकिर्दीची फलश्रुती शेवटी केवळ अपयश आणि गोंधळ ह्यांच्यात व्हावी हे केवढे आश्चर्य ! या राजकीय विरोधाभासामुळे भारतीय इतिहासाच्या अभ्यासकांबरोबरच राजकीय तत्त्वज्ञानाच्या अभ्यासकांनासुद्धा औरंगजेब बादशहाची कारकिर्द म्हणूनच विशेष लक्षणीय वाटावी यात नवल नाही.

२. औरंगजेबाच्या जीवनाची शोकांतिका – ती कशी घडून आली ?

औरंगजेबाचे जीवन म्हणजे एक दीर्घकालीन शोकांतिका होती. एखाद्या एकाकी माणसाने अदृश्य परंतु अटळ नियतीविरुद्ध हताशपणे दिलेल्या संघर्षाची ती कथा होती. एक प्रचंड मानवी प्रयत्न तत्कालीन निरनिराळ्या प्रवाहापुढे कसा हतबल झाला, याची ती कहाणी होती. ५० वर्षांच्या दीर्घ आणि कष्टप्रद राजवटीचा शेवट प्रचंड अपयशात घडून आला आणि तरीसुद्धा हा बादशहा बुद्धिमत्ता, चारित्र्य आणि दीर्घोद्योग ह्या गुणांत आशियातील सर्वश्रेष्ठ सम्राट होता. इतिहासातील ही महान शोकांतिका एखाद्या निर्दोष नाटकाप्रमाणे जीवनाच्या रंगभूमीवर क्रमाक्रमाने घडत गेली.

औरंगजेबाच्या जीवनातील पहिली ४० वर्षे ही सम्राटपद प्राप्त करून घेण्याच्या तयारीमध्ये आणि त्या अनुषंगाने येणाऱ्या जबाबदाऱ्या पार पाडण्याचे शिक्षण घेण्यात खर्च झालीत. या बीजारोपणाच्या कालावधीनंतर एक वर्षाचा काळ सिंहासनप्राप्तीसाठी तीव्र संघर्ष करण्यात गेला. या कालखंडात त्याची बुद्धिमत्ता, शक्ती, धैर्य या सर्व गुणांची कसोटी लागली आणि त्याचेच फळ म्हणून त्याला दिल्लीचे सर्वोच्च सिंहासन प्राप्त झाले. यानंतर त्याच्या राजवटीची २३ वर्षे शांततेची व भरभराटीची गेली. याच काळात त्याने उत्तर हिंदुस्थानातील निरनिराळ्या शहरांमध्ये वास्तव्य केले. या कालखंडात औरंगजेबाच्या मार्गातील सर्व शत्रू नाहीसे झाले, संपूर्ण हिंदुस्थान त्याच्या हुकमतीखाली आला आणि त्याच्या खंबीर आणि जागरूक धोरणामुळे शांतता व सुव्यवस्था प्रस्थापित होऊन मोगल साम्राज्यात दिवसेंदिवस संपत्तीची आणि समृद्धीची भर पडत गेली. त्यामुळे औरंगजेब हा या काळात मानवी जीवनातील सुखसमृद्धीच्या अत्युच्च शिखरावर पोहोचला होता हे म्हणावयास हरकत नाही. हा त्याच्या

जीवननाट्याचा तिसरा अंक समजला पाहिजे. त्यानंतर त्याच्या ऱ्हासाला प्रारंभ झाला. ग्रीक शोकांतिकेप्रमाणे औरंगजेबाच्या जीवनात त्याच्या कुटुंबातच शत्रू निर्माण करून नियतीने सूड उगवला. शहाजहानच्या या बंडखोर मुलाला मिळालेला विजय जास्त दिवस भोगता आला नाही, कारण त्याला स्वत:च्या मुलाच्या म्हणजे मोहम्मद अकबराच्या बंडाळीला तोंड द्यावे लागले. (इ.स.१६८१).

पराभूत बंडखोर मुलाने ज्यावेळी मराठ्यांचा आश्रय घेतला, त्यावेळी औरंगजेबाला त्याचा पाठलाग करीत दक्षिण हिंदुस्थानात यावे लागले. त्यावेळी आपल्याला सतत २६ वर्षे तंबूत राहावे लागणार आहे, याची त्याला कल्पनाही नव्हती. या २६ वर्षांत औरंगजेबाच्या साम्राज्याचे सर्व उत्पन्न, सैन्याची सर्व शक्ती आणि संघटित राज्यकारभार या सगळ्यांचा पार धुव्वा उडाला. इतकेच नव्हे तर ह्या लागोपाठच्या स्वाऱ्यांमध्ये औरंगजेबाची प्रकृती सुध्दा पार खिळखिळी होऊन गेली. परंतु प्रथमत: नियतीच्या ह्या खेळाची औरंगजेबाला किंवा त्याच्या समकालीनांना यत्किंचितही कल्पना आली नाही. त्यामुळे दक्षिण हिंदुस्थानात तो करीत असलेल्या स्वाऱ्यांचा फोलपणा किंवा त्यांच्या कारकीर्दीचा होऊ पाहाणारा शेवट त्याच्या लक्षात आला नाही. त्याच्या जीवनाच्या चौथ्या अंकात त्याची कारकीर्द सुरळीत चालू होती. ह्या कालखंडात औरंगजेबाने विजापूर आणि गोवळकोंडा जिंकून घेतले. सागरच्या बेरड प्रमुखास दाती तृण धरावयास भाग पाडले आणि उपद्रवकारी मराठ्यांच्या राजाचा शिरच्छेद करून त्याची राजधानी व कुटुंब आपल्या ताब्यात घेतले (१६८९). अशा रीतीने या कालखंडात औरंगजेबाला चौफेर विजय मिळाला. त्यादृष्टीने, त्याला कसलीही उणीव नव्हती. परंतु काही थोड्या विचारवंतांना मात्र येणाऱ्या प्रलयाची चिन्हे स्पष्टपणे दिसत होती. काही मात्र मोगल साम्राज्याच्या यशामुळे पार दीपून गेले होते. फळाची जाण न ठेवता व नकळत औरंगजेबाने आपल्या जीवनाच्या तृतीय अवस्थेत, जी बीजे रोवली, त्यांची रोपे आता चवथ्या अवस्थेत वाढू लागली, आणि पाचव्या व जीवनाच्या शेवटल्या अवस्थेत तर औरंगजेबाला त्याची सर्व कटू फळे चाखावी लागली.

म्हणून औरंगजेबाच्या जीवनाची शोकांतिका त्याच्या आयुष्याच्या शेवटल्या १८ वर्षांत (१६८९-१७०७) एकवटली आहे, असे आपणाला दिसून येईल. हळूहळू परंतु अधिक स्पष्टपणे हे शोकांत कथानक उलगडत जाते आणि शेवटी औरंगजेबाला आपल्या विरुद्ध कोणत्या शक्ती उभ्या ठाकल्या आहेत आणि वस्तुस्थिती कोणते वळण घेत आहे, याची कल्पना येते. परंतु इतके असूनही तो हा संघर्ष थांबवत नाही, इतकेच नव्हे तर ह्या संघर्षामध्ये शेवटी यशाची अजिबात आशा नाही, हे त्याला व त्याच्या सरदारांना माहीत होऊनसुद्धा तो पूर्वीइतकेच नेटाचे प्रयत्न करतो, नवे नवे उपाय योजतो.

बदलत्या राजकीय परिस्थितीत आपले डावपेच बदलतो आणि शत्रुसैन्याची बदलती व्यूहरचना लक्षात घेऊन वेळोवेळी आपल्या सैन्याची व्यूहरचनासुद्धा बदलतो. प्रथम आपले सेनापती आघाडीवर पाठवितो आणि त्यांना मार्गदर्शन करण्याकरिता स्वत: सैन्याच्या मध्यभागी उभा राहतो. त्याचे सेनापती निर्णय घेऊ शकत नाहीत, अशा वेळी या ८२ वर्षांच्या म्हाताऱ्याला युद्धाची सूत्रे हाती घेणे भागच पडते आणि जातीने सात वर्षे (१६९९-१७०५) युध्द लढवावे लागते. शेवटी मृत्यूची पहिली घंटा वाजताच त्याला अहमदनगरला परतावे लागते आणि याच वेळी केवळ, अहमदनगर हाच आपल्या 'प्रवासाचा आखरी टप्पा' असल्याची दु:खद जाणीव त्याला होते. (खतम् उस् सफर)

३. औरंगजेबाच्या इतिहासाची साधनसामग्री

औरंगजेबाच्या जीवनाचा अभ्यास करण्याकरिता सुदैवाने मोगलकालीन भारतातील वाङ्मयीन भाषेत म्हणजे पर्शियन भाषेत भरपूर साधनसामग्री उपलब्ध आहे. अधिकृत ऐतिहासिक शासकीय कागदपत्रात आपल्याला 'बादशहानामा' (तीन लेखकांनी लिहिलेले तीन विभाग) आणि 'आलमगीरनामा' असे दोन ग्रंथ उपलब्ध आहेत. आलमगीरनाम्यात शहाजहानच्या राज्यारोहणापासून औरंगजेबाच्या कारकिर्दीच्या अकराव्या वर्षापर्यंत असा एकूण ४१ वर्षांचा इतिहास ग्रंथित झाला आहे. सरकारी दफ्तरखान्यात सुरक्षित ठेवलेला, शासकीय पत्रव्यवहार, खलिते, वार्तापत्रे, तहनामे आणि महसुली हिशेबाची कागदपत्रे यांच्या आधारावर हे ग्रंथ बादशहाच्या आदेशानुसार लिहवून घेतलेले आहेत. निरनिराळ्या तारखा आणि महत्त्वाचे बिनचूक स्थानिक भौगोलिक तपशील हे विपुल प्रमाणात या ग्रंथात सापडतात. औरंगजेबाच्या शेवटच्या चाळीस वर्षांच्या कारकीर्दीकरता संक्षिप्त 'मासिर-ई-आलमगिरी' हा ग्रंथ उपलब्ध आहे. तो वर उल्लेखिलेल्या शासकीय कागदपत्रावरून तयार करण्यात आला. परंतु फरक इतकाच की हा ग्रंथ औरंगजेबाच्या मृत्यूनंतर लिहिण्यात आला.

या नंतर उपलब्ध साधनग्रंथात मासूम, आकिलखान, बंगालमधील एक रोजबानी सैनिक (मेट्रिकल) आणि खाफीखान यांनी लिहिलेल्या खाजगी इतिहासग्रंथांचा समावेश करावा लागेल. हे सर्व ग्रंथ अधिकाऱ्यांनीच लिहिले आहेत. परंतु बादशहाकरिता हे ग्रंथ लिहिण्यात न आल्यामुळे शासकीय इतिहासग्रंथांत ज्या घटना दडपून टाकलेल्या होत्या, त्यांचासुद्धा या ग्रंथात अंतर्भाव झालेला आपणास दिसतो. अर्थात पुष्कळवेळा यातील तारखा आणि नावे यांत बऱ्याच चुका आढळून येतात. याशिवाय यातील वर्णनेसुद्धा अपुरी आहेत. औरंगजेबाच्या कारकीर्दीसंबंधी हिंदूंनी पर्शियन भाषेत लिहिलेले दोन इतिहासग्रंथही आहेत. त्यांपैकी एक म्हणजे औरंगजेबाचा

सेनापती दलपतराव बुंदेला याचा दिवाणजी भीमसेन बऱ्हाणपुरी ह्याने लिहिलेला 'नुसका-ई-दिलकाशा' हा ग्रंथ होय. हा लेखक सतत प्रवास करणारा होता. स्थानिक भौगोलिक तपशिलाकडे याचे विशेष लक्ष असे. मथुरेपासून मलबारपर्यंत त्याने जे जे पाहिले, त्याची अतिशय काळजीपूर्वक नोंद त्याने करून ठेवली आहे. दक्षिण हिंदुस्थानातील घडामोडी समजण्याकरिता त्याच्या ग्रंथाचा विशेषच उपयोग होतो कारण त्याचे सर्व आयुष्य दक्षिण हिंदुस्थानात व्यतीत झाले होते. दुसरा ग्रंथ म्हणजे ईश्वरदास नागर याने लिहिलेला 'फातूहाट-ई-आलमगिरी' हा होय. हा ईश्वरदास नागर शेख उल इस्लाम याच्या नोकरीत होता आणि तो गुजरातमध्ये पाटण शहरी राहत होता. राजपूत घडामोडी समजण्याकरिता हा ग्रंथ अतिशय महत्त्वाचा समजला जातो.

औरंगजेबाच्या कारकिर्दीवर लिहिण्यात आलेले हे सर्वसाधारण इतिहासग्रंथ सोडले तरी ह्या काळातील विशिष्ट घटना किंवा विशिष्ट व्यक्ती यांच्यावर पर्शियन भाषेत लिहिलेले खास ग्रंथ सुद्धा आपल्याला आढळून येतात. उदाहरणार्थ, गोवळकोंड्याच्या वेढ्यावर नियामत खान अलीने लिहिलेला ग्रंथ किंवा कुचबिहार, आसाम आणि चितगाव जिंकले त्यावेळची शिहाबुद्दीन याने ठेवलेली रोजनिशी, त्याचप्रमाणे इरदातखान आणि पहिल्या बहादूरशहाचे काही अधिकारी यांनी औरंगजेबाच्या कारकिर्दीच्या अखेरीच्या वर्षापासून ज्या आठवणी लिहून ठेवल्या त्या आठवणी. गोवळकोंडा आणि विजापूर या दक्षिणेतील दोन प्रमुख राज्यांचा स्वतंत्र इतिहास आपल्याला आढळतो. त्यावरून मोगल सरकारने त्यांच्याशी जे काही व्यवहार केले, त्यांची स्पष्ट कल्पना येते. आसाममधील घडामोडी समजण्याकरिता बुरंजी (Buranji) नामक अत्यंत महत्त्वाचा स्थानिक इतिहासग्रंथ आढळून येतो.

सुदैवाने औरंगजेबाच्या कारकिर्दीतील बऱ्याचशा महत्त्वाच्या कालखंडाकरिता मला इतिहासाची अगदी मूलभूत साधने उपलब्ध होऊ शकली. वर वर्णन केलेल्या तात्कालीन अधिकृत ऐतिहासिक कागदपत्रांपेक्षा मला सापडलेली ही साधनसामग्री जास्त महत्त्वाची (आणि जास्त विश्वासार्ह) समजली पाहिजे. जयपूरच्या दफ्तरखान्यात आणि रॉयल एशियाटिक सोसायटीच्या लंडन येथील लायब्ररीमध्ये जपून ठेवलेली शाही दरबारांच्या वार्तापत्रांची मूळ हस्तलिखिते (अखबारात-ई-दरबार-ई-मौला) मला मिळू शकली. तसेच १७व्या शतकातील राजकीय रंगभूमीवर ज्यांनी ज्यांनी महत्त्वाचा भाग घेतला, त्यांची जवळजवळ ६००० पत्रे माझ्या दफ्तरी आहेत. त्यांपैकी १००० हून अधिक पत्रे तर खुद्द औरंगजेबानेच लिहिली आहेत. या पत्रांमधून दैनंदिन घटना जसजशा घडत गेल्या, तसतशा आपल्याला दिसतात. नंतरच्या लेखकांनी हेतुत: त्या पुढे जशा रंगवून सांगितल्या तशा त्या नाहीत. या ग्रंथांमध्ये ज्यांनी हिंदुस्थानचा

इतिहास घडविला त्यांच्या आशा-निराशा, भयभीती, त्यांच्या निरनिराळ्या योजना, त्यांची मते यांचे खरेखुरे प्रतिबिंब आपल्या दिसून येते.

औरंगजेबाच्या कारकिर्दीत ट्रॅव्हरनियर, बर्नियर, कारेरी आणि मनुकी या निरनिराळ्या युरोपियन प्रवाशांनी हिंदुस्थानला भेटी दिल्यानंतर या देशासंबंधीचे दीर्घ वृत्तांत लिहून ठेवले आहेत. हिंदुस्थानातील तात्कालीन सर्वसामान्य लोकांची स्थिती, व्यापार आणि उद्योगधंदे यांची परिस्थिती आणि त्या काळातील ख्रिश्चन चर्चचा इतिहास ह्या दृष्टीने हे ग्रंथ अतिशय महत्त्वाचे आहेत. याशिवाय भारतीय शिष्टाचार आणि भारतीय समाजाची जीवनपद्धती यांच्यावर विदेशी टीकाकारांनी केलेल्या टीकेमधला ताजेपणा आणि वजन हेही ह्या ग्रंथात पाहण्यासारखे आहे. परंतु हिंदुस्थानच्या राजकीय इतिहासाच्या बाबतीत मात्र, त्यांनी ज्या घटनांमध्ये प्रत्यक्ष भाग घेतला किंवा ज्या घटना त्यांनी प्रत्यक्ष पाहिल्या, त्या जर सोडून दिल्या तर, त्यांच्या अहवालात आपल्याला बाजारगप्पा आणि सर्वसामान्य जनतेत रुजलेल्या अफवा यांचेच प्राबल्य दिसून येते. या दृष्टिकोनातून याचकाळात पर्शियन भाषेत जे इतिहासग्रंथ लिहिले गेले किंवा पत्रवाङ्मय निर्माण झाले, त्यातील विश्वासार्ह पुराव्याशी या ग्रंथांची बरोबर होऊ शकत नाही, हे या ठिकाणी लक्षात ठेवले पाहिजे.

४. बालपण आणि शिक्षण

पहिला आलमगीर म्हणून दिल्लीच्या तख्तावर बसलेला मोहिउद्दीन मोहम्मद औरंगजेब हा मुमताजमहल आणि शहाजहान यांचा सहावा मुलगा. त्याचा जन्म पंधरा जिगदा (Zigada) १०२७ ए.च.(२४ ऑक्टोबर १६१८) या तारखेला रात्री दोहद* या ठिकाणी झाला.

इ.स.१६२२ पासून आपल्या वडिलांच्या कारकीर्दीच्या शेवटपर्यंत शहाजहान हा बादशहाच्या कृपेस पात्र नव्हता आणि केवळ स्वसंरक्षणार्थ त्याला आपल्या वडिलांविरुद्ध बंड पुकारावे लागले होते. परंतु शहाजहानचे सर्व प्रयत्न अपयशी ठरले आणि शेवटी त्याला आपली दोन लहान मुले, दारा व औरंगजेब यांना आपल्या वडिलांकडे ओलिस ठेवून शरणागती पत्करावी लागली. ही दोन मुले जहांगीरच्या दरबारात लाहोरला जून १६२६ मध्ये पोहोचली. जहांगीरचा मृत्यू झाल्यानंतर लवकरच शहाजहानने स्वत:ला राज्याभिषेक करून घेतला आणि त्यानंतर आसफखानाने ही दोन मुले शहाजहानकडे आग्र्याला पोहोचविली (२६ फेब्रुवारी १६२८).

(***टीप :** दोहद हा मुंबई प्रांतात पंचमहाल जिल्ह्यातील एक उपविभाग आहे (२०.५० उत्तर, ७४.२० पूर्व) हे शहर बी.बी.सी.आय रेल्वेवर दोहाद हे जे स्टेशन आहे, त्याच्या दक्षिणेस आहे.)

यांप्रमाणे वयाच्या दहाव्या वर्षी औरंगजेबाच्या जीवनाला थोडी स्वस्थता लाभली आणि याच वेळेला त्याच्या शिक्षणाची नियमित व्यवस्था करण्यात आली. गिलान येथील मीर मोहम्मद हाशिम याला त्याचा शिक्षक म्हणून नेमण्यात आले, असा उल्लेख सापडतो. मुल्ला साले हाही औरंगजेबाचा शिक्षक होता असे बर्नियर म्हणतो, परंतु त्याच्या या विधानाला पर्शियन इतिहासात कोणताही आधार सापडत नाही.

औरंगजेबाची बुद्धी स्वभावत:च तीक्ष्ण होती आणि जे वाचले ते त्याच्या जसेच्या तसे लक्षात राहत असे, यावर आपला विश्वास बसू शकतो. औरंगजेबाच्या पत्रव्यवहारावरून त्याने कुराणाचा आणि मोहम्मदाच्या परंपरागत वचनांचा (हादीज) पुरेपूर अभ्यास केला होता ही गोष्ट स्पष्टपणे दिसून येते. कारण त्याच्या पत्रव्यवहारात त्यातील अनेक अवतरणे विपुल प्रमाणात सापडतात. अरबी आणि पर्शियन भाषा तर तो एखाद्या विद्वानाप्रमाणे बोलू आणि लिहू शकत असे. मोगल दरबारात खाजगी रीतीने बोलली जाणारी हिंदुस्थानी भाषा ही त्याची मातृभाषा होती. त्याला हिंदी भाषेचे सुद्धा ज्ञान होते आणि त्या भाषेतील पुष्कळशा म्हणींचा देखील तो सहजगत्या वापर करीत असे.

औरंगजेब अरबी भाषा जोमदार आणि नसरब् (Naskh) पद्धतीने लिहू शकत असे. याच पद्धतीने तो कुराण लिहून काढीत असे. त्याने लिहून काढलेल्या दोन कुराणाच्या हस्तलिखित प्रती त्याने मक्का आणि मदिना येथे भेट म्हणून पाठविल्या.

या दोन प्रतींची बांधणी अतिशय सुबक व त्यावरील वेष्टण मोठे नक्षीदार करून पाठविलेले होते. 'त्याचे नस्तालिक आणि शिकस्ता शैलीचे लिहिणे देखील उत्तम होते' असे साकी मुस्ताकखान म्हणतो. त्याचे हे मत विश्वासार्ह समजले पाहिले कारण औरंगजेबाने स्वत: अगणित पत्रे लिहिली. त्याच्याकडे येणाऱ्या सर्व अर्जांवर स्वत:च्या हस्ताक्षरात आदेश देणे हा त्याने एक नियम ठरवून टाकला होता. निरर्थक काव्य ऐकणे त्याला अजिबात आवडत नसे आणि स्तुतिपर काव्याचा तर त्याला तिटकाराच होता. उपदेशपर काव्याच्या बाबतीत तो अपवाद करीत असे. 'कुराणावरील भाष्ये, मोहम्मदाने घालून दिलेल्या परंपरा, धार्मिक कायदे, इमाम मोहंमद गझाली यांचे ग्रंथ, मुनीरचा शेख शार्फ याहिया आणि शेख जहनुद्दिन कुतुब मुही शिराझी यांच्या पत्रातील निवडक वेचे यांसारख्या धार्मिक ग्रंथांचा अभ्यास करणे त्याला अतिशय आवडत असे.

चित्रकलेची त्याला कधीच आवड नव्हती. आपल्या कारकिर्दीची दहा वर्षे पूर्ण झाली म्हणून औरंगजेबाने भक्तीच्या उमाळ्याने आपल्या दरबारात संगीतावर पूर्णपणे बंदी घातली. सुंदर चिनी मातीची भांडी त्याला आवडत. परंतु आपल्या वडिलांप्रमाणे

त्याला वास्तुकलेची मात्र अजिबात आवड नव्हती. *त्याच्या कारकिर्दीमध्ये वास्तुकलेचा एखादा नमुना, सुंदर किंवा भव्य दिवाणखाना किंवा कबर असे कुठेही आपल्याला आढळून येत नाही. आपल्याला मिळालेल्या विजयांचे देखावे चित्रित करणाऱ्या मशिदी आणि दक्षिण आणि पश्चिम या दिशांनी जाणाऱ्या राजरस्त्यांवर त्याने बांधलेल्या असंख्य धर्मशाळा अशा प्रकारची उपयुक्त आणि सर्वसाधारण आवश्यक बांधकामेच औरंगजेबाने केलेली दिसतात.

५. हत्तीशी लढत

औरंगजेबाच्या लहानपणी जी एक घटना घडली, त्यामुळे त्याची कीर्ती हिंदुस्थानात सर्वदूर पसरली. २८ मे १६३३ रोजी शहाजहानने सुधाकर आणि सुरतसुंदर या दोन बलाढ्य हत्तींची लढत आग्र्याला यमुना नदीच्या किनाऱ्यावर ठरविली.

लढत सुरू झाल्यानंतर दोन्ही हत्ती काही अंतरापर्यंत धावत गेले आणि किल्ल्याच्या ज्या झरोक्यातून बादशहा सकाळचा कुर्निसात स्वीकारीत असे, त्या झरोक्याच्या खिडकीखाली हे दोन्ही हत्ती एकमेकांवर तुटून पडले. बादशहा ही टक्कर पाहण्याकरता घाईघाईने तेथे आला त्यावेळी त्याची तीनही मुले त्याच्यासमोर घोड्यावर स्वार झालेली होती. औरंगजेबाला ही टक्कर जवळून पाहावयाची असल्यामुळे त्याने आपला घोडा हत्तींच्या अगदी जवळ नेला.

त्या उन्मत्त हत्तींनी क्षणकाल एकमेकांवरची पकड ढिली केली व दोन्ही हत्ती थोडे थोडे मागे सरकले. सुधाकर यावेळी अतिशय मदोन्मत्त झालेला होता. समोरच्या हत्तीचा पाठलाग सोडून तो एकदम मागे वळला व जवळच उभ्या असलेल्या औरंगजेबावर त्याने चाल केली. औरंगजेब यावेळी फक्त १४ वर्षांचा होता. हल्ला झाल्यानंतर तो शांतपणे तेथेच उभा राहिला. आपल्या घोड्याला त्याने मागे न वळविता आपला भाला हत्तीच्या सरळ डोक्यावर मारला. सर्वत्र गोंधळ व भीती निर्माण झाली. जमलेल्या सरदारांनी व नोकरांनी पळापळी करीत आरडाओरड चालविली आणि हत्तीला भिवविण्यासाठी दारूकाम सुद्धा चालू केले. परंतु याचा काही परिणाम झाला नाही. हत्तीने जोरात धाव घेऊन आपल्या लांब सुळ्यांनी औरंगजेबाच्या घोड्याला जबर धडक मारली व औरंगजेबाला खाली पाडले. परंतु औरंगजेब तात्काळ उठून त्या

(*टीप : याला फक्त दिल्लीच्या राजवाड्यातील मोती मशिदीचा अपवाद समजावा लागेल. या मशिदीचे बांधकाम १० डिसेंबर १६५९ रोजी सुरू झाले आणि ५ वर्षांत ही मशीद बांधून झाली. मशिदीचा खर्च १ लाख ६० हजार रु. आला. (ए.एन.४६९) लाहोरची त्याने बांधलेली मशीद काही तितकीशी सुंदर नाही. औरंगाबादला त्याने आपली पत्नी दिलरसबानू हिची जी कबर बांधली, तीच त्याने बांधलेली सर्वांत भव्य इमारत होय.)

उन्मत्त हत्तीला तोंड देण्याकरता जमिनीवर तलवार उपसून उभा राहिला. औरंगजेबाचा वडीलभाऊ सुजा, गर्दी व धूर यांतून वाट काढीत हत्तीपर्यंत पोचला आणि आपल्या भाल्याने त्याने हत्तीला जायबंदी केले. राजा जयसिंग हा सुद्धा मदतीला धावून आला आणि त्याने हत्तीवर हल्ला चढविला. याचवेळी हत्तीचे लक्ष दुसरीकडे वेधले गेल्यामुळे औरंगजेबाची नकळत सुटका झाली. सुरतसुंदर हा दुसरा हत्ती याचवेळी टक्कर देण्याकरता पुन्हा धावून आला. दारूकामामुळे आणि भाल्यांच्या माऱ्यामुळे भयभीत झालेला सुधाकर मैदान सोडून पळून गेला. दुसऱ्या हत्तीने चित्कार करीत त्याचा पाठलाग चालविला. अशा रीतीने राजपुत्राचे प्राण वाचले. आनंदाच्या भरात शहाजहानने औरंगजेबाला मिठी मारली. त्याच्या धैर्याचे कौतुक केले आणि त्याला 'बहादूर' ही पदवी दिली. जमलेल्या दरबारी लोकांनी औरंगजेबाने आपल्या बापाच्या निडर धैर्याचा वारसा घेतला आहे असे सांगितले. शहाजहानने सुद्धा आपल्या तरुणपणी जहांगीरच्या डोळ्यासमोर एका तलवारीनिशी एका बेभान वाघावर हल्ला चढविला होता या गोष्टीची दरबारी लोक एकमेकांना आठवण देऊ लागले.

याप्रसंगी औरंगजेबाने आपल्या जबर आत्मीक शक्तीची एक चुणूक दाखविली. ज्यावेळी त्याच्या वडिलांनी त्याच्या बेदरकार वृत्तीचा प्रेमाने निषेध केला त्यावेळी तो म्हणाला, 'या हल्ल्यात माझा मृत्यू जरी झाला असता तरी मला त्याचा खेद वाटला नसता. कारण मृत्यूमुळे तर मोठमोठ्या सम्राटांचा शेवट होतो. मृत्यू ही लाज वाटावी अशी गोष्ट नाही.'

१३ डिसेंबर १६३४ रोजी औरंगजेबाला मोगल शासनात पहिली नेमणूक मिळाली. त्याला दहा हजार स्वारांच्या सेनापतीचा दर्जा देण्यात आला. पुढल्या सप्टेंबर महिन्यात औरंगजेबाला प्रत्यक्ष युद्धकलेचे शिक्षण मिळावे आणि माणसांवर हुकूमत गाजविण्याचा प्रत्यक्ष अनुभव मिळावा म्हणून त्याला बुंदेलखंडाच्या स्वारीवर पाठविण्यात आले.

६. बुंदेलखंडाची लढाई (१६३५)

जहांगीरच्या कृपेमुळे ओरछाचा बुंदेला राजा बिरसिंग देव हा मोठा प्रबळ आणि संपन्न झालेला होता. जहांगीरच्या प्रेरणेने याच बिरसिंग देवाने अबुल फजलचा खून केला होता. त्याचा मुलगा जुझारसिंग हा इ.स.१६२७ मध्ये गादीवर आला. त्याने मात्र शहाजहानच्या कारकीर्दीत बंडखोरी चालविली. त्याने गोंडांची जुनी राजधानी चौरागड जिंकून घेतली, चौरागडचा राजा प्रेमनारायण याला ठार मारले आणि तेथील दहा लाखांची संपत्ती लुटून नेली. प्रेम नारायणाच्या मुलाने शहाजहानकडे तक्रार केली (१६३५).

बादशहाने बुंदेला राजघराण्यातील दुसऱ्या शाखेतील एक वारस देवीसिंग याच्या मदतीने बुंदेलखंडावर तीन बाजूने सैन्य पाठविले. याच देवीसिंगाला बुंदेलखंडाचे राजपद सुद्धा देऊ करण्यात आले. बुंदेलखंडावर तीन बाजूने पाठविण्यात आलेल्या सैन्यात शिस्त आणण्याकरता, त्याचप्रमाणे बुंदेलखंडाच्या या स्वारीतील योजनेत एकसूत्रीपणा व मोगलांच्या तीन समान दर्जाच्या सेनापतींमध्ये सहकार्य प्रस्थापित करण्याकरिता एका सर्वोच्च सेनापतीची आवश्यकता होती. या कारणांकरिता या स्वारीचा प्रमुख म्हणून औरंगजेबाची नेमणूक करण्यात आली. या स्वारीत त्याने सैन्याच्या मागे राहावयाचे होते मात्र सेनापतींनी त्याच्याशी सल्लामसलत केल्याशिवाय कोणतीही कारवाई करावयाची नव्हती.

२ ऑक्टोबर १६३५ रोजी देवीसिंगाच्या सैन्याने ओरछाजवळील एका टेकडीवर हल्ला चढविला आणि चार तारखेला मोगलांनी प्रत्यक्ष ओरछाच आपल्या ताब्यात घेतले. जुझारसिंगाने मोगलांच्या भीतीमुळे हतवीर्य होऊन धामुनीच्या दिशेने नर्मदा ओलांडून चौरागडकडे पळ काढला. मोगलांनी १८ ऑक्टोबरला धामुनी जिंकले आणि नंतर त्यांनी जुझारचा पाठलाग चालविला. त्यावेळी त्याला देवगड आणि चांदा या गोंड राज्यांमधून सतत पळावे लागले. त्याचे अतोनात हाल झाले आणि त्याला प्रत्येक वेळी आपले सैनिक व युध्दसामग्री सोडून द्यावी लागली. शेवटी एका घनदाट जंगलात झोपलेल्या या पळपुट्या राजपुत्राला गोंडांनी अकस्मात गाठून ठार मारले (डिसेंबर). त्याच्या ज्या स्त्रिया व मुली जोहार करू शकल्या नाहीत, त्यांना मोगलांच्या जनानखान्यात जबरदस्तीने दाखल करण्यात आले. जुझारची दोन मुले आणि एक नातू लहान वयाचे असल्यामुळे त्यांना मुसलमान बनविण्यात आले. राजाच्या एका मुलाने आणि एका मंत्र्याने धर्मांतर करण्याचे नाकारल्यामुळे त्यांचा निर्घृणपणे वध करण्यात आला. ओरछा येथील बिरसिंगाचे जे भव्य देवालय होते, ते उद्ध्वस्त करण्यात आले आणि त्या जागी एक मशीद बांधण्यात आली (ऑक्टोबरच्या शेवटी). झाशीचा किल्ला काबीज करून बिरसिंगाची पुरलेली एक कोटी रुपयांची संपत्ती आणि युध्दातील इतर लूट ताब्यात घेतली.

७. औरंगजेबाची दक्षिण हिंदुस्थानातील पहिली सुभेदारी (१६३६–१६४४)

अकबराच्या कारकीर्दीच्या शेवटी मोगल साम्राज्याचा विस्तार नर्मदा नदीच्या पलीकडे दक्षिण हिंदुस्थानात होण्यास प्रारंभ झाला. इ.स.१५९९ मध्ये खानदेश, त्यानंतर वऱ्हाड आणि शेवटी इ.स.१६०० मध्ये अहमदनगर मोगल साम्राज्यास जोडण्यात आले. तेथील बालराजा निजामशहा याला पदच्युत करून त्याचे राज्य मोगल साम्राज्यात

सामील करण्यात आले. परंतु हे सामीलीकरण केवळ नाममात्र होते. कारण या नवीन प्रदेशात मोगलांना खऱ्या अर्थाने आपली सत्ता प्रस्थापित करता आली नाही. जहांगीरच्या दुबळ्या कारकिर्दीत निजामशाही राजवंशाचे पुनरुज्जीवन झाले आणि मलिक अंबर या एका बुद्धिमान आणि कर्तबगार ॲबेसिनियन गुलामाच्या मुखत्यारीत निजामशाहीचा कारभार अतिशय सुरळीत चालू झाला. मलिअंबरच्या समंजस महसुली पद्धतीमुळे त्या राज्यातील शेतकरी सुखी झाले. त्याचबरोबर निजामशाही राज्यही संपन्न बनले. मलिक अंबरमध्ये जन्मत:च नेतृत्वाचे गुण असल्यामुळे त्याने सर्व पक्षांशी सामोपचाराचे धोरण ठेवून राज्यात शांतता व सुव्यवस्था प्रस्थापित केली. त्याच्या नि:पक्षपाती न्यायव्यवस्थेमुळे आणि लोककल्याणाच्या अहर्निश तळमळीमुळे त्याचे नाव अजरामर झाले. दक्षिणी राज्यांची युती प्रस्थापित करून आणि चपळ मराठा घोडदळाचा योग्य तो उपयोग करून घेऊन त्याने मोगलांना माघार घ्यायला लावली.

मलिक अंबरच्या मृत्यूनंतर लगेच इ.स.१६२७ मध्ये शहाजहान गादीवर आला, त्यावेळी त्याने दक्षिणेत आक्रमक धोरण अमलात आणण्याला प्रारंभ केला. इ.स.१६३३ मध्ये निजामशाही राज्याची नवीन राजधानी दौलताबाद त्याने जिंकून घेतली आणि निजामशाही राज्याचा शेवटचा राजा हुसेनशहा याला पदच्युत केले. परंतु याचवेळी एक नवीन पेचप्रसंग निर्माण झाला. विजापुरचा सुलतान (आदिलशहा) आणि गोवळकोंड्याचा सुलतान (कुतुबशहा) या दोघांनी मिळून कोसळलेल्या अहमदनगर राज्याभोवतालचा प्रदेश गिळंकृत करण्याचा प्रयत्न केला. शिवाजीचे वडील शहाजी यांनी विजापुरच्या मदतीने निजामशाही गादीवर एका नामधारी राजास बसवून देशाच्या काही भागांवर त्याच्या नावाने राज्य चालविले.

शहाजहानने आपले अधिकार प्रस्थापित करण्याकरिता निकराचे प्रयत्न केले. राज्यकारभार जास्त कार्यक्षम व्हावा म्हणून दौलताबाद आणि अहमदनगर खानदेश प्रांतातून वेगळे करून तेथे नवीन सुभेदार नेमण्यात आले (नोव्हेंबर १६३४). फेब्रुवारी १६३६ मध्ये स्वत: बादशहा लष्करी हालचाली करण्यासाठी दक्षिणेत उतरला. एकूण ५०,००० सैन्य तीन भागांत विभागून विजापूर आणि गोवळकोंडा यांवर चाल करून जाण्यासाठी सिद्ध ठेवण्यात आले. ८००० सैन्याच्या चौथ्या तुकडीने महाराष्ट्रावर हल्ला चढविला. कुतुबशहाने घाबरून ताबडतोब शरणागती पत्करली. २,००,००० होन वार्षिक खंडणी देण्याचे कबूल केले आणि मोगल बादशहाचे स्वामित्व आपल्याला मान्य असल्याचे जाहीर केले.

विजापुरच्या बादशहाने मात्र आपल्या स्वातंत्र्याकरिता सज्ज राहून लढा देण्याचे ठरविले. परंतु मोगलांच्या तिन्ही सैन्यांनी त्याच्या राज्यात एकदम घुसून शेतीवाडीचा व खेड्यांचा मोठ्या प्रमाणावर विध्वंस केला. आणि हजारो लोकांना जबरदस्तीने

पकडून नेले. शेवटी मे १६३६ मध्ये तह करण्यात आला. या तहानुसार जुन्या निजामशाही राज्याचे दोन राज्यांमध्ये विभाजन करण्यात आले. यापैकी विजापुरच्या सुलतानाला, सोलापूर, वानगी, (भीमा आणि सीना या दोन नद्यांमधील प्रदेश) भालकी आणि चिटगुप, (ईशान्येकडील प्रदेश) पुणे जिल्हा आणि उत्तर कोकण असा एकूण २० लाख होन (किंवा ८० लाख रुपये) महसुली उत्पन्नाचा प्रदेश मिळाला. उरलेले अहमदनगरचे राज्य मोगल साम्राज्याला जोडण्यात आले. याबरोबरच आदिलशहाने मोगल बादशहाचे स्वामित्व मान्य केले. मोगलांचा मांडलिक असलेल्या गोवळकोंड्याच्या सुलतानाशी मैत्रीचे संबंध राखण्याचे वचन दिले (गोवळकोंडा राज्याची सीमा यावेळी मांजरा नदी ठरविण्यात आली होती) आणि वार्षिक खंडणीऐवजी नुकसानभरपाई म्हणून २० लाख रुपये देण्याचे कबूल केले.

अशा रीतीने दक्षिण हिंदुस्थानचा नीट बंदोबस्त झाल्यानंतर, मोगल साम्राज्याच्या सीमा निश्चितपणे ठरवून आणि त्यांना स्थानिक राज्यकर्त्यांची जाहीर मान्यता मिळवून शहाजहान उत्तर हिंदुस्थानात परतला. त्याने औरंगजेबाला दक्षिणेचा सुभेदार नेमले (१४ जुलै १६३६). औरंगाबाद ही राजधानी ठरवून दिली. मलिक अंबरने खिरकी या खेड्यात स्थापन केलेल्या या नगराला शहाजहानने आपल्या तिसऱ्या मुलाच्या गौरवार्थ औरंगाबाद नाव ठेवण्याला संमती दिली.

२८ सप्टेंबर रोजी उदगीरचा किल्ला आणि १९ ऑक्टोबर रोजी औसाचा किल्ला हे दोन्ही किल्ले मोगलांनी जिंकले. त्याचप्रमाणे मोगल सेनापती खान-ई-झमान आणि त्याचा विजापुरी सैन्याचा सहाय्यक सेनापती रणदुल्लाखान यांनी शहाजी भोसले याचा सतत पाठलाग चालविल्यामुळे ऑक्टोबरच्या शेवटी उत्तर कोकणातील माहुली या ठिकाणी शहाजीला शरणागती पत्करावी लागली व त्याचा पूर्ण पराभव झाला. अशा रीतीने मोगलांची दक्षिणेकडील कामगिरी पूर्ण झाली. शहाजी भोसल्यांनी आपल्या ताब्यातील नामधारी निजामशहाला त्याच्या सर्व संपत्तीसह आणि सात किल्ल्यांसह मोगलांच्या स्वाधीन केले. या वेळी शहाजीराजांना पुणे जिल्ह्यातील काही थोडी जहागिरी सोडली तर आपल्या ताब्यातील सर्व मुलूख मोगलांना द्यावा लागला. ही जहागीर सुद्धा विजापुरकरांचा मांडलिक म्हणूनच त्यांच्याकडे राहिली.

मोगलांचा दुसरा सेनापती खान-ई-दौरान, याने देवगडच्या गोंड राजावर आणि इतर प्रमुख सरदारांवर जबरदस्त खंडणी बसविली. १६३८ च्या जानेवारी महिन्यात औरंगजेबाने बागलाण जिंकण्याकरिता आपले सैनिक पाठविले. हे बागलाण राज्य चांदोर टेकड्यांच्या उत्तरेला दख्खन ते गुजरात या प्रमुख राजमार्गावर वसले होते. याच राज्यात साल्हेर आणि मुल्हेर हे प्रसिद्ध गडकोट किल्ले होते. प्रथमत: मुल्हेर आणि

पिपळा ही दोन ठिकाणे जिंकल्यानंतर जूनच्या अखेरीपर्यंत सर्व राज्यच मोगल साम्राज्याला जोडण्यात आले. पुढील वर्षीच्या (१६३९) ऑक्टोबर महिन्यात औरंगजेबाने शहाजीच्या काकाचा मुलगा, खेळोजी भोसलेला पकडून त्याचा वध केला.

८. औरंगजेबाचे कुटुंब

औरंगजेबाला ४ बायका होत्या. त्यांची नावे अशी – (१) दिलरसबानू बेगम, ही शहानवाझखानची मुलगी. (याचा पणजोबा हा पर्शियन बादशहा इस्माईल पहिला सफवी याचा लहान मुलगा होता). ८ मे १६३७ रोजी आग्रा या ठिकाणी हिचा औरंगजेबाशी अतिशय थाटामाटात विवाह झाला. हिचा मुलगा मोहम्मद अकबर याच्या जन्मानंतर झालेल्या आजारात ती ८ ऑक्टोबर १६५७ रोजी औरंगाबादला मरण पावली. तिला औरंगाबाद शहराच्या बाहेर पुरण्यात आले. रबिया–उद्–दौरानी किंवा सध्या संत रबिया या पदवीने ती ओळखली जाते. दक्षिणेतील ताजमहाल म्हणून तिचे प्रसिद्ध असलेले थडगे औरंगजेबाच्या आदेशानुसार तिचा मुलगा आझम याने बांधून काढले. ही बाई आढ्यताखोर असल्याचे दिसते. 'पर्शियाचे राज–रक्त' आपल्या ठिकाणी असल्याचा तिला फार अभिमान होता. आणि तिच्या नवऱ्याला तिचा मोठा दरारा वाटत असे (औरंगजेबाच्या आठवणी क्रमांक २७).

(२) रहमतउन्निसा किंवा नवाब बाई, ही काश्मिरमधील राजुरी संस्थानचा राजा राजू याची कन्या होती. ती मुळात पहाडी राजपूत वंशाची होती, परंतु पुढे तिचा मुलगा बहादूरशहा हा ज्यावेळी गादीवर बसला, त्यावेळी बादशहाला स्वत:ला सय्यद म्हणवून घेण्याचा अधिकार असावा म्हणून हिची खोटी वंशावळी तयार करण्यात आली. फर्दापूर या ठिकाणी खिंडीच्या पायथ्याशी तिने एक धर्मशाळा बांधली आणि औरंगाबादचे एक उपनगर 'बैजीपुरा'ही तिनेच बांधून काढले. आपल्या काही वाईट सल्लागारांच्या आहारी जाऊन ज्यावेळी तिच्या मुलांनी म्हणजे महंमद सुलतान आणि मुअज्जम यांनी बादशहाची अवज्ञा केली, त्यावेळी त्यांच्या गैरवर्तनामुळे या राणीच्या उत्तरायुष्यात मोठी कटुता निर्माण झाली. तिच्या उपदेशाचा, व्यक्तिगत विनवणीचा मुअज्जमवर काहीच परिणाम झाला नाही. शेवटी मुअज्जमला तुरुंगात टाकावे लागले. नबाब बाईचे सौंदर्य फार काळ न टिकल्यामुळे लवकरच ती बादशहाच्या मर्जीतून उतरली आणि शेवटी तिला आपला नवरा व मुले यांपासून बरीच वर्षे दूर राहावे लागले. इ.स.१६९१ मध्ये तिचा दिल्लीला मृत्यू झाला.

(३) औरंगाबादी महल या बेगमेने औरंगाबाद शहरात औरंगजेबाच्या जनानखान्यात प्रवेश केला म्हणून तिचे नाव औरंगाबादी महल पडले. १६८८ च्या ऑक्टोबर किंवा नोव्हेंबर महिन्यात ब्युबोनिक प्लेगमुळे ती विजापूर शहरी मरण पावली.

(४) उदेपुरी महल - कामबक्षाची आई, समकालीन व्हेनेशन प्रवासी मनूकी हा, 'उदेपुरी महल ही दारा शुकोहच्या जनानखान्यात एक जॉर्जियन गुलाम मुलगी होती' असे सांगतो. दारा शुकोहच्या पाडावानंतर ती विजयी औरंगजेबाची रखेली म्हणून राहिली. १६६७ मध्ये ती प्रथमत: आई बनली. त्यावेळी ती वयाने लहान होती असे दिसते. बादशहाच्या मृत्यूपर्यंत त्याच्यावर तिचा प्रभाव कायम होता आणि औरंगजेबाच्या म्हातारपणी तर तिच्याशिवाय त्याचे पान हलत नसे. तिच्या सौंदर्यामुळे औरंगजेबाने कामबक्षाचे अनेक अपराध पोटात घातले. इतकेच नव्हे तर तिच्या मद्यपानविषयक विकृतीकडेही दुर्लक्ष केले. तिच्या मद्यपानाचा औरंगजेबासारख्या धार्मिक मुसलमानाला नक्कीच धक्का बसला असेल.

या चार स्त्रियांव्यतिरिक्त, आपले नाजूक सौंदर्य, गायनकौशल्य आणि वाक्चातुर्य यांच्या जोरावर आणखी एक स्त्री या धर्मनिष्ठ बादशहाच्या प्रणयाचा विषय झाली होती. हिचे नाव हिराबाई ऊर्फ झैनाबादी असे होते. औरंगजेबाच्या मावशीशी विवाह करणाऱ्या मीर खलीलच्या जनानखान्यात ही एक गुलाम-नाचणारी स्त्री होती. औरंगजेब दक्षिणेचा सुभेदार असताना त्याने बऱ्हाणपूरला आपल्या मावशीची भेट घेतली. तेथे तापी नदीच्या दुसऱ्या बाजूला झैनाबादच्या बगीच्यात फिरत असताना त्याला आपल्या मावशीच्या दासीवर्गापैकी बुरखा न घेतलेली ही हिराबाई दृष्टीस पडली. त्यावेळी ही लावण्यवती एका आंब्याच्या झाडावरून आंबे तोडण्यात गर्क झाली होती. जवळ राजपुत्र औरंगजेब उभा आहे याचीसुध्दा तिला शुध्द नव्हती. आंबे तोडण्याकरता तिने जे सहज प्रयत्न चालविले आणि ज्या उड्या मारल्या, त्यामुळे औरंगजेब तिच्याकडे आकृष्ट झाला. शेवटी कोणत्याही प्रकारचा संकोच न ठेवता त्याने आपल्या मावशीच्या घरून या हिराबाईला आपल्या जनानखान्यात आणले. औरंगजेबावर तिच्या सौंदर्याची एवढी भुरळ पडली होती की, एके दिवशी तिने दारूचा पेला पुढे करून त्याला पिण्याचा आग्रह केला. बादशहाने तिची अनेक प्रकारे समजूत घातली. अनेक सबबी सांगितल्या तरीही झैनाबादीने आपला आग्रह सोडला नाही. शेवटी अगतिक झालेल्या बादशहाने दारूचा पेला आपल्या ओठाशी नेला, तेव्हा झैनाबादीने तो पटकन हिसकावून घेतला आणि 'माझ्याबद्दल तुम्हाला किती प्रेम आहे याची परीक्षा फक्त मला घ्यावयाची होती. दारू पिण्याचे पाप तुमच्या हातून घडावे असे मला अजिबात वाटत नव्हते.' असे तिने बादशहाला सांगितले. ऐन तारुण्यातच तिचा मृत्यू झाल्यामुळे सारेच संपुष्टात आले. तिच्या मृत्यूमुळे औरंगजेबाला अतिशय दु:ख झाले. त्याने औरंगाबादला एका मोठ्या तलावाशेजारी तिचे दफन केले.

औरंगजेबाला अनेक मुले होती. त्याची प्रमुख राणी दिलरसबानू बेगम हिला पाच मुले झाली.

१. झेबुन्निसा :– औरंगजेबाच्या ह्या मुलीचा जन्म १५ फेब्रुवारी १६३८ रोजी दौलताबाद येथे झाला. ती २६ मे १७०२ रोजी दिल्लीला मृत्यू पावली. काबूल दरवाजाच्या बाहेर '३०,००० वृक्षांच्या' बगीच्यात तिचे दफन करण्यात आले. रेल्वेलाईन टाकण्याकरिता तिचे कबरस्थान नष्ट करण्यात आले. तीव्र बुद्धिमत्ता आणि वाङ्मयाची आवड हा वडिलांचा वारसा तिला मिळाला होता असे दिसते. तिचे ग्रंथभांडार इतर सर्व खाजगी ग्रंथभांडाराहून अधिक समृद्ध होते. साहित्यिक कलाकृती निर्माण करण्याकरिता किंवा स्वत:साठी मूळ हस्तलिखितांच्या नकला तयार करण्याकरता तिने पुष्कळशा विद्वान लोकांना सढळ वेतनावर नेमले होते. औरंगजेबाला काव्य अजिबात आवडत नसे आणि त्याच्या दरबारात विद्वान माणसाला आश्रय मिळणे कठीण गोष्ट होती. झेबुन्निसाने आपल्या उदार स्वभावाने याची जणू भरपाई केली. त्या काळातल्या बहुतांश कवींनी तिच्या दरबाराचा आश्रय घेतलेला आपणास आढळून येतो. 'मखफी' (Makhfi) किंवा 'एक अवगुंठित' या टोपणनावाने तिने पर्शियन भाषेत पुष्कळशी सुनीते रचली. परंतु सध्या विद्यमान असलेला 'दिवाण–ई–मखफी' (Diwan-I-Makhfi) हा ग्रंथ मात्र तिने लिहिलेला नाही.

२. झिनतउन्नीसा :– हिलाच पुढे 'बादशहा बेगम' असे म्हणत. हिचा जन्म ५ ऑक्टोबर १६४३ रोजी बहुदा औरंगाबाद येथे झाला असावा. आपल्या वयोवृद्ध पित्याचा दक्षिणेतील कौटुंबिक व्यवहार ती जवळजवळ २५ वर्षे म्हणजे औरंगजेबाच्या मृत्यूपर्यंत सांभाळत होती. औरंगजेबाच्या मृत्यूनंतर ती अनेक वर्षे जिवंत होती. एका महान युगाची जिवंत निशाणी या नात्याने औरंगजेबाचे उत्तराधिकारी तिला मोठा मान देत असत. तिची धर्मशीलता आणि उदार दातृत्व याबद्दल इतिहासकारांनी आवर्जून उल्लेख केला आहे. ७ मे १७२१ रोजी तिचा दिल्लीला मृत्यू झाला. इ.स.१७०० मध्ये तिने दिल्लीमध्ये जी एक भव्य मशीद स्वखर्चाने बांधली, त्या झीनत–उल मशिदीमध्ये तिचे दफन करण्यात आले.

३. झुबेदात उन्नीसा :– हिचा जन्म २ सप्टेंबर १६५१ रोजी मुलतानला झाला. तिने (कमनशिबी दारा शुकोहचा दुसरा मुलगा) सिपहारशुकोह या सख्ख्या चुलत भावाशी ३० जानेवारी १६७३ रोजी विवाह केला. फेब्रुवारी १७०७ मध्ये ती मरण पावली.

४. मोहम्मद आझम :– याचा जन्म १६५३ रोजी बऱ्हाणपूर येथे झाला. त्याच्या वडिलांच्या मृत्यूनंतर जे वारसायुद्ध झाले, त्यात ८ जून १७०७ रोजी जाजो येथे तो ठार मारला गेला.

५. मोहम्मद अकबर :– ११ सप्टेंबर १६५७ रोजी औरंगाबादला याचा जन्म झाला. नोव्हेंबर १७०४ मध्ये पर्शियात तो मरण पावला. मशाद येथे त्याचे दफन झाले.

६. मोहम्मद सुलतान :– १९ डिसेंबर १६३९ रोजी मथुरेला जन्म, ३ डिसेंबर १६७६ ला तुरुंगात मृत्यू पावला. ख्वाजा कुतुबुद्दीनच्या थडग्याशेजारीच त्याला पुरण्यात आले.

७. मोहम्मद मुअज्जम :– याला शहा आलम असे म्हणत. औरंगजेबाच्या मृत्यूनंतर 'बहादूरशहा पहिला' हे नाव धारण करून हा गादीवर बसला. ४ ऑक्टोबर १६४३ रोजी याचा बऱ्हाणपूरला जन्म झाला आणि १८ फेब्रुवारी १७१२ला लाहोर या ठिकाणी तो मृत्यू पावला.

८. बद्रुन्निसा :– १७ नोव्हेंबर १६४७ रोजी जन्म आणि ९ एप्रिल १६७० रोजी मृत्यू.

औरंगाबादी महल या बेगमेपासून औरंगजेबाला फक्त एकच मुलगी झाली.

९. मेहरुन्निसा :– १८ सप्टेंबर १६६१ रोजी जन्म. खून झालेल्या मुरादबक्षाचा मुलगा इजदिबक्ष या आपल्या चुलतभावाबरोबर तिचा २७ नोव्हेंबर १६७२ रोजी विवाह झाला. जून १७०६ मध्ये तिचा मृत्यू झाला.

१०.उदेपुरी महलचा मुलगा, मोहम्मद कामबक्ष याचा जन्म २४ फेब्रुवारी, १६६७ रोजी दिल्ली येथे झाला. ३ जानेवारी १७०९ रोजी हैद्राबादजवळ वारसायुध्दात तो ठार मारला गेला.

९. औरंगजेबाची मानहानी

औरंगजेबाची दक्षिणेतील पहिली सुभेदारी मोठ्या विचित्र रीतीने संपुष्टात आली. १६४४ मध्ये त्याला मानहानी पत्करून सुभेदारपदावरून बडतर्फ व्हावे लागले.

२६ मार्च १६४४ रोजी रात्री राजकुमारी जहानआरा ही आग्र्याच्या किल्ल्यात आपल्या वडिलांच्या दालनातून स्वत:च्या दालनात जात होती, त्यावेळी मार्गात लागलेल्या एका मशालीचा धक्का लागून तिच्या कपड्यांनी पेट घेतला, आणि ती इतकी भाजली गेली की चार महिनेपर्यंत ती जगते का मरते, अशी तिची स्थिती होती. दिल्लीच्या दरबारी वैद्यराजांनी तिच्या जखमा बऱ्या करण्याचा आटोकाट प्रयत्न केला परंतु त्यांना यश आले नाही. शेवटी राजवाड्यातल्या आरिफ नावाच्या एका गुलामाने तयार केलेल्या मलमामुळे तिच्या सर्व जखमा भरून आल्या आणि ती खडखडीत बरी झाली. त्या प्रीत्यर्थ २५ नोव्हेंबरपासून एक भव्य आनंदोत्सव साजरा करण्यात आला. ह्यावेळी राजकन्येच्या खास विनंतीवरून औरंगजेब परत आपल्या वडिलांच्या मर्जीस पात्र झाला आणि त्याला त्याचे पूर्वीचे पद व दर्जा बहाल करण्यात आले.

२ मे रोजी औरंगजेब आपल्या बहिणीला भेटण्यासाठी आग्र्याला आला. त्यानंतर तीन आठवड्यांनी त्याला दक्षिणच्या सुभेदारीवरून अचानक काढून टाकण्यात आले

आणि त्याचा तनखा व दर्जा रद्द करण्यात आले. औरंगजेबाच्या एका पत्रावरून असे दिसून येते की, दारा शुकाहचे सतत शत्रुत्व आणि शहाजहानची आपल्या थोरल्या मुलाबाबतची पक्षपाती वृत्ती याचा निषेध म्हणून औरंगजेबाने आपल्या जागेचा राजीनामा दिला आणि त्यामुळे शहाजहानचा विश्वास आणि आश्रय त्याला गमवावा लागला. लोकांमधील आपली प्रतिष्ठा कमी झाली आहे आणि स्वत:चा सतत मान राखून आपल्याला दक्षिणेत राज्यकारभार करता येणार नाही किंवा चांगल्या कर्तबगारीचीही संधी मिळणार नाही असे त्याला वाटले.*

जहानआराच्या मध्यस्थीमुळे औरंगजेबाला शहाजहानची मर्जी पुन्हा संपादन करता आली आणि १६ फेब्रुवारी १६४५ रोजी शहाजहानने त्याला गुजरातचा सुभेदार म्हणून पाठविले. त्याची या प्रांताची सुभेदारी जानेवारी १६४७ मध्ये संपुष्टात आली. त्यानंतर त्याला बल्खचा सुभेदार म्हणून नेमण्यात आले. मात्र हा कालावधी दोन वर्षांपेक्षा कमी असूनसुद्धा या काळात त्याची प्रशासकीय क्षमता आणि खंबीरपणा प्रत्ययास आला.

गुजरातमधील लुटारू टोळ्या आणि इतर बंडखोर यांच्याबाबतीत औरंगजेबाने आक्रमक आणि कडक धोरण अमलात आणले. त्यांना आटोक्यात आणण्याकरिता त्याने, मनसबदार म्हणून त्याच्या सध्याच्या दर्जाप्रमाणे त्याला जितके सैन्य ठेवता येत होते त्यापेक्षा जास्त सैन्य ठेवले. याप्रमाणे शहाजहानला त्याची कर्तबगारी व धाडस या गुणांची खात्री पटली आणि म्हणूनच शहाजहानने लगेच त्याच्या या गुणांची कदर करून २१ जानेवारी १६४७ रोजी त्याला बल्ख आणि बदकशान या प्रदेशांचा सुभेदार आणि सरसेनापती नेमले. तेथे अशा कर्तबगार व्यक्तीचीच अधिक गरज होती.

१०. बल्खमधील औरंगजेबाच्या स्वाऱ्या (१६४७)

हिंदुकुश पर्वतश्रेणींच्या लगत पलीकडे काबुल शहराच्या उत्तरेला असलेले बल्ख आणि बदकशान हे दोन प्रांत बुखारा राज्यावर सर्वस्वी अवलंबून होते.

(***टीप :** 'मंझावी' (Manzavi) या पर्शियन संज्ञेचा शब्दश: अर्थ घेतल्यामुळे इंग्लिश इतिहासकारांनी, तरुण औरंगजेबाने धर्मवेडाच्या झटक्यात संन्यास घेतला अशा प्रकारची कथा प्रसृत केली. वस्तुस्थिती अशी आहे की, त्याच्यासमोर कोणत्याही प्रकारचे धार्मिक आवाहन नव्हते. त्याचा हेतू धार्मिक नव्हता तर पूर्णपणे राजकीय होता. त्याने केवळ आपल्या पदाचा राजीनामा दिला परंतु तो कधीही संन्यासी बनला नाही. दाराबद्दल त्याला जो मत्सर वाटत होता, त्याचे एका प्रसंगी त्याने कसे सार्वजनिक प्रदर्शन केले आणि त्याबद्दल शहाजहानने त्याला कडक शिक्षा दिली हे औरंगजेबाच्या आख्यायिका भाग २ मध्ये वर्णिले आहे.)

त्यांचा राजा नझर मोहम्मद हा दुर्बल आणि नालायक होता आणि त्याचे सर्व प्रजाजन त्याला दुरावले होते. तो गादीवर बसल्यानंतर केवळ तीन वर्षांच्या आतच त्याच्या विशाल राज्यात अनेक भागांत बंडाळ्या सुरू झाल्या (१६४५). शहाजहानने या संधीचा फायदा घेऊन बल्ख आणि बदकशान जिंकण्यासाठी आपले सैन्य पाठविले. 'बाबराचा वारसा म्हणजे ही दोन्ही राज्ये आहेत आणि मोगल वंशाची ज्याने प्रतिष्ठापना केली त्या तिमूरच्या राजधानीला म्हणजे समरकंद शहराला ह्या दोन प्रांतातूनच रस्ता जातो,' या कारणाकरिता शहाजहानने ही स्वारी केलेली होती.

इ.स. १६४६ च्या जूनमध्ये राजपुत्र मुरादबक्षाने प्रचंड फौजेनिशी बदकशान आणि बल्ख हे दोन्ही प्रांत सहज काबीज केले. परंतु राजपुत्र मुरादबक्ष आणि त्याचे अधिकारी यांना मध्य आशियासारख्या रूक्ष, दरिद्री आणि रोगट प्रदेशात राहणे मोठे संकटाचे वाटत होते आणि ऑक्झस पलीकडील क्रूर उझबेग लोकांशी होणारा संघर्ष तर त्यांना अतिशय भीतिदायक वाटत होता. लवकरच ऑगस्टमध्ये बापाच्या मर्जीविरुद्ध मुराद बल्क सोडून परत आला. त्यामुळे बल्कमधील मोगल सैन्याला कोणी नेताच उरला नाही. त्यानंतर ही परिस्थिती सावरण्याकरिता औरंगजेबाला पाठविण्यात आले. ७ एप्रिल १६४७ ला आपला उजवा हात अलिमर्दानखान याला सोबत घेऊन औरंगजेबाने काबूल सोडले आणि उझबेक टोळ्यांशी लढा देत देत तो २५ मेला बल्ख शहरात येऊन पोहोचला.

यावेळी नझर मोहम्मदचा पराक्रमी व कर्तबगार वडील मुलगा अब्दुल अझीझखान हा बुखारा राष्ट्रसंरक्षण चळवळीचा पुढारी होता. त्याच्या मार्गदर्शनाखाली उझबेक टोळीवाले बल्कमधील निरनिराळ्या जागी एकत्रित आले आणि त्यांनी मोगल सैन्याला एकटे पाडून गराडा घालण्याची परिस्थिती निर्माण केली. अशा प्रकारे बल्खपासून वायव्येस ४० मैलांवर आखा गावी एकत्रित झालेल्या शत्रूचा प्रतिकार मोडून काढण्याकरिता यावेळी औरंगजेब आपल्या सैन्यासह बल्ख शहराबाहेर निघाला. त्यावेळी मार्गात त्याला उझबेग टोळ्यांनी रोज प्रखर विरोध केला. बुखारा येथून आलेल्या उझबेगी सैन्याच्या दुसऱ्या एका तुकडीने बल्ख शहरावर हल्ला चढविला. ही बातमी लागताच औरंगजेबाला राजधानी बल्खकडे माघार घ्यावी लागली. त्यासाठी त्याला इंच इंच भूमी लढवावी लागली. औरंगजेबाची ही स्वारी आणि माघार यांमध्ये १० दिवस खर्ची पडले आणि या दहा दिवसांत मोगल सैन्याला अजिबात विश्रांती मिळाली नाही. चपळ आणि अथक अशा शत्रुसैन्याशी भुकेल्या मोगल सैन्याला सतत जबर लढा द्यावा लागला. मोगल सैन्याला इतकी धावपळ करावी लागली की आपला स्वयंपाक चालत्या हत्तीवरच शिजवून घ्यायला लागत असे. अशा परिस्थितीत रोटीचा

भाव एक रुपयापासून कधी–मधी दोन रुपयांपर्यंत चढला. पाण्याचे दुर्भिक्षही फार मोठ्या प्रमाणावर वाढले. तरीसुद्धा पाणी आणि रोटी सर्वांना पुरविणे हा मोठाच प्रश्न होऊन बसला. परंतु या सर्व हालअपेष्टांमध्ये औरंगजेबाच्या जागरूक आणि दृढनिश्चयी स्वभावामुळे मोगल सैन्यात कुठलीही ढिलाई किंवा बेशिस्त निर्माण झाली नाही. दुर्बल जागा हेरून औरंगजेब त्या ठिकाणी मदत घेऊन धावत असे. आपल्या जागरूक धोरणामुळे आणि असामान्य धैर्यामुळेच केवळ औरंगजेब आपले सैन्य सुरक्षित जागी परत आणू शकला.

औरंगजेबाच्या कठोर दृढनिश्चयामुळे शेवटी त्याचे उद्दिष्ट साध्य झाले. अब्दुल अझीझने आता तह करण्याची इच्छा प्रदर्शित केली. औरंगजेबाला चिरडून टाकण्याची त्याची आशा मावळली. अब्दुल अझीझने औरंगजेबाच्या असामान्य धैर्याची चुणूक स्वत:च पाहिली होती. कारण, एके दिवशी भयानक रणधुमाळी चालू असताना सायंकाळच्या नमाजाची वेळ झाली. भोवतालच्या भीषण लढाईची कसलीही पर्वा न करता औरंगजेबाने रणक्षेत्रावरच आपली चटई पसरली आणि खाली वाकून तो शांतपणे नमाज पढला. मोहिमेवर असताना नेहमीच्या प्रथेप्रमाणे यावेळीही औरंगजेबाच्या अंगावर एकही शस्त्र किंवा चिलखत नव्हते. हा देखावा पाहून बुखारा सैन्य आश्चर्यचकित झाले. अब्दुल अझीझचे अंत:करण कौतुकाने भरून आले. युद्ध थांबवून तो ओरडला, 'अशा माणसाशी लढणे म्हणजे आत्मनाश करून घेणे होय.'

अब्दुल अझीझने बल्खचा ताबा आपला लहान भाऊ सुभान कुली याला देण्याचे ठरविले. कारण शहाजहानने बल्खचा ताबा त्याच्या वडिलांकडे परत देण्याची जाहीररीत्या तयारी दर्शविली होती. औरंगजेबाने निर्णयाकरता हा प्रश्न बादशहाकडे सोपविला. नझर मोहम्मद बादशहाची क्षमा मागायला तयार असेल तर आपण नझर मोहम्मदला बल्खचा ताबा देण्यास तयार आहोत असे शहाजहानने कळवले. यामुळे मोगल साम्राज्याची गेलेली प्रतिष्ठा सावरली जाईल असे शहाजहानला वाटत असावे.

नझर मोहम्मदने त्याप्रमाणे केले. १ ऑक्टोबरला बल्खचा किल्ला हा नझर मोहम्मदच्या प्रतिनिधीच्या ताब्यात देण्यात आला. नंतर मोगल सैन्याने काबूल शहराकडे पिछेहाटीस प्रारंभ केला. हिंदुकुश पर्वताच्या खिंडी पार करताना मोगल सैन्याला अतोनात हालअपेष्टा भोगाव्या लागल्या. आघाडीला आणि पिछाडीला उझबेग आणि हजारो टोळ्यांनी मोगल सैन्यावर सतत हल्ले चढविल्यामुळे मोगल सैन्याची प्राणहानी आणि वित्तहानी फार मोठ्या प्रमाणावर झाली. मोगलांना या प्रदेशात ५००० सैनिकांच्या प्राणाचे मोल द्यावे लागले आणि तितक्याच मोठ्या प्रमाणात मालवाहू जनावरांचा नाश झाला. धान्य, लष्करी सामग्री आणि इतर सामान त्यांना जागच्या जागी टाकून

द्यावे लागले. त्यांची किंमतच कित्येक लाखापर्यंत होती. या युद्धामुळे मोगल तिजोरीला चार कोटी रुपयांची हानी सहन करावी लागली. परंतु एक इंचभर प्रदेश जिंकता आला नाही.

बल्खच्या स्वारीनंतर मार्च १६४८ ते जुलै १६५२ या काळात मुलतान आणि सिंध या प्रांताचा सुभेदार म्हणून औरंगजेबाने काम केले. या कालावधीत, कंदाहारच्या किल्ल्याला वेढा घालून पर्शियनांकडून तो जिंकून घेण्यासाठी औरंगजेबाला त्याच्या सुभेदारी प्रांतातून दोनदा बोलावण्यात आले (जानेवारी ते डिसेंबर १६४९ आणि मार्च ते जुलै १६५२). त्याच्या या नवीन प्रांतात अफगाण आणि बलुची यांच्यासारख्या अत्यंत क्रूर व कडव्या टोळ्यांचा भरणा होता. औरंगजेबाला या अल्पावधीत अत्यंत कुप्रसिद्ध अशा त्या लुटारू टोळीप्रमुखांना जेरीस आणून, नाममात्र का होईना, बादशहाशी एकनिष्ठ राहण्यास सरहद्दीवरील टोळीवाल्यांना भाग पाडावयाचे होते.

सागरी व्यापाराकरिता अनेक सवलती देऊ करून त्याने या प्रांताच्या व्यापाराचे पुनरुज्जीवन करण्याचा प्रयत्न केला. नदीमुखाशी वाळू साचत गेल्यामुळे तट्टा हे बंदर निरुपयोगी झाले म्हणून औरंगजेबाने सिंधूच्या काठी एक नवे बंदर तयार केले आणि त्या ठिकाणी एक किल्ला व धक्का बांधला.

११. कंदाहारचा वेढा (१६४९–१६५२)

पश्चिमेस भारताकडे जाणाऱ्या आणि दक्षिणेस काबूलकडे जाणाऱ्या रस्त्यावर कंदाहारचा किल्ला उभा आहे. या किल्ल्याचे लष्करीदृष्ट्या महत्त्व फार मोठे आहे. हा किल्ला व हेरात यांमध्ये ३६० मैल लांबीचे सपाट मैदान आहे. त्याला लागूनच हिंदुकुश पर्वतश्रेणी पसरलेल्या आहेत. मध्य आशियातून किंवा पर्शियातून येणाऱ्या आक्रमकाला हिंदुकुश ओलांडून सहज आत घुसता येते. आक्रमक सेनेला कंदाहार मधूनच जावे लागते आणि त्यांचा पराभव करायचा झाल्यास तो तेथेच करावा लागतो. यावेळी काबूल दिल्लीच्या साम्राज्याचा भाग होते. संरक्षणाची अनिवार्य पहिली फळी म्हणून कंदाहारला फार महत्त्व होते.

१७व्या शतकात ज्यावेळी पोर्तुगीज आरमाराने हिंदी महासागरावर आपले वर्चस्व प्रस्थापित केले आणि भारतापासून पर्शियाच्या आखातापर्यंत सागरी वाटा बंद केल्या, त्यावेळी लष्करी महत्त्वाइतकेच कंदाहारचे व्यापारी महत्त्वही होते. भारताचाच नव्हे तर मसाल्यांच्या बेटांचा पश्चिमेकडील सर्व व्यापार हा मुलतान, पिशीन आणि कंदाहार यामार्गे पर्शिया आणि तेथून युरोप असा चालत असे. इ.स.१६१५ मध्ये या मार्गाने पर्शियातून दरवर्षी व्यापारी माल घेऊन १४,००० उंटांचा काफिला जात असे. त्यामुळे कंदाहार शहराची फार झपाट्याने भरभराट झाली. निरनिराळ्या वस्तूंच्या

देवघेवीकरिता एक सोयीची बाजारपेठ म्हणून कंदाहार शहराचा विस्तारसुद्धा झपाट्याने घडून आला.

कंदाहारच्या या महत्त्वामुळे साहजिकच पर्शिया व भारत यांच्या राज्यकर्त्यांत हे शहर एक वादविषय झाले होते. इ.स.१५२२ मध्ये अरघुण राजाकडून बाबराने त्याचा ताबा मिळवला परंतु इ.स.१५५८ मध्ये पर्शियन राजाने ते पुन्हा जिंकून घेतले. इ.स.१५९४ मध्ये अकबराने पर्शियाच्या राजपुत्राकडून ते शहर विकत घेतले. परंतु जहांगीरच्या अखेरच्या काळात ४५ दिवसांच्या सतत वेढ्यानंतर पर्शियाचा राजा 'शहा अब्बास दि ग्रेट' याला ते जिंकण्यात पुन्हा यश लाभले (१६२३). इ.स.१६३८ मध्ये कंदाहारचा पर्शियन सुभेदार अलीमर्दानखान याने आपल्या धन्याच्या नामर्जीस घाबरून या किल्ल्याचा ताबा शहाजहानला दिला. परंतु पर्शियन सत्ताधाऱ्यांनी आपला संघर्ष चालूच ठेवला. शेवटी फेब्रुवारी १६४९ मध्ये ५७ दिवसांच्या वेढ्यानंतर शहाजहानने पाठविलेली कुमक वेळेवर येऊन न पोहोचल्यामुळे पर्शियन सत्ताधाऱ्यांनी मोगलांपासून हा किल्ला जिंकून घेतला.

पर्शियन राज्यकर्त्यांकडून कंदाहार जिंकून घेणे हा मोगल सत्तेचा प्रतिष्ठेचा प्रश्न होऊन बसला होता. शहाजहानच्या मुलांनी तीन वेळा वेढा देऊन किल्ला जिंकण्याचा प्रयत्न केला. परंतु त्यांना त्यात यश आले नाही. कंदाहारची पहिली स्वारी औरंगजेबाच्या आणि वजीर सादुल्लाखानच्या नेतृत्वाखाली करण्यात आली. या पहिल्या स्वारीत औरंगजेब ५०,००० सैन्यासह कंदाहारला आला आणि १४ मे १६४९ रोजी त्याने या किल्ल्याला वेढा दिला. परंतु मोठ्या तोफगोळ्याच्या अभावी मोगल सैन्याला प्रत्यक्ष किल्ल्यावर हल्ला करणे अशक्य होऊन बसले. याच्या उलट पर्शियन तोफखाना हा अतिशय श्रेष्ठ व लांब पल्ल्याचा होता. दिल्लीच्या दरबारी इतिहासकाराने सुद्धा याबाबतीत कबुली दिलेली दिसते. तो म्हणतो, 'किल्ला जिंकून घेणे आणि त्याचे उत्तम संरक्षण करणे या कामात पर्शियन्स अतिशय वाकबगार बनले आहेत. तुर्कांशी जी दीर्घकालीन युद्धे त्यांनी लढविली, त्यातील अनुभव आता त्यांना उपयोगी पडत आहे. बंदुकी आणि तोफखाना यांच्या लढाईत पर्शियन सैनिकांना प्रभुत्व प्राप्त झाले होते. मोठाल्या बंदुकी, तोफा, अचूक तिरंदाज, भरपूर रसद अशा बंदोबस्ताने त्यांनी हा किल्ला इतका मजबूत करून ठेवला होता की, त्यामुळे अनेक वेळा प्रयत्न करूनही बादशाही सैन्याला अपयश आले.' अशा रीतीने या कंदाहारच्या वेढ्यात ३ महिने २० दिवस खर्च केल्यानंतर ५ सप्टेंबर रोजी औरंगजेबाने कंदाहारहून माघारीस प्रारंभ केला. अर्थात त्याच्या या अपयशाला एकच लढाई अपवाद ठरली. कंदाहारच्या आग्नेय दिशेला २४ मैलांवर अर्घनदाबच्या सीमेवर औरंगजेबाचे सेनापती किलीचखान आणि

रुस्तमखान दखखनी ह्यांनी प्रचंड पर्शियन सैन्याचा निर्णायक पराभव केला आणि पराभूत सैन्याचा कुश्क-ई-नाखुद च्या पलीकडे जाऊन पाठलाग केला.

कंदाहार जिंकण्याकरिता पुन्हा दुसऱ्यांदा फार मोठ्या प्रमाणावर तयारी करण्यात आली. पुन्हा औरंगजेब आणि सादुल्लाखान यांनी आपल्या सैन्यासह येऊन कंदाहारला वेढा घातला (२ मे १६५२). किल्ल्याच्या तटाला भगदाडे पाडण्यासाठी तोफखाना सज्ज ठेवण्यात आला. किल्ल्याच्या खंदकापर्यंत चर खणण्यात आले. खंदक कोरडा करण्याचा प्रयत्न करण्यात आला आणि किल्ल्याचा ४० पायऱ्यांचा (चिहील जिना) जो मनोरा होता, त्याच्या मागील बुरुजावर रात्री हल्ला चढविण्यात आला. परंतु मोगलांचे हे सर्व प्रयत्न फसले.

'किल्ल्याच्या तटावरून तोफगोळ्यांचा जो अविरत वर्षाव चालू होता, त्यामुळे औरंगजेबाच्या सैन्याला किल्ल्याजवळ चर खणता येईनात. शत्रूने सूर्यास्तापासून सूर्योदयापर्यंत, किल्ल्याच्या तिन्ही बाजूंनी जिथे जिथे भगदाडे पडली होती, तिथून मोगल सैन्यावर दारूगोळ्याचा सतत वर्षाव चालू ठेवल्यामुळे औरंगजेबाच्या सैन्याला पुढे सरकण्याची संधीच मिळाली नाही.' वस्तुत: पर्शियन तोफखाना, मोगलांच्या मानाने अतिशय उत्कृष्ट होता. मोगल गोलंदाजांना अचूक गोलंदाजी जमत नव्हती. त्यांच्या माऱ्यामुळे किल्ल्याच्या तटावर कोणताही परिणाम होऊ शकला नाही.

वेढ्याचे काम सुरू झाल्यानंतर केवळ १ महिन्याच्या आत खंदक कोरडा करण्याचे आणि सुरुंग पेरण्याचे काम साधनसामग्रीच्या अभावी पुढे ढकलावे लागले. पर्शियन सैनिकांनी याचा फायदा घेऊन चरातील मोगल सैनिकांवर सतत हल्ले चढविले. या हल्ल्यात पुष्कळसे मोगल सैनिक कामी आले, जखमी झाले. त्यांच्या बंदुका व तोफा निकामी झाल्या. अशा रीतीने सतत २ महिन्यांच्या भडिमारानंतरसुध्दा किल्ल्याच्या तटांना यत्किंचितही धक्का बसू शकला नाही. अशा मजबूत किल्ल्यावर पुन्हा हल्ला चढविणे हा वेडेपणाच ठरला असता. शेवटी शहाजहानच्या आदेशावरून कंदाहार किल्ल्याचा हा वेढा मोगल सैन्याने उठविला आणि ९ जुलैपासून या सैन्याने माघार घेण्यास प्रारंभ केला.

औरंगजेबाच्या या अपयशामुळे शहाजहान अतिशय संतप्त झाला. औरंगजेबाच्या नालायकीमुळे हे अपयश आले असा शहाजहानचा ग्रह झाला. परंतु कंदाहारच्या अपयशाचे खापर औरंगजेबावर फोडणे हा मोठा अन्याय होता. कंदाहारच्या या संपूर्ण वेढ्यात त्याच्याकडे फक्त दुय्यम सेनापतीपद देण्यात आले होते. वास्तविक बादशहा शहाजहानने काबूलवरून सादुल्लाखानामार्फत या लढाईची सर्व सूत्रे हलविली होती. कोणतेही महत्त्वाचे पाऊल उचलताना प्रत्येकवेळी बादशहाची मंजुरी आवश्यक होती.

पुढील वर्षी दारा शुकोहच्या अधिपत्याखाली फार मोठे सैन्य कंदाहारवर चाल करून गेले. या स्वारीत दारा शुकोहने पाण्यासारखा पैसा खर्च केला. परंतु दारा शुकोहला औरंगजेबापेक्षाही फार मोठे अपयश आणि अवहेलना या स्वारीत सहन करावी लागली. औरंगजेबाला कंदाहारच्या स्वारीत जे अपयश प्राप्त झाले, ते त्याच्या नाकर्तेपणामुळे झाले नाही हीच गोष्ट जणू दारा शुकोहच्या या अपयशामुळे सिद्ध झाली. कंदाहार जिंकण्याचा हा जो तीन वेळा अपयशी प्रयत्न करण्यात आला, त्याचा फार मोठा भुर्दंड मोगल तिजोरीला सहन करावा लागला. या स्वारीचा खर्च दहा कोटी रुपयांपेक्षा अधिक झाला. या अपयशामुळे सबंध आशिया खंडात मोगलांची प्रतिष्ठा धुळीस मिळाली. दिल्लीचे राज्यकर्ते, सोन्यानाण्याची लाच देऊन कोणताही किल्ला जिंकू शकतात परंतु शस्त्रबळाने त्यांना तो जिंकता येत नाही, असे ह्याचमुळे पर्शियाचा राजा मोठ्या गर्वोक्तीने म्हणू शकला. साहजिकच पर्शियाचा लष्करी लौकिक ह्यावेळी कळसास पोहोचला. त्यामुळे या शतकाच्या उरलेल्या कालावधीत पर्शियन राजाचे भारतावर आक्रमण होणार आहे अशी अफवा जरी कानावर आली तरी सुद्धा दिल्लीचा दरबार भयभीत होत असे. त्यानंतर अनेक वर्षांपर्यंत भारताच्या पश्चिम क्षितिजावर पर्शियन आक्रमणाचे सावट टिकून होते आणि म्हणूनच पर्शियाचा एखादा शूर बादशहा मृत्यू पावला की, औरंगजेब आणि त्याचे मंत्री हे सुटकेचा निःश्वास टाकीत.

२. मुर्शिदकुलीखान : त्याचे चारित्र्य आणि महसूल पद्धती

मुर्शिदकुलीखान हा मूळचा 'खुरासान' येथील रहिवासी. कंदाहारचा परागंदा पर्शियन गव्हर्नर अलीमर्दानखान ह्याच्या परिवाराबरोबरच तो हिंदुस्थानात आला. 'त्याच्या ठिकाणी सैनिकाचे शौर्य आणि मुलकी अधिकाऱ्याचे प्रशासकीय कौशल्य ह्या दोन्ही गुणांचा मिलाफ झालेला होता.' औरंगजेबाचा दिवाण ह्या नात्याने मुर्शिदकुलीखानाने महसूलविषयक नवीन सुधारणा अमलात आणल्या आणि प्रथमतःच त्याची नवीन महसूल पद्धती यशस्वी ठरली.

ह्या काळेपावेतो दक्षिणच्या सुभ्यात महसूल पद्धती अशी काही नव्हतीच. शेतांची आखणी करणे, शंकू साखळीने त्यांचे मोजमाप करणे, दर बिघ्यामागे अमूक प्रमाणात शेतसारा निश्चित करणे किंवा जमीन मालक, सरकार व शेतकरी यांच्यात प्रत्यक्ष पीक वाटून घेणे या सर्व गोष्टी येथील लोकांना अज्ञात होत्या. तेथील शेतकरी नांगर व दोन बैल ह्यांच्या मदतीने जितक्या जमिनीची मशागत करता येईल तितकी करीत असे व इच्छेला येईल ते पीक काढीत असे आणि नांगरटीच्या प्रमाणात थोडासा शेतसारा सरकारात भरीत असे. जमीन महसूलाचा दर प्रत्येक ठिकाणी वेगवेगळा व वाटेल तसा ठरवलेला होता. त्यामुळे शेतकऱ्यांना लहानसहान महसूल अधिकाऱ्यांच्या लहरींना आणि जुलमास बळी पडावे लागे. मोगलांच्या आक्रमणातून निर्माण झालेली दीर्घकालीन युद्धे आणि लागोपाठ झालेली अवर्षणाची वर्षे यांमुळे तर ह्या शेतकऱ्यांची विपन्नावस्था पराकोटीला पोहोचली. ह्या जुलमी परिस्थितीस कंटाळून कित्येक शेतकरी घरदार सोडून गेले, शेते पडीक झाली आणि चांगली चांगली नांदती खेडी ओसाड आणि निर्मनुष्य झाली.

औरंगजेबाच्या नवीन दिवाणाने आपल्या सुधारणा अमलात आणताना तोडरमलची महसूल-पद्धती प्रथमतःच दक्षिण सुभ्यात लागू केली. प्रथमतः त्याने इतस्ततः निघून गेलेल्या शेतकऱ्यांना परत आपल्या गावी आणले. गावाचे व्यवहार सुरळीत चालू केले. आवश्यक त्या निरनिराळ्या अधिकाऱ्यांची नेमणूक केली. एकूण खेड्यांची स्थिती पूर्ववत आणण्याकरिता त्याला अतिशय कष्ट करावे लागले. त्यानंतर जमिनीची मोजणी करण्याकरिता, रकब्यांची योग्य आखणी करून त्यांचे नोंदणी दफ्तर तयार करण्याकरिता, खडकाळ जमीन, पाणथळीची जमीन व लागवडीयोग्य जमीन कोणती ते ठरविण्याकरिता त्याने अनुभवी अमीन व प्रामाणिक भूमापक अधिकारी (Surveyers) यांना ठिकठिकाणी पाठविले. ज्या गावांना मुकादम नाहीत तेथे शेतीच्या विकासात जातीने लक्ष घालतील व शेतकऱ्यांची काळजी घेतील अशा लोकांपैकी नवे मुकादम त्याने नेमले. गरीब शेतकऱ्यांना जनावरे, बी-बियाणे आणि शेतीसंबंधी इतर

आवश्यक सामग्री विकत घेण्याकरिता सरकारी खजिन्यातून तकावीकर्जे देण्याची त्याने व्यवस्था केली. ही तकावी हंगामाच्या वेळी हप्तेबंदीने वसूल केली जात असे.

स्थानिक परिस्थितीनुरूप आपल्या महसूल पद्धतीत बदल घडवून आणण्याचे तारतम्य दिवाणाने ठेवले होते. जेथे शेतकरी फारच मागासलेले होते व लोकवस्ती अगदीच कमी होती किंवा जेथे काही खेडी अगदी आडवळणाला वसली होती, तेथे नागरटीप्रमाणे एकाच ठराविक रकमेत शेतसारा वसुलीचा जुना परिपाठ त्याने चालू ठेवला. इतर ठिकाणी मात्र त्याने मेतायेर पद्धती किंवा प्रत्यक्ष पिकात हिस्सा घेण्याची पद्धती लागू केली.

शेतसाऱ्याच्या जमाबंदीची तिसऱ्या प्रकारची पद्धती उत्तर हिंदुस्थानातील पद्धतीप्रमाणे तपशीलवार आणि गुंतागुंतीची होती. ह्या पद्धतीनुसार शेतकऱ्याच्या कोणत्याही उत्पादनापैकी चौथा हिस्सा सरकारच्या मालकीचा असे. मग ते धान्य किंवा भाजीपाला किंवा फळे किंवा बी–बियाणे यांपैकी काहीही असो. पेरणीपासून हंगामापर्यंत हाती आलेल्या पिकाचे प्रमाण, त्याचा दर्जा, त्याची बाजारातील किंमत आणि लागवडीखाली आणलेल्या जमिनीची प्रत्यक्ष मोजणी ह्या सर्व गोष्टी विचारात घेऊन प्रत्येक बिघ्यामागे इतके रुपये असा निश्चित दर आकारला जाई व त्यानुसार वसूल केला जाई. ही महसूल पद्धती दक्षिण सुभ्यात लवकरच रूढ झाली आणि 'मुर्शिदकुलीखानची धारा पद्धती' ह्या नंतर ह्या नावाने कित्येक शतके ती ओळखली जात होती. मुर्शिदकुलीखानची ही महसूल पद्धती एक उत्कृष्ट महसूल पद्धती होती. ती अमलात आणताना मुर्शिदकुलीखानने सतत दक्षता आणि वैयक्तिक देखरेख यांची जोड दिल्यामुळे काही वर्षांतच दक्षिण सुभ्यातील शेतीची स्थिती सुधारली व त्यामुळे महसूलाचे उत्पन्नही वाढले.

३. औरंगजेबाच्या प्रशासनविषयक सुधारणा

औरंगजेबाने दक्षिणसुभ्याचे सुभेदारपद धारण केल्यानंतर ताबडतोब राज्यकारभार जास्तीत जास्त कार्यक्षम करण्याचा निकराचा प्रयत्न केला. वृद्ध आणि अकार्यक्षम अधिकाऱ्यांना त्याने बडतर्फ केले किंवा त्यांची खालच्या पदावर नेमणूक केली. चांगल्या कर्तबगार आणि कार्यक्षम ठरलेल्या अधिकाऱ्यांची निवड करून त्यांची महत्त्वाच्या व विश्वासार्ह पदावर नेमणूक केली. लष्कराची कार्यक्षमता टिकून राहावी याबद्दल जागरूक असलेल्या औरंगजेबाने प्रथम त्यासाठी आवश्यक त्या आर्थिक मदतीचे भरघोस आश्वासन दिले.

लष्कराच्या दारूगोळा खात्यात एका अत्यंत कर्तबगार व उत्साही उच्चाधिकाऱ्याची (Inspector General of Ordanance) नेमणूक करण्यात आली व

त्याने अल्पावधीतच त्या खात्यातील जुन्या अनिष्ट प्रथांचे साफ निर्मूलन केले. त्याने प्रत्येक किल्ल्याला भेट दिली व तेथील लहान मोठ्या बाबींची तपासणी केली आणि प्रत्येक ठिकाणी आवश्यक तितक्या धान्याचा व दारूगोळ्याचा त्वरित पुरवठा केला. सैन्यात असलेल्या, वृद्ध व निरुपयोगी लोकांना त्याने नेमबाजीची परीक्षा देण्यास लावले व ज्यांना एकही अचूक नेम मारता आला नाही त्यांना नोकरीतून बडतर्फ केले. वृद्ध व अपंग सैनिकांना त्यांची पूर्वीची सेवा लक्षात घेऊन निवृत्तिवेतन देण्यात आले (Pension). अशा रीतीने वर्षाकाळी ५०,००० रु.ची बचत होऊन सैन्याच्या कार्यक्षमतेतही बरीच सुधारणा झाली.

४. औरंगजेब व शहाजहान ह्यांच्यातील बेबनावाची कारणे

औरंगजेबाच्या दुसऱ्या सुभेदारीच्या कालखंडात पितापुत्रात वारंवार संघर्षाचे प्रसंग निर्माण झाले. कारण एक तर औरंगजेबाच्या हितशत्रूंनी शहाजहानचे कान भरले असावेत किंवा औरंगजेबाच्या राज्यकारभारातील अडचणींची शहाजहानला यथार्थ कल्पना नसावी. औरंगजेबाने दक्षिण सुभेदाराचे पद धारण केले तेव्हापासूनच त्याच्याविषयी गैरसमज व संशयाचे वातावरण निर्माण झाले होते व पुष्कळदा अन्यायाने त्याच्यावर ताशेरे झाडण्यात आले होते. त्यामुळे औरंगजेबाच्या मनात अतिशय कटुता निर्माण झाली. पुढे दिल्लीच्या गादीच्या वारसाबाबतच्या लढाईत औरंगजेबाने एवढ्या निर्दय व कपटी मार्गाचा अवलंब केला त्याचे मूळ कदाचित ह्या कटुतेत असेल.

दख्खनमधील आपल्या नेमणुकीला पहिल्यापासूनच औरंगजेबाने विरोध केला होता. कारण दक्षिणेकडील जहागिरीचे १७ लाखाचे उत्पन्न सिंधमध्ये त्याला मिळणाऱ्या उत्पन्नापेक्षा कमी होते.

सध्याच्या जहागिरीच्या बदली जादा उत्पन्नाची जहागीर आपल्या द्यावी अशी त्याची सतत मागणी होती व ह्या मागणीकरिता औरंगजेबाचा शहाजहानशी कटू स्वरूपाचा प्रदीर्घ पत्रव्यवहार चालू होता.

काही वेळेस औरंगजेबाने आपल्या हाताखालील अधिकाऱ्यांच्या नेमणुकी व बढत्या यांसंबंधीच्या केलेल्या शिफारशी शहाजहानला पसंत पडल्या नाहीत तेव्हा औरंगजेबाने संतापाने आपल्या बापाला लिहिले, 'वयाच्या अठराव्या वर्षापासून मी सुभेदार आहे आणि आतापर्यंत मी शिफारस केलेला एकही माणूस अपात्र ठरला नाही.' इतरही अनेक लहानसहान मुद्द्यांबाबत पितापुत्रांमध्ये मतभेद होते.

विजापूर व गोवळकोंडा या राज्यांशी राजनैतिक संबंध (Diplomatic Relations) ठेवण्याविषयीचे अधिकार कोणाकडे असावेत, हा आणखी एक मतभेदाचा मुद्दा होता. औरंगजेबाचा दावा असा होता की, विजापूर व गोवळकोंडा दरबारातील

मोगल राजदूतांनी (Mugal Envoys) दक्षिणच्या सुभेदाराच्या हुकुमतीत असावे आणि दिल्लीच्या पातशहाने त्याच्यामार्फतच राजदूतांशी संपर्क साधावा. औरंगजेबाचे हे म्हणणे रास्तच होते. परंतु त्याच्या कारकीर्दीच्या शेवटी शेवटी त्याला हा अधिकार देण्यात आला आणि तोही संपूर्णपणे मिळाला नाहीच. दिल्लीच्या बादशहाकडून सतत होणारे गैरसमज, दोषारोप आणि अडथळे यांमुळे औरंगजेब इतका वैतागला की, एकदा एक अत्यंत आवश्यक अशी कारवाई स्वत:च्या पुढाकाराने करण्याचे त्याने सपशेल नाकारले आणि या कृतीचे समर्थन करताना त्याने खालील कटू उद्गार काढले, 'ज्या गोष्टी मी कधीच केल्या नाहीत त्याबद्दल मला दोषी ठरवून जाब विचारण्यात येतो तेव्हा ह्यावेळी मी स्वत:च्या जबाबदारीवर ही कारवाई करण्याचे नाकारले ह्यात काय आश्चर्य ? मला आता अधिक सावधगिरीने वागले पाहिजे.'

५. छोट्या मोहिमा

हल्ली ज्याला आपण मध्यप्रदेश म्हणतो त्यातील बराचसा प्रदेश १६व्या आणि १७व्या शतकात आदिवासी गोंड राजांच्या अधिपत्याखाली होता आणि 'गोंडवन' ह्या नावाने हा प्रदेश ओळखला जाई. अकबराच्या कारकीर्दीत गढामंडलाचे हे गोंड राज्य मोगली स्वाऱ्यांनी खिळखिळे झाले होते आणि राजधानीही काबीज करण्यात आली होती. त्यानंतर उत्तरेकडूनही बुंदेल्यांचीही अतिक्रमणे झाली होती. परंतु सतराव्या शतकाच्या मध्यात आणखी एक मोठे गोंड राज्य उदयाला आले. 'देवगड' ही त्याची राजधानी होती आणि बैतुल, छिंदवाडा, नागपूर येथपर्यंत या राज्याचा विस्तार होऊन शिवनी, भंडारा, बालाघाट ह्या किल्ल्याच्या काही भागांवरही त्याचे स्वामित्व होते. ह्या गोंड राज्याच्या दक्षिणेला चांदा हे गाव तिसऱ्या गोंड राजवंशाची राजधानी होती. चांद्याचा गोंड राजवंश व देवगडचा राजा ह्यांच्यात वंशपरंपरागत शत्रुत्व चालत आलेले होते.

इ.स.१६३७ मध्ये खान-ई-दौरान ह्याने देवगडवर चढाई केली व तेथील राजाकडून वर्षाला दीड लाख खंडणी देण्याचे कबूल करवून घेतले. परंतु त्यानंतर ही खंडणी दिली गेली नाही व दिल्लीच्या बादशहाने पुन:पुन्हा मागणी करूनही काही उपयोग झाला नाही, म्हणून इ.स.१६५५ मध्ये शहाजहानने आपल्या सैन्याला त्या प्रांतावर चढाई करण्याचा हुकूम दिला. केसरीसिंग हा गोंड राजा तात्काळ शरण आला व त्याने खंडणी देण्याचे कबूल केले.

कोकणच्या उत्तरेला आणि बागलाणच्या नैर्ऋत्येला 'जव्हार' नावाचे एक छोटेसे राज्य होते. ह्या छोट्या राज्याचा राजा मात्र दिल्लीच्या बादशहाचे वर्चस्व मानण्यास तयार नव्हता. औरंगजेबाच्या सल्ल्यावरून शहाजहानने त्या राज्यावर चढाई करण्यास

संमती दिली. राजा घाबरून शरण आला व त्याने खंडणी देण्याचे कबूल केले (जानेवारी १६५६).

६. गोवळकोंडा : साम्राज्याची संपत्ती : मोगलांशी असलेल्या भांडणाची कारणे

गोवळकोंडा हा प्रदेश फार सुपीक होता. तेथे पाटबंधाऱ्यांची काळजीपूर्वक आखणी केली होती. लोकवस्ती दाट व लोक उद्योगी होते. हैद्राबाद हे राजधानीचे शहर केवळ आशियातीलच नव्हे तर हिऱ्यांच्या व्यापाराचे जागतिक केंद्र होते. परदेशातून अनेक व्यापारी येऊन येथे व्यापार करीत असत. हे राज्य अनेक उद्योगधंद्याकरिता प्रसिद्ध होते. मछलीपट्टण हे बंगालच्या उपसागरातील ह्या राज्याचे एक उत्तम नांगर पट्टीचे बंदर होते. ह्या प्रदेशातील दाट जंगलात उत्तम हत्तीचे मोठे कळप असल्यामुळे राज्याच्या संपत्तीत भर पडली होती. तंबाखू आणि ताडाची तर बनेच्या बने होती व ताडी व तंबाखूवरील अबकारी कराचे पुष्कळच उत्पन्न राज्याला मिळत होते.

गोवळकोंड्याच्या राजाशी भांडण उकरून काढण्यासाठी औरंगजेबाजवळ अनेक कारणे होती. ह्या राज्याकडून मिळणारी दोन लाख होनाची वार्षिक खंडणी नेहमीच थकित असावयाची आणि औरंगजेबाने खंडणीकरता तगादा लावल्यास निरनिराळ्या सबबी सांगून मुदत वाढवून घेण्यासाठी विनंतीअर्ज करावयाचा. असे नेहमीच चालावयाचे.

दुसरे असे की होनाचा विनिमयाचा दर इ.स.१६३६ मध्ये चार रुपयांऐवजी साडेचार आणि शेवटी इ.स.१६५४ मध्ये पाच रुपये असा वाढला होता. कुतुबशहा जुन्याच दराने वर्षाला आठ लाख रुपये याप्रमाणे खंडणी भरीत होता. विनिमयाचा दर वाढल्यामुळे मागील सर्व वर्षांच्या खंडणीतील फरकाची रक्कम ताबडतोब भरावी अशी मोगलांनी कुतुबशहाकडे मागणी केली. त्यामुळे कुतुबशहाच्या खजिन्यावर २० लक्ष रुपयांचा बोजा पडला.

त्यानंतर कुतुबशहाने कर्नाटक प्रांत जिंकण्यापूर्वी दिल्लीच्या बादशहाची संमती घेतली नव्हती असाही त्याच्यावर ठपका ठेवण्यात आला व त्यानंतर शेवटी मीर जुमला याचे प्रकरण उपस्थित झाले व या प्रकरणाची परिणती अखेर युद्धात झाली.

७. मीर जुमला : त्याचा पूर्ववृत्तांत आणि स्थान

इ.स. १६३६ च्या तहान्वये दक्षिणेकडील राज्ये व मोगल साम्राज्य ह्यांतील सरहद्दी स्पष्टपणे निश्चित केल्या होत्या. उत्तर सरहद्दीवर मोगलांचा सशस्त्र व पक्का बंदोबस्त असल्यामुळे दक्षिणेतील या दोन राज्यांनी आपापल्या फौजांना त्यांच्या महत्त्वाकांक्षेला वाव मिळावा म्हणून इतर प्रदेश जिंकण्यासाठी तैनात देण्यास प्रारंभ केला. कृष्णेपासून ते कावेरीच्या पलीकडे तंजावरपर्यंत संपूर्ण कर्नाटकात अनेक छोटी

छोटी हिंदू संस्थाने विखुरलेली होती आणि ही छोटी राज्ये म्हणजे ऱ्हास पावलेल्या विजयनगरच्या साम्राज्याचे भग्नावशेष होते. त्यांच्या सदैव कटकटी चाललेल्या असत. लवकरच ही छोटी राज्ये मुसलमानांच्या आक्रमणाला बळी पडली. गोवळकोंडाच्या फौजांनी बंगालच्या उपसागरापर्यंत चढाई केली आणि चिल्का सरोवरापासून पेन्नार नदीपर्यंतचा प्रदेश ताब्यात घेतला.

विजापूरच्या फौजा दक्षिणेकडे चालून गेल्या आणि नंतर पूर्वेकडून वळून त्यांनी जिंजी व तंजावरच्या दरम्यानचा किनाऱ्यालगतचा प्रदेश जिंकला. विजयनगरच्या साम्राज्याचा एक अवशेष म्हणून उरलेले एक छोटेसे चंद्रगिरीचे संस्थान मात्र एखाद्या राक्षसाच्या जबड्यात सापडावे त्याप्रमाणे दोन सुलतानांच्या उत्तरेकडून व दक्षिणेकडून होणाऱ्या स्वाऱ्यांनी जर्जर झाले. चंद्रगिरीचे हे राज्य पूर्वेला नेलोरपासून पाँडेचेरीपर्यंत व पश्चिमेला म्हैसूरच्या सरहद्दीपर्यंत विस्तारलेले होते. विजापूर व गोवळकोंडा या राज्यांत आता चंद्रगिरीचे हे राज्य गिळंकृत करण्यासाठी चुरस निर्माण झाली. कर्नाटकच्या गळ्याभोवती ह्या दोन्ही राज्यांनी उत्तर व दक्षिण अशा दोहोबाजूंनी आपले पाश झपाट्याने आवळण्यास प्रारंभ केला. हे राज्य गिळंकृत करण्याच्या कारवाईमध्ये गोवळकोंड्याचा वजीर मीर जुमला याने फार महत्त्वाची कामगिरी बजावली.

महम्मद सईद हा इतिहासात 'मीर जुमला' या नावाने प्रसिद्ध आहे. तो इसफहान (Isfahan) येथील एका तेल व्यापाऱ्याचा मुलगा होता आणि पर्शियातील आर्दिस्तानचा सय्यद होता. तरुणपणीच आपला मायदेश सोडून तो इतर धाडसी शिया पंथीय लोकांप्रमाणेच नशीब काढण्यासाठी दक्षिणेकडील त्याच्याच पंथाच्या सुलतानाच्या दरबारात आला (१६३०). आपल्या धूर्तपणाने व व्यापारी कसबाने हिऱ्यांच्या व्यापारात त्याने अमाप संपत्ती मिळवली. आपल्या अलौकिक बुद्धिमत्तेच्या बळावर त्याने अब्दुल्ला कुतुबशहाची मर्जी संपादन केल्यावर कुतुबशहाने त्याला आपला मुख्यमंत्री बनविले. मीर जुमलाच्या ठिकाणी असलेली उद्योगप्रियता, कामाचा उरक, प्रशासकीय क्षमता, युद्धकलेतील निपुणता आणि जन्मजात नेतृत्वशक्ती या सर्व गुणांमुळे जे जे काम हाती घेतले त्यात त्याला हमखास यश मिळाले. मुलकी प्रशासन व युद्ध शास्त्र या दोहोंतही तो सारखाच वाकबगार असल्यामुळे लवकरच गोवळकोंड्याचा जवळजवळ तोच राज्यकर्ता बनला असे म्हणावयास हरकत नाही. कोणतीही गोष्ट त्याच्या संमतीशिवाय सुलतानापर्यंत जात नसे. बादशहाने त्याला कर्नाटकात धाडले तेव्हा त्याने तेथे संपूर्ण बदल घडवून आणला. मीर जुमलाने आपल्या सैन्यात बंदुकी व दारूगोळा या खात्यात अनेक युरोपियन अधिकाऱ्यांच्या नेमणुका करून आपले लष्करी सामर्थ्य वाढविले आणि सैन्यात उत्तम तऱ्हेची शिस्त आणि क्षमता निर्माण करून लवकरच कुडाप्पा

जिल्ह्यावर झडप घातली. गांदीकोटा (Gandikota) हा आत्तापर्यंत अजिंक्य समजला जाणारा दगडी किल्ला जिंकून त्याने आपल्या यशावर कळस चढविला. कुडाप्पाच्या पूर्वेला असलेले सिद्धौट त्याने जिंकले आणि त्याचे सेनापती चंद्रगिरीपर्यंत व अर्काटच्या उत्तर भागातील तिरुपतीपर्यंत जाऊन पोहोचले. मीर जुमलाने दक्षिणेकडील संपन्न असलेली पुरातन मंदिरे लुटली आणि पुरून ठेवलेली अगणित संपत्ती त्याने हुडकून काढली. अशा रीतीने त्याने अमाप संपत्ती मिळविली. त्यामुळे २० मण हिरे जवळ असलेला दक्षिणेकडील सर्वांत धनाढ्य गृहस्थ म्हणून त्याचा लौकिक सर्वदूर पसरला. आसपासचे प्रदेश जिंकून त्याने कर्नाटकातील आपल्या ह्या जहागिरीचे ३०० मैल लांब व ५० मैल रुंद असे ४० लाख रुपये सालीना उत्पन्नाचे, राज्यच निर्माण केले. ह्या प्रदेशात अनेक हिऱ्यांच्या खाणीही होत्या. अशा रीतीने आपला सवतासुभा स्थापून तो स्वतंत्र अशा कर्नाटक राज्याचा जवळजवळ सत्ताधीश झाला होता असे म्हटले तरी चालेल. वजिराच्या अनुपस्थितीत त्याचे वाढते लष्करी सामर्थ्य खुद्द सुलतानाच्या सुरक्षिततेला कसे धोकादायक आहे आणि त्याचे ऐश्वर्य सुलतानाच्या दरबारी ऐश्वर्यालाही झाकोळून टाकणारे कसे आहे, याबद्दल सुलतानाचे कान फुंकणारे हेवेखोर दरबारी लोक काही कमी नव्हते. आपल्या वजिराने मिळविलेल्या संपत्तीत वाटा मिळावा अशी सुलतानालासुद्धा साहजिकच इच्छा होती. उलट मीर जुमलाला आपला सुलतान किती दुर्बळ व कर्तृत्वशून्य आहे याची पूर्ण जाणीव होती आणि कर्नाटकातील यश ही केवळ आपली स्वत:ची कर्तबगारी होय याची त्याला पूर्ण खात्री होती आणि म्हणून हे सर्व सोडून पुन्हा दरबारी जीवनाकडे वळणे त्याला घृणास्पद वाटत होते. अखेर आपली अवज्ञा करणाऱ्या वजिराचे पारिपत्य करण्याचे सुलतानाने ठरविले.

८. कुतुबशहाचा मोगलांशी संघर्ष १६५५

आता आपले रक्षण कोण करणार, याचा मीर जुमला शोध घेऊ लागला. विजापूर दरबारची सेवाचाकरी करता करताच तो मोगल सत्ताधीशाचाही अनुनय करू लागला. गोवळकोंड्याचे संपन्न राज्य जिंकावे अशी कितीतरी दिवसापासून औरंगजेबाची एक सुप्त महत्त्वाकांक्षा होती आणि त्या राज्याचा वजीर म्हणून मीर जुमलासारखा कर्तबगार मदतनीस व सल्लागार आपणाला मिळावा अशी त्याची जबर इच्छा होती. गोवळकोंड्याच्या दरबारातील मोगल वकिलामार्फत औरंगजेबाने मीर जुमलाशी गुप्त पत्रव्यवहार सुरू केला आणि मीर जुमला मोगलांच्या चाकरीत आला तर बादशहाकडून हवे ते मिळवून देऊ अशी हमीही औरंगजेबाने त्याला दिली. परंतु मीर जुमलाने फारशी उत्सुकता दाखविली नाही. त्याने एक वर्षाचा अवधी मागून घेतला. त्याच्या या दुटप्पी वागण्याचा औरंगजेबाला तिटकारा आला.

मीर जुमलाचे पारिपत्य करण्यासाठी कुतुबशहाने पुरेसे धैर्य किंवा सैन्य गोळा करण्यापूर्वीच वजिराचा मुलगा महम्मद अमीन ह्याच्या वर्तणुकीमुळे एक आणीबाणीचा प्रसंग उद्भवला. मीर जुमलाचा हा तरुण, अविचारी आणि उद्धट मुलगा गोवळकोंड्याच्या दरबारात मीर जुमलाचा प्रतिनिधी या नात्याने बरीच वर्षेपर्यंत चाकरी बजावीत होता. भर दरबारात सुलतानाशीच तो अपमानास्पद रीतीने वागत असे. शेवटी एके दिवशी महम्मद अमीन दारूच्या नशेत दरबारात आला. खुद्द राजाच्याच गालीच्यावर बेहोष होऊन पडला आणि ओकून त्याने गालीचा खराब केला. तेव्हा मात्र सुलतानाच्या मनातील इतके दिवस धुमसत असलेला संताप उसळून आला व त्याने महम्मद अमीन व त्याच्या कुटुंबीयांना तुरुंगात टाकले व त्याची मालमत्ता जप्त केली (२१ नोव्हेंबर १६५५) आणि ह्याच संधीची औरंगजेब कितीतरी काळापासून वाट पाहत होता.

मीर जुमला व त्याचा मुलगा यांची मोगलांच्या चाकरीत नेमणूक केल्याची पत्रे बादशहाकडून औरंगजेबाला १८ डिसेंबर रोजी मिळाली. मीर जुमला व त्याचा मुलगा यांना मोगल सम्राटाच्या दरबारात रुजू होण्यास अडथळा करू नये व त्याची मालमत्ता जप्त करू नये अशी ताकीदही कुतुबशहाला त्या पत्रान्वये देण्यात आली होती. औरंगजेबाने तो हुकूम ताबडतोब कुतुबशहाकडे पाठवला आणि विलंब केल्यास किंवा अवज्ञा केल्यास युद्ध करू अशी धमकी दिली. दरम्यान त्याने गोवळकोंड्याच्या सरहद्दीवर सैन्याच्या जमवाजमवीस प्रारंभ केला. आपल्या राज्यावर येणाऱ्या आगामी संकटाची कल्पना कुतुबशहाला नसावी आणि म्हणून त्याने मोगल सम्राटाकडून आलेले ते पत्र व सारे हुकूम धुडकावून लावले.

महम्मद अमीनच्या अटकेची बातमी कळताच (२४ डिसेंबर) शहाजहानने महम्मद अमीनच्या कुटुंबाची सुटका करावी अशा आशयाचे पत्र कुतुबशहाला पाठविले. हे पत्र आपला हेतू साध्य होण्यास पुरेसे आहे अशी शहाजहानला खात्री वाटली. परंतु जर महम्मद अमीनची अजूनही सुटका झाली नसेल तर, केवळ 'औरंगजेबाचे समाधान करण्यासाठी' मोठ्या नाईलाजाने त्याने गोवळकोंड्यावर चढाई करण्यास संमती दिली(२९ डिसेंबर). ही दोन्ही पत्रे औरंगजेबाला ७ जानेवारी १६५६ रोजी मिळाली. या दोन्ही पत्रांचा गोवळकोंड्याचा विध्वंस करण्यासाठी औरंगजेबाने मोठ्या चतुराईने उपयोग करून घेतला. महम्मद अमीनची सुटका करण्याचा स्पष्ट आदेश असलेले शहाजहानचे २४ डिसेंबरचे पत्र कुतुबशहाला मिळून त्यातील आदेशाचे पालन होण्यापूर्वीच औरंगजेबाने असे जाहीर करून टाकले की, पातशहाचे ३ डिसेंबरचे पत्र मिळाल्यानंतरही सुलतानाने त्यांची सुटका करण्यास दिलेला नकार म्हणजे उघड उघड

पातशाही आदेशाची अवज्ञा आहे आणि गोवळकोंड्यावरील चढाईसाठी या अटीचे पालन करणे आवश्यक होते.

९. औरंगजेबाची गोवळकोंड्यावरील स्वारी, १६५६

ह्यानंतर ताबडतोब औरंगजेबाच्या हुकमावरून औरंगजेबाचा ज्येष्ठ पुत्र महम्मद सुलतान हा नांदेड येथे राज्याची सरहद्द ओलांडून आपल्या घोडदळासह हैद्राबादवर चालून गेला (१० जानेवारी १६५६). जानेवारीच्या २० तारखेला खुद्द औरंगजेबाने आपल्या मुलाच्या मदतीकरता औरंगाबादेहून कूच केले.

महम्मद सुलतान गोवळकोंड्याच्या प्रदेशात शिरला. त्या दरम्यान अब्दुल्लास शहाजहानचे २४ डिसेंबरचे कडक पत्र मिळाले व त्याबरहुकूम त्याने ताबडतोब महम्मद अमीन, त्याचे कुटुंबीय व इतर नोकरचाकर यांची सुटका करून त्यांची रवानगी औरंगजेबाकडे केली व सोबत शहाजहान बादशहाकरिता शरणागतीचे एक पत्रही पाठविले. परंतु त्याचा बचाव करणारे हे शरणागतीचे पत्र फार उशिराने यावे अशी कपट योजना औरंगजेबाने आखली होती. औरंगजेबाची भेट घेण्यासाठी महम्मद अमीन हैद्राबादपासून २१ मैलांवर येऊन थांबला (बहुधा २१ जानेवारी १६५६) परंतु औरंगजेबाने ही लढाई थांबविण्याचे नाकारून अब्दुल्लाने महम्मद अमीनची जप्त केलेली मालमत्ता अजून परत केलेली नाही या सबबीवर राजधानीच्या रोखाने आपल्या सैन्याची आगेकूच चालूच ठेवली. कुतुबशहाला आता आशेला कोठे जागाच उरली नाही. मोगली घोडदळ इतक्या वेगाने पुढे चालून आले की, कुतुबशहा आश्चर्यचकितच झाला. आता सर्वनाशाचा प्रसंग आला हे ओळखून कुतुबशहा २२ जानेवारीच्या रात्री राजधानी सोडून हैद्राबादेहून गोवळकोंड्याच्या किल्ल्याकडे पळून गेला. तो पळून गेला म्हणूनच जिवंत राहिला. नाहीतर औरंगजेबाने महम्मद सुलतानाला ज्या गुप्त सूचना दिल्या होत्या त्या त्याच्या प्राणावरच बेतणाऱ्या होत्या.

'कुतुब-उल्-मुल्क हा भेकड आहे. हा हुकूम मिळाल्यावर तो लगेच कुठल्याही प्रकारे बहुधा विरोध करू शकणार नाही. शक्य असेल तर त्याच्यावर निर्दयपणे हल्ला करा, त्याचा शिरच्छेद करा. ही योजना यशस्वी करण्यासाठी ती हुशारीने, तत्परतेने आणि सफाईदारपणे करणे हाच उत्तम मार्ग होय.'

२३ जानेवारीला मोगलांचे सैन्य हैद्राबादेपासून २ मैलांवर उत्तरेला असलेल्या हुसेन सागर ह्या तलावापाशी येऊन थडकले. गोवळकोंड्याच्या मंत्रिमंडळात मोठा गोंधळ माजला. दुसऱ्या दिवशी तरुण शहजाद्याने हैद्राबादमध्ये प्रवेश केला. शहरात लुटालूट व रक्तपात होऊ नये म्हणून महम्मद बेग ह्याच्या अधिपत्याखाली पक्का बंदोबस्त करण्यात आला होता. हैद्राबाद हे शहर हिंदुस्थानातील संपन्न शहरांपैकी एक शहर

होते. मोगल सैन्याने हैद्राबाद येथे जी लुटालूट केली त्याविषयी त्या काळात साऱ्या हिंदुस्थानात मोठा गवगवा झाला. औरंगजेबाचा खाजगी अधिकारी अकीलखान राझी (Akil Khan Razi) हा आपल्या हकिकतीत म्हणतो :-

'कुतुब-उल्-मुल्कच्या मालकीच्या अगणित संपत्तीपैकी त्यांच्या संग्रही असलेले बहुतांश अमुल्य ग्रंथ आणि किमती वस्तू ह्या सर्वांची शहाजादा महम्मद सुलतान याने बेधडक लूट केली आणि कुतुब-उल्-मुल्क च्या संग्रही असलेल्या त्या काळातील अत्यंत दुर्मिळ वस्तू औरंगजेबाने जप्त केल्या.'

आपले भले मोठे सैन्य घेऊन ६ फेब्रुवारीला स्वत: औरंगजेब हैद्राबादला येऊन दाखल झाला. कोणतीही कामगिरी तडफेने व त्वरित पार पाडायची हे औरंगजेबाचे एक वैशिष्ट्य होते. त्यानुसार आल्याआल्याच त्याने गोवळकोंड्याचा किल्ला व सभोवतालचा प्रदेश याची बारकाईने पाहणी केली.

दुसऱ्या दिवशी त्याने गोवळकोंड्याच्या किल्ल्याला वेढा घातला. किल्ल्याची पश्चिमेकडील बाजू मोकळीच होती. परंतु बाकीच्या तिन्ही बाजूंना मोगल सैन्याने खंदक खणले. हा वेढा ७ फेब्रुवारी ते ३० मार्चपर्यंत चालत राहिला. ही मोहीम धीमेपणाने चालली होती. कारण स्वत:जवळ असलेल्या सामग्रीनिशी त्या भरभक्कम किल्ल्याला तो कुठेही भगदाड पाडू शकत नव्हता. किल्ल्याबाहेर असलेल्या गोवळकोंड्याच्या सैन्याशी मोगल सैन्याच्या चकमकी झडत. वेढ्यात सापडलेल्या कुतुबशहाकडून औरंगजेबाच्या छावणीकडे जवळ जवळ रोजच नजराणे पाठविले जात व तहाची बोलणी करण्याची तयारीही दर्शविली होती. त्यामुळेच उभयपक्षी या चकमकी कमीअधिक होत एवढेच. परंतु हळूहळू औरंगजेबाने कोणत्याही प्रकारे तह करण्याचे नाकारले. त्याला ते संपूर्ण राज्यच गिळंकृत करावयाची इच्छा होती. त्याशिवाय त्याला कशाचीही तडजोड करावयाची नव्हती. गोवळकोंड्याचे राज्य जिंकून ते आपल्या राज्यात सामील करून घ्यावे यासाठी संमती मिळावी म्हणून औरंगजेबाने शहाजहानशी हरतऱ्हेचा युक्तिवाद केला.

परंतु आपल्या शेजारी असणाऱ्या राजाने अवज्ञा करणाऱ्या वजिराला शिस्तीत आणण्यासाठी धडा शिकविण्याचे ठरविले एवढ्याच कारणावरून त्याचा सर्वनाश करावा असे शहाजहानला वाटत नव्हते. गोवळकोंड्याच्या दिल्ली दरबारातील वकिलाने दाराची खूपच मनधरणी करून व त्याला लाच देऊन कुतुबशहाची तरफदारी करण्यास लावले. या गोष्टीचा अर्थातच औरंगजेबाला अतोनात संताप आला. दाराच्या मध्यस्थीने कुतुबशहाने खंडणी द्यावी व त्याच्याशी तह करावा असे ठरले. तह करण्याविषयीचे शहाजहानचे पत्र औरंगजेबाला २४ फेब्रुवारीला पोचले. परंतु औरंगजेबाने कुतुब-

उल्-मुल्कला माफी देणारे शहाजहानचे ते पत्र दडपून ठेवले. कारण त्याला असे वाटले की, शहाजहानने क्षमा केली आहे हे कुतुबशहाला कळल्यास तो धीट होऊन तहाच्या अटी पाळणार नाही.

मध्यंतरीच्या काळात दिल्ली दरबारातील अब्दुल्लाच्या वकिलाने दारा शुकोह व शहाजादी जहानआरा यांच्यातर्फे बादशहाजवळ रदबदली करविली व त्यांच्यामार्फत औरंगजेबाने केलेल्या कारवायांची सर्व कहाणी बादशहाच्या कानी घातली. अब्दुल्लाला कसे बनविण्यात आले, त्याचा कपटाने वध करण्याचा कसा प्रयत्न झाला, बादशहाच्या हुकमाची तामिली करण्यास त्याला वेळही कसा देण्यात आला नाही, बादशहाचे हुकूम त्याच्यापर्यंत कसे पोहोचले नाहीत आणि शहाजहानने कुतुबशहाविषयी घेतलेली दयाळू भूमिका कशी मोडीत काढली गेली, ही सर्व सत्य परिस्थिती शहाजहानला समजली. त्यामुळे अतिशय सात्त्विक संताप आला व त्याने ताबडतोब औरंगजेबाला तंबी देणारा एक कडक खलिता पाठविला आणि गोवळकोंड्याचा वेढा उठवून ताबडतोब तो प्रदेश सोडून परत जावे असा हुकूम दिला.

बादशहाच्या ह्या सक्त हुकमानुसार ३० मार्च रोजी औरंगजेबाने गोवळकोंड्याच्या किल्ल्याभोवतालचा वेढा उठवून त्या प्रदेशातून काढता पाय घेतला. त्यानंतर चार दिवसांनी महम्मद सुलतानचा अब्दुल्ला कुतुबशहाच्या द्वितीय कन्येशी एकतर्फी विवाह झाला (By Proxy). कुतुबशहाला युद्धखंडणी व थकलेली बाकी धरून एकूण १ कोट रुपये, शिवाय रामगिर जिल्हाही (हल्लीचा माणिक दुर्ग आणि चिन्नूर) मोगलांना तोडून द्यावा लागला. २१ एप्रिल पासून मोगल सैन्य हळूहळू माघारी परतू लागले.

मीर जुमला हा गोवळकोंडा येथेच औरंगजेबाच्या छावणीत २० मार्च रोजी दाखल झाला होता. मोगलांकडे त्याचे एक सरदार म्हणून नव्हे तर राजपुत्राप्रमाणे आगमन झाले होते. आपल्याबरोबर त्याने ६,००० घोडदळ, १५,००० पायदळ, १५० हत्ती आणि उत्कृष्ट प्रकारचा तोफखाना आणला होता. बादशहाच्या हुकमानुसार तो दिल्ली दरबारात ७ जुलै रोजी रुजू झाला. त्याने पंधरा लाखाचा नजराणा बादशहाला अर्पण केला. त्यात २१६ रत्ती वजनाचा एक मोठा हिरा होता. त्याला ताबडतोब सहा हजारी मनसबदार करण्यात आले व नुकत्याच मृत्यू पावलेल्या सादुल्लाखानच्या जागी मुख्यमंत्री म्हणून त्याची नेमणूक करण्यात आली.

१०. गोवळकोंड्याच्या लुटीसंबंधी शहाजहान व औरंगजेब यांच्यातील कुरबुरी

ह्या मोहिमेमुळे औरंगजेब व शहाजहान यांच्यातील कुरबुरी अधिकच वाढल्या. हैद्राबादच्या लुटीच्या अतिशयोक्त बातम्या दिल्लीला पोहोचल्या होत्या. गोवळकोंड्याच्या वकिलाकडून शहाजहानला असेही कळले होते की, औरंगजेब,

त्याचा मुलगा यांनी कुतुबशहाकडून नजराणा म्हणून किमती वस्तू घेतल्या होत्या. त्याचा उल्लेखही औरंगजेबाने आपल्या पत्रात केला नव्हता किंवा बाकी राहिलेल्या खंडणीतून त्याची वजावटही केली नव्हती. याउलट औरंगजेबाची अशी तक्रार होती की, गोवळकोंड्याच्या लढाईत आलेल्या नुकसानभरपाईच्या रकमेतील हिस्सा देण्याची कबुली शहाजहानने पाळली नाही. 'गोवळकोंड्याकडून मिळालेली सर्व नुकसानभरपाईची रक्कम शहाजहाननेच घेतली व ती दौलताबादच्या खजिन्यात ठेवली आहे. अशा परिस्थितीत लढाईमुळे झालेले कर्ज मी कसे फेडावे ? माझ्या सैन्याचा थकीत पगार कसा द्यावा ? याकरिता लागणारे २० लाख रुपये मी कोठून आणावे ?' गोवळकोंड्याकडून 'हिरेमाणकाच्या पेट्याच्या पेट्या' आपल्यास मिळाल्या आहेत असा दिल्ली दरबारातील विद्वेषी लोकांनी आपल्या विरुद्ध केलेला खोटा प्रचार आहे असे तो म्हणत असे.

गोवळकोंड्याशी तह झाला होता पण एक मुद्द्यासंबंधीचे भांडण मात्र चालूच राहिले. कुतुबशहाला कर्नाटक प्रांत स्वतःकडेच ठेवावयाचा होता व ते न्याय्यच होते. त्याच्या सुभेदाराने तो प्रांत जिंकून आता आपल्या राज्याला जोडला होता. पण औरंगजेबाने या गोष्टीस हरकत घेतली. त्याचे म्हणणे असे होते की कर्नाटक ही मीर जुमलाची वैयक्तिक जहागीर होती. हा फैसला अखेर दिल्लीच्या बादशहाकडे आला. तेव्हा शहाजहानने कर्नाटक ही मीर जुमलाची जहागीर आहे असे मानून स्वतःच्याच हातात ठेवण्याचे ठरविले आणि कुतुबशहाने आपले अधिकारी कर्नाटकातून काढून घ्यावे असा त्याने हुकूम दिला. पण गोवळकोंड्याच्या अधिकाऱ्यांना एवढा समृद्ध प्रदेश सोडून देण्याची मुळीच इच्छा नव्हती. त्यामुळे ते तिथेच रेंगाळत राहिले व मोगलांनी तो प्रदेश ताब्यात घेऊ नये यासाठी त्यांनी हर तऱ्हेच्या अडचणी व अडथळे त्यांच्या मार्गात निर्माण केले.

११. औरंगजेबाची विजापूरावर स्वारी, १६५७

महंमद आदिलशहाच्या कारकिर्दीत (१६२६-५६) विजापूरच्या साम्राज्याचा खूपच विस्तार आणि उत्कर्ष झालेला होता. आदिलशहाचे साम्राज्य अरबी समुद्रापासून बंगालच्या उपसागरापर्यंत संपूर्ण दक्षिण हिंदुस्थानभर विस्तारलेले होते. १६३६ पासून आदिलशहाचे दिल्लीच्या बादशहाशी सलोख्याचे संबंध होते व दोघेही एकमेकांना मैत्रीचे निदर्शक म्हणून नजराणे पाठवत असत. सुलतानाच्या ठिकाणी असणारी धार्मिकता, न्यायप्रियता, प्रजाहिततत्परता, तसेच ऐहिकाबद्दलचे त्याचे तारतम्य या सर्व गुणांमुळे शहाजहानची त्याच्यावर मर्जी बसली होती. मीर जुमला दिल्लीला आल्यापासून (७ जुलै १६५६) औरंगजेबाच्या आक्रमक धोरणाचा बादशहाच्या मंत्रिमंडळावर प्रभाव

पडू लागला. मीर जुमलाचे शहाजहानच्या मंत्रिमंडळातील वर्चस्व वाढलेले पाहून औरंगजेबाने, विजापूरचा विद्यमान राजा लवकर मृत्यू पावेल या अपेक्षेने विजापूरवर स्वारी करण्याची आपली योजना मोठ्या आत्मविश्वासाने आखली.

४ नोव्हेंबर १६५६ रोजी महंमद आदिलशहा हा विजापूरच्या गादीवरील सातवा राजा मरण पावला. आदिलशहाचा मुख्य प्रधान खान महंमद व बेगम बडी साहिबा यांच्या प्रयत्नाने सुलतानाचा एकुलता एक १८ वर्षांचा मुलगा 'अली आदिलशहा दुसरा' याला गादीवर बसवण्यात आले. औरंगजेबाने लगेच शहाजहानला पत्र लिहिले की, अली हा सुलतानाचा खरा मुलगा नसून आईह्लबापाचा पत्ता नसलेला पाळलेला मुलगा आहे याकरिता विजापूरावर हल्ला करण्याची परवानगी द्यावी.

महंमद आदिलशहाच्या मृत्यूनंतर कर्नाटकात सर्वत्र गोंधळ माजला. जमीनदारांनी आपल्या पूर्वीच्या जमिनी परत मिळविल्या. राजधानीतील परिस्थिती तर आणखीच वाईट होती. विजापूरातील सरदारांत आपापसात तंटे सुरू झाले होते व सरदारांनी सत्तेसाठी मुख्य प्रधान खान महंमद याच्याशीही संघर्ष चालू केला. ह्या गोंधळाच्या परिस्थितीत भर घालण्यासाठीच की काय, औरंगजेबाने ह्या सरदारांशी आपले कारस्थान सुरू केले. दरबारातील अनेक सरदारांना फितुर करण्यात त्याने बरेच यश मिळवले. त्यांनी आपला मुलूख सोडून आपल्या सैन्यासह मोगलांना सामील होण्याचे अभिवचन दिले. मीर जुमलाच्या सहाय्याने आणखीही काही सरदारांना आपल्याकडे वळवून घेता येईल अशी औरंगजेबाची खात्री होती.

२६ नोव्हेंबर रोजी शहाजहानने औरंगजेबाला विजापूरवर स्वारी करण्यास संमती दिली व विजापूरचे प्रकरण त्याला योग्य वाटेल त्याप्रमाणे हाताळण्याचे त्याला पूर्ण स्वातंत्र्य दिले. दिल्लीहून काही दरबारचे व काही जहागिरीचे असे २०,००० सैन्य, अनेक लष्करी अधिकारी आणि स्वत: मीर जुमला औरंगजेबाच्या मदतीसाठी पाठवण्यात आले. विजापूरावर स्वारी करण्यास शहाजहानने संमती दिली परंतु ही लढाई संपूर्णत: अन्याय्य होती. विजापूर हे दिल्लीचे मांडलिक राज्य नव्हते, ते स्वतंत्र व मोगल राज्याच्या बरोबरीचेच राज्य होते व तेथील वारसाहक्काच्या प्रश्नात ढवळाढवळ करण्याचा दिल्ली दरबारला कोणताच कायदेशीर हक्क नव्हता.

मीर जुमला औरंगाबादेस १८ जानेवारीला पोहोचला आणि त्याच दिवशी ज्योतिषांनी काढून दिलेल्या शुभ मुहूर्तावर शहजादा औरंगजेब मीर जुमलासह विजापूरच्या मोहिमेवर निघाला. २८ फेब्रुवारीला तो बिदरच्या जवळपास पोहोचला व २ मार्चला त्याने बिदरच्या किल्ल्याला वेढा घातला. सिद्दी मार्जनने जोरदार प्रतिकार केला. पुढेपुढे येणाऱ्या मोगल सैन्याला मागे परतविण्यासाठी त्याच्या सैन्याने अनेकदा

प्रतिहल्ले चढविले व खंदकापलीकडे शत्रूला थोपवण्याचा प्रयत्न केला. परंतु मोगलांच्या सैन्याचे संख्याबळ अधिक असल्याने त्यांची सरशी झाली. शिवाय मीर जुमलाच्या उत्कृष्ट तोफखान्याने किल्ल्यांच्या भिंतीची अपरिमित हानी केली. दोन बुरूज ढासळून पडले आणि आतील व बाहेरील तटबंदी पार जमीनदोस्त झाली.

खंदक भरून काढल्यानंतर मोगलांनी परत हल्ला चढवला (२९ मार्च). मोगलांनी फेकलेल्या अग्निबाणांपैकी एक ठिणगी किल्ल्याच्या बुरुजामागील दारूगोळ्याच्या कोठारात पडली व त्यामुळे एक प्रचंड स्फोट झाला. मार्जन, त्याचे दोन मुलगे व अनेक सहकारी यांना प्राणांतिक जखमा झाल्या. विजयाने बेहोष झालेले हजारो मोगल सैनिक खंदकातून बाहेर पडले व शहरात घुसले आणि प्रतिकार करणाऱ्या विजापूरच्या उरल्यासुरल्या सैनिकांची त्यांनी भयानक कत्तल केली. मृत्युशय्येवर पडलेल्या सिद्दी मार्जनने आपल्या सात मुलांना गडाच्या किल्ल्या घेऊन औरंगजेबाकडे पाठविले.

अशा रीतीने केवळ २७ दिवसांच्या वेढ्यानंतर बिदरचा हा जबरदस्त किल्ला मोगलांच्या ताब्यात आला. मोगलांना या स्वारीत १२ लाख रोख रुपये, ८ लाख किमतीचा दारूगोळा, धान्य व इतर ऐवज, आणि २३० तोफगोळे अशी सामग्री मिळाली.

त्यानंतर औरंगजेबाने महाबतखानाच्या अधिपत्याखाली १५,००० घोडेस्वारांचे सुसज्ज आणि कसलेले सैन्य विजापूरच्या इतर ठिकाणच्या सैन्याचे पारिपत्य करण्यासाठी आणि पश्चिमेकडील कल्याणी व दक्षिणेकडे कुलबर्गा इथवरचा विजापूरचा मुलूख उध्वस्त करण्यासाठी पाठविले. मोगलांच्या ह्या फौजेची १२ एप्रिलला शत्रूशी गाठ पडली. विजापुराचे सैन्य सुमारे २०,००० पर्यंत होते. खान महंमद, अफजलखान आणि रणदुल्लाखान आणि रैहान यांचे मुलगे यांच्यासारख्या सुप्रसिध्द सेनापतींच्या अधिपत्याखाली विजापूरच्या फौजेने हल्ले करण्यास प्रारंभ केला. महाबतखान हा एक कुशल सेनापती होता. शत्रूकडून चोहोबाजूंनी होणाऱ्या हल्ल्यांना तोंड देण्यासाठी त्याने आपले सैन्य चांगले हुकमतीत ठेवले होते. अखेर महाबतखानाच्या जोरदार हल्ल्यामुळे विजापूरी फौजांचा टिकाव लागला नाही व त्यांनी तेथून पळ काढला.

बिदरपासून पश्चिमेला ४० मैलांवर तुळजापूर ते गोवळकोंडा या जुन्या रस्त्यावर कल्याणी हे शहर वसले आहे. हे शहर चालुक्य राजांची व कर्नाटक प्रदेशाची प्राचीन राजधानी होती. २७ एप्रिल रोजी औरंगजेब आवश्यक ती सामग्री घेऊन कल्याणीच्या रोखाने निघाला व एक आठवड्याच्या आत तेथे पोहोचला. त्याने त्या गावाला ताबडतोब वेढा घातला. गावातील फौजेने रात्रंदिवस तटावरून तोफांचा भडिमार केला. मीर जुमलाच्या खंदकावर त्यांनी जोरदार हल्ले चढविले. परंतु काही उपयोग झाला

नाही. एकदा महाबतखान स्वत: कल्याणीच्या उत्तर पूर्वेस दहा मैलांवर शत्रूच्या कोंडीत सापडला होता. तेथे बराच काळ भीषण लढाई झाली. लढाईचा सगळा भार राजपुतांवर येऊन पडला. खान महंमदच्या घोडेस्वारांनी राव छत्रसाल व त्याच्या हाडा लढवय्यांनी उभारलेल्या अभेद्य फळीवर पुन्हा पुन्हा जोरदार हल्ले चढविले पण ते सारे व्यर्थ गेले. विजापूरच्या बहलोलखानाच्या मुलांनी राजा रामसिंग सिसोदिया याजवर हल्ला चढविला. त्यात तो जखमी होऊन त्या धुमश्चक्रीत घोड्यावरून खाली कोसळला. नेमकी त्याचवेळी कुमक येऊन पोहोचली. महाबतखानाने केलेल्या जोरदार हल्ल्याने शत्रूची फळी फुटली व ते तिथून पळून गेले.

औरंगजेब किल्ल्याभोवती वेढा आवळण्याचा जारीचा प्रयत्न करीत असतानाच त्याच्या छावणीपासून केवळ ४ मैलांवर विजापूरकरांची ३०,००० फौज येऊन ठेपली. २८ मे ला औरंगजेबाने गडाभोवती मामुली सैन्य ठेवून मुख्य फौजांसह शत्रूशी मुकाबला करण्याकरिता कूच केले. उभयपक्षाकडील सर्व दळे एकमेकाशी येऊन भिडली. ही तुंबळ लढाई सहा तास चालली होती. दक्षिणी फौजांनी धावपळीचे युद्ध चालू ठेवले. लागोपाठ चार वेळा मोगलांनी त्यांच्या सैन्याची फळी फोडून त्यांना इतस्तत: पिटाळून लावले. परंतु त्यांनी पुन्हा पुन्हा एकत्र येऊन आगेकूच करणाऱ्या मोगली फौजांचा प्रतिकार केला. अखेरीस हातघाईच्या लढाईत उत्तरेकडील शस्त्रसज्ज व ताकदवान घोडेस्वारांनी पुन्हा पुन्हा केलेल्या जोरदार हल्ल्यापुढे विजापूरी फौज हतबल झाली. मोगल फौजांनी दोन्हीही बाजूंनी त्यांच्यावर हल्ले करून त्यांना अखेरचे पिटाळून लावले. त्यांच्या छावणीपर्यंत त्यांचा सर्व बाजूंनी पाठलाग केला. कित्येकजणांची कत्तल केली तर कित्येकांना पकडून नेले. विजापूरच्या लष्करी छावणीत त्यांना अमाप युद्धसामग्री मिळाली. शस्त्रास्त्रे, गुलाम स्त्रिया, घोडे, ओझीवाहू जनावरे आणि सर्व प्रकारची संपत्ती, सारे काही मोगलांनी लुटून नेले. किल्ल्याभोवतालचा वेढा जेवढा अधिक बळकट करण्यात आला, तेवढाच ॲबिसिनियन दिलावरने केलेला प्रतिकारही प्रखर आणि तितकाच शौर्यपूर्ण होता. मोगलांना तोंड देण्यासाठी विजापूरी फौजा पुन्हा एकदा एकत्र आल्या. तेव्हा २२ जुलै रोजी औरंगजेबाने त्यांचा पाडाव करण्यासाठी आपला मोठा मुलगा व मीर जुमला याच्या हाताखाली फौजेची एक मोठी तुकडी पाठविली. ही फौज ४८ मैलांपर्यंत पुढे गेली व तिने विजापूरच्या सैन्यावर हल्ला करून त्यांची व्यूहरचना मोडून काढली आणि चार मैलांपर्यंत त्यांचा पाठलाग केला. मग ही विजयी फौज खेड्यापाड्यांचा विध्वंस करीत कुलबर्ग्यापर्यंत पोहोचली.

२९ जुलै रोजी मोगली सैन्य कल्याणीतील खंदकाच्या दुसऱ्या बाजूकडील उंच बुरुजावर चढून गेले. येथील लढाई अतिशय अटीतटीची झाली. परंतु आक्रमकांनी

किल्ल्यात घुसून काही मोक्याच्या जागा बळकावल्या. १ ऑगस्ट रोजी दिलावरने गडाच्या किल्ल्या मोगलांच्या स्वाधीन केल्या. त्याबद्दल दिलावरचा सन्मान करून त्याला विजापूरला परत जाण्याची परवानगी दिली.

कल्याणीचा पाडाव झाल्यानंतर विजापूरच्या बादशहाने लढाई थांबवण्यासाठी वाटाघाटी सुरू केल्या. विजापूरच्या दरबारातील मुत्सद्यांनी दिल्ली दरबारशी संपर्क साधून दारामार्फत बादशहाकडे रदबदली करण्याचे काम साधले. आदिलशहाने मोगलांना बिदर, कल्याणी आणि परेंडा हे किल्ले व त्याभोवतालचा प्रदेश आणि एक कोट रुपये युद्ध-खंडणी द्यावी असा उभयपक्षी करार झाला. वरील अटी घालून औरंगजेबाने तह करावा आणि आपले सैन्य घेऊन बिदरला परत जावे असा शहाजहानने हुकूम दिला. माळव्यातून व उत्तर हिंदुस्थानातून औरंगजेबाच्या मदतीला जी कुमक पाठविण्यात आली होती, ती आपापल्या ठिकाणी परत बोलावली गेली. अशा रीतीने ऐन विजयाच्या क्षणीच औरंगजेबाला पायबंद घालण्यात आला. शहाजहानने लढाई थांबविण्याचा हुकूम दिला, त्यावेळी विजापूरच्या त्या विशाल साम्राज्याचा केवळ उत्तरेकडील थोडासाच प्रदेश औरंगजेबाने जिंकला होता. दिल्ली दरबारच्या ह्या अडथळ्यामुळे औरंगजेबाची सत्ता दुर्बळ होऊन त्याचा फायदा विजापूरच्या लोकांना मिळाला. त्यांनी परेंडा हा किल्ला मोगलांच्या स्वाधीन करण्यास विलंब लावला व अखेरीस देण्याचेच नाकारले.

मोगलांच्या दक्षिणेकडील राजकारणात दुर्दैवाची आणखी एक भर पडली. ती म्हणजे ६ सप्टेंबरला शहाजहान आजारी पडला आणि त्याच्या मृत्यूच्या अफवा सर्व मोगल साम्राज्यात पसरल्या. औरंगजेब चिंताग्रस्त झाला. परस्परविरोधी योजनांनी त्याचा चित्तविक्षेप झाला आणि अशा मन:स्थितीतच ४ ऑक्टोबर १६५७ रोजी कल्याणी येथून तो माघारी येण्यास निघाला.

प्रकरण तिसरे

शहाजहानचा शेवटचा आजार आणि त्याच्या मुलांच्या बंडाळ्या

१. शहाजहानचा वडील मुलगा दारा शुकोह

७ मार्च १६५७ रोजी शहाजहानच्या कारकीर्दीला तीन दशके पूर्ण झाली आणि त्याने आपल्या कारकीर्दीच्या ३१व्या वर्षात प्रवेश केला. शहाजहानच्या राजवैभवाची कमान पूर्वीप्रमाणेच अजूनही कायम होती. शहाजहानच्या कारकीर्दीतील 'हिंदुस्थानचे वैभव' पाहून परकीयांचे डोळे दिपून जात. मोठमोठ्या समारंभाच्या प्रसंगी मयूर सिंहासन, कोहिनूर आणि इतर जडजवाहिर पाहून बुखारा व पर्शिया, तुर्कस्तान व अरबस्तान या देशातील वकील आणि फ्रान्स व इटाली ह्या देशातील प्रवासी आश्चर्यचकित होत. शहाजहानला मोठमोठ्या शुभ्र संगमरवरी पाषाणाच्या इमारती बांधण्याची हौस होती. ह्या इमारती अमाप पैसा खर्च करून बांधलेल्या होत्या. परंतु त्यातील कलाकुसरीचा दर्जासुद्धा अतिशय उच्च होता. संपत्ती आणि वैभव याबाबतीत शहाजहानच्या दरबारातील सरदारांनी इतर प्रांताच्या राजेरजवाड्यांवरसुद्धा मात केली होती. मागील कोणत्याही राजवटीत नसेल इतक्या दूरवर शहाजहानच्या 'संरक्षित साम्राज्याचा' विस्तार झाला होता. देशात सर्वत्र खऱ्या अर्थाने शांतता नांदत होती. शेतकरी वर्गाची व शेतीची विशेष निगा राखली जात होती. प्रजेच्या तक्रारीवरून अनेक वेळा निर्दय व जुलमी सुभेदारांना नोकरीवरून बडतर्फ करण्यात येत होते. एकूण सर्वच क्षेत्रात संपत्तीचा व भरभराटीचा पूर आलेला होता. दयाळू तितकाच चतुर असलेल्या शहाजहान बादशहाने आपल्याभोवती अत्यंत कर्तबगार अशा अधिकाऱ्यांचा एक ताफाच निर्माण केला होता. त्याचा दरबार म्हणजे या देशातील विद्वत्तेचे आणि बुद्धिमत्तेचे केंद्रच बनले होते. परंतु लवकरच ज्यांनी ह्या साम्राज्याच्या समृद्धीसंवर्धनाला हातभार लावला असे थोर मंत्री आणि सेनापती यांच्यावर निष्ठुर काळाने झडप घालण्याला प्रारंभ केला. अफाट कर्तृत्वाची जुनी माणसे एकामागून एक काळाच्या पडद्याआड जाऊ लागल्याने त्यांच्याजागी कोणाला नेमावे, असा प्रश्न शहाजहानसमोर उभा राहिला कारण शहाजहानच्या भोवती जी नवीन तरुण माणसे होती, त्यांमधून तेवढीच समर्थ माणसे मिळणे कठीण होते. शहाजहानच्या वयाला नुकतीच ६७ वर्षे पूर्ण झाली होती (२४ जानेवारी १६५७). त्याच्यानंतर काय होईल, हा एक प्रश्नच होता.

शहाजहानला चार मुले होती. ह्या चारही मुलांनी तारुण्याचा उंबरठा ओलांडला होता. निरनिराळ्या प्रांतांचे सुभेदार आणि सैन्याचे सेनापती ह्या नात्याने त्यांना राज्यकारभाराचा भरपूर अनुभव होता. परंतु ह्या मुलांमध्ये बंधुप्रेम अजिबात नव्हते. विशेषत: दारा व औरंगजेब ह्यांच्यात प्रारंभापासूनच वितुष्ट होते आणि गेल्या कित्येक वर्षांपासून ते वाढतच गेले. त्यांच्यातील वितुष्ट हा मोगल साम्राज्यात एक सर्वांच्याच चर्चेचा विषय झाला होता. औरंगजेबाला दरबारापासून आणि वडील भावापासून सतत दूर ठेवूनच त्या दोघांतील वैमनस्याला आळा घालता आला यावरून त्या दोघांतील संबंधाची आपल्याला कल्पना येऊ शकेल. एकाच आईच्या पोटी जन्मलेल्या ह्या चार मुलांपैकी सर्वांत वडील मुलगा जो दारा शुकोह, ह्याला आपल्यानंतर गादी मिळावी अशी इच्छा शहाजहानने वारंवार सूचित केली होती. दाराला राज्यकारभाराचे नीट शिक्षण मिळावे म्हणून आणि आपल्यानंतर सत्तांतर सुलभपणे व्हावे म्हणून शहाजहानने दाराला गेली अनेक वर्षे आपल्याजवळच ठेवून घेतले होते आणि त्याने आपली सुभेदारी दिल्लीवरूनच आपल्या दुय्यम अधिकाऱ्यांमार्फत चालवावी अशी त्याला बादशहाने परवानगीही दिलेली होती. ह्याचबरोबर शहाजहानने दारास निरनिराळ्या वेळी किताबती व विशेष हक्क बहाल करून त्याला जवळजवळ बादशाही दर्जा दिलेला होता. त्यामुळेच कोणालाही बादशहाला भेटण्यापूर्वी दाराला मध्यस्थीसाठी लाचलुचपत द्यावी लागे किंवा त्याचे पाय धरावे लागत.

दाराने ह्यावेळी नुकतीच बेचाळिशी ओलांडली होती. त्याचा स्वभाव बराचसा आपल्या आजोबांसारखा म्हणजे अकबरासारखा होता. सर्वेश्वरवादी (Panthestic) तत्त्वज्ञानाच्या तीव्र जिज्ञासेपोटी त्याने टॅलमुड (Talmud) आणि नवा करार त्यांचा अभ्यास केला, त्याच प्रमाणे त्याने सुफी पंथीयांचे लिखाण आणि हिंदू वेदान्त यांचे सुद्धा सखोल अध्ययन केले. वास्तविक सर्व धर्मांमध्ये जी वैश्विक सत्ये सांगितली आहेत, त्यांचा अभ्यास करून हिंदू आणि मुसलमान धर्मात कोणत्या बाबतीत समन्वय साधता येईल हे जाणून घेणे हा त्याचा उद्देश होता.

धर्मवेडे लोक आपल्या फाजील उत्साहाच्या भरात खरीखुरी सत्ये विसरून बाह्य निष्ठांचेच अवडंबर अधिक माजवतात असे त्याला आढळून आले होते व म्हणून शाश्वत मूल्ये शोधून हिंदू-मुसलमान धर्मात खऱ्या अर्थाने समन्वय साधण्याचा त्याचा हा प्रयत्न चालला होता. हिंदू योगी लालदास आणि मुस्लिम फकीर सरमद (Surmad) दोघांच्या पायापाशीच बसून त्याने एखाद्या जागरूक शिष्याप्रमाणे आपल्या नवीन तत्त्वज्ञानाचे धडे घेतले होते. परंतु त्याने मुसलमान धर्माचा त्यागही केलेला नव्हता. मुसलमान संतपुरुषांची चरित्रे त्याने लिहून काढली. मिया मीर नावाच्या मुसलमान

संतपुरुषाचे शिष्यत्व पत्करले व असे शिष्यत्व कोणत्याही 'काफीराला' मिळणे अशक्यच होते. दारा शुकोह मुसलमान नसता तर त्याला मिया मीर याचे शिष्यत्व मिळालेच नसते. जहानआरासुद्धा दारा हा आपला आध्यात्मिक गुरू होता असे मोठ्या आदराने लिहिताना दिसते. दाराने आपल्या ईश्वरशास्त्रीय ग्रंथाची वाचकांना जी ओळख करुन दिली आहे, तिच्यावरून त्याने मुसलमान धर्मातील मूलभूत तत्त्वांचा कोठेही त्याग केला असे दिसून येत नाही. इस्लाम धर्मातील एक प्रमुख शाखा म्हणजे सुफी पंथ. निरनिराळ्या धर्मातील विचारप्रवाह सुफी पंथाने कसे आत्मसात केले आहेत, याचे दिग्दर्शन दाराने फक्त आपल्या धर्मग्रंथात केले. परंतु हिंदू तत्त्वज्ञानाच्या आस्थेमुळे, दाराला इच्छा असूनही सनातनवादी अशा केवळ इस्लाम धर्माचा पुरस्कार करणे शक्य झाले नाही किंवा इस्लामेतर लोकांविरुद्ध पवित्र युद्ध पुकारण्याकरता सर्व मुसलमानांनी एकत्र यावे याकरता हाक देणेही त्याला जमले नाही.

वडिलांच्या अतीव प्रेमामुळे सुद्धा दाराचे नुकसान झाले. त्याला सतत दरबारातच राहावे लागले व कंदाहारवरील तिसऱ्या स्वारीचा अपवाद सोडल्यास त्याला कोणत्याही मोहिमेवर पाठविण्यात आले नाही किंवा कोणत्याही सुभ्याचा कारभार त्याजकडे सोपवण्यात आला नाही. ह्यामुळे दारा शुकोहला कोणत्याही लढाईच्या डावपेचांचा अनुभव किंवा राज्यकारभाराचा प्रत्यक्ष अनुभव मिळू शकला नाही. भोवतालच्या माणसांची खरी परीक्षा अडचणीच्या आणि संकटाच्या वेळी कशी होते, हे त्याला कधीच शिकायला मिळाले नाही आणि सैन्याशी त्याचा प्रत्यक्ष संपर्क राहिला नाही. यामुळेच दारा शुकोह वारसायुद्ध लढण्याकरिता अयोग्य ठरला. 'जो सर्वांत लायक असेल तोच टिकेल' हा न्याय सिद्ध करण्यासाठी मोगलकालीन वारसायुद्ध ही एक उत्तम परीक्षा होती. त्याच्या हाती जी अमर्याद सत्ता आणि संपत्ती आलेली होती, त्यामुळे नेमस्तपणा, दूरदृष्टी आणि संयम ह्या गुणांचा त्याच्यात विकास होणे कठीणच होते. उलट सर्व दिशांनी होणाऱ्या स्तुतीच्या अतिरेकी वर्षावामुळे दिल्लीच्या तख्ताचा वारस म्हणून त्याच्या खोट्या अभिमानाला आणि गर्विष्ठपणाला चांगलेच खतपाणी मिळाले. थोडक्यात सांगावयाचे म्हणजे दाराला माणसांची नीट पारख नव्हती. कर्तबगार आणि स्वाभिमानी लोकांनी अशा पोकळ आणि विवेकशून्य माणसांपासून चार हात दूरच राहिले पाहिजे. दारा शुकोह हा प्रेमळ नवरा, वत्सल पिता आणि आज्ञाधारक पुत्र निश्चितच असेल परंतु संकटाच्या प्रसंगी राजा म्हणून तो अपयशी ठरला यात शंका नाही. दीर्घकालीन सुखसमृद्धीमुळे दारा शुकोहच्या एकूण चारित्र्यावर, पराक्रमशीलतेवर मोठा विपरीत परिणाम घडून आला. त्याला कोणतीही योजना चातुर्याने तयार करणे, ती धाडसाने अमलात आणणे आणि सातत्याने तिचा पाठपुरावा करणे अशक्य होऊन

बसले किंवा निकडीच्या वेळी शिकस्तीचे प्रयत्न करून किंवा पराभवाच्या जबड्यातून वीरोचित जिद्दीने विजयश्री खेचून आणणे हे सुद्धा त्याला कधी जमले नाही. एखाद्या लढाईच्या प्रसंगी लष्कराची योजनाबद्ध रचना करणे किंवा डावपेच लढवणे हे तर त्याच्या ताकदीबाहेरचेच काम होते.

प्रत्यक्ष रणांगणावर लढाईच्या बदलत्या परिस्थितीत खऱ्याखुऱ्या सेनापतीप्रमाणे, चित्त विचलित होऊ न देता विवेकाने मार्गदर्शन कसे करावे, याचे शिक्षण तर त्याने कधीच घेतले नव्हते. युद्धकलेत नवख्या असलेल्या दाराची गाठ आता वारसा-युद्धात औरंगजेबासारख्या निष्णात आणि कसलेल्या सेनापतीशी पडणार होती.

२. इ.स.१६५७ मधील शहाजहानचे आजारपण आणि साम्राज्यात निर्माण झालेली अव्यवस्था

६ सप्टेंबर रोजी एकाएकी शहाजहान अश्मरी आणि बद्धकोष्ठ यांमुळे दिल्लीला आजारी पडला. एक आठवडाभर शाही हकिमांनी उपचारांची शर्थ केली. परंतु रोग वाढतच गेला. दररोजचा दरबार भरणे थांबले. बादशहा रोज सज्जात उभे राहून प्रजेला दर्शन देत असे; तेही आता थांबविण्यात आले. एका आठवड्यानंतर शेवटी रोग शाही-हकिमांच्या आटोक्यात आला पण बादशहाच्या प्रकृतीत फारच थोडा उतार पडला आणि म्हणून त्याने, आग्र्याला जाण्याचा निर्णय घेतला. तेथे आपल्या प्रिय पत्नीच्या कबरीकडे पाहत पाहत शांतपणे देह ठेवावा अशी त्याची इच्छा होती. २६ ऑक्टोबर रोजी त्याने आग्रा शहरात प्रवेश केला.

शहाजहानच्या आजारपणात दारा बादशहाच्या बिछान्याशेजारी सतत बसून होता. त्याने त्याची अत्यंत काळजीपूर्वक शुश्रुषा केली. दिल्लीची सत्ता स्वत:ला मिळावी म्हणून असंभवपणे त्याने कोणत्याही प्रकारची घाई केली नाही. या आजारपणातून दुरुस्त होण्याची कोणतीही चिन्हे दिसेनात तेव्हा शहाजहाननेही या जगाचा कायमचा निरोप घेण्याची आपल्या मनाची सर्व तयारी केली. त्याने आपल्या विश्वासातील काही सरदारांना आणि काही प्रमुख अधिकाऱ्यांना समोर बोलावून त्यांच्या उपस्थितीत आपले मृत्युपत्र तयार केले आणि यापुढे दाराला आपला बादशहा मानून त्याच्या हुकमांचे पालन करावे असा आदेश दिला. तथापि, दाराने स्वत: तख्तनशीन न होता स्वत:ची बाजू बळकट करण्याच्या प्रयत्नात शहाजहानच्याच नावाने आदेश जारी करणे चालू ठेवले आणि सप्टेंबर महिन्याच्या शेवटी त्याने औरंगजेबाच्या विश्वासातील व त्याचा पक्षपाती मीर जुमला याला वझीरपदावरून दूर केले. त्याच बरोबर मीर जुमला, महाबतखान आणि इतर पातशाही सरदारांना दक्षिणेतून आपापल्या सैन्यानिशी दरबारात येऊन हजर होण्याचे आदेश त्याने पाठविले.

नोव्हेंबर महिन्याच्या मध्यापर्यंत शहाजहानची तब्येत बरीच सुधारली आणि आतापर्यंत तब्येतीच्या कारणावरुन राज्यात घडणाऱ्या ज्या महत्त्वाच्या घटना त्याला सांगितल्या जात नसत, त्याही आता त्याला सांगितल्या जाऊ लागल्या. ह्यांपैकी एक बातमी म्हणजे शुजाने स्वत:ला राज्याभिषेक करून घेतला व तो बंगालमधून दिल्लीचा रोखाने चालून येतो आहे ही होती. म्हणून शहाजहानच्याच संमतीने सुलेमान शुकोह (दाराचा सर्वांत वडील मुलगा) आणि मिर्झा राजे जयसिंग ह्यांच्या नेतृत्वाखाली २२,००० सामर्थ्यशाली सैन्य शुजाच्या विरुद्ध पाठविण्यात आले (३० नोव्हेंबर). ह्यानंतर लगेच गुजराथमधूनसुद्धा एक भयसूचक बातमी आली. तिकडे ५ डिसेंबरला मुरादने स्वत:ला राज्याभिषेक करून घेतला आणि औरंगजेबाशी त्याने हातमिळवणी केली. ह्या बातमीने दिल्ली दरबार हादरून गेला. म्हणून ह्या महिन्याच्या शेवटी दोन दिशांनी शाही सैन्याची रवानगी करण्यात आली. एका तुकडीने आग्र्यामार्गे माळव्यात जावे व औरंगजेबाचा मार्ग रोखावा व दुसऱ्या तुकडीने गुजराथेत शिरून मुरादचा पराभव करून त्याला गुजराथेतून हाकलून लावावे अशी एकूण योजना होती. पहिल्या सैन्याचे नेतृत्व (मारवाडच्या) महाराजा जसवंतसिंगाकडे देण्यात आले. महाराजा जसवंतसिंगची नेमणूक नुकतीच माळव्याचा राज्यपाल म्हणून करण्यात आली व तेथे काम करीत असणाऱ्या शाहिस्तेखानाला दरबारात बोलावून घेण्यात आले. शाही सैन्याच्या दुसऱ्या तुकडीचे नेतृत्व करण्यासाठी कासीमखानाला प्रवृत्त करण्यात आले व याकरिता त्याला गुजराथचा राज्यपाल म्हणून नेमण्यात आले. ह्या सेनापतींना दक्षिणेत पाठवताना, त्यांनी आपल्या ह्या दोन मुलांना शक्यतोवर उपदेशपर दोन शब्द सांगून त्यांना आपल्या प्रांतात परत पाठवावे, त्यांनी नच ऐकले तर नुसत्या सामर्थ्याचे प्रदर्शन करून त्यांना पळवून लावावे आणि अगदी आवश्यक असेल तरच त्यांनी निर्वाणीची लढाई करावी परंतु त्या लढाईत सुद्धा ह्या राजपुत्रांना ठार मारू नये अशा सूचना शहाजहानने त्यांना दिल्या होत्या.

शहाजहानच्या आजारपणात दाराने प्रथमत: आपले अगदी विश्वासातले एक दोन मंत्री सोडले तर इतर कोणालाही बादशहाची भेट घेऊ दिली नाही. त्याचप्रमाणे त्याने तर उताराच्या ठिकाणावर कडक निगराणी ठेवून बंगाल, गुजराथ आणि दक्षिण हिंदुस्थान येथील आपल्या भावांकडे जाणारा संपूर्ण पत्रव्यवहार बंद केला. जासूद पाठवणे त्याने थांबविले आणि त्यांच्या वकिलांनी दिल्लीच्या कोणत्याही वार्ता आपल्या मालकाकडे पाठवू नयेत म्हणून त्यांना शाही दरबारात निगराणीखाली ठेवले. परंतु दाराने हे जे सावधगिरीचे उपाये योजले त्यांचा परिणाम उलटाच झाला. हा पत्रव्यवहार एकाएकी बंद झाल्याने दूरच्या प्रांतात असणाऱ्या राजपुत्रांची आणि लोकांची अशी समजूत होती

की, शहाजहानचा मृत्यू झाल्यानेच हा पत्रव्यवहार बंद करण्यात आलेला आहे आणि त्यामुळे मोगल सल्तनतीच्या वारसाच्या प्रश्नावरून मोठ्या प्रमाणावर गोंधळ, अव्यवस्था निर्माण झाली. सर्वत्र बेबंदशाही माजली; दंग्याधोप्यांना ऊत आला; शेतकऱ्यांनी शेतसारा भरण्याचा नकार दिला, जमीनदारांनी ह्या गोंधळाच्या परिस्थितीचा फायदा घेऊन आपल्या प्रतिस्पर्ध्यांची लूटमार करण्याचा व त्यांच्यावर मात करण्याचा प्रयत्न केला. साम्राज्याच्या सीमेवर लहानसहान आक्रमणांना प्रारंभ झाला. ह्या अनिश्चिततेच्या वातावरणामुळे आणि भविष्यकाळात काय घडणार, ह्या काळजीमुळे स्थानिक अधिकारी दिङमूढ झाले आणि राज्यातील कित्येक ठिकाणी एकाएकी शांतता आणि सुव्यवस्था यांचा मागमूस सुद्धा उरला नाही.

वास्तविक शहाजहानने आपल्या सर्व मुलांना स्वत:च्या हस्ताक्षरात सही शिक्क्यानिशी पत्रे पाठवून आता आपली तब्येत बरीच सुधारली आहे असे कळवले होते. परंतु त्या पत्रांवर एकाही राजपुत्राचा विश्वास बसला नाही. त्यांना शहाजहानच्या हस्ताक्षराची नक्कल करण्यात पटाईत असलेल्या दारानेच ही पत्रे लिहिली असावीत असे ठामपणे वाटत होते आणि दिल्लीचे तख्त बळकविल्यामुळे बादशाही शिक्का त्याच्याच ताब्यात असावा याबाबतही त्यांची खात्री होती. म्हणून त्या तीनही लहान भावांनी, बादशहाला पत्रे पाठवून मोठ्या साळसूदपणे पण ठासून कळविले की, बादशहाबाबतच्या निरनिराळ्या अफवा मोठ्या प्रमाणात उठल्यामुळे आपली मने काळजीग्रस्त झालेली आहेत व बादशहाला प्रत्यक्ष आपल्या डोळ्यांनी पाहिल्याशिवाय आपले समाधान होणार नाही आणि त्याकरिताच आपण आग्र्याला येण्याकरिता निघत असून खरी परिस्थिती काय आहे, याबद्दल स्वत:ची खात्री करून घेणार आहोत.

३. मुरादबक्ष याने गुजराथमध्ये राज्याभिषेक करून घेतला

सगळ्या राजघराण्यात शहाजहानचा सर्वांत लहान मुलगा मुहंमद मुरादबक्ष हा एक नंबरचा पाजी होता. त्याला बल्ख, दक्षिण भारत, गुजराथ इत्यादी सर्व प्रदेशांत सुभेदार म्हणून पाठविण्यात आले परंतु तो सर्वत्र अपेशी ठरला. मूर्ख, सुखलोलूप आणि उतावळ्या वृत्तीच्या ह्या राजपुत्राचे वर्तन वाढत्या वयाबरोबर अजिबात सुधारले नाही. कोणतेही काम मन लावून करावे किंवा आपल्या भावनांना आवर घालावा ह्या गोष्टी तो शिकलाच नव्हता. याहीपेक्षा वाईट गोष्ट म्हणजे, त्याला कर्तबगार माणसांची अजिबात पारख नव्हती. परंतु त्याच्या ठिकाणी शूर सैनिकाचा बेदरकारपणा मात्र भरपूर होता. एकदा का तो लढाईत उभा राहिला की तैमूरच्या लष्करी बाण्याचे रक्त त्याच्यात सळसळू लागे, त्याचे बाहू स्फुरण पावू लागत व सर्व शक्तिनिशी तो आपल्या शत्रूवर तुटून पडे आणि सभोवताली रणकंदन चालू असताना त्या कत्तलीपासून मिळणाऱ्या

अघोरी आनंदाव्यतिरिक्त दुसरी कुठलीही भावना त्याच्या मनाला स्पर्श करीत नसेल. परंतु त्याच्या ठिकाणी सेनापतीच्या गुणांचा जो अभाव होता, त्याची भरपाई करण्याच्या दृष्टीने त्याचे वैयक्तिक शौर्य कुचकामी ठरले होते.

मुरादची ही दुर्बलता लक्षात घेऊनच शहाजहानने मुरादकडे त्याचा महसूलमंत्री व मुख्य सल्लागार म्हणून अली नकवी (Naqvi) नावाचा अतिशय कर्तबगार आणि प्रामाणिक अधिकारी पाठवून मुरादच्या कमकुवतपणावर पांघरूण घालण्याचा प्रयत्न केला. अली नकवीच्या स्वच्छ आणि दक्ष राज्यकारभारामुळे त्याला मुरादच्या दरबारात अनेक शत्रू निर्माण झाले. मुरादच्या स्तुतीपाठकांना आणि खुशामतखोरांना अली नकवीची दरबारातील उपस्थिती खुपू लागली. याचा परिणाम म्हणून मुरादच्या मर्जीतील एका सरदाराने ह्या नावडत्या मंत्र्याविरुद्ध लगेच एक कटकारस्थान रचले. अली नकवीच्या हस्ताक्षरात आणि त्याच्या सही शिक्क्यानिशी एक बनावट पत्र तयार करण्यात आले. त्यात दारा शुकोहच्या लष्करी हालचालीबाबत निष्ठा व्यक्त केली होती. हे बनावट पत्र एका हस्तकाकडे देण्यात आले. त्याने पत्र कोणी लिहिले हे न सांगता मुरादच्या पहारेकऱ्यांकडून स्वत:ला पकडवून घेण्याचा कट रचला. ह्यावेळी मुराद आपल्या बगीच्यात विलासात मग्न होता. पहाटे पहाटे अली नकवीचे हे पकडलेले बनावट पत्र त्याच्या हाती पडले. रतिविलासात दंग राहिल्यामुळे मुराद रात्रभर झोपलेला नव्हता. त्यामुळे अली नकवीचे हे पत्र पाहताच त्याच्या रागाला पारावर राहिला नाही. त्याने ताबडतोब अली नकवीला जेरबंद करून आपल्या समोर हजर करावे असा हुकूम सोडला. अली नकवी हजर होताच रागाने बेभान होऊन ‘हरामखोरा तुझ्यावर एवढी मेहरबानी केली असतानासुद्धा तू असा विश्वासघातकी निघालास !’ असे ओरडत मुरादने आपली तलवार अलीच्या छातीत खुपसली.

मुरादने ह्यावेळी आपल्या सैन्यात मोठ्या प्रमाणात नवीन भरती चालविली होती आणि त्याकरिता त्याला पैशाची अतिशय गरज होती. ह्याकरिता मुरादने शहाबाजखान नावाच्या एका सरदाराला ६००० सैन्यासह सुरतेचे श्रीमंत बंदर लुटण्याकरिता मोठ्या तयारीनिशी पाठविले. तटबंदी नसलेले सुरत शहर थोड्याच अवधीत शहाबाजखानाने ताब्यात घेतले व यथेच्छ लूट केली. सुरुंग लावण्यात तरबेज असलेल्या काही डच तंत्रज्ञांची मदत घेऊन शहाबाजखानाने सुरतेच्या किल्ल्याखाली काही सुरंग पेरले व त्यांपैकी एका सुरुंगाचा स्फोट करून त्याने सुरतेच्या किल्लेदाराला शरण येण्याला भाग पाडले (२० डिसेंबर). मुरादला अशा रीतीने सुरतेच्या सर्व तोफा व संपत्ती प्राप्त झाली. ह्याशिवाय शहाबाजखानाने सुरतेच्या दोन श्रीमंत व्यापाऱ्यांकडून पाच लाखाचे कर्ज जबरदस्तीने मिळविले.

मध्यंतरीच्या काळात ज्यावेळी शहाजहानच्या गंभीर आजारपणाची वार्ता येऊन पोहोचली, त्यावेळी मुराद आणि औरंगजेब यांनी आपल्या विश्वासू सेवकांमार्फत एकमेकांशी गुप्त पत्रव्यवहार करण्यास सुरुवात केली. ह्याचवेळी त्यांनी शुजाला पत्र लिहून दाराविरुद्ध त्याने आपल्याला सहकार्य द्यावे अशी विनंती केली. परंतु शुजा लांब अंतरावर असल्याने त्यांच्यात कोणताही निश्चित किंवा कामचलाऊ करार होऊ शकला नाही. मुराद आणि औरंगजेब यांच्यात मात्र दोघांनी मिळून एक– विचाराने कारवाई करण्याची एक योजना लवकरच सिद्ध झाली. अगदी प्रारंभीपासूनच मुरादने औरंगजेबाचे मार्गदर्शन मान्य केले. परंतु मुराद मोठा उतावळ्या स्वभावाचा होता. सुरतच्या स्वारीत त्याला यश लाभल्यानंतर त्याने जाहीरपणे बादशहा म्हणून स्वत:ला राज्याभिषेक करून घेतला व 'मारुवाजउद्दीन' (Maruwwaj-ud-din) अशी पदवी धारण केली (५ डिसेंबर). ह्या कालखंडातील शेकडो पत्रातून मुरादच्या कोपिष्ट, उतावळ्या आणि अपरिपक्व स्वभावाचे दर्शन होते तर औरंगजेब हा अतिशय थंड, हिशेबी आणि सावध असा दिसून येतो.

दाराला आपली सत्ता दृढमूल करण्याची आणि राज्यात निरनिराळ्या ठिकाणी विखुरलेल्या शाही सैन्यातील निरनिराळ्या महत्त्वाच्या सेनापतींना आपल्या बाजूला वळवून घेण्याची संधी मिळण्यापूर्वी आपण भावांनी ताबडतोब आपल्या सैन्यासह दिल्लीकडे कूच करावे आणि दारावर हल्ला चढवावा असे मुरादने सुचविले. औरंगजेबाने मुरादची ही सूचना मान्य केली नाही. जोपर्यंत शहाजहानचा मृत्यू झाला अशी खात्रीलायक वार्ता येत नाही तोपर्यंत कोणतीही समेटाची कारवाई करू नये, उघड उघड बंडाचा बावटा उभारू नये, परंतु बतावणी करून वरकरणी दाराला मित्रत्वाची पत्रे पाठवावीत अशी औरंगजेबाने सूचना केली. ह्याचवेळी इराणी आणि उझबेगी लोकांना मोगलांच्या ताब्यात असलेल्या अफगाणिस्तानावर हल्ले करण्याला प्रवृत्त करून दाराचे लक्ष विचलित करावे, अशाही सूचना औरंगजेबाने मुरादला केली. म्हणून मुरादने इराणच्या बादशहाला पत्र लिहून त्याला शहाजहानच्या मृत्यूबाबतच्या अफवा कळविल्या व लष्करी मदतीची विनंती केली. इराणच्या बादशहाने ह्या बातमीची शहानिशा करून घ्यायचे ठरविले.

ह्याचवेळी कुराणची शपथ घेऊन औरंगजेबाने मोगल साम्राज्याची वाटणी करणारा एक करार तयार केला व तो संमतीकरिता मुरादकडे पाठविला.

१.पंजाब, अफगाणिस्तान, काश्मीर आणि सिंध हे प्रांत मुरादकडे राहतील. आणि एक स्वतंत्र राजा म्हणून तो या प्रदेशावर राज्य करील. उरलेल्या राज्यावर औरंगजेबाची मालकी राहील.

२.युद्धात जी लूट प्राप्त होईल, त्यापैकी एक तृतीयांश लुटीवर मुरादचा आणि दोन तृतीयांश लुटीवर औरंगजेबाचा हक्क राहील.*

युद्धाची पूर्ण तयारी झाल्यानंतर मुरादने २५ फेब्रुवारी १६५८ रोजी अहमदाबादहून फौजेसह कूच केले आणि १४ एप्रिल रोजी माळव्यात दिपालपूर ह्या ठिकाणी तो औरंगजेबाच्या सैन्याला येऊन मिळाला.

४. वारसा–युद्धाच्या प्रारंभीच्या औरंगजेबाच्या विवंचना आणि धोरण

४ ऑक्टोबर १६५७ रोजी विजापूरच्या युद्धाहून परतल्यापासून दिल्लीच्या सिंहासनावर हक्क सांगण्याकरिता हिंदुस्थानच्या रोखाने कूच करीपर्यंत म्हणजे २५ जानेवारी १६५८ पर्यंतचा कालखंड औरंगजेबाच्या दृष्टीने फार कष्टाचा आणि चिंतेचा गेला. ह्याच कालखंडात त्याच्या नियंत्रणाबाहेरील अनेक घटना अतिशय त्वरित गतीने घडत गेल्या.

ह्या कालखंडात त्याची स्वत:ची परिस्थिती दिवसेंदिवस असह्य होत गेली आणि भविष्यकाळ सुखावह नसण्याची चिन्हेही त्याचवेळी दिसत होती. परंतु ह्या प्रचंड व गुंतागुंतीच्या अडचणींवरही औरंगजेबाने ज्या प्रकारे मात केली, ते पाहून ह्या सगळ्या कसोटीच्या प्रसंगात औरंगजेबाची धीमी वृत्ती, शहाणपण, माणसे काबूत ठेवण्याचे त्याचे सामर्थ्य आणि मुत्सद्देगिरी हे त्याचे गुण अत्यंत प्रशंसनीय वाटतात.

ह्याचवेळी बादशहाने, शांतता प्रस्थापित करून तह करण्याचा हुकूम दिलेला आहे आणि दक्षिणेत त्याकरता पाठवलेले जास्तीचे सैन्य माघारी बोलाविले आहे ही वार्ता दक्षिणेत येऊन पोहोचली. विजापूरशी औरंगजेबाने जो प्रदीर्घ आणि महागडा लढा मोठ्या चिकाटीने आत्तापर्यंत चालविला होता, त्याचे फळ त्याला आता मिळण्याच्याच बेतात होते, तोच दिल्लीवरून ही कुवार्ता येऊन धडकली आणि हातातोंडाशी आलेला घास जाण्याचा प्रसंग औरंगजेबावर आला म्हणून औरंगजेबाने, विजापूरकरांना नुकत्याच झालेल्या पराभवातून सावरण्याची संधी मिळण्यापूर्वीच किंवा दिल्लीची बादशाही किती दुर्बळ आणि विमनस्क झाली आहे याची त्यांना पूर्ण कल्पना येण्यापूर्वीच विजापूरशी

(***टीप :** तहाच्या ह्या अटी स्पष्टपणे औरंगजेबाच्या स्वत:च्या पत्रात (अदब–इ–अलमगिरी,पृ.७८) दिलेल्या आहेत. त्याचा अधिकारी अकीलखान राझी याने लिहिलेल्या इतिहासात (पृ.२५) आणि ताजकिरात–उस–सलातीन–उस–छगताई या ग्रंथात लिहिलेल्या आढळतात. त्यामुळे काफीर दाराचा पाडाव केल्यानंतर सर्व साम्राज्य आपण मुरादला देऊ व दरविश (हजरतजी) म्हणून आपण मक्केला निघून जाऊ असे औरंगजेबाने वचन दिले होते ही जी बर्नियरने अतिरंजित गोष्ट सांगितली आहे ती आपोआपच खोटी ठरते.)

झालेल्या तहाचा जास्तीत जास्त फायदा करून घेतला पाहिजे असे धाडसी धोरण अमलात आणण्याचे ठरवले.

परंतु विजापूरकडून तहाची नीट अंमलबजावणी करून घेण्याच्या आणि दक्षिणेत लष्करी सामर्थ्याचे प्रदर्शन करण्याच्या ह्या धोरणात काही धोकेही निश्चितच होते. दिल्लीचे सिंहासन आपल्या ताब्यात घेण्याच्या योजना साकार करण्यात, दिल्लीच्या सिंहासनावर आपला हक्क जाहीर करून आणि त्याकरिता दिल्लीकडे मोर्चा वळविण्यात औरंगजेबाला जसजसा विलंब लागत होता, तसतसा दक्षिणेतील लष्करी सेनापतींना उत्तरेत बोलावून घेणे, दूरवर नेमलेल्या तसेच नजीकच्या सरदारांना आपल्या बाजूला वळविणे आणि अशा रीतीने स्वतःचे सामर्थ्य एकवटून औरंगजेबाचे संभाव्य डावपेच उधळून लावणे या गोष्टींना दाराला जास्तीत जास्त सवड आणि संधी मिळत होती. परंतु ह्याउलट औरंगजेबाने आपले सैन्य त्वरित एकत्रित केले असते, सिंहासनावर आपला हक्क जाहीर केला असता आणि उत्तरेकडे कूच करून दिल्ली दरबाराविरुद्ध बंड पुकारण्याकरिता सैन्य भरतीला प्रारंभ केला असता तर त्याला दाराच्या महत्त्वाकांक्षेला ताबडतोब आवर घालता आला असता आणि त्याच्या ह्या कार्यात त्याच्या भोवतालच्या अनेक महत्त्वाकांक्षी सरदारांचे सहकार्यही त्याला मिळू शकले असते. परंतु त्याचबरोबर ह्या उपाययोजनेमुळे औरंगजेबाला परेंडा गमवावे लागले असते किंवा त्याला त्याच्या मोबदल्यात कबूल केलेली खंडणीसुद्धा गमवावी लागली असती. ह्याशिवाय ह्या संधीचा फायदा घेऊन दक्षिणेतल्या त्याच्या शत्रूंनी डोके वर काढले असते व गेली दोन वर्षे दक्षिणेत चालविलेल्या युद्धाचे फळ त्याच्या हातून पूर्णपणे निसटून गेले असते.

'अदब-ई-आलमगिरी' यात ग्रंथित करून ठेवलेल्या औरंगजेबाच्या पत्रांवरून विजापूर राज्याशी त्वरित तडजोड करण्याची आशा दिवसेंदिवस कशी मावळत गेली, विजापूर राज्याने कबूल केलेली खंडणी आणि प्रदेश मिळविण्याकरिता औरंगजेबाने निरनिराळे उपाय कसे योजले, तहाप्रमाणे विजापूरकरांवर घातलेल्या एकाहून एक कठोर अटी त्याला कशा सोडून द्याव्या लागल्या आणि शेवटी विजापूर पासून काहीही फायदा होण्याची शक्यता नाही अशी निराशा होऊन त्यातून औरंगजेबाने दक्षिणेचा नाद अजिबात कसा सोडून दिला आणि शेवटी आपल्या सामर्थ्यानिशी त्याने उत्तर हिंदुस्थानातील आपल्या योजनांकडे सर्व लक्ष आणि सर्व शक्ती कशी केंद्रित केली ह्याचा सर्व वृत्तांत आपल्याला कळून येतो.

४ ऑक्टोबर १६५७ रोजी कल्याणीचा आपला मुक्काम हलवून औरंगजेब पाच दिवसांनंतर बिदरला पोहोचला. ह्या किल्ल्याची डागडुजी करून त्यात भरपूर रसद

आणि दारूगोळ्याची सोय करण्यात आली. त्याच महिन्याच्या १८ तारखेला त्याने पुढे कूच केले आणि ११ नोव्हेंबरला तो औरंगाबादला पोहोचला. औरंगजेबाने बिदर सोडताच दक्षिणेतील राज्यांत आनंदाचा एकच जल्लोष उडाला. मोगलांनी दक्षिणेत जी राज्ये नुकतीच जिंकून घेतली होती, ती त्यांना सांभाळून ठेवणे अशक्य झाले आहे याचीच ती कबुली होती. तहाप्रमाणे परेंडा किल्ल्याचा ताबा आपल्याला मिळावा म्हणून औरंगजेबाने मीर जुमला याला परेंडा जिल्ह्यात पाठविले होते (२८ सप्टेंबर) परंतु मीर जुमला याने शर्थीचे प्रयत्न करूनसुद्धा परेंडा किल्ल्याचा ताबा आणि विजापूरची खंडणी मिळण्याची आशा दिवसेंदिवस मावळत गेली आणि शेवटी गोंधळलेल्या मन:स्थितीत मीर जुमला याला औरंगाबादला परत यावे लागले (१ जानेवारी १६५८).

दक्षिणेतील प्रमुख मोगल सरदार व दारा यांच्यात पत्रव्यवहार होऊ नये म्हणून औरंगजेबाने नर्मदेवरील सर्व तारवे जप्त करण्यासाठी आपल्या सैन्याची एक तुकडी २८ ऑक्टोबरलाच तिकडे पाठविण्याची आवश्यक ती खबरदारी घेतली होती. परंतु यापुढे तो जे कोणते धोरण अमलात आणणार होता ते औरंगजेबाने जाहीर करावे याबद्दल त्याच्या साथीदारांना उत्कंठा लागून राहिली होती. परंतु राजकारणाच्या ह्या अवस्थेत कोणताही निर्णय घेणे अतिशय कठीण आणि धोकादायक ठरणारे होते. दिल्ली दरबारातून येणाऱ्या वार्ता परस्परविरोधी होत्या. शहाजहानची तब्येत खरोखरीच कशी आहे, याची विश्वसनीय वार्ता कळत नव्हती आणि त्यामुळे अनेक आठवड्यांपर्यंत औरंगजेबाची आणि त्याचप्रमाणे त्याच्या अनुयायांची देखील मन:स्थिती मोठी चमत्कारिक झाली होती.

शहाजहान मरण पावला आहे अशी खात्रीलायक बातमी कळल्याशिवाय बंडाचा बावटा उभारावयाचा नाही असे औरंगजेबाने प्रथमपासूनच ठरवून टाकले होते. परंतु त्यानंतर ज्या घटना घडत गेल्या, त्यातून उद्भवलेल्या परिस्थितीमुळे नाइलाजाने त्याला कारवाई करावीच लागली. दक्षिणेसंबंधी दाराची काय योजना आहे, तेही आता स्पष्ट होऊ लागले. असहाय्य झालेल्या शहाजहानला त्याने मुरादची गुजराथची सुभेदारी काढून घेण्याला प्रवृत्त केले आणि दोन भावांत भांडणे लागावीत यासाठी वऱ्हाडचा सुभा औरंगजेबाकडून काढून मुरादला द्यायला लावला. ह्याचवेळी दाराने आपल्या दोन्ही भावांविरुद्ध सैन्याच्या दोन मोठ्या तुकड्या दक्षिणेत पाठविल्या. डिसेंबरच्या शेवटी आणि औरंगजेबाचा खंदा पक्षपाती माळव्याचा सुभेदार शाहिस्तेखान ह्याला दिल्लीला परत बोलावून घेतला. याचबरोबर औरंगजेबाकडील मीर जुमला याला सुद्धा दिल्लीला परत बोलविल्याचा शाही हुकूम ह्याचवेळी देण्यात आला. त्या हुकूमाचा अवमान करणे म्हणजे बादशहाविरुद्ध उघड बंड करणे असाच अर्थ लावला गेला असता.

औरंगजेबाच्या इतर अनेक अधिकाऱ्यांना सुद्धा अशा प्रकारचे हुकूम याचवेळी देण्यात आले.

५. दिल्लीचे तख्त बळकावण्यासाठी लढा देण्याची औरंगजेबाची तयारी

जर कधी औरंगजेब बादशहा होण्याची किंवा आपले स्वातंत्र्य टिकविण्याची आशा बाळगून असेलच तर त्यासाठी लढा देण्याचा निर्णायक क्षण आता जवळ येऊन ठेपला. जानेवारी १६५८ पर्यंत औरंगजेबाची ह्या संघर्षाकरिता मनाची तयारी होऊन चुकली होती आणि आता त्याने त्यादृष्टीने तातडीने व निर्णायक पावले उचलली. प्रथम त्याने मीर जुमलाशी संगनमत करून त्याला कैद केले. त्याला दौलताबादेच्या किल्ल्यात कैदेत ठेवल्याचा खोटा देखावा निर्माण केला आणि इतकेच नव्हे तर मीर जुमल्याची सर्व संपत्ती आणि उत्कृष्ट दारूगोळा सरकारी फर्मान काढून जप्त करून टाकला. मीर जुमलाने बादशहाविरुद्ध दक्षिणेतल्या दोन्ही सुलतानांशी गुप्त कटकारस्थान केले असे वरकरणी कारण दाखवून औरंगजेबाने ही सर्व कारवाई केली. ह्यानंतर औरंगजेबाने, शहाजहान व त्याचा नवीन वजीर जाफरखान यांना एक पत्र लिहिले. त्या पत्रात आपल्या वडिलांच्या गंभीर आजाराच्या वार्ता ऐकून आपण अतिशय व्यथित झालो आहोत आणि म्हणूनच आपण एखाद्या कर्तव्यदक्ष मुलाप्रमाणे रुग्णशय्येवर पडलेल्या आपल्या वडिलांना भेटण्याकरिता आणि त्यांची दाराच्या कचाट्यातून मुक्तता करून मोगल साम्राज्यात निर्माण झालेली अव्यवस्था, गोंधळ आणि अंदाधुंदी यातून पातशाहीला वाचविण्याकरिता आग्र्याला जात आहोत असे त्याने कळविले.

ह्याचवेळी कुतुबशहाने उरलेली युद्धखंडणी फेडावी अशी आग्रहाची पत्रे औरंगजेबाने कुतुबशहाला लिहिली. त्याचबरोबर दक्षिणेत आपण जेव्हा गैरहजर राहणार आहोत त्यावेळी गोवळकोंड्याच्या नबाबाने कोणतेही शत्रुत्वाचे कृत्य करू नये म्हणून गोवळकोंडा दरबारातील मोगल वकिलाने नबाबाशी गोडीगुलाबीने वागावे अशाही सूचना औरंगजेबाने ह्याचवेळी पाठविल्या, तसेच विजापूरच्या राजमातेला (बडी साहिबा) सुद्धा ह्याचवेळी मोठमोठे उंची नजराणे आणि मैत्री-निदर्शक पत्रे पाठविण्यात आली. ह्या सर्व पत्रांतून उरलेली खंडणी शक्य तितक्या लवकर चुकती करण्यात यावी आणि आपल्या अनुपस्थितीत विजापूर राज्यात शांतता राखण्यात यावी अशी कळकळीची विनंती औरंगजेबाने राजमातेला केलेली आपल्याला आढळते. त्यानंतर पुढे मोगल राज्याशी मैत्री राखण्याची किंमत म्हणून एक अत्यंत आकर्षक योजना औरंगजेबाने आदिलशहासमोर विचारार्थ ठेवली. त्यात म्हटले होते, 'एकनिष्ठ रहा आणि दिलेल्या वचनाची पूर्ती करा.....' मी पुढील अटी मान्य करतो. १) परेंडा किल्ला, त्यावर अवलंबून असलेला प्रदेश, कोकण वांगी (Wangi) महाल, हा मोगल साम्राज्याने जिंकून घेतलेला

संपूर्ण प्रदेश आणि त्याचप्रमाणे कर्नाटकचा पूर्वीच्या आदिलशहाला देण्यात आलेला प्रदेश पूर्वीप्रमाणेच तुमच्याकडे ठेवण्यात यावा आणि २) एक कोटी रुपयांची खंडणी आम्ही तुम्हाला देण्याची कबुली दिली होती, त्यातून तीस लाख रुपये आम्ही तुमच्याकडे पाठवत आहोत. ह्याच्या मोबदल्यात तुम्ही या देशाचे रक्षण करा आणि त्याच्या राज्यकारभारात सुधारणा घडवून आणा. आमच्या राज्यातील काही किल्ल्यांचा शिवाने कब्जा घेतलेला आहे. त्याची ताबडतोब हकालपट्टी करा. कमीत कमी १०,००० घोडेस्वार तुम्ही आमच्या मदतीला पाठविलेत तर वैनगंगा नदीपर्यंतचा सर्व प्रदेश आम्ही तुम्हाला देऊ.'

ह्या सर्व कालखंडात औरंगजेब दिल्ली दरबारातील महत्त्वाच्या सरदारांशी आणि विशेषत: माळवा प्रांतातल्या उच्चपदस्थ अधिकाऱ्यांशी जारीने पण गुप्तपणे कारस्थाने करत होता. शहाजहानच्या चारही मुलांमध्ये कर्तबगारी आणि अनुभव यांच्याबाबत औरंगजेबाची विशेष ख्याती होती. महत्त्वाकांक्षी सर्व सरदारांनी आणि उच्चपदस्थ अधिकाऱ्यांनी शेवटी औरंगजेबच बादशहा बनणार हे ओळखले होते आणि म्हणूनच आपला भावी उत्कर्ष सुरक्षित राखण्यासाठी ते औरंगजेबाशी मित्रत्वाच्या भावनेने वागत होते किंवा कमीत कमी त्याला आपला पाठिंबा असण्याची गुप्तपणे हमी देत होते.

ह्या घटना घडत असताना सैनिकांच्या नवीन भरतीचे काम मोठ्या प्रमाणावर जोरात चालू होते. दारूगोळा बनविण्याकरिता आवश्यक असणारे सोरा (Salt-Petre), गंधक आणि जस्त यांची मोठ्या प्रमाणात खरेदी करण्यात येत होती आणि दिल्लीच्या स्वारीकरिता उपयोगी पडावी म्हणून दक्षिणेतल्या निरनिराळ्या किल्ल्यांमधून बंदुकीची दारू आणि तारांच्या वाती (Fuses) जमा करण्यात येत होत्या. अशा प्रकारे लवकरच औरंगजेबाच्या सुसज्ज सैन्याची संख्या ३०,०००च्या वर गेली. ह्याशिवाय मीर जुमल्याचे दारूगोळ्याचे वेगळे पथक हाताशी होतेच. मीर जुमलाच्या या पथकाला तज्ज्ञ अशा इंग्रजी आणि फ्रेंच गोलंदाजाकडून शिक्षण मिळाले होते.

सैन्य आणि युद्धसामग्री यांच्यापेक्षाही औरंगजेबाचे अधिकारी अतिशय बलवान होते. दक्षिणेत सुभेदार असताना, त्याने आपल्या भोवती कर्तबगार अधिकाऱ्यांचा ताफाच उभा केला होता. हे सर्व अधिकारी औरंगजेबाबद्दल कृतज्ञता बाळगून होते तर त्यातील काहींना औरंगजेबाबाबत वैयक्तिक प्रेम वाटत होते. दिल्लीच्या तख्तासाठी लढा देतेवेळी ह्या सर्व अधिकाऱ्यांनी औरंगजेबाच्या वतीने मोठी कामगिरी बजाविली. ह्या सर्व कर्तबगार अधिकाऱ्यांत पुढील अधिकाऱ्यांचा नामोल्लेख करणे भाग आहे. दिवाण मुर्शीदकुलीखान, लढवय्या आणि गुप्त सल्लागार शेख मीर, घोडदळप्रमुख आणि

संरक्षक काबीलखान, सुखासीन परंतु विश्वासू सचिव खान-ई-झामन, सदैव कार्यरत असा दारूगोळ्याचा प्रमुख तपासनीस मुहंमद ताहीर, सरदार पदावर पोचलेला अनुभवी कप्तान वझीरखान, विश्वासू वकील इसाबेग (ह्याला मुखालिसखान असे सुद्धा म्हणत), उच्चकुलीन आणि अनुभवी शमसुद्दीन मुखत्यारखान, आणि ह्या सर्वांत एखाद्या रत्नासारखा शोभणारा थोर लढवय्या परंतु त्यापेक्षाही अत्यंत चाणाक्ष राजनीतिज्ञ मीर जुमला. त्याच्या एकनिष्ठ हिंदी अनुयायात बिकानेरचा रावकरण, (दतियाचा) शुभ-करण बुंदेला आणि ढमढेरा राज्याचा राजा इंद्रमणी यांचा अंतर्भाव होतो.

दक्षिण सोडण्यापूर्वी, आपल्या अनुपस्थितीत तो प्रदेश आपल्या काबूत ठेवण्यासाठी औरंगजेबाने बरीच उपाययोजना केली. आपल्या गैरहजेरीत दक्षिणेत राज्यकारभार नीट चालावा म्हणून औरंगजेबाने राजपुत्र मुअज्जम याला दोन बड्या अधिकाऱ्यांसह औरंगाबादेला ठेवले तर आपला जनानखाना त्याने दौलताबादच्या किल्ल्यात रवाना केला.

शेवटी ५ फेब्रुवारी १६५८ रोजी दिल्लीची गादी बळकावण्याकरता औरंगजेबाने औरंगाबादहून दिल्लीकडे कूच केले. १८ तारखेला औरंगजेब बऱ्हाणपूरला पोहोचला व त्याने पुढील स्वारीची सिद्धता करण्याकरता आणि सैन्याची व्यूहरचना नीट लावण्याकरता तेथे एक महिना मुक्काम ठेवला. २० मार्चला औरंगजेबाने बऱ्हाणपुराहून पुढे कूच केले. वाटेत त्याने आपला सासरा शहानवाझखान ह्याला अटकेत टाकले. कारण शहानवाझखानाने सतत आपण शहाजहानशी एकनिष्ठ असण्याचा पुकारा केला होता (२६ मार्च). त्यानंतर औरंगजेबाने अकबरपूर ह्या ठिकाणी नर्मदा नदी ओलांडली. त्याठिकाणी त्याला यत्किंचितही विरोध झाला नाही (३ एप्रिल) आणि यानंतर उत्तरेकडे उज्जैनकडे जाताना त्याला १३ एप्रिल रोजी दिपालपूर नजीक (उज्जैनच्या दक्षिणेला जवळजवळ २६ मैलांवर) मुराद हा पश्चिमेकडे काही मैलांवर आलेला आहे अशी बातमी कळली. दुसऱ्या दिवशी दिपालपूर येथे एका जलाशयाजवळ दोन्ही भाऊ आपापल्या सैन्यासह एकत्र येऊन मिळाले. जसवंतसिंगाचा मुक्काम ह्यावेळी त्यांच्यापासून केवळ एक दिवसाच्या अंतरावर होता. संध्याकाळी दोन्ही भावांनी चंबल नदीची एक उपनदी गंभीरा हिच्या पश्चिम तीरावर बसलेल्या धरमत नावाच्या खेड्यात (उज्जैनच्या नैर्ऋत्येला १४ मैलांवर) आपला मुक्काम केला. दुसऱ्याच दिवशी महान मोगल वारसायुद्धाला प्रारंभ झाला.

❐

प्रकरण चौथे

वारसायुद्ध - औरंगजेबाचा विजय

१. जसवंतसिंगाचे धरमत येथील आगमन : त्याच्या अडचणी

जसवंतसिंग आपल्या सैन्यासह १६५८च्या फेब्रुवारी महिन्याच्या शेवटी उज्जैनला पोहोचला. तोपर्यंत त्याला औरंगजेबाचे इरादे आणि हालचाली याबाबत यत्किंचितही माहिती नव्हती. खुश्कीचे मार्ग,नर्मदा नदीवरचे तराफे यांवर औरंगजेबाने जी कडक निगराणी ठेवली होती त्याचाच तो परिणाम होता. त्याला पहिली बातमी मिळाली ती हीच की, औरंगजेब अगोदरच माळव्यात आलेला असून तो त्वरेने उज्जैनकडे येत आहे.

अशा परिस्थितीत गोंधळून जाऊन जसवंतसिंगाने उज्जैनच्या नैर्ऋत्य दिशेला १४ मैल पुढे कूच केले आणि दक्षिणेतून येणाऱ्या शत्रूची वाट रोखण्याकरता त्याने धरमतच्या विरुद्ध बाजूला आपली छावणी उभारली. ह्या ठिकाणी जसवंतसिंगाला दुसरी एक धक्कादायक बातमी कळली. मुराद हा औरंगजेबाला सामील झाला असून (१४ एप्रिल) दोघेही त्याच्यापासून एक दिवसाच्या अंतरावर तळ देऊन आहेत.

बादशाही निशाण फडकलेले पाहताच दोन्ही बंडखोर राजपुत्र माघार घेऊन आपापल्या प्रांतात निघून जातील अशीच कल्पना मनात बाळगून जसवंतसिंग माळव्यापर्यंत आलेला होता. आपल्याला आपल्या लष्करी सामर्थ्याचे प्रदर्शन फक्त करावयाचे आहे, अशीच जसवंतसिंगची कल्पना होती. शत्रूची लढाईची पक्की तयारी आहे आणि काय व्हायचे ते होवो या कडव्या निर्धाराने लढायला ते तयार आहेत याची माळव्यात आल्यानंतर जसवंतसिंगाला जाणीव झाली, परंतु त्यावेळी बराच उशीर झालेला होता.

दोन्ही बंडखोर राजपुत्रांना त्यांचे शक्य तितके कमी नुकसान करून परत त्यांच्या प्रांतात पाठवून द्या आणि अगदीच पर्याय न उरल्यास त्यांच्याशी लढाई करा अशा प्रकारच्या सूचना शहाजहानने जसवंतसिंगाला दिल्यामुळे जसवंतसिंगाची परिस्थिती मोठी विचित्र झाली होती. औरंगजेबाची स्थिती मात्र वेगळी होती. तो केवळ आपल्या निर्णयशक्तीवर विसंबून राहत होता. आपल्याला काय साध्य करावयाचे, याची त्याला स्पष्ट कल्पना होती. ह्या उलट आग्र्याहून येणारे आदेश व माळव्यात प्रत्यक्ष निर्माण

झालेली निकडीची लष्करी परिस्थिती यामुळे जसवंतसिंगाचे मन द्विधा झाले होते आणि स्वत: कोणती कारवाई करावयाची, याबद्दल त्याला आपले विरोधक कोणता पवित्रा घेतात यावरच संपूर्णपणे अवलंबून राहणे भाग होते.

त्याच्या सैन्यात सुद्धा परस्परविरोधी असंघटित गट निर्माण झाले होते. निरनिराळ्या राजपूत कुळीचे सैनिक वंशपरंपरागत वैमनस्ये आणि अग्रमान व प्रतिष्ठा यांबाबतची भांडणे यांमुळे एकमेकांपासून दुरावले गेले होते. त्यातच पुन्हा सैन्यातील हिंदू आणि मुसलमान यांच्यामध्ये कायमचा दुरावा निर्माण झाला होता. अशा परिस्थितीत ह्या सर्व परस्परविरोधी असमाधानी गटांना एकत्रित करून त्यांना एकाच सेनापतीच्या नेतृत्वाखाली ह्या मोहिमेकरता प्रवृत्त करणे ही फारच कठीण गोष्ट होऊन बसली होती. धरमत येथे एकत्रित झालेल्या बादशाही सैन्यात एक आज्ञानुवर्ती वातावरण निर्माण होणेच शक्य नव्हते कारण कासीमखानाने जसवंतसिंगाशी सहकार्य करावे, त्याने जसवंतसिंगाच्या हाताखालचा एक अधिकारी म्हणून वागण्याचे काही कारण नाही असे कासीमखानाला आदेश मिळाले होते. ह्याशिवाय सैन्यातील कित्येक मुसलमान अधिकारी औरंगजेबाशी गुप्त मैत्री राखून होते. कारण नंतरच्या लढाईत बादशाही सैन्यातील २४ राजपूत सरदार आणि फक्त एकच मुसलमान सेनापती ठार मारला गेला ही वस्तुस्थिती लक्षात घेण्यासारखी आहे. ह्या लढाईमध्ये कासीमखान आणि त्याचे सैनिक धोक्याच्या जागेपासून दूर राहिले आणि लढाईचा सर्व ताण मुख्यत्वे करून राजपुतांनाच सहन करावा लागला.

तसे पाहिले तर शेवटी सेनापती या नात्याने जसवंतसिंग व औरंगजेब ह्यांच्यात तुलनाच होऊ शकत नव्हती. लढाईतील सदोष सैन्यरचना आणि लढाई चालवण्याची सदोष पद्धती यावरून त्याचा अननुभवीपणा आणि उतावळा स्वभावच अधिक दिसून येतो. त्याने निवडलेली युद्धभूमी अतिशय अडचणीची होती आणि त्याठिकाणी पायदळ आणि घोडदळ यांची अशी काही गर्दी होऊन गेली की त्यांना मोकळेपणी हालचाल करणे किंवा शत्रूसैन्यावर वेगाने हल्ला करण्याकरिता मोकळी जागा मिळणे अशक्य होऊन बसले. ज्या सैनिकी तुकड्यांना मदतीची अतिशय आवश्यकता होती, त्यांना तो अखेरच्या क्षणी कुमकही पोचवू शकला नाही. त्याचप्रमाणे एकदा लढाईला प्रारंभ झाल्यानंतर त्याचा आपल्या सैन्यावरचा ताबा पूर्णपणे सुटला आणि सर्वोच्च सेनापती असूनसुद्धा एखाद्या तुकडीप्रमुखाची अवकळा त्याला प्राप्त झाली. याशिवाय त्याने आणखी एक घोर चूक केली.ती म्हणजे तोफखान्याकडे त्याने संपूर्ण दुर्लक्ष केले ही होय.

शत्रूच्या तोफखान्याला घेरून तोफांच्या माऱ्याची पर्वा न करता पहिल्या मुसंडीतच शत्रूसैन्याला जाऊन भिडावे हा जसवंतसिंगाचा डाव होता ही गोष्ट उघड

आहे. परंतु ज्यावेळी लढाईला प्रत्यक्ष तोंड लागले त्यावेळी मागेपुढे खंदक आणि मोठमोठे चर असलेल्या त्या अरुंद जागेत राजपूत सैन्य सापडले. त्यामुळे शत्रूवर हल्ला चढवण्याची संधी मिळण्यापूर्वीच ह्या सैन्याला शत्रूच्या तोफखान्याची आग सहन करावी लागली. दुसरी गोष्ट म्हणजे राजपूत सैन्य शत्रूचा तोफखाना कसाबसा टाळून ज्यावेळी औरंगजेबाच्या सैन्यावर चालून गेले, त्यावेळी औरंगजेबाच्या फ्रेंच आणि इंग्रज गोलंदाजांनी ताबडतोब आपल्या तोफांची दिशा बाजूला वळवून नवा पवित्रा घेतलेल्या राजपूत सैन्यावर भीषण मारा सुरू करून त्यांना नेस्तनाबूत करण्यास सुरूवात केली. खरोखरी तलवार आणि दारूगोळा यांच्यातला हा संघर्ष होता आणि शेवटी घोडदलावर दारूगोळ्याने मात केली.

२. धरमतची लढाई

सर्वसाधारणपणे दोन्ही सैन्ये तुल्यबळ होती आणि प्रत्येकाकडे साधारणपणे ३५,००० च्या वर सैन्य होते. तरीपण औरंगजेबाच्या सैन्यातली एकी आणि त्याचा तोफखाना कितीतरी वरचढ होता.

१५ एप्रिलला सूर्योदयानंतर दोन तासांनी दोन्ही पक्षांची सैन्ये एकमेकांच्या नजरेच्या टप्प्यात आली. औरंगजेबाच्या सैन्याने हळूहळू समोर कूच करून बादशहाच्या सैन्यावर हल्ला चढवला. आपल्या सैन्याची व्यूहरचना तशीच कायम ठेवून औरंगजेबाच्या तोफखान्याने मोकळेपणाने हालचाली करण्यास दुरापास्त अशा ठिकाणी दाटीवाटीने उभ्या असलेल्या राजपूत सैन्यावर प्रखर मारा करून त्यांना टिपण्यास सुरुवात केली. त्यामुळे मिनिटागणिक राजपुतांचे फार मोठ्या प्रमाणात नुकसान होऊ लागले. त्यानंतर मुकुंदसिंग हेडा, रतनसिंग राठोड, दयालसिंग झाला, अर्जुनसिंग भौर, सुजनसिंग सिसोदिया आणि इतर बिनीच्या सेनापतींनी आपल्या निवडक राजपूत घोडेस्वारांसह ताबडतोब समोर झेप घेतली. 'राम राम' असा त्वेषाने रणघोष करीत 'आणि लढाईची सर्व योजना झुगारून देऊन' ते शत्रूसैन्यावर एखाद्या वाघाप्रमाणे तुटून पडले. राजपुतांच्या हल्ल्याची पहिली लाट प्रथमतः औरंगजेबाच्या तोफखाना पथकावर येऊन धडकली. बंदुकी आणि कडाबिनी यांचा मारा समोरासमोर आणि अगदी जवळून करण्यात आल्यामुळे अनेक तुकड्यांतील सैनिकांची आहुती त्यात पडली परंतु त्यांनी केलेला हल्ला इतका प्रखर होता की इतका विरोध होऊनही ते ह्या साऱ्या विरोधाला पुरून उरले. अतिशय प्रखर प्रतिकार करता करता तोफखान्याचा प्रमुख मुर्शीदकुलीखान हा ठार मारला गेला आणि त्यामुळे त्याची तुकडी हादरून गेली; सुदैवाने ह्या हल्ल्यात तोफखान्याची मात्र कोणतीही हानी झाली नाही. लढाईची दंगल उसळण्यापूर्वीच बहुधा तोफखाना पथकातील सैनिक पळून गेले असावेत आणि ती दंगल शमल्यानंतर ते

परत आले असावेत. अशा रीतीने तोफदल रक्षकांवर विजय मिळवल्यानंतर ह्या हल्लेखोर सैनिकांनी औरंगजेबाच्या बिनीच्या पथकांवर हल्ला चढवला. ह्याठिकाणी पुष्कळवेळ पर्यंत हातघाईची लढाई झाली. ह्या यशामुळे प्रोत्साहित झालेल्या राजपुतांनी अधिक वेगाने पुढे झेप घेतली व औरंगजेबाच्या बिनीच्या पथकांवर मर्मस्थानीच हल्ला चढवला. त्या दिवशीचा हा क्षण मोठा चिंताजनकच होता. राजपुतांचा हा हल्ला थोपविला नसता तर औरंगजेबाच्या दृष्टीने सर्व काही संपल्यासारखेच झाले असते.

परंतु औरंगजेबाच्या सैन्याचीही आघाडीची तुकडी खास निवडक सैनिकांची होती. पोलादी चिलखते परिधान केलेले हे ८,००० सैनिक आणि त्यांचे सेनापती हे विश्वासू लोक होते. हत्तीवर आरूढ झालेले हे सैनिक राजपूत हल्ल्याच्या महापुराच्या भोवऱ्यात एखाद्या पहाडासारखे अचल राहिले. या ठिकाणी त्या दिवशी अतिशय कडवी आणि निर्णायक लढाई झाली आणि जमिनीवर लाल फुलांच्या ताटव्याप्रमाणे ती रणभूमी रक्तरंजित होऊन गेली. औरंगजेबाच्या बिनीच्या सैनिकांची जबरदस्त फळी फोडण्यासाठी राजपूत सैन्याने धडक दिल्यानंतर ते सैन्य विभागले गेले आणि त्यांच्या हल्ल्याचा जोर एकदम कमी पडला.

जसवंतसिंगाचे आघाडीचे सैन्य लढत असताना त्यास जसवंतसिंगाच्या मधल्या फळीतील आणि बिनीवरच्या राखीव सैनिकांपैकी फारच थोड्या सैनिकांची मदत मिळाली. कासीमखानाच्या नेतृत्वाखालील सैन्याने कोणतीही मदत दिली नाही. अशा रीतीने जसवंतसिंगाच्या बिनीवरच्या तुकड्यांनी हा जो हल्ला चढविला होता, त्याचा पाठपुरावा करण्यात आला नाही. आक्रमणाची जोरदार लाट आल्याने औरंगजेबाचे जे सैनिक मागे हटले होते, त्यांनी ह्या हल्लेखोर तुकड्यांना मागाहून घेरून घेतले आणि त्यांचा पिछेहाटीचा मार्ग बंद करून टाकला. या वेळेपर्यंत औरंगजेबाने एकूण परिस्थितीचा त्वरित सावधपणे अंदाज घेतला व आपल्या बिनीवरच्या सैन्याला अचूक मदत मिळावी म्हणून त्याने आपले काही राखीव सैन्य तिकडे रवाना केले. ह्याचबरोबर आपल्या आघाडीवरच्या सैन्याला भक्कम तटबंदी आणि आश्रय लाभावा म्हणून मधल्या फळीतून आघाडीवर जाणाऱ्या आपल्या सैन्याच्या एका तुकडीत औरंगजेब स्वत: सामील झाला. राजपूत सैन्य अशा प्रकारे औरंगजेबाच्या सैन्याला समोरून तोंड देत असताना त्याच्या मधल्या भागावर, शेख मीर आणि सफशिकानखान यांनी डाव्या उजव्या बाजूंनी चाल करून प्रखर हल्ला चढविला. या हल्ल्यात सहाही राजपूत सेनापती ठार झाले. राजपुतांपेक्षा आता मोगल सैनिकांची संख्या जास्त झाली. समोरून, डाव्या व उजव्या बाजूंकडून त्यांच्यावर हल्ल्यावर हल्ले होत होते. त्यातच त्यांचा पिछाडीकडला संबंध अजिबात तुटला तरी सुद्धा राजपुतांनी पराक्रमाची शर्थ केली परंतु शेवटी त्यांचे शिरकाण घडून आले.

दरम्यान, औरंगजेबाची ही कारवाई त्याच जागेपुरती मर्यादित न राहता तिचा अमल सर्वत्रच सुरू झाला. राजपुतांचा हल्ला दुसरीकडे परतवून लावल्यानंतर आणि मुकुंदसिंगाच्या हल्ल्याच्या धक्क्यामधून सावरल्यानंतर औरंगजेबाच्या गोलंदाजांनी उंच जागेवर चढवलेल्या आपल्या तोफांतून जसवंतसिंगाच्या अधिपत्याखाली शत्रुसैन्याच्या मधल्या फळीवर तोफगोळ्यांचा मारा सुरू केला होता.

एकीकडे दुर्गम खंदक आणि दुसरीकडे दलदल अशा अरुंद जागेत गोळा झालेल्या बादशाही सैन्याला मोकळेपणाने हालचाल करणेही अशक्य होऊन बसले आणि त्यांनी त्या युद्धज्वलित पतंगाप्रमाणे आपल्या प्राणांचे बलिदान केले. आपल्या बिनीवरच्या सैनिकी तुकड्यांची झालेली कत्तल आणि औरंगजेबाच्या सैन्याची विजयी घौडदौड पाहून जसवंतसिंगाच्या उजव्या फळीतील रायसिंग सिसोदिया आणि आघाडीवरील सुजनसिंग बुंदेला आणि अमरसिंग चंद्रावत यांनी लढाईच्या मैदानातून पाय काढला व ते आपापल्या घरी परतले.

मध्यंतरीच्या कालावधीत मुरादबक्षने आपल्या सैन्यासह जसवंतसिंगाच्या छावणीवर भीषण हल्ला चढविला. रणक्षेत्रापासून ही छावणी जवळच होती. त्या छावणीचा बचाव करणारा देवीसिंग बुंदेला याला शेवटी शरणागती घ्यावी लागली आणि छावणीतील इतर सैनिकांनी पलायन केले. यानंतर मुरादबक्षने प्रत्यक्ष रणक्षेत्राकडे कूच करून बादशाही सैन्याच्या डाव्या फळीवर प्रखर हल्ला चढवला. त्या हल्ल्यात इफ्तिखारखान हा सेनापती ठार झाल्यामुळे ही डावी फळी अस्तित्वातच राहिली नाही.

३. जसवंतसिंगाचे आणि त्याच्या सैन्याचे पलायन

रायसिंगाच्या पलायनामुळे जसवंतसिंगाची उजवी फळी अगोदरच उघडी पडली होती. इफ्तिखारखानाच्या पाडावामुळे डावी फळीही निराधार झाली. थोड्याच अवधीत त्याचे बिनीवरचे सर्व सैन्य हळूहळू नाहीसे झाले. लढाईत तटस्थ राहिलेल्या कासीमखानाच्या हाताखालील मुसलमान सैनिकांनी, औरंगजेबाचे सैन्य त्यांच्यावर चाल करून येत आहे असे पाहून आपली पलायनाची तयारी चालविली.

आणि आता जसवंतसिंगाच्या उरल्यासुरल्या राजपूत सैन्याला गिळंकृत करण्यासाठी महापुराच्या लोंढ्याप्रमाणे समोरून औरंगजेबाने, डावीकडून मुरादने व उजवीकडून सफशिकानखानाने जसवंतसिंगाला वेढून टाकले. महाराजा जसवंतसिंगाला अगोदरच दोन जखमा झाल्या होत्या. तरीसुद्धा चालून येणाऱ्या आघाडीवरच्या शत्रूसैन्यात आपला घोडा घुसवून आत्मबलिदान करण्याचा त्याचा इरादा होता. परंतु त्याच्या सेनापतींनी आणि मंत्र्यांनी त्याच्या घोड्याचा लगाम आपल्या हाती धरून त्याला रणक्षेत्राबाहेर काढले आणि तिथून त्यांनी जोधपूरचा रस्ता पकडला. लढाईत

अगोदरच पराभव झालेला होता आणि आता रणक्षेत्रातून राठोडांनी पलायन केल्यानंतर तर पुरताच धुव्वा उडाला. परंतु पराभूत सैनिकांचा पाठलाग करण्यात आला नाही. लढाईमुळे जित आणि जेते असे दोन्ही पक्ष शिणून गेले होते आणि विजयाची फळे विजेत्या पक्षाला लवकरच चाखावयास मिळणार होती. दोन्ही शाही सरदारांची संपूर्ण छावणी आता औरंगजेबाच्या ताब्यात आली होती. तेथील दारूगोळा, तंबू, हत्ती, जडजवाहिर लुटून विजयी औरंगजेबाने आपल्या ताब्यात घेतली तर त्याच्या सैनिकांनी पराभूत सैनिकांची मालमत्ता आणि शस्त्रसामग्री यांची लुटालूट केली.

औरंगजेबाच्या हाती एवढी मोठी लूट आली खरी पण त्यापेक्षाही या विजयामुळे औरंगजेबाची नैतिक प्रतिष्ठा अधिक वाढली हे लक्षात घेतले पाहिजे. धरमतचा विजय हा औरंगजेबाच्या भावी यशाला शुभशकूनच ठरला. एकाच तडाख्यात त्याने दाराच्या सर्वश्रेष्ठपदाला धक्का देऊन त्याला स्वत: बरोबरीच्या किंवा त्यापेक्षाही खालच्या पदाला आणून सोडले. जे सरदार द्विधा चित्त होते त्यांनी आता आपली द्विधावृत्ती टाकून दिली.या चार भावांपैकी कोणत्या भावाला नशीब साथ देणार आहे, या बाबतीत त्यांच्या मनात यत्किंचितही संशय राहिला नाही.

जसवंतसिंग आणि कासीमखान यांनी रणक्षेत्रातून माघार घेताच औरंगजेबाच्या सैन्यात विजयाचे डंके पिटले गेले. ताबडतोब रणक्षेत्रावरच औरंगजेबाने आपले गुडघे टेकले आणि हात जोडून त्याने युद्धात विजय मिळवून दिल्याबद्दल त्या सर्वव्यापी अल्लाचे आभार मानले.

ह्या लढाईत बादशहाकडील जवळजवळ ६००० सैनिक ठार झाले आणि या मृतांमध्ये राजपूत सैनिकांचाच जास्त भरणा होता. ह्या लढाईत ज्या वीरपुरुषांनी स्वामीधर्म जाणून रणांगणावर देह ठेवले, त्यात राजस्थानातील प्रत्येक राजपूत वंशातील लढवय्ये होते. रतनसिंग राठोड (रतलाम, सैलाना आणि सितामहू या घराण्यांचा आद्य पुरुष) ह्याच्या मृतदेहावर ज्या ठिकाणी अंत्यसंस्कार करण्यात आले, त्या ठिकाणी त्याच्या वंशजांनी एक पाषाणाचे स्मारक उभारले.

४. औरंगजेबाचा आग्र्याकडे मोर्चा

विजयाच्या दुसऱ्या दिवशी दोन्ही शहजादे उज्जैनला पोहोचले आणि तिथून कूच करून २१ मे रोजी ते ग्वाल्हेरला पोहोचले. ह्या ठिकाणी त्यांना दारा प्रचंड सैन्यासह ढोलपूरला आलेला आहे आणि त्याने चंबळ नदीवरील नेहमीच्या व महत्त्वाच्या सर्व वाहतूक मार्गांची नाकेबंदी केलेली आहे अशा बातम्या मिळाल्या. नदी पार करून जावयाच्या सर्व वाटांत समोर दाराने खंदक खोदून ठेवले होते आणि पलीकडील तीरावर मोक्याच्या जागी त्याने तोफखाना जय्यत तयार ठेवला होता. शत्रू आल्यास त्याचा

ताबडतोब बंदोबस्त करता यावा म्हणून अतिशय खंबीर आणि धाडसी सैनिकांच्या टेहळणी पथकांची योजना करण्यालाही तो विसरला नाही. असा जागोजागी बंदोबस्त असताना आणि प्रत्येक पावलापावलावर विरोध असताना दऱ्याखोऱ्यातून वाट काढीत काठावरच्या उभ्या चढणीचे खडक ओलांडून नदी पार करण्यात मोठ्या प्रमाणावर प्राणहानी होण्याचा संभव होता म्हणून औरंगजेबाने एका स्थानिक जमीनदाराच्या मदतीने अशी बातमी काढली की, ढोलपूरच्या पूर्वेकडे ४० मैलांवर भदावली (Bhadaoli) ह्या ठिकाणी एका अज्ञात ठिकाणी उताराची जागा असून तेथे फक्त गुडघाभर पाणी आहे आणि दाराने तेथे पहारा ठेवलेला नाही.

एकही क्षण वाया न घालविता कारवाई करणे आवश्यक आहे हे औरंगजेबाने ओळखले. ग्वाल्हेरच्या जवळ आल्यानंतर (२१ मे) त्याच दिवशी संध्याकाळी, मुख्य सैन्य तेथेच ठेवून, तीन सेनापतींच्या हाताखाली एक पराक्रमी आणि धाडसी सैन्याची तुकडी आणि काही तोफा देण्यात येऊन त्यांना भदावली नजीकच्या उताराच्या ठिकाणी पाठविण्यात आले. सतत रात्रभर प्रवास करून ही सैन्याची तुकडी दुसऱ्या दिवशी सकाळी त्या ठिकाणी पोहोचली आणि नदी पार करून तिने दुसरा किनारा सुरक्षितपणे गाठला. त्याचदिवशी लगोलग औरंगजेबाने ग्वाल्हेरहून कूच केले आणि लांब अंतराच्या दोन मजला मारून त्याने आपल्या उरलेल्या सर्व सैन्यासह त्याच जागी नदी ओलांडली (२३ मे). हा मार्ग अतिशय खडतर होता, त्या उताराच्या जागी पोहोचेपर्यंत सैनिकांना अतिशय हालअपेष्टा सोसाव्या लागल्या आणि वाटेत केवळ तहानेने ५००० लोक मृत्यू पावले. औरंगजेबाच्या या हालचालीचा लष्करी फायदा फार मोठा होता. ह्या एकाच डावपेचामुळे शत्रुपक्षाचे पारडे फिरले आणि दाराने मोठ्या परिश्रमाने खोदलेले खंदक आणि त्याचा तोफखाना निरुपयोगी ठरले. आग्र्यापर्यंतचा त्याचा मार्ग आता पूर्णपणे मोकळा झाला. चंबळची संरक्षण फळी सोडून आता दाराला राजधानीपर्यंत माघार घेणे भाग पडले. ही माघार घेताना दाराला अनेक अवजड तोफा तिथेच सोडून द्याव्या लागल्या व त्यामुळे पुढल्या लढाईत त्याची तोफखान्याची बाजू मोठी लंगडी होऊन बसली. चंबळच्या ह्या विजयानंतर विजेत्यांनी आपला मोर्चा उत्तरेकडे वळविला आणि तीन दिवसांच्या आत ते आग्र्याच्या पूर्वेला साधारणपणे १० मैलांवर सामुगडनजीक आले असताना शत्रुसैन्य त्यांच्या नजरेस आले.

५. धरमतनंतरच्या दाराच्या हालचाली

धरमतच्या पराभवाची बातमी दिल्ली दरबारला बलुचपूर मुक्कामी लढाईनंतर दहा दिवसांनी मिळाली. दाराने घाईघाईने नवीन सैन्य उभारले. ६०,००० सैनिकांचे ते लष्कर वरकरणी तरी मोठे सामर्थ्यवान दिसत होते. परंतु ते सैन्य समाजातील निरनिराळ्या

वर्गांमधून आणि निरनिराळ्या ठिकाणांवरून उभारण्यात आले होते. घाईघाईने उभारण्यात आल्याने त्याला सामूहिक शिस्तीचे प्रशिक्षण देण्यात आले नव्हते किंवा ते एकदिलाने सुसंघटित झालेले नव्हते. ह्याशिवाय ह्या सैन्यातील कित्येक सेनापती हे केवळ दरबारातील शोभेचे सरदार असल्याने शूर दक्षिणी सरदारांचे धाडस आणि अनुभव यांचा त्यांच्या ठिकाणी अभाव होता. यावेळी दाराने एक मोठी गंभीर चूक करून ठेवली होती. त्याचे जे सर्वांत विश्वासू, अनुयायी आणि पराक्रमी सेनापती होते, ते सर्व त्याने शुजाचा प्रतिकार करण्याकरिता सुलेमान शुकोह बरोबर पाठवून दिले होते आणि आता त्यांचीच दाराला अतिशय गरज वाटत होती. दिल्ली दरबाराच्या नोकरीत असलेल्या विदेशी मुसलमान सैनिकांना, दाराने राजपुतांवर अवलंबून असावे याबद्दल संताप आला होता आणि त्यांनी दाराला त्याच्या नशिबावर सोडले. दाराच्या कारभारात शहाजहानकडून सुद्धा अडचणी निर्माण होत होत्या. अजूनही शहाजहान दाराला युद्ध टाळण्याचा वारंवार आग्रह करीत होता. आपल्या या दोन मुलांमधील भांडणे शांततेने आणि वाटाघाटींनी मिटतील अशी त्याला अजूनही आशा वाटत होती.

१८ मेला दारा आपल्या सैन्यासह चंबळ किनाऱ्याकडे जाण्यास निघाला. त्यावेळी आग्र्याच्या किल्ल्यात दिवाण-ई-आम मध्ये आपल्या वृद्ध पित्याचा-शहाजहानचा निरोप घेण्याचा समारंभ अंतःकरण हलवून सोडणारा होता. त्याच महिन्याच्या २२ तारखेला दारा ढोलपूरला पोहोचला. आल्याबरोबर त्याने चंबळवरील सर्व उताराच्या उथळ जागा आपल्या ताब्यात घेऊन त्यांची नाकेबंदी केली. समोरासमोरची लढाई शक्यतोवर टाळून औरंगजेबाच्या घोडदौडीला आळा घालावा आणि यात जो काही वेळ मिळेल तेवढ्यात सुलेमान शुकोहचे सैन्य आपल्याला येऊन मिळेल असा त्याचा होरा होता. परंतु २३ तारखेलाच औरंगजेबाने ढोलपूरच्या पूर्वेला ४० मैलांवर चंबळ नदी ओलांडली अशी धक्कादायक बातमी त्याला कळली. म्हणून दाराने आग्र्याकडे माघार घेतली व त्या शहराच्या बाहेर सामुगडनजीक त्याने आपली छावणी टाकली. ह्या ठिकाणी औरंगजेब २८ तारखेला येऊन पोहोचला.

त्या दिवशी औरंगजेबाच्या आगमनाची वार्ता ऐकून दाराने आपले सर्व सैन्य एकत्रित केले आणि लढण्याच्या उद्देशाने जणू तो बाहेर पडला परंतु शत्रुसैन्य दृष्टिपथात येताच तो थांबला आणि आता आपले प्रतिस्पर्धी कोणती हालचाल करतात, याची वाट पाहू लागला. सूर्यास्तानंतर तो आपल्या तळावर परत आला. त्याने उचललेले हे पाऊल अतिशय मूर्खपणाचे ठरले.

वास्तविक औरंगजेबाच्या सैन्याची संख्या यावेळी कमी होती आणि निर्जल व उजाड प्रदेशातून उन्हातान्हात दहा मैलांची मजल मारून आल्याने ते सैन्य पूर्णपणे

थकलेले होते. ह्याउलट दाराचे सैन्य ताजेतवाने होते. दाराचे सैनिक, त्यांची घोडी आणि हत्ती दिवसभर काहीच न करता तासचे तास उभे राहिल्याने आणि दिवसभर ऊन खाल्ल्याने नुसते कंटाळून आणि थकून गेले होते. ह्याउलट औरंगजेबाने शहाणपणाचा विचार करून आपल्या थकलेल्या सैन्याला संपूर्ण संध्याकाळ आणि रात्रभर विश्रांती दिली व तो दुसरे दिवशीच्या लढाईकरिता सिद्ध झाला.

६. सामुगडची लढाई, २९ मे १६५८

दुसऱ्या दिवशी सकाळी म्हणजे २९ मे ला दाराने आपल्या छावणीसमोर दोन मैलपर्यंत आपले सैन्य दूरवर विखरून युद्धाची तयारी केली. यावेळी त्याच्या सैन्याची संख्या ५०,००० पर्यंत होती. त्याच्या सैन्यात प्रामुख्याने राजपूत तुकड्या आणि दाराचे खास राखीव सैन्य यांचा भरणा होता. हे सर्व सैनिक दाराशी एकनिष्ठ होते. परंतु ह्या सैन्यातील जवळजवळ अर्धे सैन्य हे बादशहाच्या तैनातीतील होते आणि त्यांच्यावर दाराला विसंबून राहण्यासारखी परिस्थिती नव्हती. ह्यांपैकी कित्येक सरदारांना आणि विशेषत: खलिलुल्लाखानाला भरपूर लाच देऊन औरंगजेबाने आपल्या बाजूला वळवून घेतले होते. दाराने आपला सर्व तोफखाना आपल्या सैन्याच्या आघाडीवर एका ओळीत सिद्ध केला होता. त्याच्या मागे पायदळ, तिरंदाज, त्यामागे हत्तीदळ आणि अगदी शेवटी घोडदळ अशी दाराने योजना केली होती. दाराचा तोफखाना अवजड असल्याने त्याच्या हालचाली करणे कठीण होते व त्यामुळे औरंगजेबाच्या तोफखान्यापेक्षा तो कमी कार्यक्षम होता. दाराची घोडी आणि सामानवाहू खेचरे ही उमेदीची नव्हती.

ह्याच्या उलट औरंगजेबाचे सैन्य कोणत्याही हालअपेष्टांना पुरून उरणारे होते. त्यात तरबेज घोड्यांवर स्वार झालेले मुरब्बी कसलेले सैनिक होते आणि त्याचा तोफखाना मीर जुमलाने नोकरीस ठेवलेल्या उत्तम युरोपियन तोफखाना-तज्ज्ञांच्या ताब्यात होता व त्याला दारूगोळ्याचा पुरवठाही उत्तम प्रकारे होत होता. त्याच्या सैन्यात पूर्ण एकी होती आणि सैन्यातल्या अधिकाऱ्यांना वरचे आदेश निमूटपणे अमलात आणण्याची शिकवण प्रारंभीपासूनच मिळाली होती.

लढाईला दुपारी तोंड लागले. दाराने प्रारंभी आक्रमक भूमिका घेऊन मोठ्या प्रमाणात तोफांचा भडिमार सुरू केला. त्या माऱ्याने रणमैदानात भयंकर गडगडाट निर्माण झाला पण तो सर्व मारा दूरवरून झाल्यामुळे शत्रूची हानी फार थोडी झाली. औरंगजेबाने मात्र आपला दारूगोळा यावेळी अजिबात वापरला नाही. त्याचे हे धोरण शहाणपणाचे ठरले.

तोफखान्याच्या ह्या भडिमारामध्ये जवळजवळ एक तास गेला आणि त्यानंतर दाराने हल्ला चढविण्याचा हुकूम दिला. त्याच्या डाव्या फळीचे नेतृत्व रुस्तमखानाकडे

होते. जागोजागी उभ्या केलेल्या तोफांमधील मोकळ्या जागेतून निघून दाराचे सैन्य बाहेर पडले व त्यानंतर एकत्र आलेल्या या तुकड्या त्वेषाने आपल्या नंग्या तलवारीनिशी आणि मोठमोठ्याने विजयी युद्ध गर्जना करीत शत्रूच्या तोफखान्यावर तुटून पडल्या. औरंगजेबाच्या तोफखान्याचा प्रमुख सफशिकानखान आणि त्याच्या तोफांच्या मागे उभ्या असलेल्या तिरंदाजांनी हा प्रखर हल्ला मोठ्या जिद्दीने सहन केला व ते आपल्या जागेवरून तसूभरही हलले नाहीत. त्यांनी हा हल्ला, तोफा, बंदुका, बाण, भालेबरच्या यांचा एकच मारा करून परतवून लावण्याचा प्रयत्न केला. परंतु हा तुफानी हल्ला दाराच्या तोफांपर्यंत पोहोचू न शकल्यामुळे त्यांचा मारा चालूच राहिला. परंतु हे तोफगोळे गोलंदाजात येऊन पडू लागल्याने दाराच्या तोफांचा मारा मंदगतीने होऊ लागला, एवढाच याचा परिणाम झाला. म्हणून रुस्तुमखान आपले सावज सहजपणे मिळावे म्हणून एकाएकी डाव्या बाजूला वळला आणि औरंगजेबाच्या आघाडीवर तुटून पडण्याकरिता त्याने अतिवेगाने घोडदौड केल्याने रणभूमीवर एकच धूळ निर्माण झाली. परंतु औरंगजेबाची उजवी बाजू सांभाळत असलेल्या बहादूरखानाने ताबडतोब परिस्थिती ओळखून औरंगजेबाची आघाडी आणि तोफखाना यांच्यात जी मोकळी जागा होती तिथून आघाडीवर येऊन रुस्तुमखानाचा मार्ग अडविला. ह्या ठिकाणी आता मोठ्याच हातघाईच्या लढाईला तोंड द्यावे लागले. बहादूरखानाला जखम झाल्याने तो घोड्यावरून खाली पडला, त्याच्या सैन्याचा पूर्णपणे नि:पात होण्याचा प्रसंग आला. अशा ऐन संकटाच्या वेळी उजव्या बाजूकडून इस्लामखान आणि राखीव सैन्यातून शेख मीर त्याच्या मदतीला धावून आले. आता नामोहरम होण्याची पाळी रुस्तुमखानावर आली. लढाईच्या धुमश्चक्रीत त्याच्या हाताला जबर जखम झाली परंतु तरीसुद्धा जीवाची पर्वा न करता आपल्या काही धाडसी सैनिकांसह रुस्तुमखानाने शत्रूच्या मधल्या फळीतून आपला मार्ग काढण्याचा प्रयत्न केला आणि तिथे जी प्रेतांची रास निर्माण झाली, त्यातच त्याच्याही प्रेताची भर पडली. दाराच्या डाव्या फळीकडील जे काही सैनिक उरले होते, त्यांनी सिपहर शुकोहच्या नेतृत्वाखाली मागे पळण्याला प्रारंभ केला.

ह्याचवेळी औरंगजेबाच्या डाव्या बाजूला अतिशय भीषण लढाई लढली जात होती. तेथे शाही सैन्यातील छत्रसाल हाडा याच्या नेतृत्वाखाली जे राजपूत सैन्य होते, त्यांनी झुलफिकर अलीखान याच्या नेतृत्वाखाली तोफखाना आणि मुरादच्या नेतृत्वाखाली सैन्य यांच्या मधील अरुंद जागेतून झुकांडी देऊन मुरादच्या सैन्यावर भीषण हल्ला चढविला आणि ह्यामुळे मुराद हा औरंगजेबाच्या सैन्यापासून दूर फेकला गेला. होळीचे केशरी वस्त्र नेसलेला, पगडीला बहुमोल मोत्ये लोंबत असलेला राजा रामसिंग राठोड हा युद्धोन्मादात ''दारापासून तुला राजगादी हिसकावून घ्यावयाची

आहे ना ?'' असे उपरोधिकपणे ओरडत मुरादच्या हत्तीवर तुटून पडला. जिवंत राहावयाचे असल्यास हत्तीला खाली बसव असे मुरादच्या माहुताला ओरडून सांगून राजा रामसिंग राठोडने मुरादच्या दिशेने त्वेषाने भाला फेकून मारला परंतु त्याचा नेम चुकला आणि मुरादने बाणाने त्याला जागच्या जागी ठार मारले. इतर राजपूत सरदारांनी एकच गर्दी करून मुरादच्या हत्तीला वेढून टाकले. ह्या सर्व सरदारांच्या केशरी वस्त्रांमुळे ''ती जमीन केशराच्या शेतासारखी दिसत होती.'' राजपूत घोडेस्वारांना हत्तीवर आरूढ झालेल्या मुरादपर्यंत पोहोचता येईना. परंतु तरीसुद्धा मुरादच्या चेहऱ्यावर तीन जखमा झाल्या. त्याचा माहुत जागच्या जागी ठार झाला आणि मुरादच्या हत्तीवरील हौद्यात सायलीच्या पाठीप्रमाणे अनेक बाण रुतून बसले. ह्या हल्ल्यामुळे मुरादला थोडी माघार घ्यावी लागली.

विजयी राजपुतांनी शत्रुसैन्याच्या मध्यभागी आपला जोर वाढवून औरंगजेबावर हल्ला चढविला. त्यावेळी औरंगजेब आपल्या डाव्या बाजूला मुरादवर आलेल्या भीषण संकटाची वार्ता ऐकून त्याच्या मदतीला धावून जात होता. ह्या दोन बलाढ्य सैन्यात झालेले रणकंदन भीषण होते. राजपूत सैनिक प्रत्यक्ष औरंगजेबावरच हल्ला करण्यासाठी पुढे चाल करून गेले परंतु औरंगजेबाच्या रक्षकांनी तेवढ्याच शूरपणे ह्या हल्ल्याचा प्रतिकार केला. हे रक्षक सैनिक ताज्या दमाचे असल्याने त्यांनी, मुरादशी सतत लढून थकलेल्या आणि संख्याबळाने कमी झालेल्या राजपूत सैन्यावर मात करण्यात यश मिळविले. तरीसुद्धा प्रचंड विरोध होत असूनही राजपुतांनी स्वतःच्या ''प्राणांची पर्वा न करता'' जबर लढा दिला परंतु त्यांचे नेते एकामागून एक धारातीर्थी पडू लागले. त्यात छत्रसाल हाडा, रामसिंग राठोड, भीमसिंग गौड आणि शिवराम गौर यांचा अंतर्भाव होता. परंतु तरीसुद्धा उरलेले राजपूत सैनिक ''भक्ष्यावर तुटून पडणाऱ्या शिकारी कुत्र्यांप्रमाणे'' अटीतटीचा लढा देऊ लागले. रणांगणावर प्रत्यक्ष हजर असलेल्या एका युरोपियन माणसाने या संघर्षाचे वर्णन असेच लिहून ठेवलेले आढळते. राजा रूपसिंग राठोड याने तर आपल्या घोड्यावरून खाली उडी मारून नंग्या तलवारीनिशी औरंगजेबाच्या हत्तीजवळ जाऊन हौद्याच्या खालच्या दोऱ्या तोडण्याचा विलक्षण धाडसी प्रयत्न केला. त्यामुळे हत्तीवर बसलेला राजपुत्र हौद्यासकट खाली जमिनीवर कोसळेल असा त्यांचा कयास होता. त्याने हत्तीचे पाय तलवारीने छाटले परंतु औरंगजेबाच्या अंगरक्षकांनी तात्काळ त्याच्या शरीराचे तुकडे तुकडे उडवले. उरलेले राजपूत सैनिक ठार मारले गेले. अशा रीतीने ह्यावेळेपावेतो दाराची डावी आणि उजवी फळी ह्या दोहोंचाही समूळ नाश झालेला होता.

७. सामुगड येथील दाराच्या स्वतःच्या हालचाली; शेवट

लढाईच्या अगदी सुरुवातीलाच रुस्तुमखान आणि छत्रसाल यांनी आपल्या डाव्या फळीच्या आणि आघाडीच्या सैन्यासह हल्ला चढविताच दाराने आपली मधल्या फळीतली जागा सोडली आणि आपल्या तोफखान्यातून मार्ग काढून रुस्तुमखानाला मदत करण्याकरिता तो औरंगजेबाच्या उजव्या बाजूकडे सरकला. त्या परिस्थितीत दाराकडून ह्यापेक्षा दुसरी कोणतीही घातक चूक होऊ शकली नसती. त्यामुळे दाराला रणक्षेत्रावर चौफेर नजर ठेवता येईना किंवा सर्वोच्च सेनापती ह्या नात्याने त्याला आपल्या फौजांवर नियंत्रणही ठेवता येईना. त्यामुळे सर्वत्र एकच गोंधळ निर्माण झाला. दुसरे असे की, दारा आपलाच तोफखाना ओलांडून समोर आल्याने तोफखान्याच्या भडिमाराला अडथळा निर्माण झाला. उलट प्रत्युत्तराची संधी न देता त्याच्या सैन्यावर मात्र औरंगजेबाच्या तोफखान्यातून सतत मारा होत राहिला. इतर सर्व कारणांपेक्षाही दाराच्या सर्वनाशाला ही चूक जास्त कारणीभूत ठरली. आपल्यावर समोरच्या दिशेने होणाऱ्या तोफांचा मारा चुकवण्याकरिता दाराने आता आपला मोर्चा उजवीकडे वळविला व तो शेख मीरच्या सैन्यावर तुटून पडला. नेमक्या ह्यावेळी औरंगजेबाजवळ कोणतेही रक्षक नव्हते. दाराने ह्यावेळी हिम्मत करून औरंगजेबावर हल्ला चढविला असता तर विजय निश्चित त्याचाच होता. ''परंतु ह्यावेळी रणभूमीवरच्या काही अडचणींमुळे आणि अतिशय थकल्यामुळे त्याने तेथेच काही वेळ मुक्काम केला.'' त्यामुळे त्याच्या सैनिकांतील वाढता आवेश हळूहळू ओसरत गेला आणि त्याच्या हल्ल्याचा जोश खूपच मंदावत गेला आणि अशा रीतीने एक सुवर्णसंधी कायमची गमावली गेली. कारण ह्या कालावधीत औरंगजेबाने आपल्या सैन्याला एकत्रित करून त्यांनी नवीन व्यूहरचना केली. परिणामी दाराला औरंगजेबाच्या हत्तीवर सरळ चालून जाण्याचा आपला डाव अर्ध्यातच सोडून द्यावा लागला आणि छत्रसालच्या सैनिकांना मदत देण्याकरिता त्याला उजव्या बाजूला कूच करावे लागले. ह्यावेळी दाराला अगदी डाव्या टोकाकडून उजव्या टोकाकडे जाण्यासाठी आपल्या सैन्याच्या संपूर्ण आघाडीच्या पलीकडे जाऊन हालचाल करावी लागली. सैन्याची ही हालचाल प्रदीर्घ स्वरूपाची होती. ही गैरफायद्याची हालचाल करीत असताना उन्हाच्या जबरदस्त माऱ्याने दाराची माणसे आणि घोडी पटापट खाली पडत होती. यातच शत्रुपक्षाच्या अग्रभागी जो तोफखाना होता, त्याचा प्रखर मारा सरळ त्याच्या डाव्या फळीवर सतत चालूच होता. तापलेल्या वाळूवर, गुदमरून टाकणाऱ्या धुळीच्या वादळात ही दीर्घकालीन आणि जीवघेणी हालचाल करावी लागत असल्याने दाराचे सैन्य पार थकून गेले होते. प्रखर उन्हाने तापलेल्या चिलखतामुळे शरीरावर फोड उठत होते. त्यातच तहानेने व्याकुळलेल्या दाराच्या सैनिकांना पाण्याचा एक थेंबही मिळत नव्हता.

दरम्यान औरंगजेबाच्या आघाडीवरच्या सैन्यतुकड्यांनी, औरंगजेबाच्या कडक शिस्तीचे पालन करताना आपली जागा तसुभरही सोडलेली नव्हती. परंतु आता दाराच्या दोन्ही फळ्या आणि आघाडी विस्कळीत झालेल्या आहेत आणि त्याच्या सैन्याच्या मधल्या फळीतून प्रचंड गोंधळ निर्माण झालेला आहे व कोणाचा पायपोस कोणाच्या पायात नाही हे पाहून औरंगजेबाच्या सैन्याच्या बिनीवर असणाऱ्या राजपुत्र मुहंमद सुलतान याने दारावर हल्ला चढविण्याकरिता समोर झेप घेतली. याचवेळी औरंगजेबाच्या विजयी झालेल्या उजव्या फळीतील तुकड्यांनी दाराच्या सैन्याला गिळंकृत करण्याकरिता आपला मोर्चा वळवला. त्याचबरोबर उजव्या आणि डाव्या बाजूकडील तोफांनी अविरत आग ओकून दाराच्या सैन्यावर आपला दाब कायम ठेवला. इथेच लढाईचा खरोखर शेवट झाला असे म्हटले पाहिजे. ह्यावेळेपावेतो आपले सर्व उत्तमोत्तम सेनापती लढाईत ठार मारले गेलेले आहेत हे दाराला कळून चुकले होते आणि आता ''समुद्राच्या लाटावर लाटा याव्यात त्याप्रमाणे औरंगजेबाचे सैनिक असंख्य तोफा घेऊन दाराच्या समोर येऊन उभे ठाकले.'' त्यांच्या तोफातून जो जबरदस्त आणि अचूक मारा चाललेला होता, त्यामुळे दाराच्या सभोवती जे काही सैनिक शिल्लक होते ते प्रत्येक मिनिटाला अचूक टिपले जात होते. आता तर दाराचा स्वत:चा हत्तीच शत्रूच्या तोफांचे लक्ष्य ठरले. ह्या गोलंदाजीने दाराचे स्वत:चे सेवक एकामागून एक मारले जाऊ लागले. या दुर्दैवी राजपुत्राला यावेळी मदत तर मिळाली नाहीच परंतु या माऱ्यामुळे त्याला हत्तीवरून उतरून घोड्याचा आश्रय घ्यावा लागला.*

परंतु त्यामुळे एकदम सर्व लढाईच संपुष्टात आली. रणक्षेत्रावर सर्वत्र विखुरलेल्या त्याच्या उर्वरित सैनिकांना ज्यावेळी हत्तीवरचा हौदा रिकामा दिसला त्यावेळी आपला धनी दारा ठार मारला गेला अशीच त्यांची समजूत झाली. अगोदरच थकवा आणि तहान यामुळे हे सैनिक अर्धमेले झालेले होते, त्यातच रणांगणावर एकाएकी गरम वारे वाहण्याला प्रारंभ होऊन त्याचा सैनिकांच्या तोंडावर सतत मारा होऊ लागला. यापैकी

(***टीप :** विजयाची कोणतीही आशा राहिली नाही त्यावेळी अतिशय धोका असताना दारा हत्तीवरून खाली उतरला असे ठाम विधान ए.एन.(१०४), आकील (४८), मासूम (६३-ब) आणि कांबू (१५-अ) यांनी केलेले आहे. दाराने औरंगजेबाचा जवळजवळ पूर्ण पराभव केला होता. त्यावेळी खलीलउल्ला ह्याच्या घातकी सल्ल्यावरून दाराने हत्तीवरून घोड्यावर स्वार होण्याचे कृत्य केले आणि त्यामुळे दाराला विजयाची खात्री असतानासुध्दा पराभव पत्करावा लागला, या मनुकी (Manucci) आणि बर्नियर यांनी उद्‌धृत केलेल्या तात्कालीन बाजारगप्पा खऱ्या नाहीत असे या तात्कालीन नामवंत तज्ज्ञांनी नमूद केले आहे. (पाहा Storia i २८१-२८२; बर्नियर, ५३-५४ ईश्वरदास २४-अ आणि २४-ब)

पुष्कळसे सैनिक तर केवळ तहानेने व्याकुळ होऊन मेले. आपल्या दोन्ही हातांचा उपयोग करण्याचे त्राणसुद्धा त्यांच्यात शिल्लक राहिलेले नव्हते. उरलेसुरले जे काही शाही सैन्य अजून रणांगणावर शिल्लक होते, ते पळण्याकरिता केवळ चांगल्या निमित्ताचीच वाट पाहत होते आणि आता दारा शुकोह एकाएकी हौद्यातून दिसेनासा झालेला पाहताच त्यांना तशी संधी आपोआपच सापडली. सर्व सैन्यात एकच गोंधळ उडून गेला आणि पूर्णपणे विस्कळीत झालेल्या त्या सैनिकांनी पळापळीला प्रारंभ केला. सर्वजण सोडून गेल्याने दारा शुकोह एकटाच उरला. मात्र काही वंशपरंपरागत विश्वासू सेवकांनी त्याला साथ दिली. त्यांनी त्याला रणक्षेत्राबाहेर काढून आग्र्याला पोहोचवले.

अशा रीतीने आता उरलासुरला विरोधही गळून पडला. परंतु दाराच्या सैन्याचा पाठलाग मात्र करण्यात आला नाही. पाठलाग करण्याची आवश्यकताही नव्हती कारण झालेला विजय हा सर्वार्थाने पूर्ण विजय होता. पराभूत पक्षाचे १०,००० सैनिक ठार मारले गेले. घोडी आणि खेचरे किती कामास आलीत याची तर गणतीच नव्हती. शाही सैन्यातील जे उच्चपदस्थ सेनापती मारले गेले, त्याच्यात नऊ राजपूत आणि १९ मुसलमान सरदारांचा नावनिशीवार उल्लेख सापडतो.

या सर्व पराक्रमी सरदारांत बुंदीचा प्रमुख राव छत्रसाल हाडा हा अत्यंत शूर आणि बावन्न लढाया लढलेला वीर पुरुष होता. मृत्यू किंवा विजय यांचे निदर्शक चिन्ह म्हणून केशरी वस्त्रे परिधान करणाऱ्या हाडा सैनिकांसह बुंदीचा राजा राव छत्रसाल हाडा हा दाराची आघाडी सांभाळत होता. आपल्या सैनिकांना उत्तेजन देत तो आपल्या हत्तीवर स्वार झाला. परंतु स्वत: पुढाकार घेऊन मोठमोठ्याने रणगर्जना करीत आपल्या सैनिकांना प्रोत्साहित करीत असतानाच त्याच्या हत्तीवर एक तोफगोळा येऊन आदळला. त्यामुळे तो हत्ती एकाएकी मागे वळला आणि पळून गेला. छत्रसालाने पळणाऱ्या हत्तीच्या पाठीवरून खाली उडी मारली आणि ताबडतोब घोडा आणण्याकरिता त्याने आज्ञा दिली. ''माझा हत्ती शत्रूला पाठ दाखवून पळून जाऊ शकतो परंतु त्याचा मालक मात्र रणातून कधीही पळून जाणार नाही'' असे उद्गार ह्यावेळी काढले. घोड्यावर स्वार होऊन त्याने आपल्या सैनिकांची घनदाट व्यूहरचना केली आणि मुरादला आपले लक्ष्य बनवून त्याच्यावर सैन्यासह भीषण हल्ला चढविला आणि मुरादवर फेकून मारण्यासाठी हातात भाला तोलून धरला न धरला तोच त्याच्या कपाळावर एक तोफगोळा येऊन आदळला. धरमत आणि सामुगडच्या ह्या दोन लढायांत औरंगजेबाच्या जवळच्या नात्यातले बारा राजपुत्र आणि प्रत्येक हाडावंशाचा एकएक नायक यांनी आपल्या प्राणांचे बलिदान केले. तथापि ह्या दिवशी सगळ्यांत नामवंत व्यक्ती ठार मारली गेली ती म्हणजे उझबेग आणि इराणी युद्धांचा नायक रुस्तुमखान किंवा फिरोजजंग हा होय.

औरंगजेबाच्या सैन्यातील पहिल्या प्रतीचा फक्त एकच सरदार गमावला गेला आणि तो म्हणजे आझमखान, पण तो असह्य उष्णतेमुळे मरण पावला.

८. आग्रा येथील घटना आणि शहाजहानचा तुरुंगवास, जून १६५८

सामुगडच्या प्रचंड पराभवानंतर दारा आपल्या काही सेवकांसह रात्री ९ वाजता आग्र्याला पोहोचला आणि शहरातल्या आपल्या घरी जाऊन घर बंद करून बसला. शाही कुटुंबात दुःखाची आणि भीतीची एकच लाट उसळली. शहाजहानने दाराला किल्ल्यात येऊन आपली भेट घ्यावी असा निरोप पाठविला. परंतु दारा शरीराने आणि मनाने पार खचून गेला होता. त्याने भेटीला यायला नकार दिला आणि "अशा दुर्दैवी पराभूत अवस्थेत बादशहाला मी माझं तोंड सुद्धा दाखवू इच्छित नाही. बादशहाने मला आशीर्वाद द्यावेत आणि पलीकडल्या दीर्घ प्रवासाला जाण्याकरता मला माझ्या नशिबावर सोडून द्यावे." असा निरोप त्याने पाठविला.

दुःखी आणि पराभूत राजपुत्र, आपली पत्नी, मुले आणि अकरा-बारा सेवक यांसह पहाटे तीन वाजता आग्र्याहून दिल्लीला जाण्याकरता निघाला. शहाजहानच्या हुकमावरून शाही जामदारखान्यामधून सोन्याच्या नाण्यांनी लादलेली खेचरे दाराकडे पाठविण्यात आली. दारानेसुद्धा त्या घाईत जितके जडजवाहीर आणि पैसा नेता येईल तेवढा आपल्याबरोबर घेतला. वाटेत जाताना पुढील दोन दिवसांत त्याचे अनुयायी गटागटाने येऊन त्याला सामील झाले. अशा रीतीने दारा दिल्लीला जाऊन पोहोचला, त्यावेळी त्याच्या सैन्याची संख्या ५००० पर्यंत पोहोचली होती.

सामुगडच्या लढाईनंतर औरंगजेब मुरादच्या भेटीला गेला. त्याने लढाईतील विजयाबद्दल मुरादचे अभिनंदन केले व आपल्या लहान भावाच्या शौर्यामुळेच ह्या लढाईत विजय मिळू शकला आणि ह्या विजयाच्या तारखेपासून मुरादच्या कारकीर्दीचा प्रारंभ होईल, असे त्याने आपल्या भावाला सांगितले. औरंगजेबाने ह्यावेळी जखमी मुरादची मोठ्या प्रेमाने शुश्रुषा सुद्धा केली.

त्यानंतर दोन मजला मारून विजेते राजपुत्र आग्र्याबाहेरील नूर मंझील किंवा धारा ह्या बगीच्यात येऊन पोहोचले (१ जून). ह्या ठिकाणी त्यांनी दहा दिवसांपर्यंत मुक्काम केला. प्रत्येक दिवशी शाही दरबारातील मोठमोठे मानकरी सरदार आणि अधिकारी शाही पक्ष सोडून औरंगजेबाला येऊन मिळू लागले. त्याचप्रमाणे दाराचे पूर्वीचे अधिकारीही औरंगजेबाला येऊन मिळाले.

सामुगडच्या विजयानंतर दुसऱ्या दिवशी औरंगजेबाने प्रत्यक्ष शहाजहानलाच पत्र लिहिले. त्यात आपल्या शत्रूच्या कारवायांमुळे आपल्याला ह्या लढाया लढाव्या लागल्या आणि म्हणून त्याबद्दल आपल्याला क्षमा असावी असा मजकूर होता. नूर

मंझील मध्ये पोहोचल्यानंतर औरंगजेबाला शहाजहानचे त्याच्या स्वत:च्या हस्ताक्षरातले पत्र मिळाले. त्यात बादशहाने त्याला मुलाखतीस बोलावले होते. आग्र्याच्या किल्ल्यात प्रवेश केल्यानंतर, तार्तार जातीच्या आपल्या स्त्री-रक्षकांकरवी औरंगजेबाचा खून करण्याचा कट शहाजहानने रचला आहे म्हणून औरंगजेबाने बादशहाच्या भेटीला जाऊ नये असा औरंगजेबाच्या काही मित्रांनी (विशेषत: शाहिस्तेखान आणि खलिलुल्ला) त्याला सल्ला दिल्यावरून, जावे की न जावे असा थोडा विचार केल्यानंतर शेवटी त्याने भेटीला जाण्याचा नकार दिला.

अखेरीस औरंगजेबाने आपले खरे स्वरूप उघड करून आग्रा शहराचा ताबा घेण्याकरता आणि तेथे शांतता प्रस्थापित करण्याकरता आपला सर्वांत वडील मुलगा मुहंमद सुलतान याला रवाना केल्यानंतर (३ जून) ५ जूनपासून औरंगजेबाने आग्रा किल्ल्याच्या वेढ्याला प्रारंभ केला. शहाजहानने अगोदरच आग्रा किल्ल्याचे सर्व दरवाजे बंद करून या वेढ्याला तोंड देण्याची तयारी केली होती. आग्र्याचा किल्ला हा त्या काळात सर्वांत मजबूत किल्ला असल्याने त्यावर औरंगजेबाच्या लोकांचा कोणताच प्रभाव पडेना. तेव्हा तटबंदीला खिंडार पाडून किंवा हल्ला चढवून किल्ला जिंकण्याचा प्रश्न उपस्थितच होत नव्हता. नेहमीप्रमाणे वेढा देऊन किंवा नाकेबंदी करून किल्ला जिंकावयाचे ठरवले असते तर दोघाही भावांना त्याकरता महिनोन्‌गणती आणि वर्षानुवर्षे सुद्धा त्याठिकाणी अडकून पडावे लागले असते आणि त्यामुळे दाराला नवीन सैन्य उभारण्याला बराच अवधी मिळाला असता.

म्हणून औरंगजेबाने यमुना नदीकडे जाण्याकरता आग्रा किल्ल्यात जो दरवाजा होता (Watergate खिजरी), त्याच्या बाहेरच्या भागावर एकाएकी हल्ला करून तो भाग ताब्यात घेण्यास आपल्या सैनिकांना पाठविले. यामुळे किल्ल्यात होणारा पाण्याचा पुरवठा बंद पडला आणि भर उन्हाळ्यात किल्ल्यातील सैनिकांवर तहानेने व्याकुळ होण्याची पाळी आली. किल्ल्यात काही जुन्या व बऱ्याच काळपर्यंत वापरात नसलेल्या विहिरी होत्या, परंतु त्यातील पाणी पिण्यायोग्य नव्हते. अशा कठीण प्रसंगी दरबारातील चैनीला चटावलेले बादशहाचे अनेक अधिकारी गुपचूप किल्ला सोडून बाहेर चालते झाले.

अशा परिस्थितीत शहाजहानने कसेबसे तीन दिवस काढले. त्याने, औरंगजेबाला एक व्यक्तिगत पत्र लिहून आपल्या बापाला तहानेने व्याकुळ करून मारू नये अशी अत्यंत कळकळीची विनंती केली. परंतु ''ह्या परिस्थितीला तुम्ही स्वत:च कारणीभूत आहात'' असे उत्तर औरंगजेबाने पाठविले. शेवटी चोहोबाजूला फक्त निराशा व विश्वासघात ह्याशिवाय दुसरे काही दिसून न आल्यामुळे, तहानेने दिवसेंदिवस

अधिकाधिक व्याकुळ झालेल्या त्या वयोवृद्ध शहाजहानने शरण जाण्याचे ठरविले. ८ जूनला त्याने किल्ल्याचे दरवाजे उघडून औरंगजेबाच्या अधिकाऱ्यांना आत घेतले आणि त्यांनी दरबार हॉलच्या मागे जनानखान्यातील भागात शहाजहानला कैद करून ठेवले. शहाजहानकडून सर्व सत्ता काढून घेण्यात आली. बादशहाने किल्ल्यातून पळून जाऊ नये म्हणून किल्ल्याच्या आत आणि बाहेर मजबूत पहारा बसविण्यात आला आणि बादशहाजवळील हिजड्यांनी बादशहाची पत्रे गुप्तपणे बाहेर नेऊ नये म्हणून त्यांच्यावरही सक्त नजर ठेवण्यात आली. हिंदुस्थानातील समृद्ध राज्यकर्त्यांच्या तीन पिढ्यांची आग्र्याच्या किल्ल्यातील अफाट संपत्ती आता औरंगजेबाच्या ताब्यात आली.

१० जूनला शहाजादी जहानआरा हिने स्वत:चे व्यक्तिमत्त्व पणास लावून आणि बहिणीच्या नात्याने औरंगजेबाचे मन वळविता येईल किंवा काय, हे पाहण्याचा प्रयत्न म्हणून औरंगजेबाची भेट घेतली. तिने शहाजहानच्या वतीने संपूर्ण साम्राज्याची चार भावांत वाटणी करावी असा प्रस्ताव समोर ठेवला. साहजिकच औरंगजेबाने त्याला नकार दिला.

९. मुरादबक्षाची कैद : त्याचा मृत्यू

१३ जूनला औरंगजेबाने दाराचा पाठलाग करण्याकरता आग्रा शहरातून कूच केले व तो दिल्लीच्या रोखाने निघाला. परंतु वाटेत मुरादच्या मत्सरग्रस्त आणि हट्टी वागणुकीमुळे अतिशय गंभीर परिस्थिती निर्माण झाली आणि त्यामुळे त्याला मथुरेला मुक्काम करावा लागला. मुरादच्या हातातून सत्ता दिवसेंदिवस कशी निसटत आहे आणि औरंगजेब हा कसा अधिकाधिक प्रभावशाली बनत चालला आहे, हे त्याचे सेवक त्याला वारंवार सांगत होते. मुरादला राजा म्हणून राज्याभिषेक करून घेण्याची तीव्र इच्छा होती. परंतु काहीना काही निमित्ताने औरंगजेब त्याची ती इच्छा पूर्ण करण्याचे पुढे पुढे ढकलीत होता. त्यामुळे औरंगजेबाने आपल्याला केवळ कामापुरता मामा करून काम संपल्यानंतर दूर फेकून देऊ नये म्हणून मुरादने स्वत:चा हक्क प्रस्थापित करणे आवश्यक होऊन बसले होते.

सल्लागारांच्या सल्ल्यानुसार वागणाऱ्या मुरादने उघड उघड औरंगजेबाच्या विरोधी भूमिका घेण्यास प्रारंभ केला. त्याने आपल्या सैन्यात वाढ केली. शाही फौजातून जे सैनिक नुकतेच औरंगजेबाला सामील झाले होते, त्यांना जास्त पगार आणि जास्त सवलती यांचे आमिष दाखवून आपल्या बाजूला वळवून घेतले आणि अनेकांना पदव्या बहाल केल्या. शेवटी औरंगजेबाला भेटणे हे आपला दर्जा कमी करणारे आहे असे समजून त्याने औरंगजेबाशी भेटीगाठी घेणेसुद्धा बंद केले. याप्रकारे त्याने मित्रपक्षात औरंगजेबाविरुद्ध उघड उघड विरोधी वातावरण निर्माण केले.

यामुळे परिस्थितीने अतिशय गंभीर वळण घेतले. परंतु औरंगजेबाने तातडीने एक योजना तयार करून ती अतिशय कौशल्याने अमलात आणली. प्रथमत: त्याने मुरादकडे २० लाख रुपये आणि २३३ घोडी भेटीदाखल पाठवून मोठ्या कौशल्याने मुरादची संशयनिवृत्ती केली आणि गेल्या लढाईत मुरादला ज्या जखमा झाल्या होत्या; त्यातून तो पूर्णपणे बरा झाला ह्याचा आनंद व्यक्त करण्याकरिता आणि परागंदा झालेल्या दाराविरुद्ध मोहीम उघडण्याचा कट शिजविण्याकरिता त्याने मुरादला मेजवानीचे आमंत्रण दिले. त्यानंतर औरंगजेबाने मुरादचा विश्वासू अंगरक्षक नुरुद्दीन खवस याला भरपूर लाच देऊन आपल्या बाजूला वळवून घेतले. याच नुरुद्दीन खवसने मुरादला शिकारीहून परतताना (२५ जून) आपल्या भावाचे मेजवानीचे निमंत्रण स्वीकारण्यास आणि औरंगजेबाच्या छावणीस जाण्यास प्रवृत्त केले.

औरंगजेबाने मुरादचे अतिशय प्रेमाने स्वागत केले; त्याला भरपूर मिष्टान्न खाऊ घातले आणि त्याच्यावर मद्याचा मारा केला. मुराद झोपल्यानंतर त्याची शस्त्रे काढून घेण्यात आली व त्याला कैद करण्यात आले. मध्यरात्री या कैद्याला जनान्यासाठी असलेल्या, बंद हौद्यातून घोडेस्वारांच्या कडक बंदोबस्तात प्रथमत: सालीमगडला आणि त्यानंतर ग्वाल्हेरच्या सरकारी तुरुंगात पाठविण्यात आले. औरंगजेबाने हा "उत्कृष्ट डाव" इतक्या सफाईदारपणे पार पाडला की मुरादच्या अनुयायांना त्याच्या भवितव्याबद्दल अजिबात पत्ता लागला नाही आणि जेव्हा लागला तेव्हा फारच उशीर झालेला होता. दुसऱ्या दिवशी सकाळी मुरादच्या नेतृत्वहीन सैन्याला औरंगजेबाच्या तैनातीत दाखल करण्यात आले आणि मुरादच्या एकनिष्ठ अधिकाऱ्यांनासुद्धा नवीन मालकाचे नेतृत्व मान्य करण्याशिवाय दुसरा पर्याय उरला नाही. मुरादची सर्व माणसे आणि मालमत्ता ही औरंगजेबाच्या ताब्यात गेली.

ग्वाल्हेरच्या तुरुंगात मुराद तीन वर्षांपर्यंत जिवंत होता. परंतु त्याच्या तुरुंगाबाहेरील मित्रांनी मुरादच्या सुटकेचा एकदा प्रयत्न केला आणि तो प्रयत्न मुरादच्या अविचारीपणामुळे थोडक्यात हुकला. ह्या प्रयत्नामुळे त्याचा नायनाट करण्याचे औरंगजेबाने निश्चित ठरवले. बादशहा औरंगजेबाच्या चिथावणीवरून अली नकवी (Ali Naquvi) च्या दुसऱ्या मुलाने आपल्या वडिलांचा इ.स.१६५७ मध्ये अहमदाबाद या ठिकाणी जो खून करण्यात आला, त्याचा बदला मुरादच्या रक्ताने देण्याची मागणी केली. मुसलमान कायद्यानुसार न्यायाधीशांना ही मागणी मान्य करणे भागच होते. म्हणून चार डिसेंबर १६६१ रोजी दिल्लीच्या सिंहासनावर हक्क सांगणाऱ्या कमनशिबी राजपुत्राचे डोके ग्वाल्हेरच्या तुरुंगात दोन गुलामांनी धडावेगळे केले आणि त्याचे प्रेत त्याच किल्ल्यात पुरण्यात आले.

❐

प्रकरण पाचवे

वारसाहक्काचे युद्ध : दारा आणि शुजा यांचा शेवट

१. सामुगडच्या लढाईनंतर दाराचा पाठलाग

दारा हा ५ जून १६५८ रोजी दिल्लीला पोहोचला आणि राजधानीत सरकारी संपत्ती ताब्यात घेऊन तिच्या सहाय्याने नवीन सैन्य उभारण्याचा आणि ते शस्त्रसामग्रीने सुसज्ज करण्याचा त्याने प्रयत्न केला. परंतु आग्र्याच्या किल्ल्याचा पाडाव करून औरंगजेब आपला पाठलाग करण्यास मोकळा झाला आहे ही वार्ता कळल्यावर एक आठवड्यानंतर त्याने दिल्लीवरून लाहोरला कूच केले. पंजाबमध्ये दाराबाबत मोठाच आदर आणि प्रेम होते. फार पूर्वीपासून पंजाबची सुभेदारी दाराने सांभाळली होती आणि आता पंजाबचा कारभार त्याचा विश्वासू सहाय्यक सय्यद घैरातखान (Sayyid Ghairat Khan) हा पाहत होता. १०,००० सैनिकांनिशी दाराने दिल्लीवरून कूच केले आणि तो ३ जुलै रोजी लाहोरला येऊन पोहोचला. तेथे दीड महिन्याच्या अवधीत त्याने लढाईची तयारी पूर्ण केली. लाहोर येथील शाही खजिना ताब्यात घेऊन त्याने २०००० चे सैन्य जमविले आणि सतलज नदीवर तलबान आणि रूपार ह्या ठिकाणी जलवाहतुकीवर कडक नियंत्रण राहावे म्हणून सुसज्ज लष्करी पथके रवाना केली.

दरम्यानच्या काळात औरंगजेबाने दाराच्या सैन्याकडून अलाहाबाद जिंकून घेण्याकरिता खान-ई-दौरानला आणि प्रत्यक्ष दाराचा पाठलाग करण्याकरता बहादूरखानाला रवाना केले आणि औरंगजेब स्वत: दिल्लीच्या रोखाने निघाला व तो ६ जुलै रोजी दिल्लीला पोहोचला. राजधानीत, जुन्या राज्यव्यवस्थेच्या जागी नवी राज्यव्यवस्था उभारण्याकरिता औरंगजेबाने ३ आठवडे मुक्काम केला आणि शेवटी २१ जुलै रोजी तख्तनशीन होऊन त्याने ''आलमगीर गाझी'' ही पदवी धारण केली. खलिलुल्लाखान याची पंजाबचा सुभेदार म्हणून नेमणूक केली आणि दाराचा पाठलाग जारी ठेवण्यास जादा कुमक म्हणून त्यालाही रवाना केले.

५ ऑगस्टच्या रात्री बहादूरखानाने अचानक रूपार ह्या ठिकाणी सतलज नदी ओलांडली आणि त्यामुळे दाराच्या सेनापतींना सतलज नदीपासून बियास नदीवरील गोविंदवालपर्यंत माघार घ्यावी लागली. परंतु ज्यावेळी औरंगजेब दिल्लीहून सतलजपर्यंत येऊन पोहोचला, त्यावेळी दाराने लाहोरहून आपल्या कुटुंबीयांसह व जडजवाहिरासह बोटीने मुलतानला पलायन केले (१८ ऑगस्ट) होते. पुन्हा एकदा दाराचे बुद्धिसामर्थ्य

औरंगजेबासमोर थिटे पडले; त्याला जयाची खात्री वाटेना आणि त्याच्या ह्या वैफल्याची लागण त्याच्या सैन्यातही होऊ लागली.

दाराचा पाठलाग करण्याकरिता लगेच पाठोपाठ औरंगजेबाच्या सैन्याने ३० ऑगस्ट रोजी लाहोरहून कूच केले व ह्या पाठलाग करणाऱ्या सैन्याला स्वत: बादशहा १७ सप्टेंबर रोजी सामील झाला. परंतु पुन्हा दाराने मुलतानहून (१३ सप्टेंबर) सक्करला (१३ ऑक्टोबर) पलायन केले. शुजाच्या आक्रमणाला तोंड देण्याकरता औरंगजेब मुलतानच्या परिसरातून मागे फिरला व दिल्लीला परतला. (३० सप्टेंबर) परंतु सफशिकानखान आणि शेख मीर ह्यांनी दाराचा पाठलाग करण्याचे काम मात्र तसेच सतत चालू ठेवले. ह्यावेळी ह्या दोघांजवळ एकूण १५,००० सैनिकांच्या दोन तुकड्या होत्या व त्या दोघांनी सिंधू नदीच्या दोन्ही तीरावरून दाराचा पाठलाग चालवला.

दाराने आपली बरीच संपत्ती आणि मोठ्या तोफा खोजा बसंत ह्याच्या ताब्यात भक्करच्या किल्ल्यात सोडून दिल्या आहेत, तसेच निकोलस मनुकी (Manucci) ह्याच्या नेतृत्वाखाली बरेच युरोपियन गोलंदाज सुद्धा त्या किल्ल्यात आहेत आणि दारा स्वत: बाकीचे सर्व सैन्य त्याला सोडून गेल्याने फक्त ३००० सैनिकांसह सेहवानकडे पळून गेला आहे इ. वार्ता शाही सैन्याला सक्कर ह्या ठिकाणी कळल्या (२३ ऑक्टोबर). शेवटी तर आपल्या धन्याचा अतिरेकी संशयी स्वभाव असह्य होऊन दाराचा विश्वासू सेवक दाऊदखान हासुद्धा दाराला सोडून चालता झाला. शेवटी शाही सैन्य जोरदार धडक मारून सेहवानला दाराच्या सैन्यानजीक येऊन पोहोचले (३१ ऑक्टोबर). ह्या ठिकाणी दाराचा मार्ग आपल्याला रोखता येईल ह्या आशेने त्यांनी सिंधू नदीच्या दोन्ही तीरांवर आपले वर्चस्व प्रस्थापित केले. परंतु शाही सैन्याजवळ बोटी आणि होड्या यांचा तुटवडा असल्याने त्याचा फायदा दाराला मिळून त्याने आपल्या बलाढ्य नौकांच्या सहाय्याने सिंधू नदीच्या विशाल पात्रातून धडक मारली व तो सुरक्षितपणे तट्टा (१३ नोव्हेंबर) ह्या ठिकाणी जाऊन पोहोचला. शाही सैन्याने ताबडतोब पुन्हा जोर धरून दाराचा तट्टापर्यंत पाठलाग केला (ता.१८). परंतु दाराने पुढे दक्षिणेस बाडीननपर्यंत (Badinan) पळून जाऊन कच्छच्या आखातातून गुजरातच्या दिशेने कूच केले आहे अशी बातमी (ता.२४) त्यांना ह्याच ठिकाणी कळली.

पाठलाग करणाऱ्या ह्या सैन्याला राजधानीत परत बोलाविण्यात आले. अशा रीतीने दाराने लाहोरहून पलायन केल्यानंतर सतत ३ महिनेपर्यंत अत्यंत चिवटपणे आणि हिमतीने त्याचा जो पाठलाग करण्यात आला, त्यात अगदी हाताशी आलेले यश नौकांच्या अभावामुळे थोडक्यात हातातून निसटले.

२. दारा राजपुतान्यात : देवराईची लढाई

तट्टाच्या पूर्वेला ५५ मैलांवर असलेले बाडीन (Badinn) सोडल्यानंतर दाराने कच्छचे रण (Rann) मोठ्या कष्टाने ओलांडले (नोव्हेंबरच्या शेवटी). वाटेत पाणी न मिळाल्यामुळे त्याचे भयानक हाल झाले. शेवटी तो कच्छ द्वीपाची राजधानी भूज ह्या ठिकाणी आला. त्या ठिकाणच्या राजाने त्याचे स्वागतही केले व त्याला मदतही केली. अशाच प्रकारची मदत त्याला काठेवाडमधील नवानगरच्या जामसाहेबांनीही दिली. अशा रीतीने दारा ३००० सैन्यानिशी अहमदाबाद शहरात येऊन पोहोचला. ह्या ठिकाणी गुजरातचा नवीन सुभेदार शहानवाझखान दाराला येऊन मिळाला आणि त्याने शाही जामदारखाना दाराकरता मोकळा करून दिला (९ जानेवारी १६५९). दाराने आता आपले सैन्य २२००० पर्यंत उभारले, सुरतेचा तोफखाना बोलावून घेतला आणि शुजा औरंगजेबावर हल्ला चढविण्याकरता अलाहाबादच्या पुढे आलेला आहे अशी बातमी लागताच त्याने त्याच क्षणी आग्र्याकडे कूच केले. वाटेत त्याला अजमेरच्या जसवंतसिंगाचे अजमेरला येण्याविषयी निमंत्रण आले. जसवंतसिंगाने राठोड आणि इतर राजपुतांसह दाराला सामील होण्याचे ह्याचवेळी वचन दिले.

परंतु मध्यंतरीच्या काळात खाज्वा (Khajwa) च्या लढाईत (५ जानेवारी) शुजाचा पूर्ण पराभव केल्यानंतर औरंगजेबाने मिर्झा राजे जयसिंग ह्याच्या मध्यस्थीने कधी लढाईची छुपी धमकी देऊन तर कधी वरची जागा देण्याची लालूच दाखवून जसवंतसिंगाला आपल्या बाजूला वळवून घेण्यात यश मिळविले होते. दाराला अशा प्रकारे कोणाची मदत न मिळाल्याने आणि औरंगजेब आता त्याच्या नजीक येऊन पोहोचल्याने लढाईशिवाय कोणताच पर्याय उरला नव्हता. त्याने सर्वदृष्टीने विचार करून आपल्या लढाईच्या योजनेत बदल घडवून आणला. उघड्या रणक्षेत्रावर भीषण लढाई लढण्याऐवजी त्याने अजमेरच्या दक्षिणेला चार मैलांवरील देवराईची खिंड अडवण्याची योजना आखली. ह्या अरुंद खिंडीत छोट्याशा सैन्याच्या मदतीने सुद्धा आक्रमकांच्या बलाढ्य सैन्याला रोखून धरणे दाराला सहज शक्य होते. बिथली (Bithli) आणि गोकला (Gokla) ह्या दोन पहाडांमुळे त्याच्या डाव्या-उजव्या फळ्यांचे आपोआपच रक्षण होणार होते; तर सैन्याच्या मागे समृद्ध असे अजमेर शहर असल्याने त्याच्या सैन्याला रसद पुरवठा सहज होऊ शकत होता. आपल्या छावणीच्या दक्षिणेला देवराईच्या खोऱ्यात ज्या लहान लहान टेकड्या होत्या, त्यांच्यात एक कमी उंचीची भिंत त्याने बांधून काढली होती. समोर खंदक खणले आणि जागोजागी लहान तटबंद्या उभारल्या.

औरंगजेबाने दक्षिणेकडल्या ह्या मोर्च्यांवर प्रथमत: हल्ला चढविला. १२ मार्च १६५९ रोजी सूर्यास्तापासून १३ मार्चच्या रात्रीपर्यंत त्याने ह्या मोर्च्यांवर तोफांचा मारा अविरत

चालू ठेवला. दाराचा तोफखाना आणि गोलंदाज हे उंच आणि संरक्षित जागेवर असल्याने त्यांनी औरंगजेबाच्या असंरक्षित तोफखान्यावर आणि पायदळावर 'न भूतो न भविष्यति' असा मारा केला. औरंगजेबाच्या सैन्यात मृत्यूचे साक्षात तांडवनृत्य सुरू झाले.

औरंगजेबाला मात्र दाराच्या ह्या माऱ्याला परिणामकारक उत्तर देता येईना. शत्रूने जे खंदक बांधून काढले होते, त्यांचे यत्किंचितही नुकसान होईना. शेवटी औरंगजेबाने १४ तारखेला आपल्या युद्धमंडळाची तातडीची बैठक बोलाविली आणि आक्रमणाची एक नवीन योजना मांडली. ह्या योजनेनुसार शहानवाजखानाच्या नेतृत्वाखालील शत्रुपक्षाच्या डाव्या फळीवर प्रचंड संख्येने एकवटून हल्ला चढवावयाचा आणि शत्रुपक्षाच्या उजव्या फळीला तिच्या समोर असणाऱ्या शाही सैन्याने ह्या लढाईत गुंतवून ठेवावयाचे अशी ही योजना होती. परंतु ह्या योजनेचे यश अशा प्रकारे समोरून हल्ला करण्यावर अवलंबून नव्हते तर शत्रूची डावी मागील बाजू (गोकला टेकडी) मागे वळवण्यासाठी गुप्त हालचाली करण्यावर होते. त्यासाठी जम्मू पहाडीचा राजा राजरूप व त्याच्या टोळीचे लोक यांनी गोकला टेकडी मागच्या बाजूने चढून जावयाची होती. पर्वतारोहणात ते लोक मोठे तरबेज होते आणि त्यांनी पहाडाच्या टोकावर जाण्याची वाटही शोधून काढलेली होती.

१४ तारखेला संध्याकाळी शत्रुपक्षाच्या डाव्या फळीसमोर औरंगजेबाचे सैन्य एकत्रित झाले व त्याने शहानवाजखानाच्या खंदकांवर प्रखर हल्ला चढवला. त्यांचा तोफखाना पुन्हा एवढ्या वेगाने आग ओकू लागला की दाराच्या सैन्यातील इतर तुकड्यांना आपले खंदक सोडून डाव्या बाजूला संकटात पडलेल्या आपल्या बांधवांच्या मदतीला धावून जाणे अशक्य होऊन बसले. रणमैदानात या बाजूकडे अतिशय भीषण आणि अटीतटीची लढाई झाली. दाराच्या सैनिकांनी जीवावर उदार होऊन आपली आघाडी आणि पिछाडी सांभाळली. शाही फौजांच्या लाटांमागून लाटा हल्ल्याच्या ठिकाणापर्यंत येऊन आदळल्या. तरीसुद्धा न डगमगता त्यांनी त्याचा तीव्र प्रतिकार केला. शेवटी हा हल्ला परतवून लावण्यात आणि खंदकाच्या काठापर्यंतची जमीन आपल्या ताब्यात घेण्यात त्यांना यश लाभले.

ह्यावेळेपावेतो आघाडीवर शत्रुसैन्य अटीतटीच्या लढाईत गुंतले असताना राजरूपच्या सैनिकांना गोकला पहाडच्या मागच्या भागाकडे चढून जाण्यात मोठ्या कष्टाने यश लाभले होते. पहाडाच्या शिखरावर त्यांनी आपला ध्वज रोवला आणि विजयी घोषणा दिल्या. ह्या आकस्मिक घटनेमुळे दाराच्या डाव्या आघाडीवर मोठी निराशा निर्माण झाली परंतु तरीसुद्धा त्यातील अनेक सैनिकांनी धैर्य न सोडता लढाई चालूच ठेवली. दाराच्या सैन्याचा हा उरलासुरला प्रतिकार मोडून काढण्याकरिता शेख मीर याने आपला

हत्ती पुढे घुसविला परंतु बंदुकीची एक गोळी लागून दुर्दैवाने तो ठार झाला. शेवटी ह्या खंदकावर सुद्धा जबरदस्त हल्ला चढविण्यात आला, एवढे सर्व झालेले असताना सुद्धा शहानवाजखान आपल्या सैनिकांना त्वेषाने उत्तेजित करीत असतानाच तोफेचा गोळा लागून ठार झाला. अशा रीतीने या ठिकाणची सर्व सैन्यरचना कोसळून पडली आणि अंधाराचा फायदा घेऊन सैनिक सैरावैरा पळू लागले.

चार संरक्षण फळ्यांपैकी एकाच फळीची वाताहत झालेली होती ही गोष्ट खरी, पण तेवढेही पुरेसे होते. दाराच्या संरक्षण फळीला पुरेसे भगदाड पडले होते आणि गोकला पहाड हातातून गेल्याने तर दाराच्या सैन्याची परिस्थिती शोचनीय झालेली होती. यामुळे दारा आपला मुलगा सिपीहर आणि दहा-बारा विश्वासू सैनिक यांच्यासह मागेपुढे न पाहता झपाट्याने रणक्षेत्रातून गुजराथच्या दिशेने पळून गेला. अजमेरच्या भोवतालच्या प्रदेशात भयंकर लुटालूट चालू झाली. जसवंतसिंगाने दिलेल्या हाकेमुळे हजारो राजपूत अजमेरच्या जवळपास एकत्रित होऊन गिधाडाप्रमाणे आपल्या भक्ष्याची टेहाळणी करीत होते. पराभूत सैन्याची मालमत्ता आणि मालवाहू जनावरे यांची त्यांनी यथेच्छ लूट केली.

दाराचे पलायन आणि कैद

देवराईची लढाई चालू असताना दाराचा जनानखाना आणि खजिना (अजमेर येथील) आनसागर तलावाच्या काठी एक विश्वासू खोजा ख्वाजा मक्बूल याच्या स्वाधीन करण्यात आला होता. निवडक सैन्यानिशी ख्वाजा मक्बूल खजिना लादलेले हत्ती, उंट आणि खेचरे यांवर पहारा देत होता. त्याचबरोबर त्यांनी पलायनाचीही तयारी ठेवलेली होती. १४ तारखेच्या रात्रीच ह्या सैन्याने तेथून पलायन केले आणि १५ तारखेच्या दुपारी मैरटा ह्या गावाजवळ ते दाराला सामील झाले. परंतु या अगोदरच औरंगजेबाने जयसिंग आणि बहादूरखान यांच्या नेतृत्वाखाली निवडक सैनिकांची एक वेगळी तुकडी दाराच्या पाठलागावर रवाना केली होती. त्यामुळे दाराला कोठेही विश्रांती घेता आली नाही आणि पूर्वीच्याच घाईने त्याला पुढे कूच करावे लागले. मैरटा गाव ज्यावेळी दाराने सोडले, त्यावेळी त्याच्याबरोबर केवळ २००० सैनिक होते. गुजराथला लवकर पोहोचले पाहिजे ह्या घाईने त्यांना दररोज ३० मैल किंवा त्यापेक्षा जास्त अंतर तोडावे लागत होते. वाटेत अतिउष्णता आणि धुळीची वादळे आणि खेचरे व तंबू यांचा अभाव यांमुळे त्याचे फार हाल झाले. सतत चालण्याने आलेल्या थकव्यामुळे आणि अतिउष्णतेमुळे दाराचे काही घोडे आणि उंट वाटेतच नाश पावले.

दारा ज्या ज्या ठिकाणी पोहोचला त्या त्या ठिकाणी औरंगजेबाची पत्रे अगोदरच पोहोचलेली असून स्थानिक अधिकारी त्याला पकडण्याच्या तयारीत आहेत असे

त्याला आढळून आले. अहमदाबाद शहरात प्रवेश केल्यास त्याला विरोध करण्यात येईल असा निराशाजनक निरोप त्याने पाठविलेल्या जासुदाने अहमदाबादहून आणला त्यावेळी त्याची उरलीसुरली आश्रय मिळण्याची शेवटची आशाही नष्ट झाली. आश्रयाची ही शेवटची आशा नष्ट झाल्यानंतर दाराच्या छावणीत ''एकच गोंधळ आणि दहशत'' निर्माण झाली. त्यातच स्त्रियांनी रडून आकांत मांडल्याने छावणीतील प्रत्येकाचे डोळे भरून येऊ लागले.'' ह्यावेळी डॉ.बर्नियर हा दाराच्या आजारी पत्नीवर औषधोपचार करीत होता. त्याने छावणीतील त्यावेळच्या कष्टप्रद परिस्थितीचे आणि हालअपेष्टांचे मोठे हृदयद्रावक वर्णन करून ठेवलेले आढळते. ''पोशाखाच्या चिंधोट्या झालेल्या, बरोबर एक बैलगाडी, एक घोडा, त्याच्या जनान्यासाठी पाच उंट आणि सामान वाहून नेण्याकरिता काही उंट आणि थोडेफार उरलेले काही विश्वासू नोकर अशी दाराची परिस्थिती होती.'' अशा दारुण परिस्थितीत, आशियातल्या सर्वांत संपन्न तख्ताच्या या वारसाला रणचे वाळवंट पुन्हा तुडवावे लागले आणि (मे च्या प्रारंभी) तो सिंध प्रांताच्या दक्षिण किनाऱ्याला येऊन पोचला.

ह्या ठिकाणी सुद्धा औरंगजेबाने खलिलुल्लाखान (Khalilullah) याला लाहोरहून भक्करला आगाऊच पाठविल्याने आपला दक्षिण सिंधला जाण्याचा मार्ग अजिबातच बंद झालेला आहे असे दाराला आढळून आले. औरंगजेबाच्या परिपक्व बुद्धीचा प्रत्यय दाराला वारंवार येतच होता. औरंगजेबाच्या स्थानिक अधिकाऱ्यांनी आणि जयसिंगाच्या आघाडीवरच्या तुकड्यांनी दाराला उत्तर, पूर्व आणि आग्नेय दिशांनी अगोदरच घेरून टाकले होते आणि आपल्या भक्ष्यावर हल्ला चढविण्याकरिता ते संधीची वाटच पाहत होते. दाराला सुटकेचा एकच मार्ग मोकळा होता. आता त्याने आपला मोर्चा वायव्य दिशेकडे वळविला आणि सिंधू नदी ओलांडून सिबिस्तानमध्ये प्रवेश केला. तेथून कंदाहारमार्गे इराणमध्ये पळून जाण्याचा त्याचा इरादा होता.

दरम्यान अजमेरहून जयसिंगाने दाराचा पाठलाग सुरू केला. पाण्याचे दुर्भिक्ष, चारा-वैरणीची उणीव आणि घोडी व खेचरे यांची होणारी दमछाक, या सर्व अडचणींची पर्वा न करता, दररोज १६ ते २० मैल मजला मारीत तो दाराच्या पिछाडीला येत होता. दाराच्या वाटेनेच त्याचा पाठलाग करत जयसिंगाने छोटे आणि मोठे रणचे वाळवंट आणि कच्छचे बेट पार केले. हा प्रदेश पार करीत असताना त्याच्या हालअपेष्टांना सीमा नव्हती. ''काही ठिकाणी एक रुपयाला १ शेर धान्य विकले जात होते तर काही ठिकाणी धान्य अजिबात मिळू शकत नव्हते.'' परंतु तरीसुद्धा न डगमगता दृढनिश्चयाने त्याने पाठलाग चालविला. त्याच्या ह्या प्रयत्नात त्याची तीन-चतुर्थांश घोडी कामाला आली. ११ जून १६५९ रोजी तो सिबिस्तानच्या सीमेवर सिंधू नदीच्या काठी जाऊन पोहोचला. ज्यावेळी दारा मोगल साम्राज्याबाहेर पळून गेलेला आहे असे त्याला कळले

त्यावेळी सिंधू नदीच्या काठाने तो हिंदुस्थानकडे परत येण्याला निघाला.

इराणमध्ये पळून जाण्याच्या कल्पनेला दाराच्या कुटुंबीयांचा अतिशय विरोध होता. दाराची लाडकी पत्नी नादीरा बेगम ही ह्यावेळी अतिशय आजारी होती. निर्मनुष्य बोलन खिंडीतून आणि कंदाहारच्या धोक्याच्या प्रदेशातून करावयाचा प्रवास तिला सहन होणार नाही आणि कदाचित तिचा त्यातच अंत होईल अशी सर्वांना भीती वाटत होती. ह्या कारणांमुळे दाराने आपला पहिला विचार बदलला आणि भोवतालच्या प्रदेशात एखादा सरदार आपल्याला सुरक्षित आश्रय देऊ शकतो किंवा काय आणि त्याच्या सैन्याचीही मदत आपल्याला होऊ शकते काय, याचा शोध तो घेऊ लागला. बोलन खिंडीच्या भारतीय सरहद्दीच्या नऊ मैल पूर्वेला दादर ह्या ठिकाणचा जमीनदार मलीक जीवन हा आपल्याला असा सुरक्षित आश्रय देऊ शकेल अशी त्याला आशा वाटू लागली. काही वर्षांपूर्वी ह्याच अफगाण सरदाराला शहाजहानने हत्तीच्या पायी तुडविण्याची शिक्षा दिलेली होती. त्यावेळी शहाजहानची दारावर बहाल मर्जी होती. तिचा फायदा घेऊन दाराने यशस्वी मध्यस्थी केली आणि ह्या माणसाचा जीव वाचविला. त्याची सुटकाही करून दिली. मलीक जीवन दाराने केलेल्या ह्या उपकाराचे स्मरण ठेवेल आणि कृतज्ञता म्हणून का होईना परंतु आपल्याला आश्रय देईल अशी दाराला आशा वाटत होती. अशा परिस्थितीत दारा (६ जूनच्या सुमारास) दादरला पोहोचला. जीवनने त्याला मोठ्या प्रेमाने आपल्या घरी नेले आणि अतिशय आदराने वागविले. त्याने त्याच्या स्वागतात कोठेही उणीव ठेवली नाही.

दादरला जात असताना वाटेत विश्रांतीच्या आणि औषधोपचाराच्या अभावी आणि अतीव हालअपेष्टांमुळे नादीराबानू मरण पावली. आपला जीवनसाथी गमावल्यामुळे दाराला अतोनात दुःख झाले. "त्याच्या डोळ्यात निराशेचा घोर अंधकार पसरला. तो विमनस्क बनला. समंजसपणा आणि निर्णयशक्ती त्याला पूर्णपणे सोडून गेली." त्याने आपला विश्वासू अधिकारी गुल मोहंमद याच्याबरोबर, उरलेसुरले ७० सैनिक देऊन, त्याचा आध्यात्मिक गुरू मिया मीर ह्याच्या कबरस्थानात दफन करण्यासाठी नादीरा बेगमचे शव लाहोरला पाठवून दिले. आता त्याच्याजवळ जे काही विश्वासू सेवक आणि मित्र राहिले होते, त्यांना त्याने इराणला येण्याचे किंवा त्यांची तशी इच्छा नसल्यास आपापल्या घरी जाण्याचे स्वातंत्र्य दिले. यामुळे शेवटी दाराजवळ एकही विश्वासू सेवक राहिला नाही आणि यामुळे त्याला कंगाल अवस्थेत आपल्या आश्रयदात्यावर आणि त्याच्या प्रामाणिकपणावर विसंबून राहण्याची पाळी आली.

मलीक जीवनच्या कृतज्ञता बुद्धीवर शेवटी हव्यासाने मात केली आणि दिलेला शब्द त्याने पाळला नाही. त्याने विश्वासघात करून दारा, त्याचा सर्वांत धाकटा मुलगा आणि दोन मुली यांना पकडले (९ जून) आणि बहादूरखानाच्या स्वाधीन केले.

दाराचा अपमान आणि खून

ज्यावेळी हे कैदी दिल्लीला येऊन पोहोचले त्यावेळी दिल्लीच्या रस्त्यांवरून त्यांची अतिशय अपमानास्पद स्थितीत धिंड काढण्यात आली (२९ ऑगस्ट). एका लहानशा चिखलाने बरबटलेल्या हत्तीणीवर उघड्या हौद्यात दाराला बसवण्यात आले. त्याच्या शेजारी त्याचा चौदा वर्षांचा दुसरा मुलगा सिपहर हा होता. त्याच्या मागे भयानक दिसणारा गुलाम नझर बेग नंग्या तलवारीनिशी बसला होता. जगातील सर्वांत वैभवसंपन्न अशा साम्राज्याचा वारस ह्यावेळी जाडेभरडे कपडे घालून बसलेला होता. प्रवासाने त्याचे कपडे चुरगाळलेले होते. दरिद्री लोकच घालतील अशी विटक्या किरमिजी रंगाची टोपी त्याच्या डोक्यावर होती. त्याच्या गळ्यात एकही मोत्याची माळ नव्हती किंवा अंगावर एकही अलंकार नव्हता. त्याच्या पायात बेड्या होत्या परंतु हात मात्र मोकळे होते. ऑगस्ट महिन्यातील कडक ऊन डोक्यावर रणरणत होते. तरीसुद्धा अशा जीवघेण्या उन्हात आणि ओंगळवाण्या परिस्थितीत दाराला पूर्वी ज्या ज्या ठिकाणी त्याने वैभवाचा विलास आणि सत्तेचे प्रदर्शन पाहिले, त्या त्या ठिकाणी मुद्दाम मिरवत नेण्यात आले. अशा प्रकारे घोर अपमान होत असताना दाराने एकदाही आपली मान उचलून वर पाहिले नाही किंवा आजूबाजूला साधा दृष्टिक्षेपही टाकला नाही.

दिल्लीच्या रस्त्यारस्त्यातून दाराला पाहण्यासाठी उभ्या राहिलेल्या हजारो नागरिकांच्या अंतःकरणात दाराविषयी सहानुभूतीशिवाय दुसरी कोणतीही भावना नव्हती. जमलेले लोक दाराच्या नशिबाला दोष देत मूकपणे अश्रू ढाळत होते, असे बर्नियरने लिहून ठेवले आहे.

त्यादिवशी संध्याकाळी औरंगजेबाने दाराच्या भवितव्याविषयी आपल्या मंत्र्यांशी खाजगी चर्चा केली. दानिष्मंदखानाने (बर्नियरचा आश्रयदाता) दाराला ठार मारू नये असे विनविले तर शायिस्ताखान, मुहंमद अमीनखान, बहादूरखान आणि जनान्यातून राजकन्या रोशनआरा या सर्वांनी राज्य आणि धर्म यांच्या रक्षणार्थ दाराला ठार मारावे अशी मागणी केली. बादशहाच्या नोकरीत असलेल्या राजधार्जिण्या उलेमांनी इस्लामच्या खऱ्या शिकवणीनुसार दाराने आपले वर्तन ठेवले नाही म्हणून त्याला ठार मारावे असे फर्मान काढून त्यावर आपल्या सह्या केल्या.

ह्यावेळी विश्वासघातकी मलिक जीवन (त्याला नुकतीच 'बख्तियारखान' ही पदवी आणि एक हजारी मनसबदारी देण्यात आली होती) दिनांक ३० रोजी दिल्ली दरबाराला येण्याला निघाला असताना त्याच्याविरुद्ध दिल्लीच्या नागरिकांनी मोठाच दंगा केला. त्यामुळे दाराचा शेवट जवळ आल्यासारखाच झाला. त्याच दिवशी रात्री नजर बेग आणि त्याचे इतर काही गुलाम यांनी खवासपुरा येथील दाराच्या तुरुंगाला भेट दिली,

त्यांनी सिपहर शुकोह याला आपल्या बापाच्या हातातून खसकन ओढून दूर केले आणि दाराचे जागच्या जागी तुकडे तुकडे केले. औरंगजेबाच्या आदेशानुसार दाराचे प्रेत एका हत्तीवर ठेवून त्याची दिल्लीच्या रस्त्यातून दुसऱ्यांदा धिंड काढण्यात आली आणि त्यानंतर हुमायूनच्याच कबरीशेजारी त्याचे दफन करण्यात आले.

सुलेमान शुकोहचा शेवट

आता आपण दाराचा वडील मुलगा सुलेमान याचा काय शेवट झाला ते पाहू. बनारसजवळ शुजाचा पराभव केल्यानंतर सुलेमानने बिहारमधून मुंगेरपर्यंत आपल्या पराभूत काकाचा पाठलाग चालविला. ह्यावेळेस म्हणजे मे १६५८ मध्ये औरंगजेबाने आपल्या बापाचा धरमत ह्या ठिकाणी पराभव केला आहे आणि दाराने दिल्लीला लवकर बोलाविले आहे असा निरोप त्याच्या हाती पडला. म्हणून सुलेमानने घाईघाईने शुजाशी तह केला आणि तो दिल्लीला परत जाण्यास निघाला. अलाहाबादच्या पश्चिमेला १०५ मैलांवर असताना २ जून रोजी त्याला सामुगडच्या लढाईत आपल्या वडिलांचा पूर्ण पराभव झाल्याची बातमी कळली. साहजिकच त्याच्या सैनिकांत चलबिचल निर्माण झाली. त्याचे जयसिंग आणि दिलेरखान यांसारखे बलाढ्य सेनापती आणि इतर बादशाही अधिकारी त्याला सोडून औरंगजेबाकडे निघून गेले. यामुळे सुलेमानजवळ त्याच्या मूळ सैन्याच्या एक तृतीयांशपेक्षाही कमी म्हणजे जेमतेम ६००० सैनिक फक्त शिल्लक राहिले. या सैनिकांनिशी त्याने अलाहाबादला माघार घेण्यास सुरुवात केली (४ जून). अलाहाबादला त्याने विनाकारण एक आठवडा गमावला. कारण त्याच्या बरोबर असलेला बडा जनानखाना, सुंदर फर्निचर आणि सुबक चिनी मातीची भांडी यांचे काय करायचे, असा त्याला मोठाच प्रश्न पडला होता. शेवटी बारहाचे सय्यद या आपल्या प्रमुख सल्लागाराचा त्याने सल्ला घेतला आणि त्या प्रमाणे दिल्लीला मोठा वळसा घेण्याचा निर्णय घेऊन त्याच्या जहागिरीचा प्रांत मध्यदोआब यातून गंगेच्या उत्तर किनाऱ्याने कूच करण्याचे ठरविले. येथून नंतर टेकडीच्या पायथ्याशी नदी पार करून पंजाबात आपल्या वडिलांना सामील व्हावयाचे असे त्याने ठरवले. ह्या योजनेत शत्रुसैन्याचा विरोध किंवा उपद्रव होणार नाही असे त्याला वाटत होते.

सुलेमानने हरिद्वारच्या विरुद्ध दिशेला गंगेच्या किनाऱ्याने त्वरित कूच करून नगिना मार्गाने चांदीकडे प्रयाण केले. परंतु वाटेत त्याच्या सैन्यातून त्याला सोडून औरंगजेबाला सामील होणाऱ्या सैनिकांची संख्या वाढू लागली. त्याचप्रमाणे दिल्लीवरून सैन्याच्या ज्या तुकड्या औरंगजेबाने पाठविल्या होत्या, त्यांनी सुलेमानची दक्षिण, पूर्व आणि पश्चिम ह्या सगळ्या दिशांकडून ताबडतोब नाकेबंदी केली. सुलेमानची परिस्थिती फारच केविलवाणी झाली. तेव्हा त्याने पळ काढून श्रीनगरच्या पहाडी प्रदेशात आश्रय

घेतला. त्याच्या बारहाच्या सय्यद अनुयायांनी मात्र त्याच्याबरोबर श्रीनगरच्या खोऱ्यात जाण्याचे नाकारले (गढवालमधील). श्रीनगरचा राजा पृथ्वीसिंग याने सुलेमानने सैनिक आपल्या बरोबर आणू नयेत या अटीवर त्याला श्रीनगरला येण्याला अनुमती दिली. त्यानुसार आपले कुटुंब आणि १७ सैनिक यांच्यासह सुलेमानने श्रीनगरात प्रवेश केला. श्रीनगरच्या राजाने संकटात सापडलेल्या राजपुत्राला अतिशय सन्मानाने आणि दयाळू अंत:करणाने वागविले. त्यामुळे बाहेरील परिस्थिती प्रतिकूल असतानासुद्धा एक वर्ष सुलेमानने ह्या ठिकाणी शांतपणे घालविले.

परंतु सर्व भावांविरुद्ध विजय मिळविल्यानंतर, औरंगजेबाने आपले लक्ष सुलेमानकडे वळविले. २७ जुलै १६५९ रोजी औरंगजेबाने राजा राजरूपला श्रीनगरला पाठवून श्रीनगरच्या राजाकडे सुलेमानला मोगलांच्या स्वाधीन करण्याची मागणी केली. परंतु राजाने दीडवर्षापर्यंत त्याच्या प्रयत्नांना दाद दिली नाही. त्यामुळे औरंगजेबाने त्याच्या जागी जयसिंगाची नेमणूक केली. जयसिंगाने पृथ्वीसिंगाला पत्र लिहिले. त्यात त्याने बादशहाच्या आज्ञेचा भंग करून आपल्या राज्याचा नाश करू नये असे आवर्जून लिहिले. गढवालचा राजा आता वृद्ध झालेला होता. एका निराश्रिताला दिलेला शब्द मोडून त्याचे पाप स्वत:च्या शिरावर घेण्याचे त्याने नाकारले. परंतु त्याचा मुलगा आणि राज्याचा भावी वारस मेदिनीसिंग हा जास्त व्यवहारी होता. दिल्ली दरबार आपल्याला बरेच काही बक्षीस देईल ह्या लोभाला तो बळी पडला. ह्याशिवाय औरंगजेब गढवाल भोवतालच्या पहाडी राज्यांच्या शासकांना गढवालवर हल्ला चढविण्याची सतत चिथावणी देत असल्याने आपण आपले राज्य गमावून बसू अशी ही भीती मेदिनीसिंगाला वाटत होती. आपला आश्रयदाता आपल्याविरुद्ध निर्णय घेण्याच्या विचारात आहे अशी बातमी लागल्याबरोबर सुलेमानने लडाखच्या बर्फाळ प्रदेशात पळून जाण्याचा प्रयत्न केला परंतु मेदिनीसिंगाच्या सैन्याने त्याचा पाठलाग केला. झालेल्या चकमकीत सुलेमान जखमी झाला आणि मेदिनीसिंगाच्या तावडीत सापडला. मेदिनीसिंगाने ताबडतोब त्याला औरंगजेबाच्या वकिलाच्या स्वाधीन केले आणि त्या वकीलाने २ जानेवारी १६६१ रोजी त्याला दिल्लीला आणले.

५ जानेवारी रोजी ह्या शाही कैद्याला आपल्या क्रूर काकासमोर दिल्लीच्या शाही दरबारात उभे करण्यात आले. सुलेमानचे तारुण्य, त्याचे राजबिंडे रूप, पराक्रम आणि त्यावेळची दु:खदायक स्थिती यामुळे सर्वच दरबारी लोकांचे लक्ष त्याच्याकडे वेधले गेले होते. दरबारात चिकाच्या पडद्याआड बसलेल्या शाही जनानखान्यातल्या स्त्रियांना तर त्याच्या भवितव्याविषयी मोठीच काळजी वाटत होती. ह्यावेळी औरंगजेबाने वरकरणी तरी मोठी दयाळूपणाची वागणूक सुलेमानला दिली. ''जागच्या जागी तू

आरामात उभा राहा. तुला इथे कोणताही धोका करण्यात येणार नाही. तुला सहानुभूतीनेच वागविण्यात येईल.'' यावर राजपुत्राने बादशहाला सलाम केला. मान झुकविली. यानंतर त्याने स्वत:च्या भावनांवर ताबा ठेवून बादशहाला सांगितले की, तुम्ही मला ''पौस्ता'' *(Pousta) देणार असाल तर त्यापेक्षा मला तुम्ही ताबडतोब ठार करा एवढीच माझी विनंती आहे. यावर औरंगजेबाने, ''तुला हे पेय दिले जाणार नाही'' असे मोठ्या गंभीर आवाजात त्याला अभिवचन दिले.

ह्या शाही कैद्याला नंतर ग्वाल्हेरला पाठविण्यात आले आणि त्या भयाण तुरुंगात, दिलेल्या पवित्र वचनाचा भंग करून औरंगजेबाने सुलेमानला अफूचे प्रमाणाबाहेर सेवन करायला लावून त्याचा वध घडवून आणला (मे १६६२).

६ सिंहासनावर हक्क सांगण्याकरिता शुजाचे पहिले कूच : बहादूरपूरची लढाई

शहाजहानचा दुसरा मुलगा आणि बंगालचा गव्हर्नर राजपुत्र मोहंमद शुजा हा अतिशय बुद्धिमान, अभिरुचीसंपन्न आणि प्रेमळ स्वभावाचा होता. परंतु सुखाची सतत लागलेली चटक, बंगालमधील सुरळीत राज्यकारभार आणि नि:सत्त्व करणाऱ्या त्या प्रदेशातील सतत १७ वर्षांचे वास्तव्य यामुळे शुजा हा दुर्बळ, आळशी, बेपर्वा बनला होता. त्याच्यात कष्टाचे काम करण्याची किंवा चिकाटीने एखाद्या गोष्टीच्या मागे लागण्याची कुवतच राहिली नव्हती. राजकारणात सतत जागरूक राहावे लागते आणि निरनिराळ्या व्यूहरचना कराव्या लागतात. परंतु शुजा ह्या सर्व बाबतीत हतबल होऊन बसलेला होता. त्यामुळे त्याच्या राज्यकारभाराचे तारू वाटेल तसे भरकटू लागले, सैन्यात अकार्यक्षमता वाढीस लागली आणि राज्यकारभाराच्या सर्व खात्यांत गलथानपणा आणि आळशीपणा निर्माण झाला. वास्तविक त्याची मानसिक शक्ती पूर्वीसारखी तीव्र होती; परंतु आणीबाणीच्या परिस्थितीखेरीज ती प्रत्ययास येत नसे आणि तिची चमक मधूनमधूनच दिसून येई. वास्तविक शुजाजवळ अजूनही परिस्थितीवर मात करण्याचे सामर्थ्य होते. परंतु ह्या सामर्थ्याचे दर्शन क्वचितप्रसंगीच घडावयाचे.

(***टीप :** अफूच्या बिया कुटून आणि एक रात्रभर पाण्यात भिजत ठेवून तयार झालेल्या पेयाला ''पौस्ता'' असे नाव मिळाले होते. ग्वाल्हेरच्या किल्ल्यात तुरुंगात ठेवण्यात आलेल्या राजपुत्रांना, त्यांचा वध उघडपणे केल्यास लोकात टीका होईल अशी ज्यांच्याबाबत बादशहाला भीती वाटत होती परंतु ज्यांचा वध होणे तर आवश्यक होते अशा राजपुत्रांना हे पेय देण्यात येत असे. अगदी पहाटेला एका मोठ्या कपात भरून हे पेय राजपुत्रांसमोर आणण्यात येई आणि त्यांनी ते घेतल्याशिवाय त्यांना खाण्याकरिता काहीही देण्यात येत नसे. ह्या पेयामुळे घेणाऱ्याची शक्ती हळूहळू क्षीण होत जाई. यामुळे रोग्याची शक्ती आणि बुद्धी दोन्हीही क्रमश: मंद होत जात असे आणि शेवटी बेशुद्ध होऊन त्याचा मृत्यू होत असे.)

शहाजहानच्या आजारपणाची हकिकत नेहमीप्रमाणे अतिशयोक्त स्वरूपात बंगालच्या राजधानीच्या ठिकाणी म्हणजे राजमहल या गावी शुजाला कळली आणि तो ताबडतोब बादशहा म्हणून तख्तनशीन झाला. त्या प्रसंगी त्याने स्वत:ला अबुल फौज नसीरुद्दीन मुहंमद, तिमुर तिसरा, अलेक्झांडर दुसरा, शहाशुजा गाझी हा किताब धारण केला.

प्रचंड फौज, अतिशय उत्तम प्रकारच्या तोफा आणि बंगालमधील काही चांगल्या युद्धनौका (नव्वारा Nawwara) स्वत:बरोबर घेऊन शुजा २४ जानेवारी १६५८ रोजी बनारस येथे येऊन पोहोचला. दरम्यान दाराने आपला वडील मुलगा सुलेमान याच्याबरोबर २२,००० चे सैन्य देऊन त्याला शुजाविरुद्ध रवाना केले होते. सुलेमानबरोबर अनुभवी आणि पराक्रमी मिर्झाराजे जयसिंग आणि दिलेरखान रोहिला यांनाही दाराने मुद्दामच पाठविले होते.

१४ फेब्रुवारीला अगदी सकाळी सुलेमानने बनारसच्या ईशान्येला ५ मैलांवर बहादूरपूर ह्या ठिकाणी शुजाच्या छावणीवर एकाएकी हल्ला चढविला. हा हल्ला इतका अनपेक्षित होता की झोपलेल्या बंगाली सैनिकांना आणि त्यांच्या तुकडी नायकांना अंगावर पोशाख चढविण्याला सुद्धा वेळ मिळाला नाही आणि आपली शस्त्रास्त्रे आणि सामानसुमान तसेच टाकून त्यांनी तेथून पळ काढला. शुजा कसाबसा हत्तीवर बसला आणि शत्रूची फळी फोडून त्याने आपल्या युद्धनौकांचा आश्रय घेतला. ह्या युद्धनौकांवरील तोफगोळ्यांमुळे शत्रूला किनाऱ्यापासून बरेच दूर रोखून धरण्यात आले. त्याची संपूर्ण छावणी आणि मालमत्ता शत्रूच्या हाती पडली. ह्या मालमत्तेची अंदाजे किंमत ५० लाख रुपये असावी. अगदी साध्या सैनिकाला सुद्धा आपले सारे सामानसुमान तसेच टाकून द्यावे लागले.

शुजाचे घाबरलेले सैन्य ससाराम ते पाटणा ह्या खुष्कीच्या मार्गाने पळू लागले. त्यावेळी रस्त्यात खेडूतांनी सुद्धा त्यांची लुटालूट केली. परंतु बादशाही सैन्य पाठलाग करीत जवळ आलेले आहे ही बातमी ऐकताच शुजाने मुंगेरकडे पळ काढला आणि खंदक आणि सुरुंग पेरून बादशाही सैन्याचा मार्ग अडवून धरला. ह्यामुळे सुलेमानला मुंगेरच्या नैर्ऋत्येला १५ मैलांवर एकदम मुक्काम करावा लागला. त्याला येथून पुढे कूच करणे अशक्य झाल्यामुळे काही महत्त्वाचे महिने गमवावे लागले. धरमतच्या पराभवाची बातमी आल्यानंतर त्याला शुजाशी घाईघाईने तह करावा लागला आणि त्या तहापोटी बंगाल, पूर्व-बिहार आणि ओरिसा ह्या प्रदेशाचा ताबा शुजाला देऊन (७ मे) त्याला आग्र्याला परतावे लागले.

औरंगजेब दिल्लीला गादीवर बसल्यानंतर (२१ जुलै) त्याने शुजाला एक मित्रत्वाचे पत्र लिहिले. त्या पत्रात त्याने संपूर्ण बिहार प्रांत शुजाच्या अखत्यारीत दिला आणि त्याला इतर मानमरातब देण्याचे कबूल केले.

औरंगजेब दाराचा पाठलाग करीत पंजाबात दूरवर गेलेला आहे, ही बातमी ऐकून शुजाच्या महत्त्वाकांक्षेने पुन्हा उचल खाल्ली. आग्र्यापर्यंतचा असुरक्षित मुलूख आणि शहाजहानची सुटका करण्याची हीच वेळ आहे असे त्याने मनाशी ठरविले आणि म्हणून १६५८ मध्ये ऑक्टोबर महिन्याच्या शेवटी शुजाने २५,००० घोडेस्वार, तोफखाना आणि युद्धनौका यांसह पाटण्याहून कूच केले आणि तीन दिवसांनंतर म्हणजे ३० डिसेंबरला तो अलाहाबादच्या पलीकडे खाज्वा ह्या ठिकाणी येऊन पोहोचला. ह्या ठिकाणी सुलतान मोहंमद याने आपला मार्ग अडविलेला आहे, असे त्याला आढळून आले. दरम्यान दाराचा मुलतानपर्यंत पाठलाग (३० सप्टेंबर) करून औरंगजेब परत फिरला आणि जल्दीने दौड करून घाईघाईने दिल्लीला येऊन पोहोचला (२० नोव्हेंबर) आणि त्याने अलाहाबाद नजीकच्या आपल्या सैन्याला जादा कुमक, द्रव्य पाठवून कडक बंदोबस्त केला. यामुळे शुजाचा आग्र्यापर्यंतचा खुला मार्ग रोखला गेला आणि २ जानेवारी १६५९ रोजी औरंगजेब स्वत: शुजाच्या छावणीच्या पश्चिमेला ८ मैलांवर कोरा गावानजीक आपल्या मुलाला येऊन सामील झाला. त्याच दिवशी दक्षिणेतून मीरजुमला सुद्धा त्या ठिकाणी येऊन पोहोचला.

७. खाज्वा : जसवंतसिंगाचा विश्वासघात आणि औरंगजेबाची दृढनिश्चयी भूमिका

४ जानेवारी रोजी औरंगजेबाने आपल्या सैन्याची शिस्तबद्ध हालचाल करीत कूच केले आणि तो शत्रूच्या छावणीपासून एक मैल अंतरावर येऊन थांबला. तेथे त्याने मुक्काम केला. त्याच्या सैनिकांनी ताब्यात घेतलेल्या मोक्याच्या जागा रोखून धरल्या. प्रत्येक सैनिक अंगावरील चिलखतासह आणि आपल्या डोक्याजवळच आपला खोगीरबंद घोडा उभा ठेवून जमिनीवर झोपत असे. एक अव्वल दर्जाचा सेनापती या नात्याने मीर जुमला याने त्या रात्री दोन सैन्यांमधली एक टेकडी हेरून काबीज केली आणि अत्यंत कष्टाने आपल्या ४० तोफा ह्या टेकडीवर चढवल्या. या तोफांच्या टप्प्यात शत्रूची छावणी आलेली होती. त्याच्या अधिकाऱ्यांनी रात्रभर शत्रूच्या हालचालींवर कडक निगराणी ठेवली.

लढाईच्या ठरलेल्या दिवशी म्हणजे ५ जानेवारीला पहाट होण्यापूर्वी काही तास औरंगजेबाच्या फौजेच्या आघाडीवर एकाएकी गोंगाट ऐकू येऊ लागला. पाहता पाहता हा गोंधळ आणि गोंगाट सर्व छावणीभर झपाट्याने पसरला. हल्लेखोरांच्या आरोळ्या,

पळापळ करणाऱ्यांच्या किंकाळ्या आणि बेदरकारपणे घोडदौड करणाऱ्या स्वारांच्या घोड्यांच्या टापांचे आवाज यांनी सारा आसमंत भरून गेला. यातच काळोखामुळे या गोंधळात आणखीच भर पडली. ह्या सगळ्या गोंधळाच्या मुळाशी महाराजा जसवंतसिंग हा होता. त्याच्याकडे बादशाही सैन्याची उजवी फळी सांभाळण्याचे काम सोपवले होते. आपली काही उपेक्षा झाली आहे किंवा अपमान झाला आहे असे समजून तो मनात धुसफुसून होता आणि म्हणून त्याने यावेळी सूड घेण्याची एक पाताळयंत्री योजना आखली.

असे म्हणतात की, त्याने शुजाला निरोप पाठवून कळवले की, रात्रीच्या शेवटच्या प्रहरात आपण रणमैदानाच्या मागच्या बाजूने शाही छावणीवर हल्ला चढवू आणि जेव्हा हा हल्ला परतवून लावण्यासाठी औरंगजेब त्वरेने पिछाडीला मदतीला येईल तेव्हा गोंधळून गेलेल्या शाही फौजेवर शुजाने एकाएकी त्वरित हल्ला करावा आणि दोन शत्रूंच्या तावडीत सापडलेल्या त्या फौजेला चिरडून टाकावे. अशी योजना ठरल्यानंतर मध्यरात्री थोड्यावेळाने जसवंतसिंगाने आपले १४,००० राजपूत सैनिक तयार ठेवून रणमैदानाकडून पाठ फिरवली आणि त्याच्या वाटेत आलेल्या राजपुत्र मोहंमद सुलतानाच्या छावणीवर हल्ला चढविला आणि त्याच्या छावणीत राजपुतांनी लुटण्यासारखे मागे काहीही ठेवले नाही. खुद्द बादशहाची छावणीसुद्धा तशीच लुटण्यात आली. राजपुतांनी त्यानंतर आपला मोर्चा आग्र्याकडे वळविला परंतु आकस्मिकरीत्या त्यांनी केलेला हल्ला आणि अंधार यामुळे औरंगजेबाच्या आघाडीच्या फौजेतही मोठाच गोंधळ निर्माण झाला.

परंतु या संकटाच्या प्रसंगी औरंगजेबाची शांतवृत्ती आणि तेवढीच शुजाची अस्थिर मनोवृत्ती यांमुळे ही परिस्थिती सावरली गेली. शुजाला जसवंतसिंगाचा निरोप मिळाला. त्याने औरंगजेबाच्या छावणीत निर्माण झालेला कोलाहलही ऐकला. परंतु कदाचित आपल्याला आपल्या छावणीबाहेर काढून आपला काटा काढावयाचा असा औरंगजेब आणि महाराजा जसवंतसिंग यांनी बेत आखला असावा आणि त्याचीच ही चुणूक असावी असे वाटून शुजा त्या रात्री आपल्या छावणीबाहेर पडलाच नाही.

जसवंतसिंगाने केलेल्या हल्ल्याची आणि तो छावणी सोडून निघून गेल्याची खबर मिळाली त्यावेळी बादशहा रणमैदानावरील आपल्या तंबूत 'तहाज्जूद' (Tahajjud) प्रार्थना करण्यात मग्न होता. त्यावेळी एकही शब्द न उच्चारता त्याने केवळ हाताने खूण केली. त्यावरून "जसवंतसिंग सोडून गेला आहे तर जाऊ द्या." हेच जणू त्याला सुचवायचे होते. जाणूनबुजून त्यानंतर शांतपणे प्रार्थना पूर्ण करून तो तंबूबाहेर पडला आणि तख्त-इ-रावनवर (इकडून तिकडे नेता येण्यासारखे आसन) चढून त्याने आपल्या अधिकाऱ्यांना उद्देशून भाषण केले. "ह्या घटनेच्या रूपाने ईश्वराने आपल्यावर कृपाच

केली आहे. लढाई चालू असताना जर त्या काफराने फितुरी केली असती तर सगळेच संपले असते. तो येथून (आता) पळून गेला हे आपल्या दृष्टीने फार चांगले झाले.''

अशा प्रकारे औरंगजेबाने आपल्या जागा ठामपणे धरून ठेवल्या आणि आपल्या सैन्यात इतरत्र हा गोंधळ पोहोचणार नाही याची त्याने खबरदारी घेतली. इतर सैन्य-विभागप्रमुखांना, त्यांनी आपल्या जागा मजबुतीने रोखून धराव्यात आणि पळून जाणाऱ्यांचे मन वळवून त्यांना परत फिरवावे असा निरोप देऊन त्याने ठिकठिकाणी हरकारे पाठविले. पहाट होताच, रात्री पलायनाच्या लाटेत जे अनेक विश्वासू अधिकारी दूरवर फेकले गेले होते ते पुन्हा त्वरेने बादशाही सैन्याला येऊन मिळाले. अशा रीतीने औरंगजेबाच्या अधिपत्याखाली जवळजवळ ५०,००० सैनिक एकत्रित झाले तर शुजाजवळील सैनिकांची संख्या फक्त २३,००० होती.

८. खाज्वाची लढाई

शत्रूने केलेल्या युद्धरचनेप्रमाणे शत्रुसैन्याच्या प्रत्येक तुकडीसमोर आपली तुकडी उभी करून नेहमीच्या परंपरागत पद्धतीप्रमाणे आपण ही लढाई लढू शकत नाही हे शुजाला माहीत होते. त्याने तसे केले असते तर शत्रुसैन्याचे प्रमाण तीनाला एक असल्याने आणि त्यांची आघाडी दूरवर पसरली असल्याने त्या विशाल सैन्याने त्याच्या लहानशा फौजेला सर्व बाजूंनी घेरून तिचा पार धुव्वा उडवला असता. यामुळे त्याने दूरदृष्टी दाखवून लढाईच्या दिवशी सैन्याची नवीन रचना केली. त्याने आपले सारे सैन्य तोफखान्याच्या मागे एका लांब रांगेत उभे केले. एखाद्या कसलेल्या सेनापतीप्रमाणे शुजाने आक्रमक धोरणाचा अंगीकार करण्याचे ठरविले. प्रथम हल्ला करणाऱ्या पक्षाला नैतिक वर्चस्वाचा जो फायदा मिळतो त्याच्या जोरावर त्याने आपल्या सैन्याच्या संख्येची उणीव भरून काढण्याचे ठरवले.

तोफा, हातगोळे आणि बंदुका यांचा परस्परांवर अविरत मारा करून सकाळी आठ वाजता लढाईला प्रारंभ झाला. यानंतर दोन्ही आघाड्यांवरील सैनिकांची समोरासमोर येऊन हातघाईची लढाई चालू झाली. त्यांनी एकमेकांवर बाणांचा अविरत वर्षाव केला. शुजाच्या उजव्या आघाडीचे नेतृत्व करणाऱ्या सय्यद आलम याने प्रत्येकी दोन दोन मण वजनाचे साखळदंड सोंडेत अडकवून तीन पिसाळलेल्या हत्तींना समोर घालून बादशाही सैन्याच्या डाव्या फळीवर हल्ला चढविला. ह्या चवताळलेल्या हत्तींसमोर सैनिकांचा किंवा इतर लढाऊ जनावरांचा पाड लागेना. शाही सैन्याची ही डावी फळी त्या बाजूला कोणी मोठा सेनानी किंवा राजपुत्र नसल्याने कोसळली आणि रणांगणातून सैनिकांच्या पळापळीला प्रारंभ झाला. ही घबराट सैन्याच्या मधल्या फळीपर्यंत जाऊन पोहोचली. गोंधळून गेलेले सैनिक इतस्तत: धावपळ करू लागले. यातच परिस्थिती चिघळण्यास

आणखी एक गोष्ट कारणीभूत झाली. औरंगजेबाच्या मृत्यूची खोटी बातमी सर्व सैन्यात वायुवेगाने पसरून गोंधळात अधिकच भर पडली आणि पुष्कळांनी पळ काढला. शत्रुसैन्याने शाही सेनेच्या डाव्या फळीचा फडशा पाडला आणि शत्रू मधल्या आघाडीकडे घुसला. त्यावेळी तेथे बादशहाचे संरक्षण करण्याकरिता केवळ २००० सैनिक शिल्लक होते. ही बिकट परिस्थिती पाहून बादशहाचे दोन जागी उभे असलेले शिलकी सैन्य त्याच्या मदतीला धावून आले आणि त्याने शत्रूचा मार्ग रोखून धरला. बादशहाने मध्य आघाडीकडून पाडाव होत असलेल्या डाव्या फळीला संरक्षण मिळावे म्हणून आपल्या हत्तीला डावीकडे वळविले. सय्यद आलमचा हल्ला परतविण्यात आला आणि शाही फौजेवर हल्ला करण्यासाठी तो ज्या मार्गाने आला त्याच मार्गाने त्याला माघार घ्यावी लागली.

परंतु पिसाळलेले ते तीन हत्ती चिडून आणखी वेगाने पुढे येऊ लागले. त्यांना गंभीर जखमा झाल्यामुळे ते अधिकच चवताळून गेले. ह्यापैकी एक हत्ती औरंगजेबाच्या हत्तीच्या अगदी निकट येऊन पोहोचला. लढाईचा अगदी आणीबाणीचा क्षण आता आला होता. ह्यावेळी बादशहाने जर हिंमत सोडली असती किंवा माघार घेतली असती तर त्याचे सर्व सैन्य रणांगणातून पळून गेले असते. परंतु बादशहा यावेळी एखाद्या प्रचंड खडकासारखा जागच्या जागी अविचल उभा राहिला. आपला हत्ती जागा सोडून पळून जाऊ नये म्हणून त्याने त्याचे पाय साखळदंडाने जखडून टाकले. बादशहाच्या हुकमावरून जलालखान नावाच्या त्याच्या एका गोलंदाजाने चाल करून येणाऱ्या हत्तीच्या माहुताला गोळी घालून ठार मारले आणि त्या क्षणाचा फायदा घेऊन बादशहाच्या एका माहुताने चपळाई करून त्या पिसाळलेल्या हत्तीवर उडी मारली आणि त्या स्वाररहित हत्तीला आपल्या काबूत आणले. बादशहाला आता दम घेण्याइतपत फुरसत मिळाली आणि त्याने आपल्या उजव्या फळीच्या बचावासाठी तिकडे कूच केले कारण ह्यावेळेपावेतो शत्रूच्या आघाडीच्या फौजेच्या हल्ल्याने आणि राजपुत्र बुलंद अख्तर याच्या नेतृत्वाखालील शत्रू डाव्या फळीकडील सैन्याने केलेल्या हल्ल्याने या उजव्या फळीची कठीण अवस्था झाली होती. ह्यावेळी शुजाची सैन्यसंख्या कमी असली तरीसुद्धा त्यांनी निकराचा हल्ला चढविल्याने बादशाही सैन्याचा टिकाव लागला नाही आणि शाही सैन्यातील पुष्कळशा सैनिकांनी पळ काढला. औरंगजेबाच्या डाव्या फळीकडील धोका आता टळला होता. त्यानंतर औरंगजेबाने ज्यावेळी आपले लक्ष उजव्या फळीकडे वळविले त्यावेळी तिकडे अतिशय गोंधळ माजलेला आहे, व सैनिक पळ काढण्याच्या तयारीत आहे असे त्याच्या निदर्शनास आले. आपण आतापर्यंत आपल्या आघाडीचा रोख डाव्या फळीच्या संरक्षणासाठी वळविला होता. तेव्हा आता एकदम जर आपण मागे वळलो आणि उजव्या फळीच्या दिशेने मोर्चा वळवला तर अशी एकदम दिशा

बदलल्यामुळे आपण लढाईतून पळच काढला आहे, असे आपल्या इतरत्र पसरलेल्या सैन्यविभागाला वाटेल हे औरंगजेबाला कळून चुकले होते. असा गैरसमज होऊ नये म्हणून त्याने आपल्या सर्व सेनापतींकडे प्रथमत: आपला खरा उद्देश काय आहे हे कळविण्यासाठी व कोणतीही भीती न बाळगता शर्थीने लढण्याचे आवाहन करण्यासाठी आपले खास दूत रवाना केले.

अशी पूर्ण तयारी करून त्याने आपल्या मध्य आघाडीला पलट घेण्याचा हुकूम दिला आणि तो शत्रूच्या दडपणाने जेरीस आलेल्या आपल्या उजव्या फळीला जाऊन मिळाला. उजव्या आघाडीला ही मदत अगदी ऐनवेळी मिळाली. त्यादिवशीची अतिशय निर्णायक कारवाई म्हणून औरंगजेबाच्या या हालचालीचा उल्लेख करावा लागेल. लढाईचा रंग आता शुजाविरुद्ध झपाट्याने पालटू लागला. मदत मिळाल्यामुळे शाही फौजेच्या उजव्या आघाडीने आता दमदारपणे शत्रूवर प्रतिहल्ला चढविला आणि त्यांची भयंकर कत्तल करीत शत्रुसैन्याचा पार धुव्वा उडविला.

दरम्यान झुल्फिकरखान आणि सुलतान मुहंमद यांच्या नेतृत्वाखालील आघाडीवरच्या शाही सैन्याने आपल्यावर झालेला हल्ला परतवून लावण्यात यश मिळविले आणि इतकेच नव्हे तर त्यानंतर आघाडीवर उभ्या असलेल्या शत्रुसैन्याला पार खिळखिळे करून सोडले. औरंगजेबाच्या सेनेकडून तोफांचे गोळे, हातगोळे आणि बंदुकीच्या गोळया यांचा होणारा अविरत वर्षाव इतका प्रखर होता की त्यासमोर टिकाव धरून राहणे शुजाच्या सैन्याला अशक्य होऊन बसले. आता शाही फौजेची उजव्या, डाव्या आणि मध्य आघाडीवर एकसारखी आगेकूच सुरू झाली. ''काळ्याकुट्ट घनदाट ढगांनी व्यापून टाकावे त्याप्रमाणे त्यांनी शुजाच्या मध्य आघाडीवरील सेनाविभागाला चोहोबाजूने घेरून टाकले. शुजाच्या उजव्या आणि डाव्या अशा दोन्ही आघाड्या अगोदरच कोसळल्या होत्या. शुजाच्या कानाजवळून बंदुकीच्या गोळ्यांचा सतत वर्षाव होत होता आणि त्यात त्याचे अनेक संरक्षक शिपाई ठार मारले जात होते. म्हणून मरणसंकटात टाकणारी हत्तीच्या पाठीवरील जागा सोडून तो घोड्यावर स्वार झाला.''*

(*टीप : शुजाला लढाईत विजय अगदी मिळण्याच्या बेतात होता तोच त्याने अकस्मात हत्तीवरून घोड्यावर उडी मारली आणि त्यामुळे त्याचा पराभव झाला हे जे बर्नियरचे विधान स्टुअर्टने उद्धृत केले आहे, ती केवळ बाजारगप्पा होती. ह्या लढाईचा मी दिलेला वृत्तांत ज्यांच्या हकीगतीवर आधारलेला आहे, त्यापैकी कोणताही समकालीन इतिहासकार या बाजारगप्पेला दुजोरा देत नाही आणि अशी गोष्ट बहुधा असंभवनीय वाटते. खरी वस्तुस्थिती अशी होती की, लढाईचे पारडे औरंगजेबाच्या बाजूला झुकले होते आणि शुजा शत्रूच्या हाती सापडण्याचा धोका निर्माण झाला होता. त्याचवेळी तो हत्तीवरून उतरून घोड्यावर स्वार झाला.)

दोहोंमधील संघर्षाचा हा शेवट होता. आपला मालक शुजा ठार मारला गेला आहे अशी शुजाच्या सैनिकांची समजूत झाली आणि त्यांना सर्वस्व गमावल्यासारखे वाटू लागले. त्याच क्षणी बंगालचे जे काही उरलेसुरले सैन्य होते, तेही आता फुटले आणि सैरावैरा पळू लागले. शुजाने आपली मुले, आपला सेनापती सय्यद आलम आणि आपले उरलेसुरले सैन्य यांच्यासह रणक्षेत्रातून झपाट्याने पळ काढला. शाही फौजेने शुजाची संपूर्ण छावणी व सामानसुमान लुटून नेले. ह्या लुटीत विजयी शाही सेनेला ११४ तोफा आणि बंगालच्या अरण्यातले उत्कृष्ट ११ हत्ती मिळाले.

९. शुजाचा पाठलाग आणि बिहारमधील युद्ध

खाज्वाच्या लढाईत विजय मिळाला त्याच दिवशी दुपारी औरंगजेबाने मुहंमद सुलतानाच्या नेतृत्वाखाली शुजाचा पाठलाग करण्याकरिता सैन्याची एक तुकडी पाठवली. मीर जुमला याच्याकडून कुमक येऊन पोहोचली. त्यामुळे शुजाचा पाठलाग करणाऱ्या सैन्याची संख्या ३०,००० पर्यंत वाढली. बनारस आणि पाटणामार्गे शुजा मोंगीरच्या रोखाने पळाला. मोंगीरला त्याने १५ दिवस मुक्काम केला (१९ फेब्रुवारी-६ मार्च). मोंगीर शहर हे गंगा नदी आणि खरगपूरच्या टेकड्या यांच्यामध्ये एका चिंचोळ्या पट्टीत वसलेले आहे. ही पट्टी अडीच मैल रुंद आहे. ह्या चिंचोळ्या पट्टीच्या बाजूनेच पाटण्याहून बंगालपर्यंत जाणारा सर्वांत सोयीचा मार्ग जातो. शुजाने नदीपासून पहाडापर्यंतच्या भागात भिंत बांधून आणि खंदक खणून ह्या रस्त्याची नाकेबंदी केली. दर नव्वद फुटांवर त्याने बुरूज बांधले. ह्या बुरुजांच्या रक्षणासाठी त्याने आपल्या नौकांतून आणलेल्या तोफा आणि गोलंदाज ठिकठिकाणी जय्यत तयारीत ठेवले.

मार्च महिन्याच्या आरंभाला ज्यावेळी मीर जुमला मोंगीरला येऊन पोहोचला, त्यावेळी मुख्य रस्त्याची नाकेबंदी झालेली आहे असे त्याला आढळून आले. म्हणून त्याने खरगपूरचा राजा बहरोज याला लाच दिली आणि त्याच्या मार्गदर्शनाखाली मोंगीरच्या किल्ल्याच्या आग्नेय दिशेकडील पहाडातून आणि दाट जंगलातून वाट काढून तो शुजाच्या पिछाडीला आला. शुजाने मोंगीरवरूनसुद्धा पलायन केले (६ मार्च) व तो साहीबगंजला येऊन पोहोचला. त्याठिकाणी त्याने तटबंदी उभारून तिथल्या अरुंद खिंडीची नाकेबंदी केली (१०-२४ मार्च) परंतु बादशाही अधिकाऱ्यांनी बीरभूम आणि छाटनगरचा जमीनदार ख्वाजा कमाल अफगाण याला आपल्या बाजूने वळवून घेतले आणि त्याच्या मदतीने मोंगीर जिल्ह्याच्या आग्नेय बाजूला वळसा घालण्यात यश मिळविले आणि ते २८ तारखेला सुटी येथे येऊन पोहोचले.

परंतु दरम्यान अशी अफवा पसरली की, दाराचा अजमेरनजीक विजय झाला असून तो राजपूत संस्थानावर आपला भयंकर सूड उगवत आहे. या अफवेमुळे मीर जुमला

याच्या नेतृत्वाखालील राजपूत पलटणी, विशेषत: जयसिंगाचा थोरला मुलगा रामसिंग याच्या पलटणी बिथरल्या आणि सैन्य सोडून त्यांनी आपल्या मायदेशाकडे पलायन केले. पाठलाग करणाऱ्या सैन्याला यामुळे आपले चार हजार सैनिक गमवावे लागले (३० मार्च) तरीसुद्धा त्यांचे सैन्यबल शुजाच्या सैन्यापेक्षा दुप्पट होते.

दरम्यान शुजाने साहिबगंज सोडून देऊन (२७ मार्च) राजमहलकडे कूच केले. परंतु राजमहलसुद्धा असुरक्षित वाटल्याने त्याने तिथूनही माघार घेतली (४ एप्रिल) आणि तो माल्डा जिल्ह्याकडे गेला. ह्याचवेळी शुजाचा प्रमुख सरदार अलीवर्दीखान याने इतर अनेक अधिकाऱ्यांसह मीर जुमला याला सामील होण्याचे ठरविले असल्याच्या कटाचा वेळीच सुगावा लागल्याने २ एप्रिलला अलीवर्दीखानाचे डोके उडविण्यात आले. शाही फौजांनी १३ एप्रिलला राजमहल ताब्यात घेतले आणि अशा रीतीने गंगेच्या पश्चिमेकडील संपूर्ण प्रदेश शुजाच्या हातून निसटला.

ह्यानंतर दोन्ही पक्षांमध्ये जे युद्ध झाले त्याची तुलना वाघ आणि मगर यांच्यातील अटीतटीच्या सामन्याशीच करता येईल. शुजाजवळ आता जे त्याचे नियमित सैन्य उरले होते, त्याची संख्या केवळ ५००० राहिली होती तर ह्याउलट मीर जुमलाच्या सैन्याची संख्या त्याच्या पाचपट होती आणि मीर जुमलाच्या सैनिकांची लढायची तयारी शुजाच्या सैनिकांपेक्षा निश्चितच वरचढ होती. ह्यामुळे भूसेनेच्या बाबतीत शुजाची बाजू फारच कमकुवत होती. परंतु मीर जुमल्याचे जे सैन्य होते, त्यात फक्त भूदलातील सैनिकांचाच समावेश होता. अनेक जलमार्ग असलेल्या ह्या प्रदेशात युद्ध चालविण्याकरिता नौकांची आवश्यकता होती. परंतु मीर जुमल्याजवळ अशी एकही नौका नव्हती. याशिवाय त्याच्याजवळ ज्या तोफा होत्या त्या शत्रूंच्या तोफांच्या मानाने कमी पल्ल्याच्या होत्या आणि संख्येनेही कमी होत्या. ह्याच्या उलट शुजाजवळच्या तोफा मोठ्या आकाराच्या आणि उत्तम स्थितीत होत्या. त्याच्या तोफखान्यावर आपली कामगिरी चोख बजावणारे युरोपियन अधिकारी होते आणि त्यावर कसलेले ॲंग्लो इंडियन गोलंदाज नेमले होते. ह्याशिवाय मार्गातील नद्या ओलांडण्याकरिता, सैन्याची ने-आण करण्याकरिता किंवा मोक्याचे वाटेल अशा ठिकाणाहून शाही फौजांनी नदीकिनाऱ्यावर उभ्या केलेल्या तटबंद्या व छावण्या यांवर सतत तोफांचा मारा करण्याकरिता बंगालमधील संपूर्ण नौदल (नव्वारा Nawwara) त्याच्या ताब्यात होते. नौदलाच्या ह्या सामर्थ्यामुळे शुजाला आपल्या सैन्याच्या हालचाली आश्चर्य वाटेल इतक्या जलदगतीने करणे आणि आपल्या चिमुकल्या सैन्याची प्रत्यक्ष लढाईच्या दृष्टीने ताकद वाढवून संख्येने भारी असलेल्या शत्रूला टक्कर देणे सहज शक्य झाले. याउलट नौदलाच्या अभावी मीर जुमलाला आपल्या सैन्याच्या हालचाली जलद गतीने करता

आल्या नाहीत आणि भूसेनेच्या बाबतीतील वरचढपणा त्याप्रमाणात कमी झाला.

शुजाने यानंतर तंडा (गौर किल्ल्याच्या पश्चिमेकडे चार मैलांवर) ह्या ठिकाणी आपला लष्करी तळ कायम केला आणि मीर जुमला याला कोठूनही गंगा नदी ओलांडता येऊ नये म्हणून गंगा नदीच्या पूर्व किनाऱ्यावरील अनेक ठिकाणी त्याने खंदक खणून ठेवले. परंतु मीर जुमला याने दूरदूरच्या गावांवरून बोटी मिळवण्यात दाखविलेली आश्चर्यकारक चपळाई आणि गंगा नदीच्या डाव्या किनाऱ्यावर शुजाचे लक्ष वेधून त्याची उजवी फळी उलटविण्याकरिता पाटण्याच्या सुभेदाराच्या नेतृत्वाखाली आणखी सैन्य रवाना करण्यात औरंगजेबाने टाकलेला कुशल डाव यामुळे शुजाच्या सर्व योजना फसल्या.

केंद्र राजमहालच्या दक्षिणेला १३ मैलांवरील दोगची (Dogachi) या आपल्या मुख्य तळापासून मीर जुमलाने शुजावर दोन जबरदस्त यशस्वी हल्ले केले. दोगची गावाच्या अगदी समोर गंगेच्या अगदी मध्य-प्रवाहात एक लहानसे बेट होते. त्यावर एका रात्री अकस्मात हल्ला चढवून ते शत्रूकडून बळकाविण्यात मीर जुमला याने यश मिळविले. शुजाने तेथे आपले थोडेबहुत सैन्यही ठेवले होते. शत्रूने वारंवार हल्ले चढवून हे बेट परत जिंकण्याचा प्रयत्न केला. परंतु मीर जुमलाने त्याचा प्रतिकार करून ते हातचे जाऊ दिले नाही. या नंतर शाही सैन्याने सुटी (Suti) च्या समोर गंगेच्या पूर्व किनाऱ्यावर शत्रूने उभारलेली आठ तोफांची संरक्षक फळी अचानक हल्ला करून उद्ध्वस्त केली.

संपूर्ण पश्चिम किनाऱ्यावर शाही फौजा विखरून ठेवण्यात आलेल्या होत्या. अगदी दूर उत्तरेला राजमहल या ठिकाणी डाव्या फळीवर मुहंमद मुराद बेग ह्याला सेनानी नेमण्यात आले होते. झुल्फिकरखान, इस्लामखान आणि बहुतांशी सैन्य यांना घेऊन खुद्द राजपुत्र दक्षिणेला १३ मैलांवर दोगची येथे शुजासमोर ठाण मांडून बसला होता. दक्षिणेलाच पलीकडे आणखी आठ मैलांवर दुनापूर येथे अली कुलीखान याची नेमणूक करण्यात आली होती. तर स्वत: मीर जुमला हा राजमहलच्या दक्षिणेस २८ मैलांवर मोगली सेनेच्या अगदी दक्षिणेकडील टोकाला सुटी या ठिकाणी आपल्या सहा किंवा सात हजार सैन्यानिशी कब्जा करून राहिला होता.

परंतु मीर जुमला याने योजलेला तिसरा आकस्मिक हल्ला विफल ठरून त्यात त्याचे भारी नुकसान झाले. कारण ह्यावेळी शुजा अतिशय सावध होता आणि आकस्मिक हल्ल्यासाठी त्याने आपले सैन्य दबा धरून बसवले होते. ३ मे १६५९ रोजी मोगल सेनापतीने या मोहिमेसाठी तैनात केलेल्या फौजेपैकी पाठविलेली पहिली तुकडी ज्यावेळी पोहोचली, त्यावेळी त्या तुकडीची वाट बघत दबा धरून बसलेल्या शुजाच्या सैन्याने त्या तुकडीतील सैनिक व बोटी यांच्यावर जोरदार हल्ला चढविला. यावेळी शुजाचे

संख्याबळही जास्त होते. ह्या असफल हल्ल्यात शाही पक्षाला आपले चार उच्च अधिकारी आणि शेकडो सैनिक यांचे प्राण गमवावे लागले. ह्याशिवाय ५०० सैनिक युद्धकैदी म्हणून पकडले गेले ते वेगळेच. ह्यावेळी बंगालच्या जहाजी ताफ्याला तोंड देण्याची मीर जुमल्याच्या नौदलाला भीती वाटत असल्याने, मीर जुमला हा पश्चिम किनाऱ्यावरून कुठल्याही प्रकारची मदत पाठवू शकला नाही.

८ जूनला रात्रीच्या तिसऱ्या प्रहरी राजपुत्र मुहंमद सुलतान हा आपले दोगचीचे ठाणे सोडून शुजाकडे पळून गेला. मीर जुमल्याच्या पालकत्वाखाली राहावे लागल्यामुळे बरेच दिवसांपासून त्याच्या अंत:करणात असंतोष खदखदत होता. त्याला स्वतंत्रपणे राज्य करण्याची आकांक्षा होती. शुजाने गुप्तपणे आपली मुलगी गुलरुख बानू हिचा विवाह राजपुत्राशी लावून देण्याचे आणि त्याला दिल्लीची गादी मिळवून देण्याचे कबूल केले आणि अशा रीतीने त्या अविचारी राजपुत्राला (मुहमंद सुलतान) आपल्या बाजूला वळवून घेतले. ही बातमी ऐकल्यावर मीर जुमला याने सुटी (Suti) येथील आपल्या सैन्याला कणखरपणे काबूत ठेवले आणि राजपुत्र पळून गेल्याच्या दुसऱ्या दिवशी सकाळी तो दोगची येथील राजपुत्राच्या छावणीत येऊन पोचला. तेथील नेतृत्वहीन सैन्यासमोर मोठे आवेशयुक्त भाषण करून सैनिकांमध्ये उत्साह व आशा निर्माण केली आणि अशा रीतीने त्या सैन्यात सुव्यवस्था व शिस्त पुन्हा प्रस्थापित केली. सर्व सेनाधिपतींची सभा बोलावली. इतर सर्व सेनापतींनी आपला प्रमुख म्हणून मीर जुमला याचे हुकूम पाळण्याचे मान्य केले. अशा रीतीने आलेल्या संकटाचे वादळ सैन्याने निभावून नेले. ‘‘त्याने फक्त एक माणूस गमावला-तो म्हणजे राजपुत्र.’’

त्यानंतर लवकरच बंगालमध्ये मुसळधार पाऊस सुरू झाल्याने युद्धाच्या हालचाली थंडावल्या. मीर जुमलाने आपल्या १५०० सैन्यासह मासुम-बाजार ह्या ठिकाणी मुक्काम केला तर उरलेल्या सर्व शाही सैन्याने झुल्फिकरखानाच्या नेतृत्वाखाली राजमहल येथे आपली छावणी ठेवली. हे दोन्ही सैन्य-विभाग त्या ऋतूत वाहतुकीस अशक्य अशा ६० मैल लांबीच्या रस्त्याने एकमेकांपासून दुरावले होते.

पावसामुळे राजमहलच्या भोवतालचा प्रदेश दलदल माजलेल्या एखाद्या सरोवराप्रमाणे बनला होता. वायव्येकडील माज्वा पहाडातून शहराला होणारा अन्नपुरवठा शुजाने तिथल्या राजाला भरपूर लाच दिल्याने बंद पडला. सर्व जलमार्गांवर शुजाच्या नौदलाची कडक निगराणी होती. यामुळे राजमहल येथील मोगलांच्या छावणीत अन्नधान्याची अतिशय चणचण निर्माण झाली. अशा परिस्थितीत शुजाने आपल्या नौदलाच्या मदतीने राजमहलवर अकस्मात हल्ला चढविला आणि २२ ऑगस्टला मोगलांच्या सर्व मालमत्तेसह शहर काबीज केले.

१०. बंगालमधील युद्ध

१६५९ मधील डिसेंबरच्या प्रारंभी शुजाने आपल्या ८००० सैन्यासह राजमहल शहरातून मीर जुमलाविरुद्ध लढण्याकरता कूच केले. मीर जुमला यावेळी बेलघाटा (मुर्शिदाबाद जिल्ह्यातील जंगीपूरच्या विरुद्ध दिशेला दक्षिणेकडे ४२ मैलांवर) येथे छावणी करून होता. ह्या ठिकाणी शुजाने शाही फौजांवर दोन वेळा मोठ्या त्वेषाने हल्ले चढविले. ह्या हल्ल्यात, मोगलांच्या तोफांचा मारा विशेष प्रभावी नसल्याने, शुजाने शत्रूचे इतके नुकसान केले की, त्यामुळे मीर जुमलाला, मुर्शिदाबादपर्यंत माघार घ्यावी लागली. त्यावेळी त्याच्या समांतर दिशेने नाशीपूरपर्यंत शुजानेही आगेकूच केले. दरम्यान बिहारचा सुभेदार दाऊदखान याने आपल्या दुसऱ्या सैन्यासह जोरदार चढाई करून कुशी नदी ओलांडली आणि गंगा नदीच्या उत्तर किनाऱ्यावरील शुजाच्या सैन्याचा पूर्ण पराभव करण्यात यश मिळवले आणि तो आपल्या विजयी सेनेसह टंडा (Tanda) शहराच्या दिशेने घोडदौड करीत निघाला. ती बातमी मिळताच शुजाने नाशीपूर सोडून (२६ डिसेंबर) सुटीमार्गे टंडाकडे घाईघाईने प्रयाण केले. मीर जुमलाने ताबडतोब त्याचा पाठलाग सुरू केला. शुजाने राजमहलजवळ गंगा नदी ओलांडली आणि शाही फौजांनी ११ जानेवारी १६६० रोजी ते शहर पुन्हा जिंकून घेतले. अशा रीतीने गंगेच्या पश्चिमेकडील संपूर्ण प्रदेश शुजाला गमवावा लागला.

ह्या वर्षीची मीर जुमल्याने आखलेली योजनाबद्ध मोहीम अतिशय नावीन्यपूर्ण होती. शत्रूला कल्पनाही येणार नाही अशा दिशेकडून म्हणजे ईशान्येकडून तो शत्रूवर हल्ला चढवणार होता. शुजाच्या फौजेची आघाडी आता वायव्य दिशेकडून ईशान्य दिशेकडे म्हणजे सामदा बेटापासून (राजमहलच्या विरुद्ध बाजूस) टंडापर्यंत एका प्रदीर्घ रेषेत पसरली होती. शुजाचे प्रमुख लष्करी केंद्र मात्र ह्या आघाडीच्या मध्यभागी चौकी मिरदादपूर ह्या ठिकाणी होते. शुजाच्या सैन्याची ही रचना लक्षात घेऊन त्या सैन्याच्या उत्तरेकडून, राजमहल, अकबरपूर आणि माल्डा ह्या मार्गाने दूरच्या अंतरावरून बगल देण्याचा आणि तिथून नंतर एकदम दक्षिणेकडे वळून पूर्वेकडून टंडावर एकदम हल्ला चढवावयाचा अशी मीर जुमला याची योजना होती. पाटण्याहून आणलेल्या १६० बोटींच्या मदतीने तो राजमहलच्या उत्तरेला १० मैलांवर आपल्या सैन्यासह गंगा पार करून तो दाऊदखानाला मिळाला.

प्रथमपासूनच शत्रूच्या मानाने शुजाचे सैन्यबळ फार कमी होते आणि आता (फेब्रुवारी १६६०) दक्षिणेकडे माघार घेण्याचा त्याचा एकुलता एक मार्ग धोक्यात आला होता. याचवेळी राजपुत्र मोहंमद सुलतान शुजाची छावणी सोडून गुप्तपणे दोगची (८ फेब्रुवारी) येथे पुन्हा मोगलांना जाऊन मिळाला. आता त्याला आपले सर्व उर्वरित जीवन तुरुंगातच काढावे लागणार होते.

६ मार्च रोजी मीर जुमला माल्डा येथे पोहोचला आणि फक्त एकाच चढाईत शुजाचा निकाल लावता येईल अशा शेवटच्या लढ्याची तयारी करण्यात त्याने एक महिना खूपच मेहनत घेतली. महमुदाबाद (माल्डा शहरापासून खाली काही मैलांवर) ह्या आपल्या मुख्य लष्करी ठाण्यापासून त्याने ५ एप्रिल रोजी कूच केले आणि १० मैल वाटचाल केल्यानंतर महानंदा नदीच्या एका अप्रसिद्ध उताराच्या ठिकाणी गस्त घालणाऱ्या सैनिकांवर अचानक हल्ला चढविला. काही क्षणांतच शाही फौजांनी पाण्यात उड्या घेतल्या. सारी शिस्त मोडून पडली आणि त्या गोंधळात त्यांची उताराची उथळ जागा चुकली. यामुळे रस्त्याच्या दोन्ही बाजूला असलेल्या खोल पाण्यात कित्येक सैनिक उतरले आणि १००० पेक्षा जास्त सैनिक बुडून मेले. यात दिलेरखानाचा मुलगाही होता.

परंतु ह्या स्वारीतला मीर जुमलाचा हा पवित्रा निर्णायक ठरला. शुजाची परिस्थिती आता सर्वार्थाने हाताबाहेर गेली होती. शत्रूच्या जाळ्याचा फास गळ्याभोवती पूर्णपणे आवळला जाण्यापूर्वीच त्याने डाक्क्याला ताबडतोब पळून जाणे जरुरीचे होते. ६ एप्रिलच्या पहाटेला तो घाईघाईने टंडा येथे येऊन पोचला आणि ''अंगावरचा पोशाख बदलण्याची सुद्धा वाट न पाहता'' ताबडतोब निघण्याची त्याने आपल्या बेगमांना आज्ञा दिली. त्याने आपली संपत्ती आणि इतर मालमत्तेपैकी निवडक सामान चार मोठ्या जहाजांत भरून ती जहाजे नदीच्या प्रवाहात सोडून दिली. त्यानंतर दुपारी तो स्वत: बोटीवर चढला. यावेळी त्याच्याबरोबर त्याची दोन लहान मुले (बुलंद अख्तर आणि जैन-उल-आबिदिन), त्याचे मुख्य सेनापती मिर्झा जान बेग, बारहाचा सय्यद आलम, सय्यद कुली उजबेक आणि मिर्झा बेग, काही सैनिक, नोकर, खोजे अशी एकूण ३०० माणसे होती. हा सगळा काफिला ६० जहाजांतून (कोसा) जात होता. ज्या वैभवशाली दरबारातून त्याने आत्तापर्यंत ह्या तीन प्रांतांत राज्य केले आणि दिल्लीच्या सिंहासनाकरिता त्याने दोनदा प्रचंड फौजेनिशी लढा दिला, त्यापैकी केवळ एवढाच अवशेष त्याच्याजवळ राहिला होता.

टंडा येथील त्याच्या छावणीत आता भीती आणि गोंधळ यांचेच साम्राज्य पसरले होते. त्याच्या असंरक्षित मालमत्तेची लुटालूट करण्यात आली. दुसऱ्या दिवशी (७ एप्रिल) मीर जुमलाने शहर काबीज केले आणि तेथे सुव्यवस्था प्रस्थापित केली. त्याला शहरात जी काही संपत्ती सापडली किंवा लुटारू टोळ्यांकडून परत मिळवली, ती सर्व त्याने सरकारच्या वतीने जप्त केली. शुजाने मागे ठेवलेल्या बायामाणसांना योग्य ते संरक्षण देण्यात आले आणि त्यांची नीट व्यवस्था करण्यात आली. तारतीपूर येथे शुजाच्या काफिल्यापैकी मालाने भरलेल्या ४०० बोटी पकडण्यात आल्या. ह्याशिवाय

शुजाच्या संपत्तीने काठोकाठ भरलेले दोन घुरब (घुरब्स Ghurabs) ताब्यात घेण्यात आले. शुजाचे सैन्य सुद्धा आता मीर जुमलाला येऊन मिळाले (९ एप्रिल). यानंतर सेनापती मीर जुमला याने टंडावरून डाक्क्याला प्रयाण केले (१९ एप्रिल).

११. शुजा बंगाल सोडतो ; त्याचा शेवट

१२ एप्रिल रोजी शुजा बंगालची दुसरी राजधानी डाक्का ह्या ठिकाणी येऊन पोहोचला. ह्या शहराला आता पूर्वीची कीर्ती उरली नव्हती की वैभवही उरले नव्हते. त्याला आश्रय मिळण्याची अजिबात शक्यता नव्हती. सर्व जमीनदार त्याच्याविरुद्ध बंड करून उठले होते. त्यांचा बिमोड करण्याचे सामर्थ्य त्याच्यात उरले नव्हते किंवा त्याचा पाठलाग करणाऱ्या मीर जुमलाला तोंड देण्याचीही हिंमत त्याच्याठिकाणी उरली नव्हती. ६ मे रोजी त्याने डाक्का सोडले आणि नदीच्या प्रवाहातून तो समुद्राकडे जाऊ लागला. प्रत्येक मुक्कामावर त्याचे सैनिक आणि खलाशी मोठ्या संख्येने त्याला सोडून जाऊ लागले. त्याने याअगोदरच आराकानच्या राजाकडे मदतीची याचना केली होती आणि डाक्का सोडल्यानंतर दोन दिवसांनी आराकानच्या राजाच्या छटगावच्या सुभेदाराची ५१ जहाजे त्याला येऊन मिळाली. बंगाल प्रांतावर ताबा ठेवण्याची त्याची आशा आता पूर्णपणे मावळली होती आणि रानटी माघ लोकांच्या प्रदेशात आता आपल्याला जावे लागणार याबद्दल त्याने आपल्या मनाची पूर्ण तयारी केली.

ह्या बातमीने त्याच्या कुटुंबीयांत आणि अनुयायांत मोठीच घबराट निर्माण झाली. पूर्व बंगालमधील नद्यांतून चालणारी छटगावच्या आराकानी लोकांची चाचेगिरी लोकांच्या चांगलीच परिचयाची होती. त्यांनी केलेल्या धूळधाणीने संपूर्ण नौखाली आणि बकरगंज हे जिल्हे उजाड बनले होते. त्यांचे धाडसी हल्ले, त्यांचा भयानक क्रूरपणा, ओबडधोबड चेहरे, रानटी चालीरीती, धर्म आणि जाती यांचा अभाव, घाणेरड्या जनावरांचे मांस खाण्याची त्यांची प्रथा यामुळे पूर्व बंगालमधील सर्वच लोकांना, - हिंदू मुसलमान सर्वांनाच- त्यांच्याबद्दल एक प्रकारची भीती आणि किळस वाटत होती.

परंतु दारा आणि मुरादबक्ष यांच्या वाट्याला औरंगजेबाच्या हातून जे भवितव्य आले, ते शुजाला टाळावयाचे असल्यास याखेरीज शुजासमोर दुसरा पर्याय नव्हता. म्हणून शेवटी १२ मे १६६० रोजी शुजाने, आपल्या पूर्वजांची मातृभूमी व ज्या प्रांतावर त्याने २० वर्षे अप्रतिहतपणे राज्य केले, तो प्रांत सोडला आणि आपले कुटुंबीय व ४० पेक्षाही कमी अनुयायी यांच्यासह - त्याने जलमार्गाने आराकानला प्रयाण केले. ह्या अनुयायांपैकी दहा अनुयायी बारहाचे (Barha) सय्यद होते. हे सय्यद संपूर्ण हिंदुस्थानात

त्यांच्या पराक्रमाकरता आणि धन्याविषयीच्या एकनिष्ठेतेबाबत विशेष प्रसिद्ध होते.

या नवीन वास्तूत शुजा मुळीच सुखी नव्हता. त्याच्या महत्त्वाकांक्षेने त्याला स्वस्थ बसू दिले नाही व त्यामुळेच त्याचा शोकजनक शेवट घडून आला. "आराकानमधील अनेक मोगल आणि पठाण रहिवाशांचा कल त्याच्या बाजूने होता. त्याने तिथल्या राजाला ठार मारून आणि त्याचे राज्य ताब्यात घेणाऱ्या हेतूने त्या प्रदेशात उठाव करण्याचा आणि आपले नशीब आजमावण्याकरता बंगालमध्ये पुन्हा एकदा चढाई करण्याचा बेत आखला." आराकान राजाच्या कानावर या कटाची बातमी गेली आणि त्याने "शहा शुजाला ठार करण्याची योजना आखली. शहा शुजा आपल्या निवडक अनुयायांसह जंगलात पळून गेला. क्रूर माघ टोळ्यांनी त्याचा पाठलाग केला आणि त्याला पकडून त्यांनी त्याच्या शरीराचे तुकडे तुकडे केले." (डच वृत्तांत फेब्रुवारी १६६१)

❐

प्रकरण सहावे

कारकिर्दीचा पूर्वार्ध : सर्वसाधारण आढावा

१. औरंगजेबाच्या कारकिर्दीच्या पूर्वार्ध व उत्तरार्धात आढळून येणारा विरोधाभास; त्याच्या वैयक्तिक हालचाली

औरंगजेबाच्या कारकिर्दीचे अगदी स्वाभाविकपणे २५:२५ वर्षांचे असे अगदी सारखे दोन कालखंड पडतात, यांपैकी पहिल्या कालखंडात औरंगजेब पूर्णपणे उत्तर हिंदुस्थानात होता तर दुसऱ्या संपूर्ण कालखंडात तो दक्षिण हिंदुस्थानात होता. ह्या दोनपैकी पहिल्या कालखंडात हिंदुस्थानातील राजकारणाचे मुख्य केंद्र उत्तरेस होते. ह्या कालखंडात बादशहा उत्तरेत राहत होता म्हणून राजकारणाचे केंद्र उत्तरेस होते, असे नसून त्या कालखंडात ज्या काही अतिशय महत्त्वाच्या मुलकी आणि लष्करी घडामोडी झाल्या त्या उत्तरेसंबंधीच होत्या आणि ह्या सर्व राजकारणात दक्षिणेचा संबंध दुरान्वयेच आला व तो दुर्लक्षणीय होता. कारकिर्दीच्या दुसऱ्या कालखंडात परिस्थितीने याच्या अगदी उलट वळण घेतलेले दिसते. साम्राज्याची सारी शक्ती दक्षिणेत एकवटण्यात आली. बादशहा, त्याचे सर्व दरबारी, त्याचे कुटुंब, बहुतांशी सर्व सैन्य, त्याचे सर्व उत्तम अधिकारी यांनी पाव शतक दक्षिणेतच मुक्काम केला आणि उत्तर हिंदुस्थानला दुय्यम स्थान प्राप्त झाले. सेनापतींना आणि सैनिकांना आपल्या मनाविरुद्ध दक्षिणेत मुक्काम करावा लागल्याने उत्तरेत आपण आपल्या घरी कधी जातो, अशी उत्कंठा लागून राहिली होती. घराची अनावर ओढ लागलेल्या एका सरदाराने दिल्लीला केवळ एक वर्ष घालवण्याची आपल्याला अनुमती मिळावी म्हणून बादशहाला १ लाख रुपये देऊ केले. आपण दक्षिणेत आपल्या घरापासून आणि कुटुंबीयांपासून कायमचे दूर राहिल्याने राजपूत वंश कुंठीत होत आहे अशी तक्रार राजपूत सैनिक करताना ह्याच काळात आढळून येतात. जवळ जवळ एका पिढीच्या ह्या कालावधीत बादशहा आणि त्याचे तरबेज अधिकारी दक्षिणेत निघून गेल्यामुळे आणि बादशहाची करडी देखरेख न राहिल्याने उत्तर हिंदुस्थानातील सर्व राज्यकारभार ढिला पडला. लोक जास्त दरिद्री बनले, वरिष्ठ वर्गातील नीतिमत्ता, बुद्धिमत्ता आणि उपयुक्त कार्य करण्याची क्षमता यांचा ऱ्हास होऊन सर्वत्र कायदा आणि सुव्यवस्था कोलमडून पडली.

कारकिर्दीच्या प्रथमार्धात राजकारणाचे प्रमुख केंद्र उत्तर हिंदुस्थानात होते परंतु ते सुद्धा स्थिर नव्हते. व्याप्ती आणि गतीच्या दृष्टीने त्यात आश्चर्यजनक बदल होत होते. काबूल या अगदी पश्चिमेकडील टोकापासून ते अतिपूर्वेकडील नामरूपपर्यंत व उत्तर

हिंदुस्थानच्या सीमापार असलेल्या तिबेटपासून ते साम्राज्याच्या दक्षिण सरहद्दीपलीकडील विजापूरपर्यंत शाही निशाणाचा संचार चालू होता. ह्याच कालखंडात दूरदूरच्या कित्येक प्रांतांत बंडाळी करून उठलेल्या शेतकऱ्यांविरुद्ध आणि सरदारांविरुद्ध कित्येक लहान लहान मोहिमा हाती घेण्यात आल्या होत्या. ह्याच काळात बादशहाची धर्मविषयक दृष्टी किती असहिष्णू आहे, याचेही विदारक दर्शन सर्व जगाला घडले.

आपल्या कारकिर्दीच्या दुसऱ्या वर्षाच्या प्रारंभी (१३ मे १६५९ रोजी त्याला प्रारंभ झाला) मोठ्या वैभवाने आपला राज्यारोहण समारंभ पार पाडल्यानंतर औरंगजेब प्रामुख्याने दिल्लीलाच राहिला आणि तेथूनच त्याने राज्यकारभाराची सूत्रे हलविली. राज्यरोहणानिमित्त बाहेरच्या मुसलमान जगतामधून शुभेच्छा घेऊन अनेक राज्यांमधून जे वकील आले होते, त्यांच्या शुभेच्छा त्याने स्वीकारल्या त्या राजधानीतच (१६६१–६७). ह्या विदेशी पाहुण्यांच्या स्वागताकरिता त्याने आपल्या वैभवाचा आणि सामर्थ्याचा असा काही थाटमाट उडवून दिला होता की व्हर्सायचे वैभव आणि थाटमाट पाहिलेल्यांचेही डोळे दीपून गेले. आपल्या कारकिर्दीच्या पाचव्या वर्षी औरंगजेबाने काश्मिरची सफर केली. ८ डिसेंबर १६६२ रोजी दिल्ली सोडली व ही सफर आटोपून तो १८ जानेवारी १६६४ रोजी दिल्लीस परतला. फेब्रुवारी १६६६ मध्ये त्याच्या वडिलांचा आग्रा येथे मृत्यू झाल्याने त्याला तेथे जावे लागले. जोपर्यंत शहाजहान तुरुंगात होता, तोपर्यंत साहजिकच औरंगजेबाने आग्रा शहरात येण्याचे टाळले होते आणि आपला दरबार तो दिल्लीलाच भरवत असे.

इ.स.१६७४ मध्ये ज्यावेळी आफ्रिडी टोळ्यांच्या बंडाने गंभीर स्वरूप धारण केले, त्यावेळी पेशावर शहरानजीक तिथून त्या टोळ्यांविरुद्ध मोहीम चालविणाऱ्या आपल्या सैन्याला मार्गदर्शन करण्याकरता औरंगजेबाला हसन अब्दाल ह्या ठिकाणी जावे लागले. ह्या ठिकाणी बादशहा २६ जून १६७४ पासून २३ डिसेंबर १६७५ पर्यंत मुक्काम करून राहिला आणि २७ मार्च १६७६ रोजी तो दिल्लीला परत आला. १६७९ च्या प्रारंभी महाराजा जसवंतसिंगाचा मृत्यू झाल्यामुळे जोधपूर राज्य मोगल साम्राज्याला जोडण्याची संधी औरंगजेबासमोर आपोआपच चालून आली. याकरिता तो अजमेरला आला. पुढील दोन वर्षे त्याने राजपुतान्यात घालविली आणि त्यानंतर आपल्या कारकिर्दीच्या पंचविसाव्या वर्षी त्याने दक्षिण हिंदुस्थानकडे कूच केले. सतत २५ वर्षे निष्फळ प्रयत्न आणि कष्ट केल्यानंतर त्याचे जीवन आणि साम्राज्य दोन्हीही दक्षिण हिंदुस्थानात विलय पावले.

औरंगजेब हिजरी शक १०६८, जिल्कादच्या पहिल्या दिवशी (२१ जुलै १६५८) प्रथमतः सिंहासनावर बसला; परंतु त्याचा दुसरा भव्य प्रमाणावरील राज्याभिषेक १०६९,

रमजानच्या २४ व्या दिवशी (५ जून १६५९) झाला. सरकारी कागदपत्रात नोंदी करताना आपल्या कारकिर्दीचे वर्ष रमजानच्या १ ल्या दिवसापासून मोजण्यात यावे अशी आज्ञा त्याने आपल्या कारकिर्दीच्या दुसऱ्या वर्षी जारी केली.

परंतु रमजानचा महिना हा धार्मिक उपवास आणि प्रार्थना यांचा काळ असल्यामुळे मेजवान्या आणि उत्सव साजरे करणे अतिशय गैरसोयीचे होत आहे असे लक्षात आल्याने बादशहाने आपल्या कारकिर्दीच्या चौथ्या वर्षापासून रमझान महिन्याच्या शेवटच्या दिवसानंतर लगेच म्हणजे इद-उल-फित्र (Id-ul-Fitr) ह्या दिवशी (किंवा कधीकधी, त्या नंतरही एक दिवसाने) वार्षिक राज्यारोहण समारंभ करून घेण्यास सुरुवात केली आणि त्या दिवसापासून पुढे १० दिवस हा राज्यारोहणाचा समारंभ साजरा होऊ लागला. आपल्या कारकिर्दीच्या २१ व्या वर्षी (इ.स.१६७७) राज्यारोहणाचा वार्षिक समारंभ साजरा करण्याकरता दरबारात केला जाणारा थाटमाट व त्यानिमित्ताने सरदारांकडून राजाला दिले जाणारे ह्या नजराणे सर्व गोष्टी औरंगजेबाने बंद केल्या.

२. औरंगजेबाचे आजारपण १६६२

आपल्या कारकिर्दीच्या ५ व्या वर्षीच्या अगदी प्रारंभाला औरंगजेबाला गंभीर आजार झाला होता. रोजचे शासकीय कर्तव्य पार पाडण्याचा व धार्मिक कर्मकांडाचे पालन करण्याच्या त्याच्या अट्टाहासामुळे त्याचा आजार अधिकच बळावला. आधीचे रमझानचे दिवस (१० एप्रिल - ९ मे १६६२) हे अतिशय गरम आणि मोठे, त्यात संपूर्ण महिनाभर दिल्लीच्या कडक उन्हाळ्यात सबंध दिवसभर उपास करावयाचा. पुरेसा आहार नाही, रात्री अपुरी झोप. यामुळे औरंगजेबाला फारच अशक्तता आली होती. परिणामी १२ मेला त्याला तापाने गाठलेच. यातच डॉक्टरांनी त्याचे इतके रक्त काढून घेतले की त्यामुळे त्याला अधिकच अशक्तता वाटू लागली. काही काही वेळा तर त्याला चक्कर येऊ लागली आणि त्याच्या चेहऱ्यावर प्रेतकळा दिसू लागली. राजवाड्यात आणि राजधानीत यामुळे मोठीच अस्वस्थता आणि काळजी निर्माण झाली. त्यातच औरंगजेबाच्या मुलांमध्ये स्वत:चे पाठीराखे मिळवून सिंहासन हस्तगत करण्याची अहमहमिका सुरू झाल्याने तर परिस्थिती अधिकच बिघडली.

५ दिवसपर्यंत बादशहाच्या तापाला आणि अशक्तपणाला अजिबात उतार पडला नाही. परंतु औरंगजेबाचे मनोधैर्य इतके जबरदस्त होते की त्या दिवशी आणि दुसऱ्या दिवशी सुद्धा संध्याकाळी थोडा वेळ का होईना दरबारात त्याने सर्वांना दर्शन दिले आणि राजदंडावर रेलून बसत त्याने सरकारी खलितेसुद्धा स्वीकारले. बादशहाचे हे आजारपण पुढे महिनाभर चालू होते परंतु जनमानसात कसल्याही प्रकारची भीती किंवा अस्वस्थता निर्माण होण्यासारखी परिस्थिती राहिली नव्हती. शुक्रवार दिनांक २३ आणि

३० रोजी बादशहा डोलीत बसून सार्वजनिकरीत्या नमाज पढण्याकरिता जामा मशिदीत गेला. बादशहा २४ जूनला आजारपणातून पूर्णपणे बरा झाला म्हणून मोठा उत्सव साजरा करण्यात आला. बादशहाच्या ह्या दीड महिन्याच्या गंभीर आजारपणात संपूर्ण मोगल साम्राज्यात पूर्ण शांतता नांदत होती. याचे सर्व श्रेय औरंगजेबाच्या समर्थ व्यक्तिमत्त्वाला * आणि त्याने स्थापन केलेल्या सुस्थिर शासनालाच द्यावे लागेल.

आजारातून बरा झाल्यानंतर प्रकृती पूर्ववत होण्यासाठी व मानसिक उत्साह प्राप्त करण्यासाठी औरंगजेबाने भूलोकीचा स्वर्ग म्हणून समजल्या जाणाऱ्या काश्मिरला भेट द्यावी आणि तिथे काही दिवस घालवावेत असे त्याला सुचविण्यात आले. औरंगजेबाने हा सल्ला मान्य केला आणि मे १६६३ मध्ये काश्मीरला जाण्यासाठी त्याने लाहोरहून प्रस्थान ठेवले. पीर पंजाल खिंडीतल्या भिम्बार येथे त्याने काश्मिरच्या खोऱ्यात प्रवेश केला. सर्व दरबारानेच श्रीनगरला अडीच महिने औरंगजेबाबरोबर मोठ्या आनंदाने घालविले. परतीच्या प्रवासात तो २९ सप्टेंबर १६६३ रोजी लाहोरला आणि पुढे १८ जानेवारी १६६४ रोजी दिल्लीला येऊन पोहोचला.

दिल्लीला घालविलेल्या ह्या प्रारंभीच्या काही वर्षांत, त्याच्या साम्राज्याच्या सीमांवर शांतता भंग होण्याची कोणतीही चिन्हे नसल्याने, औरंगजेबाने दिल्ली सभोवतालच्या प्रदेशात शिकार करण्यात हा सगळा काळ घालविला. मात्र शिकार हा आळशी (बेकार) लोकांचा खेळ आहे अशी टीका तो वृद्धपणी करीत असे.

३. प्रांतातील बंडाळ्या

औरंगजेबाच्या कारकिर्दीच्या पहिल्या पाव शतकात साम्राज्याच्या सीमेवरील प्रांतावर कित्येक लहानसहान चढाया हाती घेतल्या गेल्या. यात पालामाऊ (बिहारच्या दक्षिणेला), आसाम आणि कूचबिहार (या दोन्हीचा नाद पुढे सोडून देण्यात आलेला होता), इदर, चटगांव आणि तिबेट (इ.स.१६६५ मध्ये या राज्यातील बौद्ध राजाने मोगल बादशहाचे केवळ नाममात्र स्वामीत्व मान्य केले. (हा तिबेट म्हणजे लडाख किंवा लघु तिबेट (Little Tibet) असावा) इ.चा अंतर्भाव होता.

औरंगजेबाच्या कारकिर्दीत अंतर्गत शांतता भंग पावून बंडाळ्या निर्माण झाल्या. त्यांचे तीन प्रकारे वर्गीकरण करता येईल. (अ) मोगल साम्राज्यात ज्यावेळी वारसाकरिता संघर्ष निर्माण झाला, त्यावेळी मुलकी राज्यव्यवस्था कोसळून पडली. यावेळी शिक्षेची

(***टीप :** ह्या आजारपणात औरंगजेबाला ज्या यातना भोगाव्या लागल्या, त्या ऐकून बर्नियरचा आगा (दाश्निमंद खान) उद्गारला, ''केव्हढे हे प्रचंड मनोधैर्य ! केवढी ही सहनशक्ती ! अधिक यश मिळविण्यासाठी, औरंगजेबा, ईश्वर तुझे रक्षण करो ! इतक्या लवकर तुझा मृत्यू व्हावा अशी नियतीची इच्छा नाही !'')

कोणतीही भीती न उरल्याने त्याचा फायदा घेऊन लुटारू आणि महत्त्वाकांक्षी सरदारांनी जे दंगेधोपे केले त्यांचा एक वर्ग. (ब) कारकिर्दीच्या बाराव्या वर्षी हिंदूंची देवळे नष्ट करण्याचे जे धोरण अमलात आणण्यात आले, त्याविरुद्ध हिंदूंनी केलेली बंडाळी. (क) अंकित राजपुत्रांनी केलेली बंडाळी. याखेरीज दूरदूरच्या किंवा जंगलमय प्रदेशातील लहानसहान सरदारांनी मोगल राजवटीविरुद्ध केलेल्या लहानसहान उठावांचाही समावेश करता येईल.

औरंगजेबाच्या धर्मवेडाच्या धोरणाचा परिणाम व शिखांबाबत त्याने स्वीकारलेले धोरण यांमुळे झालेल्या हिंदू उठावांचा विस्तृत आढावा पुढल्या एका प्रकरणात स्वतंत्रपणे घेतलेला आहे.

बादशहाचे मृत भाऊ किंवा पुतणे यांचे तोतये निर्माण झाले. त्यामुळे सुद्धा काही स्थानिक दंगेधोपे घडून आले. इ.स.१६६३ च्या ऑगस्ट महिन्यात गुजराथमध्ये दाराचा एक तोतया निर्माण झाला.

मे १६६९ मध्ये मोरांग पहाडीत (कूचबिहारच्या पश्चिमेला) शुजाचा पहिला तोतया निर्माण झाला. दुसरा १६७४ मध्ये युसुफझाई प्रदेशात आणि त्याचा तिसरा तोतया १७०७ मध्ये काश्मिरमध्ये कामरागमध्ये निर्माण झाला. बुलंद अख्तरचा (शुजाचा दुसरा मुलगा) तोतया जुलै १६९९ मध्ये अलाहाबाद प्रांतात निर्माण झाला. तर बंडखोर राजपुत्र अकबर याचा तोतया त्याच वर्षीच्या मार्च महिन्यात दक्षिण हिंदुस्थानात निर्माण झाला.

भुर्टीय जमातीतील रावकरण हा बिकानेरचा सरदार शहाजहानच्या कारकिर्दीतील शेवटच्या वर्षी दक्षिण हिंदुस्थानात मोगलांच्या सैन्यात होता, परंतु दाराने चिथावणी दिल्याने औरंगजेबाची अनुमती न घेताच तो उत्तर हिंदुस्थानात निघून आलेला होता. रीतीरिवाजानुसार नवीन बादशहाबद्दल आदर व्यक्त करण्यासाठी घ्यावयाची भेटही त्याने सतत लांबणीवर टाकली होती. या कारणांमुळे शेवटी ऑगस्ट १६६० मध्ये राव करणसिंगाला वठणीवर आणण्याकरिता ९,००० चे सैन्य त्याच्याविरुद्ध पाठविण्यात आले. राव करणला शेवटी शरणागती पत्करावी लागली. शेवटी तो बादशहाच्या भेटीला आला (२७ नोव्हेंबर) आणि बादशहानेही त्याला शेवटी क्षमा केली.

बंडखोर राजांपैकी ज्यांना औरंगजेबाच्या हातचा प्रसाद मिळाला, त्यात चंपतराय बुंदेला हा एक होता. १६३५ च्या युद्धानंतर ओरछाची गादी बिरसिंग देवच्या घराण्यातून काढून ती त्याच्या मोठ्या भावाचा एक वंशज देवीसिंग याला देण्यात आली. परंतु बिरसिंगाच्या धाकट्या काकाच्या वंशजांपैकी एक घराणे पूर्व बुंदेल खंडातील महेवा (Mahewa) ह्याठिकाणी राज्य करीत होते. त्यांचा नेता होता चंपतराय. ज्यावेळी

जसवंतसिंगाविरुद्ध विजय मिळवून औरंगजेब उज्जैनला पोहोचला, त्यावेळी चंपतराय त्याला येऊन सामील झाला. परंतु ज्यावेळी शुजा खाज्वाकडे कूच करीत होता आणि मोगल साम्राज्यात त्यामुळे मोठ्या प्रमाणात अफवा निर्माण झालेल्या होत्या, त्यावेळी त्याचा फायदा घेऊन चंपतरायने एकाएकी औरंगजेबाला सोडून दिले आणि आपल्या जहागिरीत परत येऊन त्याने पुन्हा आपल्या दरोडेखोरीच्या जुन्या व्यवसायाला प्रारंभ केला. औरंगजेबाने म्हणून सुबकरण बुंदेला आणि इतर राजपूत अधिकाऱ्यांच्या नेतृत्वाखाली बंडखोर चंपतरायाच्याविरुद्ध आपले सैन्य पाठविले (१० फेब्रुवारी १६५९). राजा देवीसिंग बुंदेला याच्या नेतृत्वाखालील सैन्याने, इतर जहागीरदारांनी आणि माळव्यातील स्थानिक सैन्याने सुबकरण बुंदेलाच्या मदतीला जावे असाही आदेश बादशहाने याचवेळी दिला. यानंतर चंपतरायचा कसून पाठलाग करण्यात आला आणि त्यामुळे पाठीवर मोगल सैन्य असलेल्या चंपतरायला सतत पळत राहावे लागले.

शेवटी १६६१ मधील ऑक्टोबरच्या मध्यात आपल्या मित्राने विश्वासघात केल्याने समोर उभी ठाकलेली कैद आणि सतत ताप आणि अशक्तपणा यांमुळे स्वत:चे रक्षण करण्याची अशक्यता लक्षात आल्यानंतर त्याने खंजीर खुपसून आत्महत्या केली. त्याची जीवनसाथी राणी कालीकुमारी हिनेही त्याचेच अनुकरण केले. परंतु दीर्घकाळपर्यंत मोगलांच्या मार्गातील अडसर बनून राहिलेला व पुढे पूर्व बुंदेलखंडात पन्ना या ठिकाणी एक नवीन राज्य स्थापन करणारा चंपतरायचा मुलगा छत्रसाल मात्र जिवंत राहिला.

४. पालमाऊ आदी ठिकाणांचा ताबा

बिहारच्या दक्षिणेपलीकडे पालमाऊ किल्ला पसरलेला आहे. हा डोंगराळ प्रदेश म्हणजे आग्नेयेकडे छोटा नागपूर पठार आणि नैर्ऋत्येकडील मध्य प्रांत यांच्याकडे नेणारी एक पायरीच आहे जणू. हा सर्व प्रदेश जंगली असून तो चढउतार, पर्वतशिखरे आणि नौकानयनास निरुपयोगी असलेल्या व शेतीला पुरेसा पाणीपुरवठा करू न शकणाऱ्या अशा नद्यांनी व्यापलेला आहे. ह्या जिल्ह्याचा दक्षिण भाग कमालीचा खडकाळ, नापीक आणि जंगलग्रस्त आहे. उत्तरेकडील भागात मात्र खोरी पुष्कळशी रुंद आणि जास्त सुपीक आहेत. परंतु जिल्ह्यात कोठेही गेले तरी अशा प्रदेशाची डोंगरापासूनची लांबी फारतर सहाह्सात मैल भरेल. सपाट मैदानी जागा कोठेही नाही. घनदाट जंगलांनी भरलेला खडकाळ टेकड्यांचा प्रदेश असेच या जिल्ह्याचे सर्वसाधारण स्वरूप आहे. एखाद्या कड्याच्या किंवा पहाडाच्या टोकावरूनच पाहिल्यास खाली सर्वदूर जंगलच्या जंगल पसरलेले दिसते. एखादे लाल कौलारू ठेंगणे छप्पर किंवा घराच्या आवारातील वनराई किंवा अधूनमधून आढळणारा गाई-गुरांचा एक कळप एवढीच काय ती मानवी वस्तीची खूण. यातील पहाडातील खोलगट जागांतून दूरवर पसरलेल्या लहानसहान खेड्यांतून राहणाऱ्या लोकांची एकूण वस्ती विरळच आहे.

१७व्या आणि १८व्या शतकात या जिल्ह्यात जी जमात प्रमुख होती, तिचे नाव होते चेरो. हे लोक द्रविड असून ते राजभाट (Rajbhat) या मूळ जमातीतून अलग पडलेल्या शाखेतले होते असे मानले जाते. इ.स.१६४३ मध्ये मोगलांनी या जमातीतल्या कुटुंबकलहाचा फायदा घेऊन राजा प्रताप चेरोला नामोहरम करून त्याला मोगल मनसबदाराच्या पंगतीला आणून बसविले आणि त्याच्या परंपरागत राज्याला मोगली जहागिरीचे स्वरूप देऊन त्याच्यावर सालीना एक लाख खंडणी लादली. ठरवून दिलेली ही खंडणीची रक्कम अवाजवी आणि राजाच्या शक्तीबाहेरची होती. तिचा नियमितपणे भरणा करणे राजाला शक्यच नव्हते. त्यामुळे दिवसेंदिवस रक्कम थकतच गेली. त्यातच प्रतिवर्षी बिहारच्या सीमेपलीकडील प्रदेशावर चेरो जमातीकडून गुरेढोरे पळविण्याचे प्रकार वाढीला लागल्याने पालमाऊविरुद्ध कृती करण्याच्या योजनेला चालना मिळाली.

बादशहाच्या आदेशानुसार एप्रिल १६६१ मध्ये बिहारचा सुभेदार दाऊदखान याने पालमाऊवर स्वारी केली. त्याने राज्याच्या उत्तर सीमांचे रक्षण करणाऱ्या कुठी, कुंडा आणि देवगण किल्ल्यांवर सहज ताबा मिळविला आणि मधले जंगल पार करून राजधानीच्या शहराकडे धडक मारली. ७ डिसेंबरला त्याने पालमाऊपासून समोर २ मैलांवर असणाऱ्या शत्रूच्या खंदकावर हल्ला चढविला आणि ह्या ठिकाणी त्याने सतत ३ दिवसपर्यंत घनघोर लढाई केल्याने चेरोचे सैन्य पळू लागले. त्यानंतर उरलेल्या दोन मैलांतील जंगल अपार कष्ट करून साफ करण्यात आले व त्या मार्गाचा उपयोग करून मोगलांनी तेरा तारखेला राजधानीभोवती खणलेल्या खंदकांवर हल्ला चढविला. ह्या ठिकाणी सहा तास अत्यंत निकराची लढाई झाली आणि त्यानंतर शत्रू शहरात पळून गेला. त्यामुळे विजयी मोगल सैन्याने ताबडतोब शहरावर हल्ला चढविला. त्या रात्री राजाने किल्ल्यातून पलायन केले. किल्ला दुसऱ्या दिवशी मोगलांच्या ताब्यात गेला. पालमाऊ अशा रीतीने बिहारच्या सुभ्याला जोडण्यात आले.

इ.स.१६६२ मध्ये काठियावाड संस्थानाच्या वायव्य दिशेला हालर (Halar) राज्याच्या नवानगर या राजधानीत वारसा प्रश्नावरून वाद निर्माण झाला. त्याचा फायदा घेऊन मोगलांनी ह्या प्रश्नात हस्तक्षेप केला. जुनागडच्या फौजदाराने जबरदस्तीने सत्ता बळकाविणाऱ्या विरुद्ध भीषण हल्ला चढविला. ह्या हल्ल्यात शाही सैन्यातील ६११ माणसे ठार मारली गेली किंवा जखमी झाली (१३ फेब्रुवारी १६६३). ह्याशिवाय जबरदस्तीने सत्ता बळकावणाराही ह्या हल्ल्यात ठार झाला. अशा रीतीने नवानगरच्या कायदेशीर वारसाला गादीवर बसविण्यात आले परंतु त्यानंतर सुद्धा ह्या प्रदेशात बरेच दिवसपर्यंत अस्वस्थता कायम होती.

इ.स.१६६४ मध्ये मोरांगच्या (कूचबिहारच्या पश्चिमेकडील आणि पूर्णिया जिल्ह्याच्या उत्तरेकडील पहाडी प्रदेश) बंडखोर राजाला शिक्षा करण्याकरिता जी मोहीम

उभारण्यात आलेली होती, त्यात मदत व्हावी म्हणून दरभंगा आणि गोरखपूर ह्या ठिकाणाहून सैन्याच्या दोन तुकड्या पाठविण्यात आल्या. त्याचा परिणाम म्हणून १६७६च्या प्रारंभी मोरांग पुन्हा जिंकण्यात आले.

इ.स.१६६५ मध्ये राजा बहादूरचंद याच्या स्वामित्वाखालील कुमाऊंच्या पहाडी प्रदेशात (खंडणी वसूल करण्याकरिता) एक लष्करी चढाई करण्यात आली. दीर्घ काळ संघर्ष केल्यानंतर इ.स.१६७३ मध्ये राजाला त्याच्या अपराधाबाबत क्षमा करण्यात आली.

५. धान्यावरील करमाफी; बादशहाने जारी केलेले मुसलमानी वटहुकूम

दुसऱ्यांदा राज्याभिषेक समारंभ आटोपल्यानंतर लगेचच औरंगजेबाला निकडीच्या बनलेल्या दोन उपाययोजना ताबडतोब अमलात आणाव्या लागल्या. वारसायुद्ध चालू असताना उत्तर हिंदुस्थानातील अनेक भागांत मोठ्या प्रमाणात आर्थिक हानी घडून आलेली होती. त्यामुळे घटलेल्या धान्यपुरवठ्यामुळे चढ्या भावाने धान्य विकले जात होते. यातच अंतर्गत वाहतूक करामुळे धान्यमहर्गतेत आणखीनच भर पडली होती. प्रत्येक वेळी नदीचा उतार, धक्का, खिंड किंवा प्रांतीय सरहद्दीपाशी एकूण मालाच्या १/१० किमतीइतका नाका किंवा रहदारी (Rahadari) कर (त्या रस्त्याची देखभाल करण्याकरिता) व्यापारी मालावर घेतला जात असे. आग्रा, दिल्ली, लाहोर आणि बऱ्हाणपूर ह्यांसारख्या मोठ्या शहरांत बाहेरच्या प्रदेशातून विक्रीकरता येणाऱ्या अन्नपदार्थ आणि पेयांवर पांडरी (Pandari) नावाचा कर वसूल केला जात असे. औरंगजेबाने आपल्या साम्राज्यातील रहदारी आणि पांडरी हे दोन्ही कर रद्द केले आणि जहागीरदार व जमीनदार यांनीसुद्धा आपापल्या जहागिरीतून ते कर रद्द करावेत, असा त्यांना हुकूम दिला. ही उपाययोजना केल्यामुळे टंचाईग्रस्त भागात धान्याची वाहतूक सुरळीतपणे चालू झाली आणि धान्याच्या किमतीही पुष्कळच खाली उतरल्या. इ.स.१६७३ मध्ये अनेक लहान मोठे आणि गुंतागुंतीचे कर (अबवाबस्) (Abwabas) औरंगजेबाने रद्द केले (मोगल प्रशासन, प्रकरण ५ वे हा माझा ग्रंथ पाहावा). इ.स.१६६६ मध्ये तंबाखूवरील ऑक्ट्रॉय ड्युटी रद्द करण्यात आली.

आपण दारा शुकोहच्या पाखंडी वर्तनाविरुद्ध आणि तत्त्वांविरुद्ध असून आपणच काय ते शुद्ध मुसलमान धर्माचे पुरस्कर्ते आहोत, असा औरंगजेबाने दावा केला होता आणि त्याच भूमिकेतून दिल्लीच्या सिंहासनावर हक्क सांगितला होता. म्हणून दुसरा राज्यारोहण समारंभ झाल्यानंतर लवकरच (जून १६५९) कुराणातील शिकवणुकीशी सर्वसाधारण लोकांचे जीवन सुसंगत असावे आणि सनातनी मुसलमानी नियमांचे पुनरुज्जीवन व्हावे या उद्देशाने औरंगजेबाने पुढील वटहुकूम जारी केले :-

(१) औरंगजेबापूर्वी होऊन गेलेल्या मोगल राज्यांच्या नाण्यांवर मुसलमान धर्मावरील श्रद्धेची कबुली (कलमा) छापलेली असे. औरंगजेबाने त्यावर बंदी घातली.

(२) इराणमधील प्राचीन राजे, त्यानंतर त्या देशात होऊन गेलेले मुसलमान राज्यकर्ते, त्याचप्रमाणे हिंदुस्थानातील मोगल सम्राट हे सूर्याने मेष राशीत प्रवेश करण्याचा दिवस (झोरोष्टरच्या कॅलेंडरप्रमाणे हा वर्षाचा पहिला दिवस (नवरोज)) सार्वत्रिक उत्सवाचा आणि सणाचा दिवस म्हणून साजरा करीत आणि त्या निमित्ताने दरबारात मोठा उत्सव साजरा केला जाई. औरंगजेबाने ह्या प्रथेवर बंदी घातली आणि नवीन वर्षाच्या पहिल्या दिवसाचा हा उत्सव रमझानच्यावेळी राज्यारोहण समारंभाचा उत्सव साजरा करण्यात येईल, त्याचवेळी दरबारने तो साजरा करावा अशी आज्ञा त्याने दिली.

(३) पैगंबराने सांगितलेल्या नीतिनियमांची, कायद्यांची नीट अंमलबजावणी व्हावी आणि दारू, बीअर, भांग आणि इतर मादक पेयांचे पान किंवा जुगार खेळणे किंवा व्यभिचार-व्यापार करणे इत्यादी सारख्या निषिद्ध गोष्टींचा बिमोड करण्यासाठी त्याने एक अधिकारी (Muhtasib) नेमला. तथापि, अफू आणि गांजा यांना मात्र कोणतीही मनाई करण्यात आलेली नव्हती. पाखंडी मते मांडणे, ईश्वरनिंदा करणे, मुसलमानाने अल्लाची प्रार्थना आणि उपवास (रोजे) न करणे इत्यादी विषयही ह्या चौकशी अधिकाऱ्याच्या कक्षेत येत. त्याच्या आदेशांची अंमलबजावणी नीट व्हावी ह्याकरिता त्याच्या दिमतीस मनसबदार आणि अहाडी (Ahadis) यांची एक तुकडी दिलेली होती.

(४) १३ मे १६५९ रोजी भांगेच्या लागवडीला बंदी घालणारे एक शाही फर्मान सर्व प्रांतांत पाठविण्यात आले.

(५) पडीत अवस्थेला आलेल्या सर्व जुन्या मशिदी व विहार यांची दुरुस्ती करण्यात आली आणि प्रत्येक मशिदीत नियमित पगारावर इमाम, मुआझिन्स (Muazzins), खातीष आणि नोकर यांच्या नेमणुका करण्यात आल्या.

(वाढत्या वयाबरोबर बादशहाची सात्त्विक वृत्ती दिवसेंदिवस जास्त जास्त वाढत गेली. जीवनाकडे पाहण्याची त्याची दृष्टी गंभीर आणि उदासीन होती. आपल्या या जीवनविषयक कल्पना अमलात आणण्याकरिता त्याने केलेल्या उपाययोजना पुढीलप्रमाणे)

(६) आपल्या कारकिर्दीच्या ११व्या वर्षीच्या प्रारंभी त्याने आपल्या दरबारातील संगीतकारांना दरबारात संगीत सादर करण्यास मनाई केली. ''हळूहळू दरबारात संगीताला पूर्णपणे बंदी घालण्यात आली.''

गान देवतेच्या या पुत्रांनी (संगीतकारांनी) बादशहाला लोकांच्या उपहासाचा विषय बनवून त्याच्यावर सूड उगवला. एका शुक्रवारी औरंगजेब प्रार्थनेकरिता मशिदीत जात

असताना दिल्लीतील सुमारे १००० संगीतकार एका जागी जमले. अतिशय कलाकुसरीने सजविलेल्या २० शवपेट्या आपल्याबरोबर घेऊन त्या शवपेट्यांबरोबर रस्त्यातून जात असताना त्यांनी मोठमोठ्याने शोकप्रदर्शक आक्रंदन आणि रुदन करण्याला प्रारंभ केला. औरंगजेबाने दुरून ही गर्दी पाहून व त्यांचे मोठमोठ्याने रुदन आणि शोकाचा आक्रोश ऐकून कुतूहल चाळविले गेल्यामुळे ही सर्व मंडळी का आक्रोश करीत आहेत, याची त्याने चौकशी केली. बादशहाच्या आदेशामुळे संगीताचा मृत्यू झालेला आहे आणि त्या देवतेला पुरण्याकरिता म्हणून आम्ही स्मशानभूमीत जात आहोत असे त्या संगीतकारांनी हुंदके देत देत उत्तर दिले. यावर राजाने ह्या देवतेचे नीटपणे दफन करावे असे मोठ्या गंभीरपणे सांगितले.

(७) बादशहाच्या दोन वाढदिवशी (एक चांद्रमासानुसार आणि दुसरा सूर्यमासानुसार) त्याची सोन्यात आणि चांदीत तुला करण्याची जी पद्धती होती, तिला बादशहाने बंदी केली.

(८) आग्रा किल्ल्याच्या हातीपूल दरवाजापाशी दोन बाजूला असणाऱ्या स्तंभांवर जहांगिराने दोन पाषाणाचे हत्ती बसविले होते. इ.स.१६६८ मध्ये बादशहाने ते काढून टाकले.

(९) एप्रिल १६७० मध्ये दरबारी लोकांनी एकमेकांना अभिवादन करण्याकरिता डोक्यापर्यंत हात नेऊन नमस्कार करण्याची जी हिंदू पद्धती उचलली होती, तिचा दरबारी लोकांनी त्याग करावा आणि मुसलमान पद्धतीने 'सलाम आलेकुम' असे म्हणून अभिवादन करावे असा आदेश त्याने जारी केला.

(१०) बादशहाच्या जन्मदिवशी जो उत्सव आणि समारंभ केला जाई, तो इ.स.१६७० मध्ये बादशहाने बंद केला; यापुढे शाही वाद्यवृंदातर्फे संपूर्ण दिवसाऐवजी दिवसातून तीन तासच वादन केले जावे असाही आदेश त्याने जारी केला. त्याच्या कारकिर्दीच्या २१ व्या वर्षीच्या प्रारंभी राज्यारोहण समारंभाचा वार्षिक उत्सव साजरा करण्याची जी प्रथा होती तिलाही आता फाटा देण्यात आला.

(११) निरनिराळ्या राज्यातील राजांना राज्यभिषेक होण्यापूर्वी बादशहाने स्वत:च्या बोटांनी त्यांच्या कपाळावर कुंकुमतिलक किंवा टिका लावावा अशी प्रथा होती. ही हिंदू प्रथा आहे असे सांगून औरंगजेबाने मे १६७९ मध्ये ह्या प्रथेला मनाई केली.

(१२) दररोज सकाळी बादशहाने आपल्या राजवाडाच्या सज्जात उभे राहून खाली जमलेल्या आपल्या प्रजाजनांना दर्शन द्यावे आणि त्याचबरोबर त्यांच्याकडून स्वागत स्वीकारावे ही अकबराने सुरू केलेली प्रथा त्याच्या वारसांनी आत्तापर्यंत चालविलेली होती. दररोज सकाळी आपल्या इष्टदेवतेचे दर्शन घेऊन दिवसाला प्रारंभ करावा ह्या हिंदूपद्धतीशी त्याचे साधर्म्य आहे म्हणून औरंगजेबाने ह्या प्रथेवरही बंदी घातली.

(१३) थडगे असलेल्या इमारतींवर छप्पर घालणे, कबरींना सफेदी देणे आणि साधुसंतांच्या कबरींचे दर्शन घेण्याकरिता स्त्रियांनी यात्रा करणे इत्यादी गोष्टी कुराणाच्या विरुद्ध असल्याने त्याला बादशहाने मनाई केली.

परंतु एका दमात सर्व मानवजातीचे उत्थान करण्याच्या बादशहाच्या प्रयत्नाला पूर्णपणे अपयश प्राप्त झाले. संपूर्ण प्रजाजनांना शुद्ध नैतिक आचरण म्हणजे काय, याची शिकवण देण्याअगोदरच औरंगजेबाने नैतिक आचरणाचे नियम जबरदस्तीने प्रजेवर लादल्यामुळे ते हास्यास्पद ठरले कारण त्याच्या अधिकाऱ्यांनी सुरुवातीला त्यांची कडक कार्यवाही केली, नंतर त्यात थोडीशी शिथिलता आली आणि शेवटी लोकांच्या इच्छेविरुद्धच्या या नैष्ठिक नियमांचा संपूर्णच त्याग केला गेला. मनुकीने नमूद केल्याप्रमाणे ; ''औरंगजेब ज्यावेळी गादीवर आला त्यावेळी राज्यात दारू पिण्याचे प्रमाण इतके वाढले होते की एके दिवशी औरंगजेब चिडून म्हणाला की संपूर्ण हिंदुस्थानात आता फक्त दोनच माणसे दारू न पिणारी उरली असावीत. एक तो स्वत: व दुसरा काजी. प्रथमत: दारूबंदीविषयक निर्बंध अतिशय कडक होते. परंतु हळूहळू त्यात शिथिलता आली. गुप्तपणे दारूचे जे सेवन करीत नसतील असे फारच थोडे लोक राज्यात सापडतील. खुद्द मंत्रीसुद्धा दारू पितात आणि पिण्यात त्यांना मोठा आनंद वाटतो.'' अशीच परिस्थिती संगीताविरुद्ध जो आदेश काढण्यात आला त्याबाबत झाली.

जुगारांचे मोठमोठे जे अड्डे प्रसिद्ध होते, त्यावर धाडी टाकून ते चालविणाऱ्यांना बादशहाने कडक शिक्षा दिली. राज्यातील सर्व गणिकांनी आणि नर्तिकांनी एकतर विवाह करावा किंवा आपल्या राज्यातून निघून जावे असा आदेश बादशहाने जारी केला असा उल्लेख मनुकी करतो. परंतु ह्याच लेखकाच्या इतर लिखाणावरून हा आदेश निरर्थक ठरलेला होता असेही दिसून येते. ज्या सणाच्या वेळी अश्लील गाणी म्हटली जातात आणि होळ्या पेटविण्याकरिता सर्व लोकांकडून जबरदस्तीने मोळ्या (लाकडे) गोळा केल्या जातात, असा होळीचा सण सार्वजनिकरीत्या साजरा केला जाऊ नये म्हणून बादशहाने त्यावरही मनाई केलेली होती. हा मनाई हुकूम तर उघड उघड पोलिसी-निर्बंधासारखा होता. त्याचप्रमाणे इ.स.१६६९ मध्ये बऱ्हाणपूरला मोहरमच्या सणात मिरवणुकी निघाल्यानंतर दोन गटांत अत्यंत भीषण दंगल घडून आली म्हणून मोहरममधील मिरवणुकांवर सुद्धा बंदी घालण्याचा आदेश देण्यात आला, तोही ह्याच स्वरूपाचा होता.

इ.स.१६६४ मध्ये औरंगजेबाने हिंदू विधवांना आपल्या मृत पतीबरोबर सती जाण्याला मनाई केली. परंतु ह्या आदेशाची सर्वत्र अंमलबजावणी करण्यास सरकार असमर्थ ठरले. जनानखान्यात खोजे म्हणून उपयोगी पडावेत म्हणून लहान मुलांना

खच्ची करीत असत. ह्या माणुसकीशून्य प्रथेलाही औरंगजेबाने आपल्या संपूर्ण राज्यात बंदी घातली (१६६८).

६. दाराच्या आवडत्या धर्मगुरूंचा आणि पाखंड्यांचा छळ

सनातनी मुसलमानी धर्माची पुन:स्थापना करावयाची मोहीम उभारल्याने औरंगजेबाला त्याचा फायदा घेऊन दाराच्या आवडत्या उदारमतवादी धर्मगुरूंचा छळ करण्याची आणि त्यांचा शिक्षा करावयाची संधी आपोआपच प्राप्त झाली. ह्यांपैकी एक म्हणजे मिया मीरचा शिष्य आणि गूढरम्य सहजसुंदर कविता लिहिणारा शहा मुहंमद बदकशी (Badakhshi) हा होय. दाराला त्याच्याबद्दल मोठा आदर होता आणि त्याने त्याचा मोठा सत्कारही केला होता. म्हणूनच गादीवर येताच औरंगजेबाने त्याला आपल्या दरबारात हजर राहण्याविषयी बोलावणे पाठविले. परंतु दिल्लीकडे येताना वाटेत लाहोरला इ.स.१६६१ मध्ये त्याचा मृत्यू झाला.

परंतु यांपैकी सर्वांत जास्त कोणाचा छळ झाला असेल तर तो सरमद (Sarmad) ह्या सुप्रसिद्ध सुफी संताचा. इराणमधील काशन येथे ज्यू आईबापांच्या पोटी याचा जन्म झाला. हिब्रू धर्मग्रंथांवर प्रभुत्व मिळविल्याने तो सर्वत्र धर्मपंडित (रब्बी) म्हणून ओळखला जात होता. यानंतर 'मुहंमद सैद' असे नाव धारण करून त्याने मुसलमान धर्म स्वीकारला आणि व्यापारी म्हणून तो हिंदुस्थानात आला. तट्टा ह्या ठिकाणी त्याची अभयचंद नावाच्या एका हिंदू तरुणाशी भेट झाली. ह्या अभयचंदच्या व्यक्तिमत्त्वामुळे तो इतका भारून गेला की तो स्वत: एक नंगा फकीर बनला आणि अभयचंदला त्याने आपला शिष्य बनवून टाकले. दिल्लीला आल्यानंतर दाराने त्याचा अतिशय उदोउदो केला. इतकेच नव्हे तर शहाजहानशी सुद्धा त्याने त्याची ओळख करून दिली.

सरमद हा अद्वैतवादी होता. त्याच्या प्रासादिक काव्यात सुफी पंथातील उत्कट गूढवाद होता. इतकेच नव्हे तर पंथोपंथातील संकुचित मतभेदांपलीकडचा एक उच्च, व्यापक व उदार दृष्टिकोनही त्यात जाणवतो. सर्व धर्ममार्गांच्या मुळाशी असलेल्या सत्याचाच गौरव केलेला त्यात आढळतो. मुहंमद पैगंबराविषयी त्याच्या मनात नितांत आदर होता. परंतु मुसलमान धर्म आणि परंपरा ह्यांच्याविषयी अनेक बाबतीत त्याची मते परंपरागत मताशी जुळणारी नव्हती. त्याच्या मते "परमेश्वर म्हणजे एक सगुण तत्त्व. हे सगुण तत्त्व मानवी शरीर आणि आकार यांच्याद्वारे व्यक्त होते असे त्याला वाटत होते. सत्कृत्यांचे फळ आणि दुष्कृत्याबद्दल शिक्षा ह्याच जगात होते असे त्याचे ठाम मत होते. मागल्या जन्मी जेवढी आयुर्मर्यादा होती तेवढाच काळ विश्रांती घेऊन माणसाचा आत्मा पुन्हा जन्म घेतो असे त्याला वाटत होते.

सरमद नग्नावस्थेतच फिरत असे. अद्वैतवादाचा तो कट्टर पुरस्कर्ता असल्याने जडाचे अस्तित्व त्याने नाकारले म्हणूनच शरीराच्या कोणत्याही भागाबाबत लपवून ठेवण्यासारखे काही आहे असे त्याला वाटत नसे.

सरमदचा न्यायनिवाडा करण्याकरिता मुसलमान धर्मगुरूंचे एक मंडळ नेमण्यात आले आणि ह्या मंडळाने सरमदची पाखंडी मते लक्षात घेऊन त्याला वधाची शिक्षा फर्माविली. परंतु वारसायुद्धात दाराचा विजय होईल असा सरमदने दाराला आशीर्वाद दिल्याच्या राजकीय कारणास्तव त्याला वधाची शिक्षा देण्यात आली ही गोष्ट उघड होती.

इ.स.१६७२ मध्ये मुहंमद ताहीर नावाच्या एका शिया अधिकाऱ्याचा,(दिवाण) त्याने पहिल्या खलिफांना दूषण दिले, म्हणून शिरच्छेद करण्यात आला. इ.स.१६६७ मध्ये एका पोर्तुगीज धर्मोपदेशकाने मुसलमान धर्म स्वीकारला आणि पुन्हा तो स्वधर्मात परत गेला म्हणून त्याला औरंगाबादला वधस्तंभावर चढविण्यात आले. औरंगजेबाच्याच आदेशावरून बोहरा जमातीचा अहमदाबादचा आध्यात्मिक गुरू सय्यद कुतुबउद्दीन याला त्याच्या ७०० अनुयायांसह ठार मारण्यात आले.

७. बाह्य मुसलमान जगताशी औरंगजेबाचे संबंध

औरंगजेब आपल्या गादीवर स्थिर झाल्यानंतर ज्यांचे ज्यांचे हिंदुस्थानशी व्यापारी संबंध होते, अशा सर्व मुसलमान राज्यांनी नवीन राजाचे अभिनंदन करण्याकरिता आपापले वकील पाठविले. औरंगजेबानेही त्यांचे यथोचित स्वागत केले.

वारसायुद्ध संपुष्टात आल्यानंतर मक्केतील पंथप्रमुखांनी आणि धर्मवेत्त्यांनी मनात कोणताही किंतू न ठेवता आपल्या प्रेमळ पित्याचे सिंहासन जबरदस्तीने हिसकावून घेणाऱ्या पुत्राला (औरंगजेबाला) कायदेशीर सम्राट म्हणून मान्यता द्यावी ह्याकरिता त्या सर्वांना सोन्याच्या वर्षावात नुसते बुडवून टाकावयाचे अशीच औरंगजेबाने योजना केली होती. राज्याभिषेकाचा भव्य सोहळा आटोपल्यावर लवकरच म्हणजे नोव्हेंबर १६५९ मध्ये औरंगजेबाने मक्का-मदिना येथील भक्तांना, सय्यद पंथीय अनुयायांना, संन्याशांना, मशिदीत आणि पवित्र तीर्थक्षेत्री सेवा करणाऱ्या नोकरचाकरांना वाटण्याकरिता म्हणून सय्यद मीर इब्राहिम याला सहा लाख साठ हजार रुपये घेऊन पाठविले. यानंतर प्रत्येक वर्षी शरीफचे प्रतिनिधी दिल्ली दरबारला येत आणि मोहंमद पैगंबराच्या नावाने वर्गणी वसूल करीत. परंतु शरीफची द्रव्याची लालसा वाढतच गेली आणि त्यामुळे औरंगजेबाचे मन त्याच्याविरुद्ध गेले. आपल्या कारकिर्दीच्या शेवटल्या दशकात त्याने आपल्या वजिराला लिहिले, ''हिंदुस्थानातील संपत्तीच्या वार्ता ऐकून मक्केचा शरीफ दरवर्षी आपला वकील पाठवितो आणि आपली स्वत:ची तुंबडी भरतो.

वास्तविक मी दरवर्षी त्याला जो पैसा पाठवितो, तो गरिबांना वाटून टाकण्याकरिता पाठवितो आणि त्याच्या स्वत:साठी मी हा पैसा पाठवत नाही.''

दिल्लीच्या सिंहासनाचा औरंगजेब निर्विवादपणे मालक बनल्यानंतर शहा अब्बास दुसरा याने, औरंगजेबाचे अभिनंदन करण्याकरिता, त्याच्या बंदूकधारी पथकाचा प्रमुख बुदाक बेग ह्याच्या नेतृत्वाखाली एक मोठे शिष्टमंडळच पाठविले होते (१६६१).

इराणी लोकांना ''आशियातील फ्रेंच'' असे जे म्हणण्यात येई, ते योग्यच होते असे म्हटले पाहिजे. संपूर्ण मुसलमान जगतात जो काही नवीन विचार, संस्कृती किंवा फॅशन निर्माण होई, तिचा मूळ स्रोत इराणमध्येच सापडत असे. संपूर्ण मुसलमान जगातील काव्याला इराणनेच वळण लावले होते. कार्डोव्हापासून कॉंस्टॉन्टिनोपल पर्यंतच्या आणि दिल्लीपासून श्रीरंगपट्टणच्या सर्व मुसलमान दरबारात इराणी रीतीरिवाजांचे आणि आवडीनिवडींचे प्रयत्नपूर्वक अनुकरण केले जात होते. पुष्कळवेळा हे अनुकरण विकृत असे ही गोष्ट वेगळी. ह्या सर्व मुसलमान राजांना शत्रूच्या तलवारींची भीती वाटण्याऐवजी पुष्कळवेळा फारसी विनोदी लेखकांच्या उपहासात्मक धारदार शैलीचीच विशेष भीती वाटावयाची ! अशा परिस्थितीत ज्यावेळी इराणच्या बादशहाकडून एक शिष्टमंडळच भेट देण्याला येत आहे ही वार्ता पोहोचली, त्यावेळी मोगल दरबारात मोठीच खळबळ उडाली ! आपली आणि आपल्या देशाची जणू ही कसोटीची वेळ आहे असेच अगदी बादशहापासून तो सर्वांत खालच्या शिपायापर्यंत सर्वांनाच वाटू लागले ! दिल्लीच्या मोगल दरबारातील रीतीरिवाज आणि एकूण वागणूक यांचा निर्णय आशियातल्या सामाजिक रीतीरिवाजात सगळ्या दृष्टीने सर्वांत पारंगत असणाऱ्या इराणी विशेषज्ञांकडून होणार आणि ह्या आवडीनिवडींच्या अचूकपणात किंवा रीतीरिवाजात जर आपण थोडेही कमी पडलो तर साऱ्या मुसलमान जगतात बादशहा उपहासाचा आणि विनोदाचा विषय बनविण्यात आला असता.

इराणच्या बादशहाकडून ज्या देणग्या आल्या, त्यांची किंमत ४,२२,००० रुपये होती. २७ जुलै १६६१ रोजी इराणच्या वकिलाला इराणला परत जाण्याकरिता निरोप देण्यात आला. बादशहाने त्याला आणि त्याच्याबरोबर आलेल्यांना ज्या देणग्या दिल्या, त्याची किंमत ५,३५,००० रुपये भरली. शहा अब्बासने जे पत्र पाठवले, त्याचे उत्तर घेऊन मुलतानचा सुभेदार तरबियतखान ह्याच्या नेतृत्वाखाली २ नोव्हेंबर १६६३ रोजी औरंगजेबाने प्रत्युत्तरादाखल आपले शिष्टमंडळ पाठविले. ह्या वकिलाबरोबर औरंगजेबाने सात लाखांपेक्षा जास्त किमतीचे नजराणे पाठविले होते. वकिलाबरोबर जे पत्र दिले होते, त्यात औरंगजेबाने शहा अब्बासने आपल्या पत्रात ज्या मित्रत्वाच्या भावना व्यक्त केल्या होत्या, त्याबाबत आभार मानले. परंतु आपण सर्वस्वी अल्लाच्याच कृपेवर

अवलंबून असल्याने आपल्याला कोणत्याही माणसाच्या मदतीची आवश्यकता नाही असाही मोठेपणाचा विचार त्याने त्यात व्यक्त केला होता. त्याला आत्तापर्यंत जे आश्चर्यकारक विजय मिळत गेले त्यावरून आपल्यावर परमेश्वरांची भरपूर कृपा आहे याचा पुरावाच मिळतो, असा निर्देश त्याने केला. आपल्या भावांविरुद्ध आपण कसे नेत्रदीपक विजय मिळविले याचे मोठे सुरस आणि लांबलचक वर्णनही औरंगजेबाने स्वाभाविकपणे त्यात केले. मोगल वकिलाला इराणच्या शहाने मुलाखत दिली परंतु वकिलाला त्याने अतिशय वाईट वागणूक दिली. शहाने वकिलाचा अपमान आणि मानसिक छळ केला. वकिलाशी समक्ष बोलताना इराणचा बादशहा, भारतावर आपण स्वारी करणार आहोत अशा धमक्या देत होता. बहुधा ह्याच सुमारास इराणच्या शहाने मिर्झा ताहीर वाहीदकडून लिहवून घेतलेले एक लांबलचक पत्र औरंगजेबाला पाठविले. या पत्रात शहाने शिया धर्माचा मोठ्या हिरिरीने पुरस्कार केला. त्याचबरोबर आपण यशस्वी राज्यकर्ते आहोत आणि खऱ्या धर्माचे आपण कसे संरक्षक आहोत, ह्या औरंगजेबाच्या बढाईखोरपणाची कुचेष्टा केली आणि इराणी राजघराणेच कसे श्रेष्ठ आहे हे सांगितले.

अशा रीतीने इराणात पूर्ण एक वर्षपर्यंत वास्तव्य झाल्यानंतर तरबियतखानाची तडकाफडकी बोळवण करण्यात आली (१६६६) आणि त्याच्या बरोबर औरंगजेबाला देण्यासाठी खोचक भाषेत लिहलेले असे पत्र देण्यात आले. त्या पत्रात शहा अब्बासने लिहिले, ''मला असे कळते की, भारतातील बादशहा हा दुर्बळ, अकार्यक्षम आणि निष्कांचन झाल्यामुळे भारतातल्या बहुतांशी जमीनदारांनी त्याच्याविरुद्ध बंड पुकारले आहे. यातील एक प्रमुख म्हणजे दुष्ट काफिर शिवाजी. तो आतापर्यंत इतका गुप्तपणे राहत होता की, आत्तापर्यंत त्याचे नावही कुणाला माहीत नव्हते. परंतु आता तुमच्याजवळ लढण्याकरिता पुरेशी साधने नाहीत हे माहीत झाल्याने त्याचा फायदा घेऊन आणि तुमचे सैन्य माघार घेत आहेत हे पाहून एखाद्या पर्वताच्या शिखराप्रमाणे तो आता सर्वांना दृगोचर होत आहे. त्याने तुमचे अनेक किल्ले जिंकलेले आहेत, तुमच्या अनेक सैनिकांना त्याने ठार मारले आहे किंवा कैदी बनविले आहे, तुमचा बराचसा प्रदेश त्याने गिळंकृत केलेला आहे, तुमच्या प्रदेशातील बरीचशी बंदरे, शहरे आणि खेडी त्याने लुटली आहेत किंवा त्यांची बरीच नुकसानी केली आहे आणि आता त्याला तुमच्याविरुद्ध शेवटीच टक्कर घ्यावयाची आहे असे आम्ही ऐकतो. तुम्ही स्वत:ला जगज्जेते किंवा आलमगिर म्हणविता परंतु खरी परिस्थिती अशी आहे की, तुम्ही तुमच्या वडिलांना फक्त जिंकले आहे व आपल्या भावांचा वध करून आता तुम्हाला मन:शांती लाभली आहे. बंडखोरांचा बंदोबस्त करण्याची शक्ती आता तुमच्यात उरली नाही.

माझे जे वाडवडील होते, त्यांनी तर जगातल्या बहुतांशी राजेरजवाड्यांना आश्रय आणि संरक्षण दिले. हुमायून आणि नझर महंमद खान यांना आम्ही त्यांची सिंहासने कशी परत मिळवून दिली याची साक्ष काढून पाहा. आता तुम्ही, हुमायूनचे वारस, अडचणीत आहात. म्हणून आमच्या प्रचंड सैन्यानिशी स्वत: भारतात यावे, तुम्हाला स्वत: भेटावे (ही माझी फार दिवसांची इच्छा होती.) आवश्यक असेल ती मदत तुम्हाला करावी आणि जो गोंधळ झाला आहे तो नाहीसा करावा अशी माझी तीव्र इच्छा आहे. '' पत्र वाचून औरंगजेबाचा मोठा तळतळाट झाला आणि त्याने आपला राग पत्र घेऊन येणाऱ्या आपल्या वकिलावरच काढला. वकिलाने आपल्या कर्तव्यात कसूर केली असा ठपका ठेवून त्याने त्याची भेट घेण्याचे नाकारले आणि शिक्षा म्हणून त्याने त्याची पदावनती केली.

ह्या शहाचा ऑगस्ट १६६७ मध्ये मृत्यू झाला आणि हिंदुस्थानवर आपण आक्रमण करू अशी जी त्याने धमकी दिली होती ती ही अशा रीतीने नाहीशी झाली. औरंगजेबाने मात्र शेवटपर्यंत इराणी सीमांवर सक्त नजर ठेवली होती. औरंगजेबाकडे बल्ख आणि बुखारा ह्या राज्यातून, (१६६१ आणि १६६७ मध्ये दुसऱ्यांदा), त्याचप्रमाणे काशगर (१६६४), उरगंज (खीव), कॉन्स्टॅन्टिनोपल (१६९०) आणि ॲबिसिनिया (१६६५ आणि १६७१) या देशांतूनही वकील बादशहाच्या भेटीसाठी येऊन गेले. अरबस्तान आणि मध्य आशियातील कित्येक लहानसहान राज्यांशी, त्याचप्रमाणे बसराच्या तुर्की सुभेदारांशी दिल्ली शासनाचे मित्रत्वाचे संबंध प्रस्थापित झालेले होते.

सात वर्षांहूनसुद्धा कमी असलेल्या ह्या कालावधीत (१६६१-१६६७) दुसऱ्या देशातील वकिलांचे स्वागत करण्यात आणि तिथे वकील पाठविण्यात औरंगजेबाने २१ लाख रुपयांपेक्षा जास्त पैसा खर्च केला. ह्याशिवाय काशगरचा पदच्युत राजा अब्दुल्लाखान याने इ.स.१६६८ मध्ये भारतात आश्रय घेतला. त्याला औरंगजेबाने दिलेले ११ लाख रुपये आणि मक्केच्या शरीफाला दिलेले सात लाख वेगळेच.

८. आग्रा किल्ल्यातील शहाजहानचे तुरुंगातील जीवन आणि औरंगजेबाशी त्याचे उडालेले खटके

ज्यावेळी शहाजहानने आपल्या विजयी मुलाला आग्रा किल्ल्याचे दरवाजे उघडून आत घेतले, त्याचवेळी उरलेल्या संपूर्ण आयुष्यभर तुरुंगात राहण्याचे त्याच्या नशिबी आले. राजांचा राजा असलेल्या शहाजहानला झालेला हा बदल खरोखरच अतिशय कटू वाटला. दीर्घकालीन संघर्ष झाल्यानंतरच त्याने हा बदल मान्य केला. दारा आणि शुजा यांना शहाजहानने जी पत्रे लिहिली, ती औरंगजेबाच्या हस्तकांनी मधल्या मध्येच हस्तगत केली आणि ज्या खोजांनी आग्र्याच्या किल्ल्याबाहेर ती चोरून नेण्याचा प्रयत्न

केला, त्यांना कडक शिक्षा ठोठावण्यात आल्या. शहाजहानने चोरून पत्रे पाठविण्याचा हा जो व्यर्थ उद्योग केला, त्यामुळे त्याचा तुरुंगवास अधिक कडक बनला. शहाजहानच्या भोवती आता चोहोबाजूंनी विरोधकांचा वेढा पडला. आता कोणालाही त्याची भेट घेणे अशक्य होऊन बसले. ह्या कैदी बादशहाकडून काहीही शब्दोच्चार झाला की, सरकारी गुप्तहेर त्याची वित्तंबातमी ताबडतोब बादशहाला देऊ लागले. इतकेच नव्हे तर शहाजहानजवळील लेखनसाहित्यही काढून घेण्यात आले.

मोगल बादशहांमध्ये सर्वांत थोर असणाऱ्या या मोगल बादशहाचा पाडाव मोठा अपमानास्पद ठरला. कधीच न शमणाऱ्या औरंगजेबाच्या द्रव्यलोभामुळे शहाजहानच्या अंगावरील किंवा आग्र्याच्या किल्ल्यात जे जडजवाहिर होते, त्याच्या मालकीविषयी बाप आणि मुलगा ह्यांच्यात अतिशय लज्जास्पद अशी अनेक भांडणे झाली. ह्या जडजवाहिराचे आपणच खरे मालक आहोत आणि आपल्या मुलाने त्यावर कोणताही नैतिक अधिकार नसताना जबरदस्तीने मालकी हक्क प्रस्थापित केलेला आहे ही वस्तुस्थिती कैदी बनलेला शहाजहान कधीच विसरू शकला नाही. शहाजहानच्या ह्या युक्तिवादाला औरंगजेबाने उत्तर दिले, ''राजाची संपत्ती आणि जडजवाहिर हे प्रजेच्या कल्याणाकरिताच ठेवलेले असते. कारण यातून सरकारला काही दहावा हिस्सा दिला जात नाही. राजा म्हणजे ईश्वराने निवडलेला विश्वस्त असतो आणि आपल्याजवळील संपत्ती ही ईश्वराची समजून ती लोकांच्या कल्याणाकरिता ठेवलेली असते.'' म्हणूनच आग्रा किल्ल्यात ठेवलेली सर्व संपत्ती ही गादीवर आलेल्या राजाच्या मालकीची आहे असे औरंगजेबाने सांगितले.

आग्र्याहून पळून जाताना दाराने सुद्धा त्याच्या स्त्रियांचे आणि मुलींच्या मालकीचे २७ लाख रुपये किमतीचे जडजवाहिर किल्ल्यातच ठेवले होते. औरंगजेबाने त्याची सुद्धा मागणी केली. शहाजहानने बरेच दिवसपर्यंत ह्या मागणीला विरोध केला परंतु शेवटी त्याला हे जडजवाहिर द्यावेच लागले. औरंगजेबाने ह्याचबरोबर दाराच्या दरबारात ज्या गाणाऱ्या स्त्रिया होत्या, त्यांनाही आपल्याकडे पाठवून देण्याची मागणी केली. आग्र्याचा किल्ला पडल्यानंतर (८ जून १६५८) ताबडतोब औरंगजेबाने किल्ल्यातील शाही वस्त्रागार, लाकडी सामानाच्या खोल्या, मौल्यवान धातूची भांडी व जडजवाहिराच्या खोल्या तसेच कोषागाराला कुलपे ठोकली होती. ही सर्व संपत्ती ''कोणताही मुलाहिजा न बाळगता आणि अतिशय काळजीपूर्वक'' जप्त करण्यात यावी असा औरंगजेबाने आदेश दिला.

मुहंमद सुलतानाच्या प्रयाणानंतर किल्ल्यातील सर्व व्यवस्था मुतामद ह्या खोजाच्या हाती आली आणि त्याने शहाजहानला अतिशय कडकपणे, दुष्टपणे आणि निष्काळजीपणे

वागविले. ''एखाद्या दयनीय गुलामाप्रमाणे आपण शहाजहानाला वागवितो हे बाहेरच्या जगाला दिसेल अशा रीतीने तो काहीवेळा मुद्दाम व्यवस्था करीत असे.''

तुरुंगवासाच्या पहिल्या वर्षात बाप आणि मुलगा यांच्यात अतिशय कटू पत्रव्यवहार झाला. ह्या संपूर्ण वादात औरंगजेबाने आपण मुसलमान धर्माचे आणि आदर्श शासनाचे खरेखुरे पुरस्कर्ते आहोत, सार्वजनिक कल्याणाची आणि सुधारणांची कामे करण्यात एक केवळ निमित्तमात्र व्यक्ती आहोत असा आव आणलेला होता. तो आपल्या वडिलांच्या राज्यकारभारातील नाकर्तेपणावर आणि अन्याय्य धोरणावर कडाडून टीका करताना दिसतो व त्याचबरोबर ढोंगीपणाने नम्रता धारण करून आपल्या आत्तापर्यंतच्या वर्तनाचे समर्थनसुद्धा करताना तो आढळतो. खऱ्या पुत्राला न शोभणाऱ्या वर्तनाचे व बंडखोरपणाच्या आरोपाचे खंडन करताना तो लिहितो, जोपर्यंत तुमच्या हातात राज्यकारभाराची सूत्रे होती, तोपर्यंत तुमच्या संमतीशिवाय मी एकही गोष्ट केली नाही किंवा माझ्या अधिकार- क्षेत्राची मर्यादा ओलांडली नाही. तुमच्या आजारपणात दाराने सर्व सत्ता बळकाविली, मुसलमान धर्म नष्ट करण्याचा आणि हिंदूधर्माचा प्रसार करण्याचा त्याने चंग बांधला आणि तुम्हाला संपूर्णपणे बाजूला सारून राजा म्हणूनच तो वागला....संपूर्ण शासनात गोंधळ निर्माण झाला.....मी आग्र्यावर चाल केली ती बंडखोरीच्या भावनेतून नव्हे तर दाराने जबरदस्तीने जी सत्ता बळकाविली होती तिचा शेवट करण्याकरिता. इस्लाम धर्मापासून तो ढळला व मूर्तीपूजेला त्याने जी चालना दिली, त्याविरुद्ध कारवाई करण्यासाठी मी ते केले. साम्राज्यात खरीखुरी शांतता प्रस्थापित व्हावी आणि खऱ्या मुसलमान धर्माचे पुनरुज्जीवन व्हावे व परलोकात गेल्यावर आपल्याला कर्तव्यपूर्तीबद्दल जाब द्यावा लागू नये म्हणून हा मला धोकादायक काटेरी राजमुकूट धारण करावा लागला. तसे करण्यात मला कोणतेच स्वारस्य नव्हते; प्राप्त परिस्थितीमुळे मला ही जबाबदारी स्वीकारावी लागली.

राजाचे स्थान आणि कर्तव्ये याबाबत त्याच्या ज्या कल्पना होत्या, त्या अतिशय उच्च आणि पुष्कळशा विरक्तीपूर्ण होत्या. ''राजा म्हणजे राज्याचे रक्षण करणारा आणि सर्वसाधारण जनतेचा पालनकर्ता असावा. सुखविलासासाठी किंवा शारिरिक सुखासाठी राजपद नाही.''

अतिशय प्रतिकूल परिस्थिती असूनही आपल्याला विजय मिळाला यावरून ईश्वराची आपल्यावर कृपा आहे आणि आपण न्याय्य कारणांकरिताच लढत होतो ही गोष्ट सिद्ध होते असे ते मोठ्या विजयोन्मादात लिहिताना आढळतो. म्हणूनच शहाणपण दाखवून शहाजहानने ईश्वराचा हा कौल मान्य करावा आणि औरंगजेबाचा विजय झाला ही स्वतःच्या आयुष्यात घडलेली त्यातल्या त्यात चांगली गोष्ट आहे असे समजावे.

ह्या ढोंगीपणाचा धिक्कार करताना शहाजहान लिहितो की औरंगजेब स्वत:ला सच्चा मुसलमान म्हणवितो परंतु तो दुसऱ्या लोकांची संपत्ती दरोडेखोरीच्या मार्गाने बळकावितो ! यावर महान ध्येयवादाचा आव आणून औरंगजेब लिहितो, ''दुसऱ्याच्या संपत्तीचे अपहरण करणे हे मुसलमान धर्माच्या विरुद्ध आहे असे तुम्ही लिहिता. राजाची संपत्ती आणि जडजवाहिर हे प्रजेच्या कल्याणाकरिताच असते हे लक्षात घ्या. ......राज्य म्हणजे कोणा एका व्यक्तीची वंशपरंपरागत खाजगी मालमत्ता नव्हे. राजा म्हणजे लोकांच्या कल्याणासाठी वापरायच्या संपत्तीचा ईश्वराने निवडलेला रक्षक आणि विश्वस्त होय.''

औरंगजेबाने आपल्या वडिलांना जसे वागविले तसेच त्याची मुलेसुद्धा त्याला वागवितील असे पुढे शहाजहानने त्याला बजावले. त्यावेळी उत्तर देताना एखाद्या फारसी (Pharisee) माणसासारखा आपलीच बाजू न्याय्य आहे हा आत्मविश्वास औरंगजेबात सळसळत होता. त्याने लिहिले, ''ईश्वराच्या इच्छेशिवाय कोणतीही गोष्ट घडत नसते. तुम्ही ज्या नशिबाचा उल्लेख केलात ते (माझ्यापेक्षा) वडील माणसांच्याही वाट्याला आले होते. ईश्वरी न्याय मी सुद्धा कसा चुकवू शकेन ? आपण जशी कर्मे करतो त्यानुसार परमेश्वर त्याला फळेही देतो आणि ज्या अर्थी प्रत्येक गोष्ट करताना माझे हेतू चांगले आहेत त्याअर्थी मलाही चांगलीच फळे मिळणार याची मला खात्री आहे. (माझी मुलेही मला चांगलेच वागवितील).''

परंतु आपल्या गर्विष्ठ मुलापेक्षा शहाजहान खरा द्रष्टा ठरला. काळाने औरंगजेबाचा सूड उगवला तो मोहंमद अकबर ह्या त्याच्या चौथ्या मुलाच्या मार्फत ! इ.स.१६८१ मध्ये ज्यावेळी या राजपुत्राने औरंगजेबाविरुद्ध बंड पुकारले त्यावेळी त्याने आपल्या बापाला एक अतिशय कटू आणि लागेल असे पत्र लिहिले. औरंगजेबाने शहाजहानला लिहिलेल्या उपरोक्त पत्रांशी अकबराच्या पत्राचे असल्याचे साधर्म्य लक्षणीय आहे. ह्या पत्रात औरंगजेबाचा राज्यकारभार कोसळून पडला अशी कठोर टीका केलेली असून औरंगजेबाने आपल्या बापाला पदच्युत केले आणि आपल्या दोन भावांचा वध केला ह्या पापाचे परिमार्जन करण्याकरिता त्याने आपला वृद्धापकाळ धार्मिक चिंतनात घालावा असे सुचविलेले आहे. अकबराने आपल्याविरुद्ध बंड केले म्हणून तो आपला खराखुरा मुलगाच नव्हे असे औरंगजेब कसे म्हणू शकतो ? कारण स्वत: औरंगजेबानेही आपल्या वडिलांविरुद्ध असेच बंड पुकारले होते अशा प्रकारचा प्रश्न शेवटी अकबराने त्या पत्रात केलेला दिसतो.

शहाजहान आणि त्याचा मुलगा ह्यांच्यातील पत्रव्यवहार दिवसेंदिवस अधिकाधिक कटू बनत गेला. शेवटी वृद्ध बादशहाने होण्याऱ्या अटळ गोष्टींपुढे शरणागती पत्करली

आणि रडूनरडून एखाद्या लहान मुलाने ज्याप्रमाणे थकून झोपी जावे त्याप्रमाणे त्याने तक्रार करण्याचे सोडून दिले.

त्याच्या व्यथित अंत:करणावर त्यानंतर एकामागून एक आघात होऊ लागले. औरंगजेबाने प्रथमत: दारा, त्यानंतर मुराद बक्ष, त्यानंतर सुलेमान शुकोह यांचा वध केला. शुजा आणि त्याच्या मुलांना अज्ञात माघांच्या अपरिचित प्रदेशात वनवास पत्करावा लागून त्यांचा सर्वनाश झाला. ''परंतु हे संकटांचे डोंगर कोसळत असतानासुद्धा त्याने आपला शांतपणा सोडला नाही किंवा ईश्वराविषयी कृतज्ञता व्यक्त करण्याचे त्याने टाकून दिले नाही. मृत्यूच्या शेवटल्या दिवसापर्यंत त्याच्या अंत:करणात सहनशीलता आणि बुद्धीचा समतोल कायम होता.''

धर्म हाच त्याचा एकमेव आधार होता. कनौजचा सय्यद मुहंमद हा त्याचा सततच सोबती होता. बादशहाच्या शेवटच्या दिवसांत त्यानेच बादशाहचा उपाध्याय (Chaplain), मंत्रपाठ करणारा (Lector) आणि दानधर्म वाटणारा (Almoner) म्हणून काम केले. ''बादशहाचा दिवसातील बहुतांश वेळ ईश्वराची आराधना करण्यात, प्रार्थना करण्यात, कर्मकांड करण्यात, कुराण वाचण्यात किंवा भूतकाळातील मोठ्या लोकांच्या कर्तबगारीच्या गोष्टी ऐकण्यात खर्च होऊ लागला.''

ह्या शेवटल्या दिवसात त्याची मुलगी जहानआरा हिचे अस्तित्वसुद्धा त्याच्या दु:खावर हळुवार फुंकर घालण्यास तितकेच सहाय्यभूत ठरले. ही जहानआरा तितकीच विरागी आणि संत-प्रवृत्तीची होती. तिने आपल्या वडिलांची मोठ्या हळुवारपणे काळजी घेतल्याने शहाजहानच्या इतर सर्व मुलांनी जी क्रूरता दाखविली त्याची भरपाई झाली. ही राजकन्या मिया मीर ह्या प्रसिद्ध संताची शिष्या होती. आग्र्याच्या किल्ल्यात तिने आता जवळजवळ संन्यस्त जीवन स्वीकारलेले होते. आपल्या वृद्ध आणि निराधार वडिलांची सेवा करण्याचे व्रत तिने चालविले होते. ती ज्या एकनिष्ठेने वडिलांची सेवा करीत होती, ती पाहून तिच्यात आई आणि मुलगी अशी दोन्ही नाती एकवटलेली आहेत किंवा काय असे पाहणाऱ्याला वाटे. दारा आणि मुराद यांच्या निराधार झालेल्या मुलीसुद्धा तिने आपल्या छत्राखाली आश्रयार्थ आणल्या होत्या. अशा आध्यात्मिक आणि धार्मिक वातावरणातच शहाजहान पारलौकिक जगात जाण्याची तयारी करीत होता. मरणाचे भय आता त्याला उरलेले नव्हते. किंबहुना ह्या दु:खातून सुटका व्हावयाची असल्यास मरणच बरे असे त्याला आता तीव्रतेने वाटू लागले होते.

९. शहाजहानचा शेवटचा आजार आणि मृत्यू

शहाजहान ज्या मुक्तीची अत्यंत उत्कंठतेने परंतु शांतपणाने वाट पाहत होता, तो मुक्तीदिन अखेर जानेवारी १६६६ मध्ये उगविला. त्या महिन्याच्या ७ तारखेला

शहाजहानला एकाएकी ताप भरला. लवकरच त्यातील गुंतागुंत वाढली. ह्यावेळी त्याच्या वयाला ७४ वर्षे पूर्ण झालेली होती आणि राज्यारोहण समारंभ होण्यापूर्वी त्याने बरेच कष्ट भोगले होते. ऐन हिवाळ्यातील कडक थंडीमुळे त्याची शक्ती क्षीण झाली होती.

सोमवार दिनांक २२ जानेवारी रोजी रात्री त्याची स्थिती चिंताजनक आहे आणि त्याला मृत्यू कोणत्याही क्षणी येऊ शकतो असे जाहीर करण्यात आले. आपला मृत्यू जवळ आलेला आहे असे ऐकताच शहाजहानने आपल्याला जीवनात ईश्वराने ज्या काही चांगल्या गोष्टी दिल्या, त्याबद्दल अल्लाचे आभार मानले आणि मृत्यूकरिता आपण विधात्याच्या आधीन आहोत असे जाहीर केले. त्यानंतर आपल्या मनावर पूर्णपणे ताबा ठेवून त्याने आपले मृतसंस्कार कसे करावेत, ह्यासंबंधी सूचना दिल्या. अकबराबादी महल आणि फातपुरी महल ह्या आपल्या राण्यांचे आणि सर्वांत वडील मुलगी जहानआरा आणि जनानखान्यातील इतर स्त्रिया, ज्या त्याच्याभोवती जमून शोकावेगाने रडत होत्या, त्यांचे त्याने सांत्वन केले आणि त्याच्या मृत्यूमुळे ज्या स्त्रिया निराधार होणार होत्या त्यांच्याकडे आणि विशेषत: जहानआराची सावत्र बहीण पुरहुनार बानू हिच्याकडे लक्ष ठेवण्याचे काम त्याने जहानआराकडे सोपविले. त्यानंतर त्याने आपले मृत्युपत्र तयार केले, आपल्या कुटुंबीयांचा आणि नोकर चाकरांचा निरोप घेतला, त्यांना शेवटची बक्षिसे, आठवणीदाखल काही भेटी दिल्या आणि शेवटी कुराणाचे वाचन करण्याची आज्ञा दिली. अखेरीस अत्यंत गंभीर आवाजात कुराणातील कलमांचा उद्घोष चालू असताना, स्त्रियांच्या दु:खपूर्ण विलापात आणि सेवकांच्या हुंदक्यांच्या आवाजात शेवटपर्यंत शुद्धीवर असलेल्या शहाजहानने आपली नजर आपल्या आवडत्या मृत मुमताज महलच्या समाधीवर एकाग्र करून मुसलमान धर्मातील शेवटची प्रार्थना तोंडाने हळूवार आवाजात गुणगुणायला प्रारंभ केला. ''हे देवा ! ह्या जगात आणि पारलौकिक जगात मला सद्गती मिळू दे ! नरकातील दु:खापासून मला वाचव.''

ह्यानंतर पुढच्याच क्षणी तो पंचत्वात विलीन पावला. ह्यावेळी संध्याकाळचे ७। वाजले होते.

शहाजहानचा मृत्यू झाला त्या षटकोनी मुस्सामत बुरुजाच्या मनोऱ्यातच त्याचे प्रेत पडून होते. तिथून ताजमहालचे पूर्ण दर्शन घेता येत असे. आपल्या आवडत्या राणीशेजारी आपले मृत शरीर पुरण्यात यावे अशी इच्छा त्याने व्यक्त केली.

बुरुजाच्या पायथ्याशी जो जिना होता, तो शहाजहान तुरुंगात असताना एक भिंत बांधून बंद करण्यात आला होता. ती भिंत पाडून दरवाजा उघडून अधिकाऱ्यांनी शवपेटी बाहेर नेली.

ह्यानंतर ती पेटी यमुना नदीतून एका बोटीतून नेण्यात आली व सर्व अधिकारी त्यानंतर ताजमहलला पोहोचले. मुमताजमहल शेजारीच शहाजहानच्या मृत शरीरालाही चिरविश्रांती देण्यात आली.

शहाजहानच्या मृत्यूमुळे जनतेत सर्वत्र मोठा शोक निर्माण झाला. हा शोकावेग अतिशय प्रामाणिक होता. शहाजहानचे गुण वारंवार गायले जाऊ लागले. त्यात त्याचे थोडेफार दुर्गुण विसरले गेले. ह्यानंतर एक महिन्यानंतर औरंगजेब आग्र्याला आला. त्याने जहानआरा हिची भेट घेतली. ह्या भेटीत त्याने तिचा आदर केला आणि तिला सौजन्याची वागणूक दिली. शहाजहानच्या शेवटल्या दिवसात जहानआरा हिने औरंगजेबाबद्दल वारंवार मध्यस्थी केल्यामुळे त्याचा तिच्यावर रोष होता. प्रथमत: वारंवार नकार देऊनही शेवटी औरंगजेबाने आपल्या वडिलांना ज्या दुष्ट बुद्धीने वागविले त्या गुन्ह्याबाबत शहाजहानकडून क्षमा मिळविण्यात तिने यश मिळविले.

औरंगजेबाने आपल्या वडिलांना ज्या प्रकारची वागणूक दिली त्यामुळे समकालीनांच्या नीती-कल्पनांनाच धक्का बसला असे नव्हे तर तात्कालीन सामाजिक शिष्टाचारांचाही त्यामुळे भंग झाला.

❐

प्रकरण सातवे

सीमांवरील युद्धे : आसाम आणि अफगाणिस्तान

१. १६५८ पूर्वी कूचबिहार व आसाम यांच्याशी मोगलांचे संबंध :

१६व्या शतकाच्या प्रारंभी मंगोलवंशीय विश्वसिंग नावाच्या एका संपन्न अशा सैनिकाने कूचबिहारमध्ये एका राजघराण्याची स्थापना केली (कारकीर्द १५१५-१५४०). त्याच घराण्याचे राज्य आजही कूचबिहारात चालू आहे. त्याने हिंदू धर्म आणि हिंदू संस्कृती यांचा स्वीकार केला. आपले सैन्य आणि प्रशासन त्याने उत्तम प्रकारे संघटित केले. त्याचा वारस आणि वडील मुलगा नरनारायण (इ.स.१५४०-१५८४) हा एक मोठा संत आणि संन्यासी होता. ह्या राजाच्या लहान भावाचा मुलगा राघुदेव याने संकोश आणि बार नदी यांमधील कामरूपच्या किंवा पूर्वीय कूचच्या प्रदेशात स्वत:ला राजा नेमण्यास आपल्या भावाला भाग पाडले. ह्याच प्रदेशाला मुसलमान इतिहासकार कूच हाजोचा प्रदेश म्हणत असत. सध्या हा प्रदेश पश्चिम आसामातील गोलपारा आणि कामरूप जिल्हा म्हणून ओळखला जातो. राघुदेवाचा मुलगा परिक्षित याने नरनारायणाचा उत्तराधिकारी लक्ष्मीनारायण यांजवर स्वारी केली म्हणून नरनारायण याने बंगालच्या मुसलमान सुभेदाराकडून लष्करी मदत मागविली. मदत देणाऱ्या मुसलमान सैन्याने कूच-हाजो (१६१२) जिंकून ते आपल्या राज्याला जोडून घेतले आणि म्हणून मोगली साम्राज्याची ईशान्य सीमा बारनदीपर्यंत जाऊन पोहोचली आणि प्रथमत:च त्या नदीच्या पलीकडील मध्य आणि पूर्व आसामात राज्य करणाऱ्या अहोम राजांशी मोगल शासकांचा संबंध येऊ लागला.

शान वंशीयांची एक शाखा म्हणून अहोम ओळखले जात. त्यांचे मूळ स्थान म्हणजे उत्तर ब्रह्मदेशातील उत्तर आणि पूर्वेकडील पहाडी प्रदेश. तेराव्या शतकात त्यांच्याचपैकी पाँग राज्याच्या राजपुत्राने ब्रह्मपुत्रा नदीच्या खोऱ्याच्या आग्नेय दिशेला स्वत:चे राज्य स्थापन केले. तेथून त्याने पश्चिम दिशेला कूच करून मार्गातील सर्व टोळ्यांना अंकित करून टाकले. अहोम टोळ्यांतील हे लोक मोठे काटक, पिशाच्च पूजा करणारे, गोमांस आणि कोंबड्या भक्षण करणारे, मद्य सेवन करणारे होते. ब्रह्मी लोक ज्या सहजतेने मेढेकोट (संरक्षक मोर्चे) (Stockades) आणि बांबूचे पूल बांधीत, त्याच सहजतेने हेही बांधत. ते सहज नौका चालवू शकत आणि रात्रीच्या वेळी हल्ला करण्यात ते वाकबगार होते. ह्या टोळ्यांची संघटना जुन्या सरंजामशाही पद्धतीवर करण्यात आलेली

होती. निरनिराळ्या सरदारांच्या नेतृत्वाखाली [(ह्या सरदारांना गोहेन्स (Gohains) बरुआ (Baruas) आणि फुकान्सी असे म्हणत. (Phukansi))] ते संघटित झाले होते. गुलामांची मदत घेऊन हे सरदार आपल्या जमिनींची लागवड करीत. जहागिरीतील सर्व वयात आलेल्या पुरुषांना लष्करी नोकरीत भरती होण्याची सक्ती केली जाई. त्यांच्या सैन्यात पूर्णत: पायदळाचाच अंतर्भाव असे. परंतु सैन्याच्या मजबुतीसाठी गजदळाचीही तरतूद होती.

राजा त्याच्या टोळीचा पिता समजला जाई आणि त्या टोळीच्या पालक देवतेचे जतन करणारा व परमेश्वरस्वरूप ह्या दृष्टीने त्याला सन्मानपूर्वक वागविले जाई. अहोमांना देण्यात येणाऱ्या शिक्षा राक्षसी असत. अगदी साध्यासाध्या अपराधांकरिता सुद्धा हालहाल करून ठार मारले जाई.

परंतु आसामातील वास्तव्यात हिंदू धर्म आणि भारतीय संस्कृती ह्यांच्या प्रभावामुळे अहोमांमध्ये बदल होण्याला प्रारंभ झाला. कूचवंशीय राण्यांच्या परिवारात प्रवेश करून हिंदू पुरोहित आणि कारागीर यांनी आसामात प्रवेश केलेला होता. बंगालमधील पठाण शासकांबरोबर युद्धे होऊन अहोमांना जो विजय मिळाला, त्यामुळे अहोमांना बंदुकी कशा वापराव्यात, याचे ज्ञान झाले आणि युद्धात कैदी म्हणून पकडलेल्या बहुसंख्यीय बंगाल्यांनी (यात मुसलमान बहुसंख्य होते) त्यांच्या देशात वस्ती केली. शेवटी शंकरदेव आणि इतर संतांनी येथे वैष्णव धर्माचा प्रचार केला. या भूमीत त्या धर्माचा मोठा प्रसारही झाला.

अहोमांच्या राज्यात अनेक वंशांचे लोक राहत होते, हे त्या राज्यातील एक वैगुण्य होते. सर्वांत प्रमुख जमात अहोमांची होती. मधला स्तर हा आसामी लोकांनी बनलेला होता. मैदानी प्रदेशात राहणाऱ्या ह्या लोकांना बंगालबाबत बरीच आत्मीयता वाटे. त्यांच्यात शारीरिक शक्ती, सहनशीलता आणि लढाऊ वृत्ती यांचा अभावच होता. समाजाच्या तळाला गुलामांचा बहुसंख्य वर्ग नांदत होता. ह्या गुलामात काही मंगोल वंशीय सरंजामदार होते तर बहुतांशी बंगालमधून पकडून आणलेले युद्धकैदी होते. ते अहोमांच्या राज्यात नाखुशीनेच राहत होते.

१७व्या शतकाच्या प्रारंभी, मोगलांनी कूच हाजो (१६१२) जिंकल्यानंतर अहोमांनी तिथल्या पदच्युत राजाला आश्रय दिल्याने, मोगलांनी अहोमांशी एक दीर्घकालीन युद्ध केले. परंतु शेवटी १६३८ मध्ये अहोम आणि मोगल यांच्यात एक शांतता तह घडून आला. ह्या तहान्वये ब्रह्मपुत्रा खोऱ्याच्या उत्तरेकडील बार नदीच्या पश्चिमेकडील प्रदेश आणि त्याच विशाल नदीच्या दक्षिणेकडील खोऱ्यातील आसुरार अलीचा पश्चिमेकडील प्रदेश मुसलमानांकडे ठेवण्याला अनुमती देण्यात आली. हा तह २० वर्षे टिकून राहिला.

२. १६५८ मध्ये अहोमांनी कामरूप जिंकून घेतले

परंतु ज्यावेळी इ.स.१६५७ मध्ये शुजा बंगालमधील आपले बहुतांशी सैन्य घेऊन आपल्या वडिलांचे सिंहासन बळकाविण्याकरिता निघाला, त्यावेळी प्रांतात संरक्षणाकरिता सैन्य उरले नाही. ही संधी साधून कूचबिहारचा राजा प्राणनारायण याने मोगल प्रदेशात (हाजो) गेलेल्या एका दुष्ट गुलामाला पकडण्याकरिता आपला वजीर भाबानाथ याच्या नेतृत्वाखाली सैन्य पाठविले. याचवेळी पश्चिमेकडील अहोमांचा सुभेदार हा मोगलांच्या कामरूप राज्यात आक्रमण करण्याची तयारी करीत होता. अशा रीतीने दोन्ही बाजूंनी आपल्यावर हल्ला होणार अशी भीती वाटून आणि बंगालमधून आपल्याला कोणतीही मदत मिळणार नाही हे लक्षात आल्याने गोहत्तीचा मोगल फौजदार मीर लुतफुल्ला शिराझी बोटीतून डाक्क्याला पळून गेला. अशा रीतीने संघर्ष न करताच आसाम्यांनी कामरूपची राजधानी गोहत्तीवर ताबा मिळविला आणि शहरातील स्थावर जंगम मालमत्तेची पूर्ण लूट केली.

ह्या घटना १६५८ च्या प्रारंभी घडल्या. परंतु जून १६६० मध्ये यादवी युद्ध संपुष्टात आले आणि मीर जुमला ह्याला बंगालचे सुभेदार नेमण्यात आले. ''प्रांतातील आणि विशेषत: आसाम आणि माघ (आराकान) प्रदेशातील बंडखोर जमीनदारांचा कडक बंदोबस्त करावा आणि त्यांना कडक शिक्षा कराव्यात'' असा सक्त आदेश त्याला देण्यात आला होता.

३. कूचबिहार आणि आसाम हे प्रदेश मीर जुमलाने जिंकले

नवीन सुभेदाराने १ नोव्हेंबर १६६१ रोजी १२,००० घोडेस्वार आणि ३०,००० पायदळ एवढे सैन्य घेऊन डाक्क्याहून कूच केले. प्रचंड युद्ध–नौकांचा एक मोठा काफिला (त्यांत सर्व प्रकारच्या एकूण ३२३ नौका होत्या) त्याने आपल्या सोबत घेतला होता. त्या सर्व काफिल्यात 'घुरब' नावाच्या तरंगत्या तोफांच्या नौका सर्वांत शक्तिमान होत्या. ह्या तरंगत्या तोफांच्या प्रत्येक बोटी चार नौकांनी ओढल्या जात (त्यांना कोसा असे म्हणत). ह्या प्रत्येक नौकेवर १४ तोफा बसविण्यात आलेल्या होत्या आणि त्यावर ६० माणसांचा ताफा असे.

मीर जुमला याने एका आडवाटेच्या आणि दुर्लक्षित मार्गाने कूचबिहारात प्रवेश केला. केवळ सहा दिवसांत मोगल सैन्य राजधानीच्या शहरात जाऊन पोहोचले (१९ डिसेंबर). भीतीपोटी राजा आणि त्याच्या प्रजाजनांनी अगोदरच राजधानीतून पळ काढलेला होता. राजधानीचे नाव बदलून ते अलमगीरनगर असे ठेवण्यात आले. राजधानीतील सर्वांत प्रमुख देवालय पाडण्यात आले आणि त्याच्या जागी एक मशीद बांधण्यात आली. संपूर्ण राज्य मोगल साम्राज्याला जोडण्यात आले.

कूचबिहारात १६ दिवस मुक्काम केल्यानंतर सेनापतीने कूचबिहार सोडले (४ जानेवारी १६६२) आणि नंतर आसामवर स्वारी केली. "वाटेत दाट जंगले आणि असंख्य ओढे असल्याने दररोज सैन्याची मजल ४ किंवा ५ मैलांपेक्षा जास्त होत नव्हती." ह्या सगळ्या प्रवासात मीर जुमलाचे सैन्य कमालीचे थकून गेले. अहोमांच्या सैन्यात कॉलऱ्याची मोठ्या प्रमाणात लागण झाल्याने त्यांचा प्रतिकार क्षीण बनला होता. त्यांनी अनेक वेळा शत्रू समोर दिसताच माघार घेतली किंवा मोठ्या प्रमाणावर त्यांची कत्तल होऊन त्यांना माघार घ्यावी लागली. मुसलमान सैन्याने ब्रह्मपुत्रा नदीच्या वरच्या अंगापर्यंत विजयी कूच केले. जातांना वाटेतील सर्व मेढेकोट (Stockades), खंदक आणि जागोजागी जमिनीतील बिळात तीक्ष्ण टोकांचे बांबू बसविले होते. ह्या सर्व जागांवर त्यांनी ताबा मिळविला. ह्या स्वारीत मोगलांनी एकामागून एक किल्ल्यांवर कब्जा मिळविला. त्यात मोनस नदीच्या मुखाशी असलेला जोगीगुफाचा किल्ला (२० जानेवारी), गोहत्ती, बार नदीवरचा श्रीघाटचा किल्ला (५ फेब्रुवारी), पाण्डु बेलताला, केलांग नदीवरचा काजळीचा किल्ला, भराळी नदीच्या मुखाशी असलेला समधाराचा किल्ला आणि त्याच्याच विरुद्ध बाजूला ब्रह्मपुत्रा नदीच्या दक्षिण किनाऱ्यावर असलेला सिमला-गड (२५ फेब्रुवारी) इत्यादी किल्ल्यांचा समावेश होता. ३ मार्चच्या रात्री अहोमांच्या जहाजाच्या काफिल्याने मोगलांच्या जहाजांवर हल्ला चढवून स्वतःचे नशीब अजमावून पाहण्याचा प्रयत्न केला परंतु त्यात त्यांना यश लाभले नाही. मीर जुमलाने शत्रूचे संपूर्ण नौदल उद्ध्वस्त केले आणि ३०० जहाजे पकडून नेली.

आक्रमक १७ मार्च रोजी गरगाव ह्या ठिकाणी पोहोचले. तिथला राजा जयध्वज हा अगोदरच राजधानी आणि राजधानीतील संपत्ती टाकून पळून गेला होता. ह्यावेळी आसाममध्ये लुटण्यात आलेली संपत्ती अमाप होती-८२ हत्ती, ३ लाख रुपयांची रोख रक्कम, ६७५ तोफा, १३४५ अंबुरख (Swiveis), १२०० रामचंगीज (Ramchangis), ६७५० तोड्याच्या बंदुका, ३४० मण बंदुकीची दारू, सुमारे १००० नौका आणि ज्यांच्यात १० मणांपासून १००० मण धान्य मावेल अशी १७३ तांदळाची गोदामे.

मीर जुमलाने आता जिंकलेल्या प्रदेशावर पर्जन्यकाळात ताबा ठेवण्यासाठी छावणी उभारून मुक्काम करण्याची तयारी चालविली. राजधानी जवळील नदी ही उथळ असल्याने मोगलांच्या जहाजांच्या काफिल्याला त्या शहराजवळ पोहोचता आले नव्हते आणि त्यामुळे ह्या जहाजांना राजधानीच्या वायव्यकडे १८ मैलांवर लखाऊ ह्या ठिकाणी मुक्काम ठेवावा लागला होता. यामुळे मीर जुमला याने गरगावच्या आग्नेय दिशेस ७ मैलांवर उंच जागी असलेल्या मथुरापूर ह्या खेडेगावी स्वतःचा मुक्काम ठोकला. दारूगोळा, तोफखाना, हत्ती, मोगल सैन्याची अन्नधान्याची रसद आणि इतर संपत्ती

यांनी युक्त अशा अहोमांच्या राजधानीच्या संरक्षणाची व्यवस्था मीर मुर्तझा ह्या सरदाराकडे सोपविण्यात आली आणि त्याचबरोबर त्याच्या दिमतीला भरपूर शिबंदी देण्यात आली. संरक्षणाकरिता सीमेवर सुद्धा जागोजागी ठाणी उभारण्यात आली.

शत्रुसैन्याची परिस्थिती पुढीलप्रमाणे होती : गरगावच्या दक्षिणेला जो पहाडी प्रदेश होता, तो बार गोहीनच्या ताब्यात होता तर ब्रह्मपुत्रा आणि दिहींग नदीच्या कात्रीत माजुली नावाचे जे विस्तृत बेट तयार झालेले होते, त्यात इतर सरदारांनी आणि त्यांच्या अनुयायांनी आश्रय घेतलेला होता. राजा स्वत: त्याच्या राज्यातील पूर्वेकडील सर्वांत दूरच्या टोकांवर म्हणजे नामरूप ह्या ठिकाणी जाऊन मुक्काम करून होता.

४. अहोमांशी सतत संघर्ष ; पावसाळ्यात मोगलांचा इतर जगाशी संबंध तुटला

अगदी प्रारंभापासूनच मोगलांच्या आघाडीवरच्या ठाण्यांना जरा सुद्धा विश्रांती मिळू शकली नाही. कारण लवकरच अहोमांनी त्यांच्या आक्रमक कारवायांना प्रारंभ केला आणि रात्रीच्या वेळी त्यांनी ह्या ठाण्यांना आपल्या हल्ल्यांचे भक्ष्य बनविले. यात प्रत्यक्ष गरगाववर सुद्धा हल्ला चढविण्यात आला. परंतु शेवटी हे सर्व प्रयत्न फसले. मेच्या प्रारंभाला मुसळधार पावसाला प्रारंभ झाला, नद्या नाल्यांना पूर आले आणि त्यामुळे जमिनीवरून सैन्याच्या हालचाली करणे अशक्य होऊन बसले. यामुळे मोगलांच्या ठाण्यांचा जगाशी असलेला संबंध तुटला. खरी परिस्थिती तर अशी होती की संपूर्ण पावसाळ्यात म्हणजे मे च्या प्रारंभापासून ते ऑक्टोबरच्या अखेरीपर्यंत मोगल सैन्य हे एक प्रकारे वेढ्यातच अडकून पडले होते. मोगलांचे प्रत्येक ठाणे यावेळी पाण्याने वेढलेल्या एखाद्या बेटासारखेच दिसत होते. गरगावची नदी विशेष खोल नसल्याने त्यातून मोठ्या युद्ध नौकांची वाहतूक होऊ शकत नव्हती आणि त्यामुळे ह्या मोगल ठाण्यांना लखाऊच्या नौका-काफिल्याकडून मदत मिळू शकत नव्हती किंवा त्या नदीवर अहोमांनी बांधलेले संरक्षक खंदक नष्ट केल्याशिवाय लहान व्यापारी तराफ्यांची वाहतूक करणे सुरक्षित नव्हते म्हणून तशीही मदत मिळणे ह्या ठाण्यांना अशक्य झाले होते. यामुळे मोगली ठाण्यांची परिस्थिती बिकट बनलेली होती. यातच योग्य दाणागोटा न मिळाल्याने घोडदळातील घोडी आणि दुष्काळग्रस्त गुरेढोरे हजारोंच्या संख्येने मृत झाली. बाहेरच्या जगापासून कोणतीही रसद येईना किंवा साधी बातमीसुद्धा मिळणे अशक्य होऊन बसले.

१० मे रोजी मोगलांचे गजपूर ठाणे शत्रूच्या हाती पडले. अशा रीतीने अहोमांनी मोगल सैन्य आणि आरमार यांच्यातील दळणवळण तोडले. गरगाव ह्या ठिकाणी सुद्धा शत्रूने आपले सर्व बळ एकवटले आणि तेथील तुकडीला सतत धोक्यात ठेवले. शेवटी मीर जुमला याने आपली सर्व ठाणी उठविली. अहोम राजाने लखाऊच्या

पूर्वेकडील आपला सर्व प्रदेश पुन्हा हस्तगत केला. मोगलांच्या ताब्यात फक्त आता गरगाव आणि मथुरापूर हीच ठिकाणे तेवढी राहिली.

अहोमांचे हल्ले आता दुप्पट आवेशाने होऊ लागले. रोजच्या रोज ज्या लहानसहान चकमकी घडत होत्या, त्यांची तर गणतीच करता येत नव्हती. दिल्लीचे जे चांगले जोपासलेले घोडदळ होते त्यांनी वरून कडक उन्हाचे चटके बसताहेत किंवा पावसाच्या पाण्याचा सतत अभिषेक होतो आहे किंवा अंगावर चिखलाचा मारा होतो आहे या कशाचीही पर्वा न करता सतत सावधगिरी बाळगली आणि शत्रुसैन्याचा प्रतिकार करण्याकरिता ते सतत सिद्ध राहिले.

रोज अशा लहानसहान प्रत्यक्षह्नअप्रत्यक्ष चकमकी झडल्यानंतर, ८ जुलैच्या रात्री गरगाववर अत्यंत आवेशाने हल्ला चढविण्यात आला. अहोम सैन्याने राजवाड्याच्या उत्तरेकडील बांबूच्या कुंपणाचा कठडा तोडला आणि तिथे असलेल्या बक्सारी तोफदळाचा पूर्ण पराभव केला. अहोमांनी अशा प्रकारे गरगावातील मोक्याच्या ठिकाणी असलेल्या राजवाड्याभोवतालच्या अर्ध्या प्रांगणावर ताबा मिळविला. शेवटी शिबंदीतील प्रत्येक माणसाने प्राणाची बाजी लावल्याने किल्ल्यावर पुन्हा ताबा मिळविण्यात यश लाभले आणि ती संकटाची रात्र कशीबशी टळली. दिनांक १२ जुलै रोजी संपूर्ण अहोम सैन्याने आपल्या चार तुकड्या करून चार दिशांनी एकाच वेळी केलेला हल्ला हा सर्वांत मोठा हल्ला होता. परंतु हाही हल्ला अयशस्वी झाला आणि त्यानंतर राजवाड्याचे बाहेरील कुंपण भेदून आत येणे शत्रूला कधीच जमले नाही.

ऑगस्ट महिन्यात मोगलांच्या मथुरापूर येथील छावणीत साथीच्या रोगांची फार मोठी लागण झाली. ताप आणि त्याचबरोबर महापूर यामुळे दररोज शेकडोंनी सैनिक मृत्युमुखी पडू लागले. दिलेरखानाजवळ १५०० सैन्य होते. त्यापैकी आता फक्त ४५० च शिल्लक राहिले. तापाची ही साथ सर्व आसामभर पसरली आणि सबंध वर्षात या साथीमुळे २ लाख ३० हजार लोक मृत्युमुखी पडले. मोगल छावणीत आजाऱ्याला योग्य आहार किंवा विश्रांती मिळू शकत नव्हती. प्रत्येकाला जाड्या भरड्या तांदळावर गुजराण करावी लागली. त्यांना गहू, डाळी, तूप, साखर यांचे दर्शन सुद्धा होत नव्हते. अफू किंवा तंबाखू यांचीही तीच गत होती. पाहिजे असल्यास महागड्या दराने घ्यावे लागे व तेसुद्धा थोडेसेच मिळे. तंबाखूचा चिरुट ३ रुपयाला विकला जात असे, अफूच्या एका तोळ्यास एक सुवर्ण मोहर, मुगाची डाळ १० रुपये शेर आणि मिठालाही हीच किंमत मोजावी लागे. मोगल छावणीतील हिंदुस्थानी आणि तुर्की सैनिकांना गव्हाच्या चपात्या न मिळाल्याने ते रोडावले. घोड्यांना तांदूळ खावा लागल्याने त्यांनी संख्याही फार घटली.

अखेरीस मथुरापूर येथील जीवन असह्य ठरले आणि म्हणून १७ ऑगस्ट रोजी संपूर्ण सैन्य गरगावला परत आले. वाहनांची पुरेशी सोय होऊ न शकल्याने पुष्कळशा आजारी माणसांना तेथेच सोडून देण्यात आले.

ह्या माघारीमुळे आनंदीत झालेल्या अहोमांनी गरगाववर पुन्हा मोठ्या उत्साहाने हल्ले करण्याला प्रारंभ केला. किल्ल्याच्या बाहेर तर रोज रात्री चकमकी झडू लागल्या. मथुरापूर येथून येणाऱ्या निर्वासित लोकांमुळे गरगाव येथील शिबंदीत सुद्धा साथीच्या रोगाची लागण झाली आणि पाहता पाहता ही साथ सर्वत्र पसरली. ह्या काळात मीर जुमला हा सुद्धा सर्वसामान्य सैनिकांप्रमाणेच त्यांच्याबरोबर राहत होता आणि त्यांच्याच बरोबर भोजन घेत होता.

सप्टेंबरच्या तिसऱ्या आठवड्यापासून ह्या वाईट परिस्थितीत हळूहळू सुधारणा होण्याला प्रारंभ झाला. पाऊस थोडा थोडा कमी होऊ लागला, पूरसुद्धा ओसरला आणि रस्ते वाहतुकीकरिता पुन्हा मोकळे होऊ लागले.

५. मोगल आरमाराच्या हालचाली – मीर जुमला याच्या लष्करी कारवाईला पुन्हा प्रारंभ

ह्या सर्व अंधकारमय महिन्यात नौदल सेनापती इब्न हुसेन याच्या नेतृत्वाखाली लखाऊ ह्या ठिकाणी जे मोगल आरमार ठेवण्यात आलेले होते, त्याने स्वत:चा बचाव केला. त्यामुळे मोगल लष्करही वाचले, त्याच्या जहाजांनी नदीतून वाहतूक चालू ठेवण्यात आणि तेथून गोहत्तीशी आणि गोहत्तीमार्फत डाक्का आणि दिल्लीशी संबंध कायम ठेवण्यात यश मिळविले. यानंतर त्याने जमिनीवर उतरून माजुली बेटात आश्रय घेणाऱ्या अहोम सरदारांवर हल्ले चढवून त्याने त्याचा सूड घेतला आणि शेवटी ज्यावेळी पावसाचा जोर कमी होऊ लागला, त्यावेळी त्याने उत्तरेकडून गरगावचा वाहतूक मार्ग खुला करण्यात सहकार्य दिले. लखाऊवरून आता कडक बंदोबस्तात जलमार्गाने आणि खुष्कीच्या मार्गाने मोठ्या प्रमाणात रसद पाठविण्यास प्रारंभ झाला. ही मदत २४ आणि ३१ ऑक्टोबरला गरगावला जाऊन पोहोचली. आता दुष्काळ नाहीसा होऊन सर्वत्र विपुल अन्नधान्याचा पुरवठा सुरू झाला.

जमीन आता सुकल्यामुळे मोगल घोडेस्वारांचा प्रतिकार करणे कठीण होऊन बसले आणि जयध्वज आणि त्याचे सरदार पुन्हा दुसऱ्यांदा नामरूपच्या पहाडी जंगलात पळून गेले. मीर जुमलाने आता पुन्हा आक्रमक धोरणाचा अवलंब केला आणि सोलगुरी मार्गाने त्याने टीपमकडे (१८ डिसेंबर) कूच केले. कूच करून पुढे जाण्याचे त्याचे हे शेवटचे ठिकाण ठरावयाचे होते. दिनांक २० नोव्हेंबर रोजी त्याला मूर्च्छा आली, ‘‘पुढे ज्या रोगाने तो मृत्यू पावला त्याची ही सुरुवात होती असेच म्हटले पाहिजे.’’

परंतु तरीसुद्धा अत्यंत चिकाटीने त्याने आपले आक्रमण चालूच ठेवले. यानंतर ३० नोव्हेंबर रोजी बादुली फुकाण (Baduli Phukan) हा मोगलांना येऊन मिळाला. याचा मोबदला म्हणून त्याला पूर्व आसामचा सुभेदार (बादशाहचा प्रतिनिधी) नेमण्यात आले. इतर अनेक अहोम सरदारांनी लवकरच त्याचा कित्ता गिरविला आणि त्यामुळे साथीच्या रोगांनी ग्रस्त असलेल्या नामरूपच्या टेकड्यांत असहाय्य जयध्वज राजा हा फक्त एकटाच उरला.

१० नोव्हेंबर रोजी मीर जुमला पुन्हा तीव्र तापाने आजारी झाला. (पिवळ्या) तापाने त्याला घेरले आणि त्यातच त्याला प्लुरसीची बाधा झाली. अज्ञात आणि साथीच्या रोगाने ग्रस्त अशा नामरूपच्या जंगलात शिरण्याला संपूर्ण मोगल फौजेने नकार दिला व आपल्या सेनापतीला सोडून देऊन घरी परतण्याचा कट रचला.

६. आसामशी शांततेचा तह

दिलेरखानाच्या मध्यस्थीने अहोमच्या राजाशी पुढील अटींवर तह करण्यात आला.

१. जयध्वज आपली मुलगी आणि टीपम राजाची मुले मोगल दरबारात ओलिस ठेवील.

२. अहोम राजा खंडणी म्हणून ताबडतोब २०,००० तोळे सोने, १,२०,००० तोळे चांदी आणि २० हत्ती बादशहाला देईल.(ह्याशिवाय मीर जुमला याला पंधरा आणि दिलेरखानला पाच हत्ती वेगळे देण्यात येतील.)

३. पुढील १२ महिन्यांत खंडणीची बाकी रक्कम म्हणून तीन सारख्याच हप्त्यात अहोम राजा तीन लाख तोळे चांदी आणि ९० हत्ती देईल.

४. ह्या नंतर वार्षिक खंडणी म्हणून तो २० हत्ती देत जाईल.

५. खंडणीच्या रकमेची पूर्ण फेड होईपावेतो, बडा गोहीन, बार गोहीन, गडगोनिया फुकाण आणि बार पात्र फुकाण यांची मुले नवाबाकडे ओलिस ठेवण्यात येतील.

६. ब्रह्मपुत्रा नदीच्या उत्तर तीरावरील भाराळी नदीच्या पश्चिमेकडील आणि दक्षिण तीरावरील कलांग नदीच्या पश्चिमेकडील आसामचा प्रदेश मोगल साम्राज्याला जोडण्यात येईल. अशा प्रकारे दारांग प्रांताचा अर्ध्यापेक्षा जास्त हिस्सा मोगलांना मिळणार होता. ह्या प्रदेशात हत्तींचे वैपुल्य होते.

७. मोगल प्रदेशातून (विशेषत: कामरूपमधून) अहोमांनी जे युद्धकैदी पकडून नेले असतील त्यांची सुटका करण्यात यावी. त्याचप्रमाणे बादुली फुकाणला राजाने तुरुंगात टाकले होते. त्याची पत्नी आणि मुले यांनाही मुक्त करण्यात यावे.

५ जानेवारी १६६३ रोजी अहोम राजाची मुलगी, ओलिस ठेवलेली माणसे आणि खंडणीचा काही भाग म्हणून सोने, चांदी आणि हत्ती ह्यांसह सर्वजण मोगल छावणीत

पोहोचले. ५ दिवसांनंतर मीर जुमलाने आपल्या परतीच्या प्रवासात प्रारंभ केला. अखेरीस, वैद्यकीय सल्ला मानून मीर जुमला बोटीतून डाक्क्याला परत जाण्यास निघाला असताना ३१ मार्च १६६३ रोजी त्याचा मृत्यू घडून आला.

७. मीर जुमलाचे मोठेपण

लष्करी दृष्टीने पाहिल्यास मीर जुमल्याची आसामवरील स्वारी यशस्वी झाली. अहोम राजाला त्याने अपमानास्पद तहावर सही करण्याला भाग पाडले, फार मोठी खंडणी त्याच्याकडून वसूल केली आणि पुढे मागे लवकरच आपण आपला बराचसा प्रदेश आणि खंडणी आपण मोगलांना देऊ असे वचनसुद्धा त्याने मिळविले. ह्या स्वारीचे राजकीय परिणाम टिकाऊ ठरले नाहीत किंवा मोगलांना मिळालेले जिल्हे अहोम राजाने त्यांच्याकडून लवकरच परत मिळविले किंवा मीर जुमल्याच्या मृत्यूनंतर अवघ्या चार वर्षांत गोहत्तीसारखे महत्त्वाचे ठिकाणसुद्धा मोगलांच्या ताब्यातून गेले. याबाबत मीर जुमल्याला दोष देता येत नाही.

जरी मीर जुमल्याच्या मोहिमेमुळे सैन्याची जबरदस्त हानी झाली, रोग व दमणुकीमुळे त्याचा मृत्यू घडून आला किंवा त्याच्या मृत्यूनंतर मोगलांच्या हातातून कूचबिहार आणि आसाम फार लवकर गेले, तरीसुद्धा ह्या सर्व मोहिमेत मीर जुमला याचे कर्तृत्व एखाद्या दैदीप्यमान ताऱ्यासारखे चमकत होते. त्याकाळातील कोणत्याही सेनापतीने इतक्या माणुसकीने आणि न्यायाने आपल्या सैनिकांना, इतरांना किंवा सुभेदारांना इतक्या कडक शिस्तीत ठेवून युद्ध चालविल्याचे उदाहरण क्वचितच सापडेल. भोवताली दुःखाचे आणि धोक्याचे वातावरण सतत असताना आपल्या खालच्या अधिकाऱ्यांचा आणि सहकाऱ्यांचा विश्वास आणि इतके प्रेम दुसऱ्या कोणत्याच सेनापतीला मिळवता आले नसते. २० मण हिऱ्यांचा मालक आणि बंगालसारख्या समृद्ध प्रांताचा सुभेदार असूनसुद्धा मीर जुमल्याने आपल्या सर्वांत कनिष्ठ सैनिकांबरोबर राहून त्यांना भोगाव्या लागणाऱ्या हालअपेष्टा सहन केल्या आणि सुखविलासाचा त्याग करून व जाणूनबुजून काबाडकष्टाचे जीवन पत्करून आपला मृत्यू अकाली ओढवून घेतला. सैन्याने लुटालूट, बलात्कार किंवा प्रजेवर अत्याचार करू नये अशा सक्त आज्ञा त्याने दिल्या होत्या आणि त्याचे काटेकोरपणे पालन होईल यावर त्याचा कटाक्ष असे. ह्या आदेशांचा भंग करणाऱ्या सुरुवातीच्या काही गुन्हेगारांना त्याने ज्या कडक शिक्षा फर्माविल्या, त्याचा इतरांवर चांगला परिणाम घडून आला. मीर जुमल्याची इतरांशी तुलना केल्यास मीर जुमल्याचे मोठेपण आपोआपच लक्षात येते. मीर जुमलासारख्या आदर्श नायकाचे वरील सर्व गुण लक्षात घेतल्यास त्याची इतिहासकार तालिश ह्याने जी स्तुती केलेली आढळते ती अजिबात अवास्तव वाटत नाही. त्याने या सेनापतीची गायलेली स्तुतीस्तोत्रे खुशामत

न वाटता जन्मत:च राजा म्हणून जन्माला आलेल्या सद्‌गुणी व्यक्तीला वाहिलेली यथायोग्य आदरांजलीच ठरते.

८. मोगलांनी कामरूप गमाविले : त्याकरिता संघर्ष, १६६७–१६८१

मीर जुमला याने आसाममध्ये जो प्रदेश जिंकून घेतला होता, तो मोगलांनी इ.स.१६६७ पर्यंत आपल्या ताब्यात ठेवला. अहोमांनी युद्धखंडणीची रक्कम पूर्णपणे फेडली परंतु ती फेडण्याकरिता त्यांनी ५ वर्षाचा कालावधी लावला. अहोमांचा नवीन राजा चक्रध्वज (नोव्हेंबर १६६३ मध्ये त्याचे राज्यारोहण झाले) ह्याचा युद्ध करण्याचा निश्चय झालेला होता आणि त्याने तशी तयारीही चालविलेली होती. १६६७ च्या ऑगस्ट महिन्यात त्याने ब्रह्मपुत्रा नदीच्या दोन्ही पात्रातून आपल्या सरदारांच्या नेतृत्वाखाली सैन्याच्या दोन तुकड्या पाठविल्या. ह्या सैन्याने वाटेतल्या मोगल किल्ल्यांवर एका पाठोपाठ एक ताबा मिळविला आणि शेवटी तर नोव्हेंबरच्या प्रारंभाला गोहत्ती शहर सुद्धा आपल्या ताब्यात घेतले. ह्या स्वारीत दारूगोळ्याचा अमाप साठा, घोडी आणि इतर लूट विजयी सैन्याच्या हाती सापडली. मोगल अधिकाऱ्यांसकट अनेक मुसलमान युद्धकैदी म्हणून पकडण्यात आले आणि त्यांची कत्तल करण्यात आली. एकाच तडाख्यात मोगलांची पिछेहाट होऊन त्यांच्या राज्याची सरहद्द मोनास नदीपर्यंत मागे रेटली गेली. गोहत्ती हे अहोमांच्या सुभेदाराचे मुख्य ठाणे बनले.

गेलेला हा सर्व मुलूख परत मिळविण्याचा मोगलांनी प्रयत्न केला परंतु त्यातून दीर्घकालीन व विस्कळीत स्वरूपाचे युद्ध झाले व ते शेवटी निष्फळच ठरले. फेब्रुवारी १६६९ मध्ये मोगल दरबाराने नियुक्त केलेल्या रामसिंगाचे (मिर्झा राजे जयसिंग याचा हा मुलगा आणि वारस) युद्धनेतृत्व करण्यासाठी रंगमतीला आगमन झाले. परंतु प्रारंभापासूनच त्याच्यासमोर निराशाजनक परिस्थिती वाढून ठेवलेली होती. यावेळी त्याच्याजवळ अवघे ८००० सैन्य होते आणि होणारी सैन्य हानी भरून काढण्यास त्याला नवीन कुमक क्वचितच येई. उलट अहोमांचे राष्ट्र बंडच करून उठलेले असल्याने त्यांनी १,००,००० सैन्य उभारले. मीर जुमलाच्या वेळी मोगलांचे समुद्रावर आणि नद्यांवर प्रभुत्व होते. ती परिस्थिती पूर्णपणे बदलून अहोमांना आता जलवाहतुकींच्या मार्गांवर पूर्णपणे प्रभुत्व प्राप्त झाले. ब्रह्मपुत्रा नदीवर असणाऱ्या मोगलांच्या ४० युद्धनौका विशेष कर्तृत्व दाखवू शकल्या नाही. रामसिंगाला हे माहीत होते की आग्र्याहून इ.स.१६६६ मध्ये शिवाजी महाराजांना पळून जाण्यास मदत केल्याबद्दल शिक्षा म्हणून आपल्याला आसामामध्ये पाठविण्यात आले आहे. जेणेकरून आपला तिथेच तापाने मृत्यू व्हावा. त्यामुळे त्याला आपल्या कामात विशेष रस वाटत नव्हता. आसाममध्ये आल्यानंतर लगेचच रामसिंगाने गोहत्तीला वेढा दिला परंतु गोहत्ती घेण्याचे त्याचे सर्व

प्रयत्न वाया गेले. शेवटी मार्च १६७१ मध्ये रामसिंगाने रंगमतीला माघार घेतली व तेथेच काही वर्षे मुक्काम ठेवला. ह्या कालावधीत त्याने कोणत्याही हालचाली केल्या नाहीत. अखेरीस इ.स.१६७६ मध्ये त्याला मोगल दरबारात परत येण्याची अनुज्ञा देण्यात आली.

चक्रध्वजाच्या मृत्यूनंतर (१६७०) अंतर्गत दुहीमुळे अहोम राजसत्ता दुर्बल बनली. इ.स. १६७० ते १६८१ "ह्या अकरा वर्षाच्या अल्प कालखंडात सात राजे होऊन गेले; "त्यांच्यापैकी एकाचाही मृत्यू नैसर्गिक कारणांनी झाला नाही." महत्त्वाकांक्षी आणि स्वार्थी सरदारांनीच सर्व सत्ता बळकाविली, स्वार्थाकरिता ते एकमेकांशी लढले. मनास येईल त्याला राजपद दिले, नको असलेल्याला पदच्युत केले. फेब्रुवारी १६७९ मध्ये बार फुकान याने आपला प्रतिस्पर्धी बडा गोहीन याची भीती वाटून विश्वासघाताने गोहत्तीचा ताबा मोगलांच्या हाती दिला.

परंतु इ.स.१६८१ मध्ये अहोमांच्या गादीवर गदाधर सिंग आला आणि त्याने अहोमांना पुन्हा पुर्वीचे वैभव मिळवून दिले. त्याने गोहत्ती पुन्हा जिंकून घेतले. त्यावेळी त्याला तिथे बरीच लूट प्राप्त झाली. अशा रीतीने कामरूप बंगालपासून कायमचे वेगळे झाले.

मीर जुमला गरगावाला वेढ्यात सापडला असताना (१६६२) कूचबिहारच्या राजाने मोगल शिबंदी हाकलून लावून कूचबिहार पुन्हा आपल्या ताब्यात घेण्यात यश मिळविले होते. मार्च १६६४ मध्ये बंगालचा नवीन सुभेदार शायिस्तेखान हा राजमहाल ह्या ठिकाणी पोहोचला. त्यावेळी मोगलांच्या शस्त्रसामर्थ्याची भीती वाटून कूचबिहारच्या राजाने ताबडतोब शरणागती घेतली आणि साडेपाच लाख रुपये खंडणी दिली. तेथील राजा प्राणनारायण ह्याचा इ.स.१६६६ मध्ये मृत्यू झाला आणि त्यानंतर, जवळ जवळ अर्धशतकभर यादवी युद्ध, राजाची जुलूमशाही आणि अंतर्गत गोंधळ यामुळे ते राज्य दुर्बळ बनले होते. मोगलांनी राज्याच्या ह्या विकल अवस्थेचा फायदा घेऊन रंगपूर आणि पश्चिम कामरूप जिल्ह्यातील बराचसा प्रदेश हस्तगत करून राज्याच्या दक्षिण आणि पूर्व प्रदेशांवर आपले स्वामित्व प्रस्थापित केले आणि पुढे इ.स.१७११ मध्ये राजाला तह करण्याला भाग पाडून सगळा प्रदेश मोगलांसाठी कायमचा मिळविला.

९. छटगावचे चांचे आणि बंगालमधील त्यांचा धुमाकूळ

छटगाव जिल्ह्याच्या मालकीबाबत अनेक शतकांपासून बंगालचे मुसलमान शासक आणि आराकानचे मंगोलवंशीय सरदार यांच्यात वाद चालू होता. १७व्या शतकाच्या प्रारंभी फेणी नदी त्यांच्यातील सीमा म्हणून निश्चित करण्यात आली परंतु पुढल्या अर्धशतकात जहांगीरच्या सुस्त कारभारामुळे, त्याचा वारस शहाजहान याच्या बंडामुळे

आणि छटगावच्या स्थानिक राजांना नेहमीच मदत करण्याकरिता उत्सुक असणाऱ्या फिरंगी किंवा पोर्तुगीज किंवा त्यांची अनौरस मुले यांनी दिलेल्या मदतीमुळे, आराकानी नौदल सामर्थ्यात वाढ होत गेली. त्यामुळे पूर्व बंगालातील नद्यांवर आणि खाड्यांवर माघांचे संपूर्ण स्वामित्व प्रस्थापित झाले.

''माघ आणि फिरंगी'' हे दोन्ही आराकानातील चांचे जलमार्गांचा सतत उपयोग करून बंगालमध्ये येत आणि तेथे लुटालूट करीत. ह्या वाटमारीत ते हिंदू आणि मुसलमान ह्या दोघांनाही पकडून नेत. यांपैकी समुद्र प्रवासात जे धडधाकट कैदी वाचले असतील, त्यातील काहींना हे चाचे आपल्या जहागिरीत शेतीची नांगरणी किंवा अन्य कनिष्ठ व व्यवसायात कामास लावीत. इतरांना दक्षिणेतील निरनिराळ्या बंदरात येणाऱ्या डच, इंग्लिश आणि फ्रेंच व्यापाऱ्यांना विकण्यात येई. अशा रीतीने अशा चाचांनी छुपे हल्ले करण्याचे सत्र बरेच दिवस चालू ठेवल्याने बंगाल उजाड होऊ लागला आणि तिथल्या प्रजेची प्रतिकारशक्तीसुद्धा कमी कमी होऊ लागली. ''बाकला (म्हणजे बकरगंज आणि डाक्क्याचा काही भाग) पूर्वी घरादारांनी गजबजलेला, धनधान्याने समृद्ध आणि सुपारीवरील करापासून सरकारला जास्त उत्पन्न देणारा असा जिल्हा होता. परंतु आता चाच्यांनी त्याची इतकी पद्धतशीरपणे लूट केली की तिथे उजाड घरातून राहणारा किंवा त्या घरात दिवा लावणारा एखादाही भाडेकरू दिसणे अशक्य होऊन बसले. सर्व प्रदेश इतका उजाड होऊन बसला.''

''ह्या चाचे लोकांचा बंगालमधल्या नाविक सैनिकांनी असा काही धसका घेतला होता की शंभर जहाजांचा काफिला बरोबर असूनही त्यांनी चाच्यांची चार जहाजे जरी पाहिली तरी पळून जाऊन आपण आपला जीव वाचविला तरी आपले नशीब बलवत्तर आहे असे त्या सैनिकांना वाटे.''

''आणलेल्या लुटीतील अर्धा भाग हे फिरंगी चाचे आराकानच्या राजाला देत आणि अर्धा भाग स्वत:ला ठेवीत. त्यांना सर्वसाधारण लोक हरमद (पोर्तुगीज शब्द 'अर्मांडा' म्हणजे काफिला याचा अपभ्रंश) असे म्हणत. त्यांच्याजवळ युद्धसाहित्याने सज्ज असलेली शंभर गलबते सतत सज्ज असत.'' मनुकीने त्यांचे वर्णन करताना ''पाषाणहृदयी व लहान मुलांनाही बिनदिक्कत ठार मारणारे लोक'' असे म्हटले आहे.

पूर्व बंगालमधील नद्यांच्या काठची वस्ती अशा रीतीने उजाड झाल्यामुळे मोगलांच्या महसूलाच्या उत्पन्नात फार मोठी घट घडून आली यापेक्षाही मोगलांच्या प्रतिष्ठेला गंभीर धक्का बसला. प्रांतात सुरक्षितता राहावी म्हणून छटगावमधील चाच्यांचे केंद्र जिंकून घेण्याची आवश्यकता निर्माण झाली.

मीर जुमला ह्याच्या हातून अपुरे राहिलेले हे कार्य आता शायिस्तेखानाने हाती घ्यावे अशी बादशहाने आज्ञा दिली. प्रथमदर्शनीच हे कार्य अशक्यप्राय वाटत होते.

जहागिरीच्या रूपाने वर्षाकाठी १४ लाख रुपयांची तरतूद ज्या मोगल जहाजांच्या काफिल्याकरिता करण्यात आली होती, तो मोगलांचा बंगाल्यातील काफिला, राजपुत्र शुजाच्या ढिल्या राज्यकारभारामुळे आणि अधिकाऱ्यांनी केलेल्या अफरातफरीमुळे, आता पार मोडकळीस आलेला होता. यातूनही जी काही जहाजे वाचली ती, मीर जुमलाच्या आसामवरील स्वारीत नामशेष झाली. थोडक्यात, बंगालचे नौदल आता शिल्लकच उरले नव्हते आणि आता पुन्हा ते निर्माण करण्याचे कार्य शायिस्तेखानाला प्रथम करावे लागणार होते.

शायिस्तेखानाने हे कार्य पूर्ण केले. आलेल्या प्रत्येक अडचणींवर शायिस्तेखानाने उत्साहाने आणि दृढनिश्चयाने मात केली. डाक्का, हुगळी, जेसोर, बालेश्वर, कारीबारी ह्या बंदरांतील गोदीत नवीन जहाजे बांधण्याचे कार्य हाती घेण्यात आले आणि एक वर्षाच्या आतच नौदलात ३०० नवीन जहाजे बांधण्यात येऊन ती सर्व युद्धसज्ज करण्यात आली. डाक्का शहराच्या आग्नेय दिशेला सहा मैलांवर ढापा ह्या ठिकाणी १०० युद्धनौका आणि दक्षिणेस ३० मैलांवरील संग्रामगड ह्या ठिकाणी आणखी २०० युद्धनौका सज्ज ठेवण्यात आल्यात. ही दोन ठाणी पुराच्या पाण्याच्या पातळीपेक्षा अधिक उंचीवर बांधलेल्या रस्त्यानी जोडण्यात आली. संग्रामगड आणि छटगाव ह्या दोहोंमध्ये अर्ध्या अंतरावर सोनदीप नावाचे बेट हे अत्यंत सोयीचे असे मध्यवर्ती ठिकाण होते कारण छटगावहून तेथे पोहोचण्यास जलमार्गाने केवळ सहा तास लागत. मोगल नौदलातून पळून गेलेल्या परंतु उत्तम लढवय्या आणि कर्तृत्ववान अशा दिलावर नावाच्या एका व्यक्तीकडे तेव्हा ह्या बेटाची मालकी होती.

नोव्हेंबर १६६५ मध्ये अबु हसन ह्या गस्त घालणाऱ्या नौदल अधिकाऱ्याने सोनदीपवर हल्ला चढविला आणि ते जिंकून घेतले;

दिलावरचे वय ह्यावेळी ८० वर्षांचे होते. तरीसुद्धा तो शूरपणाने लढला. परंतु त्यात तो जखमी झाला व बेड्यात अडकवून त्याला डाक्क्याला नेण्यात आले. बेटात मुगल शिबंदी बंदोबस्ताकरिता पाठविण्यात आली.

मोगलांच्या हाताखाली मोठमोठ्या नोकऱ्या देण्याचे आमिष दाखवून शायिस्तेखानाने आता फिरंग्यांनाही आपल्या बाजूला वळवून घेतले. हे फिरंगी आणि त्यांचे आराकानी धनी यांच्यात याचवेळी रक्तपात होईपावेतो भांडणे झाल्याने शायिस्तेखानाला त्यांना आपल्या बाजूला वळवून घेणे अतिशय सुलभ गेले. छटगाव येथील फिरंग्यांची संपूर्ण वसाहत आपआपल्या कुटुंबीयांसहित आणि मालमत्तेसह मोगलांच्या मुलखात पळून आली (डिसें.१६६५). त्यांच्या सर्व पुढाऱ्यांची मोठमोठ्या पगारावर शाही नौदलात भरती करण्यात आली. ''शाही नौदलात अशा रीतीने फिरंगी आल्याने बंगालच्या प्रजेला मोठाच धीर वाटू लागला.''

१०. मोगलांनी छटगाव जिंकले

२४ डिसेंबर १६६५ रोजी शायिस्तेखानाचा मुलगा बझुर्ग उम्मीदखान याच्या नेतृत्वाखाली स्वारीकरिता सिद्ध केलेल्या ६५०० सैनिकांच्या तुकडीने डाक्क्याहून कूच केले. शाही नौदलात यावेळी सर्व प्रकारची अशी २८८ जहाजे होती; त्यांच्या मदतीला फिरंग्यांची सुद्धा ४० जहाजे होतीच. इब्न हुसेनच्या नेतृत्वाखालील काफिल्याने किनाऱ्याकिनाऱ्याने पुढे जावे व त्याचवेळी सैन्याने समुद्रकिनाऱ्यावरून समांतर मार्गाने कूच करावे व ते करताना किनाऱ्यावरील दाट जंगल क्रमश: तोडून वाट तयार करावी आणि त्यांच्या ह्या कार्यात दोन्ही शाखांनी एकमेकांना आधार द्यावा अशी एकूण स्वारीची योजना होती. ह्या योजनेनुसार आघाडीवर असणाऱ्या फरहादखानाने १४ जानेवारी १६६६ रोजी फेणी नदी ओलांडली आणि आराकानी प्रदेशात प्रवेश केला.

२३ तारखेला ज्यावेळी मोगल नौसेनापतीने कुमारियाची खाडी ओलांडली, त्यावेळी लढण्यासाठी नुकत्याच कथालिया खाडीतून बाहेर पडलेल्या शत्रूच्या काफिल्याशी त्याची गाठ पडली. शत्रूच्या काफिल्यात १० घुरब्स (Ghurabs) आणि ४५ जलिया जातीची जहाजे (Jalias) यांचा अंतर्भाव होता. मुगलांची आघाडी फिरंग्यांनी सांभाळली आणि त्यामुळेच मोगलांना विजय मिळाला. घुरब-जहाजातील माघ खलाशांनी जहाजातून समुद्रात उड्या घेतल्या. त्यामुळे त्यांची जहाजे आयतीच मोगलांच्या हाती पडली. जलीया जहाजे मात्र पळून गेलीत.

परंतु पराभूत झाले ते शत्रूच्या काफिल्यातील हलक्या जहाजांचे पथक होते. जास्त तोफा बसविलेली शत्रूची जहाजे आता हुरला खाडी ओलांडून मोकळ्या समुद्रात आली.

दुसऱ्या दिवशी (२४ जानेवारी) तोफांचा मारा करीत असलेल्या शत्रूवर मुसलमानांनी आपले विजयी ध्वज फडकावीत हल्ला चढविला व दुसरा आणि सर्वांत मोठा विजय मिळविला. ह्यावेळी आराकानी जहाजांनी पुढे येणाऱ्या मोगल जहाजांवर मारा करीत कर्णफुली नदीकडे माघार घेतली. बरोबर तीन वाजता नदीच्या मुखात प्रवेश केल्यानंतर त्यांनी छटगाव आणि नदीमधले एक बेट यामधील प्रदेशात युद्ध करण्याकरिता आपली जहाजे एका ओळीने उभी केली. विरुद्ध बाजूच्या किनाऱ्याला, फिरंगीबंदर खेड्याजवळ त्यांनी बांबूच्या तीन तटबंद्या उभ्या केल्या होत्या. परंतु इब्न हुसेनने आपली बहुतेक जहाजे नदीतून पुढे पाठविली आणि त्याचबरोबर जमिनीवरूनही हल्ला चढविला व त्यात त्याने तटबंद्या जिंकून घेतल्या.

ह्या विजयामुळे जोशात आलेल्या मोगलांनी शत्रूच्या जहाजांवर जोमदार हल्ला चढविला. ह्या ठिकाणी घनघोर लढाई झाली. छटगावच्या किल्ल्यातूनसुद्धा मोगलांवर तोफांचा मारा करण्यात आला. शेवटी शत्रूला नाहीसे करण्यात यश मिळाले; त्यांच्या

पुष्कळशा खलाशांनी जहाजाच्या डेकवरून समुद्रात उड्या मारल्या आणि पोहून जाऊन आपले जीव वाचविले. काहींना आपले जीव गमवावे लागले. उरलेल्यांची कत्तल करण्यात आली किंवा त्यांना कैदी म्हणून पकडण्यात आले. शत्रूंची १३५ जहाजे विजेत्यांच्या हातात सापडली. दुसऱ्या दिवशी (२५ जानेवारी) छटगाव किल्ल्याला वेढा देण्यात आला. दिनांक २६ च्या अगदी पहाटे इब्न हुसेनने किल्ला सर केला; परंतु किल्ल्यात लुटालूट करण्याकरिता जमीनदार मुनव्वरखानाच्या ज्या बेशिस्त अनुयायांनी किल्ल्यात प्रथम प्रवेश केला, त्यांनी घरांना आग लावून दिली आणि दोन हत्तींसह शहराचा बहुतांशी भाग जळून गेला. किल्ल्यात असलेल्या आराकानी लोकांनी किल्ल्यातून पळ कढून कर्णफुली नदीच्या दुसऱ्या किनाऱ्याकडे ते पळू लागले. परंतु त्याही ठिकाणी बंगालमधून जबरदस्तीने पळवून आणलेल्या मुसलमानांनी (जे त्यांचे एकेकाळचे गुलाम व आता शेतकरी म्हणून स्थायिक झाले होते) आराकानी लोकांवर हल्ले चढविले आणि बरीच लुटालूट केली.

मध्यंतरी, २३ तारखेला मोगलांच्या जहाजांच्या काफिल्याने पुढे कूच केले. ही बातमी ऐकल्यापासून, फरहादखानाच्या नेतृत्वाखालील सैन्याने घनदाट जंगलातून वाट काढून छटगावाकडे येण्याचे मोठ्या शर्थीचे प्रयत्न चालविले होते. ते येताना पाहताच माघांनी त्यांच्या मार्गातील ठाणी सोडून दिली. स्वत: सरसेनापती हा दिनांक २६ तारखेला छटगाव ह्या ठिकाणी येऊन पोहोचला आणि दुसरे दिवशी त्याने मोठ्या विजयाने मिरवत मिरवत किल्ल्यात प्रवेश केला. जी लूट मिळालेली होती, ती फार किमती नव्हती. लुटीमध्ये तीन हत्ती, १०२६ जस्ती आणि लोखंडी तोफगोळे (यात बहुतांशी १ पौंड किंवा त्यापेक्षा कमी वजनाचे तोफगोळेच होते), अनेक मॅचलॉक जातीच्या बंदुका, झांबुरक जातीच्या बंदुका आणि बराचसा दारूगोळा यांचा अंतर्भाव होता. परंतु चाच्यांनी ज्या हजारो बंगाली शेतकऱ्यांना पकडून गुलामगिरीत ठेवले होते, त्यांची मुक्तता झाली आणि त्यांना पुन्हा आपापल्या घरी परतता आले हे या विजयाचे महान फलित ठरले. त्याचप्रमाणे बंगालच्या त्रिभुज प्रदेशात शेतलागवडीमध्येही वाढ झाली हाही सर्वांत मोठा फायदा सांगता येईल. यापुढे छटगाव मोगल फौजदाराचे मुख्य ठाणे करण्यात आले आणि त्याचे नाव बदलून इस्लामाबाद ठेवण्यात आले.

११. अफगाणी लोक : त्यांचा स्वभाव आणि मोगल साम्राज्याशी त्यांचे संबंध

हिंदुस्थानातून काश्मिरकडे आणि अफगाणिस्तानकडे जाताना लागणाऱ्या खोऱ्यात आणि सभोवतालच्या पहाडात असंख्य तुर्की-इराणी टोळ्या राहतात. त्यांपैकी उत्तरेकडील टोळ्यांना पठाण आणि दक्षिणेकडील टोळ्यांना बलुची टोळ्या असे संबोधिले

जाते. ह्या सर्वांना मुसलमान धर्म स्वीकारल्यानंतर सुद्धा आपली जुनी भाषा, आपल्या टोळीचे जुने संघटन आणि आपला सर्वांत जुना दरोडेखोरीचा धंदा तसाच कायम ठेवला.

सपाट मैदानातील सर्व वंशियांपेक्षा हे लोक जरी अतिशय शूर आणि काटक असले तरी त्यांच्यातील प्रत्येक टोळीचा दुसऱ्या टोळीशी आणि पुष्कळदा एका कुटुंबाचा दुसऱ्या कुटुंबाशी सतत कलह असल्याने त्यांच्यात एकोप्याचा अभावच दिसून येतो. त्यांच्या संपूर्ण इतिहासात म्हणूनच त्यांना एखादे विशाल आणि सुटसुटीत राज्य स्थापन करण्यात किंवा निदान सर्व टोळ्यांचे मिळून एखादे चिरस्थायी संघराज्य उभारण्यात यश लाभले नाही.

राष्ट्रनिर्मिती न करता ते टोळ्याटोळ्यांनीच राहिले. परंतु ह्या टोळ्यांनी राजपूत टोळ्यांत असलेली कडक शिस्तही कधीच उचलली नाही. युसूफझाई किंवा आफ्रिडी माणूस आपल्या प्रमुखाचा आदेश आपल्या मर्जीनुसार किंवा असा आदेश पाळणे आपल्या हिताचा आहे तोपर्यंतच तो पाळत असतो. अशा हितसंबंधानुसार नेहमीच तयार होणाऱ्या आणि नेहमीच विलयाला जाणाऱ्या कौटुंबिक गटानुसार अफगाण टोळीत आक्रमक किंवा संरक्षक शक्ती तयार होई. आपल्या अनुयायांच्या मूक संमतीवरच नाममात्र असलेला टोळीचा प्रमुख आपल्या टोळीवर राज्य करीत असते. अफगाण समाजात टोळीपेक्षा कुटुंब हाच खराखुरा घटक समजला जाई.

ह्या धूर्त परंतु धाडसी, काटक रानटी टोळ्यांचा वंशपरंपरागत धंदा म्हणजे भर रस्त्यावर दरोडेखोरी करणे. त्यांच्या झपाट्याने वाढणाऱ्या लोकसंख्येला पुरेल असा चरितार्थ त्यांच्या जमिनीतून मिळणे कठीणच होते; शिवाय त्यांच्यापेक्षा अधिक उद्योगी असणाऱ्या शेजाऱ्यांवर आणि त्यांचा हात सहज रीतीने पोहोचेल अशा ठिकाणांहून प्रवास करणाऱ्या श्रीमंत व्यापाऱ्यांवर हल्ले चढवून केलेल्या लुटालुटीतून मिळणाऱ्या उत्पन्नापेक्षा सावकाशपणे शेती करून मिळणारे उत्पन्न हे तुलनेने अतिशय कमी आणि वेळखाऊ आहे असे त्यांना साहजिकपणे वाटत होते. बऱ्याच दीर्घकालीन अनुभवानंतर टोळीवाल्यांच्या प्रदेशात शांतता ठेवायची असल्यास टोळीवाल्यांवर जबरदस्ती करण्यापेक्षा त्यांना लाच देणे जास्त सोयीचे ठरते, असे आढळून आल्यामुळे ब्रिटिशांनी हिंदुस्थान आणि काबूल यांमधील मार्गांवर चुंगीनाका आकारण्याच्या आफ्रिडी, शिनवारीस, युसुफझाई आणि खटल ह्या पहाडी टोळ्यांच्या हक्कांना व्यावहारिक मान्यता दिलेली होती. परंतु पुष्कळदा वार्षिक सहा लाख रुपये राजकीय पेन्शन देऊनसुद्धा हे टोळीवाले आज्ञा पाळतीलच याची खात्री नव्हती. पुष्कळवेळा आपल्या राजवंशीय वारसाचे किंवा पावित्र्याचे बुजगावणे उभे करून एखादा माणूस त्यांच्यात पुढारी म्हणून पुढे येई, काही दिवसपर्यंत स्वत:च्या खिशातून पैसा खर्च करून आपल्या भोवती

अनुयायी गोळा करी आणि त्यानंतर आपल्या विरोधी टोळीवाल्यांच्या शेतांवर किंवा शाही प्रदेशांवर अकस्मात छापे मारून लुटालूट करी. जोपर्यंत लुटीमधला हिस्सा सर्वांना विनासायास मिळे तोपर्यंत ह्या टोळीची एकजूट टिकून राही. परंतु ज्यावेळी लुटीतला हिस्सा मिळणे बंद होई किंवा आता इतरांपेक्षा कमी हिस्सा मिळतो आहे अशी मनात जरादेखील शंका आली की ह्या स्वतंत्र लोकात असंतोष निर्माण होऊन ते आपसातच एकमेकांवर शस्त्रे चालवू लागत आणि त्यातच त्यांच्या टोळीचा शेवट होई.*

एखादा बलिष्ठ मोगल बादशहा हा आपल्या प्रजेचे रक्षण करण्याचा आणि आपला अधिकार प्रस्थापित करण्याचा दृढनिश्चय करी. त्याकरिता टोळीवाल्यांच्या खोऱ्यातील प्रदेशात भरपूर सैन्य ओतले जाई आणि जबरदस्त हानी झाल्यानंतर त्यांचा संघटित प्रतिकार मोडून पडे, त्यांची घरेदार उद्ध्वस्त होत, ठिकठिकाणी लष्करी ठाणी उभारून त्यांच्या प्रदेशावर कसाबसा ताबा ठेवण्यात येई. त्यांची पिके कापून नेली जात आणि झालेल्या कत्तलीमुळे अफगाण लोकसंख्येत बरीच घट होई. परंतु ते वारंवार कमकुवत शिबंदीची कत्तलही करीत. हिवाळ्यात मोगल ठाणी उठवावी लागत आणि वसंत ऋतू आल्यानंतर शांतता प्रस्थापित करण्याचे कार्य पुन्हा हाती घ्यावे लागे.

थोड्याच वर्षांत मोगलांच्या कत्तलीमुळे झालेली लोकसंख्येतील तूट भरून निघे आणि उपाशी लोकांचे तांडे पुन्हा शेजारच्या जिल्ह्यात लुटालूट करण्याकरिता आणि व्यापारी उंटांच्या तांड्यावर हल्ले चढविण्याकरिता सिद्ध होत.

फेब्रुवारी १५८६ मध्ये ज्यावेळी स्वातच्या खिंडीमध्ये राजा बिरबलच्या नेतृत्वाखाली ८००० सैन्य मारले गेले, त्यावेळी मोगलांवर ह्या प्रदेशातील पहिले संकट कोसळले. बादशहाला त्यावेळी टोळीवाल्यांच्या बंडाकडे दुर्लक्ष करून टोळीवाल्यांच्या पुढाऱ्यांना तैनाती रकमा मंजूर करून शेवटी शांतता प्रस्थापित करावी लागली. जहांगीर आणि शहाजहानच्या कारकिर्दीत ह्या परिस्थितीत कोणत्याही प्रकारचा बदल घडून आला नाही.

१२. १६६७ मधील युसुफझाई बंड

इ.स.१६६७ च्या प्रारंभी, स्वात आणि बाजोरच्या खोऱ्यात आणि पेशावरच्या उत्तरेकडील खोऱ्यात राहणाऱ्या युसुफझाई टोळ्यांमध्ये अशीच प्रदेश विस्ताराची चळवळ सुरू झाली. त्यांच्यातील भागू नावाच्या एका मोठ्या पुढाऱ्याने आपल्या

(***टीप :** युसुफझाई टोळ्यातील एका प्रसिध्द संताने ह्या टोळीला एक आशीर्वाद आणि त्याचबरोबर एक शापही दिलेला आढळतो. ‘‘ह्या टोळ्या नेहमी स्वतंत्र राहतील परंतु त्यांच्यात एकोपा मात्र कधीच राहणार नाही.’’ (एलफिन्स्टन ३३८)

योजनेत इतर कुटुंबीयांतील प्रमुखांना सुद्धा सामील करून घेतले. त्याने आपल्या जुन्या वंशपरंपरागत राजांचा वंशज म्हणून एकाला मुहंमद शहा नाव देऊन त्याला गादीवर बसविले आणि लोक ज्याला अतिशय पवित्र समजत अशा मुल्ला चालक ह्या संताशी त्याचा संबंध जोडून देऊन ह्या गादीला मोठी धार्मिक प्रतिष्ठा मिळवून दिली. वजीर आणि खराखुरा राजा ह्या नात्याने भागूने स्वारी करण्याकरिता टोळीवाल्यांतून ५०००चे सैन्य उभे केले. हे सैन्य बरोबर घेऊन त्याने अटक शहराच्या वरच्या बाजूने सिंधू नदी ओलांडली आणि ज्या जिल्ह्यातून काश्मिरकडे प्रमुख रस्ता जातो अशा हजारा जिल्ह्यातील सिंधू नदीच्या पूर्वेकडे असणाऱ्या पारवलीच्या खोऱ्यावर त्याने हल्ला चढविला. ह्या ठिकाणी त्याने शादमन नावाच्या स्थानिक सरदाराचा किल्ला जिंकून घेतला आणि तेथील शेतकऱ्यांकडून खंड सुद्धा वसूल केला. यानंतर हल्लेखोरांची संख्या वाढतच गेली आणि इतर मोगल ठाण्यांवरही हल्ले करण्यात आले. इतर युसुफझाई टोळ्यांनी पेशावरच्या पश्चिमेकडील शाही प्रदेशात आणि अटक जिल्ह्यात लुटालूट करण्याला प्रारंभ केला.

बादशहाने संरक्षणाकरिता कडक उपाययोजना केली आणि बंडखोरांच्या प्रदेशात लष्करांच्या तीन तुकड्यांनी हल्ले चढवावेत असा त्याने हुकूम दिला. मोगल आक्रमणाची अगोदरच अटकळ बांधून त्यांच्या शत्रूने सिंधू नदीमधून हरुनच्या धक्क्याच्या (Ferry) दक्षिणेच्या बाजूला येऊन ही जागा पक्की धरून ठेवून मोगलांना आपल्या प्रदेशात येता येणार नाही अशी व्यवस्था केली. ह्या ठिकाणी दिनांक १ एप्रिल १६६७ रोजी अटकचा फौजदार कामील खान याने टोळीवाल्यांवर हल्ला चढविला. ह्या हल्ल्यात कणखरपणे प्रतिकार केल्यानंतर शत्रूचे कंबरडे मोडले आणि त्यांना नदीतून पळून जावे लागले. यात त्यांचे २००० लोक ठार झाले, पुष्कळसे जखमी झाले आणि पुष्कळसे बुडून मरण पावले. सिंधू नदीच्या ह्या बाजूकडील शाही प्रदेशातील शत्रूला अशा रीतीने निपटून काढण्यात आले.

मे महिन्यात अफगाणिस्थानातून आलेल्या एका मोठ्या तुकडीचा प्रमुख ह्या नात्याने शमसीरखानाने ह्या स्वारीचे नेतृत्व स्वीकारले आणि सिंधू नदी ओलांडून युसुफझाईच्या प्रदेशात त्याने कूच केले.

ह्या स्वारीत शमसीरखानाने बऱ्याच लढाया दिल्या आणि त्यात अनेकवेळा विजयही मिळविले. त्याने आपली छावणी ऊंड ह्या ठिकाणी प्रस्थापित केल्यानंतर, ज्या प्रदेशात युसुफझाई टोळ्या अन्नधान्याची लागवड करीत असत तो मंदौरचा पायथ्याकडील प्रदेशसुद्धा त्याने आपल्या ताब्यात घेतला. ह्याचवेळी तेथील सारे मळे, शेती आणि खोऱ्यातील घरेदारे यांचा त्याने विध्वंस केला. दिनांक ४ जून रोजी भागू ज्या ठिकाणी

होता, त्या ठिकाणावर हल्ला चढविण्याकरिता त्याने ऊंडहून कूच केले. अनेक अडचणी सोसून आणि पुष्कळ हानी पत्करून आणि त्याचप्रमाणे भीषण लढाया करून अनेक खेडी जिंकण्यात आली. अनेक घरादारांना आगी लावण्यात आल्या. मालमत्तेची लूट करण्यात आली आणि पिकांचा तर मागमूसही दिसेनासा झाला. पंजशीर नदीवर मन्सूर ह्या ठिकाणी शत्रूने जे खंदक बांधले होते, ते खंदकही जिंकण्यात आले (२८ जून १६६७). ऑगस्ट महिन्याच्या शेवटी दरबारातील सगळ्यांत बडी आसामी मुहंमद अमीनखान हा आपल्या प्रचंड सैन्यासह ह्या ठिकाणी येऊन पोहोचला आणि त्याने शमशीरखानाच्या हातून स्वारीची सर्व सूत्रे आपल्या हाती घेतली. शाहबाझगढीजवळील आणि कराहमर खोऱ्यातील खेडी लुटण्यात आली आणि त्याचबरोबर स्वात खोऱ्यातील हिजास खेड्याचा सर्वस्वी नाश करण्यात आला (ऑक्टोबर). ह्या घणाघाती घावांमुळे युसुफझाई टोळ्यांची पुंडाई शमल्यासारखी झाली आणि इ.स.१६७२ पर्यंत सीमेवरील टोळीवाल्यांत सार्वत्रिक उठाव झाला नाही.

१३. इ.स.१६७२ मधील आफ्रिडी आणि खातक टोळ्यांचा उठाव; मोगल सेनापतींवरील गंडांतरे

इ.स.१६७२ मध्ये जलालाबाद येथील फौजदाराच्या चातुर्यशून्य वर्तनामुळे खैबर टोळीवाल्यांत सुद्धा मोठा असंतोष निर्माण झाला. अकमलखान ह्या आपल्या नेत्याच्या नेतृत्वाखाली आफ्रिडी टोळ्यांनी बंडाचा बावटा उभारला. अकमलखानाजवळ जन्मत:च नेतृत्वाचे गुण होते. त्याने स्वत:ला राजा म्हणून जाहीर केले, स्वत:च्या नावाने नाणी पाडली आणि याचवेळी मोगलांविरुद्ध त्याने युद्ध पुकारले. ह्यावेळी ह्या राष्ट्रव्यापी चळवळीत पठाणांच्या सर्व टोळ्यांनी सामील व्हावे आणि खैबर खिंडीची नाकेबंदी करावी अशी त्याने हाक दिली.

१६७२ च्या वसंत ऋतूत अफगाणिस्थानचा सुभेदार मुहंमद अमीनखान ह्याने आपल्या सैन्यासह काबूलहून पेशावरच्या दिशेने कूच केले. सैन्याने आपल्याबरोबर आपली कुटुंबीय मंडळी आणि घरगुती मालमत्ता सुद्धा सोबत घेतलेली होती. जमरुद ह्या ठिकाणी आल्यानंतर अफगाणांनी आपला पलीकडला मार्ग अडविलेला आहे असे त्याला कळले.परंतु संपत्ती आणि सत्ता ह्यांच्या कैफात अफगाणांची शक्ती क्षुल्लक समजूत त्याने अंधपणाने विनाशाच्या गर्तेतच उघडउघड उडी घेतली. अली मसजिदपर्यंत कूच करून (२१ एप्रिल) त्याने तिथे मोर्चे बांधले. रात्री आफ्रिडी भोवतालच्या पहाडावरून खाली उतरले आणि त्यांनी ज्या ओढ्यातून अमीनखानाला पिण्याचे पाणी मिळत होते त्या ओढ्याचाच संबंध तोडून टाकला. दुसऱ्या दिवशी उन्हाच्या असह्य तापामुळे तहानेने व्याकुळ होऊन शाही फौजातील सैनिक आणि प्राणी पटापटा मरू लागले.

अफगाणांनी ह्याचवेळी हाती सापडेल त्या शस्त्रांनी मोगलांवर मारा करण्याला प्रारंभ केला. ३४०० फूट उंच असणाऱ्या तारतारा नावाच्या शिखरावरून खाली खोल खिंडीत जिवाच्या भयाने एकत्रित आलेल्या आणि ज्यांचा विनाश अटळ होता अशा मोगल सैन्यावर वरून धडाधड दगड पडू लागले. ह्यात बहुतेक प्रमुख पुढारी ठार मारले गेले आणि त्यामुळे संपूर्ण मोगल सैन्यात फार मोठा गोंधळ झाला. ''ह्या सर्व गोंधळात घोडी, हत्ती आणि सैनिक एकमेकांत मिसळून त्याने एकच गदारोळ निर्माण झाला.'' अफगाणांनी ह्यानंतर पहाडाच्या उताराच्या बाजूने मोगल सैन्यावर हल्ला चढविला आणि मोगलांची सर्व छावणी त्यांनी कापून काढली आणि लुटून नेली.

मुहंमद अमीनखान आणि त्याच्याबरोबरचे काही उच्च अधिकारी हे कसेबसे जीवानिशी वाचून पेशावरपर्यंत जाण्यात यशस्वी झाले; परंतु बाकी सर्व गोष्टींची हानी झाली. ''रणक्षेत्रावर शत्रूच्या तलवारीने दहा हजार सैनिक ठार मारले गेले. त्याचबरोबर शत्रूने जी लुटालूट केली त्यात दोन कोटीपेक्षा अधिक रोखीच्या आणि इतर स्वरूपात लुटले गेले. त्यांनी वीस हजार पुरुष आणि स्त्रियांना कैदी केले आणि गुलाम म्हणून त्यांची विक्री करण्याकरिता त्यांना मध्य आशियात पाठविण्यात आले.'' सुभेदाराची आई, पत्नी आणि मुलगी ह्या सर्वांनाच युद्धकैदी म्हणून पकडण्यात आलेले होते. त्यांची सुटका करण्याकरिता म्हणून सुभेदाराला फार मोठी खंडणी टोळीवाल्यांना द्यावी लागली. ह्या नेत्रदीपक विजयामुळे आफ्रिडी पुढाऱ्याच्या (अकमलखानाच्या) कीर्तीत मोठी भर पडली आणि त्यामुळे त्याच्या साधनसंपत्तीतही मोठी वाढ घडून आली. त्याने जी प्रचंड लूट मिळविली त्याच्या हकिकती पहाडी प्रदेशात पसरून बरेच नवे अनुयायी त्याच्याकडे आकर्षित झाले.

पेशावर जिल्ह्यातील दक्षिणेच्या प्रदेशात आणि कोहात व बानूच्या प्रदेशात राहणाऱ्या ज्या खातक टोळ्या होत्या, त्यांची संख्याही मोठी होती आणि त्या लढाऊ टोळ्या म्हणून गाजलेल्या होत्या. युसुफझाई आणि खातक ह्या दोन टोळ्यांच्या प्रदेशातील सीमा पेशावर जिल्ह्यात मध्यभागी एकमेकांना मिळत असल्याने खातक टोळ्यांचे युसुफझाई टोळ्यांशी वंशपरंपरागत शत्रुत्व होते. त्यांचा प्रमुख खुशालखान हा उत्तम दर्जाचा कवी होता. काही वर्षांपूर्वी त्याने आपल्या टोळीवाल्यांनी शाही सरकारविरुद्ध बंड पुकारावे अशी चिथावणीही दिलेली होती. परंतु त्यावेळी विश्वासघात करून त्याला पकडण्यात आले आणि हिंदुस्थानात त्याला तीन वर्षे तुरुंगात ठेवण्यात आले. इ.स.१६६७ मध्ये मोगल सैन्याने ज्यावेळी युसुफझाई प्रदेशावर आक्रमण केले, त्यावेळी तो मोगल सैन्याला सामील झाला. परंतु आता अकमलला सामील झाल्यानंतर ह्या राष्ट्रीय चळवळीचा स्फूर्तीस्रोत तोच मानला जाऊ लागला. त्याने आपल्या काव्याने

आणि पराक्रमाने सर्वच टोळीवाल्यांत मोठी जिद्द आणि स्फूर्ती निर्माण केली आणि मोगलांविरुद्ध त्याने अनेक विजय मिळवून दिले.

ह्यावेळी मोगल साम्राज्याला फार मोठा धोका निर्माण झाला होता. ह्या प्रदेशात झालेला उठाव हा आता राष्ट्रीय उठाव बनलेला होता. कंदाहारपासून अटकपावेतोच्या संपूर्ण पठाण प्रदेशातच आता हा वणवा पेटलेला होता. ह्या उठावात भाग घेणाऱ्या टोळीवाल्यांचे जे पुढारी होते, त्यांनीसुद्धा पूर्वी हिंदुस्थानात आणि दख्खनच्या प्रदेशात मोगल सैन्यात नोकऱ्या केलेल्या होत्या आणि त्यांना मोगलांच्या सैन्याची संघटना कार्यक्षमता आणि त्यांचे डावपेच यांविषयी बरीच माहिती होती. दोन्ही पक्षांजवळ एकाच प्रकारची शस्त्रास्त्रे होती. अफगाणांजवळ अवजड तोफा नव्हत्या. एवढी उणीव सोडली तर टोळीवाल्यांचा ह्या संघर्षात वरचष्मा होता याचे कारण काटक टोळीवाले आपल्याच पहाडी प्रदेशात लढत होते. तर ह्याउलट हिंदुस्थानी फौजांना डोंगराळ प्रदेशातील युद्धाची नेहमीच भीती वाटत होती आणि ह्याशिवाय युद्धातील हालअपेष्टा आणि थंडी यांना तोंड देणे त्यांना नेहमीच जीवावर येत असे.

ह्या संकटाची वार्ता ऐकताच ताबडतोब बादशहाने पेशावर शहरावर अफगाणांचा हल्ला होऊ नये म्हणून अतिशय कडक बंदोबस्त केला; मुहंमद अमीनखान याची पदावनती करण्यात आली. अफगाणिस्थानात ज्याने तीन वेळा सुभेदार म्हणून राज्य केले होते आणि तिथल्या लोकांच्या समस्या सोडविण्यात ज्याला यश लाभले होते, त्या महाबतखानाला पुन्हा दक्षिणेतून बोलावून घेण्यात आले आणि काबूलला त्याला चौथ्यांदा सुभेदार म्हणून पाठविण्यात आले. परंतु नवीन सुभेदाराने जुन्या सुभेदारासारखी आपली गत होऊ नये म्हणून कोणताही धोका पत्करण्याचे नाकारले. विजयी अफगाणांविरुद्ध त्याने कोणतीही कडक कारवाई करण्याचे टाळले. इतकेच नव्हे तर त्याने त्यांच्याशी गुप्त करार केला. त्यात दोन्ही बाजूंनी एकमेकाला उपद्रव न देण्याचे मान्य केले. मार्गात अफगाणांनी कोणताही विरोध करू नये म्हणून त्यांना भरपूर लाच देऊन तो पुढील वसंत ऋतूत करपा खिंडीमार्गे काबूलला गेला परंतु खैबर घाटातील मार्ग पूर्वीप्रमाणेच बंद राहिला. यामुळे बादशहा अतिशय नाखुष झाला आणि म्हणून त्याने अफगाणांना शिक्षा करण्याकरिता शुजातखानाच्या नेतृत्वाखाली भरपूर युद्धसाहित्य आणि तोफखाना देऊन फार मोठे सैन्य स्वतंत्रपणे पाठविले (१४ नोव्हेंबर १६७३). ह्या कार्यात जसवंतसिंगाचे सहकार्य मिळणार होते.

शुजातखान हा अगदी साधा माणूस होता. अगदी कनिष्ठ पदावरून तो चढत चढत वर आला होता. सतनामी बंड मोडण्यात त्याला यश लाभले म्हणूनच त्याला राजाची मर्जी संपादन करता आली. म्हणूनच महाबतखान आणि महाराजा जसवंतसिंग

यांच्यासारखे उच्चवर्णीय अधिकारी त्याच्याकडे मोठ्या मत्सराने आणि तिरस्काराने पाहत असत. उलटपक्षी बादशहाची आपल्यावर कृपा आहे आणि मागे आपण मोठा पराक्रम गाजविला आहे याचा मोठा रास्त अभिमान शुजातला होता. म्हणून जसवंतसिंगाच्या सल्ल्याकडे तिरस्काराने दुर्लक्ष करून त्याने आपल्या कारवाईची स्वतंत्र दिशा ठरविली. मोगल पुढाऱ्यांत अशा प्रकारे सहकार्याचा अभाव असल्यानेच १६७४ मध्ये त्यांच्यावर संकट कोसळले.

शुजातखानाने काबूलकडे कूच करण्याचे आपले प्रयत्न चालूच ठेवले. गंडब ओलांडल्यानंतर त्याने करपा खिंडीच्या माथ्यावर (कोटाल) चढून तिथेच मुक्काम ठेवला (२१ फेब्रुवारी). त्यादिवशी रात्री मुसळधार पाऊस पडून जबरदस्त बर्फवृष्टीही झाली. अत्यंत कडक थंडी आणि पाऊस ह्यामुळे मोगल छावणीतील प्रत्येक जण मरणोन्मुख अवस्थेत पडला. यातच दोन्ही बाजूंकडील उंच जागांवरून अफगाणांनी अडचणीत सापडलेल्या सैन्यावर हल्ले चढवून त्यांना बेजार करून सोडले. अत्यंत कडाक्याच्या थंडीमुळे शाही फौजा पार काकडून गेल्या होत्या. पहाट होताच अफगाणांनी ह्या दैन्यावस्थेतील सैन्यावर चहूदिशांनी हल्ले चढविले. सेनापती ह्या नात्याने आपले कर्तव्य काय आहे हे विसरून शुजातखानाने रणांगणावर आघाडीवर एखाद्या सैनिकासारखी मृत्यूची अपेक्षा धरली आणि ती पूर्ण झाली. कोणी नेता न उरलेल्या त्याच्या सैन्याला चोहोबाजूने वेढा पडला. परंतु जसवंतसिंगाने शहाणपणाने विचार करून ५०० शूर राठोड सैनिकांचे जे पथक पाठविले ते आता तोफांसह येऊन पोहोचले. त्याने शत्रूची साखळी तोडून उरलेसुरले जे सैन्य जिवंत राहिले होते त्यांना सुखरूप आपल्या छावणीत परत आणले. या वीरश्रीयुक्त लढाईत ३०० राजपुतांनी आपले देह धारातीर्थी ठेवले. शुजातच्या अनुयायांपैकी हजारो अगोदरच लढाईत ठार मारले गेले होते.

मोगल बादशाहीची प्रतिष्ठा राखली जावी म्हणून शेवटी औरंगजेब रावळपिंडी आणि पेशावर ह्यांच्यामध्ये असणाऱ्या हसन अब्दुल ह्या ठिकाणी स्वत: कूच करून गेला (२६ जून १६७४) आणि त्या ठिकाणी दीड वर्ष मुक्काम ठेवून तिथून त्याने सर्व स्वारीचे संचलन केले. ह्यावेळी त्याने आपल्याबरोबर प्रचंड सैन्य घेतले होते व त्यात प्रचंड तोफखान्याचाही अंतर्भाव होता. भरपूर शस्त्रसामग्री घेऊन बलिष्ठ आणि सशस्त्र सैनिकांच्या तुकड्या शत्रूच्या प्रदेशात पाठविण्यात आल्या. अफगाणांशी लढण्यात ज्याने नाव कमविले तो तुर्की सरदार अघारखान याला घाईघाईने दक्षिणेतून बोलाविण्यात आले आणि खैबर प्रदेशातील रस्ता मोकळा करण्याचे कार्य त्याच्यावर सोपविण्यात आले. (जुलै) शुजातखानाचा नाश झाला त्याकडे जाणूनबुजून डोळेझाक केली, ह्या संशयावरून महाबतखानाला त्याच्या सुभेदाराच्या पदावरून काढून टाकण्यात आले.

औरंगजेबाच्या आगमनामुळे शाही लढाई प्रमाणेच शाही कूटनीतीलासुद्धा मोठा रंग चढला व त्याचे परिणाम सुद्धा दिसून येऊ लागले. बक्षिसे, नजराणे, पेन्शने, जहागिऱ्या आणि टोळीवाल्यांच्या प्रमुखांना मुगल सैन्यातील जागा इत्यादींची खिरापत वाटून अनेक टोळीवाल्यांना त्याने आपल्या बाजूला वळवून घेतले. जे या मार्गाने बधण्यासारखे नव्हते त्यांच्या खोऱ्यात पेशावरहून सैनिकांच्या तुकड्या पाठविण्यात आल्या. अशा रीतीने अतिशय थोड्या अवधीत घोरी, गिलझी, शिराणी आणि युसुफझाई टोळ्यांचा पराभव करण्यात येऊन त्यांना त्यांच्या खेड्यातून हाकलून लावण्यात आले. आपले मागचे गुन्हे माफ होणार असल्यास आपण आफ्रिडी नेता अकमल याचे शिर आणून देतो असे वचन दरियाखान आफ्रिडीच्या अनुयायांनी दिले (ऑगस्टचा शेवट).

मध्यंतरीच्या कालावधीत पेशावरच्या पश्चिमेला अघारखान मोठी पराक्रमाची कृत्ये करीत होता. प्रथम मोहमंड आणि त्यांच्या अनुयायांनी रात्री जो हल्ला चढविला तो त्याने निष्फळ करून टाकला आणि त्यांची घरेदारे उद्ध्वस्त करून त्यांचे २००० युद्धकैदी पकडून आणि बरीच लूट मिळवून आणि विशेष म्हणजे त्यांच्यातील ३०० टोळीवाल्यांना कंठस्नान घालून त्याने त्यांच्यावर मोठाच सूड उगविला. ह्यानंतर खैबरखिंड त्याने मोकळी करण्याचा प्रयत्न केला परंतु अली मस्जीद जवळ जो दीर्घकाळ संघर्ष चालला त्यात दोन्ही पक्षांची मोठी हानी झाली, ह्याशिवाय अघारखानाला मोठ्या गंभीर जखमा झाल्यामुळे शेवटी हा प्रयत्न सोडून द्यावा लागला. यातच अघारखानाबाबत त्याच्या सहकाऱ्यांना, विशेषत: हिंदुस्थानी सरदारांना मत्सर वाटत असल्याने अघारखान आणि इतर तुर्क बंधू यांच्यामार्गात अधिकच अडचणी निर्माण झाल्या. ह्यानंतर राजपूत आणि अफगाण मित्र ह्यांचे ५००० सैन्य घेऊन त्याने नानग्रहर नावाचे ठिकाण ताब्यात घेतले आणि तिथून त्याने रस्ते मोकळे करण्याचा प्रयत्न चालविला. गिलझी टोळ्यांनी जगदलक खिंड आपल्या ताब्यात ठेवली होती. त्यांचा सतत पराभव करण्यात आला आणि त्यांचे तिथून उच्चाटन करण्यात आले. सर्व मोगल सेनापतींत सीमेवरील टोळीवाल्यांचा असा सतत पराभव करणाऱ्यात अघारखानाचेच नाव घ्यावे लागेल. आपली मुले झोपत नसल्यास त्याच्या नावाचा धाक दाखवून अफगाणी माता त्यांना झोपवीत असत असे सांगितले जाते.

इ.स.१६७५च्या वसंत ऋतूत ज्यावेळी फिदईखान काबूलहून पेशावरला परत येण्याकरिता निघाला, त्यावेळी अफगाणांनी जगदलक खिंडीत त्यावर हल्ला चढविला. त्याच्या आघाडीवरच्या तुकडीचा पराभव झाला, त्याचा अरब सेनापती ठार मारला गेला आणि त्याचे अनेक हत्ती, तोफखाना, पुष्कळसे लष्करी सामान आणि स्त्रिया

यांना शत्रूने पळवून नेले. परंतु सुभेदाराने ह्यावेळी जे धैर्य आणि शांतपणा दाखविला त्यामुळेच त्याची मधली फळी वाचली. गंदामाक ह्याठिकाणी अघारखान होता. त्याला ही बातमी लागताच तो लगबगीने फिदईखानाच्या मदतीला धावून आला आणि भोवतालच्या पहाडावरून शत्रूचा नि:पात करून त्याने जगदलक खिंड मोकळी करून घेतली.

जूनच्या प्रारंभी मात्र ''शाही सैन्याचा फार मोठा पराभव घडून आला.'' मुकरमखान हा मोठ्या सैन्यानिशी बाजोरच्या प्रदेशातील खापूशच्या पठाराच्या नाकाडावरून (Kotal) अफगाणांविरुद्ध युद्ध चालवित होता. एके दिवशी शत्रुसैन्य जेथे दबा धरून बसले आहे, अशा ठिकाणी त्याला फसवून नेण्यात आले आणि फार मोठ्या संख्येने त्याच्यावर हल्ला झाल्याने त्याचा पराभव झाला व हानीही बरीच झाली.

ऑगस्ट महिन्याच्या शेवटी आणखी दोन पराभवांची बातमी आली. अर्थात हे पराभव लहान स्वरूपाचे होते. जगदलकचा ठाणेदार हिजबारखान हा आपल्या मोगल सैनिकांसह आणि मुलासह ठार मारला गेला; बारगाव आणि सुरखाब ह्याचा ठाणेदार अब्दुल्ला याला त्याच्या ठाण्यातून हुसकावून लावण्यात आले. यात त्याच्या बाजूची प्राणहानीही बरीच झाली. परंतु एकूण पठाण प्रदेशात मोक्याच्या जागी ठाणी प्रस्थापित करून आणि किल्ले ताब्यात ठेवून मोगलांनी आपले वर्चस्व टिकवून धरले यात शंका नाही. १६७५ हे वर्ष संपण्याच्या अखेरीस परिस्थिती बरीच सुधारल्याने बादशहाला हसन अब्दुल हे ठिकाण सोडून दिल्लीला परत येता आले.

१४. आमीरखानाचा अफगाणिस्थानातील समर्थ राज्यकारभार १६७८–९८

शाहबाजगडीच्या युसुफझाई टोळीवाल्यांना शिक्षा दिल्यामुळे आणि बिहारमधील दोघा बंडखोर अफगाण नेत्यांचे बंड मोडून काढल्यामुळे मागे खलिलुल्लाचा मुलगा मीरखान याने मोठे नाव कमविले होते. इ.स.१६७५ मध्ये त्याला आमीरखान ही पदवी देण्यात आली आणि १९ मार्च १६७७ रोजी त्याला काबूलचा सुभेदार नेमण्यात आले. आपल्या जागेवर तो ८ जून १६७८ रोजी रुजू झाला आणि त्याचा मृत्यू होईपावेतो म्हणजे त्यानंतर जवळजवळ २० वर्षेपर्यंत त्याने अफगाणिस्थानचा कारभार अतिशय कार्यक्षमतेने पाहिला. प्रारंभीपासूनच अफगाण्यांची मने जिंकून घेण्याचा आणि त्यांच्याशी सामाजिक संबंध जोडण्याचा त्याने निश्चयच केला होता. त्याला त्याच्या ह्या कार्यात इतके यश लाभले की, लवकरच टोळीप्रमुखांनी ''समाजबाह्य रीतीरिवाजांचा त्याग करून आणि संकोच बाजूला ठेवून, मनात कोणताही संशय न ठेवता त्याच्या भेटीकरिता त्याच्याकडे येण्या–जाण्याला प्रारंभ केला.'' ते सर्वच त्याच्याशी अतिशय मित्रत्वाने वागू लागले आणि त्यांच्यातील प्रत्येक जण आपल्या खाजगी समस्या सोडविण्याकरिता

त्याच्याचकडे मार्गदर्शनाकरिता पाहू लागले. त्याच्या चाणाक्ष व्यवस्थेमुळे त्यांनी मोगल शासनाला उपद्रव देण्याचे आणि आपसांतील विघातक भांडणात विनाकारण शक्ती वाया घालविण्याचे टाकून दिले. एकदा त्याने अकमलच्या अनुयायांनी जिंकलेल्या प्रदेशाची सर्वांत वाटणी करावी अशी अकमलकडे मागणी करण्याची गुप्तपणे चिथावणी दिली आणि त्यामुळे त्याने अकमलचा टोळीवाल्यांचा संघ मोडून काढला. कारण अकमलने ''येवढे लहान राज्य इतक्या हिस्सेदारांत कसे विभागावयाचे ?'' असे उत्तर देऊन ती मागणी नाकारली. ह्या उत्तराने निराश झालेल्या टोळीवाल्यांनी त्याची नोकरी सोडून रागारागाने आपल्या घरी परतण्याला प्रारंभ केला. ह्यामुळे अकमलला आपल्या राज्याची वाटणी करणे भाग पडले. अर्थात अशी वाटणी करताना त्याने आपल्या टोळीतील लोकांबाबत आणि नातेवाईकांबाबत वाटणी करताना जास्त उदारपणा दाखविल्यामुळे त्याचे इतर अनुयायी त्याच्यावर मोठे रुष्ट झाले आणि रागारागात त्याची छावणी सोडून निघून गेले. आमीरखानाला राज्यकारभारात जे यश मिळाले ते त्याचे बहुतांशी श्रेय त्याची पत्नी, साहिबजी, म्हणजे अली मर्दानखानाची मुलगी हिच्या शहाणपणाच्या सल्लामसलतीला, व्यवहार चातुर्याला आणि हिमतीला द्यावे लागते.

वेळोवेळी मोठमोठ्या रकमांच्या देणग्या * देऊन आणि एका टोळीला दुसऱ्या टोळीविरुद्ध लढायला लावून आणि बादशहाच्याच परिभाषेत सांगावयाचे झाल्यास ''आपसात लढत लावून दोघांचाही, परस्पर निकाल लावण्याच्या'' धोरणाचा अवलंब करून मोगल बादशहाने अफगाणिस्थानात विजय मिळविला. आता सीमेपलीकडून बादशाही मुलुखावर हल्ले होईनासे झाले. टोळीवाल्यांना नियमित खंडणी देऊन आता

(***टीप :** कालीमात १६-ब यात औरंगजेबाने मृत आमीरखानाच्या राज्यकारभाराचे, त्याने योजलेल्या विविध उपायांचे, ...तो कसा न्यायी होता, सर्व लोकांशी वागताना त्याची व्यावहारिक बुद्धी, कौशल्य आणि कसब कसे व्यक्त होत असे, प्रांताच्या अंदाजपत्री खर्चात तो पैसा कसा वाचवीत असे, प्रांतातील खिंडी रहदारीकरिता तो कशा खुल्या ठेवीत असे, मोगलांच्या सैन्यात निरनिराळ्या टोळीवाल्यांना नोकऱ्या देऊन तो विविध टोळ्यांना निरनिराळ्या कार्यात कसा गुंतवून ठेवीत असे, मोगल तिजोरीतून निरनिराळ्या टोळ्यांना तो मोठमोठ्या रकमांची लाच कशी देई, त्याचे स्वत:चे उत्पन्न किती होते आणि बेकायदेशीरपणे तो किती पैसा वसूल करी इ. संबंधी वर्णन केलेले आढळते. असाच मजकूर ११-ब मध्ये आढळतो. २५ ऑक्टोबर १६८१ रोजी आमीरखानाने औरंगजेबाला लिहिलेले पत्र मिळाले. त्यात त्याने लिहिले, ''रस्त्याचे संरक्षण करण्याकरिता मोगल सरकारने अफगाणांना देण्याकरिता म्हणून ६ लाख रुपये मंजूर केले. मी यातून ह्या कार्याकरिता दीड लाख रुपये खर्च केले. उरलेले पैसे मी राज्याकरिता वाचविले.'')

खैबर खिंडीतील मार्ग मोकळा ठेवण्यात येऊ लागला. आमीरखानच्या कूटनीतीमुळे अकमलचे अनुयायी त्याला कायमचे सोडून निघून गेले आणि ज्यावेळी हा स्वनिर्मित राजा मृत्यू पावला त्यावेळी आफ्रिडी टोळीवाल्यांनी मोगल साम्राज्याशी तडजोड केली.

तथापि खुशालखान खातक ह्याच्या स्वातंत्र्यप्रिय, स्वाभिमान, कडक आणि कोणत्याच परिस्थितीत न वाकणाऱ्या स्वभावामुळे हा संघर्ष अनेक वर्षेपर्यंत तसाच चालू राहिला. बंगश आणि युसुफझाई ह्या टोळ्या आता मोगलांना सामील होऊन त्याच्याच विरुद्ध लढत होत्या, एवढेच काय त्याच्याशी लढण्यात त्याचा मुलगा अश्राफ हाही सामील होता. परंतु आपले आता वय झाले आहे किंवा आता कुणाचाच पाठिंबा न राहिल्याने मोगलांविरुद्ध विजय मिळणेही अशक्य आहे ह्या कोणत्याही निराशाजनक गोष्टींमुळे त्याच्या कटुपणात किंवा कठोर निश्चयात कोणताही सौम्यपणा यत्किंचितही आला नव्हता. पठाण स्वातंत्र्याचा ध्वज त्याने एकट्यानेच शेवटपर्यंत फडकत ठेवला. स्वत:च्या मुलाने विश्वासघात करून त्याला शत्रूच्या हवाली करीपावेतो हा ध्वज अविचलपणे फडकतच होता. स्वत:च्या देशातून काढून लावलेला निर्वासित असून, शत्रूच्या तुरुंगात कैदी असून तो ''मी तो आहे की ज्याने औरंगजेबाच्या हृदयाला खऱ्याखुऱ्या यातना दिल्या आहेत–

खैबरखिंड ही माझ्यामुळेच मोगलांना सर्वांत जास्त महागाची खरेदी ठरलेली आहे.''

असे अभिमानाने म्हणू शकत होता.

ह्या अफगाणयुद्धामुळे पुढे जे राजपूत युद्ध घडून आले, त्यात अफगाणांचा उपयोग करून घेणे मोगलांना सर्वस्वी अशक्य होऊन बसले. ह्याशिवाय दक्षिण हिंदुस्थानातील सर्वांत उत्तम मोगल सैन्य वायव्य सरहद्द प्रदेशात ह्यावेळी न्यावी लागल्यामुळे शिवाजी महाराजांवरील मोगलांचा दाब आपोआपच कमी झाला. शत्रूची शक्ती अशा रीतीने निराळ्या दिशेने वळविली गेली आहे ह्या संधीचा फायदा घेऊन शिवाजी महाराजांनी डिसेंबर १६७६ नंतरच्या १५ महिन्यांत गोवळकोंड्यापासून कर्नाटकापर्यंत आणि पुन्हा म्हैसूर आणि विजापूर ते रायगडमार्गे पुन्हा परत असे अनेक नेत्रदीपक विजय मिळविले. शिवाजी महाराजांच्या कारकिर्दीतील तो सर्वोच्च उत्कर्षाचा बिंदू समजला जातो. परंतु आफ्रिडी आणि खातक ह्यांच्या बंडाळ्यांमुळेच त्यांना असे अखंड यश मिळू शकले हेही आपल्याला विसरता येत नाही.

❐

प्रकरण आठवे

औरंगजेबाचे धार्मिक धोरण आणि हिंदूंची त्यावरील प्रतिक्रिया

१. मुसलमान राज्य, त्याचे तत्त्वज्ञान आणि स्वरूप

मुसलमान राज्याच्या निर्मितीच्या सिद्धांतानुसार मुसलमान राज्य ईश्वरसत्ताक आहे. त्याचा खरा शासक ईश्वर आहे आणि पृथ्वीवरील राजे हे त्याच्या आज्ञेची अंमलबजावणी करण्याकरिता नेमलेले त्याचे केवळ प्रतिनिधी आहेत. मुलकी शासनाचे अस्तित्व खऱ्या धर्माचा प्रसार करण्याकरिता आणि त्याची सर्वांवर सक्ती करण्याकरिताच केवळ असते. काफिर खऱ्या शासकाची सत्ता अमान्य करीत असल्यामुळे आणि त्याच्या प्रतिस्पर्ध्यांबद्दल, खोट्या देवदेवतांबद्दल आदर दर्शवित असल्याने अशा राज्यात पाखंडीपणाला तर्कदृष्ट्या देशद्रोहाच्या समान मानण्यात आले आहे. म्हणून पारंपरिक मुसलमान धर्म सोडून इतर कोणत्याही पंथाचे अस्तित्व मान्य करणे म्हणजे पापाशीच तडजोड करणे होय. ह्यात सर्वांत गंभीर पाप म्हणजे ईश्वराच्या अनेकत्वावर श्रद्धा ठेवणे हे होय. खऱ्या ईश्वराशिवाय इतरही देवदेवता आहेत असे मानणे महापाप होय. म्हणून पाखंडी लोकांच्या देशांविरुद्ध (दार-ऊल-हर्ब) युद्ध पुकारून तो प्रदेश इस्लाम राज्याचा एक अविभाज्य भाग होईपावेतो (दार-उल-इस्लाम) आणि त्यातील प्रजा मुसलमानी धर्माची दीक्षा घेईपावेतो अल्लाच्या मार्गात आड येणाऱ्या * काफिरांविरुद्ध जिहाद पुकारणे हे मुसलमान धर्माच्या खऱ्या अनुयायाचे (मोमीनचे) सर्वांत मोठे पवित्र कर्तव्य होय अशी शिकवण मुसलमानी

(***टीप :** जिहाद फीसाबिल उल्लाह (कुराण, ९.२९) जिहाद बद्दल अधिक माहितीसाठी पाहा. ह्युजेस २४३-२४८, ७१० एनसायक्लोपिडीया ऑफ इस्लाम खंड १.१०४१ आणि ज्यावेळी इस्लाम धर्माप्रमाणे पवित्र असलेले महिने निघून जातात त्यावेळी अल्लाबरोबर इतर देवदेवतांना जे सहभागी करतात त्यांचा, ते जिथे सापडतील त्या ठिकाणी, वध करा...... परंतु त्यांच्या मतात परिवर्तन झाल्यास त्यांना त्यांच्या मार्गाने जाऊ द्या (कुराण, ९-५,६). ''काफिरांनी आपला पाखंडी मार्ग सोडल्यास त्यांना त्यांच्या भूतकाळाची क्षमा करण्यात येईल असे काफिरांना मुद्दाम सांगा परंतु त्यांनी त्या मार्गाची पुन्हा कास धरल्यास त्यांच्याशी संपूर्ण लढा संपेपावेतो आणि सर्वत्र आपलाच धर्म प्रस्थापित होईपावेतो निकराने लढा द्या.'' (भाग ८-३९-४२).

धर्मतत्त्वज्ञानात देण्यात आलेली आहे. अशा रीतीने संपूर्ण काफिर प्रजेला जिंकल्यानंतर त्या प्रजेला, तत्त्वतः, विजयी सैन्याची गुलामगिरी प्राप्त होत असे.

संपूर्ण प्रजेला मुसलमान धर्माची दीक्षा देणे आणि इस्लामला होणारा विरोध समूळ नष्ट करणे हा मुसलमान राज्याचा आदर्श समजला जातो. ह्याउपरही जर एखादा काफिर समाजात राहिल्यास तो समाजातील अटळ कलंक समजला जातो आणि तोही तात्पुरता आहे असे समजले जाते. अशा व्यक्तीचे राजकीय आणि सामाजिक अधिकार हिरावले जातात आणि अल्लाच्या खऱ्याखुऱ्या भक्तात * त्याचा अंतर्भाव लवकर व्हावा आणि त्याचा आध्यात्मिक मुक्ती दिन लवकरच यावा म्हणून सार्वजनिक निधींमधून त्याला द्रव्य देण्याचे आमिष दाखविले जाते.

२. गैर–मुसलमान प्रजेला नाकारलेले राजकीय अधिकार

म्हणून कोणत्याही बिगर–मुसलमानी व्यक्तीला नागरिकत्वाचा अधिकार नाही. तो पददलित समाजाचाच एक भाग होय. समाजात त्याला एक सुधारित गुलामगिरीच प्राप्त होते. राज्याशी करार (झिम्मा Zimma) करूनच तो राज्यात राहत असतो. अल्लाच्या प्रतिनिधीने कृपावंत होऊन मोठ्या नाखुशीनेच त्याला जीवदान दिल्याने आणि त्याचा मालमत्तेचा अधिकार मान्य केल्याने अशा व्यक्तीने आपल्या काही राजकीय आणि सामाजिक हक्कांवर पाणी सोडलेच पाहिजे आणि आपल्या पाप–क्षालना बद्दल काहीना काही दंड (जिझिया), भरलाच पाहिजे.

अशा व्यक्तीने आपल्या जमिनीवर कर भरलाच पाहिजे. (खराज) प्रारंभी मुसलमानांना ह्या करारापासून सूट देण्यात आलेली होती. याचबरोबर सैन्य बाळगण्याकरिता म्हणून जी वसुली केली जाई, तीही त्याने देणे आवश्यक होते. कर भरण्याऐवजी आपण सैन्यात भरती होतो आणि सैन्यात वैयक्तिक सेवा करतो असे त्याने म्हणले तरी सैन्यात भरती होण्याची त्याला परवानगी नव्हती आणि त्यामुळे करही त्याला टाळता येत नव्हता; याचबरोबर आपल्या पोशाखावरून आणि वागण्यावरून आपण गुलाम वर्गातील आहोत असे त्याने पदोपदी दर्शविले पाहिजे. कोणाही गैर–मुसलमान व्यक्तीला

(*टीप : "गैर-अरेबी प्रदेशात राहणाऱ्या मूर्तिपूजकांचा सुद्धा नाश केला पाहिजे असे शफीने मत मांडलेले आहे. परंतु त्यांना गुलामाचा दर्जा देणे पूर्णपणे कायदेशीर आहे यावर सर्वच विद्वान धर्मपंडितांचे एकमत आहे. ह्यायोगे त्यांना थोडीबहुत सवड सापडेल व त्यात अल्लाची कृपा झाल्यास अल्लाला त्यांना योग्य त्या मार्गावर आणता येईल. परंतु त्याचबरोबर अशा काळात अशा व्यक्ती सर्वार्थाने इस्लाम धर्माच्या आधीन राहतील. (ह्युजेस, ७१०); इस्लाम ज्ञानकोश खंड पहिला, ९-१० (दार-उल-दर्ब).

(झिम्मी) उत्तम पोशाख करण्याचा, घोड्यावर बसण्याचा किंवा बरोबर शस्त्र बाळगण्याचा अधिकार नव्हता. प्रभुत्व गाजविण्याऱ्या वर्गातील प्रत्येक व्यक्तीशी त्याने सन्मानाने आणि नम्रतेनेच वागले पाहिजे अशी सक्तीच होती.*

धर्मपंडित मुघीसउद्दीन (Mughis-ud-din) याने मुसलमानांच्या पवित्र धर्मग्रंथाचा आधार घेऊन अल्लाउद्दीन खिलजीला जे सांगितले ते पुढीलप्रमाणे : ''ह्या अवहेलनाकारक गोष्टींवरूनच बिगर-मुसलमान काफिर (झिम्मी) हा पराकाष्ठेचा आज्ञाधारक आहे, इस्लाम धर्म हाच खरा धर्म आहे, याची द्वाही फिरविली जाऊ शके आणि पाखंडी धर्माचा अपमानही होत असे. पाखंड्यांना नष्ट करा, त्यांची लूट करा आणि त्यांना पकडून तुरुंगात टाका असा प्रेषिताने आदेशच दिलेला आहे. हिंदू प्रजेवर जिझिया कर बसविण्यास ज्याने मंजुरी दिली तो दुसरा तिसरा कोणी नसून .... ज्याच्या धर्माचे आम्ही पालन करतो तो सर्वश्रेष्ठ इमामच (हनिफा) आहे. इतर सर्वच धर्माधिकाऱ्यांनुसार हिंदूंच्या बाबतीत एकच कायदा लागू आहे आणि तो म्हणजे ''एक तर मुसलमान धर्म स्वीकारा किंवा मृत्यू पत्करा.''

न्यायालयात साक्ष देणे, फौजदारी कायद्याखाली संरक्षण मिळणे आणि विवाह ह्या विषयातसुद्धा काफिराला काही कायदेशीर अधिकार नाकारण्यात येतील. करारातील

(***टीप :** झिम्मी किंवा संरक्षित बिगर मुसलमानांकरिता ह्युजेस ७१०-७१३ पाहा. इस्लाम ज्ञानकोश खंड पहिला ९५८,१०५१ पाहा; मुरचे खिलाफत, तृतीय आवृत्ती, १४९-१५८ पाहा. ''वयात आलेल्या प्रत्येक व्यक्तीने, पुरुषाने, स्वतंत्र शहाण्या झिम्मीने पोल-टॅक्स, (Poll-Tax) जिझिया कर भरलाच पाहिजे. त्याची सर्व मालमत्ता सर्व मुसलमानांच्या उपयोगाकरिता म्हणून ''विश्वस्त'' (Waqf) म्हणून ठेवली जाते. परंतु त्याचा उपयोग मात्र त्याला घेता येतो किंवा स्वत:ची मालमत्ता म्हणूनही त्याला ती ठेवता येते. कोणत्याही परिस्थितीत त्याला त्यावरील आणि जमिनीवर उभ्या असणाऱ्या पिकांवरील भू-कर (Land-Tax) ''खराज'' भरावाच लागतो. अशा मालमत्तेचा मालक मुसलमान असल्याने जो कर लावला जाईल, तो अशा झिम्मीला देणे आवश्यकच असते. मुसलमान सैन्य बाळगण्याकरिता जे कर लावले जातात तेही कर त्याने भरणे आवश्यक असते. अल्लाचे जे खरे भक्त आहेत त्यांच्यापासून वेगळे ओळखू यावे म्हणून त्याने वेगळा पोशाख करावा, घोड्यावर बसू नये, जवळ शस्त्र बाळगू नये आणि एकूण मुसलमान समाजाशी त्याने आदराने वागावे. न्यायालयात साक्ष देणे, दंड-कायद्यानुसार (Criminal Law) मिळणारे संरक्षण आणि विवाह यांच्या बाबतसुद्धा त्याला काही कायदेशीर अधिकार नाकारण्यात आलेले होते. .....ईश्वराची उपासना करतानासुद्धा त्यांनी (झिम्मी) आक्रमक प्रसिद्धी करू नये अशी अपेक्षा होती. मुसलमान राज्याचे ते नागरिक समजले जाणार नाहीत.'' (इस्लाम ज्ञानकोश,खंड पहिला,९५८-९५९).

दुसरा पक्ष (Zimma) म्हणून राज्य अशा पाखंडी व्यक्तीला त्याच्या जिविताची आणि मालमत्तेच्या संरक्षणाची आणि त्याचप्रमाणे त्याच्या धर्मपालनाची एका विशिष्ट मर्यादेपर्यंत हमी घेई. परंतु त्याचबरोबर अशा व्यक्तीला नवीन मंदिरे बांधता येणार नाहीत आणि त्याला आपल्या धर्मपालनासंबंधी कोणतीही प्रसिद्धी करण्याचेही टाळावे लागेल.

अगोदरच्या अरब विजेत्यांनी, विशेषत: सिंधमधल्या विजेत्यांनी बिगर-मुसलमान प्रजाजनांच्या प्रार्थनास्थळांना आणि उपासनेला कोणताही धक्का न लावण्याचे शहाणपणाचे आणि दूरदृष्टीचे धोरण स्वीकारलेले होते. सुरुवातीला अविचारी किंवा योजनाबद्ध असे मूर्तीभंजकत्वाचे धोरण अजिबात अमलात आलेले नव्हते. परंतु मुसलमान लोकसंख्या जसजशी वाढत गेली, त्याप्रमाणे दीर्घकाळ आव्हानरहित सत्ता उपभोगल्यामुळे त्यांच्यातील सहनशीलता लोप पावली आणि पाखंड्यांचा छळ करण्यात त्यांना मोठा आसुरी आनंद वाटू लागला.*

दास्यातील प्रजाजनांनी आपला धर्म स्वीकारावा म्हणून, कत्तल सोडून, इतर सर्व दुष्ट उपायांचा अवलंब करण्यात येऊ लागला. बिगर मुसलमानांना याच्या लागणाऱ्या अपमानास्पद धर्म-कराव्यतिरिक्त (Poll-Tax) आणि सार्वजनिक ठिकाणी पोशाख आणि वागणूक यांच्याबाबतीत सहन कराव्या लागणाऱ्या लज्जास्पद निर्बंधांव्यतिरिक्त त्यांना इतरही भयप्रद अपमानास्पद गोष्टींना तोंड द्यावे लागत होते. धर्मभ्रष्ट हिंदूंना द्रव्याच्या आणि नोकरीच्या स्वरूपात मोठे बक्षीस दिले जाई. हिंदू धर्मातील आणि हिंदू समाजातील नेत्यांवर पद्धतशीरपणे दडपशाही करण्यात येई. त्या समाजाला कोणतीही आध्यात्मिक शिकवणूक मिळू नये हाच त्यामागील हेतू असे. हिंदू समाजात जातीय सलोख्याचे सामर्थ्य वाढू नये आणि एकीची भावना वाढीला लागू नये म्हणून त्यांच्या धार्मिक

(***टीप :** इलियट, खंड पहिला, ४६९. झिम्मींना अस्तित्वात असलेल्या चर्च-इमारतींची दुरुस्ती करण्याची आणि त्यांची पुनर्बांधणी करण्याची सुद्धा परवानगी राहील परंतु नवीन जागांवर त्यांना नवीन प्रार्थनास्थळे बांधता येणार नाहीत. (मु.ज्ञानकोश, खंड १, ९५९) ''मुसलमान प्रदेशात, स्वत:च्या घरातील आवार सोडल्यास, त्यांनी प्रार्थना-स्थळे बांधणे गैरकायदेशीर समजण्यात येईल, परंतु ख्रिस्ती आणि ज्यू लोकांची प्रार्थनास्थळे नष्ट झाल्यास किंवा त्यांची पडझड झाल्यास अशा प्रार्थनास्थळांची दुरुस्ती करण्याला किंवा त्यांची पुनर्बांधणी करण्याला त्यांना मुभा राहील.'' (ह्युजेस ७११) ''धर्मसंस्थेनी दिलेल्या आदेशानुसार कोणतेही जुने देऊळ पाडावयाचे नाही किंवा कोणतेही नवीन देऊळ बांधण्याला परवानगी द्यावयाची नाही असे निश्चित करण्यात आलेले आहे.'' (औरंगजेबाचे बनारस येथील फर्मान,जे.ए.एस.बी.१९११, ६८९).

संमेलनांना आणि मिरवणुकींना बंदी घालण्यात आली होती. कोणतेही नवीन मंदिर बांधण्याला किंवा कोणतेही जुने मंदिर दुरुस्त करण्याला मनाई करण्यात आली होती. त्यामुळे हिंदूंची पूजास्थाने संपूर्णतया नाहीशी होणे, हा केवळ वेळेचाच प्रश्न होता. परंतु इस्लाम धर्माचे जे कडवे पुरस्कर्ते होते त्यांनी कालांतराने होणाऱ्या नाशाची अगोदरच कल्पना करून अनेक देवळांची जबरदस्तीने मोडतोड करण्याला आणि मंदिरे उद्ध्वस्त करण्याला प्रारंभ केला.

ह्यानंतरच्या कालखंडात, विशेषत: तुर्की कारकिर्दीत अरबांनी काफिरांबद्दल जी सहिष्णुता दाखविली होती, ती पापासमान समजली जाऊ लागली. आपल्या राज्याच्या सीमेबाहेर कोणत्याही आक्रमक युद्धात देवळे उद्ध्वस्त करून आणि हिंदूंची कत्तल करून एक प्रकारे पावित्र्य आणले जाऊ लागले. यामुळे लुटालूट आणि कत्तल म्हणजे अल्लाकडे जाण्याच्या मार्गातील एक जिहाद आणि म्हणून ते प्रत्येकाचे अत्यंत परम कर्तव्य होय अशा प्रकारची समजूत निर्माण होऊन मुसलमान समाजाची मनोवृत्तीही तशीच बनली. काफिराचा वध (काफिर-कुशी) म्हणजे प्रत्येक मुसलमानाचे पुण्य समजले जाऊ लागले. आपल्या विकारांचे त्याने दमन करावे किंवा आत्मपीडन करावे याची आवश्यकताच उरली नाही. आपल्यात अध्यात्माची काही वाढ व्हावी आणि अध्यात्मदृष्ट्या आपण संपन्न व्हावे याचीही गरज उरली नाही. कोणत्याही मुसलमानाला खरी मुक्ती मिळविण्याकरिता किंवा स्वर्ग मिळविण्याकरिता काही विशिष्टवर्गीय लोकांची कत्तल करणे किंवा त्यांच्या मालमत्तेची आणि संपत्तीची लूट करणे एवढेच एखादे कृत्य त्याकरिता पुरेसे ठरू लागले. *

ज्या धर्माच्या अनुयायांना खून आणि दरोडेखोरी करणे हे प्रत्येकाचे धार्मिक कर्तव्य आहे अशी शिकवण देण्यात येते असा धर्म मानवी प्रगतीच्या आणि जगातील शांततेच्या विरोधीच ठरतो.

(*टीप : ज्यावेळी १९१० मध्ये बौट्रोस पाशा याचा, काही वैयक्तिक कारण नसताना त्याने, ज्या न्यायालयात देनशावाई खेडुतांना शिक्षा देण्यात आली त्या न्यायालयाचे अध्यक्षस्थान स्वीकारले होते ह्या राजकीय कारणाकरिता इजिप्तमधल्या एका मुसलमानाने खून केला त्यावेळी इजिप्तच्या प्रमुख काजीने इस्लाम धर्मानुसार एखाद्या मुसलमानाने काफिराचा वध करणे हा गुन्हा होत नाही असा निर्णय जाहीर केला. एका आधुनिक सुसंस्कृत देशातील मुसलमान धर्मातील सर्वोच्च धर्मपंडिताने दिलेला हा निर्णय आहे हे लक्षात घेण्यासारखे आहे.)

३. कुराणातील राजकीय आदर्शांचा मुसलमान समाजावरील आणि गुलाम प्रजेवरील परिणाम

अनुयायांच्या खऱ्या हितसंबंधांचे संवर्धन होण्याकरिता या धर्मतत्त्वांचा काही हितकारक परिणाम होतो असे दिसून येत नाही. मुसलमान राज्यघटनेमुळे युद्धाशिवाय दुसरा कोणताच व्यवसाय नसलेल्या कडव्या अनुयायांचा एक वर्ग तयार झाला. जोपर्यंत नवीन नवीन प्रदेश जिंकावयाचा होता आणि श्रीमंत काफिरांना लुटावयाचे होते तोपर्यंत सर्वकाही ठीक चालले.* राज्याला संपन्नता प्राप्त होत गेली आणि राज्याचा विस्तारही होत गेला; इतकेच नव्हे तर निरनिराळे उद्योगधंदे आणि व्यवसाय आणि विशिष्ट प्रकारचे वाङ्मय आणि चित्रकला ह्यांनाही प्रोत्साहन मिळाले. परंतु ज्यावेळी मुसलमान विस्तारवादाची लाट दूरच्या टोकापर्यंत पोहोचून ती आसाम आणि छटगावच्या पहाडांवर आणि महाराष्ट्रातील रूक्ष खडकांवर येऊन व्यर्थ धडकली त्यावेळी राज्याचा जो झपाट्याने ऱ्हास घडून आला, तो कोणालाच थोपवता आला नाही. राज्याला कोणताच आर्थिक पाया नव्हता. त्यामुळे शांततेच्या काळात असे राज्य टिकून राहणे शक्य नव्हते.

कारण शासनाच्या क्रूरतेच्या धोरणामुळे राजकीयदृष्ट्या प्रभावशाली असलेल्या या लोकांना (मुसलमानांना) शांतताकाळातील कोणतेही व्यवसाय करण्यास आणि जगण्याकरिता धीराने जी चिवट झुंज द्यावी लागते, तिच्या दृष्टीने ते सर्वस्वी अपात्र बनलेले होते. त्यांना सहज करता येण्यासारखा एकच व्यवसाय होता आणि तो म्हणजे युद्ध. शांतता म्हणजे त्यांच्या दृष्टीने बेकारी, विलासी जीवन आणि अध:पतन.

इस्लामच्या प्रस्थापित तत्त्वज्ञानानुसार राजाच्या कृपेवर आणि वेळोवेळी दिलेल्या सवलतींवर पोसला गेलेला, विशेष अधिकार संपादन केलेला, मुसलमानांचा एक वर्ग समाजात उदयाला आला. असा वर्ग जीवनसंघर्षात स्वत:च्या पायावर उभा राहण्यास असमर्थ होता आणि शांततेच्या काळात तो सहजच चैनविलासाकडे वळणे स्वाभाविक होते. मुसलमान धर्माच्या प्रत्येक कडव्या अनुयायाला राज्यातील मोठे पद किंवा जागा

(*टीप : ''जिंकलेल्या प्रांताच्या अवाढव्य उत्पन्नावर अरब आपली गुजराण करीत. जिंकलेल्या प्रदेशातील लोक त्यांची सेवा करीत. युद्धात जी लूट प्राप्त होई, त्याचा ४/५ हिस्सा रणक्षेत्रावरील सैन्यात वाटण्यात येई. जिंकलेल्या प्रदेशात पोल टॅक्स (Poll-Tax) किंवा धर्मकर लावणे, आणि जमीन निर्धारणाकरिता नवीन भू-कर आकारणे हे एक उत्पन्नाचे नवीन साधनच होऊनच बसले. त्यातून मुलकी आणि लष्करी खर्च वजा करून जो जास्तीचा पैसा उरत असे त्याचे उत्पन्न अरबांना लढाईत केलेल्या लुटीपासून जितके उत्पन्न होई त्याच्या बरोबरीने मिळू लागले.'' (मूरकृत ''खिलाफत,''१५८) इलियट, भाग १, ४६१.)

मिळणे हा आपला जन्मसिद्ध हक्कच आहे असे वाटू लागले. त्यामुळे त्यात आपण आपली काही श्रेष्ठ कुवत सिद्ध करावी किंवा त्यात चांगली मेहनत घ्यावी अशी प्रेरणाच त्यामुळे नष्ट झाली. सणासुदीच्या किंवा इतर आनंदाच्या प्रसंगी किंवा रमझान महिन्यात दानधर्म करण्यात आणि त्याचप्रमाणे भिक्षागृहे चालविण्यात सरकार ज्या प्रचंड प्रमाणात पैसा खर्च करीत होते, त्यामुळे आळशीपणाला मोठ्या प्रमाणात उत्तेजनच मिळत गेले. अशा रीतीने साम्राज्यात आळशी आणि लाडावलेला अशांचा एक वर्ग निर्माण झाला. हा वर्ग शक्तिहीन बनला आणि ज्यावेळी साम्राज्याची संपन्नता कमी होऊ लागली त्यावेळी प्रथमत: ह्या वर्गाचेच नुकसान झाले. संपत्तीमुळे समाजात आळशीपणा निर्माण होऊन त्यातूनच विलासाची आवड निर्माण झाली. ह्यातून लवकरच दुर्गुणांचा उद्‌भव होऊन त्यातूनच शेवटी दारिद्र्य व नाश घडून आला.

ह्याचवेळी दास्यात ठेवलेल्या लोकांना ज्या प्रकारची वागणूक देण्यात आली, त्यामुळे राज्यातील साधन-संपत्तीचा जसा पूर्ण उपयोग करून घ्यायला पाहिजे होता तसा तो या वर्गाकडून (गुलाम) केला जाऊ शकला नाही. ज्यावेळी कायद्याने तसेच शासनकर्त्यांच्या लहरीने समाजातील एका विशिष्ट वर्गाला मुद्दाम वाईट रीतीने वागविण्यात येते आणि उघडपणे नाउमेद करण्यात येते, त्यावेळी असा वर्ग प्राण्यांप्रमाणे आपला उदरनिर्वाह कसाबसा करण्यातच समाधान मानतो. अशा परिस्थितीत हिंदू लोक आपल्या जास्तीत जास्त कुवतीप्रमाणे उत्पादन करतील अशी अपेक्षाही ठेवता येत नव्हती; आपल्या धन्याकरिता पाणी वाहून आणणे किंवा लाकडे तोडून आणणे, किंवा सरकारी तिजोरीत कररूपाने भर घालणे आणि आपण जे काही मेहनतीने कमावले ते वाचविण्याकरिता लांड्यालबाड्या किंवा खुशामत करण्याची कला अवगत करून घेणे हेच त्यांच्या हाती होते. अशा सामाजिक परिस्थितीत मानवी मन आणि मानवी कौशल्ये बहरूच शकत नाही, मानवी आत्मा उत्तुंगता गाठूच शकत नाही. ह्या काळात हिंदूतील उच्चवर्णीयांची जी मानसिक अवनती घडून आली आणि हिंदूंच्या बुद्धिमत्तेत जो वांझपणा आला तो हिंदुस्थानातील तात्कालीन मुसलमान राजवटीतला मोठाच दोष होता. भारतातील मुसलमानी आमदानीला जी फळे आली ती पाहता मुसलमानी राजवट उघड उघड अपयशी ठरली, असाच निष्कर्ष काढावा लागतो.

सर्व जग पाहिलेल्या एका आधुनिक प्रकांड-पंडित-तत्त्वज्ञाने लिहिल्याप्रमाणे, ''ईश्वरासमोर संपूर्ण शरणागती घेण्यास आणि नतमस्तक व्हावयास लावणारा असे मुसलमान धर्माचे स्वरूप आहे. परंतु ज्या ईश्वरासमोर हा धर्म शरणागती घ्यावयास लावतो तो ईश्वर एका विशिष्ट प्रकारचा आढळतो - तो म्हणजे युद्धदेवता. अशा प्रकारच्या देवावर मुसलमानांची श्रद्धा असल्याने त्यातूनच त्यातील शिस्तीची ही कल्पना

उदय पावली आहे. मुसलमान धर्माचा हा लष्करी पाया लक्षात घेतल्यास आपल्याला मुसलमानांचे आवश्यक म्हणून जे गुण सांगितले जातात, त्याचे आपोआपच स्पष्टीकरण मिळते. याचमुळे त्यांची असुधारणावादी वृत्ती, भोवतालच्या परिस्थितीशी जुळवून घेण्याची त्यांची असमर्थता, त्यांच्यातील प्रेरणाशक्ती आणि नवीन शोध लावण्याच्या शक्तीचा असलेला अभाव इ.जे मूलभूत दुर्गुण मुसलमानांत आढळतात, त्यांचेही स्पष्टीकरण आपल्याला होऊ शकते. सैनिकाला नुसते वरचे आदेश पाळावे लागतात. बाकी सर्व गोष्टी अल्लावर सोपविल्या असतात.'' (एच.कैसरलिंग).

ज्यावेळी राज्यातील पदे, वंश किंवा धर्म पाहून वाटली जातात व गुणावगुणांचा कोणताही विचार केला जात नाही, त्यावेळी अशा राज्यात आपल्याला काहीच भवितव्य नाही किंवा राज्यात आपल्याला कोणत्याही प्रकारे सहभागी होता येणार नाही असाच निष्कर्ष बिगर-मुसलमानी प्रजेला काढावा लागतो. मुसलमानी ईश्वरसत्ताक राज्य ज्यावेळी मिश्र लोकांवर प्रस्थापित होते, त्यावेळी चारह्नदोन लोकांच्या गटाची सत्ता आणि परक्या राष्ट्राची सत्ता ह्या दोन्ही पद्धतींतील अत्यंत वाईट दोष त्यात शिरतात.

याच्या जोडीला मोगल हिंदुस्थानात एका लहान अल्पसंख्याक गटाचे प्राबल्य प्रस्थापित झाले होते. हा जो अल्पसंख्याक गट होता तो राजकीयदृष्ट्या दलित समजल्या जाणाऱ्या बहुसंख्य गटापेक्षा वांशिक गुणांमध्ये, प्राकृतिक किंवा मानसिकदृष्ट्या वेगळा होता असे नसून तो फक्त धर्मदृष्ट्या वेगळा होता. संपूर्ण समाजाची सर्व साधनसंपत्ती आणि सत्ता समाजाचे कल्याण व्हावे ह्याकरिता सरकारकडे सोपविली असताना, आपल्याला नष्ट करण्याचे ध्येय बाळगणाऱ्या धर्माच्या प्रचाराकरिता केवळ त्याचा दुरुपयोग केला जात आहे असे राज्यात ज्या धर्माचे प्रभुत्व होते त्या धर्माबाहेरील सर्वच लोकांना साहजिकच वाटत होते. अशा राज्याला राष्ट्रीय म्हणवून घेण्याचा कोणताच अधिकार नव्हता; प्रजेच्या प्रेमावर आणि निष्ठेवर अशा राज्याची उभारणी झालेली नव्हती.

४. इस्लाम राज्यात सहिष्णुता अपवादात्मक आणि कुराणातील कायद्याविरुद्ध

इस्लामातील सनातनी लोकांचा राज्याचा आदर्श हा होता. अर्थात पुष्कळवेळा तर्कावर व्यावहारिक बुद्धी मात करी आणि धर्मशास्त्र बाजूला राहून मुत्सद्देगिरीचा विजय होई किंवा पुष्कळवेळा मानवी स्वभावातील दुर्बलतेमुळे प्रत्येक अधिकाऱ्याला किंवा प्रत्येक श्रेणीच्या अधिकाऱ्याला ही असहिष्णू व्यवस्था सर्व ठिकाणी किंवा पूर्णत: अमलात आणणे अशक्य होऊन जाई. त्यामुळे अनेक वेळा आपल्याला मुसलमान कारकिर्दीत असे कालखंड आढळतात की, ज्यात हिंदूंना सहिष्णू वृत्तीने वागविण्यात आले, त्यांच्या मालमत्तेला संरक्षण मिळाले किंवा एखाद्या उदारमतवादी आणि ज्ञानी

राजाने हिंदूंना कला आणि वाङ्मय, सार्वजनिक सेवा आणि सुबत्ता ह्यांच्यात प्रगती करून घेण्याकरिता मोठे उत्तेजन दिले आणि त्यामुळे अशा राज्याचे सामर्थ्य दिवसेंदिवस वाढत गेले आणि असे राज्य सधन बनले.

परंतु अशा तऱ्हेने विश्वासघात करून उदार वागणूक देणे हे मुळातच मोठे धोक्याचे आणि अपवादात्मकच होते. मूळ सनातनी आदर्शाच्या दृष्टीने हे अतिशय निंद्य अध:पतन आहे आणि राजाकडे जी कर्तव्ये सोपविलेली आहेत त्याकडे मोठ्या दुष्ट बुद्धीने जाणूनबुजून दुर्लक्ष करण्यात आले आहे असाच मुसलमान जगतात याचा अर्थ लावला जाई. राजाची सत्ता ज्यांच्या तलवारीवर अवलंबून असे ते सैनिक अशा उदार सुलतानाला धर्मभ्रष्ट आणि राज्य करण्याला नालायक समजत असत.

म्हणून बिगर-मुसलमानांची प्रगती आणि विकास, इतकेच काय त्यांचे सततचे अस्तित्वसुद्धा मुसलमान राज्याची जी मूलभूत तत्त्वे आहेत त्यांच्या विरोधी आहेत. अशा राज्यातील प्रजा ही नेहमीच अस्थिर अशा असंतुलनाच्या छायेत वावरत असते. ह्यात एकतर विरोधी गटांचा नाश होतो किंवा ते राज्यच मुसलमानांच्या हातातून निसटते. अशा रीतीने शासक आणि प्रजा यांच्यात कायमचे शत्रुत्व निर्माण होते आणि त्यामुळे मिश्र लोकसंख्या असलेल्या प्रत्येक मुसलमान राज्याचे तुकडे तुकडे होतात. ह्या सत्याची प्रचीती आपल्याला औरंगजेबाच्या कारकिर्दीवरून येते.

५. औरंगजेबाचे धर्मवेडेपणाचे धोरण आणि देवालयांचा नाश

औरंगजेबाने हिंदू धर्मावर जो हल्ला चढविला त्याचा प्रारंभ त्याने अतिशय कावेबाजपणाने केला. आपल्या कारकिर्दीच्या पहिल्या वर्षात, बनारसच्या एका पुजाऱ्याला त्याने जी सनद दिली त्यात स्वत:च्या (मुसलमान) धर्मानुसार नवीन देवालये बांधण्याला परवानगी नाही परंतु जुनी देवालये जी आहेत ती नष्ट करण्याची सक्ती नाही हे त्याने मान्य केले. इ.स.१६४४ मध्ये गुजराथचा राज्यपाल असताना अहमदाबाद येथील चिंतामणीचे जे हिंदू देवालय नुकतेच बांधण्यात आले होते त्या ठिकाणी एक गाय मारून त्याने ते भ्रष्ट करून टाकले आणि त्यानंतर त्याचे रूपांतर मशिदीत केले. याचवेळी त्याने प्रांतातील इतर अनेक हिंदू देवालयांचा विध्वंस करून टाकला. कारकिर्दीच्या प्रारंभी ओरिसातील कटकपासून मेदिनीपूरपर्यंतच्या प्रत्येक शहरातील आणि खेड्यातील गेल्या दहाह्यबारा वर्षांत बांधल्या गेलेल्या देवालयांचा, मातीच्या बांधकामाचा स्थानिक अधिकाऱ्यांनी पूर्णपणे विध्वंस करावा आणि जुन्या देवालयांची दुरुस्ती करण्यालाही अनुमती देऊ नये अशा सूचना त्याने याचबरोबर दिल्या.

यापुढे ९ एप्रिल १६६९ रोजी त्याने ''काफिरांच्या सर्व पाठशाला आणि देवालये नष्ट करावीत आणि त्यांच्या धार्मिक प्रवचनांवर आणि उपासनेवर बंदी घालावी'' अशा प्रकारचा एक सर्वसाधारण आदेश त्याने जारी केला. सर्व भारतात हिंदूंमध्ये ज्याबाबत असीम पावित्र्याची भावना होती अशा देवालयांवर म्हणजे सोमनाथाचे

दुसऱ्यांदा बांधलेले देवालय, बनारसचे विश्वनाथाचे देवालय आणि मथुरेचे केशवरायाचे देवालय याकडे आता त्याची नजर गेली.

मुसलमानांच्या धर्मवेडाला वारंवार बळी पडणारे म्हणून मथुरा ह्या पवित्र शहराचा उल्लेख करावा लागेल. आग्रा आणि दिल्ली यामध्ये राजाच्या जाण्यायेण्याच्या मार्गावरच हे शहर वसलेले होते. औरंगजेबाने अब्दुलनबी नावाच्या एका ''कडव्या धार्मिक माणसाची'' हिंदूंचे दमन करण्याकरिता मथुरेला फौजदार म्हणून नेमणूक केली.

दाराने दिलेल्या देणगीमधून केशवराय देवालयाभोवती एक दगडाचे कुंपण बांधण्यात आलेले आहे असे कळल्यावरून औरंगजेबाने १४ ऑक्टोबर १६६६ रोजी ते काढून टाकण्याचा हुकूम दिला आणि शेवटी जानेवारी १६७० मध्ये त्याने हे देवालय पूर्णपणे नष्ट करण्याचा हुकूम दिला आणि शहराचे नाव बदलून इस्लामाबाद ठेवण्यात आले. हिंदूची पवित्र उपासना-स्थळे किंवा मंदिरे नष्ट करणे हे मुहतासिबांचे (Muhtasibs) किंवा प्रमुख धर्मपालांचे (Sensors of Morals) कर्तव्य समजले जाई. ह्या धर्मपालांच्या नेमणुका साम्राज्यातील सर्व उपविभागांत आणि शहरांत करण्यात आल्या होत्या. जून १६८० मध्ये मोगलांना एकनिष्ठ असणाऱ्या जयपूर राज्यातील अंबर राजधानीच्या शहरातील देवालयांचा पूर्णपणे विध्वंस करण्यात आला.

इ.स.१६७४ मध्ये गुजराथमधील हिंदूंना ज्या जमिनी धार्मिक कारणांवरून इनाम देण्यात आल्या होत्या (Wazifa) त्या सर्व जप्त करण्याचा आदेश त्याने दिला.

६. गैर–मुसलमानांवर आकारण्यात आलेला जिझिया कर किंवा धर्मपट्टी

(Poll-Tax)

इस्लाम राज्यात राहण्याची काफिराला अनुमती पाहिजे असल्यास त्याने जिझिया कर देणे आवश्यक होते. जिझिया म्हणजे बदली पैसा म्हणजे तुम्ही मुसलमान धर्म स्वीकारीत नाही म्हणून त्याऐवजी घेतलेला पैसा (Substitute Money), तुमच्यावर अनुग्रह करण्याकरिता वसूल केलेली ती किंमत होती (Price of Indulgence). प्रथमत: मुहंमद पैगंबराने हा कर आकारलेला आढळतो. मुहंमदाने आपल्या अनुयायांना आज्ञा केली, ''जोपर्यंत अत्यंत नम्रतेने जिझिया कर दिला जात नाही तोपर्यंत मुसलमान धर्माचा स्वीकार न करणाऱ्या काफिरांशी लढा द्या.'' (कुराण, नऊ, २९) ह्या आदेशातील शेवटले जे दोन शब्द होते त्यांचा मुसलमान भाष्यकारांनी कर देणाऱ्याला अपमानकारक वाटेल अशा पद्धतीने जिझिया कराची आकारणी करा असा अर्थ लावलेला आढळतो. कर भरणाऱ्या माणसाने पायी चालत समोर बसला असताना त्याने उभे राहून त्या कराचा भरणा केला पाहिजे; स्त्रिया, चौदा वर्षांखालील मुले आणि गुलाम यांना करापासून सूट देण्यात आलेली होती; आंधळी माणसे, पंगू आणि वेडी माणसे सधन असतील तरच त्यांना कर भरणे आवश्यक होते; दरिद्री भिक्षूंना करापासून सूट देण्यात आलेली होती. परंतु ते ज्या विहारात राहत असतील ते विहार श्रीमंत

असल्यास त्या विहारांच्या प्रमुखांना त्यांचा कर भरावा लागे. प्रत्यक्ष उत्पन्न काय आहे, ह्यावर कराची आकारणी केली जात नसे. तर कर भरणाऱ्या व्यक्तींची ढोबळ मानाने तीन वर्गांत विभागणी करण्यात आलेली होती. त्यांच्याजवळ २०० दिरहाम (Dirhams) किमतीची मालमत्ता आहे अशांचा एक वर्ग (''गरिबांचा वर्ग''), ज्यांच्याजवळ २०० ते १०००० दिरहाम आहेत अशांचा दुसरा वर्ग (''मध्यम वर्ग'') आणि १०००० दिरहामच्या वर ज्यांच्याजवळ मालमत्ता आहे अशांचा तिसरा वर्ग (श्रीमंतांचा वर्ग) अशी वर्गवारी करण्यात आलेली होती. सावकार, कपड्याचे व्यापारी, जमीनदार, व्यापारी आणि वैद्य यांचा अंतर्भाव सर्वांत वरच्या वर्गात करण्यात येई तर शिंपी, (कापड) रंगारी, लोहार, चांभार ह्यांसारखे कारागीर ''गरीब वर्गात'' मोडले जात. ह्या शेवटच्या वर्गाला कुटुंबाचे आणि स्वत:चे पोषण करून काही व्यावसायिक उत्पन्न शिल्लक राहिले तरच त्यांनी हा कर भरावा असा नियम होता. भिकारी आणि निर्धन व्यक्तींना साहजिकच करापासून सूट देण्यात आलेली होती.

ह्या तीन वर्गांकरिता कराचा दर वार्षिक १२, २४ आणि ४८ दिरहाम (Dirhams) निश्चित करण्यात आलेला होता. रुपयांत हा दर सांगावयाचा झाल्यास ३ $\frac{१}{३}$ रु, रु.६ $\frac{२}{३}$ आणि १३ $\frac{१}{३}$ इतका होता. गरीब वर्गावर ह्या कराचा बोजा त्यांच्या एकूण उत्पन्नाच्या कमीत कमी ६ टक्के इतका होता; मध्यम वर्गावर ६ ते १/४ टक्के इतका होता तर श्रीमंत वर्गावर दरहजारी २ $\frac{१}{२}$ टक्क्यांइतका (कमी) होता. कर आकारणाच्या आधुनिक तत्त्वांचे त्यात उल्लंघन झालेले होते कारण जिझिया कराचा जास्तीत जास्त बोजा गरीब वर्गावर पडलेला होता. धार्मिक सवलत मिळावी म्हणून गरीब माणसाला जी किंमत द्यावी लागत होती, ती एका वर्षाच्या धान्याच्या किमतीइतकी होती. यावरून जिझिया कराचा बोजा गरीब माणसावर किती होता याची कल्पना येऊ शकेल. अकबराने हा कर रद्द करून आपल्या राज्यातील बहुसंख्य प्रजेवर हा जो द्वेषमूलक कलंक लागलेला होता तो दूर केला. (१५६४). औरंगजेबाने हे धोरण बदलून तो परत सुरू केला.

२ एप्रिल १६७९ च्या शाही आदेशानुसार मोगल साम्राज्यातील सर्व प्रदेशात ''काफिरांवर'' जिझिया कर पुन्हा बसविण्यात आला. एका सरकारी इतिहासकारानेच नमूद केल्याप्रमाणे ह्या आदेशाचा उद्देश ''इस्लाम धर्माचा प्रसार करणे आणि पाखंडी विचारांचा जो प्रसार होत होता त्याला आळा घालणे'' हा होता. दिल्ली आणि त्या सभोवतालच्या प्रदेशात राहणाऱ्या हिंदूंनी एकत्रित येऊन हा कर रद्द करा अशी बादशहाची करुणा भाकली. परंतु बादशहाने ह्या विनवणीकडे यत्किंचितही लक्ष दिले नाही. पुढील शुक्रवारी, किल्ल्याच्या दरवाजापासून ते जामा मशिदीपर्यंतच्या सर्व मार्गावर दीनपणे विनवणी करणाऱ्या हिंदूंनी उभे राहून मार्ग रोखून धरला. त्यांना इशारा देऊन सुद्धा ते तेथून हलले नाहीत. बादशहाने मशिदीत प्रार्थनेला जाण्याकरिता रस्ता मिळावा म्हणून जवळ जवळ एक तास सतत वाट पाहिली परंतु त्याचा काहीच उपयोग होत नाही असे

पाहून शेवटी त्याने तिथल्या गर्दीतून जाण्याला त्याला मार्ग मिळावा म्हणून जमावावर हत्ती घालण्याची आणि जमावाला चिरडून टाकण्याची आज्ञा केली. नवीन जिझिया कर जो लावण्यात आलेला आहे, त्या धोरणातील वेडेपणा दर्शविणारे एक सौम्य आणि तर्काधिष्ठित पत्र शिवाजीने ह्याचवेळी औरंगजेबाला लिहिले. संपूर्ण मानवजातीला घडविणाऱ्या एकाच परमेश्वराची आठवण ठेवावी आणि परमेश्वराजवळ सर्वच धर्मांना कसे बरोबरीचे स्थान आहे ह्याचा याचबरोबर विचार करावा अशी खास विनंती शिवाजीने औरंगजेबास ह्या पत्रात केलेली होती. परंतु ह्याही पत्राचा बादशहावर कोणताच परिणाम झाला नाही.(पाहा खंड ३रा मधील परिशिष्ट ६वे किंवा शिवाजी,प्रकरण १३.)

हा कर आकारल्याने सरकारला फार मोठे उत्पन्न झाले. उदाहरणार्थ, गुजराथ प्रांतात कराचे उत्पन्न वार्षिक ५ लाख रुपये होते. प्रत्येक नागरिक सरकारला जो प्रत्यक्ष कर भरीत असे त्याच्या १/३ इतका अधिक कर हिंदूंना ह्या जिझियाच्या रूपाने द्यावा लागत होता असे जर म्हटले तर ते फारसे चूक ठरू नये. ह्या परिस्थितीत मुसलमान असणे म्हणजे ह्या जादा करापासून सुटका असाच याचा अर्थ होता.

जिझिया कर पुन्हा आकारण्यात आल्याने हिंदूंवर जास्त दडपण येऊन त्यांनी मुसलमान धर्म स्वीकारावा * आणि मुसलमानांची संख्या वाढावी हा हेतू होता. ह्याची उघड कबुली सरकारीरीत्या सुद्धा देण्यात आलेली होती. समकालीन निरीक्षक मनुकी

(***टीप :** त्याच्या मर्जीतल्या सचिवाच्या आज्ञेवरून सरकारी दफ्तरखान्यातील कागदपत्रांचा उपयोग करून घेऊन जो शासकीय इतिहास लिहिण्यात आला त्यात नमूद करण्यात आले, ''धर्मपरायण बादशहाचा, मुसलमान धर्माचा प्रसार व्हावा आणि काफिरांच्या उपासना-पद्धती नष्ट व्हाव्यात हाच प्रधान हेतू असल्याने त्याने पहिल्या रबी-उल-आवल पासून (२ एप्रिल १६७९) अतिशय नम्र भावनेने जोपर्यंत काफिर स्वत: उपस्थित होऊन मोबदला देत नाहीत तोपर्यंत'', (एम.ए.१७४) कुराणात सांगितलेल्या ह्या अटीसह झिम्मीवर जिझिया कर आकारण्यात यावा असे आदेश त्याने जारी केले. शासकीय कागदपत्रांवर आधारित असलेल्या दुसऱ्या मिरात-ई-अहमदी ३७३ ह्या इतिहासग्रंथात सुध्दा जिझिया लावण्यात औरंगजेबाचा हाच हेतू होता असे नमूद केलेले आढळते. लष्करातील सेवेतून माफी मिळावी म्हणून त्याकरिता दिलेला ''माफीचा कर'' (Commutation Money) म्हणजे जिझिया हा जो सिद्धान्त काही आधुनिक लेखकांनी मांडलेला आढळतो, त्याला इतिहासात कोणताही पुरावा आढळून येत नाही. कारण ''धार्मिक स्वातंत्र्यावर लावलेल्या ह्या जिझिया कराऐवजी लष्करी नोकरीतून माफी मिळावी म्हणून लावलेला कर'' प्रत्यक्ष युरोपीय तुर्कस्थानात सुद्धा अतिशय उशिरा म्हणजे १० मे १८५५ रोजी अमलात आलेला आपल्याला दिसून येतो.(मुसलमानी ज्ञानकोश, खंड १.१०५२).

ह्याने म्हटल्याप्रमाणे "ज्या हिंदूंना कर भरणे शक्य नव्हते त्यांनी कर-वसूल करण्याऱ्या अधिकाऱ्यांच्या अपमानकारक आणि निंदाव्यंजक वर्तणुकीपासून सुटका व्हावी म्हणून मुसलमान होणे पसंत केले.....औरंगजेबाला ह्याचा मनस्वी आनंद वाटला."

७. हिंदूंविरुद्ध योजण्यात आलेले दडपशाहीचे उपाय

१० एप्रिल १६६५ रोजी जो वटहुकूम काढण्यात आला, त्यानुसार विक्रीकरिता आणलेल्या सर्व वस्तूंवर मुसलमानांना किमतीच्या २ $\frac{१}{२}$ टक्के आणि हिंदू-विक्रेत्यांना ५ टक्के महसूल किंवा जकात कर निश्चित करण्यात आला.

९ मे १६०७ रोजी बादशहाने मुसलमान व्यापाऱ्यांवरचा हा महसूल किंवा जकात कर पूर्णपणे रद्द करून टाकला; हिंदूंवरचा कर मात्र त्याने पूर्वीइतकाच कायम ठेवला. यामुळे हिंदू व्यापारी मुसलमानांशी गुप्त संगनमत करून स्वत:चा व्यापारी माल मुसलमानांचा म्हणून दाखवून कर बुडविण्याची शक्यता जास्त होती आणि यात सरकारला मिळणाऱ्या उत्पन्नात फार मोठी घट होण्याचा अधिक संभव होता.

काफिरांवर आर्थिक दडपण आणण्याच्या धोरणाचा तिसरा उपाय म्हणजे धर्मांतर केलेल्या व्यक्तींना द्रव्याच्या स्वरूपात बक्षिसे देणे, सार्वजनिक सेवेत मोठमोठ्या जागा देणे, मुसलमान होण्याचे कबूल केल्यास तुरुंगातून मुक्तता करणे किंवा विवाद्य मालमत्तेचा वारसा हक्क मिळवून देणे हा होय.

इ.स.१६७१ मध्ये सरकारी मालकीच्या जमिनीतल्या शेतीचा शेतसारा वसूल करणारे अधिकारी (Rent Collectors) मुसलमानच असले पाहिजेत असा वटहुकूम जारी करण्यात आला. ह्याचबरोबर सर्व सुभेदारांनी आणि तालुकदारांनी आपल्या पेशकारांना (प्रमुख-लिपिक) आणि लेखापालांना (दिवाण) नोकरीतून काढून टाकावे आणि त्यांच्या जागी मुसलमानांच्या नेमणुका व्हाव्यात असाही हुकूम त्याने अमलात आणला. प्रांतीय सुभेदारांच्या हिंदू पेशकारांना नोकरीतून काढून लावल्याने राज्य चालविणे अशक्य आहे असे आढळून आले. परंतु तरीसुद्धा काही ठिकाणी हिंदू करोरींच्या (Kroris - प्रत्यक्ष महसूल वसूल करणारे अधिकारी) जागी मुसलमान अधिकाऱ्यांना नेमण्यात आले. पुढे राज्यकारभार चालविणे अगदीच अशक्य होऊन बसले म्हणून बादशहाने महसूल मंत्र्यांना आणि खजिनदारांच्या (मीर बक्षी किंवा पे-मास्टर-जनरल) विभागात पेशकारांच्या अर्ध्या जागांवर हिंदूंच्या आणि अर्ध्या जागांवर मुसलमानांच्या नेमणुका करण्यास अनुमती दिली. औरंगजेबाच्या कारकिर्दीत "मुसलमान धर्म स्वीकारल्यास कानुंगोची जागा मिळणे" अशी म्हणच पडली होती. पंजाबमधील अनेक कुटुंबात आजसुद्धा धर्मांतराची ही अट पूर्ण केली म्हणून वरील जागा देण्यात आली आहे असे निर्लज्जपणे नमूद करणारे अनेक हुकूमनामे पाहण्यात येतात.

काही धर्मांतर केलेल्या व्यक्तींची बादशहाच्या खास आदेशावरून दिल्ली शहरातून बँडच्या निनादात आणि विजयी ध्वज लावून हत्तींवरून खास मिरवणूक काढण्यात येई. इतरांना दैनंदिन भत्ता मिळत असे. हा कमीत कमी चार आण्याचा भत्ता असेच.

मार्च १६९५ मध्ये राजपूत सोडून इतर सर्व हिंदूंना पालखीत बसण्यास, हत्तीवर किंवा उमद्या घोड्यांवर स्वार होण्यास मनाई करण्यात आली. जवळ शस्त्र बाळगण्यासही त्यांना बंदी घालण्यात आली.

वर्षातील काही शुभ दिवशी भारतातील सर्व हिंदू त्यांच्या तीर्थक्षेत्रांच्या ठिकाणी यात्रा भरवितात. अशा वेळी असंख्य स्त्री पुरुष आणि मुले एकत्रित जमतात; अशा ठिकाणी दुकानदार आपली दुकाने थाटून आपला तऱ्हेतऱ्हेचा माल विक्रीला ठेवतात. अशा ठिकाणी खेड्यातील स्त्रिया आपल्या दूरदूरच्या नातेवाईकांना आणि मित्र मैत्रिणींना भेटून ह्या यात्रेत आनंद लुटतात. औरंगजेबाने आपल्या संपूर्ण राज्यात अशा यात्रा भरविण्याला इ.स.१६६८ मध्ये बंदी घातली.

दिवाळी आणि होळी ह्यांसारखे हिंदूंचे जे प्रमुख सण होते ते विशिष्ट अटींवर, ज्या ठिकाणी बाजार भरतो त्याच्या हद्दीबाहेर साजरे करावेत असाही हुकूम औरंगजेबाने दिला.

८. मथुरा जिल्ह्यातील हिंदूंवर अत्याचार – शेतकऱ्यांच्या बंडाळ्या

शासनाच्या सर्व शक्तिनिशी अशा प्रकारे हिंदू धर्मावर असे उघडपणे हल्ले चढविल्यामुळे हिंदू-धर्मीयांचा छळ होऊन त्यांच्यात कमालीचा असंतोष निर्माण होणे साहजिकच होते. ह्या सुमारास बादशहाचा खून करण्याचे काही आक्रस्ताळे प्रयत्न करण्यात आले परंतु ते प्रयत्न वेडेपणाचे ठरून अपयशीच ठरले.

१६६९ च्या आरंभी मथुरा जिल्ह्यातील हिंदू प्रजेने मोठया प्रमाणात बंड करण्याचा एक फार मोठा प्रयत्न केला.

ऑगस्ट १६६० पासून मे १६६९ पर्यंत अब्दुन नबीखान हा मथुरेला फौजदार म्हणून कामकाज पाहत होता. त्याने "मूर्तीपूजा मुळातून खणून काढा" हे जे बादशहाने आखून दिलेले धोरण होते त्याची तंतोतंत अंमलबजावणी करण्याचे ठरविले.

फौजदाराच्या पदावर रुजू झाल्यानंतर लवकरच त्याने मथुरा शहरातील मध्यभागी एका उद्ध्वस्त हिंदू देवळाच्या अवशेषांवर जामा मशिद उभारली. (१६६१-१६६२) इ.स.१६६६ मध्ये केशवराय देवालयाला दारा शुकोहने ज्या पाषाणाच्या कोरलेल्या नक्षीकाम असलेल्या कमानी बांधून दिलेल्या होत्या, त्या काढून टाकल्या. इ.स.१६६९ मध्ये ज्यावेळी तिलपतचा जमीनदार गोकला ह्याच्या नेतृत्वाखाली जाट शेतकऱ्यांनी बंड पुकारले, त्यावेळी ते बंड मोडून काढण्याकरिता अब्दुन नबी याने बशरा ह्या खेड्याकडे

आपला मोर्चा वळविला परंतु तिथे झालेल्या चकमकीत तो ठार मारला गेला (१० मेच्या सुमारास). विजयोन्मादाने गोकलाने सदाबादचा परगणा लुटला आणि ही बंडाळी भोवतालच्या आग्रा जिल्ह्यातील जवळच्या प्रदेशातही पसरली.

ह्यामुळे औरंगजेबाने हे बंड मोडून काढण्याकरिता आपल्या उच्च अधिकाऱ्यांच्या नेतृत्वाखाली बलिष्ठ सैन्य पाठविले. संपूर्ण १६६९ मध्ये मथुरा जिल्ह्यात सर्वत्र बंडाळीच चालू होती. ४ डिसेंबर रोजी हसन अलीखानाने काही बंडखोर खेडुतांवर हल्ले चढविले. त्यांनी दुपारपर्यंत चांगला प्रतिकार केला परंतु पलीकडे लढणे अशक्य आहे असे त्यांना आढळून आल्याने त्यांनी आपल्या स्त्रियांना ठार मारून टाकले आणि त्यानंतर जीवावर उदार होऊन त्यांनी मोगलांवर हल्ला चढविला. मारू किंवा मरू ह्या निश्चयाने त्यांनी हा हल्ला चढविल्याने त्यांचा हा हल्ला भीषण होता.

पुढील महिन्यात हसन अली खानाने गोकलांचा पराभव केला. बंडखोरांची संख्या ह्यावेळी २०००० होती आणि त्यांच्यात जाट व इतर मोठ्या शेतकऱ्यांचाच भरणा जास्त होता. तिलपतपासून २० मैलांवर एका ठिकाणी त्यांची आणि मोगल सैन्याची गाठ पडली. दीर्घकाळपर्यंत त्याठिकाणी भीषण संघर्ष केल्यानंतर मोगल सैन्याच्या कडक शिस्तीसमोर आणि तोफखान्यासमोर त्यांना माघार घ्यावी लागली आणि तेथून त्यांनी तिलपतला पलायन केले. मोगलांनी ताबडतोब तिलपतला तीन दिवसपर्यंत वेढा दिला आणि शेवटी तलवारी घेऊन त्यांनी शत्रूच्या गोटावर हल्ला चढविला. ह्या हल्ल्यात भीषण मनुष्यहानी घडून आली. विजयी पक्षाला ४००० माणसे गमवावी लागली तर पराभूत पक्षाकडील ५००० माणसे ठार मारली गेली. याचबरोबर गोकला या त्याच्या कुटुंबीयांसहित ७००० लोक युद्धकैदी म्हणून पकडले गेले. आग्र्याच्या पोलिस कार्यालयात जाट पुढारी गोकला याचे शरीर क्रमाक्रमाने क्रूरपणे तोडण्यात आले आणि त्याच्या कुटुंबीयांना जबरदस्तीने मुसलमान धर्माची दीक्षा देण्यात आली.

हसन अलीने ही जी कडक उपाययोजना केली त्याचा योग्य तो परिणाम झाला आणि त्यामुळे जिल्ह्यात तात्पुरती का होईना परंतु शांतता प्रस्थापित झाली. इ.स.१६८६ मध्ये दुसऱ्या जाट उठावास प्रारंभ झाला. त्याचे नेतृत्व राजाराम ह्या पुढाऱ्याने केले होते. ह्या संघर्षाची हकीगत पुढे येईलच.

९. सतनामी पंथ ; त्यांचा उठाव, १६७२

औरंगजेबाविरुद्ध ज्या सतनाम्यांनी बंड पुकारले ते खरोखरीच मुळात साधू होते. ते स्वत:ला 'सतनामी' म्हणवून घेत असत. नारनोळनजीक बिजेसरच्या बीरभानाने इ.स.१५४३ मध्ये ह्या एकेश्वरी जमातीची स्थापना केली. राय दासी समाजाचीच ती एक शाखा होती असे दिसून येते. भिवयांसकट सर्व केसांचे ते मुंडन करीत असल्याने

लोकांनी त्यांना मुंडीयाज (Mundiyas) किंवा श्मश्रू करणारे असे नाव ठेवले. १७ व्या शतकात त्यांचे प्रमुख केंद्र दिल्लीच्या नैर्ऋत्येला ७५ मैलांवर नारनोळ जिल्ह्यात होते.

खाफीखानाने त्यांचे वर्णन करताना ते प्रामाणिक आणि एकमेकांविषयी बंधुभाव बाळगणारे लोक होते असे त्यांचे चांगले गुणवर्णन केलेले आढळते. त्याने लिहिले, ''त्यांचा पोशाख जरी फकिरासारखा होता तरी ते सर्व शेती किंवा अल्प भांडवलावर चालणारा व्यापार करीत. स्वधर्माचे पालन करून ते चांगले नाव मिळविण्याचा प्रयत्न करीत आणि कोणत्याही लबाड किंवा गैरमार्गानी पैसा मिळविण्याचा कधीही प्रयत्न करीत नसत.''

ह्या लोकांचा शासनाशी जो संघर्ष निर्माण झाला तो एका लहानशा ऐहिक कारणाने निर्माण झाला. ''एके दिवशी नारनोळजवळ शेताच्या बांधावर उभे राहून शेताचे निरीक्षण करीत उभ्या राहिलेल्या पायदळातील एका शिपायाचे आणि त्या शेताच्या मालकाचे कडाक्याचे भांडण झाले आणि रागाच्या भरात हातातल्या जाड दंडुक्याने त्या सैनिकाने शेतकऱ्याचे डोके फोडले. त्यामुळे सतनाम्यांच्या एका जमावाने हल्लेखोरावर हल्ला चढवून त्याला मरेस्तोवर मारले. शिकदराच्या (महसूल वसूल करणारा कनिष्ठ अधिकारी) कानावर ही वार्ता येताच त्याने काही पायदळातील सैनिक ह्या लोकांना पकडण्याकरिता पाठविले, परंतु मोठ्या संख्येत सतनामी जमले, त्यांनी पायदळातील सैनिकांना चांगलाच मार दिला, काहींना जखमीसुद्धा केले आणि त्यांच्या हातातून त्यांनी त्यांची शस्त्रास्त्रे हिसकावून घेतली. प्रत्येक तासाला त्यांचा दंगा आणि संख्या वाढू लागली.''

ह्या भांडणाला लवकरच धार्मिक रंग प्राप्त होऊन औरंगजेबाच्या विरुद्ध पुकारलेले हिंदूंचे मुक्ती युद्ध असे स्वरूप त्याला प्राप्त झाले. सतनामी लोकात आता एक प्रेषित स्त्री अवतीर्ण होऊन तिने असे जाहीर केले की, तिच्या ध्वजाखाली जे लोक लढतील त्यांच्यावर शत्रूच्या शस्त्रात्रांच्या माऱ्याचा कोणताही प्रभाव पडणार नाही आणि त्यांच्यापैकी रणक्षेत्रावर एक माणूस ठार मारला गेला तर त्याच्या जागी नवीन ८० शिपाई निर्माण होतील आणि अशा रीतीने तिच्या प्रभावाने सतनामी अजिंक्य ठरतील. ही बंडाळी पाहता पाहता एखाद्या वणव्यासारखी सर्वत्र पसरली आणि मोगल शासनसुद्धा ह्या बंडाळीमुळे आश्चर्यचकित झाले. लवकरच ह्या बंडाळीत ५००० सशस्त्र सतनामी सामील झाले. स्थानिक अधिकाऱ्यांनी ह्या बंडाळीचे गंभीर स्वरूप ओळखले नाही आणि त्यांनी सैनिकांच्या लहान लहान तुकड्या बंडाचा उपद्रव नाहीसा करण्याकरिता पाठविल्या परंतु त्यांचा लगोलग पराभव झाला. प्रथमत: हे जे विजय मिळत गेले, त्यामुळे बंडवाल्यांचा आत्मविश्वास वाढला आणि त्या प्रेषित स्त्रीने तिच्या प्रभावाच्या आणि जादूच्या ज्या गोष्टी सांगितल्या होत्या त्या खऱ्या आहेत असे त्यांना वाटू

लागले. नारनोळच्या फौजदाराचा जबरदस्त पराभव करण्यात आला. त्यात त्याची मोठ्या प्रमाणात हानी झाली. नारनोळ शहरसुद्धा बंडवाल्यांच्या ताब्यात गेले. विजेत्या बंडवाल्यांनी नारनोळ शहर पूर्णपणे लुटून घेतले, त्यातील मशिदी त्यांनी पूर्णपणे नष्ट करून टाकल्या आणि जिल्ह्यात ठिकठिकाणी त्यांनी आपली ठाणी प्रस्थापित करून आणि शेतकऱ्यांकडून शेतसारा वसूल करून त्यांनी त्या जिल्ह्यात आपला स्वत:चा राज्यकारभार सुरू केला. ज्यावेळी दिल्लीत धान्याची टंचाई जाणवू लागली आणि नागरिकांत अस्वस्थता निर्माण होऊन घबराट निर्माण झाली, त्यावेळी बंडाचे गांभीर्य दिल्लीच्या अधिकाऱ्यांच्या लक्षात आले. सतनामी लोकांजवळ काही अधीदैवी शक्ती आहेत ह्या अफवांमुळे तर शाही सैन्यात घबराट निर्माण होऊन त्यांना शक्तिपात झाल्यासारखे वाटू लागले.

ह्या संकटाला तोंड देण्याकरिता औरंगजेब खडबडून जागा झाला. १५ मार्च रोजी त्याने रादन्दाजखान आणि इतर पुष्कळसे उच्च अधिकारी यांच्या नेतृत्वाखाली तोफखान्यासह १०००० चे प्रचंड आणि बलिष्ठ सैन्य देऊन आणि त्याचबरोबर बादशहाच्या संरक्षक दलातील खास राखीव सैन्य पाठवून बंडखोरांविरुद्ध रवाना केले. सतनामी पक्षांकडील दैवी प्रभावावर उपाययोजना म्हणून औरंगजेबाने स्वत:च्या हस्ताक्षरात कुराणातील प्रार्थना आणि काही जादूटोणाच्या आकृत्या काढून ते कागद आपल्या सैन्याच्या ध्वजांवर शिवून लावण्याची आणि शत्रूला ते ठळक जागी दिसतील अशा रीतीने समोर ठेवावेत अशी त्याने आज्ञा केली. औरंगजेब हा स्वत: ह्या भूतलावर वावरणारा जिताजागता साधू आहे (आलमगिर जिंदा पीर) अशी कीर्ती अगोदरच असल्याने त्याचा फायदा उठविण्याचा हेतू यात होता. ह्यानंतर जी चकमक घडून आली ती भीषण होती. अतिशय घनघोर लढाईनंतर, दोन हजार सतनामी लोकांनी रणक्षेत्रावर बलिदान केले. त्यानंतर मोगल सैन्याने सतनामी सैन्याचा जो पाठलाग केला, त्यातही शेकडो सतनामी ठार मारले गेले. ''यातून फारच थोड्यांची सुटका झाली आणि अशा रीतीने ह्या प्रदेशातून काफिरांचे पूर्णपणे उच्चाटन झाले.''

१०. शीख धर्माची मार्गक्रमणा; त्याच्या नेतृत्वाच्या स्वरूपात आणि उद्दिष्टात घडून आलेला बदल

१५व्या शतकाच्या अखेरीस पंजाबात बाबा नानक नावाच्या एका हिंदू सुधारकाचा उदय झाला. त्याने धर्माच्या बाह्य स्वरूपाऐवजी त्यातील आत्मा लोकांनी ओळखावा, निर्जीव बाह्य धर्मविधीऐवजी त्यातील खऱ्या श्रद्धेचा शोध घ्यावा आणि धर्मग्रंथांचा शब्दश: अर्थ लावण्याऐवजी त्यातील मूळ प्रेरणा ओळखावी अशी लोकांना शिकवण दिली. सर्व साधारण लोकांना भक्ती करण्याकरिता जरी हजारो देवदेवता निर्माण झालेल्या

असल्या तरी ह्या सर्वांच्या मुळाशी एकच देव आहे अशा एकत्वावर त्याने विशेष भर दिला. आपल्या पंथात कोणतीही जातपात, पंथ याचा भेद न मानता सर्वच खऱ्या ईश्वरभक्तांनी सामील व्हावे असे त्याने आवाहन केले आणि अशा रीतीने एक भ्रातृसंघ त्याने स्थापन करण्याचा प्रयत्न केला. नानकानंतर ह्या पंथात त्याचे जे वारस होऊन गेले, त्यानी नानकाच्या उद्दिष्टांचा त्याग करून ह्या पंथाला ऐहिक स्वरूप आणले आणि व्यक्तीचे नैतिक पुनरुत्थान आणि आध्यात्मिक प्रगती ह्याऐवजी त्यांनी लष्करी कवायतीला स्थान दिले. ''आज शीखांमध्ये प्रगतीचे कोणतेही चिन्ह दिसून येत नाही. एका लहानशा पंथात त्यांची शेवटी परिणती झालेली आहे. शतके निघून गेली परंतु त्यांच्यात एकही आध्यात्मिक गुरू निर्माण होऊ शकलेला नाही.'' (रविंद्रनाथ टागोर)

नानक हा खत्री किंवा वैश्य म्हणून ओळखल्या जाणाऱ्या हिंदू जातीत जन्माला आला. त्याचा इ.स.१४५९ मध्ये लाहोरच्या नैर्ऋत्य दिशेला ३५ मैलांवर वसलेल्या तलवंडी (आता नानकआना) ह्या गावी जन्म झाला. त्याने लोकांना जी शिकवण दिली, त्याचा मुख्य भावार्थ असा की एकाच खऱ्या परमेश्वरावर श्रद्धा ठेवावी आणि ह्या परमेश्वराचा साक्षात्कार होईल अशा पद्धतीने प्रत्येक व्यक्तीचे जीवन घडवावे.

कबीराच्याच शब्दांची पुनरुक्ती करून त्याने म्हटले, ''नम्र भाव आणि प्रार्थना, संयम, स्वत:च्या अंत:करणाची सतत परीक्षा आणि ईश्वरावर सतत दृष्टी लावून बसणे ह्यामुळे परमेश्वराचा प्रत्येकाला साक्षात्कार होऊ शकतो.'' नानकाच्या सभोवती (नानक १५३८ पर्यंत जिवंत होता) खऱ्या भक्तांचा मोठा गोतावळाच जमला आणि लवकरच त्याचे पंथात रूपांतर झाले.

नानकापासून ते पाचवा गुरू अर्जुनपर्यंत सोळाव्या शतकात जे जे शीख धर्मगुरू होऊन गेले, त्या सर्वांबद्दल त्यांच्या शुद्ध जीवनामुळे मोगल राजांना मोठा आदर वाटत होता आणि त्याचे कोणाशीही इस्लाम धर्माशी किंवा राज्याशी-कोणतेही भांडण नव्हते.

औरंगजेबाच्या कारकिर्दीपूर्वी धार्मिक कारणावरून शीखांचा कधीही छळ करण्यात आला नव्हता आणि मोगल राज्याशी जहांगीरच्या कारकिर्दीपासून शिखांचा जो संघर्ष आला तो गुरूसंप्रदायाच्या स्वरूपात झालेला बदल आणि इतर निधार्मिक कारणांवरून निर्माण झाला.

शिखांचा पाचवा गुरू (१५८१-१६०६) अर्जुनसिंग ह्याच्या नेतृत्वाखाली शीख अनुयायांची संख्या वाढत गेली आणि त्याबरोबरच गुरूच्या संपत्तीतही वाढ झाली. स्थायी उत्पन्न आपल्याला मिळत जाईल अशी त्याने व्यवस्था केली. काबूलपासून डाक्यापर्यंतच्या प्रत्येक शहरात त्याने आपला एक शीख प्रतिनिधी नेमून त्याच्यामार्फत प्रत्येकाच्या उत्पन्नाचा काही भाग कर आणि इतर देणग्या जमविण्याला प्रारंभ केला.

धार्मिक निधीकरता नेमलेल्या त्या प्रतिनिधींनी गिळंकृत न केलेला पैसा अमृतसरच्या केंद्रीय कोषागारात सुरक्षितपणे पोहोचवला. राजा म्हणूनच गुरूला वागविण्यात येई. त्याच्याभोवती दरबारी आणि मंत्री यांचा वेढाच पडलेला असे. त्यांना ''मसनद'' (Masands) असे नाव मिळाले होते. दिल्लीच्या पठाण सुलतानांच्या राजवटीत दरबारातील सरदारांना ''मसनद-ई-अला'' (Masand-I-Ala) असे म्हणत असत. त्याचेच भ्रष्ट हिंदी स्वरूप म्हणजे ''मसनद'' शीखधर्मगुरू अर्जुनसिंग ह्याने एकदा मोगल गादीचा जहांगीरचा प्रतिस्पर्धी राजपुत्र खुसरो याला पाठिंबा दिला; इतकेच नव्हे तर त्याला आर्थिक मदतसुध्दा दिली. खुसरोचा पराभव झाल्यानंतर गुरू अर्जुनसिंगाच्या राजद्रोहाबद्दल जहांगीरने अर्जुनसिंगावर दोन लक्षाचा दंड बसविला. अर्जुनसिंगाने हा दंड भरण्याचे नाकारले आणि त्या दिवसात करचुकवेपणा करणाऱ्यास ज्या शिक्षा होत असत, त्यानुसार शांतचित्ताने आणि निर्विकारपणे तुरुंगवास आणि सक्तमजुरीची शिक्षा भोगली. लाहोरच्या उष्ण वाळूत बसण्याची त्याच्यावर सक्ती करण्यात आल्यावर उष्णता सहन न होऊन तो जून १६०६ मध्ये मृत्यू पावला.

त्याचा मुलगा हरगोविंद (१६०६-१६४५) हा गुरू बनल्यानंतर नवीन पर्वाला प्रारंभ झाला. ''त्याचे वर्तन त्याच्या वडिलांच्या अगदी विरुद्ध होते. त्याने स्वत:ला लष्करी कवायतीत प्रवीण बनविले आणि योजनापूर्वक शिकारीकडे वळला.'' आपल्या शरीर-संरक्षकांची संख्या त्याने हळूळू वाढवित नेऊन ५२ केली व लवकरच त्यांचे रूपांतर त्याने एका लहानशा सैन्यात केले. आपल्या अनुयायाला त्याने सांगितले, ''गुरु-गृहात धर्म आणि प्रापंचिक सुखे यांचा संगम घडून येईल.'' शहाजहानचे राज्यारोहण झाल्यानंतर, बादशहा शहाजहान अमृतसरजवळ ज्यावेळी शिकारीकरिता आला, त्यावेळी गुरू हरगोविंदाने सुद्धा शिकारीकरिता त्याच प्रदेशात प्रवेश केला. त्यावेळी गुरू हरगोविंदसिंगाचे शीख अनुयायी आणि बादशहाचे खाजगी नोकर यांच्यात एका पक्ष्याच्या शिकारीवरून भांडण निर्माण झाले. लवकरच ह्या भांडणाचे मारामारीत रूपांतर होऊन त्यात बादशहाचे काही नोकर ठार मारले गेले आणि ह्या नोकरांना माघार घ्यावी लागली. असा उद्धटपणा दाखविणाऱ्या बंडखोरांविरुद्ध लवकरच शाही सैन्य पाठविण्यात आले परंतु त्यांचा अमृतसरजवळील सांग्रणा ह्या ठिकाणी इ.स.१६२८ मध्ये पराभव करण्यात आला. त्यात शाही सैन्याची मोठ्या प्रमाणात हानी घडून आली. शिखांच्या ह्या विजयाची वार्ता सर्वदूर पसरली. ''ह्याचा परिणाम म्हणून गुरूच्या ध्वजाखाली सैन्यात भरती होण्याकरिता बरेच लोक पुढे आले. बादशहाशी संघर्ष करण्याची ताकद फक्त गुरू हरगोविंदसिंगात आहे असे ते सांगू लागले.'' शाही अधिकाराचा असा उघड उघड अवमान लाहोरनजीक होणे ही गोष्ट सहन होणेच शक्य

नव्हते. गुरू हरगोविंदसिंगाविरुद्ध त्यानंतर एकामागून एक मोठाली सैन्यदळे पाठविण्यात आली. सुरुवातीला जरी त्याला काही विजय मिळाले तरी मोगली सैन्याने त्याचे घर आणि मालमत्ता जप्त केली. शेवटी गुरू गोविंदसिंगाला मोगलांचे सैन्य जेथे पोहोचू शकणार नाही अशा काश्मिर खोऱ्यातील किर्तपूर ह्या ठिकाणी आश्रय घ्यावा लागला. गुरू हरगोविंदसिंग शेवटी १६४५ मध्ये किर्तपूर ह्या ठिकाणीच मृत्यू पावला.

गुरू हरकिसनचा इ.स.१६६४ मध्ये मृत्यू झाल्यानंतर शिखांमध्ये गोंधळ आणि अत्याचारांना प्रारंभ झाला. ''बकला (Bakala) च्या बावीस व्यक्तींनी त्याच्या गादीवर आपला हक्क सांगितला. ह्या स्वयंसिद्ध गुरूंनी शिखांकडून जबरदस्तीने देणग्या वसूल करण्याला प्रारंभ केला.'' काही काळानंतर बहुसंख्य शिखांनी हरगोविंदचा सगळ्यांत लहान मुलगा तेग बहादूर याला आपला धर्मगुरू म्हणून मान्यता दिली.

आनंदपूर ह्या ठिकाणी राहत असताना शीख-पंथावर जे हल्ले चाललेले होते आणि शिखांच्या पवित्र स्थानांची जी विटंबना चाललेली होती, ती पाहून तो प्रतिकाराकरिता सिद्ध झाला. काश्मिरमध्ये हिंदूंना जबरदस्तीने जी मुसलमान धर्माची दीक्षा दिली जात होती, त्याविरुद्ध हिंदूंनी प्रतिकार करावा असे त्याने प्रोत्साहन दिले आणि अशा रीतीने त्याने बादशहाची उघडपणे अवज्ञा केली. त्यानंतर त्याला पकडून दिल्लीला नेण्यात आले, तिथे त्याला तुरुंगात ठेवण्यात आले आणि त्याने मुसलमान धर्माची दीक्षा घ्यावी असे सांगण्यात आले. त्याने त्याला नकार देताच पाच दिवसपर्यंत त्याचे हालहाल करण्यात आले आणि शेवटी बादशहाच्या लेखी आदेशानुसार त्याचा शिरच्छेद करण्यात आला (डिसें.१६७५).

ह्याचा परिणाम म्हणून शेवटी शीख आणि मुसलमान यांच्यात उघड युद्धाला प्रारंभ झाला. ह्याचवेळी शिखांमध्ये एका नेत्याचा उदय होऊन त्याने शीख पंथाची पुनर्घटना करून तो पंथ मोगल साम्राज्य आणि मुसलमान धर्म यांचा कडवा प्रतिकार करील आणि त्यांच्याशी जन्मजात, कधीही न संपणारे वैर धरील असे त्याला स्वरूप दिले. शिखांचा शेवटचा आणि दहावा गुरू आणि तेग बहादूरचा एकुलता एक मुलगा हरगोविंद राय (१६७६-१७०८), ज्याने हे घडवून आणले, तो ''कोल्ह्यांचे वाघांमध्ये आणि चिमण्यांचे ससाण्यांमध्ये रूपांतर घडवून आणील'' अशी भविष्यवाणी त्याच्या जन्मापूर्वीच करण्यात आलेली होती.

गुरू हरगोविंद याला यश मिळाले त्याची कारणे कोणती, ह्याचा आपण ह्या ठिकाणी विचार करणे योग्य ठरेल. गुरूला वर वर चढवत नेऊन शेवटी त्याला आधिदैविक स्वरूप देण्यात आले हे प्रथम कारण दिसून येते. कोणताही प्रश्न मनात न आणता शीख गुरूच्या आज्ञा आंधळेपणाने पाळल्या पाहिजेत अशी शिखांना शिकवणच देण्यात

आलेली होती. वरच्या वरिष्ठावर शिखांची जी ही श्रद्धा होती त्यामुळेच पलटणीत ज्याप्रमाणे सैनिक संघटित केले जातात त्याप्रमाणे शिखांचा पंथ संघटित झाला. १७व्या शतकात शीख आपल्या भ्रातृभावाबद्दल आणि एकमेकांविषयी वाटणाऱ्या आत्मियतेबाबत प्रसिद्ध होते. खास कामगिरीकरिता ईश्वराने आपली निवड केलेली आहे आणि त्यामुळे आपण खास माणसे आहोत असे त्यांना वाटत होते. भाई गुरुदास ह्यांच्या शब्दात सांगावयाचे झाल्यास,'' ज्या ठिकाणी दोन शीख आहेत त्या ठिकाणी संतसमागम आहे, ज्या ठिकाणी पाच शीख आहेत त्याठिकाणी प्रत्यक्ष परमेश्वर उपस्थित आहे.'' एकाच धर्मामुळे ही जी एकी शिखांमध्ये निर्माण झाली ती गुरू हरगोविंदसिंगाने जातपात इत्यादी भेद त्याच्या आदेशान्वये रद्द केल्याने अधिकच पक्की झाली. हिंदू समाजात भोजन आणि पेय ह्यांच्याबाबतीत जी बंधने पाळली जात होती, त्यांचा शीख समाजातून अगोदरच लोप झालेला होता. क्रॉमवेलच्या सैनिकांनी जेसुईटांप्रमाणेच आपल्या वरिष्ठांचे नैतिक आणि आध्यात्मिक बाबींवरचे निर्णय कोणताही प्रश्न निर्माण न करता आंधळेपणाने मान्य केले असते, तर गुरू हरगोविंदसिंगाने ज्याप्रमाणे शिखांचे रूपांतर लढाऊ पंथात केले तसाच परिणाम ह्या ठिकाणी घडून आला असता.

११. गुरू हरगोविंदसिंग, त्याचे ध्येय आणि चारित्र्य :

गुरू हरगोविंदसिंगाने हळूहळू आपल्या अनुयायांना यथायोग्य लष्करी शिक्षण दिले, इतरांपेक्षा वेगळा दिसेल असा पोशाख घालायला लावला, पंथात येणाऱ्याला नवीन शपथ घ्यायला लावून त्यांचे नवीन नामकरण केले आणि इस्लामच्या विरोधी उघड शत्रुत्वाचे धोरण स्वीकारले. मुसलमानांनी हिंदूंचा जो छळ चालविला होता, त्याविरुद्ध त्यांनी बंड पुकारावे अशी त्याने जोरदार चिथावणी दिली आणि कोणत्याही मुसलमान संतांच्या कबरीला त्याचा जो कोणी अनुयायी अभिवादन करील त्याच्यावर त्याने १२५ रु.चा दंड बसविला. खरे सांगायचे म्हणजे त्याचे ध्येय प्रापंचिक होते. ''हे देवते, खालसाला साम्राज्य कसे मिळवून देता येईल याचा विचार मी करीत आहे.'' तो एखाद्या संस्थानाधिपतीप्रमाणे राहत असे.

हरगोविंदसिंगाचे पूर्ण जीवन उत्तर पंजाबमधील पहाडात जम्मूपासून गढवालमधील श्रीनगरपर्यंत पसरलेल्या प्रदेशात तिथल्या राजांशी सतत लढण्यात गेले. ह्या राजांना गुरू हरगोविंदसिंगाच्या महत्त्वाकांक्षेची भीती वाटत होती आणि गुरू हरगोविंदसिंगाच्या अनुयायांनी जो सतत हिंसाचार चालविलेला होता, त्याचा त्यांना उबग आलेला होता. पहाडातील राजांच्या सैन्याच्या मदतीला आणि गुरू गोविंदसिंगाचे बंड मोडून काढण्याकरिता सरहिंदवरून विशाल मोगल सैन्य पाठविण्यात आले. परंतु त्यांचाही पराभव करण्यात आला. गुरू हरगोविंदसिंगाच्या सैन्याची संख्या वाढतच गेली. कारण पंजाबमधील दुआबातून तरुण वर्ग मोठ्या संख्येने त्याच्या सैन्यात भरती होण्याकरिता

येऊ लागला. त्यांना नवीन पंथाची दिक्षा देण्यात येऊ लागली. मुसलमानांची सुद्धा ह्या पंथात भरती होऊ लागली. आनंदपूरला पाचवेळा वेढा देण्यात आला. शेवटल्या हल्ल्यानंतर गुरू हरगोविंदसिंगाने हा किल्ला सोडून दिला. त्यानंतर मोगलांनी त्याचा सतत पाठलाग केला. ह्या पाठलागात अनेक पराक्रम त्याने केले. पुष्कळवेळा त्याची मृत्यूच्या तोंडाशी येऊन निसटती सुटका झाली. शिकारीमागे लागलेल्या एखाद्या पशूप्रमाणे त्याला ह्या कालावधीत एका जागेवरून दुसऱ्या जागी सतत धावावे लागले आणि आपल्या लपण्याच्या जागा बदलाव्या लागल्या. ह्यात त्याची चारही मुले ठार मारली गेली. यानंतर गुरू हरगोविंदसिंगाने आपल्या विश्वासू सेवकांसह दक्षिणेत प्रस्थान केले. इ.स.१७०७ मध्ये नवीन बादशहा बहादूरशहा पहिला याने त्याला राजपुताना आणि दक्षिण हिंदुस्थानवरील स्वारीत स्वत:बरोबर येण्यास भाग पाडले. ऑगस्ट १७०७ मध्ये गुरू हरगोविंदसिंग हैद्राबादच्या वायव्येला १५० मैलांवर गोदावरीच्या काठी नांदेड ह्या गावी येऊन पोहचला. त्यावेळी त्याच्याजवळ काही पायदळ, २००-३०० घोडेस्वार एवढेच फक्त होते. त्याठिकाणी एक वर्ष काढल्यानंतर एका अफगाणाने त्याचा खून केला (१७०८). त्याच्याबरोबर शिखांमधील गुरुपरंपरा खंडित झाली, कारण त्याला कोणी वारस नव्हता.

अशा रीतीने शीख धर्मगुरूंची सत्ता नष्ट करण्यात औरंगजेबाच्या नेतृत्वाखाली मोगल शासनाला यश प्राप्त झाले. मोगलांनी शिखांचा एकानुवर्ती नेता आणि ज्याच्याभोवती सर्व शीख एकत्रित होत, तो केंद्रबिंदू हिरावून घेतला. ह्यानंतर शिखांचा उपद्रव चालूच होता. परंतु विस्कळीत झालेल्या टोळ्यांनी तो उपद्रव निर्माण केला होता. एकाच नेत्याच्या नेतृत्वाखाली लढत असलेले, एकच राजकीय निश्चित उद्दिष्ट असलेले असे त्याचे स्वरूप आता राहिलेले नव्हते. अतिशय शूर, उत्साही, धाडसी अशा दरोडेखोरांच्या टोळ्यांनी उपद्रव निर्माण करावा असे त्याचे आता स्वरूप झालेले होते. आपल्या प्रदेशात चांगले संघटित शासन प्रस्थापित करावे ही महत्त्वाकांक्षा ह्या टोळीवाल्यांत कुठेही नव्हती. ह्यात कालांतराने रणजितसिंगाचा जर उदय झाला नसता तर पंजाबात शीख वर्चस्वाखाली एक विशाल आणि एकीकृत साम्राज्य निर्माण न होता शीख सैनिकांच्या वरिष्ठ वर्गाचे शासन असणारे आणि त्यांच्या संघटित लुटारू टोळ्यांना दरवर्षी निरनिराळ्या प्रदेशात पाठवून लूटमार करणारी आणि संपूर्ण प्रदेश बेचिराख करणारी लहान लहान असंख्य राज्ये पंजाबात आपल्याला दिसून आली असती.

औरंगजेबाच्या धर्मवेडेपणाच्या धोरणाचे जे अतिशय वाईट परिणाम घडून आले, त्यातून दोन बलाढ्य राजपूत घराण्यांशी त्याचे युद्ध घडून आले. त्याची हकीगत पुढील प्रकरणात येईल.

❑

प्रकरण नववे

राजपुतान्यातील युद्ध; अकबराचे बंड

१. औरंगजेबाने मारवाड जिंकले, १६७९

वास्तविक मारवाडचा संपूर्ण प्रदेश वालुकामय आहे, परंतु मोगलांच्या राजधानीपासून समृद्ध उत्पादन-केंद्र असलेल्या अहमदाबाद शहरापर्यंतचा आणि सतत गजबजलेल्या कँबे ह्या बंदरापर्यंतचा व्यापारी मार्ग ह्याच प्रदेशातून जात असल्याने मोगल काळात ह्या प्रदेशाला लष्करी दृष्टीने अतिशय महत्त्व प्राप्त झालेले होते. त्यातल्या त्यात आग्र्यापासून जयपूरच्या मोगलनिष्ठ राज्यातून अजमेरच्या शाही शहरापर्यंत जाणारा पश्चिमी राजमार्ग हा रहदारीच्या दृष्टीने सुरक्षित होता आणि त्यावरून रहदारीही बरीच चालत असे. यानंतर हा राजमार्ग अरवली पर्वतातील अरुंद जागेतून पुढे जाऊन पलीकडे तो मारवाडातील पाली आणि जलोर शहरातून अहमदाबादकडे जात असे. असा प्रांत जर मोगलांना जिंकता आला तर त्यामुळे उदयपूरच्या गर्विष्ठ राजाचे राज्य मोगल राज्याच्या बगलेला आले असते आणि त्यामुळे खुद्द राजपुतान्यात मुसलमान प्रदेशाची लांब पाचर बसून राजपूत राज्यांची एकमेकांशी संबंध नसलेली दोन शकले उडाली असती अणि पुढे ह्या दोन शकलांना सहज रीतीने नष्ट करता आले असते. ह्यावेळी मारवाड हे उत्तर हिंदुस्थानातील सर्वांत प्रबल हिंदू राज्य समजण्यात येत होते. त्याचा प्रमुख महाराजा जसवंतसिंग होता. त्याला एकट्यालाच ''महाराजा'' हा दर्जा प्राप्त झालेला होता आणि अजूनपर्यंत कोणीही त्याला याबाबतीत आव्हान दिलेले नव्हते, यावरून त्याच्या प्रतिष्ठेची कल्पना येऊ शकेल. अकरा वर्षांपूर्वी महाराजा जयसिंगाचा मृत्यू झाल्याने मोगल दरबारातील प्रमुख हिंदू सरदार म्हणून जसवंतसिंगालाच मान्यता मिळालेली होती. औरंगजेबाने हिंदूंचे जबरदस्तीने धर्मांतर करण्याची जी योजना आखली होती, त्यात जसवंतसिंगाच्या राज्याला शांत अशा मांडलिक राज्याचा दर्जा देणे किंवा ते मोगल साम्राज्याला नियमित स्वरूपात जोडणे आवश्यक होते. औरंगजेबाने धार्मिक छळाचे जे धोरण आखलेले होते त्याला हिंदूंचा विरोध होणार होताच परंतु त्यांना महाराजा जसवंतसिंगाच्या रूपाने एक कुशल आणि कर्तबगार नेता मिळण्याचा संभव होता. तसे नेतृत्व हिंदूंना मिळणार नाही याचीही खबरदारी घेणे आवश्यक होते.

*१० डिसेंबर १६७८ रोजी खैबर खिंडीतील मोगल ठाण्यांचा बंदोबस्त करीत असताना जमरुद ह्या ठिकाणी महाराजा जसवंतसिंगाचा मृत्यू झाला. जसवंतसिंगाच्या

मृत्यूची वार्ता येताच औरंगजेबाने त्याच्या साम्राज्याचा ताबडतोब ताबा घेतला आणि तो संपूर्ण प्रदेश प्रत्यक्ष मोगल प्रशासनाखाली आणला. जोधपूरला कोणताही विरोध होऊ नये आणि विरोध झाल्यास आपण जवळपास असावे ह्या हेतूने स्वत: बादशहाने अजमेरला ९ जानेवारी १६७९ रोजी प्रयाण केले.

जसवंतसिंगाच्या मृत्यूमुळे राठोडांमध्ये मोठा गोंधळ उडाला आणि त्यांचे नीतिधैर्य खचले. त्यांच्या राज्याला राजा राहिला नाही. यातच जसवंतसिंगाचे उच्च अधिकारी आणि उत्तम सैन्य अजूनही अफगाणिस्थानातच होते. त्यामुळे राठोडांच्या राज्यात प्रथमत: मोगलांचे जे विशाल आणि संघटित सैन्य ओतले गेले त्याला कोणताही विरोध राजपुतांना करता आला नाही.

जसवंतसिंगाच्या दोन विधवा राण्यांनी जसवंतसिंगाच्या मृत्यूनंतर लाहोर ह्या ठिकाणी दोन मुलांना जन्म दिला. ही बातमी औरंगजेबाला मिळाली (२६ फेब्रुवारी). परंतु त्यामुळे औरंगजेब मारवाड जिंकण्याच्या आपल्या धोरणापासून यत्किंचितही विचलित झाला नाही किंवा परंपरागत वारसा कायद्याचीही त्याने चाड बाळगली नाही. त्यानंतर तो अजमेरहून दिल्लीला परत आला (२ एप्रिल). त्याच दिवशी त्याने एक शतकभर कोणीही न लावलेला द्वेषमूलक पोल टॅक्स (Poll Tax) किंवा जिझिया कर हिंदूंवर लावण्याची घोषणा केली.

नागोरचा प्रमुख आणि जसवंतसिंगाचा नातू इंद्रसिंग राठोड ह्याने वारसा-हक्काचे शुल्क म्हणून ३६ लाख रुपये भरल्यानंतर (२६ मे) त्याला जोधपूरचा राजा म्हणून नेमण्यात आले आणि मारवाडला पाठविण्यात आले. परंतु मारवाड व्यापल्यानंतर त्या प्रदेशात जे सेनापती आणि प्रशासक नेमण्यात आले होते, त्यांना तिथेच ठेवण्यात आले. यावरून त्यांचा उद्देश नवीन राजाला नवीन जबाबदारी पार पाडण्यात मदत करण्याचा होता ही गोष्ट स्पष्ट होती.

२. दुर्गादासने अजितसिंगाला कसे वाचविले ?

लाहोरला पोहोचल्यानंतर जसवंतसिंगाच्या दोन राण्यांनी दोन मुलांना जन्म दिला (फेब्रुवारी १६७९). ह्यापैकी एक मुलगा काही आठवड्यांतच मृत्यू पावला तर दुसरा मुलगा अजितसिंग पुढे अत्यंत रोमांचकारी जीवन जगून जोधपूरच्या सिंहासनावर आरूढ झाला. जून महिन्याच्या अखेरीस महाराजा जसवंतसिंगाचे कुटुंब दिल्लीला येऊन पोहोचले आणि अजितसिंगाच्या सिंहासनावरील हक्काचा औरंगजेबासमोर पुन्हा पुनरुच्चार करण्यात आला.

यावर मुलाला बादशहाच्या जनानखान्यात आणून ठेवावे असा आदेश त्याने दिला. त्या ठिकाणी त्याला मोगल सरदाराचा दर्जा देण्यात येईल आणि तो वयात

येताच त्याला जोधपूरच्या गादीवर बसविण्यात येईल असे वचनसुद्धा औरंगजेबाने ह्याच वेळी दिले. एका समकालीन इतिहासकाराने अजितसिंग मुसलमान धर्म स्वीकारत असल्यास त्याला जोधपूरची गादी मिळेल असा प्रस्ताव मांडण्यात आला असे म्हटल्याचे आढळते.

औरंगजेबाच्या ह्या प्रस्तावामुळे एकनिष्ठ राठोडांची मोठीच त्रेधा उडाली. आपल्या राजाच्या वारसाचे प्राण वाचविण्याची आणि औरंगजेबाच्या तावडीतून सुटका करण्याकरिता प्रसंगी सर्वांनी प्राणसुद्धा वेचण्याची त्यांनी शपथ घेतली. चोहोबाजूंनी राठोड संकटांनी घेरले गेले असताना त्यांना मार्गदर्शन आणि नेतृत्व करण्याचे कार्य केले ते राठोडांच्या पराक्रमाचे आणि चैतन्याचे प्रतीक बनलेल्या दुर्गादासाने. जसवंतसिंगाचा एक मंत्री आणि द्रुबेरा (Drubera) चा सरदार अस्करन ह्याचा हा मुलगा. दुर्गादासने सतत पंचवीस वर्षे चिवट प्रतिकार केला नसता आणि शहाणपणाचे अनेक डावपेच लढविले नसते तर अजितसिंगाला त्याच्या वडिलांचे सिंहासन कधीच मिळू शकले नसते. अनेक भयंकर अडचणींशी सतत संघर्ष करीत, सर्व बाजूंनी शत्रूकडून घेरले गेला असतानासुद्धा आणि यशाबाबत त्यांच्याच अनुयायांत अविश्वास असताना आणि त्या अनुयायांचे पाय आलेल्या संकटाने लटपटत असताना दुर्गादासने आपल्या धन्याचा ध्वज विजयी म्हणूनच फडकत ठेवला. मोगलांच्या गडगंज संपत्तीचा त्याला मोह पडू शकला नाही किंवा मोगलांच्या लष्करी बळामुळे त्याच्या अंत:करणात भीतीची एक लहानशी लहरसुद्धा निर्माण होऊ शकली नाही. राजपुतांत परंपरागत असलेले धाडस आणि जीवाची कुरवंडी करणारा शूरपणा आणि मोगल साम्राज्यातील कोणत्याही मोगल मंत्र्यात आढळून येणारे संघटनाकौशल्य, कूटनीती आणि व्यवहार-चातुर्य ह्या गुणांचा सुंदर मिलाफ राठोड जमातीतील फक्त एकट्या दुर्गादासमध्येच दिसून आला.

१५ जुलै रोजी बादशहाने दिल्लीच्या मुख्य अधिकाऱ्याच्या आणि शाही संरक्षक दलाच्या कॅप्टन दर्जाच्या अधिकाऱ्याच्या नेतृत्वाखाली अजितसिंग आणि राठोड राण्यांना पकडण्याकरिता आणि नरगड किल्ल्यात त्यांना कैदी म्हणून ठेवण्याकरिता एक मोठी फौज पाठविली. सैन्याच्या पिछाडीच्या बाजूला आपल्या स्वत:च्या प्राणाची बाजी लावून आणि जीवावर उदार होऊन त्या बाजूचे संरक्षण करावयाचे आणि अजितसिंगाला त्यामुळे तेथून निसटण्याकरिता संधी द्यावयाची अशी राठोडांची योजना होती. जोधपूरच्या भाटीवंशीय रघुनाथ नावाच्या एका सरदाराने आपल्या एकनिष्ठ शंभर स्वारांनिशी हवेलीच्या एका बाजूने बाहेर येऊन शत्रुसैन्यावर अचानक हल्ला चढविला. त्यांनी जीवावर उदार होऊन हा हल्ला चढविल्याने शाही फौजांनी काही काळ का होईना परंतु कच खाल्ली आणि ह्यामुळे काही काळाकरिता जो गोंधळ निर्माण

झाला त्याचा फायदा घेऊन दुर्गादास, अजितसिंग आणि पुरुषी पोशाख केलेल्या राण्या ह्यांच्यासह तेथून निसटला व त्याने तिथून थेट मारवाडला कूच केले. त्यानंतर दीड तासापर्यंत रघुनाथाने जो भीषण संघर्ष केला, त्यामुळे दिल्लीचे रस्ते रक्ताने न्हाऊन निघाले परंतु शेवटी तो धारातीर्थी पडला. त्यानंतर मोगलांनी दुर्गादासाच्या पाठलागास ताबडतोब प्रारंभ केला परंतु त्यावेळेपावेतो दुर्गादासने नऊ मैलांचे अंतर कापले होते. लवकरच मोगल सैन्याने दुर्गादासला गाठले. आता शत्रूचा मार्ग रोखून धरणे आणि दुर्गादासला सुरक्षित जागी पोहोचण्याकरिता थोडा तरी वेळ मिळवून देण्याची जबाबदारी रणछोडदास जोधा आणि त्याच्या लहानशा एकनिष्ठ अनुयायांच्या गटावर येऊन पडली. रणछोडदासाने हे कार्य अतिशय चांगल्या रीतीने पार पाडले. असा प्रकार तीनदा घडला. शेवटी संध्याकाळी तीनदा असे भीषण संघर्ष झाल्याने मोगल सैन्य थकून गेले व त्यांनी दुर्गादासचा पाठलाग करण्याचे सोडून दिले व त्यामुळे अजितसिंगाला दुर्गादासने मारवाडला सुखरूपपणे पोहोचवून देण्यात यश मिळविले (२३ जुलै). ह्यापुढे अजितसिंगाभोवती राठोड सिंहासनाशी एकनिष्ठ असणाऱ्यांचा गराडाच पडला व त्यामुळेच राजपुतांत एकी होऊ शकली. मारवाडसंबंधी औरंगजेबाने जे धोरण अमलात आणले होते ते ह्यामुळे पार धुळीला मिळाले. परंतु ह्याही परिस्थितीत दुर्गादासच्या ह्या विजयावर मात करण्याकरिता औरंगजेबाने आपल्या जनानखान्यात एका गवळ्याचा मुलगा आणून तोच खरा अजितसिंग आहे आणि दुर्गादासच्या ताब्यात जो अजितसिंग आहे तो तोतया आहे असे जाहीर करून दुर्गादासवर कूटनीतीने मात करण्याचा प्रयत्न केला. ह्याचवेळी औरंगजेबाने केवळ दोन महिने राजपद भोगलेल्या इंद्रसिंगाला राज्यकारभार करता येत नाही ह्या कारणावरून काढून लावले.

ह्याचवेळी मारवाड राज्य पुन्हा जिंकण्याकरिता म्हणून औरंगजेबाने पुन्हा एक प्रचंड सैन्य मारवाडात पाठविले. त्यामुळे मोगलांच्या पायदळी तुडविल्या गेलेल्या ह्या प्रांतात गोंधळ आणि कत्तल ह्यांचेच साम्राज्य गाजले.

२५ सप्टेंबर १६७९ रोजी बादशहा स्वत: अजमेर ह्या ठिकाणी मुख्य छावणीत दाखल झाला. ह्यावेळी त्याने आपला मुलगा मुहंमद अकबर ह्याच्या नेतृत्वाखाली आपले सैन्य लढण्याकरिता पुढे पाठविले होते. मोगल सैन्याची आघाडी अजमेरचा फौजदार तव्हाव्हूरखान याने सांभाळली होती. पवित्र पुष्कर सरोवराजवळील बोर (Boar) देवालयासमोरून त्याचा मार्ग मैरतिया (Mairtia) राठोड वंशातील एका राज-सिंग नावाच्या राजपूत सरदाराने अडविला. परंतु तीन दिवस सतत भीषण रणकंदन होऊन त्यात शेवटी ह्या शूर राजपुताची आहुती पडली. ह्यानंतर राजपुतांनी पहाडातील आणि वाळवंटातील लपलेल्या जागांवरून गनिमी काव्याने लढण्याचेच तंत्र अवलंबिले.

बादशहाने ह्यानंतर मारवाडची निरनिराळ्या जिल्ह्यांत विभागणी केली आणि प्रत्येक जिल्ह्यात एकएक मोगल अधिकारी फौजदार म्हणून नेमला (ऑक्टोबरच्या शेवटी). इतक्या संकटमय परिस्थितीत कोणताही प्रतिकार टिकणेच शक्य नव्हते आणि त्यामुळे लवकरच शत्रूने संपूर्ण मारवाड व्यापला. ''सपाट प्रदेशातील जोधपूर आणि इतर सर्व मोठाली शहरे शत्रूच्या हाती गेली आणि त्यांची मोठ्या प्रमाणात लूट करण्यात आली; ठिकठिकाणी देवळे पाडण्यात आली आणि त्यांच्या जागी मशिदी उभारण्यात आल्या.''

३. मोगलांचे उदयपूरच्या महाराण्याशी युद्ध

मेवाडचा घास सहजपणे गिळंकृत करण्याच्या दिशेने मारवाडचा विजय हा नुसता प्रारंभ ठरला. जिझिया कराचे पुनरुज्जीवन झाल्यावर महाराजाने आपल्या संपूर्ण राज्यात त्याची अंमजबजावणी करावी अशी मागणी करण्यात आली. ह्यावेळी सिसोदिया राजपुतांशी राठोडांची सहकार्य न केल्यास हे दोन्ही राजपूत वंश एकएकटे चिरडले जातील आणि संपूर्ण राजस्थान शत्रूच्या पायाखाली असहाय्यपणे तुडविला जाईल हे अटळ भवितव्य डोळ्यासमोर दिसत होते. असाच विचार महाराणा राजसिंगाने आणि त्याच्या अनुयायांनी केला. अजितसिंगाची आई ही मेवाडची राजकन्या होती आणि त्यामुळे ह्या रक्ताच्या संबंधांमुळे किंवा सरदार या नात्यानेसुद्धा, ज्यावेळी अजितसिंगाच्या आईने अनाथ झालेल्या अजितसिंगाच्या अधिकारांचे रक्षण करा अशी विनवणी केली. त्यावेळी तिचा अव्हेर करणे राजसिंगाला शक्य झाले नाही.

राजसिंगाने युद्धाच्या तयारीला प्रारंभ केला. औरंगजेबाने आपल्या नेहमीच्या तत्परतेने नुसार पहिला प्रहार केला. हसन अलीखानाच्या नेतृत्वाखाली जे सात हजारांचे खास सैन्य होते त्या सैन्याने पुराहून अगोदर समोर कूच केले. वाटेत जाताना त्याने राण्याचा प्रदेश उद्‌ध्वस्त केला आणि मागाहून येणाऱ्या मुख्य मोगल सैन्याचा मार्ग मोकळा करुन दिला. युरोपिय तज्ज्ञांच्या हाताखाली तयार झालेल्या अत्युत्तम मोगल तोफखान्यासमोर टिकू शकेल असा तोफखाना राजपुतांजवळ नव्हता. म्हणून सपाट मैदानी प्रदेश सोडून देऊन आपल्या सर्व प्रजेसह आतील पहाडी प्रदेशात आश्रय घ्यावयाचा म्हणजे त्याठिकाणी मोगलांचा शिरकावसुद्धा होऊ शकणार नाही अशा विचाराने राण्याने युद्धाची तयारी केलेली होती. प्रत्यक्ष राजधानीचे शहर उदयपूर हे सुद्धा रिकामे करून तिथल्या प्रजेचे स्थलांतर करण्यात आले होते. मोगलांनी अशा या शहराचा ताबा घेतला आणि तिथल्या सर्वांत मोठ्या देवालयाचा विध्वंस केला. ह्याचवेळी उदयसागर सरोवराच्या काठी जी तीन देवालये होती, तीसुद्धा त्यांनी उद्‌ध्वस्त करून टाकली.

हसन अलीखानाने राजपूत सैन्याचा शोध घेत उदयपूरच्या वायव्येकडील पहाडात

प्रवेश केला; त्याठिकाणी त्याला जास्त कुमक आणि रसद मिळाल्यानंतर त्याने महाराण्याचा दारुण पराभव केला. (२२ जाने.) त्याची छावणी आणि मालमत्ता त्याने आपल्या ताब्यात घेतली. वाटेत जाताना धान्याचा बराच मोठा साठा त्याच्या हाती लागला. वाटेतील उदयपूरच्या आसपास असलेली १७३ देवळे त्याने पाडून टाकली. मोगलांनी अगोदरच चितोड जिंकले होते आणि आता ज्यावेळी फेब्रुवारीच्या शेवटी औरंगजेबाने चितोड शहराला भेट दिली, त्यावेळी तेथील २३ देवळे उद्ध्वस्त करण्यात आली. ह्यानंतर बादशहाने उदयपूर सोडले आणि तो अजमेरला परत आला (२२ मार्च). ह्याचवेळी ह्या सर्व प्रदेशावर योग्य ताबा राहावा म्हणून चितोड जिल्ह्यात राजपुत्र अकबराच्या नेतृत्वाखाली मोठे सैन्य ठेवण्यात आले. संपूर्ण राजपूत प्रदेशात शत्रुत्व आणि असंतोष यांचा वणवा पेटला असताना दूरवर विखुरलेल्या मोगल ठाण्यांचे संरक्षण करणे ही इतकी सोपी गोष्ट नव्हती. मेवाड आणि मारवाडात जी मोगल ठाणी होती, त्यात अरवली पर्वत श्रेणीची मध्येच पाचर असल्याने ती ठाणी एकमेकांपासून एकाकी पडली होती. त्यातच ह्या पर्वताचा शिखराकडला भाग राण्याच्या ताब्यात असल्याने त्यावरून खाली उतरून केव्हाही राणा मोगल सैन्यावर पूर्वेकडून किंवा पश्चिमेकडून हल्ला चढवून त्या सैन्याला चिरडू शकला असता. ह्याउलट मोगलांना दक्षिण मारवाडात सैन्य न्यावयाचे झाल्यास बेदनोर, बिवर आणि सोजात ह्या जिल्ह्यांना लांबलचक आणि कष्टप्रद वळसा घालून आपले सैन्य न्यावे लागे.

मेवाडच्या सभोवताली असलेल्या पहाडांनी जे ओबडधोबड वर्तुळ तयार केले होते आणि पश्चिमेकडील उदयपूरपासून कमलमीरपर्यंत आणि दक्षिणेकडील राजसमुद्र सरोवरापासून सालुंब्रापर्यंत (Salumbra) जो पहाड पसरलेला होता, त्याचे सगळे दृश्य स्वरूप एखाद्या अजिंक्य किल्ल्यासारखे दिसत होते. ह्या किल्ल्याला जणू पूर्व, उत्तर आणि पश्चिम दिशेला उघडणारे देवबारी, राजसमुद्र आणि देवसुरी हे दरवाजे होते. ह्या दरवाजांतून राजपूत शिबंदी केव्हाही मोठ्या संख्येने आकस्मिक बाहेर पडे आणि एकाकी पडलेल्या मोगल ठाण्यावर जोरदार हल्ला चढवून त्या ठाण्याला उद्ध्वस्त करून ते सैन्य परत जाई. राण्याच्या लहानशा छावणीभोवती वक्राकार गतीने लांब वेढा घालूनच मोगलांना परिणामकारक उपाययोजना करता येई.

अरवलीच्या पूर्वेकडील आणि अजमेरच्या दक्षिणेकडील सर्व मोगल ठाण्यांचा बंदोबस्त ठेवण्याकरिता राजपुत्र अकबर याला चितोडला मागे ठेवण्यात आलेले होते. परंतु ह्या विस्तीर्ण प्रदेशातील सर्व ठाण्यांचे संरक्षण करण्याच्या दृष्टीने त्याच्याजवळील सैन्य पुरेसे नव्हते. ह्याउलट राजपुतांना आपल्याच प्रदेशात लढावे लागत असल्यामुळे त्यांना ह्या प्रदेशाचा कानाकोपरा माहीत होता आणि ह्याशिवाय ह्या प्रदेशातील सर्व

गोरगरीब शेतकऱ्यांची सहानुभूती त्यांच्याच बाजूने होती. त्या पहाडी जंगली प्रदेशात मोगल मात्र अपरिचित म्हणून वावरत होते आणि त्यांना शत्रू मानणाऱ्या लोकांमधूनच सतत कूच करावे लागत होते.

बादशहा अजमेरला (मार्च महिन्यात) परत गेल्यानंतर तर राजपुतांच्या कारवायांना अधिकच ऊत आला. त्यांनी मोगलांवर आकस्मिक हल्ले चढविले, मोगलांची रसद तोडली आणि सर्व मोगल ठाण्यात त्यांनी कमालीची असुरक्षितता निर्माण केली. राजपुतांच्या ह्या कारवायांमुळे त्यांच्या शक्तीबाबत मोगलांच्या हृदयात धडकी निर्माण झाली. मोगलांच्या ह्या ठाण्यांचे नेतृत्व घेण्यास कोणीही तयार होईना. एकामागून एक सेनापती ही धोकादायक कामगिरी नाकारू लागले. कोणत्याही खिंडीतून जाण्यास मोगल सैन्य नकार देऊ लागले. बिनीवरच्या मोगल तुकड्या आपला मुख्य तळ सोडून अतिशय थोड्या अंतरावरून टेहळणी ठेवीत परंतु जास्त पुढे जाण्यास तेही नकार देऊ लागले.

पुढील मे महिन्याच्या मध्याला राजपूत सैन्याने हुलकावणी देऊन चितोडजवळील अकबराच्या छावणीवर रात्री आकस्मिक हल्ला चढविला आणि तिथे थोडीबहुत कत्तल केली. स्वत: महाराणा पहाडावरून खाली मैदानात उतरून बेदनोर जिल्ह्यात संचार करू लागला. त्यामुळे अकबराचे अजमेरशी जे दळणवळण चालू होते, ते बंद पडण्याचा संभव निर्माण झाला. ह्या महिन्याच्या (मे महिना) शेवटी मोगलांना एक अतिशय दारुण पराभव सहन करावा लागला. राणाने कोणतीही पूर्वकल्पना न देता अकबरावर हल्ला चढविला आणि त्यात अकबराची फार मोठी हानी झाली. ह्यानंतर काही दिवसांनंतर माळव्याहून अकबराच्या सैन्याकरिता दहा हजार बैलगाड्यांतून वंजाऱ्यांचा एक तांडा धान्य घेऊन येत होता. राजपुतांनी ते सारे धान्य लुटून नेले. राण्याचा मुलगा भीमसिंग याच्या नेतृत्वाखाली सैन्याने हा सर्व प्रदेश विंचरून त्यात मोगलांच्या ज्या दुर्बल जागा होत्या त्यात आकस्मिक हल्ले चढविले. ''भीतीमुळे आमचे सैन्य नुसते बघत राहिले'' अशी अकबरानेच तक्रार केली.

अकबराच्या अपयशाची ही दारुण उदाहरणे पाहून बादशहाने संतप्त होऊन त्याला मारवाडाबाहेर पाठविले आणि त्याच्या जागी आपला दुसरा मुलगा आझम याला चितोडच्या ठाण्यावर नेमले (२६ जून).

ह्यानंतर तीन दिशांनी तीन तुकड्या मेवाडच्या पहाडी प्रदेशात शिरणे ही योजना मोगलांनी आपल्या डोळ्यासमोर ठेवली. पूर्वदिशेने, चितोडच्या बाजूने देवबारी खिंडीच्या आणि उदयपूरच्या मार्गाने राजपुत्र आझमने कूच करावे, उत्तरेकडून राजसमुद्र सरोवराच्या दिशेने राजपुत्र मुअज्जम याने शिरावे आणि पश्चिमेकडून देवसुरी खिंडीतून अकबराने कूच करावे अशी ही योजना होती. त्यापैकी पहिल्या दोन दिशांनी हल्ला

करण्याच्या योजनांमध्ये अपयश प्राप्त झाले.

४. राजपुत्र अकबर याची मारवाडमधील स्वारी

चितोडवरून बदली झाल्यानंतर राजपुत्र अकबर हा अठरा जुलै १६८० रोजी मारवाडमधील सोजत ह्या नवीन ठाण्यावर रुजू झाला. परंतु मेवाडप्रमाणेच मारवाडमध्ये सुद्धा त्याला विशेष यश मिळाले नाही. राठोडांच्या राजपूत टोळ्यांचा संचार सर्वत्र चालू होता. त्यांनी सर्व व्यापारी मार्ग बंद पाडले होते आणि आपल्या सर्व प्रदेशात बंडाळीचे वातावरण सतत जिवंत ठेवले होते.

सोजाचे मध्यवर्ती ठाणे मजबूत बनवून सुरक्षित करावे, त्यानंतर गोदावर जिल्ह्यातील प्रमुख शहर नदोल जिंकून घ्यावे आणि नंतर ह्या नवीन तळावरून बारलाई शहराच्या मार्गाने पूर्वेकडून मेवाडकडे शिरण्याकरिता आपले आघाडीवरचे सैन्य तव्हाव्हूरखानाच्या नेतृत्वाखाली पाठवावे म्हणजे पलीकडे देवसुरी खिंड ताब्यात येऊन ज्या ठिकाणी महाराणा आणि पराभूत राठोडांनी आश्रय घेतलेला होता त्या कमालमीर प्रदेशावर स्वारी करता येईल अशा प्रकारच्या सूचना अकबराने दिलेल्या होत्या. परंतु ''मरणाला प्रिय मानणाऱ्या'' राजपुतांनी अशी जबरदस्त भीती निर्माण केलेली होती की, त्यामुळे तव्हाव्हूरखानाचे सैन्य केवळ भीतीमुळे खाली बसले आणि पूर्णतया निष्क्रिय बनले.

अकबराने २१ सप्टेंबर रोजी सोजात सोडले आणि त्या महिन्याच्या शेवटी नदोल या ठिकाणी तो येऊन पोहोचला. परंतु तव्हाव्हूरखानाने पहाडी प्रदेशात शिरण्याचे नाकारले आणि म्हणून अकबराला आपल्या घाबरलेल्या सेनापतीवर पुढे जाण्याची सक्ती करावी लागली. २७ सप्टेंबर शत्रूची टेहळणी करण्याकरिता म्हणून खान खिंडीच्या तोंडाशी आला. राजपुतांच्या प्रलोभनाला तो कधी बळी पडला आणि शत्रूशी हातमिळवणी करण्याचे त्याने कधी ठरविले ह्याबाबत आपल्याला काही माहिती नाही. परंतु सप्टेंबर १८६० पासून त्याच्या हालचाली संशय येण्याइतपत मंदावल्या असे दृष्टोत्पत्तीस येते.

अखेरीस बादशहाची सहनशीलता संपुष्टात आली. मोगल सैन्याने आता पुढे कूच करावे असा आदेश देऊन शाही सेनापती (बक्षी) त्याने अकबराकडे पाठविला. यापलीकडे कोणताही विलंब झाल्यास त्याला क्षमा करण्यात येणार नव्हती. म्हणून अकबराने आपला तळ नदोलवरून देवसुरीला हलविला (१९ नोव्हेंबर) आणि तव्हाव्हूरखानाने झिलबारा खिंड आपल्या कब्जात घ्यावी असा आदेश त्याने तेथून दिला; मोगल सैन्याने त्यानुसार झिलबाराकडे कूच केले, मार्गातील अनेक अडथळे त्यांनी दूर केले आणि लढत लढत त्यांनी आपला पुढील मार्ग काढला. झिलवारा ह्या ठाण्यावर मुक्काम ठोकून असणाऱ्या खानाने सभोवतालच्या प्रदेशात स्वच्छंदपणे लुटालूट

करण्यास आणि तो प्रदेश बेचिराख करण्यास प्रारंभ केला.

झिलबारा खिंडीकडे २२ नोव्हेंबर रोजी कूच करण्यात आले. ह्यापलीकडील पाऊल म्हणजे राण्याने ज्या ठिकाणी शेवटी आश्रय घेतला होता त्या कमलमीरकडे दक्षिणेकडून आठ मैलांवर कूच करणे. परंतु पुढल्या पाच आठवड्यात तव्हाव्हूरखानाच्या हालचाली पुन्हा मागच्याप्रमाणेच संशयास्पद पद्धतीने मंदावल्या. यातील सत्य म्हणजे राजपुत्र अकबराचा फितुरी करण्याचा कट याच काळात शिजला. १ जानेवारी १६८१ रोजी त्याने राजपूत बंडखोरांशी हातमिळवणी केली, आपल्या वडिलांना पदच्युत करून स्वत:ला राजा म्हणून त्याने घोषित केले आणि दुसरे दिवशी औरंगजेबाने निढळाच्या घामाने मिळविलेले सिंहासन हस्तगत करण्याकरिता त्याने अजमेरकडे कूच केले.

५. राजपुत्र अकबराने स्वत:ला बादशहा म्हणून घोषित केले, १६८१

औरंगजेबाचा चौथा मुलगा सुलतान मुहंमद अकबर हा यावेळी फक्त २३ वर्षे वयाचा होता. मेवाडमधील त्याच्या स्वारीत त्याचा पराकोटीचा आळशीपणा आणि कर्तबगारीचा अभाव पदोपदी दिसून आला होता. ह्याकरिता बादशहाने कडक शब्दात त्याला दूषणसुद्धा दिले होते. म्हणूनच पुढे त्याला मारवाडमध्ये पाठविण्यात आले. त्या स्वारीतसुद्धा चौफेर उपद्रव करणाऱ्या राठोड टोळ्यांचा बंदोबस्त करण्यात किंवा देवसुरी खिंडीमार्गे मेवाडमध्ये शिरकाव करून घ्यावा ही जी योजना त्याच्या वडिलांनी आखून दिली होती, ती योजना यशस्वी करण्यात त्याला पूर्णपणे अपयश प्राप्त झाले. अकबराला हे जे वारंवार अपयश प्राप्त झाले आणि त्याला जो सतत अपमान सहन करावा लागला त्यामुळे, राजपुतांच्या मदतीने त्याने आपल्या वडिलांचे सिंहासन प्राप्त करावे ही आकर्षक योजना राजपुतांनी समोर मांडली. त्याला तो सहज रीतीने बळी पडला.

शत्रूशी ह्या ज्या वाटाघाटी चाललेल्या होत्या त्यात त्याचा प्रमुख अधिकारी तव्हाव्हूरखान हा मध्यस्थ होता. महाराणा राजसिंग आणि राठोड नेता दुर्गादास यांनी अकबराच्या वडिलांनी राजपुतांना मुळापासून नष्ट करण्याचे जे धर्मांध धोरण अमलात आणले, त्यामुळे मोगल साम्राज्याच्या स्थिरतेला कसा धोका निर्माण झाला आहे हे अकबराला समजावून सांगितले आणि ह्याकरिता त्याने औरंगजेबाचे सिंहासन हस्तगत करावे आणि हे साम्राज्य नष्ट होऊ नये असे त्याला वाटत असल्यास आपल्या पूर्वजांचे शहाणपणाचे परंपरागत धोरण पुन्हा अमलात आणावे असा त्यांनी आग्रह धरला. त्यांनी ह्याकरिता राजपुतांतील सर्वांत बलशाली सिसोदिया आणि राठोड वंशातील सैनिक आपल्या सर्व सामर्थ्यानिशी त्याला मदत करीत असे वचन दिले.

अशा पार्श्वभूमीवर अजमेर ह्या ठिकाणी मुक्कामाला असलेल्या औरंगजेबाविरुद्ध

कूच करण्याची सर्व तयारी करण्यात आली. दुर्दैवाने याच वेळी महाराणाचा मृत्यू झाला (२२ ऑक्टोबर १६८०). त्यामुळे त्याच्या मृत्यूनंतर एक महिनापर्यंत त्याचे जे सुतक पाळण्यात आले त्या काळात त्याचा उत्तराधिकारी जयसिंग ह्याने याबाबतीत कोणत्याही हालचाली केल्या नाहीत. त्यानंतर तव्हाव्हूरखान हा झिलवारा खिंडीत जाऊन पोहोचला. तेथून कमलमीर ह्या ठिकाणी असलेले राजपूत प्रमुख लष्करी केंद्र फारसे दूर नव्हते त्यामुळे वाटाघाटींना पुन्हा प्रारंभ झाला आणि त्या लवकरच तडीला नेण्यात आल्या. राजपुत्र अकबर याला मदत करण्याकरिता म्हणून राण्याने आपल्या पायदळ आणि घोडदळातील अर्धे सैन्य आपल्या मुलाच्या किंवा भावाच्या नेतृत्वाखाली पाठविण्याला संमती दिली. दिल्लीचे सिंहासन हस्तगत करण्याकरिता अकबराने अजमेरकडे कूच करावे यासाठी २ जानेवारी १६८१ हा दिवस निश्चित करण्यात आला.

आपल्या वडिलांना याबाबत कोणताही संशय येऊ नये म्हणून निश्चित केलेल्या तारखेच्या दोन दिवस अगोदर अकबराने आपल्या वडिलांना एक खोटे पत्र लिहिले– "तव्हाव्हूरखानाच्या मार्गदर्शनाखाली नवीन राण्याचा भाऊ आणि मुलगा हे आज पहाड उतरून माझ्या भेटीकरिता आले. खानाच्यामार्फत तह करण्याकरिता म्हणून त्यांच्याबरोबर राठोड पुढारीसुद्धा आलेले आहेत. त्यांच्याबरोबर मी स्वत: येऊन त्यांना आपल्या समक्ष उपस्थित केल्याशिवाय आणि त्यांच्या गुन्ह्याबाबत आपण त्यांना क्षमा करावी अशी मी त्यांच्यातर्फे विनंती केल्याशिवाय त्यांच्या मनाला शांतता मिळणार नाही असे त्यांना वाटते. म्हणून मी त्यांच्यासह आपल्याकडे येण्यास निघालो आहे."

त्यानंतर अकबराने आपल्या खोटेपणाचा बुरखा दूर फेकून दिला. आपल्या नोकरीत त्याने जे चार धर्मपंडित ठेवलेले होते त्यांनी औरंगजेबाने मुसलमानी कायद्याचा भंग केल्याने सिंहासनावरचा आपला हक्क गमावलेला आहे असे आपल्या सहीशिक्क्यानिशी जाहीर केले (१ जानेवारी). अकबराने स्वत:ला बादशहा म्हणून राज्याभिषेक करून घेतला आणि तव्हाव्हूरखानाला त्याने स्वत:चा पंतप्रधान म्हणून नेमले. त्याच्याबरोबर बादशहाचे जे अनेक अधिकारी आले होते, त्यांना अकबराला विरोध करणे किंवा पळून जाणे शक्य झाले नाही. नाईलाजाने त्यांना अकबराशी निष्ठा व्यक्त करावी लागली.

बादशहा अजमेरला होता. त्याची स्थिती मोठी शोचनीय बनली. ज्या दोन प्रमुख तुकड्यांमध्ये अजूनपर्यंत राजद्रोह पसरलेला नव्हता, त्या बऱ्याच दूरवर मुक्काम करून होत्या. त्याच्याबरोबर जो सेवकवर्ग होता, त्यात लढाईकरिता उपयोगी नसलेले सैनिक, त्याचे वैयक्तिक नोकर, लिपिक आणि खोजे इत्यादींचा अंतर्भाव होता तर बंडवाल्यांच्या सैन्यात उत्तम शस्त्रास्त्रे असलेल्या ७०,००० सैनिकांचा भरणा आहे अशा प्रकारच्या अफवा सर्वत्र होत्या.

अकबराचे सैन्य जलद गतीने कूच करील, बादशहाचे जे थोडेसे संरक्षक–दल आहे

त्याचा तो पराभव करील आणि औरंगजेबाला बाजूला सारून अकबर बादशहा होईल अशी प्रत्येकजण अपेक्षा करीत होता. परंतु अकबराने दिवस आणि रात्री चैन आणि विलासात घालविण्याला प्रारंभ केला. वडिलांच्या छावणीपर्यंत पोहोचण्याकरिता मध्ये जे १२० मैलांचे अंतर होते ते ओलांडण्याकरिता अकबराने तब्बल एक पंधरवडा (२-१५ जानेवारी) घेतला. एकेक तासाचा उशीर हा औरंगजेबाच्या पथ्यावर पडतो आहे ही गोष्ट अकबराने अजिबात लक्षात घेतली नाही.

मध्यंतरी मोगल सैन्य जे दूरवर विखुरले होते, त्या सर्व तुकड्यांनी ताबडतोब बादशहाच्या छावणीत परत यावे असा संदेश घेऊन जासूद तातडीने निरनिराळ्या ठिकाणी रवाना झाले होते. बादशहाशी जे सेनापती एकनिष्ठ होते ते जीवाचा आकांत करून, रात्रंदिवस सतत कूच करून बादशहाच्या छावणीत वेळेच्या आत पोहोचण्याचा आटोकाट प्रयत्न करीत होते. पहिल्या निजामाचे वडील शिहाबउद्दिनखान हे सिरोहीवरून १२० मैलांचे अंतर केवळ दोन दिवसांत कापून अजमेरला ९ जानेवारीला येऊन पोहोचले. अशा रीतीने जे अतिशय गंभीर संकट निर्माण झाले होते त्यातील गांभीर्य हळूहळू कमी होत गेले. अजमेरच्या राजवाड्याला आता संरक्षक स्वरूप देण्यात आले. छावणीभोवती खंदक खणण्यात आले. शहरात जाण्याची जी प्रवेशद्वारे होती त्या ठिकाणी पहारेकरी सैनिकांची भरपूर तैनात करण्यात आली. १४ जानेवारी रोजी बादशहा शहराच्या बाहेर पडला व त्याने अजमेरच्या दक्षिणेला सहा मैलांवर देवराईच्या ऐतिहासिक रणक्षेत्रावर आपली छावणी स्थापन केली. अकबराच्या छावणीत मात्र निराशेचे वातावरण होते. एकेक अनुयायी त्याला सोडून जात होता. तो जसजसा बादशहाच्या छावणीजवळ येऊ लागला, तसतसे त्याला सोडून जाऊन औरंगजेबाला जाऊन सामील होणाऱ्या मोगल अधिकाऱ्यांशी संख्या वाढू लागली. परंतु त्यांच्याबरोबर ३०,००० राजपूत आलेले होते, ते मात्र त्याच्याशीच एकनिष्ठ राहिले.

संघर्षाचा प्रसंग १५ जानेवारी रोजी आला. बादशहाने दक्षिणेकडे आणखी चार मैल कूच केले व तो दोरहा ह्या ठिकाणी लढाईची वाट पाहू लागला.

त्यादिवशी संध्याकाळी मध्य हिवाळ्यातील कडक थंडीतून, वादळवाऱ्यातून आणि पावसातून वाट तुडवीत राजपुत्र मुअज्जम हा आपल्या सैन्यासह बादशहाला येऊन सामील झाला. त्यामुळे बादशहाचे सामर्थ्य दुपटीने वाढले. दुसऱ्या बाजूला अकबर आपल्या वडिलांच्या छावणीपासून तीन मैलांवर येऊन पोहोचला आणि दुसरे दिवशी सकाळी निर्णायक लढाई लढण्याचे त्याने निश्चित केले.

६. तव्हाव्हूरखानाचा खून, अकबराचे अपयश

परंतु त्यादिवशी रात्री औरंगजेबाने कूटनीतीचा जो लबाड डाव टाकला त्यामुळे तर

युद्ध न करताच त्याला ह्या संघर्षात विजय प्राप्त झाला. अकबराचा उजवा हात समजल्या जाणाऱ्या तव्हाव्हूरखानाचा, बादशहाच्या छावणीत उच्च पदावर असणाऱ्या इनायतखान नावाच्या एका मोगल सरदाराच्या मुलीशी विवाह झालेला होता. औरंगजेबाने ह्या इनायतखानाला तव्हाव्हूरखानास पत्र लिहिण्यास भाग पाडले. त्या पत्रात इनायतखानाने लिहले की, तव्हाव्हूरखानाने बादशहाला येऊन सामील व्हावे, त्याला मागचे सर्व गुन्हे माफ करण्यात येतील. परंतु बादशहाला तो सामील न झाल्यास ''त्याच्या स्त्रियांची जाहीररीतीने विटंबना करण्यात येईल आणि कुत्र्याप्रमाणे त्याच्या मुलांना गुलाम म्हणून विकण्यात येईल.''

ह्या पत्रामुळे तव्हाव्हूरखान अतिशय गोंधळात पडला. फितुरी झाल्यास धोका होऊ नये ह्याकरिता सावधगिरी म्हणून आपल्या पोशाखाच्या आत चिलखत घालून तव्हाव्हूरखान अकबराला किंवा दुर्गादासाला न कळविता गुप्तपणे मध्यरात्र होण्याच्या थोडावेळ अगोदर आपली छावणी सोडून बादशहाची भेट घेण्याच्या उद्देशाने बादशहाच्या छावणीत आला. परंतु एखाद्या नि:शस्त्र कैद्याप्रमाणे आपल्याला बादशहासमोर उभे राहण्याला त्याने कसून विरोध केला. तव्हाव्हूरखानाची यावेळी पहारेकऱ्यांशी थोडी वादावादी झाली आणि लवकरच त्याचे भांडणात रूपांतर झाले. ह्या भांडणांचा आवाज ऐकून जमा झालेल्या शाही रक्षकांनी आपल्या हातातल्या काठ्यांनी तव्हाव्हूरखानावर मारा केला. आपल्या अंगात खानाने जे चिलखत घातलेले होते त्यामुळे त्याचे काही काळ रक्षण झाले परंतु शेवटी कोणीतरी त्याच्या गळ्यावर गंभीर वार केला व खानाचा ''आवाज कायमचा बंद केला.''

मध्यंतरीच्या काळात औरंगजेबाने अकबराला एक खोटे पत्र लिहिले होते. त्या पत्रात त्याने औरंगजेबाच्या योजनेनुसार सर्व राजपुतांना आपल्या जाळ्यात ओढून औरंगजेबाच्या तावडीत ते सहज सापडतील इतक्या अंतरावर त्यांना आणण्याची जी आत्तापर्यंत कामगिरी करून दाखविली त्याबद्दल अकबराची मोठी स्तुती केलेली होती आणि त्यातच त्याने दुसऱ्या दिवशी सकाळी होणाऱ्या लढाईत राजपुतांना बिनीवर आणावे म्हणजे समोरून होणाऱ्या औरंगजेबाच्या हल्ल्यामुळे आणि मागाहून होणाऱ्या अकबराच्या हल्ल्यामुळे ते दोन्ही बाजूंकडून चिरडले जातील अशी त्याने खास विनंती केली होती. औरंगजेबाने पूर्वयोजना केल्याप्रमाणे हे पत्र दुर्गादासच्या हाती पडले. त्याने ते पत्र वाचले आणि ह्या पत्राचे स्पष्टीकरण मागण्याकरिता तो अकबराच्या तंबूत गेला. राजपुत्र अकबर ह्यावेळी गाढ झोपेत होता आणि आपल्याला कोणीही झोपेतून उठवू नये अशा सक्त सूचना त्याने आपल्या पहारेकरी-खोजांना देऊन ठेवल्या होत्या. म्हणून दुर्गादासने तव्हाव्हूरखानाला बोलाविण्याकरिता आपली माणसे पाठविली.

त्यावेळी त्याला ह्या संपूर्ण योजनेचा प्राण असलेला तव्हाव्हूरखान हा काही तासांपूर्वीच गुप्तपणे शाही छावणीत निघून गेलेला आहे असे आढळून आले. अवचितपणे औरंगजेबाचे जे पत्र हाती आले त्यातील माहिती खरी आहे याची पुष्टी ह्या वस्तुस्थितीमुळे जणू आपोआपच मिळाली. केवळ नशिबामुळे राजपुतांना आता ज्या धोकादायक कटाची माहिती झाली. त्यातून निसटण्याकरिता आता यत्किंचितही वेळ गमावून चालण्यासारखे नव्हते. पहाट होण्याला तीन तास असताना राजपुतांनी आपल्या घोड्यांवर बसून अकबराच्या छावणीतून प्रयाण केले. जाताना अकबराची जी काही संपत्ती त्यांना लुटून घेता आली ती त्यांनी लुटून घेतली आणि घोड्यांना टाच मारून ते मारवाडकडे वायुवेगाने निघून गेले. ह्या संधीचा फायदा घेऊन, बादशहाच्या सैन्यातील ज्या सैनिकांना अकबराने जबरदस्तीने ह्या स्वारीत सामील होण्याला भाग पाडले होते आणि ज्या एकनिष्ठ सेनापतींना त्याने कैदेत ठेवले होते, त्या सर्वांनी स्वत:ची सुटका करून औरंगजेबाच्या छावणीकडे धाव घेतली. तव्हाव्हूरखान हा अकबर आणि राजपूत यांना जोडणारा दुवा होता. तो नवीन बादशहाचा सरसेनापती आणि पंतप्रधान होता आणि म्हणूनच त्याच्या पलायनामुळे हा सर्व कट हवेतच विरून गेला.

अकबर ज्यावेळी सकाळी जागा झाला त्यावेळी सर्व जण आपल्याला सोडून गेलेले आहेत असे त्याला आढळून आले. केवळ एका रात्री, जादूचा चमत्कार व्हावा त्याप्रमाणे त्याचे सर्व विशाल सैन्य एकाएकी नाहीसे झाले होते. त्याचे विश्वासू सेवक होते ते केवळ ३५० घोडेस्वार त्याच्याजवळ राहिले होते. त्यामुळे आपल्या कुटुंबातील स्त्रियांना घोड्यावर बसवून आणि जितकी संपत्ती उंटांवर लादता येईल तेवढी लादून अकबरसुद्धा आपले प्राण वाचविण्याकरिता राजपूत ज्या मार्गाने निघून गेले त्याच मार्गाने निघून गेला.

लुटालुटीतून अकबराची जी काही संपत्ती वाचली ती जप्त करण्यात आली आणि एक पत्नी, दोन मुले आणि तीन मुली ही अकबराच्या कुटुंबातील माणसे तशीच राहून गेली होती, त्यांना बादशहाच्या छावणीत आणण्यात आले. अकबराच्या अनुयायांना अतिशय कडक शिक्षा देण्यात आल्या. राजकन्या झेबुन्निसा हिचा राजपुत्र अकबराशी गुप्त पत्रव्यवहार चालू होता. तो उघडकीला आल्याने तिची जहागिरी जप्त करण्यात आली. चार लाख तनखा मिळत होता तोही बंद करण्यात आला. सलीमगड किल्ल्यात तिला डांबून ठेवण्यात आले.

त्यानंतर ज्यांच्या निष्ठेबद्दल शंका नव्हती असे सैन्य देऊन राजपुत्र मुअज्जम याला अकबराला कोणत्याही परिस्थितीत पकडण्याकरिता मारवाडमध्ये पाठविण्यात आले. अकबराने पलायन केल्याच्या दुसऱ्या दिवशी रात्री, दुर्गादासला औरंगजेबाने आपली फसवणूक केली हे लक्षात आल्याने तो मागे वळला आणि त्याने अकबराला पुन्हा

आपल्या संरक्षणाखाली घेतले. ह्यानंतर अकबराचे संरक्षण करणे हा राजपुतांच्या प्रतिष्ठेचा विषय बनला. ह्यावेळी आपल्या संरक्षक राजपूत सरदारांसह अकबर सर्व मारवाडात संचार करू लागला. एका जागी तो चोवीस तासांच्यावर कधीही राहिला नाही. परंतु मारवाडमधील मोगल अधिकारी अतिशय जागरूक होते आणि त्यामुळे त्यांनी बंडखोराला तिथून हाकलून लावले. ह्यावेळी दुर्गादासने, ज्या एकुलत्या एक सत्तेने मोगल सत्तेशी सतत संघर्ष केला, अशा मराठ्यांच्या दरबारात अकबराला आश्रय देण्याकरिता न्यावयाचे असा धाडसी बेत आखला. ह्यावेळी सर्व जलमार्ग आणि खिंडी यांच्यावर बादशाही सैन्याची कडक निगराणी होती. परंतु राठोड नेता दुर्गादासने अतिशय कौशल्याने आणि आपल्या खऱ्या हेतूंचा पत्ता न लागू देता आपला पाठलाग करणाऱ्यांचा मार्ग चुकविला आणि अकबरपूर ह्या ठिकाणी नदी ओलांडण्याचे जे ठिकाण होते त्याजवळूनच नर्मदा ओलांडण्यात यश मिळविले (९ मे) आणि तापी नदीच्या काठावरील बऱ्हाणपूर शहरानजीक येऊन पोहोचला (१५ मे). परंतु याही ठिकाणी आपली वाट मोगल अधिकाऱ्यांनी अडविलेली आहे असे त्याला आढळून आले आणि म्हणून त्याला पश्चिमेकडे खानदेश आणि बागलाणमार्गे पुढे कूच करावे लागले. शेवटी तो कोकणात संभाजी महाराजांच्या संरक्षणाखाली जाऊन पोहोचला (१ जून).

७. महाराण्याशी शांततेचा तह

मेवाडच्या गळ्याभोवती मोगलांचा पाश आवळला जात असतानाच अकबराचे बंड घडून आल्याने मोगलांशी युद्ध-योजना विस्कळीत झाली आणि त्यामुळे आपोआपच मेवाड राज्याला श्वास घेण्याइतपत सवड सापडली. ह्याच संधीचा सिसोदियांनी फायदा घेतला आणि त्यांचा पराक्रमी राजपुत्र भीमसिंग आणि महाराण्याचा अर्थमंत्री दयालदास यांच्या नेतृत्वाखाली त्यांनी सुडाची योजना अमलात आणली आणि त्यानुसार गुजरात आणि माळवा प्रांतातील प्रदेश त्यांनी बेचिराख करून टाकला.

प्रत्यक्ष युद्धाच्या दृष्टीने विचार केल्यास हे राजपूत युद्ध बरोबरीचे ठरले होते परंतु आर्थिक परिणामांच्या दृष्टीने ते महाराण्याच्या प्रजेला अतिशय हानिकारक ठरले होते. सपाट मैदानातील त्यांची उभी पिकं शत्रूकडून तुडविली गेली होती; ते आपला पराभव पुढे ढकलू शकत होते परंतु उपासमार पुढे ढकलणे शक्यच नव्हते. यामुळे दोन्ही पक्षांना आता शांतता हवी होती. म्हणून महाराणा जयसिंगाने स्वत: राजपुत्र मुहंमद आझम याची भेट घेतली (१४ जून १६८१) आणि त्याने मोगल साम्राज्याशी पुढील अटींवर तह केला:

१. जिझिया कराची राणाच्या राज्याकडून जी मागणी करण्यात आलेली होती, त्या ऐवजी राणाने मोगलांना मंडल, पूर, बेदनोर हे परगणे दिले.

२. मोगल सैन्य मेवाडमधून काढून घेण्यात आले. त्याचा ताबा जयसिंगाला देण्यात आला, त्याला राणा ही पदवी आणि पाच हजारी सेनापतीची सनद देण्यात आली.

अशा रीतीने अखेरीस मेवाडने पुन्हा शांतता आणि स्वातंत्र्य मिळविले. परंतु मारवाडात मात्र तसे घडून आले नाही. मारवाडात तह न होता शांतता प्रस्थापित झाल्यानंतर त्या दुःखी युद्धक्षेत्राचे रूपांतर उजाड वाळवंटात झाले. पुढील तीस वर्षांत जोधपूरचा हाच इतिहास घडून आला. ''युद्ध आणि साथीचे रोग यांनी तो सगळा प्रदेश उजाड बनविला.'' अकबर आणि संभाजी यांच्यात सहकार्य निर्माण झाल्याने मोगल साम्राज्याला अधिक मोठा धोका निर्माण झाला आणि त्यामुळे औरंगजेबाला आपली सर्व शक्ती दक्षिणेत केंद्रित करावी लागली आणि त्याला स्वतःला त्याकरिता दक्षिणेत जावे लागले. यामुळे मोगलांची मारवाडवर जी पकड होती ती आपोआपच सैल झाली. राठोडांच्या मुक्तीला ह्यावेळेपासूनच प्रारंभ झाला. यानंतरच्या पुढील पिढीत दक्षिण हिंदुस्थानात मोगलांची लष्करी स्थिती काय आहे, यावरच मारवाडवरील मोगलांचा ताबा अवलंबून राहिला.

दुर्गादासच्या नेतृत्वाखाली राठोडांनी जी युद्धपद्धती विकसित केली ती मराठ्यांच्या युद्धपद्धतीशी मिळतीजुळती होती. त्यात गनिमी काव्याने मोगली सैन्याला हैराण करून थकवून टाकावयाचे आणि पुष्कळदा तर असहाय्य झालेल्या मोगल सरदारांकडून गुप्तपणे चौथाई वसूल करून त्याठिकाणी वरकरणी त्यांचे वर्चस्व मान्य करावयाचे ह्याच पद्धतीने राठोडांनी यश मिळविलेले आढळून येते. अशा पद्धतीने कधी पराभव तर कधी विजय स्वीकारून राठोडांनी हे युद्ध तीस वर्षे चालविले, परंतु ह्या तीस वर्षांत ते युद्ध केव्हाही थांबले नाही. शेवटी ऑगस्ट १७०९ मध्ये विजयी अजितसिंगाने जोधपूरमध्ये प्रवेश केला आणि मारवाडचा अधिपती ह्या नात्याने दिल्लीच्या बादशहाने शेवटी त्याला कायदेशीर आणि सर्वार्थाने मान्यता दिली.

सीमेवरील अफगाण बंडाळ्यांचा बिमोड झालेला नसतानाच औरंगजेबाने राजपुतान्यात बंडाला प्रोत्साहन देऊन एक मोठी राजकीय चूक केली. राजपुतांतील दोन प्रमुख वंश त्याच्याविरुद्ध उघड उघड शत्रुत्व करीत असल्यामुळे त्याला आपल्या सैन्यातील सर्वांत पराक्रमी आणि एकनिष्ठ सैनिक गमवावे लागले. ह्याशिवाय मारवाड आणि मेवाडमध्ये उद्भवलेले हे युद्ध ह्याच प्रदेशापुरते मर्यादित राहिले नाही. सहानुभूतीदाखल हेडा आणि गौर ह्या राजपूत घराण्यांनीसुद्धा युद्ध पुकारले. ह्याचा परिणाम म्हणून बंडखोरांच्या टोळ्यांचा जो संचार सुरू झाला त्याने पाहता पाहता माळवा व्यापला आणि त्यामुळे माळव्यातून दक्षिण हिंदुस्थानात मोगलांची प्राणनाडी समजला जाणारा जो मार्ग जात होता, त्यालाच मोठा धोका निर्माण झाला.

प्रकरण दहावे

मराठ्यांच्या सत्तेचा उदय

१. सतराव्या शतकातील दक्षिणेच्या इतिहासातील मुख्य तत्त्व

चौदाव्या शतकाच्या मध्यकालखंडात बहामनी राज्याचा पाया घातला गेल्याने दक्षिण हिंदुस्थानात मुसलमानी सत्तेचे एक स्वतंत्र केंद्र निर्माण झाले आणि त्यामुळे भारतीय इस्लामधर्माने दक्षिणेत विस्तारवादाच्या एका नवीन पर्वाला प्रारंभ केला आणि ज्यांनी आत्तापर्यंत आपले स्वातंत्र्य टिकवून धरले होते, अशा दक्षिण हिंदुस्थानातील मोठमोठ्या हिंदू राजांना चिरडून टाकून उत्तर हिंदुस्थानात, दिल्लीच्या सुलतानशाहीने जे कार्य केले, त्याचीच पुनरावृत्ती करून दाखविली. ही प्रक्रिया संपूर्ण पंधराव्या शतकात तशीच चालू राहिली. जरी पुढील शतकाच्या पहिल्या २५ वर्षांच्या कालखंडात एकेकाळच्या महान बहामनी घराण्याचा अस्त झाला तरी त्याचा वारसा निजामशहा आणि आदिलशहा ह्यांसारख्या थोर राजांना मिळाला. गुलबर्ग्याच्या सुलतानांनी प्रस्थापित केलेल्या इस्लामी सत्तेची आणि इस्लामी संस्कृतीची परंपरा पूर्णपणे जोपासणारी केंद्रे म्हणून अहमदनगर आणि विजापूर ही शहरे आता पुढे आली. १७व्या शतकाच्या पहिल्या २५ वर्षांच्या कालखंडात निजामशाही पूर्ण अस्ताला गेली. अहमदनगरच्या निजामशाहीचा पूर्ण ऱ्हास झाल्याने नेतृत्वाची जी पोकळी निर्माण झाली, ती ताबडतोब भरून काढण्यास विजापूरची आदिलशाही पुढे सरसावली.

परंतु १७व्या शतकाच्या प्रारंभी दक्षिण क्षेत्रात एका लढाऊ शक्तीने प्रवेश केला. दक्षिण हिंदुस्थान जिंकण्याकरिता मोगल बादशहा आता सज्ज होता आणि या घटनेने १७व्या शतकातील दक्षिण हिंदुस्थानच्या इतिहासावर मोठा परिणाम घडून आला. बहामनी आणि निजामशहा यांचा वारस म्हणून दक्षिण हिंदुस्थानवर आपले नेतृत्व प्रस्थापित करण्याचे जे स्वप्न आदिलशहाने (विजापूरचा बादशहा) आपल्या डोळ्यांसमोर ठेवलेले होते, ते आता सोडून दिले पाहिजे आणि साम्राज्यविस्ताराची आपली महत्त्वाकांक्षा पूर्ण करावयाची असेल तर उत्तरेत महाभयंकर मोगलांच्या वाटेत न येता पूर्वेकडे आणि दक्षिणेकडेच आपण आपले हातपाय पसरविणे उचित ठरेल असे त्याला वाटू लागले. इ.स.१६५६च्या फाळणीच्या तहाप्रमाणे दख्खनमधील मोगल साम्राज्याची दक्षिण सीमा निश्चित झालेली होती आणि पुढील वीस वर्षांत दक्षिण हिंदुस्थानात समुद्राच्या ह्या किनाऱ्यापासून त्या किनाऱ्यापर्यंत विजापूरच्या साम्राज्याचा

विस्तार होऊन ते साम्राज्य उत्कर्षाच्या अत्युच्च शिखरावर पोहोचले आणि त्याचे राजधानीचे शहर हे कला व वाङ्‌मय आणि धर्मशास्त्र व भौतिकशास्त्रे यांचे माहेरघर बनले. परंतु अगोदरच्या गरीब आणि कणखर पिढीतील लढाऊ बाण्याच्या राजांच्यानंतर जे सुलतान आले, त्यांना आता छावण्यांनी गजबजलेली युद्धभूमी आणि खोगीर चढविलेले घोडे यांच्याऐवजी जनानखाना आणि दरबारच्या शौकिन वातावरणाचा अधिक मोह पडत होता. परंतु आदिलशाही सत्ता ज्यावेळी उत्कर्षाच्या शिखराला पोहोचली त्याचवेळी तिच्या विघटनाला आणि अपकर्षाला झपाट्याने प्रारंभ झाला.

सरंजामशाही राज्यात एखादा नामधारी राजा किंवा घटनेने नेमलेला मुख्य वजीर हा राज्यकारभार करू शकत नाही. ज्यावेळी राजाच्या भोवती असलेले नायकत्वाचे वलय विरून जाते त्यावेळी प्रांतातील लष्करी सुभेदार त्याच्या आज्ञा मानेनासे होतात. त्यामुळे, शेवटच्या थोर आदिलशहाचा मृत्यू झाल्यानंतर (नोव्हेंबर १६५६मध्ये) दक्षिणेतील उरलेल्या मुसलमान राज्यांचे विघटन आणि मोगल साम्राज्यातील त्यांचा समावेश ही घटना झपाट्याने विनासायास, नैसर्गिक नियमानुसार आणि अपरिहार्य म्हणून घडून आली असती. परंतु दक्षिणेच्या राजकारणात एका नवीन सत्तेचा उदय झाल्याने तसे घडून आले नाही.

राजकारणातील ही नवीन सत्ता म्हणजे मराठे होत. ह्या मराठ्यांनी औरंगजेबाच्या राज्यारोहणानंतरच्या दीड शतकातील दक्षिणेच्या इतिहासावर आणि अठराव्या शतकाच्या गेल्या पन्नास वर्षांतील उत्तर हिंदुस्थानच्या इतिहासावर आपला प्रभाव गाजविला. ह्या प्रदेशात मराठे लोक पुरातन काळापासून राहत होते. परंतु तेराव्या शतकापासून ते आपल्या जन्मभूमीत परक्यांचे प्रजाजन म्हणून विखुरलेल्या स्वरूपात निरनिराळ्या राज्यांत राहत होते. या वास्तव्यात त्यांना स्वत:चे अस्तित्व अगर राजकीय संघटना अशी नव्हती. ह्या सर्व विखुरलेल्या घटकांना एकत्रित करून त्यांचे एक राष्ट्र निर्माण करण्याकरिता आणि मोगल साम्राज्यात या बलाढ्य राष्ट्राची भरभक्कम पाचर मारून त्या साम्राज्याचा थरकाप उडविण्याकरिता एखाद्या असामान्य नेत्याची गरज होती. हे नेतृत्व औरंगजेबाचा समकालीन आणि त्याचा कट्टर शत्रू राष्ट्रपुरुष शिवाजी ह्याच्या रूपाने उदयास आले.

ज्या दिवशी सम्राट अकबराने विंध्य पर्वताच्या दक्षिणेकडील मुलूख काबीज करण्याचे धोरण अंमलात आणले, त्या दिवसापासून पुढे ९४ वर्षानंतर ज्या दिवशी औरंगजेबाने शेवटच्या कुतुबशहाचा पराभव करून त्याच्या राजधानीत आपले विजयी पाऊल ठेवले त्या दिवसापर्यंत विजापूर आणि गोवळकोंडा ह्या राज्यांच्या सुलतानांना, मोगल बादशहाला आपल्या राज्यांचा पूर्ण नाश करून आपला सगळा प्रदेश मोगल साम्राज्याला

जोडून घेण्याची तळमळ रात्रंदिवस लागलेली आहे ह्याचा क्षणभर सुद्धा विसर पडला नाही. या महान संकटाच्या वेळी या सुलतानांना शिवाजीच्या अलौकिक व्यक्तिमत्त्वाचा आणि संभाजीच्या बेदरकार पौरुषाचा मोठाच आधार वाटू लागला. मराठ्यांच्या विरुद्ध विजापूर किंवा गोवळकोंडा आणि मोगल साम्राज्य यांच्यात ऐक्य होणे ही गोष्ट मानसिकदृष्ट्या अशक्यच होती.

मोगल सत्तेला भारी होऊन बसलेल्या मराठ्यांच्या दक्षिणेतील वाढत्या पुंडाईला आळा घालण्यासाठी विजापूर आणि गोवळकोंडा यांचे स्वातंत्र्य कायम ठेवून त्यांच्याकडे दक्षिण हिंदुस्थानच्या बंदोबस्ताचे काम सोपविणे औरंगजेबाच्या दृष्टीने शहाणपणाचे ठरले असते असा काही युरोपियन इतिहासकारांचा दावा आहे. दक्षिण हिंदुस्थानात खरी परिस्थिती काय होती, याबाबतच्या अज्ञानावरच वरील मत आधारलेले आहे. मुसलमानांच्या चाकरीत असलेले सर्व मराठा सरदार एकत्र येऊ शकतील असे एक स्वतंत्र राज्य स्थापन करण्यात शिवाजीला यश लाभले; त्या वेळेपावेतो विजापूर आणि गोवळकोंड्याची ही राज्ये ऱ्हासाच्या शेवटल्या अवस्थेस येऊन पोहोचली होती. या राज्यांचे सुलतान केवळ बाहुली बनून सतत विलासात दंग झाले होते, मुख्य वजिराच्या निरनिराळ्या पक्षगटांत लढाया चालल्याने त्यांच्या राजधान्यांत सतत रक्ताचे सडे पडत. त्यांचा राज्यकारभार पूर्णपणे कोसळून पडलेला होता, कायदा आणि सुव्यवस्था पूर्णपणे नाहीशी झालेली होती, प्रांतीय सुभेदार मध्यवर्ती सत्ता झुगारून स्वतंत्र झालेले होते आणि ते जो लष्करी अधिकारी जास्त पैसे देईल त्यांची चाकरी पत्करीत. अशी सरकारे औरंगजेबापेक्षा जास्त परिणामकारक रीतीने संभाजीला वठणीवर आणू शकली असती किंवा संताजी घोरपडेला कडक शासन करू शकली असती अशी अपेक्षा करण्यातही अर्थ नव्हता.

सारांश रूपाने सांगावयाचे झाल्यास दक्षिणेतील सत्तांची युती पुढीलप्रमाणे झाली होती : मोगल आक्रमणाच्या भीतीमुळे गोवळकोंड्याचा सुलतान मनापासून आणि विजापूरचा सुलतान, थोड्या अविश्वासाने, काही काही प्रसंगी शिवाजीच्या बाजूला वळला होता. ज्यावेळी मोगलांची आक्रमणे एकामागून एक अशी सातत्याने होऊ लागली आणि आदिलशहाची स्थिती अतिशय वैफल्यग्रस्त बनली, त्यावेळीच केवळ विजापूरने शिवाजीबरोबर युती केली; परंतु ज्यावेळी ह्या युतीचा गैरफायदा घेऊन शिवाजी विजापूरचेच किल्ले आणि प्रदेश विश्वासघाताने स्वतःच्या ताब्यात घेऊन आपल्या राज्यविस्ताराचा प्रयत्न करीत आहे, अशी भीती वाढीस लागली, त्यावेळी ही युती लगेच संपुष्टात आली. दक्षिणेत तीन सत्तांपैकी कुतुबशहाचा उल्लेख ह्या वृत्तांतातून गाळावयास हवा. कारण ह्या कालखंडात त्याने मोगलांच्या संबंधात कधीही बिघाड

निर्माण होऊ दिला नाही. इ.स.१६६६ नंतर ज्यावेळी दुसरा अली आदिलशहा हा पूर्णपणे मद्यपानाच्या आहारी गेला आणि वजीरपदासाठी व राजधानीवर आणि या निष्क्रिय राजांवर मिळवण्यासाठी निरनिराळे सरदार आपापसात भांडू लागले, तेव्हापासूनच विजापूर राज्याच्या ऱ्हासाला * झपाट्याने प्रारंभ झाला. इ.स.१६७२ मध्ये ज्यावेळी सिकंदर नावाचा अल्पवयीन मुलगा विजापूरच्या गादीवर आला त्यावेळी तर परिस्थिती अधिकच बिघडली आणि त्यानंतर विजापूरचा इतिहास हा खऱ्या अर्थाने तिथल्या राजप्रतिनिधींचाच इतिहास बनला. त्यामुळे राज्यकारभारात अतिशय गैरव्यवस्था माजली. एक स्वतंत्र सत्ता म्हणून शिवाजीचा उदय होण्यास हीच परिस्थिती कारणीभूत झाली.

दिल्लीचे सरकार शांततावादी धोरण ठेवील किंवा तहांचे प्रामाणिकपणे पालन करीत यावर शिवाजीचा क्षणभरही विश्वास नव्हता. म्हणून दक्षिणेतील मोगलांचा प्रदेश गिळंकृत करण्याची एकही संधी शिवाजीने सोडली नाही. विजापूरशी शिवाजीचे संबंध काहीसे वेगळे होते. वास्तविक विजापूरचा बळी देऊनच शिवाजीला आपले डोके वर काढणे किंवा आपल्या राज्याचा विस्तार करणे शक्य होते. परंतु ज्यावेळी १६६२ च्या सुमारास आदिलशाही मंत्र्यांनी त्याच्याशी मित्रत्वाची बोलणी केली, त्यावेळी विजापूर राज्यातील, मध्यवर्ती प्रदेशाला उपद्रव देण्याचे शिवाजीने थांबविले.

त्याच्या राज्याला लागून असलेल्या प्रदेशात जहागिरी बाळगून असलेल्या आणि त्याच्या नैसर्गिक राज्यविस्ताराच्या प्रदेशात म्हणजे कोल्हापूर, कॅनरा व कौचल येथे ठाण मांडून बसलेल्या विजापुरी सरदारांबरोबर सलोख्याचे संबंध ठेवणे त्याला शक्य नव्हते. विजापूरच्या मध्यवर्ती सरकारला कोणतेही आव्हान देण्याची इच्छा नसताना सुद्धा शिवाजीला या सरदारांशी वैर पत्करावे लागले.

२. दक्षिणेतील मोगल दुर्बलतेची कारणे

जानेवारी १६५८ मध्ये आपल्या बापाचे तख्त बळकावण्यासाठी औरंगजेबाने दक्षिणेहून प्रयाण केले तेव्हापासून मार्च १६८२ मध्ये तो दक्षिणेत आपल्या आयुष्याची शेवटची २५ वर्षे सतत युद्धात खर्ची घालण्याकरिता परत येईपर्यंत २४ वर्षांचा कालावधी मध्ये लोटला होता. या कालावधीत दक्षिणेतील मोगल प्रांतात पाच सुभेदार नेमले गेले. त्यात राजपुत्र शहा आलम हा ११ वर्षे, बहादूरखान ६ वर्षे, शायिस्तेखान ४ वर्षे,

---

(*टीप : वास्तविक विजापूरच्या अवनतीला ह्याच्याही आगोदर म्हणजे इ.स.१६४६ मध्ये ज्यावेळी मोहंमद आदिलशहा गंभीर आणि दीर्घकालीन आजाराने अंथरुणाला खिळून पडला तेव्हापासून प्रारंभ झाला.)

जयसिंग जवळजवळ २ वर्षे तर दिलेरखान १ वर्ष या अधिकारपदावर होता. ह्या २४ वर्षांच्या कालावधीत मोगलांनी फक्त जयसिंग (१६६६), बहादूरखान (१६७६-७७) आणि दिलेरखान (१६७९-८०) यांच्या नेतृत्वाखाली विजापूरविरुद्ध जोरदार आक्रमक धोरण अमलात आणले. शायिस्तेखान (१६६०-६२), जयसिंग (१६६५), महाबतखान (१६७१-७२), बहादूरखान (१६७३-७५ आणि १६७८-७९) ह्या अल्पकाळात दिलेरखान यांनी मराठ्यांच्या विरुद्ध लष्करी कारवाया चालविल्या. शिवाजी आणि मोगल यांच्यामध्ये युद्ध दीर्घकाळ चालू होते परंतु ह्या सर्व काळात मोगल सेनापती, अतिशय धीमेपणाने वागले. दूरवर असलेल्या बादशहाच्या डोळ्यात त्यांनी हातोहात धूळ टाकली आणि प्रथम शिवाजीशी (व नंतर संभाजीशी) गुप्तपणे हातमिळवणी करून त्याच्याकडून बिनदिक्कतपणे लाच स्वीकारण्यासही मागेपुढे पाहिले नाही.

ह्या २४ वर्षांत दक्षिणेत मोगल सेनापतींना थोडेबहुत निश्चित विजय मिळाले परंतु निर्णायक यश त्यांना कधीच मिळाले नाही. ह्या अपयशाचे कारण अंशत: वैयक्तिक आणि अंशत: राजकीय होते. राजपुत्र शहा आलम हा भित्रा होता. कोणत्याही प्रकारचे धाडस त्याच्या ठिकाणी नव्हते. आपल्या शेजाऱ्यांशी शांततेचे संबंध ठेवावेत, जनानखान्यातील विलासात आणि शिकारीच्या शौकात रममाण व्हावे, अशी त्याची मूळ प्रवृत्ती होती. ह्याशिवाय त्याचा प्रमुख सेनापती दिलेरखान हा पुष्कळवेळा शहा आलमची उघडउघड अवज्ञा करीत असल्यामुळे एखाद्या देशाला अंतर्गत यादवी युद्धामुळे जशी दुर्बलता प्राप्त होते, तसे दौर्बल्य दक्षिणेतील मोगल छावणीत वारंवार निर्माण होई. शहाआलम आणि दिलेरखान हे असे अनेकवेळा एकमेकांच्या विरुद्ध वागत असल्याने, दक्षिणेत मोगलांना अपयश प्राप्त होणे अपरिहार्य होते.

दुसरी गोष्ट अशी की शिवाजीबरोबर जे सतत दीर्घकाळ युद्ध चालू होते, त्याचा मोगल अधिकाऱ्यांना मनापासून तिटकारा आलेला होता. मोगलांच्या नोकरीत जे हिंदू अधिकारी होते, ते दक्षिण हिंदुस्थानात हिंदू धर्माचा पुरस्कार करणाऱ्या शिवाजीशी गुप्तपणे हातमिळवणी करीत असत तर कित्येक मुसलमान सेनापती आपल्याला शांततेने राहता यावे म्हणून शिवाजीला आनंदाने लाच देत. ह्याशिवाय विजापूर आणि मराठे यांचा पराभव करण्याकरिता जेवढे सैन्य आणि द्रव्य आवश्यक होते, त्याच्या निम्म्यानेही पुरवठा मोगल सुभेदारांना करण्यात आलेला नव्हता. राजपुत्र अकबराने केलेले बंड आणि त्याचे संभाजीकडे पलायन (१६८१) या घटनांमुळे दिल्लीच्या सिंहासनाला जो धोका निर्माण झालेला होता, त्यावर औरंगजेबाने स्वत: दक्षिणेत येणे हाच एक परिणामकारक उपाय होता. ह्यामुळे मोगलांना दक्षिणेकडील आपल्या धोरणात आमूलाग्र बदल करणे भाग पडले. ह्यानंतर आता संभाजीची सत्ता चिरडून टाकणे आणि अकबराने

पुढे कोणताही उपद्रव करू नये म्हणून त्याला खच्ची करणे या गोष्टी औरंगजेबाला आपल्या डोळ्यासमोर ठेवाव्या लागल्या.

३. महाराष्ट्र देश आणि तेथील लोक

मराठ्यांचा जो देश आहे त्याचे स्पष्टपणे तीन प्रादेशिक विभाग पडतात. पश्चिम घाट आणि हिंदी महासागर यांच्यामध्ये निरनिराळी रुंदी असणारी जी लांबच लांब चिंचोळी पट्टी आहे तिला कोकण (मुंबई आणि गोवा यांच्या दरम्यानचा प्रदेश) आणि कॅनरा (गोव्याच्या दक्षिणेकडील प्रदेश) असे म्हणतात. ह्या सगळ्या प्रदेशात वर्षातून १०० ते १२० इंचापर्यंत मुसळधार परंतु निश्चित पाऊस पडतो. ह्या सगळ्या प्रदेशात तांदूळाचे पीक प्रामुख्याने होते आणि जागोजागी आपल्याला दाट आंबराया, केळीच्या बागा आणि नारळाची आगरे सुद्धा दिसून येतात. हा घाट ओलांडून पूर्वेकडे गेल्यानंतर आपल्याला २० मैल रुंदीचा एक पट्टा लागतो, त्याला मावळचा प्रदेश म्हणतात. ''हा सगळा प्रदेश अतिशय खडबडीत असून त्यात उंच पठाराची मालिकाच दिसून येते आणि त्याच्या प्रत्येक बाजूला खोल आणि विस्तृत दऱ्या व खोरी आहेत.''

येथून आणखी पुढे दूर पूर्वेकडे गेल्यास पश्चिम घाटाची उंची हळूहळू कमी होत जाते, नद्यांच्या खोऱ्यांची रुंदी वाढत जाते आणि ज्याला आपण देश म्हणतो तो लांबच लांब पसरलेला काळ्या जमिनीचा सपाट प्रदेश म्हणजे मध्य दक्षिणेचा भाग आपल्याला लागतो.

सर्व दिशांनी पहाडांनी वेढलेला आणि फक्त पूर्वेकडून मोकळा असलेला हा प्रदेश मराठा राज्याचे जन्मस्थान आहे. घाटाच्या पूर्वेला पावसाचे प्रमाण वेगाने कमी होत जाते आणि शेतीसाठी त्याचे प्रमाणही अनिश्चित व अपुरे ठरते. ह्यामुळे साहजिकच हा सगळा प्रदेश नापिक बनला असून उघड्याबोडक्या छोट्या डोंगरांच्या रांगांनी तो तुटलाफुटला आहे. ''सर्वसाधारणपणे पाहता दख्खनच्या प्रदेशात अतिशय मेहनत घेऊनही कशीबशी उपजीविका चालविता येईल एवढे उत्पन्न मिळते.''

अशा या प्रदेशात जिथे निसर्गानेच इथल्या लोकांवर स्पार्टन लोकांचा साधेपणा लादलेला आहे तिथे विलासी जीवनाचे, विद्वत्तापूर्ण सुखासीन जीवनाचे (पुरोहित वर्ग सोडल्यास), सौंदर्यपूर्ण वृत्तीचे, फार काय सुसंस्कृत रीतीरिवाजांचे नाव घ्यावयास नको. परंतु अशा प्रकारचा प्रदेश आणि तेथील वातावरण यांची भरपाई करणारे काही फायदेही होते. इथल्या लोकात स्वावलंबन, धाडस, चिकाटी, कमालीचा साधेपणा, सरधोपटपणा, सामाजिक समतेची भावना आणि तदनुषंगिक माणसाला माणूस म्हणून जी प्रतिष्ठा असते त्या स्वाभिमानाची जिवंत जाणीव इत्यादी गुणांचा मोठ्या प्रमाणात विकास झालेला होता. ७ व्या शतकात ह्युएनत्सांग नावाचा जो चिनी प्रवासी भारतात येऊन गेला त्याने तर, ''मराठे स्वाभिमानी व लढवय्ये, कोणी चांगले वागविल्यास

त्याबद्दल कृतज्ञ राहणारे परंतु वाईट वागविणाऱ्याबद्दल सूडबुद्धी बाळगणारे आहेत'' असे आपले मत लिहून ठेवले आहे. पुढील दहा शतकात त्यांच्यात जास्त कावेबाजपणा येऊन, त्यांच्यातील उदारपणा कमी कमी होत गेला. परंतु त्यांच्यातील मूलभूत गुण मात्र तसेच कायम राहिले. ते गुण म्हणजे त्यांचा सतत उद्योग, स्वयंपूर्णता, स्वाभिमान आणि समतेविषयीचे प्रेम !

इतर कोणत्याही संपन्न आणि जास्त सुसंस्कृत समाजाच्या तुलनेने १६व्या शतकातील मराठ्यांत सामाजिक विषमता फार थोडी होती आणि विशेष लक्षणीय नव्हती. त्यांच्या धर्मामुळे अशाच प्रकारची समतेची भावना जोपासली गेली होती. १५व्या आणि १६व्या शतकातील त्यांच्या लोकप्रिय संतांनी केवळ जन्माधिष्ठित पावित्र्याऐवजी चारित्र्यावर आधारलेल्या पावित्र्याची शिकवण दिली आणि खरे श्रद्धावान हे ईश्वरासमोर एकच आहेत हे तत्त्व मांडले.

पूर्वकालीन मराठा समाजात जो साधेपणा आणि एकात्मता होती, त्यांचे प्रतिबिंब त्यांच्या दरिद्री, अविकसित पण तत्त्वत: लोकप्रिय असलेल्या भाषेत आणि वाङ्मयात सुद्धा पडलेले होते. निसर्गानेच त्यांना त्यांच्या हाताशी आयते तयार झालेले आणि सहज संरक्षणक्षम असे डोंगरी किल्ले बहाल केले. या किल्ल्यात अडचणीच्या वेळी ते धाव घेऊ शकत आणि तिथून शत्रूचा कडवा प्रतिकारही करू शकत. ''पुष्कळवेळा घाटमाथा जेथे संपावयाचा, तेथे उंच अशा बेलाग खडकाची भिंत तयार होई. घाटमाथ्याची उंच उंच शिखरे आणि एकमेकांपासून अलग पडलेले डोंगरांचे कडे यांतून आपोआपच नैसर्गिक किल्ले तयार होत...या किल्ल्यांच्या शिखरावर सपाट जागा असे यातील पुष्कळशा किल्ल्यात चवदार पाण्याचे झरे असत.'' अशा रीतीने शिवाजीने महाराष्ट्रात राजकीय ऐक्य प्रस्थापित करण्यापूर्वीच १७व्या शतकातील महाराष्ट्रात भाषा, पंथ आणि जीवनप्रणाली यांचा एक लक्षणीय सुसंवाद निर्माण झाला होता.

शिवाजीच्या संपूर्ण सैन्याचा कणा म्हणजे महाराष्ट्रातील मराठा आणि कुणबी समाजातील शेतकरी होता. हे लोक साधेभोळे, रोखठोक, स्वतंत्र बाण्याचे, पौरुष-युक्त आणि काटक होते. दक्षिण हिंदुस्थान मुसलमानांनी जिंकून घेतल्यानंतर आणि १४व्या शतकात महाराष्ट्रातील शेवटचे हिंदू राज्य लयाला गेल्यानंतर येथील स्थानिक लढवय्या वर्ग आपापल्या पुढाऱ्यांच्या नेतृत्वाखाली लहान लहान गटात एकत्रित आला आणि महाराष्ट्रात उदयाला आलेल्या नवीन सत्तेच्या सेवेसाठी त्यांनी आपली तलवार वाहिली. आपल्या शेजारच्या मुसलमान राज्याच्या सेवेत अनेक मराठा घराणी लुटारू शिपायांचे कप्तान म्हणून श्रीमंत, सत्ताधीश आणि कर्तबगार म्हणून उदयास आली.

४. शहाजी भोसले : त्यांचे चरित्र

अशाच प्रकारे नावारूपाला आलेले एक कुटुंब म्हणजे भोसल्यांचे कुटुंब. मूळचे पुणे जिल्ह्यातील पाटस परगण्यातील असून त्यांना दोन गावांची पाटीलकी मिळालेली होती. त्यांचा प्रमुख व्यवसाय शेतीचा होता आणि त्यांनी आपल्या सौम्य, प्रामाणिक वर्तनाने आणि धार्मिक दानधर्मामुळे त्या भागात बरीच लोकप्रियता मिळविली होती. त्यांना आपल्या शेतात अवचितपणे पुरलेला जो द्रव्याचा खजिना सापडला, त्याच्या जोरावर त्यांनी शस्त्रे आणि घोडी खरेदी केली व १६व्या शतकाच्या शेवटी शेवटी त्यांनी निजामशाहीमध्ये नेतृत्व आपल्याकडे घेतले. मालोजीचा मोठा मुलगा शहाजी भोसले हा अशा नेत्यांपैकीच एक होता. इ.स.१५९४ मध्ये त्याचा जन्म झाला आणि बालपणीच त्याचा, अहमदनगरच्या दरबारातील सर्वश्रेष्ठ हिंदू सुभेदार आणि सिंदखेडचा उच्चकुलीन श्रीमंत जहागीरदार लखुजी जाधव याची मुलगी जिजाबाई हिच्याशी विवाह झाला. शहाजीने निजामशहाचा दिवाण मलिक अंबर ह्याच्या कारकीर्दीत आपल्या कुटुंबातील निवडक सैन्यानिशी एक सेनापती ह्या नात्याने आपल्या नोकरीला सुरवात केली असावी. मे १६२६ मध्ये मलिक अंबरचा मृत्यू झाल्यानंतर त्याच्या राज्यात सर्वत्र गोंधळ निर्माण झाला. तेथील दरबारात वारंवार हत्या घडत गेल्या. ह्या सर्व गोंधळाच्या कालखंडात तो मोगलांना जाऊन मिळाला. त्यानंतर त्याने मोगलांना पुन्हा सोडून देऊन विजापूर राज्याशी टक्कर दिली आणि नंतर तो विजापूरला जाऊन सामील झाला आणि शेवटी सह्याद्रीच्या रांगेत एका डोंगरी किल्ल्यावर त्याने एका निजामशाही राजपुत्राला नामधारी राजा म्हणून गादीवर बसविले (इ.स.१६६३). त्याने पुणे आणि चाकणपासून बालाघाटपर्यंत आणि जुन्नर, अहमदनगर, संगमनेर, त्रिंबक आणि नाशिक ह्या भोवतालचा निजामशाही राज्याचा एक चतुर्थांश भाग जिंकून घेतला आणि तीन वर्षेपर्यंत (१६३३-३६) या सुलतानाच्या नावाने राज्य चालविले. जुन्नर ही त्याने ही आपली राजधानी बनविली. परंतु इ.स. १६३६ मध्ये मोगलांनी शहाजीविरुद्ध एक प्रचंड मोहीम उघडली. ह्या मोहिमेत शहाजीचा संपूर्ण पराभव झाला. त्याला आपल्या ताब्यातील आठ किल्ले मोगलांना द्यावे लागले आणि विजापूरच्या चाकरीत शिरावे लागले, एवढेच नव्हे तर त्याला महाराष्ट्राबाहेरही पडावे लागले.

५. शिवाजीचे बालपण, शिक्षण आणि चारित्र्य

शहाजी आणि जिजाबाई ह्यांचा दुसरा मुलगा शिवाजी ह्याचा जन्म १० एप्रिल १६२७ रोजी जुन्नरजवळच्या शिवनेरी किल्ल्यात झाला. १६३६च्या शेवटी विजापूरची नोकरी स्वीकारल्यानंतर शहाजीला प्रथमत: तुंगभद्रेचा प्रदेश आणि म्हैसूरचे पठार आणि त्यानंतर मद्रासच्या किनारपट्टीकडे आपल्या नवीन धन्याकरिता नवीन प्रदेश आणि स्वत:करिता नवीन जहागीर काबीज करण्यासाठी पाठविण्यात आले. परंतु ह्या स्वारीत शहाजीने आपली आवडती राणी तुकाबाई आणि मुलगा व्यंकोजी यांना बरोबर नेले,

परंतु जिजाबाई आणि शिवाजी यांना पुण्याच्या जहागिरीची व्यवस्था पाहण्याकरिता दादोजी कोंडदेव यांच्या देखरेखीखाली पुण्याला पाठविले.

तिच्यातील आध्यात्मिक प्रवृत्ती वाढीला लागली. हेच संस्कार तिने आपल्या मुलांवर केले. शिवाजीचे बालपण, मित्र, भाऊ, बहीण नसल्याने किंवा सोबत वडील राहत नसल्याने, एकांतवासात गेले. एकांतवासातल्या या जिण्यामुळे आई आणि मुलगा यांच्यात एकमेकांबाबत मोठा जिव्हाळा निर्माण झाला आणि त्यातूनच शिवाजीची मातृभक्ती इतकी प्रखर बनली की शिवाजी शेवटी आईला देवताच मानू लागला. अगदी लहानपणापासूनच त्याला स्वत:च्या जबाबदारीवर विसंबून राहावे लागले. त्यामुळे आपल्या मनातल्या कल्पना कोणाच्याही मदतीशिवाय अमलात आणावयास तो शिकला आणि वडीलधाऱ्या मंडळींच्या आदेशाची वाट न पाहता स्वत:च्या हिमतीवर पुढे पाऊल टाकू लागला. त्याला लहानपणी जे शिक्षण देण्यात आले, ते प्रामुख्याने व्यावहारिक शिक्षण होते. लवकरच शिवाजी लढण्याच्या कलेत, घोड्यावर बसण्यात आणि इतर अनेक पौरुषयुक्त कलांत तरबेज बनला. याचबरोबर लहानपणी वारंवार पठण करून आणि लक्षपूर्वक ऐकून हिंदूंचे थोर पुराणग्रंथ त्याला मुखोद्गत झाले आणि अशा रीतीने त्यातील राजकीय आणि नैतिक शिकवण त्याने आत्मसात केली. धार्मिक ग्रंथांचे वाचन करण्याची, कीर्तन ऐकण्याची त्याच्या ठिकाणी अतिशय आवड निर्माण झाली आणि जेथे जेथे तो गेला तेथे तेथे हिंदू-मुसलमान संतांच्या संगतीत थोडातरी वेळ घालविल्याशिवाय त्याला चैन पडत नसे.

सह्याद्रीच्या पायथ्याशी आणि त्याच्यालगतच घनदाट जंगलांनी वेढलेल्या पुणे जिल्ह्याच्या पश्चिम पट्टीत किंवा मावळच्या प्रदेशात काटक, निरोगी आणि शूर अशा मावळ्यांची वस्ती होती. ह्या मावळ्यांमधूनच शिवाजीने आपले प्रारंभीचे एकनिष्ठ अनुयायी आणि शूर सैनिक निवडले. ह्याच समवयस्क मावळ्यांच्या संगतीत शिवाजी सह्याद्रीतील दऱ्याखोऱ्यांतून आणि जंगलातून आणि नद्यांच्या नागमोडी खोऱ्यांतून हिंडत असे आणि त्यामुळेच शिवाजीला कठोर, काटक आणि संकटमय जीवनाची आपोआपच सवय झाली. शिवाजीच्या स्वभावात प्रारंभापासूनच जीवन-कार्याबाबतची सुखदु:खातीत तळमळ आणि धर्माबाबतची कळकळ यांचा सुंदर मिलाफ झालेला होता. स्वातंत्र्याबद्दल त्याच्या मनात अपरंपार प्रेम निर्माण झाले आणि एखाद्या मुसलमान राज्याच्या पदरी राहून गुलामीचे विलासी जीवन जगण्याचा त्याला मनापासून तिटकारा वाटू लागला.

७ मार्च १६४७ रोजी दादोजी कोंडदेव यांचा मृत्यू झाला आणि त्यानंतर वयाच्या विसाव्या वर्षी शिवाजीच्या हाती अधिकार प्राप्त झाला. ह्यावेळेपावेतो त्याला युद्धकलेचे

आणि मुलकी प्रशासनाचे शिक्षण चांगल्या पद्धतीने मिळालेले होते. वडिलांच्या पश्चिमेकडील जहागिरीतील सैनिक आणि ज्यांच्यावर आता अधिकार गाजवावयाचा ते प्रजाजन यांच्याशी त्याने घनिष्ठ परिचय करून घेतला होता. धडाडी आणि हुकूम गाजविण्याची प्रवृत्ती ह्या गुणांचा त्याच्यात मोठ्या प्रमाणात विकास झालेला होता.

६. शिवाजीची प्रारंभीची मुलूखगिरी

इ.स.१६४६ हे वर्ष विजापूरच्या इतिहासात एक आणीबाणीचे वर्ष म्हणून ओळखले जाते. विजापूरचा बादशहा गंभीर आजाराने आजारी पडला आणि तो तशा अवस्थेत जवळजवळ १० वर्षे बिछान्याला खिळून होता आणि ह्या काळात त्याला कोणत्याही महत्त्वाच्या बाबींकडे लक्ष देता आले नाही. शिवाजीच्या दृष्टीने ही सुवर्णसंधी ठरली. त्याने विजापूरच्या किल्लेदाराला चकवून तोरणा किल्ला प्रथमत: हस्तगत केला. ह्या किल्ल्यात दोन लाख होन भरेल, एवढा सरकारी खजिना त्याच्या हाती पडला. किल्ल्याच्या पूर्वेला पाच मैलांवर त्याच पर्वतश्रेणीच्या दुसऱ्या टोकाला, शिवाजीने राजगड नावाचा एक नवीन किल्ला बांधला. त्यानंतर शिवाजीने विजापूरच्या एका सुभेदाराकडून कोंढाणा (सिंहगड) किल्ला जिंकून घेतला. दादोजी कोंडदेवांच्या मृत्यूनंतर एकछत्री अंमल गाजविता येईल असे राज्य निर्माण करण्यासाठी शिवाजीने शहाजीच्या पश्चिम जहागिरीतील सर्व प्रदेश आपल्या नियंत्रणाखाली आणण्यासाठी कंबर कसली.

२५ जुलै १६४८ रोजी अर्काट जिल्ह्यात दक्षिणेला जिंजी किल्ल्याला वेढा देऊन बसलेला विजापूरचा सेनापती मुस्तफाखानाने शहाजीला कैद केले आणि त्याची सर्व संपत्ती आणि त्याचा सर्व लवाजमा जप्त केला.

शहाजीला बेड्या ठोकण्यात आल्या आणि तशाच स्थितीत त्याला विजापूरला आणण्यात आले.

शिवाजी ह्यामुळे मोठ्याच शृंगापत्तीत सापडला. त्याने दक्षिणेचा मोगल सुभेदार राजपुत्र मुरादबक्ष याला, शहाजीच्या पूर्व वर्तनाबद्दल बादशहाकडून माफी मिळावी म्हणून आणि शहाजीला आणि त्याच्या मुलांना भविष्यकाळात संरक्षण मिळावे म्हणून रदबदली करावी अशी विनवणी केली आणि त्याच्या मोबदल्यात त्याने मोगलांची नोकरी पत्करण्याचे मान्य केले. तथापि शहाजहानने शहाजीची सुटका करण्याकरिता आदिलशहावर कोणत्याही प्रकारचे दडपण आणले नाही. शेवटी विजापूर दरबारातील एक सरदार अहमदखान ह्याच्या मध्यस्थीने आणि शहाजीने (बंगलोर, कोंढाणा आणि कन्दारपी) हे तीन किल्ले सुलतानाच्या स्वाधीन करण्याच्या अटीवर मे १६४९ मध्ये शहाजीची मुक्तता करण्यात आली. अशा प्रकारे शहाजीची बिनशर्त सुटका झालेली नसल्याने शिवाजीने विजापूर दरबारची कोणतीही कुरापत न काढता इ.स.१६४९ पासून इ.स.१६५५ पर्यंत शांततेचे धोरण अमलात आणले. ह्या काळातील त्याची प्रमुख

मुलूखगिरी म्हणजे त्याने फितुरी करून पुरंदरचा किल्ला त्याच्या किल्लेदाराकडून जिंकून घेतला हीच सांगता येईल.

सातारा जिल्ह्याच्या वायव्येकडे अगदी दूरच्या टोकाला जावळी नावाचे खेडे होते. हे खेडे एका मोठ्या सरदार घराण्याचे मुख्य ठिकाण होते. ह्या घराण्याच्या ताब्यात जवळजवळ सर्वच जिल्ह्याचा अंतर्भाव होत होता. हे घराणे मोरे नावाच्या मराठा सरदाराचे होय. ह्या घराण्याच्या प्रमुखाला 'चंद्रराव' ही वंशपरंपरागत पदवी मिळालेली होती. त्याने आपल्याजवळ १२००० पायदळ बाळगले होते आणि त्यात मावळ्यांसारख्याच पहाडी काटक लोकांचा भरणा होता.

जावळीच्या जहागिरीची भौगोलिक स्थिती अशी होती की त्यामुळे दक्षिणेकडे आणि नैर्ऋत्येकडे राज्य विस्तार करण्याच्या शिवाजीच्या महत्त्वाकांक्षेला पायबंद बसला होता. म्हणून शिवाजीने आपला प्रतिनिधी रघुनाथ बल्लाळ कोरडे याला थोरले चंद्रराव मोरे याच्या मुलीचे लग्न जमविण्यासाठी वाटाघाटी करण्याच्या मिषाने धाकटे चंद्रराव मोरे याचा वध करण्याकरिता पाठविले. चंद्रराव मोरे ह्याचा वध झाल्याची बातमी येताच ताबडतोब शिवाजीने जावळीकडे कूच केले आणि जावळीवर हल्ला चढविला (१५ जाने.१६५६). किल्ल्यातल्या शिबंदीने कोणीही नेता नसतानासुद्धा सहा तासापर्यंत प्रखरपणे शत्रूशी झुंज दिली परंतु शेवटी त्यांनी शरणागती पत्करली. जावळीचे सबंध राज्य अशा रीतीने शिवाजीच्या ताब्यात आले. जावळीच्या पश्चिमेला दोन मैलांवर शिवाजीने प्रतापगड नावाचा एक किल्ला बांधला आणि त्या ठिकाणी त्याने आपल्या घराण्याच्या अधिष्ठात्री देवीची-भवानी देवीची प्रतिष्ठापना केली. पुढच्याच एप्रिल महिन्यात शिवाजीने मोऱ्यांकडून रायगडचा किल्ला जिंकून घेतला व या ठिकाणी आपली भावी राजधानी स्थापन केली.

७. शिवाजीची मोगलांशी पहिली लढाई, १६५७

मोहंमद आदिलशहा मृत्यू (४ नोव्हेंबर १६५६) पावल्यानंतर औरंगजेबाने विजापूरवर स्वारी करण्याची कसून तयारी चालविली आणि त्याकरिता आदिलशाही दरबारातील जितके सरदार आणि मानकरी आपल्या बाजूने वळवून घेता येतील तितके वळवून घेण्याचा प्रयत्न चालविला. शिवाजीचा वकील सोनाजी हा मार्च १६५७ मध्ये बिदरला वेढा घालून बसलेल्या मोगल राजपुत्राच्या छावणीत जाऊन पोहोचला आणि त्याला मोगल दरबाराकडून असे आश्वासन देण्यात आले की, १.शिवाजीच्या प्रत्यक्ष ताब्यात असलेले विजापूरी मुलखातील सर्व किल्ले आणि खेडी यांवरील त्याच्या मालकीहक्काला मान्यता आणि २.दाभोळ बंदर व त्याच्या सभोवतालचा मुलूख जिंकून घेण्यास संमती या शिवाजीच्या मागण्या मान्य करण्यात येतील. औरंगजेबाने २३ एप्रिल १६५७ रोजी

वरील आशयाचे लेखी उत्तर शिवाजीला पाठविले. परंतु शिवाजीने स्वत:च्या हिमतीवर लढून सगळा प्रदेश मिळवावयाचा अशा प्रकारचे वेगळे धोरण अगोदरच निश्चित केलेले होते. दक्षिण हिंदुस्थानातील मोगलांच्या ताब्यात असलेल्या नैर्ऋत्य भागावर हल्ले चढवून अशा तऱ्हेने मोगल फौजांना विभागून त्याचा फायदा विजापूरला मिळवून द्यावयाचा असे शिवाजीने ठरविले होते.

ह्या धोरणाला अनुसरून मानाजी भोसले आणि काशी ह्या दोन मराठा सरदारांनी ३००० घोडेस्वारांनिशी भीमा नदी ओलांडली आणि चांभारगोंदे आणि रैसेन ह्या परगण्यातील मोगल खेड्यापाड्यातून त्यांनी लुटालूट चालविली. अशा प्रकारे जाळपोळ करीत व दहशतीचे वातावरण निर्माण करीत ते दक्षिणेकडील मोगलांचे प्रमुख शहर जे अहमदनगर, ह्याच्या वेशीपर्यंत येऊन पोहोचले (एप्रिल १६५७ च्या अखेरीस). अहमदनगर किल्ल्याच्या पायथ्याशी वसलेले शहर (पेठ) लुटण्याचा मराठ्यांनी प्रयत्न केला परंतु किल्ल्यातून ऐनवेळी सैन्याची कुमक येऊन पोहोचल्याने त्यांचा तो प्रयत्न फसला. ह्याचवेळी शिवाजी उत्तरेकडे जुन्नरचा परगणा लुटण्यात मग्न झालेला होता. ३० एप्रिलच्या काळोख्या रात्री दोरांच्या शिड्या लावून जुन्नर शहराची तटबंदी तो गुपचूपपणे चढून गेला आणि पहाऱ्यावर असलेल्या सैनिकांची कत्तल करून तो तेथून ३ लाख होन रोख, २०० घोडी आणि अत्यंत मौल्यवान कापडचोपड व जडजवाहिर अशी लूट घेऊन निघून गेला. शिवाजीच्या ह्या दंगलीची माहिती होताच औरंगजेबाने अहमदनगर जिल्ह्यात अधिक कुमक पाठविली. नासिरीखान, इराजखान आणि इतर काही सरदारांना त्याने ३००० घोडेस्वारांसहित त्वरित त्या ठिकाणी जाण्याचा हुकूम दिला. मधल्या काळात मुल्तफतखान ह्याने अहमदनगर किल्ल्यातून बाहेर येऊन मानाजीचा पराभव केला आणि वेढ्यात पडलेल्या चांभारगोंदे ठाण्याची सुटका केली (२८ एप्रिल).

परंतु ज्यावेळी उत्तर पुणे परगण्यात मोगलांचा जोर वाढू लागला, त्यावेळी शिवाजी तेथून निसटून अहमदनगर जिल्ह्याकडे गेला आणि त्या जिल्ह्यात त्याने लुटालुटीला प्रारंभ केला. परंतु ह्यावेळेपर्यंत (मे महिन्याच्या शेवटी) नासिरीखान हासुद्धा अहमदनगर जिल्ह्यात येऊन पोहोचला. लांबलांब मजला मारून त्याने शिवाजीच्या सैन्यावर अचानक हल्ला केला आणि त्या सैन्याला जवळजवळ वेढून टाकले. ह्यात अनेक मराठा सैनिक मारले गेले, बरेचसे जखमी झाले आणि उरलेल्या सैन्याला पळून जावे लागले (४ जून). शिवाजीच्या मुलुखात सर्व बाजूंनी शिरून ''त्यातील सर्व खेडी बेचिराख करावी, कोणतीही दयामाया न दाखविता लोकांची सरसहा कत्तल उडवावी आणि सर्वांची लूट करून शिवाजीचा सूड घेण्यात यावा'' असा हुकूम औरंगजेबाने आपल्या

अधिकाऱ्यांना दिला. आपल्या साम्राज्याच्या नैर्ऋत्य सीमेचे रक्षण करण्याकरिता औरंगजेबाने ज्या हालचाली केल्या, त्यात त्याचे उत्कृष्ट संघटनाकौशल्य आणि अचूक निर्णयशक्ती दिसून येते. ह्याचवेळेला तुफानी पावसाला सुरुवात झाली आणि जून, जुलै व ऑगस्ट महिन्यात ही मोहीम मोगलांना स्थगित करावी लागली.

ज्यावेळी सप्टेंबर महिन्यात त्याचा तथाकथित स्वामी विजापूरचा राजा याने मोगलांबरोबर तह केला त्यावेळी शिवाजीला मोगल साम्राज्याशी एकाकी लढा चालविणे निरर्थक आहे आणि परिणामी त्याला स्वत:ला हानिकारक आहे असे आढळून आले. म्हणून त्याने आपला वकील रघुनाथपंत याला औरंगजेबाकडे पाठविले. यावेळी औरंगजेब उत्तर हिंदुस्थानकडे कूच करण्याच्या तयारीत होता (२५ जानेवारी १६५८). त्याने उत्तरादाखल शिवाजीला लिहले. "तुझे अपराध क्षम्य नसले तरी तुला पश्चात्ताप झाल्यामुळे मी तुला क्षमा करीत आहे" परंतु तरीसुद्धा औरंगजेबाच्या मनाला खरी स्वस्थता नव्हती कारण हा तरुण मराठा नेता हल्लेखोर आहे आणि तो जितका धाडसी तितकाच धूर्तही आहे, इतकेच नव्हे तर तो एक महत्त्वाकांक्षी साहसी माणूस असून स्वार्थाचा प्रश्न आला तर दिलेले वचन मोडण्यासही तो मागेपुढे पाहणार नाही याबाबत औरंगजेबाची खात्री पटलेली होती.

इ.स.१६५७ च्या शेवटच्या तिमाहीत राजपुत्र औरंगजेब याला उत्तरेतून घ्यावी लागलेली माघार, दिल्लीच्या सिंहासनाकरिता यादवी युद्ध होण्याचा संभव आणि नुकत्याच मोगलांशी झालेल्या युद्धातील पराभवाची जबाबदारी कोणाची, याबाबतीत विजापूरी सरदारांत निर्माण झालेली बाचाबाची, हिचे पर्यावसान वजीरखान मुहंमद याच्या खुनात आले. ही सगळी कारणे एकदमच उद्भवल्याने शिवाजीच्या महत्त्वाकांक्षेला आवर घालील अशी परिस्थितीच नाहीशी झाली. याचा फायदा घेऊन शिवाजी पश्चिम घाट ओलांडून कोकणात येऊन थडकला. ह्या किनारपट्टीच्या उत्तर भागात कल्याण (सध्याचे ठाणे) जिल्ह्याचा अंतर्भाव होता आणि या जिल्ह्याची सुभेदारी विजापूर दरबारातील एका प्रमुख सरदारांपैकी एक मुल्ला अहमद या नवाईयत (स्वदेश सोडून ह्या प्रदेशात स्थायिक झालेल्या) जमातीतील अरबाकडे होती. शिवाजीने कल्याण आणि भिवंडी ह्या संपन्न शहरांचा ताबा सहज घेतला (२४ ऑक्टो.१६५७). कारण ह्या शहरांभोवती तटबंदी नव्हती. तेथून त्याने बरीच संपत्ती व किमती व्यापारी माल हस्तगत केला. त्यानंतर शहाजीने शेवटी शेवटी ज्यात आश्रय घेतला होता तो माहुलीचा किल्लाही शिवाजीने काबीज केला (८ जानेवारी १६५८). कल्याण आणि भिवंडी ताब्यात येताच शिवाजीने त्याठिकाणी आपले आरमारी तळ स्थापन केले आणि जहाज बांधण्याचे कारखाने सुरू केले. इ.स.१६५९ ह्यावर्षी शिवाजीने देशावर सातारा जिल्ह्याच्या दक्षिण

सीमेपर्यंत आणि उत्तर कोकणात माहुलीपासून जवळजवळ महाडपर्यंत आपल्या राज्याचा विस्तार केला.

८. शिवाजी विजापूरच्या अफझलखानाचा वध करतो इ.स.१६५९

इ.स.१६५९ मध्ये सरहद्दीवर मोगलांच्या सतत होणाऱ्या उपद्रवापासून तात्पुरती उसंत मिळाल्यानंतर विजापूर सरकारने आपल्या शिरजोर मांडलिक सरदारांना वठणीवर आणण्याच्या कामास प्रारंभ केला. शिवाजीविरुद्ध आखलेल्या मोहिमेचे नेतृत्व अब्दुल्ला भटारी ऊर्फ अफझलखान याजकडे देण्यात आले. हा अब्दुल्ला भटारी विजापूर दरबारातील प्रथम श्रेणीचा सरदार होता. कर्नाटकच्या मोहिमांत आणि विशेषत: नुकत्यात होऊन गेलेल्या मोगल युद्धात त्याने नजरेत भरण्यासारखा पराक्रम आणि युद्धकौशल्य दाखविले होते. ह्यावेळी अफझलखानाबरोबर फक्त १०००० चे घोडदळ विजापूर दरबार देण्याच्या परिस्थितीत होते तर शिवाजीजवळ ६०००० मावळ्यांचे पायदळ उभारलेले आहे अशा वार्ता सर्वत्र पसरल्या होत्या. अशा परिस्थितीत शिवाजीशी ''खोटी मैत्री'' संपादन करून आणि आदिलशहाकडून *त्याला अपराधांची माफी मिळवून देण्याची हमी देऊन त्याला पकडावे किंवा त्याचा वध करावा अशा प्रकारच्या सूचना राजमातेने अफझलखानाला दिल्या. अफझलखानाने आपल्या वाईच्या छावणीतून आपला कारभारी कृष्णाजी भास्कर ह्याला शिवाजीकडे पाठविले आणि त्याच्याबरोबर मायावी भाषेत एक निरोप पाठविला. त्या निरोपात त्याने म्हटले, ''तुमचे वडील माझे कित्येक वर्षापासून घनिष्ट मित्र आहेत, त्यामुळे तुम्ही मला काही परके नाही. तेव्हा तुम्ही मला येऊन भेटा. मी आदिलशहाकडे माझे वजन खर्च करून तुमच्या कब्जातील कोकण प्रदेश आणि सध्या तुमच्या ताब्यात असलेले किल्ले यांस आदिलशहाकडून मान्यता मिळवून देईन.''

शिवाजीने अफझलखानाकडून आलेल्या कृष्णाजी भास्कर या वकिलाला अतिशय आदराने वागविले आणि रात्री त्याची गुप्तपणे भेट घेऊन एक हिंदू आणि ब्राह्मण ह्या नात्याने त्याला आवाहन करून खानाचा भेटीमागे खरा उद्देश काय आहे याबद्दल

(***टीप :** ह्या वर्षी राणीने शिवाजीविरुद्ध अब्दुल्लाखानाला १०००० घोडदळ व पायदळ घेऊन पाठविले. परंतु एवढ्या थोड्या सैन्यानिशी शिवाजीशी टक्कर देणे त्याला शक्य नाही याची तिला कल्पना असल्याने तिने अब्दुल्लाखानाला आपल्या शत्रुशी मैत्रीचा देखावा करण्याचा सल्ला दिला. अब्दुल्लाखानानेही हा सल्ला तंतोतंत अमलात आणला. शिवाजीला हेरांकडून ही बातमी कळली की संशय आला हे काही ठाऊक नाही पण त्यानेही तसाच प्रेमाचा देखावा निर्माण केला. (राजापूरला मुक्कामास असलेल्या रेव्हिंग्टनचे कंपनीला पत्र; १० डिसेंबर १६५९, एफ.आर.राजापूर).

विचारणा केली. अफझलखानाने सिरा किल्ल्याला वेढा दिला असताना त्या ठिकाणचा राजा कस्तुरीरंगा हा शरणागतीसाठी अफझलखानाच्या छावणीत आला तेव्हा खानाने त्याचा वध केला होता ही गोष्ट सर्वांना ठाऊक होती. खानाच्या मनात काहीतरी दगाफटका करण्याची योजना आहे एवढाच गुप्त इशारा कृष्णाजीने दिला. शिवाजीने आपला वकील पंताजी गोपीनाथ याला बरोबर देऊन कृष्णाजीची रवानगी केली. ह्या पंताजी गोपीनाथाने खानाच्या अधिकाऱ्यांना भरपूर लाच देऊन त्यांच्याकडून अशी माहिती मिळविली की, ''शिवाजी अतिशय धूर्त असल्याने त्याला समोरासमोर युद्धात पकडणे शक्य नसल्याने प्रत्यक्ष भेटीत त्याला कैद करण्याची व्यवस्था खानाने करून ठेवली आहे.''

दोघांच्या भेटीसाठी निवडलेली जागा प्रतापगड किल्ल्याच्या पायथ्याशी, जिथून कोयनेचे खोरे पसरलेले दिसत होते अशा एका टेकाडाच्या माथ्यावर ठरविलेली होती. त्याठिकाणी या प्रयोजनासाठी मोठा सुशोभित शामियाना उभारण्यात आला होता. ह्या शामियान्यात प्रत्येक बाजूची चार माणसे उभी करण्यात आली. प्रमुख अधिकारी, दोन सशस्त्र सैनिक आणि वकील अशी ती चार माणसे होती. एखादा बंडखोर शरण यावा त्याप्रमाणे शिवाजी वरवर नि:शस्त्र दिसत होता तर खानाच्या एका बाजूला मात्र तलवार ठेवलेली होती. परंतु शिवाजीच्या डाव्या हातात वाघनखे लपविलेली होती आणि ती बोटांमध्ये दोन अंगठ्यांच्या सहाय्याने पक्की बसविलेली होती. उजव्या हाताच्या अस्तनीत शिवाजीने तीक्ष्ण असा पातळ बिचवा लपवून ठेवला होता.

सेवक खालच्या बाजूने उभे होते. शिवाजी भेटीसाठी उभारलेल्या मंचावर चढला आणि त्याने अफझलखानाला कुर्निसात केला. खान आपल्या आसनावरून उठला आणि काही पावले पुढे येऊन स्वागत म्हणून शिवाजीला आलिंगन देण्यासाठी त्याने आपले हात पसरले. ठेंगण्या आणि सडपातळ शिवाजीचे मस्तक खानाच्या जेमतेम खांद्यापर्यंत टेकलेले दिसत होते. त्यानंतर एकदम अफझलखानाने आपली पकड आवळली आणि शिवाजीची मान आपल्या डाव्या बगलेत जोराने दाबली आणि उजव्या हाताने लांब दुधारीची तलवार काढून शिवाजीच्या कुशीत वार केला. परंतु शिवाजीच्या अंगरख्याच्या आत चिलखत असल्याने खानाचा हा वार फुकट गेला. गळा आवळला जात असल्याने शिवाजी तीव्र वेदनेने कण्हत होता पण या धक्क्यातून लगेच सावरून शिवाजीने आपल्या डाव्या हाताने अफझलखानाची कंबर पक्की पकडली आणि वाघनखे पोटात खुपसून त्याचा कोथळा बाहेर काढला. त्यानंतर लगेच त्याने उजव्या हाताने आपला बिचवा खानाच्या कुशीत खुपसला. जखमी झालेल्या खानाची शिवाजीवरील पकड ढिली झाली आणि शिवाजीने त्वरित खानाच्या तावडीतून आपली सुटका करुन

घेतली आणि त्या मंचावरून खाली उडी मारून आपल्या अनुयायांना सामील होण्याकरिता तो बाहेर धावत गेला.

खान ''दगा ! दगा ! खून ! बचाव ! बचाव !'' असे ओरडू लागला! त्याबरोबर दोन्ही बाजूंकडचे पहाऱ्यावर ठेवलेले सैनिक धावून आले. अफझलखानाच्या दिमतीला असलेला तलवारबहाद्दर सय्यद बंडा शिवाजीवर चालून गेला आणि त्याने आपल्या लांब धारदार तलवारीने शिवाजीच्या पागोटयावर जोरदार वार करून त्याचे मधोमध दोन तुकडे केले. त्यामुळे आतमधल्या पोलादी जिरेटोपावर खोलवर घाव उमटला. परंतु एवढ्यात जीवा महालाने त्वरा करून सय्यद बंडाचा उजवा हात वरच्यावर तोडला आणि त्याला ठार मारले. ह्याच वेळी संभाजी कावजीने अफझलखानाचे मुंडके उडविले आणि ते घेऊन मोठ्या विजयोन्मादाने तो शिवाजीकडे गेला.

अशा रीतीने संकटातून सुटका झाल्यानंतर शिवाजी आपल्या दोन जिवलग सहाय्यकांसह प्रतापगडावर चढून गेला आणि त्यांनी तेथून खुणेची तोफ उडविली. खालच्या खोऱ्यात लपून बसलेले शिवाजीचे सैन्य ह्याच खुणेच्या तोफेची वाट पाहत होते. ताबडतोब त्रिंबक मोरे आणि नेताजी पालकर यांच्या नेतृत्वाखालील सैनिकांनी आणि इतर हजारो मावळ्यांनी चोहोबाजूंनी विजापूरी छावणीवर हल्ला चढविला. आपल्या प्रमुख नेत्याच्या मृत्यूची वार्ता ऐकून खानाच्या अधिकाऱ्यांचे आणि सैन्याचे धाबे दणाणले आणि त्या अनोळखी प्रदेशात अनपेक्षित झालेला हल्ला पाहून जणू प्रत्येक झाडाझुडपातून शत्रू आपल्यावर चालून येत आहे असा भास त्यांना झाला. विजापुरी सैन्यात फार मोठी कत्तल घडून आली.

ह्या ठिकाणी शिवाजीला मिळालेली लूट फार मोठी होती. सर्व तोफखाना, मालाने भरलेल्या गाड्या, दारूगोळा, जडजवाहिर, तंबू व इतर युद्ध-सामग्री, खेचरे आणि संपूर्ण सैन्याचे इतर सामानसुमान, विजेत्या शिवाजीच्या हाती पडले. ह्या लुटीत ६५ हत्ती, ४,००० घोडी, १२०० उंट, २,००० कापडाचे गठ्ठे आणि दहा लाख रुपये रोख रक्कम आणि जडजवाहिर यांचा समावेश होता.

अफझलखानावर अशा रीतीने प्रचंड विजय मिळवून (१० नोव्हे.१६५९) आणि त्याच्या सैन्याची पूर्ण कत्तल करून बेहोष झालेले मराठे हजारोंच्या संख्येने दक्षिण कोकणात आणि कोल्हापूर जिल्ह्यात घुसले. तिकडे त्यांनी पन्हाळा किल्ला जिंकून दुसऱ्या विजापूरी सैन्याचा पराभव केला आणि मोठ्या प्रमाणावर मुलूख काबीज केले (डिसेंबर १६५९-फेब्रु.१६६०).

९. शिवाजी पन्हाळ्यातील वेढ्यात अडकला

१६६०च्या प्रारंभी, दुसऱ्या अली आदिलशहाने शिवाजीचा कायमचा बंदोबस्त

करण्याकरिता आपला ॲबिसिनियन गुलाम सिद्दी जौहर (पुढे त्याला सलाबतखान हा किताब देण्यात आला.) याला सैन्य घेऊन पाठविले. जौहरने शिवाजीला पन्हाळा किल्ल्यात आश्रय घेण्यात भाग पाडले (२ मार्च १६६०) आणि १५,००० सैन्यानिशी पन्हाळ्याला वेढा दिला. परंतु शिवाजीने जौहरशी आतून हातमिळवणी केल्याने सिद्दीने हा वेढा वरकरणी देखावा म्हणून चालू ठेवला. अफझलखानाचा मुलगा फझलखान याने मात्र मराठ्यांवर सतत प्रखर हल्ले चढविले आणि शेजारचीच एक मोक्याची उंचवट्याची जागा जिंकून पन्हाळ्यावरून हल्ला करणे अशक्य करून टाकले. तेव्हा एका अंधाऱ्या रात्री (१५ जुलै) शिवाजी आपले अर्धे सैन्य घेऊन पन्हाळा किल्ल्यातून निसटला आणि विजापूरी सैन्य पाठलागावर असतानासुद्धा पश्चिमेकडे २७ मैलांवर विशाळगडावर जाऊन पोचला. शिवाजीच्या पिछाडीच्या सैन्याने बाजीप्रभूच्या नेतृत्वाखाली (आपल्या बहुतांश सैन्यासहित तो मारला गेला.) गजापूरच्या खिंडीत शत्रुसैन्याचा जीवावर उदार होऊन प्रतिकार केला. त्यामुळेच शिवाजी पळून जाऊ शकला. पन्हाळ्यात त्याचे मागे राहिलेले सैन्य २२ सप्टेंबर रोजी शरण आले.

१०. शायिस्तेखान पुणे आणि चाकण आपल्या ताब्यात घेतो

इ.स.१६६० च्या प्रारंभी दक्षिणचा नवा मोगल सुभेदार शायिस्तेखान याने शिवाजीविरुद्ध उत्तरेकडून मोहीम उघडली. त्याचवेळी विजापूरचे सैन्य मराठ्यांच्या मुलखावर हल्ला चढवेल अशी कारवाईही त्याने केली. २५ फेब्रुवारी रोजी शायिस्तेखानाने मोठी फौज घेऊन अहमदनगरहून कूच केले. ह्यावेळी त्याने दक्षिणेची वाट धरून पुण्याच्या पूर्वेकडील बाजूस कूच केले. पुण्याच्या पूर्वेकडल्या आणि दक्षिणेकडल्या ज्या ज्या वाटा होत्या, त्या सर्व वाटांवरील संरक्षक ठाणी योजनापूर्वक आपल्या ताब्यात घेतली आणि तेथे आपले सैनिक नेमून तो आगेकूच करू लागला. मराठ्यांनी ह्यावेळी समोरासमोरच्या लढाईचा धोका पत्करण्याऐवजी प्रथम पुरंदरपर्यंत माघार घेतली. ह्या स्वारीत मोगलांना विजय मिळाला आणि शायिस्तेखानाने ९ मे रोजी पुणे शहरात प्रवेश केला.

खानाने १९ जून रोजी पुणे सोडले आणि २१ जूनला तो (१८ मैल उत्तरेकडे) चाकणनजीक येऊन पोचला. त्यानंतर त्याने चाकणच्या किल्ल्याची पाहणी केली व किल्ल्याच्या दिशेने मोर्चे बांधण्यास प्रारंभ केला. ५४ दिवसांपर्यंत अपार कष्ट घेतल्यानंतर उत्तरेकडील त्याच्या छावणीपासून ईशान्येकडील किल्ल्याच्या बुरुजाखाली सुरुंग पेटवण्यात आला. १४ ऑगस्ट १६६० रोजी दुपारी तीन वाजता ह्या सुरुंगाचा स्फोट करण्यात आला. ह्यामुळे ह्या बुरुजाचे आणि त्याचे संरक्षण करणाऱ्या शिबंदीचे तुकडे तुकडे उडाले; मोगल सैन्याने ताबडतोब हल्ल्याला प्रारंभ केला. दुसऱ्याच दिवशी चाकणचा किल्ला पडला. परंतु मोगलांना हा विजय अतिशय महाग पडला कारण ह्या हल्ल्यात मोगलांचे २६८ सैनिक ठार मारले गेले आणि ६०० जखमी झाले. चाकण

जिंकल्यानंतर शायिस्तेखान पुण्यास परतला (१६६० च्या ऑगस्टच्या अखेरीस). पावसाळा सुरू झाल्याने त्याला इतर कोणत्याही हालचाली करता आल्या नाहीत. खानाने पावसाळा पुण्यातच काढला. हा रिकामपणाचा उपयोग करून त्याने परंडा किल्ल्याचा विजापूरी सेनापती गालीब याला भरपूर लाच देऊन तो किल्ला औरंगजेबाच्या स्वाधीन करावयास लावले (२० नोव्हेंबर).

पुढल्या वर्षाच्या आरंभी (१६६१) शायिस्तेखानाने आपला मोर्चा कल्याण जिल्हा किंवा उत्तर कोकण याकडे वळविला. या जिल्ह्यात एप्रिल महिन्याच्या प्रारंभापासून इस्माइलखानाच्या नेतृत्वाखाली ३००० मोगल फौज लढाईच्या हालचाली करीत होती. या फौजेने जरी कल्याणसारखी शहरे आणि किल्ले काबीज केले नव्हते तरी कल्याणचा बराचसा मुलूख हस्तगत केलेला होता. जानेवारी १६६१ मध्ये पुण्याहून कार्तलबखान ह्याच्या नेतृत्वाखाली फार मोठे मोगल सैन्य कोकणात पाठविण्यात आले. शिवाजीने अतिशय गुप्तपणे आणि जलद कूच करून उंबरखिंडीपाशी (पेणच्या पूर्वेला १५ मैलांवर) या सैन्याला गाठले आणि आघाडीला आणि पिछाडीला सर्व मार्गांची नाकेबंदी केली. तहानेने व्याकुळ होऊन एकही पाऊल पुढे टाकण्याची ताकद न राहिल्यामुळे कार्तलबखानावर सर्वनाश ओढवण्याची पाळी आली. शेवटी निराश होऊन कार्तलबखानाने छावणीतील सर्व संपत्तीवर पाणी सोडून आणि शिवाजीला फार मोठी खंडणी देऊन आपल्या सैन्याची ह्या संकटातून सुटका करून घेतली (३ फेब्रुवारी १६६१). अशा रीतीने कल्याण जिल्ह्यात मोगलांच्या शिरकावाला पायबंद घातल्यानंतर शिवाजीने दक्षिणेकडे आपला मोर्चा वळविला. वाटेत एकामागून एक शहरे त्याने सपाट्याने आपल्या ताब्यात घेतली आणि अशा प्रकारे दंडराजापुरीपासून खारेपाटणपर्यंतच्या समुद्रकिनाऱ्यालगतच्या प्रदेशावर आपला अंमल बसवला परंतु शिवाजीला लवकरच फार मोठा पराभव सहन करावा लागला. मे १६६१ मध्ये मोगलांनी कल्याण पुन्हा मराठ्यांकडून जिंकून घेतले आणि जवळ जवळ ९ वर्षेपर्यंत त्यांनी ते ताब्यात ठेवले. ह्या दोन वर्षातील स्वारीची फलश्रुती एवढीच की मोगलांनी कोकणच्या उत्तर किनारपट्टीवर आपली पकड कायम ठेवली तर कोकणच्या दक्षिण किनारपट्टीवर शिवाजीने आपला अंमल कायम ठेवला. मार्च १६६३ मध्ये शिवाजीच्या घोडदळाचा सेनापती नेताजी पालकर याचा मोगलांनी दूरवर सातत्याने पाठलाग केला. ह्या पाठलागातून नेताजी निसटला परंतु त्या धावपळीत तो स्वत: जखमी झाला व ह्याशिवाय ३०० घोडेस्वार त्याला गमवावे लागले.

११. शिवाजीने शायिस्तेखानावर केलेला रात्रीचा हल्ला

परंतु हा दारुण पराभव झाल्यानंतर एक महिन्याच्या आत शिवाजीने मोगलांना एक जबर तडाखा हाणला. त्याने दक्षिणेचा मोगल सुभेदार शायिस्तेखान ह्याच्यावर त्याच्याच

छावणीत तो अंतर्गृहात असताना त्याचे शरीररक्षक व गुलाम यांची साखळी तोडून अकस्मात हल्ला चढविला व त्यात त्याला जखमी केले.

शायिस्तेखानाने पुण्यात लाल महालात तळ दिला होता. हा लाल महाल म्हणजे शिवाजीचे बालपण ज्या साध्यासुध्या घरात गेले तो महाल. ह्यावेळी खानाबरोबर त्याचा जनानखानाही होता. त्याच्या वाड्याभोवती त्याचे संरक्षक आणि सेवक यांची निवासस्थाने, रणवाद्यांची खोली आणि इतर कचेऱ्या होत्या. त्याच्या पलीकडे, दक्षिणेकडे सिंहगडाकडे जाणाऱ्या रस्त्याच्या पल्याड त्याचा दुय्यम महाराजा जसवंतसिंग आणि त्याचे १०,००० सैन्य यांची छावणी पसरलेली होती. एवढा बंदोबस्त असलेल्या सरदारावर हल्ला करावयाचा म्हणजे केवळ धाडस आणि शौर्यच नव्हे तर अतिशय चापल्य आणि धूर्तपणाही आवश्यक होता. शिवाजीने ह्याकरिता नेताजी पालकर आणि मोरोपंत पेशवा ह्या दोघांच्या नेतृत्वाखाली प्रत्येकी १००० सैनिकांच्या दोन तुकड्या ऐनवेळी मदतीला धावून याव्यात म्हणून दूरवर पसरलेल्या मोगल छावणीच्या दोन्ही बाजूला बाहेरच्या बाजूने १ मैलावर तयार ठेवल्या. संध्याकाळ झाल्यानंतर (रविवार दिनांक ५ एप्रिल १६६३) शिवाजीने २०० निवडक सैनिकांनिशी पुणे शहराच्या हद्दीत प्रवेश केला. मोगल पहारेकऱ्यांनी त्यांना हटकले त्यावेळी आपण बादशाही सैन्यातील दक्षिणी सैनिक असून आपण आपल्या नियोजित जागी पहाऱ्यासाठी जात आहोत असे त्यांनी उत्तर दिले. त्यानंतर छावणीच्या वर्दळ नसलेल्या एका कोपऱ्यात काही तास विश्रांती घेतल्यानंतर शिवाजी आपल्या निवडक सैनिकांसह मध्यरात्री खानाच्या वाड्याजवळ येऊन पोहोचला. शिवाजीचे सर्व बालपण आणि तारुण्य पुण्यात आणि शायिस्तेखान ज्या वाड्यात राहत होता, त्या वाड्यातच गेल्याने त्याला पुण्याच्या आतबाहेरची आणि ह्या वाड्याच्या कोनाकोपऱ्याची खडानूखडा माहिती होती.

हा रमझानचा म्हणजे मुसलमानांच्या उपवासाच्या महिन्याचा सहावा दिवस होता. नबाबाच्या नोकरांनी दिवसभर रोजे केल्यामुळे रात्री त्यांनी जड जेवण घेतले आणि त्यामुळे ते सर्व गाढ झोपले होते. संपूर्ण रमझान महिन्यात पहाट होण्यापूर्वीच जेवण तयार केले जात असल्याने काही आचारी नुकतेच चुली पेटवण्याच्या प्रयत्नात होते. त्यांचा मराठ्यांनी गुपचूप निकाल लावला. हे बाहेरचे स्वयंपाकघर आणि आतील जनानखान्यातील नोकरांची खोली यांच्यात जी भिंत होती, तिच्यात पूर्वी एक लहानसा दरवाजा होता परंतु जनानखाना पूर्णपणे वेगळा ठेवण्याकरिता आता तो दरवाजा विटा-मातीने बुजवून टाकलेला होता. मराठ्यांनी तेथील विटा काढून भगदाड पाडले. आपला विश्वासू सरदार चिमणाजी बापूजी ह्याच्यासह शिवाजीने प्रथमत: जनानखान्यात प्रवेश केला. त्याच्या मागोमाग त्याची २०० माणसे आत घुसली. शिवाजी खान झोपला

होता त्या खोलीत आला. त्यावेळी तिथल्या स्त्रियांनी घाबरून जाऊन खानाला उठविले. परंतु खानाला आपल्या शस्त्रांचा उपयोग करण्याची संधी मिळण्यापूर्वीच शिवाजीने आपल्या तलवारीने खानावर जोरदार प्रहार केला व त्यात खानाचा अंगठा छाटला गेला. याचवेळी कोण्या एका शहाण्या स्त्रीने खोलीतील दिवे विझवून टाकले. अंधारात दोन मराठी सैनिक पाण्याच्या कुंडात पडले आणि त्यामुळे झालेल्या गोंधळाचा फायदा घेऊन शायिस्तेखानाच्या गुलाम दासींनी शायिस्तेखानाला तिथून एका सुरक्षित जागी नेले. मराठा सैनिकांनी त्या अंधारात काही वेळ आपले कत्तलीचे सत्र चालू ठेवले.

मध्यंतरीच्या काळात जनानखान्याच्या बाहेर शिवाजीचे जे अर्धे सैन्य राहिलेले होते (२०० सैनिक), ते मुख्य पहारा ज्या ठिकाणी होता त्या ठिकाणी धावत गेले आणि ''असाच पहारा तुम्ही ठेवता काय?'' असे उपरोधाने ओरडत ते झोपलेल्यांची आणि जागे असणाऱ्यांची कत्तल पुढे करीत गेले. त्यानंतर त्यांनी बिगूलखान्यात प्रवेश केला आणि जणू काय खानाचाच हुकूम असल्याप्रमाणे त्यांनी त्यांना बिगूल वाजविण्यास भाग पाडले. त्यांनी वाजवलेल्या नगाऱ्यांचा एकच आवाज उसळला आणि त्यात इतर सर्व आवाज बुडून गेले. त्यातच शत्रूच्या आरोळ्यांची आणि घोषणांची भर पडून एकच गोंधळ माजला !

शायिस्तेखानाचा मुलगा अबुलफत हाच इतरांची वाट न पाहता आपल्या बापाच्या मदतीला प्रथम धावून गेला; परंतु दोन किंवा तीन मराठा सैनिकांना मारल्यानंतर हा शूर तरुण ठार मारला गेला.

आपला शत्रू आता पूर्णपणे जागा झालेला आहे आणि तो लढण्याला सिद्ध होतो आहे असे पाहताच शिवाजी क्षणाचाही विलंब न लावता जनानखान्यातून बाहेर आला. आपली माणसे एकत्रित केली आणि छावणीतून राजमार्गाने तो बाहेर निघून गेला. मार्गात त्याचा कोणी प्रतिकारही केला नाही किंवा पाठलागही केला नाही. ह्या आकस्मिक हल्ल्यात मराठ्यांचे फक्त सहा सैनिक ठार मारले गेले, ४० जखमी झाले तर ह्याउलट शायिस्तेखानाचा एक मुलगा आणि एक सेनापती, त्याचे ४० नोकर, त्याच्या ६ बायका आणि दासी ठार मारल्या गेल्या. ह्याशिवाय शायिस्तेखानाची इतर दोन मुले, आठ इतर स्त्रिया आणि खुद्द शायिस्तेखान इतकेजण जखमी झाले. शिवाजीचा हा आकस्मिक हल्ला जसवंतसिंगाच्या गुप्त पाठिंब्याशिवाय झाला नाही असाच दक्षिणेतल्या सर्व लोकांचा समज झाला.

मराठ्यांच्या ह्या शूर नायकाच्या या धाडसामुळे आणि धूर्तपणामुळे शिवाजीचा दबदबा कमालीचा वाढला. तो प्रत्यक्ष सैतानाचाच अवतार आहे असे मानले जाऊ लागले. त्याला प्रवेश करता येणार नाही अशी कोणतीही सुरक्षित जागा नाही आणि

कोणतीही गोष्ट त्याला अशक्य नाही असेच समजले जाऊ लागले. बादशहाच्या कानावर ज्यावेळी ही अकल्पित संकटाची वार्ता आली तेव्हा त्याने त्याचा ठपका दक्षिणेच्या सुभेदाराच्या निष्काळजीपणावर व असमर्थतेवर ठेवला. आपली इतराजी सुभेदाराला कळावी म्हणून बादशहाने शायिस्तेखानाची बंगालच्या सुभेदारीवर बदली केली (१ डिसेंबर १६६३). त्या काळात शिक्षा म्हणूनच बंगालमध्ये बदली होत असे. राजपुत्र मुअज्जमने दक्षिणच्या सुभेदारीचा ताबा आपल्याकडे घेतल्यानंतर शायिस्तेखानाने जानेवारी १६६४ च्या मध्यात दक्षिण हिंदुस्थानातून प्रयाण केले.

१२. शिवाजीचा सुरतेवरील पहिला हल्ला

अशा प्रकारे औरंगाबादला दक्षिणेचे सुभेदार बदलले जात असताना शिवाजीने यापूर्वी केले नसेल असे याहीपेक्षा विलक्षण धाडसाचे कृत्य केले. ते म्हणजे ६ ते १० जानेवारी ह्या कालावधीत त्याने मोगल साम्राज्यातील सर्वांत संपन्न बंदर म्हणून नावाजलेल्या सुरत शहराची लूट केली, हे होय. त्यावेळी ह्या शहराला कोणतीही संरक्षक तटबंदी नव्हती. शहरातील संपत्ती अगणित होती. शाही जकातीपासून मिळणारे उत्पन्नच मुळी वार्षिक १२ लाख रुपये होते !

सुरत शहराचा विस्तार मोकळी मैदाने व बागबगीचे धरून चार चौरस मैल पसरलेला होता. शहराची लोकवस्ती २,००,००० इतकी होती. शहरातील रस्ते अरुंद आणि नागमोडी होते; परंतु शहरात लाकडी खांबांनी बांधलेल्या तट्ट्याच्या भिंती असलेल्या आणि शेणाने सारवलेल्या गोरगरिबांच्या झोपड्यांचीच संख्या जास्त होती. ''शहराच्या बहुतांश भागात रस्त्यावर पक्क्या विटांची एकदोन घरेच दिसून येत परंतु काही भागांत अनेक रस्ते हिंडूनही एक सुद्धा पक्क्या बांधणीचे घर दिसून येत नसे.''

५ जानेवारी १६६४ रोजी मंगळवारी अगदी पहाटेला शिवाजी आपल्या सैन्यानिशी सुरतेच्या दक्षिणेला २८ मैलांवर मांडवी ह्या गावी आलेला आहे आणि सुरत शहर लुटण्याकरिता तो पुढे चाल करून येताच एकच घबराट पसरली. ह्या बातमीने लोकांत इतकी घबराट निर्माण झाली की जो तो आपले प्राण वाचविण्याकरिता आपल्या बायकामुलांसहित नदीच्या पलीकडे पळून जाऊ लागला. श्रीमंत लोकांनी किल्ल्यातल्या प्रमुख सेनापतीला भरपूर लाच देऊन किल्ल्याचा आश्रय घेतला. खुद्द शहराचा सुभेदार इनायतखान (किल्ल्याच्या किल्लेदाराहून हा वेगळाच होता) – ह्याने सुद्धा शहर शत्रूच्या मर्जीवर सोडून पळ काढला आणि किल्ल्याचा आश्रय घेतला. तो मोगल तिजोरीतून ५०० सैनिकांच्या पगाराइतकी रक्कम घेत असे परंतु आत्तापर्यंत त्यातून एखादी सैनिकांची तुकडी तयार ठेवण्याऐवजी त्याने तो सगळा पैसा गडप केला होता. भित्रेपणामुळे शहराच्या संरक्षणाची नीट व्यवस्था करणे किंवा लढता लढता मृत्यू पत्करणे त्याच्याकडून

होऊ शकले नाही. इंग्रज आणि डच व्यापाऱ्यांनी मात्र कोणत्याही परिस्थितीत आपल्या वखारींचे रक्षण करण्याचा दृढनिश्चय केला. वास्तविक या वखारी उघड्यावरच होत्या. हल्ला झाल्यास त्याचा प्रतिकार करण्याइतपत त्या भक्कम बांधलेल्या नव्हत्या.

बुधवार दिनांक ६ जानेवारी १६६४ रोजी सकाळी ११ वाजता शिवाजी सुरतेला येऊन पोहोचला आणि बुरहानपूर किंवा पूर्व दरवाजाबाहेर पाच मैलांवर एका बगीच्यात त्याने आपली छावणी ठोकली. यानंतर लगेचच मराठा घोडेस्वारांनी असंरक्षित आणि जवळजवळ उजाड बनलेल्या सुरत शहरात प्रवेश केला आणि तेथील घरादारांची लूट केल्यानंतर त्यांनी त्यांना आगी लावण्याला प्रारंभ केला. घरादारांची नासधूस करण्याचे काम बुधवार, गुरुवार, शुक्रवार आणि शनिवार ह्या चारही दिवशी अहोरात्र चाललेले होते. प्रत्येक दिवशी नवीन आगी लावण्यात येत होत्या, त्यामुळे लवकरच हजारो घरादारांची राखरांगोळी झाली आणि दोन-तृतीयांश शहर अशा प्रकारे नेस्तनाबूत झाले. डच वखारीजवळ बहर्जी बोहरा याची उंच हवेली होती. तो ''जगातला सर्वांत श्रीमंत माणूस'' समजला जात होता. त्याच्याजवळ ८० लाखांची संपत्ती असावी असा अंदाज होता. मराठ्यांनी शुक्रवारी संध्याकाळपर्यंत त्याची संथपणे रात्रंदिवस लूट केली. मालमत्तेची पूर्णपणे लूट केल्यानंतर आणि तिथली जमीन खणून काढल्यानंतर मराठ्यांनी त्या हवेलीला आग लावून दिली. इंग्रजांच्या वखारीजवळ दुसरा एक अतिशय श्रीमंत व्यापारी हाजी सैद बेग याचे भव्य निवासस्थान आणि प्रचंड गोदामे होती. हा व्यापारी सुद्धा आपल्या मालमत्तेच्या रक्षणाची व्यवस्था न करता किल्ल्यात पळून गेला. बुधवारी संपूर्ण दुपारभर आणि रात्रभर आणि गुरुवारी संपूर्ण दुपार उलटून जाईपावेतो त्याच्या महालाचे दरवाजे उखडण्याचे आणि तिजोऱ्या फोडण्याचे तसेच तिथून जितका पैसा लुटता येईल तितका पैसा लुटण्याचे मराठ्यांचे काम सतत चालूच होते. परंतु गुरुवारी दुपारी इंग्रजांनी रस्त्यावर अचानक हल्ला चढविल्यामुळे मराठ्यांनी तेथून काढता पाय घेतला. दुसऱ्या दिवशी इंग्रज व्यापाऱ्यांनी सैद बेगच्या महालावर आपला स्वतःचा पहारा बसविला. त्यामुळे त्याचे पुढले नुकसान टळले. अशा रीतीने सुरतेच्या लुटीमध्ये शिवाजीला एक कोटी रुपयांहून अधिक संपत्ती मिळाली.

मंगळवारी रात्रीच सुरतेचा भ्याड सुभेदार इनायतखान हा किल्ल्यात पळून गेला होता. किल्ल्याच्या सुरक्षित आश्रयस्थानामधून त्याने नीच कट रचला. गुरुवारी त्याने आपल्या तरुण सहायकास, शिवाजीकडे तहाच्या वाटाघाटी करण्याच्या मिषाने परंतु प्रत्यक्ष भेटीत त्याला ठार करण्याकरिता पाठवले. शिवाजीच्या पुढे आपली नंगी तलवार परजून उभ्या असलेल्या त्याच्या शरीररक्षकाने एकाच घावात मारेकऱ्याचा हात कापून काढला. परंतु मारेकऱ्याने शिवाजीवर इतक्या आवेशाने धडक मारली होती की, हात

उडविला गेला तरी उरलेल्या रक्तबंबाळ थोट्या हाताने तो शिवाजीवर जाऊन आदळला आणि त्यामुळे दोघेही जमिनीवर एकदमच कोसळले. शहराच्या मदतीला मोगल सैन्याची कुमत येत असण्याची बातमी लागताच दिनांक १० रोजी रविवारी सकाळी १० वाजता शिवाजीने कोणालाही सुगावा लागू न देता आपल्या सैन्यासहित अचानक सुरतेवरून प्रयाण केले.

शिवाजीच्या या आकस्मिक हल्ल्याने नुकसान पोचलेल्या नागरिकांना सहानुभूती म्हणून मोगल बादशहाने सुरतेतील सर्व व्यापाऱ्यांना एक वर्षपर्यंत जकात कर माफ केला. इंग्रज व डच व्यापाऱ्यांनी जे शौर्य दाखविले त्याचे बक्षीस म्हणून बादशहाने त्यांच्या पुढील आयात मालावर नेहमी वसूल करण्यात येणाऱ्या करात एक टक्का सूट दिली.

शायिस्तेखानाचे दक्षिणेमधून प्रयाण आणि जयसिंगाचे आगमन यामधील एक वर्षाच्या कालावधीत म्हणजे १६६४ या वर्षात मोगलांना कुठेही विजय मिळाला नाही. नवीन सुभेदार राजपुत्र मुअज्जम हा औरंगाबादेस राहावयास आला होता. परंतु ख्यालीखुशाली आणि शिकार यांतच तो दंग झाला.

१३. जयसिंग विरुद्ध शिवाजी : पुरंदरवर मोगलांचा कब्जा

शायिस्तेखानाचे अपयश आणि सुरतेची लूट यांमुळे औरंगजेब आणि त्याच्या दरबारचे लोक अतिशय चिडून गेले. म्हणून त्याने सर्वश्रेष्ठ हिंदू व मुसलमान सेनापती जयसिंग आणि दिलेरखान यांना शिवाजीचा बंदोबस्त करण्याकरिता पाठविण्याचे ठरविले. जयसिंगाने मध्य-आशियातील बल्खपासून दक्षिणेत विजापूरपर्यंत आणि पश्चिमेस कंदाहारपासून पूर्वेस मोंघीरपर्यंतच्या मोगल साम्राज्यात बादशाही सेनेचा सेनापती म्हणून रणमैदान गाजविले होते. शहाजहानच्या प्रदीर्घ कारकीर्दीत एखादेच वर्ष असे गेले असेल की, ज्या वर्षात ह्या रणझुंजार राजपूत सरदाराने कोठे ना कोठे मोहीम केली नाही आणि त्यात उत्कृष्ट कामगिरीबद्दल एखादी बढतीची जागा मिळविली नाही. मुत्सद्देगिरीत त्याने मिळविलेले यश इतके असामान्य होते की, त्यापुढे रणक्षेत्रावरील त्याची कामगिरीही फिकी पडली असती. केव्हाही एखादे नाजूक किंवा गुंतागुंतीचे कठीण काम निघाले की, बादशहाने ते काम त्याच्यावर सोपवलेच म्हणून समजावे. जयसिंग हा अतिशय कार्यकुशल आणि धीराचा पुरुष होता. मुसलमानांच्या दरबारी रीतीरिवाजात तो कमालीचा निष्णात होता. ह्याशिवाय उर्दू आणि रजपूत बोलीभाषांशिवाय तुर्की आणि फारशी भाषांवरही त्याचे असामान्य प्रभुत्व होते. दिल्लीच्या मोगल बादशहाच्या चांदताऱ्याच्या ध्वजाखाली अफगाण आणि तुर्क, राजपूत आणि हिंदुस्थानी यांच्या संयुक्त सैन्याचा जयसिंग हा एक आदर्श नेता होता. त्याची

दूरदृष्टी आणि राजकीय धूर्तपणा, गोड वाणी आणि धीमे हिशेबी धोरण हे त्याचे गुण, सर्वसाधारणपणे राजपुतांत आढळून येणारा भावनावश उदारपणा, बेदरकार धाडस, सडेतोड स्पष्टवक्तेपणा आणि अनाठायी दिलदारपणा या गुणांशी अगदी विसंगत होते.

विजापूरच्या सुलतानाच्या आशाआकांक्षा आणि मोगल बादशहाबद्दल वाटणारी भीती यांचा जयसिंगाने मोठ्या कौशल्याने उपयोग करून घेतला. आदिलशहाने मोगलांना मदत केली आणि त्यावरून शिवाजीशी आपला काही संबंध नाही असे सिद्ध केले तर खंडणी कमी करण्याचे आणि बादशहाची नाराजी दूर करण्याची लालूच त्याने सुलतानाला दाखविली. याचबरोबर शिवाजीविरुद्ध त्याच्या सर्व शत्रूंची एकजूट करण्याचा घाट त्याने घातला आणि सगळीकडून हल्ले चढवून शिवाजीचे लक्ष दुसरीकडे वेधले जाईल अशीही योजना आखली. शिवाजीच्या अधिकाऱ्यांची स्वामीनिष्ठा बिघडवण्यासाठी जयसिंगाने भरमसाट पैसे आणि मोगलांच्या चाकरीत वरच्या जागा देण्याची वचने याचा भरपूर उपयोग केला. ह्यात काही प्रमाणात त्याला यशही मिळाले. सर्वांत महत्त्वाची गोष्ट म्हणजे युद्धात निश्चित विजय मिळविण्यासाठी अत्यावश्यक धोरण म्हणून सर्व सत्ता आपल्या हाती केंद्रीभूत केली. युद्धात एकाच्याच बुद्धीने सर्व कामकाज चालले पाहिजे आणि त्याकरिता प्रत्यक्ष रणांगणावर असलेल्या व्यक्तीच्या हातीच सर्व अधिकार दिले गेले पाहिजेत, नाहीतर युद्धात सर्व विचका होतो असा त्याचा आग्रह होता. जयसिंगाने केलेला हा युक्तिवाद बादशहाने मान्य केला आणि जयसिंगाला संपूर्ण मुलकी तसेच लष्करी अधिकार सुपूर्द केले.

जयसिंगाने, खरा सेनापती ज्याप्रमाणे लष्करीदृष्ट्या युद्धक्षेत्र निवडतो त्याप्रमाणे पाहणी करून सासवडला आपली छावणी कायम केली. पुणे शहरात शिबंदीचा कडेकोट बंदोबस्त ठेवण्यात आला. लोहगडावर नजर ठेवण्यासाठी आणि नाकेबंदी करण्यासाठी त्याचप्रमाणे जुन्नरनजीक मोगल सरहद्दीकडे जाणाऱ्या उत्तरेकडील रस्त्यावर गस्त असावी म्हणून लोहगड किल्ल्यासमोर एक ठाणे बसविण्यात आले. सासवडच्या पश्चिमेस आणि नैर्ऋत्येस डोंगरात वसलेल्या मराठी खेड्यापाड्यांची नासधूस करण्यासाठी त्याने एक धावते पथक उभारले.

३१ मार्च रोजी जयसिंगाने सासवड आणि पुरंदर ह्यांच्यामधील प्रदेशात पुरंदरपासून ४ मैलांवर एक कायमची छावणी स्थापन केली. त्यानंतर त्याने पुरंदरच्या किल्ल्याला वेढा घातला.

सासवडच्या दक्षिणेला सहा मैलांवर पुरंदरचे प्रचंड पर्वत उभे आहेत. या पर्वतराजीचे सर्वांत उंच शिखर समुद्रसपाटीपासून ४५६४ फुटांवर आहे तर पायथ्याच्या पठारापासूनची त्याची उंची २५०० फुटांवर आहे. खरे पाहता हा जोडकिल्लाच आहे. ह्याच पर्वताच्या

पूर्वेकडे जो कडा पसरलेला आहे, त्यावर वज्रगड नावाचा पुरंदरइतकाच स्वतंत्र आणि बळकट किल्ला आहे. सर्व बाजूंनी उभेच्या उभे खोल कडे असलेला वरचा बालेकिल्ला आणि तिथून ३०० फूट किंवा त्यापेक्षा जास्त अंतरावर खालच्या बाजूस असलेली माची यांनी मिळून पुरंदर बनलेला आहे. पुरंदरची माची म्हणजे किल्ल्याच्या बाजूबाजूने किल्ल्याला वेढा घालून बसलेली खडकांची रांग असून ह्या वळणे घेत जाणाऱ्या रांगेचा घेर एकूण सुमारे चार मैल आहे. उत्तरेच्या बाजूला हा खडकाचा कडा रुंदावलेला असून त्याचा आकार एखाद्या गच्चीसारखा झालेला आहे. त्यावरच सैनिकांच्या बराकी आणि कार्यालये आहेत. हे पठार पूर्वेकडे भैरवखिंड नावाच्या उंच कड्याने वेढलेले आहे. या कड्याची सुरुवात बालेकिल्ल्याच्या ईशान्येकडील तुटलेल्या कड्याच्या (त्याला खाड-काला असे म्हणतात) पायथ्यापासून झाली आहे आणि पूर्वेकडे अरुंद होत गेलेल्या कड्यापर्यंत जवळ जवळ एक मैलपर्यंत हा कडा पसरलेला आहे आणि (समुद्रसपाटीपासून ३६१८ फूट उंचीवर असलेल्या) एका लहानशा पठारापाशी तो संपतो. या कड्याच्या टोकालाच रुद्रमाळचा किल्ला (आता त्याला वज्रगड म्हणतात) आहे. ह्या वज्रगडावरून पुरंदरची माची किंवा पुरंदरचा खालचा किल्ला याच्या उत्तरेच्या बाजूवर आणि महत्त्वाच्या दर्शनी भागावर नियंत्रण ठेवता येते. कारण किल्ल्यावरील शिबंदीचा तळ याच ठिकाणी असतो. अनुभवी सेनापतीने ठरवावे त्याप्रमाणे जयसिंगाने प्रथमतः वज्रगडावरच हल्ला करण्याचा निश्चय केला.

मोगलांनी केलेल्या तोफांच्या सतत भडिमारामुळे वज्रगडसमोरील बुरुजाचा पायाच ढासळून पडला. १३ एप्रिलच्या मध्यरात्री दिलेरखानाच्या सैन्याने बुरुजावर जोरदार हल्ला चढविला आणि त्यामुळे शत्रुसैन्याला बुरुजामागच्या आवारात आश्रय घेण्याला भाग पाडले. दुसरे दिवशी विजयी मोगल सैन्य आतल्या आवारात घुसले आणि त्यांच्या सतत गोळीबारापुढे मराठा सैनिकांचा टिकाव न लागून संध्याकाळी त्यांनी शरणागती पत्करली (१४ एप्रिल).

वज्रगड काबीज करणे ही पुरंदर किल्ला जिंकून घेण्याची पहिली पायरी ठरली. ह्यानंतर दिलेरखानाने आपला मोर्चा पुरंदरकडे वळवला. जयसिंगाने मराठ्यांच्या मुलखात ठिकठिकाणी हल्ले करण्यास सुरुवात केली. त्याने बादशहाला पत्रात लिहिल्याप्रमाणे या हल्ल्यांमागील उद्देश असा होता की शिवाजी आणि विजापूरचा सुलतान यांची अशी खात्री पटावी की, वेढा असताना सुद्धा मोगल आपल्या फौजा इतर कामासाठी नेमू शकतात एवढे त्यांचे सैन्य प्रचंड आहे. तसेच शिवाजीच्या राज्यात निरनिराळ्या भागात सतत दंगधोपे आणि दहशत निर्माण करून त्याच्या भोवती त्याचे संपूर्ण सैन्य गोळा होण्यास प्रतिबंध करता यावा. वेढ्यातून काही अधिकाऱ्यांना अशा प्रकारच्या

कामगिरीवर पाठविण्यामागे आणखी एक गुप्त हेतू होता. जयसिंगाच्या हाताखाली काही फितुर अधिकारी होते. त्यांचे छावणीतले वास्तव्य निरुपयोगीच नव्हे तर हानिकारकही होते. दाऊदखान कुरेशी याची नेमणूक टेहळणीसाठी किल्ल्याच्या खिडकी दरवाजावर झालेली होती. परंतु त्याच दरवाजातून मराठ्यांच्या एका तुकडीने किल्ल्यात प्रवेश केला आणि दाऊदने त्यांचा अजिबात प्रतिकार केला नाही असे काही दिवसानंतर आढळून आले. त्याचप्रमाणे ''शुभ-कर्ण बुंदेला याने मनापासून आपल्या कामात लक्ष घातले नाही आणि इतर कोणत्याही गोष्टींपेक्षा शिवाजीवर मेहरबानी करणेच त्याला अधिक पसंत होते.''

किल्ल्याचा वेढा उठविण्याकरिता मराठ्यांनी नाना तऱ्हांनी अनेकवार प्रयत्न केले परंतु जयसिंगाची पकड ढिली करण्यात त्यांना यश आले नाही.

वज्रगड जिंकल्यानंतर दिलेरखानाने दोन्ही किल्ल्यांना जोडणाऱ्या चिंचोळ्या वाटेने आगेकूच करून पुरंदर माचीला वेढा दिला. त्याने बांधलेले खंदक किल्ल्याच्या ईशान्येकडील खडकाच्या बुरुजापर्यंत पोहोचले होते.

मे महिन्यात दोन पांढऱ्या बुरुजांच्या पायथ्याशी मोगलांचे हे खंदक पोहोचले. हे दोनही बुरुज तोफांच्या भडिमाराने उद्ध्वस्त झाले होते. त्यावेळी मराठा सैनिकांनी पेटते रोगणाचे तेल, दारूगोळा ठासून भरलेल्या चामडी पिशव्या, स्फोटक गोळे आणि मोठमोठे दगड खाली फेकण्याला प्रारंभ केला आणि त्यामुळे मोगलांची आगेकूच तिथल्या तिथेच रोखली गेली. म्हणून जयसिंगाने मोठमोठे लाकडी ओंडके आणि फळ्या यांचा एक उंच ओटा तयार करण्याचा हुकूम दिला. या ओट्यावर तोफा चढवावयाच्या होत्या. त्याठिकाणी ठेवलेल्या गोलंदाजांनी व बरकंदाजांनी शत्रूची जागा टिपून काढावयाची होती. ३० मे रोजी दिवस मावळायला केवळ दोन तास राहिले असताना काही रोहिला सैनिकांनी दिलेरखानाला न कळविता पांढऱ्या बुरुजावर हल्ला चढवला. दोन्ही सैन्यात हातघाईची भीषण लढाई झाल्यानंतर मराठ्यांची फार हानी झाल्याने त्यांनी काळ्या बुरुजापाठीमागे माघार घेतली. परंतु दोन दिवसांनंतर त्यांना तेथूनही हुसकावून लावण्यात आले. अशा रीतीने पाच बुरुज आणि खालच्या किल्ल्यावरील एक मेढेकोट ही ठिकाणे मोगलांच्या हातात पडली. पुरंदरचे भवितव्य अशा प्रकारे निश्चित झाले.

वेढा चालू असताना, मुरारबाजी प्रभू ह्या शूर किल्लेदाराने आपल्या ७०० निवडक शूर सैनिकांसह, दिलेरखानावर हल्ला चढविला. यावेळी दिलेरखान आपल्या ५००० अफगाण आणि इतर जमातीच्या सैनिकांसहित किल्ला लढण्याच्या प्रयत्नात होता. मुरारबाजीने आपल्या मावळ्यांच्या मदतीने ५०० पठाणांना आणि पायदळातील इतर

बटलिया सैनिकांना ठार मारले आणि मोगलांच्या सैन्यातून वाट कापत जीवावर उदार झालेल्या साठ सैनिकांसह तो दिलेरखानासमोर येऊन ठेपला. मुरारबाजीने हे जे अतुलनीय शौर्य दाखविले त्यामुळे प्रभावित होऊन दिलेरखानाने मुरारबाजीस शरण येण्यास सांगितले. त्याला जीवदान देऊ केले आणि आपल्या हाताखाली चांगली मानाची जागा देण्याचे वचन दिले. मुरारबाजीने ह्या मागणीला तुच्छतापूर्वक नकार दिला आणि तो दिलेरखानावर वार करणार तोच दिलेरखानाने त्याला बाण मारून ठार मारले. त्याच्याबरोबर ३०० मावळ्यांनी धारातीर्थी देह ठेवले आणि उरलेल्यांनी किल्ल्यात माघार घेतली.

२ जूनचा मोगलांचा विजय आणि खालच्या किल्ल्याचा होऊ घातलेला पाडाव लक्षात घेऊन शिवाजीने लढाई संपविण्याचा निर्णय घेतला. मराठा सरदारांची कुटुंबीय मंडळी पुरंदरच्या किल्ल्यात आश्रयासाठी होती आणि पुरंदर हातून गेल्यास ही सर्व मंडळी पकडली जाणार होती आणि त्यांची मानहानी होणार होती. म्हणून शिवाजीने जयसिंगाची प्रत्यक्ष भेट घेण्याचे आणि मोगलांशी तह करण्याचे ठरविले.

१४. पुरंदरचा तह, १६६५

११ जून रोजी सकाळी ९ वाजता पुरंदरच्या पायथ्याशी आपल्या शामियान्यात जयसिंगाने आपला दरबार भरविला असताना शिवाजी जयसिंगास भेटण्यास आला. शिवाजीचे सन्मानपूर्वक स्वागत करण्यात आले.

मध्यरात्रीपर्यंत दोन्ही पक्षांनी कायम शांततेच्या तहासाठी घासाघीस केली. ''हळूहळू, पुष्कळ चर्चा झाल्यानंतर आम्ही पुढीलप्रमाणे तह केला:-

अ) शिवाजीने आपल्या किल्ल्यांपैकी २३ किल्ले * त्याच्या जमिनींपासून येणाऱ्या ४ लाख होन वार्षिक उत्पन्नासह मोगल साम्राज्यात सामील करावेत आणि ब)ज्याचे वार्षिक उत्पन्न १ लाख होन आहे असे, राजगड धरून शिवाजीच्या ताब्यात असलेले बारा किल्ले शिवाजी मोगल बादशहाची चाकरी करील आणि बादशाही तख्ताशी एकनिष्ठ राहील ह्या अटींवर शिवाजीकडेच राहू देण्यात यावेत.'' तथापि शिवाजीने अशी याचना

(***टीप :** पुरंदरच्या तहानुसार मराठ्यांचे जे किल्ले बादशहाला देण्यात आले ते पुढीलप्रमाणे (ए.एन.९०५):दक्षिणेत : १. रुद्रमाळ किंवा वज्रगड, २. पुरंदर, ३. कोंढाणा, ४. रोहिडा, ५. लोहगड, ६. इसागड, ७. टंकी, ८. तिकोना, ९. कोंढाण्याजवळील खडकाला.

कोकणात:-१०.माहुली,११.मुरंजन,१२. खीरदुर्ग, १३. भांडारदुर्ग, १४. तुलसीखुल, १५. नरदुर्ग, १६. खायगड किंवा अंकोला, १७. मार्ग-गड किंवा अत्रा, १८. कोहज, १९. बसंद, २०. नंग, २१. कर्नाळा, २२. सोनगड, २३. भावगड.)

केली की, इतर सरदार आणि राजेरजवाडे यांच्याप्रमाणे दरबारात हजेरी लावण्यापासून आपल्याला माफी मिळावी आणि अशी सूचना केली की, आपण आपला प्रतिनिधी म्हणून आपला मुलगा ५००० घोडेस्वार सैनिकांनिशी (ज्यांचा खर्च बादशहाने दिलेल्या जहागिरीतून चालविण्यात येईल.) पाठविण्यास तयार आहोत. हा मुलगा दरबारात नियमित हजर राहील आणि बादशहाची किंवा दक्षिणेच्या मोगल सुभेदाराची चाकरी करील.

वरील अटींशिवाय शिवाजीने मोगलांशी एक वेगळा आणि सशस्त्र तह केला. तो असा : ''जर चार लाख होन वार्षिक उत्पन्नाच्या तळकोकणातील जमिनी आणि देशावरील (बालाघाट विजापुरी) ५ लाख होन वार्षिक उत्पन्नाच्या जमिनी बादशहाने मला दिल्या आणि त्याचप्रमाणे मोगलांनी विजापूरवर अपेक्षित विजय मिळविल्यानंतर माझ्या नावे या जमिनी कायम दिल्याचे शाही फर्मान काढण्याची हमी दिली तर मी बादशहाला ४० लाख होन तेरा वार्षिक हप्त्यांत देण्याचे कबूल करतो.'' विजापुरी सरदारांकडून या जमिनी शिवाजीने आपल्या सैन्याच्या मदतीने जिंकून घ्याव्यात अशी अपेक्षा होती. शिवाजी आणि विजापूरच्या सुलतान ह्यांच्यात कायमचा झगडा निर्माण करण्याचे जयसिंगाचे जे धोरण होते त्यातला त्याचा धूर्तपणाच दिसून येतो. दुसऱ्या दिवशी (१२ जूनला) करारानुसार ७००० बाया-माणसे (ह्यांपैकी ४००० लढाऊ सैनिक होते) ह्यांनी पुरंदरचा किल्ला सोडला आणि मोगलांनी त्या किल्ल्याचा ताबा घेतला. किल्ल्यातील सर्व सामानसुमान, हत्यारे तोफखाना आणि इतर मालमत्ता मोगल सरकारच्या नावे जप्त करण्यात आली. मराठ्यांनी इतर पाच किल्ले सोडून दिले होते त्यांचा ताबा घेण्याकरिता मोगलांच्या अधिकाऱ्यांना शिवाजींच्या माणसाबरोबर पाठविण्यात आले.

१५. शिवाजीची औरंगजेबाशी आग्रा येथे भेट, १६६६

जयसिंगाने विजापूरची स्वारी आटोपल्यानंतर शिवाजीला मोगल दरबारात पाठविण्याचे काम हाती घेतले. त्याने शिवाजीला मोठमोठ्या मानसन्मानाची आमिषे दाखविली आणि त्याला आग्र्याला जाण्यास उद्युक्त करण्यासाठी ''हजारो क्लृप्त्या'' लढविल्या. इतकी प्रलोभने दाखवूनही शिवाजीने बराच काळपर्यंत टंगळमंगळ केली. परंतु शिवाजीच्या ह्या भेटीत कोणताही धोका होणार नाही, असे जयसिंगाने स्वतःच्या हिंदुत्वाला साजेशा शपथा घेऊन शिवाजीला अभिवचन दिले. उत्तर हिंदुस्थानात गेल्यावर आपल्या गैरहजेरीत आपल्या राज्याचा कारभार चालविण्यासाठी शिवाजीने करून ठेवलेली व्यवस्था हा त्याची दूरदृष्टी आणि संघटन चातुर्य ह्यांचा एक उत्तम नमुना होता असेच म्हटले पाहिजे. आपल्या स्वतःच्या गैरहजेरीत आपल्या हुकमाची किंवा मार्गदर्शनाची आपल्या स्थानिक प्रतिनिधींना कोणतीही गरज भासणार नाही

आणि ते अगदी स्वतंत्रपणे कारभार पाहू शकतील अशी त्याची योजना होती. राजप्रतिनिधी म्हणून त्याने आपली आई जिजाबाई हिची नेमणूक केली. आपल्या उत्तर हिंदुस्थानच्या प्रवासाला त्याने ५ मार्च १६६६ रोजी प्रारंभ केला. यावेळी त्याच्याबरोबर त्याचा सर्वांत वडील मुलगा संभाजी, सात विश्वासू प्रमुख अधिकारी आणि २५० रिसालदार एवढा लवाजमा होता. ११ मे रोजी तो आग्रा शहराच्या सीमेवर येऊन पोहोचला. यावेळी मोगल बादशहाचा दरबार आग्रा शहरात भरत असे.

त्या महिन्याच्या बारा तारखेला शिवाजीने बादशहाची भेट घ्यावी असे निश्चित करण्यात आले. त्यादिवशी चंद्रमासाप्रमाणे बादशहाचा पन्नासावा वाढदिवस होता. बादशहाच्या ह्या वाढदिवसाकरिता आग्र्याच्या किल्ल्यात ज्या ठिकाणी हा दरबार भरणार होता तो दिवाणखाना अत्यंत कलात्मक पद्धतीने सजविण्यात आलेला होता आणि येथे इतर मांडलिक सरदारांबरोबरच शिवाजीलाही बादशहासमोर हजर करण्यात येणार होते. परंतु ह्यावेळी कुमार रामसिंगाच्या (जयसिंगाचा थोरला मुलगा आणि शिवाजीचा आग्र्यातील यजमान) घोडचुकीमुळे शिवाजीला आग्रा शहरात पोहोचण्याला इतका विलंब लागला की, त्यावेळी भर दुपार झाली होती आणि बादशहा दिवाण-ई-आम मधील दरबार आटोपून राजवाड्याच्या आतल्या भागातील दिवाण-ई-खास मध्ये आलेला होता. रामसिंगाने घाईघाईने शिवाजीला दिवाण-ई-खास मध्ये आणले. तो शिवाजीला दरबारी रीतीरिवाजाच्या सूचनाही देऊ शकला नाही. बादशहाच्या सहाय्यक बक्षीने शिवाजीला बादशहासमोर हजर केले आणि शिवाजीच्या वतीने तख्तापुढे १००० सुवर्ण-मुद्रा आणि २००० रुपये रोख रक्कम नजर म्हणून आणि ५००० रुपये निसार म्हणून बादशहासमोर हजर केले. औरंगजेब ह्यावर स्वागतादाखल किंवा ओळखीदाखल एकही शब्द बोलला नाही. यानंतर शिवाजीला सिंहासनापासून मागे नेण्यात येऊन पंचहजारी मनसबदारांच्या किंवा तृतीय श्रेणी-सरदारांच्या रांगेत उभे करण्यात आले. दरबाराचे काम तसेच पुढे चालू ठेवण्यात आले आणि शिवाजी तेथे आहे ही गोष्ट सर्वजण विसरून गेले.

आत्तापर्यंत शिवाजीने आपल्या मनाशी ज्या प्रकारच्या स्वागताचे चित्र रेखाटले होते किंवा जयसिंगाशी झालेल्या अनेक संभाषणांमधून त्याला जे स्वागत निश्चित मिळणार अशी त्याची जवळजवळ खात्री होती त्या प्रकारचे हे स्वागत नव्हते आणि ती गोष्ट त्याच्या अपेक्षांमध्ये बसण्यासारखी नव्हती. रामसिंगाकडून आपल्याला पाच हजारी मनसबदारांच्या रांगेत उभे करण्यात आले आहे असे त्याला कळले. त्यावर शिवाजी उद्गारला, ''काय ! प्रत्यक्ष बादशहाकडे न येता देखील माझ्या सात वर्षाच्या लहान मुलाला पंच-हजारी मनसबदार करण्यात आले होते ! माझा नोकर नेताजी हा

सुध्दा पंच-हजारी मनसबदार आहे आणि मी, इतकी वर्षे सेवाचाकरी केल्यानंतर आणि इतक्या दूरवरून दरबारात हजर झाल्यानंतरही मला मात्र खालच्या दर्जाची तीच मनसबदारी मिळणार काय ?'' त्यानंतर त्याच्यासमोर जो सरदार उभा होता तो कोण, असे त्याने विचारले. रामसिंगाने तो महाराजा जसवंतसिंग आहे असे उत्तर दिले. ह्यावर शिवाजीने ओरडून विचारले, ''कोण ? जसवंत ? ज्याने माझ्या शिपायांसमोर पाठ फिरवली त्याच्या मागे मी उभे राहावे ? ह्याचा अर्थ काय ?''

त्यानंतर निरनिराळे राजपुत्र, प्रमुख वजीर आणि जसवंतसिंग यांना बहुमानाची वस्त्रे देण्यात आली. परंतु शिवाजीला मात्र काहीही देण्यात आले नाही. हा भयंकर अपमान वाटून शिवाजीने आवाज चढवून ह्या जाहीर अपमानाबद्दल रामसिंगाकडे आपला निषेध नोंदविला आणि म्हणाला, ''मला दिलेली ही मनसब मी फेकून देतो. वाटल्यास तुम्ही मला ठार मारा. परंतु मी बादशहाच्या समोर पुन्हा कधीही हजर राहणार नाही !'' असे म्हणून त्याने सिंहासनाकडे पाठ फिरवली आणि खांबाच्या मागे एका कोपऱ्यापर्यंत चालत जाऊन तेथे संतप्त मनःस्थितीत तो खाली बसला. ह्या सगळ्या गोंधळाबद्दल बादशहाला असे सांगण्यात आले की, शाही दरबाराच्या गरमीची त्या रानवट मराठा नायकाला सवय नसल्याने तो एकाएकी आजारी पडला. तेव्हा दरबार संपण्याची वाट न पाहता रामसिंगाने शिवाजीला त्याच्या निवासस्थानी परत न्यावे आणि त्याला शांत करावे असा औरंगजेबाने रामसिंगास हुकूम दिला.

दरबारातून परत आल्यानंतर आपला विश्वासघात केल्याबद्दल शिवाजीने बादशहाची उघड निर्भर्त्सना केली. शिवाजीला शहराच्या तटबंदीबाहेर जयपूर छावणीत ठेवण्याचा आणि त्याच्या बंदोबस्ताबद्दल खबरदार राहण्याचा रामसिंगाला आदेश देण्यात आला. शिवाजीला दरबारात हजर राहण्याची बंदी करण्यात आली आणि शिवाजीला आपण जवळजवळ कैदी झालो आहोत असे दिसून आले. त्याने बादशहाकडे आणि पंतप्रधानाकडे आपल्याला सुटकेविषयी वारंवार विनंती केली परंतु प्रत्येक वेळी त्याला ''थोडी वाट पाहा. तुझ्यासाठी करता येईल तितके मी करीन.'' अशी टाळाटाळीची उत्तरे देण्यात आली. ह्याच सुमारास शिवाजीची परिस्थिती पूर्वीपेक्षाही वाईट बनली. आग्र्याचा प्रमुख पोलिस अधिकारी फौलाद खान याने बादशहाच्या खास आदेशावरून शिवाजीच्या वाड्याभोवती काही तोफांसहित मोठ्या संख्येत सैनिकी पहारा बसविला आणि अशा तऱ्हेने शिवाजी वरकरणीच नव्हे तर प्रत्यक्षात औरंगजेबाचा कैदी बनला. जयसिंगाचा मत्सर करणारे दरबारी मानकरी, शाही जनानखान्यातील शायिस्तेखानाचे नातेवाईक आणि जसवंतसिंगाचे समर्थक यांनी एकजुटीने, शिवाजीला ठार करा किंवा निदान त्याला आमरण तुरुंगात ठेवा असा बादशहाकडे आग्रह धरला. परंतु जयसिंगाने

शिवाजीला सुरक्षिततेची दिलेली हमी लक्षात घेऊन औरंगजेबाने असा कोणताही उघड हिंसाचार करण्याचे टाळले. तथापि त्याचबरोबर शिवाजीला अफगाण स्वारीवर पाठवावे म्हणजे वाटेतच त्याला सहजरीतीने ठार करता येईल अशी त्याने योजना आखली.

शिवाजीच्या आग्रा-भेटीचा झालेला हा अनपेक्षित परिणाम पाहून जयसिंगाची स्थिती ''इकडे आड तिकडे विहीर'' अशी होऊन गेली. त्याने आपला दरबारातला प्रतिनिधी रामसिंग याला सतत कळविले की, ''शिवाजीच्या जिवाला कोणताही धोका होणार नाही आणि आम्ही राजपूत बापलेकांनी शिवाजीला जे शपथपूर्वक आश्वासन दिले आहे त्याचा भंग होणार नाही अशी काळजी घ्यावी.''

१६. शिवाजीची आग्र्याहून सुटका

शिवाजीने आपल्या सुटकेसाठी आपल्या स्वत:च्याच अंतस्थ हिकमतींचा उपयोग करून घेण्याचे ठरविले. त्याने आपल्याबरोबर आणलेल्या मराठा सैनिकांना दक्षिणेत परत पाठविण्याची बादशहाकडून परवानगी मिळविली. आपल्या अनुयायांबाबतच्या काळजीतून अशा प्रकारे मुक्त झाल्यानंतर शिवाजीने आपली स्वत:ची सुटका करून घेण्याकरिता निरनिराळ्या योजना आखण्याला प्रारंभ केला. त्याने आजारी पडण्याचे सोंग केले आणि आपल्या वाड्यातून दर दिवशी संध्याकाळी ब्राह्मण, संन्यासी आणि दरबारी लोक यांना मेवामिठाई पाठविण्यास सुरुवात केली. ही मेवामिठाई मोठाल्या पेटाऱ्यातून नेली जात असे. हे पेटारे एका मोठ्या बांबूवर लटकावून दोन माणसे आपल्या खांद्यावर वाहून नेत असत. काही दिवस पहारेकऱ्यांनी ह्या पेटाऱ्यांची कसून झडती घेतली. परंतु पुढे मात्र ते कोणतीही तपासणी न करता हे पेटारे बाहेर जाऊ देऊ लागले. शिवाजी ह्याच संधीची वाट पाहत होता. १९ ऑगस्टच्या दुपारी आपण अतिशय आजारी असल्याने बिछान्यावर निजून आहोत आणि आपल्याला कोणीही त्रास देऊ नये असा निरोप त्याने बाहेरच्या पहारेकऱ्यांना पाठविला. हिरोजी फरजंद हा पुष्कळसा शिवाजीसारखाच दिसत असे. तो शिवाजीच्या बिछान्यावर पडून राहिला. त्याने सर्व अंगावर रजई पांघरली होती. रजईबाहेर त्याने आपला उजवा हात फक्त काढलेला होता आणि त्या हातात त्याने शिवाजीचे सोन्याचे कडे घातलेले होते. ह्याचवेळी शिवाजी आणि त्याचा मुलगा हे दोन पेटाऱ्यात अंग चोरून बसले आणि सूर्यास्त झाल्यानंतर नेहमीच्या पद्धतीप्रमाणे पुढे आणि मागे खरोखरीच मिठाई भरलेले पेटारे आणि मध्ये हे दोन पेटारे असे नि:शंक मनाने पहारा देणाऱ्या रक्षकांच्या रांगेमधून सुरक्षितपणे बाहेर पाठविण्यात आले. शहराबाहेर एका निर्जन जागेवर हे पेटारे ठेवण्यात आले. पेटारे आणणाऱ्या हमालांना परत पाठविण्यात आले. त्यानंतर शिवाजी आणि त्याचा मुलगा हे त्या पेटाऱ्यातून बाहेर पडले आणि त्यांनी आग्र्यापासून सहा मैलांवर असलेल्या एका

खेड्याची वाट धरली. त्याठिकाणी शिवाजीचा विश्वासू सरन्यायाधीश निराजी रावजी (त्याचा मुख्य न्यायाधीश) हा घोडी घेऊन त्यांची वाट पाहत होता. तेथील जंगलात घाईघाईने सल्लामसलत केल्यानंतर सर्व लोक आपसांत विभागून तेथून निघाले. शिवाजीबरोबर त्याचा मुलगा, निराजी रावजी, दत्ता त्रिंबक आणि रघु मित्रा नावाचा एक मराठा असे तीन अधिकारी होते. त्यांनी हिंदू बैराग्यांप्रमाणे स्वत:च्या अंगांना राख फासून घेतली आणि त्यांनी मथुरेच्या दिशेने त्वरित प्रयाण केले, तर इतरांनी घरची वाट धरली.

इकडे आग्र्याला हिराजी त्या दिवशी रात्रभर आणि दुसऱ्या दिवशी दुपारपर्यंत झोपून होता. सकाळी पहारेकऱ्यांनी आत डोकावून पाहिले आणि जेव्हा त्यांनी अंथरुणावर झोपलेल्या व्यक्तीच्या हातातील सोन्याचे कडे पाहिले आणि एक सेवक जमिनीवर बसून पाय चेपत असल्याचे बघितले तेव्हा त्यांचे समाधान झाले. दुपारी तीन वाजण्याच्या सुमारास हिरोजी एका नोकराबरोबर शांतपणे वाड्याबाहेर पडला आणि आवाज कमी करा ; शिवाजी आजारी आहे आणि त्याला औषधोपचार चालू आहेत अशी त्याने दरवाजावरील रखवालदारांना ताकीद दिली. हळहळू पहारेकऱ्यांच्या मनात संशय निर्माण झाला कारण वाड्यावर भकासपणाची कळा पसरल्यासारखी वाटू लागली. नेहमीप्रमाणे शिवाजीच्या भेटीस येणाऱ्यांची गर्दी त्या दिवशी दिसेना; घरातून कोणता आवाज ऐकू येईना किंवा कोणतीही हालचाल दिसेना. म्हणून पहारेकऱ्यांनी खोलीत प्रवेश केला त्यावेळी त्यांना पक्षी पिंजऱ्यातून उडून गेलेला आढळला ! त्यांनी ताबडतोब धावत जाऊन ही मनाला थक्क करणारी बातमी त्यांचा प्रमुख फौलादखान याला सांगितली. फौलादखानाने ही बातमी बादशहाच्या कानावर घातली. जादूटोण्याच्या जोरावर शिवाजी पळून गेला अशी मखलाशी बादशहाजवळ करून त्या दोषाचे खापर आपल्या माथ्यावर फुटू नये असा त्याने प्रयत्न केला. ह्यावेळेपावेतो शिवाजीने आपला पाठलाग करणाऱ्यांच्यावर जवळजवळ चोवीस तासांची आघाडी मिळविली होती. रामसिंगाने कानाडोळा केल्यामुळे शिवाजी पळून गेला असा औरंगजेबाला संशय आला. त्याने रामसिंगाला प्रथम दरबारात येण्याची बंदी केली आणि नंतर त्याचा हुद्दा व तनखा काढून घेतला व अशा रीतीने त्याला शिक्षा केली.

शिवाजीने अतिशय धूर्तपणे त्याचा पाठलाग करणाऱ्या स्वारांना हुलकावणी दिली. महाराष्ट्रात जाणाऱ्या मार्गाच्या अगदी विरुद्ध मार्गाने त्याने कूच केले. माळवा आणि खानदेश किंवा गुजरात या प्रदेशातून आग्र्याच्या नैर्ऋत्य दिशेने कूच करण्याऐवजी त्याने मथुरा आणि बुंदेलखंडाकडे पूर्वेच्या बाजूने प्रयाण केले आणि त्यानंतर नैर्ऋत्य दिशेला वळून त्याने गोंडवना आणि गोवळकोंडा ह्या प्रदेशातून पुढला प्रवास केला. अनेक

ठिकाणी संकटातून अगदी थोडक्यात निसटून शेवटी १२ सप्टेंबर १६६६ रोजी शिवाजी राजगडला येऊन पोहोचला.

आग्र्याहून आपल्या मायदेशी येऊन पोहोचल्यानंतर शिवाजीला दक्षिणेतील राजकीय परिस्थितीत आमूलाग्र बदल झाला असल्याचे आढळून आले. मोगलांचा दक्षिणेचा सुभेदार जयसिंग याच्याजवळ पूर्वीसारखा मराठ्यांविरुद्ध विजय मिळविण्याइतकी ताकद राहिलेली नव्हती. वार्धक्य, सतत परिश्रम, निराशा आणि घरगुती चिंता ह्यामुळे तो खचून गेला होता. विजापूरच्या स्वारीत मिळालेल्या अपयशाने बादशहाच्या दृष्टीने नालायक ठरलेला मिर्झाराजा जयसिंग बऱ्हाणपूर येथे २८ ऑगस्ट १६६७ रोजी मरण पावला. त्यापूर्वी अगोदरच्या मे महिन्यात त्याला दक्षिणच्या सुभेदारीतून मुक्त करून राजपुत्र मुअज्जमची त्या पदावर नेमणूक झाली होती.

दुर्बळ आणि आळशी स्वभावाच्या राजपुत्र मुअज्जमचे पुनरागमन आणि दक्षिणेत सत्तेवर असलेल्या जसवंतसिंगबरोबरचे स्नेहाचे संबंध (मे १६६७) यामुळे मोगलांकडून आपल्याला कोणताही धोका नाही अशी शिवाजीची खात्री पटली. ऑक्टोबर १६६७ मध्ये दिलेरखान हा राजपुत्र मुअज्जमला येऊन मिळाला ही गोष्ट खरी, परंतु या नामवंत लढवय्याच्या सामील होण्याने मोगलांची बाजू बळकट झाली असे म्हणता येत नाही. आपल्या बापाच्या दरबारात असलेले दिलेरखानाचे वजन आणि प्रतिष्ठा याबद्दल राजपुत्र मुअज्जमला नेहमीच मत्सर वाटत होता; दिलेरखानाच्या शिरजोर वृत्तीचा त्याला संताप येई. बादशहाच्या वतीने तो आपल्यावर गुप्त निगराणी ठेवण्याकरिता आलेला आहे अशी राजपुत्राची समजूत झालेली होती. याउलट तो स्वाभिमानी रोहिला सेनापती, राजपुत्राचा उजवा हात आणि अत्यंत विश्वासू महाराजा जसवंतसिंग ह्याची उघडउघड अवहेलना करी. याचा परिणाम असा झाला की दक्षिणेतल्या मोगल छावणीत पुढील काही काळपर्यंत यादवी युद्धाचा एकच डोंब उसळला. साहजिकच शिवाजीविरुद्ध कोणतीही कारवाई करणे मोगलांना शक्य झाले नाही. परंतु जरी दक्षिणेतील मोगल सुभेदार हा कितीही कर्तबगार आणि धाडसी असता तरी काही वर्षेपर्यंत शिवाजीला नष्ट करण्याचा प्रयत्न म्हणून भरपूर माणसे आणि द्रव्य मिळवणे त्यालाही शक्य झाले नसते. इतर ठिकाणी निर्माण झालेल्या अधिक धोकादायक परिस्थितीचा सामना करण्यासाठी मोगल साम्राज्याची सर्व साधनसामग्री एकत्रित करणे जरूर होते. मार्च १६६७ मध्ये पेशावरला युसुफझाई टोळ्यांनी मोगलांविरुद्ध बंड पुकारले. हे बंड मोडून काढण्यासाठी पुढील एक वर्षापेक्षा अधिक काळ मोगल साम्राज्याची शक्ती खर्ची पडली.

शिवाजी देखील मोगलांशी ताबडतोब युद्ध करण्यास विशेष उत्सुक नव्हता. आग्र्याहून आपल्या मायदेशी परत आल्यानंतर तीन वर्षेपर्यंत शिवाजीने शांतता पाळली

आणि ह्या काळात मोगलांची आगळीक केली जाईल असे वर्तन केले नाही. आपल्या राज्याची पुनर्घटना करण्याकरिता, किल्ल्याची डागडुजी करून त्यात भरपूर रसद साठविण्याकरिता आणि विजापूर आणि जंजिऱ्याचा सिद्दी यांना शह देऊन पश्चिम किनाऱ्यावरील आपल्या सत्तेचा विस्तार करून ती मजबूत करण्याकरिता त्याला काही काळ शांतता पाहिजे होती. म्हणून मोगल साम्राज्याशी शांततेचा तह करण्याकरिता जसवंतसिंगाने मध्यस्थी करावी अशी त्याने त्याच्याकडे मनधरणी केली. त्याने महाराजा जसवंतसिंगाला लिहिले, ''माझे आश्रयदाते मिर्झाराजा जयसिंग हे मरण पावले आहेत. आपल्या मध्यस्थीने मला माफी मिळत असेल तर मी संभाजीला राजपुत्राकडे रवाना करीन आणि आपण हुकूम कराल त्या ठिकाणी माझ्या सैनिकांना सेनापती म्हणून तो आपली मनसबदारी करील.''

शिवाजीच्या या निरोपाने जसवंतसिंग आणि राजपुत्र मुअज्जम हे हुरळून गेले. त्यांनी शिवाजीला माफी देण्यात यावी अशी औरंगजेबाला शिफारस केली. औरंगजेबानेही ही शिफारस मान्य केली. बादशहाने शिवाजीच्या ''राजा'' ह्या पदवीला मान्यता दिली. (१६६८ च्या आरंभी) परंतु चाकण सोडल्यास इतर कोणताही किल्ला त्याने शिवाजीच्या स्वाधीन केला नाही. अशा तऱ्हेने दोन्ही पक्षांत घडून आलेला शांततेचा तह दोन वर्षे टिकला.

❏

प्रकरण अकरावे

शिवाजी, १६७०-१६८०

१. शिवाजीने मोगलांशी संबंध तोडले आणि किल्ले पुन्हा जिंकून घेतले

मोगलांशी झालेल्या नवीन तहानुसार शिवाजीने प्रतापराव आणि निराजी रावजी (ऑगस्ट १६६८) ह्यांच्या नेतृत्वाखाली औरंगाबादला मराठा सैन्य पाठविले. संभाजीला पंचहजारी सेनापती म्हणून पुन्हा नेमणूक देण्यात आली आणि त्याला एक हत्ती आणि रत्नजडित तलवार देऊन त्याचा मोठा सन्मान करण्यात आला. ह्याशिवाय वऱ्हाडात त्याला एक जहागिरी देण्यात आली. इ.स.१६६७, १६६८ आणि १६६९ ह्या तीन वर्षांत कोणत्याही नवीन स्वारीचा विचार न करता शिवाजीने मोगलांचा एक अंकित सरदार म्हणून राहणे पसंत केले. ह्या काळात शिवाजी विजापूरशी सुद्धा शांततेचे आणि मित्रत्वाचे संबंध राखून होता. खरे पाहता ह्या तीन वर्षांत (१६६७-६९) आपल्या शासनाचा पाया जास्त व्यापक आणि सखोल बनविण्याकरिता शिवाजी आवश्यक असणारे सर्वव्यापक शहाणपणाचे कायदे तयार करण्यात गुंतलेला होता.

परंतु प्रस्थापित झालेली ही शांतता दिखाऊ आहे ह्याची दोन्हीही पक्षांना जाणीव होती. आपल्या मुलांकडे सतत संशयी नजरेने पाहणाऱ्या औरंगजेबाला मुअज्जम आणि शिवाजी यांच्यातील सख्य हा आपल्या सिंहासनाला निर्माण झालेला संभाव्य धोका आहे असे वाटत होते आणि म्हणून शिवाजीला दुसऱ्यांदा पकडण्याचा किंवा कमीत कमी त्याचा मुलगा आणि एखादा सेनापती यांना पकडून ओलिस ठेवण्याचा त्याने गुप्त घाट घातला होता. ह्याचवेळी काटकसरीचा एक उपाय म्हणून बादशहाने जे पाऊल उचलले तेही शहाणपणाचे ठरले नाही. इ.स.१६६६ मध्ये शिवाजी आग्र्याला आला त्यावेळी तेथे येण्याकरिता मोगल बादशहाने त्याला एक लाख रुपये दिले होते ते वसूल करण्याकरिता बादशहाने आता शिवाजीच्या वऱ्हाडातील नवीन जहागिरीचा काही प्रदेश जप्त केला. ह्या जप्तीची बातमी शिवाजीला मिळाली आणि त्याचा परिणाम म्हणून १६६९ च्या शेवटी त्याने मोगलांशी जे मित्रत्वाचे जे संबंध होते ते तोडून टाकले.

शिवाजीने आपल्या आक्रमणाला अतिशय जोमाने प्रारंभ केला व त्यात त्याला फार लवकर यश मिळाले. त्याच्या गनिमी टोळ्यांनी मोगल प्रदेशात लुटालूट केली आणि पुरंदरच्या तहान्वये औरंगजेबाला त्याला जे काही किल्ले द्यावे लागले होते त्यांपैकी

बरेचसे किल्ले त्याने परत जिंकून घेतले. त्याचा सर्वांत मोठा विजय म्हणजे त्याने राजपूत किल्लेदार उदयभानू याच्याकडून कोंढाणा किल्ला जिंकून घेतला होय. (४ फेब्रु.१६७०).

ज्यांना किल्ल्याची चांगली माहिती होती, अशा काही कोळी वाटाड्यांची मदत घेऊन एका अंधाऱ्या रात्री तानाजी मालुसरेने आपल्या ३०० निवडक मावळ्यांसहित कल्याण दरवाजाजवळ त्यातला त्यात कमी कठीण असणारा कडा दोरांच्या शिड्या लावून चढण्यात आणि किल्ल्यात प्रवेश करण्यात यश मिळविले. किल्ल्यातल्या शिबंदीने प्रखर प्रतिकार केला परंतु मावळ्यांनी ''हर! हर! महादेव!'' असा घोष करून शत्रुपक्षाची दाणादाण उडविली. उदयभानू आणि तानाजी या दोघांनीही एकमेकांना व्यक्तिगत द्वंद्वाचे आव्हान दिले आणि पहिल्याच फेरीत ते दोघेही धारातीर्थी पडले. ह्या लढाईत १२०० राजपूत ठार मारले गेले आणि ज्यांनी किल्ल्यावरून खाली पळून जाण्याचा प्रयत्न केला, त्यातील बरेचसे वाटेतच मृत झाले किंवा ठार मारले गेले. तानाजी मालुसरे याने ह्या लढाईत सिंहासारखा पराक्रम केले. शिवाजीने कोंढाणा किल्ल्याचे नाव ''सिंहगड'' असे ठेवले.

कोकणचा फौजदार लोदीखान हा मराठा सैन्याशी लढता लढता जखमी झाला होता. त्याचा पुन्हा दुसऱ्यांदा मराठ्यांशी लढताना पराभव झाला आणि परिणामी त्या प्रदेशातून त्याची हकालपट्टी झाली. नांदेडचा फौजदारसुद्धा पळून गेला आणि त्यामुळे त्याच्या जागेवर कोणीच उरले नाही. दक्षिण हिंदुस्थानात फक्त एकाच मोगल सरदाराने मोगलांची प्रतिष्ठा टिकवून धरण्याचा प्रयत्न केला आणि तो सरदार म्हणजे दाऊदखान कुरेशी. त्याने पारनेर आणि जुन्नर ह्या मोगल ठाण्यांवरचा ताबा आपल्याकडे ठेवण्यात यश मिळविले.

१६७० च्या एप्रिल महिन्याच्या अखेरीपावेतो शिवाजीने अहमदनगर, जुन्नर आणि परेंडा याच्या आसपासची ५१ खेडी लुटून घेतली.

२. मुअज्जम आणि दिलेरखान यांच्यातील भांडण

१६७०च्या अर्ध्या वर्षात दक्षिणचा मोगल सुभेदार शहा आलम आणि त्याचा सेनापती दिलेरखान यांच्यात यादवी युद्ध चालल्याने त्याचा परिणाम दक्षिणेतल्या मोगल राज्यकारभारावरही दिसून येत होता. दिलेरखान आपल्या प्रमुखाला भेटण्याचे सुद्धा टाळत होता. कारण अशी भेट झाल्यास शहा आलम आपल्याला विश्वासघात करून ठार मारील किंवा तुरुंगात टाकील अशी भीती त्याला वाटत होती ! दिलेरखानाने अशा प्रकारे अवज्ञा केल्याने मोगल राजपुत्र आणि त्याचा आवडता सेनापती जसवंतसिंग या दोघांनीही, दिलेरखानाने बंड केले आहे, अशा प्रकारचा आरोप करून तशा प्रकारे बादशहाला लिहिले. राजपुत्राने शिवाजीशी गुप्तपणे हातमिळवणी केलेली आहे असा

आरोप करून त्याबाबतचा निषेध दिलेरखानाने अगोदरच बादशहाकडे नोंदविला होता. राजपुत्र मुअज्जम याने मनाला वाटेल त्याप्रमाणे वागण्याला, सरकारी कामकाजाकडे दुर्लक्ष करण्याला आणि बादशहाच्या आदेशाची अंमलबजावणी न करण्याला ह्यावेळी प्रारंभ केल्याने, औरंगजेबाला त्यामुळे मोठी गंभीर काळजी वाटत होती. राजपुत्राने ही जी उघड उघड अवज्ञा चालविली होती, त्यामुळे शिवाजीला त्याच्या विविध हल्ल्यांत सहज यश मिळत होते; आणि राजपुत्र त्याबाबतीत कोणतीही कारवाई न करता जो स्वस्थपणे गंमत पाहत होता, ह्यामागे राजपुत्र मुअज्जमला मराठ्यांच्या मदतीने आपल्या वडिलांचे सिंहासन बळकावयाचे असल्याने तो पडद्यामागे गुप्त कारवाया करीत असावा असे दक्षिण हिंदुस्थानातल्या बहुसंख्य लोकांना वाटत होते.

म्हणून शेवटी १६७० मधील मार्च महिन्याच्या अखेरीस औरंगजेबाने दक्षिणेत खरोखरीच काय परिस्थिती आहे - मुअज्जमला खरोखरीच बंड करावयाचे आहे काय आणि शिवाजीशी त्याचे कसे संबंध आहेत याची माहिती गुप्तपणे गोळा करण्याकरिता म्हणून त्याने आपला प्रमुख कूटनीतिज्ञ इफ्तिखारखान ह्याला औरंगाबादेला पाठविले. याच अधिकाऱ्याला राजपुत्राने दिलेरखानाविरुद्ध जे आरोप केले होते त्यांचीही शहानिशा करावी अशीही त्याला सूचना करण्यात आली.

दक्षिणेतील आपली स्थिती कठीण झालेली पाहून दिलेरखानाला शहा आलमची अनुमती घेतल्याशिवाय दिल्लीच्या बादशहाच्या दरबारात परत जावे असे वाटू लागले. परंतु या दिलेरखानाचा उत्तर हिंदुस्थानातसुद्धा गोंधळ निर्माण करण्याचा डाव आहे, असे राजपुत्र म्हणू लागला. ''दिलेरखानाला जबरीने वठणीवर आणावे'' असा बादशाही आदेश राजपुत्राला मिळाला. पावसाळा जोरात चालू असताना देखील (ऑगस्ट), सर्व नद्या दुथडया भरून वाहत असताना आणि रस्त्यात चिखल साचलेला असताना दिलेरखानाने आपले तंबू आणि आपले इतर सामान जाळून टाकले आणि आपल्या सैन्यासह त्याने उत्तरेच्या दिशेने उज्जैनकडे पलायन केले. दक्षिणेतून त्याने कूच केल्याबरोबर ताबडतोब जे काही मोगल सैन्य उपलब्ध होते त्यासह राजपुत्र मुअज्जम-जसवंतसिंग यांनी त्याचा पाठलाग केला परंतु खानदेशाच्या सीमेवर मुअज्जम पोचला असताच त्याठिकाणी, त्याने औरंगाबादला ताबडतोब परत जावे, असा आदेश देणारे बादशहाचे पत्र त्याच्या हाती पडले. (सप्टेंबर) मध्यंतरीच्या काळात गुजराथचा सुभेदार बहादूरखान याने दिलेरखानाला संरक्षण दिले आणि बादशहाला पत्र लिहून त्यात दिलेरखानाची स्वामीनिष्ठा आणि त्याने आत्तापर्यंत मोगल राज्याची केलेली सेवा यांच्याबाबत त्याची स्तुती करून अशा माणसाला माझ्या हाताखालील फौजदार म्हणून काठियावाड ह्या ठिकाणी नेमणूक करण्याची अनुमती द्या अशी त्याने त्यात विनंती

केली. बादशहाने ही विनंती मान्य केली. मुअज्जमने, वडिलांनी दिलेल्या आदेशाचे त्वरित पालन केले आणि १६७० मधील सप्टेंबरच्या शेवटी शेवटी तो औरंगाबादेस परत आला.

ह्या अंतर्गत दुहीमुळे मोगलांची शक्ती दुर्बळ झाली आणि शिवाजीने ह्या सुवर्णसंधीचा पुरेपूर फायदा उठविला. मार्चमध्ये सुरतेच्या इंग्रज सुभेदाराने लिहिले, ''शिवाजीचे कूच आता एखाद्या चोरासारखे होत नाही. ३०००० सैन्याचा अधिपती ह्या नात्याने आता तो सर्वत्र संचार करतो. तो जेथे जातो तेथे तो अजिंक्य ठरतो. जवळच शहा आलमची छावणी असूनसुद्धा त्यामुळे त्याची यत्किंचितही चलबिचल होत नाही.'' दिनांक ३ ऑक्टोबर रोजी त्याने सुरत शहराची दुसऱ्यांदा लूट केली.

३. सुरतेची दुसऱ्यांदा लूट

२ ऑक्टोबर रोजी शिवाजी १५००० घोडदळ आणि पायदळासह सुरतेपासून २० मैलांवर येऊन पोहोचलेला आहे, अशा एकामागून एक बातम्या येऊ लागल्या. बातमी आली त्या दिवशी आणि रात्री सुरत शहरातील सर्व हिंदी व्यापारी आणि मोगल शासनाचे सर्व अधिकारीसुद्धा शहरातून पळून गेले. ३ तारखेला शिवाजीने सुरत शहरावर हल्ला चढविला. औरंगजेबाच्या आदेशावरून शहराभोवती नुकतीच तटबंदी बांधण्यात आलेली होती. थोडाबहुत प्रतिकार केल्यानंतर शहरातील मोगल सैनिक किल्ल्यात पळून गेले आणि संपूर्ण शहर जवळ जवळ मराठ्यांच्या ताब्यात आले. याला फक्त इंग्रज, डच आणि फ्रेंच वखारी, इराणी आणि तुर्की व्यापाऱ्यांची विशाल ''नवी सराई'' आणि इंग्रज आणि फ्रेंच घरांमधल्या मोकळ्या जागेत बांधलेली ''तार्तार सराई'' जी होती, तिचा ताबा नुकत्याच मक्केच्या यात्रेहून परत आलेल्या, काशगरला एकेकाळी राजा असणाऱ्या अब्दुल्ला खानाने घेतलेला होता. फ्रेंचानी आक्रमकाला ''किमती नजराणे'' देऊन स्वत:चे रक्षण केले. इंग्रजी वखारीला कोणत्याही प्रकारची तटबंदी नसताना स्ट्रेशाम मास्टर ह्या नौदल सेनापतीने ५० नौदल सैनिकांची मदत घेऊन आपल्या वखारीचे यथायोग्य रक्षण केले.

तार्तारांनी दिवसभर प्रखर प्रतिकार केला परंतु आपल्या ठाण्याचे रक्षण करणे आता शक्य नाही असे त्यांच्या लक्षात येताच त्यांनी रात्री आपल्या राजासह किल्ल्यात पलायन केले आणि आपल्या वखारीतील किमती मालमत्ता त्यांनी वाऱ्यावर सोडली आणि त्यामुळे ती मालमत्ता लुटली गेली. ''नवीन सराईतील'' तुर्कांनी यशस्वीपणे आपला बचाव केला आणि शत्रूची काही प्रमाणात हानी करण्यातही त्यांनी यश मिळविले. मराठ्यांनी शहरात मोठमोठ्या घरांची यथेच्छ आणि अगदी आरामात लूट केली आणि जवळ जवळ अर्धे शहर जाळून टाकले आणि नंतर त्यांनी ५ तारखेला माघार घेतली.

सुरत शहराच्या लुटीत शिवाजीने ६६ लाख रुपयांची लूट मिळविली असे सरकारी चौकशीत आढळून आले परंतु मराठ्यांनी जी प्रत्यक्ष लूट केली त्यावरून सुरतेची जी काही खरोखरीच हानी झाली त्याचे मोजमाप करता येणार नाही. सुरत हे भारतातले सर्वांत संपन्न बंदर होते. त्याचा सर्व व्यापार पूर्णपणे नष्ट झाला. ह्यानंतर अनेक वर्षेपर्यंत मराठा सैन्य सुरत शहरापासून काही दिवसांच्या अंतरावर आलेले आहे किंवा ते आल्याची खोटी आवई जरी उठली तरी संपूर्ण शहरात घबराटीचे वातावरण निर्माण होत असे. अशा प्रत्येक प्रसंगी व्यापारी आपला माल जहाजांवर त्वरित नेत असत. नागरिक जवळपासच्या खेड्यापाड्यातून पळून जात आणि युरोपियन लोक स्वालीला आश्रय घेण्याकरिता ताबडतोब जात. सुरत शहरातील व्यापारी हालचाली ह्यामुळे संपुष्टात येत.

४. १७ ऑक्टोबर १६७० रोजी दिंडोरी ह्याठिकाणी शिवाजीने दाऊदखानाचा केलेला पराभव : वऱ्हाडावरील हल्ला

सुरतेची दुसऱ्यांदा लूट केल्यानंतर, शिवाजीने बागलाणमध्ये प्रवेश केला आणि मुल्हेर किल्ल्याच्या पायथ्याशी जी काही खेडी होती, त्यांची त्याने लूट केली. मराठ्यांच्या ह्या हल्ल्याला तोंड देण्याकरिता दाऊदखानाला बऱ्हाणपूराहून बोलविण्यात आलेले होते. तो आपल्या सैन्यासहित चांदोर गावी लवकरच जाऊन पोहोचला. बागलाणहून नाशिकला जाणारा रस्ता ह्या गावाला लागूनच असलेल्या पहाडातूनच जात होता. १६ ऑक्टोबरच्या मध्यरात्री शिवाजीने खिंड पार केलेली आहे आणि आपल्या अर्ध्या सैन्यासह तो नाशिकला जाणाऱ्या रस्त्याने घोडदौड करीत आहे आणि त्याचे अर्धे सैन्य खिंड वर चढून येणाऱ्या सैनिकांना मदत करण्याकरिता खिंड धरून उभे आहे, अशा प्रकारच्या वार्ता त्याच्या गुप्तहेरांनी आणल्यामुळे दाऊदखानाने ताबडतोब कूच करण्याला प्रारंभ केला. मोगल आघाडीवर प्रथम रांगेत असणाऱ्या इखलासखान मियाना ह्याच्या तुकडीला प्रथमत: अगदी पहाटेला शत्रू दृष्टोत्पत्तीस आला आणि आपल्या सैन्याची येण्याची वाट न पाहता किंवा मागचा पुढचा कोणताही विचार न करता त्याने शत्रूवर हल्ला चढविला. मराठ्यांच्या पिछाडीवर शत्रुपक्षाचा हल्ला झाला होता त्या ठिकाणी मराठा सैन्याची संख्या अदमासे १०००० होती आणि त्याचे नेतृत्व प्रतापराव गुजर, व्यंकाजी दत्तो आणि माकाजी आनंदराव ह्यांसारख्या अनुभवी सेनापतींकडे होते. ह्या हल्ल्यात इखलासखान लवकरच जखमी झाला आणि तो घोड्यावरून खाली फेकला गेला. काही वेळानंतर दाऊदखान त्याच्या मदतीला धावून गेला आणि त्याच्या आघाडीवर त्याने बरीच कुमक पोहचविली. ह्यानंतर अनेक तास अत्यंत भीषण व रक्तमय लढाई लढली गेली. मराठ्यांनी ‘‘दक्षिणेतल्या गनिमी बारगी

लोकांप्रमाणे मोगल सैन्याच्या आजूबाजूला हल्ले चढविले.'' परंतु मोगल सैन्यातील बुंदेला पायदळाने तोफगोळ्यांचा सतत मारा करून नेहमीच्या पद्धतीप्रमाणे शत्रूला दूरवर थोपवून ठेवण्यात यश मिळविले. दुपारी लढाई मंदावली. संध्याकाळ होताच मराठ्यांनी पुन्हा हल्ला चढविला. परंतु तोफखान्याच्या प्रखर माऱ्यापुढे त्याचा टिकाव न लागून त्यांना पुन्हा माघार घ्यावी लागली. रात्री मोगलांनी शरद ऋतूतील आकाशाखाली उघड्यावरच तळ दिला कारण त्यांच्या तळाभोवती खंदक खणलेले होते. त्या रात्री त्यांनी मृतांना पुरण्याचे आणि जखमींची शुश्रूषा करण्याचे कार्य केले. कोणताही विरोध न होता पलीकडे मराठ्यांनी कोकणात माघार घेतली. पलीकडे एका आठवड्यात पेशव्याने त्रिंबकचा किल्ला (नाशिक जिल्ह्यातील) जिंकून घेतला. ह्या लढाईमुळे जवळजवळ एक महिनापर्यंत मोगल शक्तीला पायबंद बसला. या लढाईनंतर दुसऱ्या दिवशी आपल्या राहिलेल्या मोडक्या तोडक्या सैन्यासह दाऊदखानाने नाशिककडे कूच केले आणि तिथे त्याने एक महिना मुक्काम केला. झालेली हानी भरून काढण्याकरिता त्याचा हा मुक्काम आवश्यक होता ही गोष्ट उघड होती. नोव्हेंबरच्या शेवटी शेवटी त्याने आपली छावणी अहमदनगरला नेली. डिसेंबरच्या प्रारंभी प्रतापरावच्या नेतृत्वाखालील मराठा सैन्याने खानदेशात शिरून हल्ला चढविला आणि तिकडे जाताना वाटेत अहिवंत आणि बागलाणमधील इतर तीन किल्ले त्याने जिंकून घेतले. नंतर जलद गतीने मजला मारून त्याने बऱ्हाणपूरपासून दोन मैलांवर असणाऱ्या बहादूरपुरा ह्या खेड्यावर हल्ला चढविला आणि तेही खेडे त्याने लुटून घेतले. त्यानंतर त्याने वऱ्हाडकडे आपला मोर्चा वळविला आणि अगदी अकल्पितपणे वऱ्हाडातील अत्यंत संपन्न आणि श्रीमंत अशा कारंजा शहरावर हल्ला चढवून त्या शहराची त्याने पूर्ण लूट केली. अतिशय किमती कापड, सोने-चांदी इ.ची जी कारंजात एक कोटी रुपये किमतीची लूट सापडली ती वाहून नेण्याकरिता ४००० बैल आणि खेचरांचा उपयोग करावा लागला. यावरून लुटीची कल्पना येऊ शकेल. शहरातल्या सर्व श्रीमंत माणसांना त्यांनी भरपूर खंडणी द्यावी म्हणून त्यांना ओलिस ठेवण्यात आले. कारंजाप्रमाणेच इतरही शहरांत भरपूर लूट सापडली. वऱ्हाडात अर्ध्या शतकापेक्षा जास्त काळ शांतता आणि संपन्नता नांदत असल्याने तिथे संपत्तीचा संचय मोठ्या प्रमाणात झालेला होता. त्यावर हा प्रथमच घाला असल्याने हल्लेखोरांना अमाप संपत्ती मिळणे साहजिकच होते.

प्रतापराव याप्रमाणे वऱ्हाडातील कारंजा शहराची धूळधाण उडवित असताना त्याचवेळी मराठ्यांचा दुसरा सरदार मोरो त्रिंबक पिंगळे हा पश्चिम खानदेश आणि बागलाण प्रदेशात हल्ले चढवित होता. आता ती दोन्हीही सैन्ये साल्हेर नजीकच्या प्रदेशात एकमेकांना येऊन मिळाली आणि त्यांनी साल्हेर किल्ल्याला वेढा दिला. रात्री

आठ वाजता दाऊदखान मुल्हेरनजीक येऊन पोहोचला परंतु त्याची छावणी आणि सैन्य तिथपर्यंत येऊन न पोहोचल्याने त्याला पुढे कोणतीही कारवाई करणे अशक्य होऊन बसले. त्यामुळे साल्हेरच्या सुटकेकरिता त्याला ताबडतोब धावून येता आले नाही.

शिवाजीने २०००० घोडेस्वारी आणि अन्य पायदळ ह्या सैन्यासह साल्हेर किल्ल्याला वेढा दिला होता. एकेदिवशी किल्ल्यातील शिबंदीच्या पहाऱ्यात थोडीशी ढिलाई आलेली आहे असे पाहून त्याने शिड्या लावून किल्ल्यावर आपले सैन्य चढविले. किल्लेदार फातुल्लाखान याने लढता लढता मरण पत्करले आणि किल्ल्याचा ताबा त्याच्या पत्नीच्या भावाने दिला (५ जानेवारी १६७१). अशा रीतीने मराठ्यांना एकामागून एक विजय मिळत गेले. त्यांच्या गनिमी टोळ्यांनी बागलाणचा फौजदार नेकनामखान ह्याचा धान्यपुरवठा बंद पाडला.

५. मोगल सेनापतींच्या स्वाऱ्या, १६७१–७२

ह्या पराभवांमुळे औरंगजेबाला परिस्थितीच्या गांभीर्याची एकदमच जाणीव झाली. त्याने दक्षिणच्या स्वारीच्या प्रमुख म्हणून महाबतखानाची नेमणूक केली. बागलाणमध्ये अधिक सैन्य, पैसा आणि रसद पाठविण्यात आली (जाने.१६७१).

१६७१च्या जानेवारी महिन्याच्या शेवटी महाबतखान चांदोरनजीक दाऊदखानाला जाऊन सामील झाला आणि त्या दोघांनी मिळून शिवाजीने नुकत्याच घेतलेल्या अहिवंत किल्ल्याला वेढा दिला . त्यानंतर एक महिन्यानंतर किल्ल्यातील सैन्याने शरणागती घेतली. अहिवंत किल्ल्याच्या बंदोबस्ताकरिता काही सैन्य ठेवून महाबतखानाने नाशिकला तीन महिने आपला मुक्काम ठेवला आणि त्यानंतर पावसाळा घालविण्याकरिता म्हणून तो पारनेरला (अहमदनगरच्या पश्चिमेला २० मैलांवर) आला (जून ते सप्टेंबर).

महाबतखानाला ह्या स्वारीत विशेष लाभ न झाल्याने आणि बरेच दिवसपर्यंत तो नुसता स्वस्थ बसल्याने बादशहाला महाबतखानाच्या कामगिरीबाबत किंचितही समाधान वाटत नव्हते आणि त्याने शिवाजीशी गुप्त हातमिळविणी केली असावी असा त्याला संशय वाटत होता. म्हणून त्याने नंतरच्या हिवाळ्यात बहादूरखान आणि दिलेरखान ह्या दोघांना दक्षिणेत पाठविले. गुजराथमधून त्यांनी बागलाणला कूच केले, साल्हेरला (आता हा किल्ला मराठ्यांचा ताब्यात होता) त्यांनी वेढा दिला आणि राव अमरसिंग चांदवत आणि इतर काही अधिकारी यांच्या हाती वेढ्याचे काम सोपवून त्याने अहमदनगरकडे कूच केले. आपल्या गनिमी तुकडीच्या मदतीने दिलेरखानाने पुन्हा पुण्याचा ताबा मिळविला आणि त्या ठिकाणी ९ वर्षे वयाच्या वर जी माणसे होती त्या सर्वांची त्याने कत्तल केली. (१६७१ मधील डिसेंबरच्या अखेरीस) परंतु साल्हेरच्या

किल्ल्याचा वेढा चालविण्याकरिता जे सैन्य ठेवण्यात आलेले होते, त्यांच्यावर प्रतापराव, आनंदराव आणि पेशवा ह्यांच्या नेतृत्वाखालील फार मोठ्या सैन्याने हल्ला केला. अत्यंत प्रखर लढाई झाल्यानंतर इखलासखान आणि मुहकमसिंग (राव अमरसिंग चंदावत ह्याचा मुलगा) हे लढाईत जखमी झाली आणि त्यांना त्यांच्या ५० प्रमुख अधिकाऱ्यांसह पकडण्यात आले. याचबरोबर राव अमरसिंग आणि इतर अनेक महत्त्वाचे सेनापती, त्याचप्रमाणे कित्येक हजार सर्वसाधारण सैनिक ठार मारले गेले आणि इतकेच नव्हे तर वेढा चालविण्याकरिता जी छावणी देण्यात आलेली होती, ती छावणीच शत्रूने आपल्या ताब्यात घेतली. यानंतर लवकरच मोरोपंतांनी मुल्हेर जिंकून घेतले. ही घटना १६७२ मध्ये जानेवारीच्या शेवटी आणि फेब्रुवारी महिन्याच्या पहिल्या आठवड्यात घडली. ह्या विजयांमुळे शिवाजीची प्रतिष्ठा आणि स्वतःच्या शक्तीवरील विश्वास अनेकपटींनी वाढला.

१६७२ च्या मध्यकाळात महाबतखान आणि शहा आलम यांना उत्तर हिंदुस्थानात परत बोलविण्यात आले आणि त्यांच्या जागी बहादूरखानाला दक्षिणचा कार्यकारी सुभेदार आणि सरसेनापती नेमण्यात आले. त्यानंतर जानेवारी १६७३ मध्ये त्याची सुभेदार म्हणून नेमणूक कायम करण्यात आली आणि ऑगस्ट १६७७ पर्यंत त्याने ते पद सांभाळले.

६. मराठ्यांनी कोळी प्रदेशाचा ताबा घेतला आणि १६७२ मध्ये त्यांनी सुरतेच्या चौथाईची मागणी केली

५ जून रोजी मोरो त्रिंबक पिंगळे यांच्या नेतृत्वाखाली विशाल मराठा सैन्याने कोळी राजा विक्रमशहा याजकडून जवाहर जिंकून घेतले आणि त्याठिकाणी त्यांना सतरा लाख रुपयांची लूट प्राप्त झाली. पलीकडे आणखी उत्तरेकडे कूच करून मराठ्यांनी जुलैच्या पहिल्या आठवड्यात रामनगर नावाचे दुसरे कोळी राज्य जिंकून घेतले.

मराठ्यांनी जवाहर आणि रामनगर जिंकून घेतल्याने त्यांना कल्याणपासून उत्तर कोकण मार्गे सुरतेपर्यंत अतिशय जवळचा, सुरक्षित आणि सुलभ मार्ग उपलब्ध झाला आणि त्यामुळे सुरतेला मराठ्यांच्या आक्रमणाची सतत भीती निर्माण झाली.

रामनगरच्या आसपास मुक्काम असताना मोरो त्रिंबक पिंगळे यांनी आपल्या धन्याच्या वतीने सुरतेच्या सुभेदाराला आणि तिथल्या प्रमुख व्यापाऱ्यांना त्यांनी मराठ्यांना चार लाख रुपयांची खंडणी द्यावी आणि त्याला नकार दिल्यास त्यांनी मराठ्यांच्या आक्रमणाला तयार असावे अशी आज्ञा करणारी तीन पत्रे लिहिली.

कोळी राज्यातील आपल्या मूळ छावणीतून मोरो त्रिंबक पिंगळे याच्या नेतृत्वाखाली निघालेल्या मराठा सैन्याने पश्चिम घाट ओलांडून नाशिक जिल्ह्यात सहज प्रवेश केला

(जुलै १६७२च्या मध्यात) आणि तेथे लुटालूट करून त्यांनी ह्या जिल्ह्याचे दक्षिण आणि उत्तर परगणे ज्यांच्या ताब्यात होते त्या जाधवराव आणि सिद्धी हलाल या मोगल ठाणेदारांचाही पराभव केला. ह्या ठाणेदारांना हे जे अपयश आले त्याबद्दल बहादूरखानाने त्यांच्यावर ठपका ठेवला आणि त्यामुळे हे अधिकारी रागारागात मराठ्यांना जाऊन सामील झाले !

७. १६७३ मधील मराठ्यांच्या हालचाली

पुढल्या नोव्हेंबर महिन्यात शिवाजीने वऱ्हाड आणि तेलंगणा ह्या प्रदेशांवर आकस्मिक हल्ले करण्याकरिता आपले घोडदळ पाठविले. त्यांना तोंड देता देता मोगल सेनापती गोंधळून गेला. रामगीरहून निघालेल्या मराठा सैन्याचे दोन भाग पाडण्यात आलेले होते. त्यांपैकी एक तुकडी दक्षिणेकडे गोवळकोंड्याकडे निसटली तर दुसरी तुकडी उत्तरेकडे चंद्रपूरकडे गेली आणि तिथून ती पश्चिमेकडून वऱ्हाडात शिरली. मराठ्यांच्या पहिल्या तुकडीला ते सैन्य विजापूर प्रदेशात पोहोचल्यानंतर दिलेरखानाने विरोध केला आणि त्याने त्यांची बरीच रसद लुटून घेतली. मराठ्यांच्या दुसऱ्या तुकडीला बहादूरखानाने अंतूरनजीक (औरंगाबादेच्या उत्तरेला ३८ मैलांवर) प्रखर प्रतिकार केला आणि त्याने त्यांच्यापासून बरीच लूट मिळविली आणि त्यातील बरीचशी मूळ मालकांना परत करण्यात आली. दुसरी लढाई औरंगाबादेपासून सहा मैलांवर झाली. या लढाईत शुभकर्ण ह्याच्या नेतृत्वाखाली बुंदेला सैन्याने मराठा सैन्याला मागे हटविले आणि ह्या चकमकीत मराठ्यांचे ४०० सैनिक ठार मारले गेले (डिसेंबर).

खानदेश आणि वऱ्हाडवरील इ.स.१६७० मधील डिसेंबर महिन्यात केलेल्या पहिल्या स्वारीत मराठ्यांना जसा विजय मिळाला तसे यश ह्या दुसऱ्या स्वारीत मिळाले नाही कारण मोगलांनी प्रशंसनीय त्वरित हालचाली करून मराठ्यांच्या हल्ल्यांना आळा घातला.

इ.स.१६७३ मध्ये बहादूरखानाने भीमा नदीच्या उत्तर किनाऱ्यावर चांभारगोंदे ह्या गावाच्या दक्षिणेला आठ मैलांवर पेडगाव या ठिकाणी आपली छावणी ठेवली. यानंतर हे ठिकाण बहादूरखानाच्या सैन्याकरिता अनेक वर्षेपर्यंत एक कायमचे निवासस्थानच बनले आणि लवकरच येथल्या छावणीपासून नजीकच एक किल्ला बांधण्यात आला आणि त्या सभोवती एक शहरही उदयाला आले. पलीकडे ह्या किल्ल्याला बहादूरगड नाव देण्याची बादशहाने अनुमती सुद्धा दिली.

लष्करीदृष्ट्या पेडगाव अतिशय महत्त्वाचे ठिकाण आहे. पुण्यापासून पूर्वेकडे पर्वताची उंच श्रेणी गेलेली दिसते त्यापासून दूर अशा खोऱ्यातच हे ठिकाण वसलेले आहे. ह्या ठिकाणाहून मोगल सेनापती केव्हाही आपल्या मनाप्रमाणे मुळा आणि भीमा

ह्यातील खोऱ्यांचे (उत्तर पुणे जिल्हा) संरक्षण करण्याकरिता पर्वतश्रेणीच्या उत्तरेच्या बाजूने पश्चिम दिशेला आणि नीरा आणि बारामती ह्या नद्यातील खोऱ्यांचे (जिल्ह्याचा दक्षिण प्रदेश) संरक्षण करण्याकरिता दक्षिण दिशेने सहज जाऊ शकत. इतर दिशेने त्यांना कोणतीही नदी ओलांडावी न लागता (ह्याला फक्त किल्ल्याच्या पायथ्याचा अपवाद होता) अहमदनगर येथील सर्वांत मोठ्या रसद आणि शस्त्रास्त्रांच्या केंद्राशी संपर्क ठेवता येत असे आणि दक्षिणेला सोलापूर जिल्ह्यातून त्याला विजापूरवर सहज स्वारी करता येई.

शिवाजीने ह्यावर्षी शिवनेरी किल्ला (जुन्नरचा किल्ला) लाच देऊन जिंकण्याचा जो प्रयत्न केला तो किल्ल्याचा मोगल सुभेदार अब्दुल अझीझ खान याने हाणून पाडला. हा अब्दुल अझीझ खान मुळात ब्राह्मण परंतु आता तो धर्मांतरित मुसलमान झालेला होता आणि औरंगजेबाचा तो अतिशय निवडक विश्वासू सेवकांपैकी एक सेवक समजला जात होता. त्याने शिवाजीने दिलेली लाच स्वीकारली परंतु त्याचबरोबर ह्या कटाची बातमी त्याने गुप्तपणे बहादूरखानाला कळविली. ह्यामुळे मोगलांनी रचलेल्या सापळ्यात मराठा सैन्य सापडले आणि त्यात त्यांची प्रचंड हानी होऊन आणि निराशा पदरी घेऊन परतावे लागले.

२४ नोव्हेंबर १६७२ रोजी अली आदिलशहा ह्याचा मृत्यू झाला आणि त्यानंतर विजापूर शासनात (गादीवर चार राजे आल्याने) काही महिन्यांतच गोंधळ निर्माण झाला. शिवाजीला ह्यामुळे मोठीच संधी मिळाली. ६ मार्च १६७३ रोजी त्याने किल्लेदाराला लाचलुचपत देऊन पुन्हा दुसऱ्यांदा पन्हाळा किल्ला जिंकून घेतला. तशाच मार्गांचा अवलंब करून त्याने २७ जुलै रोजी साताऱ्याचा पहाडी किल्ला जिंकून घेतला. पुढील मे महिन्यात प्रतापराव गुजर ह्याच्या नेतृत्वाखाली मराठा सैन्याने विजापूर आणि कॅनरा यातील आतल्या प्रदेशात प्रवेश करून हुबळी आणि इतर संपन्न शहरांची लूट केली. परंतु त्या प्रदेशात असलेला विजापूरचा सुभेदार बहलोलखान याने मराठ्यांचा हा हल्ला थोपवून धरला.

दसऱ्याच्या दिवशी (१० ऑक्टोबर १६७३) स्वत: शिवाजीने २५००० सैन्यानिशी विजापूरच्या प्रदेशावर जोरदार हल्ला चढविला आणि तिकडील अनेक संपन्न शहरे लुटून त्यांनी अधिक लूट मिळविण्याकरिता कॅनरात प्रवेश केला. डिसेंबरच्या मध्यापर्यंत त्यांच्या या हालचाली चालूच होत्या.

१६७४ च्या जानेवारी महिन्यात शेवटी शेवटी पन्हाळ्याच्या प्रदेशातील विजापुरी आक्रमणाबरोबरच कोकणात उपद्रव निर्माण करून शत्रूचे लक्ष तिकडे वळविण्याकरिता मोगलांनी कोकणात आपले सैन्य उतरविण्याचा प्रयत्न केला. परंतु शिवाजीने मार्गातील

निरनिराळे रस्ते आणि खिंडी उद्ध्वस्त करून तिकडील सर्व मार्ग बंद करून टाकले आणि जो मार्ग अतिशय कठीण होता त्या ठिकाणी त्याने आपला सक्त पहारा ठेवला. यामुळे मोगलांना गोंधळून जाऊन मार्ग सापडेना आणि त्यांना निराशेने परत जावे लागले.

ह्यानंतर लवकरच दक्षिणेत मोगल सत्ता दुर्बळ बनली. खैबर प्रदेशात अफगाणांनी जो उठाव केला त्याने परिस्थितीला अनिष्ट वळण लागून त्यामुळे औरंगजेबाला, पिछाडीकडून युद्ध चांगल्या रीतीने चालविले जावे म्हणून दिल्ली सोडून (दिनांक ७ एप्रिल) हसन अब्दालला जावे लागले. त्यानंतर पुढल्याच महिन्यात दिलेरखानालाही वायव्य सरहद्द प्रदेशात बोलावून घेण्यात आले. यामुळे दक्षिण हिंदुस्थानात बहादूरखान हा एकटाच उरला. त्याचे सैन्यही आता मोठ्या प्रमाणात दुर्बळ झालेले होते. युद्धात त्यामुळे जी निष्क्रियता निर्माण झाली होती, त्याचा फायदा घेऊन शिवाजीने दिनांक ६ जून १६७४ रोजी रायगडावर अतिशय थाटामाटात आणि मोठ्या समारंभाने स्वत:ला राज्याभिषेक करून घेतला.

८. बहादूरखानाच्या छावणीची लूट आणि १६७४ मध्ये मोगलांशी व्यापक प्रमाणावर संघर्ष

राज्यारोहण समारंभामुळे शिवाजीची तिजोरी रिकामी झाली आणि सैन्याचे पगार देण्याकरिता त्याला पैशाची अडचण निर्माण झाली. ह्या अडचणीचे निवारण करण्याकरिता जुलै महिन्याच्या मध्यामध्ये २००० मराठा घोडेस्वारांनी बहादूरखानावर हल्ला करण्याची नुसती हुल दाखवून बहादूरखानाला पेडगाव येथील त्याच्या मुख्य छावणीपासून ५० मैल दूर पाठलाग करीत आणण्यात यश मिळविले आणि त्याचा फायदा घेऊन शिवाजीने दुसऱ्या ७००० निवडक घोडेस्वार सैन्यानिशी दुसऱ्या मार्गाने जाऊन बहादूरखानाच्या असंरक्षित प्रमुख छावणीवर अकस्मात हल्ला चढविला आणि त्यात १ कोटी रुपयांची लूट आणि २०० तयार घोडे मिळविले. ऑक्टोबरच्या शेवटी शेवटी शिवाजीने स्वत: प्रचंड सैन्यानिशी घाट ओलांडून दक्षिणेच्या पठारावर प्रवेश केला, ''घाबरलेल्या'' बहादूरखानाच्या छावणीला वळसा घालून त्याने औरंगाबादेजवळील अनेक शहरे लुटली आणि त्यानंतर बागलाण आणि खानदेश ह्या प्रदेशावर हल्ले चढवून त्याही ठिकाणी त्याने एक महिन्यापेक्षा जास्त काळ लुटालूट केली (नोव्हेंबर ते डिसेंबरच्या मध्यापर्यंत). यावेळी ज्या गावांची मराठ्यांनी लुटालूट केली, त्यात एरंडोलच्या उत्तरेला १० मैलांवर असणाऱ्या धरण गावाचाही अंतर्भाव होता. धरण गाव आणि तिथली इंग्रजांची वखार या दोहोंचीही लूट करून मराठ्यांनी ते जाळून फस्त केले.

यानंतर शिवाजीने बहादूरखानाशी शांततेच्या वाटाघाटींना प्रारंभ केला. परंतु हा नुसता वरवरचा देखावा होता. अशा फसव्या वाटाघाटीत शिवाजीने तीन महिने (मार्च–मे) घालविलेत. शिवाजी आपल्याशी खरोखरीच शांततेचा तह करील या खोट्या आशेवर मोगलसुद्धा वाटाघाटींवर डोळे लावून बसलेले होते. परंतु फोंडा जिंकून घेतल्यानंतर (जुलै १६७५) शिवाजीने वाटाघाटींचा हा बुरखा टाकून दिला आणि त्याने उपहासात्मक रीतीने बोलवून मोगल वकिलांना रजा दिली.

जानेवारी १६७६ मध्ये शिवाजी एकाएकी आजारी झाला. आजाराच्या गंभीर स्वरूपामुळे शिवाजीला पुढील तीन महिने साताऱ्याला बिछान्यावरच काढावे लागले. विजापूर राज्यात बहलोलखानाने राजपद आपल्या हाती घेतल्याने (१६७५ च्या शेवटी) दक्षिणी सुभेदार आणि अफगाणी सरदार यांच्यात यादवी युद्ध निर्माण झाले. ही संधी शिवाजीने साधली. ''कोणताही अडथळा किंवा धोका नसल्याने शिवाजीने सर्व मुलूख पद्धतशीरपणे विंचरून लुटून फस्त केला.'' ३१ मे रोजी बहादूरखानाने विजापूरविरुद्ध अत्यंत प्रभावी आणि दीर्घ अशा लढ्याला प्रारंभ केला. त्याचाच परिणाम म्हणून विजापूरचा नवीन शासक बहलोलखान ह्याला शिवाजीच्या आश्रयाला जाण्याशिवाय दुसरा पर्याय राहिला नाही.

९. कर्नाटकाच्या स्वारीकरिता शिवाजीच्या राजकारणातील हालचाली

पुढील जानेवारीत (१६७७) मराठ्यांचा राजा शिवाजी हा आपल्या जीवनातील सर्वांत मोठ्या स्वारीकरिता म्हणजे पूर्व कर्नाटकावरील स्वारीकरिता सिद्ध झाला. ह्या स्वारीकरिता शेजारच्या सर्व राज्यांतील राजकीय परिस्थिती शिवाजीला सर्वस्वी अनुकूल होती. बादशहाचे निवडक उत्तम सैन्य अजूनही अफगाण सीमेवर टोळीवाल्यांनी ज्या बंडाळ्या चालविलेल्या होत्या त्यांचा बंदोबस्त करण्यात गुंतले होते. विजापूरला मोगल सुभेदाराने उघडपणे दक्षिणी सुभेदारांची बाजू उचलून धरलेली होती. ३१ मे ला त्याने विजापूरविरुद्ध युद्ध जाहीर केले. हेच युद्ध पलीकडे १ वर्षपर्यंत चालू राहिले. बहादूरखानाने शिवाजीने आपल्याशी मैत्री करावी म्हणून त्याचा अगोदरच अनुनय चालविलेला होता. आता अत्यंत हुशारीने पावले टाकून शिवाजीने त्यालाही आपल्या बाजूला वळविण्यात पूर्ण यश मिळविले. शिवाजीच्या कूटनीतीचा हा मोठाच विजय होता. आता मोगलांनी विजापूरविरुद्ध युद्ध आघाडी उघडली (मे १६७६). ह्यावेळी शिवाजीला कर्नाटकवरील आपल्या स्वारीत आपल्या पिछाडीला मोगलांनी तटस्थ राहावे असे जसे वाटत होते, त्याचप्रमाणे आपल्या उजव्या बाजूला मराठ्यांशी मैत्री होणे आपल्या हिताचे आहे असे बहादूरखानालाही वाटत होते. ह्याकरिता शिवाजीने आपला प्रमुख न्यायाधीश नीराजी रावजी ह्याला अतिशय किमती नजराणा घेऊन बहादूरखानाकडे पाठविले.

कर्नाटक जिंकण्याकरिता त्याला जी एक वर्ष स्वारी करावी लागणार होती, त्या कालावधीत त्याच्या गैरहजेरीत बहादूरखान तटस्थ राहील असे वचन त्याने त्याच्याकडून मिळविण्यात शेवटी यश मिळविले.

शिवाजीने गोवळकोंडा राज्याशी सहकार्य आणि मैत्रीचे संबंध अगोदरच प्रस्थापित केलेले होते. अब्दुल इसन कुतुबशहा ह्याचा सर्वशक्तिमान वजीर मादण्णा पंडित याने शिवाजीशी अगोदरच आपल्या राज्याच्या रक्षणाकरिता आपण १ लाख होन दरवर्षी खंडणी म्हणून देऊ, ह्या अटीवर एक संरक्षणात्मक तह केलेला होता. हैद्राबादला मराठ्यांचा वकील म्हणून प्रल्हाद निराजी नावाच्या एक चाणाक्ष कूटनीतिज्ञाची नेमणूक झालेली होती. कुतुबशहाला आपण जिंकलेल्या प्रदेशात काहीना काही वाटा देऊच असे वचन देऊन शिवाजीने गोवळकोंड्यापासून ह्या स्वारीचा खर्च वसूल करावयाचा आणि आपल्या दिमतीला त्यांच्या सैन्याची तुकडी मदतीला घ्यावयाची असे ठरविले.

१०. शिवाजीने गोवळकोंडा राज्याशी केलेले सख्य आणि कर्नाटक जिंकून घेतले

१६७७ च्या जानेवारीच्या प्रारंभी शिवाजीने ५०००० सैन्यानिशी रायगडावरून कूच केले आणि मजल दरमजल करीत तो फेब्रुवारीच्या प्रारंभी हैद्राबादला येऊन पोहोचला. कुतुबशहाच्या प्रदेशात आल्यानंतर त्या प्रदेशातील कोणत्याही प्रजाजनाला आपल्या सैन्याने कोणताही उपद्रव देऊ नये किंवा त्यांची लुटालूट करू नये असा सक्त हुकूम शिवाजीने दिला आणि कडक शिक्षा देऊन त्याने ह्या आदेशाची काटेकोर अंमलबजावणी केली.

आपल्या राजाच्या खऱ्याखुऱ्या मित्राचे आणि संरक्षकाचे भव्य स्वागत करण्याकरिता हैद्राबादमधल्या लोकांनी संपूर्ण शहर सुशोभित केले आणि ठिकठिकाणी त्यांनी स्वागताच्या कमानी उभारल्या. शहरातून जाताना मराठ्यांच्या पलटणींनी कडक शिस्त पाळली आणि ते सैन्य दादमहाल राजवाड्यासमोर येऊन उभे राहिले. शिवाजी मात्र आपल्या पाच अधिकाऱ्यांसह राजवाड्याच्या पहिल्या मजल्यावर गेला आणि तिथे त्याने सुलतानाशी तीन तासपर्यंत मित्रत्वाची बोलणी केली. शिवाजीच्या लोभस व्यक्तिमत्त्वामुळे, चारित्र्यामुळे आणि त्याच्या कर्तबगारीमुळे आणि शिवाजीच्या सैन्याची शिस्त आणि सामर्थ्य पाहून अबुल हसन हा अत्यंत प्रभावित झालेला होता. त्यामुळे त्याने शिवाजीला काय पाहिजे असेल ते द्यावे असा आपल्या वजिराला हुकूम दिला. ह्यानंतर काही वेळ चर्चा झाल्यानंतर येत्या स्वारीसंबंधी एक गुप्त करार करण्यात आला. ह्या करारानुसार सुलतानाने दिवसाला ३००० होन किंवा महिन्याला ४॥ लाख रुपये शिवाजीला सहाय्य म्हणून द्यावे आणि त्याचबरोबर कर्नाटक जिंकण्याकरिता मिर्झा मुहंमद अमीन ह्या त्याच्या एका सेनापतीच्या नेतृत्वाखाली ५००० सैन्य मदतीला

पाठवावे असे ठरले. ह्याच्या मोबदल्यात कर्नाटक जिंकल्यानंतर जे प्रदेश शिवाजीच्या वडिलांच्या म्हणजे शहाजीच्या ताब्यात नव्हते असे प्रदेश सुलतानाला देण्याचे कबूल केले. मोगलांच्या विरुद्ध हा जो गुप्त करार करण्यात आला तो आपण अमलात आणू ह्याकरिता उभय पक्षांनी गंभीरपणे पुन्हा शपथा घेतल्या. कुतुबशहाने सुद्धा १ लाख होनांची वार्षिक खंडणी आपण नियमित देऊ, आपल्याला मोगलांपासून यथायोग्य संरक्षण मिळेल या अटीवर आपण आपल्या दरबारात मराठा वकील ठेवण्याला मान्यता देऊ इत्यादी अटींना मान्यता दिली.

पराभूत विजयनगर साम्राज्याचा जो प्रदेश अंकित होता, तोच प्रदेश आदिलशहा आणि कुतुबशहा यांनी ताब्यात घेतला. विजापूरने उत्तर आणि पूर्व म्हैसूर आणि पालार नदीच्या दक्षिणेपासून ते कोलार नदी (कावेरी नदीची उपशाखा), नदीमधील मद्रासचे खोरे (किंवा कर्नाटकचे खोरे) म्हणजे वेल्लोरपासून तर तांजोरपर्यंतचा प्रदेश आपल्या ताब्यात घेतला तर गोवळकोंडा राज्याने पालार नदीच्या उत्तरेकडील प्रदेश म्हणजे चिकाकोलेपासून साद्रसपर्यंतचा प्रदेश आपल्या ताब्यात आणला. कर्नाटकच्या खोऱ्यात विजापूरचे जे स्थानिक सुभेदार होते त्यात नासीर मोहमंद खान (खान मुहंमद नावाचा जो वजीर होऊन गेला त्याचा मुलगा) हा जिंजीहून राज्यकारभार पाहत होता तर त्याच्या दक्षिणेला शेरखान लोदी (बहलोलखान याचा अंकित अफगाण सरदार) ह्याने आपली राजधानी वाली-कांड-पुरम (त्रिचनापल्ली जिल्ह्याच्या उत्तरेला) ह्या ठिकाणी स्थापन केली होती. त्याच्याही आणखी पलीकडे दक्षिणेला तंजावर (शिवाजीचा सावत्र भाऊ व्यंकोजी ह्याने इ.स.१६७५ मध्ये हे राज्य जिंकून घेतले.) आणि मदुरा ही हिंदू राज्ये होती. ही सर्व राज्ये एकमेकांचा गळा घोटण्याकरिता आणि दुसऱ्याचा प्रदेश बळकावून बसण्याकरिता सदैव उत्सुक होती. आपसांतील ह्या दुहीचा फायदा घेऊन कुतुबशहाच्या दरबारातील एक मंत्री मादण्णा याने शिवाजीच्या मदतीने विजापूरी कर्नाटकचा प्रदेश पुन्हा जिंकून घ्यावयाचा आणि त्या ठिकाणी पुन्हा हिंदू सत्ता स्थापन करावयाची अशी योजना आखली होती.

एक महिन्यानंतर शिवाजीने हैद्राबादहून कूच केले आणि कुर्नूल, श्रीशैलम, अनंतपूर, तिरुपती, कलहस्त्री आणि पेद्दापोलम (मद्रासच्या पश्चिमेला सात मैलांवर, मेच्या पहिल्या आठवड्यात) ह्या मार्गाने तो जलद मजला मारून दक्षिणेला आला. जिंजीच्या किल्लेदाराशी तह करून त्याने जिंजीचा मजबूत किल्ला जिंकून घेतला आणि त्यानंतर त्याने बेल्लोर किल्ल्याला वेढा दिला. तिथल्या किल्लेदाराने १४ महिनेपर्यंत शिवाजीला अतिशय प्रखर प्रतिकार केला परंतु शेवटी त्याने भरपूर पैसा घेऊन २१ ऑगस्ट १६७८ रोजी त्या किल्ल्याचा ताबा शिवाजीला दिला.

यानंतर मराठ्यांच्या आक्रमणाने संपूर्ण कर्नाटकाचे खोरे व्यापून गेले. ज्या ठिकाणी संरक्षणाची काही व्यवस्था करण्यात आलेली होती, त्या ठिकाणी मराठ्यांना तीव्र प्रतिकार करण्यात आला परंतु अशी ठिकाणे फार थोडी होती. जागोजागी मराठा सैन्य आल्याच्या वार्ता कळताच श्रीमंत माणसे जंगलात पळून गेली किंवा किनाऱ्यावरील युरोपियन लोकांच्या ताब्यात असलेल्या किल्ल्यात त्यांनी आश्रय घेतला. २६ जूनला शेरखान लोदीचा तिरुवादी (कुडालोरच्या पश्चिमेला १३ मैलांवर) ह्या ठिकाणी पराभव करण्यात आला आणि त्याला त्याने जिंकलेला सर्व प्रदेश सोडून द्यावा लागला. त्यानंतर शिवाजीने कोलेरुण नदीच्या उत्तर किनाऱ्याने तिरुमलवादी ह्या गावाकडे कूच केले. त्या ठिकाणी शिवाजीने व्यंकोजीला आपल्या भेटीस बोलाविले आणि ह्या भेटीत त्याने शहाजीने मृत्यूच्या वेळी जो प्रदेश ठेवलेला होता आणि जो व्यंकोजीच्या ताब्यात होता त्यापैकी तीन चतुर्थांश मुलूख परत मिळविण्याचा प्रयत्न केला. परंतु व्यंकोजी युक्तीने तंजावरला पळून गेला (२३ जुलै) आणि त्यामुळे शिवाजीला तिथूनच परत फिरण्याचा निर्णय घ्यावा लागला. परत येताना वाटेत त्याने अनेक पवित्र तीर्थस्थानांना भेटी दिल्या. शिवाजीने पद्धतशीरपणे आणि संघटितपणे लूट आणि पिळवणूक केल्याने कर्नाटकाची नुसती "हाडे" फक्त उरली.

शिवाजीने इ.स.१६७७ आणि १६७८ ह्या स्वाऱ्यांत कर्नाटकात जो प्रदेश हस्तगत केला तो १८० मैल गुणिले १२० मैल (१लिग=३ मैल) इतक्या चौरस मैलांचा आणि २० लाख होन वार्षिक उत्पन्न देणारा होता आणि त्यात १०० किल्ल्यांचा अंतर्भाव होता.

शिवाजीने मद्रास खोऱ्यातून १६७७ च्या नोव्हेंबरच्या प्रारंभी कूच केले आणि तो म्हैसूरच्या पठारावर येऊन पोहोचला. ह्याच वेळी त्याने म्हैसूरचा पूर्व आणि मध्यवर्ती भाग जिंकून घेतला. म्हैसूरच्या अगदी मध्यवर्ती भागात असणाऱ्या सेरा ह्या गावातून त्याने कोपाल, गदग, बंकापूर, बेलवडी (बेळगाव जिल्ह्यात) आणि तुरगल ह्या मार्गाने महाराष्ट्राकडे कूच केले आणि १६७८ च्या एप्रिलच्या पहिल्या आठवड्यात तो पन्हाळ्याच्या सुरक्षित किल्ल्यात येऊन पोहोचला.

११. मोगल, विजापूर आणि शिवाजी, १६७८–७९

मे १६७८ मध्ये मराठ्यांनी शिवनेरी जिंकण्याचा दुसऱ्यांदा प्रयत्न केला. त्यांनी किल्ल्याच्या पायथ्याशी असणाऱ्या (जुन्नर) खेड्याला वेढा दिला आणि रात्री किल्ला चढून जाण्याचा प्रयत्न केला. "फास लावून आणि दोरांच्या शिड्या लावून तीनशे मराठ्यांनी रात्री किल्ल्याच्या भिंती चढून जाण्यात यश मिळविले. परंतु अब्दुल अझीझखान हा अनुभवी किल्लेदार होता. त्याने किल्ल्यात प्रवेश घेणाऱ्या शिवाजीच्या सर्व मराठा सैन्याची कत्तल उडविली आणि त्याने शिवाजीला पुढील शब्दात निरोप

पाठविला, ‘‘जोपर्यंत मी किल्लेदार आहे तोपर्यंत हा किल्ला तुम्हाला घेता येणार नाही.’’

ह्या सुमारास मादण्णा पंडिताने शिवाजी आणि कुतुबशहा ह्यांच्यात दीर्घकाळ प्रयत्न करून जे सख्य जमवून आणले होते ते कोलमडून पडले, कारण शिवाजी व कुतुबशहा यांच्यात लवकरच वितुष्ट निर्माण होऊन त्यांचे संबंध बिघडले. कर्नाटकाच्या स्वारीत शिवाजीचा एक हस्तक म्हणून आपला केवळ उपयोग केला जात आहे असे लक्षात येताच कुतुबशहाचा राग वाढतच गेला. वास्तविक या स्वारीचा संपूर्ण खर्च कुतुबशहाने दिलेला होता. इतकेच नव्हे तर दारूगोळा, तोफखाना आणि सैन्याची एक सहाय्यक तुकडी त्यानेच पाठविली होती. परंतु आत्तापर्यंत जिंकलेल्या किल्ल्यांपैकी एकही किल्ला त्याला देण्यात आलेला नव्हता किंवा शिवाजीने या धनाढ्य संपन्न देशातून जी संपत्ती लुटून नेलेली होती, त्यातून एक पैसाही परतफेड म्हणून सुलतानाला देण्यात आलेला नव्हता. म्हणून अबुल हसन याने विजापूरचा नवीन राजा सिद्दी मसूद आणि त्याचे स्पर्धक (विशेषत: शारझाखान) यांच्यात तह घडवून आणला. यामुळे सैनिकांना पगार न मिळाल्याने त्यांनी बंड पुकारले होते. त्यांना पगार देता आला आणि त्याचबरोबर शिवाजीविरुद्ध आपण युद्ध पुकारू आणि शिवाजीला ‘‘कोकणात बंदिस्त करू’’ असे सुलतानाकडून वचनसुद्धा मिळविता आले. परंतु मध्येच दिलेरखानाने विजापूरवर हल्ला चढविल्याने या सर्व योजनेवर पाणी पडले.

शिवाजीचा वडील मुलगा संभाजी याला स्वामी रामदासांच्या उपदेशाने त्याच्यात काही सुधारणा होईल ह्या आशेने शिवाजीने परळीला पाठविले, परंतु तेथून त्याने आपली पत्नी येसूबाई आणि इतर काही सहकारी यांच्यासह पळ काढला आणि तो दिलेरखानाला जाऊन सामील झाला (१३ डिसेंबर १६७८). आपल्या या नवीन सहकाऱ्यांसह खानाने अकलूजला (बहादूरगडच्या दक्षिणेला ५० मैलांवर) मुक्काम केला आणि तिथूनच त्याने विजापूरच्या स्वारीची तयारी चालविली.

ह्या संकटात सिद्दी मसूदने आगोदर ठरविल्याप्रमाणे, शिवाजीकडे मदतीची विनंती केली. शिवाजीने ह्या विनंतीनुसार विजापूरचे संरक्षण करण्याकरिता सहा ते सात हजार सशस्त्र घोडेस्वारांचे सैन्य ताबडतोब रवाना केले. मसूदचा आपल्या नवीन मित्रांवर तितकासा विश्वास नव्हता. त्यामुळे शिवाजीने आपला मैत्रीचा बुरखा फेकून दिला. त्याने आदिलशाही मुलखाची लुटालूट आणि नासाडी करण्याला पुन्हा प्रारंभ केला. मसूदने म्हणून दिलेरखानाशी मित्रत्वाचे संबंध प्रस्थापित केले. मोगल सैन्याला विजापूरला बोलाविण्यात आले आणि त्यांचे भव्य स्वागत करण्यात आले.

दिलेरखानाने यानंतर भोपाळगड किल्ल्याकडे (जत किल्ल्याच्या वायव्येकडे २० मैलांवर आणि पंढरपूरच्या नैर्ऋत्येला ४५ मैलांवर) आपला मोर्चा वळविला. याच भोपाळगड किल्ल्यात शिवाजीने आपली मालमत्ता ठेवली होती आणि मोगलांशी

युद्धे चालू असताना त्याच्या प्रजाजनांची कुटुंब मंडळी याच किल्ल्यात आश्रयार्थ येत असत. २ एप्रिल १६७९ रोजी सकाळी ९ वाजता मोगलांनी किल्ल्यावर हल्ला चढविला. दुपारपर्यंत मोगलांनी अत्यंत जिद्दीने लढून शेवटी हा किल्ला आपल्या ताब्यात घेतला. परंतु ह्या दोन्ही बाजूंना फार मोठ्या प्रमाणात प्राणहानी झाली. फार मोठा धान्याचा साठा, इतर संपत्ती विजेत्यांच्या हाती सापडली. मोठ्या संख्येने लोक कैदी म्हणून पकडण्यात आले. किल्ल्यातील शिबंदीपैकी ७०० सैनिक कसेबसे वाचले होते, त्यांना पकडून त्यांचा प्रत्येकाचा एक हात तोडण्यात आला आणि नंतर त्यांची मुक्तता करण्यात आली. इतर कैद्यांना गुलाम म्हणून विकण्यात आले. भोपाळगडच्या पाडावानंतर गूढ आणि गुंतागुंतीच्या कारस्थानांना आणि प्रतिकारस्थानांना बराच ऊत आला. ही सर्व कारस्थाने मोगल सुभेदार आणि विजापूरचे निरनिराळे सरदार यांच्यात होत होती. यातच मसूद आणि शारझाखान, मसूद आणि दिलेरखान आणि मसूद आणि त्याचा आवडता वेंगटराय मुरारी यांच्या भांडणाची भर पडली. ह्यावर्षीच्या मध्यकाळात शिवाजीने जिझिया कराचा निषेध करणारे एक अतिशय मुद्देसूद आणि कडक पत्र औरंगजेबाला पाठविले. नीलाप्रभू याने फारशी भाषेत या पत्राचा मसुदा तयार केलेला होता (औरंगजेबाचा इतिहास, खंड ३रा, प्रकरण ३४ परिशिष्ट पाहा).

१२. शिवाजीची शेवटची स्वारी

१८ ऑगस्ट १६७९ रोजी दिलेरखानाने विजापूरच्या उत्तरेला ४० मैलांवर धूळखेडला भीमा नदी ओलांडली आणि मसूदविरुद्ध नवीन स्वारीला प्रारंभ केला. असहाय्य झालेल्या त्या राजाने शिवाजीकडे मदतीची याचना केली आणि शिवाजीनेसुद्धा तात्काळ विजापूरच्या संरक्षणाची व्यवस्था केली. संभाजी ह्याचवेळी दिलेरखानाचा आश्रय सोडून पळून गेला आणि ४ डिसेंबर रोजी तो पन्हाळा किल्ल्यात परत आला.

४ नोव्हेंबर रोजी शिवाजीने सेलगूरहून (विजापूरच्या पश्चिमेला ५५ मैलांवर) कूच केले. त्याच्या घोडदळाची संख्या यावेळी १८००० होती आणि शिवाजी आणि आनंदाराव यांच्या नेतृत्वाखाली त्यांचे दोन समांतर भाग करण्यात आले होते. या दोन्ही सैन्य विभागांनी अत्यंत जलदगतीने उत्तरेकडे कूच केले आणि पुराचे पाणी यावे त्याप्रमाणे त्यांनी संपूर्ण दक्षिण हिंदुस्थान व्यापला. वाटेत जाताना त्यांनी ठिकठिकाणी जाळपोळ आणि लुटालूट करून गावेच्या गावे फस्त केली. त्यांना ह्यावेळी रोख रकमेत आणि वस्तूंच्या स्वरूपात अमाप लूट प्राप्त झाली. महिन्याच्या दुसऱ्या आठवड्यात त्यांनी औरंगाबादच्या पूर्वेला ४० मैलांवर असणारे अत्यंत दाट वस्तीचे महत्त्वाचे व्यापारी केंद्र बनलेले जालना शहर आपल्या ताब्यात घेतले आणि लुटून घेतले. ह्या ठिकाणी उपनगरात एका बगीच्यात सय्यद जान मुहंमद ह्या महान संताची पर्णकुटी होती.

जालन्यातील बहुतांशी श्रीमंत आणि संपन्न लोकांनी आपल्या जडजवाहिरांसह आणि संपत्तीसह या पर्णकुटीचा आश्रय घेतलेला होता. शहरात अतिशय थोडी लूट मिळाल्याने आणि गावाबाहेरील पर्णकुटीत संताच्या आश्रयाने बहुतांश संपत्ती लपविण्यात आलेली आहे असे कळल्यावरून हल्लेखोरांनी या पर्णकुटीत प्रवेश केला आणि त्यांनी तिथल्या निराश्रितांची लुटालूट करण्याला प्रारंभ केला. यात बरेच निराश्रित जखमी झाले. त्या महान संताने अशी लुटालूट करू नये अशी हल्लेखोरांची प्रार्थना केली. परंतु हल्लेखोरांनी त्यालाच शिवीगाळ करून वर मारझोड करून जखमी करण्यात येईल अशी धमकी दिली. यावर सतत तपश्चर्येने ज्याला दैवी सामर्थ्य प्राप्त झाले आहे, अशा त्या महान विभूतीने शिवाजीला शाप दिला आणि त्यामुळेच शिवाजीचा त्यानंतर ५ महिन्यांनंतर मृत्यू झाला असा सर्वसाधारण लोकांत समज निर्माण झाला.

अशा रीतीने सतत ४ दिवसपर्यंत जालना शहरात पद्धतशीरपणे लूट केल्यानंतर आणि शहराची नासधूस केल्यानंतर मराठ्यांनी ''अगणित सोने, चांदी, जडजवाहिर, कापड, घोडी, हत्ती आणि उंट'' यांनी युक्त असलेली लूट घेऊन परत जाण्याला प्रारंभ केला. ह्यावेळी रणमस्तखान नावाच्या एका धाडसी मोगल सरदाराने त्यांच्या पिछाडीवर हल्ला चढविला. आपल्या ५००० सैनिकांनिशी शिधोजी निंबाळकर नावाच्या मराठा सरदाराने त्यांचा प्रतिकार करून त्यांना तीन दिवसापर्यंत थोपवून धरले, परंतु शेवटी तो आपल्या अनेक सैनिकांसह ठार मारला गेला. मध्यंतरी केसरीसिंग आणि सरदारखान यांच्या नेतृत्वाखाली औरंगाबादेहून फार मोठी मोगल कुमक अत्यंत त्वरेने येत होती. ज्यावेळी हे सैन्य शिवाजीच्या सैन्यापासून सहा मैलांवर येऊन पोहोचले, त्यावेळी एक हिंदू बांधव ह्या नात्याने केसरीसिंग ह्याने रात्री, संपूर्ण मोगल सैन्याचा शिवाजीला गोलाकार वेढा पडण्यापूर्वी आणि चोहोबाजूंनी हा वेढा पूर्ण होऊन त्यांनी शिवाजीला ठार मारण्यापूर्वी शिवाजीने ताबडतोब गुप्तपणे पळून जावे असा गुप्त निरोप पाठविला. ह्यानुसार शिवाजीने आपला प्रमुख हेर बहिर्जी याच्यावर पूर्ण विश्वास टाकून त्यांच्या चाणाक्ष मार्गदर्शनाखाली संपूर्ण मराठा सैन्य एका अज्ञात कठीण वाटेने पाठविले आणि सतत तीन दिवस आणि तीन रात्री अनेक संकटे सहन करून सतत मजला मारून हे मराठा सैन्य तिथून निसटून गेले. परंतु या पलायनात मराठ्यांना मोठ्या प्रमाणात आपली लूट गमवावी लागली. ह्याशिवाय त्यांचे ४००० कसलेले घोडेस्वार ठार मारले गेले व हंबीरराव हा मातब्बर सरदार जखमी झाला. या धोकादायक स्वारीनंतर शिवाजी पट्टागड या ठिकाणी परत आला (२२ नोव्हेंबरच्या सुमारास) आणि या ठिकाणी त्याने आपल्या थकलेल्या आणि गलितगात्र झालेल्या सैन्याला विश्रांती दिली आणि त्यानंतर त्याने डिसेंबरच्या सुरुवातीला रायगडाला प्रयाण केले. नोव्हेंबरच्या शेवटच्या आठवड्यात मराठ्यांच्या एका सैन्य तुकडीने खानदेशवर हल्ला चढविला आणि त्यांनी

धरणगाव, चोपडे आणि त्याच्या आसपासच्या अनेक गावांना आगी लावून मोठ्या प्रमाणात लुटालूट केली.

शिवाजीने सामोपचाराने संभाजीला चुचकारून घेण्याचा अतोनात प्रयत्न केला. परंतु मनुष्य स्वभावाचे सूक्ष्म ज्ञान असणाऱ्या शिवाजीसारख्या चतुरस्र माणसाला आपला उपदेश हा पालथ्या घागरीवर पाणी घालण्यासारखा वाया जातो आहे हे लवकरच लक्षात आले असावे आणि त्यावेळी शिवाजीच्या जीवनात शेवटी शेवटी फार मोठी निराशा निर्माण झाली असावी. याचा परिणाम म्हणून शेवटी २३ मार्च १६८० रोजी शिवाजी तापाने आजारी पडला आणि त्यातच त्याला रक्ताची आव झाली. अशा आजारपणात १२ दिवस गेले आणि शेवटी मराठ्यांच्या नवराष्ट्राची निर्मिती करणाऱ्या या राष्ट्रनिर्मात्याची प्राणज्योत रविवार दिनांक ४ एप्रिल १६८० रोजी दुपारी चैत्र पौर्णिमेला मालविली. मृत्यू झाला त्यावेळी शिवाजीने आपल्या वयाची त्रेपन्न वर्षेसुद्धा पूर्ण केली नव्हती.

१३. शिवाजीचे राज्य, सैन्य आणि महसूल

शिवाजीचा मृत्यू झाला त्यावेळी त्याच्या राज्यात उत्तरेकडे रामनगरपासून (सुरत परगण्यातील आधुनिक धरमपूर संस्थान) ते दक्षिणेकडे कारवार किंवा कॅनरातील मुंबई जिल्ह्यातील गंगावती नदीपर्यंतचा प्रदेश (पोर्तुगीज प्रदेश सोडून) यांचा अंतर्भाव होत होता. राज्याची पूर्व सीमा उत्तरेकडे बागलाण पर्यंत आणि त्यानंतर तिथून नाशिक आणि पुणे जिल्ह्यातील मध्य भागातून वाकड्या तिकड्या मार्गाने दक्षिणेकडे गेली होती आणि त्यात संपूर्ण सातारा जिल्हा आणि कोल्हापूर जिल्ह्याचा बराचसा भाग यांचा अंतर्भाव होत होता. यात नुकताच कायम जिंकलेला पश्चिम कर्नाटकचा प्रदेश किंवा बेळगावपासून मद्रास इलाख्यातील बेल्लारी जिल्ह्याच्या विरुद्ध बाजूस असणारा तुंगभद्रा नदीच्या काठावरील कन्नड भाषा बोलणाऱ्या लोकांचा प्रदेश यांचाही अंतर्भाव झालेला होता.

शिवाजीने कोपालच्या विरुद्ध बाजूस असणाऱ्या तुंगभद्रापासून बेल्लोर आणि जिंजीपर्यंतचा प्रदेश म्हणजे सध्याच्या म्हैसूर राज्याचा उत्तर, मध्य आणि पूर्वेकडील प्रदेश आणि मद्रास इलाख्यातील बेल्लारी, चित्तूर आणि अर्काट जिल्ह्यातील काही प्रदेश हे नुकतेच जिंकून घेतले होते. ह्या प्रांताचा ताबा अक्षरश: शिवाजीच्या सैन्याकडे होता आणि त्यामुळे तिथली परिस्थिती १६८० मध्ये अस्थिरच होती.

शिवाजीची सत्ता ज्या प्रदेशात अशा प्रकारे पूर्णपणे किंवा अर्धवट प्रस्थापित झालेली होती, ह्याशिवाय असा काही विस्तृत प्रदेश होता की, ज्या प्रदेशात शिवाजीची सत्ता प्रस्थापित झालेली होती पण त्याचे सार्वभौमत्व त्याठिकाणी मान्य करण्यात आलेले नव्हते, अशा प्रदेशात त्याचे सैन्य दरवर्षी स्वारी करण्याकरिता जाऊ शकत असल्याने

तो ह्या प्रदेशात नियमितपणे खंडणी वसूल करीत असे. हा जो पैसा वसूल केला जाई त्याला चौथाई असे म्हणत. कारण त्या विशिष्ट जागी सरासरीने जो महसूल गोळा केला जाई त्याचा तो एक चतुर्थांश हिस्सा असे. चौथाईची रक्कम अशा प्रकारे दिली गेल्यास त्या ठिकाणी मराठा सैनिक किंवा मुलकी अधिकारी वसुलीकरिता जात नसत. आक्रमणापासून त्या गावाचा बचाव होई परंतु त्या प्रदेशात अंतर्गत बंडाळी झाल्यास किंवा परकीय आक्रमण झाल्यास त्याचे संरक्षण करण्याची जबाबदारी शिवाजीवर त्यामुळे कदापि येत नसे. त्याच्या दरबारातील महत्त्वाचा मंत्री सभासद याने शिवाजीला महसूलापासून एक कोटी होन उत्पन्न म्हणून मिळत असे तर चौथाईची रक्कम पूर्णपणे वसूल झाल्यास त्याचे एकूण उत्पन्न ८० लाख होन येई असे नमूद केलेले आढळते.

प्रत्येक वर्षी परक्या प्रदेशांवर हल्ले चढवून तेथून सर्व रसद मिळवावयाची आणि त्याकरिता आपल्या सैन्याचा उपयोग करावयाचा असे शिवाजीने पक्के धोरण आखलेले होते. ''पावसाळ्यात (जून ते सप्टेंबर) सर्व सैन्य आपल्या देशात आपल्या छावणीत परत जात असे. प्रत्येक दसऱ्याच्या दिवशी (ऑक्टोबरच्या प्रारंभाला) राजाने निवडलेल्या प्रदेशावर स्वारी करण्याकरिता मराठा सैन्य आपल्या छावणीतून बाहेर कूच करीत असे. ह्या आठ महिन्यांत सैन्याला या परकीय प्रदेशातच आपले स्वत:चे पोषण करावे लागे आणि त्याचबरोबर त्यांना खंडणीही वसूल करावी लागे. कोणत्याही स्त्रीला, दासीला किंवा नाच करणाऱ्या मुलींना सैन्याबरोबर येण्याची अनुमती नसे. एखाद्या सैनिकाने अशा प्रकारचा गुन्हा केल्यास त्याचा ताबडतोब शिरच्छेद करण्यात येई. कोणत्याही स्त्रीला किंवा मुलाला युद्धकैदी म्हणून पकडण्याची परवानगी नव्हती. फक्त पुरुषांना युद्धकैदी म्हणून पकडण्यात येई. ब्राह्मणांना कोणीही उपद्रव देऊ नये किंवा खंडणीकरिता त्यांना कोणी ओलिससुद्धा ठेवू नये अशी सतत आज्ञा होती. स्वारीहून परत आल्यानंतर प्रत्येक सैनिकाला त्याने आणलेली लूट सरकारच्या स्वाधीन करावी लागे.''

१४. शिवाजीचे केंद्रीय शासन

अष्टप्रधानांचा सल्ला आणि सहाय्य घेऊन शिवाजी आपला राज्यकारभार चालवीत असे. ह्या अष्टप्रधानात पुढील मंत्र्यांचा समावेश होता. (१) पेशवा अथवा मुख्य प्रधान म्हणजे पंतप्रधान, (२) मुजुमदार (संस्कृत शब्द–अमात्य) अथवा महालेखापाल, (३) वाकनवीस (संस्कृत शब्द–मंत्री) दरबारात रोज ज्या घटना घडतील आणि राजा जे करील, त्याचा वृत्तांत हा अधिकारी लिहून काढीत असे, (४) सुरनीस (संस्कृत–सचिव) पत्रव्यवहाराचा अधीक्षक, (५) डबीर (संस्कृत–सुमंत) किंवा परराष्ट्र–सचिव आणि हेरखात्याचा प्रमुख, (६) सर–इ–नौबत (संस्कृत–सेनापती) अथवा सरसेनापती, (७) पंडितराव (यात फारशी भाषेतील ''सद्र'' आणि ''मुहतासिब'' ह्या दोहोंचाही

अंतर्भाव होता.) ह्या अधिकाऱ्याकडे धार्मिक प्रश्न, जातीय-तंटे सोडविणे, पाखंड्यांना आणि धर्मनिंदा करणाऱ्यांना शिक्षा करणे आणि शासकीय दक्षिणानिधीमधून विद्वान ब्राह्मणांचा सत्कार करणे आणि (८) न्यायाधीश किंवा प्रमुख न्यायाधीश. हे सर्व मंत्री, सेनापतीचा अपवाद सोडून, ब्राह्मण जातीतील होते आणि त्यांपैकी पहिल्या सहा मंत्र्यांना आवश्यकता पडल्यास सैन्याचे नेतृत्व स्वीकारावे लागे. राज्याच्या पत्रव्यवहाराचे प्रत्यक्ष कामकाज मात्र प्रभु (कायस्थ) जमातीतील लोक करीत असत. ह्यापैकी बहुतेकांना फारशी भाषेचे चांगले ज्ञान होते. सैन्याच्या पगाराचा हिशेब ''सबनीस'' (फारशी-बक्षी) म्हणून ओळखल्या जाणाऱ्या खास अधिकाऱ्यांमार्फत ठेवला जात असे.

परंतु अष्टप्रधानमंडळ म्हणजे शिवाजीचे मंत्रिमंडळ होते असे कोणत्याही अर्थाने म्हणता येणार नाही. राजाचे सचिव म्हणूनच ते कामकाज पाहत असत. त्यांना कोणत्याही कार्याला प्रेरणा देण्याचा अधिकार नव्हता किंवा राजीनाम्याचा धाक दाखवून राजाला कोणतेही धोरण त्याने अमलात आणावे ह्याकरिता त्याला निर्देश देण्याचा अधिकार नव्हता. राजा ज्यावेळी ऐकण्याच्या मन:स्थितीत असेल त्यावेळी राजाला सल्ला देणे एवढेच त्यांचे प्रमुख कर्तव्य होते. इतर वेळी राजाच्या सर्वसाधारण सूचना किंवा आज्ञा अमलात आणणे आणि आपापल्या खात्यातील रोजच्या कामकाजावर सर्वसाधारण लक्ष ठेवणे इत्यादी कामे ते करीत असत. ह्या सात मंत्र्यांमध्ये सगळ्यांत जास्त प्रतिष्ठा आणि मान पेशवा पदाला होता परंतु त्याचा अर्थ ते त्याच्या अधीन होते असा नव्हे. आधुनिक ब्रिटीश मंत्रिमंडळात जी एकरूपता होती आणि त्यांना जी सत्ता होती त्याचा ह्या मराठा मंत्रिमंडळात पूर्णपणे अभाव होता. लुई चौदावा किंवा फ्रेड्रिक दि ग्रेट यांच्याप्रमाणेच शिवाजीनेसुद्धा राज्यकारभाराची सर्व सूत्रे आपल्याच हाती ठेवली होती.

१५. शिवाजीचे चारित्र्य आणि इतिहासातील त्याचे स्थान

शिवाजीने आपले ध्येय साध्य करण्याकरिता फक्त उच्च नैतिक साधनांचाच उपयोग केला ही गोष्ट जरी खरी असली तरी त्याला मिळालेले यश नेत्रदीपक होते ही वस्तुस्थिती आपल्याला मान्य करावीच लागते. एका लहान जहागीरदाराचा हा मुलगा मोगल साम्राज्य आणि त्याची सर्व शक्ती ह्यांच्यासमोर कधीही वाकला नाही इतका जबरदस्त विरोधक म्हणून समोर आला ही आश्चर्याची गोष्ट समजली पाहिजे. दक्षिणेत मी मी म्हणविणाऱ्या आपल्या पराक्रमी सेनापतींना शिवाजीसमोर अपयश आले. त्यामुळे शिवाजीचा कायमचा बंदोबस्त कसा करावा, ह्या प्रश्नाचे उत्तर न सापडून औरंगजेब शेवटी अतिशय निराश झाला.

हिंदूंवर पुन्हा नव्या दमाने दडपशाहीचा वरवंटा फिरविला जात असताना त्या युगात शिवाजीचा उदय झाल्याने हिंदूंना तो एक नवीन आशेचा तारा किंवा त्यांच्या धर्माचे संरक्षण करणारा असे वाटणे साहजिकच होते.

शिवाजीचे खाजगी जीवन म्हणजे उच्च चारित्र्याचा एक आदर्श होता. आपल्या खाजगी जीवनात एक कर्तव्यदक्ष मुलगा, वत्सल पिता आणि प्रेमळ पती ह्या नात्यानेच वागत असे. जन्मापासूनच शिवाजीची धर्माकडे स्वाभाविक प्रवृत्ती असल्याने आणि त्यातच लहानपणी त्याच्यावर वेळोवेळी प्रखर धार्मिक संस्कार झाल्याने शिवाजीचा मनःपिंड सर्वार्थाने धार्मिक बनलेला होता. ह्यामुळेच शिवाजी आपल्या पुढील जीवनात मीतभोगी, वैराग्यशील, पापापासून मुक्त आणि साधुसंतांचा सत्कार करणारा असा घडविला गेला. त्याला सर्व धर्मांतील (यात हिंदू आणि मुसलमान हे दोन्हीही धर्म आले) साधुसंतांबद्दल सारखेच प्रेम वाटत असे आणि सर्व धर्मीयांना तो सारखाच सहिष्णू वृत्तीने वागवीत असे. यावरून त्याचा धर्मविषयक दृष्टिकोन किती उदार होता हीच गोष्ट दिसून येते. शिवाजीमध्ये असलेले स्त्रीदाक्षिण्य आणि स्वतःच्या सैन्यात त्याने नैतिक आचरणाबाबत धरलेला आग्रह व त्याची त्याने केलेली कडक अंमलबजावणी ह्या सगळ्या गोष्टी त्या युगात तरी आश्चर्यकारक समजल्या पाहिजेत. त्यामुळेच तर खाफीखानासारख्या त्याच्या कट्टर विरोधकानेही ह्याबाबतीत प्रशंसेचेच उद्गार काढलेले आढळून येतात.

एखाद्या जन्मजात पुढाऱ्याजवळ व्यक्तिमत्त्वाचे वलय असते त्याप्रमाणे शिवाजीला प्रभावी व्यक्तिमत्त्व लाभले होते आणि ज्यांना ज्यांना शिवाजी माहीत होता त्या सर्वांवरच त्याच्या व्यक्तिमत्त्वाची मोहिनी पडत असे. ह्या त्याच्या गुणांमुळेच शिवाजी राहत होता त्या प्रदेशातील उत्तम अनुयायी त्याला येऊन सामील झाले आणि त्यामुळेच त्याला आपल्या हाताखालच्या अधिकाऱ्यांची निष्ठा जिंकता आली शंका वाटते. यातच त्याने सतत जे नेत्रदीपक विजय मिळविले आणि कोणत्याही विपरीत परिस्थितीत त्याच्या चेहऱ्यावरील हास्य विलसत राहिले त्यामुळे तर आपल्या सैनिकांचा तो आवडता देवदूतच बनला. माणसांची पारख करण्याची त्याला जी दैवी देणगी मिळाली होती, त्यामुळेच त्याला यशस्वी होता आले. त्याने वेळोवेळी सेनापती, सुभेदार, प्रांतांचे राज्यपाल, परराज्यातील वकील आणि निरनिराळ्या खात्यांचे सचिव यांची जी निवड केली, त्यात त्याची कधीही चूक झाली नाही. त्याने केलेली सैन्याची उभारणी आणि सैन्य संघटना ही कार्यक्षमतेच्या दृष्टीने आदर्शवत ठरली. सैन्याला सर्व वस्तूंचा पुरवठा अगोदरच केला जाई आणि सर्व वस्तू योग्य जागी योग्य माणसाच्या स्वाधीन केल्या जात. शिवाजीची हेर-पद्धती इतकी परिणामकारक होती की ज्या प्रदेशावर स्वारी करण्याचे निश्चित झाले असेल त्या प्रदेशाची तपशीलवार आणि सूक्ष्म माहिती शिवाजीला कित्येक दिवस अगोदरच मिळत असे. त्याच्या सैन्याच्या विशाल किंवा लहान तुकड्यांचे एकमेकांत सामीलीकरण किंवा विलगीकरण लांब अंतरावरून सुद्धा केव्हाही मनात येईल त्यावेळी सहजपणे करता येत असे. त्यात यत्किंचितही चूक होत

नसे. शत्रूचा पाठलाग सातत्याने केला जाई किंवा शत्रूने काही अडथळे निर्माण केल्यास त्याचाही बंदोबस्त योग्य रीतीने केला जाई. परंतु हे करीत असताना लढाईत मिळालेली लूट झपाट्याने आणि सुरक्षितपणे, कोणतीही हानी न होता आपल्या राज्यात पोहोचेल याचीही काळजी घेण्यात येई. आपल्या सैनिकांचे वांशिक गुण, ज्या प्रदेशात आपण राहतो त्या प्रदेशाचे स्वरूप, त्या युगातील शस्त्रास्त्रांचे स्वरूप आणि शत्रूची एकूण अंतर्गत स्थिती यांचा साकल्याने विचार करून त्याने येथे कोणती युद्धपद्धती योग्य होईल याचा जो नैसर्गिक निर्णय घेतला, त्यावरून शिवाजीला निसर्गत:च आणि जन्मत:च युद्धकलेचे कसे अद्‌भुत ज्ञान होते याची आपल्याला कल्पना येते. त्याचे चपळ घोडदळ आणि त्याला मिळालेली वाऱ्यासारख्या पळणाऱ्या पायदळाची जोड यांचा प्रतिकार औरंगजेबाच्या युगात होऊच शकला नाही.

शिवाजीचा खरा मोठेपणा त्याची विशाल राजकीय दृष्टी किंवा भव्य कल्पना यांच्यापेक्षा त्याचे उत्तुंग चारित्र्य आणि व्यावहारिक बुद्धी यांच्यात सामावले आहे असे म्हणावे लागते. दुसरा माणूस कसा आहे हे ओळखण्याची अचूक दृष्टी, संघटनचातुर्य आणि व्यवहार्य काय, अव्यवहार्य काय आणि मुख्य म्हणजे एखाद्या विशिष्ट परिस्थितीत काय फायदेशीर होईल हे ओळखण्याची मार्मिक बुद्धी या कारणांमुळे शिवाजीला आपल्या संपूर्ण जीवनात यश मिळाले असे म्हणावे लागते. सभोवार विखुरलेल्या मराठ्यांना एकत्रित आणून त्याने त्यांचे राष्ट्रात रूपांतर घडवून आणले ही शिवाजीची चिरस्थायी कामगिरी समजावी लागेल तर त्याने लोकांत जी स्वातंत्र्याची संजीवनी निर्माण केली तो त्याचा उत्तम वारसा समजला जाईल आणि त्याने ही कामगिरी मोगल, विजापूर, पोर्तुगीज आणि जंजिऱ्याचे हबशी या चार सामर्थ्यवान सत्तांचा सतत विरोध असताना साध्य केली ही गोष्ट तर अद्‌भुतच समजावी लागेल.

आधुनिक काळात अशा प्रकारची रचनात्मक प्रतिभा इतर कोणत्याही हिंदू राजाने दाखविलेली आढळून येत नाही. हिंदू राष्ट्र घडवू शकतात, राज्य स्थापन करू शकतात, शत्रूचा पराभव करू शकतात, इतकेच नव्हे तर ते आपले संरक्षण आपणच करू शकतात, वाङ्मय आणि कला यांची निर्मिती करू शकतात, व्यापार आणि उद्योगधंदे यांची भरभराट करू शकतात, आपले स्वत:चे नौदल ते निर्माण करू शकतात, स्वत:च्या व्यापारी नौका बांधू शकतात आणि परकीयांबरोबर सागरावर बरोबरीच्या नात्याने ते नौयुद्ध लढू शकतात ह्या गोष्टी त्याने आपल्या उदाहरणावरून सिद्ध करून दाखविल्या. आधुनिक हिंदूंनी आपला विकास आपल्या शक्तीनुरूप पूर्णपणे करून घ्यावा ह्याची त्याने हिंदूंना शिकवण दिली.

❑

प्रकरण बारावे

विजापूरचा अपकर्ष

१. जयसिंगाची विजापूरवरील स्वारी १६६५–६६

औरंगजेबाची विजापूरच्या सुलतानावर गैरमर्जी झाली ती सकारण होती. मोगल साम्राज्यात निर्माण झालेल्या वारसायुद्धाचा फायदा घेऊन विजापूरच्या सुलतानाने ऑगस्ट १६५७ च्या तहातील कोणतेही वचन पाळण्याचे टाळले. जयसिंगाने शिवाजीविरुद्ध जी स्वारी केली, त्यात विजापूर राज्याने शिवाजीशी गुप्त संगनमत केलेले आहे आणि वेळोवेळी त्यांनी त्याला जहागिरी, पैसा आणि इतर आवश्यक गोष्टींचा पुरवठा करून मदत केलेली आहे, असे त्याला आढळून आले. ह्यापेक्षा सगळ्यांत महत्त्वाची गोष्ट म्हणजे शिवाजीशी चाललेले युद्ध जून १६६५ मध्ये संपुष्टात आल्याने जयसिंगाच्या नेतृत्वाखाली दक्षिणेत जे विशाल सैन्य एकत्रित झालेले होते, त्याला आता कोणतेच काम उरले नव्हते आणि त्या सैन्याकरिता ताबडतोब कोणते न कोणते काम शोधणे आवश्यक होते. विजापूरच्या स्वारीची तयारी करणे हे त्यामुळेच आवश्यक होऊन बसले होते.

पुरंदरच्या तहामध्ये जयसिंगाने जी चाणाक्ष कूटनीती उपयोगात आणली त्यामुळे शिवाजीला विजापूरपासून वेगळे पाडण्यात मोगलांना यश लाभले आणि इतकेच नव्हे तर त्या दोघांत कायमचा संघर्ष निर्माण झाला. मराठा राज्याच्या प्रमुखाने ह्याच वेळी मोगलांच्या विजापूरवरील स्वारीत मनसबदार ह्या नात्याने संभाजीला २००० घोडदळानिशी आणि स्वत:च्या नेतृत्वाखाली ७००० उत्तम दर्जाच्या पायदळानिशी मदतीला पाठविण्याचे कबूल केले होते.

ह्याच वेळी जयसिंगाने विजापूरच्या अनेक सरदारांशी गुप्त संपर्क साधून ते मोगलांना सामील झाल्यास मोगल साम्राज्यात त्यांना चांगल्या नोकऱ्या देण्यात येतील असे आमिष दाखविले. विजापूरच्या निरनिराळ्या मंत्र्यांना आणि सेनापतींना निरनिराळी आमिषे दाखवून आपल्या बाजूला ओढून घ्यावयाचे हे जे जुने मोगल धोरण होते त्याची अंमलबजावणी आता जोमाने आणि खर्चाची कोणतीही पर्वा न करिता करण्यात आली. अशी आमिषे दाखवून जे प्रमुख विजापूरी सरदार मोगलांना येऊन मिळाले, त्यात मुल्ला अहमद हा सर्वांत प्रमुख आणि प्रतिष्ठित असा सरदार होता. कोकणात वस्ती केलेल्या नैवायत वंशातील तो एक अरब सरदार होता आणि सर्व विजापूर

सरदारांत तो दुसऱ्या दर्जाचा सरदार समजला जात होता. २९ सप्टेंबर १६६५ रोजी तो जयसिंगाला येऊन सामील झाला आणि ताबडतोब त्याला सहा हजाराची मनसबदारी देण्यात आली. दुर्दैवाने दिल्लीला जात असतानाच तो आजारी पडला आणि १८ डिसेंबरच्या सुमारास त्याचा मृत्यू झाला.

विजापूरच्या स्वारीला आरंभ करण्यापूर्वी कूटनीतीत प्रवीण असलेल्या जयसिंगाने आपल्याला विजापूरवर स्वारी करण्याचे कोणतेही हुकूम वरून आलेले नाहीत, असे वरवर दाखविले आणि त्याने आदिलशहाला चकविले. यामुळे आदिलशहा गाफील राहिला. विजापूरशी होणाऱ्या युद्धात कुतुबशहाने विजापूरला सामील होऊ नये म्हणून त्याच्याशीही त्याने मित्रत्वाची बोलणी चालविली.

शेवटी स्वारीची सर्व तयारी पूर्ण झाल्यानंतर १९ नोव्हेंबर १६६५ रोजी जयसिंगाने ४०,००० मोगल फौज आणि नेताजी पालकराच्या नेतृत्वाखाली ७,००० पायदळ आणि २००० मराठा घोडदळासह पुरंदरच्या पायथ्यापासून कूच केले. स्वारीला प्रारंभ झाल्यानंतर पहिल्या महिन्यात जयसिंगाला कोणताही अडथळा न येता सर्वत्र विजय मिळाले. मार्गातील फलटण, थाटवाडा, खटाव आणि शेवटी मंगळवेढे (विजापूरच्या उत्तरेला केवळ ५२ मैलांवर) इत्यादी विजापुरी किल्ल्यांचा ताबा सोडण्यात आला किंवा मागणी करताच तिथे शरणागती घेण्यात आली. शत्रूशी पहिली लढाई २५ डिसेंबर रोजी घडून आली. त्या दिवशी दिलेरखान आणि शिवाजी यांच्या नेतृत्वाखाली सैन्याने शाही छावणीतून दहा मैल कूच केले आणि प्रसिद्ध सेनापती शारझाखान आणि खवासखान यांच्या नेतृत्वाखाली जे १२,०००चे विजापुरी सैन्य होते आणि त्यांच्याचबरोबर कल्याणीचा जाधवराव आणि शिवाजीचा सावत्र भाऊ व्यंकोजी ह्यांसारख्या मराठा सहकाऱ्यांचे जे मराठा सैन्य होते त्यावर हल्ला चढविला. दक्षिणी सैन्याने दिल्लीहून आलेल्या अवजड घोडदळाचा हल्ला चुकविला परंतु त्यांनी आपल्या नेहमीच्या "कोसॅक" पद्धतीनुसार आपल्या सैन्याचे चार भाग पाडले आणि गनिमी पद्धतीने शत्रूला बेजार करून सोडले. बराच काळपर्यंत अशा प्रकारे लढाई केल्यानंतर, दिलेरखानाच्या चिवटपणामुळे आणि धाडसामुळे आणि शत्रूवर सतत हल्ले चढविल्यामुळे शत्रूची हिंमत खचली आणि त्यांनी संध्याकाळपावेतो माघार घेतली. परंतु असा विजय मिळवल्यानंतर विजेत्या सैन्याने ज्यावेळी परत जाण्याला प्रारंभ केला त्यावेळी शत्रूसैन्य नाहीसे झाले होते, ते पुन्हा एकत्रित झाले आणि त्यांनी सैन्याच्या दोन्ही बाजूंनी आणि पिछाडीकडून हल्ले चढवून ह्या सैन्याला हैराण करून सोडले. २४ डिसेंबरच्या पहाटेला आपल्या ६००० घोडदळासह शारझाखान लांब लांब मजला मारून मंगळवेढ्याच्या किल्ल्यापाशी येऊन पोहोचला. मोगल किल्लेदार सरफराजखान याने जयसिंगाच्या

सूचनांचा अव्हेर करून एकदम किल्ल्याबाहेर येऊन त्याच्याशी लढण्याचा प्रयत्न केला आणि परिणामी तो त्यात ठार मारला गेला. ह्या लढाईत त्याचे जे सैन्य वाचले, ते सैन्य पळून येऊन किल्ल्यात पुन्हा आश्रयार्थ राहिले.

दोन दिवसांच्या मुक्कामानंतर जयसिंगाने पुन्हा पुढे कूच केले आणि २८ डिसेंबरला त्याने पुन्हा दुसरी लढाई दिली. दक्षिणी घोडेस्वारांनी नेहमीप्रमाणे मोगलांना चोहोबाजूंनी घेरून टाकण्याचा प्रयत्न केला. याकरिता त्यांनी स्वत:ला लहान लहान टोळ्यात विभाजित करून शत्रूच्या रांगात जिथे जिथे थोडा जरी दुर्बळपणा किंवा गोंधळ दिसला त्या ठिकाणी हल्ला चढविला. शेवटी मोगलांनी उघड उघड प्रतिहल्लाच चढविला आणि त्या हल्ल्यापुढे टिकाव न लागून दक्षिणी सैन्याने प्रतिकार करण्याचे सोडून दिले परंतु ६ मैलपर्यंत त्यांचा पाठलाग करण्यात आला. त्यात मात्र त्यांनी पार्थियन सैनिकांसारखा चिवट प्रतिकार केला. दुसऱ्या दिवशी २९ डिसेंबरला जयसिंग हा विजापूरपासून १२ मैलांवर येऊन पोहोचला. शत्रूप्रदेशात जयसिंगाने जी मुसंडी मारली ती जास्तीत जास्त येथपर्यंतच पोहोचू शकली कारण ह्यावेळेपावेतो अली आदिलशहा दुसरा याची लढाईची सर्व तयारी पूर्ण झालेली होती आणि कोणाचाही हल्ला झाल्यास त्याचा कोणताही परिणाम होणार नाही अशा रीतीने त्याने राजधानीच्या संरक्षणाचीही तयारी केलेली होती. आदिलशहाने केलेल्या ह्या तयारीमुळे त्याच्या राजधानीत किंवा त्या सभोवतालच्या प्रदेशात शत्रूचा प्रवेश होणे अशक्य होऊन बसले होते. ह्यातच राजाने आपल्या नेहमीच्या सैन्यात ३०,००० कर्नाटकी पायदळाची भर टाकलेली होती. हे कर्नाटकी सैन्य त्यांच्या लढाऊ गुणांकरिता अतिशय प्रसिद्ध होते. ह्याबरोबरच राजधानी भोवतालचा ६ मैलांपर्यंतचा प्रदेश कोणतीही दयामाया न ठेवता बेचिराख करून टाकण्यात आला होता; नौरसपूर आणि शहापूर नावाचे जे विशाल जलाशय होते त्यांना पूर्णपणे कोरडे करण्यात आले होते; भोवतालच्या ज्या विहिरी होत्या, त्यात माती टाकून त्या सर्व बुजवून टाकण्यात आल्या होत्या. शत्रूला कोणत्याही हिरव्या झाडाच्या किंवा उभ्या भिंतीच्या सावलीचा यत्किंचितही आश्रय घेता येऊ नये म्हणून ह्या परिसरातील प्रत्येक इमारत, बांधकाम जमीनदोस्त करण्यात आले आणि प्रत्येक झाड तोडण्यात आले. याचवेळी जयसिंगाचे लक्ष पिछाडीला गुंतले जावे म्हणून नामवंत सेनापती शारझाखान आणि सिद्दी मसूद ह्यांच्या नेतृत्वाखाली निवडक सैन्य पाठविण्यात आले. परंतु विजापूरचे मुख्य सैन्य मात्र जयसिंगाच्या मुख्य छावणीभोवतीच वेढा देऊन फिरते राहिले.

असंरक्षित आणि अंतर्गत गटबाजीने त्रस्त असणाऱ्या विजापूर राज्यावर हल्ला करण्याची नामी संधी सापडलेली आहे असे पाहून त्या उत्साहाच्या भरात जयसिंगाने

आपल्या मोठ्या तोफा आणि वेढ्याची सामग्री परेंडा किल्ल्यावरून बोलाविली नव्हती आणि उलट तो तसाच घाईघाईने लांब लांब मजला मारून मंगळवेढ्यापाशी येऊन पोहोचला होता आणि आता त्याची परिस्थिती बिकट बनलेली होती. आदिलशहाला मदत करण्याकरिता म्हणून आता गोवळकोंड्याहून विशाल सैन्य येत होते आणि त्यातच आक्रमकांवर आता उपासमारीचा प्रसंग उद्‌भवला होता.

२. जयसिंगाला विजापूरहून माघार घ्यावी लागली, १६६६

अशा स्थितीत मोगल सेनापतीने ५ जानेवारी १६६६ ला माघार घेण्याला प्रारंभ केला. ह्यावेळी त्याच्या पिछाडीला विजापुरी सैन्य सतत पाठलागावर होतेच. तो दिनांक २७ रोजी परेंडाच्या दक्षिणेला १६ मैलांवर (सिनाच्या काठावर) सुलतानपूरला पोहोचला आणि त्या ठिकाणी त्याने २४ दिवस मुक्काम केला.

ह्या जानेवारी महिन्यात मोगलांवर चार मोठी संकटे कोसळली. पहिले संकट म्हणजे दिनांक १२ च्या सुमारास सिकंदर नावाचा एक शूर अफगाण सेनापती (फातजंगखानाचा भाऊ) अन्नधान्य, रसद, दारूगोळा आणि इतर युद्धाची सामग्री जयसिंगाच्या छावणीत पोहोचविण्याकरिता आपल्या काफिल्यासह येत असताना परेंडाच्या दक्षिणेला ८ मैलांवर शारझाखानाच्या नेतृत्वाखालील बलाढ्य सैन्याने त्याच्यावर आकस्मिक हल्ला चढविला आणि त्यातच तो ठार मारला गेला आणि त्याची सर्व रसद लुटली गेली.

त्यानंतर दिनांक १६ रोजी शिवाजीला पश्चिमेला पन्हाळा किल्ल्यावर हल्ला करावयाचा असल्याने त्याने मुख्य सैन्यापासून वेगळे होऊन पन्हाळा किल्ल्यावर हल्ला करावयाचा प्रयत्न केला परंतु त्या प्रयत्नात त्याला पूर्ण अपयश आले आणि त्या हल्ल्यात त्याला आपले १००० सैनिक गमवावे लागले. २० तारखेला त्याहूनही अधिक वाईट बातमी आली. पन्हाळ्यावर हल्ला चढविताना ढिलाई दाखविली आणि आज्ञाभंग केला म्हणून शिवाजीने त्याचा प्रमुख अधिकारी नेताजी पालकर याला कडक ताकीद दिली होती. परिणामी नेताजीच्या मनात आपल्या धन्याबाबत असंतोष निर्माण होऊन त्याने विजापूर दरबाराकडून ४ लाख होनांची लाच स्वीकारली आणि तो विजापूरच्या सैन्याला जाऊन सामील झाला. इतकेच नव्हे तर मोगल प्रदेशावर त्याने लहानसहान हल्ल्यांना प्रारंभ केला. जयसिंगाने अनुनय करणारी अनेक पत्रे लिहून अणि त्याच्या ज्या काही अवास्तव मागण्या होत्या त्या सर्व स्वीकारून नेताजी पालकरला पुन्हा आपल्या बाजूला ओढून आणले (२० मार्च). मोगलांवर कोसळलेले चौथे संकट म्हणजे आदिलशहाला मदत करण्याकरिता गोवळकोंड्याच्या राजाने बारा हजाराचे घोडदळ आणि ४०,००० चे पायदळ पाठविले हे होय.

विजापूरच्या परिसरातून माघार घेत असताना जयसिंगाला दोन अतिशय भीषण लढाया लढाव्या लागल्या (११ आणि २२ जानेवारी). ह्याशिवाय दाणापाणी गोळा

करीत फिरणाऱ्या त्याच्या सैनिकी तुकड्यांना रोजच निरनिराळ्या चकमकींना तोंड द्यावे लागत होते. बहलोलखान आणि नेताजी पालकर यांच्या नेतृत्वाखालील हल्लेखोर सैनिकी तुकड्यांनी नुकत्याच जिंकलेल्या बिदर-कल्याण जिल्ह्यात मुक्काम ठोकला होता, त्यांच्याकडे दुर्लक्ष करणे शक्य नव्हते आणि म्हणून जयसिंगाने २० फेब्रुवारीला सुलतानपूर येथील छावणीतून कूच करून ज्या ठिकाणी उपद्रव होता त्या प्रदेशाच्या पूर्वेकडे आपला मोर्चा वळविला.

आता युद्धाच्या तिसऱ्या अवस्थेला प्रारंभ झाला. ह्या तिसऱ्या अवस्थेच्या शेवटी जूनच्या प्रारंभाला परेंडा किल्ल्याच्या ईशान्येला १८ मैलांवर त्याला भूमपर्यंत माघार घ्यावी लागली. ह्या साडेतीन महिन्यांच्या काळात जयसिंगाला पश्चिमेकडे भीमा, पूर्वेकडे मांजरा, उत्तरेकडे धारुर आणि दक्षिणेला तुळजापूर यांनी वेष्टिलेल्या अरुंद चौरसवजा लहान जागेत आपल्या हालचाली कराव्या लागल्या. ह्या स्वारीत वर वर्णन केल्याप्रमाणे कोणतीही फलश्रुती प्राप्त न झालेल्या आणखी चार भीषण आणि रक्तमय लढाया जयसिंगाला लढाव्या लागल्या; प्रत्येक वेळा रणक्षेत्रात विजापुरी सैन्याचा पराभव करण्यात आला, त्यांना तेथून काही अंतरापर्यंत हाकलून देण्यात आले. परंतु त्यांचा पूर्ण नाश झाला नाही आणि पुन्हा त्यांनी एकत्र जमून मोगल छावणीला सभोवतालून वेढा देऊन उपद्रव देण्याला, वाटेत वेड्यावाकड्या पद्धतीने आड येणाऱ्या सैनिकांना आणि दाणापाण्याकरिता हिंडणाऱ्या सैनिकी तुकड्यांना कापून काढण्याला आणि धान्याचा पुरवठा बंद पाडण्याला प्रारंभ केला.

मंगळवेढे हे ठाणे मोगल हद्दीपासून फार दूर असल्याने आणि ते एकाकी असल्याने त्याचा कब्जा कायम ठेवणे ही फार कठीण गोष्ट होती. म्हणून जयसिंगाने दिलेरखानाला (२४ मे) आपल्यापासून वेगळे होऊन किल्ल्यातून तोफा आणि इतर सामग्री हलविण्याला, जी काही सामग्री आणि धनधान्य किल्ल्यात साठविले असेल ते वाटून टाकण्याला आणि जे नेता येत नसेल ते जाळून टाकण्याला आणि जी तटबंदी उभारली असेल तिचा विध्वंस करण्याला अनुमती दिली. ह्या हुकमाची लगेचच अंमलबजावणी करण्यात आली. फलटणचाही ताबा ठेवणे आता अशक्य आहे. ही गोष्ट मोगलांच्या लवकरच लक्षात आली आणि म्हणून तिथूनही फेब्रुवारीतच मोगल शिबंदी काढून घेण्यात आली. अशा रीतीने पहिल्या स्वारीत मोगलांनी जी ठाणी जिंकून घेतली होती. त्यापैकी एकही ठाणे मोगलांच्या ताब्यात राहिले नाही.

जयसिंगाच्या उत्तरेकडील प्रयाणाला ३१ मे रोजी प्रारंभ झाला. भूमला पोहोचल्यानंतर (१० जूनच्या आसपास) तिथे त्याने ३।। महिने मुक्काम ठोकला आणि तिथून २८ सप्टेंबरला कूच केल्यानंतर तो बीडच्या आसमंतात (भूमच्या उत्तरेला ३७ मैलांवर)

येऊन पोहोचला. त्या ठिकाणी १७ नोव्हेंबरपर्यंत मुक्काम करून त्याच महिन्याच्या २६ तारखेला तो शेवटी औरंगाबादला येऊन पोहोचला. दोन्ही पक्षांना युद्धाचा वीट आलेला होता आणि दोघांनाही शांततेची आवश्यकता वाटत होती. म्हणून वाटाघाटींना प्रारंभ करण्यात आला. ज्यावेळी मोगलांनी आपल्या प्रदेशात माघार घेतली त्यावेळी विजापुरी सैन्यसुद्धा आपल्या राज्यात निघून गेले.

३. जयसिंगाचे अपयश आणि मृत्यू

जयसिंगाची विजापूरवरील ही स्वारी म्हणजे त्याचा लष्करी पराभव ठरला. ह्या स्वारीत जयसिंगाला जमिनीचा एकही तुकडा, किल्ल्याचा एखादाही दगड किंवा खंडणीची एक कपर्दिकही मिळू शकली नाही. आर्थिकदृष्ट्या विचार करता ते तर फारच मोठे संकट ठरले. बादशाही तिजोरीतून ह्या स्वारीवर ३० लाख रुपये तर खर्च झालेच परंतु जयसिंगाला स्वत:च्या खिशातून १ कोटी रुपयांपेक्षा जास्त पैसा खर्च करावा लागला. ह्या स्वारीत जयसिंगाने उदार हस्ताने पैसा वाटला परंतु त्याच्या धन्याने त्याच्यावर सोपविलेल्या कामगिरीच्या मानाने त्याने पैसा जास्त उदारपणे वाटला असेच म्हणावे लागेल. विजापूरच्या नोकरीत असणाऱ्या कोणत्याही लहानसहान मुसलमान नायकाने नोकरी सोडून मोगलांची बाजू धरल्यास त्याला मोगल सैन्यात उच्च मनसबदारी आणि पदवी आणि त्याचप्रमाणे आपल्या हाताखालील सैन्याला शस्त्रसज्ज करण्याला मोठी रोख रक्कम ताबडतोब देण्यात येत असे.

विजापूरच्या स्वारीत जो लष्करी पराभव झाला आणि द्रव्याची अतोनात उधळपट्टी झाली, त्यामुळे बादशहाची जयसिंगावर मोठी गैरमर्जी झाली. जयसिंगाने औरंगाबादला परत जावे अशा प्रकारचे आदेश ह्या दुर्दैवी सेनापतीला लवकरच (ऑक्टोबर १६६६) मिळाले. पलीकडे २३ मार्च (१६६७) ला त्याला दरबारात परत बोलविण्यात आले आणि दक्षिणेची सुभेदारी राजपुत्र मुअज्जमला देण्यात आली. त्याच्या मदतीला जसवंतसिंगाला देण्यात आले. निदान १०० लढायांत तरी आत्तापर्यंत विजय मिळविलेल्या ह्या शूर राजपूत सरदाराने मे १६६७ मध्ये औरंगाबादला आपल्या कामाची सूत्रे नवीन नेमलेल्या माणसाच्या स्वाधीन केली आणि अपमान आणि निराशा पदरी घेऊन हा जयसिंग उत्तरेत परत गेला. विजापूरच्या स्वारीत त्याने स्वत:च्या खिशातून जे कोटी रुपये खर्च केले त्यातील एक कपर्दिकही त्याला त्याच्या धन्याकडून परत मिळण्याची शक्यता नव्हती. जीवनात अशा प्रकारे अवहेलना आणि अपमान सहन करावा लागल्यामुळे खचून गेलेला आणि त्यातच म्हातारपण व रोग यांनी ग्रस्त झालेला हा जयसिंग बऱ्हाणपूरला पोहोचल्यानंतर २८ डिसेंबर १६६७ रोजी हत्तीवरून अचानक खाली पडला आणि त्यातच त्याचा मृत्यू झाला.

परंतु खरे पाहता हे युद्ध जिंकता येईल अशी अनुकूल परिस्थितीतच जयसिंगाला कधीच लाभली नाही. विजापूरसारखे बलाढ्य आणि संपन्न राज्य जिंकण्याकरिता जेवढे सैन्य आवश्यक होते तेवढे सैन्यही राजाजवळ नव्हते. त्याच्याजवळ युद्धसामग्रीचा किंवा धान्याचा जो साठा होता तो केवळ एक-दोन महिने पुरेल एवढाच होता. ह्याशिवाय किल्ल्याच्या वेढ्याला उपयोगी पडतील अशा तोफाही त्याच्याजवळ नव्हत्या. ह्यानंतर वीस वर्षांनंतर औरंगजेबाने स्वत: विजापूर जिंकले त्यावेळी विजापूर राज्याची जी क्षीण अवस्था झालेली होती त्या मानाने ह्यावेळी विजापूर राज्य बरेच बलवान आणि सुस्थितीत होते. जयसिंगावर जी कामगिरी सोपविली होती त्या मानाने त्याचे सैन्य लहान होते ही गोष्ट जशी खरी होती तसेच त्याच्या हाताखालच्या अधिकाऱ्यांनी आपली कामगिरी नीट पार पाडली नाही हेही लक्षात ठेवावयास हवे. त्याचे पुष्कळसे अधिकारी विश्वास ठेवण्यास लायक नव्हते आणि त्यांनी त्याच्या हुकमाची तामीली करण्यास अतिशय विलंब लावला. त्याचप्रमाणे अगदी तळातल्या मोगल अधिकाऱ्यांनी जयसिंगाच्या सैन्याला धान्याचा दैनिक पुरवठा करावयास हवा होता तसा त्यांनी केला नाही. अशा परिस्थितीत जयसिंगाला यश मिळणे ही गोष्ट सर्वस्वी अशक्य होती.

४. विजापूरच्या निरनिराळ्या प्रांतात राज्य करणारे लष्करी सरदार, त्यांचे चारित्र्य

लष्करी उठाव हा विजापूर राज्याला मिळालेला मोठा शाप होता. विजापूरच्या बादशाहीची शक्ती क्षीण झाल्याबरोबर त्या राज्याचे लहान लहान लष्करी जहागिरींमध्ये विघटन घडून आले. विजापूरचे राज्य हे केवळ लष्करी स्वरूपाचे होते आणि त्यातील सत्ता धाडशी अशा लष्करी अधिकाऱ्यांमध्येच वाटली जात असे. राज्यातील सर्वोच्च आणि महत्त्वाच्या जागाही अशाच वाटल्या जात. राज्यात सत्ता गाजविणारा असा जो प्रमुख सरदार वर्ग होता तो विविध वंशांत किंवा वर्गात विभागला गेला होता. त्यात अफगाण (कोपालपासून बंकापूरपर्यंतच्या पश्चिम भागात त्यांच्या जहागिरी होत्या.), ॲबिसिनियन्स (रायचूर दुआबाचा काही भाग आणि कुर्नुल जिल्हा ह्या सारख्या पूर्वीय प्रांतात त्यांची सत्ता होती), मादवी पंथाचे प्रमुख सय्यद आणि कोकणातील नवैयत पंथातील अरब मौलवी इ.चा अंतर्भाव होता. राज्यातील सरकारी नोकरीतील हिंदूंना आणि अंकित हिंदू राजांना एक प्रकारे अस्पृश्य म्हणूनच वागविण्यात येई. विजापूर राज्यात राज्य करणारा जो वर्ग होता तो परकीय होता परंतु आता तो वर्ग राज्यात कायमचा स्थिर झालेला होता आणि त्यांची आपल्या मातृभूमीला परत जाण्याची अजिबात तयारी नव्हती. प्रत्येक गटाने विवाहादी संबंध आपल्याच गटात करण्याची काळजी घेतल्याने ह्या वंशाला किंवा गटाला वंशपरंपरागत वतनदारीचे स्वरूप आलेले होते आणि त्यामुळे इथल्या स्थानिक प्रजेशी ते अजिबात एकरूप झालेले नव्हते. असा

जो सत्ताधीश परकीय सरदार वर्ग होता तो साहजिकच राज्याचा एक अविभाज्य भाग म्हणून समजला जाऊ शकत नव्हता. स्वत:चा व्यक्तिगत फायदा करून घेणे हेच त्याचे ध्येय बनले होते. जोपर्यंत त्यांचे तनखे आणि जहागिरी सुरक्षित होत्या तोपर्यंत ज्या राज्यात ते राहतात त्या राज्यात बादशहा कोण आहे, याचा विचार करण्याची त्यांना यत्किंचितही आवश्यकता नव्हती; त्यांना मातृभूमी नसल्याने देशभक्तीचीही भावना त्यांच्यात अजिबात नव्हती. राजकीय क्षेत्रातील खऱ्या अर्थाने ते मुसाफिर होते. हिंदुस्थानात सर्वत्र हिंडणाऱ्या अनाथ भटक्या टोळ्यांप्रमाणे त्यांचे हिंदुस्थानातील वास्तव्य होते. हिंदुस्थानात राहून ह्या भूमीचे ते काहीच देणेघेणे लागत नव्हते.

अशा सरदारांवर आधारलेले राज्य ही एक वाळूवरची इमारत होती ही गोष्ट स्पष्टच होती. परकीयांच्या प्रत्येक आक्रमणाबरोबर प्रजेचा धनी फक्त बदलला गेला. राजकीय क्षेत्रात झालेल्या उलथापालथीचा त्यांच्या जीवनाला स्पर्शही होत नसे. त्यामुळे एखाद्या राष्ट्रराज्यातील प्रजाजन राष्ट्र संकटात आल्याबरोबर जसे राष्ट्राच्या मदतीला धावून जातात त्याप्रमाणे त्यांनी आपल्या बादशहाच्या संकटाच्या वेळी धावून जावे अशी अपेक्षा करणेही चूक होते. आदिलशाही राजवटीचा जो ऱ्हास घडून आला त्यात हीच गोष्ट सिद्ध झाली.

५. आदिलशाही राजांचा ऱ्हास; राजपद मिळविण्याचे संघर्ष

मुहंमद आदिलशहा ह्याच्या नेतृत्वाखाली विजापूर राज्याचा जास्तीत जास्त विस्तार घडून आला. ह्या राज्याचा अरबी समुद्रापासून तर बंगालच्या उपसागरापर्यंत विस्तार त्याच्याच कारकीर्दीत झाला. त्याच्या राज्यात त्याला महसुलापासून ७ कोटी ८४ लाख रुपये उत्पन्न मिळत असे. ह्याशिवाय अंकित राजे आणि जमीनदार यांच्यापासून ५ कोटी रुपये खंडणीदाखल मिळत ते वेगळेच. त्याच्या सैन्यात ८०,००० घोडदळ, २,५०,००० पायदळ यांचा अंतर्भाव होता. याशिवाय ५३० लढाऊ हत्ती होते ते वेगळेच.

मोगल आक्रमणाचे भीषण वादळ निघून गेल्यानंतर (१६५७) विजापूर राज्याचा पुनर्जन्म झाल्याची चिन्हे काही काळपर्यंत दिसून आली. १६६६ पासून अली आदिलशहा ह्याच्या व्यक्तिमत्त्वात धाडस आणि कर्तबगारी यांची चिन्हे दिसून आली. रणक्षेत्रात तो स्वत: नेतृत्व स्वीकारू लागला, शिवाजीच्या वाढत्या सत्तेला त्याने आवर घातला, ईशान्येकडील प्रांतात, (कर्नुल) ॲबिसिनियन अधिकाऱ्यांनी बंडाळ्या चालविल्या होत्या, त्यांना त्याने शरण येण्यास भाग पाडले, बेदनुरच्या बंडखोर राजाला त्याने नमविले आणि शेवटी जयसिंगाच्या नेतृत्वाखाली मोगल आक्रमणाची जी प्रचंड लाट आलेली होती, ती त्याने परतवून लावली. यानंतर मात्र सुलतानाने स्त्रिया आणि दारू

यांच्या कैफात स्वत:ला झोकून घेतले आणि त्याचे उरलेले सर्व जीवन त्यातच व्यतीत झाले. ह्या काळात त्याचा कार्यक्षम वजीर अब्दुल मोहंमद याने राज्याचा राज्यकारभार अतिशय कार्यक्षमतेने चालविला. २४ नोव्हेंबर १६७२ ला अली आदिलशहा ह्याचा मृत्यू झाल्यानंतर विजापूरचे सर्व वैभव संपुष्टात आले. त्यानंतर त्याचा ४ वर्षांचा अज्ञान मुलगा सिकंदर हा गादीवर आला आणि त्यामुळे स्वार्थी राजप्रतिनिधींच्या कारभाराला प्रारंभ होऊन त्यातच राजशाही संपुष्टात आली.

इ.स.१६७२ पासून तर १६८६ मध्ये विजापुरात राजघराण्याची सत्ता संपुष्टात आली तिथपर्यंत विजापूरचा इतिहास म्हणजे तिथल्या वजिरांचाच इतिहास ठरला. निरनिराळ्या परस्परविरोधी सरदारांच्या गटात वारंवार निर्माण झालेली यादवी युद्धे, प्रांतीय सुभेदारांनी पुकारलेले स्वातंत्र्य, खुद्द राजधानीत लुळे पडलेले केंद्रीय शासन, मधून मधून झालेली परंतु निर्णायक न ठरलेली मोगल आक्रमणे आणि बाह्यत: शत्रुत्वाचा देखावा परंतु अंत:स्थ रीतीने मराठ्यांशी प्रस्थापित केलेली मैत्री असेच दृश्य या कालखंडात दिसत होते.

अली आदिलशहा दुसरा ह्याचा २४ नोव्हेंबर १६७२ रोजी मृत्यू झाला आणि त्यानंतर ताबडतोब दक्षिणी मुसलमान गटाचा ॲबिसिनियन पुढारी खवासखान याने राज्याची सत्ता बळकाविली आणि अज्ञान मुलगा सिकंदर याला गादीवर बसविले. हा सिकंदर शेवटचा आदिलशहा ठरला. नवीन पंतप्रधानाने इतर सरदारांना जी वचने दिली होती ती पाळली नाहीत आणि ठरविल्याप्रमाणे त्यांनी त्यांना जे किल्ले कबूल केलेले होते तेही दिले नाहीत. ही परिस्थिती पाहून जुना अनुभवी वजीर अब्दुल मोहमंद हा कंटाळून रागारागात दरबार सोडून निघून गेला. ''नवीन राजा अज्ञानी असल्याने आणि राजप्रतिनिधी राज्य करण्यास लायक नसल्याने लवकरच राजशाहीच्या ऱ्हासास प्रारंभ झाला. सर्व राज्यात सर्व प्रदेशात गोंधळाला प्रारंभ झाला.''

''बादशहाने विजापूरवर त्वरित स्वारी करावी असे आदेश बहादूरखानाला वारंवार पाठविण्याला प्रारंभ केला.'' परंतु प्रांतीय सुभेदाराजवळ नेहमी जेवढे सैन्य असते तेवढेच सैन्य बहादूरखानाजवळ असल्याने तेवढ्याच आधारावर विजापूरवर स्वारी करणे बहादूरखानाला अशक्य होते. खानाने आपली छावणीची जागा फक्त बदलून तो पेडगावला (ह्या जागेलाच त्याने नंतर बहादूरगड असे नाव दिले.) आला. पेडगाव हे पुण्याच्या पूर्वेला ५५ मैलांवर आणि औरंगाबाद आणि विजापूर यांच्या मध्यावर असणारे, भीमा नदीच्या काठावरील एक महत्त्वाचे लष्करी ठाणे होते. आपल्या मुख्य सैन्याला शिवाजीविरुद्ध पाठवावे, विजापूरच्या सरदारांना निरनिराळी आमिषे दाखवून आणि त्यांना फितवून विजापूरपासून नवीन प्रदेश बळकावणे आणि त्या राज्याविरुद्ध

प्रत्यक्ष लढाई करण्याऐवजी लढाईचा सतत धाक दाखविणे असे धोरण त्याने आखले होते.

विजापूरच्या सैन्यात अर्ध्यापेक्षा जास्त अफगाणांचा अंतर्भाव होता. त्यांचा पुढारी अब्दुल करीम होता. त्यालाच बहलोलखान लोदी असे म्हणत. त्याची जहागिरी बंकापूरला होती. अफगाणांनी आपल्या पगाराच्या थकित रकमेची जी निकराने मागणी चालविलेली होती आणि खवासखानाला जो सतत विरोध चालविलेला होता त्यामुळे ह्या ''अफगाणांना शांत करण्याकरिता किंवा त्यांचा समूळ नाश करण्याकरिता'' मोगल सुभेदाराकडे मदत मागण्याची गुप्त विनवणी करण्याशिवाय खवासखानाला दुसरा पर्याय नव्हता. खवासखानाने हाच मार्ग स्वीकारला. ह्या विनवणीनुसार बहादूरखान भीमा नदीच्या तीरापर्यंत आला, त्याने खवासखानाची भेट घेतली (१९ ऑक्टोबर) आणि विजापुरातील अफगाण गटाचा पाडाव करण्याकरिता आणि शिवाजीविरुद्ध युद्ध करण्याकरिता त्याने त्याच्याशी करार केला.

६. बहलोलखान राजप्रतिनिधी म्हणून, १६७५–१६७७

मोगलांची मदत निश्चित मिळणार याची खात्री होताच खवासखानाने सर– सेनापती बहलोलखान त्याला सतत विरोध करीत असल्याने आणि त्याची एकही आज्ञा पाळीत नसल्याने त्याचा पाडाव करण्याची योजना आखली. परंतु बहलोलला या योजनाचा सुगावा लागल्याने त्याने त्याच्यावर मात करण्याकरिता आपली दुसरी योजना आखली. त्याने खवासखानाला भोजनाला बोलाविले, भोजनानंतर त्याला भरपूर दारू पाजली आणि तो बेहोष झाल्यानंतर त्याला पकडून (११ नोव्हेंबर) कैदी म्हणून बंकापूरला रवाना केले. त्यानंतर त्याने विजापूरच्या किल्ल्यात प्रवेश केला आणि अशा रीतीने एकही वार न करता वजीरपद मिळविले. ''वास्तविक खवासखान सतत तीन वर्षे पंतप्रधान होता आणि ह्या काळात खराखुरा तोच राजा होता. परंतु खानाच्या नालायकीमुळे आणि ऐशआरामामुळे परिस्थिती दिवसेंदिवस अधिकच बिघडत गेली.'' खवासखानाची कारकीर्द वाईट होती यात शंका नाही, परंतु त्याहीपेक्षा बहलोल आणि त्याचे अफगाण अनुयायी यांची राजवट वाईट ठरली. राज्याची सत्ता आपल्या हाती घेतल्यानंतर बहलोलने दक्षिणी सरदारांची उचलबांगडी करून हळूहळू प्रशासनातील सर्व महत्त्वाच्या जागांवर आपले नातेवाईक आणि अनुयायी यांच्या नेमणुका करण्याला प्रारंभ केला. एकेक करून पुष्कळशा दक्षिणी सरदारांना त्यांने राज्याबाहेर काढून लावले. त्यामुळे राज्यात फार मोठ्या बंडाळी आणि गोंधळास प्रारंभ झाला. सरदारांच्या दक्षिणी गटाने बहलोल विरुद्ध सशस्त्र बंड पुकारले.

बहलोलखानाचा संपूर्ण राज्यकारभार हा एका माणसाच्या शहाणपणावर आणि धडाडीवर अवलंबून होता. तो माणूस म्हणजे त्याचा प्रमुख सल्लागार खिज्रखान पाणी. १२ जानेवारी १६७६ रोजी त्याचा एका दक्षिणी सरदाराने भोसकून खून केला. ह्याचा सूड म्हणून बहलोलने त्याच्या तुरुंगात असलेल्या असहाय्य खवासखानाचा वध केला (१८ जानेवारी) आणि त्यानंतर मीनहाज व इतर दक्षिणी सरदारांना शासन करण्याकरिता त्याने विजापूरहून कूच केले. दिनांक २१ मार्च रोजी शारझाखानाचे अनुयायी आणि बहलोलचे अनुयायी यांच्यात मोका ह्या ठिकाणी मोठी भीषण लढाई झाली आणि त्यात अफगाणांचा विजय झाला. शारझाखानाने बहादूरखानाजवळ सोलापूरला आश्रय घेतला. बहादूरखानाने ह्यावेळी दक्षिणी गटाला पाठिंबा देऊन विजापूर येथील अफगाण शासनाचा निषेध केलेला होता. त्याने सोलापूरहून दक्षिणेला कूच करून दिनांक ३१ मे रोजी हलसंगी या ठिकाणी भीमा नदी ओलांडली; त्यानंतर त्याच्या घोडदळाने विजापूरच्या शहराच्या आसमंतातील प्रदेशात लुटालूट करण्याला प्रारंभ केला. दिनांक १३ जून रोजी अलियाबाद आणि इंदी यातील मोकळ्या मैदानात (विजापूरच्या ईशान्येला ३० मैलांवर) बहलोलखानाने त्याच्याशी लढाई केली, दक्षिणी सैन्याने जो हल्ला चढविला त्याचा सर्व भार इस्लामखान (माळव्याचा सुभेदार) आणि त्याचे तुर्की अनुयायी यांनी उजव्या बाजूला जी मोगल फळी उभी केली होती त्याच्यावर येऊन पडला. इस्लामखानाने असे दोन हल्ले परतवून लावले. दुर्दैवाने एका ठिकाणी सुरुंगाचा स्फोट झाला असताना त्यामुळे इस्लामखानाचा हत्ती पिसाळून शत्रूच्या रांगांत शिरला आणि त्यातच इस्लामखान आणि त्याचा मुलगा ठार मारले गेले. भीमा नदीच्या दुसऱ्या काठावर मोगलांची जी मूळ छावणी होती ती आता अफगाणांनी लुटून घेतली आणि तेथे जे पहारेकरी होते त्यांनाही त्याने कापून काढले. हा सर्व प्रकार होत असताना नदीला पूर असल्याने बहादूरखानाला तेथे कोणतीही मदत पाठविता आली नाही. याचवेळी विजापुरी सैन्याला मदत करण्याकरिता गोवळकोंड्याचा प्रधानमंत्री मादण्णा पंडित ह्याच्या नेतृत्वाखाली गोवळकोंड्याचे विशाल सैन्य येऊन पोहोचल्याने बहादूरखानाची स्थिती अधिकच चिंताजनक बनली. परंतु नवीन येणाऱ्या सैन्याला मोगल सेनापतीने भरपूर लाच दिल्याने आणि बहलोलखानाशी त्याचा मतभेद उद्भवल्याने (असा मला संशय वाटतो) त्या सैन्याने कोणताही हल्ला न चढविता परत जाणे पसंत केले. बहादूरखानाने यानंतर हलसंगीकडे कूच केले. त्या ठिकाणी त्याने फार मोठे सैन्य एकत्रित केले. सैन्याच्या सामर्थ्याचा असा प्रचंड साक्षात्कार झाल्याने बहलोलखान नामोहरम झाला आणि त्याने स्वतःचे संरक्षण व्हावे ह्याकरिता त्याने मोगलांनी काही विजापुरी सुभे जिंकण्याला व त्यात कोणतेही अडथळे न आणण्याला

संमती दिली. बहादूरखानाने ह्यानंतर लाचलुचपत देऊन नळदुर्ग (१४ मे १६७७) आणि कलबुर्गा (७ जुलै) ह्या ठाण्यांवर सहज ताबा मिळविला. परंतु लवकरच सुभेदार बहादूरखान आणि त्याच्या हाताखाली दुसऱ्या क्रमांकाचा सेनापती दिलेरखान (तो जून १६७६ मध्ये आला होता,) यांच्यात धोरणविषयक मतभेद उद्‌भवले आणि त्यामुळे बहादूरखानाची स्थिती अतिशय नाजूक बनली. दिलेरखान अफगाण असल्याने तो बहलोलखानाचा जिवलग मित्र बनला आणि विजापूर दरबारातील अफगाण गटाचे नेतृत्वही त्याच्याचकडे आले. बहादूरखानाने तीनही दक्षिणी सत्तांशी गुप्त हातमिळवणी केली आणि दक्षिणेतल्या मोगली स्वारीत यश मिळण्याच्या अगदी तो विरुद्ध आहे असे आरोप बहादूरखानावर करणारे पत्र दोघांनीही म्हणजे दिलेरखान आणि बहलोलखानाने लवकरच बादशहाला लिहिले.

७. दिलेरखान आणि बहलोल यांची गोवळकोंड्यावरील स्वारी, १६७७

ह्यामुळे औरंगजेबाने बहादूरखानाला परत बोलावून घेतले. सप्टेंबर १६७७ मध्ये बहादूरखान दक्षिणेतून निघून गेला. दक्षिणचा सुभेदार म्हणून दिलेरखानाला तात्पुरते नेमण्यात आले. त्याने ह्या जागेवर ऑक्टोबर १६७८ पर्यंत काम केले. औरंगजेबाच्या कारकीर्दीतील पहिल्या वीस वर्षांत दक्षिणेत मोगलांनी काय मिळविले याचा साकल्याने आढावा घेतल्यास आपल्याला त्याने विजापूर राज्याच्या ईशान्येकडील कल्याणी आणि बिदरचा प्रदेश जिंकून घेतला. अगदी उत्तरेकडील परेंडाचा किल्ला आणि जिल्हा लाचलुचपत देऊन नोव्हेंबर १६६० मध्ये जिंकून घेतला. जुलै १६६८ च्या तहान्वये सोलापूर त्याने मिळविले आणि आता नळदुर्ग आणि कलबुर्गा त्याने जिंकून घेतले असे सांगता येईल. अशा रीतीने पूर्वेकडे भीमा आणि मांजरा ह्या नद्यांनी वेष्टित अशा प्रदेशापासून आता कलबुर्गा ते बिदर (७७ अंश उ.रेखांश) यांना जोडणाऱ्या प्रदेशाच्या काल्पनिक सीमारेषेपर्यंतचा सर्व प्रदेश मोगलांच्या ताब्यात गेला. दक्षिणेकडे मोगल साम्राज्याची सीमा भीमा नदीच्या उत्तर किनाऱ्यापर्यंत म्हणजे हलसंगीच्या विरुद्ध बाजूपर्यंत पोहोचली होती. तिथून विजापूर शहरावर सहज हल्ला करता येईल एवढ्या अंतरावर ती सीमा होती. आग्नेय दिशेला साम्राज्याची सीमा गोवळकोंड्याच्या पश्चिम सीमेवर जो किल्ला होता, त्या मालखेड किल्ल्यापर्यंत पोहोचली होती.

विजापूरच्या ह्या कोपऱ्यातील प्रदेशाचा ताबा घेतल्यानंतर मोगलांनी विजापूरचा निकाल लावण्याचा निश्चय केला. गोवळकोंड्याच्या कुतुबशहाने शिवाजी आणि शेख मीनहाजला जिवंत पकडून न दिल्यास आणि आपल्या स्वाधीन न केल्यास आपण गोवळकोंड्यावर स्वारी करून अशी ह्यावेळी त्यांनी धमकी दिली. यापैकी शेख मीनहाजने मोगलांना आपण सामील होतो असे वचन देऊन मोगलांकडून बरेच द्रव्य

विजापूरचा अपकर्ष / २५३

घेतलेले होते. परंतु शेवटी तो गोवळकोंड्याला जाऊन सामील झाला होता. दिलेरखान आणि बहलोलखान यांनी सप्टेंबर महिन्यात गोवळकोंड्यावर स्वारी केली. मोगलांचे शेवटचे ठाणे कुलबर्गा ह्या ठिकाणाहून त्यांनी कूच करून पूर्वेकडे २४ मैलांवर गोवळकोंडा राज्याच्या सीमेवरील पहिला किल्ला मालखेड येथपर्यंत त्यांनी मजल मारली आणि तो किल्ला त्याने एक दिवसात जिंकला. परंतु कुतुबशाही राजधानीपासून ८० मैलांवर मालखेडनजीक विशाल शत्रू सैन्याने ही आक्रमणाची लाट थोपवून धरली. मोगल ठाण्यापासून मालखेडच्या उत्तरेला ७ मैलांवर मंगलगी ह्या ठिकाणी कुतुबशाही सैनिकांचे पहारे बसविण्यात आले (ऑक्टोबर). ह्यानंतर दोन महिनेपर्यंत सतत परंतु निर्णायक नसलेली लढाई चालूच राहिली. कुतुबशाही सैन्याने विजापूर आणि मोगलांच्या ताब्यात असलेल्या बऱ्याच प्रदेशात आतपर्यंत प्रवेश केला आणि आक्रमकांना धान्याची रसद येत होती, ती त्यांनी थांबविली. मोगल सैन्याबरोबर जे अफगाणी आणि राजपूत सैन्य आलेले होते, त्यांचे अतिवृष्टीमुळे आणि शत्रू सभोवताली सतत टेहळणी ठेवून असल्याने निर्माण झालेल्या धान्य टंचाईमुळे अतोनात हाल झाले. ह्याचवेळी बहलोल खान गंभीर आजाराने आजारी पडला आणि त्याचे सैनिकही उपासमार टाळण्याकरिता छावणी सोडून निघून गेले. ह्यानंतर दिलेरखानाने अत्यंत कठीण परिस्थितीत कुलबर्गा ह्याठिकाणी माघार घेतली. माघार घेताना शत्रुसैन्याने त्याला पूर्णपणे वेढून घेतले होते आणि वाटेत रोज त्याच्या सैन्यावर हल्ले होत होते. त्याचे सर्व सामानसुमान लुटले गेले आणि अन्नाचा तुटवडा पडल्याने मोगल सैन्यातील सैनिकांना वाटेत ताडीची पाने आणि खजूर खाऊन आपली गुजराण करावी लागली.

कुलबर्ग्याला मसूद आणि दिलेरखान यांची भेट घडून आली आणि मोगलांशी मैत्रीचा तह करण्यात आला. ह्या तहानुसार मसूदला विजापूरला पंतप्रधान म्हणून नेमण्यात येणार होते. परंतु त्याने औरंगजेबाचे आदेश पाळलेच पाहिजेत, शिवाजीशी त्याने संगनमत करता कामा नये आणि त्याचप्रमाणे मराठ्यांच्या राजाने जो मुलूख हस्तगत केलेला असेल तो परत मिळविण्याकरिता मोगलांना मदत करावी इ.बंधने त्याच्यावर टाकण्यात आली. आदिलशहाची बहीण शहरबानो बेगम (सर्वसाधारण लोक तिला पातशहाबिबी म्हणत) हिला मोगल दरबारात पाठविण्यात येणार होते आणि तिचा विवाह बादशहाच्या मुलाशी लावण्यात येणार होता. दिलेरखान ह्यानंतर उत्तरेत निघून गेला.

८. मसूद राजप्रतिनिधी; अफगाणांचे बंड; विजापूरच्या निरनिराळ्या सुभ्यात बंडाळ्या

२३ डिसेंबर १६७७ रोजी बहलोलखानाचा मृत्यू झाला. गोवळकोंडा सैन्याच्या संरक्षणात पुढील फेब्रुवारीत मसूदला राजप्रतिनिधी (Regent) म्हणून राज्याभिषेक

करण्यात आला परंतु राज्याची तिजोरी पूर्ण रिकामी होती. अफगाण सैनिकांचे थकलेले पगार तो देऊ शकला नाही आणि म्हणून निकरावर आलेल्या अफगाणांनी राज्यात दंगेधोपे करण्याला प्रारंभ केला.

त्यांनी बहलोलखानाच्या अनाथ मुलांची, विधवांची आणि इतर नातेवाईकांची घरे जबरदस्तीने आपल्या ताब्यात घेतली आणि आपल्याला पैसे मिळावेत म्हणून त्यांची त्यांनी सर्व लोकांसमक्ष टवाळी केली आणि अपमान केला. जे नागरिक श्रीमंत समजले जाते होते त्यांना त्यांनी पकडले आणि पैशाकरिता त्यांना अनन्वित हालअपेष्टा भोगावयास लावल्या. ''चिंतु चिमणा हा ब्राह्मण दरोडेखोर शहराच्या सर्व नागरिकांना शहरात त्रास देत होता तर अफगाण चार भिंतीबाहेर राहणाऱ्या लोकांना उपद्रव देत होते....ह्या सर्व काळात मसूद ह्या सर्व प्रकाराकडे असहाय्यतेने पाहत होता. स्वत:च्या घराची दारे बंद करून बसण्याशिवाय त्याच्याजवळ करण्यासारखे काहीही नव्हते......ह्यामुळे शेकडो लोक घाबरून जाऊन कर्नाटककडे आश्रयार्थ निघून गेले.''

नवीन प्रतिनिधीचे हुकूम प्रांतात पाळले जात होते अशीही परिस्थिती नव्हती. ह्या त्याच्या दुर्दैवात भर म्हणून की काय आपली बाजू बळकट करण्याच्या उद्देशाने त्याने शिवाजीशी जी गुप्तहातमिळवणी केली होती त्याची वाच्यता होऊन मोगलांचाही राग त्याने ओढवून घेतला. मसूदने असा विश्वासघात केल्याने कुलबर्ग्याचा तह आपण पाळलाच पाहिजे असे बंधन दिलेरखानावर राहिले नाही. ''कुलबर्ग्याचा तह आपण पाळलाच पाहिजे ह्या एकाच इच्छेमधून त्याने आत्तापर्यंत विजापूरवर हल्ला चढविला नव्हता.'' पावसाळ्याच्या शेवटी (१६७८) दिलेरखानाने पेडगावहून कूच केले आणि अकलूजला मुक्काम केला.

मध्यंतरीच्या काळात तहाच्या अटीनुसार शिवाजीने विजापूरचे संरक्षण करण्याकरिता आणि मसूदची बाजू बळकट करण्याकरिता ६००० पोलादाची शिरस्त्राणे असलेले सैन्य पाठविले. परंतु त्या दोघांत मनापासून सहकार्य निर्माण होणे ही गोष्ट सर्वस्वी अशक्य होती. शिवाजीने विजापूरचा किल्ला विश्वासघाताने स्वत:च्या ताब्यात घेण्याचा प्रयत्न केला. त्यामुळे त्या दोघांतील वितुष्ट दिवसेंदिवस वाढतच गेले आणि शेवटी त्याची परिणती उघड उघड भांडणात झाली. त्यानंतर शिवाजीने विजापूरच्या प्रदेशात पुन्हा लुटालुटीला प्रारंभ केला. मराठा सैन्याने विजापूर शहरानजीक येऊन दौलतपूर (खवासपूर), खुसरोपूर आणि जोहरापूर इ. उपनगरे लुटून घेतली. मसूदखानाला आपल्या शत्रूपेक्षा आपल्या नवीन मित्राचीच जास्त भीती वाटत होती. म्हणून त्याने दिलेरखानाचे संरक्षण मागितले आणि विजापूरला त्याने मोगल सैन्यही मदतीला बोलाविले.

शिवाजीचे मजबूत ठाणे भूपालगड होते, ते नष्ट करून (२ एप्रिल १६७९) आणि त्याच्या मदतीला १६००० मराठा सैन्य आलेले होते त्यांची मोठ्या प्रमाणात कत्तल करून आणि त्यांचा पराभव करून दिलेरखानाने विजापूरला अनुकूल होईल असा पवित्रा घेतला. परंतु मसूदच्या दुटप्पी धोरणापुढे त्याचा शांतपणा जास्त दिवस टिकू शकला नाही आणि त्याने शेवटी धूलखेड्याशी भीमा नदी ओलांडली आणि तेथून विजापूरच्या उत्तरेला फक्त ३५ मैलावर असणाऱ्या हलसंगीकडे त्याने कूच केले. आदिलशाही सरकार आता शिल्लक उरले नव्हते आणि मसूद आणि शारझाखान यांच्यात जे सतत भांडण चालू होते त्याचा परिणाम म्हणून राज्यात आणि राजधानीत केवळ गोंधळ निर्माण झाला होता. विजापूर राज्यात निरनिराळ्या गटांत जी कटू भांडणे चालू होती त्यात निर्णय देण्याचे कार्य आता फक्त मोगल सुभेदाराकडेच आलेले होते. ''ज्यात दक्षिणी मुसलमान, अफगाण आणि मराठे ह्यांचा अंतर्भाव होता अशा एक हजार आदिलशाही सैन्याने मोगलांच्या नोकरीत प्रवेश केला आणि ते सर्व दिलेरखानाभोवती एकत्रित झाले. ह्याउलट विजापूरमध्ये तीन किंवा चार हजार उपाशी सैनिक केवळ मसूदजवळ टिकून राहिले आणि हे सुद्धा मोगलांकडून तनखा मिळावा अशा मागण्या करू लागले.''

सुलतानाची बहीण शहरबानो, जिला पातशहाबिबी म्हणत तिला, मोगल जनानखान्यात पाठविण्यात यावे अशी औरंगजेबाने मागणी केली होती. ही राजकन्या राजवाड्यात आणि बाहेर सर्वांचीच अतिशय आवडती होती. १ जुलै १६७९ रोजी प्रजेचे आणि साऱ्या दरबाराचे डोळे दु:खाने पाणावलेले असताना आणि अनेकांचे हुंदके अनावर झालेले असताना ह्या राजकन्येने आपले उर्वरित जीवन राजपुत्र मुहंमद आझम याची पत्नी म्हणून घालविण्याकरिता आणि धर्मांध सुन्नीच्या घरात प्रवेश करण्याकरिता आपले जन्मस्थान सोडले.

९. दिलेरखानाची विजापूरवरील स्वारी : शिवाजीची आदिलशहाला मदत, १६७५

परंतु शाही राजकन्येने एवढी मोठी आत्माहुती देऊनही विजापूरचे सिंहासन वाचविण्याच्या दृष्टीने त्याचा काहीही उपयोग होऊ शकला नाही. मोगलांची भूक कधीच शमणारी नव्हती. मसूदखानाने आता राजप्रतिनिधीचे पद सोडून आपल्या जहागिरीत परत जावे आणि मोगलांच्या आधीन असणारे काही अधिकारी विजापूरचे राज्य चालवतील अशी दिलेरखानाने मागणी केली. मसूदखानाने शहाणपणा दाखवून ही मागणी नाकारली. मोगल सेनापतीची अशा रीतीने उघडपणाने अवज्ञा झाल्याने त्याने ताबडतोब विजापूरविरुद्ध युद्ध पुकारले. परंतु त्याची ह्यावेळी स्थिती खरोखरच दुर्बळ होती. त्याची तिजोरी ह्यावेळी रिकामी होती आणि त्याच्या सैनिकांचे पगारसुद्धा

अनेक महिन्यांपासून थकले होते. दुसरे म्हणजे दक्षिण हिंदुस्थानात राजपुत्र शहा आलम हा जो नवीन सुभेदार आलेला होता, तो त्याचा कट्टर शत्रू होता आणि म्हणून दिलेरखानाने कोणतीही नवीन योजना आपल्या हाती घेऊ नये आणि हाती घेतल्यास त्यात त्याला पूर्ण अपयश यावे ह्याकरिता निकराचे प्रयत्न तो करीत होता. ह्यामुळे स्वारीच्या प्रारंभीच दिलेरखानाला आपली सर्व योजना स्थगित करून राजपुत्राकडे द्रव्याकरिता विनवणी करावी लागली. स्वारीत हा जो विलंब लागला त्याचा उपयोग करून मसूदखानाने विजापूरच्या संरक्षणाची भक्कम व्यवस्था केली आणि त्याचबरोबर ह्या भयानक संकटात शिवाजीने आदिलशहाच्या मदतीला यावे अशी विनंती करण्याकरिता त्याने आपला एक वकील शिवाजीकडे पाठविला. शिवाजीने ह्या विनंतीला तात्काळ होकार दिला आणि त्याने १०००० घोडेस्वार मसूदच्या मदतीला पाठविले. याचबरोबर २००० बैलगाड्या भरून अन्नधान्य आणि इतर रसद विजापूरला पाठविण्यास तो विसरला नाही.

सप्टेंबर १६७९ मध्ये मोगलांनी मंगळवेढे (विजापूरच्या उत्तरेला ५२ मैलांवर) आणि भीमा व मंगळवेढ्याचा पूर्वीचा किल्ला यांच्यातील प्रदेश आपल्या ताब्यात घेतला. त्याचप्रमाणे त्यांनी सालोटगी, काशीगाव आणि आलमाला इत्यादी ठाण्यांवर हल्ले चढविले. अकलूजला त्याने वेढा घातला परंतु त्यात त्यांना यश आले नाही. ७ ऑक्टोबरला दिलेरखान बारटगी (राजधानीच्या ईशान्येला ६ मैलांवर) ह्या ठिकाणी पोहोचला परंतु शहा आलमच्या सतत होणाऱ्या विरोधामुळे चित्त विचलित झाल्याने, त्यातच ह्या स्वारीत लवकर यश मिळत नसल्याने बादशहाने दोषारोपण केल्याने आणि त्याच्या सल्लागारांत आणि सहाय्यकांत सतत भांडणे चालू असल्याने दिलेरखानाला अपयश डोळ्यासमोर अटळ म्हणून दिसू लागले. त्यातच शिवाजी १०००० नवीन बलिष्ठ फौजेसह सेलगूरला (पन्हाळा आणि विजापूर ह्यांच्यामध्ये) येऊन पोहोचला. तेथेच त्याला आनंदराव याच्या नेतृत्वाखाली आघाडीवर असलेले तितकेच सैन्य येऊन सामील झाले (३१ ऑक्टोबर १६७९). ४ नोव्हेंबरला त्याने आपल्या सैन्याचे दोन भाग पाडले. त्यापैकी एका विभागात त्याने ८५०० सैनिक स्वत:च्याच नेतृत्वाखाली ठेवले आणि हे सैन्य मुसला आणि अलमाला ह्या मार्गाने उत्तरेकडे गेले तर दुसरा सैन्याचा विभाग आनंदरावच्या नेतृत्वाखाली ठेवण्यात येऊन त्यात १०००० सैनिकांचा अंतर्भाव करण्यात आला. त्या सैन्याने सांगोला मार्गाने मोगल प्रदेशात प्रवेश केला (वायव्येकडे).

अशा रीतीने घोडदळाचीच संख्या ३०००० पेक्षा जास्त झाल्यानंतर त्याने त्यांना सर्वत्र विखरून ठेवले आणि उत्तरेत भीमेपासून ते नर्मदेपर्यंत पसरलेल्या मोगल प्रदेशात सर्व दिशांनी त्याने सरसहा लुटीचे, जाळपोळीचे आणि कत्तलीचे सत्र आरंभिले.

१०. दिलेरखानाने विजापूर भोवतालचा प्रदेश बेचिराख केला आणि राजधानीवर हल्ला चढविला

बादशहाने दूषण दिल्याने दुखावून जाऊन दिलेरखानाने स्वारीला पुन्हा प्रारंभ केला. कोणताही गुप्त कट करून किंवा वेढा देऊन विजापूर जिंकता येत नाही असे लक्षात आल्यानंतर आणि वेढा देण्याकरिता आपण खंदक खणल्यास शिवाजी पिछाडीकडून आपल्यावर निश्चितच हल्ला चढवील अशी भीती वाटल्याने मोगल सेनापती दिलेरखान याने १४ नोव्हेंबरला विजापूरचा परिसर सोडला आणि त्याने मिरज-पन्हाळा प्रदेशात आक्रमण करण्याच्या उद्देशाने पश्चिमेकडे कूच केले. त्याने ह्यावेळी पहिले कोणते कार्य केले असेल तर ते म्हणजे विजापुरी प्रदेशाची क्रूरपणे लुटालूट केली आणि तो प्रदेश पूर्णपणे उद्ध्वस्त करून टाकला. त्याच्या मार्गात जी खेडी आली ती त्याने पूर्णपणे उद्ध्वस्त केली. तिथल्या सर्व माणसांना, त्यात हिंदू आणि मुसलमान दोघेही होते, त्या सर्वांना त्याने युद्धकैदी म्हणून पकडले आणि पलीकडे गुलाम म्हणून विकून टाकले. या अत्याचारांपासून सुटका व्हावी म्हणून स्त्रियांनी आपल्या मुलांसह विहिरीत उड्या मारल्या आणि अशा प्रकारे आत्महत्या करून स्वतःची सुटका करून घेतली. २० नोव्हेंबर रोजी दिलेरखानाच्या छावणीतून संभाजीने विजापूरकडे पलायन केले आणि ४ डिसेंबरला तो पन्हाळा किल्ल्यावर येऊन पोहोचला.

ऐनापूरपासून दिलेरखानाने मागे वळून, विजापूर शहराच्या दक्षिणेकडून एक लांबचा वळसा घालून त्याने दोण आणि कृष्णा नद्यांच्या खोऱ्यातील सुपीक आणि संपन्न प्रदेशांवर हल्ले चढविले. ह्यापैकी दोणचे खोरे विजापूरचे धान्याचे कोठार समजले जात होते. या हल्ल्यात मार्गातील सर्व बगीचे, शेते आणि खेडी उद्ध्वस्त करण्यात आली, जे लोक हाती लागले त्यांना युद्धकैदी म्हणून पकडण्यात आले आणि अशा रीतीने दिलेरखान ४ डिसेंबर रोजी अलियाबाद (शहराच्या ईशान्येकडे सहा मैलांवर) या ठिकाणी पोहोचला. ह्या ठिकाणाहून दिलेरखान रोज आपल्या तोफा आणि सैन्य घेऊन बाहेर पडत असे आणि कोणत्या ना कोणत्या जागेवरून अजिंक्य अशा किल्ल्याच्या भिंतीवर अविरत भडिमार करून आणि आपला दारूगोळा संपवून आणि आपल्या घोड्यांना आणि सैनिकांना थकवून तो आपल्या तळावर परतत असे.

ह्या अवधीत शहा आलम आणि दिलेरखान यांच्यातील भांडण दिवसेंदिवस वाढतच गेले आणि त्यांच्यातील कटूपणाही वाढतच गेला. बादशहाने म्हणून आपल्या सेनापतीला कानउघाडणी करणारे एक कडक पत्र लिहिले. विजापूरला दिलेरखानाची परिस्थिती अतिशय बिकट आणि चिंतनीय होऊन बसली होती. त्याचे सैन्य त्याचे हुकूम मानीत नव्हते. म्हणून शेवटी २९ जानेवारी १६८० रोजी त्याने बेगम हौस ह्या ठिकाणची आपली

छावणी उठविली आणि विजापूरच्या किल्ल्यासमोर अशा रीतीने ५६ दिवस व्यर्थ घालविल्यानंतर त्याने आपल्या माघारीला प्रारंभ केला. एखाद्या पिसाळलेल्या कुत्र्याप्रमाणे ह्यावेळी त्याचा संचार होता. समोर दिसेल त्याला कापून काढणे आणि लुटून घेणे यात त्याला मोठा आसुरी आनंद वाटत होता. अशा पद्धतीने त्याने हजारो निष्पाप शेतकऱ्यांना वर्णन करता येणार नाही अशा दुःखात लोटले आणि त्याचबरोबर विजापूर शहरापासून दक्षिणेकडे कृष्णा नदीपर्यंत आणि पूर्वेकडे कृष्णा आणि भीमा नदीच्या त्रिभूज प्रदेशापर्यंतचा सर्व प्रदेश बेचिराख करून टाकला. आपल्या सर्व मार्गात अशाच लुटालुटीचा आणि दरोडेखोरीच्या मार्गाचा अवलंब करून दिलेरखानाने त्यानंतर बेरड देशावर स्वारी केली. या बेरड देशात ह्यावेळी पाम नायक नावाचा राजा राज्य करीत होता आणि त्याची राजधानी सागर होती. त्यानंतर दिलेरखान गोगी ह्याठिकाणी पोहोचला (२० फेब्रुवारी १६८०). सागरवर (गोगीच्या दक्षिणेस ८ मैलांवर) हल्ला करण्याचा ज्यावेळी प्रयत्न केला, त्यावेळी त्याचा मोठा दारुण पराभव झाला. किल्ल्याच्या तटबंदीच्या आत, पहाडाच्या आत आणि मोठमोठ्याला खडकांच्या आत बेरड पायदळाने मोक्याच्या जागा धरून ठेवल्या होत्या आणि तिथून त्यांनी खालच्या खेड्यात दाटीवाटीने जमलेल्या मोगल सैन्यावर अग्निगोलकांचा मारा केल्याने त्यांचा तो हल्ला अतिशय परिणामकारक ठरला.

अत्यंत घाबरून जिवाच्या आकांताने मोगल घोडदळाने तिथून पळ काढला परंतु त्यांचा चपळ बेरड सैनिकांनी अचूक पाठलाग केला आणि त्यामुळे मोगल घोडेस्वार दया भाकू लागले. त्यादिवशी मोगलांचे १७०० सैनिक ठार मारले गेले. त्याच्या सैनिकांची हिंमत अजिबात खचली आणि शत्रूला त्यांनी पुन्हा तोंड द्यावे, प्रत्येकाला ५००० रुपये मिळतील असे त्याने आमिषही दाखविले परंतु त्याचाही त्याच्या सैनिकांना मोह झाला नाही. त्यांनी ते आमिष नाकारले.

११. अपमानित दिलेरखान, त्याला परत बोलविण्यात आले, १६८०

अशा रीतीने सर्व प्रकारे पराभूत झाल्याने दिलेरखानाने विजापूरच्या पूर्व बाजूने उत्तरेकडे परत जाण्याला दिनांक २३ फेब्रुवारीला प्रारंभ केला. परत जाताना वाटेत त्याने अनेक खेडी जाळून उद्ध्वस्त केली आणि खंडणी द्यावी म्हणून पुष्कळ लोकांना त्याने पकडून ठेवले. दक्षिण हिंदुस्थानात त्याला तात्पुरते सुभेदार म्हणून नेमण्यात आले होते. परंतु आता चौथ्यांदा त्या जागेची जबाबदारी स्वीकारण्याकरिता यावेळी शहा आलम औरंगाबादला आला त्यावेळी म्हणजे ऑक्टोबर १६७८ मध्ये त्याच्या सुभेदारीची मदतसुद्धा संपुष्टात आली. राजपुत्र शहा आलम ह्या जागेवर मे १६८० पर्यंत होता. त्याच्या सुस्त प्रशासनामुळे दक्षिणेत यश मिळणे दुरापास्त होऊन बसले.

ह्यामुळे शहा आलम आणि दिलेरखान ह्या दोघांवरही बादशहाची गैरमर्जी होऊन त्याने त्या दोघांनाही परत बोलाविले आणि त्यांच्या जागी त्याने खान-ई-जहानला (बहादूरखानाला) दुसऱ्यांदा दक्षिण सुभेदारीवर नेमले. ह्या सेनापती खान-ई-जहानने मे १६८० मध्ये औरंगाबादला शहा आलम पासून कार्यभार स्वीकारला.

१२. इ.स.१६८० पासून १६८४ पर्यंत औरंगजेबाचे विजापूरविषयक धोरण

दिलेरखानाला अपयश आल्यानंतर आणि त्याने माघार घेतल्यानंतर (फेब्रुवारी १६८०) चार वर्षेपर्यंत मोगलांनी विजापूरविरुद्ध कोणतेही निर्णायक पाऊल उचलले नाही कारण ह्या काळात संभाजीच्या वर्तनामुळे मोगलांचा छळ होत होता आणि त्यांना त्याकडे विशेष लक्ष द्यावे लागत होते. ह्यावेळी औरंगजेबाने विजापूर दरबारातील एक प्रमुख सरदार शारझाखान ह्याला एक पत्र लिहून (१३ जुलै १६८१) संभाजीला नष्ट करण्यात आणि त्याने विजापूरचा जो मुलूख जिंकला होता तो परत मिळविण्यात मोगल सेनापतींशी सहकार्य करावे अशी आग्रहाची विनंती केली होती. विजापूरची राजकन्या शहरबानो हिने नुकताच राजपुत्र आझमशी विवाह केला होता. तिनेसुद्धा शारझाखानला एक खास वैयक्तिक पत्र लिहून (१८ जुलै) तशाच आशयाची विनंती केली. परंतु बादशहाच्या ह्या सहकार्याच्या विनंतीला कोणत्याही आदिलशाही अधिकाऱ्याकडून कोणताही प्रतिसाद मिळाला नाही. विजापूर राज्याकडून मराठ्यांना मदत मिळाली याचे सतत आणि संशयरहित पुरावे बादशहाला मिळाले. म्हणून विजापूरवर हल्ला चढवून संभाजीवर दाब वाढवीत जावा आणि विजापूर राज्याला आपली सर्व साधनशक्ती स्वत:वरच खर्च करावी लागावी असे औरंगजेबाने ठरविले. एप्रिल १६८२ मध्ये राजपुत्र आझमच्या नेतृत्वाखाली एक विशाल सैन्य विजापूर राज्यात शिरण्याकरिता म्हणून पाठविण्यात आले. त्याने विजापूरच्या सीमेवर हल्ला चढवून तो भाग उद्ध्वस्त केला आणि धारुरचा किल्ला (विजापूरच्या उत्तरेला १४० मैलांवर) जिंकून घेतला. ही स्वारी अनेक महिन्यांपर्यंत रेंगाळत राहिली आणि राजपुत्र आझमला ज्यावेळी दिल्ली दरबारात परत बोलाविण्यात आले (जून १६८३) त्यावेळी दक्षिणेकडे नीरा नदीपर्यंत तो कसाबसा जाऊन पोहोचला होता. काही महिन्यांनंतर विजापूरवर चाललेले हे परिणामशून्य हल्ले स्थगित करण्यात आले.

विजापूरची परिस्थिती आता अगदी निराशाजनक बनली. अवनतीला पोहोचलेल्या आदिलशहाच्या दरबारातील पाच वर्षांच्या वजीर पदाच्या अनुभवामुळे सिद्दी मसूदला सर्वच परिस्थितीचा वीट आलेला होता. ''पराकाष्ठेचे प्रयत्न करूनही त्याला सरकार सुधारण्यात किंवा प्रशासनातील गोंधळ नाहीसा करण्यात यत्किंचितही यश मिळाले नाही. साध्या शेतकऱ्यापासून ते वरच्या सरदारापर्यंत स्वस्थ चित्ताने कोणालाही आनंदाने

आपली भाजी भाकरी एकही दिवस खाता आली नाही. राजापासून ते खालच्या भिकाऱ्यापर्यंत कोणालाही एक रात्रसुद्धा सुखाने झोप घेता आली नाही.'' शेवटी राज्यकारभारात आपल्याला कोणतीही सुधारणा करता येत नाही याची खंत वाटून त्याने २१ नोव्हेंबर १६८३ रोजी दरबारातून प्रयाण केले आणि अडोणी किल्ल्यात पोहोचल्यानंतर त्याने औपचारिकरीत्या आपल्या पदाचा राजीनामा दिला. त्यानंतर १९ मार्च १६८४ रोजी अकवा खुसरू याला वजीर पदाची वस्त्रे देण्यात आली. परंतु त्याचा सहा महिन्यांच्या आतच मृत्यू झाला (११ ऑक्टोबर). ह्यावेळी राज्याच्या संरक्षणाकरिता प्रभावी उपाययोजना करण्यात आली. सिकंदरने ही कामगिरी त्याचा सर्वांत पराक्रमी सेनापती सय्यद मखदूम, जो शारझाखान ह्या नावाने ओळखला जात होता, त्याच्यावर सोपविली (३ मार्च १६८४). त्याचा दुसरा अंकित सरदार, वागीनगेराचा पाम नायक याला त्याच्या बेरड अनुयायांसह राजधानीत बोलाविण्यात आले. हे बेरड सैनिक सर्व देशात उत्तम लढवय्ये म्हणून प्रसिद्ध होते.

दिनांक ३० मार्च रोजी आदिलशहाने एक अंकित राजा म्हणून बादशाही मोगल सैन्याला ताबडतोब रसद पाठवावी, त्याच्या राज्यातून मोगल सैन्य अनिर्बंधपणे जाऊ देण्याला अनुमती द्यावी, मोगल बादशहाचे मराठ्यांशी जे युद्ध चालू आहे त्यात मदत म्हणून त्याने पाच किंवा सहा हजाराचे घोडदळ त्वरित मोगलांकडे पाठवावे, संभाजीला त्याने कोणतीही मदत देऊ नये किंवा आश्रय देऊ नये आणि शारझाखानाचे त्याने आपल्या राज्यातून उच्चाटन करावे इत्यादी मागण्या करणारे एक पत्र औरंगजेबाने पाठविले ते आदिलशहाला येऊन पोहोचले. मधल्या काळात मोगलांनी आदिलशाही राज्यातील काही प्रदेशांवर हल्ले चढवून तेथे लुटालूट करण्याचे आणि त्याठिकाणी मोगल ठाणी स्थापन करण्याचे सत्र चालूच ठेवले होते. मे महिन्याच्या शेवटी खान-ई-जहानने मंगळवेढे आणि सांगोला व त्याच्या आसपासचा प्रदेश यांच्यावर ताबा मिळविला. म्हणून सिकंदरशहाने मोगलांनी मागे आपला जो मुलूख बळकाविला आणि जी खंडणी वसूल केली, तो प्रदेश आणि खंडणी परत करावी, आपल्या राज्यातून मोगलांनी आपली ठाणी उठवावीत, संभाजीवर स्वारी करावयाची झाल्यास ती त्यांनी आपल्याच मुलखातून करावी आणि संभाजी किंवा शिवाजीने आदिलशाहीचा जो काही मुलूख जबरदस्तीने बळकाविला असेल त्यातील इंच आणि इंच प्रदेश त्यांनी जिंकून आपल्या ताब्यात तो देईपर्यंत मोगलांनी मराठ्यांशी मैत्रीचा तह करू नये अशा आशयाचे जोरदार उत्तर औरंगजेबाला पाठविले.

मोगल सेनापतींनी आता विजापुरी मुलखात आपली ठाणी बसविण्याला प्रारंभ केला आणि त्यामुळे त्या प्रदेशाचे संरक्षण करीत असलेल्या शारझाखानाशी त्यांचा

ताबडतोब संघर्ष निर्माण झाला. परंतु तरीसुद्धा या घटनांची परिणती म्हणून उभयपक्षात युद्धाला प्रारंभ झाला नाही किंवा सरकारीरीत्या दोघांनीही युद्ध जाहीर केले नाही. त्यानंतर काही महिनेपर्यंत सिकंदरशहाला मोगल दरबारातून बहुमानाची वस्त्रे आणि पत्रे येतच राहिली.

जानेवारी १६८५ मध्ये शारझाखान राजधानीत परत गेला आणि मसूदखानाचा मुलगा आपल्या बापाच्या वतीने सुलतानाला सल्ला देण्याकरिता म्हणून दक्षिणेत आला. ह्यापूर्वी अगदी थोडे दिवस अगोदर गोवळकोंडा राज्याने विजापूर राज्याला लष्करी मदत देण्याचे अभिवचन दिले. दिनांक २१ फेब्रुवारी रोजी संभाजीचा दिवाण मेळगिरी पंडित हा आपल्या सैन्यासह विजापूरला येऊन पोहोचला आणि जोहरापूर दरवाजासमोर सुलतानाने त्याचे स्वत: स्वागत केले. मोगलांशी जे काही राजनैतिक संबंध होते, ते आता संपुष्टात आले होते आणि दोन्हीही बाजू आता युद्धाच्या तयारीला लागल्या होत्या. १ एप्रिल १६८५ रोजी पहिले काही खंदक खणण्यात आले आणि विजापूरच्या वेढ्याला प्रारंभ झाला.

१३. विजापूरच्या वेढ्यास प्रारंभ

विजापूर शहराची जी तटबंदी होती त्याला लागूनच वर्तुळाकार अडीच मैल क्षेत्रफळाची जमीन होती. ४० ते ५० फूट रुंद असा खंदक ओलांडल्यानंतर किल्ल्याच्या मजबूत आणि अभेद्य अशा भिंती उभ्या होत्या. ह्या भिंतीची उंची साधारणपणे ३० ते ५० फुटांपर्यंत होती आणि त्यांची जाडी २० फुटांपर्यंत होती. त्या भिंतींना दरवाजापाशी असणारे १० बुरुज सोडल्यास इतर ९६ बुरुजांचा आधार होता. ह्या तटबंदीच्या वर एका बुरुजापासून दुसऱ्या बुरुजापर्यंत १० फूट उंच अशी बचावाची भिंत बांधलेली होती आणि त्यात तोफा आणि इतर लहान सहान शस्त्रास्त्रे ठेवण्याकरिता खिडक्या ठेवण्यात आलेल्या होत्या. औरंगजेबाने शारझी बुरुजाकडे (पश्चिमेकडे) अजिबात लक्ष न देता आपला सर्व तोफांचा मारा दक्षिणेकडील लंडा कसब बुरुजावर केला असे दिसते आणि त्याजवळची जी बचावाची भिंत होती त्यात खिंडार पाडण्यात त्याने यश मिळविले. हा बुरुज आणि फिरंगी बुरुज ह्यांच्यामधोमध मंगली दरवाजा होता. औरंगजेबाच्या विजयी सैन्याने शहरात त्या दरवाजाने प्रवेश केल्यानंतर त्याला ''फत्ते दरवाजा'' असे नाव देण्यात आले.

शहराच्या अगदी मध्यभागी आणखी एक तटबंदी होती. त्याला बालेकिल्ला म्हणण्यात येई. ही तटबंदी वर्तुळाकार असून त्याचा परीघ १ मैल होता. ह्या आतल्या तटबंदीतच आदिलशाही बादशहाचे सर्व राजवाडे आणि सरकारी कचेऱ्या बांधण्यात आलेल्या होत्या. परंतु ह्या आतील किल्ल्याची रचना अजिबात सोयीची नव्हती.

शहराच्या सगळ्यांत सखल भागी हा किल्ला होता आणि वायव्य दिशेने जो उंच भाग होता त्यावरून ह्या भागावर सहज मारा करता येई.

ज्यावेळी रूहुल्लाखान आणि कासीमखान या दोघांनी वायव्य दिशेने किंवा शहापूरच्या दिशेने किल्ल्याच्या तटबंदीपासून अर्ध्या मैलांवर खंदक खणले आणि मोठा विशाल तोफखाना आपल्या पिछाडीला आणून उभा केला आणि त्याचप्रमाणे खान–ई–जहान याने पश्चिमेकडे जोहरापूर आणि रसूलपूर ह्या मार्गाने आपली वाट काढण्याचा प्रयत्न केला. त्याचवेळी म्हणजे १ एप्रिल १६८५ रोजी मोगलांनी किल्ल्याच्या वेढ्याला प्रारंभ केला. १४ जूनला राजपुत्र आझम फार मोठ्या सैन्यासह येऊन पोहोचला आणि त्याने ह्या लढाईची सर्व सूत्रे आपल्या हाती घेतली. शहराच्या दक्षिणेला बेगम हौज ह्या ठिकाणी त्याने आपला मुक्काम ठेवला.

मोगल हे साधारणपणे वेढा देऊन किल्ला जिंकण्याच्या बाबतीत अतिशय मंद आणि ढोबळ चुका करणारे म्हणूनच समजले जात. यातच विजापूर सभोवतालची जी भूमी होती ती अतिशय टणक होती. एक दोन फूट खणत नाही तोच आतमध्ये खडक लागत असे. यामुळे मोगलांची प्रगती अतिशय मंद आणि अतिशय कष्टाने चालू होती. यातच किल्ल्यात जी शत्रूची शिबंदी होती तिने मोगलांना क्षणाचीही विश्रांती मिळू दिलेली नव्हती. अशा रीतीने विजापूरच्या किल्ल्याच्या वेढ्याला एक वर्ष होऊन गेल्यानंतर वेढा विशेष फायदेशीर नाही ही गोष्ट लक्षात आली. आतल्या शिबंदीचे मनाला वाटेल तेव्हा खंदकावर हल्ले चालू होते आणि त्यातच बाहेरून अप्रतिहतपणे अन्नधान्याचा आणि इतर सामुग्रीचा पुरवठा किल्ल्यात चालू होता.

आदिलशहाचे जे सहाय्यक होते ते आता त्याच्याभोवती त्याचे संकट ओळखून एकत्र होऊ लागले. १० जूनला सिद्दी मसूदचे सैन्य येऊन पोहोचले तर १४ ऑगस्टला गोवळकोंड्याच्या सैन्याचे आगमन झाले आणि शेवटी १० डिसेंबरला हंबीररावाच्या नेतृत्वाखालील संभाजीचे दुसरे सैन्य येऊन पोहोचले.

राजपुत्र आझम हा २९ जून १६८५ रोजी विजापूर किल्ल्यानजीक येऊन पोचला. परंतु एक महिन्याच्या आतच त्याला शत्रूबरोबर तीन भीषण लढाया लढाव्या लागल्या. १ जुलै रोजी अब्दुल रौफ आणि शारझाखान यांनी त्याच्या खंदकांवर हल्ला चढविला आणि त्या हल्ल्यात त्याचे अनेक मोगल अधिकारी जखमी झाले आणि ठार मारले गेले. दुसऱ्या दिवशी दक्षिणी सैनिकांनी मोगलांना जी रसद येत होती त्यावर हल्ला चढविला आणि त्याचा पुरवठा त्यांनी बंद पाडला.

१४. राजपुत्र आझम संकटात, फिरोजंग याने त्याची सुटका केली

याचवेळी त्याच्या छावणीत दुष्काळाला प्रारंभ झाला. विजापूर सभोवतालचा प्रदेश वारंवार हल्ले चढवून बेचिराख करून टाकल्याने तेथून काहीही अन्नधान्य मिळण्याची

शक्यता नव्हती. आता पावसाळा जोरात सुरू झाल्याने नद्या-नाले भरून गेले, त्यामुळे आणि मराठ्यांच्या सतत हालचालीमुळे उत्तरेकडचे सर्व रस्ते बंद झाले. ''१५ रुपयाला एक शेर या भावाने आता धान्य विकले जाऊ लागले आणि विकण्याकरिता फारच थोडे धान्य शिल्लक होते.''

सैनिकांची कमतरता असल्याने सोलापूर आणि विजापूर ह्यांच्यामधोमध इंडी ह्या ठिकाणी जे मोगल ठाणे होते ते आता काढून घेण्यात आले. अशा रीतीने मोगलांची प्रमुख छावणी आणि वेढा देण्याचे प्रमुख केंद्र यातील मुख्य रस्ता बंद पडला. अशा परिस्थितीत आपल्या मुलाला वाचविण्याकरिता विजापूरहून त्याने आपले सैन्य घेऊन परत यावे, याशिवाय दुसरा मार्ग नाही हे औरंगजेबाने ओळखले. आणि त्याने तसा राजपुत्राला हुकूम दिला. राजपुत्राने आपल्या युद्ध मंत्रिमंडळाची बैठक बोलाविली. बैठकीत सर्वांनी ''माघार घ्यावी'' असे एकमताने सांगितले. परंतु राजपुत्राला युद्धोन्माद चढलेला होता. तो आव्हान स्वीकारण्याच्या मन:स्थितीत होता. कोकणच्या स्वारीहून आझमचा प्रतिस्पर्धी शहा आलम अपयश घेऊन नुकताच परत आलेला होता. तशी आपली परिस्थिती व्हावी असे राजपुत्राला अजिबात वाटत नव्हते. आपल्या अधिकाऱ्यांकडे वळून राजपुत्र आझम म्हणाला, ''तुम्ही तुमची बाजू मांडली. आता मी काय म्हणतो ते ऐका. माझ्या जीवात जीव आहे तोपर्यंत हा राजपुत्र, त्याची दोन मुले आणि बेगम यांची ह्या संकटातून माघार घेण्याची यत्किंचितही इच्छा नाही. आम्ही इथून अजिबात हलणार नाही. माझ्या मृत्यूनंतर बादशहाने ह्या ठिकाणी यावे आणि शेवटची चिरशांती देण्याकरिता माझे प्रेत येथून हलविण्याकरिता जरूर हुकूम द्यावा. त्यावर माझा कोणताही आक्षेप राहणार नाही. तुम्हाला माझ्याबरोबर रहावयाचे असल्यास राहा नाहीतर येथून तुम्ही जाऊ शकता.'' यावर युद्धमंत्री मंडळाने, ''तुमचा निर्णय तो आमचा निर्णय'' असे एक आवाजात ओरडून सांगितले.

ज्यावेळी मुलाने घेतलेला हा पुरुषार्थाचा आणि धाडसाचा निर्णय औरंगजेबाला कळविण्यात आला त्यावेळी त्याने मुलाला मदत पाठविण्याची ताबडतोब व्यवस्था केली. ५००० बैलगाड्या भरून अन्नधान्य पाठविण्यात आले, अनेक खेचरांवर लादून पैसा पाठविण्यात आला आणि दारूगोळ्याची ददात राहू नये म्हणून दारूगोळाही मोठ्या प्रमाणात पाठविण्यात आला. ही सगळी रसद गाझीउद्दीन खान बहादूर फिरोजंग याच्या नेतृत्वाखाली पक्क्या बंदोबस्तात आणि विशाल सैन्यासह पाठविण्यात आली. आपल्या सैन्यासह गाझीउद्दीनने ४ ऑक्टोबर १६८५ रोजी बादशहाच्या छावणीतून प्रयाण केले आणि शारझाखानाचा पराभव करून त्याने लढत लढत आपला मार्ग काढून भुकेल्या सैन्याला रसद पोहोचविण्यात यश मिळविले. फिरोजजंगाच्या आगमनामुळे ''मोगल छावणीतून दुष्काळाचे स्वरूप जाऊन सर्वत्र विपुलतेचे वातावरण

निर्माण झाले आणि त्यामुळे दुष्काळग्रस्त सैनिकात एक प्रकारचे नवचैतन्य निर्माण झाले.'' त्यानंतरचे त्याचे यश म्हणजे, पाम नायकाला रात्रीच्या अंधारात मुख्य किल्ल्यात रसद पोहोचविण्यासाठी म्हणून आपल्या डोक्यावर धान्याच्या गोण्या घेऊन जे ६००० बेरड सैनिक किल्ल्याकडे चालले होते त्यांना त्याने कापून काढले हे सांगता येईल. ऑक्टोबरच्या प्रारंभी कुतुबशहाच्या राजधानीत म्हणजे हैद्राबादमध्ये शहा आलमने कोणत्याही विरोधाला तोंड न देता प्रवेश केला. तिथल्या राजाने गोवळकोंड्याच्या किल्ल्यात आश्रय घेतला. कुतुबशाही राज्याचा पंतप्रधान मादण्णा पंडित याने आत्तापर्यंत विजापूर आणि मराठे यांच्याशी सख्यत्वाचे धोरण अमलात आणले होते, त्याचा आता खून झाल्यानंतर मार्च १६८६ च्या सुमारास मोगलांचे कुतुबशाही राज्यावरचे नियंत्रण पक्के झाले.

१५. विजापूरच्या वेढ्यात मोगलांना सहन कराव्या लागलेल्या हालअपेष्टा आणि अडचणी

ह्यावेळेपावेतो (जून १६८६) विजापूरच्या वेढ्याला १५ महिने होऊन गेले होते परंतु त्यातून फलदायक किंवा निर्णायक निष्पत्ती अशी कोणतीच हाती आलेली नव्हती.

मोगल सेनापतींमध्ये परस्परांबद्दल मत्सर आणि अविश्वास निर्माण झालेला होता. अशा परिस्थितीत आपण स्वत: ह्या मोहिमेचे नेतृत्व आपल्या हाती घेतल्याशिवाय किल्ला हाती येणार नाही हे बादशहाने ओळखले. म्हणून दिनांक १४ जून १६८६ रोजी बादशहाने सोलापुराहून कूच केले आणि ३ जुलै रोजी तो किल्ल्याच्या पश्चिमेला रसूलपूरच्या आसमंतात पोहोचला. वेढा अधिक कडकपणे चालविला जावा असे सक्त हुकूम त्याने ताबडतोब काढले. शहराची सर्व बाजूंनी कडक नाकेबंदी करण्यात आली. राजपुत्र शहा आलम ताबडतोब आपल्या बापाला येऊन सामील झाला. वायव्य दिशेने असणाऱ्या शहापूर दरवाजाच्या विरुद्ध दिशेने त्याने आपले मोर्चे बांधले. विजापूर किल्ल्याच्या वेढ्याची संपूर्ण जबाबदारी आझमवर होती, त्याच्यावर मात करण्याकरिताच शहा आलमच्या या हालचाली होत्या ही गोष्ट उघड होती. त्याने ह्याचवेळी किल्ल्याचा ताबा शांतपणे मिळावा आणि आझमला ''विजापूर किल्ल्याचा विजेता'' या नात्याने कोणतेही श्रेय मिळू नये म्हणून सिकंदर आदिलशाह आणि त्याचे अधिकारी ह्यांच्याशी पत्रव्यवहाराला प्रारंभ केला. त्याच्या विश्वासातल्या अधिकाऱ्यांपैकी शहा कुली नावाच्या अधिकाऱ्याने किल्ल्यातल्या सैनिकी अधिकाऱ्यांशी वाटाघाटी करण्याच्या दृष्टीने मैत्री असावी, ह्या दृष्टीने किल्ल्यात गुप्तपणे जाण्यायेण्याला प्रारंभ केला. छावणीत ह्या गोष्टीची उघड उघड चर्चा होऊ लागली आणि लवकरच ह्या सर्व गोष्टी आझमच्या आणि बादशहाच्या कानापर्यंत जाऊन पोहोचल्या. ह्यामुळे शहा आलमची निंदा करण्यात आली आणि त्याच्यावर ठपका

ठेवण्यात आला. यात गुंतलेल्या काही अधिकाऱ्यांना तुरुंगात टाकण्यात आले आणि काहींना छावणीबाहेर काढून लावण्यात आले. ह्यावेळी दक्षिणेत पुरेसा पाऊस न पडल्याने दुष्काळ निर्माण झाला होता, त्यामुळे तर किल्ल्याला वेढा देणाऱ्यांच्या अडचणीत अधिकच भर पडली परंतु वेढ्यात अडकलेल्या लोकांची परिस्थिती तर याहीपेक्षा दसपटीने करुण बनलेली होती. ''मोजता येणार नाही इतकी घोडी आणि सैनिक किल्ल्यातच मृत पावले.'' आणि म्हणून प्रमुख शत्रुसैन्याभोवती गनिमी काव्याने फिरून शत्रूची रसद, काफिले आणि दळणवळण कापून काढावयाचे ही जी परंपरागत व्यूहरचना होती त्याचा अवलंब दक्षिणी सैन्याला घोड्यांशिवाय करताच येईना. अशा प्रकारचे वेढ्याचे काम कडकपणे चालू असताना विजापूर शहरातील मुसलमान धर्मगुरूंचे एक शिष्टमंडळ औरंगजेबाला त्याच्या छावणीत भेटण्याकरिता म्हणून आले. त्यावेळी या शिष्टमंडळाने औरंगजेबाला सांगितले, ''तुम्ही सनातनी मुसलमान आहात. कुराणातील कायदा तुम्हाला पूर्णपणे अवगत आहे. धर्मगुरूंच्या अनुमतीशिवाय आणि कुराणाची संमती घेतल्याशिवाय तुम्ही तुमच्या जीवनात एकही पाऊल उचलत नाही. अशा परिस्थितीत तुमच्याच मुसलमान बांधवांविरुद्ध तुम्ही हे जे अपवित्र युद्ध चालविले आहे, त्याचे समर्थन कसे काय करता ते आम्हाला सांगा.'' औरंगजेबाजवळ याचे उत्तर तयारच होते. त्याने उत्तर दिले, ''तुम्ही सांगता, त्यातील एकही शब्द खोटा नाही. मला तुमच्या प्रदेशाची अभिलाषा नाही. परंतु अत्यंत घातकी असा काफिर, त्याचा काफिर मुलगा (म्हणजे संभाजी) हा तुमच्या शेजारीच राहतो आणि त्याला तुम्ही आश्रयही दिलेला आहे. तो येथल्या मुसलमानांपासून दिल्लीच्या मुसलमानांपर्यंत सर्वांनाच त्रास देत आहे आणि त्याच्या तक्रारी मला रात्रंदिवस पोहचत आहेत. तेव्हा त्याला तुम्ही माझ्या स्वाधीन करा म्हणजे तुमचा वेढा मी ताबडतोब उठवितो.'' ह्यामुळे शिष्टमंडळात आलेल्या धर्मगुरूंना कोणताही युक्तिवाद करता न येऊन ते निरुत्तर झाले.

औरंगजेबाच्या आगमनानंतर खंदकाच्या तोंडापर्यंत जाणारा भुयारी रस्ता तयार करण्यात आला, परंतु खंदक भरून काढणे ही गोष्ट अशक्य ठरली कारण ''किल्ल्याच्या तटबंदीवरून, जो कोणी खंदकाच्या तोंडाशी येईल त्याच्यावर तोफखान आग ओकीत असे. त्यामुळे कोणाला डोके वर काढणेसुद्धा कठीण होऊन बसले होते.'' तीन महिनेपर्यंत रुंद आणि खोल असलेला खंदक तसाच भराव न घालताच राहिला.

४ सप्टेंबरला औरंगजेबाने खंदकाच्या अगदी मागे पिछाडीला दोन मैलांवर आपला तंबू नेला. त्याठिकाणी तो पूर्ण सशस्त्र होऊन घोड्यावरून फिरू शकत असे आणि वेढा घालून बसलेल्या मोगल अधिकाऱ्यांची सलामी घेऊ शकत असे. कारण त्या ठिकाणी त्याला आडोसा मिळू शके. त्यानंतर त्याने खंदकाच्या अगदी तोंडाशी जाऊन

प्रत्यक्ष किल्ल्यावर मारा करणाऱ्या तोफांची पाहणी केली. किल्ला जिंकण्याला इतका विलंब का लागतो आहे हे पाहण्याचा त्यामागील उद्देश होता.

१६. विजापूरच्या अखेरच्या राजाचे पतन

ह्यानंतर एक आठवड्याने विजापूरने शरणागती घेतली परंतु ती हल्ल्याचा परिणाम म्हणून घेतली असे नव्हे. किल्ल्यातील सैन्याची आता हिंमत खचली होती. आदिलशाहीचे भवितव्य आता पूर्णपणे अंधारले होते. आदिलशाही राजा आता स्वार्थी सरदारांच्या हातातील एक खेळणे बनला होता. बाहेरून आता आणखी मदत मिळेल अशी कोणतीही आशा राहिली नव्हती. भविष्यकाळ आता अंधकारमय झाला होता. किल्ल्यातील सैन्याची संख्या आता घटत जाऊन ती फक्त २००० वर आली होती. ९ सप्टेंबरच्या रात्री विजापुरी सरदार नवाब अब्दुर रौफ आणि शारझाखान यांच्या चिटणीसांनी फिरोजजंगाची भेट घेतली आणि त्यांनी शरणागतीच्या वाटाघाटींना प्रारंभ केला. औरंगजेबाने त्यांचे उत्तम स्वागत केले.

रविवार दिनांक १२ सप्टेंबर १६८६ रोजी विजापूर राज्याचा पाडाव घडून आला. रस्त्यातून दु:खी प्रजाजन अश्रू ढाळीत असताना आणि रुदन करीत असताना आदिलशाही सुलतानातील शेवटचा सुलतान सिकंदरशहा याने आपल्या वंशपरंपरागत सिंहासनाचा त्याग केला आणि दुपारी १ वाजता तो रसूलपूर येथील औरंगजेबाच्या छावणीत जाण्याकरिता राजधानीतील आपल्या राजवड्यातून बाहेर पडला. त्यावेळी त्याच्या बरोबर राव दलपत बुंदेला हा सरदार होता.

औरंगजेबाच्या छावणीत आत्तापर्यंत ज्या तंबूत औरंगजेबाचा दैनंदिन दरबार भरत असे, त्या ठिकाणी ह्या ऐतिहासिक प्रसंगाला अनुरूप होईल अशा तऱ्हेची मोठी वैभवशाली आणि कलापूर्ण सजावट करण्यात आली. ज्यावेळी सिकंदरशहाने प्रवेश केला आणि त्यावेळी अनेक उच्च अधिकाऱ्यांनी त्याचे यथोचित स्वागत केले आणि त्याला औरंगजेबासमोर सादर केले. पराभूत झालेल्या राजाने मोगल सिंहासनाला वाकून नमस्कार केला. विजापूरच्या राजाचे देखणे स्वरूप, त्याचे तरुण वय, वागण्याबोलण्यातील त्याची अदब पाहून सर्वत्र त्याची प्रशंसा होऊ लागली, परंतु त्याचे भवितव्य पाहून त्याच्याबद्दल मोठी करुणा निर्माण झाली. प्रत्यक्ष औरंगजेबाचे अंत:करणही ह्या प्रसंगाने हलून गेले. त्याने अत्यंत सहानुभूतीने सिकंदर राजाची चौकशी केली. पराभूत राजाला मोगल सरदारी देण्यात येऊन त्याला 'खान' ही पदवी देण्यात आली. ह्याशिवाय त्याला वार्षिक १ लाख रुपयांची पेन्शन मंजूर करण्यात आली. सर्व विजापुरी सरदारांना मोगल नोकरीत सामावून घेण्यात आले. दिनांक १९ सप्टेंबर रोजी विजेत्या बादशहाने एका सिंहासनावर बसून सफ शिकनखान ह्याने ज्या बाजूने खंदक खणले होते त्या बाजूने आणि एका वेळेला ज्या बाजूने हल्ला करण्यात आलेला होता,

त्या मांगली दरवाजाच्या बाजूने मिरवणुकीने जाऊन किल्ल्यात प्रवेश केला. त्याची मिरवणूक शहरातील रस्त्यारस्त्यातून मिरवत गेली. मिरविताना बादशहाने डाव्या उजव्या बाजूला सोन्याची आणि चांदीची नाणी फेकून त्यांचा नुसता वर्षाव केला. त्यानंतर त्याने किल्ल्याच्या तटबंदीची, बुरुजांची, खंदकांची आणि तटबंदीच्या आतील राजवाड्यांची पाहणी केली. त्यानंतर त्याने जामा मशिदीत जाऊन अल्लाची करुणा भाकली आणि कृपेची याचना केली. सिकंदरच्या राजवाड्यात त्याने काही तासांची विश्रांती घेतली आणि तिथे विजापुरी दरबारी लोकांकडून नजराणे स्वीकारले. कोणत्याही चित्रात माणसांचे चित्रण करून माणसाने आपल्याला ज्या अल्लाने निर्माण केले त्या अल्लाशी उद्दामपणे स्पर्धा करू नये असा कुराणातील कायदा असल्याने त्या कायद्याच्या विरुद्ध राजवाड्यातील भिंतींवर जे चित्रण केले असेल ते पुसून टाकावे असा त्याने आदेश दिला आणि या विजयाच्या निमित्ताने तयार केलेला विजयलेख सुप्रसिद्ध मलिक–इ–मैदान या तोफेवर कोरून ठेवावा, अशी औरंगजेबाने आज्ञा केली.

विजापूर बादशाहीचा अशा रीतीने पाडाव झाल्यानंतर विजापूर शहर पूर्णपणे उजाड बनले. मोगलांनी हे राज्य जिंकल्यानंतर दोन वर्षांनंतर ह्या शहरातील अर्ध्यापेक्षा अधिक लोकसंख्या प्लेगमध्ये मृत्युमुखी पडली. काही वर्षांनंतर भीमसेनने ह्या शहराला भेट दिली असताना त्याला विजापूर शहर आणि त्याचे तितकेच मोठे उपनगर नौरसपूर उजाड बनलेले आढळले; सर्व लोकवस्ती इतस्तत: विखुरलेली दिसली इतकेच नव्हे तर शहरातल्या विहिरींना अमाप पाणी सतत होते त्याही विहिरी आटलेल्या आढळल्या! ''गतवैभवाच्या आणि मोठेपणाच्या खुणा अंगावर बाळगून हे शहर उभे आहे परंतु त्याचे दृश्य एकूण उदासवाणे दिसते. पडलेल्या घरांच्या लांबचलांब रांगा, पडझड झालेले राजवाडे आणि त्यात मधून मधून पसरलेले जंगल असेच दृश्य आता ह्या एकेकाळी विशाल असलेल्या नगरीत दिसून येते.''

आदिलशाहीतील शेवटल्या बादशहाला काही दिवसपर्यंत दौलताबादच्या सरकारी तुरुंगात ठेवण्यात आले होते. त्यानंतर कैदी म्हणून त्याला औरंगजेबाच्या छावणीबरोबरच इकडून तिकडे नेण्यात आले. अशा परिस्थितीत ३ एप्रिल १७०० रोजी सातारा किल्ल्याबाहेरील छावणीत त्याचा मृत्यू झाला. त्यावेळी त्याचे वय ३२ वर्षांचे सुद्धा नव्हते. त्याने जी शेवटची इच्छा व्यक्त केली होती त्यानुसार त्याच्या अस्थी विजापूरला नेण्यात आल्या आणि त्याचा गुरू शेख फहिमउल्ला ह्याच्या छत नसलेल्या कबरीशेजारीच त्याला चिरविश्रांती देण्यात आली.

❐

प्रकरण तेरावे

कुतुबशाहीचा अपकर्ष

१. अबुल हसन कुतुबशहा ह्याचे राज्यारोहण, १६७२

गोवळकोंड्याचा सहावा राजा अब्दुल्ला कुतुबशहा हा आपल्या वयाच्या बाराव्या वर्षी आपल्या वडिलांच्या मृत्यूनंतर इ.स.१६२६ मध्ये गादीवर बसला आणि त्यानंतर त्याने ४६ वर्षेपर्यंत राज्य केले. परंतु ह्या सर्व कालखंडात सिंहासनावरील एक बाहुले म्हणूनच त्याला स्थान होते. ह्या ४० वर्षांपेक्षा जास्त काळात, हयात बक्ष बेगम, ह्या त्याच्या आईने प्रत्यक्ष राज्यकारभार चालविला. ही हयात बेगम अतिशय चारित्र्यवान स्त्री होती. तिच्या मृत्यूनंतर (१६६७) अब्दुल्लाचा सर्वांत ज्येष्ठ जावई सय्यद अहमद ह्याने राज्यकारभार चालविला. आपल्या संपूर्ण जीवनात अब्दुल्ला हा आळशी आणि मनाने पंगू असाच राहिला. दरबारात तो कधीही आला नाही किंवा राज्यातील तात्कालीन रीतीरिवाजांप्रमाणे त्याने कधीही न्यायदानाचे कामकाज पाहिजे नाही किंवा गोवळकोंड्याचा किल्ला सोडून बाहेर कुठे जाण्याचे धाष्टर्याही त्याने दाखविले नाही. अशा परिस्थितीचा परिणाम म्हणून राज्यात गोंधळ आणि अव्यवस्था निर्माण होणे ही गोष्ट अपरिहार्य आणि साहजिकच होती.

अब्दुल्लाखानाला मुलगा नव्हता परंतु तीन मुली होत्या. ह्यापैकी दुसऱ्या मुलीचा विवाह औरंगजेबाचा दुसरा मुलगा मुहंमद सुलतान ह्याच्याशी झाला होता तर पहिल्या मुलीचा विवाह सय्यद अहमद नावाच्या प्रतिष्ठित सरदाराशी झाला होता. सय्यद अहमद हा मक्केतील अत्यंत उच्च कुटुंबातील वारस समजला जात असे आणि आपल्या कर्तबगारीवर त्याने राज्यातील पंतप्रधानपद मिळविले होते आणि आता तर राज्यातील खरी सत्ता त्याच्याच हाती आलेली होती. तिसऱ्या राजकन्येचा विवाह सय्यद सुलतानाशी करण्याचा विचार पक्का झालेला होता परंतु ज्या दिवशी विवाह होणार त्याच दिवशी सय्यद अहमदाने अब्दुल्लाखानास सांगितले की, त्याने आपली मुलगी सय्यद सुलतानास दिल्यास तो राज्य सोडून बाहेर चालता होईल. यामुळे नियोजित पतीऐवजी दुसऱ्या वराचा शोध घाईघाईने करण्यात आला. वराचा शोध घेणाऱ्यांची दृष्टी शेवटी अबुल हसनवर पडली. हा अबुल हसन वडिलांच्या बाजूने कुतुबशाही कुटुंबातीलच एक नातेवाईक होता आणि गेली १६ वर्षे सय्यदने राजू क्वाटल ह्या महात्म्याचा एक शिष्य ह्या नात्याने भिक्षू म्हणून अत्यंत रमतगमत आपले जीवन व्यतीत केले होते. अत्यंत सुस्त आणि समाधानी जीवनाचाच त्याला परिचय होता. अशा तरुणाला राजवाड्यात नेण्यात आले आणि त्याचा ताबडतोब राजकन्येशी विवाह लावण्यात आला.

२१ एप्रिल १६७२ रोजी अब्दुल्लाचा मृत्यू झाला आणि त्याच्यानंतर वारस कोणी व्हावे, ह्याबाबत विवाद निर्माण झाला. काही दिवस गोंधळ माजल्यानंतर आणि आपसात चकमकी झाल्यानंतर इराणातील उच्च कुटुंबाचा वारसा सांगणाऱ्या सय्यद मुझफ्फर नावाच्या एका लोकप्रिय सेनापतीने, महालदार मुसाखान आणि जनानखानातल्या इतर अनेक उच्चपदस्थ अधिकाऱ्यांचा पाठिंबा मिळवून सय्यद अहमदवर मात केली आणि त्याला तुरुंगात टाकण्यात यश मिळविले. राजा म्हणून अबुल हसन याला राज्याभिषेक करण्यात आला तर मुझफ्फर खानाला पंतप्रधान म्हणून नेमण्यात आले. परंतु काही महिन्यांतच मुझफ्फरमागील खरी प्रेरक शक्ती म्हणजे ब्राह्मण मादण्णा ह्याला आपल्या बाजूने वळवून घेण्यात अबुल हसनने यश मिळविले आणि त्याच्यामार्फत मुझफ्फरचे व्यक्तिगत अनुयायी होते, त्यांनाही त्याने निरनिराळी आमिषे दाखवून गुप्तपणे आपल्या बाजूला ओढून घेतले. परिणामी एके दिवशी कोणताही गाजावाजा न करिता मुझफ्फरखानाचे पंतप्रधानपद काढून घेण्यात आले आणि त्याच्या जागी मादण्णाला नेमण्यात आले. त्याचबरोबर मादण्णाला सूर्य-प्रकाश राव ही पदवी देण्यात आली. मंत्रिपदात हा जो बदल झाला, तो १६७३ च्या सुमारास झाला आणि त्यानंतर मादण्णाची राजवट, त्याचा स्वतःचा इ.स. १६८६ मध्ये वध होईपावेतो म्हणजे त्या राज्याचा पाडाव होईपावेतो कायम राहिली. मादण्णाचा भाऊ आकण्णा ह्याला सरसेनापती म्हणून नेमण्यात आले तर त्याचा पुतण्या, शूर आणि विद्वान येनगना, ज्याला रुस्तुम राव म्हणत, त्याला सैन्यात फार मोठी जागा देण्यात आली. मादण्णाच्याच कृपेने वर चढलेल्या मुहम्मद इब्राहिमला प्रथमतः पंतप्रधानाचा एक अंकित सरदार म्हणून नेमण्यात आले.

मादण्णाच्या मंत्रिपदातील पहिल्या बारा वर्षांत अब्दुल्लाच्या राजवटीत जो गोंधळ आणि जे अत्याचार चालू होते ते तसेच चालू राहिले आणि परिस्थितीने उलट अधिकच वाईट वळण घेतले. परंतु ह्या "सर्व काळात लोकांची लूट करणे आणि पिळवणूक करणे ह्याशिवाय दुसरा कसलाच विचार करण्यात आला नाही." मादण्णाने पूर्वीचेच परराष्ट्र धोरण अमलात आणले परंतु परिस्थितीनुरूप त्याला त्यात बदल करणे आवश्यक होते, तेही बदल त्याने केले. आदिलशाही राज्याशी आता कोणतेही वितुष्ट नव्हते परंतु आदिलशाही दरबारात गटबाजी, राजप्रतिनिधींचे उच्चाटण आणि गोंधळ यांना ऊत आलेला होता. म्हणून संकटप्रसंगी आपल्या राज्याचे संरक्षण करावयाचे झाल्यास आता नेहमीच विजयी होणाऱ्या मराठ्यांच्या राजाशी गाढ असे सख्यत्व प्रस्थापित केल्याशिवाय तरणोपाय नाही असे मादण्णाने ओळखले आणि त्याकरिता त्याने गोवळकोंड्याच्या रक्षणाकरिता मराठ्यांच्या राजाला दरवर्षी १ लाख होन खंडणी म्हणून देण्याचे कबूल केले.

२. गोवळकोंड्याच्या राजासंबंधीचे मोगलांचे धोरण

जोपर्यंत विजापूरचे राज्य बलिष्ठ होते तोपर्यंत गोवळकोंडा सुरक्षित होते. औरंगजेबाला ही वस्तुस्थिती माहिती होती आणि म्हणून त्याने गोवळकोंडा, विजापूर राज्याअगोदर जिंकण्याचा कधीही प्रयत्न केला नाही. ह्याशिवाय तसे करण्याची औरंगजेबाला आवश्यकताही नव्हती कारण कुतुबशाही राज्याला कायमचे नष्ट करण्याऐवजी त्यांना पिळून घेणे आणि धाक दाखविणे जास्त फायद्याचे होते. म्हणूनच हैद्राबादला मुक्कामास असलेल्या मोगल वकिलाने गोवळकोंड्याच्या राजाला आणि लोकांना धाकदपटशा दाखविणे, त्यांचा अपमान करणे आणि त्यांच्याकडून वेळोवेळी खंडणी वसूल करणे हेच धोरण अमलात आणले. परंतु ह्या धोरणाची परिणती उघड उघड युद्धात होणार नाही ह्याचीही त्याने वेळोवेळी काळजी घेतली.

राज्याची सर्व जबाबदारी आपला वजीर मादण्णा याच्यावर टाकून सुलतान अबुल हसन याने स्वत:ला राजवाड्यात कोंडून नाचणाऱ्या स्त्रिया आणि जनानखानातल्या स्त्रिया ह्यांच्याबरोबर विलासी जीवन घालविण्याला प्रारंभ केला. त्याच्या पूर्वीच्या राजवटीत २०००० नृत्यांगनांच्या वास्तव्यामुळे (ह्या नृत्यांगनांना प्रत्येक शुक्रवारी सार्वजनिक चौकात राजासमोर नृत्य करावे लागे) आणि जनानखान्याजवळच्या असंख्य मद्यालयांमुळे हैद्राबाद शहराला भारतातील बाबीलोन शहराचे स्वरूप आले होते. जनानखान्याजवळ ही जी असंख्य मद्यालये होती, त्यातून रोज १२०० चामडी बाटल्यांमधून ताडी रिचविली जात असे. परंतु त्याचबरोबर त्याने विलासाला पूरक ठरतील अशा कित्येक कलांना सुद्धा मोठ्या प्रमाणात उत्तेजन दिले हेही आपल्याला विसरता येत नाही. त्याने उदारपणाने पैसा खर्च करून आणि उदार आश्रय देऊन निरनिराळ्या क्षेत्रांतल्या कारागिरांना आपल्या राज्यात आणले आणि त्यांच्या कलाकौशल्याने आणि त्यांनी निर्माण केलेल्या कलापूर्ण वस्तूंमुळे सर्व हिंदुस्थान दीपून गेले. राजाने स्वत: संगीतात जे प्रावीण्य संपादन केले होते, तेही कमी प्रतीचे नव्हते. त्याला ''तान''शहा किंवा ''मधुर राजा'' असे जे नाव मिळाले होते ते योग्यच होतेच असे म्हणावे लागेल.

राज्यात जी संपन्नता आलेली होती ती उत्तम दर्जाची पाणीपुरवठ्याची व्यवस्था असलेल्या शेतीमुळे आलेली होती. विजापूरच्या सभोवताली जो रूक्ष आणि रखरखीत प्रदेश होता तो ओलांडून प्रवासी ज्यावेळी या राज्यात प्रवेश करीत असे त्यावेळी सर्वत्र हिरवीगार शेती आणि उष्ण हवामानातील फळांची रेलचेल यांच्याकडे आणि हिरे व लोखंड यांच्या संपन्न खाणी आणि पूर्व किनाऱ्यावरील चिकाकोल पासून तिकडे दक्षिणेकडे सेंट थॉम पर्यंत पसरलेली व्यापारी व संपन्न बंदरे यांच्याकडे त्याचे लक्ष खिळून राही. राजाला २ कोटी रुपये निश्चित उत्पन्न मिळत असे. औरंगजेब गादीवर बसला तेव्हापासून जवळजवळ तीस वर्षेपर्यंत गोवळकोंड्यावर मोगलांची कोणतीही

स्वारी न झाल्याने त्या राज्याला स्वस्थता लाभली होती. मोगल, शिवाजी आणि त्याचा समर्थक आदिलशहा यांचा बंदोबस्त करण्यात गुंतले असल्याने त्यांना गोवळकोंड्याकडे लक्ष देणे जमले नव्हते. कुतुबशहाने विजापूरला जितक्या नियमितपणे खंडणी दिली नसेल तितक्या नियमितपणे मोगल साम्राज्याला खंडणी दिलेली होती.

इ.स.१६६५-६६ मध्ये जयसिंगाच्या नेतृत्वाखाली विजापूरवर स्वारी करण्यात आली किंवा १६७९ मध्ये दिलेरखानाच्या नेतृत्वाखाली स्वारी करण्यात आली किंवा इ.स.१६८५ मध्ये राजपुत्र मुहंमद आझम याच्या नेतृत्वाखाली विजापूरवर स्वारी करण्यात आली, ह्या सर्व कालखंडात गोवळकोंड्याच्या सुलतानाने उघड उघड संकटात असलेल्या विजापूरच्या बादशहाला आपले सैन्य मदतीला पाठविले होते. पहिल्या दोन वेळी त्याला क्षमा करण्यात आली किंवा खंडणी घेऊन त्याला त्याच्या अपराधाची क्षमा करण्यात आली. शेवटच्या वेळी त्याने जी मदत केली त्यामुळे तर त्याचा सर्वनाश होण्याचा प्रसंग उद्‌भवला. त्याने त्यावेळी काफिरांना आश्रय दिला हा औरंगजेबाच्या दृष्टीने महान अपराध होता. इ.स.१६६६ मध्ये शिवाजी आग्र्याहून पळून आल्यानंतर त्याला युद्धसामग्रीची खरीखुरी मदत गोवळकोंड्याच्या सुलतानानेच केली आणि त्याच्याच मदतीमुळे शिवाजीला मोगलांपासून आपले सर्व किल्ले पुन्हा जिंकून घेता आले. इतकेच नव्हे तर शिवाजीने इ.स.१६७७ मध्ये ज्यावेळी हैद्राबादला भेट दिली, त्यावेळी कुतुबशहाने अतिप्रेमाने आणि उत्साहाने त्याचे स्वागत केले, आपण जणू त्याचे अंकित सेवक आहोत अशी आपली वागणूक ठेवली आणि शिवाजीचा जो घोडा होता त्याच्या गळ्याभोवती हिऱ्यांचा एक हार घातला आणि आपल्या राज्याच्या रक्षणाकरिता त्याला आपण वार्षिक एक लाख होन खंडणी देण्याला तयार आहोत अशी कबुलीही दिली. यात भर म्हणून किंवा काय त्याने मादण्णा आणि आकण्णा ह्या

(* **टीप :** बादशहाने गोवळकोंडा दरबारातील आपल्या वकिलाला लिहिले, ''ह्या कमनशिबी माणसाने (म्हणजे अबुल कुतुबशहाने) आपल्या राज्यातील सर्वोच्च सत्ता एका काफिराकडे सोपविली आणि सय्यद, शेख आणि धर्मपंडित यांना त्याच्या आज्ञा पाळणे आवश्यक होऊन बसले. त्याने आपल्या राज्यात उघडपणे सर्व प्रकारच्या पापाचरणाला उत्तेजन दिले (म्हणजे दारूचे गुत्ते, वेश्यालये आणि जुगारी अड्डे यांना त्याने अनुमती दिली). राजा स्वत: सुद्धा दिवसरात्र पापाचरणात डुंबत असे. त्याला सत्तेची सुद्धा नशा चढलेली असते. आणि ह्या नशेत इस्लाम आणि पाखंडीपणा, न्याय आणि दडपशाही, पाप आणि दयाबुध्दी ह्यांतील भेदसुद्धा त्याला ओळखता येत नाही. अल्लाने दिलेली आज्ञा आणि निषेधाज्ञा यांचे पालन करण्याचे टाळून, काफिर शासकांना मदत पाठवून आणि नुकतेच काफिर शंभूजीला १ लाख होनांची मदत पाठवून राजाने अल्ला आणि प्रजेचा तिरस्कार संपादन केलेला आहे.'' (के.के.खंड २रा पान नं.३२८)

दोघा ब्राह्मणांना आपले प्रमुख कारभारी नेमले आणि त्यायोगे आपल्या प्रशासनावर हिंदूंचा प्रभाव प्रस्थापित करण्याला मदत केली.*

३. मोगलांशी युद्ध आणि हैद्राबाद जिंकले, १६८५

कोणत्याही परिस्थितीत अबुल हसनने सिकंदर आदिलशहाला मदत करू नये असा निर्वाणीचा संदेश पाठवून औरंगजेबाने विजापूरच्या स्वारीला (मार्च १६८५ मध्ये) प्रारंभ केलेला होता. परंतु जून महिन्याच्या अखेरीस अबुल हसनने आपल्या एका हस्तकाला एक पत्र पाठविले होते ते मधल्यामध्ये पकडण्यात आले. त्या पत्रात अबुल हसनने लिहिले होते, "बादशहा हा थोर माणूस आहे आणि आत्तापर्यंत तो उदारपणानेच वागत आला परंतु आता सिकंदरसारखा अज्ञानी मुलगा असहाय्य पाहून त्याने विजापूरला वेढा दिला आणि त्याची कडक नाकेबंदी केली. यामुळे एका बाजूकडून विजापूरचे सैन्य आणि शिवाजीच्या असंख्य टोळ्या सतत लढत असताना मी ह्या बाजूकडून खलिलुल्ला खान ह्याच्या नेतृत्वाखाली ४०००० सैन्य पाठवून युध्दात सहभागी व्हावे हे मला उचित वाटते. मग बादशहा कोणत्या आघाडीवर कसा लढतो आणि शत्रूला पिटाळून लावतो ते आम्ही पाहू."

पत्र वाचताच औरंगजेबाने राजपुत्र शहा आलमला मुख्य सैन्यापासून दूर करून त्याला विशाल सैन्यासह हैद्राबादवर स्वारी करण्याकरिता पाठविले. परंतु ज्यावेळी मोगलांचे आघाडीवरचे सैन्य मालखेडच्या पूर्वेला आठ मैलांवर सिरमपाशी आले. त्यावेळी गोवळकोंड्याच्या सैन्याने आपला मार्ग अडविला आहे असे त्याला आढळून आले. मोगलांनी ह्यापलीकडे कूच करणे थांबविले आणि सर्व सैन्य मालखेडला परत बोलाविण्यात आले. दररोज शत्रूशी चकमकी झडू लागल्या. खान-ई-जहानने मालखेड येथील आपल्या छावणीभोवती तटबंदी उभारली आणि सर्व दृष्टीने वेढ्यासारखीच त्याने आपली तयारी केली.

काही दिवसानंतर राजपुत्र शहा आलम जास्त कुमक घेऊन येऊन पोहोचला. त्यानंतर मोगलांनी आपले अवजड सामान आणि तोफखाना मालखेडला ठेवला आणि खान-जहानच्या नेतृत्वाखालील आघाडीवरचे सैन्य त्याने हैद्राबादपर्यंतचा मार्ग मोकळा करावा, म्हणून समोर पाठविले. ह्यावेळी दक्षिणी सैन्याची संख्या मोगल सैन्यापेक्षा कितीतरी पट अधिक होती आणि त्याचे प्रमाण तिनाला एक होते. ह्यामुळे वारंवार चकमकी झडू लागल्या. अशी प्रत्येक चकमक झाल्यानंतर मोगलांच्या बाजूने तीन-चार दिवस लढाई स्थगित करण्यात येई. आतापावेतो ऑगस्ट महिना सुरू होऊन गेला होता आणि मुसळधार पावसाला उधाण आल्याने त्यापासून मोगल सैन्याला फार हाल सोसावे लागले. त्यामुळे त्यांची प्रगतीही मंदावली. रोजची ही जी प्रचंड हानी होत

होती, त्यामुळे मोगल सैन्यातील लढायचा उत्साहसुद्धा ओसरला. ह्यामुळे मोगल सेनापतींनी मालखेडच्या भोवतालच्या प्रदेशात कोणतीही लढाई न करता दोन महिनेपर्यंत मुक्काम ठोकला आणि विनाकारण आपला वेळ गमावला. शेवटी बादशहाने ज्यावेळी त्यांची कडक कानउघाडणी केली आणि प्रत्यक्ष राजपुत्राच्या छावणीत ज्यावेळी तोफेचे गोळे येऊन पडू लागले, त्यावेळी त्याला जागृती आली आणि लढाईची त्याने सर्व सिद्धता केली. अत्यंत भीषण अशा रक्तमय संघर्षानंतर दक्षिणी सैन्याला आपल्या छावणीपर्यंत मागे हटविण्यात मोगलांना यश लाभले. दुसऱ्या दिवशी सकाळी त्यांनी हैद्राबादकडे पळ काढला आहे अशी माहिती मिळाली. दक्षिणी सैन्याची एकाएकी जी हिंमत खचली त्याचे प्रमुख कारण म्हणजे त्याचा सरसेनापती मीर मुहंमद इब्राहिम आणि त्याच्या हाताखालचा सेनापती शेख मीनहाज ह्यांच्यात दुही निर्माण झाली आणि ह्यापैकी मीर मोहमंद खानाला मोगलांनी गुप्तपणे आपल्या बाजूने वळवून घेतले हे होय. राजपुत्राला आता कोणाचाच विरोध न राहिल्याने त्याने वेगाने हैद्राबादकडे कूच केले.

सरसेनापतीच्या ह्या भांडणाने हैद्राबादच्या संरक्षण व्यवस्थेत मोठी शिथिलता आली. कुतुबखानाला कोणावर विश्वास ठेवावा ते कळेना. तो गोवळकोंड्याच्या किल्ल्याकडे पळून गेला. राजाने गोवळकोंड्याकडे इतक्या घाईघाईने पलायन केले होते की, जाताना त्याने सर्व संपत्तीसुध्दा नेली नाही. सर्व मालमत्ता मागे ठेवूनच तो पळून गेला. ज्यावेळी हैद्राबादच्या प्रजाजनांना राजकर्त्यांनी हैद्राबादचा त्याग करून शहराचे भवितव्य वाऱ्यावर सोडले आहे आणि शत्रू अगदी नजीक येऊन पोहोचला आहे, याची वार्ता कळली त्यावेळी किल्ल्यात आश्रयाकरिता जाणाऱ्यांची एकच झुंबड उडाली. ह्या सगळ्या गदारोळात सरसहा लुटालुटीला प्रारंभ झाल्याने परिस्थिती अधिकच गंभीर बनली. शत्रूने हल्ला केल्यानंतर उद्ध्वस्त दिसणाऱ्या शहराप्रमाणेच हैद्राबाद शहर दिसू लागले. प्रत्येक मोहल्यात, रस्त्यावर, बाजारपेठेत रोख रकमेतील लक्षावधी रुपये, मालमत्ता, सरदार आणि व्यापारी ह्यांच्या घरातील उंची चिनी मातीची भांडी आणि राजा व उमराव वर्ग ह्यांच्या घरात वापरले जाणारे उंची गालीचे, ह्यांचे ढीगच्या ढीग पडलेले दिसून आलेले. ह्याशिवाय घोडी व हत्ती सापडले ते वेगळेच. मोठ्या गदारोळात त्या सर्वांची लूट करण्यात आली. पुष्कळशा हिंदू-मुसलमान स्त्रियांना आणि मुलींना पळवून नेण्यात आले आणि त्यांपैकी काहींवर बलात्कारही करण्यात आले.

दुसऱ्या दिवशी शहरातील नागरिकांचे संरक्षण करण्याकरिता शहा आलमने सैनिकांची एक तुकडी पाठविली परंतु ह्या सैनिकांनीसुद्धा लुटालुटीतच भाग घेतला! दोन दिवसानंतर राजपुत्राने शहरात सुव्यवस्था प्रस्थापित करण्याकरिता खान-ई-जहान याची नेमणूक केली आणि शहरात शांतता आणि सुव्यवस्था प्रस्थापित करण्यात त्याला

थोडेबहुत यश लाभले. मोगल सैन्याने त्यानंतर ८ ऑक्टोबर १६८५ रोजी हैद्राबाद शहरात दुसऱ्यांदा प्रवेश केला. कुतुबशहाने राजपुत्राकडे आपले वकील वारंवार पाठवून तहाची विनवणी केली परंतु त्याचा विशेष उपयोग झाला नाही. शेवटी राजपुत्राने आपल्या शिफारशी बादशहाकडे पाठविल्या. त्या बादशहाला १८ ऑक्टोबर रोजी मिळाल्या. त्या शिफारशींवरून बादशहाने अबुल हसनला पुढील अटींवर क्षमा करण्यास संमती दिली : (१) मागील थकित रकमेचा चुकारा म्हणून त्याने मोगल राज्याला १ कोटी २० लाख रुपये दिलेच पाहिजेत. ह्याशिवाय प्रत्येक वर्षी त्याने २ लाख होनांची खंडणी दिली पाहिजे. (२) मादण्णा आणि आकण्णा ह्यांना त्याने नोकरीतून काढून लावले पाहिजे. (३) मालखेड आणि सिरम अगोदरच मोगलांच्या ताब्यात गेले होते परंतु त्या प्रदेशावरचा मालकी हक्क गोवळकोंड्याच्या राजाने सोडला पाहिजे.

४. मादण्णाचा खून, १६८६

ह्यानंतर काही महिनेपर्यंत शहा आलमने प्रथमत: गोवळकोंड्यानजीक आणि त्यानंतर कुतुबशहाने विनंती केल्यावरून त्याने कुहीरला (गोवळकोंड्याच्या वायव्य दिशेने ४८ मैलांवर) मुक्काम केला. त्याठिकाणी तोसुद्धा-खंडणी वसूल होईल त्याची वाट पाहत होता. अटींप्रमाणे मादण्णाला नोकरीवरून काढून लावावयाचे होते त्यात जितका विलंब करता येईल तितका विलंब अबुल हसनने चालविला. ह्यामुळे त्याच्या दरबारातील असंतुष्ट सरदारांची सहनशक्ती संपुष्टात आली. राज्यावर मोगलांचे जे संकट आलेले आहे ते मादण्णामुळे आले अशी त्यांची पक्की समजूत होती. मादण्णाविरुद्ध आता एक गुप्त कट करण्यात आला. ह्या कटाचे नेतृत्व शेख मीनहाज नावांच्या एका असंतुष्ट मुसलमान सरदाराकडे आणि अब्दुल्ला कुतुबशहाच्या दोन विधवा स्त्रिया सुरमा आणि जानीसाहिबा यांच्याकडे होते. ह्या दोन्ही स्त्रियांची राजाच्या जनानखान्यावर आता सत्ता प्रस्थापित झालेली होती. एके दिवशी रात्री म्हणजे १६८६ मधील मार्च महिन्याच्या प्रारंभी मादण्णा राजाला भेटून घरी परत जात असताना जमशीद आणि इतर गुलामांनी त्याचा पाठलाग केला आणि गोवळकोंडा शहरातील रस्त्यावरचा त्याचा खून करण्यात आला. आकण्णा त्याच्याबरोबर होता, त्यालाही जागच्या जागीच ठार मारण्यात आले. त्यांचा शूर आणि सुसंस्कृत पुतण्या रुस्तुम राव ह्याचा घरापर्यंत पाठलाग करण्यात आला आणि तिथे भोसकून त्याचा खून करण्यात आला. मंत्र्यांच्या घरावर हल्ले चढवून त्यांची लूट करण्यात आली. त्यानंतर किल्ल्यामध्ये ज्या ठिकाणी हिंदूंची वस्ती होती, त्या वस्तीवर सर्वसाधारण एकदमच हल्ला चढविण्यात आला आणि "त्या दिवशी रात्री अनेक ब्राह्मणांना आपले प्राण आणि मालमत्ता गमवावी लागली." त्यानंतर सुलतानाने बदनाम झालेल्या मंत्र्यांची मुंडकी औरंगजेबाकडे पाठविली. शांतता विकत घेण्याकरिता

जणू काही ही किंमत गोवळकोंड्याच्या सुलतानाला द्यावी लागली. ह्यानंतर औरंगजेबाने शहा आलमला सोलापूरला आपल्याकडे बोलावून घेतले. त्यानुसार राजपुत्र शहा आलम ७ जून १६८६ रोजी सोलापूरला येऊन पोहोचला. मोगलांनी गोवळकोंड्याच्या प्रदेशातून यानंतर आपले सर्व सैन्य काढून घेतले. त्याचवर्षी १२ सप्टेंबर रोजी विजापूरचा पाडाव झाला आणि त्यानंतर कुतुबशाही शासनाचा पाडाव घडवून आणण्याकरिता मोगल सैन्य पूर्णपणे मोकळे झाले.

५. औरंगजेबाने गोवळकोंड्याला वेढा दिला, १६८७

२८ जानेवारी १६८७ रोजी बादशहा स्वत: गोवळकोंड्यापासून दोन मैलांवर येऊन पोहोचला. मध्यंतरी अबुल हसनने राजधानीतून पुन्हा गोवळकोंडा किल्ल्याकडे पलायन केले होते आणि हैद्राबाद शहरावर तिसऱ्यांदा आणि शेवटचा ताबा मोगलांनी मिळविला होता.

मुसी नदीमुळे हैद्राबाद शहराचे दोन भाग पडतात. ह्या नदीवर शहरापासून पश्चिमेकडे दोन मैलांवर जो दगडी पूल आहे त्याच्याजवळच गोवळकोंड्याचा किल्ला आहे. हा किल्ला साधारणपणे चौकोनी आकाराचा असून त्याच्या मुखाशी ईशान्य दिशेने लागूनच पंचकोनी किल्ला (नया किल्ला) उभा आहे. किल्ल्याभोवती चार मैल लांबीची आणि भरपूर जाडीची ग्रॅनाइटची भिंत बांधलेले होती. ह्या भिंतीत लहान तोफा किंवा बंदुकी बसविण्याकरिता ठिकठिकाणी छिद्रे ठेवली होती. ह्या भिंतींना संरक्षण म्हणून आणखी ८७ अर्ध–वर्तुळाकार बुरुजांची योजना करण्यात आलेली होती. हे बुरूज ५०–६० फूट उंचीवर आणि ग्रॅनाइटने बनविलेल्या भरीव स्तंभापासून तयार करण्यात आलेले होते. ह्यापैकी काही स्तंभांचे वजन एक टनापेक्षा जास्त होते. ह्या किल्ल्याला आठ मजबूत आणि बलदंड दरवाजे होते. सतराव्या शतकात ज्या प्रकारचा तोफखाना वापरला जात होता, त्याचा मारा सहन करण्याची ताकद ह्या दरवाजात सहजच होती. बाहेर ५० फूट रुंदीचा एक खंदक होता आणि त्याच्याही भिंती पाषाणांनी बांधलेल्या होत्या. गोवळकोंड्याच्या किल्ल्यात खरे पाहता चार स्वतंत्र परंतु एकमेकांशी आतून जोडलेल्या चार किल्ल्यांचा अंतर्भाव होता आणि हे किल्ले एकाच तटबंदीच्या आत वसलेले होते. सगळ्यांत जो कमी उंचीचा किल्ला होता, तो सगळ्यांत बाहेरच्या कुंपणात वसलेला होता आणि त्यात आग्नेय दिशेकडील फत्ते दरवाजातून प्रवेश करता येई. त्यात बरीच मोकळी जागा असून त्यात सरदारांची घरेदारे, बाजार, देवळे, मशिदी, सैनिकांचे तंबू, दारूगोळ्याची कोठारे, तबेले आणि काही शेते यांनी जागा व्यापली होती. या जागी संकटप्रसंगी हैद्राबाद शहरातील सर्व प्रजा राहण्यास येत असे. यातून मुख्य आणि भव्य रस्त्याने फत्ते दरवाजापासून १२५० यार्ड चालत गेल्यास आणि उजव्या बाजूला कमी

उंचीवर जे नंतर राजवाडे, जनानखाने आणि कार्यालयांच्या इमारती बांधण्यात आल्या, त्यांना वळसा घातल्यास आपण बाळा हिस्सार दरवाजापाशी पोहोचत असू आणि इथून आणखी काही पायऱ्या वर चढून गेल्यास आपण किल्ल्यातील आणखी उंच प्रदेशात पोहोचत असू. ह्या जागेला अतिशय उंच आणि मजबूत भिंती बांधून संरक्षण दिलेले होते आणि ह्याच जागेत एक विशाल तीन मजली शस्त्रागार, दारूगोळ्यांचे कोठार, तबेले, मशिदी, दरबार हॉल, जनानखाने, बगीचे, पायऱ्या बांधलेल्या मोठाल्या विहिरी आणि इतकेच नव्हे तर दोन धर्मशाळा आणि हनुमानाचे मंदिर यांचा सुद्धा अंतर्भाव होता ! ह्याच्याही पश्चिमेकडे, कठीण अशा खडकात खोदलेल्या २०० पायऱ्या वर चढून गेल्यानंतर प्रवासी किल्ल्याच्या अगदी माथ्यावर जाऊन पोहोचत असे. त्याला बाला हिस्सार (घाटमाथ्याचा किल्ला) असे नाव मिळाले होते. ह्या किल्ला ग्रॅनाइटच्या मजबूत पायावर उभा होता. त्याच्या भिंती उंच अशा मोठमोठ्या शिळा, त्या शिळांना जोडणारे उंच असे सुळके आणि वरवंड्या यांनी बनलेल्या होत्या. हा किल्ला सर्व किल्ल्यांत प्रमुख किल्ला समजला जात असे किंबहुना सर्व किल्ल्यांचा हा कणाच समजला जात असे. किल्ल्याच्या ईशान्य बाजूला एक मोठा उंचवटा होता. त्यावरून गोवळकोंड्याचे मोठे विहंगम दृश्य दिसत असे. लष्करीदृष्ट्या ही मोठी मोक्याची जागा होती. परंतु औरंगजेबाने इ.स.१६५६ मध्ये गोवळकोंड्याला पहिला वेढा दिल्यानंतर गोवळकोंड्याचा राजा अब्दुल्ला याने संरक्षणाची खबरदारी म्हणून ह्या उंचवट्याच्या सभोवती एक संरक्षक भिंत बांधून त्याला ''नया किला'' किंवा नवीन किल्ला असे नाव दिले आणि अशा रीतीने हाही भाग मूळ किल्ल्यात समाविष्ट करण्यात आला. ह्या प्रदेशाच्या उत्तरेला, दक्षिणेला आणि पश्चिमेला सुद्धा मोठमोठे जलाशय बांधण्यात आले होते आणि ह्या जलाशयातून किल्ल्यामध्ये अविरत पाण्याचा पुरवठा होत असे. किल्ल्याच्या उत्तरेला ९१ मैलांच्या अंतरावर अत्यंत ओबडधोबड उघड्या बोडक्या, कातळासारख्या दिसणाऱ्या परंतु कमी उंचीच्या पहाडांची रांग गेलेली होती. ह्याच पहाडातून सोलापूरमार्गे पश्चिमेकडे जाणारा सर्वांत जुना रस्ता वळणावळणाने गेला होता. आपल्या शेवटच्या वेढ्याच्या प्रसंगी औरंगजेबाने ह्याच ठिकाणी आपला मुक्काम ठेवला होता.

मोगलांनी आपला सर्व मारा किल्ल्याच्या आग्नेय आणि दक्षिण दिशेने चालविला होता आणि ह्याकरिता त्याचे सैनिक मुसी नदीच्या उत्तर आणि दक्षिण किनाऱ्यांनी सतत हालचाली करत होते. मोगलांनी ह्याचवेळी किल्ल्याच्या वायव्य दरवाजाच्या दिशेने जो मारा चालविला होता ती केवळ एक हुलकावणी होती.

गोवळकोंडा दृष्टोत्पत्तीस येताच औरंगजेबाने किल्ल्याच्या भिंतीचा आश्रय घेऊन

कोरड्या खंदकात जमा झालेल्या शत्रुसैन्यावर हल्ला करण्याचा आणि त्यांना हाकलून लावण्याचा हुकूम आपल्या सेनापतींना ताबडतोब दिला. मोगल सैन्याने एकच हल्ला चढविल्यानंतर शत्रुसैन्याची दाणादाण होऊन ते तेथून पळून गेले किंवा मोगलांच्या शासकीय इतिहासात नमूद केल्याप्रमाणे ''वारा आल्यानंतर मच्छरांनी उडून जावे'' त्याप्रमाणे शत्रुसैनिक पळून गेले. त्यानंतर त्यांची संपत्ती, बायका आणि मुले यांचे अपहरण करण्यात आले. त्यानंतर कुलीचखानाने (पहिल्या निजामाचा आजोबा) पळून आलेल्या लोकांना बरोबर घेऊन एकच गर्दी करून, जमावाने किल्ल्यात शिरून एकाच झटक्यात किल्ला ताब्यात घेण्याचा प्रयत्न केला. परंतु किल्ल्यातील तटावरून होणाऱ्या गोळीबारात झांबुरक नावाची गोळी त्याच्या खांद्याला लागली आणि त्यात तो जबर जखमी झाला. त्यानंतर हकीमांनी शर्थीचे सर्व प्रयत्न करून सुद्धा तीन दिवसांनी त्याचा मृत्यू झाला. म्हणून ७ फेब्रुवारीपासून किल्ल्याच्या नियमित वेढ्याला प्रारंभ झाला.

६. शहा आलम याला कैद

परंतु प्रारंभीच बादशहाच्या छावणीत अत्यंत कटू अशी व्यक्तिगत स्पर्धा आणि मत्सर निर्माण होऊन त्यामुळे मोगल सैन्यात मोठी दुर्बलता निर्माण झाली. राजपुत्र शहा आलम हा स्वभावत:च मोठा सुखासीन होता. त्याच्याच्याने कोणतेही शारीरिक श्रम घेतले जात नसत किंवा कोणते मोठे धाडस करावे अशीही त्याच्यात हिंमत नव्हती. आपल्याला बंधुतुल्य असलेला, आपल्यासारखाच बादशहा असलेला, अबुल हसन ह्याचा पूर्णपणे नाश व्हावा असे त्याला वाटत नव्हते. त्याच्या ह्या उदार भावनेमागे आणखी एक सुप्त व्यावहारिक परंतु हलक्या प्रतीची एक महत्त्वाकांक्षा होती. आपल्या मध्यस्थीमार्फत जर अबुल हसन मोगलांशी तह करण्याला तयार झाला तर मोगलांच्या शासकीय इतिहासात शहा आलमने गोवळकोंड्याचा किल्ला जिंकला अशी नोंद होईल असे त्याला वाटत होते. शहा आलमने बादशहाकडे आपल्या बाबतीत रदबदली करून आपले सिंहासन आणि राज्य वाचवावे अशी विनंती करण्याकरिता अबुल हसनने पाठविलेले त्याचे गुप्त दूत आता उंची नजराणे आणि देणग्या घेऊन शहा आलमला गुप्तपणे भेटू लागले. राजपुत्राने त्यांना मोठी आशादायक उत्तरे दिली. अशा रीतीने ज्या शत्रूला बादशहा कदापि क्षमा करणार नाही असे पूर्णपणे माहीत असताना बादशहाच्या पाठीमागे त्याला न कळविता त्याच्याशी वाटाघाटी करण्याचा शहा आलमने जो घाट घातला होता, तो मोठा धोकादायक खेळ होता असेच म्हटले पाहिजे आणि त्यातच मोगलांच्या छावणीत शहा आलमचा नाश करण्याकरिता आणि त्याकरिता तशी संधी शोधण्याकरिता त्याचे शत्रू टपूनच बसले होते. लवकरच आझमच्या पाठीराख्यांनी शहा आलम आणि अबुल हसन ह्यांच्यात ज्या गुप्त वाटाघाटी चाललेल्या होत्या त्यांची

माहिती गुप्तपणे बादशहाला दिली. यातच शहा आलमने आपल्या जनानखानातल्या स्त्रियांनी आपल्या राहुट्या आपल्या स्वत:च्या छावणीत आणाव्यात असा हुकूम दिला. ह्या त्याच्या हुकमामुळे शहा आलमला आपल्या कुटुंबीयांसहित शत्रूकडील किल्ल्यात पळून जावयाचे आहे आणि त्याकरिताच त्याच्या गुप्त वाटाघाटी चाललेल्या आहे आणि म्हणूनच त्याने आपल्या जनानखान्यालाही स्वत:जवळ बोलावले आहे या संशयाला बळकटी आली आणि बादशहाला तर त्याबाबत पक्की खात्री वाटू लागली. परंतु फिरोजजंगने ज्यावेळी शहा आलमची पत्रे वाटेत एका रात्री पकडली आणि शहा आलम गोवळकोंड्याच्या बादशहाला काय मजकूर लिहितो आहे हे प्रत्यक्ष बादशहाला दाखविले, त्यावेळी सर्व संशयांची निवृत्ती झाली.

औरंगजेबाने यावर ताबडतोब उपाययोजना केली. राजपुत्राच्या छावणीभोवती बादशाही सैनिकांचा ताबडतोब सक्त पहारा बसविण्यात आला. दुसऱ्या दिवशी सकाळी (२१ फेब्रुवारी) शहा आलमला त्याच्या चार मुलांसहित बादशहाच्या राहुटीत सल्लामसलतीकरिता बोलाविण्यात आले. काही मिनिटे त्याच्याशी संभाषण केल्यानंतर बाजूच्याच राहुटीत त्यांनी चलावे म्हणजे बादशहाच्या काही गुप्त सूचना त्यांना देता येतील असे वजिराने त्यांना सांगितले. त्याठिकाणी त्यांना नेण्यात आल्यानंतर त्यांनी स्वत:ला बादशहाचे कैदी समजावे आणि आपल्या तलवारी त्यांनी वजिराच्या स्वाधीन कराव्यात असे नम्रपणे सुचविण्यात आले. राजपुत्राच्या सर्व कुटुंबाला तुरुंगात फेकण्यात आले, त्याची मालमत्ता जप्त करण्यात आली, त्याच्या सैन्याचे लहान लहान भाग पाडून ते निरनिराळ्या सेनापतींकडे सोपविण्यात आले आणि राजपुत्राचे जे खास खोजासेवक होते, त्यांनी आपल्या धन्याने कोणकोणती गुप्त कारस्थाने केली ती सांगावीत म्हणून त्यांना भीषण यातना देण्यात आल्या. राजपुत्राने जितके वेळा आपण निरपराध असल्याचे सांगितले तितक्या वेळा बादशहाचा राग भडकतच गेला. त्याने शहा आलमचा तुरुंगवास अतिशय कष्टप्रद होईल अशी व्यवस्था केली. राजपुत्राने डोक्यावरचे केस कापण्याला किंवा बोटांची नखे कापण्याला मनाई करण्यात आली. रुचकर भोजन, थंड पेये त्याच्या दृष्टीससुद्धा पडणार नाहीत अशी व्यवस्था करण्यात आली. त्याचा जो परंपरागत राजपुत्राचा पोशाख होता, तोही परिधान करण्यास मनाई करण्यात आली. ह्यानंतर सात वर्षांनंतर शहा आलमला पुन्हा आपले स्वातंत्र्य प्राप्त होऊ शकले. राजपुत्राला अटकेत टाकल्यानंतर बादशहाने आपला दरबार घाईघाईने विसर्जित केला आणि तो आपल्या पत्नीकडे म्हणजे औरंगाबादी महलकडे भेटीस गेला आणि आपल्या कपाळावर दु:खावेगाने मारून घेत, ''गेल्या ४० वर्षांत मी मोठ्या कष्टाने जे कमविण्याचा

प्रयत्न केला ते सर्व कार्य मी क्षणात जमीनदोस्त केले! अरेरे ! किती दुर्दैवी मी !'' असे उद्गार काढीत तो बराच वेळ विलाप करीत बसला !

७. गोवळकोंड्याच्या वेढ्यातील औरंगजेबाच्या अडचणी

परंतु औरंगजेबाच्या युद्ध छावणीत केवळ शहा आलममुळेच विसंवाद निर्माण झाला होता असे नव्हे. मोगलांच्या सैन्यात जे अनेक शिया सैनिक होते त्यांनाही भारतातील शेवटचे शिया राज्य अशा प्रकारे लयाला जावे असे मनापासून वाटत नव्हते. शियांचाच ह्या गोष्टीला विरोध होता असे नसून जुन्या कट्टर सुन्नी अनुयायांनासुद्धा कोणतेही न्यायोचित कारण नसताना औरंगजेबाने ''मुसलमानांतच युद्ध'' सुरू करावे ही गोष्ट पापासमान वाटत होती आणि त्यांनी अबुल हसनला कायमचे नष्ट करण्याच्या ह्या योजनेचा निषेधही केला होता. मोगल राज्याचा निःस्पृह आणि स्पष्टवक्ता प्रमुख न्यायाधीश शेख-उल-इस्लाम याने तर दक्षिणेतील ह्या दोन सुलतान राज्यांवर औरंगजेबावर कदापिही स्वारी करू नये असा सल्ला दिला होता आणि त्याचा सल्ला ज्यावेळी स्वीकारण्यात आला नाही त्यावेळी त्या निःस्पृह न्यायाधीशाने आपल्या उच्च जागेचा राजीनामा दिला आणि मक्केच्या यात्रेला जाणे पसंत केले. त्याच्यानंतर त्याच्या जागेवर काझी अब्दुल्ला याची नेमणूक झाली पण त्यानेसुद्धा तोच न आवडणारा सल्ला दिल्याने त्याचीही रवानगी आघाडीवरून अगदी मागच्या भागाला करण्यात आली !

शिया अनुयायांत हा जो स्वाभाविक गैरविश्वास निर्माण झाला होता त्यामुळे बादशहाच्या वेढ्याच्या कार्यात अतिशय अडचणी निर्माण होत होत्या. प्रथमतः वेढ्याचे कार्य चालविणाऱ्या अधिकाऱ्यांत महत्त्वाचा आणि उच्च असा अधिकारी म्हणजे फिरोजंग हाच होता. फिरोजजान ह्याच्यासारख्या तुर्क अधिकाऱ्याला सर्व सवलती मिळाव्यात आणि सैन्यातील उच्च जागा मिळाव्यात ह्याबाबत तोफखान्याचा एक प्रमुख इराणी अधिकारी सफ शिकानखान याला मोठा मत्सर वाटत होता. काही दिवसपर्यंत वेढ्याच्या कार्यात सतत मेहनत घेतल्यानंतर ''फिरोज जंगला हिणविण्याकरिता'' त्याने राजीनामा दिला. त्यानंतर त्याच्या जागी सलाबतखानाची नेमणूक करण्यात आली. परंतु त्याला त्याचे कार्य नीट रीतीने न करता आल्याने त्यानेसुद्धा लवकरच राजीनामा दिला. त्यानंतर तोफखान्याचा प्रमुख म्हणून घैरातखान याची नेमणूक करण्यात आली. परंतु तो अतिशयच गाफील राहिल्याने शत्रूने त्याच्यावर अचानक हल्ला चढविला आणि त्याला पकडून नेले. त्यानंतर ह्या जागेवर नेमण्याकरिता लायक माणूस लवकर न सापडल्याने पुष्कळ दिवसपर्यंत ही जागा भरली गेली नाही आणि त्यामुळे वेढ्याच्या कामकाजाचे बरेच नुकसान झाले. शेवटी सफ शिकानखान ह्याची तुरुंगातून मुक्तता

करण्यात आली आणि त्याच्याचकडे तोफखाना सोपविण्यात आला (२२ जून १६८७). परंतु त्यावेळेपावेतो सतत ५ महिने कष्ट करून रणक्षेत्रात जो मोर्चे बांधले होते त्याचा शत्रूने विध्वंस करून टाकला होता आणि त्यामुळे त्या कार्याला पुन्हा नव्याने प्रारंभ करावा लागला. अशा रीतीने ७ फेब्रुवारीला पुन्हा नव्याने वेढ्याला प्रारंभ करण्यात आला परंतु किल्ल्यात दारूगोळ्याचा अमाप साठा होता आणि त्यामुळे किल्ल्यावरून मोठमोठ्या तोफांमधून सतत आगीचा वर्षाव होत असे. समोर येणाऱ्या मोगल सैनिकांवर किल्ल्यातून रात्रंदिवस तोफांमधून सतत आग ओकली जाऊ लागली. त्यामुळे मोगल सैनिकात दररोज मृत्यूची संख्या वाढू लागली आणि जखमी लोकांची संख्याही वाढू लागली. परंतु सफ शिकानखानाच्या नेतृत्वाखाली मोगल सैन्याने दाखविलेल्या अतुलनीय पराक्रमामुळे आणि सतत चिकाटीमुळे केवळ ६ आठवड्यांच्या आत खंदकांच्या तोंडापर्यंत दारूगोळा आणि सुरुंग नेण्यात शिकानखानाने यश मिळविले. ह्या पलीकडील उपाय म्हणजे खंदक भरून काढणे आणि हल्ला करणाऱ्या मोगल सैनिकांकरिता रस्ता तयार करणे हा शिल्लक होता आणि त्याच्या तजविजीला मोगल सैन्य कटिबद्ध झाले.

खंदक ओलांडून जाण्याच्या आणि हल्ला करण्याच्या ह्या मंदगतीच्या योजना कार्यान्वित होत असताना मोगलांचा प्रमुख सेनापती फिरोजजंग याने दिनांक १६ मे रोजी किल्ला चढून तो जिंकण्याचा प्रयत्न केला. तो त्या दिवशी रात्री ९ वाजता आपली छावणी सोडून गुपचूप बाहेर पडला आणि ज्या ठिकाणी शत्रूचे पहारेकरी गाढ झोपले होते त्या बुरुजापाशी येऊन त्याने त्याठिकाणी एक शिडी लावली आणि त्यावरून त्याने आपली दोन माणसे वरच्या तटावर पाठविली. त्याने इतर ज्या दोन शिड्या आपल्याबरोबर घेतल्या होत्या त्या किल्ल्याच्या उंचीच्या मानाने कमी पडल्या आणि म्हणून किल्ल्याच्या वरच्या दरवाजाला एक दोरांची शिडी बांधून ती खाली सोडण्यात आली. ह्याच वेळी एक कुत्रे किल्ल्याच्या भिंतीवर उभे राहून खाली खंदकात पडलेल्या प्रेतांचा फडशा पाडण्याकरिता तिथून खाली जाण्याचा मार्ग शोधीत होते. त्याला एकाएकी ही वर चढणारी अनोळखी माणसे दिसली म्हणून त्याने एकदम भुंकण्याला प्रारंभ केला. त्याच्या भुंकण्यामुळे किल्ल्यातील पहारेकऱ्यांना एकदम जाग येऊन त्यांनी वर चढणाऱ्या मोगल सैनिकांना हाकलून लावले. वास्तविक मुसलमान कुत्र्याला अपवित्र समजतात परंतु त्याच कुत्र्याने गोवळकोंड्याची राजधानी वाचविली. ह्या कुत्र्याने जी बहुमोल कामगिरी करून दाखविली त्याबद्दल अबुल हसनने त्या कुत्र्याचा मोठा सत्कार केला. त्याने कुत्र्याला सोन्याची साखळी, रत्नजडित असा गळ्याभोवतीचा पट्टा आणि अंगात घालण्याकरिता खास सोन्याने मढविलेली झुल इत्यादी खास भेटी दिल्या.

मोगलांचा सेनापती फिरोजजंग याला ''खान'', ''बहादूर'' आणि ''जंग'' अशा तीन खास पदव्या होत्या. त्याला खिजविण्याकरिता म्हणून अबुल हसनने ह्या कुत्र्यालाही ''तीन श्रेणींचा खान'' अशी पदवी दिली आणि ''फिरोजजंग इतकाच ह्या कुत्र्यानेही मोठा पराक्रम केला असल्याने तो योग्यतेने फिरोजजंगपेक्षा कमी नाही'' असे विनोदाने त्याने उघडपणे उद्‌गार काढण्याला कमी केले नाही !

मोगलांनी हा जो अकस्मात हल्ला करण्याचा प्रयत्न केला तो किल्ल्यातल्या शिबंदीने ताबडतोब परतवून लावला आणि त्यानंतर त्यांनी मोगलांच्या खास मोर्चावर अकस्मात हल्ला चढवून तिथे तोफखान्यावर तैनात असलेल्या सैनिकांना ठार मारून टाकले. तोफखाना विभागात अलीकडेच जो गोंधळ निर्माण झाला होता त्यामुळे वेढ्याच्या कार्यवाहीत गेल्या काही दिवसांत मोठी शिथिलता आली होती आणि त्यामुळेच त्यात कोणतीही प्रगती होऊ शकली नव्हती. शत्रूने तोफखान्याचा जो मारा चालविला होता, त्याचा जोम अजूनही कायम होता आणि खंदक भरून काढण्यात मोगलांना अजून यश आलेले नव्हते. यातच मोगल छावणीत आता उपासमारीला प्रारंभ झाला. दक्षिणी आणि त्यांच्या सहाय्यक मराठी सैन्याने आता भोवतालच्या सर्व प्रदेशात सतत निगराणी ठेवून मोगलांच्या छावणीत धान्य पोहोचविणे अशक्य करून सोडले. त्यानंतर जून महिना उजाडून जोरदार पाऊस कोसळू लागला; नद्या-नाले दुथडी भरून वाहू लागले आणि त्यामुळे त्यांना ओलांडणे अशक्य होऊन बसले. सर्व रस्त्यांवर पाणीच पाणी होऊन सर्वत्र दलदल निर्माण झाली. ज्यांनी वेढा दिलेला होता त्या मोगलांपर्यंत कोणतीही रसद जाऊन पोहोचेना. जूनच्या मध्यात जो सतत पाऊस आला त्यामुळे वेढ्यांचे कार्य पूर्णपणे वाया गेले. तोफा डागण्याकरिता जे उंचावर मोर्चे बांधले होते, ते पावसामुळे कोसळून पडले आणि चिखलात पडून ते निकामी झाले. खंदकांना ज्या भिंती बांधून काढल्या होत्या त्या पूर्णपणे कोसळून पडल्या आणि त्यामुळे वाटा रोखल्या गेल्या. संपूर्ण छावणीत पाणीच पाणी होऊन त्याच मोगलांचे पांढरे तंबू साबणाच्या बुडबुड्यासारखे दिसू लागले.

८. किल्ल्यातल्या सैन्याने मारलेले छापे : मोगलांची जबरदस्त हानी

शत्रूने ही संधी अचूक साधली. १५ जूनला रात्री पावसाच्या पाण्याचे लोटच्या लोट आकाशातून कोसळत असतांना शत्रुसैन्याने मोगलांच्या आघाडीवरच्या तोफखान्यावर आणि खंदकावर हल्ला चढविला. सावध नसलेल्या तोफखाना-सैनिकांना त्याने ठार मारून टाकले, तोफांच्या लांब नळ्यांत त्यांनी खिळे ठोकले, सुरुंग लावण्याकरिता आणि इतर जो काही दारूगोळा जमा केला होता तो त्यांनी नष्ट करून टाकला, त्यानंतर त्यांनी मोगल अधिकाऱ्यांवर हल्ले चढविले आणि घैरातखानालाच (तोफखान्याचा

प्रमुख) त्यांनी पकडून नेले. त्याच्याबरोबरच त्यांनी सरबराखान (बादशहाचा एक जुना विश्वासू सेवक) आणि इतर १२ उच्च- पदस्थ अधिकारी यांनासुद्धा पकडून नेले. त्यानंतर सतत ३ दिवस कटू संघर्ष केल्यानंतर आणि मोगलांना सैन्याची एक नवीन तुकडी मदतीला धावून आल्यानंतर मोगलांना शत्रूचे तिथून उच्चाटन करण्यात आणि निकामी केलेला आपला तोफखाना पुन्हा ताब्यात घेण्यात यश लाभले. शत्रूने जे मोगल अधिकारी पकडून नेले होते, त्यांना अबुल हसनने अतिशय चांगली वागणूक दिली, त्यांना त्याने मोठमोठी बक्षिसे दिली आणि मोठ्या सन्मानाने बादशहाकडे परत पाठवून दिले. अशा प्रकारचे संकट पुन्हा येऊ नये म्हणून मोगलांनी अतिशय कडक उपाययोजना केली. किल्ल्यावर हल्ला करण्याची सर्व जय्यत तयारी करण्यात आली. वेढ्याकरिता जे खंदक तयार करण्यात आलेले होते तेथून सुरुंग काढून घेऊन तीन प्रचंड शक्तीचे सुरुंग किल्ल्याच्या बुरुजाखाली नेण्यात आले आणि त्यांची यथायोग्य पेरणी केल्यानंतर १९ जूनपर्यंत त्यांचा स्फोट करण्याची यथायोग्य तयारी झाली. प्रत्येक बुरुजाखाली ५०० मण सुरुंगाची दारू पेरण्यात आली आणि दूरवर त्याची वात नेण्यात आली हे लक्षात घेण्यासारखे आहे.

सुरुंगाचा स्फोट करण्याकरिता आणि किल्ल्यावर हल्ला करण्याकरिता दुसरा दिवस निश्चित करण्यात आला. ह्या हल्ल्याचे मार्गदर्शन करण्याकरिता बादशहा फिरोजजंगच्या खंदकात स्वत: येऊन बसला. हुकूम देताच मोगल सैन्य खंदकातून वेगाने बाहेर पडून ज्या ठिकाणी सुरुंग लावले होते त्या बुरुजावर चालून गेले. आरडाओरड करीत हा हल्ला एवढ्यासाठी केला होता की, ह्याच बुरुजावर शत्रूसैन्याने एकत्रित व्हावे आणि त्याचा फायदा घेऊन खालील सुरुंगाचा स्फोट करावा म्हणजे जास्तीत जास्त शत्रुसैनिक ठार होतील ! अगदी पहाटे पहिल्या सुरुंगाला बत्ती देण्यात आली परंतु त्या स्फोटाचा जोर आतल्यापेक्षा बाहेरच्याच बाजूला जास्त होता. त्या स्फोटामुळे मोठमोठे खडकाचे तुकडे आणि माती खाली उभे असलेल्या मोगल सैन्यावरच येऊन पडली. ''डोळ्याची पापणी लवते न लवते तोच स्फोटामुळे जे खडकाचे तुकडे उडाले त्यामुळेच ११०० मोगल सैनिक जागच्या जागीच ठार झाले. परंतु किल्ल्याच्या भिंतीला मात्र कोणताच धोका न होता ती तशीच अभेद्य उभी राहिली.''

छापा घालण्याकरिता शत्रूने ह्या संधीचा ताबडतोब उपयोग करून घेतला. त्यांनी गोंधळलेल्या मोगल सैन्यावर त्वरित हल्ला चढवून मोगलांना जी ठाणी आणि खंदक तयार करण्याकरिता आणि जिंकण्याकरिता चार महिने लागले ती ठाणी आणि खंदक त्यांनी फार थोड्या वेळात जिंकून घेतले. त्यानंतर बादशहाने सैन्याची एक जास्त तुकडी पाठविली. त्या सैन्याने दीर्घ संघर्ष केल्यानंतर आणि मोठी हानी सहन केल्यानंतर

ह्या शत्रुसैन्याला हुसकावून लावण्यात यश मिळविले. हे प्रयत्न यशस्वी होतच होते तोच दुसऱ्या सुरुंगाचा स्फोट झाला आणि त्याचेही पहिल्या प्रमाणेच गंभीर परिणाम मोगलांनाच भोगावे लागले. पुन्हा एकदा स्फोटामुळे बुरुजाच्या खडकाचे मोठमोठाले खंड मोगल सैन्यावर जाऊन पडले आणि त्यामुळे १००० पेक्षा जास्त मोगल सैन्य ठार मारले गेले. शत्रुसैन्याने पुन्हा ह्या संधीचा फायदा घेऊन मोगलांवर छापा मारला आणि त्यांनी मोगलांच्या लढाईकरिता बांधलेल्या खंदकांवर आणि ठाण्यांवर ताबा मिळविला. त्याठिकाणी दोन्ही पक्षात अत्यंत भीषण लढाईला तोंड लागले. ह्या संघर्षात फिरोजजंग हा रुस्तमखान आणि दलपतराव बुंदेला ह्या आपल्या इतर दोन सेनापतींसह यात गंभीरपणे जखमी झाला आणि त्याचे असंख्य सैनिक सुद्धा ठार मारले गेले.

मोगलांच्या प्रगतीला गंभीर अडथळा आला आहे ही बातमी येताच स्वत: औरंगजेबाने आपल्या सज्ज अशा अनुयायांसहित अडचणीत सापडलेल्या मोगल सैन्याला मदत करण्याकरिता फिरोजजंगच्या छावणीतून कूच केले. त्याचे जे तात्पुरते सिंहासन (ताखी-ई-रावण) होते. त्याच्याजवळपास आता तोफांचे गोळे येऊन पडू लागले आणि त्यापैकी एका गोळ्याने तर त्याच्या एका शरीरसंरक्षकाचा (खवास) हात तुटून निकामी झाला. परंतु ह्याही परिस्थितीत औरंगजेबाने आपली जागा सोडली नाही आणि तो शांतपणे आपल्या सैनिकांना प्रोत्साहन देतच राहिला. आपल्या सैनिकांसमोर त्याने धैर्याचे उत्तम उदाहरण घालून दिले.

ही भीषण लढाई चालू असताना उष्ण कटिबंधात मधूनमधून होतात तसे एक भीषण वादळ रणांगणावर येऊन कोसळले. ह्या वादळामागोमागच पाऊस, वारा आणि गडगडाट यांनी एकच कहर केला. पाऊस तर हत्तीसारख्या धारांनी कोसळू लागला. कोरडे नाले आणि खोलगट वाटा यांतून पाण्याचे लोट वाहू लागले. ह्या ईश्वरी प्रकोपासमोर आणि शत्रूने सतत हल्ले केल्याने मोगलांनी नमते घेतले आणि त्यानंतर दक्षिणी फौजांनी दिवसातील तिसऱ्या छाप्याला प्रारंभ केला. त्यांनी आणखी आत शिरून मोगलांच्या कित्येक खंदकांवर ताबा मिळविला. मोगलांच्या तोफा ठेवल्या होत्या त्या उंचवट्यांच्या जागांवर हल्ले चढवून त्यांनी जितक्या बंदुकी आणि तोफा नेता येतील तितक्या नेल्या आणि ज्या नेता आल्या नाहीत त्या त्यांनी नष्ट करून टाकल्या. मोगलांनी किल्ल्याभोवतालचा खंदक बुजविण्याकरिता ज्या शिड्या, बल्ल्या, तुळया आणि हजारो वाळूची पोती खंदकात टाकली होती ती सर्व अत्यंत जलदीने किल्ल्यात हलविण्यात आली आणि सुरुंगाचे स्फोट होऊन जिथे जिथे भगदाडे पडली होती ती बुजविण्याकरिता त्याचा त्यांनी उपयोग केला ! ह्यावेळेपावेतो संपूर्ण रणक्षेत्राला चिखलाच्या सरोवराचेच स्वरूप प्राप्त झाले होते ! सूर्यास्त झाल्यानंतर सगळे मोगल सैन्य आपल्या छावणीत परत गेले; बादशहाने ती रात्र फिरोजजंगच्या छावणीत घालविली.

९. मोगलांचे अपयश; दुष्काळ आणि साथीचे रोग यांचे थैमान

दुसऱ्या दिवशी सकाळी (२१ जून) बादशहाने पुन्हा तिसऱ्यांदा सुरुंग लावण्याकरिता आपल्या छावणीतून कूच केले. आपल्या स्वत:च्या देखरेखीखाली सुरुंगाचा स्फोट करून स्वत:चे नशीब आजमावण्याकरिता बादशहा हा तिसरा प्रयत्न करीत होता. परंतु ह्यावेळी सर्व काळजी घेऊनही सुरुंगाचा स्फोटच होऊ शकला नाही. शत्रूला ह्या सुरुंगाचा पत्ता लागला आणि म्हणून त्यांनी ती जागा पाण्याने भरून टाकली असे नंतर चौकशीअंती कळले. ह्या घटनेने बादशहा इतका गोंधळून गेला की तो तसाच कोणेतही दरबारी रीतीरिवाज पाळल्याशिवाय आपल्या छावणीत परत गेला. ह्याच वेळी इतर अनेक उपाय करून पाहण्यात आले, अमाप द्रव्य खर्च करण्यात आले परंतु वेढा तसाच चालू राहिला. मोगल सैन्याचे नीतिधैर्य ह्यामुळे पार खचून गेले. यातच मोगल सैन्यात गंभीर दुष्काळाने डोके वर काढले व त्याच्या मागोमागच साथीचे रोगसुद्धा उद्‌भवले. हैद्राबाद शहर पार उजाड बनले. घरेदारे, नद्या आणि खोरी यांच्यात सर्वत्र प्रेतेच प्रेते दिसू लागली. मोगल छावणीतसुद्धा असेच दृश्य दिसू लागले. रात्रीतून प्रेतांचे ढीगच्या ढीग जमू लागले. काही महिन्यांनंतर ज्यावेळी पावसाळा संपुष्टात आला त्यावेळी पांढरे मानवी हाडांचे सांगाडे दुरून बर्फाच्छादित शिखरांप्रमाणे दिसू लागले.

अशाही कठीण परिस्थितीत किल्ल्याची रसद कायमची तोडून किल्ला शरण आणावयाचाच ह्या दृढ निश्चयाने औरंगजेब किल्ल्याला पक्का वेढा देऊन बसलेला होता आणि तेथून त्याने हलण्याची यत्किंचितही इच्छा दर्शविली नव्हती. ''बादशहाने गोवळकोंडा किल्ल्याभोवती मातीची आणि लाकडाची भिंत बांधण्याची तयारी चालविली. अतिशय थोड्या अवधीत ही भिंत बांधून पूर्ण करण्यात आली आणि त्याच्या दरवाजांवर ताबडतोब पहारेकरी बसविण्यात आले. त्यातून आतमध्ये जावयाचे असल्यास किंवा बाहेर जावयाचे असल्यास परवाना दाखविल्याशिवाय ती गोष्ट अशक्य होऊन बसली.'' ह्याचबरोबर किल्ल्यातल्या शिबंदीला कोणत्याही प्रकारची रसद मिळू नये म्हणून औरंगजेबाने हैद्राबाद जिंकून आपण ते मोगल राज्याला जोडले आहे अशी सरकारी घोषणा केली. त्या राज्यात ठिकठिकाणी त्याने आपल्या न्यायाधीशांच्या आणि महसूल अधिकाऱ्यांच्या नेमणुका केल्या. हैद्राबादच्या राज्यात बादशहाच्या नावाने खुतबा वाचण्यात येऊन बादशहाच्या नावाची द्वाही फिरविण्यात आली आणि हैद्राबाद शहरात ''मुहतासिब'' (लोकांच्या वर्तनावर नियंत्रण ठेवणारा) ह्या अधिकाऱ्याची नेमणूकही करण्यात आली.

१०. विश्वासघाताने गोवळकोंड्याची शरणागती

अशा रीतीने सतत ८ महिने किल्ल्याचा वेढा चालल्यानंतर दिनांक २१ सप्टेंबर रोजी किल्ला लाचलुचपतीच्या मार्गांचा अवलंब करून जिंकण्यात आला. नशीब

काढण्याकरिता आलेला एक अफगाण सैनिक अब्दुल्ला पाणी, त्याला सरदारखान असेही म्हणत असत, त्याने विजापूर दरबारची नोकरी सोडली आणि तो मोगलांना येऊन सामील झाला. काही दिवसांनंतर त्याचे मन फिरले आणि तो पुन्हा अबुल हसनला सामील झाला. त्याने आता विश्वासघात केला आणि आपल्या धन्याशी फितुरी केली. त्याने दिनांक २१ सप्टेंबर १६८७ रोजी किल्ल्याचा ''खिडकी दरवाजा'' मुद्दामून उघडा ठेवला आणि त्याने दिलेल्या निमंत्रणानुसार रात्री ३ वाजता रुहुल्लाखान या मोगल सरदाराच्या नेतृत्वाखाली निवडक मोगल सैनिकांनी त्या दरवाजाने आत प्रवेश केला. आतमध्ये गेल्यानंतर त्यांनी त्या दरवाजापाशी पहाऱ्याकरिता म्हणून काही सैनिक ठेवले परंतु बाकीच्या सैनिकांनी पुढे जाऊन किल्ल्याचा प्रमुख दरवाजा उघडून दिला आणि त्यातून पुराचे पाणी आत शिरावे त्याप्रमाणे मोगल सैनिकांचे लोंढे आत शिरले. राजपुत्र आझम याने आपल्या सहाय्यक सैन्यानिशी नदी ओलांडून तो किल्ल्याच्या भिंतीच्या पायथ्याशी येऊन पोहोचला.

गोवळकोंड्याचा पाडाव घडून आला ह्या दु:खकारक घटनेलाही एका श्रेष्ठ पराक्रमामुळे मोठे तेजस्वी स्वरूप प्राप्त झाले. गोवळकोंड्याच्या शेवटच्या शोककारक इतिहासात ही घटना तेवढी अभिमान वाटण्यासारखी घडली. ज्यावेळी विजयोन्माद चढलेले हजारो मोगल सैनिक किल्ल्यात प्रवेश घेण्याकरिता आणि राजवाड्याकडे जाण्याकरिता लाटेसारखे आत शिरत होते, त्यावेळी एका एकट्या सैनिकाला आपला पट्टा चढवावयास किंवा घोड्यावर खोगीर सुद्धा चढविण्यास वेळी सापडला नाही आणि तरीसुद्धा तो एखाद्या वेड्या माणसासारखा शत्रूच्या सेनासागरावर तुटून पडला. गोवळकोंड्याच्या त्या संपूर्ण फितूर झालेल्या सैन्यात तो एकुलता एक एकनिष्ठ सैनिक निघाला. त्याचे नाव अब्दुर रझाक लारी असे होते. त्याला मुस्ताफा खान असेसुद्धा म्हणत असत. गोवळकोंड्याचा वेढा चालू असेपावेतो त्याने औरंगजेबाच्या सर्व प्रकारच्या आमिषांना सतत नकार दिला होता. मोगल सैन्यात ६००० घोडेस्वारांची मनसबदारी आपण देऊ असे औरंगजेबाने आमिष दाखविताच अत्यंत तिरस्काराने त्याने त्याला नकार कळविला होता, २२००० सैनिकांनी विश्वासघात करून अबुल हसनचा पाडाव घडवून आणला. त्यांच्यातील एक म्हणून ओळखले जाण्याऐवजी करबाला ह्या ठिकाणी इमाम हुसेन ह्याचे संरक्षण करीत असताना जे त्याचे ७२ विश्वासू अनुयायी धारातीर्थी पडले, त्यांच्यातील एक असे ओळखले जाण्यात आपल्याला अभिमान वाटेल असे त्याने उघडपणे बोलून दाखविले. शत्रुसैन्याची लाट ज्यावेळी आत आली त्यावेळी त्यांना थोपवून धरण्याकरिता तोच समोर धावून गेला आणि लढत असताना ''मी जोपर्यंत जिवंत आहे तोपर्यंत अबुल हसनच्या रक्षणाकरिता

कमीतकमी एका माणसाने तरी कुर्बानी केली हे मी सिद्ध करीन'' असे तो जोरजोराने ओरडत होता. परंतु ह्या लढाईत ७० जागी गंभीर जखमा झालेल्या, एक डोळा निकामी झालेल्या आणि घोड्याला अनेक जखमा होऊन त्याचा सतत रक्तस्राव चाललेला अशा स्थितीत अब्दुल रझाकला काय करावे ते सुचेना. त्याने फक्त आपल्या घोड्यावरील पकड पक्की ठेवली परंतु त्याचबरोबर घोड्याचा लगाम त्याने ढिला सोडून दिला आणि घोडा नेईल तिकडे तो जाऊ लागला. ह्या घनघोर लढाईत घोडा निसटला आणि घोड्याने किल्ल्याजवळ नगिना बाग होती त्यातील एका जुन्या नारळाच्या झाडाजवळ त्याला आणून टाकले. तेथून त्याला मोगलांच्या छावणीत हलविण्यात आले आणि बादशहाने दिलेल्या खास आदेशावरून त्याच्या वैद्यकीय उपचाराची व्यवस्था करण्यात येऊन त्याला पुन्हा जीवदान देण्यात आले.

११. अबुल हसनला कैद करण्यात आले

मध्यंतरी समोर धावून येणाऱ्या मोगल सैन्याचा आरडाओरडा अबुल हसनच्या ज्यावेळी कानावर पडला त्यावेळी आपल्या निवासातून बाहेर पडून तो दरबार हॉलमध्ये आला आणि तेथल्या सिंहासनावर आधिष्ठित होऊन तो शांतपणे ह्या आगंतुक पाहुण्यांची वाट पाहू लागला. शेवटी ज्यावेळी रुहुल्लाखान आणि त्याच्या निवडक सैनिकांनी दरबार हॉलमध्ये प्रवेश केला, त्यावेळी अबुल हसनने त्यांचे अत्यंत नम्रतेने स्वागत केले. ह्या संपूर्ण दु:खद प्रसंगात अबुल हसनचे वर्तन त्याच्या पदाला शोभेल असेच धीरोदात्त आणि शांतपणाचे होते. त्यानंतर विजेत्यांना आपल्याबरोबर त्याने भोजनाला बोलाविले आणि भोजन समारंभ तितक्याच सन्मानपूर्वक आटोपून नंतर त्याने राजवाड्यातून प्रयाण केले. संध्याकाळी राजपुत्र आझमने त्याला बादशहासमोर उपस्थित केले. काही काळानंतर त्याची रवानगी दौलताबादेच्या किल्ल्यात करण्यात आली. त्याठिकाणी त्याने ५०,००० रु.च्या वार्षिक निवृत्तिवेतनावर आपल्या तुरुंगातील जीवनाला प्रारंभ केला. आपल्या सिंहासनाचा त्याग करतेवेळी आणि आपल्या शत्रूच्या तुरुंगातील वास्तव्याला जातेवेळी अबुल हसनने स्वत:च्या मनावर जो ताबा ठेवला आणि ह्या संपूर्ण प्रसंगात तो ज्या प्रतिष्ठेने आणि शांततेने वागला ती त्याची वागणूक पाहून मोगलसुद्धा आश्चर्यचकित झाले. त्यांच्या तोंडून जे सहजगत्या प्रशंसोद्गार बाहेर पडले त्याला उत्तर देताना तो म्हणाला की ''माझा जरी राजघराण्यात जन्म झालेला असला तरी तरुणपणात मला गरिबीसुद्धा पाहावी लागली आणि त्याही परिस्थितीने मला पुष्कळच शिकविले. त्यामुळे परमेश्वरानेच निर्माण केलेल्या सुखदु:खाच्या समभावाने आणि निर्लेप वृत्तीने कसे स्वागत करावे, याचे बाळकडू मला आपोआपच मिळाले आहे. त्याच परमेश्वराने मला भिकारी बनविले, त्यानंतर

राजा बनविले आणि आता पुन्हा भिकारी बनविले परंतु मला पक्की खात्री आहे की तो दयाळू परमेश्वर मानवावरील आपली कृपादृष्टी कधीही काढून घेत नाही आणि प्रत्येकाला तो त्याचे नियोजित अन्न पुरवितोच.''*

गोवळकोंड्याला जी लूट मिळाली त्यात चांदी सोन्याच्या चिपा, रत्न-जडित भांडी, जवाहिर ह्या व्यतिरिक्त ७ कोटी रुपयांची रोख रक्कम यांचा अंतर्भाव होता. जिंकलेल्या राज्याचा शेतसारा २ कोटी ८७ लाख रुपये होता.

(***टीप :** के.के.खंड २, ३६४-३६८, परंतु डॉ.कारेरी (चर्चिल याचे प्रवासवर्णन, खंड ४, ३४९) आणि मनुकी (खंड २, ३०६-३०८) हे मात्र त्याला औरंगजेबासमोर नेल्यानंतर त्याचा अपमान करण्यात आला आणि त्याला मारण्यात आले असा वृत्तांत लिहितात. ईश्वरदासने मात्र वेगळी वैशिष्ट्यपूर्ण कथा सांगितलेली आढळते. त्याने लिहिले आहे - अबुल हसनला ज्यावेळी पकडण्यात आले त्यावेळी तो गाणे बजावण्यात आणि नृत्य करणाऱ्या मुलींचा नाच पाहण्यात आणि मौजमजा करण्यात मग्न होता. ज्यावेळी मोगल सैनिकांनी त्या ठिकाणी एकाएकी प्रवेश केला त्यावेळी नृत्य करणाऱ्या मुलींनी घाबरून जाऊन आपले नृत्य बंद केले. तेव्हा अबुल हसन ओरडून म्हणाला, ''ताबडतोब पुन्हा नाचण्याला प्रारंभ करा. ह्या नाचगाण्याच्या आनंदात आता घालविलेले एकएक मिनिट मी लाभदायक समजतो.'' फिरोजजंगाने अबुल हसनला सिंहासनावरून उठवून सज्ज असलेल्या घोड्यावर बसविले आणि बादशहासमोर उपस्थित केले. अबुल हसनने बादशहाला कुर्निसातसुद्धा केला नाही आणि तो तसाच ताठ उभा राहिला. बादशहाने विचारले, ''तुझे कसे चालू आहे'' त्यावर अबुल हसनने उत्तर दिले, ''मला ह्या स्थितीत आनंदही नाही आणि दुःखही नाही. परंतु परमेश्वराने ही जी लीला दाखविली त्याचे खरे दृश्य मला त्याच्या आड उभे राहून जे दिसले आहे ते पाहण्यात मला आनंद होत आहे.'' (९३ अ आणि ब)

परंतु मनुकीच्या ह्या वृत्तांतापेक्षा १२ नोव्हेंबर १६८७ रोजी फोर्ट सेंट जॉर्ज येथील दैनंदिनीत जो वृत्तांत लिहिलेला आहे तो जास्त विश्वासार्ह समजला पाहिजे. तो वृत्तांत असा - ''फ्रेंच, डच आणि इतर राज्यांकडून अशी बातमी आली आहे की, गेल्या महिन्याच्या (नवीन कॅलेंडरप्रमाणे) २- या तारखेला मध्यरात्री मोगलांनी लाचलुचपतीच्या मार्गांनी गोवळकोंडा जिंकला. गोवळकोंड्याचा राजा शरण आल्यानंतर मोगलांनी त्याच्या भ्रष्ट सरकारबद्दल, ब्राह्मणांना उत्तेजन देऊन आणि मूर (हबशी) सरदारांचा आश्रय काढून घेऊन त्याने त्याच्यावर सोपविलेल्या राज्याचा विश्वासघात केल्याबद्दल, धर्मभ्रष्ट वर्तन केल्याबद्दल, मुसलमान राष्ट्राला एकनिष्ठ न राहिल्याबद्दल त्याला बरीच दूषणे दिली आणि त्याच्या या पापकृत्यामुळेच त्यावर ही संकट परंपरा कोसळली असे बजाविले. ह्या त्याच्या पापाबद्दल त्याला कैद करण्यात आले परंतु दुसऱ्याच दिवशी त्याची सुटकाही करण्यात आली अशी वार्ता आली आहे.'')

❐

प्रकरण चौदावे

संभाजीची कारकीर्द, १६८०-१६८९

१. वारसाबाबत विवाद; संभाजीला राजपदाची प्राप्ती

शिवाजीच्या मृत्यूमुळे नवीनच निर्माण झालेल्या मराठा साम्राज्यात दुही आणि गोंधळ निर्माण झाला आणि त्याच्या भवितव्याबाबत जबर शंका निर्माण झाली. शिवाजीच्या जीवनातील अखेरच्या अवस्थेत संभाजी, हिंदू धर्म आणि हिंदू राष्ट्र यांचा सतत कट्टर द्वेष करीत असलेल्या मोगल राज्याला जाऊन सामील झाल्याने राज्यातील खऱ्या हितचिंतकांच्या मनातून तो उतरून गेला. संभाजीला सुधारण्याचा सतत निष्फळ प्रयत्न केल्यानंतर त्याच्या सुज्ञ वडिलांना आपल्या जीवनाच्या अखेरीच्या अवस्थेत त्याला पन्हाळ्याच्या किल्ल्यात नजरकैदेत ठेवावे लागले. म्हणून शिवाजीला अग्निकाष्ठांवर शेवटचा निरोप दिल्यानंतर रायगडावर जे मंत्री होते, त्यांच्या उपस्थितीत, अण्णाजी दत्तो ह्यांच्या पुढाकाराने राजारामाला (शिवाजीचा दहा वर्षांचा धाकटा मुलगा) राजा म्हणून जाहीर करण्यात आले.

राजधानीत त्या दिवशी जो गट उपस्थित होता, त्यानेच नैसर्गिक वारसाचा अधिकार बाजूला ठेवून हा बदल घडवून आणला. सर्वसाधारण लोकांना आणि सैन्याला न विचारताच हा बदल घडवून आणण्यात आला आणि त्यामुळे साहजिकच त्यांच्यात किंचित नापसंतीची भावना निर्माण झाली.

राजारामाला राज्याभिषेक झाल्यामुळे मराठा राज्यात दुहीची चिन्हे दिसू लागली. संभाजीला पाठिंबा देणारा गट लवकरच स्थापन झाला. रायगडला जे राजमंडळ सत्तेवर आले ते ब्राह्मणांचे मंडळ होते आणि त्यांनी राजवाड्यातील ब्राह्मण राजगुरूकडून आज्ञा घ्याव्यात ही गोष्ट सरसेनापतीला (जन्माने मराठा) सर्वस्वी नापसंत होती.

ह्याचा परिणाम असा झाला की, शिवाजीच्या मृत्यूनंतर केवळ एक आठवड्याच्या आत पन्हाळा या ठिकाणी सैनिकांचे थवेच्या थवे एकत्रित होऊ लागले आणि संभाजीनेही रायगडच्या शासनाकडे दुर्लक्ष करून उघड उघड सत्ता ग्रहण केली.

संभाजीचा स्वभाव लक्षात घेता त्याने अगदी प्रारंभीच्या काळात ज्या योजना कार्यान्वित केल्या, त्यावरून जो शहाणपणा आणि धडाडी दिसून आली ती आश्चर्यजनक समजावी लागेल. त्याने प्रथमत: पन्हाळा किल्ल्याचा ताबा मिळविला आणि त्यानंतर दक्षिण मराठा प्रदेशावर आणि दक्षिण कोकणच्या प्रदेशावर आपले वर्चस्व प्रस्थापित

केले. यानंतरच त्याने उत्तरेकडील राजधानीच्या शहरी एकत्रित झालेल्या शत्रुसैन्याशी संघर्ष करण्याचे धाडस केले.

मध्यंतरी दिनांक २१ एप्रिल रोजी अण्णाजी दत्तो याने राजारामाला मराठ्यांच्या गादीवर बसविले आणि त्यानंतर लवकरच त्याने पेशव्यासहित पन्हाळा किल्ल्याकडे कूच केले. तो किल्ला पुन्हा जिंकून घ्यावा आणि संभाजीला कैदेत टाकावे हाच त्यामागील हेतू होता. परंतु पन्हाळ्याला संभाजीने सत्ता काबीज करण्यात यश मिळविले ही बातमी त्यांना मिळताच ते मोठे निरुत्साहित झाले आणि अशा स्थितीत संभाजीवर हल्ला करावा किंवा नाही याबद्दल त्यांच्या मनात संशय निर्माण झाला. लवकरच स्वार्थी आणि दुतोंडी मंत्र्यांवर सैन्यानेही मोठा दबाव आणला आणि त्यांना शरण आणण्यात यश मिळविले. मे महिन्याच्या शेवटी सरसेनापती हंबीरराव मोहिते यांनी अण्णाजी आणि मोरोपंत यांना पकडले आणि पन्हाळ्याला संभाजीसमोर कैदी म्हणून सादर केले. ह्यावेळी सैन्यातील सर्व अधिकारी एकत्रित झाले आणि त्यांनी संभाजीला राजा म्हणून मान्यता दिली.

अण्णाजीला हातापायात बेड्या घालून तुरुंगात टाकण्यात आले. पेशव्याने अगोदरच्या आपल्या भूमिकेबद्दल वेळेवर पश्चात्ताप व्यक्त केला आणि त्यामुळे संभाजीचा विश्वास जरी नाही तरी त्याची कृपा त्याला संपादन करता आली. यानंतर राजाने रायगडाकडे कूच केले. त्यावेळी जाताना त्याच्या सैन्याची संख्या २०,००० पर्यंत केली. नवीन राजाचे राजधानीने स्वागत केले (१८ जून). राजारामाला संभाजीला विरोध करण्याइतपत सामर्थ्य नसल्याने त्याने कोणताही विरोध केला नाही.

राजारामाची गादीवरून हकालपट्टी झाली परंतु तरीसुद्धा त्याला अतिशय सन्मानाने वागविण्यात आले, कारण महत्त्वाकांक्षी लोकांच्या हातातील तो खेळणे बनला होता याबाबतीत सर्वांची खात्री पटलेली होती.

अशा रीतीने संभाजी प्रथमतः २० जुलै रोजी गादीवर बसला. दिनांक १६ जानेवारी १६८१ रोजी अतिशय थाटामाटात आणि सर्व धार्मिक विधी करून संभाजीला औपचारिक राज्याभिषेक करण्यात आला. १८ मे १६८२ रोजी संभाजीला पुत्ररत्न आणि राज्याला वारस प्राप्त झाला. ह्याच मुलाने पुढे ३० वर्षांनंतर मराठा साम्राज्याचा पुनर्जन्म घडवून आणला. त्याला शिवाजी दुसरा असे नाव ठेवण्यात आले परंतु तो राजा शाहू ह्या नावानेच सर्व लोकांत ओळखला गेला.

२. संभाजीने मोगलांशी पुन्हा युद्धाला प्रारंभ केला

नवीन राजाला परकीय आक्रमण स्थगित झाल्याने बरीच सवड सापडली. ह्यावेळी मोगल साम्राज्याची सर्व लष्करी शक्ती बादशहाच्या स्वतःच्या नजरेखाली राजपूत

राज्याशी लढण्याकरिता एकवटण्यात आलेली होती. ऑक्टोबर महिन्याच्या शेवटी दसरा संपल्यानंतर नेहमीप्रमाणे मराठा सैन्य स्वारीवर निघाले. मराठ्यांच्या सैन्यापैकी घोडेस्वारांची आणि पायदळाची एक तुकडी सुरतेकडे रवाना झाली, दुसरी तुकडी बऱ्हाणपूरकडे रवाना झाली तर तिसऱ्या तुकडीला औरंगाबादला बहादूरखानाची (नुकतीच त्याला खान-ई-जहान ही पदवी मिळाली होती) जी छावणी होती; त्या छावणीसमोर प्रतिकारार्थ उभी ठेवण्यात आली. परंतु मराठ्यांच्या ह्या स्वाऱ्यांची बातमी कानावर येताच मोगल सेनापतीने ताबडतोब खानदेशकडे कूच केले. (२५ नोव्हेंबरच्या सुमारास) आणि त्यामुळे मराठ्यांना त्या प्रांतातून माघार घ्यावी लागली, परंतु ही माघार तात्पुरती ठरली.

पुढील वर्षीच्या जानेवारी महिन्याच्या अखेरीस मराठ्यांनी पुन्हा नवीन उत्साहाने स्वाऱ्यांना प्रारंभ केला (१६८१). राजपुत्र अकबराने बापाविरुद्ध बंड पुकारले आणि त्यामुळे औरंगजेबाचा पाडाव झालेला आहे अशा आशयाच्या अतिशयोक्त अफवा दक्षिणेत पसरल्याने मराठ्यांनी ही हिंमत दाखविली ही गोष्ट उघड होती. हंबीररावाच्या नेतृत्वाखालील एका तुकडीने उत्तर खानदेशातील धरणगाव आणि इतर शहरांचा फडशा पाडला आणि इतकेच नव्हे तर बऱ्हाणपूरचे उपनगर बहादूरपुरासुद्धा लुटून घेतले (३० जानेवारी). मराठ्यांच्या सैन्याच्या आगमनाची वार्ता सर्वत्र पसरण्यापूर्वीच त्याने बऱ्हाणपूरला आपला कार्यभाग साधला. इतक्या त्वरेने मराठ्यांनी आपल्या हालचाली केल्या. उपनगरातील घरेदारे आणि दुकाने यातून मराठ्यांनी आणलेल्या लुटीचे ढीगच्या ढीग जमा झाले. शहराच्या तटबंदीबाहेर जी १७ उपनगरे होती, ती अशाच पद्धतीने लुटण्यात आली. हा हल्ला इतका आकस्मिक होता की, ह्या उपनगरातील एकालाही आपली संपत्ती लपवून ठेवता आली नाही किंवा सुरक्षित जागी नेता आली नाही. कुणालाही आपली बायको किंवा मुले वाचविता आली नाहीत. उपनगरात घरांना ज्या आगी लावण्यात आल्या होत्या त्यातून निघणाऱ्या धुरावरून बऱ्हाणपुरातील सुभेदाराला शत्रूच्या आगमनाची वार्ता कळली परंतु त्या परिस्थितीत कोणतीही हालचाल करणे अशक्य असल्याने सुभेदाराने स्वत:ला किल्ल्यात कोंडून घेणे पसंत केले. प्रत्येक उपनगरातून लक्षावधी रु. किमतीची लूट मिळविण्यात आली. आपल्या डोळ्यादेखत आपल्या कुटुंबीयांची अप्रतिष्ठा झालेली पाहण्यापेक्षा कित्येक प्रतिष्ठित लोकांनी आपल्या बायका-मुलींना ठार मारून टाकले आणि त्यानंतरच त्यांनी लुटारूंवर जीवावर उदार होऊन हल्ला करणे पसंत केले.

अशा प्रकारे मराठ्यांनी तीन दिवसपर्यंत उपनगरांची मनसोक्त लुटालूट केली. त्यांच्या ह्या कार्यात कोणताही अडथळा आला नाही. प्रत्येक घरातील जमीन त्यांनी खणून

काढली आणि त्यामुळे कित्येक पिढ्यांपासून लोकांनी जपून ठेवलेले धन त्यांच्या आपोआपच हाती पडले. खान-ई-जहान याने संघटित प्रतिकार करण्याला बराच वेळ घेतला आणि हल्लेखोरांचा पाठलाग त्याने चुकीच्या मार्गाने केला. त्यामुळे हल्लेखोरांना सर्व लूट आणि कैदी घेऊन निसटून जाण्याला भरपूर सवड सापडली. मोगल सुभेदाराने संभाजीकडून भरपूर लाच खाल्ल्याने त्याने जाणूनबुजून पाठलागाचा चुकीचा मार्ग स्वीकारला असा दक्षिणेत प्रवाद निर्माण झाला. बऱ्हाणपूरच्या नागरिकांनीही अशाच आशयाची तक्रार बादशहाकडे केली आणि तिथल्या मुसलमानांनी आपल्या जीविताची आणि सन्मानाची हमी मिळाल्याशिवाय शुक्रवारची अल्लाची प्रार्थना म्हणावयाची नाही असा घोर निश्चय केला.

शहराच्या पश्चिमेला साधारणपणे २६ मैलांवर बाभूळगाव ह्या ठिकाणी खान-ई-जहानला मराठ्यांची दुसरी एक तुकडी दक्षिणेकडून अहमदनगर, मुंगी-पैठणमार्गे औरंगाबाद लुटण्याकरिता येत आहे अशी बातमी कळली. घोड्यावर ताबडतोब स्वार होऊन त्याने आपल्या घोडदळासह पहाटे तीन वाजता औरंगाबाद शहराच्या दिशेने कूच केले आणि दुपारच्या सुमारास तो शहराजवळ येऊन पोहोचला. त्याचे आगमन शहर वाचविण्याच्या दृष्टीने अगदी वेळेवर झाले होते. संपूर्ण शहराला भयानक भीतीने ग्रासले होते. लोक आपापल्या घरात बाहेरून घरे बंद करून, हातात शस्त्रे घेऊन बसले होते परंतु भयाने त्यांचा थरकाप उडाला होता आणि स्त्रिया मूकरुदन करीत होत्या. खानाचे आगमन होताच शत्रू न लढताच गावातून पळून गेला.

नेहमीच्या प्रथेनुसार १६८१ च्या ऑक्टोबरमध्ये दसरा झाल्यानंतर मराठा घोडेस्वारांनी निरनिराळ्या दिशांनी कूच केले. मराठ्यांच्या राजघराण्यातील दोन स्त्रिया (संभाजीची पत्नी आणि बहीण) ज्यांना दिलेरखानाने पकडले होते, त्यांना अहमदनगरच्या किल्ल्यात ठेवल्याने आणि त्यांची सुटका करण्याची मराठ्यांची इच्छा असल्याने अहमदनगरवर हल्ला करण्याचा प्रयत्न करण्यात आला. काही मराठा सैनिकांनी गुप्तपणे किल्ल्यात प्रवेश केला परंतु त्यांना शोधून काढण्यात आले आणि किल्लेदाराने त्यांना ठार मारले. उरलेल्या सैनिकांवर हल्ला चढवून त्यांनाही हाकलून लावण्यात आले (ऑक्टोबरचा शेवट).

३. राजपुत्र अकबराने संभाजीचा आश्रय मागितला, १६८१

औरंगजेबाचा बंडखोर मुलगा राजपुत्र मुहंमद अकबर याने विश्वासू दुर्गादास राठोड याच्या नेतृत्वाखाली अकबरपूरनजीक नर्मदा नदी ओलांडली (९ मे) आणि तिथून त्याने महाराष्ट्राकडे प्रयाण केले. मोगल सीमा ओलांडल्यानंतर संभाजीच्या अनेक उच्चपदस्थ अधिकाऱ्यांनी त्याचे स्वागत केले आणि त्याला सन्मानाने पलीकडे नेले (१ जून).

यावेळी राजपुत्राबरोबर ४०० घोडेस्वार, लहानसे पायदळ (यात काही मुसलमान सोडल्यास बहुतांशी राजपुतांचाच अंतर्भाव होता) आणि सामान वाहून नेणारे ५० उंट यांचाच भरणा होता.

त्याचे संरक्षक-दल म्हणून पायदळातील ३०० मराठा सैनिकांनी ताबडतोब सामील व्हावे असा हुकूम देण्यात आला. ह्याशिवाय जवळपासचे संभाजीचे सुभेदार राजपुत्राच्या दिमतीला अगोदरच सामील झालेले होते. संभाजीचा प्रतिनिधी म्हणून नेताजी पालकर याची नेमणूक करण्यात आली.

४. संभाजीविरुद्ध कारस्थान; कवी कलश याजवर संभाजीची बहाल मर्जी

रायगडचा ताबा घेतल्यानंतर (१८ जून १६८०) संभाजीने त्याच्या सर्व प्रमुख शत्रूंना, विशेषत: अण्णाजी दत्तो आणि नीळकंठ मोरेश्वर पिंगळे (पेशवा मोरेश्वर त्रिंबक ह्याचा मुलगा) ह्या नेत्यांसह सर्वांना तुरुंगात टाकले. ऑक्टोबरच्या प्रारंभी मोरेश्वराचा मृत्यू झाला आणि म्हणून संभाजीने त्याचा मुलगा नीळकंठ याची मुक्तता केली आणि त्यालाच रिकामी असलेली पंतप्रधानाची जागा दिली. ह्याचवेळी त्याने आपला कट्टर शत्रू अण्णाजी दत्तो याचीही तुरुंगातून मुक्तता केली आणि त्याचीही मुजूमदार ह्या पदावर नियुक्ती केली.

परंतु १६८१ च्या ऑगस्ट महिन्यात अण्णाजी दत्तो याने सोयराबाई, हिराजी फर्जंद आणि राज्यातील इतर प्रमुख व्यक्ती ह्यांच्याशी संगनमत करून संभाजीचा वध करावा आणि त्याच्या जागी राजपुत्र अकबरच्या संरक्षणाखाली राजारामाला गादीवर बसवावे असा गुप्त कट केला. अन्नात विष कालवून संभाजीला ठार मारावे असा त्यांचा बेत होता.

परंतु हा कट उघडकीस आला म्हणून संभाजीने कटातील भागीदारांना ताबडतोब पकडले, त्यांना तुरुंगात टाकले आणि तुरुंगात त्यांचे हालहाल केले. अण्णाजी दत्तो, त्याचा भाऊ सोमाजी, हिराजी फर्जंद, बाळाजी आवजी, प्रभू महादेव अनंत आणि इतर तिघे या सर्वांना हत्तीच्या पायाला लोखंडी बेड्यांनी बांधून त्यांच्या पायाखाली चिरडून ठार मारण्यात आले. यानंतर पुन्हा २० गुन्हेगारांना पकडण्यात येऊन त्याचाही वध करण्यात आला. राजारामाची आई सोयराबाई हिने आपल्या नवऱ्याला (दीड वर्षांपूर्वी) विष घालून ठार मारले असा तिच्यावर आरोप ठेवण्यात आला आणि संभाजीने तिला विष घालून किंवा तिची सतत उपासमार करून हालहाल करून ठार मारले. ही घटना १६८१ च्या ऑक्टोबरात घडून आली. तिच्या वडिलांच्या कुटुंबीयांना म्हणजे शिर्के कुटुंबीयांना संभाजीची अवकृपा सहन करावी लागली. त्या कुटुंबातील बऱ्याचशा व्यक्ती ठार मारल्या गेल्या. जे वाचले ते मोगलांकडे पळून गेले.

संभाजीच्या एकूण स्वभावामुळे आणि चारित्र्यामुळे राज्यातील कोणत्याही जुन्या सेवकाला शिवाजीबद्दल जसे प्रेम आणि निष्ठा वाटत होती, तसे प्रेम आणि निष्ठा वाटणे अशक्य होऊन बसले. ह्या उलट शिवाजीच्या मंत्रिमंडळातील जवळजवळ सर्वच प्रमुख मंत्र्यांनी आणि सेनापतींनी प्रथमत: संभाजीला वारसाहक्कापासून वंचित करावे ह्या योजनेला संमती दिली होती हे विदारक सत्य तो कधीही विसरू शकत नव्हता. ह्यामुळे मराठ्यांच्या ह्या अफाट राज्यात आपण अगदी एकटे आणि मित्रविहीन आहोत असे त्याला वाटू लागले. ह्या पार्श्वभूमीवर त्याच्या कारकिर्दीत वारंवार जी कारस्थाने झाली, अंकित राज्यात ज्या वारंवार बंडाळ्या झाल्या आणि त्याचे अधिकारी त्याला वारंवार सोडून गेले ही वस्तुस्थिती आपण लक्षात घेतली पाहिजे.

अशा एकाकी अवस्थेत त्याला विश्वासू आणि एकनिष्ठ असा एकच सेवक मिळाल्यासारखा वाटला. तो म्हणजे संभाजीच्या भव्य आणि नेत्रदीपक राज्यारोहण समारंभापूर्वी रायगडला नुकताच येऊन पोहोचलेला एक कनौजी ब्राह्मण. अलाहाबादला तो भोसले कुटुंबाचा वंशपरंपरागत उपाध्याय होता. त्याच्याच मार्फत संभाजीच्या दरबारात एक तंत्रमंत्र जाणणाऱ्या मांत्रिकाचा प्रवेश झाला. संभाजीला मुलगा नव्हता म्हणून कलुषाने त्याच्यामार्फत कालीमातेसमोर मोठे यज्ञ करविले आणि त्यामुळेच संभाजीला मुलगा झाला आणि राज्याला वारस मिळाला (मे १६८२). ह्यामुळे संभाजीची कलुषावर मोठी मर्जी बसली. त्याचा उपयोग करून घेऊन कलुषाने आपल्याशिवाय राज्यातील पान हलणार नाही अशी स्थिती आणून सोडली. राज्याची सर्व सूत्रे त्याच्याच संमतीने हलू लागली. ''कवींचा कवी'' किंवा ''कवी-कलश'' अशी सर्वोच्च पदवी त्याला देण्यात आली. हळूहळू संभाजी त्याच्या हातातले बाहुले बनला. तो कलुषा कब्जीच्या पूर्णपणे आहारी गेला.

राजपुत्र अकबराने ज्या लहानशा अप्रसिद्ध खेड्यात आश्रय घेतला होता, त्याठिकाणी त्याने आपल्या मर्यादित संपत्तीच्या मर्यादेमध्ये बादशहाचे बाह्यवैभव कायम ठेवले होते. पोटार्थी घोडेस्वार त्याला रोज येऊन सामील होत होते. ऑगस्ट महिन्याच्या अखेरीस त्याच्या घोडदळाची संख्या २००० पर्यंत जाऊन पोहोचली. १३ नोव्हेंबर १६८१ रोजी संभाजीने राजपुत्र अकबराची पातशहापूर (=पाली) ह्या ठिकाणी भेट घेतली. ह्यावेळी संभाजीने आपले सर्व सैन्य आणि सेवक वर्ग आपल्याबरोबर घेतले होते. अकबराबरोबर दुर्गादासही होता. परंतु मोगल साम्राज्यावर हल्ला चढविण्याची एकुलती एक संधी अकबराला लाभली होती तीही त्याने आता गमावली. ज्यावेळी महाराण्याने मोगल बादशहाशी निश्चित असा शांततेचा तह केला, त्याचवेळी म्हणजे जून महिन्यात राजपूत युद्धाचे संकट दूर झाले. अकबराचा पाठलाग करून त्याला

सर्वस्वी नष्ट करण्याकरिता मोगल फौजा आता मोकळ्या झाल्या. ह्याकरिता बादशहा स्वत: १३ नोव्हेंबर रोजी बऱ्हाणपूर ह्या ठिकाणी येऊन दाखल झाला. अशा रीतीने नोव्हेंबरच्या मध्यापर्यंत बादशहा, त्याची तीन मुले आणि त्याचे सर्व अत्युत्तम सेनापती ह्यांच्या नेतृत्वाखाली मोगलसाम्राज्याची सर्व लष्करी शक्ती दक्षिणेत एकवटण्यात आली. प्रथमत: बादशहाने सावध निरीक्षण आणि संधीची वाट पाहणे हेच धोरण पसंत केले.

५. औरंगजेबाचे लष्करी डावपेच; १६८२

१६८२ च्या संपूर्ण जानेवारी महिन्यात संभाजी स्वत:च्या देखरेखीखाली जंजिरा किल्ल्यावर हल्ला चढविण्यात पूर्णपणे गुंतला होता. औरंगजेबाला ही सुवर्णसंधी वाटली. १४,००० घोडदळासह सय्यद हसन अलीखानाने जुन्नरहून उत्तर-कोकणात मुसंडी मारली आणि तिथे त्याने कल्याणचा ताबा घेतला (३० जानेवारी १६८२ च्या सुमारास). वाटेत लागलेली सर्व मराठा-खेडी त्याने जाळून फस्त केली. मे महिन्यात त्याने ह्या प्रदेशातून आपले सर्व घोडदळ काढून घेतले. पश्चिम किनाऱ्यावर पुढे जो मुसळधार पावसाळा सुरू होईल त्यापासून आपल्या सैन्याचे संरक्षण व्हावे हाच त्यामागील हेतू होता.

औरंगजेब दिनांक २२ मार्च १६८२ रोजी औरंगाबाद या ठिकाणी येऊन पोहोचला. तेथून त्याने आझमशहा आणि दिलेरखान यांना दक्षिणेकडे अहमदनगरकडे रवाना केले तर शिहाब-उद्दीनखान ह्याला दलपतरावासहित पश्चिम क्षेत्रात नाशिककडे पाठविण्यात आले. दुसऱ्या सेनापतीने म्हणजे शिहाब-उद्दीन-खानाने त्याच्या क्षेत्रातील काही लहान किल्ले जिंकून घेतले आणि त्यानंतर (एप्रिल महिन्यात) नाशिकच्या उत्तरेला ७ मैलांवर असणाऱ्या रामसेज (Ramsej) किल्ल्याला त्याने वेढा दिला. परंतु किल्ल्याची व्यवस्था एका अनुभवी किल्लेदाराकडे होती. म्हणून किल्ल्यातल्या मराठा शिबंदीने किल्ला उत्तम रीतीने लढविला आणि त्यामुळे मोगलांना किल्ला जिंकण्याच्या दृष्टीने कोणतीही प्रगती करता आली नाही. म्हणूनच बादशहाने खान-ई-जहान ह्याच्या नेतृत्वाखाली जास्त कुमक पाठविली. परंतु ह्या थोर कर्तबगार सेनापतीला सुद्धा वेढ्याच्या कार्यात यश मिळू शकले नाही. किल्ल्यावर दोन निकराचे हल्ले चढविण्यात आले. परंतु त्याचा काही उपयोग झाला नाही.

औरंगजेबाची हिंमत आता अधिकच वाढली. त्याने संभाजीविरुद्ध व्यापक प्रमाणात हल्ले करण्याचे ठरविले. कारवारच्या इंग्रजांनी आपल्या वृत्तांतात लिहिले, ''संभाजीविरुद्ध राजाचा इतका दृढ निश्चय झाला आहे की, औरंगजेबाने आपल्या डोक्यावरची टोपी खाली फेकून दिली आणि संभाजीचा वध केल्याशिवाय, त्याला पकडल्याशिवाय किंवा त्याच्या देशातून त्याची हकालपट्टी केल्याशिवाय आपण ही

टोपी आपल्या डोक्यावर घालणार नाही, असे त्याने जाहीर केले आहे'' (३० जुलै १६८२). अहमदनगर जिल्ह्याचे संरक्षण करण्याकरिता त्याने रुहुल्लाखान (२३ मे) आणि त्यानंतर मुईझ्झुद्दीनखान (२८ सप्टेंबर) यांना रवाना केले तर विजापूर राज्यावर धाक बसविण्याकरिता आणि त्या राज्याने मराठा सैनिकांना आश्रय देऊ नये किंवा कोणतीही मदत देऊ नये ह्याकरिता राजपुत्र आझम याची रवानगी केली. ह्याच उद्देशाने त्याने शिहाब-उद्दीनखानाची नाशिकहून जुन्नरला बदली केली (जून) तर खान-ई-जहानचा प्रमुख सेनापती रणमस्तखान याला स्वतंत्र सैन्याचे नेतृत्व देऊन त्याने त्याला कोकणवर स्वारी करण्याचा हुकूम दिला.

खान-ई-जहानने रामसेज किल्ल्याचा वेढा आणखी काही महिने चालविला, किल्ल्यावर आणखी एकदा हल्ला चढविला परंतु त्यात त्याला यश लाभले नाही. शेवटी त्याने वेढा काढून घेतला (ऑक्टोबर १६८२).

रणमस्तखानाने कोकणात प्रवेश केला आणि १६८२ च्या ऑक्टोबर महिन्यात अगदी उशिरा त्याने कल्याणचा ताबा घेतला. रूपाजी भोसले आणि पेशव्यांनी त्याला प्रतिकार केला परंतु त्याचा काही उपयोग झाला नाही. तरीसुद्धा रणमस्तखानाशी त्याने अनेक लढाया दिल्या व त्यात त्यांची बरीच हानी घडून आली.

खान-ई-जहानचे सैन्य औरंगाबादच्या दक्षिणेला २५ मैलांवर गोदावरी नदीच्या काठी रामदू (Ramdoo) ह्या ठिकाणी राजपुत्राच्या सैन्याला येऊन सामील झाले आणि तेथून त्यांनी पूर्वेकडे नांदेडकडे कूच करण्याला प्रारंभ केला. त्यानंतर त्याने आपले सैन्य दक्षिणेकडे ८६ मैलांवर असलेल्या बिदरकडे वळविले. तिथून व्यापक क्षेत्रात शत्रूचा पाठलाग करीत तो चांदा आणि गोवळकोंडा यांच्या सीमेपर्यंत येऊन पोहोचला. एकूण परिस्थिती लक्षात घेता त्याची ही कामगिरी नि:संशय प्रशंसनीय होती. ह्या सर्व स्वारीत त्याच्या सैन्याला कमालीच्या हालअपेष्टा सहन कराव्या लागल्या.

राजपुत्र आझमने आदिलशाही प्रदेशावर आक्रमण करण्याकरिता १६८२ च्या जूनमध्ये अहमदनगरहून कूच केले. त्याच्या ह्या स्वारीत त्याने धारुर जिंकून घेतले. यानंतर त्याने संभाजीच्या राज्यात प्रवेश केला आणि आपल्या छावणीत आपली पत्नी जहानझेब बानू (तिला जानी बेगम ह्या नावाने ओळखीत असत) हिला ठेवून आणि तिच्या संरक्षणाची व्यवस्था राव अनुरुधसिंग हाडा आणि त्याच्या राजपूत सैन्याकडे सोपवून त्याने आपल्या सैन्यासह शत्रूच्या प्रदेशात आणखी आत प्रवेश केला. मराठ्यांनी आझमला गुंतवून ठेवण्याकरिता सैन्याची एक तुकडी पाठविली परंतु त्याचबरोबर प्रचंड फौज पाठवून बेगमच्या छावणीवर आकस्मिक हल्ला चढविला. दारा शुकोहच्या पराक्रमी मुलीने हत्तीवरील डोलीत बसून शत्रूला तोंड देण्याकरिता आपल्या छावणीतून २ मैलापर्यंत कूच केले.

आपल्या हत्तीजवळ अनुरुधसिंगाला स्वत: बोलावून तिने त्याला स्वत: सांगितले, ''राजपुतांना स्वत:च्या प्रतिष्ठेसारखाच छगताईंचाही आत्मसन्मान प्राणप्रिय आहे.* मी तुला स्वत:च्या पुत्रासमान मानते. एवढ्या लहान सैन्यानिशी आपल्याला जर विजय मिळाला तर ईश्वराचे मी आभार मानीन. परंतु जर पराजय झाला तर माझी काळजी अजिबात करू नका. मी जागच्या जागीच आत्महत्या करून घेईन (आणि त्यामुळे मला कोणी पकडू शकणार नाही)'' यानंतर अतिशय भीषण लढाई लढली गेली. अनुरुधाच्या बाजूने ९०० राजपूत सैनिक ठार मारले गेले. मराठा सैनिकही कित्येक ठार झाले. शेवटी अनुरुध जरी जखमी झाला तरी त्याला कसाबसा विजय मिळाला. यानंतर नीरा नदीच्या काठी काही काळ घालविल्यानंतर, आझमला जून १६८३ मध्ये मोगल दरबारात परत बोलाविण्यात आले.

६. मोगलांच्या प्रयत्नांना अपयश : बादशहाच्या काळज्या आणि संशय

१६८३ च्या मार्च महिन्यात अकबराच्या विरुद्ध ज्या मोगल फौजा पाठविण्यात आल्या होत्या, त्या बादशहाने परत बोलाविल्या. २३ मार्च रोजी रुहुल्लाखान आणि रणमस्तखान यांनी कल्याणचा ताबा सोडला परंतु ताबा सोडतांना त्यांनी शहराभोवती संरक्षणाकरिता जी तटबंदी बांधली होती ती त्यांनी पाडली आणि जाळून टाकली. मोगल सैन्य माघार घेत असताना रूपाजी भोसले ह्याच्या नेतृत्वाखालील मराठा सैन्याने तितवाला ह्या ठिकाणी (कल्याणच्या ईशान्येला ७ मैलांवर) मोगलांवर आकस्मात हल्ला चढविला. त्या हल्ल्यात अनेक सैनिक ठार मारले गेले आणि मराठ्यांनी अनेक घोडी पळवून नेली.

अशा रीतीने दक्षिणेत आल्यानंतर एक वर्षापेक्षा म्हणजे नोव्हेंबर १६८१ ते एप्रिल १६८३ पासूनचा कालखंड लोटून गेला तरी बादशहाला, त्याच्याजवळ इतकी अफाट साधन सामग्री असतानासुध्दा, कोणतीही भरीव कामगिरी साध्य करता आली नाही. खरी परिस्थिती अशी होती की बादशहाला ह्यावेळी घरगुती आणि मानसिक पेचप्रसंगाला तोंड द्यावे लागत होते. स्वत:च्या कुटुंबावरचा त्याचा विश्वास अजिबात उडून गेला होता. कोणावर विश्वास ठेवावा आणि कोणावर ठेवू नये आणि आपण कुठे राहावे म्हणजे सुरक्षित राहू हेही त्याला कळेनासे झालेले होते. ह्यामुळे बादशहाचे ह्यानंतरचे धोरण धरसोडीचे, संशयी, सावध आणि वरवर पाहता दुष्टपणाचे आणि परस्परविरोधी असे झाले. २ ऑक्टोबर १६८३ रोजी सुरतेच्या इंग्रजांनी लिहिले, ''बादशहाचे मन केव्हा फिरेल हे सांगणे कठीण झालेले आहे. त्याची वृत्ती सतत धरसोडीची झालेली आहे. राजपुत्र अकबरामुळे तो कमालीचा तिरसट आणि अस्वस्थ

(***टीप :**''शर्म-ई-छगताई बा राजपुतिया एक-आसत''(अखबार))

बनला आहे. अकबराला ममता दाखवितात ह्या केवळ संशयावरून सुलतान आझम, बेगम (जहानझेब बानू) आणि दिलेरखान यांना सर्वांसमक्ष अपमानित करण्यात आले. वास्तविक ह्या आरोपात कोणतेही तथ्य नव्हते. त्यामुळे ज्यांचे बादशहाशी नाजूक संबंध आहेत ती सगळी माणसे बादशहाशी वागताना अतिशय काळजी घेत आहेत.''

७. मराठ्यांचे आरमार; सिद्दीशी केलेल्या लढाया, १६८०–८२

सिद्दीचे आरमार आणि काही वेळा सुरतेहून आलेल्या मोगल युद्धनौका ह्या संपूर्ण वादळी पावसाळ्यात (मे ते ऑक्टोबर) प्रत्येक वर्षी मुंबईच्या सुरक्षित बंदरात घालवीत असत आणि मुंबई बंदराच्या माजगाव क्षेत्रात सुरक्षितता लाभल्यानंतर सिद्दी जहाजे तेथून मुंबईच्या पूर्वेला मुख्य बेटाच्या खाली मराठ्यांच्या ताब्यातील जो कुर्ल्याचा सखल प्रदेश होता; त्यावर हल्ले चढवून लुटालूट करीत. ह्या कारणामुळे संभाजी आणि इंग्रज ह्यांच्यात सख्यत्व राहणे अशक्य होते. ह्याकरिता संभाजी पुष्कळवेळा इंग्रजांना त्यांनी सिद्दीला आपल्या बंदरात आश्रय देऊ नये ह्याकरिता वारंवार युद्धाची धमकी देत असे आणि पुष्कळवेळा आपल्याशी इंग्रजांनी ह्याबाबतीत मित्रत्वाचा तह करावा असा प्रस्तावही समोर ठेवीत असे. परंतु सुरतेच्या इंग्रज वखारीच्या अध्यक्षांनी आणि कौन्सिलने मुंबईच्या इंग्रज वखारीच्या कौन्सिलला लिहिले, ''दोघांशीही आपल्याला जपून आणि कोणत्याही प्रकारची आगळीक न करता वागणे सध्याच्या परिस्थितीत अत्यंत आवश्यक आहे. कारण सध्याच्या परिस्थितीत आपल्याला संभाजीशी भांडण करणे योग्य नाही किंवा सिद्दीशी कोणत्याही स्थितीत दुरावा निर्माण करणे शहाणपणाचे नाही. सध्याचे वातावरण ह्याकरिता अजिबात अनुकूल नाही.''

मराठ्यांचे आरमार आणि शस्त्रास्त्रे सिद्दीच्या आरमारापेक्षा संख्येने कमी असल्याने, पावसाळ्यात ते नागोठाण्याच्या खाडीत आणि खांदेरी बंदरात आश्रयाला जात असे, आणि तेथून उघड उघड लढाई करण्याचे ते टाळीत असत. परंतु अधूनमधून दोन्ही पक्षांच्या आरमारात लहानसहान चकमकी होत असत. त्यांत नेहमीच सिद्दीचा वरचष्मा असे. सिद्दीच्या वर्चस्वाखालील सागरावर मराठ्यांच्या व्यापारी जहाजांना बंदी असे.

७ डिसेंबर १६८१ रोजी सिद्दीने पनवेलच्या दक्षिणेला १० मैलांवर पाताळगंगेच्या काठावरील आपटा शहर जाळून फस्त केले (इ.स.१६७३ मध्येही त्यांनी प्रथमत: त्या शहराची लूट केली होती.). ''सिद्दींनी अशा प्रकारे आगळीक केल्याने संभाजीने राजपुत्र अकबराला बरोबर घेऊन २०००० सैन्य व तोफखान्यासहित रायगडावरून खाली उतरून दांडा गावाकडे कूच केले (१८ डिसेंबर) ...... आणि जंजिऱ्याच्या विरुद्ध दिशेने जो पहाड होता त्या पहाडावरून सतत ३० दिवसपर्यंत जंजिऱ्यावर तोफांचा मारा केला. ह्याचवेळी मोगलांनी उत्तर कोकणात स्वारी केल्याने आणि कल्याण जिंकून घेतल्याने (३० जानेवारी) संभाजीला घाईघाईने रायगडला परत यावे लागले.''

१६८२ च्या जुलै महिन्यात मराठ्यांनी काही युद्धनौका एकत्रित करून जंजिऱ्यावर निकराचा हल्ला चढविला परंतु वादळाचा सतत मारा चालल्याने त्यांना तिथल्या खडकाळ किनाऱ्यावर पाऊलसुद्धा ठेवता आले नाही आणि अतिशय नुकसान सहन करून त्यांना परत फिरावे लागले. ४ ऑक्टोबर रोजी (मराठ्यांच्या नोकरीत असलेला) सिद्दी मिस्त्री याने ३० जहाजांच्या काफिल्यानिशी कुलाबा बंदराच्या दक्षिणेला ८ मैलांवर सिद्दी कासीमच्या काफिल्याशी जोरदार लढत दिली परंतु अल्पकाळ लढत झाल्यानंतर त्याचा पराभव झाला आणि त्याच्या इतर काफिल्याला लढाईतून पळून जावे लागले. ह्या लढाईत तो स्वतःही गंभीररीत्या जखमी झाला, त्याला कैद करण्यात आले आणि त्याच्या ७ जहाजांसह त्याला मुंबईला नेण्यात आले.

८. संभाजीचे पोर्तुगीजांशी युद्ध १६८३

संभाजीच्या क्रोधाची नजर आता पोर्तुगीजांकडे वळली. जंजिऱ्याच्या सिद्दीला शह बसविण्याच्या उद्देशाने मराठ्यांनी कारवारच्या दक्षिणेला अगदी लागून असलेल्या अंजदीव बेटात आपले आरमारी ठाणे प्रस्थापित करण्याचा बेत केला होता (एप्रिल १६८२). परंतु पोर्तुगीजांनी हेच अंजदीव बेट जिंकल्यामुळे आणि त्यांनी त्या ठिकाणी भक्कम संरक्षणव्यवस्था प्रस्थापित केल्याने, संभाजी दुखावला गेला आणि तेच त्याच्या क्रोधाचे कारण होते. डिसेंबर १६८२ मध्ये गोव्याच्या गव्हर्नरने ठाणे जिल्ह्यात हल्ले चढवित असलेल्या मोगल सुभेदार रणमस्तखानाच्या सैन्याला धनधान्याची आणि शस्त्रास्त्रांची रसद घेऊन जाणाऱ्या मोगल जहाजांना ठाण्याच्या पोर्तुगीज किल्ल्यासमोरील सागरावरून कल्याणच्या खाडीपर्यंत जाण्याची अनुमती दिली होती. ह्याचबरोबर त्याने मोगल सैन्याला उत्तर कोकणातील मराठ्यांच्या प्रदेशात पोहोचण्याकरिता पोर्तुगीजांच्या ताब्यातील दमणच्या प्रदेशातून (उत्तर दिशा) जाण्याची मुक्त परवानगी दिली होती. पोर्तुगीजांनी तटस्थतेचा हा जो वारंवार मर्यादाभंग केला, त्याकरिता संभाजीने पोर्तुगीजांचा सूड घेण्याचा निश्चय केला. ५ एप्रिल १६८३ रोजी त्याने त्यांच्यावर हल्ला चढविला. १००० घोडेस्वार आणि २००० पायदळ सैनिकांनिशी त्याने असंरक्षित अशा तारापूर शहरावर हल्ला चढविला. ते शहर जाळून फस्त करून त्याने दमण ते दीव पर्यंतच्या सर्वच शहरांची तीच गत करून सोडली. दिनांक ३१ जुलै रोजी संभाजीच्या पेशव्याने ६००० पायदळ सैनिकांनिशी आणि २००० घोडेस्वार सैनिकांनिशी चौलला वेढा घातला. दिनांक ८ ऑगस्ट रोजी अगदी पहाटे मराठ्यांनी शहरावर हल्ला चढविला परंतु त्यात अतिशय हानी सहन करून त्यांना त्यात माघार घ्यावी लागली. २९ ऑगस्टच्या मध्यरात्री पोर्तुगीज गव्हर्नरने गोव्यातल्या भारतीय सैनिकांची एक मोठी तुकडी नदी ओलांडून पलीकडल्या तीरावर सावंतवाडीच्या मुख्य भूमीवर पाठविली आणि त्यांनी

संभाजीच्या ताब्यात असलेल्या खेड्यातून यथेच्छ लूट आणि जाळपोळ करावी अशी त्यांना मुक्त परवानगी दिली. पोर्तुगीजांनी मराठ्यांच्या मुलुखगिरीच्या धोरणाची ही जी नक्कल करण्याचा प्रयत्न केला त्यात त्यांना अपयश आले. परंतु अनेक महिनेपर्यंत चौलला वेढा देऊनही मराठ्यांना ते ठिकाण जिंकता आले नाही.

गोव्याच्या गव्हर्नरचे मराठ्यांचे दुसरीकडे लक्ष वळविण्याकरिता फोंड्याला वेढा देण्याची योजना समोर आणली. ८०० गोरे सैनिक आणि ८०० कॅनरी सैनिक आणि ५ तोफा ह्यांसह तो फोंडानजीक येऊन पोहोचला (२२ ऑक्टोबर) आणि आल्यानंतर लगेचच त्याने किल्ल्यावर मारा करण्यास प्रारंभ केला.

किल्ल्यातील आतील भिंतीतील भगदाडातून किल्ल्यावर चढून जाण्याकरिता ३० ऑक्टोबर ही तारीख निश्चित करण्यात आली होती. परंतु त्याच दिवशी किल्लेदाराच्या मदतीला संभाजीच्या नेतृत्वाखाली येणारे सैन्य दुरून दिसल्यानंतर पोर्तुगीज सैन्य गर्भगळीत झाले आणि त्यांची हिम्मत खचून त्यांनी किल्ल्याचा वेढा उठविण्याचे ठरविले. दुसऱ्या दिवशी त्यांनी आपल्या माघारीला प्रारंभ केला आणि १ नोव्हेंबर रोजी ते दुर्बाटा (Durbata) ह्या ठिकाणी जाऊन पोहोचले आणि तिथून त्यांनी गोव्याला प्रयाण केले.

दुर्बाटा येथून पोर्तुगीजांनी घेतलेली माघार अत्यंत संकटमय ठरली. मराठा घोडेस्वारांनी अत्यंत त्वेषाने गोव्याच्या तोफखानापथकावर हल्ला चढविला. ''कॅनरी फौजांनी (गोव्याच्या स्थानिक फौजा) आपल्या हातातल्या बंदुकी टाकून दिल्या आणि तेथून त्यांनी पळ काढला. शेवटी, सर्वच पोर्तुगीजांनी पळापळीला प्रारंभ केला परंतु त्यात त्यांना यश लाभले नाही कारण मराठ्यांच्या काळ्या घोडेस्वारांनी त्यांना वाटेतच गाठले आणि त्यात आपले बहुतांशी सैनिक घोड्याच्या टापाखाली तुडविले गेले. यात अतिशय गोंधळ होऊन आपल्या सैनिकांनी वाट फुटेल तिकडे पळ काढला. प्रत्येकाने आपला प्राण वाचविण्याचा प्रयत्न केला. ....पोर्तुगीज पायदळातील सागरी सैनिकांची एक पूर्ण कंपनी ह्यात ठार मारली गेली. मृत आणि जखमी झालेल्यांची संख्या २०० होती.''

९. संभाजीची गोव्यावर स्वारी, १६८३

फोंडा किल्ल्याच्या तटबंदीपासून ७००० घोडेस्वार आणि १५००० पायदळ आपल्या सोबत घेऊन संभाजीने गोवा शहराकडे आपला मोर्चा वळविला. १४ नोव्हेंबरच्या रात्री १० वाजता ४० मराठा सैनिकांनी गोव्याच्या ईशान्येला २ मैलांवर, ओहोटी असताना जिथे खाडी ओलांडता येते त्या ठिकाणी खाडी ओलांडून सान्तो इस्टेव्हावो ह्या बेटावर प्रवेश मिळविला. त्यानंतर त्यांनी पहाडावर उंच ठिकाणी बांधलेल्या किल्ल्यावर चढून

जाण्यात यश मिळविले. त्यांच्या मागोमाग नदीच्या दुसऱ्या किनाऱ्यावर मराठ्यांचे जे मुख्य सैन्य उभे होते, त्यातील ४००० सैनिक त्यांना येऊन ताबडतोब सामील झाले.

दुसऱ्या दिवशी सकाळी ७ वाजता गोव्याच्या गव्हर्नरने ४०० सैनिकांनिशी सान्तो इस्टेव्हाव ह्या बेटावर प्रवेश करून तिथल्या मराठा सैनिकांवर त्वेषाने हल्ला चढविला. परंतु मराठ्यांना ३०० घोडेस्वारांची जास्त कुमक प्राप्त झाली आणि त्यांनी त्यांच्या मदतीने आमच्या सैनिकांवर त्वेषाने हल्ला चढविला....आमच्या सैनिकांनी पहाडावरून खालच्या बाजूने पळापळीला प्रारंभ केला. ह्यात १५० सैनिक ठार मारले गेले. परंतु त्या धुमश्चक्रीत असा एकही सैनिक नव्हता की जो तोफेच्या गोळ्याने, तलवारीने किंवा दगडाच्या तुकड्यांनी जखमी झाला नाही. स्वत: गव्हर्नरलाच गोळी लागून त्याचा हात जायबंदी झाला. दुपारी २ वाजता तो किल्ल्यावर चढून परत गेला. उरलेले सर्व सैनिक, साधारणपणे ते १२० असावेत, नदीत उडी मारून पसार झाले. त्यापैकी काही नदीच्या गाळात रुतून बसले तर काही नदीत पोहून निघून गेले. गाळात जे फसले ते तिथेच मरण पावले. परंतु दुसऱ्या दिवशी (१६ नोव्हेंबर) मराठ्यांनी घाईघाईने त्या बेटातून दुसरीकडे प्रयाण केले.''

१ डिसेंबर रोजी १००० मराठा घोडेस्वार आणि ३००० पायदळ सैनिकांनी गोवा बेटाच्या अगदी दक्षिण आणि उत्तर दिशेने असणाऱ्या आणि मध्ये फक्त खाडीने विभाजित केलेल्या साष्टी आणि बार्डे जिल्ह्यात प्रवेश केला. वाटेत त्यांच्या हाती जे लागेल त्यांची त्यांनी लुटालूट केली, सर्व लोकांना त्यांनी कैदी बनविले, वाटेतल्या स्त्रियांवर त्यांनी अत्याचार केले. त्यांचा असा धुमाकूळ जवळजवळ १ महिना चालू होता. ह्यानंतर थोड्या दिवसांतच दहशतीच्या अशा राज्यात वावरणाऱ्या गोव्याची मुक्तता करण्याकरिता म्हणून शहा आलमचे गोव्यात आगमन झाले. त्याने ५ जानेवारी १६८४ रोजी बिकोलीम (संभाजीच्या ताब्यातील महत्त्वाचे शहर) शहर आपल्या ताब्यात घेतले. यानंतर तीनच दिवसांनी शक्तिमान मोगल जहाजांचा एक काफिला गोवा बंदरात येऊन दाखल झाला. शहा आलमच्या आगमनाची वार्ता येताच संभाजी रायगडाला घाईघाईने निघून गेला (२३ डिसेंबर). जाताना त्याने पोर्तुगीजांशी तहाच्या वाटाघाटी करण्याकरिता कवी कलशला राजपुत्र अकबरासहित मागे ठेवले.

ह्या युद्धाच्या उत्तर आघाडीवर (म्हणजे दमण जिल्ह्यात) पोर्तुगीजांचा दारुण पराभव झाला. मराठ्यांनी त्यांची बरीचशी शहरे जिंकून घेतली आणि जाळून टाकली. दिनांक २२ डिसेंबर रोजी मुंबईच्या आग्नेय दिशेला १० मैलांवर कारंजा नावाचे बेट संभाजीने जिंकून घेतले. संभाजीने उत्तर दिशेने आपल्या राजधानीकडे घाईघाईने प्रयाण केल्यानंतर आणि कवी कलशला सर्वाधिकार देऊन राजपुत्र अकबरामार्फत पोर्तुगीजांशी तह करावा

अशा आज्ञा दिल्यानंतर त्या दोघांनी प्रथमत: मोगलांच्या आक्रमणापासून बचाव व्हावा म्हणून भीमगडच्या जंगलात (गोव्याच्या पूर्वेला २७ मैलांवर) आणि त्यानंतर फोंडा ह्या ठिकाणी आश्रय घेतला आणि त्यानंतर त्यांनी पोर्तुगीज वकील मॅन्युअल एस डी अल्बुकर्क याच्याशी (२० जानेवारी सुमारास) परस्परांनी जिंकलेला प्रदेश आणि लूट परस्परांस परत करावी आणि ह्या पलीकडे परस्परांनी एकमेकांबाबत तटस्थतेचे धोरण अमलात आणावे या आधारावर मैत्रीचा तह केला.

परंतु हा तह तात्पुरता आणि दिखाऊ होता. मराठ्यांच्या राजाने पोर्तुगीजांशी लढण्याची पुन्हा तयारी केली. दिनांक १९ सप्टेंबर रोजी पोर्तुगीजांनी कारंजा बेटावर पुन्हा हल्ला चढविला आणि त्यांनी ते बेट पुन्हा जिंकून घेतले. ह्या वेळेपासून दीर्घकालीन युद्धाला तोंड लागले. संभाजीच्या कारकिर्दीच्या अखेरपावेतो ते चालले होते.

१०. राजपुत्र अकबराच्या योजना आणि मराठा दरबारात त्याची झालेली निराशा

संभाजी लहानसहान लुटालूट करणाऱ्या स्वाऱ्या करून किंवा सिद्दी आणि पोर्तुगीज यांच्याशी निष्फळ युद्धे करुन आपली शक्ती विनाकारण खर्च करीत होता. यात त्याच्या हाती भरीव काहीच लागत नव्हते. सुरतेच्या वखारीतील इंग्रजांनी डिसेंबर १६८३ मध्ये म्हटल्याप्रमाणे "एकाच वेळी अनेक लोखंडी कांबी विस्तवात धरण्याचाच हा प्रकार होता." सुरतेच्या इंग्रजांचे हे मत यथार्थ होते असे दिसून येते.

ह्या सगळ्या कालखंडात अकबराच्या डोक्यात एकच विचार घोळत होता आणि तो म्हणजे दिल्लीचे सिंहासन कसे मिळवावयाचे ? हे ध्येय साध्य करण्याकरिता संभाजी हे त्याचे एक साधन होते आणि त्याच दृष्टीने तो संभाजीकडे पाहत होता. महाराष्ट्रात त्याचा एकएक दिवस जात होता तसतशी त्याची आशा दुरावत होती. रोजचा येणारा दिवस आपल्याबरोबर एक नवीनच अपरिचित दु:ख अकबराकरिता घेऊन येत होता. महाराष्ट्र जर आपण सोडला तरच आपण आपल्या संस्कृतीकडे आणि ध्येयाकडे परतू शकू असे त्याला वाटत होते.

परंतु संभाजी आणि अकबर ह्यांच्यातील हितसंबंधात अगदी शंभर टक्के एकरूपता निर्माण झाली नव्हती. दक्षिणेतील पहाड आणि दाट जंगले यांची सुरक्षितता सोडून आपण उत्तर हिंदुस्थानच्या मैदानात का जावे आणि आपल्या सैन्याला संकटात का लोटावे, असे संभाजीला वाटत होते. त्याचप्रमाणे अकबराच्या उत्तर हिंदुस्थानवरील धाडसी स्वारीच्या योजनेत सामील होऊन आपण आपल्या राष्ट्राच्या संरक्षकांना महाराष्ट्रातून का हलवावे आणि तसे हलवून आपल्या गैरहजेरीत औरंगजेबाला महाराष्ट्र जिंकण्याची संधी का द्यावी असे मूलभूत प्रश्न संभाजीसमोर निर्माण झाले होते.

शेवटी अशा रीतीने आशा-निराशेचा जीवघेणा खेळ सतत १८ महिने सहन करीत, मदत मिळण्याची आशा कायमची दुरावल्यामुळे आणि कोणतेही वचन पूर्ण न झाल्यामुळे

अकबराला संभाजीचा खरा स्वभाव आणि धोरण कळून चुकले आणि संभाजीकडून आता ह्या पलीकडे कोणतीही भरीव मदत मिळण्याची आशा नाही अशी खात्री होऊन तो अधिकच निराश झाला. म्हणून अकबराने महाराष्ट्र सोडून जाण्याचे ठरविले. पाली ह्या ठिकाणी त्याने आश्रय घेतला होता तिथून त्याने आपल्या राठोड सैन्यासह कूच केले (डिसेंबर १६८२) आणि सावंतवाडी नजीक बांदा ह्या ठिकाणी आपला मुक्काम ठेवला. बांदा हे ठिकाण जरी महाराष्ट्राच्या सीमेत होते तरी ते गोव्याच्या उत्तरेला केवळ २५ मैलांवर होते. ह्या ठिकाणाहून अकबराने गोव्याच्या गव्हर्नरकडे आपला दूत पाठविला (जानेवारी १६८३) आणि गव्हर्नरला आपली रत्नजडित तलवार भेट पाठवून त्याने आपले काही जडजवाहिर गोव्यात विकण्याची अनुमती मागितली. ह्याचबरोबर मंगलोरला (कॅनराच्या राज्यात) पोर्तुगीजांची जी वखार होती, तिथल्या पोर्तुगीजांनी आपल्याला अरबस्थानात जाण्याकरिता एखादे जहाज भाड्याने मिळवून द्यावे आणि ह्याकरिता गोव्याच्या गव्हर्नरकडे आपल्याकरिता त्यांच्याकडे वजन खर्च करावे अशी ही विनंती त्याने ह्यावेळी केली. परंतु बादशहाच्या खास आदेशावरून मार्च आणि एप्रिल महिन्यात सिद्दीने, अकबराने गोव्यातून जहाजाने पळून जाण्याचा प्रयत्न केल्यास त्याला अडवून धरण्याकरिता राजापूरच्या खाडीत आपली जहाजे पहारा देण्याकरिता म्हणून उभी केली होती.

सप्टेंबर महिन्यात अकबराने आपली छावणी बांद्याहून बिकोलीनला आणली. हे शहर संभाजीच्याच प्रदेशात परंतु गोव्यापासून उत्तरेला दहा मैलांपेक्षा कमी अंतरावर होते. संभाजीबाबत अतिशय तिटकारा वाटून शेवटी फसगत झालेला हा दीनवाणा मोगल राजपुत्र (८ नोव्हेंबरच्या सुमारास) एक जहाज मिळविण्यात यशस्वी झाला आणि तो वेंगुर्ला ह्या ठिकाणी जहाजात चढला. तेथून त्याचा इराणात जाण्याचा विचार होता. परंतु ह्याचवेळी राजापूरहून कवी कलश हा दुर्गादासला घेऊन घाईघाईने अकबराला भेटण्याकरिता जहाजावर आला आणि त्याने संभाजी हिंदुस्थानातच अकबराला नवीन कुमक देईल अशी अभिवचने देऊन अकबराला जाण्यापासून परावृत्त केले. ह्यानंतर पोर्तुगीज–मराठा युद्धाला (Luso-Maratha War) प्रारंभ झाला. या युद्धात अकबराने मराठ्यांकडील मध्यस्थ ह्या नात्याने कार्य केले.

११. संभाजीविरुद्ध बंडाळ्या : जुलै १६८३ पासून मोगलांकडील युद्धाच्या घडामोडी

१६८३ मधील जुलै महिन्यापासून दक्षिणेत मोगलांची परिस्थिती सुधारण्याला प्रारंभ झाला. अकबर आणि संभाजी ह्यांच्यात आता दुरावा निर्माण झाला होता आणि तो हिंदुस्थानातून पळून जाण्याचा आता विचार करीत होता. मराठ्यांचे पोर्तुगीजांशी युद्ध उद्भवून त्याचे दीर्घकालीन युद्धात रूपांतर झालेले होते. ह्या सगळ्या परिस्थितीचा

मोगलांना फायदा मिळाला. बादशहाची धरसोड वृत्ती आणि सावध नाकर्तेपणा याचा आता लोप झाला आणि सर्व दिशांनी जोमदार हल्ल्यांना आता प्रारंभ करण्यात आला.

ह्यामुळे संभाजीच्या अधिकाऱ्यांत आणि अंकित शासकांत सर्वसाधारणपणे मोठा असंतोष निर्माण झाला होता. ह्यातच औरंगजेबाने मोठ्या प्रमाणात पैसा लाचलुचपत म्हणून वाटल्याने परिस्थितीने अधिकच वाईट वळण घेतले आणि परिणामी मराठ्यांची नोकरी सोडून शत्रूला जाऊन सामील होणाऱ्या लोकांची संख्या मोठ्या प्रमाणात वाढली. दिनांक २६ जुलै १६८३ रोजी शिवाजीचा मुनशी काझी हैदर हा औरंगजेबाला येऊन सामील झाला आणि त्याला दोन हजारांची मनसबदारी आणि 'खान' ही पदवी देण्यात आली. कालांतराने तो मोगल साम्राज्यात मुख्य काजीच्या पदापर्यंत जाऊन पोहोचला (१७०६).

खेम सावंताने (कुडाळचा शासक आणि संभाजीचा अंकित शासक) संभाजीविरुद्ध बंड पुकारले आणि पोर्तुगीजांची कुमक त्याला मिळाल्याने तो गोव्याच्या उत्तरेला मराठा राज्यात निरनिराळ्या ठिकाणी जाळपोळ करीत आणि लुटालूट करीत संपूर्ण सावंतवाडीत संचार करू लागला. ह्याचवेळी त्याने दुलवा नायक (फोंडाचा) आणि राम दळवी ह्या दोन बंडखोरांसह पोर्तुगीज प्रदेशात आश्रय घेतला आणि तिथल्या सुरक्षित ठिकाणाहून त्यांनी सर्वत्र स्वाऱ्या आरंभून दक्षिण कोकण आणि कॅनरा ह्या प्रदेशात गदारोळ निर्माण केला. ही बंडखोरी सर्वत्र पसरली आणि लवकरच संपूर्ण किनाऱ्यावर संभाजीविरुद्ध बंडाचा वणवा पसरला.

इ.स.१६८३ मधील सप्टेंबरच्या मध्यात पावसाळ्याच्या शेवटी मोगलांविरुद्ध आघाडी उघडण्यात आली. १५ सप्टेंबरनंतर काही दिवसांनी शहा आलमने प्रचंड फौजेनिशी रामघाट खिंडीमार्फत सावंतवाडीत आणि दक्षिण कोकणात शिरून दूरवर आक्रमण करण्याकरिता औरंगाबादेहून कूच केले तर ह्याचवेळी शिहाब-उद्दीनला पुण्याला पाठविण्यात आले (ऑक्टोबर). तिथून त्याने घाट ओलांडून कुलाबा जिल्ह्यातील निजामपूरवर हल्ले चढविले (२७ डिसेंबर). राजपुत्र आझमला विजापूर राज्याविरुद्ध पाठविण्यात आले होते (२० ऑगस्ट). तो ऑक्टोबरमध्ये दरबारात परत आला. त्याची उत्तरेहून बागलाण आणि खानदेशकडे जाणाऱ्या रस्त्याचे संरक्षण करण्याकरिता नाशिकला बदली करण्यात आली (नोव्हेंबर) अकबराच्या हालचालींवर लक्ष ठेवण्याकरिता सिद्दी वेंगुर्ल्याकडे समुद्रमार्गे निघून गेला. बादशहाने अहमदनगरच्या दिशेने आणखी दक्षिणेकडे कूच केले (नोव्हेंबर). गोवळकोंडा आणि विजापूर ह्यांच्या सीमांवर नजर ठेवण्याकरिता आणि त्या सत्ताधीशांनी मराठ्यांना मदत व्हावी ह्या दृष्टीने अन्य कोणत्याही हालचाली करू नये म्हणून दुसरी सैन्याची तुकडी (खान-ई-जहानच्या नेतृत्वाखाली) बिदरहून अक्कलकोटला पाठविण्यात आली.

१२. शहा आलमने दक्षिण कोकणात केलेली स्वारी

औरंगाबादहून शहा आलमने विजापूर राज्यातून दक्षिणेकडे जाऊन (सप्टेंबर १६८३) बेळगाव जिल्ह्यात प्रवेश केला आणि शहापूरचा किल्ला, संपगाव (बेळगावच्या आग्नेयेला १८ मैलांवर) आणि त्या प्रदेशातील इतर काही मोठी शहरे आणि काही किल्ले जिंकले आणि बरीचशी लूटसुद्धा मिळविली. यानंतर तो एकाएकी पूर्ण वळसा घालून पश्चिमेला वळला, रामघाट खिंड त्याने ओलांडली (बेळगावच्या पश्चिमेला २६ मैलांवर आणि गोव्याच्या ईशान्य दिशेने ३० मैलांवर) आणि तिथून तो सावंतवाडीच्या मैदानात उतरला.

५ जानेवारी १६८४ रोजी शहा आलम बिकोलीन ह्या ठिकाणी पोहोचला आणि तिथे त्याने संभाजीचे आणि अकबराचे मोठमोठे वाडे आणि बगीचे होते ते उद्ध्वस्त करुन टाकले. ह्यानंतर तीन दिवसांनी शहा आलम आणि त्याच्या सैन्याकरिता रसद घेऊन येणाऱ्या जहाजांचा एक काफिला गोवा बंदरात येऊन पोहोचला.

गोव्यानजीक येताच शहा आलमने संभाजीच्या लुटालुटीपासून आणि अत्याचारांपासून आपण गोव्याला वाचविले म्हणून आपल्याला पोर्तुगीजांनी मोठ्या रकमेत खंडणी द्यावी अशी मागणी केली. ह्याचवेळी त्याने फितुरीच्या मार्गांचा अवलंब करून गोवा जिंकण्याची योजना गुप्तपणे आखली. शहा आलमने पोर्तुगीजांशी अशा रीतीने संबंध बिघडविले ही त्याची मोठी घोडचूकच ठरली. कारण त्यामुळे तुटवडा आणि दुष्काळ निर्माण होऊन त्याच्यातच त्याच्या सैन्याचा पूर्ण नाश घडून आला.

गोव्याच्या आसमंतातून शहा आलमने उत्तरेकडे मालवणकडे कूच केले त्या ठिकाणी त्याने दारूगोळा वापरून सुप्रसिद्ध श्वेतमंदिर आणि संभाजीने बांधलेली इतर देवालये यांचा विध्वंस केला. ह्याच स्वारीत त्याने कुडाळ आणि बांदा (सावंतवाडीमधील) ही ठिकाणे जाळून टाकली आणि वेंगुर्ला शहर लुटून फस्त केले. यानंतर अधिक दक्षिणेकडे जाऊन रसद घेऊन आलेल्या जहाजांशी संपर्क स्थापन करण्याकरिता किंवा पोर्तुगीज राजधानीवर दुसऱ्यांदा हल्ला चढविण्याकरिता तो चापोरा नदीच्या (गोव्याच्या उत्तरेला) किनाऱ्यावर पुन्हा येऊन दाखल झाला.

फेब्रुवारी मध्ये दुष्काळ पडल्यामुळे मोगल सैन्याची पुढील प्रगती रोखली गेली. पोर्तुगीजांविषयी संशय निर्माण झाल्याने रसद घेऊन आलेल्या मोगलांच्या जहाजांच्या काफिल्याला शहा आलमच्या छावणीपर्यंत गोव्याच्या खाडीत जाणे सुरक्षित वाटेना आणि त्यामुळे तिथपर्यंत ती पोहोचू शकली नाहीत. गोव्यात ह्यावेळी दुष्काळ चालू असल्याने त्याठिकाणी धान्य अजिबात उपलब्ध नव्हते. त्यामुळे कुठूनही धान्य मिळविता आले नाही. शहा आलमने कोकणात जे कार्य केले त्याचे इंग्रज व्यापाऱ्यांनी

पुढील शब्दात वर्णन केले. ''राजपुत्राच्या मनाला वाटेल त्याप्रमाणे इकडून तिकडे संचार करणे एवढेच त्याच काम होते. तेथे त्याला विरोधही विशेष होत नव्हता. ह्या स्वारीत शहा आलमने कोणताही मोठा किल्ला जिंकला नाही परंतु जिथे तो गेला त्या ठिकाणचा प्रदेश त्याने उद्ध्वस्त करून टाकला. ज्या ज्या गावांजवळून आणि ठाण्यांजवळून तो जातो ती ती ठिकाणे तो उद्ध्वस्त करून टाकतो ह्याशिवाय कोणतेही कार्य त्याने केलेले दिसत नाही.'' त्याच्या छावणीत धान्याचा जो दुष्काळ निर्माण झाला होता त्याने पराकोटी गाठली. सैनिकांना अतोनात उपवास घडून ते कसेबसे जिवंत राहू लागले. ह्यामुळे शहा आलम गोंधळून गेला आणि म्हणून तो २० फेब्रुवारी रोजी घाटावर परत निघून गेला.

ह्यानंतर त्याच्या अडचणीत भरच पडत गेली. रामघाट खिंड ओलांडत असताना त्याच्या सैन्यात साथीच्या भयंकर रोगाने असे काही थैमान घातले की केवळ एकाच आठवड्यात त्याच्या सैन्यातील १/३ सैनिक या साथीत मृत्युमुखी पडले. ज्यांना ह्या साथीची लागण झाली त्यांपैकी एकही जिवंत राहिला नाही. घोडे, हत्ती आणि उंट ह्यांची मृत्यूसंख्या तर ह्याहीपेक्षा मोठ्या प्रमाणात होती. त्यांच्या प्रेतांनी सर्व हवा दुर्गंधीयुक्त बनली. दळणवळणाचे साधन अशा मोठ्या प्रमाणात नष्ट झाल्याने त्याची परिणती दुसऱ्या दुष्काळात झाली. ह्याचवेळी त्याच्या सैन्यातील पुष्कळसे सैनिक अतिशय उष्णता आणि तहान ह्यांचेही बळी ठरले.

शहा आलमने ह्यानंतर खिंड ओलांडली व तो कॅनराच्या मैदानात उतरला. यावेळी त्याच्या चोहोबाजूंनी शत्रूचे सैन्य त्याचा घास घेण्याकरिता सतत संचार करीत होते; मागे पडणाऱ्या सैनिकांवर त्यांचे हल्ले चालूच होते आणि सर्व दिशांनी त्यांनी रसद आणि काफिल्यावर हल्ले चढवून लुटालूट चालविली होती. यातून जे थोडेबहुत सैन्य बचावले, ते सैन्य १८ मे रोजी कसेबसे अहमदनगरला जाऊन पोहोचले. अशा रीतीने शहा आलमने काही थोड्या शहरात लुटालूट करणे आणि काही खेडीपाडी जाळून नष्ट करणे ह्याशिवाय कोणतेही कार्य केले नाही.

१३. संभाजीच्या १६८३ नंतरच्या हालचाली

इ.स. १६८३ ते ८५ ह्या कालखंडात ज्या लहान स्वाऱ्या करण्यात आल्या त्यांचे ह्या ठिकाणी वर्णन करण्याची आवश्यकता नाही. १६८४ च्या पूर्वार्धात मोगलांनी जी स्वारी केली त्यात त्यांना चांगलेच यश मिळाले; पुष्कळ मराठा किल्ले जिंकण्यात आले, त्यांच्या लढाऊ सैन्याचा वारंवार पराभव करण्यात आला आणि मराठ्यांचा पुष्कळसा प्रदेश जिंकण्यात आला. ह्यात सगळ्यांत मोठा विजय म्हणजे संभाजीच्या दोन बायकांना, त्याच्या एका मुलीला आणि तीन दासींना जुलै महिन्यात पकडण्यात येऊन त्यांची

बहादूरगडावर कैदी म्हणून रवानगी करण्यात आली हा होता. ह्यापूर्वीही दिलेरखानाने संभाजीच्या एका बायकोला आणि एका बहिणीला पकडून अहमदनगरच्या किल्ल्यावर ठेवले होते.

१६८५ मधील जानेवारीच्या मध्यात शिहाब-उद्दीनखानाने बोरघाट मार्गे कोकणात पुन्हा स्वारी केली आणि रायगडाच्या पायथ्याशी पाचाड नावाचे जे खेडे होते, तेच त्याने जाळून टाकले. ''ह्या हल्ल्यात त्याने अनेक काफिर सरदारांना कंठस्नान घातले, त्यांची घरेदारे आणि संपत्ती त्याने लुटून घेतली आणि अनेकांना त्याने कैद केले. अशा रीतीने त्याने फार मोठा विजय मिळविला.'' त्याच्या ह्या नेत्रदीपक विजयाबद्दल त्याला खान बहादूर फिरोजजंग ह्या पदावर पदोन्नती देण्यात आली.

ह्या फिरोजजंगाने अनेक मराठा सेनापतींना लाचलुचपत देऊन मोगल बाजूला सामील होण्यास उद्युक्त केले. डिसेंबरच्या प्रारंभी अब्दुल कादीरने कोंडाण्याचा किल्ला जिंकून घेतला. आपल्या स्वत:च्या राज्याच्या रक्षणाकरिता महाराष्ट्रात सैनिकाने हजर राहण्याची निकड असताना मराठ्यांनी ''मुलूखगिरीचे धोरण'' अंधळेपणाने अमलात आणले आणि खानदेशवर त्यांनी हल्ले चढविले. परंतु १६८५ च्या मार्च महिन्याच्या अखेरीस विजापूरच्या वेढ्यास प्रारंभ झाला, मोगलांनी आपली सारी फौज तिथे एकवटली आणि त्यामुळे मराठ्यांवर मोगलांनी जो सतत दाब ठेवला होता त्यात थोडीशी ढिलाई निर्माण झाली. परंतु हा तात्पुरता दिलासा होता.

ईस्ट इंडिया कंपनीच्या गव्हर्नरकडून कॅप्टन रिचर्ड केगविन (Keigwin) ह्याने मुंबईचा किल्ला जिंकला. त्याने आता सिद्दीच्या बाबतीत कणखर धोरण अमलात आणले. एप्रिल १६८४ मध्ये त्याने सिद्दी कासीमला शरण आणून तो मराठ्यांच्या प्रदेशातील खेड्यापाड्यांवर हल्ले चढविण्याकरिता मुंबई बेटाचा उपयोग करणार नाही आणि मुंबईच्या तटस्थ धोरणाचा भंग न करता त्या धोरणाचा यथायोग्य आदर करील अशी कबुली त्याने मिळविली. एप्रिल महिन्याच्या शेवटी त्याने आपले दोन वकील (कॅप्टन हेन्री ग्रे आणि ले. थॉमस विल्किन्स), राम शेणवाई हा दुभाषा सोबत देऊन संभाजीकडे पाठविले. मार्च १६६१ मध्ये शिवाजी महाराजांनी इंग्रजांच्या राजापूर येथील वखारीवर हल्ला चढविला होता. त्याची इंग्रजांनी नुकसानभरपाई मागितली होती. तो दीर्घकालीन प्रश्न आणि इतर आनुषंगिक प्रश्न आणि त्याचप्रमाणे मराठ्यांशी मित्रत्वाचा तह व्हावा ह्या हेतूनेच हे दोन वकील वाटाघाटींकरिता संभाजीकडे पाठविण्यात आलेले होते. ह्या वकिलांना त्यांच्या कार्यात पूर्ण यश मिळाले. संभाजीने इंग्रजांच्या सर्व मागण्यांना मान्यता दिली आणि त्यांच्याशी दोन करार केले. एका करारात ३० तर दुसऱ्या करारात ११ तरतुदी होत्या.

१४. विजापूरचा प्रांत मोगलांनी जिंकून घेतला

विजापूरने शरणागती घेतल्यानंतर (१२ सप्टेंबर १६८६) औरंगजेबाने शेतसारा वसुली करण्याकरिता, शांतता प्रस्थापित करण्याकरिता आणि किल्ल्यांचा ताबा घेण्याकरिता आपल्या सेनापतींना नवीनच जिंकलेल्या प्रदेशातील निरनिराळ्या भागांत पाठविले. परंतु त्यानंतर फेब्रुवारी ते सप्टेंबर ह्या कालखंडात सर्व मोगल फौजांना गोवळकोंड्याच्या वेढ्याकरिता गोवळकोंड्याला एकत्रित करण्यात आले आणि गोवळकोंड्याचा पाडाव झाल्यानंतरच(२१ सप्टेंबर १६८७) मोगलांना जुन्या आदिलशाही राज्यातील निरनिराळ्या प्रांतात त्यांच्या कार्याला प्रारंभ करता आला.

त्यानंतर त्यांनी त्यांची पहिली स्वारी बेरड जमातीविरुद्ध केली. कृष्णा आणि भीमा नदी यांच्या त्रिभुज प्रदेशात बेरडांचे राज्य होते. त्यांची राजधानी सागरला होती. विजापूर आणि गोवळकोंडा यांचा एक वर्षात पाडाव घडून आला. त्यामुळे मोगलांच्या पराक्रमाचा जो धाक निर्माण झाला त्याचा अपेक्षित परिणाम घडून आला. बेरडांचा प्रमुख पाम नायक हा शरण आला, त्याने आपला किल्ला मोगलांच्या स्वाधीन केला (२८ नोव्हे.) आणि २७ डिसेंबर १६८७ रोजी त्याने बादशहाची भेटही घेतली परंतु त्यानंतर ५ दिवसानंतर एकाएकी त्याचा मृत्यू झाला. त्याचे राज्य मोगल राज्याला जोडण्यात आले.

यानंतर नुकत्याच जिंकलेल्या सुलतानी राज्यांच्या पूर्वेकडील आणि दक्षिणेकडील प्रदेशांकडे मोगलांनी आपली धाडसी दृष्टी वळविली. फिरोजजंग याने कुर्नुलचा जिल्हा आणि तुंगभद्रा नदीच्या दक्षिणेकडील अडोणीचा किल्ला यांच्यावर स्वारी केली. ह्याप्रदेशात सिद्दी मसूद स्वतंत्रपणे राज्य करीत होता. ६ ऑगस्ट १६८८ रोजी सिद्दी मसूदला शरणागती घेण्यास भाग पाडण्यात आले, त्याचा किल्ला ताब्यात घेण्यात आला आणि त्याला इम्तियाझ-गड असे नाव देण्यात आले. मोगल सैन्यात त्याला सात हजारी मनसबदारी देण्यात आली.

राजपुत्र आझमने काही दिवस वेढा दिल्यानंतर बेळगावचा मजबूत किल्ला जिंकून घेतला (मार्च महिन्यात). इतर दिशांनी सुद्धा इतर अनेक किल्ले मोगलांनी जिंकून घेतले.

बादशहाने २५ जानेवारी १६८८ रोजी हैद्राबाद सोडले आणि १५ मार्च रोजी तो विजापूरला येऊन पोहोचला. ह्यावेळी विजापूर आणि त्या सभोवतालचा प्रदेश यांच्यात जो विध्वंस घडून आला, त्यामुळे सर्वच गोष्टींचे दुर्भिक्ष निर्माण झाले होते. त्यामुळे तिथल्या लोकांच्या हालअपेष्टांना सीमा राहिली नव्हती. ह्या दुर्भिक्षग्रस्त लोकांना दिलासा देणे आवश्यक आहे असे बादशहाच्या लक्षात आले. ह्या सगळ्या प्रदेशात पिण्याच्या पाण्याची फारच टंचाई निर्माण झाली होती. वेढ्याचे कार्य चालू असताना पाण्याचे सर्व कालवे उद्ध्वस्त झाले आणि कदाचित त्याच कारणामुळे पाणी कुठेही

येईनासे झाले. ह्याकरिता बादशहाने कृष्णा नदीतून शहरापर्यंत एक कालवा ताबडतोब खोदावा असा हुकूम मुखालिसखान आणि मीर आतिष ह्या सरदारांना दिला.

नोव्हेंबर १६८८ च्या प्रारंभी विजापूर शहरात आणि मोगलांच्या छावणीत अत्यंत भयंकर अशा साथीला प्रारंभ झाला. "प्रथमत: काखेत आणि मांडीवर एका बाजूला गाठ येत असे. त्यानंतर एकाएकी खूप ताप येई आणि त्यातच शुद्ध जात असे. सर्व प्रकारे वैद्यकीय उपचार करूनही त्याचा काहीच परिणाम झाला नाही. दोन दिवसांच्या वर फारच थोडी माणसे वाचली. परंतु साथीला बळी पडलेली बहुतांशी माणसे दोन दिवसांच्या आतच मृत्यू पावली. ह्या साथीने जी माणसे मृत्यू पावली त्यात बादशहाची वृद्ध पत्नी औरंगाबादी महल, महाराजा जसवंतसिंगाचा मुलगा समजला जाणारा मुहंमदी-राज, वय १३, फाझलीखान सदर आणि ह्यांच्यासारखीच अनेक मोठी माणसे ह्यांचा ह्यात अंतर्भाव होता. ह्यात मध्यम वर्गातील, गरीब वर्गातील, हिंदू, मुसलमान, यांच्यातील किती मृत्यू पावले त्यांची तर गणतीच करता येत नाही. परंतु अगदी माफक अंदाजाप्रमाणे त्यात १ लाखापेक्षा कमी मृत्यू पावले नसावेत असे सांगितले जाते. ह्या साथीत फिरोजजंगाला आपले डोळे गमवावे लागले."

बादशहाने मात्र ठरविल्याप्रमाणे १४ डिसेंबर १६८८ रोजी स्वारीवर कूच केले आणि त्यानंतर एक आठवड्यानंतर साथीचा जोर बराच मंदावला. बादशहाने विजापूरच्या उत्तरेला ८५ मैलांवर अकलूजकडे कूच केले आणि त्याच ठिकाणी त्याने मुक्काम केला.

१५. अकबराचे हिंदुस्थानातील शेवटचे प्रयत्न

१६८६ च्या जूनमध्ये विजापूरच्या वेढ्यात सामील होण्याकरिता बादशहाने सोलापूरहून कूच केल्यानंतर आणि "मोगलांच्या दक्षिण-हिंदुस्थानात" कोणत्याही मोगल फौजा मागे राहिल्या नाहीत याची खात्री झाल्यानंतर अकबराने मोगलांच्या प्रदेशावर अकस्मात हल्ला चढविला. परंतु त्याचा हा प्रयत्न फसला कारण नेहमीच दूरदृष्टी बाळगणाऱ्या बादशहाने ह्या संभाव्य आक्रमणाला तोंड देण्याकरिता आणि अहमदनगरचे रक्षण करण्याकरिता म्हणून मऱ्हमतखान ह्या मोगल सरदाराला आपल्या सैन्यानिशी मागे ठेवले होते. ह्या मऱ्हमतखानाने चाकण नजीक अकबराशी एक अत्यंत भीषण लढाई केली आणि अकबराचा त्याने पराभव करून त्यास त्याने परतवून लावले. यामुळे अकबराने संभाजीच्या राज्यात पुन्हा माघार घेतली. त्यानंतर त्याने माहुली आणि जवाहर मार्गाने उत्तरेकडून सुरतेकडे जाण्याचा प्रयत्न केला परंतु त्या प्रयत्नात त्याला यश लाभले नाही.

शेवटी झियाउद्दीन मुहंमद (शुजाचा पूर्वीचा अनुयायी) आणि ४५ निवडक अनुयायांसहित अकबराने राजापूरला भाड्याने घेतलेल्या एका जहाजामधून (बेंडाल

नावाच्या इंग्रज माणसाने ह्या जहाजाचे नेतृत्व केले) इराणकडे प्रयाण केले (फेब्रुवारी १६८७ मध्ये) परंतु वाटेतच त्याला वादळाचा तडाखा बसल्याने त्याचे जहाज मस्कतकडे वाहत गेले. मस्कतला काही महिने त्याचे जहाज अडकवून धरण्यात आले. त्यानंतर तो दिनांक २४ जानेवारी १६८८ रोजी इस्फान ह्या ठिकाणच्या इराणी दरबारात जाऊन पोहोचला. अशा रीतीने हिंदुस्थानातून अकबराची सुरक्षितपणे बाहेर रवानगी केल्यानंतर दुर्गादास मारवाडमधील आपल्या मायभूमीला परत गेला.

१६. मराठा राज्यातील अंतर्गत परिस्थिती आणि संभाजीच्या हालचाली; १६८५–१६८७

विजापूर आणि गोवळकोंडा राज्ये नष्ट करण्याकरिता औरंगजेब आपली सर्व शक्ती पणाला लावीत असताना दक्षिणेतल्या सर्वच राज्यांवर आलेल्या ह्या संकटाला एकजुटीने तोंड देण्याकरिता जो पुरेसा प्रयत्न करावयास हवा होता तसा प्रयत्न संभाजीने केला नाही. त्याच्या सैन्याने नेहमीच्या पद्धतीनुसार मोगल प्रदेशातील अनेक ठाण्यांवर हल्ले चढविले परंतु लष्करी परिस्थिती बदलावी इतपत त्या हल्ल्यांचा परिणाम होऊ शकला नाही. औरंगजेबाने तर ह्या उपद्रवाकडे पूर्णपणे दुर्लक्षच केले. विजापूर आणि गोवळकोंडा किल्ल्यांना वेढा देऊन बसलेल्या मोगलांना परावृत्त करील आणि त्या राज्यांना नष्ट होण्यापासून वाचवील अशी कोणतीही पूर्वनियोजित आणि मोठ्या प्रमाणावरील योजना बनवावी एवढा शहाणपणा आणि दूरदृष्टी दुर्दैवाने मराठ्यांच्या राजाजवळ नव्हती; त्याच्या अंकित सरदारांत आणि दरबारातील सुभेदारांत वारंवार कारस्थाने आणि बंडाळ्या झाल्याने त्याचे शासनही दुर्बळ होऊन गेले होते. संभाजीचा राज्याभिषेक झाल्यानंतर काही वर्षांतच ज्यांनी शिवाजीच्या कारकिर्दीला मोठा गौरव आणि कीर्ती प्राप्त करून दिली, अशा मंत्र्यांची आणि सेनापतींची पिढीच आता दिसेनाशी झाली होती. संभाजीच्या साम्राज्यातील दूरच्या प्रदेशात चांगले कार्यक्षम आणि कर्तबगार प्रतिनिधी यांचा अभाव असल्यानेही त्याच्या राज्यात गोंधळ निर्माण झाला होता. त्यातच राजाविरुद्ध नवीन कारस्थाने झाल्याने आणि त्यात बड्या बड्या मंत्र्यांच्या आणि सेनापतींच्या प्राणांची आहुती पडल्याने आणि निदान काही नाही तरी अशा कर्तबगार माणसांच्या वाट्याला तुरुंगवास आल्याने परिस्थितीने अधिकच वाईट वळण घेतले होते. मद्रास-कर्नाटक मध्ये संभाजीच्या ताब्यात जे राज्य होते (तंजावर), त्याचा ताबा आता संभाजीच्या हातून जाऊन तिथे आता त्याचा मेव्हणा हिरजी महाडिक याची सत्ता स्थापन झाली होती. ह्या हिरजी महाडिकाने स्वत:ला 'महाराज' ही पदवी लावली होती.

संभाजीच्या सुस्त राज्यकारभारामुळे, त्याच्या अधिकाऱ्यांतील अतीव भ्रष्टाचारामुळे आणि बंडखोरांनी केलेल्या बंडाळ्यांमुळे मराठा राज्याची जी आर्थिक अवनती झालेली

होती त्याचे सत्य चित्रण आपल्याला इंग्रजांच्या वखारीच्या कागदपत्रात पाहावयास सापडते, ''काही वर्षापूर्वी राजापूरला आणि त्याच्या जवळपास काळ्या मिऱ्यांचे उत्पादन साधारणपणे १५०० खंडी (प्रत्येकी २० मण) होत असे. परंतु आता शिवाजीच्या ताब्यात हा प्रदेश गेल्याने त्याच्या १/१० ही ह्या मिऱ्यांचे उत्पादन होत नाही. (आता) हे शहर कमालीचे दरिद्री बनले आहे.''

व्यापार आणि उद्योगधंदे यांचा जो नाश घडून आला, त्याची कारणे म्हणजे राज्यकारभारातील अंदाधुंदी आणि मराठा अधिकाऱ्यांत सर्वत्र आढळून येणारी लाचलुचपत घेण्याची प्रवृत्ती. अधिकाऱ्यांची भूक वाढत होती आणि त्यामुळेच ही अवनती घडून आली. राजापासून तर पंखा हलविणाऱ्या सेवकापर्यंत पेशकाश (Peshkasing) घेण्याची लागण इतक्या मोठ्या प्रमाणात होती की ती घेतल्याशिवाय कोणतेही काम होत नव्हते किंवा त्याच्या आड कोणालाही येता येत नव्हते. ठाण्याहून आणि चौलहून मुंबईला साधारणपणे विणकरांची ६०० कुटुंबे येत असत. परंतु मराठ्यांनी चौलला वेढा दिल्यानंतर (१६८३) १ वर्षाच्या आतच त्यांच्या व्यवसायाला कोणतेही उत्तेजन न मिळाल्याने ४०० विणकर कुटुंबीयांनी मुंबई सोडून दिली, उरलेल्या १५० कुटुंबीयांची वाताहत झाली आणि इ.स. १६८५ मध्ये फक्त ५० कुटुंबे तेवढी उरली.

संभाजीविरुद्ध ज्यांनी बंडाळ्या केल्या, त्यांनी कारवारनजीकच्या रस्त्यावर उपद्रव देण्याला आणि दरोडेखोरी करण्याला प्रारंभ केला. ''त्याच्या राज्यात अगदी सुरक्षितता नाही. असली तर ती फारच थोडी शिल्लक आहे. अडचणींचे प्रमाण वाढलेले आहे. व्यापार त्यामुळे कुंठीत झालेला आहे.''

१७. संभाजीस कैद आणि वध

जून १६८० आणि ऑक्टोबर १६८१ मध्ये संभाजीविरुद्ध झालेल्या कारस्थानांचे निर्मूलन केल्यानंतर १६८४ मध्ये संभाजीविरुद्ध एक नवीन कट झाला. परिणामी संभाजीने अनेक प्रमुख प्रतिष्ठित लोकांना तुरुंगात टाकले. ह्या साऱ्या व्यक्ती संभाजीच्या मृत्यूपर्यंत तुरुंगातच खितपत पडल्या. ह्यानंतर चार वर्षेपर्यंत संभाजीच्या दरबारात शांतताच नांदत होती. परंतु १६८८ च्या ऑक्टोबरमध्ये शिर्के कुटुंबानी पुन्हा संभाजीविरुद्ध बंड पुकारले. त्यांनी कवी-कलशवर हल्ला चढविला. त्यामुळे कवी कलशला खेळणा किल्ल्यात आश्रय घ्यावा लागला. कवी कलशवर संभाजीची बहाल मर्जी असल्याने तो त्याच्या मदतीला धावून गेला. रायगडावरून कूच करून त्याने संगमेश्वराला बंडखोरांचा पराभव केला, त्यांना पळवून लावले आणि त्यानंतर तो खेळणा ह्या ठिकाणी गेला. प्रल्हाद निराजी, इतर मंत्री आणि प्रतिष्ठित लोक यांचा ह्या कटाशी काहीना काही संबंध असावा ह्या संशयावरून त्याने त्यांना पकडून तुरुंगात टाकले आणि त्यानंतर खेळणा किल्ल्यात

भरपूर रसद पाठवून आणि किल्ल्याच्या संरक्षणाची यथायोग्य व्यवस्था लावून संभाजी कवी कलशला घेऊन आपल्या राजधानीकडे परत निघाला. परत येताना तो रत्नागिरी शहरापासून ईशान्येकडे २२ मैलांवर, अलकनंदा आणि वारुणा नद्यांच्या संगमावर वसलेल्या संगमेश्वर शहरात आला. ह्या ठिकाणी कवी कलशाने आपल्या धन्याकरिता सुंदर बगीचे आणि भव्य राजवाडे बांधून काढले होते. ह्या ठिकाणी त्याने आपल्या बरोबरचे सैन्य आणि कुटुंबीय यांना रायगडाला परत पाठवून दिले आणि स्वत:च्या संरक्षणाकरिता सैन्याची लहानशी तुकडी ठेवून तो तेथेच थांबला. संभाजीचे हे कृत्य अत्यंत धाडशीपणाचे आणि अविचाराचे होते. सर्व सावधगिरी त्याने वाऱ्यावर सोडून दिली. मोगल सैन्य संगमेश्वरापर्यंत पोहोचू शकत नाही असा संभाजीचा पक्का विश्वास होता आणि म्हणूनच त्याने हा अविचार केला.

''कुतुबशहाच्या सर्व सेवकांत प्रमुख सेवक'' शेख निजाम होता. गोवळकोंड्याचा वेढा चालू असताना (२८ मे १६८७) त्याने मोगलांना सामील व्हावे म्हणून मोठी प्रलोभने दाखविण्यात येऊन तो ज्यावेळी मोगलांना सामील झाला त्यावेळी त्याला ६००० ची मनसबदारी आणि मकराबखान ही पदवी देण्यात आली. ह्या अत्यंत कर्तबगार आणि कार्यकुशल सेनापतीला पन्हाळ्याला वेढा देण्याकरिता म्हणून स्वतंत्रपणे पाठविण्यात आलेले होते (१६८८).

अत्यंत गैरसावध अवस्थेत संभाजी संगमेश्वराला विलासात आपले दिवस घालवीत आहे अशी वार्ता आपल्या हेरांकडून मिळताच मकराबखानाने यत्किंचितही वेळ गमाविला नाही. आपल्याबरोबर आपले २००० खास सैनिक आणि १००० पायदळ सोबत घेऊन मकराबखानाने कोल्हापूर येथील आपल्या छावणीतून तातडीने कूच केले. अशा वेगाने मार्गक्रमण करीत असताना मकराबखान आणि त्याच्या सैन्याला पश्चिम घाटातील घनदाट जंगले, खोल दऱ्याखोऱ्या आणि उंच खिंडी पार करताना अतिशय हालअपेष्टा सहन कराव्या लागल्या. केवळ ३०० सैनिकांसह तो ''विजेच्या आणि वाऱ्याच्या वेगाने'' संगमेश्वर ह्या ठिकाणी येऊन पोहोचला. मधले ९० मैलांचे अंतर त्याने केवळ दोन किंवा तीन दिवसात ओलांडले.

ज्यावेळी आक्रमकांनी शहरात प्रवेश केला त्यावेळी कवी कलशाने त्यांचा प्रतिकार केला. त्याच्या उजव्या हाताला बाण लागून तो जखमी झाला. तशा अवस्थेत लढणे शक्य नसल्याने तो घोड्यावरून खाली उतरला. ह्यावेळेपावेतो घाईघाईने सर्व मराठा सैन्य एकत्रित आलेले होते. परंतु सैन्याला कोणीही नेता नसल्याने ते सैन्य फुटले आणि वाट सुचेल तिकडे पळून गेले. संभाजी आणि त्याचा मंत्री, कवी कलशाच्या घरात जमिनीखाली एक भुयार होते त्यात लपून बसले परंतु त्यांच्या लांब केसांमुळे ते ओळखू

आले. म्हणून त्यांना तेथून हात धरून खेचून बाहेर काढण्यात आले व त्यानंतर संभाजीचा हत्ती बाहेर उभा होता त्या हत्तीवरून त्याला सेनापतीकडे नेण्यात आले. संभाजीसमोर त्याचे पंचवीस अनुयायी होते. त्यांना त्यांच्या बायका मुलींसह त्याच जागी पकडण्यात आले (१ फेब्रुवारी १६८९).

संभाजीला पकडण्यात आल्याची वार्ता अकलूजला बादशहाच्या छावणीत लवकरच पोहोचली आणि त्यामुळे मोगल साम्राज्यातील सर्व प्रदेशात आनंदाचा एकच जल्लोष उडाला.

१५ फेब्रुवारी रोजी मोगलांची छावणी बहादूरगडला हलविण्यात आली आणि त्या ठिकाणी राजकैद्यांनाही आणण्यात आले. बादशहाच्या आदेशावरून दक्षिणेत अत्याचार करणाऱ्या शासकाची सार्वजनिकरीत्या अवहेलना करण्यात आली. छावणी ४ मैलांवर राहिली असताना संभाजी आणि कवी कलश यांना, विदुषकांना घालतात तसे घाणेरडे कपडे चढविण्यात आले, लांब टोप्या घालण्यात आल्या. त्यांच्या डोक्यावर घंटा बसविण्यात आल्या, त्यांना अशा अवस्थेत उंटावर बसविण्यात आले आणि ढोल वाजवीत आणि तुताऱ्या फुंकीत त्यांची बहादूरगड- पर्यंत धिंड काढण्यात आली. एखादा नवीन रानटी प्राणी किंवा राक्षस पाहण्याकरिता लोकांनी जमावे त्याप्रमाणे रस्त्याच्या दुतर्फा हजारो लोक संभाजीला पाहण्याकरिता जमा झालेले होते. अशा प्रकारे अपमानित केल्यानंतर कैद्यांना सर्व छावणीतून हळूहळू फिरविण्यात आले आणि त्यानंतर त्यांना बादशहासमोर आणण्यात आले. त्यांच्याकरिता बादशहा पूर्ण दरबार भरवून सिंहासनावर आरूढ होऊन त्यांची वाट पाहत होताच ! राजकैदी समोर येताना पाहताच औरंगजेब आपल्या सिंहासनावरून खाली उतरला आणि समोरच्या गालिच्यावर गुडघे टेकून त्याने जमिनीवर आपले डोके टेकविले आणि ज्या अल्लाने हा दुहेरी विजय प्राप्त करून दिला त्याचे त्याने मनापासून आभार मानले आणि तो अल्लाची प्रार्थना करू लागला *

(***टीप :** के.के.(३८८) याने औरंगजेब अशा रीतीने अल्लाची प्रार्थना करीत असताना घडलेली आख्यायिका सांगितली आहे. कवी कलश याने ह्या प्रसंगावर हिंदीमध्ये स्वयंस्फूर्त कडवी रचली आणि ती संभाजीला म्हणून दाखविली. त्यात म्हटले होते, "हे राजा ! तुझ्या उपस्थितीत प्रत्यक्ष औरंगजेबाला सुद्धा सिंहासनावर बसण्याचे धाडस होताना दिसत नाही ! तो गुडघे टेकून तुम्हालाच आदरपूर्वक प्रणाम करीत आहे !" ईश्वरादासने लिहिले आहे (१५५ ब), "संभाजीला बादशहाला प्रणाम करण्याला सांगण्यात आले परंतु त्याने कुर्निसात करण्याला नकार दिला.")

औरंगजेबाचे जे सल्लागार होते त्यांना संभाजीचे प्राण वाचवावयाचे होते. संभाजीने त्याच्या ताब्यात असलेले सर्व किल्ले मोगलांच्या ताब्यात शांततेने द्यावेत आणि तसा हुकूम आपल्या अधिकाऱ्यांना द्यावा असा त्यामागील हेतू होता. संभाजीने आपली संपत्ती कोठे लपवून ठेवली आहे आणि मोगल अधिकाऱ्यांपैकी कोणते अधिकारी संभाजीशी पत्रव्यवहार करीत होते याची माहिती करून घेण्याकरिता औरंगजेबाने रूहुल्लाखानाला संभाजीकडे पाठविले. सर्व लोकांसमक्ष अपमानित झालेला आणि त्यामुळे आतून कटुपणाच्या भावनेने तडफडत असणाऱ्या आणि परिस्थितीने जीवावर उदार झालेल्या संभाजीने आपले प्राण वाचविले जातील अशी सवलतीची भाषा येताच त्याने ती सवलत ठोकरून दिली, उघडपणे त्याने बादशहा आणि त्याचा अल्ला यांच्यावर शिव्यांची लाखोली वाहिली आणि अत्यंत असभ्य आणि उद्दाम भाषेत औरंगजेबाला आपली मैत्री हवी असल्यास त्याने आपल्या एका मुलीचा विवाह आपल्याशी लावून द्यावा अशी मागणी केली.

संभाजीने क्षमा करण्याची आशा करावी ह्या सर्व मर्यादेच्या पलीकडे भयंकर पाप केले होते. त्याचदिवशी रात्री त्याला आंधळे करण्यात आले आणि दुसऱ्या दिवशी कवी कलश ह्याची जीभ छाटून टाकण्यात आली. संभाजीने ''मुसलमानांची कत्तल केली असल्याने, त्यांची सरसहा धरपकड केल्याने आणि त्यांची अप्रतिष्ठा केल्याने'' संभाजीला मृत्युदंडाची शिक्षा द्यावी असा मुसलमान धर्मपंडितांनी आपला निर्णय जाहीर केला. बादशहाने ह्या निर्णयाला संमती दिली. यानंतर एक पंधरवडा सतत हालअपेष्टा आणि अपमानकारक वागणूक यांना तोंड दिल्यानंतर कैद्यांना बादशाही छावणीबरोबरच पुण्याच्या ईशान्येला १२ मैलांवर भीमा नदीच्या काठावर कोरेगाव ह्या ठिकाणी हलविण्यात आले (३ मार्च रोजी) आणि त्या ठिकाणी ११ मार्च रोजी त्यांचे हालहाल करून, त्यांच्या शरीराचे एकेक अवयव तोडून टाकून वध करण्यात आला. त्यांचे मांस कुत्र्यासमोर फेकण्यात आले. त्यांची तोडलेली मस्तके पेंढा भरून ठेवण्यात आली आणि दक्षिणेमध्ये सर्व प्रमुख शहरात ढोल आणि वाद्ये वाजवून ती सर्वत्र मिरविण्यात आली.

१८. १६८९ मधील युद्ध; रायगड जिंकले आणि संभाजीच्या सर्व कुटुंबीयांना पकडले

संभाजीचा पाडाव झाल्यानंतर संभाजीचा मुलगा शाहू हा वयाने लहान असल्याने आणि ज्या राज्याचा औरंगजेबासारख्या मातबर शत्रूशी जीवन-मरणाचा संघर्ष चाललेला होता ती जबाबदारी मराठा राज्याचा प्रमुख ह्या नात्याने त्याला पेलणे अशक्य असे वाटून रायगडाला उपस्थित असणाऱ्या मंत्र्यांनी संभाजीच्या लहान भावाची तुरुंगातून सुटका केली आणि त्यांनी त्यालाच राज्याभिषेक केला (८ फेब्रुवारी). लवकरच

इतिव्कादखानाच्या नेतृत्वाखाली मोगल सैन्याने मराठ्यांच्या राजधानीला वेढा घातला परंतु एका संन्याशाच्या वेषात राजाराम तिथून निसटून गेला (५ एप्रिल). विजापूरचा नवीन सुभेदार (बाऱ्हाचा) सय्यद अब्दुल्लाखान याने पळून जाणाऱ्या राजारामाचा आणि त्याच्या सहाय्यकांचा पाठलाग करून त्यांना अडविण्याचा प्रयत्न केला. सतत तीन दिवस पाठलाग केल्यानंतर त्याने त्यांना ''तुंगभद्रा नदीच्या काठी सुभानगड आणि जरा किल्ल्यांच्या नजीक गाठले.'' मराठ्यांनी एका बेटात आश्रय घेतला होता. त्यांच्यावर रात्री हल्ला चढविण्यात आला आणि त्यांच्यापैकी १०० प्रमुख सैनिकांना पकडण्यात आले. परंतु राजाराम मात्र त्याचे सहाय्यक लढत असताना आणि त्यांनी आपल्या शत्रूला गुंतवून ठेवला असताना तिथूनही आपल्या केवळ जीवानिशी निसटून जाण्यात यशस्वी झाला.

काही दिवसपर्यंत राजाराम बेदनूरच्या राणीच्या राज्यात (सध्याचा म्हैसूर राज्यातील शिमोगा जिल्हा) लपून बसला. परंतु शेवटी तिने राजारामाला जिंजीला पळून जाण्यास अनुमती दिली (त्या ठिकाणी राजाराम दिनांक १ नोव्हेंबर रोजी जाऊन पोहोचला). त्यानंतर राणीने थोडाबहुत दंड भरून मोगल बादशहाशी मैत्रीचा तह केला. बेटावर जे मराठा कैदी पकडले होते त्यांना विजापूरच्या भरभक्कम किल्ल्यात कडेकोट बंदोबस्तात ठेवण्यात आले. परंतु थोड्याच दिवसांत हिंदुराव, बहिर्जी आणि इतर २० सहाय्यक ह्या अजिंक्य किल्ल्यातूनही पळून गेले. ''पहारा करण्याकरिता ठेवलेले पहारेकरी आतून सामील असल्याशिवाय किल्ल्यातून अशा रीतीने पळून जाणे अशक्य होते.'' हा प्रकार पाहून बादशहाने उरलेल्या ८० कैद्यांना ठार मारून टाकले.

इतिव्कादखानाने (त्याला झुल्फिकारखान ही पदवी देण्यात आली) दीर्घ संघर्षानंतर १९ ऑक्टोबर १६८९ रोजी रायगडचा किल्ला जिंकून घेतला आणि त्या ठिकाणी त्याने शिवाजीच्या विधवा राण्या, संभाजी आणि राजाराम यांच्या बायका, मुली आणि मुले आणि संभाजीचा ७ वर्षांचा मुलगा शाहू यांना पकडण्यात यश मिळविले. स्त्रियांना वेगळ्या तंबूत ठेवण्यात आले आणि त्यांना अतिशय सन्मानाची वागणूक देण्यात आली. शाहूला सात हजारी मनसबदारी आणि राजाचा किताब देण्यात आला परंतु त्याला बादशहाच्या छावणीजवळच नजरकैदेत ठेवण्यात आले.

अशा रीतीने १६८९ च्या अखेरीस औरंगजेब हा उत्तर हिंदुस्थान आणि दक्षिण हिंदुस्थान यांचा सार्वभौम सत्ताधीश बनला. त्याला आव्हान देणारे आता कोणी उरले नव्हते. आदिलशहा, कुतुबशहा आणि राजा संभाजी यांचा पाडाव झालेला होता आणि त्यांची राज्ये साम्राज्याला जोडण्यात आलेली होती.

''औरंगजेबाने आपल्या डोळ्यासमोर ज्या आशा-आकांक्षा ठेवल्या होत्या त्या सर्व पूर्ण झाल्या असा बाह्यात्कारी देखावा दिसत होता. परंतु प्रत्यक्षात औरंगजेबाने

सर्वच गमावले होते. ही त्याच्या सर्वनाशाची सुरुवात होती. मोगल साम्राज्य इतके विशाल झाले होते की त्याचा कारभार एका माणसाने चालविणे किंवा एका जागेवरून चालविणे ही गोष्ट अशक्य होऊन बसली होती. ..... त्याच्या शत्रूंनी सर्वच बाजूंनी त्याविरुद्ध उठाव केला. त्याला आपल्या शत्रूंचा पराभव करता आला परंतु त्यांना कायमचे नष्ट करता आले नाही. उत्तर हिंदुस्थान आणि मध्य हिंदुस्थान यांतील बराचशा प्रदेशात लवकरच अंदाधुंदी निर्माण झाली. प्रशासनात दिवसेंदिवस ढिलाई निर्माण होत गेली आणि भ्रष्टाचाराला मर्यादा राहिली नाही. दक्षिण हिंदुस्थानात जे अविरत युद्ध चालू होते, त्यामुळे राज्याचीही तिजोरी पूर्णपणे रिकामी झाली. नेपोलियन बोनापार्ट म्हणत असे, "स्पॅनिश अल्सरने माझा पाडाव घडून आला." दक्षिण अल्सरने औरंगजेबाचा नाश घडवून आणला. (औरंगजेबाच्या कारकिर्दीचा माझा ग्रंथ, पान-१७)

❐

प्रकरण पंधरावे

१७०० पर्यंत मराठ्यांशी झालेला संघर्ष

१. आपल्या दुसऱ्या अर्धकालखंडातील औरंगजेबाच्या हालचाली

दिनांक ८ सप्टेंबर १६८१ रोजी राजपुतान्यातून कूच केल्यानंतर, औरंगजेब मजल दरमजल करीत दिनांक २२ मार्च रोजी औरंगाबादला पोहोचला. हे महत्त्वाचे लष्करी केंद्र स्वतःच्या ताब्यात घेतल्यानंतर त्याने तेथून दिनांक १३ नोव्हेंबर १६८३ पर्यंत सर्व दिशांनी लढणाऱ्या आपल्या सैन्याला मार्गदर्शन केले. त्यानंतर त्याने औरंगाबादेहून दक्षिण दिशेने आणखी पलीकडे कूच केले. ह्यानंतर विजापूरला त्याच्या सैन्याने वेढा दिला होता, त्या जागेच्या जवळपास असावे ह्या उद्देशाने तो २४ मे १६८५ रोजी सोलापूरला आला. वेढा देऊन बसलेल्या सैनिकांना यश लाभावे म्हणून तो दिनांक ३ जुलै १६८६ रोजी विजापूरच्या रसूलपूर ह्या उपनगरात आला. ज्यावेळी आदिलशाही राजधानी जिंकण्यात आली त्यावेळी त्याने तेथून ३० ऑक्टोबर रोजी प्रयाण केले; कुलबर्गे आणि बिदर ह्या ठिकाणांना त्याने भेट दिली आणि त्यानंतर त्याने २८ जानेवारी १६८७ रोजी गोवळकोंड्यासमोर मुक्काम केला. ह्याठिकाणी त्याची छावणी एक वर्ष पडलेली होती. त्यानंतर तो दिनांक १५ मार्च १६८८ रोजी विजापूरला आला (त्याची ही ह्या शहराला दुसरी भेट होती.). पुढील ९ महिने त्याचा ह्या शहरातच मुक्काम होता. परंतु ह्या ठिकाणी प्लेगची भयंकर साथ निर्माण झाल्याने त्याला येथून बाहेर पडणे भाग पडले. (१४ डिसेंबर रोजी) अकलूज आणि (भीमा नदीच्या काठावरील) बहादूरगड ह्यामार्गे तो पुणे जिल्ह्यातील कोरेगाव ह्या ठिकाणी पोहोचला. ह्याठिकाणी त्याने ३ मार्च ते १८ डिसेंबर १६८९ पर्यंत मुक्काम ठेवला आणि त्यानंतर तो विजापूरला परत आला. (११ जानेवारी १६९० रोजी) परंतु लवकरच तिथूनही त्याने कूच करून फेब्रुवारी, मार्च आणि एप्रिल हे महिने त्याने त्या शहराच्या दक्षिणेला कृष्णा नदीच्या तीरावर निरनिराळ्या ठिकाणी घालविले परंतु शेवटी त्याने २१ मे १६९० च्या सुमारास विजापूरच्या आग्नेय दिशेला ३४ मैलांवर आणि कृष्णा नदीच्या दक्षिण तीरावर गलगला ह्या ठिकाणी आपली छावणी प्रस्थापित केली. उरलेले वर्ष आणि नवीन वर्षाचे पहिले दोन महिने त्याने ह्याच छावणीत घालविले. ह्यानंतर तो विजापूरच्या आसमंतात पुन्हा परत गेला आणि त्याठिकाणी त्याने १४ महिने वास्तव्य केले. (मार्च १६९१-मे १६९२) यानंतर पुन्हा तीन वर्षे त्याने गलगला ह्या ठिकाणी मुक्काम केला.

(मे १६९२–मार्च १६९५)

शेवटी, विजापूरला पाचवी आणि शेवटची भेट दिल्यानंतर आणि त्या ठिकाणी पाच आठवडे मुक्काम केल्यानंतर (एप्रिल–मे १६९५) त्याने भीमा नदीच्या दक्षिण किनाऱ्यावरील ब्रह्मपुरी ह्या ठिकाणी आपला मुक्काम हलविला. ह्या शहराला त्याने इस्लामपुरी असे नाव दिले. ह्याठिकाणी त्याने ४।। वर्षे मुक्काम ठेवला (२१ मे १६९५–१९ ऑक्टोबर १६९९). इस्लामपूरला त्याच्या छावणीभोवती संरक्षक तटबंदी बांधण्यात आली आणि ह्या ठिकाणी त्याने आपल्या वजिराच्या संरक्षणाखाली आपले कुटुंब ठेवले आणि तो दिनांक १९ ऑक्टोबर १६९९ रोजी मराठ्यांचे किल्ले जिंकण्याच्या कधीही न संपणाऱ्या मोहिमेवर निघाला. ह्याच मोहिमेत त्याच्या जीवनाची उरलीसुरली सर्व वर्षे खर्च झाली आणि ही मोहीम आटोपून तो अहमदनगरला परतला (२० जानेवारी १७०६) आणि त्यानंतर एकच वर्षाने त्याला मृत्यूने गाठले (२० फेब्रु.१७०७).

२. मराठ्यांच्या स्थितीत सुधारणा, १६९०–९५

१६८८ आणि १६८९ ह्या दोन वर्षात बादशहाला सतत विजयच मिळत गेले. त्यामुळे तो त्याच्या विजयाचा कालखंड ठरला. त्याच्या सैन्याने विजापूर आणि गोवळकोंडा राज्ये जिंकून घेतली होती. त्यांच्या ताब्यातील किल्ल्यांचा आणि प्रांतांचा ताबा आता त्याने स्वत:कडे घेतला होता. उदा.सागर (बेरडांची राजधानी), रायचूर आणि अडोणी (पूर्वेकडे), सेरा आणि बंगलोर (म्हैसूरमध्ये), वाँडिवॉश आणि कांजीवरम (मद्रास–कर्नाटकमध्ये), बंकापूर आणि बेळगाव (अगदी दूर नैर्ऋत्येकडे) ह्याशिवाय रायगड (राजधानी) आणि इतर अनेक मराठा किल्ल्यांचा ताबा मोगल सैन्याने घेतला. उत्तर हिंदुस्थानातसुद्धा त्याच्या सैन्याला असेच नेत्रदीपक विजय मिळाले. उत्तर हिंदुस्थानातील जाटांचा नेता राजाराम याच्या नेतृत्वाखाली जाटांचे जे बंड झाले होते ते मोडून काढण्यात आले आणि त्याचा वध करण्यात आला (४ जुलै १६८८).

परंतु १६८९ च्या अखेरीस मराठ्यांचा नवीन राजा राजाराम ह्याने जिंजीला आश्रय घेतल्याची बातमी सर्वांनाच विदीत झाली. या पलीकडे जिंजी मराठ्यांच्या हालचालींचे पूर्व किनाऱ्यावरील महत्त्वाचे केंद्र बनले तर मराठ्यांच्या मंत्र्यांनी महाराष्ट्रात पश्चिमेकडे मोगलांविरुद्ध संघटित आघाडीच उभारली. मराठ्यांमध्ये सर्वमान्य असा शासनप्रमुख न राहिल्याने आणि केंद्रीय शासन उरले नसल्याने औरंगजेबाच्या अडचणींमध्ये आता अधिकच भर पडली. कारण प्रत्येक मराठा सेनानायक आता आपल्या अनुयायांसहित राज्यातील निरनिराळ्या भागात आपल्या मनाप्रमाणे मोगलांवर हल्ले चढवू लागला. लवकरच ह्या संघर्षाचे लोकयुद्धात रूपांतर झाले आणि औरंगजेबाला त्याचा शेवट करता येईना कारण ज्यांच्यावर हल्ला चढवावा आणि ज्यांना नष्ट करावे असे कोणतेही

मराठा सरकार किंवा मराठ्यांचे सैन्य अस्तित्वातच राहिले नाही. मोगलांच्या फौजांना सर्व ठिकाणी हजर राहणे अशक्य होते. त्यामुळे त्यांचा पुष्कळ ठिकाणी पराभव होऊ लागला. संभाजीच्या पाडावानंतर प्रथमत: भीतीची जी लाट निर्माण झाली आणि त्यात मोगलांनी जे मराठ्यांचे किल्ले जिंकून घेतले किंवा वाममार्गांनी हस्तगत केले ते किल्ले परत मिळविण्याला मराठ्यांनी आता प्रारंभ केला. ज्यावेळी रुस्तमखान ह्या मोगल सेनापतीला पकडण्यात आले आणि त्याची सर्व छावणी लुटण्यात आली, त्यावेळेपासून म्हणजे मे १६९० पासून काळाने औरंगजेबाविरुद्ध जाण्याला प्रारंभ केला.

१६९० आणि १६९१ ह्या संपूर्ण कालखंडात आदिलशहा आणि कुतुबशहा ह्यांचा कायदेशीर वारस ह्या नात्याने दक्षिणेकडे आणि पूर्वेकडे मिळालेल्या अफाट सुपीक प्रदेशाचा ताबा घेणे हेच औरंगजेबासमोर प्रमुख कर्तव्य होते. ह्या अवस्थेत मराठ्यांच्या संकटाला इतके गंभीर स्वरूप प्राप्त होईल अशी त्याला कल्पना नव्हती कारण मराठ्यांचे राज्य पूर्णपणे नष्ट झाले असेच तो गृहीत धरून चालला होता. सर्वसाधारण मराठा लोकांबद्दल अजून त्याला कल्पना यावयाची होती.

१६९१ च्या शिशिर ऋतूत जिंजीला वेढा घालून बसलेल्या मोगलांची स्थिती इतकी वाईट झाली की बादशहाला त्यांच्या मदतीला फार मोठे सैन्य पाठवावे लागले. १६९२ मध्ये मोगल सैन्याला युद्धाच्या पश्चिम क्षेत्रात कोणतीही भरीव कामगिरी करून दाखविता आली नाही तर पूर्व किनाऱ्यावर मोगल सैन्याला दारुण पराभव स्वीकारावे लागले. मोगलांचे दोन उच्चपदस्थ सेनापती पकडले गेले, जिंजीचा वेढा उठवावा लागला आणि राजपुत्र कामबक्षला त्याच्याच सहकाऱ्यांनी तुरुंगात टाकले (डिसें १६९२-जाने.१६९३) इत्यादी घटनांनी वर्षाची अखेर झाली. यामुळे पूर्वकर्नाटकात मोठ्या प्रमाणात कुमक आणि रसद ओतून परिस्थिती सावरून धरणे हे १६९३ मधील प्रथम कर्तव्य ठरले. पश्चिम युद्धक्षेत्रात राजपुत्र मुअज्जमने ऑक्टोबर १६९२ मध्ये पन्हाळ्याला वेढा दिला. तो वेढा त्याने अत्यंत कष्टाने पुढल्या संपूर्ण वर्षात चालविला परंतु त्यात त्याला अपयश आले आणि शेवटी मराठ्यांनी मार्च १६९४ मध्ये त्याचे उच्चाटन केले. ह्याबरोबरच संताजी घोरपडे, धनाजी जाधव, नेमाजी शिंदे, हनुमंतराव ह्यांसारख्या मराठा वीरांनी मोगलांवर गनिमी काव्याने सतत छुपे हल्ले चालविले होते.

मध्यंतरीच्या काळात बिदरपासून विजापूरपर्यंतच्या आणि रायचूरपासून मालखेडपर्यंतच्या विस्तृत आणि लष्करीदृष्ट्या महत्त्वाच्या प्रदेशात 'पिडिया नायक' नावाच्या धाडसी नेत्याच्या हाताखालील काटक, जंगली बेरड टोळीने असा काही गंभीर उपद्रव निर्माण केला की त्याचा बंदोबस्त करण्याकरिता मोगलांना एका प्रथम श्रेणीच्या सेनापतीला भरपूर सैन्य देऊन सागरला पाठवावे लागले आणि ह्या सेनापतीला

आपल्या सैन्यासह जून १६९१ पासून डिसेंबर १६९२ पर्यंत सागरलाच मुक्काम करावा लागला. त्यावेळी बेरड नायकाने शरणागती घेतली परंतु त्यानंतर तीन वर्षांनी त्याने पुन्हा आपल्या उपद्रवाला प्रारंभ केला म्हणून विशाल मोगल सैन्य त्याच्या पाठलागावर पुन्हा पाठविण्यात आले (१६९६). इ.स.१६९४ मध्ये दक्षिण हिंदुस्थानच्या पश्चिम भागात अशाच अनिर्णित स्वरूपात आणि धरसोडीच्या वृत्तीने चालूच राहिले. फक्त मद्रास–कर्नाटकमध्ये मात्र मोगल सेनापतीने त्याला जास्त कुमक मिळाल्यानंतर अनेक विजय मिळविले, त्याचबरोबर तंजावरपासून खंडणी वसूल केली परंतु जिंजी मात्र मोगल जिंकू शकले नाहीत.

शेवटी आदिलशाही आणि कुतुबशाही राजवंशांचा शेवट करून आणि त्यांची राज्ये जिंकूनसुद्धा आपल्या हाती काहीच लागलेले नाही अशी औरंगजेबाला एप्रिल १६९५ पासून हळूहळू कल्पना येऊ लागली. शिवाजीच्या किंवा संभाजीच्या काळात मराठ्यांच्या समस्येचे जे स्वरूप होते तसे स्वरूप आता मराठ्यांच्या प्रश्नाचे राहिलेले नाही असे त्याला आता दिसून येऊ लागले. पूर्वी मराठे दऱ्याखोऱ्यातून पुंडावा करीत किंवा लहान प्रमाणात दरोडेखोरी करीत. आता त्यांचे स्वरूप तसे राहिलेले नसून दक्षिण हिंदुस्थानातील राजकारणावर प्रभुत्व गाजविणारा तो एकुलता एक घटक आहे आणि मोगल साम्राज्याला तो आता एकुलता एक शत्रू उरलेला आहे आणि असे असूनसुद्धा मुंबईपासून मद्रासपर्यंत ह्या किनाऱ्यापासून त्या किनाऱ्यापर्यंत तो वाऱ्यासारखा सतत निसटणारा आणि सर्वव्यापी बनलेला आहे आणि त्याचबरोबर त्यांना कोणीही शासनप्रमुख न राहिल्याने किंवा त्यांची ताकद कोणत्याही एका जागी एकवटली नसल्याने त्यांना नष्ट करणे अशक्यप्राय होऊन बसलेले आहे असे त्याच्या लक्षात आले. मोगल साम्राज्याचे सर्व शत्रू संपूर्ण दक्षिण हिंदुस्थानात आणि इतकेच नव्हे तर माळवा, मध्य प्रांत आणि बुंदेलखंड ह्या दूरच्या प्रदेशातसुद्धा ज्यांना शांतता आणि सुव्यवस्था नको होती, नियमित राज्यकारभार चालावा असे ज्यांना वाटत नव्हते असे सर्व जण मराठ्यांच्याच ध्वजाखाली एकत्रित येत होते आणि मराठ्यांशीच त्यांची सतत हातमिळवणी चाललेली होती असे धोकादायक स्वरूप आता मराठ्यांना प्राप्त झालेले होते.

औरंगजेबाकरिता आता दिल्लीला परत जाण्याचा प्रश्नच उरला नव्हता. दक्षिणेतील त्याची कामगिरी अजून अपूर्णच राहिली होती. खरे पाहता त्याच्या कार्याला आता कोठे प्रारंभ झालेला होता.

३. इस्लामपुरी येथील बादशहाचा मुक्काम; १६९५–१६९९

म्हणून १६९५ च्या मे महिन्यात त्याने आपला वडील मुलगा शहा आलम याला

साम्राज्याच्या (पंजाब, सिंध आणि त्यानंतर अफगाणिस्थान) वायव्य प्रदेशाचा कारभार पाहण्याकरिता आणि भारताच्या पश्चिम प्रवेशद्वाराचे संरक्षण करण्याकरिता पाठविले आणि त्याने स्वत: यानंतर पुढील ४ ॥ वर्षे इस्लामपुरीलाच मुक्काम केला आणि तिथेच त्याने पुढील प्रदेशातील स्वाऱ्यांवर देखरेख ठेवण्याकरिता मागील तळ निर्माण केला. इस्लामपुरीला मुक्काम असलेल्या कालखंडात (१६९५-१६९९) मराठ्यांचे संकट अधिक जवळ आले आणि त्यामुळे मोगलांना सध्याच्या मुंबई इलाख्यातील मराठी आणि कॅनरी जिल्ह्यात स्वत:चेच संरक्षण करण्याची पाळी आली. मराठा सैनिकांच्या ज्या तुकड्या होत्या, त्यांच्या हालचाली कोणालाही आश्चर्य वाटतील इतक्या वेगाने आणि अनपेक्षित रीतीने होत असत. मोगलांना प्रत्येकच जागेचे संरक्षण करणे अशक्य होते. यातच मराठ्यांच्या गनिमी टोळ्यांचा पाठलाग करताना मोगल सैनिकांची केविलवाणी दमछाक होऊन त्यातच ते थकून जात. जागोजागी मोगल बादशहाचे जे सुभेदार होते त्यांना महसुलाचा चौथा हिस्सा वार्षिक गुप्त खंडणी म्हणून मराठ्यांना कबूल करावा लागत होता. कारण अशी गुप्त गैरकायदेशीर हातमिळवणी केल्याशिवाय त्यांना त्यांच्या प्रदेशातून एक पैसाही वसूल करणे अशक्य होऊन बसले होते आणि तशा स्थितीत बादशहाला तोंड दाखविणे अशक्य होते. ह्याही पेक्षा वाईट म्हणजे पुष्कळशा मोगल सुभेदारांना उजाड बनलेल्या आपल्या जहागिरीतून कोणताच महसूल प्राप्त होत नसल्याने त्यांनी गुप्तपणे शत्रूशी हातमिळवणी करून मोगलांच्याच प्रजेला आणि व्यापाऱ्यांना लुबाडण्याला प्रारंभ केला होता. मोगल प्रशासन आता जवळजवळ शिल्लकच राहिले नव्हते. मोगल बादशहा आपल्या सैन्यानिशी जातीने हजर असल्याने त्याचे अस्तित्व कसेबसे टिकून होते. परंतु आता तीही केवळ कल्पनाच उरली होती.

ह्या इस्लामपुरी मुक्काम-कालखंडातील मुख्य घटना म्हणजे मोगलांचे दोन थोर सेनापती कासीमखान (नोव्हें.१६९५) आणि हिंमतखान (जाने.१६९६) यांचा संताजी घोरपडे याने नाश घडवून आणला, घरगुती वैरापायी संताजीचा खून झाला (जून १६९७), मोगलांनी जिंजी किल्ला जिंकून घेतला (७ जानेवारी १६९८) आणि त्यानंतर राजाराम महाराष्ट्रात परत आला इत्यादी होत.

४. औरंगजेबाची शेवटची स्वारी १६९९–१७०५ :

शेवटच्या घटनेमुळे औरंगजेबाला आपल्या धोरणात बदल करावा लागला. पूर्व किनाऱ्यावरील सर्व प्रदेश आता त्याच्या ताब्यात आल्याने आणि त्यात सर्वार्थाने सुरक्षितता लाभल्याने त्याला आपली सर्व शक्ती पश्चिम युद्धक्षेत्रात एकवटता आली. ह्यामुळे बादशहाच्या जीवनातील शेवटच्या अवस्थेला आता प्रारंभ झाला. त्याने स्वत: एकामागून एक मराठ्यांच्या किल्ल्यांना वेढा देण्याला प्रारंभ केला. त्याच्या उर्वरित

जीवनात (१६९९-१७०७) ह्याच केविलवाण्या आणि कंटाळवाण्या गोष्टीची वारंवार पुनरावृत्ती घडली. त्याने अमाप पैसा, वेळ आणि मानवी शक्ती खर्च करून एखादा किल्ला जिंकून घ्यावा, काही महिन्यांनंतर मराठ्यांनी किल्ल्यातील दुर्बळ मोगल शिबंदीकडून पुन्हा तो किल्ला जिंकून घ्यावा आणि त्यानंतर एक दोन वर्षांनी मोगलांनी पुन्हा त्या किल्ल्याच्या वेढ्याला प्रारंभ करावा असे वारंवार घडू लागले ! पुराने दुथडी भरून वाहणाऱ्या नद्या ओलांडताना, चिखलांनी भरलेले रस्ते ओलांडताना आणि उत्तुंग पहाड ओलांडताना त्याच्या सैनिकांचे आणि छावणीबरोबर राहणाऱ्या सहाय्यकांचे वर्णनातीत हाल होऊ लागले. ओझी वाहून नेणारे हमाल मिळेनासे झाले. वैरणाअभावी आणि अतिश्रमामुळे ओझी वाहून नेणारी खेचरे मृत होऊ लागली. छावणीत अन्नाचे दुर्भिक्ष नेहमीचीच गोष्ट होऊन बसली. सिसिफस (Sisyphus) प्रमाणे घेतलेल्या ह्या व्यर्थ श्रमांमुळे त्याचे अधिकारी कंटाळून गेले. परंतु एखाद्या हितचिंतकाने मोगलांनी आता उत्तर हिंदुस्थानात परत जावे अशी सूचना केल्यास औरंगजेबाचा राग त्याच्यावर ओढवला जाई आणि अशा माणसाला तो डरपोक आहे आणि त्याला सुखासीन जीवनाची ओढ आहे असा आरोप त्याच्यावर करण्याला औरंगजेब मागेपुढे पाहत नसे. नेपोलियनच्या सेनापतींमध्ये एकमेकांत मत्सर निर्माण होऊन त्यामुळे द्वीपकल्पीय युद्धात दारुण पराभव सहन करण्याचा प्रसंग नेपोलियन बोनापार्टवर जसा आला, त्याचप्रमाणे औरंगजेबाच्या सेनापतींमध्ये सुद्धा परस्परांत हेवेदावे आणि मत्सर निर्माण होऊन त्याच्यावरही सर्वनाशाचा प्रसंग ओढवला! ह्या मत्सरापायी औरंगजेबाला प्रत्येक गोष्ट स्वत:च करावी लागे नाहीतर एकही गोष्ट होणार नाही याची त्याला खात्री असे. सातारा, परळी, पन्हाळा, कोंडाणा, राजगड, तोरणा आणि वागिनगेरा ह्या आठ किल्ल्यांच्या वेढ्यात त्याची ५।। वर्षे गेली (१६९९-१७०५).

वागिनगेराचा वेढा (८ फेब्रुवारी-२७ एप्रिल १७०५) हा सतत युद्धात गुंतलेल्या औरंगजेबाच्या जीवनातील शेवटचा वेढा ठरला. त्यावेळी त्याचे वय ८८ वर्षांचे होते. हा किल्ला जिंकल्यानंतर त्याने देवपूर ह्या ठिकाणी मुक्काम केला (मे-ऑक्टोबर १७०५). त्यावेळी तेथेच त्याला गंभीर आजाराने गाठले. सगळ्या छावणीत गोंधळ उडाला आणि निराशा पसरली. शेवटी औरंगजेबाने सर्वांच्या विनवणीला मान देऊन आणि आपला मृत्यू आता जवळ आलेला आहे असे पाहून आपली छावणी अहमदनगरला नेली (२० जानेवारी १७०६). तेथेच त्याचा एका वर्षानंतर मृत्यू झाला.

५.) जीवनातील शेवटल्या वर्षांमधील दु:ख आणि दुर्दशा

बादशहाच्या जीवनातील अखेरीची वर्षे वर्णन करता येणार नाही इतकी दु:खपूर्ण होती. राजकीय पातळीवर आपली अर्धशतकाची दीर्घ कारकीर्द म्हणजे एक महाभयंकर

अपयश ठरले आहे याची जाणीव सतत त्याला पोखरीत होती. दक्षिणेतल्या कधीच न संपलेल्या सतत युद्धांमुळे त्याची तिजोरी रिकामी झाली होती; सरकारचे पूर्ण दिवाळे निघाले होते; सैनिकांचा पगार सतत थकल्याने (साधारणपणे तीन वर्षांचा पगार थकीत होता) त्यांनी बंड पुकारले होते. आपल्या कारकीर्दीच्या शेवटल्या वर्षात बंगालचा प्रामाणिक आणि कर्तबगार मोगल दिवाण मुर्शिद कुलीखान बंगालमधून जो काही महसूल पाठवीत होता, त्याच्यावरच बादशहाचे संपूर्ण कुटुंब आणि सैन्य अवलंबून होते आणि त्या उत्पन्नाची बादशहाच्या छावणीत सर्वचजण उत्कंठतेने वाट पाहत होते; दक्षिण हिंदुस्थानात मराठ्यांना शेवटपर्यंत वर्चस्व प्राप्त झाले परंतु उत्तर आणि मध्य हिंदुस्थानातील अनेक भागात मात्र मोठ्या प्रमाणात अंदाधुंदी निर्माण झाली होती. दक्षिणेत अगदी दूरच्या भागात मुक्काम करून असलेल्या वृद्ध बादशहाचे उत्तर हिंदुस्थानातील मोगल अधिकाऱ्यांवर कोणतेही नियंत्रण राहिले नव्हते आणि त्यामुळे प्रशासनात कमालीची ढिलाई निर्माण झाली व त्यात भ्रष्टाचार मोठ्या प्रमाणात निर्माण झाला. निरनिराळ्या ठिकाणचे लहानमोठे सुभेदार आणि जमीनदार यांनी स्थानिक शासनाला झुगारून देऊन स्वत:चाच अधिकार चालविण्याला प्रारंभ केला आणि त्यामुळे सर्वत्र बंडाळ्या निर्माण झाल्या. यामुळे औरंगजेबाचे डोळे कायमचे मिटण्यापूर्वीच मोगल साम्राज्यात सार्वत्रिक गोंधळाला प्रारंभ झाला.

दक्षिणेत आपापल्या मनानुसार वागणाऱ्या मराठा सेनानायकांनी मोगल प्रदेशांवर सतत हल्ले चढविले आणि आपल्या गनिमीकाव्याच्या लढण्याच्या पद्धतीने मोगलांची फार मोठी हानी घडवून आणली. ते सर्वव्यापी आणि वाऱ्यासारखे कोणाच्याही हातात न सापडणारे असेच सर्वांना भासत होते. मोगलांच्या मुख्य छावणीतून ह्या मराठा गनिमांचा पाठलाग करण्याकरिता ज्या खास फिरत्या मोगल तुकड्या पाठविण्यात येत असत त्यांना नुसता पाठशिवणीचा खेळ खेळावा लागे परंतु प्रत्यक्षात त्यांना शत्रूला नष्ट करण्यात यश मिळत नसे. ज्यावेळी मोगल तुकड्या आपल्या तळावर परत येत त्यावेळी इतस्तत: विखुरलेले मराठे पाण्यात वल्हे मारल्यानंतर पाणी जसे दूर जाते आणि पुन्हा एकत्रित होते त्याप्रमाणे एकत्रित होत आणि पुन्हा आपल्या हल्ल्यांना प्रारंभ करीत. बादशहाची छावणी जिथे जिथे जाईल किंवा जिथे थांबेल त्याच्या मागे तीन चार मैलांवर नेहमीच विजयाने बेहोष झालेले आणि सतत उपद्रव देणारे मराठा सैन्य घोटाळत असे.

दक्षिणेत हे जे भीषण युद्ध सतत वीस वर्षे चालले, त्यात जी हानी झाली, त्यात दरवर्षी मोगलांकडील १,००,००० सैनिक आणि अनुयायी ठार मारले गेले, त्याच्या तिप्पट घोडे, हत्ती, उंट आणि खेचरे ठार मारली गेली. मोगलांच्या छावणीत कसली

ना कसली साथ सतत चालू असे आणि दररोज होणाऱ्या मृत्यूचे प्रमाणही अधिक होते. दक्षिणेत आता आर्थिक शोषण सर्व अर्थाने पूर्ण झाले होते. ''शेतांमध्ये आता कोणतीही रोपे शिल्लक नव्हती. असलेल्या रोपांवर पिकांची चिन्हे नव्हती. त्याऐवजी शेतात ठिकठिकाणी माणसांची आणि प्राण्यांची हाडे आणि सांगाडे इतस्तत: पडलेले दिसून येत होते. सगळा प्रदेश इतका उजाड बनलेला होता की तीन-चार दिवस सतत प्रवास केला तरी कुठेही माणसाच्या वस्तीचे चिन्ह म्हणून कुठे जाळ किंवा दिवा सुद्धा दिसत नव्हता.'' (मनुकी).

६. राजारामाच्या राज्याभिषेकाच्या वेळेचे प्रमुख मराठा मंत्री आणि सेनापती

ज्यावेळी संभाजीची मुले पकडण्यात आली आणि त्याचा उत्तराधिकारी राजाराम याला मोगलांच्या अविरत हल्ल्यांमुळे सतत पळून जावे लागले, अशा राष्ट्रसंकटाच्या वेळी मराठ्यांतील प्रखर राष्ट्रप्रेमानेच हे राष्ट्र वाचले आणि त्यामुळेच त्यांना पुन्हा त्यांचे स्वातंत्र्य मिळविता आले. यामुळे ह्या कालखंडातील नेतृत्वहीन मराठा राज्यात जे पुढारी स्वाभाविकपणे समोर आलेत, त्यांची माहिती करून घेणे आवश्यक आहे. ह्यावेळी (१६८९ च्या शेवटी) मराठा राज्यात चार व्यक्ती आघाडीवर होत्या. नीळकंठ मोरेश्वर पिंगळे-पेशवा, रामचंद्र नीळकंठ बावडेकर-अमात्य, शंकराजी मल्हार-सचिव आणि मृत प्रमुख न्यायाधीश निराजी रावजी याचा मुलगा प्रल्हाद निराजी. हा प्रल्हाद निराजी गोवळकोंड्याच्या दरबारात मराठ्यांचा वकील होता. ह्याशिवाय आत्तापर्यंत ज्या तीन व्यक्तींनी अगदी खालच्या जागांवर काम केले होते त्यांनी ह्या मराठ्यांच्या इतिहासातील अत्युच्च संकटप्रसंगी फार मोठी कर्तबगारी आणि शौर्य दाखवून राष्ट्रातील प्रथम दर्जाचे स्थान आणि राज्यात विलक्षण लोकप्रियता संपादन केली. त्या व्यक्ती म्हणजे धनाजी जाधव आणि संताजी घोरपडे (सेनापतीपदाकरिता ते एकमेकांचे स्पर्धक होते) आणि परशुराम त्रिंबक होत. ह्यांपैकी परशुराम त्रिंबक हा पुढे इ.स.१७०१ मध्ये प्रतिनिधीच्या पदापर्यंत जाऊन पोहोचला.

कर्तबगार झुल्फिकर अलीखानाने फेब्रुवारी १६८९ मध्ये मराठ्यांची राजधानी रायगड ह्या किल्ल्याला वेढा दिला. परंतु त्या किल्ल्याचा पाडाव होण्यापूर्वी (१९ ऑक्टोबर रोजी) संभाजीचा वध झाल्यानंतर त्याचा वारस म्हणून मराठ्यांच्या गादीवर आलेल्या राजारामाने हिंदू संन्याशाच्या वेषात दिनांक ५ एप्रिल रोजी किल्ल्यातून निसटून जाण्यात यश मिळविले आणि तेथून तो पन्हाळा ह्या ठिकाणी जाऊन पोहोचला. दूरच्या कर्नाटकच्या प्रदेशात मराठ्यांचा सतत उपद्रव निर्माण करून पुष्कळसे मोगल सैन्य त्या प्रदेशात गुंतवून ठेवावे आणि मराठ्यांच्या इतर सुभेदारांनी हिंदुस्थानच्या पश्चिम किनाऱ्यावर मोगलांशी जोरदार टक्कर घ्यावी आणि अशा रीतीने मोगलांचे सैन्य विभाजित

करावे असा धनाजी जाधवने ह्याचवेळी राजारामाला सल्ला दिला.

मोगलांशी संघर्ष करण्याची योजना पुढीलप्रमाणे आखण्यात आली : पूर्व प्रांतात मोगलांविरुद्ध आघाडी उघडण्याकरिता राजारामाला जिंजीपर्यंत सुरक्षितपणे पोहोचून द्यावयाचे. महाराष्ट्रात सर्व युद्धाचे नेतृत्व रामचंद्र अमात्य बावडेकर यांजकडे द्यावयाचे. याकरिता रामचंद्र अमात्य बावडेकर याला हकुमत-पन्हा किंवा हुकूमशहा ही पदवी देण्यात आली. त्याने आपले मुख्य केंद्र प्रथमत: विशालगड ह्या ठिकाणी ठेवले आणि त्यानंतर परळी ह्या ठिकाणी हलविले. शंकराजी मल्हार (सचिव) आणि इतर काही अधिकाऱ्यांनी त्याला मदत करावी असेही ह्यावेळी ठरले. महाराष्ट्रातल्या सर्व मराठा सेना-नायकांनी आणि अधिकाऱ्यांनी रामचंद्र अमात्याकडून सर्व हुकूम घ्यावेत आणि राजाप्रमाणेच त्याच्या आज्ञा शिरसावंद्य मानाव्यात असे निश्चित करण्यात आले. धनाजी जाधवामध्ये जन्मत:च नेतृत्वाचे आणि संघटनेचे गुण होते. लवकरच आपल्याभोवती त्याने कर्तबगार आणि शूर सेनानायक जमविले आणि भांडखोर मराठा गनिमी सेनानायकांत एकी निर्माण करून त्यांना एकोप्याने लढावयास लाविले.

दिनांक १ नोव्हेंबर १६८९ रोजी जिंजीला आल्यानंतर राजारामाने हिरजी महाडिकाची विधवा स्त्री आणि मुलगा ह्यांच्या हातून त्यांची तशी इच्छा नसतानासुद्धा तेथला कारभार आपल्या हाती घेतला, लवकरच त्याने तिथे आपला पूर्ण दरबार भरविण्याला प्रारंभ केला आणि द्रव्याच्या कमालीच्या टंचाईत असतानासुद्धा त्याने तिथून राजासारखा राज्यकारभार पाहण्याला प्रारंभ केला. नीळकंठ पिंगळे हा पेशवा आपल्या धन्याबरोबर जिंजीला गेला होता. परंतु तिथे त्याला लवकरच पूर्ण दुय्यम स्थान प्राप्त झाले. ह्या काळातील राजाचा प्रमुख सल्लागार आणि प्रशासनातील प्रमुख अधिकारी म्हणून प्रल्हाद निराजी हाच ओळखला जाऊ लागला. त्याला प्रतिनिधी ही राज्यातील सर्वोच्च पदवी देण्यात आली. अशा रीतीने त्याला अष्ट-प्रधानांपेक्षा वरची आणि त्यापेक्षा वेगळी जागा आपोआपच मिळाली.

७. १६८९ मधील औरंगजेबाला मिळालेले विजय आणि धोरण

ज्यावेळी राजारामाने महाराष्ट्रातून पलायन केले त्याच्याही अगोदर औरंगजेबाने मराठ्यांचे अनेक किल्ले जिंकून घेतले होते आणि लाचलुचपत देऊन किंवा बळाचा वापर करून इतरही अनेक किल्ले तो जिंकण्याच्या मार्गावर होता. अगदी उत्तरेच्या टोकाला त्याने साल्हेर (२१ फे.१६८७) आणि त्रिंबक (८ जानेवारी १६८९) हे किल्ले आणि मध्यभागी सिंहगड (नोव्हें.१६८४) आणि राजगड (मे १६८९) हे किल्ले जिंकून घेतले होते. वर्ष संपण्यापूर्वीच रायगड आणि पन्हाळा हेही किल्ले हाती आले तर उत्तर कोकणात त्याचा प्रतिनिधी मातबरखान याने अनेक ठाणी जिंकून घेतली. कोकणातील

मध्य आणि दक्षिण भाग अजूनही मराठ्यांच्याच ताब्यात होता परंतु मराठ्यांना चौलचे बंदर गमवावे लागल्याने, खांदेरीच्या बेटावरील पुरवठा केंद्र तिथून हलवावे लागल्याने आणि आपले आरमारी केंद्र पलीकडे आणखी दक्षिणेकडे घेरिया किंवा विजयदुर्ग याठिकाणी न्यावे लागल्याने कोकणच्या संपूर्ण किनाऱ्यावर मात्र बहुतांशी मोगलांचे वर्चस्व प्रस्थापित झालेले होते.

इ.स.१६८९ मध्ये पुष्कळसे मराठा किल्ले औरंगजेबाच्या सहज हाती पडले. ह्यावेळी पाडाव झालेल्या आदिलशाही आणि कुतुबशाही राज्यांमधील विस्तृत आणि संपन्न प्रदेशांचा ताबा घेणे हाच एकुलता एक हेतू बादशहाच्या डोळ्यासमोर होता. म्हणून १६८९, १६९० आणि १६९१ ह्या तीन वर्षांत दक्षिण आणि पूर्व खोऱ्यातील प्रदेशांचा ताबा घेण्यात तो इतका गुंतला होता की, पश्चिमेकडील उजाड आणि खडकाळ किल्ल्यांचा ताबा घेण्याकरिता आपले सैन्य वळविणे त्याला शक्यच नव्हते.

८. मराठ्यांच्या स्थितीत सुधारणा : मे १६९० मध्ये रुस्तुमखानास अटक ; पन्हाळ्याचा वेढा

मृत राजाच्या भयंकर पाडावापासून मराठा राज्यावर जे परिणाम घडून आले होते, त्यातून मराठे सावरले जात आहेत अशी चिन्हे इ.स.१६९० पासून दिसून येऊ लागली. दिनांक २५ मे १६९० रोजी त्यांना पहिला महत्त्वाचा विजय प्राप्त झाला. मोगल सेनापती रुस्तुमखान हा आपल्या सैन्यासह आणि कुटुंबीयांसहित साताऱ्याच्या आसमंतात संचार करीत होता. साताऱ्याचा किल्ला मोगल बादशहाला कसा जिंकता येईल याचेच त्याचे विचार चालू होते. रामचंद्र अमात्य, शंकराजी, संताजी आणि धनाजी ह्या सर्व मराठा सेनानायकांनी एकत्रित येऊन एकदमच त्याच्यावर हल्ला चढविला. ह्या लढाईत रुस्तुमखानाला बऱ्याच जखमा झाल्या, तो आपल्या हत्तीवरून खाली पडला आणि त्याला मराठ्यांनी युद्धकैदी म्हणून पकडून नेले. रणक्षेत्रावर मोगलांचे १५०० सैनिक ठार मारले गेले. सातारा किल्ल्यातील मराठा सेनापतीनेसुद्धा आता किल्ल्याबाहेर पडण्याची हिंमत केली आणि त्याने रुस्तुमखानाच्या कुटुंबीयांना पकडून किल्ल्यात नेले. ह्याशिवाय ४००० घोडे, ८ हत्ती, रुस्तुमखानाच्या सैन्याची सर्व मालमत्ता आणि सर्व छावणी पूर्णपणे लुटून घेतली. १६ दिवसांनंतर रुस्तुमखानाने एक लाख रुपये मराठ्यांना देण्याचे कबूल करून स्वत:ची सुटका करून घेतली. पलीकडे त्याचवर्षी (१६९०) रामचंद्र आणि शंकराजी ह्यांनी प्रतापगड, रोहिडा, राजगड आणि तोरणा यांसारखे महत्त्वाचे किल्ले पुन्हा जिंकून घेतले. रायगडाच्या पाडावानंतर पन्हाळा किल्ल्यातील मराठा सैन्याची हिंमत खचली आणि त्यांनी (डिसेंबरच्या सुमारास) मोगलांना त्या किल्ल्याचा ताबा देऊन टाकला. परंतु मोगलांनी त्यावरील बंदोबस्त

इतका ढिला ठेवला की, मराठ्यांनी परशुरामभाऊ ह्यांच्या नेतृत्वाखाली त्यावर आकस्मिक हल्ला चढवून तो किल्ला सहजपणे जिंकून घेतला (१६९२ च्या मध्यात).

राजपुत्र मुअज्जमने पन्हाळ्याला ऑक्टोबर १६९२ मध्ये वेढा दिला. परंतु १६९४ पर्यंत सतत वेढा देऊनही त्याला तो किल्ला जिंकता आला नाही. ऑक्टोबर १६९३ मध्ये धनाजी जाधव त्याठिकाणी आला आणि मुअज्जमने सतत एक वर्ष खपून पन्हाळ्याविरुद्ध जे मोर्चे बांधले होते त्यांचा त्याने विध्वंस करून टाकला. किल्ल्यात त्याने पुन्हा रसद पोहोचविली आणि अशा रीतीने मुअज्जमने सतत कष्ट करुन जे कार्य करुन ठेवले होते त्यावर त्याने पाणी ओतले. यानंतर वेढा जवळ जवळ उठविण्यात आला. केवळ बादशहाच्या मनाचे समाधान करण्याकरिता राजपुत्राने बाह्यत: वेढा चालविण्याचे नाटक केले आणि हाही वेढा त्याने अत्यंत मंद गतीने चालविला.

१६९४ च्या मार्च महिन्यात बादशहाने दिलेल्या अनुमतीचा फायदा घेऊन राजपुत्र मुअज्जमने पन्हाळ्यापासून दूर माघार घेण्यास प्रारंभ केला. लुतफुल्लाखान आणि इतर मोगल अधिकारी यांना पन्हाळा किल्ल्याच्या पायथ्याशीच त्यांनी मोर्चे बांधून असावे असे बादशहाचे खास हुकूम होते. परंतु त्यांनी मुअज्जमला सामील होऊन माघारीला प्रारंभ केला. ह्यामुळे ते कार्य बिदरबख्त (राजपुत्र आझम याचा वडील मुलगा) याजवर सोपविण्यात आले आणि त्याकरिता ५ एप्रिल रोजी गलगला येथील बादशहाच्या छावणीतून त्याने कूच केले.

ह्या निष्फळ वेढ्याचे कार्य त्याने १६९६ च्या जानेवारी महिन्याच्या अखेरीपावेतो चालविले परंतु ज्यावेळी आणखी दक्षिणेकडे कासीमखान आणि हिम्मतखान यांच्यावर पराभवाचे संकट कोसळले, त्यावेळी बादशहाला राजपुत्राला बसवपट्टणला पाठवावे लागले आणि त्यामुळे पन्हाळ्याच्या वेढ्याचे कार्य फिरोजजंगाकडे सोपविण्यात आले. परंतु त्यालाही पन्हाळा जिंकण्यात यश मिळाले नाही. खरी वस्तुस्थिती पाहता कोणत्याही विभागीय मोगल सैन्याला पन्हाळा जिंकणे शक्य नव्हते कारण ते त्यांच्या ताकदीबाहेरचे काम होते.

रुस्तुमखानावर शरणागतीचा प्रसंग आल्यानंतर (मे १६९०) उत्तर सातारा जिल्हा लष्करी बळाने ताब्यात घेण्याची आवश्यकता बादशहाला वाटू लागली. लुतफुल्ला खानाला दरबाराच्या सेवेतून मुक्त करण्यात येऊन त्याला खटावचे (साताऱ्याच्या पूर्वेला २५ मैलांवर) ठाणेदार म्हणून नेमण्यात आले. दिनांक ६ जुलै रोजी, पहाटे, संताजी घोरपडे याने १०,००० घोडेस्वार आणि असंख्य पायदळ सैनिकांसह त्याच्यावर आकस्मिक हल्ला चढविला. दुरून बंदुकीच्या गोळ्यांचा वर्षाव करण्यात आला. म्हणून लुतफुल्लाखानाची छावणी कशीबशी लुटालुटीपासून वाचली. ह्यावेळी मराठ्यांचा थोडा

गोंधळ झाला परंतु त्यांचा नाश मात्र झाला नाही. त्यांनी पुन्हा आपल्या सैन्याला एकत्रित केले आणि पूर्वीपेक्षा जास्त संख्येने पूर्व-सातारा प्रदेशात शिरून त्यांनी लुतफुल्लाखानावर हल्ला चढविला. खानाने त्यांचा प्रतिकार केला आणि जरी त्याची खूप हानी झाली तरी त्याने शत्रूचा पराभव केला.

ह्यानंतर १६९० च्या अखेरीपावेतो ज्याची दखल घ्यावी अशा कोणत्याही महत्त्वाच्या घटना घडल्या नाहीत. फक्त मोगलांच्या सैन्यात सहाय्यक म्हणून मराठ्यांच्या ज्या काही फौजा होत्या, त्यापैकी नेमाजी शिंदे, माणकोजी पांढरे आणि नागोजी माने हे आपल्या सैन्यासह जिंजीला राजारामाला येऊन सामील झाले.

१६९२ मध्ये मराठ्यांच्या हालचालींना पुन्हा जोमाने प्रारंभ झाला आणि त्यांना पुष्कळ आघाड्यांवर विजय मिळू लागला. ह्यापैकी महत्त्वाचा विजय म्हणजे त्यांनी पन्हाळा किल्ला मोगलांपासून पुन्हा जिंकून घेतला. संताजी घोरपडे याने साताऱ्याच्या ईशान्य दिशेने महादेवाच्या डोंगरात आपला लष्करी तळ स्थापन केला होता आणि त्या सुरक्षित तळावरून तो दूरवर पूर्वेकडे विजापूरच्या लांबच लांब पसरलेल्या खोऱ्यात अत्यंत वेगाने हल्ले चढवीत असे. याचबरोबर पश्चिम कॅनरातील बेळगाव आणि धारवाड जिल्ह्यांवर सुद्धा मराठ्यांच्या स्वाऱ्या चालूच होत्या. दिनांक ८ ऑक्टोबर रोजी धनाजी आणि संताजी यांनी आपल्या ७००० सैनिकांनिशी बेळगाव- नजीक काही किल्ले जिंकले आणि इतकेच नव्हे तर प्रत्यक्ष बेळगाव शहराला त्यांनी वेढा दिला आणि तिकडल्याच पिकांवर त्यांचे घोडे चरत आहेत अशा सर्वत्र वार्ता होत्या. ह्यामुळे बादशहाने हमीदखानाला बेळगावाला, मतलबखानाला धारवाडला पाठवून आणि त्याचप्रमाणे वायव्य म्हैसूर किंवा विजापुरी कर्नाटकाचा फौजदार कासीमखान याला जास्त कुमक पाठवून आणि त्याला बंकापूर आणि जवळपासच्या इतर ठिकाणांचे संरक्षण करण्याची आज्ञा देऊन औरंगजेबाने कॅनराच्या बंदोबस्ताची कडक व्यवस्था केली. डिसेंबर महिन्यात मोघल वेढ्यातून जिंजीची मुक्तता करण्याकरिता संताजी आणि धनाजी हे दोघेही आपल्या विशाल सैन्यासह मद्रासकडे गेले आणि त्यामुळे काही काळ महाराष्ट्रात कोणीही उत्तम राष्ट्रीय पुढारी राहिला नाही किंवा उत्तम प्रतीचे सैन्यही शिल्लक राहिले नाही. यामुळे मोगलांना पश्चिम आघाडीवर काही काळ शांतता उपभोगता आली.

९. संताजी घोरपडे आणि धनाजी जाधव यांच्याशी संघर्ष १६९३-९४

१६९३ च्या शेवटी शेवटी पश्चिम क्षेत्रात मराठ्यांच्या हालचालींना पुन्हा जोमाने प्रारंभ झाला. मोगलांच्या प्रदेशावर हल्ला चढविण्याकरिता अमृतराव निंबाळकराने भीमा नदी ओलांडली. हिंमतखानाने त्याचा पाठलाग केला परंतु सतत हुलकावण्या देणाऱ्या मराठा घोडेस्वारांना त्याला पकडता आले नाही. ह्याचवेळी धनाजी, शंकराजी आणि

इतर सेनानायकांनी पन्हाळ्याला वेढा देऊन बसलेल्या मोगल सैन्यावर हल्ले चालविले होतेच. ह्यावेळेपावेतो संताजी घोरपडे हा जिंजीहून परतला होता आणि त्याने परतल्यानंतर ऑक्टोबर १६९३ पासून महाराष्ट्रातल्या आपल्या स्वाऱ्यांना पुन्हा प्रारंभ केला. हिंमतखानाने संताजीच्या पाठलागाला प्रारंभ केला आणि विक्रमहळी ह्या खेड्यात त्याने संताजी आणि त्याचे बेरड सहाय्यक यांच्याविरुद्ध एक महत्त्वाचा विजय मिळविला (१४ नोव्हेंबरच्या सुमारास). यानंतर मोगल सेनापतींमध्ये भांडण निर्माण झाले त्यामुळे हमीदउद्दीन आणि ख्वाजाखान यांनी संताजीचा पाठलाग करण्याचे सोडून दिले आणि ते कार्य एकट्या हिम्मतखानावर सोडून देऊन ते कुलबर्गे ह्या ठिकाणी परत गेले. ह्याचा संताजीला फायदाच झाला. त्याने आपल्या सैन्याचे दोन भाग करून अमृतरावाच्या हाताखाली ४००० चे सैन्य देऊन त्याला वऱ्हाडवर हल्ला करण्याकरिता पाठविले तर तो स्वत: ६००० घोडेस्वारांनिशी मालखेडकडे कूच करून गेला. वाटेत ठिकठिकाणी त्याने चौथाई वसूल केली. यानंतर मोगलांनी कित्येक महिनेपर्यंत अनेक निष्फळ स्वाऱ्या केल्या परंतु त्यात त्यांना काहीही भरीव हाती लागले नाही.

१६९४ आणि १६९५ ह्या दोन्ही वर्षांत पश्चिम रणक्षेत्रात मराठे आणि बेरड ह्या दोघांच्याही जरी हालचाली चालू होत्या, तरीसुद्धा १६९५ च्या अखेरीपावेतो उभय बाजूंना कोणताही निर्णायक विजय मिळाला नाही किंवा कोणतीही वैशिष्ट्यपूर्ण घटनाही घडली नाही. परंतु १६९५ च्या अखेरीस मात्र संताजी घोरपडे याने कासीमखान आणि हिम्मतखान ह्या प्रथम दर्जाच्या दोन मोगल सेनापतींचा पराभव केला आणि त्यांचा वध केला ही मोठीच घटना म्हटली पाहिजे.

पश्चिम भारतात १६९५च्या अखेरीपावेतो मराठ्यांशी जो संघर्ष झाला, त्याचा खंडित इतिहास असा होता. ह्या संघर्षाचे स्वरूप आता केवळ लष्करी राहिले नव्हते तर मोगल साम्राज्य आणि दक्षिणेतील कायम रहिवासी मराठे यांच्यातील सहनशक्ती आणि साधनसामग्री यांच्यातील ती एक शक्तिपरीक्षाच ठरली होती.

१०. पूर्व कर्नाटक, त्याचे सुभे आणि इतिहास

पूर्व किंवा मद्रास कर्नाटक हा पश्चिम कर्नाटक किंवा मुंबई इलाख्यातील कॅनरी भाषा बोलली जाणारा विभाग (ह्या ग्रंथात त्याला 'कॅनरा' असे संबोधण्यात आलेले आहे) ह्यांच्यापेक्षा अगदी वेगळा आहे हे आपण लक्षात घेतले पाहिजे. हा पूर्व कर्नाटकचा प्रदेश उत्तरेत १५ अक्षांशापासून सुरू होऊन दक्षिणेत कावेरी नदीपर्यंत पसरलेला आहे. १७व्या शतकाच्या शेवटी शेवटी तो पालार नदीमुळे किंवा वेल्लोर ते साद्रसपर्यंत आखलेल्या काल्पनिक सीमारेषेमुळे दोन समभागांत विभागला गेला. ह्या दोन भागांना हैद्राबादी कर्नाटक आणि विजापुरी कर्नाटक असे नाव मिळाले. ह्या विभागांचे

आणखी दोन उपविभागांत विभाजन झाले. ह्यापैकी प्रत्येक विभागाचे घाट (Up land) (पर्शियन भाषेत बालाघाट) आणि देश (पाईनघाट) असे दोन भाग पडले. हैद्राबादी कर्नाटकातील घाटाचा जो प्रदेश होता, त्यात सिधूत, गंडीकोटा, गुत्ती, वरमकोंडा आणि कडाप्पा इत्यादी प्रदेशांचा समावेश होता तर विजापुरी बालाघाट (घाट) विभागात म्हैसूर, सिरा आणि बंगलोर हे जिल्हे आणि त्यावर अवलंबून असलेल्या जमीनदारी यांचा अंतर्भाव होता. हैद्राबादी देशावरच्या प्रदेशात गुंतूर ते माद्रसपर्यंतच्या समुद्रकिनाऱ्याचा अंतर्भाव होता तर विजापुरी पाईनघाट विभागात माद्रसच्या दक्षिणेपासून (उत्तर अक्षांशाच्या १२.३० अंशामध्ये) तंजावरपर्यंतच्या प्रदेशाचा अंतर्भाव होत होता. परंतु ह्या जिंकलेल्या प्रदेशाचे अजून एकीकरण घडून आलेले नव्हते. यातील बराचसा प्रदेश अजूनही काही बंडखोर पाळेगारांच्या किंवा लहान स्थानिक सरदारांच्या ताब्यात होता. आदिलशहाच्या ताब्यात फक्त काही किल्ले आणि त्यासभोवतालचा प्रदेश तेवढा राहिला होता. परंतु अशा प्रदेशात सुद्धा त्याच्या सुभेदारांचीच सत्ता चालत होती. हे सुभेदार सर्व अर्थाने स्वतंत्र होते आणि आदिलशहाचे वर्चस्व त्यांच्यावर केवळ नाममात्र होते. यातच ह्या प्रदेशावर शिवाजीने आक्रमण करून हा प्रदेश जिंकून घेतल्याने (१६७७-७८) परिस्थिती आणखी गुंतागुंतीची बनली होती. ह्या आक्रमणाचा परिणाम म्हणून दक्षिण अर्काट जिल्ह्यात (राजधानी जिंजी) नवीन शासन प्रस्थापित करण्यात आले होते. नवीन जिंकलेल्या ह्या प्रदेशात शिवाजीने रघुनाथ नारायण हणमंते ह्याला सुभेदार म्हणून नेमणूक दिलेली होती. गादीवर आल्यानंतर संभाजीने ह्या रघुनाथाला (१६८१ च्या जानेवारीच्या प्रारंभी) सुभेदारीवरून काढून लावून तुरुंगात टाकले आणि त्या जागी त्याने आपल्या बहिणीचा नवरा हिरजी महाडिक याची जिंजीचा कारभार पाहण्याकरिता नेमणूक केली. परंतु पुढे औरंगजेबाने स्वतः लढायची सूत्रे आपल्याकडे घेऊन मराठ्यांवर कमालीचा दाब आणल्याने जिंजीसारख्या दूरच्या प्रदेशात संभाजीची सत्ता लुप्त होते किंवा काय, अशी स्थिती निर्माण झाली आणि त्यामुळे तिथला स्थानिक सुभेदार स्वतंत्र झाला. हिरजीने स्वतःला महाराजा ही पदवी लावून घेतली आणि रायगडाला आपल्या राजाकडे महसुलाचे उत्पन्न पाठविण्याची तो पूर्णपणे टाळाटाळ करू लागला.

१६८६ च्या ऑक्टोबर महिन्यात संभाजीने बाह्यतः कर्नाटकातील आपल्या शिबंदीला आपल्याला कुमक पाठवावयाची आहे असे कारण दाखवून परंतु आतून बंडखोर हिरजी राजा यांजकडून सत्ता हिसकावून आणि त्याला काढून लावून तिथली सत्ता राजाच्या नावाने स्वतःकडे घ्यावी अशा गुप्त सूचना देऊन केशव त्रिंबक पिंगळे याला १२००० घोडेस्वारांनिशी जिंजीकडे रवाना केले. केशव त्रिंबक हा दिनांक ११

फेब्रुवारी १६८७ रोजी जिंजीनजीक येऊन पोहोचला. परंतु तिथे त्याची फार दारुण निराशा झाली. कारण हिरजीने जिंजीचा किल्ला सुरक्षितपणे स्वत:च्या ताब्यात घेतला होता आणि तिथल्या सैन्यालाही स्वत:च्या बाजूने बळविण्यात यश मिळविले होते. आपल्या डावाला अपयश आलेले पाहून केशव त्रिंबकाने १८००० घोडेस्वारानिशी म्हैसूरकडे आपला मोर्चा वळविला. परंतु ह्याठिकाणी त्याला कसलेही यश मिळाले नाही आणि म्हणून तो लवकरच जिंजीच्या परिसरात परत आला.

११. पूर्व कर्नाटकात मोगलांचा शिरकाव, १६८७

गोवळकोंडा जिंकल्यानंतर औरंगजेबाने शहाणपणाचा विचार करून कुतुबशाही प्रशासनातील पूर्वीचे जे अधिकारी होते, त्यांना त्यांच्याच जागांवर काही काळ कायम ठेवले. गोवळकोंडा राज्यातील सर्वोच्च अधिकारी, जो गोवळकोंड्याचा पक्ष सोडून प्रथम निघून गेला होता तो म्हणजे मुहंमद इब्राहिम (त्यालाच पुढे महाबतखान ही पदवी देण्यात आली) त्यालाच हैद्राबादचा सुभेदार नेमण्यात आले. आणि खानाच्या विश्वासातला मुहंमद अली बेग (आता त्याला अली अस्करखान ही पदवी देण्यात आली.) याला कुतुबशाही कर्नाटकाचा फौजदार म्हणून नेमण्यात आले आणि चिंगलपट्ट, कांजीवरम आणि पुनामाली ह्याठिकाणी त्याला सहाय्यक म्हणून त्याच्या हाताखाली किल्लेदार आणि दंड न्यायाधीश नेमण्यात आले. ह्या अधिकाऱ्यांनी शरण येऊन औरंगजेब हा आपला सार्वभौम सम्राट आहे असे जाहीर केले. * परंतु त्यानंतर लवकरच बादशहाचे मन फिरले; हैद्राबादच्या सुभेदारीवर महाबतखानाच्या जागेवर रुहुल्लाखानाची नेमणूक करण्यात आली; अली अस्करच्या मदतीला कासीमखानाला देण्यात आले आणि त्याने कर्नाटकाकडे कूच करावे व तिथल्या मराठ्यांविरुद्ध निकराचे युद्ध चालवावे असा त्याला हुकूम देण्यात आला (जानेवारी १६८८).

हिरजीने ह्यानंतर मोगलांनी गतगोवळकोंडा राज्याचा पालार नदीच्या उत्तरेला जो मुलूख जिंकला होता आणि ज्या प्रदेशाच्या संरक्षणाकरिता मोगलांचे सैन्य अजूनपर्यंत पुरेशा संख्येत येऊन पोहोचलेले नव्हते असा प्रदेश जिंकण्याकरिता आणि त्यात लुटालूट करण्याकरिता आपले सैन्य पाठविले. २००० घोडेस्वार, ५००० पायदळ आणि पुष्कळसे वाटाडे, शिड्या ह्यांसहित त्याने कूच केले आणि ह्या स्वारीत त्याने ह्या प्रदेशातील कित्येक किल्ले आणि १०० गावे त्याने सहज जिंकून घेतली. दिनांक २४ डिसेंबर रोजी

(***टीप :** ''पुनामालीच्या सुभेदाराने सांगितलेले चक्रनेमिक्र ह्या न्यायाने जगात घडामोडी होत असतात. आपल्या धन्याचा पाडाव करून बलिष्ठ आलमगिरीला ज्यावेळी विजय मिळाला त्यावेळी विजयाचा चौघडा वाजविण्याला आणि विजयाच्या तोफा डागण्याला मी आदेश दिला'' (ओर्मस् फ्रॅग १५७)

हल्ला चढवून त्याने अर्काट जिंकून घेतले. विस्तृत प्रदेशात सर्वत्र पसरलेल्या मराठ्यांनी स्त्रिया किंवा धर्म यांचा भेदाभेद न करता सर्वत्र लुटालूट केली आणि अत्याचार केले. मराठ्यांच्या अत्याचारापासून स्वत:ला आणि स्वत:च्या संपत्तीला वाचविण्याकरिता कांजीवरच्या कित्येक थोर ब्राह्मणांनी आपल्या बायकामुलांसह मद्रासला आश्रय घेतला (२७ डिसेंबर १६८७-१० जानेवारी १६८८). दिनांक ११ जानेवारी रोजी मराठे सर्व शक्तीनिशी कांजीवरमवर तुटून पडले. त्यात त्याने सर्व शहर लुटून घेतले, ५०० लोकांना ठार केले, घरादारांचा नाश केला आणि भीतिग्रस्त लोकांना शहरातून पळून जाण्यास भाग पाडले. केशव त्रिंबक ह्याने आपल्या सैन्यानिशी ह्याच प्रकारांची पुनरावृत्ती केली. चितपट आणि कावेरीपाक जिंकल्यानंतर त्याने कांजीवरम ह्याठिकाणी आपली छावणी प्रस्थापित केली (जानेवारी १६८८).

परंतु मराठ्यांनी हा जो शहराचा ताबा घेतला, तो त्यांना फार थोडे दिवस टिकविता आला. औरंगजेबाने गतगोवळकोंड्याच्या शासनातील अत्यंत उच्च- पदस्थ चार सेनापतींना-इस्माईल खान माका, यशबा नायक, रुस्तम खान आणि मुहंमद सादिक - यांना कर्नाटकाकडे कूच करून बादशहाच्या सहाय्यकांना ताबडतोब कुमक पोहोचविण्याची आज्ञा केली. हे सेनापती २५ फेब्रुवारी १६८८ रोजी कांजीवरम ह्या ठिकाणी येऊन पोहोचले. मराठ्यांनी ताबडतोब ते शहर सोडले; मोगलांच्या आघाडीवरच्या तुकडीने त्यांचा पाठलाग केला, त्यांच्यावर हल्ला चढविला, वाँडिवॉश त्यांनी आपल्या ताब्यात घेतले आणि त्या ठिकाणी त्यांनी आपली छावणी स्थापन केली. मराठ्यांनी तिथून दक्षिणेकडे एक दिवसाच्या अंतरावर चितपट ह्या ठिकाणी आपली छावणी स्थापन केली. उभय पक्षांच्या प्रमुख सैन्याने एकमेकांसमोर छावणी टाकून अशा रीतीने एक वर्ष घालविले. परंतु ते एकमेकांवर सावधपणे लक्ष ठेवीत होते. परंतु तेथून ते दररोज आपल्या गनिमी तुकडया भोवतालच्या प्रदेशात टेहळणी करण्याकरिता आणि लुटालूट करण्याकरिता पाठवीत असत. ह्या प्रदेशातील असहाय्य लोक १६८६ च्या भयंकर दुष्काळातून नुकतेच कुठे सावरत होते. तोच त्यांच्यावर दरोडेखोरांच्या दोन टोळयांना तोंड देण्याचा प्रसंग येऊन ठेपला ! परगण्यातील सर्व व्यापार बंद झाला, उद्योगधंदे उद्ध्वस्त झाले, धान्य आणि तेलबिया यांचे दुर्भिक्ष निर्माण झाले आणि एकमेव आश्रयस्थान म्हणून हजारो लोक संरक्षित अशा युरोपियन वखारींकडे येऊ लागले.

इ.स.१६८९ हे वर्षसुद्धा कर्नाटकाकरिता मागील वर्षासारखेच वाईट ठरले. रस्त्यावर सुरक्षितता राहिली नाही. मोगल आणि मराठा सैन्यानी भोवतालचा प्रदेश दररोज लुटून उजाड बनविला. ह्या प्रदेशात सतत युद्धे चालल्याने आणि दरोडेखोरीला ऊत आल्याने

देशी कापूस आणि इतर माल कुणीमेडू ह्या ठिकाणच्या इंग्रज वखारीत निर्यातीकरिता आणता आला नाही. १९ सप्टेंबर रोजी हिरजीचा मृत्यू झाला. त्याची पत्नी अंबिकाबाई (शिवाजीची मुलगी) हिने आपल्या अज्ञान मुलांतर्फे किल्ल्याचा आणि त्या प्रांताचा राज्यकारभार चालविला.

१२. जिंजी येथे राजाराम

परंतु जिंजी येथे राजारामाच्या आगमनामुळे (१ नोव्हेंबर १६८९) तेथे शांततापूर्ण क्रांती घडून आली. हिरजीच्या विधवा पत्नीला आणि तिच्या ब्राह्मण सल्लागारांना त्यांच्या ताब्यात असलेले राज्य सोडण्याची अजिबात इच्छा नव्हती कारण तिथे त्यांनी आठ वर्षे राज्य केले होते आणि स्वातंत्र्याची चव चाखलेली होती (एफ.मार्टिन याच्या आठवणी) परंतु राजारामाचा हक्क डावलता येईना त्यामुळे शेवटी जिंजीचे शासन राजारामाच्या हाती गेले. हिरजीच्या मुलाला तुरुंगात टाकण्यात आले आणि मृत सुभेदाराच्या पत्नीला तिच्या नवऱ्याने त्या प्रांताचा जो दीर्घकाळ कारभार पाहिला, त्याचे हिशेब मागण्यात येऊन तिच्याकडून भरपूर पैसा वसूल करण्यात आला. तिला ३ लाख होन खंडणी देऊन तह करावा लागला. ह्याशिवाय संताजी भोसलेला तिला १ लाख होन वेगळे द्यावे लागले. राजाचा सर्वोच्च प्रतिनिधी प्रल्हाद निराजी ह्याच्याकरिता प्रतिनिधीची जागा निर्माण करण्यात आली तरी निळो मोरेश्वर पिंगळे याच्याकडे पेशव्याचेच नाममात्र पद कायम ठेवण्यात आले.

परंतु पूर्वीच्या शासनातील अधिकाऱ्यांच्या संपत्तीचे हरण करूनसुद्धा मराठ्यांच्या तिजोरीत जी तूट निर्माण झाली होती, ती भरून निघणे शक्य नव्हते. त्यामुळे मराठ्यांच्या मंत्र्याचे लक्ष आता पूर्व किनाऱ्यावरील युरोपीय वखारींकडे वळले. तिथून आपल्याला भरपूर पैसा मिळेल अशी त्यांना अपेक्षा होती; तिथल्या श्रीमंत व्यापाऱ्यांनी ५००० किंवा प्रत्येकाने निदान १००० होन पाठवावेत असा आग्रह धरण्यात आला. राजाराम तिथे आल्यानंतर सुद्धा फ्रेंच आणि डच वकिलांनी एकमेकांविरुद्ध मराठ्यांच्या प्रतिनिधींजवळ खलबते आणि कारस्थाने चालविली होतीच. पाँडेचरीची नुकतीच स्थापन झालेली व्यापारी वखार बंद करण्यात आल्याची घोषणा मराठ्यांनी करावी ह्याकरिता डच फार मोठी रक्कम लाच म्हणून देण्यास तयार होते. जिंजीच्या मराठा मंत्र्यांनी ह्या खलबताला उत्तेजनच दिले कारण ''ह्यापैकी कोणाकडून जास्त पैसा मिळेल याचाच फक्त विचार ते करीत होते.'' १६९०च्या जानेवारी महिन्यात ज्यांना नुकतेच बादशहाने मोगलांच्या नोकरीत सामील करून घेतले होते, अशा गतहैद्राबाद राज्यातील जुन्या सेनापतींनी म्हणजे मुहंमद सादिक, यशबा नायक आणि इस्माईल माका यांनी बंड पुकारल्याने मोगलांची बाजू काही काळ दुर्बळ होऊन गेली. बादशहा आपल्या

जागी आपल्या प्रशासनातील जुन्या लोकांना नेमणार आहे अशी भीती वाटून आणि त्यामुळे नेहमीकरिता आपल्यावर कायमचा बेकारीचा प्रसंग येणार किंवा खालच्या जागेवर आपल्याला काम करावे लागणार असे वाटून त्यांनी आपल्या नवीन धन्याला सोडून दिले आणि राजारामशी मैत्री संपादन करुन ते मोगल प्रदेशात लुटालूट करू लागले आणि महसूल वसूल करू लागले. मद्रासपासून कुनीमेडूपर्यंत पसरलेल्या प्रदेशात मोगलांचे जे प्रतिनिधी होते, त्यांच्यापेक्षा त्यांच्या ह्या शत्रूंची संख्या जास्त असल्याने त्यांना पराभव स्वीकारावा लागला आणि किनाऱ्यावरील युरोपीय वखारीत पळून जाऊन त्यांना त्या ठिकाणी आश्रय घ्यावा लागला (एप्रिल). मोगलांचा सर्वोच्च सेनापती ह्या नात्याने ज्यावेळी झुल्फिकर अलीखान हा ऑगस्ट महिन्यात कांजीवरम ह्या ठिकाणी येऊन पोहोचला आणि त्यानंतर सप्टेंबरच्या प्रारंभी तो ज्यावेळी जिंजीच्या आसपास संचार करू लागला, त्यावेळी हे बंड मोडून पडले.

आता लष्करी परिस्थिती एकदम उलट बदल घडून आला. मोगलांनी मराठ्यांच्या गनिमी तुकड्यांना आता पिटाळून लावले आणि "पाहता पाहता मोगलांचे आक्रमण राजारामाच्या ताब्यातील प्रदेशापर्यंत येऊन पोहोचले." गोंधळून जाऊन राजारामाने घाईघाईने जिंजी सोडली आणि कर्नाटकात आणखी खाली दक्षिणेला जाऊन कुठल्यातरी सुरक्षित जागेत आश्रय घेण्याकरिता राजाराम, त्याचा सहाय्यक, तंजावरचा राजा ह्याच्या राज्यानजीक येऊन पोहोचला. जिंजीपासून किनाऱ्यापर्यंतच्या सर्व दु:खी प्रदेशात दोन्ही पक्षांकडल्या छावणीतल्या सहाय्यकांनी आणि हरकाऱ्यांनी पूर्वीप्रमाणेच लुटालूट चालविली. स्थानिक लोकांनी आपल्या कुटुंबीयांसह सुरक्षित आश्रय मिळावा म्हणून तंजावरच्या अगदी दक्षिणेला किंवा किनाऱ्यावरील युरोपीय वखारींकडे पळ काढला.

१३. जिंजीच्या वेढ्यास प्रारंभ

प्रचंड खडकांनी जो जिंजी किल्ला बनलेला आहे, त्यात फक्त एकच किल्ला नाही. त्यात संरक्षित अशा तीन पहाडांचा म्हणजे राजगिरी, कृष्णगिरी आणि चांद्रायण दुर्ग अशा तीन किल्ल्यांचा अंतर्भाव होता. ह्या तीनही किल्ल्यांभोवती भरभक्कम तटबंदी होती आणि या सगळ्या प्रदेशाचा आकार त्रिकोणासारखा होता आणि त्याचा परीघ ३ मैलांचा होता. "हे पहाड उंच, खडकाळ आणि त्यात इतक्या मोठमोठ्या शिळा होत्या की त्या चढून वर चढून जाणे अशक्य होते. ह्या तीनपैकी प्रत्येक किल्ल्याभोवती सर्व बाजूंनी एका मागून एक अशा संरक्षित दगडी भिंती होत्या त्यात ठिकठिकाणी बुरूज होते, तोफा बसविण्याकरिता त्यात छिद्रे ठेविली होती, बंदुकीच्या फैरी झाडण्याकरिता त्यात खिडक्या ठेवण्यात आलेल्या होत्या आणि मधूनमधून अशा प्रत्येक तटबंदीत लहान परंतु मजबूत दरवाजे होते. एका दरवाजापासून दुसऱ्या

दरवाजापर्यंत संरक्षणाची वरीलप्रमाणे व्यवस्था असून मध्ये ६० फूट जाडीची मोठमोठ्या दगडांची तटबंदी होती आणि त्याच्याबाहेर ८० फूट रुंद असा खंदक होता. ह्या तीन पहाडांवर किल्ले बांधण्यात आले होते.''

ह्या किल्ल्याला तीन प्रवेशद्वारे होती. एक उत्तरेकडल्या तटबंदीत, त्याला आता वेल्लोर किंवा अर्काट दरवाजा म्हणत परंतु १७व्या शतकात ''त्रिनोमाली कडील दरवाजा'' असे म्हणत असत; दुसरा दरवाजा पूर्वेला तोंड करून होता त्याला आता ''पाँडेचरी दरवाजा'' म्हणतात. १७व्या शतकात किल्ल्यात जाण्याकरिता हा प्रमुख दरवाजा होता. ह्या दुसऱ्या दरवाजाच्या पश्चिमेला एक लहानसा दरवाजा होता (चांद्रायण आणि राजगिरी जोडणाऱ्या तटबंदीत हा दरवाजा होता). हिंदुस्थानातील लोक त्याला सैतान-दरी (किंवा फ्रेंच भाषेत त्याला 'पोर्ट ड्यू डायबेल') म्हणत असत.

झुल्फिकरखान हा १६९० च्या सप्टेंबर महिन्याच्या प्रारंभी जिंजीला जाऊन पोहोचला परंतु त्याने किल्ल्याबाहेर आपली फक्त छावणी प्रस्थापित केली. एवढ्या मोठ्या किल्ल्यांच्या समूहाला त्याच्याजवळच्या अपुऱ्या सैन्यानिशी वेढा देणे ह्याचा विचार सुद्धा अशक्य होता. किल्ल्यावर मारा करण्याकरिता ज्या मोठ्या तोफा पाहिजे होत्या त्या तोफा किंवा दारूगोळा ह्या दोन्ही गोष्टी त्याच्याजवळ नव्हत्या. किल्ल्यात वेळोवेळी जी रसद पोहोचत होती तीही तो थांबवू शकत नव्हता कारण किल्ल्याची पूर्ण नाकेबंदी करणे अशक्य होते आणि यानंतर ''मराठ्यांनी पहिल्या धक्क्यातून सावरल्यानंतर त्याला सतत उपद्रव देण्याला प्रारंभ केला.'' त्यानंतरच्या फेब्रुवारी महिन्यात राजाराम जिंजीला परत आला.

१६९१ च्या एप्रिल महिन्यानंतर मोगलांना जे लष्करी वर्चस्व प्राप्त झाले होते, ते त्यांनी झपाट्याने गमावले आणि ह्याचा फायदा घेऊन झुल्फिकर अलीखान ह्याच्या छावणीभोवती सतत संचार करणाऱ्या मराठा गनिमी टोळ्यांनी त्याला मिळणारा धान्याचा पुरवठा बंद पडला. म्हणून त्याने ताबडतोब कुमक पाठवावी अशी विनंती केली. म्हणून झुल्फिकर अलीखानाने वडील वजीर आसद खान आणि राजपुत्र कामबक्ष यांना प्रचंड सैन्यासह वागीनगेरा येथून खानाच्या मदतीला ताबडतोब पाठविण्यात आले आणि ते दिनांक १६ डिसेंबर १६९१ रोजी जिंजी ह्या ठिकाणी येऊन पोहोचले.

मध्यंतरी झुल्फिकरखानाने जिंजीवर जे निष्फळ हल्ले चालविले होते, ते थांबविले आणि ज्यामध्ये जास्त फायदा होता असे कार्य म्हणजे दक्षिण कर्नाटक, तंजावर आणि त्रिचनापल्ली येथील जमीनदारांकडून खंडणी वसूल करण्याचे कार्य त्याने आपल्या हाती घेतले. अशा रीतीने १६९१ मध्ये मोगलांना कोणताच निर्णायक विजय मिळू शकला नाही.

पुढील वर्षी राजपुत्र कामबक्ष आणि वजीर यांनी मोठी कुमक आणून लष्करी

सामर्थ्यात जरी भर टाकली तरी विजयाच्या दृष्टीने ते वर्ष निष्फळच ठरले. इस्माईल खान माका याने मोगलांच्या नोकरीत पुन्हा सामील व्हावे ह्याकरिता त्याचे मन वळविण्यात आले आणि तो त्यानुसार आपल्या सैन्यानिशी झुल्फिकरच्या छावणीत येऊन सामील झाला. अशा प्रकारे भरभक्कम मदत मिळाल्यानंतर झुल्फिकरखानाने जिंजीच्या वेढ्याला इ.स.१६९२ मध्ये पुन्हा प्रारंभ केला. काही दिवस धरसोडीत घालविल्यानंतर त्याने हल्ला करण्याकरिता म्हणून चांद्रायण दुर्गाची निवड केली आणि त्यासभोवती खंदक खणले. यानंतर त्याने ह्या किल्ल्यावर आणि त्याचप्रमाणे पाँडेचरी दरवाजावर मारा करण्यास प्रारंभ केला. परंतु त्याचा हा हल्ला करण्याचा देखावा होता आणि ही गोष्ट सर्वांनाच माहिती होती.

१६९२ च्या पावसाळ्यात मोगल छावणीची काय स्थिती होती याचे वर्णन एकाने प्रत्यक्ष पाहून केलेले आढळते. तो लिहितो, ''पावसाळा अत्यंत जोरात चालू होता. धान्य महाग झाले होते. दिवस-रात्र सतत खंदकात राहावे लागत असल्याने सैनिकांना फार हालअपेष्टा सहन कराव्या लागत होत्या. सर्व प्रदेश एखाद्या सरोवरासारखा दिसत होता.''

१४. संताजी घोरपडे आणि धनाजी जाधव अली मर्दानखान आणि इस्माईलखान ह्यांना पकडतात (१६९२)

हिवाळ्यात तर मोगलांची स्थिती अधिकच शोचनीय झाली. डिसेंबरच्या प्रारंभी रामचंद्राच्या (राजारामाचा प्रमुख प्रतिनिधी) नेतृत्वाखाली पश्चिम भारतात ३०,००० च्या वर जे मराठा सैन्य उभारण्यात आले होते, ते सैन्य धनाजी जाधव आणि संताजी घोरपडे ह्या सुप्रसिद्ध सेनापतींच्या नेतृत्वाखाली पूर्व कर्नाटकात येऊन पोहोचले.

हा जो मराठा घोडेस्वारांचा नवीन पूर पूर्व-कर्नाटकात आला तो प्रथमत: कांजीवरम जिल्ह्यावर येऊन कोसळला. ह्या आक्रमकांनी जी दहशत निर्माण केली त्यामुळे जीवाच्या आकांताने तिथल्या रहिवाशात सर्वत्र पळापळ सुरू होऊन त्यांनी सुरक्षित आश्रयाकरिता मद्रासकडे धाव घेतली. ज्यावेळी संताजी घोरपडे याच्या नेतृत्वाखाली सैन्य कावेरीपाक नजीक येऊन पोहोचले त्यावेळी कांजीवरमचा मोगल फौजदार अली मर्दानखान हा संताजीचे किती सैन्य आहे, याची माहिती नसताना सुद्धा त्याच्यावर चाल करून गेला. परंतु त्याच्या लहानशा सैन्याला वेढण्यात आले आणि अली मर्दानखानाला त्याच्या १५०० घोड्यांसह आणि ६ हत्तींसह पकडण्यात आले. त्याच्या सैन्याची सर्व शस्त्रास्त्रे आणि संपत्ती लुटून घेण्यात आली (१३डिसेंबर). खानाला पकडून जिंजीला नेण्यात आले आणि १ लाख होनाइतकी भरपूर खंडणी दिल्यानंतर त्याची सुटका करण्यात आली.

धनाजी जाधवच्या नेतृत्वाखाली जे सैन्य आले होते, त्या सैन्याने जिंजीच्या

सभोवताल वेढा देण्याकरिता मोगल सैन्याच्या ज्या छावण्या पडलेल्या होत्या त्यांच्यावर हल्ले चढविले. धनाजी जाधवच्या प्रचंड सैन्यासमोर आपला टिकाव लागणार नाही असे लक्षात येताच झुल्फिकरखानाने शहाणपणाने आपली बाहेरची ठाणी उठविली आणि त्यांनी मुख्य सैन्यात सामील व्हावे असा आदेश दिला. परंतु किल्ल्याच्या पश्चिमेला इस्माइलखानाची नेमणूक झालेली होती. त्याला बरेच अंतर पार करावयाचे होते. किल्ल्यातल्या मराठ्यांच्या मदतीने धनाजीच्या सैन्याने त्याचा मार्ग अडविला. कमालीच्या अडचणी असून सुद्धा खानाने अतिशय शौर्याने प्रतिकार केला परंतु त्याला लढाईत जखमा झाल्या. त्याला ५०० घोड्यांसह आणि २ हत्तींसह पकडण्यात आले आणि कैदी म्हणून त्याला जिंजी किल्ल्यात नेण्यात आले. विजयी मराठ्यांनी ताबडतोब हैद्राबाद कर्नाटकावर आपला अधिकार जाहीर केला.

१५. राजपुत्र कामबक्ष याचे मराठ्यांशी खलबत; त्याला पकडण्यात आले

मराठ्यांच्या हालचालींना पुन्हा जोरात प्रारंभ झाल्याने आणि त्यांना भोवतालच्या सर्व प्रदेशात वर्चस्व प्राप्त झाल्याने मोगल छावणीत आत्तापर्यंत धान्याचा जो फुकट आणि भरपूर पुरवठा होत होता, तो आता बंद पडला. त्याचबरोबर बादशहाच्या दरबारातून जी पत्रे येत होती तीही आत मिळेनाशी झाली. जिंजी किल्ल्याबाहेर जे मोगल सैन्य होते तेच आता वेढ्यात अडकले आणि आपसांतल्या भांडणामुळे त्यांची स्थिती अधिकच धोकादायकच ठरली. राजपुत्र कामबक्ष हा एक मूर्ख, वडील म्हातारे झाल्याने त्याचा फायदा घेऊन वाया गेलेला आणि प्रसंग पाहून आपल्या भावनांना आवर न घालणारा असा तरुण माणूस होता. त्याचा स्वभाव लहरी, खुशामतखोर आणि त्याच्याभोवती जे स्तुतिपाठक होते त्यांच्या आहारी जाणारा असा होता. त्याचा पालक वृद्ध आणि अनुभवी वझीर आसदखान याला तोंडघशी पाडण्याची योजना राजपुत्राने आखली. काही ''धाडशी आणि अविचारी'' लोकांना हाताशी धरून त्याने राजारामाशी गुप्त पत्रव्यवहार करण्याला प्रारंभ केला. मराठ्यांनी राजपुत्राची स्तुती करून त्याला मोठेपणा दिला आणि त्याच्यामार्फत आणखी काही गुप्त योजना अमलात आणण्याचे ठरविले. झुल्फिकरखानाला लवकरच ह्या गुप्त पत्रव्यवहाराची माहिती मिळाली आणि त्याने गुप्तपणे बादशहाची संमती घेऊन राजपुत्राला सक्त नजरकैदेत ठेवण्याचे ठरविले. १६९२ च्या डिसेंबर महिन्यात ज्यावेळी संताजी आणि धनाजी आपापल्या फौजा घेऊन ह्या प्रदेशात आले त्यावेळी पुष्कळ आठवडेपर्यंत बादशहा आणि ह्या प्रदेशातील मोगलांचा तळ ह्यांच्यातील पत्रव्यवहार बंदच पडला. ह्यामुळे गंभीर अफवांना नुसता ऊत आला. औरंगजेब मृत झाला असून शहा आलम त्याच्या गादीवर आलेला आहे ही अफवा अशाच पैकी होती. कामबक्षला आपण मोठ्या

संकटात सापडलेलो आहोत असे वाटू लागले. आसदखान आणि झुल्फिकरखान हे त्याचे शत्रू होते. कामबक्षला बेड्या ठोकून नवीन राजासमोर हजर केल्यास नवीन बादशहा खूष होईल असे आपल्या शत्रूंना निश्चित वाटेल असे कामबक्षला वाटू लागले. राजारामाशी तह केला तरच आपला तरणोपाय आहे असे त्याला वाटू लागले. त्याच्या जवळच्या नोकरांनीही त्याला तोच सल्ला दिला. राजारामाशी तह करावा, अंधाऱ्या रात्रीचा फायदा घेऊन कुटुंबीयांसह किल्ल्यात पळून जावे आणि त्यानंतर मराठ्यांची मदत घेऊन दिल्लीचे सिंहासन मिळवावे असा त्याने बेत केला.

ह्या कटाची माहिती सुद्धा आसदखानाच्या हेरांनी त्याला आणून दिली. वजिराने आणि त्याच्या मुलाने मोगल फौजेत वरिष्ठ लष्करी अधिकाऱ्यांशी सल्लामसलत केली. त्यांनी राजपुत्रावर कडक निगराणी ठेवावी, खंडक पाडून टाकावेत आणि सर्व सैन्याला मागच्या भागाला एकत्रित करावे असा निर्णय एकमताने दिला.

वेढ्याच्या जागांपासून सैन्याने मागे माघार घेतली परंतु ती घेताना त्यांना भीषण हल्ल्यांना तोंड द्यावे लागले. झुल्फिकरखानाने तोफांतून वाजवीपेक्षा जास्त दारूगोळा भरून तो उडविला आणि त्यामुळे मोठमोठ्या तोफा जागच्याजागी गारद झाल्या. तळाची मुख्य छावणी जी होती, ती मागच्या भागाला ४ मैलांवर होती. किल्ल्यातल्या मराठा शिबंदीने आकस्मिक हल्ला चढविला, बाहेर उभ्या असलेल्या धनाजी जाधवाच्या सैन्याशी त्यांनी हातमिळवणी केली आणि मोगल सैन्याला त्यांनी चोहोबाजूंनी घेरून टाकले. ह्या हल्ल्यात मोगलांना आपले ४०० सैनिक, ४०० घोडे आणि ८ हत्ती गमवावे लागले आणि दिवस मावळत असताना ते आसदखानाच्या छावणीत जाऊन पोहोचले.

ह्यावेळी राजपुत्राने दोन्ही सेनापती त्याला भेटण्याकरिता ज्यावेळी येतील त्यावेळी त्यांना पकडावयाचे आणि सर्व सत्ता आपल्या हाती घ्यावयाची असा कट आपल्या मूर्ख दरबारी लोकांच्या नादी लागून ठरविला होता. परंतु इतर सर्व कटांसारखीच ह्याही कटाची वाच्यता झाली होती. दिवसभराच्या लढाईने आणि इतर काळजांनी थकलेला आणि चिंतामग्न झालेला झुल्फिकरखान ज्यावेळी रात्री आपल्या वडिलांच्या भेटीस त्यांच्या तंबूत गेला त्यावेळी त्याला ह्या नवीन कटाची माहिती मिळाली आणि दोघांनीही संपूर्ण सैन्याच्या सुरक्षिततेच्या दृष्टीने आणि बादशहाची प्रतिष्ठा कायम राहावी व राजपुत्राला कोणतेही संकट निर्माण करता येऊ नये म्हणून त्याच्याकडून सत्ता हिरावून घ्यावी असा ताबडतोब निर्णय घेतला. यामुळे त्वरित घोड्यावर स्वार होऊन ते कामबक्षच्या तंबूकडे निघाले.

वजीर ह्यावेळी अत्यंत रागात होता. त्याने राजपुत्राची चांगलीच कानउघाडणी केली. ''एका हलक्या नर्तकीचा तू मुलगा आहेस आणि राज्य करण्याची आणि लढण्याची

कसलीही कुवत तुझ्यात नाही'' असे राजपुत्राला तोंडावर सांगण्यास वजीराने कमी केले नाही. नंतर त्याने म्हटले, ''तू हे काय केलेस ? तू स्वत:लाही कलंक लावलास आणि माझ्या पांढऱ्या केसांनाही बट्टा लावलास.'' ह्यानंतर राजपुत्राला पकडून कैदी म्हणून त्याला आसदखानाच्या स्वत:च्या तंबूत नेण्यात आले आणि तिथे त्याला सन्मानाची वागणूक देण्यात आली. अशा रीतीने सैन्याच्या नियंत्रणात एकरूपता आणून मोगल सैन्य संकटातून वाचविण्यात आले.

अली मर्दानखानाविरुद्ध प्रचंड विजय मिळविल्यानंतर आणि कांजीवरम जिल्ह्याची मनसोक्त लूट केल्यानंतर स्वत:बाबत प्रचंड आत्मविश्वास संपादन करून संताजी घोरपडे आपल्या सैन्यानिशी जिंजीला आला आणि त्याने आता झुल्फिकर खानाचा पाडाव करण्याकरिता आपली सर्व शक्ती आणि बुद्धी पणाला लावली. आता दररोज चकमकी झडू लागल्या., ''शत्रुसैन्याची संख्या २०,००० पेक्षा जास्त होती तर मोगल सैन्याची संख्या फार कमी होती आणि त्यातही बरेचसे सैन्य राजपुत्र आणि छावणी ह्यांच्या संरक्षणाकरिताच गुंतले होते. कामबक्षाचे सैन्य शत्रुत्वाच्या भावनेने वागत होते आणि मराठ्यांचा प्रतिकार करण्याकरिता कधीही ते आपल्या छावणीतून बाहेर पडले नाही. संरक्षणाचा सगळा भार हा झुल्फिकर अलीखान, त्याचे काही मनसबदार आणि त्याच्या जवळ असलेले २००० घोडदळ यांच्यावर येऊन पडले.''

१६. झुल्फिकरखानाच्या सैन्यातील दुष्काळ, जिंजीपासून वॉंडिवॉशपर्यंत त्याने घेतलेली माघार

मोगल सैन्य आता वेढा देण्याकरिता पूर्णपणे सज्ज झाले होते परंतु दुर्भिक्ष त्या सैन्याचा कट्टर शत्रू होता. लवकरच काही दिवसात याच दुर्भिक्षाचे धान्याच्या दुष्काळात रूपांतर झाले. म्हणून झुल्फिकरखानाने जिंजीच्या ईशान्येकडून २४ मैलांवरील वॉंडिवॉश ह्या ठिकाणाहून धान्य आणण्याकरिता आपल्या तुकडीसह वॉंडिवॉशकडे कूच केले. तिथून तो ज्यावेळी परत येण्याकरिता निघाला (५ जानेवारी १६९३) त्यावेळी संताजी घोरपडे याने आपल्या २०,००० सैन्यासह दक्षिणेला १० मैलांवर देसूर ह्याठिकाणी त्याची वाट अडविली आणि त्यानंतर त्याच्या सैन्याला वेढून टाकले. त्याठिकाणी मोगलांनी अत्यंत निकराचा प्रतिकार केल्यानंतर त्यांनी त्यादिवशी रात्री देसूरच्या किल्ल्यात सुरक्षित आश्रय मिळविण्यात यश मिळविले. ज्यावेळी दुसऱ्या दिवशी सकाळी त्यांनी पुन्हा पुढे प्रयाण केले, त्यावेळी मराठ्यांनी विशाल संख्येने सैन्य रणक्षेत्रावर आणून मोगल सैन्यावर निकराचा हल्ला चढविला. परंतु दलपतने जीवावर उदार होऊन पराक्रम केल्याने मराठ्यांना माघार घेणे भाग पडले. अशा रीतीने बुंदेल्यांच्या पराक्रमामुळे झुल्फिकरखानाच्या सैन्याचा बचाव झाला आणि त्यामुळे जिंजीसमोरील

जिंजी छावणीचाही बचाव झाला.

परंतु झुल्फिकरखानाने अत्यंत मोठी किंमत देऊन हे जे धान्य आणले होते, ते प्रचंड संख्येतल्या त्याच्या सैनिकांना आणि छावणीतल्या सहाय्यकांना पुरे पडणे अशक्य होते. उपास घडत असलेल्या मोगल सैनिकांची परिस्थिती अतिशय शोचनीय बनली. ''दररोज सकाळपासून संध्याकाळपावेतो मराठा सैन्य आमच्या छावणीभोवती जमून आपल्या सामर्थ्याचे प्रदर्शन करीत असे. सैन्यातील सर्वजण, मग ते उच्चपदस्थ असोत किंवा कनिष्ठ असोत, ह्या स्थितीला कंटाळून गेलेत आणि निराश झालेत.''

आसदखानाने आपल्याला वाँडिवॉशपर्यंत सुरक्षितपणे माघार घेऊ दिल्यास आपण मोठी खंडणी देण्यास तयार आहोत असे दर्शवून गुप्तपणे राजारामाशी वाटाघाटी केल्या. राजारामाने याला संमती दर्शविली. ह्या उलट झुल्फिकरखानाने अशा प्रकारे माघार घेऊ नये कारण यामुळे शेवटी त्याच्यावर मोठा मानहानीचा प्रसंग येईल असे दलपतरावाने झुल्फिकरखानाला वारंवार सांगितले. ह्याबाबतीत झुल्फिकरची द्विधा मन:स्थिती असताना त्याच्या तोफखाना पथकाने तोफा सज्ज करून छावणीतून वाँडिवॉशकडे कूच केले आणि दुष्काळात उपासमारीने येथे मृत्यू पत्करण्यापेक्षा आम्ही वाँडिवॉशला जाणे पसंत करतो असा निरोप त्यांनी आपल्या सेनापतीला पाठविला आणि झुल्फिकरचा त्यामुळे नाईलाज झाला. झुल्फिकरखानाला कोणतीही मदत मिळाल्याशिवाय राजपुत्रासह दुपारी कूच करावे लागले. सतत दीर्घकाळ उपासमार झाल्याने सैन्यातील बहुतांशी घोडे, उंट आणि माल वाहून नेणारी इतर खेचरे यांचा पूर्णपणे नाश घडून आला होता. बहुसंख्य लोकांनी आपल्या बरोबरचे सामान जाळून टाकले. बादशहाचे आणि निरनिराळ्या सरदारांचे मालाचे जे साठे होते, ते तसेच टाकून देण्यात आले. छावणीतून ज्यावेळी मोगल सैन्याने कूच केले, त्यावेळी १००० मराठा घोडेस्वारांनी सैन्याच्या मागील संरक्षक दलाप्रमाणे त्यांचा सतत पाठलाग केला आणि मागच्या मोगल सैनिकांची संपत्ती लुटून घेतली. मोगल सैन्य हे तीन दिवसांत म्हणजे २२ किंवा २३ जानेवारी १६९३ रोजी वाँडिवॉश ह्याठिकाणी येऊन पोहोचले. दहा दिवसांनंतर कांजीवरमला नुकताच नेमलेला फौजदार कासीमखान (त्यालाच अलीमर्दानखान असेही म्हणत असत) हा कडाप्पावरून भरपूर रसद घेऊन आणि प्रचंड सैन्यासह येतो आहे अशी खात्रीलायक बातमी येऊन पोहोचली. संताजी घोरपडे याने त्याला वाटेत अडविण्याचा प्रयत्न केला. त्याने कासीमखानावर निकराचा हल्ला चढविला आणि कासीमखानाला इतके अडचणीत आणले की, त्याला कांजीवरमच्या सुप्रसिद्ध देवालयाच्या परिसरात आश्रय घ्यावा लागला. दुसऱ्या दिवशी झुल्फिकर अलीखान त्याच्या मदतीला धावून आला, मराठ्यांना त्याने हाकलून लावले आणि कासीमखानला

त्याने वाँडिवॉशपर्यंत सुरक्षित पोहोचवून दिले (७ फेब्रुवारी). यानंतर पुन्हा मोगल छावणीत धान्याची विपुलता निर्माण झाली आणि त्याच्यातच मोगल दरबारातून बादशहा जिवंत असून तब्येतीने धडधाकट आहे अशा प्रकारच्या बातम्या आणि पत्रे नुकतीच येऊन पोहोचल्याने मोगल सैन्यात मोठे उत्साहाचे वातावरण निर्माण झाले. झुल्फिकर अलीखानाने जिंजीवर हल्ला करण्याची कल्पना तात्पुरती स्थगित करून त्याने वाँडिवॉश ह्या ठिकाणी चार महिने आपली छावणी ठेवून तिथेच चार महिने मुक्काम ठेवला (फेब्रुवारी-मे १६९३). कामबक्षाविषयीच्या बादशहाच्या आदेशाची त्याला वाट पाहावी लागली. आसदखानाच्या संरक्षणाखाली तो ११ जून रोजी गलगला ह्याठिकाणी बादशहाच्या छावणीत जाऊन पोहोचला आणि बहीण झिनतउन्निसा हिच्या मध्यस्थीमार्फत त्याची त्याच्या वडिलांशी जनानखान्यात भेट घडून आली.

१७. इ.स.१६९३-९४ ह्या कालखंडातील कर्नाटकातील स्वाऱ्या

मद्रासच्या अक्षांशापासून ते पोर्टोनोव्हो पर्यंतच्या संपूर्ण पूर्व-कर्नाटकात तिघांची सत्ता प्रस्थापित झालेली होती. ह्या तीनही सत्तांमध्ये आपसात वारंवार संघर्ष निर्माण होत होता. ह्या तीन सत्तांपैकी एक सत्ता म्हणजे विजयनगरचे सुभेदार आणि स्थानिक हिंदू सरदार यांचे प्रतिनिधी. विजापूर आणि गोवळकोंडा ह्या राज्यांच्या विजयी सैन्यांनी त्याला नुकतेच कसेबसे आपल्या वर्चस्वाखाली आणले होते; विजापूर आणि गोवळकोंडा प्रशासनातील अधिकारी ही दुसरी सत्ता ह्या प्रदेशात प्रस्थापित झालेली होती. ह्यांच्यावर नुकतेच वर्चस्व प्रस्थापित झालेले होते आणि मोगलांच्या नवीन सत्तेला मान्यता देण्याविषयी ह्यांच्या मनात तिटकारा होता आणि शिवाजी व व्यंकोजी ह्यांच्या घराण्याचे प्रतिनिधित्व करणाऱ्या मराठा सरदारांनी ह्या प्रदेशात शिरकाव करून घेतलेला होता. ती तिसरी सत्ता ह्या प्रदेशात होती. पहिल्या वर्गात यशबा नाईक ह्याचा समावेश होता. त्याच्या पूर्वजांनी वारंगळचा राजा प्रताप रुद्रदेव याच्या मंत्र्यांकडून सातगडचा किल्ला (वेल्लोरच्या पश्चिमेला २६ मैलांवर) मिळविला होता. यशबा नाईकला पूर्वी गोवळकोंडा राज्यातून स्थानिक कर (सेहबंदी) वसूल करण्याचाही अधिकार होता. ज्यावेळी राजाराम जिंजीला येऊन पोहोचला त्यावेळी यशबा सुद्धा त्याला येऊन सामील झाला. १६९३च्या मार्च महिन्यात त्याने राजारामाला सोडले, सातगडचा किल्ला त्याने जिंकून घेतला आणि पूर्वेकडे त्याने आपल्या राज्याचा विस्तार करण्याचा प्रारंभ केला. त्या वर्षाच्या अखेरीस झुल्फिकरखानाने त्याला सहा हजारची मनसबदारी देऊन आपल्या बाजूने वळवून घेतले.

गोवळकोंड्याचा पूर्वीचा सेनापती आणि स्थानिक जमीनदार इस्त्राइलखान माका हा मनापासून मोगलांना सामील झाला होता. संताजी घोरपडे याने मार्च महिन्यात त्रिचनापल्लीला वेढा दिला. लवकरच त्या ठिकाणी राजाराम येऊन पोहोचला आणि त्यानंतर तो आपला चुलतभाऊ आणि मित्र तंजावरचा दुसरा शहाजी याला

भेटण्याकरिता गेला (मे १६९३). परंतु ह्याचवेळी मराठ्यांत भांडण निर्माण झाले. संताजी स्वभावाने रागीट होता आणि तो रागारागात महाराष्ट्रात निघून गेला आणि त्याच्या जागी धनाजीला सेनापती म्हणून नेमण्यात आले.

त्यानंतर झुल्फिकरखानाने दक्षिण अर्काट जिल्हा जिंकण्याकरिता १६९४ च्या फेब्रुवारी महिन्यात कूच केले. त्याच्या वतीने दलपतराव बुंदेल्याने पाँडेचरीच्या उत्तरेला १८ मैलांवर असणाऱ्या पेरू-मुक्कलच्या किल्ल्यावर हल्ला चढविला. त्यानंतर त्याने पाँडेचरी आणि इतर युरोपियन वखारींच्या मार्गाने पूर्व किनाऱ्यावरून तंजावरकडे धडक मारली. वाटेत त्याने दक्षिण अर्काट जिल्ह्यातील अनेक किल्ले जिंकून घेतले आणि फेब्रुवारीच्या शेवटी कुड्डालोरच्या कडेकडेने पलीकडे गेला. ज्यावेळी (मार्च १६९४ मध्ये) मोगल सेनापती आपल्या सैन्यासह तंजावरनजीक येऊन पोहोचला, त्यावेळी दुसऱ्या शहाजीला त्याचा शेजारी त्रिचनापल्लीचा नायक मोगलांना जाऊन सामील झाल्याने मोगलांशी लढा देणे अतिशय कठीण गेले. त्यामुळे शहाजीला शरणागती घ्यावी लागली. दिनांक २२ मे रोजी त्याने शरणागतीच्या पत्रावर सही केली. त्या शरणागतीच्या पत्रात त्याने ह्यापुढे एखाद्या अंकित राजाप्रमाणे आपण बादशहाच्या हुकूमांचे पालन करून, राजारामाला आपण कोणतीही मदत देणार नाही, मोगलांना आपण दरवर्षी ३० लाखांची खंडणी देऊ आणि त्याचप्रमाणे पालमकोटा, सितानूर, तुंगानूर इत्यादी किल्ले, त्यावर अवलंबून असलेले जिल्हे आणि अनेक जागा मोगलांच्या स्वाधीन करू इत्यादी तरतुदींना कबुली दिली.

परंतु राजारामाने पालमकोटा किल्ला व्यंकोजीकडे गहाण म्हणून ठेवलेला होता. तो त्याने पुन्हा हस्तगत केला. म्हणून झुल्फिकरखानाला त्या किल्ल्याला वेढा द्यावा लागला. सहा दिवसांच्या वेढ्यानंतर किल्ल्यातील सैनिकांनी शरणागती घेतली. त्यानंतर मोगल सैन्य वाँडिवॉश ह्या ठिकाणी आपल्या तळावर परत आले आणि त्यांनी सप्टेंबर महिन्यात जिंजी किल्ल्यावर पुन्हा हल्ला चढविला. ह्याच महिन्यात झुल्फिकरखानाने यशबाला भर दरबारात पकडले आणि त्याने फितुरी केली असा आरोप ठेऊन त्याचा

(***टीप :** मनुकी (खंड ३रा २७१-२) ने यशबाच्या स्त्रियांनी आणि मुलांनी कशी भयंकर आत्महत्या केली ह्याचे तपशीलवार वर्णन दिले आहे. त्याचप्रमाणे झुल्फिकर अलीखानाने मराठ्यांशी जी खलबते चालविली होती, त्या देशद्रोही कारवायांबाबत आणि जिंजीचा वेढा विनाकारण इतके दिवस मुद्दामहून लांबविला, त्याबाबत बादशहाला लिहिले. त्याचबरोबर आपल्याला संधी दिल्यास आपण आपल्या सैन्यानिशी हा किल्ला आठ दिवसात जिंकून दाखवितो इत्यादी गोष्टी बादशहाला कळविल्या, ते पत्र आसदखानाने पकडले, ह्यावरून खोटे आरोप लावून झुल्फिकरखानाने यशबावर देशद्रोहाचे खोटे आरोप लावलेत आणि त्याचा वध केला असे मनुकीने आपल्या ग्रंथात दाखवून दिले आहे.)

शिरच्छेद केला.*

१८. झुल्फिकरखानाच्या हालचाली आणि अडचणी, १६९५

१६९४च्या अखेरीस झुल्फिकरखानाने पुन्हा जिंजीच्या वेढ्यास प्रारंभ केला परंतु बादशहाला फसविण्याकरिता तो नुसता देखावा होता. तो आतून मराठ्यांना सामील आहे हे सर्वांनाच माहीत झाले होते. जिंजीचा वेढा चालू असताना आणि विशेषत: वेढ्याच्या शेवटच्या अवस्थेत अतिशय म्हातारा झालेला औरंगजेब लवकरच मृत्यू पावणार आणि त्यानंतर त्याच्या मुलांत यादवी युद्धे नक्की होणार ह्या अपेक्षेने झुल्फिकरखानाने राजारामाशी एक गुप्त करार केलेला होता. ''स्वत:च्या फायद्याकरिता आणि आरामाकरिता वेढा लांबवत बसणे ही सेनापतींची प्रथाच बनलेली आहे.''

१६९५ मध्ये मोगलांनी काहीही साध्य केले नाही, उलट धान्याचे दुर्भिक्ष जे वर्षभर निर्माण झालेले होते त्यामुळे त्यांना अपार हालअपेष्टा सहन कराव्या लागल्या. ऑक्टोबर महिन्यात वेल्लोरला वेढा देण्यात आला परंतु अनेक वर्षेपर्यंत ते शत्रूच्या ताब्यात गेले नाही (त्याचा १४ ऑगस्ट १७०२ रोजी पाडाव झाला).

१९. १६९६ मधील झुल्फिकरखानाच्या हालचाली

धनाजी जाधव डिसेंबरच्या अखेरीस वेल्लोरनजीक येऊन पोहोचला. झुल्फिकरखानाने ताबडतोब वेढा उठविला, छावणीतील मालमत्ता आणि आपले कुटुंबीय त्याने अर्काटला पाठविले आणि प्रतिकाराकरिता तो सिद्ध झाला. मार्च १६९६ मध्ये संताजी घोरपडे सुद्धा ह्या आघाडीवर येऊन दाखल झाला. मराठा सैनिकांच्या तुकड्या ह्या प्रदेशात दूरदूर पसरलेल्या होत्या. मोगल सैन्याची संख्या अगोदरच कमी झालेली होती. त्यामुळे त्यांना इतक्या ठिकाणांचे संरक्षण करणे शक्यच नव्हते. झुल्फिकरखानाने आपल्या सैन्याला एका ठिकाणी एकत्रित केले. १६९६च्या पूर्ण वर्षात पैशाच्या अभावी त्याला वारंवार अडचणी निर्माण झाल्या होत्या. म्हणून त्याच्या सैन्याची संख्या अजूनही अपुरी असल्याने त्याने अर्काटच्या किल्ल्यात राहून स्वत:चे रक्षण करण्याचेच धोरण अमलात आणले. नेहमीप्रमाणे मराठ्यांचे सैन्य त्याच्याभोवती घिरट्या घालीत होते. एकमेकांची हानी करू नये ह्या आपसात झालेल्या गुप्त करारानुसार त्यांच्या हालचाली चालू होत्या. नोव्हेंबर आणि डिसेंबर महिन्यात संताजीने मध्य-म्हैसूरमध्ये प्रवेश केला आणि बादशहाच्या आदेशानुसार झुल्फिकरखानाने त्याचा त्याठिकाणी पाठलाग चालविला. ह्या त्याच्या कार्यात तुंगभद्रा नदीच्या पलीकडे मराठ्यांची हकालपट्टी करण्याकरिता त्या प्रांताच्या वायव्य दिशेकडून आलेल्या राजपुत्र बिदर बख्त ह्याच्याशी त्याने सहकार्य केले. मोगलांच्या ह्या दोन्ही फौजा पेणू-कोंडा (बंगलोरच्या उत्तरेला ७५ मैलांवर) ह्या ठिकाणी एकमेकांना येऊन मिळाल्या. लपंडाव खेळणाऱ्या मराठ्यांनी लढाई न करताच पळ काढला

आणि १६९७च्या फेब्रुवारी महिन्यात झुल्फिकर अलीखान अर्काटला परत आला.

२०. जिंजीच्या वेढ्याला पुन्हा प्रारंभ; किल्ल्याचा पाडाव

ह्यानंतर झुल्फिकरखान हा तंजावर आणि दक्षिणेतील इतर ठिकाणांची खंडणी वसूल करण्याकरिता पुन्हा अर्काटला गेला. त्यानंतर १६९७ मधील पावसाळ्यात छावणी देण्याकरिता तो पुन्हा वाँडिवॉश ह्या ठिकाणी परत आला. त्याच्या सुदैवाने धनाजी आणि संताजी ह्यांच्यात ह्यावेळी अत्यंत कटुता निर्माण झाल्याने आणि त्यांचे एकमेकांशी संबंध तुटल्याने मराठे अतिशय दुर्बळ झाले होते. राजारामाने धनाजीचा पक्ष उचलून धरला. त्यामुळे मराठ्यात आपसांतच यादवी युद्ध निर्माण होऊन त्यात शेवटी धनाजीचा त्याच्या प्रतिस्पर्ध्याने पराभव केला आणि त्याला महाराष्ट्रात हाकलून लावले (मे १६९६). यामुळे झुल्फिकरखानाने १६९७ च्या नोव्हेंबरच्या प्रारंभी जिंजीच्या वेढ्याला उत्साहाने प्रारंभ केला.

ह्या वेढ्यात झुल्फिकरखानाने उत्तर प्रवेशद्वाराजवळ स्वतःचे मोर्चे बांधले तर सैतान दरीवर त्याने रामसिंग हाडा आणि जिंजीच्या दक्षिणेला अर्ध्या मैलावर चिक्कली–दुर्ग ह्या प्रवेशदारावर दाऊदखान पाणी याची नेमणूक केली. अत्यंत जवळून धाडसी हल्ला करून दाऊदखानाने केवळ एक दिवसात चिक्कली–दुर्ग जिंकून घेतला आणि त्यानंतर प्रत्यक्ष जिंजीला आल्यानंतर दक्षिणेकडील किल्ला चांद्रायण गड ह्याच्यासमोर त्याने मोर्चे बांधले. झुल्फिकरखानाची जर खरोखरच तशी इच्छा असती तर त्याने दुसऱ्या दिवशी संपूर्ण किल्लाच जिंकून घेतला असता. परंतु आपल्या सैन्यात एकी ठेवण्याकरिता, मिळणारा तनखा टिकवून धरण्याकरिता आणि नवीन स्वारीवर नेमणूक झाल्यास त्यातील हालअपेष्टा टाळण्याकरिता वेढा कसेही करून जास्तीत जास्त लांबविणे हे त्याचे गुप्त धोरण होते.* केवळ वरवर दाखविण्याकरिता आपले हे हल्ले चाललेले आहेत याची मराठ्यांना माहिती होईल याची काळजी त्याने घेतली आणि म्हणूनच हा वेढा आणखी

(*टीप : (विल्क (खं.१,१३३) – ''आपण जोमाने वेढा चालवित आहोत हे बादशहाला दाखविण्याकरिता वारंवार हल्ले करणे आणि शत्रूला हाकलून लावणे आवश्यकच होते. मोगलांच्या बाजूला मोगल सैन्यातील झुल्फिकरखानाच्या नंतरचा वरिष्ठ दर्जाचा दुय्यम सेनापती दाऊदखान हा उत्तम दर्जाचे युरोपियन मद्य मोठ्या प्रमाणात पोटात रिचवीत असे आणि त्या तंद्रीत काफिरांना नष्ट करण्याचे कार्य तो मोठ्या आनंदाने स्वीकारीत असे. झुल्फिकरखान ह्या सर्व योजनांना नेहमीच संमती देत असे. परंतु केव्हा आणि कुठे हल्ला करणार, याची माहितीही गुप्तपणे शत्रूला पोहोचवीत असे. अशा बहुतांशी हल्ल्यात दाऊदखानाचा पराभव होऊन मोठ्या प्रमाणात त्याच्या सैनिकांची कत्तल होत असे.'')

दोन महिनेपर्यंत जास्त चालला.

शेवटी आपल्या धन्याकडून आपली बेइज्जत आणि शिक्षा टाळण्याकरिता जिंजीचा किल्ला जिंकणे आवश्यक आहे असे झुल्फिकरखानाला दिसून आले. राजारामाला योग्यवेळी याची पूर्वसूचना मिळाली आणि म्हणून तो आपल्या प्रमुख अधिकाऱ्यांसह वेल्लोरला पळून गेला परंतु त्याने आपले कुटुंब मात्र मागेच ठेवले. यानंतर झुल्फिकरखानाने किल्ल्यावर हल्ला करण्याचा हुकूम दिला. दलपतरावाने कृष्णागिरीच्या उत्तरेकडील भिंती चढून जाण्यात यश मिळविले आणि त्यानंतर अत्यंत भीषण संघर्ष करून त्याने बाहेरचा किल्ला जिंकून घेतला. यानंतर मराठा सैन्य कालकोट म्हणून ओळखल्या जाणाऱ्या अंतरकिल्ल्यात शिरले परंतु दलपतरावाच्या बुंदेला सैन्याने समूहाने घुसून आणि गोंधळ निर्माण करून मराठा सैन्याबरोबरच आत प्रवेश केला आणि त्याचा ताबा घेतला. शेवटी बचावलेल्या मराठा सैनिकांनी सर्वांत उंच किल्ल्यात म्हणजे राजगिरीत आश्रय घेतला. ह्या मधल्या वेळात दाऊदखानाने चांद्रायण गड जिंकला आणि जिंजी शहरातून किंवा जिंजीच्या खालच्या मोकळ्या पटांगणातून त्याने कृष्णगडाकडे कूच केले. तिथल्या रहिवाशांनी पळून जाऊन कृष्णगडाच्या अगदी शिखरावर आश्रय घेतला परंतु तिथेही सुरक्षितता न राहिल्याने शेवटी त्यांनी शरणागती घेतली. मोगलांना ह्या ठिकाणी घोडे, उंट आणि इतर वस्तू ह्यांच्या स्वरूपात फार मोठी लूट प्राप्त झाली (८ जानेवारी १६९८). राजगिरीच्या किल्ल्यात राजारामाच्या कुटुंबीयांनी आश्रय घेतला होता. म्हणून त्या किल्ल्याला आता वेढा देण्यात आला. तेथे त्यांची परिस्थिती अतिशय शोचनीय बनली. रामसिंग हाडा याने तात्पुरता लाकडी पूल तयार करून राजगिरीच्या पायथ्याशी असलेली डोळे फिरविणारी खोल दरी पार केली आणि किल्ल्याच्या शिखरावर पोहोचण्यात यश मिळविले. राजकुटुंबाला अभयदान देण्यात आले. किल्ल्यातून राजारामाच्या चार स्त्रिया, तीन मुले आणि दोन मुली यांनी बाहेर येऊन शरणागती घेतली. त्यांना अतिशय सन्मानाने नजरकैदेत ठेवण्यात आले. राजारामाच्या दुसऱ्या एका राणीने शरणागती घेण्याऐवजी मृत्यू पत्करला. तिने किल्ल्याच्या शिखरावरून खाली खोल दरीत उडी मारली. किल्ल्यामध्ये जवळजवळ ४००० माणसे स्त्रिया आणि मुले सापडली, परंतु ह्यापैकी लढणारे सैनिक फारच थोडे होते.

यानंतर झुल्फिकरखान (नसरात जंग ही पदवी देऊन बादशहाने त्याचा नुकताच गौरव केलेला होता) हा आपल्या वाँडिवॉशच्या तळावर परत आला आणि त्यानंतर त्याने वेल्लोरपासून गुरमकोंड्यांपर्यंत राजारामाचा पाठलाग चालविला. परंतु राजाराम आणि झुल्फिकर यांच्यात बरेच अंतर होते आणि त्यामुळे राजाराम विशालगडावर सुरक्षित जाऊन पोहोचला (फेब्रुवारी). अशा रीतीने जिंजीला ज्या हेतूने बादशहाने इतके दिवसपर्यंत वेढा घातला होता, तो हेतून असफल ठरला. कारण पिंजऱ्यातून

पक्षी उडून गेला.

२१. कासीमखानाचा संताजी घोरपडेकडून पराभव, त्याचा दोड्डेरी येथे मृत्यू १६९५

१६९५ च्या ऑक्टोबर आणि नोव्हेंबर महिन्यात मराठ्यांनी आपल्या नेहमीच्या प्रथेनुसार मोगलांच्या ताब्यातील दक्षिण हिंदुस्थानातील निरनिराळ्या ठिकाणांवर हल्ले चढविले. नोव्हेंबरच्या प्रारंभी संताजी घोरपडे यांनी विजापूर जिल्ह्यात लुटालूट चालविली होती. त्याचा कृष्णा नदीच्या दक्षिणेकडे हिम्मतखानाच्या नेतृत्वाखालील मोगल फौजांनी निष्फळ पाठलाग चालविला. त्यामुळे त्याने आपल्याजवळील लूट सुरक्षित ठेवण्याकरिता म्हणून वायव्य म्हैसूरमधील दक्षिणेकडील जहागिरीकडे आपला मोर्चा वळविला.

म्हणून इस्लामपुरी येथे छावणी करून असलेल्या औरंगजेबाने संताजी घोरपडे ह्याला अडवून धरावे असा कासीमखानाला आदेश दिला. कासीमखानाला मदत म्हणून औरंगजेबाने आपल्या छावणीतील काही अत्यंत कर्तबगार तरुण अधिकारी, ज्यात खानाझादखानाचा सुद्धा अंतर्भाव होता, अशा खास सैनिकी तुकड्या देऊन रवाना केले. पाठविण्यात आलेल्या ह्या सैन्याची संख्या जरी ४८०० होती तरी ते खास राखीव सैन्य होते. त्या राखीव सैन्यात बादशहाचे खास रक्षक, वैयक्तिक सेवक आणि आठवड्यातून निरनिराळ्या दिवशी बादशहाच्या तंबूभोवती ज्या सरदारांना पहारा द्यावा लागत असे अशा सरदारांचा अंतर्भाव होता. मराठ्यांचे सैन्य जिथून जाण्याचे अपेक्षित होते, त्या ठिकाणापासून १२ मैलांवर ते कासीम खानाला येऊन सामील झाले. काही अंतरावर संचार करीत असलेल्या संताजी घोरपडेला शत्रूने चालविलेल्या हालचालींची आणि योजनांची वित्तंबातमी मिळाली आणि विजेच्या वेगाने लांब लांब अंतरावरील मजला मारून त्याने शत्रूच्या नाशाची जी चाणाक्ष योजना आखली होती, ती मोठ्या हुशारीने अमलात आणली. मोगल सेनापतींची सुखासीन आणि आळशी वृत्ती आणि अविचारी स्वभाव यांचा संताजीला फायदा मिळून त्याने कल्पना केली नसेल इतके अकल्पित यश त्याला मिळाले. दरबारातून खास आलेल्या पाहुण्यांचे स्वागत कासीमखानाने तितक्याच डामडौलाने आणि थाटामाटात केले. ह्याकरिता त्याने गाणे बजावण्याचा जल्लोष उडविला. मराठ्यांशी युद्ध करणाऱ्या सेनापतीचा पोशाख त्याने उतरवून ठेवला. ह्या उलट संताजी घोरपडेने मात्र आपल्या सैन्याची मांडणी करताना आणि आपले तीन सेनाविभाग हलविताना वेळेचे आणि आपसांतल्या अचूक सहकार्याचे कौशल्य दाखवून रणक्षेत्रातून श्रेष्ठ डावपेचांचे उत्कृष्ट दर्शन घडविले. त्याने आपल्या सैन्याचे तीन भाग पाडले. त्यापैकी एका तुकडीला मोगल छावणीत लुटालूट करण्याकरिता पाठविण्यात आले, दुसऱ्या तुकडीला प्रत्यक्ष लढण्याकरिता पाठविण्यात

आले तर तिसरी तुकडी जिथे जिथे आवश्यकता पडेल त्या ठिकाणी लढण्याकरिता पाठवावी म्हणून राखीव ठेवण्यात आली. चित्तल दुर्गचा जमीनदार बरमाप्पा नायक हा आता आपलाही ह्या लुटीत काही फायदा होईल ह्या आशेने मराठ्यांना सामील झाला आणि त्यामुळे मोगलांना शत्रूने चारही बाजूंनी घेरले आणि त्यांना कुठलीच बातमी मिळेनाशी झाली.

सूर्योदयानंतर साधारणपणे दीड तासानंतर (२० नोव्हेंबरच्या सुमारास) पहिल्या मराठा सैन्याच्या तुकडीने कासीमखानाच्या आघाडीवरच्या तंबूवर हल्ला चढविला (आघाडीवर ६ मैलांवर), तिथल्या रक्षकांना आणि नोकरांना त्यांनी मारून टाकले आणि काहींना जखमी केले, हाताशी लागेल ती लूट नेली आणि मजबूत तंबूंना त्यांनी आग लावून दिली. कासीमखानाला बातमी लागताच तो ज्या ठिकाणी हल्ला झाला त्या ठिकाणी धावून आला. तो तसा दोन मैलांपर्यंत गेला असेल किंवा नसेल तोच मराठा सैन्याची दुसरी तुकडी तिथे येऊन पोहोचली आणि त्यामुळे लढाईला तोंड लागले. ह्यावेळी शत्रूच्या सैन्याची संख्या मोगल सैन्यापेक्षा जास्त होती आणि विशेष म्हणजे दक्षिणेत अत्यंत नावाजलेले शूर पायदळ, जे आपल्या अचूक माऱ्याबद्दल प्रसिद्ध होते अशा ''काला-पिडा'' (Kala-Piada) बंदूकधारी पथकातील सैनिक बहुसंख्येने त्यात होते. ह्याशिवाय विजेच्या वेगाने पळणाऱ्या घोडेस्वारांची संख्याही बरीच होती. ह्यावेळी फार मोठी लढाई लढली गेली. ह्या लढाईत दोन्ही बाजूचे सैनिक मोठ्या संख्येत ठार मारले गेले. यानंतर संताजी घोरपडेचे जे राखीव सैन्य होते ते आता छावणीवर आणि मोगलांनी मागे टाकलेल्या सामानावर तुटून पडले आणि त्यांनी तिथे सर्व राहिले-साहिले लुटून घेतले. ही बातमी लढाई अगदी निकरावर आली असताना कासीमखान आणि खानाजादखान ह्यांना कळली आणि त्यामुळे त्यांचा आत्मविश्वास डळमळीत झाला. त्यांनी आपसात सल्लामसलत केली आणि त्यानंतर त्यांनी दोड्डारी ह्याठिकाणी माघार घेतली. *दोड्डारीचा किल्ला लहान होता आणि त्यातील धान्याचा साठा सुद्धा मर्यादित होता. त्यामुळे किल्ल्यातील मोगल सैन्याने नवीन येणाऱ्या सहकाऱ्यांना आत येऊ न देता किल्ल्याचे दरवाजे बंद केले. दोन्ही खानांना किल्ल्याबाहेरच आपला मुक्काम ठेवावा लागला. रात्र पडताच शत्रुसैन्याने त्यांना पूर्णपणे घेरून घेतले. तीन दिवसपर्यंत मराठे नुसते दृष्टोत्पत्तीस पडत होते परंतु उघड लढाई मात्र केली नाही. शेवटी बरमाप्पा नायक याने पाठविलेले बंदूकधारी सैन्य हजारोंच्या संख्येत मराठ्यांना

(***टीप :** दोड्डारी १४ अंश, २०′, ७५′ अंश, ४६. म्हैसूर मधील चित्तलदुर्ग विभागात; चित्तलदुर्ग पूर्वेला २२ मैलांवर आणि अडोणीच्या दक्षिणेला सरळ रेषेमध्ये ९६ मैलांवर. त्याच्या दक्षिणेला पाण्याचा विशाल जलाशय आहे.)

सामील झाल्यानंतर त्यांनी संधी साधून चौथ्या दिवशी मोगलांवर हल्ला चढविला. मोगलांचा जो दारूगोळा होता, तो छावणीतच मराठ्यांनी हस्तगत केला होता आणि आता मोगल सैनिकांनी आपल्याबरोबर जो काही दारूगोळा नेलेला होता तोही आता संपुष्टात आला. शेवटी काही तासापर्यंत झुंज दिल्यानंतर त्यांनी निराशेने बसकण मारली. त्यामुळे कॅनरीज बंदूकधारी सैनिकांना त्या असहाय्य मोगल सैनिकांवर मारा करणे अतिशय सोपे गेले. दोन्ही छावण्यांत, माघार घेताना आणि दोड्डाराय तलावाच्या काठावर मोगल सैन्यापैकी १/३ सैन्य ठार मारले गेले.

ह्यानंतर मोगल नेत्यांनी मोगल सैन्याला वाऱ्यावर सोडून किल्ल्यात गुप्तपणे प्रवेश केला आणि आपले जीव वाचविले. मुसलमान सैनिकांवर आता पूर्ण उपासमारीचा प्रसंग आला. कासीमखानाला अफूचे जबरदस्त व्यसन होते. त्याला अफू न मिळाल्याने तो तिसऱ्या दिवशी मृत्यू पावला (परंतु शत्रूच्या हातून स्वत:ची अप्रतिष्ठा करून घेण्यापेक्षा आणि बादशहाकडून दूषण स्वीकारण्यापेक्षा त्याने आत्महत्या करणे पत्करले असे बऱ्याच लोकांचे मत आहे.)

ज्यावेळी किल्ल्यातील धान्याचा साठा अजिबात संपुष्टात आला आणि किल्ल्यातील पिण्याचे पाणी दुर्मिळ आणि अनारोग्यकारक ठरले त्यावेळी खानजादखानाने कोणत्याही सुटकेची आशा राहिली नाही असे पाहून आपला दिवाण आणि मोगल सैन्यातील एक दक्षिणी सेनानायक यांना शरणागतीच्या अटी ठरविण्याकरिता संताजी घोरपडे याच्याकडे रवाना केले. त्यावेळी खंडणीची रक्कम २० लाख रुपये ठरविण्यात आली. त्याप्रमाणे पराभूत सैन्याची संपूर्ण रोख रक्कम, निरनिराळ्या वस्तू, जवाहिर, घोडे आणि हत्ती इत्यादी सर्व संपत्ती मराठ्यांना द्यावी लागणार होती. किल्ल्यातील उरलेसुरले मोगल सैन्य अत्यंत खिन्न आणि काळवंडलेल्या स्थितीत चिखलाने माखलेल्या स्वरूपात किल्ल्यात प्रवेश घेतल्या दिवसापासून १३ दिवसांनंतर किल्ल्यातून बाहेर पडले. शत्रुसैन्याने एका बाजूने चपाती आणि दुसऱ्या बाजूने पाणी त्या सैन्याला पुरविले. दोन दिवस विश्रांती घेतल्यानंतर खानजादखानाने मराठ्यांच्या संरक्षणाखाली मोगल दरबाराकडे कूच केले. त्याने ह्यावेळी सर्वस्व गमावले होते.

२२. संताजी घोरपडे याने बस्वपट्टण ह्या ठिकाणी हिम्मतखानाला ठार मारले

हा हल्ला झाल्यानंतर एक महिन्याच्या आतच संताजीने आणखी एक नेत्रदीपक कामगिरी करून दाखविली. हिम्मतखानाला ठार मारून त्याने तितकाच महत्त्वाचा विजय मिळविला. हिम्मतखान बहादूरची कासीमखानाशी सहकार्य करण्याकरिता खास नेमणूक झालेली होती आणि त्याच्याजवळ फार थोडे सैन्य असल्यामुळे त्याने बस्वपाटण (दोड्डेरीच्या पश्चिमेला ४० मैलांवर) ह्या ठिकाणी आश्रय घेतलेला होता. दिनांक २० जानेवारी १६९६ रोजी संताजी घोरपडे हा आपल्या १०,००० घोडदळ आणि

तितकेच पायदळ यांच्यासहित हिम्मतखानासमोर येऊन पोहोचला. त्याच्याबरोबर दक्षिणेतील अत्युत्तम नेमबाज होते. त्या कर्नाटकी बंदूकधारी पायदळाने समोरच्या पहाडावर आपले मोर्चे बांधले. अतिशय थोड्या सैनिकांनिशी हिम्मतखानाने ह्या कर्नाटकी सैन्यावर हल्ला चढविला आणि त्यांना त्याने त्या पहाडावरून हाकलून लावले. परंतु त्याठिकाणी हिम्मतखान संताजी घोरपडे ज्या ठिकाणी उभा होता त्या दिशेने आपला हत्ती नेत असताना त्याला एकाएकी कपाळावर बंदुकीची गोळी लागली आणि तो जागच्या जागी ठार झाला. काही दिवसांनी मराठ्यांनी लुटून घेतलेल्या खानाच्या संपत्तीसह तिथून माघार घेतली.

२८ जानेवारी रोजी हिम्मतखानाच्या मृत्यूची आणि बस्वपट्टणच्या किल्ल्यात त्याच्या सैन्याची संताजीने नाकेबंदी केलेली आहे ही बातमी बादशहाला कळली. म्हणून मोगल सैन्य एकत्रित करण्याची आणि वायव्य म्हैसूर मधील परिस्थिती सुधारण्याचा आटोकाट प्रयत्न करण्यात आला. १ फेब्रुवारी रोजी बस्वपट्टणची सुटका करण्याकरिता म्हणून हमीदउद्दीनखान याने कूच केले. त्याला मुक्कामाला पोहोचण्याला २० मैल राहिले असताना संताजीने त्याच्यावर हल्ला चढविला (२६ फेब्रुवारी). परंतु मराठ्यांचा पराभव करण्यात आला. त्यानंतर त्या प्रदेशातून त्यांची हकालपट्टी करण्यात आली. बस्वपट्टणची मुक्तता करण्यात आली.

२३. १६९६ मधील मोगलांच्या लष्करी हालचाली

राजपुत्र बिदर बख्तला त्याने पन्हाळ्याहून बस्वपाटणकडे कूच करावे असा आदेश देण्यात आलेला होता (जानेवारीच्या शेवटी). काही आठवड्यांतच त्या ठिकाणी त्याचे आगमन झाले. तिथे त्याने काही दिवस मुक्काम केला आणि त्या परगण्यातल्या बंडखोर जमीनदारांना शिक्षा देण्याकरिता त्याने तिथून सैनिकांच्या तुकड्या पाठविल्या. चित्तलदुर्गाच्या बरमप्पा नायकाने १६ मे रोजी शरणागती घेतली आणि आपण पुढेही मोगलांशी एकनिष्ठ राहू असे वचन दिले. फेब्रुवारी १६९६ मध्ये राजपुत्र मुहंमद आझमला इस्लामपुरी येथील बादशहाच्या छावणीमधून, इस्लामपुरीच्या उत्तरेकडे ९० मैलांवर पेडगावला (बहादूरगड) पाठविण्यात आले. तीन वर्षांनंतर मिरजेला बादशहाने त्याला परत बोलविल्यापर्यंत त्याची मुख्य छावणी पेडगावलाच राहिली.

१६९७च्या मार्च महिन्यात संताजी घोरपडे हा पूर्व किनाऱ्यावरून सातारा जिल्ह्यात परत आला. त्याच्या विरुद्ध फिरोजजंगाला पाठविण्यात आले. परंतु १६९७ च्या पूर्वार्धात मराठा सेनापतींमध्ये यादवी युद्ध चालू झाल्याने त्यांची शक्ती दुर्बळ झाली.

२४. संताजी घोरपडे आणि धनाजी जाधव यांच्यातील यादवी युद्ध; संताजीचा मृत्यू

पश्चिमेकडे अशा रीतीने प्रथम दर्जाच्या दोन मोगल सेनापतींविरुद्ध असे प्रचंड

विजय मिळविल्यानंतर संताजीला जबरदस्त आत्मविश्वास निर्माण झाला आणि त्यानंतर तो जिंजीला राजारामाला भेटण्याकरिता गेला (मार्च १६९६). त्या भेटीत त्याने धनाजीची कर्तबगारी आणि आपली कर्तबगारी यांच्यात तुलना करून आपल्या नेत्रदीपक विजयांकडे राजारामाचे लक्ष आकृष्ट केले आणि सेनापतीचे पद आपल्याला मिळावे अशी मागणी केली, असे सांगितले जाते. परंतु त्याची आत्मप्रौढी, रागीट स्वभाव आणि शिरजोरपणा ह्यामुळे जिंजीच्या दरबारला अपमानित झाल्यासारखे वाटले आणि परिणामी दोघांत कांजीवरम ह्या ठिकाणी उघड लढाईला प्रारंभ झाला (मे १६९६). राजारामाने धनाजीला पाठिंबा दिला आणि आपल्या सैन्याच्या आघाडीवर अमृतराव निंबाळकर याला ठेवून त्याने बंडखोर संताजीवर हल्ला चढविला. परंतु संताजीचे श्रेष्ठत्व पुन्हा सिद्ध झाले; धनाजीचा पराभव झाला; त्याला अत्यंत संकटमय परिस्थितीत पश्चिम हिंदुस्थानात आपल्या जहागिरीत निघून जावे लागले. अमृतरावाचा रणक्षेत्रावरच मृत्यू झाला.

ह्यानंतर पूर्व कर्नाटकात बरेच महिने घालविल्यानंतर संताजी घोरपडे शेवटी मार्च १६९७ मध्ये आपल्या जहागिरीत परत आला. ह्याठिकाणी धनाजी आणि संताजी ह्याच्यात पुन्हा परस्पर-विघातक अशा यादवी युद्धाला प्रारंभ झाला. इतर सर्व सेनानायक दोन्ही पक्षांत विभागले गेले. त्यांच्यात सातारा जिल्ह्यात मार्च १६९७ मध्ये अनेक लढाया झाल्या. परंतु संताजीला आता नशीब अनुकूल राहिले नाही. त्याच्या कडक आणि उर्मट स्वभावाला त्याचे अधिकारी कंटाळले आणि बहुतांशी अधिकारी धनाजीला जाऊन मिळाले. उरलेले ठार मारले गेले किंवा जखमी झाले. संताजीला अशा रीतीने सर्वजण सोडून गेल्यामुळे आणि मुख्य म्हणजे सैन्याचाही पाठिंबा न राहिल्याने संताजी आपल्या काही निवडक सहकाऱ्यांसहित नागोजी मानेच्या गावाला म्हणजे म्हसवडला पळून गेला. ह्या नागोजीच्या बायकोचा भाऊ अमृतराव ह्याला संताजीनेच ठार मारले होते. नागोजीने संताजीला काही दिवस आश्रय दिला आणि त्यानंतर सुरक्षितपणे त्याला तिथून निघून जाण्यास सांगितले. परंतु त्याची पत्नी राधाबाई हिने, सर्वसाधारण स्त्रियांत कधीही न शमणारी सूडबुद्धी असते त्याला अनुसरून आपल्या दुसऱ्या एका भावाला त्याच्या मागावर पाठविले. ज्यावेळी संताजी लांब लांब मजला मारून थकून गेला होता आणि शंभू महादेव डोंगरातील एका नाल्यात स्नान करीत होता. त्यावेळी पाठलाग करणारे त्याठिकाणी देऊन पोहोचले. म्हसवड पासून पाठलाग करणाऱ्याने अशा रीतीने आकस्मिक येऊन संताजीला असहाय्य अवस्थेत गाठले आणि त्याचा शिरच्छेद केला (जून १६९७).

शत्रूच्या योजनेत आणि स्थितीत जसजसा बदल होत जाईल त्याचा त्वरित फायदा घेऊन विशाल प्रदेशात पसरलेल्या प्रचंड सैन्याच्या हालचाली घडवून आणावयाच्या

आणि त्यांच्याकडून निरनिराळ्या योजना संघटित करावयाच्या ह्या कार्यात संताजीला जन्मजातच कसब प्राप्त झाले होते. सैन्याच्या त्वरित हालचाली आणि हाताखालच्या अधिकाऱ्यांनी दिलेले आदेश वक्तशीरपणे त्या मिनिटाला पाळणे ह्या डावपेचांवर संताजीचे यश अवलंबून असे. त्यामुळे आपल्या हाताखालच्या अधिकाऱ्यांनी आपल्या हुकमांचे विनातक्रार ताबडतोब पालन केले पाहिजे अशी त्याची अपेक्षा असे आणि आपल्या सैन्यात अथेन्सचा राजा ड्रॅकॉन याने जशा कडक शिक्षा दिल्या त्याप्रमाणे कडक शिक्षा देऊन तो सैन्यात कडक शिस्त राखीत असे. ह्यामुळे ''साहजिकच सर्व मराठे सरदार त्याचे शत्रू बनले.''

संपूर्ण जीवनभर एकमेकांचे स्पर्धक राहिलेले संताजी आणि धनाजी हे दोघेही उत्तम सेनापती, उत्तम दर्जाचे संघटक, धाडस आणि चपळ हालचाली ह्याबाबतीत आदर्श निर्माण करणारे असे होते परंतु त्याचबरोबर त्यांचे स्वभाव मात्र एकमेकांच्या अगदी विरुद्ध होते. धनाजी सुसंस्कृत आणि सभ्य गृहस्थाप्रमाणे युद्ध चालवीत असे. विजयात त्याला उन्माद चढत नसे, पराभुतांना तो उदारतेने वागवीत असे, वागण्यात तो विनयशील होता, स्वत:च्या भावनांवर त्याचा पूर्ण ताबा असे, दूरदृष्टी ठेवून तो सर्व प्रश्नांचा विचार करी आणि त्याची पावले मुत्सद्देगिरीने पडत. त्याच्याशी लढण्याचा प्रसंग आलेल्या मोगल सेनापतींना त्याने प्रत्येकवेळी जी घरंदाज सभ्य वागणूक दिली त्याची स्तुती तर प्रत्यक्ष मुसलमान इतिहासकारांनीही केलेली आढळते. ह्याशिवाय त्याने आपल्या राष्ट्राची आणि सरकारची नि:स्वार्थीपणे अनेक वर्षेपर्यंत सेवा केली.

ह्या उलट तुलना करता संताजीचा स्वभाव हा संस्कृतीहीन किंवा औदार्यरहित होता. त्याच्या स्वभावात रानटीपणा होता. त्याला आपले विकार आवरता येत नसत किंवा त्याच्याजवळ दूरदृष्टीही नव्हती. जे कोणी भेटतील त्यांना बाजूला सारून जीवनात पुढे जाण्याचा त्याचा प्रयत्न असे. या त्याच्या प्रयत्नात राजा जरी आडवा आला तरी तो त्याची पर्वा करीत नसे. तो कोणाला दया दाखवीत नसे किंवा दुसऱ्याकडून त्याची अपेक्षाही करीत नसे. संताजीमध्ये दुसऱ्याशी सहकार्य करावे अशी मुळात प्रवृत्तीच नव्हती. राष्ट्राची गरज लक्षात घेऊन आपल्या स्वत:च्या इच्छा-आकांक्षांना दुय्यम स्थान द्यावे अशी राष्ट्रभक्तीही त्याच्यात नव्हती. मराठ्यांच्या राजकीय इतिहासावर त्याचा कोणताही प्रभाव पडला नाही किंवा औरंगजेबाच्या स्वाऱ्यांच्या परिणामापासून तो मराठ्यांना वाचवू शकला नाही. क्षितिजावर एखादा एकटा तारा विलसत असावा त्याप्रमाणे दक्षिणेत त्याने आपले कर्तृत्व गाजविले.

२५. राजाराम महाराष्ट्रात परत आला आणि १६९८-९९ मधील त्याच्या हालचाली

१६९७ च्या उत्तरार्धात भीमा नदीला भयंकर पूर आला आणि त्यामुळे पेडगाव

आणि इस्लामपुरी (१९ जुलै) येथील मोगल छावण्या वाहून गेल्या आणि त्यामुळे सर्वत्र नाश आणि दुःख निर्माण झाले. ह्याशिवाय कोणतीही महत्त्वाची घटना घडलेली दिसून येत नाही. परंतु पुढल्या जानेवारीत जिंजीचा पाडाव होऊन तो किल्ला मोगलांच्या ताब्यात गेला. राजाराम तिथून निसटून पुढल्या महिन्यात महाराष्ट्रात विशालगडावर सुरक्षित जाऊन पोहोचला. राजाराम महाराष्ट्रात सुरक्षित पोहोचल्यानंतर मराठ्यांनी युद्धविषयक हालचालींना ताबडतोब जोमाने प्रारंभ केला असेल अशी शक्यता नव्हती. जिंजी गमावल्यानंतर झालेल्या परिणामातून आपली स्थिती सुधारण्याकरिता राजारामाने बराच वेळ घेतला असावा असे दिसते. ह्यावेळी त्याच्या काही अनुयायांनी निराश होऊन त्याची नोकरी सोडून दिली आणि ते मोगलांना सामील झाले.

१६९९ च्या प्रारंभी राजारामाने आपल्या सर्व किल्ल्यांची पाहणी करण्याकरिता कोकणचा दौरा केला आणि जून महिन्याच्या अखेरीस तो साताऱ्याला परत आला. खानदेश आणि वऱ्हाड यांच्यावर सर्वदूर हल्ले चढविण्याच्या योजना आखून राजारामाने २६ ऑक्टोबर रोजी साताऱ्याहून कूच केले.

औरंगजेबाने विशालगडाला वेढा देण्याची तयारी चालविलेली आहे ही बातमी निश्चितपणे बाहेर फुटली असावी कारण बादशहाने इस्लामपुरीहून कूच केल्यानंतर (१९ ऑक्टोबर) राजारामाने आपले कुटुंब साताऱ्याहून खेळण्याला हलविले आणि बादशहाच्या हाती सापडू नये म्हणून स्वतःही त्याने २६ ऑक्टोबर रोजी साताऱ्याहून प्रयाण केले. धनाजी जाधव, रामचंद्र पंत, दादो मल्हार आणि इतर सेनापती यांनी ७००० घोडेस्वारांनिशी राजारामाला चंदन-वंदन ह्या ठिकाणापर्यंत सुरक्षितपणे पोहोचवून दिले. तिथे तीन दिवसपर्यंत विश्रांती घेतल्यानंतर राजारामाने सुरतेकडे कूच केले.

ह्यावर बादशहाने ह्या शत्रुसैन्याचा पराभव करण्याकरिता बिदर बख्त याने त्यांचा पाठलाग करावा आणि पराभव करावा असे तातडीचे आदेश पाठविले. परेंडा किल्ल्याच्या चार मैल पलीकडे बिदर बख्ताने मराठ्यांना गाठले. त्याठिकाणी भीषण लढाई झाल्यानंतर त्यांचा प्रतिकार मोडून पडला आणि त्यांना अहमदनगरकडे पळून जावे लागले (१३ किंवा १४ नोव्हेंबर). २६ डिसेंबर रोजी राजाराम विशालगडाला जाण्याच्या उद्देशाने मोगल छावणीपासून ३० मैलांवर सातारा किल्ल्याच्या खालच्या बाजूने गेल्याचे समजले. मराठ्यांच्या राजाला वऱ्हाडवर जी स्वारी करावयाची होती ती योजनाच मुळातून खुडली गेली. परंतु कृष्णा सावंत ह्याच्या नेतृत्वाखाली मराठ्यांच्या तुकडीने धामणीजवळील काही गावे लुटली आणि ते सैन्य परत आले. मराठ्यांच्या सैन्याने नर्मदा नदी पहिल्यांदाच ओलांडली.

ह्याच काळात इतर मराठा तुकड्यांशीही लढाया लढण्यात आल्या. ९ जानेवारी

१७०० रोजी नसरात जंगाने (झुल्फिकर) मसूरच्या पलीकडे धनाजी, राणोजी घोरपडे आणि हनुमंतराव यांच्याशी लढाई केली आणि त्यांचा पराभव केला. त्यात मराठ्यांचे ५०० सैनिक ठार मारले गेले. काही दिवसांनंतर धनाजीने खानापूरच्या प्रमुख ठाण्यावर हल्ला चढविला आणि तिथला मोगल अधिकारी आवजी आढाळ याला पळवून आणले.

मध्यंतरी बादशहाचा साताऱ्याचा वेढा तसाच चालू राहिला आणि त्यांच्या परिसरात मोगल आक्रमक आणि रणक्षेत्रावर उतरलेले मराठा सैन्य यांच्यात लढाया चालूच राहिल्या.

२६. राजारामाचा मृत्यू; ताराबाईचे धोरण

बहुतेक सतत लढायात गुंतल्याने आणि मोगलांनी सतत पाठलाग केल्यामुळे राजारामाला ताप आला असावा आणि त्यामुळे राजारामाचा दिनांक २ मार्च १७०० रोजी सिंहगडावर मृत्यू झाला. त्यावेळी त्याचे कुटुंब विशालगडावर होते. त्याचा आवडता मुलगा कर्ण याला ताबडतोब त्याच्या मंत्र्यांनी धनाजी जाधवाच्या मदतीने गादीवर बसविले परंतु त्यानंतर केवळ तीन आठवड्यांच्या आत त्याचा देवी येऊन मृत्यू झाला. यानंतर राजारामाची पत्नी ताराबाई हिच्यापासून झालेला मुलगा शिवाजी तिसरा ह्याला ''पश्चिमेचा राज्यप्रतिनिधी'' रामचंद्रराव ह्याच्या पाठिंब्याने गादीवर बसविण्यात आले. यामुळे राजारामाच्या विधवा स्त्रिया ताराबाई आणि राजसबाई (शिवाजी तिसरा आणि संभाजी दुसरा यांच्या आया) यांच्यात आपसात संघर्ष निर्माण होऊन त्याची परिणती मराठा दरबारात यादवी युद्ध निर्माण होण्यात झाली. यात ताराबाईने आपल्या मुलाचा पुरस्कार केला तर राजसबाईने आपल्या मुलाचा केला. त्यांना दरबारातल्या सरदारांच्या आणि अधिकाऱ्यांच्या एकेका गटाने पाठिंबा दिला. परंतु थोरली पत्नी ताराबाई हिची कर्तबगारी आणि धडाडी यामुळे तिला राज्याची सर्वोच्च सत्ता प्राप्त झाली.

आपल्या पतीच्या निधनाची वार्ता कळल्यानंतर, ताराबाईने मोगल बादशहाचे वर्चस्व मान्य केले आणि राजारामाच्या कायदेशीर वारसाकरिता सात हजारी मनसबदारी आणि दक्षिणेचे देशमुखी वसुली हक्क यांची मागणी केली आणि त्याचबरोबर दक्षिणेच्या मोगल सुभेदाराच्या मदतीला ५०००चे सैन्य पाठविण्याला आणि सात किल्ले मोगलांना देण्याला कबूल केले. औरंगजेबाने ही विनंती अमान्य केली. मे महिन्याच्या अखेरीस रामचंद्रपंताचा प्रतिनिधी रामाजी पंडित आणि परशुरामपंतांचा प्रतिनिधी अंबाजी यांनी राजपुत्र आझम यांची भेट घेतली आणि त्याने मराठ्यांच्या किल्ल्यांच्या मोबदल्यात बादशहाने राजारामाच्या धाकट्या मुलाचे प्राण वाचवावे ह्याकरिता बादशहाकडे रदबदली करावी अशी विनंती केली. ह्या हालचालींमागे प्रामाणिकपणा नाही अशी मोगलांची

समजूत झाली आणि त्यातून कोणतीच निष्पत्ती झाली नाही.

२७. कोकणातील युद्ध १६८९-१७०४

सुरतहून दक्षिणेकडे गेल्यानंतर प्रवाशाला पश्चिम घाट आणि अरबी समुद्र यांच्यामधल्या लांबच लांब किनाऱ्यावरील प्रदेशात खालील परगणे लागतात :- पहिल्यांदा कोलवण किंवा रानटी कोळी टोळ्यांनी व्यापलेला खडकाळ प्रदेश. (जवाहर आणि धरमपूर राज्ये ह्याच प्रदेशांनी बनलेली आहेत), नंतर उत्तर कोकण (किंवा सध्याचे ठाणे आणि कुलाबा जिल्हे; घाटाच्या पूर्वेला नाशिक आणि पुणे जिल्हे आहेत. त्यालाच समांतर हे जिल्हे आहेत) आणि शेवटी दक्षिण कोकण (किंवा सध्याचा रत्नागिरी जिल्हा, पर्वतश्रेणी ओलांडून दक्षिणच्या पठारावर असलेल्या सातारा आणि कोल्हापूर जिल्ह्यांच्या समांतर हे जिल्हे आहेत.) रत्नागिरीच्या अगदी दक्षिणेला वेंगुर्ल्याजवळ जो दंतूर किनारा आहे त्याठिकाणी मराठ्यांचे सर्वांत जुने कुटुंब म्हणजे वाडीचे सावंत (यांना १७व्या शतकात ''कुडाळचे देसाई'' या नावानेसुद्धा ओळखत असत) त्यांचा प्रदेश होता तर त्याच्या अगदी दक्षिणेला लागून गोव्याचा पोर्तुगीज प्रांत होता. त्याच्याही पलीकडे दक्षिणेकडे कॅनराचा प्रदेश होता. त्यात किनाऱ्याने कारवार जिल्हा आणि आतल्या भागाला सुंद आणि बेदनूरचे जिल्हे होते. तिथूनच अगदी पूर्वेकडे म्हैसूरच्या पठारावर जाता येत असे.

धरमपूरच्या उत्तरेला काही अंतरावर नंदूरबार शहराजवळ पश्चिम घाट थोडा विरळ झाला होता तिथून किनाऱ्यावरून येणाऱ्या शत्रुसैन्याला खानदेश आणि वऱ्हाडसारख्या संपन्न प्रदेशात सहज शिरता येत असे. तर उत्तरेला सुरत किंवा पूर्वेला बागलाण आणि बागलाणहून नाशिक जिल्ह्यात शिरण्याकरिता चांदोर पर्वत श्रेणी ओलांडून दक्षिणेकरिता जाण्याकरिता कोलवण तळाचा सहज उपयोग करता येत असे.

शिवाजीने १६५७ ते १६६२ मध्ये कोकण जिंकला आणि १६७०-१६७३ मध्ये कोळी देश जिंकून घेतला. त्याच्या मृत्यूनंतर मोगलांनी इ.स.१६८२ आणि १६८३ मध्ये उत्तर कोकणात शिरकाव केला आणि त्यांनी त्याची राजधानी कल्याण तात्पुरती जिंकून घेतली परंतु मोगलांना कोकणातील ह्या स्वारीत ठिकठिकाणी लुटालूट करणे आणि जाळपोळ करणे यातच जास्त रस वाटत होता. त्या जागा आपल्या ताब्यात ठेवण्याची त्यांची इच्छा नव्हती. १६८३च्या डिसेंबर महिन्यात मराठ्यांनी कल्याण पुन्हा जिंकून घेतले. यानंतर ५ वर्षेपर्यंत कल्याण त्यांच्याच ताब्यात होते. किनाऱ्यावरील खेड्यांमध्ये मात्र सिद्दीचा उपद्रव सतत चालूच होता. मोगलांची ह्या प्रदेशातील प्रगती १६८९ मध्ये घडून आली आणि त्याचे श्रेय आपल्याला एका स्थानिक कर्तबगार अधिकाऱ्याला द्यावे लागते.

अरबांच्या नवायत वंशातील सय्यद मुसलमान अनेक वर्षांपासून कल्याणला

स्थायिक झाले होते. ह्या वंशातील एक सरदार मातबर खान याची नाशिक जिल्ह्याचा ठाणेदार म्हणून ज्यावेळी नेमणूक झाली त्यावेळी आपली धडाडी आणि दूरदृष्टी यामुळे त्याने मोठे नाव कमावले (१६८८). त्याने पहाडी प्रदेशातील स्थानिक लोकांची भरती करून पायदळ निर्माण केले, त्याच्या मदतीने त्याने आजूबाजूचे अनेक जमीनदार जिंकून घेतले आणि बळाचा वापर करून किंवा लाचलुचपत देऊन अनेक मराठा किल्ले जिंकून घेतले. उदा.पट्टा (विश्रामगड), कुलांग आणि त्रिंबक (८ जानेवारी १६८९ रोजी) आणि संभाजीचा पाडाव झाल्यानंतर इतर कित्येक लहान सहान किल्ले. विजयी मोगल सेनापतीने त्यानंतर घाट ओलांडला आणि तो कोकणात उतरला. ह्या प्रांतात त्याने कल्याण (२७ मार्च), प्राबळ, कर्नाला, दुग्गड, माणिकगड आणि शेवटी माहुली (ऑगस्ट महिन्यात) जिंकून घेतले. याप्रमाणे दक्षिणेकडील कोळी प्रदेशापासून ते मुंबई अक्षांशापर्यंतचा सर्व उत्तर कोकणचा प्रदेश मोगलांच्या ताब्यात गेला. मराठ्यांनी ह्या प्रदेशात सतत वीस वर्षे वर्चस्व गाजविले आणि सतत युद्ध चालविले. त्यामुळे ह्या जिल्ह्यातील बहुतांशी भागांचा नाश घडून आला होता. मातबरखानाने त्या ठिकाणी मोगल शासन प्रस्थापित केले, त्याठिकाणी शांतता आणि सुव्यवस्था स्थापन केली आणि त्या प्रदेशात शेतीची लागवड होऊन तेथे संपन्नता प्राप्त व्हावी ह्या दृष्टीने शेतकऱ्यांच्या वसाहती स्थापन केल्या.

ह्या यशस्वी स्वाऱ्या आटोपल्यानंतर मातबरखान कल्याणला परतला (१६९०) आणि त्याठिकाणी त्याने बरीच वर्षे मुक्काम ठेवला. ह्या मुक्कामात त्याने प्रमुख सुभेदाराचा राजवाडा, दरबार-हॉल, मशीद, तुर्की पद्धतीचे स्नानगृह, द्वारमंडप, बगीचा आणि विशाल तलाव आणि कारंजी असलेला बगीचा आणि जवळच गच्ची आणि इतर अनेक इमारती बांधून त्याने कल्याण शहर सुंदर बनविले. त्याने आपल्या पत्नीची कल्याणला जी भव्य कबर बांधली, त्याला एक लाख रुपये खर्च आला.

परंतु १६९३च्या प्रारंभी मराठ्यांनी पुन्हा आपली स्थिती सुधारली. मोगलांना आपले वर्चस्व गमवावे लागले आणि त्यांना संरक्षणात्मक भूमिका घ्यावी लागली. सर्वत्र संचार करणाऱ्या मराठा गनिमी टोळ्यांनी पुन्हा मोगल प्रदेशावर हल्ले करण्याला आणि मोगलांनी जे किल्ले नुकतेच जिंकून घेतले होते ते पुन्हा परत मिळविण्याला प्रारंभ केला. अशा हल्ल्यांची योजना करण्याकरिता मराठ्यांना कोकणचा तळ अत्यंत उपयुक्त वाटला कारण त्याच्यासमोर प्रचंड असा पश्चिम घाट पसरलेला होता. त्याचा उपयोग एखाद्या तटबंदीसारखा होत असे तर पश्चिम किनाऱ्यावर पोर्तुगीजांचे जे मित्र-राज्य होते त्यातील प्रदेशात, शत्रूने पुष्कळवेळा पूर्व कोकणात जरी मुसंडी मारली तरी त्यावेळी सुद्धा, लढाईत गुंतलेल्या मराठा सैनिकांच्या स्त्रिया आणि मुले यांना सुरक्षित आश्रय

देण्याकरिता ह्या प्रदेशाचा उत्तम उपयोग होत असे. पोर्तुगीज गव्हर्नरने सुरक्षित आश्रय द्यावा आणि उत्तर कोकणातील आपल्या किल्ल्यांना आणि खेड्यांना रसद पुरवावी म्हणून मराठ्यांनी पोर्तुगीज गव्हर्नरला भरपूर लाच देऊन ठेवली होती.

म्हणून मातबरखानाने ''उत्तरेकडील'' पोर्तुगीज प्रदेशावर (वसई आणि दमण) हल्ला चढविला आणि तिथे शत्रुप्रदेशातील प्रजाजनांना युद्धकैदी बनवून त्यांच्या सैन्याचा पराभव केला. गोव्याच्या गव्हर्नरने शेवटी बादशहाकडे शरणागती घेतली आणि अनेक बहुमोल वस्तू भेट म्हणून पाठविल्या.

औरंगजेबाच्या दरबाराला पाठविलेल्या वार्तापत्रात आपल्याला मातबरखानाने आपल्या प्रदेशात किती चोख कारभार ठेवला होता, प्रशासनात त्याने किती उच्च दर्जाची कार्यक्षमता आणलेली होती आणि मोगल सत्ता टिकवून धरण्याकरिता त्याने जंजिर्‍याच्या सिद्दी प्रमुखाने आणखी दक्षिणेकडे ज्या लष्करी हालचाली चालविलेल्या होत्या, त्याला किती वेळोवेळी मदत दिली याची अनेक उदाहरणे आढळून येतात. १७०४ मधील फेब्रुवारीच्या अखेरीस ह्या विश्वासू आणि कर्तबगार सेवकाचा मृत्यू घडून आला.

प्रकरण सोळावे

औरंगजेबाच्या कारकिर्दीची शेवटची अवस्था

१. मराठा सरकारचे धोरण १६८९–१६९९

ज्यावेळी मराठ्यांच्या गादीवर नुकत्याच आलेल्या राजाने म्हणजे राजारामाने मद्रासच्या किनाऱ्याकडे पलायन केले (जुलै १६८९), त्यावेळी मराठा राज्याचा कारभार त्याच्या मंत्र्यांकडे सोपविण्यात आला. रामचंद्र नीळकंठ याला ''पश्चिमेचा राजप्रतिनिधी'' (Regent of the West) म्हणून नेमण्यात आले. याच वेळी त्याला 'हुकुमत–पन्हा' ही पदवीही देण्यात आली. याच रामचंद्राने प्रत्यक्षात राजा नसलेल्या राज्यात अतिशय शहाणपणाने आणि कुशलतेने कारभार पाहून अतिशय संकटात मराठा राज्याचे सुकाणू कुशलतेने सांभाळले. मोगलांच्या प्रगतीची घोडदौड त्याने रोखून धरली, मोगल प्रदेशात हल्ले करण्याची योजना त्याने कार्यान्वित केली, जिंजीला त्याने आपल्या धन्याकडे वारंवार मदत पाठविली आणि हट्टी आणि एकमेकांविषयी मत्सरग्रस्त असणाऱ्या आपल्या मराठा सेनापतींमध्ये शांतता टिकवून धरली.

राजाराम स्वभावत:च दुर्बळ मनाचा होता. यावेळी त्याच्यावर कोसळलेल्या परिस्थितीमुळे तो सर्वार्थाने शक्तिहीन बनलेला होता. त्याच्याजवळ त्याचे स्वत:चे सैन्य नव्हते किंवा त्याचा स्वत:चा खजिनाही नव्हता किंवा त्याच्या वर्चस्वाखाली कोणत्याही प्रजाजनांचा अंतर्भावसुद्धा झालेला नव्हता. तो सध्या नुसता नावालाच राजा राहिलेला होता. ज्या कोणत्याही मराठा सेनानायकाला १००० किंवा कमीतकमी ५०० अनुयायी आपल्याभोवती जमा करता येतील त्याला आपल्या नाममात्र राजावर कोणत्याही अटी लादता येत असत. म्हणून राजारामाने पदव्या आणि न जिंकलेले प्रदेश ह्यांचे उदार हस्ताने खैरात करण्याचे धोरण अमलात आणलेले होते. सर्व मराठा सरदार जिंजीला आपल्या राजाला भेटण्याकरिता गेले त्यावेळी राजाने त्यांना निरनिराळ्या पदव्या दिल्यात, त्यांची निरनिराळ्या सेनाविभागांवर सेनापती या नात्याने नियुक्ती केली आणि निरनिराळे परगणे त्यांना बक्षिसादाखल दिले. या परगण्यांत त्यांनी जावे, तो प्रदेश लुटून घ्यावा आणि त्या ठिकाणी चौथाई वसूल करावी अशी त्यांच्याकडून अपेक्षा होती. ज्यावेळी राजारामाचे साम्राज्य जवळजवळ पूर्ण लयाला जात होते त्यावेळी राजारामाने आपल्या राज्यातील तीच तीच पदे आणि पदव्या आपल्या सरदारांना बहाल

केल्या. मराठा दरबारातील दुराभिमानी आणि स्वार्थी अशा कोणत्याही सरदाराला तो दुखविण्याच्या परिस्थितीत नव्हता. राजारामाच्या अकरा वर्षांच्या अल्प कारकिर्दीत सेनापतीपद पाच वेळा बदलण्यात आले आणि ह्याशिवाय पाच अधिकाऱ्यांना एकाच वेळी ''सैन्याचा प्रमुख'' अशी पदवी देण्यात आली. त्या पदव्यांची भाषा एकमेकांपासून थोडीफार वेगवेगळी होती. परंतु त्याचा अर्थ ''सैन्याचा प्रमुख'' हाच होता. त्या सर्वांना सारखाच ध्वज, सारखाच दर्जा आणि सेनापतीपदाला साधारणपणे देण्यात येणाऱ्या सर्व सवलतीसुद्धा सारख्याच देण्यात आलेल्या होत्या !

परंतु महाराष्ट्रातील परिस्थिती पाहता सत्तेचे झालेले हे विकेंद्रीकरण हे त्या स्थितीला अनुरूपच होते असे म्हणावे लागते. आपल्या स्वतःच्या मतानुसार वागणाऱ्या मराठा सेनानायकांनी गनिमी काव्याचे युद्ध चालविले होते आणि त्यामुळे मोगल प्रदेशात अतिशय हानी आणि गोंधळ निर्माण झालेला होता. मोगलांना कोणत्या ठिकाणाचे संरक्षण करावे किंवा आपल्या हल्ल्याकरिता शत्रूचे लष्करीदृष्ट्या महत्त्वाचे असे ठाणे कोठे शोधावे, हेच कळेनासे झाले होते. मराठ्यांच्या अतिशय चपळ अशा गनिमी तुकड्यांनी लांब लांब प्रदेशात संचार चालविलेला होता आणि अनपेक्षित ठिकाणी त्यांचे हल्ले होत होते. अशा सर्वत्र संचार करणाऱ्या गनिमी पथकांची संख्या असंख्य होती. परिणामी सगळ्या दक्षिण हिंदुस्थानात सार्वत्रिक गोंधळ निर्माण झाला. यावेळी मराठ्यांनी समोरासमोरच्या लढाया टाळल्या. पावसाळ्यात त्यांनी आपल्या छावण्या जिथे सहजासहजी कोणी पोहोचू शकणार नाही, अशा दुर्गम आणि अज्ञात प्रदेशात केल्या. त्यांची गनिमी पथके पूर्ण वर्षभर कधीही एकत्रित राहत नसत. सहा महिन्यांचा स्वारीचा काळ आटोपला (ऑक्टोबर ते एप्रिल) की ते आपल्या घरोघरी निघून जात असत.

महाराष्ट्रात जे मंत्री नेमलेले होते त्यांच्यात आणि जिंजीच्या दरबारातसुद्धा परस्परांमध्ये मत्सराची भावना होती. परशुराम त्रिंबक याने आपल्या स्वतःचा एक गट स्थापन केला आणि कालांतराने त्याने संताजी घोरपडे याला त्यात सामील करून घेतले. याचा साहजिकच परिणाम असा झाला की धनाजी जाधवाला रामचंद्रपंताने पाठिंबा दिला. संताजीचा शिरजोरपणा दिवसेंदिवस वाढत गेला. तो ''पश्चिमेच्या राजप्रतिनिधीचे'' हुकूम पाळत नसे किंवा राज्याच्या कोणत्याही योजनेत सहकार्य देत नसे (उदाहरणार्थ १६९३ मध्ये पन्हाळ्याची वेढ्यातून मुक्तता करावयाची होती तेव्हा). त्याला स्वतःला स्वतःची जहागिरी जिंकून घेण्यात अतिशय रस वाटत होता. यामुळे रामचंद्रपंताला राजाची संमती घेऊन संताजी घोरपडेची उचलबांगडी करावी लागली. यानंतर दुसरा मंत्री शंकराजी मल्हार याने संताजीला उदार अंतःकरणाने आपला आश्रय दिला. दुसरा

तितकाच शिरजोर आणि कर्तबगार परंतु स्वार्थी सेनापती म्हणजे नेमाजी शिंदे. रामचंद्रपंतांनी ह्या अडचणींवर मात करण्याचा जास्तीत जास्त प्रयत्न केला आणि त्यात त्यांना सर्वसाधारणपणे चांगले यश मिळाले असे म्हणावे लागते. यानंतर संताजी घोरपडे आणि धनाजी जाधव यांच्यात निर्माण झालेल्या शत्रुत्वाची परिणती इ.स.१६९६ मध्ये यादवी युद्धात झाली. त्यांच्यात तीन लढाया घडून आल्या. पुढे संताजीचा खून झाला (जून १६९७) आणि त्यामुळे त्याचा मुलगा राणोजी आणि त्याचा भाऊ बहिर्जी (त्याला हिंदुराव म्हणत.) हे एका बाजूला आणि धनाजीचा पक्ष दुसऱ्या बाजूला यांच्यात अत्यंत क्रूर असे भांडण निर्माण झाले. ह्या जखमा भरून येण्याला बराच काळ लागला. मराठ्यांमध्ये ही जी अंतर्गत भांडणे निर्माण झाली, त्यामुळे मोगलांना थोडा काळ विश्रांती मिळाली.

रामचंद्रपंतांनी अत्यंत हुशारीने युद्धात लढणाऱ्या मराठा सैनिकांच्या कुटुंबीयांना दक्षिण कोकणात आणि दमणच्या पोर्तुगीज प्रदेशात सुरक्षित आश्रय मिळवून दिला होता. ह्या प्रदेशात मोगल सैन्याचा अजूनपर्यंत शिरकाव झालेला नव्हता, त्याच्या फायदा रामचंद्रपंतांनी घेतला. बेरडांचा प्रदेश आणि म्हैसूरचा वायव्य प्रदेश यांचा उपयोग रामचंद्रपंतांनी याच कार्याकरिता केला. याचे कारण बादशहाला आतापर्यंत या प्रदेशावर आक्रमण करण्याला सवड सापडलेली नव्हती.

२. राजमाता या नात्याने ताराबाईची कारकीर्द; मराठा राज्यातील अंतर्गत मतभेद

दिनांक २ मार्च १७०० रोजी राजारामाचा मृत्यू झाल्यानंतर आणि त्याचा मुलगा कर्ण याची कारकीर्द तीन आठवड्यांच्या आत संपुष्टात आल्यानंतर ताराबाईने आपला दहा वर्षाखालील (औरस) मुलगा शिवाजी याला राज्याभिषेक केला आणि तिने परशुराम त्रिंबक याच्या मदतीने राज्यकारभार चालविला. मराठा राज्यात अशा रीतीने दुसरे राजप्रतिनिधी मंडळ अस्तित्वात आले. यावेळी मराठा राज्याला मार्गदर्शन करणारी सर्वोच्च शक्ती ही कोणा मंत्र्याकडे नव्हती. तर ती ताराबाई मोहिते ह्या विधवा राणीकडे केंद्रित झाली होती. राजारामाच्या मृत्यूमुळे जी परिस्थिती निर्माण झाली होती, त्यात मराठ्यांच्या गादीबाबत जो विवाद निर्माण झालेला होता आणि १६९९ पासून १७०१ पर्यंत औरंगजेबाला जे एकामागून एक विजय मिळत गेलेले होते, या सगळ्यांचा परिणाम म्हणून मराठा राज्यात जे असाधारण संकट निर्माण झाले होते त्यातून सर्व राष्ट्राला वाचविण्याचे सर्व श्रेय आपल्याला ताराबाईच्या चारित्र्याला आणि राज्यकारभारातील तिच्या कुशल निपुणतेला द्यावे लागते. मराठ्यांबाबत शत्रुत्वाची भावना ठेवणाऱ्या खाफीखानासारख्या मुसलमान इतिहासकाराला सुद्धा तिच्या अंगी शहाणपण, धाडस इत्यादी गुण होते ह्याशिवाय तिच्यात प्रशासकीय कुशलता होती

आणि सैन्यात तिला लोकप्रियता लाभली होती इत्यादी गुणांची त्याला कबुली द्यावी लागली. ''ताराबाईच्या मार्गदर्शनाखाली मराठ्यांच्या हालचालींना मोठा वेग प्राप्त झाला. तिने लवकरच सेनापतींच्या नेमणुका आणि त्यांच्यात करावयाचे बदल, राज्यातील खेडीपाडी संघटित करणे, मोगल प्रदेशात स्वाऱ्यांची योजना इत्यादी विषय आपल्या हाती घेऊन तिने राज्याच्या सर्व कारभाराची सूत्रे आपल्या नियंत्रणाखाली आणली. तिने दक्षिणेतील सहा सुभ्यांवर स्वाऱ्या करण्याकरिता, नव्हे माळव्यातील सिरोंज आणि मंदासारे या प्रदेशापर्यंत हल्ले चढविण्याकरिता सैन्य पाठविण्याची तिने अशी काही व्यवस्था केली आणि आपल्या सेनाधिकाऱ्यांची अंत:करणे तिने त्याकरिता अशी काही आपलीशी करून घेतली की त्यामुळे औरंगजेबाने मराठ्यांना नष्ट करण्याकरिता आपल्या कारकिर्दीच्या अखेरीपावेतो जे जे प्रयत्न केलेत ते सर्व अयशस्वी ठरले.''

राजारामाच्या मृत्यूनंतर ताबडतोब परशुराम त्रिंबक हा, त्याला सातारच्या इतर मंत्र्यांचा मत्सर वाटत असल्यामुळे, तो स्वत:च्या परळी किल्ल्याबाहेर कूच करून आला आणि मोगलांना सामील होण्याची इच्छा त्याने व्यक्त केली. परंतु ताराबाईने ह्या अत्यंत सर्वोच्च कर्तबगार अधिकाऱ्याला प्रतिनिधी पदावर त्याची नेमणूक करून आणि त्याच्यावर आपला पूर्ण विश्वास टाकून त्याला आपल्या बाजूला वळवून घेतले. परंतु तरीसुद्धा ताराबाईला अत्यंत कटू आणि दीर्घ संघर्ष करूनच आपले वर्चस्व प्रस्थापित करता आले. काही सेनापतींनी तिची आज्ञा मान्य केली तर काहींनी तिचा हुकूम मानला नाही. राजारामाची कनिष्ठ पत्नी आणि स्पर्धक राजा म्हणून ज्याला गादीवर बसविण्यात आले होते त्या संभाजी दुसऱ्याची आई राजसबाई हिने ताराबाईशी भांडणाला प्रारंभ केला आणि आपला स्वत:चा गट निर्माण करण्याचा प्रयत्न चालविला. मराठा पुढाऱ्यांमध्ये यावेळी एक तिसराही पक्ष होता. या तिसऱ्या पक्षाला राजा शाहू हा शिवाजीच्या वारसांपैकी थोरल्या पातीचे प्रतिनिधित्व करीत असल्याने एकूण राष्ट्रीय ऐक्याच्या दृष्टीने त्याला गादीवर बसवावे असे वाटत होते. धनाजी जाधव आणि संताजी घोरपडे यांच्यात आणि ह्यांच्या समर्थकांत आणि त्यांच्यासारख्या इतर अनेक मराठा सेनापतींमध्ये व्यक्तिगत हेवेदावे निर्माण झाल्यामुळे ही गादीसंबंधीची भांडणे जास्त गुंतागुंतीची बनली.

३. शाहूचे नजरकैदेतील जीवन, १६८९–१७०७; मोगलांचे मराठा समर्थक

संभाजीचा सर्वांत वडील मुलगा शाहू आपल्या वयाच्या सातव्या वर्षी ज्यावेळी १६८९च्या ऑक्टोबर महिन्यात रायगडाचा पाडाव झाला त्यावेळी मोगलांच्या हाती सापडला आणि युद्धकैदी म्हणून त्याला पकडण्यात आले, जरी त्याला सद्य अंत:करणाने

वागविण्यात आले तरी त्याच्यावर सक्त नजरकैद ठेवण्यात आली. बादशहाच्या तंबूशेजारीच त्याच्या राहण्याची व्यवस्था करण्यात आली. बादशाही निवासस्थानाच्या आवारातच म्हणजे लाल कॅनव्हासने उभारलेल्या (गुलाल-बार) तंबूच्या आवारातच शाहूची ही व्यवस्था करण्यात आली. शाहूबरोबरच त्याची आई येसूबाई आणि त्याचे सावत्र भाऊ मदनसिंग आणि मधूसिंग हेही पकडले गेले होते आणि त्यांच्या राहण्याची व्यवस्थाही शाहूबरोबरच करण्यात आली होती.

इ.स.१७०० मध्ये शाहू गंभीर आजारी पडला आणि त्यामुळे त्याच्या शरीराला आणि मनाला उरलेल्या संपूर्ण जीवनात पंगूत्व प्राप्त झाले. दरबारच्या अखबारपत्रात खालील हकीकत आपल्याला आढळते :-

''२६ ऑगस्ट रोजी राजा शाहू दरबाराला आला आणि त्याने रीतीप्रमाणे बादशहाला कुर्निसात केला. त्याच्याकडे पाहिल्यानंतर बादशहाने शाहूचे अंग पिवळे पडल्याचे सांगितले आणि त्याचे कारण विचारले. या प्रश्नाला हाफिज अंबर (खोजा) याने उत्तर दिले. तो म्हणाला की शाहू राजा शिजविलेली डाळ, चपाती किंवा भात खात नाही. परंतु फक्त मिष्टान्न खातो. नजरकैदेत असताना हिंदूंनी शिजविलेले अन्न खाऊ नये असा नियम आहे. शाहू स्वत:ला मोगलांचा कैदी समजत असल्याने तो शिजविलेले अन्न खात नाही.''

औरंगजेबाच्या अडचणी जसजशा वाढू लागल्या आणि दक्षिण प्रश्नाची सोडवणूक करण्याकरिता कोणताही उपाय सापडेना त्यावेळी मराठा सेनापतीशी चाललेले हे युद्ध शाहूच्या मध्यस्थीमार्फत शेवटास नेण्याच्या योजना तो आखू लागला. प्रथमत: दिनांक ९ मे १७०३ रोजी त्याने आपल्या कारकिर्दीत इतर अनेक हिंदू शासकांच्या वारसांनी मुसलमान धर्म स्वीकारला तसाच तो शाहूनेही स्वीकारावा असा आग्रह शाहूला करण्याकरिता म्हणून त्याने हमीदउद्दीनखानाला पाठविले. परंतु शाहूने धर्मांतर करण्याचे नाकारले. यानंतर शाहूची सुटका करून मराठ्यांमध्ये दुही निर्माण करण्याचे प्रयत्न बादशहाने चालविले. राजपुत्र कामबक्ष याच्या मध्यस्थीने प्रमुख मराठा सेनापतीशी शाहूची सुटका कोणत्या अटींवर करावयाची, याच्या वाटाघाटी करावयाच्या आणि तसा त्यांच्याशी तह करावयाचा असा बादशहाचा बेत होता. मराठा नेत्यांशी भेटीगाठी घेऊन त्याचे मन वळविण्याकरिता म्हणून तंजावरचा व्यंकोजी भोसले याचा मुलगा रायभान याला मोगलांच्या नोकरीत घेण्यात आले, ६०००ची मनसबदारी त्याला देण्यात आली आणि नंतर शाहूची भेट घेण्याकरिता त्याला पाठविण्यात आले. (१७ जुलै १७०३) परंतु याही योजनेला अपयश आले. भीमसेनाने याबाबतीत परखडपणे लिहिले :- ''राजपुत्राने वारंवार आपली माणसे धनाजीकडे पाठविली. परंतु मराठ्यांचा नाश

झालेला नसल्यामुळे आणि संपूर्ण दक्षिण, शिजविलेल्या एखाद्या स्वादिष्ट पदार्थाप्रमाणे मराठ्यांच्या हातात आल्यामुळे त्यांनी शांततेचा तह का करावा ? राजपुत्राचे वकील तसेच निराशेने हात हलवीत परत आले आणि राजा शाहूला गुलाल बार मध्ये पुन्हा कडक नजरकैदेत ठेवण्यात आले.''

अशा स्थितीत औरंगजेबाला मोठे असहाय्य वाटू लागले. आपल्या जीवनाच्या शेवटल्या वर्षात (१७०७) त्याने मराठ्यांशी शांतता प्रस्थापित करण्याकरिता शेवटचा प्रयत्न करून पाहावयाचे ठरविले. शाहूला त्याने स्वत:च्या छावणीतून नसरतजंगाच्या छावणीत हलविले (२५ जानेवारी). शाहूची सुटका व्हावी ह्याकरिता मराठा सेनापतींनी मोगल बादशहाशी मैत्रीचा तह करावा ह्याकरिता त्यांचे मन वळविण्याच्या आशेने त्याने रायभानला त्याच्याच हाताखाली नेमले. ह्यावेळी नसरत जंगाने मराठा सेनापतींना अतिशय गोडीगुलाबाची आणि सामोपचाराची पत्रे लिहिली आणि त्यांनी मोगलांकडे यावे आणि शाहूला सामील व्हावे अशी विनंती याचबरोबर केली. परंतु याचा मराठ्यांवर कोणताही परिणाम झाला नाही. वास्तविक यावेळी मराठ्यांमध्ये यादवी युद्धाला प्रारंभ झालेला होता. राजसबाई हिने ताराबाईला पकडण्याचे आणि तिच्या योजनांमध्ये खीळ घालण्याचे सर्व प्रयत्न चालविले होते. परंतु मराठ्यांमधील ह्या भांडणाचा फायदा आपल्याला मिळेल आणि त्यातून शाहूला यात गोवून मराठ्यांमध्ये आपण आणखी भेद निर्माण करू शकू ही जी बादशहाला आशा वाटत होती ती मावळली. औरंगजेबाच्या मृत्यूनंतरच आग्र्याकडे राजपुत्र आझम कूच करीत असताना शाहू मोगलांच्या छावणीतून निसटला आणि तो दक्षिणेकडे गेला. परंतु याकडे आझमने जाणूनबुजून दुर्लक्ष केले.

औरंगजेबाशी जीवन-मरणाचा संघर्ष चालू असताना सर्वच प्रमुख मराठा कुटुंबे ही मराठा राष्ट्राच्या बाजूने उभी होती असे दिसून येत नाही. त्यापैकी पुष्कळ मराठा कुटुंबे मोगलांची सेवा करीत होती आणि त्यांची प्रत्येकाची कारणे वेगवेगळी होती. ज्या कुळात थोर शिवाजीच्या आईचा जन्म झाला, त्या सिंदखेडच्या जाधवराव मराठा घराण्याने लखुजी जाधवरावाचा खून झाल्यानंतर, अगदी शहाजहानच्या कारकिर्दीच्या प्रारंभी (१६३०) मोगल सैन्यात प्रवेश केला आणि त्यानंतर कित्येक पिढ्यांपर्यंत त्यांनी मोगलांचीच सेवा केली. राजारामाच्या आईचा ज्या कुळात जन्म झाला, त्या शिर्के कुटुंबातील कान्होजी शिर्के आणि त्यांची मुले यांच्यावर संभाजीने अत्याचार केल्यामुळे त्यांनी पळून जाऊन मोगल बादशहाचा आश्रय घेतला आणि बादशहाने सुद्धा त्यांना आपल्या प्रशासनात वरच्या जागा दिल्या. शिर्के आणि त्याचप्रमाणे नागोजी माने (म्हसवडचा ठाणेदार आणि १६९४ पासून मोगलांचा एक समर्थक) हे सतत मोगलांशी एकनिष्ठ राहिले आणि त्यांनी मोगलांशी दीर्घकाळ सेवा करून वेळोवेळी कर्तबगारी

दाखविली. मोगल बादशहाचे इतर तीन एकनिष्ठ मराठा सेवक म्हणजे आवजी आढाळ (खानापूरचा ठाणेदार), रामचंद्र (खटाऊचा ठाणेदार) आणि बहिर्जी पांढरे हे होत. ह्यापैकी आवजी आढाळाला मराठ्यांनी २३ जानेवारी १७०० मध्ये पकडून कैदेत ठेवले तर रामचंद्र हा आपले ठाणे लढवित असतांना १८ ऑगस्ट १७०० रोजी मृत्यू पावला. बहिर्जी पांढरे हा काही दिवस काशीगावला ठाणेदार होता.

दुसरा मोगलांच्या नोकरीत असलेला प्रमुख मराठा सरदार म्हणजे सटवाजी डाफळे हा होता. त्याचे जीवन मोठे चित्रविचित्र बनलेले होते. त्याच्या कुटुंबाला आदिलशाही राजवटीत जहागिरी मिळालेली होती. आदिलशाहीचा पाडाव झाल्यानंतर त्यांनी मोगलांची नोकरी पत्करली. साताऱ्याच्या वेढ्याच्या वेळी (१३ एप्रिल १७००) त्या किल्ल्यावर हल्ला करण्याकरिता जी बिनीची तुकडी पाठविण्यात आली होती, तीत सटवाजीचा मुलगा बाजी चव्हाण डाफळे याचा समावेश होता. त्याने या हल्ल्यात स्वत:चे बलिदान करणे पसंत केले. १६९५ पूर्वी सटवाजीने मोगलांचा पक्ष सोडून दिला आणि मोगलांच्या प्रदेशावर हल्ले करण्याला प्रारंभ केला. परंतु ज्यावेळी त्याला ५००० ची मनसब आणि त्याच्या मृत मुलाने दाखविलेल्या शौर्याबद्दल त्याला जतची जहागिरी देण्यात आली, त्यावेळी १७०१ च्या ऑगस्ट महिन्यात तो मोगल बादशहाला येऊन परत सामील झाला.

पहाडात राहणारे कित्येक हजार मावळे सुद्धा औरंगजेबाच्या नोकरीत होते. मराठ्यांची ही जी मोगल लष्करात भरती केली जात असे त्याचा हेतू त्यांनी मोकळे राहून आपल्याला कोणताही उपद्रव देऊ नये हाच सर्वसाधारणपणे होता. परंतु त्यांच्या भरतीमुळे मोगल सैन्याचे सामर्थ्य मात्र वाढत नसे. याचे कारण उघड होते. ह्या मराठ्यांजवळ असणाऱ्या शस्त्रास्त्रांचा दर्जा हा मोगलांच्या नियमित सैन्यात असणाऱ्या सैनिकांजवळील शस्त्रास्त्रापेक्षा निश्चितच अगदी कमी प्रतीचा होता. ह्याशिवाय ते आपल्या धन्याच्या वतीने नेहमीच द्विधा चित्त ठेवून लढत असत आणि त्यांचे सेनानायक हे तर वारंवार आपला पक्ष बदलीत.

४. औरंगजेबाचा साताऱ्याचा वेढा

मराठ्यांची मजबूत ठाणी पाडून टाकण्याकरिता म्हणून औरंगजेबाने नवीन स्वारी आरंभिली. याकरिता तो इस्लामपुरीहून दिनांक १९ ऑक्टोबर १६९९ रोजी कूच करून बाहेर पडला. या स्वारीत त्याच्या जीवनाची पुढील सहा वर्षे व्यतीत झाली. सातारा, परळी, पन्हाळा, विशालगड (खेळणा), कोंडाणा (सिंहगड), गजगड आणि तोरणा यांसारखे प्रसिद्ध किल्ले त्याने एकामागून एक जिंकलेत. याचवेळी त्याने इतर पाच कमी महत्त्वाच्या जागासुद्धा जिंकून घेतल्या. परंतु तोरणा किल्ल्याचा अपवाद सोडल्यास

ह्यांपैकी एकही किल्ला त्याने हल्ला करून जिंकला नाही हे या ठिकाणी लक्षात ठेवावयास हवे. प्रत्येक ठिकाणी त्याची किंमत दिल्यानंतर विशिष्ट वेळानंतर या किल्ल्यांनी शरणागती स्वीकारली. प्रत्येक किल्ल्यातील मराठा सैन्याला आपल्या वैयक्तिक मालमत्तेसह किल्ल्याबाहेर जाण्याची अनुमती देण्यात आलेली होती. त्याचबरोबर प्रतिकार करण्याचे थांबविले म्हणून किल्ल्यातील सेनापतींना मोठमोठी बक्षिसेही देण्यात आली.

आपली पत्नी उदेपुरी, तिचा मुलगा कामबक्ष आणि मुलगी झिनत उन्नीसा या सर्वांना, ज्याची आवश्यकता नव्हती अशा सर्व मालमत्तेसह आणि आघाडीवर ज्यांची गरज नव्हती अशा अधिकाऱ्यांसह, ह्याचप्रमाणे सैनिकांची आणि छावणी सहाय्यकांची कुटुंबे या सर्वांना औरंगजेबाने इस्लामपुरी या ठिकाणी ठेवून दिले. योग्य ते सैन्य वजीर आसदखान याच्या दिमतीला देवून त्यालाच त्यांच्या बंदोबस्ताकरिता नेमण्यात आले. वेढ्याकरिता ज्या ठिकाणी छावणी दिलेली होती, त्याच्या सभोवती संचार करणाऱ्या किंवा इस्लामपुरीच्या लष्करी तळावर हल्ला चढविणाऱ्या मराठा सैनिकांचा बंदोबस्त करण्याचे कार्य झुल्फिकार अलीखानाकडे, त्याला आता नसरतजंग अशी पदवी मिळालेली होती, त्याच्याकडे सोपविण्यात आले. त्याने ह्याकरिता सतत संचार आणि कष्ट करावे अशी अपेक्षा होती.

इस्लामपुरीहून कूच केल्यानंतर बादशहा २१ नोव्हेंबर रोजी मसूर या ठिकाणी (साताऱ्याच्या दक्षिणेला २१ मैलांवर) येऊन पोहोचला. मसूरच्या नैर्ऋत्येला सहा मैलावर असणाऱ्या वसंतगडामधील मराठा सैन्याने घाबरून शरणागती घेतली आणि त्यांनी किल्ला मोगलांच्या स्वाधीन केला. मोगलांनी दिनांक २५ रोजी किल्ल्यात प्रवेश केला. आपल्या नवीन स्वारीला हा चांगला शकून झाला असे समजून त्यांनी किल्ल्याला 'विजयाकडे नेणारे प्रवेशद्वार' (Key to Victory) (कीलिद-इ-फत्ते) असे नाव ठेवले.

तेथून पुढे कूच केल्यानंतर मोगल सैन्य दिनांक ८ डिसेंबर रोजी सातारा किल्ल्यानजीक येऊन पोहोचले. औरंगजेबाने किल्ल्याच्या तटबंदीच्या उत्तरेला दीड मैलावर कारंजा या खेड्यात आपला मुक्काम ठेवला. आपले सहाय्यक आणि माल वाहून नेणारी खेचरे यांच्यासहित संपूर्ण मोगल सैन्याने एकाच ठिकाणी छावणी केली. या छावणीचा परीघ पाच मैलांचा होता. छावणीभोवती मराठा गनिमांना या छावणीवर हल्ला करता येऊ नये म्हणून एक संरक्षक भिंत बांधण्यात आली. ९ डिसेंबर रोजी प्रत्यक्ष वेढ्याला प्रारंभ झाला. सगळ्या प्रदेशात खडकाळ जमीन असल्यामुळे खंदक खणण्याचे काम अत्यंत धीम्या गतीने झाले. हे कार्य अतिशय कठीण ठरले. किल्ल्यातील शिबंदीने मोगलांवर रात्रंदिवस सतत गोळ्यांचा वर्षाव केला. परंतु शेवटपर्यंत खंदक खणण्याचे कार्य पूर्ण

होऊ शकले नाही. त्यामुळे वेढ्याच्या अखेरीपावेतो सातारा किल्ल्यातून शत्रूचे येणे-जाणे चालूच राहिले. किल्ल्यातील मराठा सैन्याने छापे मारण्याचे सत्र सतत चालविले. हे सर्व हल्ले मोगलांनी परतवून लावले. त्यात प्रत्येक वेळी कमी जास्त हानी झाली परंतु सर्वांत मोठा धोका हा मराठ्यांच्या बाहेरील सैन्यामुळे निर्माण झाला. त्यांच्या सततच्या हल्ल्यांमुळे मोगलांची स्थिती ही वेढा घालून बसलेल्या एखाद्या शहरासारखी झाली. वैरण मिळविण्याकरिता मोगलांच्या छावणीतून ज्या मोगल सैनिकांच्या तुकड्या बाहेर जात, त्यांना अत्यंत शूर अशा मोगल सरदारांच्या नेतृत्वाखाली कडक बंदोबस्तातच जावे लागले. मोगलांच्या प्रदेशात सर्वत्र संचार करणाऱ्या धनाजी, शंकराजी आणि इतर मराठा सेनापतींनी निरनिराळ्या खेड्यांवर हल्ले चढविले. बाहेरच्या ठाण्यांचा मोगलांशी असलेला संबंध तोडून टाकला आणि वंजारी लोक धान्य आणीत असत, त्यांच्या चोरवाटा त्यांनी बंद करून टाकल्या.

अपार कष्ट करून तरबियतखानाने २४ यार्ड लांब सुरुंग पेरण्यात आणि तो किल्ल्याच्या तटबंदीखाली नेण्यात यश मिळविले. परंतु अशा रीतीने भगदाड पाडून हल्ला करण्याची पद्धती हीतकारक नाही असे सर्वानुमते ठरले. म्हणून दिनांक २३ जानेवारी रोजी मोगलांच्या नोकरीत असणाऱ्या २००० मावळ्यांनी किल्ला चढून जाण्याचा एकाएकी प्रयत्न केला. परंतु त्यातही त्यांना यश लाभले नाही. १३ एप्रिल रोजी दोन सुरुंग फोडण्यात आले. पहिल्या स्फोटामुळे किल्ल्यातील बरेच सैनिक ठार मारले गेले आणि भिंत पडली. त्या भिंतीखाली हवालदार प्रागजी प्रभू हा जिवंत गाडला गेला. परंतु त्याला जेव्हा नंतर बाहेर काढण्यात आले त्यावेळी तो जिवंत स्थितीतच सापडला. दुसऱ्या सुरुंगाचा स्फोट बाहेरच्या बाजूस झाला. त्या स्फोटामुळे एक बुरूज कोसळला आणि या हल्ल्याकरिता भिंतीच्या तळाशी अनेक मोगल सैनिक अत्यंत दाटीवाटीने उभे होते. त्यांच्यावर जाऊन तो पडला. यात २००० मोगल सैनिक ठार मारले गेले. या स्फोटामुळे तटबंदीच्या भिंतीत २० फूट रुंद असे भगदाड निर्माण झाले. यावेळी मोगल सैन्यातील काही शूर अधिकारी, विशेषत: सटवाजी डाफळेचा (विजापूर जिल्ह्यातील जत राज्याच्या संस्थापक) मुलगा बाजी चव्हाण डाफळे हा धावत धावत भिंतीवर चढला आणि तेथून आपल्या सहकाऱ्यांना ओरडत सांगू लागला – ''ताबडतोब चढून वर या ! येथे शत्रूचा मागमूस नाही'' परंतु त्याच्या मागोमाग कोणीच गेले नाही. नुकत्याच झालेल्या स्फोटामुळे आणि कोसळून पडलेल्या भिंतींमुळे खंदकातील मोगल सैनिक इतके भयग्रस्त झाले होते की त्यांना तिथून बाहेर पडण्याचे सुचणे शक्यच नव्हते. बाहेरच्या बाजूने झालेल्या आकस्मिक स्फोटामुळे आश्चर्यचकित झालेले किल्ल्यातील सैन्य भानावर आले आणि भगदाडाच्या जागी धावत जाऊन त्यांनी त्या

शूर बाजी चव्हाण डाफळेला ठार मारले.

मधल्या काळात राजारामाचा मृत्यू झाला (मार्च) आणि त्याचा मंत्री परशुराम याने मोगलांपुढे शरणागती घेण्याची तयारी दर्शविली. तरबियतखानाने ७० यार्ड लांब किल्ल्याची तटबंदी नष्ट केली. सुरुंगाच्या स्फोटामुळे ४०० मराठा सैनिक ठार मारले गेले होते. या सगळ्या परिस्थितीमुळे साताऱ्याचा किल्लेदार सुभानजी याचे धैर्य खचले आणि त्याने राजपुत्र आझम याच्या मध्यस्थीने बादशहाशी तह केला. २१ एप्रिल रोजी त्याने साताऱ्याच्या किल्ल्यावर मोगलांचा ध्वज फडकवला आणि दुसऱ्याच दिवशी त्याने तो किल्ला मोगलांच्या स्वाधीन केला. राजपुत्र आझम याच्या सन्मानार्थ या किल्ल्याला 'आझमतारा' हे नाव देण्यात आले.

५. परळीचा किल्ला जिंकला

यानंतर लवकरच साताऱ्याच्या पश्चिमेला ६ मैलांवरील परळी किल्ल्यासमोर खंदक बांधून मोगलांनी परळीच्या वेढ्याला प्रारंभ केला. हा किल्ला म्हणजे शिवाजीचे गुरू रामदास स्वामी यांचे प्रमुख निवासस्थान होते आणि साताऱ्याला मोगलांनी वेढा दिला असताना मराठा राज्याचे प्रमुख केंद्र म्हणून याच किल्ल्याचा उपयोग केला जात होता. मराठा राज्याचा प्रमुख महसूल अधिकारी परशुराम, राजारामाच्या मृत्यूमुळे आणि साताऱ्याचा किल्ला शत्रूच्या हाती पडल्यामुळे आपले धैर्य गमावून बसला आणि तो परळीच्या किल्ल्यातून पळून गेला. परंतु तरीसुद्धा त्याच्या हाताखालच्या अधिकाऱ्यांनी मोगलांशी लढाई चालूच ठेवली.

यावेळी अतिपाऊस, धान्याचे आणि वैराणाचे दुर्भिक्ष यामुळे आक्रमकांची फार मोठी हानी घडून आली. परंतु तरीसुद्धा औरंगजेबाने दृढ निश्चयाने किल्ल्यांचा वेढा चालूच ठेवला. शेवटी परळीच्या किल्लेदाराशी तह करण्यात मोगलांना यश लाभले आणि भरपूर लाच घेतल्यानंतर किल्लेदाराने किल्ला मोगलांच्या स्वाधीन केला (९ जानेवारी).

या दोन वेढ्यांमुळे मोगलांच्या सैन्यात सैनिक, घोडे आणि माल वाहून नेणारी खेचरे यांची प्रचंड हानी घडून आली. यावेळी राज्याची तिजोरी रिकामी झालेली होती. मोगल सैनिकांना तीन-तीन महिने पगार न मिळाल्यामुळे त्यांना पैशाची अत्यंत निकड निर्माण झालेली होती. यातच मे महिन्याच्या प्रारंभापासूनच अत्यंत जोरदार पावसाळ्याला प्रारंभ झाला आणि हा पाऊस जुलैच्या अखेरीपावेतो टिकून राहिला. २१ जूनपासून भूषणगडाकडे परतीच्या प्रवासाला प्रारंभ झाला परंतु यामुळे दुःखी मोगल सैनिकांच्या हालअपेष्टांमध्ये भरच पडली. वेढ्यामध्ये अगोदरच माल वाहून नेणारी बहुतांश खेचरे नाश पावली होती. जे काही हत्ती आणि बैल वाचले, त्यांचे फक्त अस्थीपंजरच उरले

होते. अशा अशक्त प्राण्यांकडून आणि हमालांकडून बादशहाचे आणि त्याच्या सरदारांचे काही थोडेबहुत सामानच वाहून नेणे शक्य होते. बादशहाला आपली बरीचशी संपत्ती मागे किल्ल्यात सोडून द्यावी लागली किंवा मालमत्ता जाळून टाकावी लागली. उच्च घराण्यातल्या अनेक लोकांना चिखलातून मैलच्या मैल पायी चालत जावे लागले. एक मजल अशी गाठल्यानंतर, जे मागे राहिले होते त्यांना येथपर्यंत येऊन पोहोचण्याकरिता वेळ मिळावा म्हणून दोन दिवसांचा मुक्काम करण्यात आला. एक दिवसाच्या मजलीमध्ये फक्त तीन मैलांचे अंतर पार होऊ शकले. कृष्णा नदीला यावेळी इतका मोठा पूर आलेला होता की तिचा दुसरा किनारा ह्या किनाऱ्यावरून दिसेनासा झाला होता. एवढ्या प्रचंड सैन्याला ती पूरग्रस्त नदी ओलांडताना अतिशय त्रास सहन करावा लागला. त्या सगळ्या लोकांना पैलतीरावर नेण्याकरिता तोडक्या मोडक्या आणि कशाबशा दुरुस्त केलेल्या फक्त सात बोटी उपलब्ध होत्या आणि त्यात जागा मिळविण्याकरिता लोक आपसांत भांडत होते. अशा स्थितीत सर्वजण २५ जुलै रोजी भूषणगड या ठिकाणी जाऊन पोहोचले. केवळ ४५ मैलांचे अंतर तोडण्याला मोगल सैन्याने ३५ दिवस घेतले ! या ठिकाणी पुन्हा एक महिन्याचा मुक्काम करण्यात आला. त्यानंतर शाही छावणी ३६ मैल दूर असलेल्या मान नदीवरील खवासपूर या ठिकाणी नेण्यात आली (३० ऑगस्ट १७००). मोगल सैन्याने नदीच्या दोन्ही किनाऱ्यांवर आपली छावणी प्रस्थापित केली. इतकेच नव्हे तर नदीचे पात्र कोरडे होते त्याही ठिकाणी मोगल सैनिकांनी आपल्या राहुट्या लावण्याला कमी केले नाही. परंतु ऑक्टोबरच्या पहिल्या तारखेला रात्री सर्व माणसे गाढ झोपेत असताना वरच्या पहाडावर अकाली आणि मुसळधार पाऊस झाल्यामुळे नदीला अकस्मात प्रचंड पूर आला, दोन्ही किनारे पाण्याने गच्च भरून गेले आणि इतकेच नव्हे तर हे पाणी भोवतालच्या सर्व सखल प्रदेशात रो रो करत पसरले. या पुरात अनेक माणसे आणि गुरेढोरे वाहून गेली. जे वाचलेत त्यात मोठेमोठे सरदार असूनसुद्धा त्यांच्याजवळ काहीच शिल्लक राहिले नाही. होते नव्हते ते सर्व वाहून गेले. जवळजवळ सर्व तंबू आणि इतर मालमत्ता यांचा नाश घडून आला.

मध्यरात्र होण्यापूर्वी थोडावेळ अगोदर ज्यावेळी प्रथमत: छावणीत पुराचे पाणी रोरावत शिरले त्यावेळी मोगल सैन्यात एकच हलकल्लोळ उडाला. मराठ्यांनी छावणीत घुसून कदाचित मोठा उपद्रव केला असावा असे वाटून बादशहा झोपेतून धडपडत उठून उभा राहिला परंतु त्या गडबडीत तो अडखळून पडला आणि त्याचा उजवा घोटा दुखावला गेला. पलीकडे राजवैद्यांना तो दुरुस्त करता आला नाही. आणि म्हणून आपल्या उरलेल्या जीवनात बादशहाला किंचित लंगडेपण प्राप्त झाले. दरबारातील

त्याचे खुशमस्करे हा त्याच्या वाडवडिलांचा, विशेषत: जग्गजेत्या तैमुरलंगाचा वंशपरंपरागत वारसा आहे असे सांगून त्याच्या मनाचे समाधान करण्याचा प्रयत्न करीत.

परंतु रोडावलेल्या मोगल सैन्यात नवीन भरती करण्याचे त्याने जारीने प्रयत्न चालविले. उत्तरेतील मोगल सुभेदारांनी बलदंड तरुणांची सैन्यात भरती करावी आणि प्रत्येक प्रांतातून चांगले घोडे विकत घेऊन ते ताबडतोब दक्षिणेत पाठवावेत अशा प्रकारचे आदेश त्याने सर्वत्र पाठविले. काबूलला २००० घोडे विकत घेण्यात आले तर स्थानिक बाजारात २००० तट्टू खरेदी करण्यात आले. याशिवाय इतर प्रांतातही ताज्यातवान्या आणि उमद्या घोड्यांची खरेदी करण्यात आली.

मोगलांवर हे जे दुर्दैव कोसळले त्याचा मराठ्यांनी योग्य उपयोग करून घेतला. त्यांच्या नेहमीच्या स्वाऱ्यांबरोबरच हणमंतरावाने खटावच्या ठाण्यावर हल्ला चढविला आणि १८ ऑगस्ट १७०० रोजी त्याचा मोगल अधिकारी रामचंद्र (मराठा) याला ठार मारले. बेरडांचा पुढारी पिडिया नायक ह्याने आपले सैन्य विजापूर जिल्ह्यात सर्वत्र पाठविले आणि तिथली चौथाई त्याने वसूल केली. तर इकडे मराठ्यांनी विजापूर शहराच्या सीमेवर असणाऱ्या शहापूर तलावापर्यंतचा मुलूख लुटून घेतला (१५ नोव्हेंबर). राणोजी घोरपडे याने बागेवाडीचा (विजापूरच्या आग्नेयेला ३० मैल) मोगल ठाणेदाराला ठार मारले आणि ते ठाणे आणि त्याचबरोबर 'इंडी' परगणा (विजापूर शहराच्या ईशान्येकडे) लुटून घेतला.

६. पन्हाळ्याचा वेढा (१७०१)

यानंतर पन्हाळ्यावर हल्ला चढविण्यात आला. बादशहा दिनांक ९ मार्च १७०१ रोजी तिथे येऊन पोहोचला आणि त्याने पन्हाळा आणि त्याला लागूनच असलेला जुळा किल्ला पवनगड यांच्याभोवती १४ मैल लांबीची वेढ्याची एक साखळीच उभारली. ''जिथे जिथे दरोडेखोर आपले डोके वर काढतील तिथे तिथे त्यांना शिक्षा करण्याकरिता'' नसरतजंगाच्या नेतृत्वाखाली अतिशय चपळ सैन्याची एक तुकडी पाठविण्यात आली. परंतु त्या पाषाणमय आणि खडकाळ प्रदेशात सुरुंग लावण्याचे काम मंद गतीने होणार ही गोष्ट उघडच होती. यातच मुसळधार पावसाचा मोसम लवकरच येणार असे दिसत होते. अगोदरच बादशहाच्या दोन अत्युच्च सेनाधिकाऱ्यांमध्ये म्हणजे नसरतजंग आणि फिरोजजंग यांच्यात जीवघेणी स्पर्धा चाललेली होती आणि त्यामुळे दोघांनाही एकाच जागी काम देणे अशक्य होऊन बसले होते. आता त्याच्याच जोडीला तरबियतखान आणि फतेउल्लाखान यांच्यात आणि त्याचप्रमाणे दरबारातील जुने अधिकारी आणि गुजराथचा एकाएकी उदयास आलेला अतिशय कर्तबगार अधिकारी मोहंमद मुराद ह्यांच्यात निर्माण झालेल्या स्पर्धेची भर

पडली. सेनापतींमध्ये हा जो एकमेकांबाबत मत्सर निर्माण झाला, त्यामुळे त्यांच्यात खरेखुरे सहकार्य अशक्य होऊन बसले. त्यांनी गुप्तपणे दुसऱ्याच्या मार्गात अडथळे निर्माण केले आणि आपल्या धन्याच्याच कार्यावर पाणी ओतले. यामुळे वेढा दीर्घकाळ चालूच राहिला. ज्यावेळी तरबियतखानाला किल्ल्यावर हल्ला चढविण्याचा आग्रह धरण्यात आला त्यावेळी तो उपरोधाने म्हणाला ''किल्ल्यावर हल्ला करण्याची आमची सर्व तयारी पूर्ण आहे. परंतु ज्या मोहंमद मुरादने आत्तापर्यंत अनेक पराक्रम करून दाखविले त्याने आम्ही ज्या दिवशी हल्ला चढवू त्यावेळी आम्हाला पाठिंबा द्यावा म्हणजे झाले!'' औरंगजेबाच्या सेनापतींमध्ये अशा प्रकारच्या कटू भावना असल्यामुळे त्याच्या प्रयत्नांना कोणतेही यश आले नाही ही गोष्ट साहजिकच होती आणि म्हणून हा वेढा आणखी दोन महिने लांबला. परंतु यशाची चिन्हे मात्र दिसेनात. शेवटी पावसाळ्याला सुरुवात होण्यापूर्वी पन्हाळा किल्ला आपल्या ताब्यात यावा म्हणून किल्ल्याचा किल्लेदार त्रिंबक याला फार मोठी लाच देण्यात आली आणि म्हणून त्याने २८ मे १७०१ रोजी किल्ला मोगलांच्या स्वाधीन केला. पन्हाळ्याचा वेढा ढिला पडावा याकरिता मराठ्यांनी अनेक मार्गांनी प्रयत्न केले. मराठ्यांचे सेनापती धनाजी जाधव, राणोजी घोरपडे, रामचंद्र आणि कृष्णा मल्हार हे मोगल सैन्याने वेढा देण्याकरिता ज्या ठिकाणी छावणी दिलेली होती त्याभोवती सतत संचार करीत होते आणि त्यांनी वैरणाकरिता आणि धान्याकरिता फिरणाऱ्या मोगल तुकड्यांना सतत पकडले आणि धान्य घेऊन येणारे पुष्कळसे काफिलेही त्यांनी ठार मारून टाकले. नसरतजंग आणि हमीदउद्दीन या मोगल तुकड्यांनी सतत संचार करीत असलेल्या मराठा तुकड्यांना पकडण्याचा निष्फळ प्रयत्न केला आणि ह्या त्यांच्या प्रयत्नात त्यांना मराठ्यांशी अनेक भयानक लढाया लढाव्या लागल्या. परंतु त्यातली एकही लढाई निर्णायक ठरली नाही.

पन्हाळ्याचा पाडाव झाल्यानंतर औरंगजेबाने जास्त सुरक्षित ठिकाणी आणि खटाऊच्या (साताऱ्याच्या पूर्वेकडे २५ मैलांवर आणि येरला नदीच्या डाव्या किनाऱ्यावर) सुपीक प्रदेशात छावणी प्रस्थापित करण्याकरिता म्हणून तिथून तो मागे आला. माघारीला जरी त्याने झपाट्याने प्रारंभ केला तरी माघारीचा निर्णय मात्र त्याने लवकर घेतला नाही. त्यामुळे एक जबरदस्त वादळ छावणीवर येऊन कोसळले. ''वादळात तंबू आणि छपरे कागदासारखी उडून गेलीत. दरबारी लोकांना आणि भिकाऱ्यांना सर्वांनाच उन्हात ताटकळत बसावे लागले. बुरखा घालणाऱ्या स्त्रियांना बुरख्याशिवायच सर्वसाधारण लोकांत यावे लागले.''

फत्तेउल्लाखानाला नुकतीच सर्वोच्च बढती देण्यात आलेली होती आणि 'बहादूर' असा किताबही देण्यात आलेला होता. त्याला वर्धनगड (खटाऊच्या वायव्येकडे ८ मैलांवर) आणि त्याच्याच आसमंतातील चंदन, नंदगीर आणि वंदन हे इतर तीन किल्ले

जिंकण्यासाठी पाठविण्यात आले.

७. खेळण्याचा वेढा

बादशहाने यानंतर खेळणा (किंवा विशालगड) किल्ला जिंकण्याकरिता म्हणून आता कूच केले. हा किल्ला सह्याद्री पर्वताच्या शिखरावर पन्हाळ्याच्या पश्चिमेला ३० मैलांवर वसलेला आहे. समुद्रसपाटीपासून त्याची उंची ३३५० फूट आहे. किल्ल्यावरून पश्चिमेकडे पाहिल्यास खाली कोकणचे खोरे पसरलेले दिसते. हा जिल्हा पावसाळी आणि थंड आहे. १७व्या शतकात या सर्व पर्वतांवर दाट झाडी आणि मोठमोठे वृक्ष दिसून येत होते. किल्ल्यात जाण्याचा सर्वांत सोपा मार्ग हा किल्ल्याच्या उत्तरेला ५ मैलांवर आणि कोल्हापूरच्या वायव्येला ३५ मैलांवर असणाऱ्या अंबाखिंडीमधून जात होता. खिंडीपर्यंत पोहोचण्याकरिता राहिलेल्या ८ मैलांचा प्रदेश अत्यंत खडबडीत आणि कठीण होता. त्या काळात चाकाच्या गाड्या जाण्याकरिता तिथे रस्ता बांधण्यात आलेला नव्हता आणि मार्गात इतके भयानक चढउतार होते आणि पुष्कळ ठिकाणी मार्ग इतका अरुंद होता की, घोड्यांना सुद्धा त्या मार्गाहून जाणे अत्यंत त्रासदायक आणि असुरक्षित बनलेले होते.

दिनांक ७ नोव्हेंबर १७०१ रोजी वर्धनगडाहून कूच केल्यानंतर बादशहा बारा मजलांमध्ये मलकापूरनजीक येऊन पोहोचला. तिथे त्याने एक आठवडा मुक्काम केला आणि पुढला रस्ता तयार करण्याकरिता समोर वाटाडे पाठविण्यात आले. परंतु सैन्याला जाता यावे अशी सोय आंबा खिंडीमध्ये अजूनपर्यंत झालेली नव्हती. फतेउल्लाखानाने असंख्य वाटाडे आणि दगड फोडणारे मजूर यांची मदत घेऊन सतत एक आठवडा अपार कष्ट करून हे अशक्य कार्य साध्य केले. यानंतर २६ डिसेंबरला आसदखानाची तुकडी वेगळी करण्यात येऊन त्याने वेढ्याला प्रारंभ करावा असा आदेश देण्यात आला. १६ जानेवारी १७०२ रोजी बादशहाने खेळण्यापासून १ मैलांवर आपला स्वत:चा तंबू उभारला. त्याच्या सहाय्यकांना आणि सैन्याला खिंड ओलांडताना आणि तेथून आपली छावणी आणि सामानसुमान किल्ल्याच्या पायथ्याशी आणताना अपार कष्ट आणि हालअपेष्टा सहन कराव्या लागल्या.

हा वेढा पाच महिनेपर्यंत लांबत गेला (जानेवारी-जून १७०२). या वर्षात नसरतजंगाने आपल्या फिरत्या मोगल सैनिकी तुकड्यांसह मराठा सैन्याचा सतत पाठलाग केला. या पाठलागात वऱ्हाड आणि तेलंगणातील ६००० मैलांचा प्रदेश त्याने आपल्या पायाखाली घातला आणि १९ मोठ्या लढाया मराठ्यांशी केल्या. याशिवाय लहानसहान चकमकी किती झाल्यात याची मोजदादसुद्धा करता येत नाही. मोगल तोफखान्याने खेळण्याच्या भरीव खडकांनी बनलेल्या खेळणा किल्ल्याच्या

तटबंदीवर सतत मारा केला. परंतु त्याचा उपयोग झाला नाही. शिखरावरचे दोन-चार दगड तेवढे सैल झाले. परंतु मृगजळाप्रमाणे यश मात्र दूरच राहिले. याच्या उलट किल्ल्यातील गोफणबाजांनी वेढ्याचे काम करीत असणाऱ्या मोगल सैनिकांवर किल्ल्यावरून मोठमोठ्या दगडांचा वर्षाव केला. त्यांनी रात्रीच्या वेळी खंदकांवर सुद्धा हल्ले चढविले. फत्तेउल्लाखान तुराणी याने उत्तरेच्या बाजूने किल्ल्यावर मारा करून तिथे भगदाड पाडण्याचे हे जे शर्थीचे प्रयत्न केलेत ते तेथील कठीण अजिंक्य अशा पाषाणामुळे वाया गेले. किल्ल्याच्या कोकणी दरवाजावर (पश्चिम दरवाजावर) सुद्धा कोणतेही भरीव यश मिळू शकले नाही. इथे मोहंमद अमीनखानाने या दरवाजासमोरील संरक्षित किल्ला आणि रेवणी बुरुज (Fausse Braye) यांच्यावर हल्ला करून या जागा दिनांक ४ मार्च रोजी जिंकण्याचा प्रयत्न केला. खानाच्या जागी नवीनच नेमलेल्या बिदर बख्ताने दिनांक २७ एप्रिल रोजी अंबरचा तरुण राजा जयसिंग याच्या नेतृत्वाखाली हल्ला चढविला आणि जबरदस्त हानी होऊनसुद्धा त्याने रेवणीवर कब्जा मिळविला. याच्यानंतर याच्यापलीकडले पाऊल म्हणजे येथपर्यंत मोठ्या तोफा ओढून आणायच्या आणि कोकणी दरवाजावर जबरदस्त मारा करावयाचा हे होते.

परंतु मुंबई किनाऱ्यावरील मुसळधार पाऊस एकनिष्ठ मोगल सैन्यावर आता कोसळण्याला प्रारंभ झाला. त्यातच किल्लेदार परशुरामाने बिदर बख्तापासून फार मोठी लाच स्वीकारली आणि ४ जून रोजी त्याने मोगल राजपुत्राचा झेंडा तटावर फडकविला आणि दिनांक ७ च्या रात्री किल्ल्यातील सैन्य बाहेर निघून गेले.

खेळण्याहून परतताना मोगल सैन्याला भयानक हालअपेष्टा सहन कराव्या लागल्या. किल्ल्याचा पाडाव झाल्यानंतर केवळ तीन दिवसांनंतर १० जून रोजी बादशहाने किल्ल्याच्या आसमंतातूनही माघार घेतली. परंतु तोपर्यंत मुसळधार पावसाला प्रारंभ होऊन गेलेला होता आणि अशा हवामानात भयानक अंबा खिंड ओलांडून जाताना मोगल सैन्याला अतिशय यातना भोगाव्या लागल्या. ‘‘या मार्गाने उंट पाय ठेवण्याला तयार होईनात. चिखलामध्ये हत्ती गाढवासारखे खोल गाडले जाऊ लागले. हमालांच्या डोक्यावर जे काही सामान जाईल तेवढेच सामान नेता येऊ लागले.’’ वाटेत जाताना रेसच्या घोड्याच्या वेगाने पाणी येऊन नाल्याला अचानक प्रचंड पूर आल्याने मोगल सैन्याचे आपोआपच दोन भाग झाले आणि त्यात अनेक लोक बुडून मेले. माघारीच्या या प्रवासात मोगलांना तीन जागी असेच नाले पार करावे लागले आणि त्या तीनही जागी त्यांना तोच अनुभव आला. धान्य एका रुपयाला एक शेर या भावाने विकले जाऊ लागले. ‘‘जळाऊ लाकूड आणि वैरण यांचे छावणीत दर्शन दुर्मिळ झाले.’’ सतत पाऊस झाल्यामुळे आणि त्यात कोरडा तंबू शिल्लक न राहिल्यामुळे किंवा कपडे

बदलण्याकरिता कोरडे कपडे नसल्यामुळे पुष्कळसे लोक थंडीने गारठून मृत झाले. काही काही वेळा तर खुद्द बादशहाकरितासुद्धा कॅनव्हासचे अतिशय थोडे कापड तंबूकरिता वापरण्यास मिळाले. अशा स्थितीत ३० मैलांचे हे अंतर ३८ दिवसांत पार केल्यानंतर हे दु:खीकष्टी सैन्य पन्हाळ्यानजीक येऊन पोहोचले (१७ जुलै १७०२). अखेरीस हे मोगल सैन्य १३ नोव्हेंबर १७०२ रोजी भीमा नदीच्या उत्तर किनाऱ्यावरील बहादूगड किंवा पेडगाव याठिकाणी येऊन पोहोचले.

८. कोंडाणा (सिंहगड), राजगड आणि तोरणा या किल्ल्यांना दिलेले वेढे

१८ दिवसपर्यंत या ठिकाणी मुक्काम केल्यानंतर बादशहाने कोंडाणा (सिंहगड) जिंकण्याकरिता २ डिसेंबर रोजी तिथून पुढे कूच केले आणि तो २७ रोजी कोंडाण्यानजीक जाऊन पोहोचला. इस्लामपुरीच्या तळछावणीमध्ये बादशहाचे कुटुंब, अधिकारी आणि अवजड मालमत्ता ठेवलेली होती. त्यांना आता बहादूरगडला हलविण्यात आले आणि इस्लामपुरीला नसरतजंगाची छावणी देण्यात आली. बिदर बख्त याला सुभेदार म्हणून औरंगाबादला पाठविण्यात आले आणि त्यानंतर (फेब्रुवारी १७०३) त्याच्याकडे खानदेशाची सुभेदारीसुद्धा सोपविण्यात आली. कोंडाण्याच्या वेढ्याला प्रारंभ झाला. परंतु काम करणाऱ्यांना त्यात कोणताच जीव वाटत नव्हता आणि अशा प्रकारे तीन महिने व्यर्थ घालविण्यात आले. आता पावसाळाही जवळ आलेला होता म्हणून बादशहाच्या सेवकांनी किल्लेदाराला प्रचंड लाच देऊन दिनांक ८ एप्रिल १७०३ रोजी किल्ला आपल्या ताब्यात घेतला.

मोगल सैन्य कोंडाण्याहून एक आठवड्यात पुण्याला येऊन पोहोचले (१ मे). पुण्याच्या आसमंतात मोगल सैन्याने ७ महिने मुक्काम केला. १७०२ मध्ये अतिवृष्टी झाल्यानंतर १७०३-०४ मध्ये आवर्षण निर्माण झाले आणि महाराष्ट्रात सर्वत्र दुष्काळ पडला. त्याच्या मागोमागच महाराष्ट्रात साथीचे रोग उद्भवले. त्यात हजारो गरीब लोकांचा बळी गेला. मनुकीने दिलेल्या वृत्तांताप्रमाणे त्यात २० लक्ष लोक मृत्युमुखी पडले.

पुण्याच्या आसमंतातून मोगल सैन्य १८ दिवसांत राजगडला जाऊन पोहोचले आणि २ डिसेंबर १७०३ या तारखेपासून राजगडच्या वेढ्याला प्रारंभ झाला. किल्ल्यावर २ महिनेपर्यंत सतत मारा करण्यात आला आणि हल्ला करून ६ फेब्रुवारी १७०४ रोजी किल्ल्याचे प्रथम प्रवेशद्वार जिंकण्यात आले. फिरंगाजी आणि हमनजी यांच्या नेतृत्वाखाली जे सैन्य होते, त्याने किल्ल्याच्या अंतर्भागात माघार घेतली आणि आणखी १० दिवसपर्यंत त्यांनी प्रतिकार चालविला. शेवटी किल्लेदाराने शरणागती घेतली. किल्ल्यावर मोगल ध्वज फडकाविला आणि रात्रीच्या अंधाराचा फायदा घेऊन तो

पळून गेला (१६ फेब्रुवारी).

औरंगजेबाने यानंतर राजगडापासून ८ मैलांवर असणाऱ्या तोरणा किल्ल्याला २३ फेब्रुवारी रोजी वेढा दिला. १० मार्चच्या रात्री अमानुल्लाखानाने केवळ २३ मावळ्यांसहित दोर लावून कोणताही आवाज होऊ न देता किल्ल्याच्या तटबंदीवरून वर चढण्यात यश मिळविले. युद्धाच्या तुताऱ्या फुंकून त्याने शत्रूंवर हल्ला चढविला. ज्यांनी प्रतिकार केला, त्या शत्रुसैन्याची कत्तल करण्यात आली. उरलेले किल्ल्यात पळून गेले आणि दयेची त्यांनी याचना केली. लाचलुचपतीचा अवलंब न करता लढाई करून औरंगजेबाने मिळविलेला हा एकुलता एक मराठा किल्ला असावा.

तोरण्यावरून बादशाही छावणी खेडला (चाकणच्या उत्तरेला ७ मैलांवर) हलविण्यात आली आणि त्या ठिकाणी छावणीचा मुक्काम ६ महिने म्हणजे १७ एप्रिल ते २१ ऑक्टोबर १७०४ पर्यंत राहिला. या ठिकाणाहून औरंगजेबाने २२ ऑक्टोबर रोजी बेरडांची राजधानी वागीनगेराकडे कूच केले. मंद गतीने मजला मारल्यानंतर साडेतीन महिन्यांनी दिनांक ८ फेब्रुवारी १७०५ रोजी औरंगजेब त्या ठिकाणी जाऊन पोहोचला आणि ताबडतोब वागीनगेराला वेढा देण्यात आला. औरंगजेबाच्या जीवनातील ही शेवटची स्वारी होती.

९. बेरड लोक, त्यांचा देश आणि प्रमुख

विजापूर शहराच्या पूर्वेकडे पसरलेल्या आणि भीमा आणि कृष्णा नदी यांनी वेष्टित असलेला प्रदेश ही बेरडांची मायभूमी होती. बेरड आदिवासी कॅनरी वंशातले समजले जात. त्यांना 'धेड' असे म्हणत. हिंदू समाजातील ही सर्वांत खालची जात समजली जाई. ते मजबूत बांधणीचे आणि काटक लोक होते. ते अगदीच रानटी नसले तरी उच्चवर्णीय हिंदूंमध्ये असलेला अभिजात सुसंस्कृतपणाही त्यांच्यात नव्हता. त्यांच्या आहारात मटण, गोमांस, डुकरांचे मांस, कोंबडी इत्यादींचा अंतर्भाव होता आणि ते मद्याचे अतिरेकी सेवन करीत. बेरड दिसण्याला काळे, बळकट, मध्यम उंचीचे, गोल चेहऱ्यांचे, बसक्या गालांचे, पातळ ओठांचे, कुरळ्या केसांचे असे बेरडांचे वर्णन आपल्याला करता येईल. बेरडांना अपार कष्ट करता येत असत. त्यांना थकवा माहीतच नव्हता. परंतु त्याचबरोबर शांततेने जीवनभर शेतीभाती करावी किंवा व्यापारउदीम पाहावा याची आवड त्यांच्यात निर्माणच झालेली नव्हती. कुटुंबप्रमुखाच्या नेतृत्वाखाली त्यांच्या टोळीचे जे संघटन घडून आले होते आणि टोळीच्या प्रमुखांना वंशपरंपरागत न्यायदानाचा जो अधिकार देण्यात आलेला होता, त्यामुळे बेरडांच्या निरनिराळ्या टोळ्यांत शिस्त आणि एकजूट टिकून राहिलेली होती. १७व्या आणि १८व्या शतकात दक्षिण हिंदुस्थानातील अचूक तिरंदाज किंवा बंदूकधारी म्हणून ते प्रसिद्धीला आलेले होते. युद्धातील पराक्रम आणि मृत्यू आणि शारीरिक जखमा यांना क:पदार्थ मानण्याची

वृत्ती याकरिता जसे ते प्रसिद्ध होते. त्याचप्रमाणे रात्रीच्या वेळी आकस्मिक हल्ले करणे, शत्रूला चकविणे ह्याहीकरिता त्यांची अतिशय प्रसिद्धी होती. गुरेढोरे चोरण्यात त्यांचा हातखंडा असल्यामुळे आकस्मिक हल्ले करण्यातही त्यांनी प्रावीण्य मिळविलेले असावे. तत्कालीन इराणी इतिहासकारांनी त्यांच्या नावावर कोटी करून त्यांना बेरड ऐवजी 'बेडर' म्हणल्याचे आढळले.

बेरडांची मूळ मायभूमी जरी म्हैसूरमध्ये होती तरी ते लवकरच रायचूर दुआबात स्थायिक झाले आणि त्यानंतर त्यांनी उत्तरेकडे कृष्णा आणि भीमा नदीच्याही पलीकडल्या प्रदेशात आपली वस्ती केली. कृष्णा आणि भीमा यांच्या कात्रीत असलेल्या शोरापूरच्या बेरड नायकांची अगदी प्रारंभीची राजधानी विजापूर शहराच्या पूर्वेला ७२ मैलांवर सागर या ठिकाणी होती. ज्यावेळी ही राजधानी मोगलांनी जिंकून घेतली (१६८७), त्यावेळी इथल्या नायकाने सागरच्या नैर्ऋत्य दिशेने १२ मैलांवर वागीनगेरा या ठिकाणी आपली नवीन राजधानी बांधली. औरंगजेबाच्या कारकिर्दीच्या अखेरीस हा किल्लासुद्धा नायकापासून घेण्यात आला आणि वागीनगेरा किल्ल्यापासून ४ मैलांवर आणि वागीनगेरा पहाडाच्या पूर्व बाजूने शोरापूर या ठिकाणी नायकाने आपली राजधानी हलविली. १६८७ मध्ये शरणागती घेतल्यानंतर आपले राज्य मोगलांना गमविल्यानंतर बेरड नेत्यासमोर मोगलांविरुद्ध बंड केल्याशिवाय, पहाडांमध्ये आपली नवीन लष्करी केंद्रे स्थापन करण्याशिवाय आणि प्रथमतः मराठ्यांचे अनुकरण करून आणि नंतर मराठ्यांच्या सहकार्याने मोगल प्रदेशात लुटालूट करण्याशिवाय दुसरा पर्याय राहिला नाही. कुलबर्गा जिल्ह्यात अशी बंडाळी सतत चालू राहिली आणि सागरचा पाडाव झाल्यानंतर बेरड घोडेस्वारांनी सतत परंतु छुपे हल्ले चढवून ह्या प्रदेशातील काफिल्यांना रस्ते अनेक वर्षेपर्यंत बंद करून ठेवले.

पाम नायकाचा (कारकीर्द १६७८-१६८८) पुतण्या आणि दत्तक वारस पेड्डा पिडिया नायक याने १६८३च्या आरंभीच औरंगजेबाची भेट घेतली होती आणि त्याचवेळी औरंगजेबाने त्याला मोगल फौजेत अधिकाराची जागा दिलेली होती. मोगलांनी सागर जिंकल्यानंतर आणि त्याच्या काकाचा मृत्यू झाल्यानंतर पेड्डा नायकाने वागीनगेरा किल्ल्याची मजबुती करण्यात आणि सैन्य उभारण्यात आपले सर्व लक्ष केंद्रित केले होते. आपल्या टोळीतून त्याने यावेळी १२००० अत्युत्तम तिरंदाज किंवा बंदूकधारी सैनिक एकत्रित केले आणि हळूहळू आपले पायदळ वाढविले आणि त्याचबरोबर युद्धाला लागणारा दारूगोळाही त्याने मोठ्या प्रमाणात जमा केला.

कुलबर्गा जिल्ह्यात पिडियाने हे जे लुटालुटीचे सत्र आरंभिले त्याचे स्वरूप दिवसेंदिवस गंभीर होत जाऊन त्याकडे दुर्लक्ष करणे मोगलांना अशक्य होऊन बसले. अखेरीस

दिनांक २७ मे १६९१ रोजी बहरामंदखानाला सोबत देऊन बादशहाने विजापुराहून आपला मुलगा कामबक्ष याला वागीनगेऱ्यावर हल्ला करण्याकरिता पाठविले. पुढे २० जुलै रोजी राजपुत्राला मद्रास कर्नाटकाकडे नवीन कामगिरीवर पाठविण्यात आल्यामुळे बेरडांवरील स्वारीची जबाबदारी रूहुल्लाखान याजकडे सोपविण्यात आली. परंतु त्याला आपल्या कार्यात यश मिळू शकले नाही. बेरडांनी दोनदा त्याच्या छावणीवर हल्ले चढविले आणि त्याची संरक्षण व्यवस्था उद्ध्वस्त करून टाकली. यावेळी मोगलांकडील अनेक सैनिक ठार मारले गेले. त्यांत शौर्याकरिता प्रसिद्ध असलेल्या रणमस्तखानाचाही अंतर्भाव होता. म्हणून रूहुल्लाखानाने शत्रूशी वाटाघाटीच्या बोलण्याचा प्रारंभ केला. बेरडांनी त्याला भरपूर लाच दिली आणि त्यामुळे तो अनेक दिवसपर्यंत जागच्या जागी स्वस्थ बसला. पलीकडे रूहुल्लाखानाच्या जागी आझमला पाठविण्यात आले (१८ डिसेंबर १६९१). आझमने त्या ठिकाणी एक वर्ष मुक्काम केला. बेरडांच्या मुलखावर त्याने वारंवार हल्ले चढविले आणि बेरडांच्या कारवायांना त्याने पायबंद घेतला. शेवटी पिडिया शरण आला. त्याने राजपुत्राकडे दयेची याचना केली. आझमला त्याने २ लाख रुपयांची खंडणी दिली आणि ७ लाख रुपये बादशहाला खंडणी देऊन त्याने मोगलांशी मित्रत्वाचा तह केला. परंतु १६९२च्या डिसेंबर महिन्यात ज्यावेळी बादशहाने आझमला सागरवरून दरबारात परत बोलाविले, त्यावेळी पिडियाने पुन्हा लुटालुटीला आणि जमिनी जप्त करण्याला प्रारंभ केला. ज्यावेळी फिरोझजंगाला त्याच्याविरुद्ध पुन्हा पाठविण्यात आले (एप्रिल १६९६). त्यावेळी ''पिडियाने कोल्ह्याच्या धूर्ततेचा पुन्हा त्याच्यावर प्रयोग केला'' आणि ९ लाख रुपयांची खंडणी कबूल करून त्याने आपले राज्य नाशापासून कसेबसे वाचविले.

१०. औरंगजेबाने वागीनगेरा जिंकले (१७०५)

अखेरीस १७०४ या वर्षीच्या शेवटी शेवटी सर्व मोठे मराठा किल्ले जिंकल्यानंतर बादशहाने आपला मोर्चा वागीनगेराकडे वळविला आणि दिनांक ८ फेब्रुवारी १७०५ रोजी त्याच्या वेढ्याला प्रारंभ केला.

किल्ल्याच्या दरवाजाच्या तोंडाशीच दक्षिणेकडील मैदानात तलवारगेरा नावाचे खेडे वसलेले होते. या खेड्याभोवती मातीची भिंत उभारण्यात आली होती आणि किल्ल्यातील शिबंदीला पुरवठा व्हावा म्हणून या खेड्यात एक बाजारही होता. खेड्याला लागूनच गवताच्या झोपड्यांनी युक्त असा धेडपुरा वसलेला होता. या धेडपुऱ्यात सर्वसामान्य बेरडांची कुटुंबे राहत आणि इथूनच ते भोवतालच्या शेतीची लागवड करीत. या तीन जागीच लोकवस्ती होती. परंतु किल्ल्याच्या पूर्वेला आणि उत्तरेला अगदी जवळच अनेक टेकड्या होत्या. किल्ल्यावर हल्ला चढविणाऱ्या

शत्रुसैन्याला त्याचा अतिशय उपयोग होत असे. यापैकी एका टेकडीला तिच्यावरील लाल मातीमुळे ‘लाल टेकडी’ असे म्हणत. वागीनगेराचा काही भाग खुद्द या टेकडीतच मोडत असे. त्यामुळे किल्ल्याच्या संरक्षणव्यवस्थेत या टेकडीला अतिशय महत्त्व प्राप्त झालेले होते. बेरडांनी या प्रसिद्ध पहाडांचा किंवा लहान किल्ल्यांचा बंदोबस्त करण्याचे आतापर्यंत मनातही आणले नव्हते.

वागीनगेरा किल्ल्याला जी नैसर्गिक स्थिती लाभलेली होती किंवा त्याच्याभोवती जी संरक्षक व्यवस्था उभी करण्यात आली होती त्यात किल्ल्याचे खरे सामर्थ्य होते असे म्हणता येत नाही. किल्ल्यातील धाडसी बेरड सैनिक, त्यांची संख्या, त्यांची अचूक नेमबाजी, किल्ल्यातील दारूगोळ्याचा, बंदुकांचा, अग्निबाणांचा अमाप साठा यावर किल्ल्याचे संरक्षण आणि यश अवलंबून होते.

वेढ्याचा प्रारंभ झाल्यानंतर अनेक आठवडेपर्यंत मोगलांना कसलीही प्रगती करता आली नाही. दररोज शत्रुसैन्य किल्ल्यातून बाहेर पडे आणि मोगलांवर हल्ले चढविण्यात येत. किल्ल्याच्या तटावरून मोगलांवर सतत मारा करण्यात येई आणि त्यामुळे मोगल खंदकातून धडक मारून समोर सरकणे किंवा किल्ल्यातील बंदुकांच्या माऱ्यात येणारे हे खंदक टिकवणे हीही गोष्ट अशक्य होऊन बसली.

एके दिवशी सकाळी किल्ल्याच्या संरक्षण व्यवस्थेतील दुबळ्या जागा पाहण्याकरिता म्हणून मोगल सेनापती टेहळणी करीत असताना त्यांनी लाल टेकडीवर आकस्मिक हल्ला चढविला, टेकडीवरील बेरड सैनिकांना त्यांनी हाकलून लावले आणि त्या टेकडीचा ताबा घेतला. परंतु टेकडीच्या तेवढ्या उंचीवर खडकाळ जागेत खंदक खणणे आणि तेथून लपून बसून शत्रूवर मारा करणे मोगलांना शक्य झाले नाही. बेरडांनी याचा त्वरित फायदा घेऊन आपल्या सैन्याची तीन पथके त्यांनी ताबडतोब लाल टेकडीवर पाठविली. एखादी टोळधाड यावी किंवा वारुळातून असंख्य मुंग्या बाहेर पडाव्यात त्याप्रमाणे बेरडांनी लाल टेकडी व्यापून टाकली. हे करीत असतानाच बंदुकीच्या गोळ्यांचा आणि मोठमोठ्या दगडांचा असा काही अचूक मारा बेरडांनी चालविला की लाल टेकडीच्या शिखरावर दाटीवाटीने उभ्या असलेल्या मोगलांची स्थिती असहाय्य आणि शोचनीय बनली. यामुळे मोगलांना प्रचंड हानी सहन करून ही लाल टेकडी सोडून द्यावी लागली.

लाल टेकडी आणि तलवारगेराच्या विरुद्ध बाजूला असलेली टेकडी यांच्यामधून असलेल्या कोणत्या तरी जागेवरून मोगलांच्या खंदकांना प्रारंभ करण्यात आलेला होता परंतु ह्याचबरोबर या टेकडीवरून शत्रूचा हल्ला होऊ नये म्हणून खबरदारी म्हणून लाल टेकडी आणि हे खंदक यांच्यामध्ये मोहम्मद अमीनखान याच्या नेतृत्वाखाली एक ठाणेही प्रस्थापित करण्यात आलेली होते. तलवारगेरा समोरील टेकडी ती कामबक्षाच्या सैन्याच्या ताब्यात होती, तर त्याच्याच जवळ जी एक उंचवट्याची

जागा होती तिचा ताबा बक्रखानाकडे होता.

परंतु दिनांक २६ मार्च रोजी या किल्ल्यात पुष्कळशा मराठा सेनापतींच्या कुटुंबीयांनी आश्रय घेतला असल्यामुळे बेरडांना साह्य करण्याकरिता म्हणून धनाजी जाधव आणि हिंदुराव (संताजी घोरपडेचा भाऊ) यांच्या हाताखालील पाच ते सहा हजार मराठा घोडेस्वार सैन्य किल्ल्यानजीक येऊन पोहोचले. किल्ल्यातून मराठा कुटुंबीयांना सुरक्षितपणे दुसरीकडे हलविणे हे मराठ्यांचे पहिले कर्तव्य होते. म्हणून मराठ्यांच्या मुख्यसैन्याने किल्ल्यासमोर वेढा देऊन बसलेल्या मोगल सैन्याला युद्धाची नुसती हूल दाखवून आणि किल्ल्यातील तटबंदीवरून सतत गोळीबार करून मोगल सैन्याला सतत गुंतवून ठेवले तर त्याच वेळी मराठ्यांच्या दुसऱ्या दोन हजार खास सैनिकांनी वागीनगेरा किल्ल्याच्या मागील दारातून मराठा स्त्रिया आणि मुलांना सुरक्षितपणे बाहेर काढले त्यांना चपळ अशा तट्टांवर बसविले आणि त्यांची यशस्वी सुटका करविली. यावेळी किल्ल्यातून बाहेर पडलेले पायदळ पळणाऱ्या स्त्री-पुरुषांच्या पिछाडीचे संरक्षण करीत होते.

आपल्या राजधानीचे मराठे जोपर्यंत संरक्षण करण्यात मदत करतील तोपर्यंत दररोज आपण मराठ्यांना कित्येक हजार रुपये देऊ असे पिडियाने मराठ्यांना वचन दिले होते. यामुळे मराठ्यांनी किल्ल्याच्या आसमंतातच आपला मुक्काम ठेवला आणि तेथून त्यांनी मोगलांवर वारंवार हल्ले चढविले. किल्ल्याकडून बेरड आणि मागून मराठे अशा परिस्थितीमुळे मोगल सैन्यालाच वेढ्यात अडकल्यासारखे वाटू लागले. त्यांच्या हल्ल्यांची गती हळूहळू मंदावली आणि पुढे तर मोगल सैनिक आपल्या खंदकाबाहेर येईनासे झाले. मोगल छावणीत धान्य आणि वैरण यांची अपार टंचाई निर्माण झाली. बादशहाने आपल्या सेनापतींची कानउघाडणी केली. परंतु त्याचा काही उपयोग झाला नाही.

पिडियाने आता बादशहाकडे शरणागतीचे बोलणे लावले. परंतु त्याचा खरा उद्देश जास्त वेळ मिळविणे आणि तेवढ्या वेळात जिथून मिळेल तिथून भरपूर कुमक मागविणे हा होता.

एके दिवशी अब्दुल घनी या अस्खलित भाषेत बोलणाऱ्या एका काश्मिरी फिरस्त्याने हिदायतकाश (बादशहाच्या हेरखात्याचा खास प्रमुख) याजकडे आपल्याला शरणागती घ्यावयाची आहे असे पिडियाचे पत्र आणून दिले. औरंगजेबाने या पत्राला अनुकूल उत्तर पाठविले. यानंतर पिडियाने आपला भाऊ सोमसिंग याला मोगल छावणीत पाठविले. त्याच्याबरोबर त्याने आपण किल्ला सोडण्यास तयार आहोत परंतु आपल्याला जमीनदारी, टोळीचे प्रमुखपद आणि आपल्या भावाला मनसबदारी देण्यात यावी असा

निरोपही त्याने पाठविला. सोमसिंगाने छावणीत मुक्काम केला आणि तिथे बसून त्याने पिडिया वेडा झालेला आहे आणि मराठ्यांबरोबर तो पळून गेलेला आहे अशी अफवा त्याने पसरविली. याचबरोबर पिडियाच्या आईकडूनसुद्धा याला पुष्टीकारक वृत्तांत येईल अशी व्यवस्था केली. अब्दुल घनी याने स्वतःच पिडियाच्या आईकडून पिडिया वेडा झालेला आहे असा निरोप आणला. याचबरोबर त्याने किल्ला आता सात दिवसांच्या आत मोगलांच्या स्वाधीन होत असल्यामुळे सोमसिंगाला किल्ल्यात परत जाऊ द्यावे अशी विनंती केली. बादशहाने ही विनंती मान्य केली आणि लढाईसुद्धा थांबविण्यात आली.

आणि मग हा बुडबुडा फुटला. हा सगळा प्रकार प्रचंड फसवणूक होती. पिडिया जिवंत होता. त्याचे डोके फिरलेले नव्हते आणि मुख्य म्हणजे तो किल्ल्यातच होता. त्याने शरणागती घेण्याचे सपशेल नाकारले आणि मोगलांवर त्याने नव्या जोमाने हल्ला करण्याला प्रारंभ केला. बादशहाला रागाने वेड लावण्याची पाळी आली. त्याची मोठी अप्रतिष्ठा झाली.

मध्यंतरीच्या काळात त्याने आपले कर्तबगार सेनापती सर्व दिशांनी बोलावले. दिनांक २७ मार्च रोजी नसरतजंगाचे आगमन झाले आणि दुसऱ्याच दिवशी वेढ्याच्या प्रारंभीच्या दिवसात ज्या ठिकाणांवरून मोगलांचे उच्चाटन करण्यात आले होते त्या लाल टेकडीकडे त्याने वायुवेगाने कूच केले. लाल टेकडीवर चढून त्याने तेथून शत्रूला पिटाळून लावले. बेरड सैन्याने पळून जाऊन किल्ल्याच्या पायथ्याशी असलेल्या तलवारगेरा या खेड्याचा आश्रय घेतला आणि तिथल्या मातीच्या भिंतीच्या आडून तिथून ते शत्रूवर गोळ्यांचा मारा करू लागले. लाल टेकडी आणि खालच्या खेड्यावरील या हल्ल्यात पुष्कळ राजपूत सैनिक ठार मारले गेले. परंतु शेजारची टेकडी अजूनपर्यंत शत्रूच्याच ताब्यात असल्यामुळे ती घेण्याकरिता नसरतजंगाने दलपत बुंदेला याला हुकूम दिला. यामुळे या दुसऱ्या उंचवट्याच्या जागेवरूनही बेरडांनी पळ काढला आणि ते धेडपुऱ्यात लपून राहिले. या दिवशी दलपतरावाच्या हत्तीला बंदुकीच्या २१ गोळ्या आणि एक अग्निबाण लागला. नसरतजंगाचे जे ध्वज होते त्यांना बंदुकीच्या गोळ्या लागून इतकी मोठी छिद्रे पडली की ते मगरीच्या लपण्याच्या जागांप्रमाणे दिसू लागले. या हल्ल्यात त्याच्या हत्तीच्या दोन माहुतांपैकी एक जखमी झाला तर दुसरा ठार मारला गेला. मोगल सेनापतीच्या सैन्य विभागाच्या मध्यभागी आणि पिछाडीला ठार झालेल्यांची संख्या फार मोठी होती. परंतु किल्ल्याच्या तटबंदीपाशी अपार रक्तपात होऊन नसरतजंगाने या जागेचा जो ताबा मिळविला होता तो त्याने शेवटपर्यंत सोडला नाही. काही दिवसांनंतर टेकडीला लागूनच शत्रूला जिथून पाण्याचा पुरवठा होत असे,

अशा विहिरीसुद्धा त्याने जिंकून घेतल्या. दिनांक २७ एप्रिल रोजी त्याने तलवारगेरा या ठिकाणावर हल्ला चढविला. मोगलांनी पेठेत प्रवेश केला, ज्यांनी प्रतिकार केला त्या सर्वांना त्याने ठार मारून टाकले, उरलेले सर्व पळून गेले.

पुढे संघर्ष चालविण्यात अजिबात अर्थ नाही असे बेरडांना आढळून आले. रात्रीचा फायदा घेऊन पिडिया किल्ल्याच्या मागच्या दाराने पळून गेला. ''या संकटकाळी मराठे त्याचे सहाय्यक होते तेही त्याच्याबरोबर पळून गेले.'' ज्यावेळी रात्र पडली आणि किल्ल्यातून बंदुकीच्या गोळ्यांचा आवाज येईनासा झाला त्यावेळी काही मोगल सैनिकांनी किल्ल्यात शिरण्याचे धाडस केले. त्यावेळी त्यांना सर्व जागा रिकामी आढळून आली. त्यानंतर सार्वत्रिक गोंधळ, लुटालूट आणि जाळपोळ यांना एकच ऊत आला. किल्ला रिकामा करण्यात आलेला आहे ही बातमी येताच सरकारी अधिकारी किल्ल्यात येण्यापूर्वी आणि तिथली संपत्ती आणि मालमत्ता जप्त करण्यापूर्वी सर्वसाधारण सैनिक, छावणीतील सहाय्यक आणि छावणीबरोबर आलेले बदमाश लोक यांची किल्ल्यात जाण्याकरिता एकच झुंबड उडाली. यातच घरादारांना ज्या आगी लावलेल्या होत्या त्यांची आच जवळच्या दारूच्या कोठाराला लागून तिथे आगीचा आणि स्फोटांचा एकच डोंब उसळला आणि त्यामुळे कित्येक लोक दूर फेकले गेले. दोन-तीन दिवसांनंतर दारूच्या दुसऱ्या कोठाराचा स्फोट झाला. अशा रीतीने वागीनगेरा जिंकण्यात आले परंतु त्यांचा प्रमुख निसटला आणि मोगलांना पुढे उपद्रव देण्याकरिता तो जिवंत राहिला. त्यामुळे तीन महिनेपर्यंत औरंगजेबाने जे अपार कष्ट घेतले ते सगळे वाया गेले.

११. औरंगजेबाच्या युद्धामुळे सर्व प्रदेश उजाड बनला; सार्वत्रिक गोंधळ

सतराव्या शतकाच्या अखेरीस अकबराने स्थापन केलेले आणि शहाजहानने ज्याला जागतिक कीर्ती, वैभव आणि संपन्नता मिळवून दिली असे हे विशाल मोगल साम्राज्य आता झपाट्याने ऱ्हासाला जाऊ लागले. त्याचे प्रशासन, संस्कृती, आर्थिक जीवन, लष्करी सामर्थ्य आणि समाजसंघटन या सगळ्या गोष्टी झपाट्याने विघटनाकडे आणि पूर्ण नाशाकडे जात आहेत असे दिसू लागले. या पाव शतकातील सतत युद्धांमुळे मोगल साम्राज्यात जी आर्थिक हानी घडून आली, ती भयानक होती. सर्व दक्षिण हिंदुस्थान पूर्णपणे उजाड दिसू लागला. तात्कालीन युरोपियन प्रवासी मनुकी लिहितो - ''औरंगजेब अहमदनगरला परत गेला परंतु त्याने आपल्यामागे या सर्व प्रांतांतील शेते उजाड करून ठेवली. यात कुठे झाड दिसेना किंवा पिकांची रोपेसुद्धा उरली नाहीत. त्याऐवजी माणसांची आणि पशूंची हाडेच हाडे पसरलेली दिसून आली. हिरवळ दिसण्याऐवजी सर्व उजाड दिसत होते. त्याच्या सैन्यात दरवर्षी एक लाख माणसे ठार झाली आणि पशू, घोडे, खेचरे, उंट, हत्ती ह्यांची मृत्यूसंख्या तीन लक्ष असावी. याशिवाय १७०२ ते १७०४ या काळात प्लेग आणि दुष्काळ ह्यांनी दक्षिण हिंदुस्थानात थैमान

घातले. या दोन वर्षांत वीस लाख लोकांची आहुती पडली असावी.''

वागीनगेराच्या आसमंतातून ज्यावेळी बादशहाने उत्तरेकडे आपल्या माघारीला प्रारंभ केला त्यावेळी पन्नास ते साठ हजारांच्या विजयी मराठा सैन्याने मोगल सैन्याच्या पिछाडीला काही मैल राहून त्याच्या सैन्याचा सतत पाठलाग चालविला. या मराठा सैन्याने अनेक वेळा मोगल सैन्याचा धान्यपुरवठा बंद पाडला, मागे रेंगाळणाऱ्या मोगल सैनिकांना कापून काढले आणि पुष्कळवेळा बादशहाच्या छावणीवर हल्ला चढविण्याची धमकी दिली.

तिथे प्रत्यक्ष हजर असणाऱ्या भीमसेनाने लिहिले - ''संपूर्ण राज्यावर आता मराठ्यांचे वर्चस्व प्रस्थापित झाले. त्यांनी सर्व रस्त्यांची नाकेबंदी केली. दरोडेखोरी करून त्यांची गरिबी हटविली आणि अमाप पैसा गोळा केला. मी असे ऐकले आहे की प्रत्येक आठवड्याला ते पैसा आणि मिठाई यांचा दानधर्म करतात आणि ज्याने इतकी संपन्नता त्यांना आणून दिली आणि ''जगाचा अन्नदाता'' ही पदवी सार्थ केली त्या बादशहाला दीर्घायुरारोग्य लाभो अशी ते प्रार्थना करतात! धान्याच्या किमती अधिकाधिक वाढत गेल्या. विशेषत: बादशहाच्या छावणीत असंख्य लोक (उपासमारीने) मृत्यू पावले. छावणीमध्ये त्यामुळे अनेक गैरकायदेशीर प्रकारांना ऊत आला. जेव्हापासून बादशहा गादीवर आला तेव्हापासून तो कधीही शहरात राहिला नाही आणि त्याने युद्ध करणे आणि सतत मजला मारणे हेच कष्टाचे खडतर जीवन पसंत केले. त्यामुळे त्याच्या छावणीतल्या लोकांनीही, त्यांना आपल्या कुटुंबीयांपासून दूर राहण्याचा कंटाळा येऊन आपल्या कुटुंबीयांना छावणीत बोलावून घेतले आणि ही कुटुंबीय मंडळी तेथेच राहू लागली. अशा रीतीने (कॅनव्हासच्या तंबूतच) एक नवीन पिढी जन्माला आली. या नवीन पिढीतल्या लोकांनी बालपणातून तारुण्यात आणि तारुण्यातून वृद्धपणात प्रवेश केला आणि दुसऱ्या जगात जाण्याची त्यांची तयारीही झाली तरी त्यांना घर म्हणजे काय हे माहीत झाले नाही. त्यांना राहण्याची एकच जागा माहीत होती आणि ती म्हणजे कॅनव्हासचा तंबू.....ज्यावेळी ते एखाद्या प्रांतावर स्वारी करतात त्यावेळी ते प्रत्येक परगण्यामधून त्यांची इच्छा असेल तितका पैसा लुटून घेतात. आपल्या घोड्यांना उभ्या पिकात चरायला पाठवितात किंवा घोड्यांच्या टापांखाली उभे पीक गेले तरी त्याचे त्यांना काही वाटत नाही. त्यांचा पाठलाग करीत ज्यावेळी मोगल सैन्य येते त्यावेळी शेतात पुन्हा लागवड करूनच येणाऱ्या पिकांवर त्यांना गुजराण करावी लागते. कुठेही प्रशासन दिसेनासे झालेले आहे. सर्व राज्य उजाड बनलेले आहे. शेतकऱ्यांनी शेती करणे सोडून दिलेली आहे. जहागीरदारांना आपल्याला कुळांपासून एक पैसुद्धा मिळत नाही. मराठा सरकारने आपल्या अधिकाऱ्यांना पगार देण्याची जी पद्धत आहे

ती बंद केलेली आहे. म्हणून मराठा शासनाचे सर्व सेवक सर्व दिशांनी मनसोक्त लुटालूट करतात आणि त्यातील फार थोडा हिस्सा आपल्या राजाला नेऊन देतात. ''शत्रूने ही जी लुटालूट चालविली आणि मोगल अधिकाऱ्यांच्या जहागिरीतून महसूल मिळणे बंद झाले त्यावेळी परिस्थिती गंभीर बनली. त्यातच दीर्घकाळ दुष्काळ पडल्यामुळे या परिस्थितीने अधिकच गंभीर वळण घेतले.'' म्हणून ''मोगलांच्या जहागिरीचा नाश घडून आल्यामुळे आणि धान्याच्या किमती अतिशय वाढल्यामुळे सैन्याची स्थिती अतिशय चिंताजनक बनली. तरी याउलट अशा लुटालुटीमुळे मराठ्यांची सांपत्तिक स्थिती सुधारली. त्यांनी ज्या शहरांभोवती तटबंदी बांधलेली होती अशा हैद्राबाद, विजापूर, औरंगाबाद आणि बऱ्हाणपूर यांसारख्या शहरांवरसुद्धा हल्ले चढविले.''

मोगलांचे प्रशासन कोसळून पडले आणि शांतता आणि सुव्यवस्था लयाला गेली. यातून संकटांची एक परंपराच निर्माण झाली. भीमसेनाने हेच नेमके दाखवून दिलेले आहे. तो लिहितो – ''मनसबदाराच्या हाताखाली अतिशय थोडे सैन्य असल्यामुळे तो आपल्या जहागिरीचा ताबा मिळविण्यास असमर्थ ठरला आहे. याउलट स्थानिक जमीनदार बलिष्ठ झालेले असून ते मराठ्यांना सामील झालेले आहेत. ते स्वत:चे सैन्य उभारतात आणि या जहागिरीतील प्रजेवर अत्याचार करतात. मोगल प्रदेश जसा तनखा (Tankha) (Fief) म्हणून जहागीरदारांमध्ये वाटून देण्यात आलेला आहे, त्याचप्रमाणे मराठ्यांनी सुद्धा हे सर्व राज्य आपल्या सेनापतींमध्ये वाटून टाकलेले आहे. यामुळे एकाच राज्याला दोन प्रकारच्या जहागीरदारांना पोसण्याचा प्रसंग आलेला आहे. शेतकऱ्यांना अशा प्रकारची दुहेरी वसुली द्यावी लागल्याने त्यांनी शस्त्रास्त्रे आणि घोडे जमविली आणि ते मराठ्यांना सामील झालेले आहेत.'' अशा प्रकारे आलेले दारिद्र्य असहाय्य होऊन पुष्कळशा मोगल मनसबदारांनी प्रामाणिक आणि एकनिष्ठ अशा शेतकऱ्यांचीच लुटालूट करण्याला प्रारंभ केला आणि काही तर मराठा हल्लेखोरांशी भागीदारी करीत आहेत.

१२. मराठ्यांच्या लुटीची आणि युद्धाची पद्धती

मराठ्यांनी लुटीलुटीलासुद्धा एक पद्धतशीर स्वरूप दिलेले आहे – ''ज्या ज्या वेळी मराठे या प्रदेशात येतात त्या त्या वेळी ते तिथल्या प्रदेशाचा महसूल वसूल करतात. या कामाला त्यांना महिनेच्या महिने आणि कधी वर्षेही लागतात. या काळात आपल्या बायकामुलांसह ते तिथेच शांततेने राहतात. त्यांनी परगण्यांची वाटणी करून घेतली आहे आणि मोगल शासनाचे अनुकरण करून त्यांनी आपले स्वत:चे सुभेदार, कमाविसदार (महसूल वसूल करणारे) आणि राहदार (मार्गावरील रक्षक) नेमलेले आहेत. त्यांचा सुभेदार हा सैन्याचा सेनापती होता. ज्यावेळी त्याने मोठा काफिला येतो आहे

असे ऐकले त्यावेळी ७,८०० घोडेस्वारांनिशी त्याने त्या काफिल्याला गाठले आणि त्यांना लुटले. चौथाई वसूल करण्याकरिता सर्वत्र कमाविसदार नेमण्यात आलेले आहेत. ज्यावेळी बलिष्ठ जमीनदाराने किंवा मोगल फौजदाराने त्याला विरोध केला आणि त्याला त्याची लूट करू दिली नाही, त्यावेळी मराठा सुभेदार त्याच्या मदतीला धावून आला आणि त्या कमाविसदाराला तेथली लूट नेण्यास त्याने मदत केली. परिणामी तिथला सगळा प्रदेश उजाड बनला. मराठा राहदाराचे कार्य पुढीलप्रमाणे होते – प्रवासात आपल्या काफिल्याला मराठ्यांनी उपद्रव देऊ नये अशी व्यापाऱ्याची इच्छा असल्यास राहदार प्रत्येक गाडीमागे किंवा बैलामागे पैसा घेत असे (मोगल फौजदार जो व्यापारी कर लावत असेल त्याच्या तीन पट किंवा चार पट ही रक्कम असे) आणि रस्ता अशा काफिल्याकरिता पूर्णपणे मोकळा सोडण्यात येई. प्रत्येक सुभ्यामध्ये मराठ्यांनी एक किंवा दोन लहान गढ्या बांधल्या. मराठे या गढ्यांत आश्रय घेत आणि तिथून भोवतालच्या प्रदेशाची लुटालूट करण्याला ते बाहेर पडत असत.'' – (खाफीखान)

१७०३ नंतर मराठ्यांना संपूर्ण दक्षिणेत आणि उत्तर हिंदुस्थानातील काही भागात ते म्हणतील ती पूर्व दिशा अशी स्थिती प्राप्त झाली. मोगल अधिकारी असहाय्य बनले आणि त्यांच्यावर स्वत:चेच संरक्षण करण्याची पाळी आली. मराठ्यांच्या सत्तेत आणि सामर्थ्यात जशी वाढ घडून आली, त्यानुसार मराठ्यांच्या डावपेचात आणि लढण्याच्या पद्धतीतही बदल घडून आला. – शिवाजी आणि संभाजीच्या काळात ते ज्याप्रमाणे अवचित हल्ले चढवून पळून जावयाचे किंवा असहाय्य अशा खेड्यांची आणि व्यापाऱ्यांची लुटालूट करावयाचे आणि मोगल सैन्य आले अशी नुसती हूल जरी उठली तर ते पळून जावयाचे अशा गनिमी टोळ्यांचे स्वरूप त्यांना राहिले नाही. उलट १७०४ मध्ये मनुकीने जे पाहिले ते पुढीलप्रमाणे होते – ''मराठ्यांचे सेनापती आणि त्यांची सैन्ये ही आजकाल मोठ्या आत्मविश्वासपूर्वक संचार करतात. याचे एकच कारण म्हणजे त्यांनी मोगल सेनापतींना वाकविले आणि त्यांच्यात दहशत निर्माण केली. सध्या मराठा सैन्याजवळ तोफा, बंदुका, धनुष्यबाण, अग्निबाण, सामानसुमान वाहून नेण्याकरिता हत्ती, उंट इत्यादी आहेत. इतकेच नव्हे तर तंबूही त्यांच्याजवळ आहेत. थोडक्यात मोगल सैन्याजवळ जी जी शस्त्रास्त्रे आणि जे जे सामानसुमान होते, ते सर्व आता मराठ्यांजवळही आहे आणि मोगल सैन्याच्या जशा हालचाली होत तशाच आता मराठा सैन्याच्याही हालचाली होत आहेत.''

औरंगजेबाचे अंतर्गत प्रशासन सुद्धा कोसळून पडले आणि हे उघडपणे आणि ठळकपणे दिसून येत होते. मोगल अधिकारी सुधारता येणार नाहीत, इतके भ्रष्ट बनले. त्यांच्या अकार्यक्षमतेला तर सीमाच नव्हती. औरंगजेबाने कुराणातील आज्ञेच्या विरुद्ध

म्हणून ज्या ज्या करांना (अबवाब – Abwab) बंदी घातलेली होती, ते सर्व कर स्थानिक अधिकारी औरंगजेबाच्या आदेशांचे उघड उघड उल्लंघन करून वसूल करू लागले. औरंगजेबाच्या म्हातारपणी दूरदूरच्या अंतरावरील अधिकारी औरंगजेबाचे आदेश मानेनासे झाले आणि प्रशासनातील कार्यक्षमता पूर्णपणे लयाला गेली.

१३. औरंगजेबाची अहमदनगरला माघार, १७०५

वागीनगेरा जिंकल्यानंतर (२७ एप्रिल १७०५) लगेचच बादशहाने आपली छावणी किल्ल्याच्या दक्षिणेला आठ मैलांवर कृष्णेच्या तीरावरील देवपूर नावाच्या शांत आणि हिरव्या वनश्रीने नटलेल्या खेड्यात हलविली. या ठिकाणी त्याचे वय झाल्यामुळे (९० वर्षे) आणि सतत परिश्रमांमुळे तो अतिशय आजारी पडला.

यामुळे त्याच्या छावणीत अतिशय निराशा पसरली. प्रथमतः त्याने अत्यंत जिद्दीने या आजाराला तोंड दिले आणि निव्वळ मनःसामर्थ्यावर दरबारचा कारभार त्याने नेहमीप्रमाणे काही दिवस पाहिला. इतकेच नव्हे तर आपल्या झोपण्याच्या खोलीमधून तो सर्वसाधारण लोकांना झरोक्यातून दर्शनसुद्धा देत असे. आपण जिवंत आहोत असा धीर लोकांना मिळावा हाच त्यामागील त्याचा हेतू होता. परंतु दरबारच्या कामाचा त्याच्यावर ताण पडून त्यामुळे त्याचा आजार वाढला. त्याला अतिशय यातना होऊ लागल्या आणि त्यामुळे पुष्कळदा तो बेशुद्धीत सुद्धा जाई. यामुळे त्याच्या मृत्यूबाबत आणि त्याच्या मुलांमधील वारसायुद्धाबाबत अतिशय विकृत अफवा वाऱ्याच्या वेगाने सर्वत्र पसरल्या.

अशा स्थितीत तो दहा किंवा बारा दिवस पडलेला होता. त्यानंतर त्याच्यात सुधारणेची चिन्हे दिसू लागली. परंतु त्याचा वेग मात्र अतिशय मंद होता. त्याला अतिशय अशक्तता आलेली होती. अशा अवस्थेत अतिशय यातना भोगत असताना एके दिवशी त्याच्या मुखातून शेख गंज यांच्या पुढील ओळी बाहेर पडल्या –

'८० किंवा ९० वर्षांचे तुम्ही होता
तो वेळेपावेतो
काळाचे अनेक आघात तुम्ही
सहन केले असतील,
तिथून ज्यावेळी तुम्ही वयाचे
शतक गाठाल,
त्यावेळी तुमच्या जीवनावर मृत्यूचे
पांघरूण पडलेले असेल.'

बादशहाच्या रुग्णशय्येशेजारी अमीरखान हा सेवा करण्याकरिता उभा होता. त्याने

बादशहाला शेख गंजच्या पुढील ओळी सांगून शांत करण्याचा प्रयत्न केला. तो म्हणाला – ''बादशहाचे कल्याण असो ! आपण ज्या शेख गंजाच्या ओळी उद्‌धृत केल्यात त्या ओळी किंवा कडवी मी सांगतो, त्या प्रास्ताविक म्हणून म्हटलेल्या होत्या. ते कडवे असे :–

'म्हणून तुम्ही सतत आनंदी असणे
तुमच्याच हिताचे आहे
कारण आनंदी असलात तरच तुम्ही
ईश्वराची आठवण करू शकाल !'

२३ ऑक्टोबर १७०५ रोजी औरंगजेबाने देवपूर या ठिकाणची आपली छावणी उठविली आणि त्याने पालखीत बसून उत्तरेकडे कूच केले. अत्यंत मंद गतीने मार्गक्रमण करीत दक्षिणेच्या स्वारीवर प्रस्थान केल्यानंतर २३ वर्षांनंतर तो २० जानेवारी १७०६ रोजी अहमदनगर या ठिकाणी येऊन पोहोचला. येथे आपला 'प्रवास' संपणार असे त्यानेच जाहीर केले.

१४. औरंगजेबाच्या जीवनाच्या शेवटल्या वर्षातील दुःख आणि वैफल्य

औरंगजेबाच्या जीवनातील अखेरची वर्षे ही खरोखरच वर्णन करता येणार नाहीत इतकी निराशाजनक होती. हिंदुस्थानात एक न्यायनिष्ठुर आणि बलिष्ठ शासन निर्माण करण्याचे त्याचे जे संपूर्ण जीवनाचे स्वप्न होते, राजकीय जीवनात त्या स्वप्नाच्या ठिकऱ्या होऊन परिणामी सर्व साम्राज्यात गोंधळ आणि विघटन निर्माण झालेले आहे असे त्याला आढळून आले. म्हातारपणातील या अवस्थेत शब्दातीत एकाकीपणा औरंगजेबाला भेडसावू लागला. सर्व जुने सरदार आता काळाच्या पडद्याआड गेलेले होते. ज्या पिढीमध्ये त्याने आपले कर्तृत्व गाजविले आणि ज्यात त्याचे जीवन व्यतीत झाले, त्या पिढीचा एकुलता एक प्रतिनिधी आणि मित्र म्हणून वजीर आसदखान तेवढा जिवंत राहिलेला होता आणि तो सुद्धा औरंगजेबापेक्षा पाच वर्षांनी लहानच होता. वृद्ध बादशहाने ज्यावेळी आपल्या दरबाराकडे आपली दृष्टी फेकली त्यावेळी सर्व बाजूंनी त्या ठिकाणी तरुण माणसे, भित्रे स्तुतीपाठक, नवीन जबाबदारी स्वीकारण्याला कचरणारे, सत्य सांगायला घाबरणारे आणि व्यक्तिगत महत्त्वाकांक्षा आणि परस्परांविषयी मत्सर याकरिता खालच्या पातळीवर जाऊत सतत चोवीस तास कारस्थाने करणारे अशाच व्यक्तींची त्याला त्या ठिकाणी गर्दी झालेली दिसली. नेहमीच तो निष्पाप, साधे जीवन घालवित असल्यामुळे इतर माणसे त्याच्याशी सलगी करण्याला अतिशय कचरत असत. मानवी जीवनातील सुखदुःखे, दुर्बळता ह्या सर्वांच्या वर असणारा, ज्याच्यामध्ये सर्वसाधारण मानवतेचा अंशसुद्धा नाही, जो या जगात राहतो परंतु या जगाचा नाही

अशा औरंगजेबापासून माणसे, दैवी कोपापासून जशी मागे हटत तशी औरंगजेबापासूनही मागे हटत असत. त्याच्या या जीवनात तो ज्यावेळी दैनंदिन राज्यकारभारापासून मुक्त होत असे त्यावेळी फक्त दोनच सहकारी त्याच्या सान्निध्यात असत. एक म्हणजे त्याची मुलगी झिनतउन्नीसा, तीही आता वृद्ध झालेली होती; आणि दुसरी त्याची शेवटची पत्नी उदेपुरी. पशूसारख्याच तिच्या आवडीनिवडी होत्या. तिचा मुलगा कामबक्ष याच्या वेडाचारांमुळे आणि असंबद्ध वागण्यामुळे बादशहाचे अंत:करण दु:खाने दुभंगून जात असे.

त्याच्या खाजगी जीवनातही जवळच्या नातेवाईकांचे एकामागून एक मृत्यू झाल्यामुळे मोठा अंधकार निर्माण झालेला होता. त्याची सर्वांत आवडती सून जहानझेबबानू हिचा १७०५च्या मार्चमध्ये गुजराथमध्ये मृत्यू झाला. त्याचा बंडखोर मुलगा अकबर या निराश्रित अवस्थेत परक्या देशात इ.सन.१७०४ मध्ये मृत्यू पावला. त्याच्याही अगोदर त्याची अत्यंत प्रतिभावंत मुलगी कवयित्री झेबुन्निसा हिने दिल्लीला नजरकैदेत असताना आत्महत्या करून घेतली (१७०२) आणि आता त्याच्या सर्व भावांमध्ये आणि बहिणींमध्ये एकुलती एक बहीण जिवंत राहिलेली होती आणि ती म्हणजे गौहर–आरा बेगम. तिचाही १७०६ मध्ये मृत्यू झाला. या बातमीमुळे त्याला वारंवार एकाच शोककारक वस्तुस्थितीची आठवण होऊ लागली. आणि ती म्हणजे शहाजहानच्या मुलांपैकी ती आणि मी एवढेच फक्त आम्ही मागे राहिलेलो आहोत. याच मंत्राचा बादशहाने वारंवार स्वत:शी उच्चार केला आणि त्यामुळे त्याचे जीवन दु:खात बुडून गेले. मे १७०६ मध्ये त्याची मुलगी मेहरुन्निसा आणि तिचा नवरा इझिदबक्ष (मुरादचा मुलगा) हे दोघेही दिल्लीला एकदमच मृत्यू पावले आणि त्याच्या पुढील महिन्यात अकबराचा मुलगा बुलंद अख्तर हाही मरण पावला. औरंगजेबाचा मृत्यू होण्यापूर्वी काही दिवस अगोदर त्याचे दोन नातू मृत्युमुखी पडले (१७०७). परंतु त्याच्या मंत्र्यांनी खचत चाललेल्या औरंगजेबाला मानसिक धक्का बसू नये म्हणून ती बातमी दडवून ठेवली.

१५. मोगल प्रदेशातील मराठ्यांचा उपद्रव, (१७०६–१७०७)

औरंगजेबाने ज्यावेळी अहमदनगरकडे प्रयाण केले, त्यावेळी अंदाधुंदी आणि नाश यांचाच वारसा त्याने आपल्यामागे ठेवला. त्याने अहमदनगर शहराकडे माघार घेतली, त्यामुळे त्याच्या सैन्याला विश्रांती मिळाली किंवा त्याच्या साम्राज्यात शांतता प्रस्थापित झाली असे घडून आले नाही. १७०६च्या एप्रिल किंवा मे महिन्यात मराठ्यांकडील सर्व कर्तबगार सेनापतींच्या नेतृत्वाखाली प्रचंड मराठा फौज ही बादशहाच्या छावणीपासून केवळ चार मैलांवर येऊन ठेपली आणि त्यामुळे बादशहाच्या छावणीला

मोठाच धक्का निर्माण झाला. औरंगजेबाने खान-इ-अलम आणि इतर अधिकारी यांना त्या सैन्याविरुद्ध पाठविले आणि दीर्घ आणि भीषण लढाया लढल्यानंतरच त्यांना बादशहाच्या छावणीच्या आसमंतातून मराठ्यांना हुसकून लावण्यात यश लाभले.

गुजराथमध्ये मोगल सैन्यावर एक भयानक संकट येऊन कोसळले. इनूमांड हा खानदेशामधील दारू तयार करणारा व्यापारी होता. त्याने नुकताच दरोडेखोरीच्या धंद्याला प्रारंभ केलेला होता. आता त्याने मराठा सेनापतींशी संगनमत केले. धनाजी जाधव आणि त्याच्या सैन्याला बोलावून त्याने बडोद्यासारखे अतिशय विशाल आणि संपन्न शहर लुटून घेतले (मार्च १७०६). बडोद्याचा फौजदार नाझर अली याचा मराठ्यांनी पराभव केला आणि त्याला त्याच्या सैन्यासहित पकडून नेले.

याचप्रमाणे धनाजी जाधव आणि इतर मराठा सेनापतींच्या नेतृत्वाखाली मराठ्यांच्या निरनिराळ्या सैन्य तुकड्यांनी औरंगाबादेच्या परगण्यांवर वारंवार हल्ले चढविले आणि त्यांनी तो परगणा लुटून फस्त केला.

जुलै महिन्यात वागीनगेरानजीक मराठ्यांच्या हालचालींना इतका जोर चढला की त्यामुळे मराठ्यांना शिक्षा करण्याकरिता म्हणून तर्बियतखानाला त्याच्या सैन्यासहित खास पाठवावे लागले. हिंदुरावशी संगनमत करून पिडिया बेरडाने ''दोन्हीही कर्नाटकात जिथून प्रवेश होतो असे'' पेणूकोंडा नावाचे ठिकाण जिंकून घेतले. पेणुकोंडाचा मोगल सुभेदार याला अनेक महिनेपर्यंत पगार न मिळाल्याने त्याने लाच घेऊन पिडिया बेरडाच्या स्वाधीन किल्ला केला. असा महत्त्वाचा किल्ला हाती आल्यामुळे आत्मविश्वास येऊन मराठ्यांनी पूर्वी जून १७०४ मध्ये ज्या जिल्ह्यात लुटालूट केली होती अशा घाटमाथ्यावरील विजापुरी कर्नाटकाच्या राजधानीकडे म्हणजे सिराकडे आपला मोर्चा वळविला. कर्नाटकचा फौजदार दाऊदखान याने त्यानंतर पेणुकोंडा जिंकून घेतले. दरबाराचा एक अधिकारी शियादातखान याला ह्या हल्ल्यात बंदुकीच्या गोळ्यांच्या माऱ्यामुळे आपले दोन्ही डोळे गमवावे लागले. तशातच त्याला पकडण्यात आले आणि शत्रूने त्याला ओलिस धरून ठेवले. याच सुमारास मराठ्यांनी मोगलांपासून वसंतगडचा किल्ला जिंकून घेतला.

ज्यावेळी पावसाळा संपुष्टात आला (सप्टेंबर १७०६) त्यावेळी दसपट तीव्रतेने मराठ्यांनी आपल्या युद्ध कारवायांना नवीन जोमाने प्रारंभ केला. धनाजी जाधवाने वऱ्हाड आणि खानदेश या मोगलांच्या जुन्या प्रदेशांकडे वेगाने कूच केले. परंतु मिरजनजीक मुक्काम करून असलेल्या नसरतजंगाने त्याला विजापूरकडे हुसकावून लावले आणि नंतर कृष्णा नदीच्याही पलीकडे हाकलून दिले. औरंगाबादेहून बादशाही छावणीकडे येणारा एक लांब काफिला अहमदनगरपासून चोवीस मैलांवर चांद्यानजीक

पूर्णपणे लुटून घेण्यात आला. काफिल्याजवळ कोणतीही चीजवस्तू शिल्लक उरली नाही.

१६. औरंगजेबाचे शेवटचे दिवस

याप्रमाणे औरंगजेबाभोवती संकटांची भेसूर छाया जास्त जास्त गडद होत असताना त्याच्या छावणीत जे अंतर्गत उपद्रव निर्माण होत होते, ते जास्त भयसूचक वाटत होते. मोहम्मद आझमच्या स्वभावात जास्त आत्मप्रौढी असल्यामुळे आणि तो विलक्षण महत्त्वाकांक्षी असल्यामुळे आपल्या मार्गातील सर्व स्पर्धकांचा नि:पात होऊन सिंहासनाचा वारसा आपल्याला ताबडतोब मिळावा अशी त्याची इच्छा होती. याकरिता त्याने शहा आलमचा तिसरा कर्तबगार मुलगा आझीम-उस्-शान याच्याबाबत बादशहाचे मन कलुषित केले आणि त्याला पाटण्याच्या सुभेदारीहून परत बोलाविण्यास बादशहाला भाग पाडले. त्याने याचवेळी पंतप्रधान आसदखान आणि इतर काही सरदार यांना आपल्या बाजूने वळवून घेतले. यानंतर तो कामबक्षावर आकस्मिक हल्ला करून त्याला ठार मारण्याची संधी पाहू लागला. आझमने कामबक्षाविरुद्ध केलेल्या दररोजच्या कट-कारस्थानांच्या बातम्या ज्यावेळी बादशहाच्या कानावर पडू लागल्या त्यावेळी राजपुत्र कामबक्षचे संरक्षण करण्याकरिता बादशहाने कामबक्षाच्या सैन्याचा सैन्य-मंत्री, बादशहाच्या विश्वासातला शूर सुलतान हुसेन (मीर मलंग) याची नेमणूक केली.

१७०७ मधील फेब्रुवारीच्या प्रारंभी बादशहाला आजारपणाचा पुन्हा झटका आला आणि तो पुष्कळ दिवसपर्यंत ग्लानीत पडून होता. असा झटका येण्याचे प्रमाण अलीकडे बरेच वाढले होते. या झटक्यातून बादशहा कसाबसा सावरला आणि त्याने पुन्हा दरबार भरविण्याला आणि शासनाचे कामकाज पाहण्याला प्रारंभ केला. परंतु आपण अगदी मरणाच्या दारापर्यंत पोहोचलेलो होतो हे त्याने ओळखले. त्याचप्रमाणे आपल्या छावणीतील शांतता आणि छावणीत एकत्रित झालेल्या हजारो लोकांची सुरक्षितता हिला आझमच्या अमर्याद महत्त्वाकांक्षेमुळे आणि त्याबाबतीत त्याचा धीर सुटल्यामुळे मोठा धोका निर्माण झालेला आहे आणि याचा एके दिवशी मोठाच स्फोट होणार आहे याची त्याला कल्पना आली म्हणून विजापूरचा सुभेदार म्हणून त्याने कामबक्षाची नेमणूक केली आणि प्रचंड फौज देऊन त्याने त्याला विजापूरकडे रवाना केले. त्यानंतर चारच दिवसांनी (१३ फेब्रुवारी) माळव्याचा सुभेदार म्हणून मोहम्मद आझमलाही निरोप देण्यात आला. परंतु आझम अतिशय धूर्त होता. आपल्या वडिलांचा मृत्यू जवळ आलेला आहे हे त्याने ओळखले. त्याने बादशहाची अवज्ञा केली नाही परंतु एक एक दिवसाआड मुक्काम करून कूच करणे त्याने पसंत केले.

आपल्याजवळ असलेल्या आपल्या मुलांपैकी शेवटच्या मुलाला निरोप दिल्यानंतर

चार दिवसांनी म्हातारपणामुळे गलितगात्र झालेल्या बादशहाला सपाटून ताप भरला परंतु तरीसुद्धा सतत तीन दिवस हट्टीपणाने दरबारला तो हजर राहिला आणि सर्वांच्या उपस्थितीत दिवसातून पाच वेळा त्याने अल्लाची प्रार्थनासुद्धा केली. या काळात तो पुढले भविष्य सूचित करणाऱ्या ओळी नेहमीच म्हणत असे :-

''निमिषार्धात, एका क्षणात, एका श्वासात
ह्या जगाची स्थिती बदलते – ''

ह्या त्याच्या शेवटच्या दिवसात त्याने आझम आणि कामबक्ष या आपल्या दोन मुलांना दोन मोठी करुण पत्रे लिहिली. (पुढील परिशिष्ट पाहा.) या पत्रांत, दोघाही भावांनी आपसात बंधुप्रेम, सद्भाव, सहजीवन आणि सौम्यता शिकावी आणि हे सारे जगच क्षणिक असल्याने त्यापासून त्यांनी योग्य तो बोध घ्यावा असा उपदेश त्याने केलेला होता.

२० फेब्रुवारी १७०७ रोजी शुक्रवारी सकाळी औरंगजेब नित्यनियमाप्रमाणे शयनागरातून बाहेर आला. सकाळची अल्लाची करुणा भाकणारी प्रार्थना त्याने म्हटली आणि त्यानंतर प्रेषित मोहम्मद आणि अल्लाचे नाव घेत त्याने जपाची माळ ओढण्याला प्रारंभ केला. यानंतर हळूहळू त्याला बेशुद्धावस्था प्राप्त झाली. त्याचा श्वासोच्छ्वास जड झाला. परंतु त्याचे आत्मतेज इतके काही विलक्षण होते की, त्याने शारीरिक दौर्बल्यावर मात केली आणि सर्व शांत होईपावेतो जवळ जवळ ८ वाजेपर्यंत त्याची हाताची बोटे जपमाळ ओढण्यात आणि ओठ कालिमांचा उच्चार करण्यात मग्न होते. मुसलमान साबात शुक्रवारी आपल्याला शांतपणे मरण यावे अशी त्याची एकुलती एक तीव्र इच्छा होती आणि अल्लाचा तो खरा सेवक असल्यामुळे परमेश्वराने त्याचे मनोगत ऐकले आणि त्याची इच्छा पूर्ण केली.

दिनांक २२ रोजी मोहम्मद आझम हा छावणीत येऊन पोहोचला आणि आपल्या वडिलांबाबत शोक व्यक्त केल्यानंतर आणि आपली बहीण झिनतउन्नीसा बेगम हिचे सांत्वन केल्यानंतर तो बादशहाच्या मृत शरीराबरोबर काही अंतर चालून गेला आणि तिथून त्याने शेख झेनुद्दीन या संताच्या कबरस्थानाशेजारीच त्याला पुरण्याकरिता म्हणून त्याचे प्रेत दौलताबादजवळील खुलताबादला रवाना केले.

अकबर वगळता इतर सर्व थोर मोगल सम्राटात अत्यंत थोर असलेल्या बादशहाचे पार्थिव अवशेष खुलताबाद येथील कबरीच्या स्वरूपात पाहावयास सापडतात. ही कबर अतिशय साधी, ठेंगणी, तिला संगमरवरी चबुतराही नाही किंवा तिच्यावर घुमटसुद्धा बांधले नाही. जे काही आहे, म्हणजे त्या कबरीला आच्छादून टाकणारी जी

शीला आहे त्या शीलेमध्ये असलेल्या हिरव्यागार अशा वनस्पतीची वाढ व्हावी ह्यासाठी पाण्याने भरलेले असे एक कुंड ! (जहानआराची दिल्लीच्या बाहेर कबर बांधण्यात आली तिचीच या ठिकाणी प्रतिकृती करण्यात आलेली आहे.) औरंगजेबाची एवढीच स्मृती आज कायम आहे.

परिशिष्ट

औरंगजेबाने आझमला लिहिलेले शेवटचे पत्र ''तुझे कल्याण असो ! आता मला वृद्धत्व आलेले आहे आणि दुर्बळपणा वाढलेला आहे. सर्व शारीरिक शक्ती मला सोडून गेलेली आहे. मी या जगात एकटाच आलो आणि येथून मी एकटाच जात आहे. मी कोण आणि मी इतके दिवस काय करतो आहे, हे मला कळत नाही. जे दिवस धर्मकृत्यांशिवाय गेलेत त्या दिवसांबद्दल मला अतीव दु:ख आहे. खरे प्रशासन मी निर्माण केले नाही किंवा शेतकऱ्यांचे खरे कल्याणही मी करू शकलो नाही.

इतके अमूल्य जीवन खरोखरीच वाया गेले आहे. परमेश्वर माझ्याच घरात होता. परंतु माझ्या अंध दृष्टीला तो दिसू शकला नाही. कोणालाच चिर-जीवन मिळत नाही. गेलेल्या जीवनाची नावनिशाणीसुद्धा आज दिसत नाही. भविष्यकाळाबाबत कोणतीही आशा आता उरलेली नाही.

आता माझा ताप गेलेला आहे. परंतु त्याने फक्त अस्थिपंजरच मागे शिल्लक ठेवलेला आहे. माझा मुलगा कामबक्ष याला मी विजापूरला पाठविले होते. तो आता माझ्याजवळ आहे. परंतु त्याच्यापेक्षाही तू मला अतिशय जवळचा आहेस. सगळ्यांत शहा आलम अत्यंत दूर आहे. माझा नातू मोहम्मद अझीम हा ईश्वराच्या कृपेमुळे हिंदुस्थाननजीक (बंगालवरून) येऊन पोहोचलेला आहे.

सर्व सैनिकांना माझ्यासारखेच असहाय्य वाटत आहे. माझ्यासारखीच त्यांचीही स्थिती आहे. आपल्याजवळच आपला परमेश्वर आहे याबाबत त्यांना खात्री आहे. (या जगात) येताना मी काहीही बरोबर आणलेले नाही. मला कोणती शिक्षा होईल, हे मी सांगू शकणार नाही. माझ्यावर अल्लाची कृपा होणार, याची मला जरी जबर आशा वाटत असली तरी जीवनात मी केलेल्या कृत्यांमुळे त्याबाबतीत मला अतिशय काळजी वाटत आहे. मी आता हे जग सोडून जात आहे, तेव्हा माझे म्हणता येईल असे कोण बरे राहणार आहे ? (कविता)

> 'वाऱ्याची दिशा कोणतीही असो,
> ह्या सागरावर मी माझे तारू
> आता हाकारीत आहे.'

सृष्टीचे संरक्षण करणारा जरी आपल्या प्रजेचे संरक्षण करील याची मला खात्री

असली, तरीसुद्धा माझ्या लेकरांनी परमेश्वराने निर्माण केलेल्या प्राण्यांचे व मुसलमानांचे संरक्षण करावे व त्यांचा अन्यायाने नाश होऊ देऊ नये अशी त्याची अपेक्षा असणारच.

बहादूरला (बिदरबख्त), माझ्या नातवाला, माझे शेवटचे आशीर्वाद सांगावे. या जगातून कायमचे निघून जाण्याच्या वेळी माझी त्याची भेट झाली नाही. त्याला भेटण्याची माझी इच्छा अपूर्णच राहिलेली आहे. बेगमही दु:खात चूर आहे परंतु तिच्यावरही अल्लाची कृपा होईल, याची मला खात्री आहे. अदूरदृष्टीचे फळ म्हणून निराशेशिवाय दुसरे काय पदरी पडणार. खुदा हाफीज !''*

औरंगजेबाने कामबक्ष यास लिहिलेले शेवटचे पत्र

''माझ्या हृदयात विराजमान असणाऱ्या मुला ! माझ्या अंगात ताकद होती तोपर्यंत सर्वांनी ईश्वराला शरण जावे, असा उपदेश मी करीत होतो, परंतु, त्याकडे कोणीही लक्ष दिले नाही. आता मी मरणोन्मुख असल्यामुळे त्याचा काहीही उपयोग नाही. जीवनात मी जे काही चांगले अगर वाईट केले, त्याची फळे आणि शिक्षा भोगायला मी तयार आहे. या जगात मी एकटाच आलो आणि आता जाताना मात्र एका विशाल काफिल्याबरोबर जात आहे, हे केवढे आश्चर्य आहे ! मी जिकडे दृष्टी टाकतो, तिकडे काफिल्याचा नेता म्हणून मला सर्वत्र परमेश्वरच दिसतो. सैन्याची आणि माझ्या सहाय्यकांची चिंता यामुळे माझ्या मनात निराशेची लाट निर्माण होते आणि त्यामुळेच अंतिम यातनांबद्दल भीतीही वाटू लागते. अल्ला जरी आपल्या प्रजेचे रक्षण करील, हे जरी खरे असले तरी मुसलमानांनी आणि माझ्या मुलांनी त्यांचे संरक्षण करणे हे त्यांचे कर्तव्य आहे, असे मी समजतो. ज्यावेळी माझ्या अंगात ताकद होती त्यावेळी मी त्यांचे रक्षण करू शकलो नाही आणि आता तर मला माझेही रक्षण करणे अशक्य होऊन बसले आहे. माझे अवयव आता काम देईनासे झाले आहेत. एकदा श्वास घेतल्यानंतर पुन्हा पुढील श्वास घेता येईल किंवा नाही, याबाबत शंका वाटते आहे. या स्थितीत अल्लाची प्रार्थना करण्याशिवाय दुसरे काही मी काय करू शकतो ? तुझी आई उदेपुरी बेगम हिने माझ्या आजारपणात मनोभावे शुश्रुषा केली आहे. माझ्याबरोबर तिलाही परलोकात येण्याची इच्छा आहे. तुझ्या मुलांना व तुला मी ईश्वराच्या स्वाधीन करीत आहे. मला भीतीने ग्रासलेले आहे. मी तुझा निरोप घेत आहे. या जगातील लोक फसवणूक करण्यात प्रवीण आहेत (ते गव्हाचा नमुना दाखवतात व प्रत्यक्षात जव देतात.). त्यांच्यावर विश्वासून कोणतेही काम करू नये. इशाऱ्यांनी व संकेतांनी आपले

(***टीप :** ब्रिटीश म्युझियम ॲडिशनल २६२४० मधून मी हे भाषांतरित केले. रुक्कत (Ruqat) च्या लिथोग्राफ (Lithograffed) केलेल्या आवृत्तीत दिलेला हा वृत्तांत स्वीकारण्यात आलेला नाही.)

काम करावे. दारा शुकोहने अशी काळजी घेतली नाही आणि त्यामुळे त्याला अपयश आले. आपल्या सैन्याचा आणि सहाय्यकांचा त्याने पगार वाढविला. परंतु त्याला गरज पडली त्यावेळी त्यांनी जेवढे काम करावयास पाहिजे होते तेवढे केले नाही. त्यामुळे तो दु:खी होता. प्रत्येकाने अंथरूण पाहूनच आपले पाय पसरावे.

मला जे सांगावयाचे होते, ते मी तुला सांगितले आहे. आता मी तुझा निरोप घेतो. शेतकरी आणि प्रजा यांचे अन्यायाने नुकसान होणार नाही, मुसलमानांचा नाश होणार नाही, याची नीट काळजी घे. नाहीतर त्याची शिक्षा मलाच भोगावी लागेल.'' (इंडिया ऑफिस हस्तलिखित १३४४ फोलिओ २६-अ)

औरंगजेबाचे शेवटचे मृत्युपत्र

(इंडिया ऑफिस लायब्ररी - हस्तलिखित १३४४, फोलिओ ४९-ब, औरंगजेबाने हे मृत्युपत्र स्वत:च्या हस्ताक्षरात लिहिले आणि मृत्यूनंतर त्याच्या उशीखाली ते सापडले, असे सांगितले जाते.)

''जीवनात मी असहाय्य होतो आणि आता जातानासुद्धा असहाय्य आहे. माझ्या मृत्यूनंतर माझ्या मुलांपैकी ज्या कोणाला माझे राज्य मिळेल, त्याने कामबक्षाला कोणताही उपद्रव देऊ नये, परंतु त्याचबरोबर कामबक्षाने विजापूर आणि हैद्राबाद या दोन प्रांतांवर समाधान मानावे. आसदखानापेक्षा इतर कोणीही वझीर म्हणून योग्य होईल असे मला वाटत नाही. इतर सर्व मोगल नोकरांपेक्षा दक्षिणेचा सुभेदार दिनायतखान हा निश्चितपणे चांगला आहे. मी जिवंत असताना मोगल साम्राज्याचे जसे विभाजन सुचविले होते तसेच मुहंमद आझम शहाने स्वीकारावे म्हणून त्याची मनधरणी करा. म्हणजे सैन्यात लढाया होणार नाहीत आणि कत्तली टळतील. माझे वंशपरंपरागत जे सेवक आहेत त्यांना नोकरीवरून काढू नका किंवा त्यांना उपद्रव देऊ नका. दिल्लीच्या सिंहासनावर जो बसेल त्याला आग्रा आणि दिल्ली यांपैकी (एक) सुभा देण्यात यावा आणि ह्यापैकी पहिला सुभा जो घेईल त्याला जुन्या साम्राज्यातील आग्रा, माळवा, गुजराथ आणि अजमेर हे चार सुभे आणि त्यावर अवलंबून असलेले चकला (Chaklas) आणि दक्षिणेतील खानदेश, वऱ्हाड, औरंगाबाद आणि बिदर आणि त्यातील बंदरे मिळतील. जो दिल्ली घेण्याला कबुली देईल त्याला जुन्या साम्राज्यातील अकरा सुभे म्हणजे दिल्ली, पंजाब, काबूल, मुलतान, तट्टा, काश्मिर, बंगाल, ओरिसा, बिहार, अलाहाबाद आणि अवध हे परगणे मिळतील.'' (फ्राझरच्या ''नादीरशहा'' मध्ये ३६-३७ पानावर निराळा वृत्तांत देण्यात आलेला आहे त्याबाबत आयर्विनच्या 'लेटर मुगल्स' खंड १, पान ६ मधील मजकूर पाहा).

हमीदउद्दीनखान बहादूर याने लिहिलेल्या 'अहकाम-इ-आलमगिरी' यात

औरंगजेबाने दुसरे मृत्युपत्र तयार केले असे म्हणण्यात येते. ते देण्यात आलेले आहे. (यातील ८ प्रकरणे आणि त्याचे भाषांतर मी प्रकाशित केले आहे.) त्याचे भाषांतर पुढीलप्रमाणे :-

''ज्या सेवकांनी अल्लाची सेवा केली आणि परमेश्वराची सेवा करून जे कृतार्थ झाले त्यांना अल्लाचा आशीर्वाद लाभो.''

माझ्या मृत्युपत्रात मला पुढील सूचना आणि इच्छा व्यक्त करावयाच्या आहेत. **एक** :- पापामध्ये पूर्णपणे बुडून गेलेल्या माझ्यावतीने पापाची निष्कृती म्हणून हसनच्या कबरीवर माझ्या वतीने चादर आच्छादन टाका, कारण जे मानव पापाच्या सागरात पूर्णपणे बुडून गेले आहेत, त्यांना त्या दयाघनाची करुणा भाकण्याशिवाय आणि त्याची कृपा संपादन केल्याशिवाय दुसरा कोणताच उपाय नाही. माझा मुलगा राजपुत्र आलीजा (आजम) याच्या हातून हे पुण्यकृत्य व्हावे अशी माझी इच्छा आहे. **दोन** :- मी ज्या टोप्या शिवल्या त्या विकून जे ४ रु २ आणे आले आहेत ते मी आया बेग या महालदाराजवळ ठेवले आहेत. ते माझ्या कफनावर खर्च करावेत, ही विनंती. कुराणाच्या इस्तलिखित प्रती लिहून त्या मी विकल्या, त्यापासून मला ३०५ रुपये मिळालेत. माझ्या वैयक्तिक खर्चाकरिता ते मी ठेवले होते. माझ्या मरणाच्या दिवशी ते द्रव्य फकिरांना वाटून टाका. कुराणाची कॉपी करून मिळविलेले पैसे शिया पंथात * वैध मार्गांनी मिळविलेले नाहीत, असे समजण्यात येत असल्यामुळे, ते माझ्या कफनावर किंवा इतर संस्कारांकरिता खर्च करण्यात येऊ नयेत. **तीन** :- यानंतर उरल्यासुरल्या ज्या काही वस्तू लागतील त्या राजपुत्र आलीजा किंवा त्याच्या प्रतिनिधीकडून घेण्यात याव्यात. कारण माझ्या मृत्यूनंतर माझ्या मृतदेहांवर जे काही योग्यायोग्य संस्कार करावयाचे आहेत त्याची सर्व जबाबदारी त्याच्यावरच आहे; त्याकरिता ह्या असहाय्य माणसाला (म्हणजे औरंगजेबाला) जबाबदार समजण्यात येऊ नये, कारण माणसाच्या मृत्यूनंतर त्याचे वारसच त्याची विल्हेवाट लावीत असतात. **चार** :- सन्मार्ग सोडून इतस्ततः भटकणाऱ्या ह्या प्राण्याला बोडख्या डोक्याने पुरण्यात यावे. कारण अत्यंत पापी माणसाला बोडख्या डोक्याने अल्लासमोर नेल्यास परमेश्वर त्याला क्षमा करतो असे म्हणतात. **पाच** :- शवपेटीतील माझ्या कफनावर गाजी म्हणून ज्ञात असणारा, जाडाभरडा पांढरा कपडा टाकावा. त्यावर छत्र धरू नये आणि मौलुदचा उत्सव (पैगंबराच्या जन्मासंबंधीचा समारंभ) आणि प्रेतयात्रा वाजतगाजत नेणे वगैरे गोष्टी

(***टीप :** मूळ हस्तलिखितात जो मजकूर आहे त्याचा भावार्थ पुढीलप्रमाणे - ''कुराणाची कॉपी करून मिळविलेले पैसे बेकायदेशीर (संपत्ती) आहे असे शिया पंथात समजले जात असल्यामुळे.'')

टाळाव्यात.

सहा :- माझ्यानंतर येणाऱ्या माझ्या वारसाने राजा म्हणून, जे माझे सेवक दक्षिण हिंदुस्थानात वणवण हिंडत असतील, त्यांना सदय अंत:करणाने वागवावे. त्यांनी जरी काही गुन्हे केले असतील तरी त्यांना उदार अंत:करणाने क्षमा करण्यात यावी. **सात**:- मुत्सद्दी या नात्याने पर्शियन लोकांची योग्यता अतिशय थोर आहे आणि युद्धातसुद्धा एकाही पर्शियन माणसाने अगदी बादशहा हुमायुनच्या काळापासून तर आतापावेतो रणक्षेत्रावरून पळ काढलेला नाही, उलट अत्यंत दृढ निश्चयाने ते रणक्षेत्रात ठाम उभे राहिले आहेत. परंतु आम्हाला यापेक्षा जास्त सन्मानाची वागणूक द्या, अशी त्यांची मागणी असल्यामुळे त्यांच्याबरोबर काम करणे अशक्य होऊन बसले आहे. परंतु त्यांची मनधरणी करणे तुम्हाला भाग आहे आणि त्यातून काहीतरी युक्तीने मार्ग काढणे आवश्यक आहे. **आठ** :- तुराणी लोक हे प्रारंभापासून सैनिक राहिलेले आहेत. शत्रूवर समोरून हल्ला चढविणे, आकस्मिक हल्ले करणे, रात्री छापे मारणे आणि युद्धकैदी पकडून आणणे या कामात ते फार वाकबगार आहेत. लढाई अगदी ऐन जिकरावर आलेली असतांनासुद्धा त्यांना माघार घेण्याचा हुकूम दिल्यास त्यात त्यांना कसलाही संशय येत नाही. त्यात निराशा वाटत नाही किंवा त्याची खंतही वाटत नाही. ‘‘एखादा बाण रुतून बसलेल्या जागेपासून मागे ओढून काढावा’’ असे त्यांना त्या बाबतीत वाटते. हिंदुस्थानी लोकांमध्ये जो भयानक मूर्खपणा आहे, त्यापासून ते अनेक योजने दूर आहेत. लढाईत हिंदुस्थानी लोक आपली डोकी गमावणे पसंत करतात परंतु रणक्षेत्रावरील आपल्या जागा ते सोडत नाहीत. एकूण तुराणी लोकांना जितक्या सवलती देता येतील, तेवढ्या जरूर द्या; कारण इतर जमातींना जी कामे जमत नाहीत, ती कामे ही माणसे करतात आणि म्हणून त्यांचा अतिशय उपयोग होतो. **नऊ** :- बारहाचे सय्यद, कुराणात सांगितल्याप्रमाणे, आशीर्वाद देण्याला योग्य आहेत. कुराणात म्हटले आहे ‘‘प्रेषित मोहमंदाच्या जवळच्या नातेवाईकांना त्यांचा जो वाटा असेल तो देऊन टाका.’’ त्यांच्यावर कृपा करताना किंवा त्यांचा सन्मान करताना कधीही कृपणता दाखवू नका किंवा आळस दाखवू नका. कुराणात मोहंमदाने म्हटले आहे, ‘‘मी तुमच्याकडून कसलीही अपेक्षा करीत नाही. फक्त माझ्या नातेवाईकांना प्रेमाने वागवा एवढाच मोबदला मी तुमच्याकडे मागतो. ह्या जमातीला तुम्ही प्रेम दिल्यास तुमचा ह्या जगात आणि परलोकांतही फायदाच होईल.’’ परंतु बारहाच्या सय्यदांशी वागतांना आणि वागवितांना तुम्ही अतिशय सावधगिरी बाळगा. त्यांच्याबद्दल तुमच्या अंत:करणात खरेखुरे प्रेम असू द्या. परंतु प्रत्यक्षात त्यांचा दर्जा मात्र वाढवू नका. कारण सत्तेत तुम्ही त्यांना भागीदार करून घेतल्यास ते लवकरच राजपद हस्तगत केल्याशिवाय राहणार नाहीत.

तुम्ही त्यांना थोडीही सत्ता दिल्यास ते सिंहासन हस्तगत करून तुम्हाला खाली पाहावयास लावतील. **दहा** :- राजाने शक्यतोवर राज्यात सतत फिरते राहिले पाहिजे. त्याने कोणत्याही एका जागी कधीही स्थिर राहू नये कारण त्यामुळे त्याला आराम मिळेल परंतु लवकरच त्यामुळे त्याच्यावर हजारो संकटे येऊन कोसळतील. **अकरा** :- तुमच्या मुलांवर यत्किंचितही विश्वास ठेवू नका. आपल्या जीवनात त्यांना जास्त जवळीक करू देऊ नका. कारण शहाजहानने दारा शुकोहला इतकी जवळीक करू दिली नसती तर पुढला अनर्थकारक इतिहास त्याच्याकरिता घडला नसता. ''राजाला कोणीही नातेवाईक नसतात'' हे नेहमी लक्षात ठेवा. **बारा** :- राज्यातील सर्व माहिती खडान्खडा कळणे हा राज्याचा प्रमुख आधार समजला जातो. एक क्षणभर जरी बेसावधपणा असला तरी वर्षोनवर्षे केलेले कार्य वाया जाण्याचा प्रसंग येतो. माझ्या निष्काळजीपणामुळे शिवाजी माझ्या नजरकैदेतून पळाला आणि परिणामी माझ्या जीवनाच्या अखेरीपावेतो मला मराठ्यांशी जीवनमरणाचा कसा लढा द्यावा लागला हे आपण जाणताच.

१२ हा शुभ आकडा समजला जातो. मी सुद्धा १२ च सूचना दिलेल्या आहेत. (काव्य)

'तुम्ही जर ह्यापासून धडा घ्याल तर
तुमच्या शहाणपणाचे कौतुक !
तुम्ही जर त्याकडे दुर्लक्ष कराल तर
ते तुमचे दुर्दैव !!'

प्रकरण सतरावे

उत्तर हिंदुस्थानातील घडामोडी

१. मारवाडमधील ३० वर्षांचे युद्ध

महाराण्याशी कसाबसा तह केल्यानंतर (जून, १६८१) आणि औरंगजेब स्वत: दक्षिणेत निघून गेल्यानंतर निदान मेवाडपुरते तरी राजपूत युद्ध संपुष्टात आले. परंतु मारवाडशी मात्र युद्ध तसेच चालू राहिले. राठोड प्रदेशातील मुख्य मुख्य शहरे आणि लष्करी ठाणी ही मोगल सैन्याने आपल्या ताब्यात ठेवली, परंतु राठोड देशभक्तांनी आपले स्वातंत्र्ययुद्ध तसेच चालू ठेवले. त्यांनी पहाड आणि वाळवंटे यांचा आश्रय घेतला आणि वेळोवेळी मैदानात येऊन मोगलांच्या काफिल्यांवर, व्यापारी तांड्यांवर छापे मारून त्यांचा पुरवठा बंद पाडला. जी मोगल ठाणी दुर्बळ होती, ती त्यांनी आपल्या ताब्यात घेतली आणि मोगल सैन्याचे संरक्षण असल्याशिवाय रस्त्यावर मालाची ने-आण करणे आणि शेतीची लागवड करणे त्यांनी अशक्य करून सोडले. यामुळे मारवाडमध्ये वारंवार दुष्काळ पडला यात आश्चर्य नाही आणि राठोडांच्या पोवाड्यांमध्ये ''तलवारीने आणि दुर्भिक्षाने काही वर्षातच सर्व प्रदेश उजाड बनवून सोडला.'' असे उल्लेख सापडतात.

असा सतत संघर्ष, ठाणी पुन्हा जिंकणे आणि गमावणे यात जवळजवळ एका पिढीचा काळ निघून गेला. परंतु सतत युद्धात गुंतलेल्या एका लहान वाळवंटी प्रांतापेक्षा मोगल साम्राज्याची साधनसंपत्ती ही निश्चितपणे प्रचंड व श्रेष्ठ होती. साहजिकच मारवाडात निर्माण झालेल्या या संघर्षामुळे राठोडांची शक्ती ही हळूहळू क्षीण होत गेली असती आणि राठोड राष्ट्राचा प्रखर विरोधसुद्धा हळूहळू मावळत गेला असता असे म्हणावयास हरकत नाही. परंतु याचवेळी मोगल बादशहा हा दक्षिणेतील जीवनमरणाच्या संघर्षात ओढला गेला आणि त्यातच मोगल साम्राज्याची सर्व शक्ती शोषली गेली. यामुळे मारवाडातील परिस्थिती सावरली गेली. महाराष्ट्रातील लष्करी परिस्थितीचाही जोधपूर येथील परिस्थितीवर परिणाम घडून आला आणि त्यामुळेच राठोड देशभक्तांना शेवटी या संघर्षात विजय मिळाला आणि औरंगजेबाच्या मृत्यूनंतर लगेचच त्यांच्या वंशपरंपरागत राजाला त्याची गादी पुन्हा मिळू शकली.

मारवाडमधील या २७ वर्षांच्या इतिहासाचे (१६८१-१७०७) आपण तीन ठळक कालखंडात वर्गीकरण करू शकतो. १६८१ ते १६८७ या कालखंडात त्यांचा राजा

एक लहान मुलगा असल्यामुळे आणि त्यांचा राष्ट्रीय पुढारी दक्षिणेत निघून गेल्यामुळे या युद्धाला लोकयुद्धाचे स्वरूप प्राप्त झाले. राठोडांनी, कोणतीही केंद्रीय सत्ता अस्तित्वात नसताना आणि लढाईची कोणतीही सर्वसाधारण योजना डोळ्यांसमोर नसताना, गटागटांनी निरनिराळ्या सेनानायकांच्या नेतृत्वाखाली मोगलांशी युद्ध केले. मोगल सैनिक जेथे कोठे सापडतील तेथे त्यांच्यावर हल्ला चढवावयाचा एवढेच ध्येय त्यांनी आपल्या डोळ्यांसमोर ठेवले होते. या विस्कळीत युद्धात अनेक वेळा राठोडांची निष्ठा आणि शौर्य यांचा साक्षात्कार झाला. परंतु मोगल सैनिकांना सतत सावध व युद्धदक्ष ठेवण्याशिवाय आणि मारवाडातील मोगलांचा मुक्काम आर्थिकदृष्ट्या हानिकारक करण्याशिवाय त्याचा कोणताही प्रभावी लष्करी परिणाम घडून आला नाही. राठोडांना यावेळी सर्वमान्य नेता नव्हता हीही गोष्ट त्यांच्या फायद्याचीच ठरली कारण राठोडांचे सर्व सैन्य जरी एकत्रित आले असते तरी सुसज्ज, सुसंघटित आणि श्रेष्ठ दर्जाच्या मोगल सैन्यासमोर त्यांचा टिकाव लागणे अतिशय कठीण होते आणि समोरासमोरच्या लढाईत तर त्यांचा दारुण आणि निर्णायक पराभव झाला असता व त्यामुळे निदान एक पिढीपर्यंत तरी त्यांना आपले डोके वर काढता आले नसते. याउलट गनिमी काव्याचा अवलंब करून राठोडांनी मोगलांची दमछाक केली आणि त्यांच्याजवळ शस्त्रांची व सैन्याची समृद्धी होती तरीसुद्धा त्यावर ते मात करू शकले.

ज्यावेळी दुर्गादास दक्षिणेतून परत आला आणि अजितसिंग उघडपणे मारवाडात प्रगट झाला, तेव्हापासून म्हणजे १६८७ पासून युद्धाच्या दुसऱ्या अवस्थेला प्रारंभ झाला. यावेळी प्रारंभी राठोडांना नेत्रदीपक विजय मिळाले. बुंदीच्या हाडांकडून कुमक मिळाल्यामुळे त्यांनी मारवाडातील मैदानातून शत्रूला हाकलून लावले आणि त्यानंतर आपल्या राज्याची सीमा ओलांडून त्यांनी पलीकडे धडक मारली आणि मालपुरा व पूर-मंडळ (१६८७) यांवर हल्ले चढविले. इतकेच नव्हे, तर अजमेरच्या सुभेदाराचा पराभव करून (१६९०) त्यांनी मेवात आणि दिल्लीचा पश्चिम भाग येथपर्यंत लुटालूट केली. परंतु तरीसुद्धा त्यांना आपले राज्य जिंकता आले नाही. ज्यावर्षी अजितसिंग आणि दुर्गादास हे दोघेही आपले राष्ट्रीय सैन्य घेऊन मारवाडात दाखल झाले, त्याचवर्षी म्हणजे इ.स.१६८७ मध्ये बादशहाच्या वतीने, एक अतिशय कर्तबगार आणि धाडसी अधिकारी, सुजायेतखान याची, जोधपूरचा सुभेदार म्हणून नेमणूक करण्यात आली. तो या पदावर १४ वर्षे होता आणि त्याने आपल्या कारकिर्दीत मारवाडवर मोगलांची पकड कायम ठेवण्यात चांगलेच यश मिळविले.

सुजायेतखानाकडे मारवाडची फौजदारी तर होतीच परंतु त्याचबरोबर गुजराथची सुभेदारीसुद्धा त्याच्याचकडे सोपविण्यात आलेली होती. आपल्या सैन्यात तो अपेक्षित

पूर्ण सैन्यभरती करीत असे व त्याच्या हालचाली नेहमीच अतिशय त्वरित आणि जलद असत. तो वर्षातील सहा महिने (कधीकधी ८ महिनेसुद्धा) मारवाडमध्ये घालवीत असे. तर उरलेले सहा महिने गुजराथमध्ये घालवीत असे. याप्रमाणे त्याने युद्धात राठोडांवर वरचष्मा प्रस्थापित केला आणि त्याचबरोबर त्याने व्यापारी मार्गांवर व्यापाऱ्यांना उपद्रव न दिल्यास मोगलांना या मालावर जे काही जकात उत्पन्न मिळेल, त्याच्या एक चतुर्थांश उत्पन्न त्यांना देण्याचे कबूल करून त्यांची मैत्रीही संपादन केली (१६८८). चौथाईचाच हा दुसरा एक प्रकार होता, असे म्हणावे लागेल.

परंतु ९ जुलै १७०१ रोजी सुजायेतखानाचा मृत्यू झाला, त्याच्या जागी राजपुत्र मुहंमद आझम याला मारवाडचा सुभेदार म्हणून नेमण्यात आले. त्याने अजितसिंगाशी पुन्हा युद्धाला प्रारंभ केला. तिथून राजपूत स्वातंत्र्ययुद्धाच्या तिसऱ्या अवस्थेला प्रारंभ झाला. ह्या तिसऱ्या अवस्थेत भरपूर रक्तपात होऊन आणि दोन्ही बाजूंना अनेकवेळा पराभव सहन करावे लागून शेवटी, मोगलांचे इतर राज्ये गिळंकृत करण्याचे जे धोरण होते त्यात त्यांना पूर्णपणे अपयश आले आणि त्यात शेवटी मारवाडातील जुन्या परंपरागत राजघराण्याच्या नेतृत्वाखाली मारवाडचा स्वतंत्र राज्य म्हणून पुन्हा उदय झाला आणि मारवाड राज्याची पुन्हा प्रतिष्ठापना झाली (१७०७).

मोगलांनी राठोडांच्या राजधानीचा आणि मारवाडातील इतर शहरांचा ताबा घेतल्यानंतर राठोडांनी जवळपासच्या डोंगरात आणि जिथे कोणाचा प्रवेश होणार नाही अशा गुप्त जागांचा आश्रय घेतला. परंतु खालच्या मोकळ्या खोऱ्यात मात्र त्यांच्या गनिमी तुकड्यांचा सतत संचार चालूच राहिला. ह्या खोऱ्यातील ठाण्यांवर किंवा त्याच्या आसपास मोगलांच्या सैनिकी तुकड्या आणि त्यांच्या चकमकी होतच राहिल्या. त्यात कधी मोगलांना तर कधी राठोडांना विजय मिळत असे. कर्णी-दान नावाच्या पोवाड्यात मारवाडातील परिस्थितीचे योग्य वर्णन आढळते. ''सूर्यास्ताला एक तास राहिला असतानाच मारूची प्रवेशद्वारे बंद करण्यात आली. मुसलमानांकडे किल्ल्यांचा ताबा आहे परंतु खोऱ्यात मात्र अजितसिंगाचीच आज्ञा मानली जाते. कोणतेही रस्ते रहदारीकरिता सुरक्षित राहिलेले नाहीत.''

२. दुर्गादासचा मारवाडात पुन्हा प्रवेश; १६८७-१६९८

इ.स.१६८७ मध्ये दुर्गादास महाराष्ट्रातून परत आल्यानंतर राठोडात उत्साहाची एकच लाट निर्माण झाली आणि त्यांनी आपल्या हालचालींना मोठ्या जोमाने प्रारंभ केला. सुदैवाने त्यांना ह्यावेळी एक सहाय्यकही मिळाला. बुंदीचा प्रमुख सरदार दुर्जनसाल हाडा ह्याचा त्याच्या प्रमुख राजाने म्हणजे अनुरुध सिंगाने (औरंगजेबाचा एकनिष्ठ जहागीरदार आणि सेनापती) अपमान केला म्हणून चिडून जाऊन त्याने आपले स्वत:चे

सैन्य उभारले आणि बुंदीवर अकस्मात हल्ला चढवून त्याने तो किल्ला जिंकून घेतला. त्यानंतर तो मारवाडला आला. मुकुंदसिंग चंपावत (राठोड सरदार) ह्याच्या बहिणीशी त्याने विवाह लावला आणि हाडा वंशातील हजार शूर सैनिक आपल्याबरोबर आणून त्याने राठोडांच्या राष्ट्रीय सैन्याचे सामर्थ्य वाढविले.

राठोड आणि हाडा यांची अशा रीतीने एकजूट झाल्यामुळे त्यांनी मोगलांची पुष्कळ ठिकाणी कत्तल केली आणि मारवाडात मोगलांची जी ठाणी होती, तीही त्यांनी उठविण्यास भाग पाडले. ह्यामुळे त्यांना हिंमत आली आणि त्यांनी उत्तरेला मोगलांच्या प्रदेशावर आकस्मिक हल्ले चढविले आणि इतकेच नव्हे तर दिल्लीला सुद्धा त्यांनी उपद्रव देण्याला कमी केले नाही. दुर्जनसाल परत आल्यानंतर मांडळनजीकच्या लढाईत तो ठार मारला गेला.

इ.स.१६९० मध्ये दुर्गादासला एक मोठा ठळक विजय मिळाला. त्याने अजमेरचा नवीन सुभेदार आणि ज्याने मारवाडच्या आघाडीवर मोर्चे बांधले होते त्या सुभेदाराचा म्हणजे साफीखानाचा बिमोड केला आणि त्याला तेथून हाकलून लावले. मोगलांच्या ताब्यात मारवाडचा जो प्रदेश होता त्या प्रदेशात लुटालूट करण्याचे आणि जमेल तितका प्रदेश आपल्या ताब्यात घेण्याचे कार्य दुर्गादासाने सतत चालविले. त्याच्या ह्या मोहिमेमुळे मारवाडातील रस्ते रहदारीकरिता सुरक्षित राहिले नाहीत. परिस्थिती इतकी गंभीर झाल्याने सुजायेतखानाला पुन्हा मारवाडात यावे लागले. आल्यानंतर सुजायेतखानाने युक्तीने अनेक राजपूत ठाकुरांना आणि पट्टावतांना आपल्या बाजूने वळवून घेतले आणि त्यांना मोगल बादशहाच्या वतीने हिरिरीने लढण्याकरिता उद्युक्त केले.

औरंगजेबाचा मुलगा अकबर इ.स.१६८१ मध्ये पळून गेला तेव्हापासून त्यांच्या मुलीला म्हणजे सफियतउन्नीसाला राठोडांनी आश्रय दिला होता. ती पुन्हा आपल्याकडे परत यावी अशी औरंगजेबाची तीव्र इच्छा होती. इ.स.१६९२ मध्ये ह्यादृष्टीने वाटाघाटीही करण्यात आलेल्या होत्या परंतु त्यात यश आलेले नव्हते आणि पुन्हा त्या वाटाघाटींना १६९३ मध्ये प्रारंभ करण्यात आला. त्याचे नेतृत्व कर्तबगार आणि दूरदृष्टीच्या सुजायेतखानाकडे देण्यात आले. सुजायेतखानाने ह्याकरिता जोधपूरमध्ये महसूल अधिकारी (शिकदार किंवा अमीन) म्हणून नेमलेल्या पाटण्याच्या (सध्या गायकवाडांच्या प्रदेशात असलेल्या), एका नागर ब्राह्मणाची, इतिहासकार ईश्वरदासाची ह्या नाजूक कामाकरिता नेमणूक केली.

ईश्वरदासाने दुर्गादासाकडे अनेकवेळा जाऊन त्याची मनधरणी केल्यानंतर अकबराची मुलगी कोणत्या अटीवर बादशहाच्या स्वाधीन करावयाची, त्या अटी निश्चित करण्याची

तयारी दर्शविली. ईश्वरदासाने त्यानंतर अकबराच्या मुलीला बादशहा औरंगजेबाकडे नेले. राजकन्या मोगल दरबारात पोहोचताच औरंगजेबाने राजकन्येला मुसलमानी धर्म आणि संस्कृती यांचे शिक्षण देण्याकरिता एक शिक्षिका नेमण्याची इच्छा व्यक्त केली. कारण असंस्कृत, आणि मागासलेल्या हिंदू राज्यात असे शिक्षण तिला दिले गेले नसणार याची औरंगजेबाला पूर्ण खात्री होती. परंतु दुर्गादासला तिच्या शिक्षणाची इतकी काळजी होती की, त्याने अजमेरहून खास मुसलमान स्त्री शिक्षिका बोलाविली होती आणि राजकन्येने त्यामुळे कुराणाचा अगोदरच अभ्यास केला होता आणि आज तर तिला कुराण मुखोद्गत आहे असे बेगमेने औरंगजेबाला कळविले. औरंगजेब मोठा आश्चर्यचकित झाला.

ह्यामुळे दुर्गादास किती एकनिष्ठ आहे याबाबत बादशहाची खात्री पटली आणि त्यामुळे दुर्गादासाच्या मागील सर्व गुन्ह्यांचा त्याला विसर पडला.

ह्यानंतर अकबराचा मुलगा बुलंद अख्तर याला राठोडांकडून सोडवून आणणे हे काम अजून बाकी राहिले होते. परंतु ह्या कार्यात जवळ जवळ दोन वर्षांचा विलंब लागला. कारण दुर्गादास, ह्या कार्याकरिता औरंगजेबाने अजितसिंगाला जोधपूर द्यावे, असे म्हणत होता तर औरंगजेबाला जसवंतसिंगाच्या वारसाला मारवाडातील फारच थोडा प्रदेश द्यावयाचा होता.

परंतु अजितसिंगाची स्थिती आता निराशाजनक आणि दुःखमय बनलेली होती. सतत रानावनात हिंडून आणि मोगलांच्या पाठलागाला तोंड देऊन, त्यात रात्रं-दिवस हालअपेष्टा सहन करण्याला अजितसिंग कंटाळला होता. ह्यात तो थकून गेला होता. म्हणून १६९८ मध्ये दुर्गादासने आपल्या मागण्या कमी केल्या. बादशहाने अजितसिंगाला क्षमा केली, मोगल सैन्यात त्याला मनसबदारी देण्यात आली, ह्याशिवाय त्याला जलोर, संचोड आणि सिवाना परगण्यांची जहागीर देण्यात आली आणि तिथेच त्याला फौजदार म्हणून नेमण्यात आले.

दुर्गादासने यानंतर बुलंद अख्तरला भीमा नदीच्या काठावर बादशहाची छावणी होती त्याठिकाणी पोहोचवून दिले (१६९८). राजघराण्यातील ह्या गरीब मुलांचे बालपण गर्विष्ठ राजपूत शेतकऱ्यांत गेलेले होते. त्याने आत्तापर्यंत कोणते शहरही पाहिले नव्हते किंवा तो कोणत्याही दरबारातही गेला नव्हता. एखाद्या सुसंस्कृत माणसाशी संभाषण करण्याचा योगही त्याला आला नव्हता. त्याला आदबशीर हिंदुस्थानी भाषेचेही ज्ञान नव्हते. औरंगजेबाच्या नातवाला फक्त राजस्थानी बोलीभाषेचेच ज्ञान असलेले पाहून बादशहाला तर धक्काच बसला आणि मोगल दरबाराला याची मोठी मौज वाटली ! एखादा खेड्यातला तरुण एकदम ज्यावेळी मोठ्या शहरात येतो त्यावेळी जसा गोंधळतो

तशीच अवस्था बुलंद अख्तरची झाली. ह्याशिवाय राठोड देशभक्तांमध्ये औरंगजेब मोठा सैतान आहे आणि अकबराचा व त्याच्या कुटुंबीयांचा तो मोठा शत्रू आहे अशी शिकवण सतत त्याला देण्यात आलेली होती आणि आता आपल्या बालपणातील संरक्षणकर्त्यांना सोडून आणि तरुणपणातील सहकाऱ्यांचा त्याग करून त्याला त्याच औरंगजेबाच्या स्वाधीन करण्यात आले होते.

अशा स्थितीत आपल्याला भोवतालचे काहीच ऐकू येत नाही असे बाह्यत: दाखवून मुक्याचे सोंग घेणे हाच मार्ग श्रेयस्कर असे त्याने ठरविले. परंतु पुढे त्याला शिक्षण देण्यात आले, दरबारच्या रीतीरिवाजात वाकबगार करण्यात आले आणि बादशहाजवळच त्याला एक बादशहाच्या सहीशिक्क्याचा अधिकारी म्हणून नेमण्यात आले. दुर्गादासला त्याच्या कामगिरीबाबत ३०००ची मनसबदारी देण्यात आली आणि पाटणचा फौजदार म्हणून नेमण्यात आले.

३. अजितसिंग आणि दुर्गादास १७०१–१७०७

दुर्गादासशी झालेली ही तडजोड मे १६९८ मध्ये घडून आली परंतु इ.स.१७०१–०२ मध्ये त्याला बादशहाविरुद्ध पुन्हा बंड करावे लागले. वास्तविक खरी परिस्थिती अशी होती की दुर्गादासने आणि अजितसिंगाने मोगल शासनावर मनापासून कोणताही विश्वास टाकलेला नव्हता आणि त्यांनी दरबारापासून स्वत:ला नेहमीच दूर ठेवले होते. गुजराथचा नवीन सुभेदार राजपुत्र मुहंमद आझम शहा याने शक्य झाल्यास दुर्गादासला मोगल छावणीत पाठवून द्यावे किंवा त्याने अजितसिंगाला आणि इतर राठोडांना चिथावणी देऊ नये म्हणून त्याला तिकडेच ठार मारून टाकावे असा बादशहाने हुकूम दिला.

मुहंमद आझमने दुर्गादासला आपल्या भेटीकरिता आपल्या राजधानीच्या शहरी म्हणजे अहमदाबादला बोलाविले. परंतु त्याला बोलाविण्याकरिता एकामागून एक जासूद आल्याने आणि त्याने दुर्गादासला भेटीकरिता लवकर जाण्याचा आग्रह धरल्याने दुर्गादासला त्याबाबत संशय वाटू लागला आणि त्यातच राजपुत्राने आपल्या सैन्याला शस्त्रसज्ज राहण्याचा आदेश दिल्याचे कानावर आल्याने दुर्गादासला संकटाची कल्पना आली. म्हणून दुर्गादासने आपल्या सर्व छावणीला आग लावून दिली आणि आपल्या सर्व अनुयायांसहित लांब लांब मजला मारून त्याने मारवाडच्या दिशेने कूच केले.

ज्यावेळी मोगलांशी शत्रुत्व घेऊन दुर्गादास मारवाडात परत आला त्यावेळी अजितसिंग त्याला येऊन सामील झाला आणि त्यानेही मोगलांविरुद्ध उघडपणे बंड पुकारले (१७०२) आणि काही ठिकाणी मोगलांवर हल्लेसुद्धा चढविले. परंतु दोघांनाही विशेष कामगिरी साध्य करता आली नाही. मारवाड आर्थिक बोजाखाली पार खचून

गेलेले होते आणि सतत पाव शतकभर गनिमी काव्याची लढाई करून राठोड सैनिकांना आणि टोळ्यांना युद्धाचा अतिथकवा आलेला होता. ह्या संकटात भर म्हणून किंवा काय अजितसिंग आणि दुर्गादास यांच्यात आता मतभेद उद्‌भवले आणि त्याचा फायदा घेण्याला बादशहा चुकला नाही. अजितसिंगाचा स्वभाव उतावळा असल्याने त्याला उपदेश आवडत नसे, तो अतिशय रागीट होता आणि मोगल दरबारातील दुर्गादासचे वजन आणि राठोडातील त्याची कमालीची लोकप्रियता पाहून अजितसिंगाला त्याचा मत्सरही वाटत होता. राठोड नेत्यांमध्ये अशा प्रकारे दुही निर्माण झाल्याने त्या परिस्थितीचा, ज्यावेळी औरंगजेब मारवाडबाबत पूर्णपणे निराश झालेला होता त्यावेळी, मोगलांना मोठा फायदा झाला आणि त्यामुळेच औरंगजेबाला अजितसिंगाला मारवाडमधून आणि त्याच्या राजधानीपासून आणखी पाच वर्षेपर्यंत दूर ठेवता आले.

शेवटी इ.स.१७०४ मध्ये आपल्या आक्राळविक्राळ शत्रूंसमोर असहाय्य वाटून औरंगजेबाने अजितसिंगाला मैरताची जहागिरी दिली आणि त्याच्याशी कसाबसा मैत्रीचा तह केला. नोव्हेंबर १७०५ मध्ये सततचा वनवास असह्य होऊन दुर्गादासने राजपुत्र आझमच्यामार्फत बादशहासमोर शरणागती पत्करली आणि बादशहाने त्याला त्याची जुनी मसनद आणि गुजराथेतील जुनी जागा पुन्हा देऊ केली.

पुढील वर्षी म्हणजे औरंगजेबाच्या कारकिर्दीतील शेवटल्या वर्षी मराठ्यांनी गुजराथवर हल्ला चढविला आणि त्यामागोमाग रतनपूरला मोगल सैन्यावर एक फार मोठे संकट येऊन कोसळले. त्याचा फायदा घेऊन अजितसिंगाने तिसऱ्यांदा बादशहाविरुद्ध बंडाचा बावटा उभारला. दुर्गादासने पुन्हा मोगल छावणीतून पलायन केले आणि अजितसिंगाशी सहकार्य करून त्याने थेराड आणि इतर जागी पुन्हा बंडाळ्या घडवून आणल्या. परंतु राजपुत्र बिदर बख्ताने, तो गुजराथचा सुभेदार असल्याने तिथून दुर्गादासाविरुद्ध सैन्य पाठविले आणि त्यामुळे दुर्गादास सुरतेच्या दक्षिणेला कोळ्यांच्या डोंगराळ प्रदेशात पळून गेला. अजितसिंगानेही काही काळपर्यंत बादशहाविरुद्ध उघड बंडाळी चालविली. त्याने बादशहाचा समर्थक नागोरचा मुहकमसिंग याचा ड्रुनेरा ह्या ठिकाणी पराभव केला आणि त्यामुळे त्याच्या प्रतिष्ठेत आणि सामर्थ्यात मोठी वाढ घडून आली. ह्यानंतर लगेचच औरंगजेबाचा अहमदनगरला मृत्यू झाला ही बातमी येऊन पोहोचली आणि म्हणून ७ मार्च १७०७ रोजी अजितसिंगाने जोधपूरला ताबडतोब कूच केले, त्याने जाफरकुलीला (त्या शहराचा नायब फौजदार) हाकलून लावले आणि आपल्या वडिलांच्या राजधानीचा ताबा घेतला. मुहकमसिंगाने मेरताचा ताबा सोडला आणि जखमी होऊन तो नागोरला पळून गेला. सोजात आणि पाली ही ठिकाणे पुन्हा जिंकण्यात आली. गंगेचे पाणी आणि तुळशीची पाने यांचे सिंचन करून जोधपूरचा

किल्ला पवित्र करण्यात आला. दुर्गादासाने आपल्या डोळ्यासमोर जे ध्येय ठेवले होते ते साध्य करण्यात दुर्गादासाला शेवटी यश लाभले.

४. आग्र्याजवळ जाटांचा उपद्रव

इ.स.१६७९ मध्ये औरंगजेब ज्या दीर्घकालीन युद्धात गुंतला गेला आणि जी युद्धे त्याच्या मृत्यूपर्यंत त्याला पुरली, त्याचा उत्तर हिंदुस्थानातील राजकीय परिस्थितीवर परिणाम होण्याला प्रारंभ झाला. दक्षिणेतील युद्धांमुळे जी भयानक आर्थिक टंचाई निर्माण होत होती ती भरून काढण्याकरिता उत्तरेतील पैसा दरवर्षी पाठविला जात होता आणि त्याचप्रमाणे तिथली युद्धे लढण्याकरिता उत्तरेतील तरुणांचाही सैन्यात मोठ्या प्रमाणात भरणा केला जात होता. अशा रीतीने अनेक वर्षे लोटली परंतु बादशहा राजधानीला परत आला नाही किंवा एकही राजपुत्र राजधानीला आला नाही. नर्मदा नदीच्या उत्तरेला मोगल साम्राज्याचे जे संपन्न प्रांत होते ते अशा रीतीने दुय्यम दर्जाच्या सुभेदारांच्या ताब्यात गेले. त्या प्रांतांचा बंदोबस्त करण्याकरिता त्यांच्याजवळ अतिशय अपुरे सैन्य होते. याचबरोबर उत्तर हिंदुस्थानातून ह्या काळात व्यापारी माल, महसूल, सैन्याची रसद, अमीर उमरावांचे कुटुंबीय, उमरावांची संपत्ती यांचे काफिलेचे काफिले जे दूरच्या दक्षिण हिंदुस्थानात वारंवार जात होते आणि त्यांच्या संरक्षणाकरिता फार थोडे मोगल सैन्य जात आहे ही जी वस्तुस्थिती वारंवार दिसून येत होती त्यामुळे ह्या काफिल्यांना लुटून घेण्याचा मोह कोणाही लुटारू टोळ्यांना होणे साहजिकच होते. दिल्लीपासून आग्रा-ढोलपूर पर्यंत आणि त्यानंतर माळव्यातून दक्षिणेपर्यंत जो राजरस्ता जात होता तो सरळ जाटांच्या प्रदेशातून जात होता. जाट पूर्वीपासून पराक्रम आणि काटकपणाकरिता प्रसिद्ध होते आणि त्यांच्यापेक्षा श्रेष्ठ लष्करी बळासमोरच ते नमत असत आणि त्यामुळेच त्यांच्या लुटारूपणाला थोडाबहुत आळा बसत असे.

इ.स.१६८५ मध्ये औरंगजेब बादशहाने दक्षिण हिंदुस्थानावर जी स्वारी केली त्याचा जाटांचे दोन नवीन पुढारी राजाराम आणि रामचंद्र यांनी चांगला उपयोग करून घेतला. राजाराम आणि रामचंद्र हे सिनसानी आणि सोगर ह्या प्रदेशाचे लहान जहागीरदार होते. त्यांनी ह्या संधीचा फायदा घेऊन आपल्या अनुयायांना संघटित केले आणि लढाईचे शिक्षण दिले. प्रत्येक जाट शेतकरी हा लाठीकाठी चालविण्यात आणि तलवार चालविण्यात प्रवीण बनला. त्यांची निरनिराळ्या तुकड्यात भरती करणे, आपल्या सेनानायकांचे आदेश ते पाळतील असे शिक्षण देणे आणि त्यांना बंदुकीचे शिक्षण देणे एवढ्याच गोष्टी फक्त बाकी होत्या. तेवढ्या गोष्टी केल्यास जाटांचे रूपांतर नियमित सैन्यात होण्यास काहीच प्रत्यवाय नव्हता. पुढल्या लढाईकरिता तळ म्हणून, आपल्या नेत्यांचा काही प्रसंगी पराभव झाल्यास त्यांना लपण्याकरिता उपयोगी पडाव्यात म्हणून

आणि आपण इतर प्रदेशातून जी लूट आणून ती सुरक्षित जागी ठेवता यावीत म्हणून जाटांनी ह्या प्रदेशातील निबिड आणि दुर्गम जंगलात अनेक लहान लहान गढ्या बांधल्या आणि बंदुकांचा किंवा लहान तोफांचा मारा केला तरी ज्याच्यावर परिणाम होणार नाही अशा मातीच्या भिंती किंवा तटबंदी त्यासभोवती त्यांनी बांधून काढल्या. अशी सर्व तयारी केल्यानंतर त्यांनी राजमार्गावर लुटालूट करण्याला आरंभ केला. पुढे पुढे त्यांची हिंमत वाढून त्यांनी आग्र्याची उपनगरे लुटण्यापर्यंत मजल मारली.

राजारामाच्या ह्या बेकायदेशीर उपद्रवाला आग्र्याचा मोगल सुभेदार साफीखान याला पायबंद घालता आला नाही. जाट टोळ्यांनी सर्व रस्ते रहदारीकरिता बंद करून टाकले आणि जिल्ह्यातील अनेक खेडी त्याने लुटून घेतली. सुप्रसिद्ध तुराणी सेनापती अघारखान हा काबूलवरून विजापूरला बादशहाची छावणी होती तिकडे जात होता. त्याच्यावर (ढोलपूरनजीक) हल्ला चढवून आणि त्याला लुटून घेऊन राजारामाने मोगल सत्तेला एका दृष्टीने फार मोठे आव्हान दिले. शेवटी (डिसेंबर १६८७ मध्ये) जाट युद्ध चालविण्याकरिता राजपुत्र बिदर बख्त याला पूर्ण अधिकार देण्यात आले आणि त्याची त्या युद्धावर रवानगी करण्यात आली.

परंतु राजपुत्र जाटांचा बंदोबस्त करण्याकरिता ह्या प्रदेशात येण्यापूर्वीच राजारामाने केलेल्या अत्याचारांची पुन्हा परिसीमा गाठली गेली. १६८८ च्या आरंभी त्याने हैद्राबादच्या मीर इब्राहिमवर (त्याला आता महाबतखान ही पदवी देण्यात आलेली होती) हल्ला चढविला आणि त्यानंतर पंजाबमधील त्याच्या जहागिरीवर तो चालून गेला. यानंतर लगेचच त्याने सिकंदरा येथील अकबराच्या कबरीवर हल्ला चढविला आणि त्या ठिकाणचे उंची गालीचे, सोन्याचांदीची भांडी, दिवे वगैरे वस्तू लुटून घेतल्या आणि ती इमारतही त्याने उद्‌ध्वस्त केली.*

बिदर बख्ताचे आगमन झाल्यानंतर त्याने मोगलांत मोठा उत्साह निर्माण केला आणि त्यामुळे मोगलांच्या हालचालींमध्ये मोठा जोम निर्माण झाला. दोन राजपूत टोळ्यांमध्ये जे यादवी युद्ध निर्माण झाले होते त्यात राजारामाने एका गटाची बाजू उचलून धरली होती. त्याचा गोळी घालून खून करण्यात आला (४ जुलै १६८८).

बादशहाने अंबरचा (जयपूर) नवीन राजा विष्णुसिंग कच्छवा याची मथुरेचा फौजदार म्हणून नेमणूक केलेली होती. त्याचबरोबर त्याने जाटांचे निर्मूलन करावे आणि

(***टीप :** ईश्वरदास, १३२-ब, मनुकी (खं.२, ३२० यात जास्तीची पुढील माहिती आढळते.) त्यांनी ब्रॉझचे भव्य दरवाजे होते ते तोडून लुटालुटीला प्रारंभ केला. यानंतर त्यांनी हिरेमाणके, सोन्याचांदीची भांडी वगैरे लुटून घेतली. ज्या वस्तू त्याला नेता आल्या नाहीत, त्या त्यांनी नष्ट करून टाकल्या. त्यानंतर त्यांनी अकबराची हाडे उकरून काढली आणि रागारागाने ती अग्नीत टाकून जाळून टाकली.'')

सिनसानीची जहागीर स्वत:करिता जिंकून घ्यावी अशी त्याच्यावर खास जबाबदारी टाकण्यात आलेली होती. त्यानुसार बिदर बख्त आणि विष्णुसिंग यांनी सिनसानीला वेढा दिला. परंतु जाट प्रदेशातील दाट जंगलात ही जी मोहीम हाती घेण्यात आली, त्यामुळे मोगल सैन्याला अतीव हालअपेष्टांना तोंड द्यावे लागले. अन्नधान्य आणि पिण्याचे पाणी यांच्या दुर्भिक्षामुळे त्यांची स्थिती शोचनीय बनली. परंतु तरीसुद्धा मोगलांनी धीर न सोडता वेढा तसाच चालूच ठेवला. सुरुंगाचा स्फोट यशस्वी रीतीने करण्यात आला (१६९० च्या जानेवारी महिन्याच्या अखेरीस). त्यामुळे किल्ल्याच्या तटबंदीला एक मोठे भगदाड पडले आणि त्यातून सतत तीन तासपर्यंत निकराचा प्रतिकार सहन करीत मोगल सैन्याने किल्ल्यावर जोरदार हल्ला चढविला. यात १५०० जाट सैनिक ठार मारले गेले. मोगलांच्या बाजूला २०० मोगल सैनिक आणि ७०० राजपूत सैनिक ठार मारले गेले किंवा जखमी झाले. पुढल्या वर्षी (२१ मे १६९१) राजा विष्णुसिंगाने दुसरे जाटांचे प्रबळ केंद्र म्हणजे सोगर त्यावर हल्ला चढवून जाटांना आश्चर्यचकित केले.

ह्या सर्व मोहिमेचा परिणाम म्हणजे जाटांचा नवीन नेता ह्यामुळे पळून गेला आणि त्याने मोगलांना अज्ञात अशा दुर्गम प्रदेशात आश्रय घेतला आणि त्यामुळे ह्या प्रदेशात काही वर्षे शांतता नांदू शकली. काही काळानंतर ह्या प्रदेशात एका नवीन नेत्याचा उदय झाला. हा नवीन नेता म्हणजे राजारामाचा भाऊ, भाज्जाचा मुलगा, चुडामण हा होय. ह्या चुडामणमध्ये विलक्षण संघटन कौशल्य होते. आलेल्या संधीचा फायदा कसा घ्यावा हे त्याला चांगले माहीत होते. म्हणूनच तो आपले राज्य स्थापन करू शकला. त्याने स्थापन केलेला राजवंश आजही भरतपुरात राज्य करीत असलेला आपल्याला दिसून येतो. ''त्याने आपल्या सैनिकांच्या संख्येतच वाढ केली असे नसून आपल्या सैन्यात त्याने तिरंदाज किंवा बंदूकधारी यांची भर टाकली आणि कालांतराने त्यांचा एक वेगळा विभागच त्याने उभारला आणि दरबारच्या अनेक मंत्र्यांची संपत्ती राजमार्गावर लुटल्यानंतर त्याने बादशहाच्या वैयक्तिक संपत्तीवर आणि प्रांतातून येणाऱ्या महसूल उत्पन्नावर डल्ला मारण्याला मागेपुढे पाहिले नाही.'' परंतु चुडामणला ही जी सत्ता प्राप्त होत गेली आणि तो सामर्थ्यशाली बनत गेला तो औरंगजेबाच्या मृत्यूनंतरच होत गेला असे दिसून येते. १७०४च्या सुमारास त्याने मोगलांपासून सिनसानी जिंकून घेतले. परंतु ९ ऑक्टोबर १७०५ रोजी आग्र्याचा सुभेदार मुखत्यारखान याने ते दुसऱ्यांदा जाटांकडून जिंकून घेतले.

५. पहाडसिंग गौर आणि त्यांच्या मुलांनी माळव्यात केलेला उपद्रव, १६८५

पश्चिम बुंदेलखंडातील इंद्रारवीचा राजपूत जमीनदार पहाडसिंग गौर हा माळव्यात शहाबाद ढमढेरा ह्या ठिकाणचा फौजदार म्हणून मोगल बादशहाची नोकरी करीत होता.

त्याचे शौर्य अजोड होते. शौर्याबरोबर त्याला सौजन्याची देणगीही मिळाली होती. लालसिंग खिची (चव्हाण) याचा वरिष्ठ अधिकारी अनुरुधसिंग हाडा (बुंदीचा राजा) याने जे अत्याचार चालविलेले होते त्यात लालसिंग खिची याची बाजू घेऊन पहाडसिंगाने बुंदीराजाचा पराभव केला आणि त्याची छावणी लुटून त्याने लक्षावधी रुपये किमतीची मालमत्ता हस्तगत केली (१६८५ च्या प्रारंभाला). त्यानंतर त्याने उघडपणे मोगलांशी असलेला संबंध तोडून टाकला आणि माळव्यातील खेड्यापाड्यात लुटालुटीला त्याने प्रारंभ केला. ह्यावेळी राजपुत्र आझम उपस्थित नसल्याने त्या प्रांताचा कारभार आझमचा दिवाणाचा सहाय्यक राय मूळकचंद याच्यामार्फत चालविला जात होता. त्याने पहाडसिंगावर हल्ला चढविला आणि त्याला ठार मारले (डिसेंबर १६८५) परंतु पहाडसिंगाचा मुलगा भगवंत याने बंडाळी पुढे चालविली. त्याने शूर शेतकऱ्यांची संघटना घडवून आणली आणि ग्वाल्हेरच्या सभोवती लुटालुटीला प्रारंभ करून तिथले संपूर्ण रस्ते रहदारीकरिता बंद करून टाकले. म्हणून मूळकचंदाने आपल्या सैन्यानिशी त्याच्याकडे मोर्चा वळविला. परिणामी अंतरी गावानजीक निकराची लढाई झाली, त्यात मोगलांचा पराभव झाला आणि मोगल सैन्य पळून गेले; परंतु गौर सैनिकांनी मोगलांची सर्व मालमत्ता, तसेच संपत्ती, घोडे वगैरे लुटून घेतले आणि लुटीचा वाटा सुरक्षित राहावा म्हणून ते आपल्या तळावर परत गेले. त्यामुळे भगवंतसिंग रणक्षेत्रावर जवळजवळ एकटाच उरला. त्याचा फायदा घेऊन काही मोगल अधिकाऱ्यांनी त्याला ठार मारले (मार्च १६८६).

परंतु तरीसुद्धा उपद्रव संपुष्टात आला नाही. पहाडसिंगाचा दुसरा मुलगा देवीसिंग हा छत्रसाल बुंदेला याला सामील झाला आणि त्याने बुंदेल खंडातील मोगलांच्या प्रदेशात लुटालुटीला आणि तिथल्या रयतेला आणि उपद्रव देण्याला प्रारंभ केला. इ.स.१६९० मध्ये पहाडसिंगाचा नातू गोपालसिंग याने प्रचंड सैन्य जमविले आणि भादुरी वंशातील बख्तवारच्या मालकीचा इंद्रारवी नावाचा जो किल्ला होता, तो किल्ला जिंकून घेतला. ह्या बंडखोरांवर हल्ला चढविताना ग्वाल्हेरचा फौजदार सफदरखान हा ठार मारला गेला (मे १६९०).

परंतु दोन वर्षानंतर गौर बंडखोर मोगल बादशहाला शरण गेले आणि त्यानंतर ते आपल्याला मोगल सैन्यात नोकरी करताना आढळून येतात.

६. बिहारमध्ये गंगारामची बंडाळी; गोपाळसिंगाची माळव्यातील बंडाळी

गुजराथमधील एका गरीब नागर ब्राह्मण कुळात जन्माला आलेला गंगाराम हा खान-ई-जहान बहादूरचा दिवाण होता आणि ज्यावेळी खान दक्षिणेत नोकरीवर गेला त्यावेळी त्याची अलाहाबाद आणि बिहार ह्या ठिकाणी जी जहागीर होती, तिची व्यवस्था

पाहण्याचे कार्य गंगारामच करत होता. गंगारामसारख्या एका अज्ञात हिंदू माणसावर खानाची ही जी बहाल मर्जी बसली त्यामुळे खानाच्या मर्जीतून उतरलेल्या इतर नोकरांना त्याचा मत्सर वाटू लागला आणि त्यांनी गंगारामला स्वतंत्र राज्य स्थापन करावयाचे आहे आणि ही जहागीर गडप करावयाची आहे असे खोटेनाटे आरोप करून खानाचे मन कलुषित केले. त्यामुळे खानाने गंगारामला आपल्याकडे बोलावून घेतले. गंगारामला अशा चंचल धन्याबाबत तिरस्कार वाटला आणि आता आपले जीवित आणि प्रतिष्ठा धोक्यात आहे असे पाहून त्याने बंड पुकारले. ४००० सैनिक एकत्रित करून त्याने बिहार शहर लुटून घेतले आणि त्यानंतर पलीकडे कूच करून त्याने पाटणा शहराला वेढा दिला. त्यानंतर बंडखोर गंगारामने तोतया राजपुत्र अकबराला गादीवर बसविले आणि त्याने त्याच्या ध्वजाखाली सर्व लोकांनी एकत्रित यावे असे आवाहन केले (मार्च १६८१) परंतु मजबूत तटबंदी असलेले पाटणा शहर ताब्यात घेण्याकरिता जी शस्त्रसामग्री लागते ती किंवा जे कौशल्य लागते ते गंगारामजवळ नसल्याने त्याला पाटणा शहर जिंकता आले नाही. म्हणून त्याने पाटण्यासभोवती जी लहानसहान खेडी होती त्यांची लुटालूट करण्याला प्रारंभ केला आणि पाटण्याचा मोगल सुभेदार मात्र पाटण्याच्या किल्ल्यात लपून बसला. शेवटी डाक्का आणि बनारसकडून मोगल सैन्याची कुमक येऊन पोहोचली आणि त्याने पाटण्याचा वेढा उठवून लावला. त्यानंतर गंगारामने माळव्याकडे कूच केले आणि त्याठिकाणी राजपूत बंडखोरांशी हातमिळवणी करून त्याने सिरोंज लुटून घेतले (ऑक्टोबर १६८४). यानंतर लवकरच तो उज्जैन ह्या ठिकाणी मृत्यू पावला.

माळव्यातील रामपुराचा जमीनदार रामगोपालसिंग चंद्रावत हा दक्षिणेत मोगल बादशहाच्या नोकरीत होता. त्याने आपला मुलगा रतनसिंग ह्याला माळव्यातील आपल्या जहागिरीची व्यवस्था पाहण्याकरिता पाठविले. ह्या दुष्ट तरुणाने मुसलमान धर्माचा स्वीकार केला आणि आपलीच वंशपरंपरागत जहागिरी, जिला आता इस्लामपुरा असे नाव मिळाले होते. त्याने बादशहाकडून इनाम म्हणून मिळविली ! ही बातमी कळताच गोपाळसिंगाने मोगल सैन्यातील नोकरी सोडून देऊन आपल्या जहागिरीकडे प्रयाण केले आणि तिथे जाऊन रामपुरा पुन्हा परत मिळविण्याकरिता त्याने सैन्य उभारण्याचे प्रयत्न चालविले (जून १७००) परंतु माळव्याच्या मोगल सुभेदाराच्या सैन्याने त्याला हाकलून लावले. शेवटी गोपाळसिंगाने निराश होऊन बादशहासमोर शरणागती घेतली आणि बादशहाने त्याची नेमणूक कौसलेला (हैद्राबादला) फौजदार म्हणून केली. इ.स.१७०६ च्या प्रारंभी कौसलची जहागिरी त्याच्याकडून काढून घेण्यात आल्याने त्याला कमालीचे दारिद्र्य प्राप्त झाले. आपली उपजीविका चालावी म्हणून

तो मराठ्यांना सामील झाला आणि त्याचवर्षी मार्च महिन्यात मराठ्यांनी बडोद्यावर जो हल्ला चढविला, त्यात तो सहभागी झाला.

७. बंगालशी इंग्रजांचा व्यापार

इंग्रजांनी आपली पहिली व्यापारी वखार इ.स.१६१२ मध्ये सुरत ह्या ठिकाणी स्थापन केली आणि तिथून त्यांनी खुश्कीच्या मार्गाने आग्रा आणि दिल्लीशी आपला व्यापार प्रस्थापित केला. आग्र्याहून इ.स.१६२० आणि १६३२ मध्ये मध्य बिहारातील पाटणा शहरापर्यंत त्यांनी व्यापार प्रस्थापित करण्याच्या प्रयत्न केला. परंतु तिथून जमिनीमार्गे माल वाहून नेण्याचा खर्च आणि विशेषत: सोरामिठासारखा वजनी माल वाहून नेण्याकरिता येणारा खर्च इतका अवाढव्य येऊ लागला की ही योजना त्यामुळे टाकून द्यावी लागली. गोवळकोंडा राज्यातील एक बंदर मच्छलीपट्टम ह्या ठिकाणीसुद्धा इंग्रजांनी आपली एक वखार स्थापन केली होती.

इ.स.१६३३ मध्ये बालासो ह्या ठिकाणी आणि कटकच्या आग्नेय दिशेने २५ मैलावर हरिहरपूर ह्याठिकाणी आणखी एक वखार इंग्रजांनी स्थापन केली. ह्यानंतर काही दिवसांनी इंग्रजांनी विजयनगरच्या राजवंशीयातील एका हिंदू राजाकडून काही जमीन खरेदी केली आणि त्याठिकाणी म्हणजे मद्रासला इ.स.१६४० मध्ये फोर्ट सेंट जॉर्जची इमारत बांधण्याला प्रारंभ केला. अशा रीतीने ‘‘इंग्रजांनी हिंदुस्थानात आपले पहिले स्वतंत्र ठाणे प्रस्थापित केले.’’ परंतु हे ठाणे मोगल साम्राज्याच्या हद्दीबाहेर होते. इ.स.१६५१ मध्ये इंग्रजांनी आपली पहिली व्यापारी वखार गंगा नदीवर कलकत्त्याच्या उत्तरेला २४ मैलांवर हुगळी ह्या ठिकाणी प्रस्थापित केली. त्यांच्या निर्यातीच्या प्रमुख वस्तू म्हणजे सोरामीठ (पाटण्याच्या उत्तरेकडून सिंधिया किंवा लालगंज येथून बोटीतून ह्या वस्तूंची ने-आण होत असे.), रेशीम आणि साखर ह्या होत्या. राजपुत्र शुजा त्यावेळी बंगालचा सुभेदार होता. त्याने इंग्रजांना त्याने इतर कोणतेही कर किंवा खंडणी देण्याऐवजी दरवर्षी ३००० रुपये द्यावेत आणि बंगालमध्ये व्यापार करावा असा हुकूम किंवा सनद (निशाण) जारी केले (१६५१). बंगालमधून युरोपमध्ये जाणाऱ्या किंवा येणाऱ्या सर्व मालाकरिता, माल उतरवून घेणे आणि चढविणे ह्याकरिता कित्येक वर्षेपर्यंत बालासोर बंदराचाच उपयोग केला जात होता.

इ.स.१६५८ मध्ये इंग्लंडमधील कंपनीच्या संचालकांनी हिंदुस्थानातील व्यापारी वखारींची पुनर्घटना घडवून आणली. हिंदुस्थानात इंग्रजांच्या ज्या काही व्यापारी वखारी होत्या, त्या सुरतेच्या इंग्रजांच्या कौन्सिलचा अध्यक्ष आणि तेथील कौन्सिल यांच्या आधीन ठेवण्यात आल्या. ह्याशिवाय मद्रास आणि हुगळी याठिकाणच्या वखारी वेगळ्या राहतील असे ठरविण्यात आले.

इ.स.१६५८ च्या सुमारास बंगालमधील व्यापार मोठ्या भरभराटीला पोहोचला होता. कच्चे रेशीम विपुल प्रमाणात होते. टॅफेटा रेशीम विविध प्रकारचे आणि उत्तम दर्जाचे उपलब्ध होते. सोरा मीठ स्वस्त होते आणि उत्तम दर्जाचे मिळत होते. इंग्लंडमधून चांदी-सोन्याची जी आयात होत होती, त्यांची हिंदुस्थानी लोक मोठ्या आवडीने खरेदी करीत होते.

इ.स.१६६१ मध्ये हिंदुस्थानातील इंग्रज वखारींच्या कारभारात आणखी काही बदल करण्यात आले. बंगालमधील सर्व वखारी मद्रास कौन्सिलच्या अधीन ठेवण्यात आल्या. मद्रासला सुरतेच्या बरोबरीचा दर्जा देण्यात आला. इंग्रजांचा बंगालमध्ये जो व्यापार होता, तो दिवसेंदिवस वाढतच गेला. इ.स.१६६८ मध्ये ईस्ट इंडिया कंपनीने बंगालमधून ३४,००० पौंड मालाची निर्यात केली, १६७५ मध्ये त्याची किंमत ८५,००० पर्यंत पोहोचली. १६७७ मध्ये ती १,००,००० पौंडापर्यंत पोहोचली तर १६८० मध्ये १,५०,००० पौंडापर्यंत निर्यात जाऊन पोहोचली. १६६८ मध्ये डाक्क्याला, तर १६७६ मध्ये मालडा ह्या ठिकाणी दुय्यम वखारी स्थापन करण्यात आल्या. इंग्रज स्थानिक माल तर विकत घेत होतेच पण ह्याशिवाय बंगालमधील रेशमी कापडाचा रंग सुधारण्याकरिता त्यांनी युरोपियन रंगकाम करणारे खास करून बंगालमध्ये पाठविले. ह्याशिवाय हुगळीपासून समुद्रापर्यंत गंगेतून वाहतूक करण्याकरिता त्यांनी ‘‘बंगाल पायलट सर्व्हिस’’ नावाच्या खास वाहतूक व्यवस्थेला प्रारंभ केला (१६६८). ह्या व्यवस्थेनुसार पहिले ब्रिटीश जहाज बंगालच्या उपसागरातून गंगा नदीपर्यंत इ.स.१६७९ मध्ये सोडण्यात आले आणि अशा रीतीने नियमित वाहतूक व्यवस्थेला प्रारंभ झाला.

८. बंगालमधील इंग्रज व्यापारी आणि मोगल अधिकारी यांच्यातील संघर्ष

मधल्या काळात स्थानिक मोगल अधिकाऱ्यांनी इंग्रज व्यापाऱ्यांकडून जी बेकायदेशीर वसुली चालविलेली होती आणि जे सतत अडथळे आणले जात होते, त्यामुळे बंगालमध्ये इंग्रज व्यापारी आणि मोगल अधिकारी यांच्यात निर्माण झालेला संघर्ष आता निकरावर आलेला होता. हुगळीच्या स्थानिक मोगल अधिकाऱ्यांनी कंपनीच्या व्यापारी बोटी थांबवून त्यातील माल जप्त करण्याचे सत्र आरंभिले होते. ह्या मालावर मोगलांनी जकात घेऊ नये म्हणून (Hedges) हॅजेसने शायिस्तेखानाला मोठमोठ्या रकमा लाच म्हणून दिल्या परंतु त्याचा काही उपयोग झाला नाही. शेवटी इंग्रजांचा संयम संपुष्टात आला. त्यांनी आता शस्त्रबळावर स्वत:चे संरक्षण करण्याचे ठरविले. भारतीय शासकांचा संबंध तोडून टाकून त्यांनी हिंदुस्थानच्या किनाऱ्यावर जिथून व्यापार करण्याकरिता कोणाचाही उपद्रव होणार नाही अशी जागा ताब्यात घेऊन तिथे संरक्षणाची भरभक्कम तटबंदी उभारावयाची असा निश्चय केला. ह्या युद्धाला इ.स.१६८६ मध्ये प्रारंभ झाला.

इंग्रज व्यापाऱ्यांच्या मोगल शासकांच्या स्थानिक अधिकाऱ्यांविरुद्ध तीन प्रमुख तक्रारी होत्या :

१. बंगालमध्ये शुजा सुभेदार असताना त्याने इंग्रजांनी दरवर्षी ३००० रुपये द्यावेत आणि इतर सर्व जकात कर आणि वेळोवेळी जे कर वाढविण्यात येतील ते त्यांना माफ असावेत असे फर्मान काढले होते. ह्याऐवजी आपण प्रत्यक्षात जितका माल आयात करू त्यावर सरसकट (ad valorem) जकात कर लावावा अशी इंग्रज व्यापाऱ्यांची मागणी होती. औरंगजेबाने १५ मार्च १६८० रोजी जे फर्मान जारी केले त्यानुसार ३ टक्के दराने सुरतला जकात कर भरल्यानंतर आपल्याला मोगल साम्राज्यात कुठेही जकात कर न भरता कोणताही माल आयात करण्याचा आणि कोणतेही कर किंवा इतर शुल्क न देता व्यापार करण्याचा अधिकार प्राप्त झालेला आहे असा इंग्रजांचा दावा होता.

२. रहदारी कर (मालाची वाहतूक मार्गांवरून सुरक्षितपणे व्हावी ह्याकरिता लावण्यात आलेला कर किंवा चुंगीनाका), नजराणा (पेशकाश), लेखनिकाचे शुल्क आणि फर्माईश (सुभेदाराने खास केलेल्या फर्माईशीवरून एखादी वस्तू खास बनविणे ह्याकरिता किंमत आकारण्याची पद्धती नव्हती) ह्यांच्या रूपाने स्थानिक मोगल अधिकारी त्यांना वाटेल तसे हप्ते गोळा करीत, अशी दुसरी तक्रार होती.

३. उच्च मोगल अधिकाऱ्यांनी बंगालचा सुभेदार शायिस्तेखान आणि राजपुत्र आझीम-उस-शान ह्यांसारख्या उच्चपदस्थांनी आणि काही प्रसंगी स्थानिक फौजदारांनी मार्गातील मालाची खोकी उघडून त्यातील वस्तूंच्या किमती जाणूनबुजून बाजारात जी किमत असेल त्याच्या कितीतरी पट कमी निश्चित करावयाची आणि अशा वस्तू त्या किमतीला विकत घेण्याची प्रथा. काही सुभेदारांनी (विशेषत: आझीम-उस-शानने) कमी किमतीत वस्तू जप्त करून नंतर त्या वस्तू बाजारात नेहमीच्या किमतीने विकावयाची प्रथा सुरू केली. त्याला 'सौदा-इ-खास' असे नाव मिळाले.

दिनांक १० एप्रिल १६६५ रोजी औरंगजेबाने यापुढे होणाऱ्या आयात मालावर दोन सारखेच जकात कर सर्व प्रांतांत लागू करण्यात येतील असे जाहीर केले. हे जकात कर म्हणजे मुसलमानांकरिता २$\frac{१}{२}$ टक्के आणि हिंदूंकरिता ५ टक्के राहतील असे त्यात म्हणण्यात आले होते. मोगल अधिकारी हिंदूंकडून ज्या प्रमाणे जिझिया कर वसूल करीत होते, त्याप्रमाणे युरोपियन लोकांकडूनही वसूल करीत होते परंतु प्रत्येक युरोपियन माणसामागे किती कर वसूल करावयाचा किंवा तो कसा वसूल करावयाचा, याबाबतीत मोगल शासनाला अडचणी निर्माण झाल्याचे दिसून येते. आणि म्हणून मोगलांनी ह्या जिझिया कराचेच रूपांतर आयात करावरील वाढीव करात केले आणि आयात कर त्यांनी ३$\frac{१}{२}$ टक्क्यांपर्यंत वाढविला. जिझिया करात केलेली ही एक प्रकारची तडजोडच होती.

बंगालमधील इंग्रजांनी (अ) दरवर्षी ३००० रुपये देऊन (इ.स.१६५१ मध्ये शुजाने कबूल केल्याप्रमाणे) प्रत्यक्ष आयात मालावरील कर टाळण्याचा केलेला प्रयत्न आणि (ब) सुरतला आम्ही जकात-कर भरला (इ.स.१६८० मध्ये औरंगजेबाने काढलेल्या फर्मानानुसार) म्हणून हिंदुस्थानातील इतर कोणत्याही प्रदेशात आम्हाला कर मुक्त व्यापार करता आला पाहिजे असा इंग्रजांनी केलेला दावा ह्या दोन्ही गोष्टी खोट्या होत्या आणि त्यामागे कोणतीही संयुक्तिक कारणे नव्हती.

शुजा हा केवळ प्रांतीय सुभेदार होता. आपल्या सुभेदारीमध्ये काही आवडत्या व्यापाऱ्यांवर निरनिराळ्या सवलती देऊन तो कृपा करू शकत होता. परंतु त्याने दिलेला हुकूम (निशाण) हा त्याच्या वारसांवर बंधनकारक राहू शकत नव्हता. तो हुकूम बंधनकारक राहण्याकरिता बादशहाने त्यावर शिक्कामोर्तब करून त्याचे फर्मानात रूपांतर करावयास पाहिजे होते. याचबरोबर इंग्रजांनी औरंगजेबाच्या १८६० च्या फर्मानाचा जो अर्थ लावला, तोही बरोबर नव्हता. सुरतेला आयात-कर भरला म्हणून इतर जहाजांतून येणाऱ्या इंग्रज मालावर अजिबात कर लावू नये ही इंग्रजांची भूमिका कोणत्याही निकषावर उतरणार नव्हती किंवा कल्पनेबाहेरची होती. यात चीनमधून येणारा माल परस्पर बंगालमध्ये गेल्यास आणि सुरतेला तो आणला न गेल्यास सुरतेला त्यावर कोणताही आयात कर भरला जाणार नाही याची शक्यता यात गृहीत धरलेली नव्हती.*

इंग्रजांची दुसरी आणि तिसरी जी तक्रार होती, त्याबाबतीत ज्या वसुलींबाबत तक्रारी करण्यात आलेल्या होत्या त्या वसुली गैरकायदेशीर आहेत असे औरंगजेबाने अगोदरच जाहीर केलेले होते आणि ह्याउपरही तशी वसुली होत असल्यास ती औरंगजेबाच्या हुकमाचा अवमान करूनच होत होती हे ह्या ठिकाणी सांगितले पाहिजेच. ''रहदारी-कर'' औरंगजेबाने आपल्या कारकिर्दीच्या दुसऱ्या वर्षीच रद्द केलेला होता तर बळजबरीने वसूल केली जाणारी बक्षिसी आणि इतर स्वीकारलेल्या जाणाऱ्या देणग्या ह्यांचा, २९ एप्रिल १६७३ रोजी औरंगजेबाने ''अबवाब'' रद्द करण्यासाठी काढलेला होता, त्यामध्ये धिक्कार करण्यात आलेला होता. खाजगी व्यापार करण्याकरिता आझीम-उस-शानने ''जबरदस्तीने'' माल जप्त करण्याची जी प्रथा अमलात आणलेली

(***टीप :** औरंगजेब बादशहाच्या फर्मानातील (१६३७ आणि १६५०), आणि शुजाच्या निशाणातील (१६५१ आणि १६५६) आणि त्याचप्रमाणे मिरजुमलाच्या परवान्यातील (१६६०) निश्चित तरतुदी ह्या माझ्या ''औरंगजेबाचा इतिहास, खंड ५ वा, दुसरी आवृत्ती, पान २९०-९१'' ह्या विस्तृत खंडात दिलेल्या आहेत. सर डब्ल्यू. फॉस्टर यानेही इंग्रजांचा दावा अयोग्य आहे असे मत नमूद केलेले आढळते.)

होती त्याची वार्ता औरंगजेबाच्या कानावर येताच त्याने त्याबाबतीत आपल्या नातवाला अत्यंत कडक ताकीद दिलेली होती (१७०३ च्या सुमारास). परंतु स्थानिक अधिकाऱ्यांनी ह्या व्यापाऱ्यांवर जे अन्याय चालविले होते, त्याबाबतीत त्यांच्या तक्रारी दूर दक्षिणेत मुक्काम करून असलेल्या बादशहाच्या कानावर गेल्या तर क्वचित प्रसंगी त्यांना न्याय मिळत असे आणि असा न्याय सुद्धा फक्त कागदावरच राहत असे. कारण औरंगजेबाने दिलेल्या हुकमाला फक्त कागदावरच महत्त्व राहिले होते.

ज्या समाजात नि:स्वार्थी समाजसेवेला आणि समाजकल्याणाला स्थान नव्हते आणि ज्या समाजात सार्वजनिक जीवनात आणि त्याचप्रमाणे खाजगी जीवनात असहाय्यपणे सत्तेवर असणाऱ्या प्रत्येक माणसासमोर शरणागती घेण्याची सवय जडलेली होती त्या समाजात प्रशासन शुद्ध राहणे अशक्य होते. बादशहाला सर्वच गोष्टींकडे लक्ष देणे अशक्य होते. त्याचप्रमाणे त्याला सर्व ठिकाणी हजर राहणेही अशक्य होते. त्याला आपल्या प्रतिनिधींमार्फतच कार्य करणे भाग होते आणि ह्या त्याच्या सहाय्यकांना औरंगजेबाला आपल्या प्रजेबाबत जितकी कळकळ वाटत होती तितकी कळकळही वाटत नव्हती किंवा औरंगजेबासारखी त्यांची आपल्या कार्यावर निष्ठाही नव्हती.

९. इंग्रजांचे औरंगजेबाशी बंगालमध्ये युद्ध, १६८६–१६८९

ईस्ट इंडिया कंपनीने कासीम बाजार ह्या ठिकाणी (बंगाल) जे हिंदुस्थानी व्यापारी आणि दलाल नेमलेले होते, त्यांनी तिथल्या वखारीचा प्रमुख बॉब कॅरनॉक आणि त्यांच्या सहकाऱ्यांविरुद्ध फार मोठे बिल लावले (मोठ्या रकमेची मागणी केली). ह्या खटल्यात तिथल्या हिंदी न्यायाधीशाने इंग्रजांनी ४३,००० रुपये द्यावेत अशी डिक्री पास केली (१६८४–८५). कॅरनॉकने ही रक्कम भरण्याचे नाकारल्याने मोगल सैन्याने इंग्रजांच्या वखारीला वेढा दिला (ऑगस्ट १६८५). परंतु पुढील एप्रिल महिन्यात तो तिथून हुगळीला पळून गेला आणि त्यानंतर तो लवकरच बंगालमधल्या इंग्रज कारभाराचा प्रमुख बनला. ह्यानंतर सहा महिन्यांतच युद्धाला प्रारंभ झाला.

दिनांक २८ ऑक्टोबर १६८६ रोजी तीन इंग्रज सैनिक हे हुगळीच्या स्थानिक फौजदाराचा आदेश मोडून मोगलांच्या हुगळी शहरातील बाजार विभागात प्रवेश करण्याचा सतत प्रयत्न करीत होते. त्या प्रयत्नात ते जखमी झाले आणि कैदी म्हणून पकडले जाऊन त्यांना मोगल फौजदारांसमोर उभे करण्यात आले. त्यांना सोडविण्याकरिता म्हणून इंग्रजांच्या मुख्य वखारीतून (गोलघाटजवळ) कॅप्टन लेस्ली याच्या नेतृत्वाखाली जे सैन्य पाठविण्यात आले त्याचा पराभव करण्यात आला. ह्या हल्ल्यात इंग्रजांची बरीच हानी झाली आणि त्यांनी जास्त पुढे येऊ नये म्हणून इंग्रजांच्या वखारीच्या सभोवती ज्या गवताच्या झोपड्या होत्या त्यांना आगी लावण्यात आल्या.

परंतु लवकरच नदीच्या किनाऱ्याने खाली तीन मैलांवर असणाऱ्या इंग्रज वखारीतून जास्त कुमक येऊन पोहोचली. त्या सैन्याने आगेकूच करुन फौजदाराचे निवासस्थान आणि त्याच्यापलीकडे असलेले शहर लुटून घेतले आणि जाळून नष्ट केले. त्याच दिवशी सायंकाळी सैन्याच्याच बरोबरीने हुगळीवरून इंग्रजांची जहाजेसुद्धा आली, त्यांनी हुगळी बंदरातील एक जहाज पकडले आणि त्यांनी ''त्या दिवशी रात्री आणि दुसऱ्या दिवशी सुद्धा तोफांचा आणि गोळीबाराचा सतत भडिमार चालविला आणि त्यात त्यांनी त्यांच्या वाटेत जे जे येईल ते जाळून टाकले किंवा लुटून नष्ट केले.'' शेवटी फौजदाराला वेषांतर करून पळून जावे लागले. मोगलांच्या बाजूने ६० सैनिक ठार मारले गेले, चार-पाचशे घरांचा विध्वंस झाला आणि अनेक जहाजे आणि तराफे यांचा नाश घडून आला.

इंग्रजांनी हुगळीचा विध्वंस केला ही बातमी ऐकताच शायिस्तेखानाने ह्या बंडखोरांना नष्ट करण्याचे ठरविले. घोडेस्वारांचे विशाल सैन्य हुगळीकडे रवाना करण्यात आले आणि पाटण्याची इंग्रज वखार ताब्यात घेण्याचा हुकूम देण्यात आला. दिनांक २० डिसेंबर रोजी इंग्रजांनी आपल्या सर्व सामानासुमानासहित हुगळीवरून माघार घेतली आणि ते हुगळी नदीच्या किनाऱ्याने आणखी खाली २४ मैलांवर सतनाती ह्याठिकाणी (आधुनिक कलकत्ता) मुक्काम करून राहिले.

फेब्रुवारी १६८७ मध्ये युद्धाला पुन्हा प्रारंभ झाला. इंग्रजांनी मातीबुरूकनजीक मोगलांची जी मिठाची गोदामे होती, ती जाळून टाकली आणि त्यानंतर त्यांनी ठाण्याच्या किल्ल्यावर (कलकत्त्याच्या नैर्ऋत्येला गार्डन रिच म्हणतात ते ठिकाण) हल्ला चढविला. त्यानंतर हुगळी नदीतून जहाजाने खाली जाऊन त्यांनी मेदिनीपूर जिल्ह्याच्या (कांताई उपविभाग) पूर्व किनाऱ्यावर असलेले हिजली बेट जिंकून घेतले. हे बेट म्हणजे प्राणघातक मलेरियाचे प्रचंड केंद्र होते परंतु त्याचबरोबर फळफळावळे, धान्य यांची त्या ठिकाणी विपुलता होती. त्याप्रमाणे जंगली जनावरे त्या ठिकाणी मोठ्या संख्येत होती. समुद्राची खारे पाणी वाफवून त्याठिकाणी मिठाचे उत्पादनही मोठ्या प्रमाणात करण्यात येई. ह्या ठिकाणी बंगालच्या उपसागरात आणि जमिनीवर असलेले सर्व इंग्रज सैन्य आणि नौसैनिकांनी बालासोरला उतरून तिथला मोगल किल्ला जिंकून घेतला आणि त्या ठिकाणी दोन दिवसपर्यंत यथेच्छ लूट करून जुने बालासोर आणि नवीन बालासोर ही दोन शहरे जाळून नष्ट केली. तिथल्या बंदरात जे काही हिंदुस्थानी पडाव उभे होते ते त्यांनी जाळून टाकले, तिथल्या बंदराचा त्यांनी विध्वंस केला अणि राजपुत्र आझम आणि शायिस्तेखान ह्यांची जी दोन जहाजे बंदरात उभी होती, ती जहाजे त्यांनी युद्धातील लूट म्हणून जप्त केली.

१६८७ च्या मे महिन्याच्या मध्याला शायिस्तेखानाचा एक सहाय्यक सरदार अब्दुस समद हा १२००० सैनिकांनिशी इंग्रजांचे उच्चाटण करण्याकरिता हिजलीनजीक येऊन पोहोचला. मार्च-एप्रिलच्या अत्यंक कष्टकारक महिन्यात साथीच्या रोगामुळे इंग्रजांच्या पायदळात आणि जहाजांवरील सैन्यात रोज अनेक सैनिक मृत्युमुखी पडत होते आणि त्यांचा धान्याचा आणि इतर वस्तूंचा पुरवठाही संपत आलेला होता. मध्यंतरी त्यांनी जी हानी घडून आलेली होती ती भयंकर होती. २०० सैनिक मृत्युमुखी पडलेले होते आणि १०० सैनिक वाचले परंतु तापामुळे तेही गलितगात्र झालेले होते. ४० अधिकारी होते त्यांची संख्या आता ५ वर आलेली होती. ११ जून रोजी इंग्रजांनी आपला सर्व दारूगोळा, तोफखाना हलवून, आघाडीवर आपला ध्वज लावून आणि नौबती वाजवीत हिजली किल्ल्यावरून कूच केले आणि त्यांनी अशा रीतीने किल्ल्याचा ताबा सोडला. दिनांक १६ ऑगस्ट रोजी शायिस्तेखानाने, इंग्रजांनी नुकतीच जी जबरीची कृत्ये केली त्याबाबत त्यांना ताकीद देणारे एक पत्र लिहिले परंतु त्याचबरोबर त्यांना त्याने उलुबेरिया (कलकत्त्याच्या दक्षिणेला २० मैलांवर) ह्याठिकाणी किल्ला बांधण्याला आणि हुगळी येथून पुन्हा व्यापार करण्याला परवानगी दिली. म्हणून कॉरनॉक हा आपल्या जहाजांसह परत आला आणि त्याने सतनाती ह्याठिकाण मुक्काम केला (सप्टेंबर १६८७).

पुढील वर्षी बंगालमध्ये इंग्रजांचा प्रमुख कारभारी म्हणून कॅप्टन हिथची नेमणूक झाली आणि त्यामुळे कॉरनॉक मायदेशी परत गेला. नवीन कारभाऱ्याने बंगालमधून पूर्ण माघार घेण्याचे ठरविले आणि म्हणून कंपनीचे सर्व सैनिक आणि सामानसुमान ह्यासहित त्याने दिनांक ८ नोव्हेंबर १६८८ रोजी सतनाती ह्या ठिकाणाहून जहाजाने प्रयाण केले. ३०० सैनिकांनिशी बालासोरला समुद्रमार्गे जात असताना त्याने २९ नोव्हेंबर रोजी जुन्या बालासोरच्या अगदी पूर्वेकडे मोगलांनी जो संरक्षक किल्ला बांधला होता (त्याला वाळूचा किल्ला असे म्हणत), त्यावर हल्ला चढविला आणि त्याठिकाणच्या तोफा आणि रसद त्याने आपल्या ताब्यात घेतली. दुसऱ्या दिवशी त्याने नवीन बालासोर (पश्चिमेकडील आणखी पुढले बेट) जिंकून घेतले आणि त्याठिकाणी त्याने ख्रिस्ती-गैरख्रिस्ती यांच्यावर स्त्री-पुरुष असा भेदाभेद न करता अनन्वित अत्याचार केलेत. १८ जानेवारी १६८९ च्या सुमारास तो छटगावानजीक येऊन पोहोचला. त्याठिकाणी त्याने तो किल्ला मोगल अधिकाऱ्यांकडून जिंकण्याची योजना बनविली. कारण बंगालमध्ये इंग्रजांना आपल्या व्यापाराकरिता सुरक्षित आणि स्वतंत्र तळ पाहिजे होता. त्या दृष्टीने छटगाव योग्य होईल असे त्यांना वाटत होते. परंतु युद्ध-मंत्रिमंडळाने त्याला ह्या आत्मघातकी योजनेपासून परावृत्त केले आणि म्हणून शेवटी अत्यंत कंटाळून जाऊन हिथ मद्रासला गलबताने निघून गेला (१७ फेब्रुवारी). बंगालच्या सर्व महत्त्वाकांक्षी योजना त्याने अर्थातच रद्द केल्या.

इंग्रजांच्या ह्या शत्रुत्वाच्या कारवाया कानी पडताच बादशहाने सर्व इंग्रजांना कैदेत टाकण्याचे, त्याच्या साम्राज्यातील सर्व वखारी ताब्यात घेण्याचे आणि इंग्रजांच्या व्यापारावर बंदी घालण्याचे आणि त्यांच्याशी कोणीही कोणतेही व्यवहार करू नयेत असे हुकूम ताबडतोब जारी केले. परंतु इंग्रजांचे समुद्रावर पूर्णपणे वर्चस्व होते आणि त्यांना मक्केकडे यात्रेला जाणारी जहाजे सहज अडविता येण्यासारखी होती. त्यांच्याशी चाललेला व्यापार थांबविल्यास त्यापासून जकातीचे येणारे उत्पन्नही बुडणार होते आणि त्यामुळे मोगल साम्राज्याची आर्थिक हानी होणार होती. म्हणून काही दिवसांनंतर बादशहा त्यांच्याशी तह करण्याच्या मन:स्थितीत आला. मे १६८९ मध्ये इब्राहिम खानाची बंगालचा सुभेदार म्हणून नेमणूक झाली. तो स्वभावाने मवाळ आणि न्यायी माणूस होता आणि इंग्रजांबाबत त्याला मित्रत्वाची भावना होती. त्याने मद्रासला पत्र लिहून इंग्रजांनी बंगालमध्ये आपल्या वखारी पुन्हा परत आणाव्यात अशी विनंती केली. शेवटी फेब्रुवारी १६९० मध्ये पश्चिम किनाऱ्यावर मोगल आणि इंग्रज यांच्यात शांतता प्रस्थापित झाली. २२ फेब्रुवारी १६९० रोजी औरंगजेबाने लिहिले, ''(सुरतेच्या) इंग्रजांनी अत्यंत नम्र भावनेने आणि शरण येऊन एक विनंती अर्ज केल्याने .....आणि १,५०,००० रु.चा दंड आम्ही बादशहाकडे भरू (असे वचन त्यांनी दिल्याने) ..... यानंतर आपण असे लाजीरवाणे वर्तन करणार नाही अशी कबुली त्यांनी दिल्याने ....आम्ही त्यांना त्यांच्या गत-चुकांची क्षमा केली आणि .....पूर्वीसारखाच त्यांनी आपला व्यापार चालवावा याला आम्ही संमती दिली.'' हा करार झाल्यानंतर बादशहाने २३ एप्रिल रोजी इब्राहिमखानाला इंग्रजांना पूर्वीप्रमाणेच बंगालमध्ये व्यापार करू द्यावा आणि त्यांना आता कोणताही उपद्रव देऊ नये अशा आशयाचे एक पत्र लिहिले.

मद्रासहून कॉरनॉक हा पुन्हा एकदा इंग्रजांचा कारभारी म्हणून दिनांक २४ ऑगस्ट रोजी सतनातीला येऊन पोहोचला. कलकत्त्याचा आणि उत्तर हिंदुस्थानात ब्रिटीश सत्तेचा पाया अशी रीतीने घातला गेला. दिनांक १० फेब्रुवारी १६९१ रोजी बंगालच्या इंग्रजांनी त्या प्रांतात आपला व्यापार करावा परंतु इतर कोणतेही कर किंवा चुंगीनाका देण्याऐवजी त्यांनी दरवर्षी ३००० रुपये मोगलांना द्यावेत अशी अनुमती देणारा एक शाही हुकूम बादशहाच्या वजिराने बंगालच्या दिवाणाकडे पाठविला.

१०. पश्चिम किनाऱ्यावरील इंग्रजांचे मोगलांशी युद्ध

बंगालप्रमाणेच हिंदुस्थानच्या पश्चिम किनाऱ्यावर सुद्धा इंग्रज व्यापाऱ्यांना मोगलांच्या स्थानिक अधिकाऱ्यांच्या गांजणुकीला, गैरकायदेशीर हस्तक्षेपाला आणि लोभीपणाला तोंड द्यावे लागत होते. मोगल बादशहाला ह्यावर कोणतेही नियंत्रण घालता आले नव्हते. ह्याशिवाय इ.स.१६८० मध्ये त्यांनी १ टक्का वाढीव आयात

कराच्या स्वरूपात जिझिया कर द्यावा असाही हुकूम मोगलांनी काढला होता. यामुळे इंग्रज व्यापाऱ्यांना दरवर्षी २०,००० रुपये जास्त द्यावे लागणार होते. यामुळे संघर्ष निर्माण झाला व तो बरेच दिवस चालू राहिला. ब्रिटीश ईस्ट इंडिया कंपनीच्या स्थानिक प्रतिनिधींना ह्यावर कोणताही उपाय सापडेना.

परंतु लंडनमधील कंपनीचा अध्यक्ष सर जोसाय चाईल्ड हा लढाऊ वृत्तीचा आणि असामान्य चारित्र्याचा होता. त्याने मोगल साम्राज्याविरुद्ध खंबीरपणाचे, स्वतंत्रतेचे आणि आवश्यकता पडल्यास बदला घेण्याचे धोरण अमलात आणण्याचे ठरविले. असे धोरण अमलात आणण्याकरिता तीन गोष्टींची आवश्यकता होती. त्या तीन गोष्टी म्हणजे - (अ) सुरतेवरून आपली वखार हलविणे. कारण सुरतेला आपली वखार ठेवणे म्हणजे मूर्खांच्या नंदनवनात जाण्यासारखे होते. (ब) मुंबई "हिंदुस्थानाचा प्रवेश दरवाजा" असल्याने कंपनीचा सर्व व्यापार आणि अधिकारी यांना सर्वांना मुंबईतच एकत्रित आणणे. ह्यामुळे कंपनीच्या नोकरांना सुरतेला मोगल अधिकाऱ्यांकडून जो अवमान सहन करावा लागत होता आणि नाना प्रकारच्या कडक अटींना तोंड द्यावे लागत होते, त्यापासून त्यांना मोकळीक मिळाली असती आणि (क) मोगल साम्राज्यात इंग्रज व्यापारावर जी दडपशाही करण्यात येत होती त्याचा बदला म्हणून सागरावर इतस्तत: हिंडणाऱ्या हिंदुस्थानी जहाजांना पकडून ती जप्त करणे.

परंतु भारतातल्या सर्व इंग्रज वखारींचा "सर्वाधिकारी आणि प्रमुख संचालक" म्हणून नेमलेला सर जॉन चाईल्ड हा दुर्बळ आणि अकार्यक्षम होता. इंग्लंडहून आदेश आल्यानंतर त्याने दिनांक २५ एप्रिल १६८७ रोजी सुरतेहून मुंबईला प्रयाण केले. मोगलांपासून शक्य तितके दूर राहावे हाच त्यामागील हेतू होता. जॉन चाईल्ड याचे मुंबईला जाणे म्हणजे इंग्रज युद्धाचीच तयारी करीत आहेत असा अर्थ लावून सुरतेच्या मोगल सुभेदाराने तिथल्या इंग्रज वखारीला वेढा दिला आणि परिणामी सुरतेच्या इंग्रज-कौन्सिलचा प्रमुख बेंजामिन हॅरिस आणि त्याचा दुय्यम अधिकारी सॅम्युएल ॲनूस्ले हे ह्या वखारीतच कोंडले गेले. त्यांना बाहेर निघणे अशक्य होऊन बसले.

शेवटी ९ ऑक्टोबर १६८८ रोजी सर जॉन चाईल्ड आपल्या जहाजांच्या काफिल्यासह स्वाली ह्या ठिकाणी आला आणि त्याने तिथून सुरतेच्या मोगल सुभेदाराकडे इंग्रजांच्या तक्रारीची एक सूची पाठविली. त्यात त्याने मागे जे काही अत्याचार झाले, त्याबाबत नुकसानभरपाई मागितली आणि त्याचबरोबर जास्त सवलती द्यावात व जुन्या सवलतींचे नूतनीकरण करण्यात यावे म्हणून त्याचेही एक नवीन मागणीपत्रक पाठविले. मोगल सुभेदाराने इंग्रज व्यापाऱ्यांना आणि त्यांच्या हिंदुस्थानी दलालांना एकाएकी कैदेत टाकले, इंग्रज वखारीवर त्याने कडक पहारा बसविला आणि चाईल्डला पकडण्याकरिता

स्वालीला मोगल सैन्य पाठविले आणि अशा रीतीने मोगलांनी उघडउघड शत्रुत्वाला प्रारंभ केला. यात चाईल्ड कसाबसा निसटला. त्याने त्यानंतर सुरतेच्या खाली जाऊन नदीच्या मुखाची पूर्ण नाकेबंदी केली आणि त्यानंतर किनाऱ्याकिनाऱ्याने जाऊन त्याने वाटेत जी सापडतील ती हिंदुस्थानी जहाजे आणि पडाव जप्त केले.

याचे उत्तर म्हणून मोगल सुभेदाराने ज्या इंग्रजांना पकडले होते त्यांना सुरतेला लोखंडी जड बेड्यात अडकवून ठेवले. अशा कष्टकारक परिस्थितीत त्यांना १६ महिने काढावे लागले. (डिसेंबर १६८८-एप्रिल १६९०) ह्याचवेळी मोगलांचा दर्यासारंग जंजिऱ्याचा सिद्दी याने मुंबईवर हल्ला चढविला (मे १६८९). बेटावर उतरून त्याने बेटाचा बाहेरचा प्रदेश आपल्या ताब्यात घेतला. इंग्रजांची जी शिबंदी होती त्यांना मुंबईच्या किल्ल्यात आश्रय घ्यावा लागला आणि त्या वाढत्या मुसलमान सैनिकांच्या वेढ्याला तोंड द्यावे लागले. म्हणून गव्हर्नर चाईल्डने पूर्ण शरणागती घेऊन तशी विनंती केली आणि ह्याकरिता त्याने औरंगजेबाकडे जी.वेल्डन आणि अब्राहम नोव्हारो या दोघा वकिलांना पाठविले (१० डिसेंबर १६८९). बादशहाने दिनांक २५ डिसेंबर १६८९ रोजी एक हुकूम काढून इंग्रजांना क्षमा केली. इंग्रजांनी १ ।। लाख रु. दंड भरावा आणि हिंदुस्थानी जहाजातून जो माल जप्त केला असेल तो माल मोगलांना परत करावा ह्या अटींवर इंग्रजांना व्यापाराकरिता पूर्वीच्याच सवलती देण्यात आल्या.

११. हिंदी समुद्रावरील युरोपियन चाचे लोक, १७वे शतक

१५व्या शतकाच्या अखेरीस वास्को-डि-गामा हिंदुस्थानात आला तेव्हापासूनच हिंदी समुद्रावर चाचेगिरीला प्रारंभ झाला. ख्रिस्ती जगतात त्याचा कोठेही निषेध करण्यात आला नाही. युरोपातील सर्व राष्ट्रांतून आणि सर्व वर्गांतून निरनिराळे व्यापारी आणि धाडसी लोक १६व्या आणि १७व्या शतकात हिंदुस्थानात येऊन त्यांनी हिंदी समुद्रावर एकच गर्दी केली आणि जसजशी हिंदी व्यापारात वाढ होत गेली, त्यानुसार निरनिराळ्या देशांच्या चाचेगिरीत वाढ होत गेली.

इ.स.१६३५ मध्ये इंग्लंडच्या चार्लस पहिल्याचा परवाना प्राप्त केलेल्या कॉब नावाच्या एका दर्यासारंगाने तांबड्या समुद्राच्या तोंडाशी दोन मोगल जहाजे लुटून घेतली. वास्तविक एका मोगल जहाजाजवळ सुरतेच्या इंग्रजांचा परवाना होता. इ.स.१६३८ मध्ये त्याच राजाचा परवाना असलेल्या सर विलियम कोर्टीन ह्या कप्तानाने आपली चार जहाजे पाठवून हिंदी जहाजे लुटली आणि त्यावरील खलाशांचा त्याने अनन्वित छळ केला. आपल्या देशवासीयांनी केलेल्या ह्या दुष्कृत्यांचे फळ सुरत येथील ब्रिटीश ईस्ट इंडिया कंपनीच्या निष्पाप सेवकांना भोगावे लागले कारण त्यांना मोगलांनी दोन महिनेपर्यंत तुरुंगात डांबले आणि १,७०,००० रुपये नुकसानभरपाई दिल्यानंतरच त्यांची मुक्तता करण्यात आली.

१७व्या शतकाच्या उत्तरार्धात जुन्या बकनिअर्सपेक्षाही (Buccaneers) जास्त घातक आणि कायद्याला लीलया धाब्यावर बसविणाऱ्या चाच्यांचा उदय झाला आणि त्यांनी आपले कार्यक्षेत्र हिंदी महासागरापर्यंत वाढविले. साधारणपणे ते एक जहाज घेऊन प्रवास करीत आणि वाटेत भेटलेल्या कोणत्याही राष्ट्राचे जहाज लुटून घेत असत. ''ह्यात बहुतांशी इंग्रजांचाच जास्त भरणा होता. यात टिच, इव्हॉरी, किड, रॉबर्टस्, इंग्लंड आणि ट्यू हे जास्त प्रसिद्ध होते. ह्याशिवाय प्रसिद्धीला न आलेले असंख्य होते.....केवळ रॉबर्टस्नेच तीन वर्षात ४०० व्यापारी जहाजांचा विध्वंस केला असे सांगितले जाते.... त्यांना मोकाट स्वातंत्र्य मिळाले होते याचे कारण एक होते आणि ते म्हणजे त्यांच्याविरुद्ध कारवाई कोणी करावी याची जबाबदारी कोणाचीच मानली जात नव्हती.....किनाऱ्यावर त्यांचे जे मित्र होते ते त्यांच्या गरजा भागवित असत आणि त्याचबरोबर कोणत्या जहाजातून किमती माल नेला जात आहे किंवा कोणती जहाजे शस्त्रसज्ज असल्याने टाळली पाहिजेत याची गुप्त माहिती ते अगदी वेळेवर देत असत. सत्तेवर असणारे उच्चपदस्थ अधिकारी त्यांच्या ह्या वाटमारीकडे दुर्लक्ष करीत. कारण त्यांनाही त्यात लाभाचा वाटा मिळत असे...इंग्लिश रक्ताचे चाचे मोठ्या संख्येने इंग्रज ध्वजाखाली प्रवास करीत होते. एवढेच नव्हे तर इतर राष्ट्रातील चाचेसुद्धा इंग्रजांच्याच ध्वजाखाली प्रवास करणे पसंत करीत. स्थानिक अधिकाऱ्यांना प्रामाणिक इंग्रज व्यापारी आणि बदमाश चाचे यांच्यात फरक करणे कठीण जाई आणि ते ईस्ट इंडिया कंपनीच्या नोकरांनाच ह्या दुष्कृत्याबद्दल जबाबदार समजत असत.''

इ.स.१६८१ मध्ये ब्रिटिश ध्वज लावलेल्या दोन जहाजांनी तांबड्या समुद्रात सहा लाख रुपये किमतीचा माल असणारी जहाजे पकडली. पुढल्या वर्षी वेस्ट- इंडिजवरून आलेली असंख्य जहाजे मलबारच्या किनाऱ्यावर दिसू लागली. त्या जहाजांवर लाल किंवा काळे ध्वज लावलेले होते. त्यांनी हिंदी व युरोपीय जहाजे दोन्हीही लुटून घेतली. ह्याशिवाय तांबड्या समुद्राच्या मुखाशी इराणच्या आखातात, मोझांबिकच्या सामुद्रधुनीत इतरही युरोपियन चाचे चाचेगिरीचे कार्य करीत होते. काही आखेनच्या प्रदेशात (सुमात्रा) कार्यमग्न होते.

ह्या सर्व चाच्यात हेन्री ब्रिगमन हा सर्वांत जास्त प्रसिद्ध होता. त्याने 'इव्हॉरी' हे टोपण नाव धारण केलेले होते. ३० मे १६९४ रोजी स्पॅनिश सरकारकडून भाड्याने घेतलेल्या एका इंग्रज जहाजाचा सहकारी ह्या नात्याने जलपर्यटन करीत असताना त्याने एकाएकी जहाजांवरच्या अधिकाऱ्यांवर मात केली, त्यांना तुरुंगात टाकले, त्या जहाजाला त्याने 'फॅन्सी' असे नाव दिले आणि जहाजावरील ४६ तोफा आणि १५० लढवय्ये सैनिक ह्यांच्यासहित चाचेगिरीच्या नवीन जीवनाला प्रारंभ केला. एडनच्या आखातात

बरीच संपत्ती हस्तगत केल्यानंतर त्याने सोकोट्राच्या प्रदेशाकडे प्रयाण केले (सप्टेंबर १६९५) आणि त्याठिकाणी त्याने सुरतेच्या व्यापाऱ्यांचा राजा समजला जाणारा व्यापारी म्हणजे अब्दुल गफूर याचे मालाने भरलेले जहाज ''फात मुहंमदी'' लुटले. यानंतर काही दिवसानंतर त्याने सर्वांत मोठा नेत्रदीपक विजय मिळविला आणि तो म्हणजे प्रत्यक्ष मोगल बादशहाचे आणि सुरत बंदरातील सर्वांत प्रचंड समजले जाणारे ''गंज-ई-सबाई'' नावाचे जहाज त्याने पकडले. दरवर्षी हे जहाज हिंदुस्थानातील मक्केचे यात्रेकरू घेऊन आणि अरबस्थानात हिंदी माल विकण्याकरिता म्हणून मोरवा आणि जिद्दा ह्या ठिकाणी जात असे. ह्या जहाजात ४० तोफा आणि ४०० बंदुका होत्या परंतु त्याचा कॅप्टन मुहंमद इब्राहिम अतिशय भित्रा होता.

तो मोरवावरून परत येत असताना मुंबई आणि दमण यांच्यामध्ये असतांना त्याच्या जहाजावर फॅन्सी नावाच्या दुसऱ्या एका चाच्या जहाजाने आपल्या दोन सहाय्यक जहाजांसह हल्ला चढविला. युरोपियन लोकांचा सागरी तोफांचा मारा अचूक होता. अत्यंत थोड्या अवधीत मोगल जहाजातील २० सैनिक ठार मारले गेले आणि २० जखमी झाले. गंज-ई-सबाई ह्या बोटीवर जी तोफ होती, तिचा स्फोट झाला आणि त्यामुळे जहाजाला आग लागली आणि त्यात कित्येक नौसैनिक ठार मारले गेले किंवा जळून गेले. आग लागल्याने जहाजावरील सैनिकांना आग विझविण्याकडे सर्व लक्ष द्यावे लागले आणि त्यात त्यांनी आपली सर्व शक्ती एकवटल्याने त्याचा फायदा घेऊन चाच्यांनी सर्व दिशांनी जहाजाला वेढा घालून ते जहाजात चढून वर आले. जहाजावरच्या मोगल नौसैनिकांनी त्यांना कोणताही प्रतिकार केला नाही. जहाजाच्या कॅप्टनने मोरवाला ज्या तुर्की गुलाम मुली खरेदी केल्या होत्या त्यांच्या हातात तलवारी दिल्या आणि त्यांना लढण्याचा हुकूम देऊन तो स्वत: मात्र जहाजाच्या खालच्या केबिनमध्ये लपून बसला !

त्यानंतर तीन दिवसपर्यंत चाच्यांनी आरामात जहाजाची लूट केली ! जहाजात अनेक प्रतिष्ठित घराण्यातल्या आणि सय्यद वंशातल्या स्त्रिया होत्या. त्यांच्यावर बलात्कार करण्यात आले आणि त्यांपैकी अनेक स्त्रियांनी आत्महत्या करणे पसंत केले. यानंतर इव्हॉरीने ह्या दुर्दैवी जहाजातून दुसरीकडे प्रयाण केले. त्यावरच्या नौसैनिकांनी ते जहाज १२ सप्टेंबर रोजी सुरत बंदरात आणून सोडले.

ज्यावेळी जहाजावर सर्वस्व नागविलेल्या प्रवाशांनी हळूहळू लुटीच्या आणि पाशवी अत्याचाराच्या गोष्टी सर्व लोकांना सांगितल्या. त्यावेळी सुरतेच्या लोकांत मुसलमान धर्मीयांवर केलेल्या ह्या अत्याचारांबाबत विलक्षण संताप आणि प्रक्षोभ निर्माण झाला. मुंबईच्या इंग्रजांनीच आमच्यावर हा प्रसंग आणला ही दु:ख भोगलेल्या प्रवाशांची पक्की समजूत झाली.

सुरतेचा सुभेदार इत्तिमादखान हा इंग्रजांचा मित्र आणि अत्यंत उच्च चारित्र्याचा व उच्च दर्जाची सचोटी बाळगणारा होता. ह्या भयानक प्रक्षोभातही त्याने आपले डोके अतिशय शांत ठेवले आणि रागाने वेड्या झालेल्या धर्मांध मुसलमानांनी स्थानिक इंग्रजांचे तुकडे तुकडे केले असते त्याविरुद्ध अत्यंत न्याय्य पावले उचलून त्या इंग्रजांना मृत्यूपासून वाचविले. त्याने आपला सेनापती आशूर बेग ह्याच्या नेतृत्वाखाली आपले सैन्य वखारीचा ताबा घेण्याकरिता पाठविले (१४ सप्टेंबर) आणि बादशहाचे आदेश येईपावेतो इंग्रज व्यापाऱ्यांना त्याने नजरकैदेत ठेवले. स्वाली आणि भडोच ह्याठिकाणी सुद्धा इंग्रज व्यापाऱ्यांच्या नशिबी तसाच तुरुंगवास आला. त्यांचा व्यापार पूर्णपणे बंद पडला.

तुरुंगवासात असताना ॲनस्लेने (सुरतेच्या इंग्लिश कौन्सिलचा अध्यक्ष) धीर न सोडता चिकाटीने सुरतेच्या मोगल सुभेदाराला, औरंगजेबाच्या छावणीतील इंग्रजांच्या मित्रांना आणि त्यांच्या वकिलांना आणि खुद्द बादशहाला आणि त्यांच्या मंत्र्यांना पत्रे लिहिली, अर्ज दिले आणि त्यात ह्या गुन्ह्याशी आमचा संबंध नाही, आम्ही निरपराध आहोत आणि म्हणून आमची सुटका करण्यात यावी ह्या मुद्द्यावर सतत भर दिला. मुंबईचा इंग्रज गव्हर्नर सर जॉन गेयर हासुद्धा स्वस्थ बसला नाही. त्यानेसुद्धा इत्तिमादखान आणि बादशहाला पत्रे लिहिली आणि त्यात त्याच्या देशवासीयांना तुरुंगात टाकण्यात आले याचा त्याने निषेध केला आणि आम्हाला न्याय मिळावा अशी त्याने मागणी केली. ''आम्ही व्यापारी आहोत आणि चाचे नाही'' असे त्यात त्याने स्पष्टपणे सांगितले.

१२. औरंगजेबाचे युरोपियन व्यापारांसंबंधींचे धोरण

मोगल साम्राज्याच्या सार्वभौमत्वाला आणि धर्माला आव्हान देणाऱ्या ह्या दुष्कृत्यांमुळे औरंगजेब अतिशय दुखावला गेला परंतु भावनांनी वाहून जाणार नाही इतपत शहाणपण त्याच्याजवळ निश्चित होते. मुसलमान यात्रेकरूंना मक्केला घेऊन जाणाऱ्या जहाजांना युरोपियन युद्धनौकांचे नियमित संरक्षण मिळावे अशी त्याची सर्वांत तीव्र इच्छा होती आणि हा हेतू सहजपणे परंतु परिणामकारकरीत्या साध्य व्हावा ह्या दृष्टिकोनातून त्याने युरोपियन व्यापाराला बंदी घातलेली होती. त्यामुळे त्यांच्यावर दबाव येईल आणि आपला हेतू सफल होईल असे त्याला वाटत होते.

डचांनी आपल्याला जकात कर न लावता हिंदुस्थानात व्यापार करण्याचा एकट्यालाच अधिकार मिळाल्यास आपण अरबी समुद्रातून चाच्यांची हकालपट्टी करून आणि मक्केला जाणाऱ्या हिंदुस्थानी यात्रेकरूंच्या प्रवासाची जबाबदारी घेऊ असे सांगितले. परंतु बादशहाने हा प्रस्ताव नाकारला. ॲनस्लेने अरबी समुद्रातून हिंदी जहाजे पर्यटन करीत असताना आपण आपल्या जहाजांचे त्यांना संरक्षण देऊ किंवा त्यांच्या

संरक्षणाची हमी घेऊ परंतु त्याकरिता आम्हाला चार लाख रुपये वार्षिक मोगलांनी दिले पाहिजेत असे मोगल बादशहाला लिहिले. परंतु प्रत्येक संरक्षक जहाजाला किती पैसे द्यावयाचे याबाबतीत मोगल बादशहाने बरीच ओढाताण केली आणि शेवटी येऊन जाऊन त्या संरक्षक जहाजाला जितके पैसे लागतील त्याच्या अर्धी रक्कम देण्याचे त्याने मान्य केले. शेवटी ॲनस्लेने मोगल जहाजांना संरक्षण देण्याच्या करारपत्रावर सही केली आणि त्यानंतर २७ जून १६९६ रोजी इंग्रज कैद्यांची मुक्तता करण्यात आली.

इ.स.१६९६ मध्ये काही इंग्रज सरदारांनी एक कंपनी स्थापन करून ३० तोफा बसविलेले "ॲडव्हेंचर" नावाचे एक जहाज बनविले. खाजगी लढाऊ जहाज म्हणून त्याचा फ्रेंचाविरुद्ध उपयोग करावा आणि त्याबरोबर त्याचा उपयोग करून घेऊन हिंदी महासागरातील चाच्यांना नष्ट करावे हा त्यामागील हेतू होता. ह्या जहाजाचा कॅप्टन विलियम किड हा होता. "इंग्लंडच्या कीर्तीला मलिन करणाऱ्या सर्व चाचे लोकांत हा सर्वांत मोठा चाचा-नेता समजला जाई" १६९७ च्या प्रारंभी तो कालिकतच्या किनाऱ्यानजीक येऊन पोहोचला. तिथूनच त्याने आपल्या चाचेगिरीच्या जीवनाला प्रारंभ केला. इंग्लंडच्या राजाने आपल्याला अशा प्रकारची खाजगी चाचेगिरी करण्याला कायदेशीर अनुमती दिलेली आहे असे तो बिनदिक्कतपणे आणि निलाजरेपणाने सांगत असे. किडला मिळालेले यश पाहून जीवनात स्थिर न झालेले अनेक दर्यावर्दी इंग्रज त्याला येऊन सामील झाले. सागरावरील लढाईत तज्ज्ञ असलेल्या सेनापतीप्रमाणेच किडसुद्धा आपल्या सागरी सैन्याची कौशल्याने विभागणी करीत असते आणि त्यामुळे त्याला अनेक दिवसपर्यंत हिंदी महासागरावर वर्चस्व गाजविता आले. या यशाच्या वाट्यात त्याला त्याने स्थापन केलेल्या मादागास्करच्या तळावरून दारूगोळा आणि इतर रसद यांचा सतत पुरवठा होत होता हेही लक्षात घेतले पाहिजे. "चाच्यांच्या जहाजावर १२० तोफा बसविल्या होत्या आणि त्या चालविण्याकरिता कमीत कमी ३०० युरोपियन लोकांची नेमणूक झालेली होती आणि त्यातही बहुसंख्य लोक इंग्रज होते हे लक्षात घेण्यासारखे होते."

ईस्ट इंडिया कंपनीची अनेक जहाजे तर त्याने लुटलीच परंतु २ फेब्रुवारी १६९८ रोजी त्याने मोगल दरबारातील अत्यंत प्रतिष्ठित सरदार मुखालिसखान ह्याच्या मालकीचे ४०० टन वजनाचे ४ लाख रु. किमतीचा माल घेऊन बंगालवरून सुरतेकडे जाणारे एक "क्वेदा मर्चंट" नावाचे जहाज पकडले आणि लुटून घेतले. १६९८च्या शेवटी "शिव्हर्स" नावाच्या एका डच चाच्याने जिद्दा आणि सुरत येथील एक व्यापारी हसन हमीदान याच्या मालकीचे १४ लाख रु. किमतीचा माल असणारे एक अत्यंत उत्कृष्ट जहाज पकडले आणि लुटून घेतले.

चाच्यांचा उपद्रव जसा वाढू लागला तसे त्याच्या जबाबदारीतून इंग्रज व्यापाऱ्यांना सुटणे दिवसेंदिवस अशक्य होऊन बसले. सुरतेचा प्रामाणिक आणि शहाणा सुभेदार इत्तिमादखान ह्याचा फेब्रुवारी १६९७ मध्ये मृत्यू झाला आणि त्याच्या जागी एक अत्यंत अप्रामाणिक आणि अत्याचारी शासक अमानतखान ह्याची नेमणूक झाली. ''इंग्रजांचा आणि चाच्यांचा संबंध नाही असे सांगणे व्यर्थ होऊन बसले.....कारण चाच्यांच्या जहाजावरील अनेक इंग्रज चाचे हे पूर्वी ब्रिटीश ईस्ट इंडिया कंपनीत नोकरीला होते. त्यांची ओळख विश्वासू मोगल नौ-सैनिकांना पटू लागली.'' दिनांक २३ डिसेंबर १६९८ रोजी मोगल सुभेदाराने इंग्रजांच्या सुरतेच्या वखारीला वेढा दिला आणि मोगल बादशहाच्या मागणीनुसार हिंदी महासागरावर हिंदी जहाजांना इंग्रजांनी संरक्षण द्यावे किंवा इंग्रजांनी दहा दिवसांच्या आत हिंदुस्थान सोडून चालते व्हावे असा निर्वाणीचा संदेश त्याने ॲनस्लेला दिला. डच आणि फ्रेंच यांना तशीच सूचना देण्यात आली. मध्यंतरी इंग्रजांच्या वखारींना एकमेकांपासून वेगळे करण्यात आले आणि जे हिंदी लोक इंग्रजांशी संबंध ठेवतील त्यांना मोगल सुभेदाराच्या हुकमावरून पकडण्यात आले आणि त्यांना फटक्यांची शिक्षा देण्यात आली. ऑगस्ट १६९८ मध्ये सागरावर मोगलांचे कोणतेही नुकसान झाल्यास त्याबद्दल इंग्रज, फ्रेंच आणि डच यांना जबाबदार समजण्यात येईल आणि ह्या तीन राष्ट्रांनी १४ लाख रुपये इतकी एकूण नुकसानभरपाई द्यावी असा हुकूम मोगल बादशहाने जारी केला.

शेवटी चाचेगिरीच्या निर्मूलनाकरिता इंग्रज, फ्रेंच आणि डच यांनी एकमेकांशी सहकार्य करण्याचे निश्चित केले आणि त्याकरिता त्यांनी पुढे जी काही हानी होईल ती आम्ही सर्व मिळून भरून देऊ अशा करारावर सह्या केल्या. हा करार प्राप्त होताच मोगल बादशहाने मोगल साम्राज्यात युरोपीय व्यापारावर जी बंदी घातली होती, ती त्याने रद्द केली आणि इंग्रजांनी आपल्या मनाप्रमाणे हा प्रश्न सोडवावा अशा आशयाचे पत्र त्याने सुरतेच्या गव्हर्नरला लिहिले. ह्या कराराच्या अटी साधारणपणे पुढीलप्रमाणे होत्या. ''डचांनी मक्केच्या यात्रेकरूंना संरक्षण देण्याचे मान्य केले आणि तांबड्या समुद्राच्या मुखाशी त्यांनी त्यांचे पहारे बसविले. ह्याशिवाय त्यांनी सुरतेच्या सुभेदाराला ७,००,००० रुपये दिले. इंग्रजांनी ३०,००० रुपये दिले आणि दक्षिण हिंदी महासागरात त्यांनी आपले पहारे बसविले तर फ्रेंचांनी सुद्धा तितकीच रक्कम दिली आणि इराणच्या आखातात मक्का यात्रेकरूंना संरक्षण देण्याचे त्यांनी कबूल केले'' (मार्च १६९९).

दिनांक ८ एप्रिल १६९९ रोजी सर निकोलस वेट ह्यांच्या अध्यक्षतेखाली सुरतेला एका नवीन इंग्लिश कंपनीची स्थापना करण्यात आली. नवीन कंपनीच्या हितसंबंधांचे नीट रक्षण व्हावे म्हणून इंग्लंडच्या राजाचा खास प्रतिनिधी म्हणून इंग्लंडहून सर विलियम

नोरिस ह्याला मोगल दरबारात पाठविण्यात आले. त्याने पन्हाळ्याचा वेढा चालू असताना औरंगजेब तिथे छावणी मांडून होता, त्या ठिकाणी जाऊन औरंगजेबाची भेट घेतली (एप्रिल १७०१). दोन्ही राज्यांमध्ये भेटवस्तूंची देवघेव करण्यात आली परंतु १६ महिने खर्ची घालून (२७ जाने.१७०१-१८ एप्रिल १७०२) आणि अत्यंत खर्चिक प्रवास करूनसुद्धा इंग्रज वकिलाला त्याच्या मोबदल्यात काहीही भरीव साध्य करता आले नाही. नवीन कंपनीच्या व्यापारी वखारींकरिता नवीन फर्मान काढावयाचे असल्यास इंग्रजांनी हिंदी महासागरावरून चाचेगिरीचे पूर्ण उच्चाटन करावे आणि तशा आशयाची हमी द्यावी अशी औरंगजेबाने मागणी केली तर ही गोष्ट अशक्य आहे हे नोरिस जाणून होता.

मधल्या काळात फेब्रुवारी १७०१ मध्ये वेटने नाना प्रकारची गुप्त कारस्थाने करून आणि सुरतेच्या सरकारी खबऱ्याला लाच देऊन औरंगजेबाकडून सर जॉन गेयर ह्याला अटक करण्याचा हुकूम मिळविण्यात यश मिळविले आणि त्यानुसार सुरतेला अमानतखानाने सर जॉन गेयरला अटक केली आणि तुरुंगात टाकले. गरीब बिचाऱ्या गेयरला सहा वर्षे तुरुंगात काढावी लागली. मधून मधून थोडी बहुत मोकळीक त्याला जी काही मिळाली असेल तीच ! नाही तर एकूण सहा वर्षे त्याला तुरुंगात काढावी लागली. जानेवारी १७०२ रोजी जे माहितीपत्रक तयार करण्यात आले, त्यावरून सुरतेला जे कैदी पकडण्यात आले त्यांच्यात १०९ व्यक्तींचा अंतर्भाव होता. त्यात कंपनीचे २१ इंग्रज अधिकारी होते.....आणि १५ नाविक होते. गव्हर्नरच्या मर्जीनुसार त्यांच्या शिक्षेचे प्रमाण ठरविण्यात आले होते.

दिनांक २८ ऑगस्ट १७०३ रोजी सुरतेची दोन जहाजे, ज्यात एक अब्दुल गफूरच्या मालकीचे होते तर दुसरे कासीमभाईचे होते, मोरवावरून परत येत असताना सुरतेपासून काही अंतरावर चाच्यांनी ती पकडली. ह्या अत्याचाराची बातमी दिनांक ३१ रोजी सुरतेला पोहोचली आणि म्हणून मोगल सुभेदार इतबारखान याने ताबडतोब युरोपियन कंपनीच्या सर्व हिंदी दलालांना तुरुंगात टाकले, त्यांच्या वखारींची नाकेबंदी करण्यात आली, त्यांचा अन्नपुरवठा बंद पाडण्यात आला आणि बाहेरच्या जगाशी असलेला त्यांचा सर्व संबंध तोडून टाकण्यात आला. मोगल सुभेदाराने जुन्या इंग्लिश कंपनीचे दलाल विठ्ठल आणि केशव पारेख यांच्याकडून ३ लाख रुपये आणि डचांकडून आणखी ३ लाख रुपये वसूल केले. याबाबतीत मोगल सुभेदाराने, त्याच्या अगोदरच्या सुभेदाराने म्हणजे अमानतखानाने इ.स.१६९९ च्या फेब्रुवारी महिन्यात युरोपियन कंपन्याकडून जो करार लिहून घेतला होता त्या कराराची फक्त अंमलबजावणी केली. त्या करारात चाच्यांनी हिंदी जहाजांचे कोणतेही नुकसान केल्यास त्याची नुकसानभरपाई युरोपियन

कंपन्यांनी द्यावी असे म्हटलेले होते. औरंगजेबाच्या कानी ही वार्ता येताच त्याने इतबारखानाच्या ह्या कारवाईबाबत मोठी नापसंती व्यक्त केली आणि फेब्रुवारी १६९९ मध्ये जबरदस्तीने हा जो करार करण्यात आलेला होता, तो करार त्याने रद्द केला.

परंतु सत्य सांगावयाचे झाल्यास युरोपीय लोकांना ह्यापुढे शांततेने जीवन जगणे अशक्य होऊन बसले. सर जॉन गेयर आणि त्याच्या मंत्रिमंडळाला तुरुंगात टाकण्यात आले होते. त्यांचा तुरुंगवास मोगल दरबाराने जुलै १७०४ मध्ये जे नवीन आदेश जारी केले त्यामुळे तसाच चालू राहिला. त्यात थोडीबहुत मधूनमधून सूट मिळत होतीच. मक्केहून हिंदी यात्रेकरूंना घेऊन एक श्रीमंत जहाज येत होते त्याला पकडून डचांनी ह्या प्रकरणाचा सूड घेतला. पकडल्या गेलेल्या लोकांत नुरुल-हक्क (मृत मुख्य काझी अब्दुल वहाब याचा मुलगा) आणि फकरुल-इस्लाम यांचा अंतर्भाव होता. त्यांचे उच्च चारित्र्य आणि उच्च कुळातील जन्म यामुळे औरंगजेबाला दोघांबद्दलही अतिशय आदर वाटत होता. त्यांच्याशी कोणत्याही प्रकारची गैर-वर्तणूक न करता, डचांनी, सुरतेच्या मोगल सुभेदाराने त्यांच्याकडून जबरदस्तीने जो पैसा वसूल केला तो पैसा परत करावा असा निरोप सुरतेच्या मोगल सुभेदाराकडे पाठविला. तो पैसा परत मिळताच आम्ही जहाजे परत करू असेही त्यांनी सांगितले. आपण सागरावर किती असहाय आहोत आणि आपल्या प्रजाजनांना मक्केची यात्रा करावयाची असल्यास युरोपियन लोकांसमोर कोणत्याही अटी न टाकता शरणागती घेण्याशिवाय आपल्याला दुसरा कोणताही उपाय नाही याची पुरेपूर जाणीव औरंगजेबाला झाली. त्याने पकडण्यात आलेल्या दोन फकिरांची आणि इतर कैद्यांची युरोपियन म्हणतील त्या अटींवर सुटका करून घ्यावी आणि पुढे कधीही युरोपियन लोकांकडून कोणतेही हमीपत्र लिहून घेऊ नये अशा खास सूचना नजाबतखानाला पाठविल्या.

❐

प्रकरण अठरावे

औरंगजेबाच्या कारकिर्दीतील काही प्रांतांचा इतिहास

१. बंगाल : नैसर्गिक संपत्ती आणि मोगल शांततेच्या काळात यात झालेली वाढ

मोगल साम्राज्यातील सर्व प्रांतांत * बंगालवर सर्वांत जास्त निसर्गाची कृपा झालेली होती. ह्या सुभ्यात विपुल पाऊस पडत असल्यामुळे कृत्रिम पाणीपुरवठ्याच्या योजना अमलात आणण्याची या ठिकाणी आवश्यकता पडत नाही. असंख्य नद्या आणि तलाव यांच्यात सापडणारी भरपूर मासोळी आणि जागोजागी आढळून येणाऱ्या फळबागा ह्या अन्नधान्याला पूरकच ठरल्या आहेत. ह्या सुभ्यातील हवा तेवढी अतिशय वाईट आहे आणि या संदर्भात औरंगजेबाने दिलेला शेरा मोठा मार्मिक वाटतो. तो म्हणाला – ''धनधान्य समृद्ध असलेला हा नरक आहे.'' अशा या सुभ्यात समृद्धीची, संपन्नतेची आणि लोकसंख्येची वाढ होण्याकरिता शांततेची तेवढी गरज होती आणि शांतता आणि उत्तम राज्यव्यवस्था या दोन देणग्या मोगलांनी बंगालला दिल्या आणि म्हणूनच संपूर्ण १७व्या शतकात बंगालमध्ये शांतता नांदू शकली.

सोळाव्या शतकात स्वतंत्र प्रांतीय सुलतानशाहीचा ऱ्हास घडून आल्याने आणि त्याचे विघटन घडून आल्यामुळे आणि त्यातच मोगलांनी आपल्या साम्राज्याचा विस्तार करण्याकरिता दीर्घकाळ युद्धे चालविल्यामुळे बंगालमध्ये निर्नायकी, गोंधळ आणि सर्वनाश ह्यांचेच दु:खपूर्ण चित्र दिसून येत होते. प्रचंड प्रमाणात राजकीय उलथापालथी घडून येऊन त्यात संपत्तीचा आणि संस्कृतीचा नाश घडून आल्याने लोकांच्या हालअपेष्टांना आणि दु:खांना सीमा राहिली नव्हती. अशा रीतीने अंतर्गत ऱ्हास होत असताना आणि जुनी व्यवस्था लयाला जात असताना अकबराने हा सुभा जिंकून घेतला, हे या सुभ्याला मोठे वरदान ठरले. परंतु अकबराच्या राजवटीत बंगालमधील मोगल शासन हे एखाद्या प्रदेशाचा सैन्याने ताबा घ्यावा तशा प्रकारचे होते. त्या ठिकाणी कोणतेही स्थिर प्रशासन स्थापन होऊ शकलेले नव्हते.त्या सुभ्यातील स्वतंत्र अफगाण राजघराण्यातील वारसांनी आणि निरनिराळ्या ठिकाणी

(***टीप :** मोगल साम्राज्यातील औरंगजेबाच्या कारकीर्दीतील प्रत्येक सुभ्याचा इतिहास देण्याची आवश्यकता नाही किंवा ते शक्यही नाही. ज्या सुभ्यांना मोगल साम्राज्यात महत्त्व प्राप्त झाले, त्याच सुभ्यांचा इतिहास महत्त्वाचा आहे असे इतिहासकार समजतात.)

आपला अधिकार प्रस्थापित करणाऱ्या हिंदू जमीनदारांनी मोगल सत्तेला नाममात्र मान्यता जरी दिली तरी त्यावर अकबराच्या सुभेदारांना समाधान मानावे लागत होते. मोगल बादशहाने या प्रांतात नेमलेले सुभेदार केवळ खंडणी घेत असत आणि राजधानीसभोवतालचा जिल्हा आणि त्याच्या हाताखालील सहाय्यकांनी म्हणजे फौजदारांनी काही मोक्याच्या शहरांवर आपली सत्ता प्रस्थापित केलेली असेल ती शहरे सोडून इतर कोणत्याही भागांवर किंवा लोकांवर ते प्रत्यक्ष मोगल शासन प्रस्थापित करीत नसत. वेगवेगळ्या जमीनदारांच्या नेतृत्वाखाली उभारण्यात आलेले विशाल परंतु अनियमित सैन्य तेवढ्यापुरते शांत राहत असे. परंतु त्याचा नाश झालेला नसे. बादशहाची सत्ता दुर्बळ होई किंवा दिल्लीवर कोणते तरी संकट येऊन कोसळेल म्हणजे आपल्याला स्वतंत्र होता येईल अशा संधीची ते वाट पाहत असत. जहांगीर गादीवर आल्यानंतर त्याचा नवीन सुभेदार इस्लामखान याने या प्रांताचा सहा वर्षे कारभार पाहिला (मे, १६०८-११ऑगस्ट १६१३). हा इस्लामखान अतिशय महत्त्वाकांक्षी उद्योगी आणि शूर सरदार होता. अनेक स्वाऱ्या करून त्याने बंगालमधील सर्व स्वतंत्र जमीनदारांना चिरडून टाकले. मामेनसिंग, सिल्हट आणि ओरिसा यात अफगाण सत्तेचे जे काही शेवटचे अवशेष राहिले होते, ते त्याने नष्ट करून टाकले आणि बंगालच्या सर्व भागात शांतता आणि सुव्यवस्था स्थापन करून त्या ठिकाणी त्याने मोगलांचे शासन प्रत्यक्ष प्रस्थापित केले. त्यानंतर बंगालमध्ये जवळजवळ दीड शतकभर शांतता प्रस्थापित झाली. बंगालच्या लोकसंख्येत आणि संपन्नतेत भरच पडत गेली. जलदगतीने व्यापारवृद्धी घडून आली. उद्योगधंद्याचा विकास घडून आला आणि वैष्णव पंथाच्या स्वरूपात फार बहुमोल असे वाङ्मय निर्माण झाले. आराकानी आणि त्यानंतर त्यांचे प्रतिनिधी म्हणजे छटगावचे पोर्तुगीज चाचे यांनी पूर्व बंगालमधील नदीच्या किनाऱ्यावरील जिल्ह्यात टोळधाडीप्रमाणे हल्ले चढवून ते जिल्हे फस्त करून टाकले होते. औरंगजेबाच्या कारकिर्दीतील प्रारंभीच्या काळात (१६६६) शायिस्तेखानाने हा उपद्रव नष्ट करून टाकला. या शतकाच्या मध्यापासून इंग्रजांच्या आणि डचांच्या व्यापारात अतिशय जलदगतीने वाढ झाली. इंग्रजांच्या ज्या वखारी होत्या आणि माल खरेदी करणाऱ्या ज्या संस्था होत्या, त्यांनी देशातल्या उत्पादनाला आणि संपत्तीवाढीला मोठे उत्तेजन दिले असे दिसून येते.

२. औरंगजेबाच्या कारकिर्दीतील बंगालचे सुभेदार

शायिस्तेखानाची बंगालची पहिली सुभेदारी चौदा वर्षे टिकली (१६६४-१६७७). या काहीशा दीर्घ कारकिर्दीत शायिस्तेखानाने छटगावच्या चाचे लोकांचे केंद्र नष्ट करून आणि जे फिरंगी चाचे होते त्यांना आपल्या बाजूने वळवून, डाक्याजवळ

त्यांच्या राहण्याची व्यवस्था करून देऊन बंगालच्या नद्या आणि समुद्र यांच्यावरील प्रवास त्याने सुरक्षित बनविला. त्याचा अंतर्गत कारभार सुद्धा तितकाच सौम्य आणि कल्याणकारक होता. मीर जुमलाच्या मृत्यूनंतर मधल्या कालावधीत स्थानिक अधिकाऱ्यांनी इनाम जमिनी सरकारकडे जप्त करण्याचा सपाटा चालविलेला होता. शायिस्तेखानाने हा हुकूम ताबडतोब मागे घेतला.

न्याय देण्याकरिता म्हणून आणि अन्याय झालेल्यांना ताबडतोब न्याय मिळावा म्हणून तो प्रत्येक दिवशी खुला दरबार भरवीत असे. आपले हे फार महत्त्वाचे कर्तव्य आहे असे तो मानीत असे. शायिस्तेखानाने सर्वांना विक्रीचे स्वातंत्र्य पुन्हा बहाल केले त्याचप्रमाणे त्याच्या पूर्वीच्या शासकांनी दोन बेकायदेशीर कर आकारलेले होते ते त्याने रद्द करुन टाकले. यांपैकी पहिला कर म्हणजे व्यापारी आणि प्रवासी यांच्या उत्पन्नावर १/४० वा हिस्सा कर म्हणून (जकात) घेतली जात असे. तिसरा कर म्हणजे कारागिरांच्या आणि व्यापाऱ्यांच्या प्रत्येक वर्गाकडून अबकारी कर (हाशील) घेतला जात असे. दुसऱ्या करापासून खुद्द शायिस्तेखानाला आपला जहागिरीतून वार्षिक पंधरा लाख रुपये मिळत असत. शायिस्तेखानाला बंगालमध्ये हा जो पंधरा वर्षांचा दीर्घ शांततेचा काळ प्राप्त झाला, त्याचा उपयोग त्याने डाक्का शहरात सुंदर इमारती बांधण्यात आणि आपल्या सुभ्यात सराया बांधण्यात खर्च केला. सर्वसाधारणपणे तो जुन्या जमान्यातील उदार सरदाराप्रमाणे एक सरदार होता असे दिसून येते. शायिस्तेखानाला जानेवारी १६८० मध्ये पुन्हा बंगालमध्ये पाठविण्यात आले. त्याची दुसरी कारकीर्द १६८०-१६८८ म्हणजे नऊ वर्षे होती. या कारकिर्दीतील सर्वांत महत्त्वाची घटना म्हणजे इंग्लिश ईस्ट इंडिया कंपनीशी त्याचे झालेले युद्ध. त्याचे आपण अगोदर वर्णन केलेलेच आहे. त्याच्या कारकीर्दीत बंगालमध्ये तांदूळ एका रुपयाला ८ मण विकला जात असे असे सांगण्यात येते. डाक्का आणि बारिसाल हा तांदूळ उत्पादनाचाच प्रदेश होता आणि या काळात तांदळाची निर्यात होत नव्हती. हे जर आपण लक्षात घेतले तर वरील आख्यायिकेत काही अतिशयोक्ती असेल असे वाटत नाही.

त्यानंतर जून १६८९ मध्ये इब्राहिमखान हा सुभेदार म्हणून बंगालमध्ये आला. तो मवाळ प्रवृत्तीचा, बसल्या बसल्या सर्व कामे करणारा असा एक वृद्ध माणूस होता. त्याला ग्रंथांचे अतिशय वेड होते. त्यांच्यात चिकाटी किंवा धडाडी नसल्यामुळे त्याने परिस्थितीवर कोणतेच नियंत्रण ठेवले नाही. गोष्टी जशा घडतील तशा त्याने घडू दिल्या. त्यामुळे त्याच्या सुभ्यातील सर्व राज्यकारभार कोसळून पडला आणि प्रत्येकजण त्याला वाटेल ते तो करू लागला. न्यायदानाचे काम तो स्वत: करीत असे. सूडबुद्धी आणि आत्मप्रौढी यांचा त्याच्यात अभाव होता. आपल्या राजवटीत

त्याने शेती आणि व्यापार यांना उत्तेजन दिले. बंगालमध्ये आल्यानंतर त्याने पहिली गोष्ट जर कोणती केली असेल तर ती म्हणजे त्याने इंग्रजांशी तह केला आणि बंगालमध्ये त्यांनी स्थायिक व्हावे यासाठी त्यांना त्याने प्रवृत्त केले.

परंतु सतराव्या शतकातील उत्तरार्धात बंगालमध्ये ग्रंथवेड्या शासकाला शांतपणे ग्रंथ वाचीत बसणे कठीण होते. इब्राहिमखानाच्या ढिल्या राज्यकारभाराचा आणि लष्करी वृत्ती आणि बाणा नसलेल्या वृत्तीचा राजाच्या सुभ्यातील बंडखोर घटकांनी अचूक फायदा घेतला. मेदिनीपूर जिल्ह्यातील छेटो बरडाचा जमीनदार शोवासिंग याने बंडाळी पुकारली आणि ओरिसातील अफगाणांचा प्रमुख रहीमखान याच्याशी संगनमत करून त्याने बरद्वान जिल्ह्याचा महसूल अधिकारी राजा कृष्णराम याच्याच प्रदेशात लुटालूट करण्याला प्रारंभ केला. कृष्णरामाने आपले लहानसे सैन्य एकत्रित करून या हल्ल्याला तोंड देण्याचा प्रयत्न केला परंतु त्या प्रयत्नात त्याचा पराभव झाला आणि त्यातच तो ठार मारला गेला. त्याची पत्नी, मुली, त्याची संपूर्ण संपत्ती आणि संपूर्ण बरद्वान शहर हे शत्रूच्या हाती पडले. पश्चिम बंगालचा फौजदार नुरुल्लाखान याने घाबरून जाऊन हुगळी किल्ल्यात आश्रय घेतला. परंतु त्याही ठिकाणी बंडखोरांनी त्याची नाकेबंदी केली. कसाबसा आपला जीव बचावून तो तेथून रात्री निसटला. परंतु त्याची सर्व संपत्ती आणि किल्ला हे शोवासिंगाच्या हाती पडले.

अशी बंडाळी उद्‌भवल्यानंतर बंगालमधल्या तीन युरोपियन राष्ट्रांनी आपल्या मालमत्तेचे रक्षण करण्याकरिता म्हणून हिंदी सैनिकांची आपल्या सैन्यात भरती केली आणि त्याचप्रमाणे कलकत्ता, चंद्रनगर आणि चिनसुरा येथे वखारींची संरक्षण व्यवस्था अधिक बळकट करण्याची सुभेदाराकडे अनुमती मागितली. बंगालमध्ये सार्वत्रिक गोंधळ चालू असल्यामुळे या तीन ठिकाणी आश्रय घेण्याची अहमहमिका निर्माण झाली. चिनसुरा येथील डचांनी ऑगस्ट महिन्यात हुगळी किल्ला जिंकून घेतला. बरद्वानला आपल्या मुख्य तळावर परत जाताना नबीया आणि मुर्शिदाबाद ही श्रीमंत शहरे जिंकून घेण्याकरिता म्हणून रहिमखानाला मुख्य सैन्यापासून अलग करणे ही शोबासिंगाची पुढील कारवाई होती. यावेळी दुर्दैवाने राजा कृष्णराम याच्या एका मुलीने सुरा मारून त्याला ठार केले. बंडवाल्या सैन्याने रहिमला आपले प्रमुख नेमले आणि रहीमने याचवेळी रहीम शहा असा किताब धारण करून स्वत:ला राज्याभिषेक करून घेतला. यावेळेपावेतो गंगेच्या पश्चिमेकडील संपूर्ण बंगाल हा बंडवाल्यांच्या ताब्यात गेलेला होता आणि तरीसुद्धा इब्राहिमखान डाक्याला चैन आणि विलासात मग्न होता. रहीमच्या सैन्याची संख्या आता १०,००० घोडेस्वार, ६०,००० पायदळ इतकी पोहोचलेली होती. मुर्शिदाबाद, मालडा आणि राजमहल ही संपन्न शहरे त्याने लुटून घेतली.

या उठावाचे तपशील कळल्यानंतर आणि इब्राहिमखानाच्या निष्काळजीपणाची

माहिती मिळाल्यानंतर बादशहाने ताबडतोब बंगालच्या सुभेदारीवरून त्याची उचलबांगडी केली आणि त्याच्या जागी आपला नातू अझीम-उस्-शान याची नेमणूक केली (१६९७च्या मध्याला). यावेळी राजपुत्र दक्षिणेत होता. त्याला येण्यास वेळ असल्याने जबरदस्तखानाने (इब्राहिमचा मुलगा आणि बरद्वानचा फौजदार) राजमहल आणि मालडा ही ठिकाणे जिंकून घेतली आणि त्यानंतर भगवानगोळा या बंडवाल्यांच्या छावणीवर त्याने हल्ला चढविला. दोन दिवसांच्या भीषण लढाईनंतर त्याने ते ठिकाण जिंकून घेतले (मे १६९७). अशा रीतीने रहीमला मुर्शिदाबाद आणि बरद्वान यातून हाकलून देण्यात आले आणि त्याला जंगलात आश्रय घ्यावा लागला. मोगलांचे हे मोठेच यश समजले गेले.

नोव्हेंबर महिन्यात राजपुत्र आझम हा बरद्वान या ठिकाणी येऊन पोहोचला आणि तिथे त्याने अनेक महिनेपर्यंत मुक्काम केला. जबरदस्तखान आता प्रांत सोडून गेल्यामुळे बंडखोर पुन्हा परत आले आणि त्यांनी सर्व दिशांनी उपद्रव देण्यास प्रारंभ केला. रहीमखानाने नदीया आणि हुगळी जिल्ह्यांत लुटालूट केल्यानंतर तो मोगल सैन्याशी टक्कर देण्याकरिता म्हणून बरद्वाननजीक येऊन पोहोचला. ह्या ठिकाणी त्याने राजपुत्र आझमचा मुख्य मंत्री ख्वाजा अन्वर ह्याला भेटीला बोलावून त्या ठिकाणी विश्वासघात करून त्याला ठार मारले आणि त्यानंतर त्याने मोगल सैन्यावर निकराचा हल्ला चढविला. परंतु त्या हल्ल्यात तो स्वत:च ठार मारला गेला. बंडखोरांचा पुढारी अशा रीतीने ठार मारला गेल्यामुळे बंडखोरांचे सैन्य पळून गेले.

बादशहाचा महंमद हादी नावाचा एक अत्यंत कार्यक्षम वित्तअधिकारी होता. त्याची बादशहाने हैद्राबादच्या दिवाणीवरून बंगालमध्ये बदली केली आणि शिवाय त्याने त्याला कार-तलब-खान अशी पदवीही दिली (नोव्हेंबर १७००). त्यालाच ओरिसाची सुभेदारीसुद्धा देण्यात आली (जानेवारी १७०३). यावेळी मुर्शिद कुलीखान ही पदवी देऊन त्याचा सन्मान करण्यात आला. ''नवीन दिवाणाने बंगालमध्ये इतक्या शहाणपणाने कारभार पाहिला की त्यामुळे बंगाल संपन्नतेच्या उच्च शिखरावर जाऊन आरूढ झाला. आपले अधिकारी नेमताना तो अतिशय काळजी घेत असे. त्यांच्यामार्फतच निरनिराळ्या जमिनींची क्षमता काय आहे आणि जकात-कराची अचूक रक्कम किती मिळणार आहे याची विश्वासार्ह माहिती तो मिळवित असे. महसूल वसुलीचे कार्य दिवाणाने स्वत:च्या हाती घेतले आणि जमीनदार आणि जहागीरदार यांना अफरातफर करण्याची कोणतीही संधी न देता त्याने महसुलाच्या वार्षिक उत्पन्नात मोठी वाढ घडवून आणली.''

मुर्शिद कुलीखानाने महसूलविषयक बाबींमध्ये आझीम-उस्-शानला कोणत्याही

प्रकारे हस्तक्षेप करू दिला नाही. म्हणून मूर्ख राजपुत्राने काही सैनिकांना बंड करण्यास आणि दिवाणाचा खून करण्यास प्रवृत्त केले. परंतु मुर्शिद कुलीखानाच्या प्रसंगावधानामुळे आणि त्याचप्रमाणे धाडस आणि युक्ती या त्याच्या अंगभूत गुणांमुळे हा कट यशस्वी होऊ शकला नाही. परंतु आपल्याविरुद्ध अशा प्रकारचे कट होऊन आपला जीव गमाविण्याचा प्रसंग येऊ नये म्हणून त्याने ज्या ठिकाणी राजपुत्र सुभेदार या नात्याने राहत होता त्या डाक्का शहरातून आपले महसूल कार्यालय गंगेच्या तीरावरील मध्यवर्ती ठिकाणच्या मकसुदाबाद या खेड्यात हलविले. स्वत:च्या स्मरणार्थ त्याने मकसुदाबाद हे नाव बदलून मुर्शिदाबाद हे नाव ठेवले. पलीकडे पाच गावांत अठराव्या शतकातील अर्ध्या शतकभर बंगालची राजधानी राहावी असा योग होता. औरंगजेबाला ही हकीगत कळताच अतिशय राग आला आणि त्याने आझीम-उस्-शानची बिहारला बदली केली. जानेवारी १७०३ मध्ये बिहारची ही सुभेदारी राजपुत्राकडे सोपविण्यात आलेली होती. पुढल्या तीन वर्षात (१७०४-१७०७) आझीम हा पाटण्यालाच राहिला. कालांतराने या शहराला आझीमाबाद हे नाव देण्याची अनुमती बादशहाने राजपुत्राला दिली.

मुर्शिद कुलीखानाने बंगालच्या जास्तीच्या महसूल उत्पन्नाचा वाटा म्हणून बादशहाकडे वारंवार मोठमोठ्याला रकमा पाठविल्या. मराठ्यांशी सतत युद्ध झाल्यामुळे औरंगजेबाची इतर उत्पन्नाची साधने बंद पडलेली होती. त्यामुळे मुर्शिद कुलीखानाने पाठविलेल्या रकमा बादशहाला वरदानासारख्या वाटल्या. मुर्शिद कुलीखानाच्या आगमनामुळे बंगालमध्ये कडक शासक आला असेच सर्वांना वाटू लागले. तो आपल्या सहाय्यकांमार्फत प्रत्यक्षपणे महसूल वसूल करीत असे आणि त्यामुळे मध्यस्थांना किंवा जमीनदारांना मिळणारा नफा त्याने थांबविला. मुर्शिद कुलीखानाचे हुकूम कधीही बदलणारे नसत आणि अतिशय शिरजोर माणसेसुद्धा त्याच्या उपस्थितीत थरथर कापत असत. त्याचे हुकूम पाळल्याशिवाय कोणालाही दुसरा पर्याय नसे. आठवड्यातून दोन दिवस तो स्वत: न्यायदानाचे कार्य करी. न्यायदानात तो इतका नि:पक्षपाती होता आणि शिक्षेची अंमलबजावणी तो इतक्या निष्ठूरपणे करी की, त्यामुळे अत्याचार करण्याची कोणालाही हिंमत होत नसे.

औरंगजेबाच्या मृत्यूनंतर काही वर्षांनंतर त्याची बंगालचा सुभेदार म्हणून नेमणूक झाली आणि लवकरच दिल्ली शासनाचा ऱ्हास घडून आल्यामुळे तो बंगालमध्ये स्वतंत्र शासक बनला. त्याच्या नेतृत्वाखाली बंगालमध्ये अनेक वर्षेपर्यंत शांतता नांदत होती आणि बंगालला कमालीची संपन्नता आणि समृद्धी प्राप्त झालेली होती. त्याच्यानंतर राज्य करण्यास सर्वस्वी अयोग्य असे वारस त्याच्या गादीवर आल्यामुळे

आणि त्यांनी अनेक चुका आणि गुन्हे केल्यामुळे मात्र बंगालची शांतता भंग पावली.

३. माळवा, मोगल काळातील त्याचे महत्त्व

मोगलांचा माळवा प्रांत हा यमुना आणि नर्मदा नद्यांमध्ये उत्तर दक्षिण पसरलेला होता. त्याच्या पश्चिमेला चंबळच्या पलीकडे राजपुतान्याचा प्रदेश होता तर त्याच्या पूर्वेकडे बुंदेलखंडाचा प्रदेश होता. बेटवा नदी ही मोगल राज्याची सीमा होती. या राज्यातील प्रमुख लोकांत राजपुतांचा विशेष भरणा होता. या राजपुतांत असंख्य लहान लहान गट किंवा रजपुतांतील जी प्रमुख घराणी होती, त्यांच्या गौण शाखा यांचा अंतर्भाव होता. खुद्द राजपुतान्यामध्ये निरनिराळ्या राजपूत घराण्यांमध्ये किंवा जमातींमध्ये जसे संघटन घडून आलेले होते, तसे संघटन माळव्यात घडून आलेले नव्हते. याशिवाय माळव्याच्या उत्तर बाजूला स्थायिक असलेल्या जाटांना आणि दक्षिण आणि आग्नेय दिशेने बहुसंख्येने स्थायिक झालेल्या गोंडाना आणि त्याचप्रमाणे विशिष्ट ठिकाणी स्थायिक झालेल्या इतर देशांतून स्थलांतर केलेल्या मुसलमानांना (बहुतांशी अफगाणांना) निष्प्रभ करू शकतील इतकी त्यांची संख्या किंवा महत्त्व नव्हते असे दिसून येते. मागासलेल्या रानटी टोळ्यांची संख्याही बरीच होती आणि त्यांचे अस्तित्व दूरदूरच्या कडेकपारीत आणि घनदाट जंगलात होते.

माळव्यामध्ये शेतीचे उत्पन्नही विपुल मिळत होते. अफू, ऊस, द्राक्षे, खरबुजे आणि विड्याची पाने यांचे उत्पन्न फार मोठ्या प्रमाणावर होत असे. याशिवाय माळव्यातील जंगलात हत्तींचे कळपच्या कळप वावरत असत. उद्योगधंद्यांच्या बाबतीत मोगल साम्राज्यात गुजराथचा अपवाद सोडल्यास माळव्याचा प्रथम क्रमांक होता. या राज्यातून आग्रा आणि दिल्ली या उत्तरेकडील राजधान्यांपासून दक्षिणेकडे जाणारे सर्व लष्करी रस्ते याच प्रांतातून जात असल्यामुळे या राज्याला मोगल साम्राज्यात फार महत्त्व प्राप्त झालेले होते.

राजपुतांसारखी काटक जमात ज्या प्रांतात राहत होती आणि जो सुभा प्रामुख्याने हिंदू सुभा होता तो सुभा औरंगजेबाच्या हिंदू देवळे उद्ध्वस्त करण्याच्या आणि हिंदूंवर जिझिया कर लावण्याच्या धोरणाला कोणताही विरोध न करता शरण जाईल ही गोष्ट सर्वस्वी अशक्य होती. स्वधर्मरक्षणार्थ ते नेहमी इस्लाम धर्माच्या प्रतिनिधींशी कटू संघर्ष करीत असत परंतु सर्वसाधारणपणे पाहता औरंगजेबाच्या कारकिर्दीच्या पूर्वार्धात माळव्यात जे उपद्रव घडून आले ते साधारणपणे लहान प्रमाणात आणि काही प्रदेशांपुरतेच मर्यादित होते असे दिसून येते. छत्रसाल बुंदेला आणि बख्तबुलंद गोंड यांनी केलेल्या हल्ल्यांचा अपवाद सोडल्यास माळव्यामध्ये जवळजवळ सतराव्या शतकाच्या अखेरीपावेतो शांतता नांदत होती आणि प्रशासनही उपद्रवरहित होते

असे म्हणावे लागते. परंतु जिंजीहून राजाराम महाराष्ट्रात परत आल्यानंतर ज्या चळवळीला प्रारंभ झाला त्या चळवळीमुळे पन्नास वर्षांच्या आतच या प्रांतातील राजकीय इतिहासात आमूलाग्र बदल घडून आला.

४. मराठ्यांची माळव्यावरील आक्रमणे, १६९९–१७०६

इ.सन १६९९ च्या नोव्हेंबर महिन्यात कृष्णा सावंत याच्या नेतृत्वाखाली मराठा सैन्याने पहिल्या प्रथम नर्मदा नदी ओलांडली आणि त्यांनी धामुणीच्या परिसरापर्यंत माळव्यावर आक्रमण केले. माळव्याचा मार्ग अशा रीतीने खुला झाल्यानंतर तो कधीही बंद झाला नाही आणि याचाच परिणाम म्हणून शेवटी अठराव्या शतकाच्या मध्यापर्यंत माळवा हा पूर्णपणे मराठ्यांच्या ताब्यात गेला. जानेवारी १७०३ मध्ये मराठ्यांनी नर्मदा नदी पुन्हा ओलांडली आणि त्यांनी उज्जैनच्या परिसरात मोठा उपद्रव निर्माण केला. ऑक्टोबर १७०३ मध्ये नेमाजी शिंदे हा एखाद्या लाटेप्रमाणे वऱ्हाडवर येऊन कोसळला. त्याने (फिरोजजंगाच्या वतीने नेमला गेलेला) वऱ्हाडचा नायब सुभेदार रुस्तुमखान याचा पराभव केला आणि त्याला युद्धकैदी म्हणून पकडले. त्यानंतर हुशंगाबाद जिल्ह्यावर हल्ला चढवून नेमाजी शिंदे छत्रसालाच्या विनंतीवरून नर्मदा नदी ओलांडून माळव्यात आला. अनेक खेडी आणि गावे लुटल्यानंतर त्याने सिरोंजला वेढा दिला. परंतु यावेळी दुसऱ्या एका मराठा सैन्याच्या तुकडीचा पाठलाग करीत फिरोजजंगाने वऱ्हाडात प्रवेश केलेला होता. त्याने निवडक सैनिकांनिशी बातमी मिळताच हल्लेखोरांचा पाठलाग चालविला. नेमाजी शिंद्यांच्या सैन्याला त्याने सिरोंजनजीक गाठले आणि कोणताही वेळ न गमविता त्याने त्यांच्यावर हल्ला चढविला (नोव्हेंबरच्या मध्यामध्ये). नेमाजी शिंदे घोड्यावर बसून पळून गेला. या हल्ल्यात अनेक मराठा सैनिक त्यांच्या स्थानिक राजपूत आणि अफगाण सहाय्यकांसहित ठार मारले गेले किंवा जखमी झाले. रुस्तुमखानाचे अनुयायी आणि त्याचे घोडे यांना नेमाजीने आपल्याबरोबर पकडून चालविले होते. त्यांना आता सोडून देण्यात आले.

फेब्रुवारी १७०४ मध्ये या विजयामुळे आत्मविश्वास वाटून फिरोजजंगाने असावध अशा नेमाजी शिंद्यांच्या सैन्यावर धामुणीच्या जंगलानजीक हल्ला चढविला. या हल्ल्यात मराठ्यांचे अनेक सैनिक ठार मारले गेले आणि मोगलांना बरीच लूट प्राप्त झाली. मोगलांच्या बाजूनेसुद्धा बरीच हानी घडून आली.

मोगलांची यामुळे फारच मोठ्या संकटातून सुटका झाली. वऱ्हाडमध्ये मराठ्यांनी जो उपद्रव चालविलेला होता त्यामुळे खबरकारांनी पाठविलेली पत्रे आणि सरकारी पत्रे ही जवळजवळ चार पाच महिनेपर्यंत नर्मदेच्या तीरावरच रोखली गेलेली होती. फिरोजजंगाच्या धाडसामुळे आणि शौर्यामुळे माळव्याची संकटातून सुटका झाली आणि त्यामुळे तिथली स्थिती किती गंभीर आहे याची औरंगजेबाला कल्पना आली.

म्हणून त्याने औरंगाबाद आणि खानदेश या ठिकाणी नेमण्यात आलेला सुभेदार राजपुत्र बिदरबख्त याची, तो अतिशय शूर आणि धाडसी सेनापती असल्यामुळे, ३ ऑगस्ट १७०४ रोजी माळव्याचा सुभेदार म्हणून नेमणूक केली. मार्च १७०६ पर्यंत त्याने माळव्याचा कारभार पाहिला परंतु त्यानंतर गुजराथला जाण्याविषयी आणि गुजराथच्या संरक्षणाची जबाबदारी त्याने घ्यावी असे तातडीने हुकूम त्याला आल्यामुळे तो गुजराथला निघून गेला.

या काळातील राजपुत्राचा आवडता सेनापती म्हणजे जयपूरचा नवीन राजा तरुण आणि पराक्रमी सवाई जयसिंग. त्याने एकनिष्ठपणे सेवा करून राजपुत्राची मर्जी संपादन केली.

माळव्यात उपद्रव करणाऱ्या बंडखोरीमध्ये प्रमुख म्हणजे नासिरी अफगाण, गोपालसिंग चंद्रावत, सिरोंजचा गोपाळ चौधरी, अब्बास अफगाण आणि उमर पठाण हे होते. वास्तविक औरंगजेबाच्या कारकिर्दीच्या शेवटल्या अवस्थेत माळव्यात स्थानिक बंडखोरांची संख्या ही मोजता येणार नाही इतकी झाली होती. ''नोकरीत नसलेल्या मराठ्यांनी, बुंदेल्यांनी आणि अफगाणांनी या सुभ्यात उपद्रव चालविलेला आहे !'' (१७०४) औरंगजेबाने स्वत:च या परिस्थितीचे वर्णन केलेले आहे. ''खानदेशचा सुभा पूर्णपणे उजाड बनलेला आहे. ....माळव्याचा सुद्धा नाश घडून आलेला आहे - फारच थोडे पीक उभे असलेले दिसले.''

५. छत्रसाल बुंदेला याचे प्रारंभिक जीवन

चंपतराव बुंदेला याचा चवथा मुलगा छत्रसाल (त्याचा जन्म १६५० मध्ये झाला) याने मोगलांशी अर्धशतकभर यशस्वी रीतीने संघर्ष केला, आपल्या प्रांतात त्याने सतत उपद्रव चालूच ठेवले, माळव्यावर त्याने स्वारी केली आणि शेवटी पूर्वमाळव्यात आपले स्वतंत्र राज्य स्थापन करण्यात त्याने यश मिळविले. त्याच्या राज्याची राजधानी पन्ना या ठिकाणी होती. ८१ वर्षांच्या त्याच्या दीर्घ जीवनाचा शेवट इ.सन १७३१ मध्ये घडून आला.

वडिलांची बंडखोरी आणि मृत्यू यामुळे असहाय्य बनलेल्या छत्रसाल आणि त्याचा मोठा भाऊ अंगद यांना जयसिंगाने शिवाजीविरुद्ध चाललेल्या युद्धाच्या वेळी (१६६५) आपल्या सैन्यात नोकरीवर ठेवले आणि त्यानंतर दुसऱ्या वर्षीच्या ऑगस्ट महिन्यात या भावांनी लढाईत अमाप पराक्रम केल्यामुळे त्यांना मनसबदारी (छत्रसाल याला तीन हजारी आणि अंगद याला हजारी) देण्यात आली.

यानंतर मोगलांनी देवगडावर ज्यावेळी स्वारी केली त्यावेळी दिलेरखानाने छत्रसालाची या कामगिरीवर नेमणूक केली. परंतु या तरुण बुंदेला राजपुत्राला आपल्या योग्यतेप्रमाणे मोगल आपल्याला वागवीत नाहीत असे वाटू लागले आणि मोगल

सैन्यात कनिष्ठ जागांवर काम करणे हे त्याच्या महत्त्वाकांक्षेच्या मानाने अत्यंत लहान क्षेत्र वाटू लागले.

शिवाजीपासून स्फूर्ती घेऊन शिवाजीसारखेच एक स्वतंत्र राज्य स्थापन करावे अशी स्वप्ने त्याला पडू लागली. याकरिता त्याने शिवाजीची भेटसुद्धा घेतली.

परंतु शिवाजीने त्याने आपल्या प्रांतात परत जावे आणि मोगल सैन्याचे लक्ष दुसरीकडे वेधण्यासाठी आपल्या प्रांतात बंडाळ्या घडवून आणण्याकरिता स्थानिक लोकांना प्रवृत्त करावे असा उपदेश केला आणि म्हणून आपल्या प्रांतात परत आल्यानंतर छत्रसालाने सामर्थ्यशाली मोगल साम्राज्यावर हल्ले चढविण्याला प्रारंभ केला.

इ.स.१६७० मध्ये औरंगजेबाने हिंदू देवालयांच्या विध्वंसनाच्या धोरणास प्रारंभ केला. छत्रसालाने ही संधी बरोबर साधली. बुंदेलखंडातील आणि माळव्याच्या आसमंताच्या प्रदेशातील हिंदू जनतेने स्वत:च्या धर्माच्या रक्षणाकरिता आपल्या हाती शस्त्र धरले. चंपतरावाने ज्याप्रमाणे मोगल बादशहाला उघड उघड आव्हान दिले होते आणि त्याने जसे धर्माचे संरक्षण केले होते, तसाच धाडसी पुढारी आता त्यांना पाहिजे होता. छत्रसालाच्या रूपाने त्यांना तसा पुढारी मिळाला. म्हणूनच छत्रसाल हा हिंदू धर्माचा रक्षणकर्ता आणि क्षत्रियांचा स्वाभिमान रक्षण करणारा आहे अशी सर्वत्र ग्वाही फिरवण्यात आली. ओर्च्छाचा एकनिष्ठ बुंदेला राजा सुजनसिंग यानेसुद्धा छत्रसालाला त्याची स्तुती करणारा आणि शुभेच्छा दर्शविणारा एक गुप्त संदेश पाठविला.

६. छत्रसालाचे मोगलांशी युद्ध

"छत्रसालाच्या आगमनाच्या वार्तेमुळे (१६१७) बुंदेल्यांमध्ये कृतज्ञतेची भावना निर्माण झाली." बंडखोरांनी छत्रसालाला आपला नेता म्हणून आणि सर्व बुंदेल्यांचा राजा म्हणून निवडले. यावेळी छत्रसालाच्या सैन्यात फक्त ३३५ माणसे होती. परंतु लवकरच त्याला मोठ्या प्रमाणात कुमक येऊन मिळू लागली. लूट करायला मिळणार या आशेने या लढवय्या जमातीतील असंख्य लोक त्याला येऊन सामील होऊ लागले. त्यात चंपतरावांनी ज्यावेळी बंडखोरी केली, त्यावेळी सामील झालेले लोक आता छत्रसालाला मोठ्या प्रमाणात सामील होऊ लागले. आपल्या या नवीन धाडसाच्या प्रारंभिक अवस्थेत छत्रसालाने धामुणी जिल्हा आणि त्याच्या पश्चिमेला ६५ मैलांवर सिरोंज नावाचे जे संपन्न शहर होते, त्यावर हल्ले करण्यात आपले सर्व लक्ष केंद्रित केले. वर्षानुवर्षे त्याने या दोन प्रदेशातील खेडी लुटली. धामुणीला

एकामागून एक जे मोगल फौजदार येऊन गेलेत, त्या सर्वांनी या हल्ल्यांचा प्रतिकार केला. परंतु त्यात त्यांना विशेष यश लाभले नाही.

अत्यंत थोड्या अवधीत छत्रसालाला एकामागून एक जे विजय मिळत गेले त्यामुळे छत्रसालाला सामील व्हावे किंवा नाही अशा द्विधा चित्त असणाऱ्या लोकांमध्येही आता संशयनिवृत्ती होऊन सामील होण्याविषयीचा ठाम निर्धार झाला. इतर अनेक लहान शासक बहुसंख्येने त्याला सामील झाले. इतकेच नव्हे तर बुंदीचे राज्य ज्याने जबरदस्तीने बळकाविले, त्या हाडा वंशातील दुर्जनसालाने बुंदेलखंडातील बंडखोरांशी हातमिळवणी केली. ज्या ठिकाणांवरून महसुलाच्या एक चतुर्थांश हिस्सा खंडणी म्हणून प्राप्त होईल अशा ठिकाणांना उपद्रव द्यावयाचा नाही हे जे मराठ्यांचे धोरण होते ते धोरण छत्रसालानेही अमलात आणले. औरंगजेब दक्षिणेत जसजसा जास्त गुंतत गेला तसतसे छत्रसालाला नेत्रदीपक विजय प्राप्त होत गेले. कालिंजर आणि धामुणी हे त्याने जिंकून घेतले आणि भीलशाची लूट केली. या घटनांचाही या विजयामध्ये अंतर्भाव करावा लागेल. हळूहळू त्याच्या स्वाऱ्यांची मर्यादासुद्धा वाढत गेली. यमुना नदीपासून ते राजपूत सीमेपर्यंत संपूर्ण माळवा आणि खालील नर्मदा नदीपर्यंत त्याच्या हालचालींचे विस्तृत क्षेत्र बनले होते. या प्रदेशातील सर्व बंडखोर लोक त्याच्या छत्राखाली एकत्रित आले.

इ.सन १६९९च्या मार्च महिन्यात राणोतचा फौजदार (सिरोंजच्या उत्तरेला ७० मैलांवर) शेर अफकाणखान या छत्रसालावर सुरजमाऊ जवळ चालून आला आणि त्याने त्याच्यावर निकराचा हल्ला चढविला. भीषण लढाईनंतर छत्रसाल किल्ल्यात पळून गेला म्हणून खानाने किल्ल्याला वेढा दिला. परंतु छत्रसाल तिथूनही निसटून गेला. छत्रसालाने याचा सूड पुढील वर्षी घेतला. २४ एप्रिल १७०० रोजी शेर अफकाणखानाने छत्रसालावर झुना आणि बरना या ठिकाणांनजीक हल्ला चढविला. त्यात छत्रसालाची ७०० माणसे त्याने ठार मारली आणि उरलेल्या सर्वांना त्याने हाकलून लावले. या हल्ल्यात छत्रसाल स्वत: जखमी झाला. परंतु तोफेच्या एका गोळ्यामुळे खान गंभीरपणे जायबंदी झाला.

इ.सन १७०५ मध्ये बादशहाने आत्तापर्यंत कोणीच पराभूत करू न शकलेल्या बुंदेला प्रमुखाशी म्हणजे छत्रसालाशी तह करावा अशी फिरोजजंगाने गळ घातली. त्यानुसार छत्रसालाला मोगल सैन्यात ४०००ची मनसबदारी देण्यात आली आणि बादशहा दक्षिणेत होता त्याला भेटण्याकरिता छत्रसालाचे मन वळविण्यात आले. यावेळी दीड वर्षाचा काळ छत्रसालाने अतिशय शांततेत घालविला. परंतु औरंगजेबाचा मृत्यू झाल्यानंतर मात्र तो आपल्या प्रांतात परत आला आणि पुन्हा त्याने आपल्या

स्वतंत्र जीवनाला प्रारंभ केला.*

७. गोंड राज्य आणि मोगलांशी त्यांचे संबंध

गोंडवनामध्ये बहुतांशी आधुनिक मध्यप्रांताचा अंतर्भाव होते आणि तो विंध्य पर्वताच्या दोन्हीही बाजूंना पसरलेला दिसतो. या प्रदेशाच्या अर्ध्या उत्तरेकडील प्रदेशात गढ्याच्या गोंड राजाने १६व्या शतकात एक विशाल साम्राज्य प्रस्थापित केलेले होते. परंतु अकबराच्या सेनापतींनी हे राज्य छिन्नभिन्न करून टाकले आणि गढा आणि चौरागढ या त्याच्या राजधान्या होत्या, त्याही उद्ध्वस्त करून टाकल्या, त्यानंतरच्या राजांनी चोरगडला राज्य केले. परंतु आता त्यांच्याजवळ फार थोडा प्रदेश राहिलेला होता आणि त्यांची सत्ताही कमी झालेली होती. १७व्या शतकाच्या मध्यापर्यंत या राज्याचे नावही कुठे ऐकू येणार नाही इतके ते निष्प्रभ बनले.

गोंडाच्या सत्तेचे केंद्र आता नर्मदा नदीच्या दक्षिणेला आणि गोंडवनाच्या मध्यभागाला जे देवगडाचे राज्य होते तिकडे स्थलांतरित झाले. देवगडाच्या दक्षिणेला साधारणपणे २५ मैलांवर चांदा हे ठिकाण वसले होते. या ठिकाणी दुसऱ्या एका गोंड राजाची सत्ता प्रस्थापित झालेली होती. परंतु हा देवगडच्या राजाचा प्रतिस्पर्धी होता आणि ह्या दोनही राज्यांत सतत शत्रुत्व होते. औरंगजेबाच्या कारकिर्दीत ठळक अशी ही दोनच गोंड राज्ये होती. या राज्यांत असलेली संपत्ती, हत्तींचे कळप, स्थानिक खाणींमधून मिळणारे हिरे, माणके यामुळे मोगलांची लोभी नजर नेहमीच या राज्यांकडे वळत होती. इ.सन १६३७ मध्ये दक्षिण युद्धातून मोकळ्या झालेल्या मोगल सैन्याने गोंडवनात प्रवेश केला आणि त्यांनी ठिकठिकाणी स्थानिक शासकांकडून खंडणी वसूल केली. देवगडचा राजा कुकीया याची राजधानी नागपूरला होती. म्हणून त्यांनी नागपूरवर हल्ला चढविला. गोंड राजाने दरवर्षी आपण खंडणी देऊ अशी कबुली दिल्याने नागपूरचा किल्ला त्याला परत देण्यात आला.

परंतु खंडणीची थकित रक्कम वाढतच गेली आणि म्हणून इ.सन १६५५ मध्ये मोगल सैन्याने देवगडच्या प्रदेशात कूच केले आणि तिथला राजा केसरीसिंग याला शरण येण्यास भाग पाडले. १६६६च्या अखेरीपावेतो खंडणीची रक्कम १५ लाखांपर्यंत पोचली.

जानेवारी १६६७ मध्ये दिलेरखानाच्या नेतृत्वाखाली मोगल सैन्य गोंडवनावर

(***टीप :** छत्रसालाच्या उत्तर जीवनाचा फारशी आणि मराठी मूळ साधनांवर आधारलेला इतिहास हा मी संपादित केलेल्या 'आयरव्हाईनच्या नंतरचे मोगल' खंड २रा, पान नं.२२७-२४१ या ग्रंथात दिलेला आहे आणि त्याचप्रमाणे तो डॉ.रघुवीर सिंग यांनी लिहिलेल्या 'संक्रमणकालीन माळवा' या ग्रंथातही आलेला आहे.)

पुन्हा चालून आले. चांद्याचा राजा मानजी मालार हा मोगल हुकमांचे पालन नीट करीत नसे आणि त्याने काही प्रसंगी बंडखोरीही केली होती. परंतु मांदुरा ह्याठिकाणी त्यावेळी त्याच्या राज्याच्या सीमेवर मोगल सैन्य येऊन ठेपले (फेब्रुवारी १६६७). त्यावेळी त्याने शरणागती पत्करली आणि एक कोट रुपये युद्धखंडणी आणि दोन लाख रुपये वार्षिक खंडणी देण्याचे कबूल केले. दिलेरखानाने दोन महिनेपर्यंत याच राज्यात मुक्काम केला आणि मानजी मालारने जी खंडणी कबूल केली होती, त्यापैकी सत्त्याहत्तर लाख रुपये वसूल केले.

चांद्याच्या राजाच्या जे नशिबी आले ते पाहून देवगडचा राजा कुकियासिंग हा गर्भगळित झाला. त्याने नम्रतेने दिलेरखानाची भेट घेतली आणि दंड म्हणून ३ लाख रुपये आणि एका विशिष्ट मुदतीत १८ लाख रुपये देण्याचे कबूल केले. परंतु त्याने आपला शब्द पाळला नाही आणि म्हणून १६६९ च्या ऑगस्ट महिन्यात दिलेरखानाला या प्रदेशावर पुन्हा स्वारी करावी लागली. मोगलांनी देवगड राज्याचा पूर्ण विध्वंस केला. आपले राज्य आपल्याला परत मिळावे याची किंमत म्हणून राजाला आपल्या सर्व कुटुंबीयांसहित (दोन भाऊ आणि एक बहीण) मुसलमान धर्म स्वीकारावा लागला. त्यानंतर २९ मार्चला दिलेरखानाने दक्षिणेकडे जाण्याकरिता म्हणून नागपूरहून कूच केले.

राज्य टिकविण्याकरिता गोंड राजाने मुसलमान धर्म स्वीकारला परंतु त्यामुळे त्याच्या वृत्तीत किंवा धोरणात कोणताही बदल घडून आला नाही. त्याची बंडखोरी तशीच चालू राहिली. मार्च १६८६ मध्ये या राज्याच्या एका वारसाला राजा बख्त बुलंद अशी पदवी देण्यात येऊन त्याला मुसलमान धर्माची दीक्षाही देण्यात आली आणि त्याला गादीवर बसविण्यात आले. त्याने आपल्या राज्यात अनेक प्रदेशांची भर टाकली आणि त्याच्या कारकिर्दीत त्याची सत्ता आणि राज्याची संपन्नता ही फार मोठ्या प्रमाणात वाढत गेली परंतु याच राजाने औरंगजेबाच्या कारकिर्दीत त्याच्या शेवटल्या वर्षात त्याला अतिशय उपद्रव दिला.

चांद्याचा राजा रामसिंग याची ऑक्टोबर १६८३ मध्ये हकालपट्टी करण्यात आली आणि ती गादी किशनसिंगाला देण्यात आली. परंतु जुन्या राजाने सिंहासनाचा ताबा सोडण्यास नकार दिला. म्हणून इतिकादखान याच्या नेतृत्वाखाली मोगल सैन्य पाठविण्यात आले. या मोगल सैन्याने चांद्यात २ नोव्हेंबर १६८४ रोजी प्रवेश केला आणि किशनसिंगाला गादीवर बसविण्यात आले. किशनसिंगानंतर जुलै १६९६ मध्ये त्याचा सर्वांत वडील मुलगा बीरसिंग हा गादीवर बसला. त्याची खंडणीची रक्कम थकत गेल्याने ऑगस्ट १७०० मध्ये त्याला बादशहाच्या छावणीत भेटीला बोलाविण्यात आले. तो २७ एप्रिल १७०१ रोजी बादशहाच्या सैन्यात जाऊन

पोहोचला आणि त्याने वऱ्हाडच्या तिजोरीत एक लाख रुपयांचा भरणा केला.

८. देवगडचा गोंड राजा बख्त बुलंद याने आपले स्वातंत्र्य जाहीर केले

जून १६९१ मध्ये बादशहाने बख्त बुलंदची हकालपट्टी केली आणि देवगडची गादी त्याने दुसऱ्या एका मुसलमान गोंडाला म्हणजे दिनदारला दिली. बख्त बुलंदला काही वर्षे नजरकैदेत ठेवल्यानंतर त्याने आपल्या वर्तनाची हमी दिली आणि म्हणून त्याला तुरुंगातून सोडण्यात आले (ऑगस्ट १६९५). वास्तविक याचवेळी बादशहाने ''तो पळून जाईल, त्याच्यावर सक्त नजर ठेवा'' असे उद्‌गार काढलेले होते. यानंतर थोड्याच दिवसात देवगडात पुन्हा उपद्रवाला प्रारंभ झाला. दिनदार विश्वासघातकी निघाला आणि म्हणून चांद्याचा राजा किशनसिंग यांचे साह्य घेऊन मोगल सैन्याला देवगडाविरुद्ध पाठविण्यात आले. मोगलांना देवगड जिंकले आणि त्यामुळे दिनदार पळून गेला (मार्च १६९६). यावेळी किशनसिंगाचा दुसरा मुलगा कानसिंग याने मुसलमान धर्म स्वीकारून (आणि स्वत:ला राजा नेकनाम असे नाव लावून) देवगडची गादी प्राप्त केली. गादीबाबत आणि ती पुन्हा मिळण्याबाबत बख्त बुलंदला कोणतीही आशा राहिली नव्हती. परंतु याच वर्षी (१६९६) देवगड आणि चांदा या दोन्ही राज्यांत राजे बदलल्याने आणि नवीन राजे हे दोघेही अज्ञान मुले असल्याने धाडसी पाऊल उचलून आपल्या नशिबाचे फासे कसे काय पडतात, हे पाहण्याची सुसंधी बख्त बुलंदकरिता याचवेळी चालून आलेली होती. म्हणून त्याने मोगल सैन्याला युक्तीने झुकांडी दिली. तो देवगडला परत आला आणि त्याने तेथे बंडाचा बावटा उभारला आणि त्यात तो यशस्वी ठरला. अतिशय संतापाने बादशहाने बख्त बुलंदचे नाव बख्त बुलंद (नशीबवान) हे बदलून नागूनबख्त (भाग्यहीन) असे ठेवण्याचा हुकूम दिला. बंडखोरांची हालचाल विस्तृत प्रदेशात चाललेली होती. वऱ्हाडवर त्याचे वारंवार हल्ले चालू होते. कारण वऱ्हाड हा त्याच्या सगळ्यांत जवळचा प्रदेशात होता. फिरोजजंगाच्या सैन्यातील एका तुकडीने बख्त बुलंदचा पराभव केला आणि देवगड जिंकून घेतले (जून १६९९). या नंतर बंडखोरांनी आपल्या राजधानीतून पळ काढून आपल्या प्रचंड सैन्यानिशी माळव्यात प्रवेश केला. त्यानंतर त्याने गढ्याचे राज्य जिंकून घेतले आणि नरेंद्र शहाला त्याच्या वंशपरंपरागत गादीवर बसविले (जुलै).

जुलै महिन्यात बख्त बुलंदने ३०,००० रुपये छत्रसालाला पाठविले आणि सुप्रसिद्ध बुंदेला शिपायांची आपल्याकरिता त्याने सैन्यभरती करावी अशी विनंती केली. ऑक्टोबर महिन्यात त्याने आपले दोन वकील राजारामाला देवगडला येण्याविषयी विनंती करण्यासाठी सातारा किल्ल्यावर पाठविले. औरंगजेबाच्या पिछाडीला दुफळी निर्माण व्हावी हाच यामागील त्याचा हेतू होता. परंतु आपल्या सेनापतींच्या

सल्ल्यानुसार राजारामाने या विनंतीला नकार दिला. १७०१ मधील मार्च महिन्याच्या प्रारंभी बख्त बुलंद आणि जामगढचा जमीनदार आणि त्याचा काका नवलशहा ह्यांनी मराठ्यांच्या सहकार्याने ४,००० पायदळ सैन्य आणि १२,००० बंदूकधारी सैन्य उभारले आणि वऱ्हाडचा सुभेदार अली मर्दानखान याजवर हल्ला चढविला. परंतु त्यात त्यांची भीषण हानी घडून येऊन त्यांचा पराभव झाला. नवलशहा ठार मारला गेला आणि बख्त बुलंद जबर जखमी झाला. पलीकडे बख्त बुलंदच्या मुसलमान मित्रांनी फेब्रुवारी १७०३ मध्ये (उज्जैननजीक अब्बासच्या नेतृत्वाखाली) आणि १७०४ मध्ये (सय्यद अब्दुल कादीर याच्या नेतृत्वाखाली) बंड पुकारले.

''बख्त बुलंदच्या कारकिर्दीत देवगडच्या दक्षिणेला, वैनगंगा आणि कन्हान नदी यांच्यामधील सुपीक जमिनीची हळूहळू मशागत करण्यात आली. गोंडांच्याच बरोबरीने हिंदू आणि मुसलमान शेतकऱ्यांना या प्रदेशात शेतीची लागवड करण्याकरिता प्रोत्साहित करण्यात आले आणि म्हणूनच हा प्रदेश लवकरच अतिशय संपन्न बनला.'' उद्योगी आणि मेहनती लोक हे सर्वच प्रदेशातून गोंडवनाकडे आकृष्ट झाले, अनेक शहरे आणि खेड्यांचा पाया घातला गेला आणि शेती, औद्योगिक उत्पादन आणि व्यापार यांच्यात विशेष प्रगती घडून आली. औरंगजेबाच्या मृत्यूनंतर देवगडच्या राजाने आपल्या राज्याचा विस्तार घडून आणला. शिवनी जिल्हा हा त्याला नरेंद्रशहाने दिला आणि त्याचबरोबर त्याने खेरल्याचे अत्यंत जुने ऐतिहासिक गोंड राज्य जिंकून घेतले. त्याच्यानंतर त्याचा वारस चांद सुलतान याच्या मृत्यूनंतर मात्र (१७३९) देवगडचा अस्त झाला आणि नागपूरच्या मराठा घराण्याने हे राज्य हस्तगत केले.

९. मोगलांच्या काळात काश्मिरची स्थिती

मोगल शासक काश्मिरला केवळ करमणुकीचे स्थान समजत. त्यांनी या राज्याची स्थिती सुधारण्याचा किंवा लोककल्याण साधण्याचा कधीही प्रयत्न केला नाही.

काश्मिरातील सर्वसाधारण लोक हे कमालीच्या दारिद्र्यात आणि अज्ञानात खितपत पडले होते. पुष्कळशा खेड्यांतील लोकांचे जीवन आदिवासी जीवनासारखे साधेसुधे होते आणि कपड्याच्या अभावी ते बहुतांशी वस्त्रहीन हिंडत असत. थंडीपासून बचाव व्हावा म्हणून ते आपल्या अंगाभोवती केवळ एक कपडा गुंडाळत असत. दूरदूरची अंतरे आणि रस्त्यांचा अभाव यामुळे बाहेरून धान्याची आयात करणे अशक्य असे आणि त्यामुळे धान्याच्या पुरवठ्याच्या बाबतीत प्रत्येक खोरे स्वयंपूर्ण करावे लागे. ज्यावेळी पूर किंवा हिमवर्षाव यांच्यासारख्या नैसर्गिक आपत्ती येऊन कोसळत असत, त्यावेळी बाहेरच्या जगाशी असलेले दळणवळण तुटून त्यात खोऱ्यातील रहिवासी हजारांनी मृत्युमुखी पडत. हा प्रांत सुसंस्कृत जगापासून अतिशय

दूर होता. मालाची ने-आण करण्याच्या अडचणीमुळे प्रांतात निर्माण होणारा मालसुद्धा दुसरीकडे जाऊन विकता येत नसे. कारण नेण्या आणण्याचाच खर्च प्रमाणाबाहेर वाढत असे. या प्रांतात इतर कोणतेही स्थानिक उद्योगधंदे उदयाला आले नव्हते. शाल विणण्याचा धंदासुद्धा सरकारच्याच मालकीचा होता आणि सरकारी कारखान्यात मजुरांना त्या धंद्यापासून केवळ रोजची मजुरी प्राप्त होत असे. उत्तम दर्जाचा जो काश्मिरी कागद केला जाई, त्याचा उपयोग फक्त दरबारात होत असे आणि मालाची ऑर्डर दिल्यानंतरच तो कागद तयार करण्यात येई.

संस्कृतीच्या दृष्टीने लोक इतके मागासलेले होते की, काश्मिरी लोकांतील वरच्या वर्गातील लोकांनासुद्धा मोगलांच्या नोकरीत मनसबदारांच्या जागा देण्याला लायक समजले जात नसे. औरंगजेबाच्या कारकिर्दीच्या अखेरीपावेतो हीच स्थिती कायम होती. इ.सन १६९९ मध्ये काश्मिरच्या सुभेदाराने काश्मिरी लोकांना मनसबदार म्हणून नेमावे ह्याकरिता बादशहाचे मन वळविण्यात यश मिळविले असे दिसून येते. मोगल साम्राज्यात कोणत्याही काश्मिरी हिंदू माणसाला कोणतीही जागा कधीही मिळाली नाही. काश्मिरातील जे सर्वसाधारण मुसलमान होते, ते खेड्यातील असल्यास अज्ञानी, असंस्कृत माणसे म्हणून त्यांची हेटाळणी केली जाई आणि ते शहरातील असल्यास त्यांना खुशमस्करे, खोटारडे आणि फसवणूक करणारे म्हणून वागविण्यात येई. एकूण मोगलभारतात काश्मिरी म्हणजे गोड बोलून गळा कापणारा असे समीकरणच तयार झाले होते. अज्ञान, गरिबी आणि समाजाची सरंजामी पद्धती यामुळे सर्वसाधारण जनता ही खुशामतखोर बनते तोच अनुभव काश्मिरातही येत होता आणि याच कारणांमुळे ते आपल्या बायकामुलींना सुद्धा विकायला तयार होते.

अशा या अज्ञान आणि मागासलेल्या समाजात धर्मभोळ्या समजतींसुद्धा मोठ्या प्रमाणात अस्तित्वात होत्या आणि म्हणूनच सुंदर हवामान असलेल्या या देशात मुसलमान संत आणि त्यांचे शिष्य ह्यांचा एक फार मोठा ऐदी वर्ग उदयाला आलेला होता आणि तो लोकांच्या अंधश्रद्धेचा पुरेपूर फायदा घेत होता. काश्मिरातील मोठ्या गावांत शिया आणि सुन्नी ह्यांच्यात निर्माण झालेले मतभेद तीव्र होते आणि त्यामुळे त्यांच्यात वारंवार दंगे होत आणि पुष्कळवेळा त्यांची परिणती यादवी युद्धात होई. अशावेळी तिथला सुभेदार (तो वरीलपैकी कोणत्याच पंथाचा अनुयायी नसल्यास) आपल्या बळाचा उपयोग करून तिथे कशीबशी शांतता स्थापन करीत असे. दोन्ही पंथातील अनुयायांमध्ये वैयक्तिक कारणावरून निर्माण झालेल्या भांडणाचे रूपांतर नेहमीच सामुदायिक संघर्षात होत असे. काझीच्या हस्तकांनी लाडावलेला सुन्नीचा जमाव हा शिया वस्तीला आग लावून देई आणि तिथे लुटालूट करीत. यावेळी जो

शिया अनुयायी हाताशी सापडे त्याची कत्तल करण्यात येई. पुष्कळ वेळा सशस्त्र दंगेखोर आणि सुभेदाराचे सैन्य ह्यांच्यात रस्त्यातच हातघाईच्या लढाया होत. एखाद्या सुभेदाराने जमावाला ज्या शिया अनुयायाला मारावयाचे आहे अशा माणसाला आश्रय दिलेला आहे असा नुसता संशय जरी आला तरी अशा सुभेदाराचे घर सुन्नी जमावापासून आणि सैनिकांपासून सुरक्षित राहू शकत नसे. दंगेखोरांचे धैर्य एवढ्या मर्यादेपर्यंत वाढलेले होते.

खेड्यातील लोक अर्धवट नग्न अवस्थेत, अतिशय दारिद्रयात, अज्ञानात आणि दुर्गंधीत राहत असत. शहरात राहणाऱ्या लोकांचीही स्थिती यापेक्षा विशेष वेगळी नव्हती. मोठमोठ्या जलाशयांना जे एकदम आणि जे धोकादायक पूर येत त्यामुळे ह्या लोकांना नदीच्या किंवा जलाशयाच्या पातळीवर उंच जागी आपली घरी बांधावी लागत. या प्रदेशात वारंवार धरणीकंप होत असल्यामुळे घरे लाकडी बांबूंनी बांधावी लागत. अत्यंत कडक थंडीमुळे प्रत्येकाला आपापल्या घरी शेकोटी पेटवून ठेवावी लागे. या सर्व कारणांचा नैसर्गिक परिणाम म्हणजे या प्रदेशात वेळोवेळी वणवे लागत आणि ज्यावेळी ते लागत त्यावेळी शहराच्या या टोकापासून ते त्या टोकापर्यंत ते पसरत असत आणि त्यात लाकूड आणि वैरण यांच्याबरोबरच लोक व प्राण्यांचीही आहुती पडे.

१०. औरंगजेबाचे सुभेदार आणि काश्मिरातील त्यांच्या हालचाली

औरंगजेबाच्या कारकिर्दीत, ४८ वर्षांच्या कालावधीत १२ सुभेदार होऊन गेले. एकामागून एक आलेल्या सुभेदारांच्या स्वभावचित्राप्रमाणेच या प्रांतातील जीवनातही चढउतार घडून आले. त्यांच्यापैकी काहींनी विशेषत: इत्तिमादखान आणि फाजीलखान ह्यांनी न्यायदानाचे कार्य अत्यंत हुशारीने, न्यायी वृत्तीने आणि धर्मग्रंथांचा अभ्यास करून चालविले. दुसऱ्या काहींनी विशेषत: सैफखान यासारख्या सरदाराने नवीन सुधारणांच्या नावाखाली वसुलीचे गैरकायदेशीर प्रकार प्रस्थापित करून स्वत:चाच स्वार्थ साधला.

औरंगजेबाच्या कारकिर्दीच्या अर्धशतकात काश्मिरवर ज्या नैसर्गिक आपत्ती येऊन कोसळल्या, त्यात दोन धरणीकंप (जून १६६९ आणि १६८१), राजधानीत लागलेले दोन वणवे (१६७३ आणि १६७८), एक पूर (१६८१) आणि एक दुष्काळ (१६८८) इत्यादी घटनांचा अंतर्भाव करावा लागेल. काश्मिरच्या इतिहासातील या काळातील सर्वांत मोठी घटना म्हणजे औरंगजेबाने काश्मिरातून केलेला प्रवास (१६६३). बर्निअरने या प्रवासाचे बिनचूक वृत्त लिहून ठेवलेले आढळते. (त्यात फक्त तारीख मात्र चुकीची दिलेली दिसून येते.) दुसरी घटना म्हणजे विशाल तिबेट

औरंगजेबाने जिंकून घेतला ही म्हणता येईल (१६६६). विशाल तिबेटच्या राजाला इराणी वृत्तांतात दलदाल नमजाल असे म्हटलेले आहे. त्या राजाने इस्लाम धर्माचा स्वीकार केला.

इ.सन १६८४ मध्ये शिया आणि सुन्नींमध्ये अत्यंत भयंकर म्हणता येईल अशी भीषण दंगल घडून आली. श्रीनगरमधील हसनाबाद ही वसाहत शियांचा बालेकिल्ला समजला जात असे. याठिकाणचा अब्दुस शकुर नावाचा एक रहिवासी आणि त्याच्या मुलांनी सादिक नावांच्या एका सुन्नी माणसाला काही दुखापत केली. या भांडणाचे रूपांतर दोघांत दीर्घद्वेष आणि दीर्घ शत्रुत्व निर्माण होण्यात झाले. त्यांच्यातील भांडण चालू असताना काही शिया अनुयायांनी सुन्नांची मने दुखावतील अशी काही कृत्ये केली आणि पहिल्या तीन खलिफांबाबत (शिया पंथीयांनुसार पहिल्या तीन खलिफांनी खलिफा पद बळकाविलेले होते.) अनादर वाटेल असे काही उद्गार काढले. गुन्हेगारांनी सुभेदार इब्राहिम खानाचा आश्रय घेतला. काझी मोहमंद युसूफ याने धर्मवेडाने प्रेरित होऊन शहरातील जमावाला प्रेरित केले आणि म्हणून जमावाने हसनाबाद वसाहतीला आग लावून दिली. हा दंगा चालू असताना सुभेदाराचा मुलगा फिदईखान याने हसनाबादच्या शिया अनुयायांना पाठिंबा दिला. तर तिबेटहून नुकतेच जे काबूलचे अधिकारी परतलेले होते त्यांनी आणि काही स्थानिक मनसबदारांनी जमावाला सामील होऊन सुभेदाराच्या मुलाला विरोध चालविला. या संघर्षात दोन्ही बाजूचे अनेक लोक ठार झाले आणि पुष्कळसे जखमी झाले. जमलेल्या जमावाने अतिशय भीषण असा हिंसाचार केला.

शेवटी या संघर्षात आपला पराभव झालेला आहे हे जाणून इब्राहिमखानाने अबदूस शकूर आणि इतर शिया गुन्हेगारांना काझीच्या स्वाधीन केले. काझीने धर्मबाह्य वर्तन केल्याच्या आरोपावरून शकूर, त्याची दोन मुले आणि एक जावई यांचा वध करविला. सुन्नी दंगेखोर आता शहराचे मालक बनले होते आणि त्यांनी मुफ्ती जरी सुन्नी पंथाचा होता तरी त्याचे घर लुटून घेतले. बाबा कासीम हा शिया पंथाचा प्रचारक होता. त्याला रस्त्यावरच पकडण्यात आले आणि हालहाल करून त्याला ठार मारण्यात आले. फिदईखान हा घोड्यावर बसून बाहेर पडला आणि त्याने सुन्नींच्या एक स्थानिक पुढाऱ्याला गर्दीतल्या अनेक लोकांसहित ठार मारले. परंतु मधल्या काळात शेख बख बाबा याने आपल्याभोवती दुसरा जमाव जमवला आणि इब्राहिमखानाच्या निवासस्थानाला त्यांनी आग लावून दिली. म्हणून मोगल सुभेदाराने बखबाबा, काझी, बातम्या लिहिणारा आणि सुभ्याचा बक्षी यांना राजधानीतल्या प्रमुख लोकांसह पकडले आणि तुरुंगात टाकले. या धाडसी उपाययोजनेमुळे सर्व लोक शरण आले.

औरंगजेबाला ज्यावेळी या घटनांची वार्ता कळली त्यावेळी त्याने इब्राहिमखानाचे सुभेदार पदावरून उच्चाटन केले आणि सर्व सुन्नी कैद्यांची मुक्तता करण्याचा आदेश दिला.

इ.सन १६९८–९९ च्या सुमारास मुसलमानांचे धर्मप्रेम ऊतू जाईल अशी एक घटना घडली. ती घटना म्हणजे ख्वाजा नुरुद्दीन याला विजापूरमध्ये महंमद पैगंबराचा पवित्र केस सापडलेला होता. तो आता ख्वाजाच्या मृत्यूनंतर त्याच्याच प्रेताबरोबर काश्मिरला पाठविण्यात आला. हीच ती घटना होय. या पवित्र केसाचे दर्शन घेण्यासाठी म्हणून संपूर्ण मुसलमान जमात रस्त्यावर आणि जिथे जिथे जागा सापडेल अशा मोकळ्या जागांवर तासन्तास उभी होती.

काश्मिरी लोकांचा अत्यंत धर्मभोळेपणा ज्यात दिसून आला अशी आणखी एक घटना १६९२च्या मे महिन्यात घडून आली. ते रमझानचे दिवस होते. थोडी बहुत प्रतिष्ठा असलेला एक मीर हुसेन नावाचा अज्ञात माणूस काश्मिरात आला आणि त्याने तख्त-ई-सुलमान या पहाडाजवळ आपले निवासस्थान ठेवले आणि त्या ठिकाणी त्याने आपला एक आश्रम स्थापन केला. रमझान महिन्यात त्या ऋतूचे स्वागत करण्याकरिता म्हणून त्याने त्या ठिकाणी फार मोठी रोषणाई केली. श्रीनगरमधील बहुतांश लोक हे प्रेक्षणीय स्थळे पाहण्याकरिता म्हणून त्या ठिकाणी गेले. दिवसाच्या तिसऱ्या प्रहराला इतके भयानक वादळ, पाऊस आणि विजा कडकडल्या की त्यामुळे सर्व शहर रात्रीच्या अंधारात बुडून जावे त्याप्रमाणे अंधारात बुडून गेले. हे वादळ काही वेळपर्यंत चालूच राहिले परंतु लोकांना सूर्य मावळला असे वाटून त्यांनी दिवसाचा उपवास सोडला. परंतु दोन-तीन तासांनंतर वादळ पूर्णपणे थांबले तेव्हा सूर्य पुन्हा वर आला आणि सर्वांना आपण बनविले गेलो असे वाटू लागलो. कारण रमझान महिन्यात कोणत्याही मुसलमानाला दिवसा भोजन घेण्याइतके दुसरे कोणतेच मोठे पाप समजण्यात येत नाही. हा जो विलक्षण विचित्र प्रकार घडला त्याच्या मुळाशी सुलेमान पहाडावर मुक्कामास आलेला मुसलमान पाखंडी संत आणि त्याची काळी विद्या कारणीभूत आहे असे सर्वांनाच वाटू लागले. काश्मिरच्या राजधानीतील बुद्धिमान, सुशिक्षित, श्रेष्ठ-कनिष्ठ ह्या सर्वांनाच तसे वाटू लागले. हे काश्मिरचे मोठे वैशिष्ट्यच समजावे लागेल. ''धर्माचे संरक्षण करणाऱ्या आणि सत्य शोधून काढण्याची जिज्ञासा बाळगणाऱ्या'' मोगल बादशहाने यावर विश्वास ठेवला आणि त्या मुसलमान संताची हकालपट्टी करण्याचा त्याने हुकूम दिला.

११. गुजराथ, भौगोलिकदृष्ट्या त्याचे अनुकूल स्थान आणि लोकसंख्येची विविधता

गुजराथला जी संपन्नता आलेली होती ती बहुतांशी हस्तव्यवसायांमुळे आणि व्यापारामुळे प्राप्त झालेली होती. हस्तव्यवसायांची भरभराट ही ज्या शहरांना संरक्षक तटबंदी बांधलेली आहे अशा शहरांतच आणि त्यांनी संरक्षण दिलेल्या खेड्यातच होऊ शकत होती. व्यापारामध्ये गुजराथमधील हिंदू आणि मुसलमान हे दोघेही त्यांना व्यापाराची उपजतच जाण आणि आवड असल्यामुळे हिंदुस्थानातल्या इतर कोणत्याही लोकांपेक्षा ते या क्षेत्रात श्रेष्ठ ठरतात. याशिवाय गुजराथला आणखी एक अपवादात्मक फायदा मिळतो. खानदेश, वऱ्हाड, माळवा आणि उत्तर हिंदुस्थान या संपन्न प्रदेशांतील माल परदेशात जहाजाने पाठवावयाचा असल्यास तो गुजराथमधूनच पाठवावा लागतो. या प्रांताच्या किनाऱ्यावरच हिंदुस्थानची मोठमोठी बंदरे वसलेली आहेत. त्यापैकी हिंदूंच्या काळात भडोच आणि मुसलमानांच्या काळात सुरत ही दोन बंदरे अतिशय प्रसिद्धीला आलेली होती. म्हणून मोगल काळात बाह्य–मुस्लिम जगताशी संबंध ठेवावयाचा असल्यास तो गुजराथमधूनच ठेवावा लागे आणि म्हणून गुजराथला भारताचे प्रवेशद्वार समजण्यात येई. सुरतेवरूनच दरवर्षी अरबस्थानातील पवित्र स्थानांना भेट देण्याकरिता हजारो मुसलमान यात्रेकरू जात आणि नजफ आणि करबला ही जी शिया तीर्थस्थाने होती – त्यांना भेट देण्याकरिता म्हणून शिव पंथीयांना सुद्धा याच बंदरातून जावे लागे. इराण, अरबस्थान, तुर्कस्थान, इजिप्त, झांजीबार, खुरासन्न आणि बर्बरी यांसारख्या प्रदेशांतून येणारे सर्व प्रवासी, व्यापारी, विद्वान पंडित, नशीब काढण्याकरिता आलेले लोक आणि राजकीय निराश्रित हे सर्व जण जवळच्या आरामशीर, स्वस्त आणि सुरक्षित अशा समुद्रमार्गाने गुजराथमार्गे हिंदुस्थानात येणे पसंत करीत. त्यामुळे सुलेमान आणि हिंदुकुश पर्वत श्रेणीतून येणारा जो खुष्कीचा मार्ग होता तो मार्ग कोणीही वापरेनासे झाले आणि एक दुर्लक्षित मार्ग म्हणूनच सर्वजण त्याकडे पाहू लागले.

गुजराथला भौगोलिक परिस्थितीचा हा जो फायदा मिळाला त्यामुळे गुजराथच्या लोकसंख्येत मोठी सरमिसळ झाली आणि प्रारंभीपासून विदेशी माणसांचा ओघ गुजराथकडे वाहू लागला. गुजराथमध्ये येणाऱ्या या परक्या लोकांमध्ये सूर्याची उपासना करणारे पारसी लोक आणि इस्लाम धर्मातील इस्माइलिया वंशाची एक शाखा म्हणून ओळखले जाणारे बोहरा लोक आणि त्याचप्रमाणे परंपरेशी आपला संबंध पूर्णपणे तोडणारे महदवी पंथाचे लोक यांचा विशेष अंतर्भाव होता. ह्या आणि ह्यांसारख्याच इतर ज्या काही टोळ्या किंवा कुटुंबे गुजराथमध्ये आली आणि मोगलांचे गुजराथेत

आगमन होण्यापूर्वी ज्यांनी गुजराथेत वर्चस्व गाजविले होते, अशा मुसलमान टोळ्यांचे वारससुद्धा गुजराथेतच राहत होते. त्या सर्वांनी मिळून या प्रांतातल्या विविध वंशातील रहिवाशांना ज्याची कशाचीच तुलना करता येणार नाही अशी विविधता प्राप्त करून दिलेली होती. हिंदूंच्या दृष्टिकोनातून पाहता हिंदू लोकसंख्येत अतिशय कमी प्रमाणात एकरूपता होती. सतराव्या शतकातील गुजराथच्या सीमेवरील प्रदेशात अनेक आदिवासी जमाती राहत होत्या. त्यांना बाह्य जगाच्या सुधारणांचा किंवा संस्कृतीचा वाराही अजूनपर्यंत लागलेला नव्हता. सुनियोजित राजकीय जीवनही त्यांना माहीत नव्हते. अशा जमातींमध्ये कोळी (दक्षिणेत), बागलाणमधील भिल्ल (आग्नेयेस), पूर्वेकडे रानटी राजपूत आणि राजपूत आहोत असे भासवणारे इतर लोक (Pseudo Rajput), संपूर्ण प्रांतात विखुरलेले लुटारू ग्रासिया, पश्चिमेकडील काठीया जमातीचे लोक ह्या सर्वांचा अंतर्भाव होता. या प्रदेशातील शांततेला ह्या टोळ्यांमुळे नेहमीच धोका निर्माण झालेला होता. औरंगजेबाच्या काळात शांततेचा भंग करणाऱ्या जमातींमध्ये आणखी एका जमातीची भर पडली आणि ती जमात म्हणजे मराठा. ह्या मराठ्यांनीच पुढे ह्या सुभ्यातून मोगलांचे उच्चाटन केले.

१२. औरंगजेबाच्या काळातील गुजराथचे सुभेदार

औरंगजेबाच्या ५० वर्षांच्या कारकिर्दीत त्याने १२ सुभेदार नेमले. यांपैकी महाबत खानाने सहा वर्षे (१६६२-१६६८) महंमद अमीनखानाने १० वर्षे (१६७२-१६८२), सुजायेतखानाने १७ वर्षे (१६६४-१७०१) आणि राजपुत्र मोहमंद आझमने ४ वर्षे (१७०१-१७०५) इतकी वर्षे राज्य केले. उरलेल्या तेरा वर्षात आठ सुभेदार होऊन गेले.

मध्य युगामध्ये गुजराथमध्ये वारंवार दुष्काळ पडत असत आणि त्याकरिताच गुजराथची कुप्रसिद्धी झालेली होती. औरंगजेबाची कारकीर्द याला अपवाद नव्हती. १६८१, १६८४, १६९०-१६९१, १६९५-१६९६ आणि १६९८ ह्या वर्षी दुष्काळ पडल्याचे आपल्याला वाचावयास मिळते. इ.सन १६८१ मध्ये अन्नाकरिता राजधानीत दंगे झाले. १६९६ मधील दुर्भिक्ष इतके भयंकर होते की, "पाटणपासून तो जोधपूरपर्यंत कुठेही पाणी किंवा गवताचे पातेसुद्धा दृष्टीस पडत नव्हते." या नैसर्गिक आपत्तीबरोबरच साथीचे रोगही आल्यामुळे सर्व शहरे उजाड पडली. हे साथीचे रोग अनेक वर्षेपर्यंत चालूच होते. या प्रांतातील प्रमुख घटनांमध्ये ईशान्य दिशेकडून राजपूत युद्ध गुजराथेत येऊन पोहोचले आणि त्यामुळे गुजराथची शांतता भंग पावली (१६८०). या युद्धात महाराणा राजासिंहाचा मुलगा भीमसिंग याने वडनगर, विशालनगर आणि ह्यांसारख्याच इतर काही संपन्न शहरांवर हल्ले चढविले.

१३. मराठ्यांची गुजराथवर स्वारी, १७०६

इ.सन १७०६ च्या आरंभी, राजपुत्र आझम याने अहमदाबादहून कूच केले (२५ नोव्हेंबर १७०५) आणि बिदर बख्त गुजराथेत येऊन पोहोचला (३० जुलै १७०६). यांच्या दरम्यानच्या मधल्या काळात मराठ्यांनी मोगलांच्या सैन्यावर एक फार मोठे संकट आणून टाकले. या प्रांताला काही काळ का होईना परंतु कसलेही संरक्षण नाही हे जाणून त्याचा फायदा धनाजी जाधवाच्या नेतृत्वाखाली मराठ्यांनी ताबडतोब घेतला. धनाजी जाधवाने रतनपूरला (राजपिपलामध्ये) मोगल सैन्याच्या दोन तुकड्यांवर हल्ला चढवून त्यांचा एकामागून एक असा पराभव केला. सब्दरखान बाबी आणि नजर अलीखान ह्या मोगलांच्या दोन प्रमुख पुढाऱ्यांना पकडण्यात आले आणि त्यांना ओलिस ठेवण्यात आले. त्यांच्या छावण्या लुटण्यात आल्या. यात मुसलमान मोठ्या संख्येने ठार मारले गेले किंवा त्यांची धरपकड करण्यात आली (१५ मार्च १७०६). ज्यावेळी अब्दुल हमीदखान (Deputy Governor) हा दुसरे सैन्य घेऊन स्वत: आला, त्यावेळी विजयी मराठ्यांनी बाबा पियारा ओढ्याजवळ त्याच्या लहानशा सैन्याला वेढले आणि डेप्युटी गव्हर्नरसहित सर्व मोगल प्रमुखांना पकडण्यात आले आणि त्यांच्या पूर्ण छावणीची आणि मालमत्तेची लूट करण्यात आली. यानंतर मराठ्यांनी भोवतालच्या सर्व प्रदेशात चौथाईची वसुली केली आणि ज्या शहरांनी आणि खेड्यांनी चौथाई भरण्यास असमर्थता व्यक्त केली ती गावे मराठ्यांनी लुटून घेतली आणि नंतरच ते माघारी परतले. या गोंधळाचा फायदा घेऊन कोळ्यांनी बंड केले आणि त्यांनी बडोद्यासारख्या संपन्न व्यापारी केंद्रावर हल्ला चढविला. त्यांची ही लूट दोन दिवसपावेतो चालू होती.

१४. बोहरा आणि खोजा पंथीयांचा धार्मिक छळ

इस्माइलिया पंथाचा थोर आध्यात्मिक गुरू कुतुब याला औरंगजेबाने आपल्या कारकिर्दीच्या प्रारंभी ठार मारले होते. इ.सन १७०५ मध्ये इस्माइलिया पंथाचा प्रमुख आणि कुतुबचा वारस याने आपले १२ प्रतिनिधी (दूत) आपल्या पंथाचा प्रसार करण्याकरिता पाठविले आहेत आणि ते आपली पाखंडी मते ऐकवून मुसलमानांना भ्रष्ट करीत आहे असे कळल्यावरून बादशहाने त्या बारा लोकांना आणि त्यांच्या जमातीतील संबंधित इतर व्यक्तींना पकडण्याची आज्ञा केली. त्यांना पकडण्यात आल्यानंतर अत्यंत सावधगिरीने सैनिक संरक्षणात त्याने जमविलेल्या पैशासहित आणि त्यांच्याजवळ त्यांच्या धर्माचे जे साठ पवित्र धर्मग्रंथ आहेत त्यांच्यासहित माझ्याकडे आणावे असेही त्या आदेशात म्हणण्यात आलेले होते. या आदेशाची काटेकोरपणे अंमलबजावणी करण्यात आली. याचबरोबर प्रत्येक खेड्यात आणि शहरात राहणाऱ्या निरक्षर बोहऱ्यांच्या मुलांना सुन्नी धर्माची शिकवण देण्याकरिता

त्याने प्रत्येक ठिकाणी सनातनी मुसलमान शिक्षकांचीही नेमणूक केली. आपल्या कारकिर्दीत अगोदरच त्याने बोहरा मशिदींचे रूपांतर सुन्नी मशिदींमध्ये केलेलेच होते.

याच पंथातील एका शाखेला काठेवाडमध्ये खोजा आणि गुजराथमध्ये मोमीन (किंवा मेहता) असे नाव मिळालेले होते. सैयद इमामुद्दीन या मुसलमान संताने ज्या असंख्य हिंदूंना मुसलमान धर्माची दीक्षा दिली, त्या बहुसंख्य हिंदूंचाच या पंथात समावेश होता. सैयद इमामुद्दीन याची कबर करमाठ (अहमदाबादपासून ९ मैलांवर) याठिकाणी होती आणि तेच खोजांचे पवित्र तीर्थस्थान होते. खोजा आपल्या आध्यात्मिक गुरूला परमेश्वरासमान मानीत. त्याच्या पायाचे चुंबन घेत. त्याच्या पायावर सोने आणि चांदी अर्पण करीत आणि तोवर हा धर्मगुरू राजवैभवात एका पडद्यामागे बसलेला असे. खोजा अनुयायी आपल्या वार्षिक उत्पन्नाचा एक दशांश हिस्सा आपल्या धर्मगुरूला देऊन त्याचा चरितार्थ चालवीत. औरंगजेबाने खोजांच्या या धर्मगुरूला म्हणजे सैयद शाहजीला पकडण्याचा हुकूम दिला. वाटेत विष प्राशन करून या धर्मगुरूने देहत्याग केल्यामुळे त्याच्या १२ वर्षांच्याच मुलाला औरंगजेबाकडे पाठविण्यात आले. यावर संतप्त होऊन गुजराथमधल्या त्याच्या अनुयायांनी गुजराथच्या सुभेदाराविरुद्ध बंड पुकारले. आमचा प्रमुख धर्मगुरू हा या सुभेदारानेच ठार मारला, असा त्यांनी त्याच्यावर आरोप केला. भडोचच्या फौजदारावर त्यांनी हल्ला चढविला. त्यात तो फौजदार ठार मारला गेला. त्यानंतर बंडवाल्यांनी भडोच शहराचा ताबा आपल्याकडे घेतला आणि ४,००० शूर सैनिक त्यांच्या पाठीशी असल्यामुळे किल्ल्याचा ताबा सोडला नाही (ऑक्टोबर १६८५). त्यानंतर मोगल सुभेदाराने दीर्घकाळपर्यंत किल्ल्याला वेढा दिल्यानंतर किल्ला त्याने पुन्हा जिंकून घेतला आणि आतल्या धर्मवेड्या लोकांची त्याने कत्तल केली.

❐

प्रकरण एकोणीस

औरंगजेबाचे चारित्र्य आणि त्याच्या कारकिर्दीचा इतिहास

१. हिंदुस्थानच्या संपन्नतेचे मूळ कारण म्हणजे शांतता

मोगल साम्राज्याच्या बाहेरच्या निरीक्षकांच्या दृष्टिकोनातून पाहता औरंगजेब ज्यावेळी दिल्लीच्या गादीवर बसला, त्यावेळी मोगल साम्राज्याने वैभवाचा आणि सत्तेचा कळस गाठलेला होता. ''हिंदुस्थानच्या संपत्तीची कीर्ती दूरदूरच्या देशात जाऊन पसरली होती आणि मोगलांच्या दरबाराचा थाटमाट आणि वैभव पाहून व्हर्सायचे वैभव पाहण्याची ज्यांच्या डोळ्यांना सवय झालेली होती त्यांचेही डोळे दीपून गेलेले होते'' आणि म्हणून ज्यावेळी औरंगजेबासारखा अनुभवी कारभारी आणि वाकबगार सेनापती आणि त्यातल्या त्यात जो आपल्या खाजगी जीवनात अतिशय साधा आणि कमालीचा सदाचरणी होता त्याच्यावर तो तारुण्याच्या ऐन बहरात असताना आणि त्याची बुद्धी पूर्णपणे शाबूत असताना संपन्न आणि परंपरागत साम्राज्याचा एक वारस ह्या नात्याने मार्गदर्शन करण्याची जबाबदारी येऊन पडली. त्यावेळी तो ह्या साम्राज्याला कोणी कल्पना करणार नाही अशा वैभवाच्या आणि कीर्तीच्या शिखरावर नेऊन पोहोचवील अशी सर्व लोकांना मोठी आशा निर्माण झाली. परंतु प्रत्यक्षात मात्र औरंगजेबाच्या दीर्घ आणि कष्टकारक कारकिर्दीचा परिणाम हा मोगल साम्राज्याच्या पूर्ण विघटनात आणि दु:खात घडून आला असे दिसून येते. ह्या आश्चर्यकारक घटनेची कारणे शोधून काढणे हे प्रत्येक खऱ्या इतिहासकाराचे कर्तव्य समजले पाहिजे.

हिंदुस्थानसारख्या गरम, दमट आणि सुपीक देशावर निसर्गाचा इतका वरदहस्त आहे की माणसाने, पशूंनी किंवा सूर्याच्या प्रखर उष्णतेने किंवा पावसाने ह्या प्रदेशाचे कितीही नुकसान केले तरी ते नुकसान झपाट्याने भरून निघते आणि त्यामुळे जगातल्या इतर कोणत्याही प्रदेशापेक्षा इथले राष्ट्रीय जीवन हे जास्त प्रमाणात सुस्थित आढळते. देशाबाहेर शांततेची परिस्थिती आणि आत प्रगती करण्याची दुर्दम्य इच्छा असल्यास भारतीय लोकांची, संपन्नता, सामर्थ्य आणि संस्कृती ह्या विविध क्षेत्रांत अत्यंत झपाट्याने नेहमीच प्रगती होते. पहिल्या मान्सूनचा पाऊस पडून गेल्यानंतर निरनिराळ्या वनस्पती ज्या वेगाने तरारून उगवतात त्याच वेगाशी त्याची तुलना करता येईल. अकबर, त्याचा मुलगा आणि त्याचा नातू यांनी एक शतकभर अशा काही शहाणपणाने

राज्य केले आणि असे काही सामर्थ्यशाली शासन प्रस्थापित केले की, त्यामुळे दाट वस्तीच्या संपन्न अशा अर्ध्या हिंदुस्थानात प्रगतीची एक लाटच निर्माण झाली. दुसऱ्या पानिपताच्या युद्धानंतर मोगलांना जे शेकडो विजय मिळाले त्यामुळे भारतीय जगतात मोगलांचा कोणीच पराभव करू शकत नाही आणि मोगल प्रदेशावर आक्रमण करण्याचे सामर्थ्यही कोणात नाही अशी समजूत पक्की झालेली होती. ह्या समजुतीला प्रथमत: कोणी धक्का दिला असेल तर तो शिवाजीने दिला. मोगल साम्राज्याच्या आवश्यकतेच्या समर्थनाचा एकमेव आधार म्हणजे साम्राज्यातील शांतता. ती आता औरंगजेबाच्या मृत्यूनंतर हिंदुस्थानातून नाहीशी झाली.

प्रामुख्याने शेती हा व्यवसाय असणाऱ्या हिंदुस्थानसारख्या देशात जमीन कसणारा शेतकरी हाच राष्ट्रीय संपत्तीचा मूलाधार होता. प्रत्यक्षपणे म्हणा किंवा अप्रत्यक्षपणे म्हणा, जमिनीमुळेच ''वार्षिक राष्ट्रीय उत्पन्नात'' भर पडत होती. प्रत्यक्ष कारागीरसुद्धा आपल्या हातांनी बनविलेल्या मालाच्या विक्रीकरिता, शेतकऱ्यांवर आणि महसुलाचे उत्पन्न मिळाल्याने सधन बनलेल्या इतर वर्गांवर अवलंबून असत आणि शेतकऱ्यांजवळ इतरांनाही पुरेल इतके धान्य न झाल्यास ते सुद्धा हाताने बनविलेल्या वस्तू विकत घेऊ शकत नसत. म्हणून हिंदुस्थानात शेतकऱ्यांचा नाश होणे याचा अर्थ बिनशेतकरी वर्गांचाही नाश होणे, असा होत होता. राज्यात शांतता नांदणे आणि संपत्तीला सुरक्षितता लाभणे हे केवळ शेतकऱ्यांकरिता आणि कारागिरांकरिताच आवश्यक होते असे नसून व्यापाऱ्यालाही त्याची आवश्यकता होती. आपल्या मालाला बाजारपेठ धुंडून काढण्यापूर्वी त्याला आपला माल दूरदूर न्यावा लागत होता आणि दीर्घ मुदतीची कर्जे लोकांना द्यावी लागत होती. शेवटी शेतकऱ्याने उत्पादन केलेल्या मालातून काही शिल्लक टाकली तरच संपत्ती निर्माण होऊ शकत होती. कोणत्याही कारणांनी शेतकऱ्याची उत्पादनक्षमता कमी झाल्यास किंवा त्याच्या संपत्तीबाबत असुरक्षिततेची भावना निर्माण झाल्यामुळे काटकसर करण्याच्या त्याच्या वृत्तीस धक्का बसल्यास त्यामुळे राष्ट्रीय भांडवल वाढणे कठीण होत होते आणि त्यामुळे देशाच्या आर्थिक स्थैर्याला धक्का बसत होता. हिंदुस्थानात गोंधळ आणि असुरक्षितता निर्माण झाल्यास त्याचे सार्वत्रिक आणि कायम परिणाम काय होतात हे यावरून दिसून येत होते. औरंगजेबाच्या कारकिर्दीत ह्या सत्याचा पडताळा वारंवार आला किंबहुना ते सत्य पडताळून पाहण्याकरिता औरंगजेबाची कारकीर्द हे उत्तम उदाहरण ठरले.

२. औरंजेबाच्या सतत युद्धांमुळे निर्माण झालेली आर्थिक ओहोटी

औरंगजेबाच्या दक्षिण हिंदुस्थानातील पावशतकभर चाललेल्या सतत युद्धांमुळे जी आर्थिक तूट निर्माण झाली, तिचे स्वरूप महाभयानक आणि परिणाम दूरगामी

आणि कायम टिकणारे होते. मोगल सैन्याने ज्या सतत स्वाऱ्या केल्या आणि विशेषत: त्यांनी जे असंख्य वेळा वेढे दिले, त्यामुळे जंगलांचा आणि वैरणाचा समूळ नाश झाला. सरकारी कागदपत्रातच ज्यांची संख्या १,७०,००० दिलेली होती अशा विशाल मोगल सैन्याने आणि बहुदा त्याच्या दसपट त्यांच्या सोबत जाणाऱ्या इतर बिन-लढवय्या सहाय्यकांनी लवकरच त्यांनी जिथे जिथे मुक्काम केला, त्याच्या सभोवतालच्या सर्व प्रदेशात जे जे काही हिरवे सापडेल ते खाऊन फस्त केले. ह्याशिवाय मराठा हल्लेखोरांना आपल्या सोबत जे काही नेता येत नव्हते ते त्यांनी नष्ट केले. उभ्या पिकात त्यांनी आपल्या घोड्यांना चरण्याला सोडले. जी मालमत्ता सोबत नेण्याच्या दृष्टीने अवजड होती त्या सर्व मालमत्तेला आणि घरादारांना त्यांनी आगी लावून दिल्या. म्हणून आपली शेवटची स्वारी आटोपून ज्यावेळी औरंगजेब इ.स.१७०५ मध्ये माघारी आला त्यावेळी सर्व देश उजाड बनलेला होता यात आश्चर्य वाटण्यासारखे काहीच नाही. ''त्याने आपल्या मागे ह्या प्रांतातील शेतात एकही झाड किंवा एकही रोप शिल्लक ठेवले नाही. त्यांच्या जागी मृत माणसांचे आणि पशूंचे सांगाडे सर्वत्र विखुरलेले दिसू लागले.'' (मनुकी) अत्यंत व्यापक प्रमाणात हा जो वनस्पतींचा आणि जंगलांचा विध्वंस करण्यात आला, त्याचा शेतीवर अतिशय विपरीत घडून आला. ह्या सतत चाललेल्या युद्धांमुळे मोगल साम्राज्याची तिजोरी पूर्ण रिकामी होऊन मोगल शासक आणि खाजगी मालक हे दोघेही सारख्याच प्रमाणात इतके दरिद्री बनले की अनेक दिवसांच्या सतत वापरामुळे ज्या इमारती आणि रस्ते खराब झालेले होते तेही दुरुस्त करण्याकरिता त्यांच्याजवळ पैसे राहिले नाहीत.

मजुरी करणारे जे असंख्य लोक होते त्यांना पाशवी धरपकड, वेठबिगारी आणि उपासमार इत्यादी संकटांना तर वारंवार तोंड द्यावे लागतच होते परंतु ते साथीच्या रोगांनाही बळी पडत आणि अशा साथी वारंवार उद्‌भवत असत. ज्या बादशहाच्या छावणीत जास्तीत जास्त सुखसोयी, सुरक्षितता आणि सुसंस्कृत जीवन अपेक्षित होते, त्याठिकाणी सुद्धा दक्षिण युद्धात दरवर्षी एक लाख माणसे मृत्युमुखी पडली आणि ३ लाख घोडे, बैल, उंट आणि हत्ती यांचा विनाश घडून येत होता असे नमूद केलेले आढळते. गोवळकोंड्याच्या किल्ल्याला वेढा चालू असताना (१६८७) त्याठिकाणी दुष्काळ निर्माण झाला. ''हैद्राबाद शहरात घरेदारे, नदी आणि मोकळी मैदाने प्रेतांनी भरून गेलीत. तशीच परिस्थिती बादशहाच्या छावणीतही होती. ....कोसच्या कोस चालत गेले तरी नजरेला प्रेतांच्या ढिगांशिवाय दुसरे काहीच दिसत नव्हते. सतत पाऊस पडल्याने मांस आणि कातडी सडून गेली....काही महिन्यांनंतर पाऊस थांबल्यानंतर हाडांचे सांगाडे दुरून बर्फाच्या ढिगाप्रमाणे दिसू लागलेत.'' आतापर्यंत

ज्या प्रदेशात शांतता आणि भरभराट नांदत होती, त्याही प्रदेशात तसाच उजाडपणा दिसू लागला. पूर्वकर्नाटकातील परिस्थितीसंबंधी लिहितांना अत्यंत सूक्ष्म नजर असलेल्या भीमसेनाने लिहिले, ''विजापूर, गोवळकोंडा आणि तेलंगणा यांतील राजघराण्यांचे राज्य असताना ह्या प्रदेशात लागवडीकडे पूर्ण लक्ष देण्यात येत होते. परंतु आता मोगल सैन्याचे ह्या प्रदेशातून कूच झाल्याने ह्यातील कित्येक प्रदेश उजाड बनलेले आहेत. त्यामुळे लोकांना मोठ्या हालअपेष्टांना आणि दडपशाहीला तोंड द्यावे लागले.'' त्याने हीच परिस्थिती वऱ्हाडमध्ये असल्याचेही नमूद केले.

इ.स.१६८८ मध्ये विजापूर मध्ये ब्युबोनिक नावाच्या भयंकर प्लेगची साथ आली आणि त्यात केवळ तीन महिन्यांत १,००,००० लोक मृत्युमुखी पडले. त्याचप्रमाणे १६९४ च्या ऑगस्ट महिन्यात राजपुत्र आझमच्या छावणीतही तशीच प्लेगची साथ आल्याचे आपल्याला वाचायला मिळते. इंग्रजांच्या सुरतेच्या वखारीतील कागदपत्रात सुद्धा आपल्याला पश्चिम भारतात १६९४ आणि १६९६ मध्ये तशाच भयानक प्लेगच्या साथी आल्याचे कळविलेले आपल्याला आढळते. (त्यात ९५,००० माणसे मृत झाली.) केवळ एक उदाहरण जरी वानगीदाखल घेतले तरी १७०२-१७०४ मध्ये जे दुर्भिक्ष निर्माण झाले आणि प्लेगची साथ आली त्यात २० लाख लोक मृत्युमुखी पडले. रोगांच्या साथीबरोबरच पूर, अवर्षण, अतिवृष्टी आणि अकाली पाऊस ह्यांसारख्या नैसर्गिक आपत्तीसुद्धा १८व्या शतकाच्या प्रारंभी दक्षिण हिंदुस्थानात वारंवार येत असत आणि त्यामुळे आक्रमक आणि स्थानिक लोक ह्यांच्या हालअपेष्टांमध्ये भरच पडत असे आणि त्यामुळे लोकसंख्येत अधिकच घट घडून आली. युद्ध जवळजवळ एक पिढी चालू राहिल्याने कोणतीही शिल्लक पडू शकली नाही किंवा सर्वसाधारण लोकांत प्रतिकारशक्तीही उरली नाही. त्यांनी जे काही उत्पादन केले किंवा ज्याचा साठा केला, ते दोन्ही बाजूच्या लुटारूंनी खाऊन फस्त केले आणि त्यामुळे ज्यावेळी दुष्काळ किंवा दुर्भिक्ष निर्माण झाले त्यावेळी शेतकरी आणि ज्यांच्याजवळ शेती नाही असे शेतमजूर माशा मरतात त्याप्रमाणे असहाय्यपणे मृत्युमुखी पडले. बादशहाच्या छावणीत नेहमीच दुर्भिक्ष असे आणि त्याचेच रूपांतर नेहमी दुष्काळात होत असे. पूर्वी हिंदुस्थानात धान्य अतिशय स्वस्त किमतीत मिळत असे परंतु आता ती गोष्ट हिंदुस्थानच्या अनेक भागात एक पुराणातली विस्मृत गोष्ट होऊन बसली.

३. युद्ध, गोंधळ आणि सरकारी वसुली यांमुळे व्यापार आणि उद्योगधंदे यांची झालेली हानी

जमिनीची मशागत किंवा लागवड करण्याकरिता जी शांतता किंवा सुरक्षितता आवश्यक असते, ती अनेक प्रदेशात नसल्याने उपाशी आणि पीडित शेतकऱ्यांनी

उपजीविकेचा दुसरा कोणताच मार्ग शिल्लक न राहिल्याने मोठ्या प्रमाणात दरोडेखोरीला प्रारंभ केला. दक्षिणेत त्यांनी शस्त्रास्त्रे आणि घोडे जमविले आणि मराठ्यांच्या निरनिराळ्या स्वाऱ्यांत ते सामील होऊ लागले. पुष्कळ ठिकाणी स्थानिक टोळ्यासुद्धा बनविण्यात आल्या. त्यामुळे पुष्कळ लोकांना कामे मिळून त्यात धाडसी होते त्यांना कीर्ती आणि संपत्ती मिळविण्याचा हा मोठाच योग प्राप्त झाला. दक्षिणेत ह्या दुर्दैवी पाव शतकात व्यापार जवळजवळ बंद पडला. उंटांचे जे व्यापारी काफिले असत त्यांना नर्मदा नदीच्या दक्षिणेला सैन्याच्या पहाऱ्याखालीच प्रवास करता येई; म्हणून त्यांना संरक्षित शहरात तिथून आपल्या नियोजित जागी सुरक्षित जाण्याकरिता योग्य संधीची वाट पाहत दिवसच्या दिवस घालवावे लागत. मराठ्यांनी नर्मदेच्या दक्षिणेला केलेल्या उपद्रवामुळे प्रत्यक्ष बादशहाची पत्रे आणि बादशहाच्या भोजनाकरिता फळांच्या ज्या खास करंड्या पाठविण्यात आलेल्या होत्या, त्याही नर्मदेवर जवळजवळ पाच महिने अडकून पडल्या असे आपल्याला याच काळात वाचायला मिळते.

ज्या ठिकाणी प्रत्यक्ष युद्ध चालू नव्हते अशा प्रदेशातसुद्धा (जसे बंगालमध्ये) केंद्रीय शासन दुर्बळ झाल्यामुळे तिथल्या प्रांतीय सुभेदारांची केंद्रीय आदेशांचे उल्लंघन करण्याची हिंमत वाढलेली होती आणि अशा सुभेदारांनी व्यापाऱ्यांकडून कल्पना करता येणार नाही अशा कमी किमतीत माल खरेदी करून तो उघड्या बाजारात विकण्याची आणि त्यातून अमाप पैसा कमविण्याची स्पर्धाच चालविलेली होती. यातच निरनिराळे कारागीर आणि व्यापारी यांच्याकडून जी बक्षिसे किंवा कर (अबवाब) उपटावयास बादशहाने बंदी केली होती, ते अबवाब कर वसूल करून आपल्या संपत्तीत भर घालण्याची नवीनच प्रथा ह्या सुभेदारांनी निर्माण केली होती. (माझे ''मोगल प्रशासन'' ह्या ग्रंथातील प्रकरण तिसरे पाहा.) अशा रीतीने आपल्या घरी सुरक्षितता न राहिल्याने आणि दूरच्या अंतरावर खरेदी करता येणे शक्य नसल्याने तटबंदीचे संरक्षण असलेल्या शहरांव्यतिरिक्त हस्तकौशल्याचे उद्योगधंदे इतर कुठेही चालणे अशक्य होऊन बसले. ग्रामीण उद्योगधंदे आणि ह्या उद्योगधंद्यात गुंतलेले निरनिराळे वर्ग हे हळूहळू दिसेनासे झाले. कर्नाटकाकरिता मोगल-मराठा हा जो संघर्ष निर्माण झाला (१६९०-१६९८) त्यामुळे मद्रासच्या किनाऱ्यावर इतकी असुरक्षित परिस्थिती निर्माण झाली की, तिथे विणकरांची दाट लोकवस्ती असूनही इंग्रज आणि फ्रेंच वखारीच्या मालकांना युरोपात जाणाऱ्या आपल्या जहाजांवर चढविण्याकरिता पुरेसे कापड उपलब्ध होईना. अशा रीतीने सर्व देश आर्थिकदृष्ट्या भिकेस लागला. ''राष्ट्रीय उत्पन्नातच'' घट झाली असे नसून यांत्रिक कौशल्य झपाट्याने खालावत गेले, संस्कृतीची अवनती होत गेली आणि देशातल्या विविध प्रदेशातून उत्तमोत्तम कला, हस्तकौशल्य इत्यादींचा पूर्ण लोप घडून आला.

स्वारी करण्याकरिता लांबलांबच्या मजला मारतांना मोगल सैनिक नेहमी घोड्यांच्या टापांखाली पिके तुडवीत असत आणि अशा वेळी जी हानी होईल त्याचा मोबदला देण्याकरिता मोगल बादशहाने जरी खास अधिकाऱ्यांची नेमणूक केलेली होती (पायमाली-इ-जराईत) तरी त्याला आर्थिक अडचणी निर्माण झाल्यानंतर ह्या मानवी प्रश्नाकडे साहजिकच दुर्लक्ष झाले. परंतु शेतकऱ्यांवर खरे अत्याचार ज्यांच्याकडून होत तो वर्ग म्हणजे मुख्य फौजेच्या पाठोपाठ येणारा बाजारबुणग्यांचा वर्ग. ह्या वर्गात दिवसा मजुरीची कामे करणाऱ्यांचा, दरवेशी आणि इतर भटक्या लोकांचा, ज्यांच्यावर काही जबाबदारी नाही किंवा ज्यांचे काही खास वर्णन करता येणार नाही अशा लोकांच्या झुंडीच्या झुंडीचा समावेश होत असे. औरंगजेबाचे ''तंबूंचे सतत स्थलांतर करणारे शहर'' ज्या ज्या ठिकाणी जाईल, त्या त्या ठिकाणी हा जमाव आपल्याला त्यांच्याकडून काहीतरी प्राप्ती होईल ह्या आशेने त्याच्या मागोमाग जात असे. यातही मोगल सैन्याला आपले उंट भाड्याने देणारे जे बलुची होते आणि नोकरी शोधण्याकरिता सैन्याबरोबर जे अफगाण येत असत, तेच खेड्यातल्या लोकांवर दयामाया न ठेवता अत्याचार करीत असत. यातच धान्याची ने-आण करणारे जे वंजारा लोक असत, ते आपल्या बैलगाडीत धान्य चढवून टोळ्यांनी संचार करीत. त्यांची संख्या पुष्कळदा ५००० पर्यंत जात असे. संख्येमुळे ते इतके उन्मत्त होत की अनेकदा ते मोगलांच्या स्थानिक अधिकाऱ्यांनाही जुमानत नसत आणि आणि आजूबाजूच्या खेड्यापाड्यात ते लूट करीत आणि कायद्याचा मुलाहिजा न ठेवता ते उभ्या पिकात आपली गुरेढोरे चरण्याकरिता पाठवीत. पुष्कळदा तर सरकारी पत्रे, हेरांची वृत्ते आणि बादशहाला खास देण्याकरिता आलेले फळांचे पेटारे याची ने-आण करणारे बादशहाचे खास हरकारे (त्यांना गुजराथमध्ये मेवर म्हणत) सुद्धा जातांना त्यांना जी खेडी लागत, त्यातील गरीब खेडुतांना लुबाडीत असत. मराठ्यांचे सैन्य एखाद्या प्रदेशातून निघून गेल्यानंतर त्यांच्या मागोमागच बेरड आणि पेंढारी यांचा जमाव जात असे आणि ते तर उघडउघड लुटारू म्हणूनच लोकांत ओळखले जात.

यानंतर त्याच खेड्यातील जहागीरदार पुष्कळवेळा बदलले जात. त्यावेळी येणाऱ्या आणि जाणाऱ्या जहागीरदाराचे दिवाणजी खेड्यातच असत. महसूल कधीच फिटला जात नाही ह्या न्यायाने जुन्या जहागीरदाराचा दिवाणजी तिथून जाण्यापूर्वी तिथल्या शेतकऱ्यांना पूर्णपणे पिळून घेत असे आणि नवीन जहागीरदार त्या खेड्यात कामावर आल्यानंतर सुद्धा जुना दिवाणजी काही महिनेपर्यंत तिथेच मुक्काम ठोकून असे. त्यानंतर नवीन जहागीरदार स्वत:ची उपासमार होऊ नये म्हणून ह्या अर्धमृत झालेल्या शेतकऱ्याला स्वत:च्या आर्थिक मागण्यांकरिता भरडून काढीत असे.

४. मोगल शासनाची दिवाळखोरी

इंग्रजांनी हिंदुस्थान जिंकून घेतला तो एका झटक्यात न जिंकता पायरीपायरीने घेतला, त्यांनी एकामागून एक स्वाऱ्या केल्या आणि अखंड विजय मिळविला असे दिसत नाही. उलट एका आक्रमक गव्हर्नर जनरलनंतर शांततावादी आणि तटस्थतेचे धोरण अमलात आणणारा, काटकसरी असा गव्हर्नर जनरल असलेला आपल्याला दिसतो. वॉरन हेस्टिंग्जने क्लाईव्ह आणि व्हॉन्सिटार्ट यांनी लढलेल्या युद्धामुळे जी आर्थिक खाई निर्माण झाली ती भरून काढली आणि वेलस्लीला राज्याचा लष्करी विस्तार घडवून आणण्याकरिता त्याने पाया तयार केला. वेलस्लीने साम्राज्यविस्ताराचे धोरण एका धुंदीत अमलात आणले त्यामुळे जी आर्थिक दिवाळखोरी निर्माण झाली ती दूर करण्याचे कार्य मवाळ अशा मिंटो यांनी करून दाखविले. भांडखोर मार्क्विस ऑफ हेस्टिंग्जने किंवा अर्ल अम्हर्स्टने तिजोरीत ती तूट निर्माण करून ठेवली, ती शांततावादी बेंटिकने भरून काढली. परंतु औरंगजेबाने असे काहीही केले नाही. १६७९ पासून मारवाडच्या स्वारीवर तो निघाला तेव्हापासूनच त्याची कारकीर्द म्हणजे एक दीर्घ युद्धच ठरले. मधला काही काळ शांततेचा, विश्रांतीचा आणि काटकसरीचा घालवावा, त्यामुळेच आपल्या प्रजेला निदान श्वास घेण्याला फुरसत सापडेल, युद्धात जी काही हानी झालेली असेल ती हानी भरून निघेल आणि पुढील युद्धे लढविण्याकरिता त्यामुळे गंगाजळी निर्माण होऊ शकेल याची त्याला आवश्यकताच वाटली नाही. लवकरच त्याला चालू महसुलाच्या उत्पन्नातून, १६७९ मध्ये हिंदूंवर जो जिझिया कर लावण्यात आला त्यातील उत्पन्नातून आणि इतकेच नव्हे तर आग्रा आणि दिल्लीचा किल्ला यांच्यात त्याच्या वाडवडिलांनी जी वंशपरंपरागत संपत्ती ठेवली होती, त्यातून खर्च करावा लागू लागला.

अशा प्रकारे साम्राज्याची शेवटची शिल्लक खर्च झाली आणि सार्वजनिक दिवाळखोरीचा प्रसंग येऊन ठेपला. सैनिकांचे आणि मुलकी अधिकाऱ्यांचे पगार तीन वर्षांपासून थकले. पगार न मिळाल्यामुळे उपासमार सहन करावी लागणाऱ्या ह्या माणसांना, स्थानिक दुकानदारांनीही त्यांना उधार देण्याचे बंद केल्यामुळे पुष्कळदा बादशहाच्या दरबारात प्रक्षोभांचे प्रसंग निर्माण झाले, काही वेळा त्यांनी आपल्या सेनापतीने नेमलेल्या व्यवस्थापकाला दुरुत्तरे केली, काही वेळा त्याला बडवून सुद्धा काढले. शत्रूच्या कोणत्याही सेनानायकाने आपला पक्ष सोडून मोगलांना सामील झाल्यास किंवा कोणत्याही किल्लेदाराने आपला किल्ला सोडून तो मोगलांच्या ताब्यात दिल्यास त्याकरिता मोगल शासकांनी मागचा पुढचा विचार न करता वाटेल तसा पैसा त्यांना देण्याची आणि सैन्यात वरच्या जागा देण्याची वचने दिली. ही सर्व वचने पाळणे मानवी

शक्तीबाहेरचे होते. त्यामुळे ज्यांना इनामे द्यावयाची होती त्यांच्याकरिता बनविलेल्या सूचीतील जहागीरदारांना देण्याकरिता म्हणून जी इनाम-जमीन आवश्यक होती ती तर साम्राज्यातील सर्व जहागिरींचे वाटप करून सुद्धा पुरणार नाही इतकी ती सूची फुगलेली होती ! पगाराच्या ऐवजी ज्यावेळी वित्त-विभाग एखादी जमीन इनाम म्हणून एखाद्याला देत असे, त्यावेळी ते आदेश कित्येक वर्षेपर्यंत कागदावरच राहत असत कारण अशा माणसांना प्रत्यक्षात खेडी इनामे म्हणून देणे अशक्य असे. जहागीर देण्याचा हुकूम आणि प्रत्यक्षात जहागीर हाती येण्याची घटना यांच्या दरम्यान इतका वेळ जात असे की, त्यात एखाद्याचे केस पांढरे व्हावे असे मोठ्या उपहासाने म्हणण्यात येई ! मराठ्यांचा अगदी लहानातला लहान गौण किल्ला लाचलुचपतीने घ्यावयाचा म्हणजे त्याच्या किल्लेदाराला ४५,००० रुपये रोख रकमेत द्यावे लागत आणि अशा दराने सर्व किल्ले घ्यावयाचे म्हणजे बादशहा त्यातच थकून गेला असता आणि तरीसुद्धा बादशहाने हट्टीपणाने प्रचंड लाचलुचपत देऊन किंवा त्यांना वेढा देऊन एकामागून एक किल्ले घेतले. वेढा देऊन किल्ला घेण्याचा खर्च तर त्याच्या दसपट येत होता.

दक्षिणेतील मोगल सैन्याचे धैर्य अखेरीस संपुष्टात आले. ह्या निष्फळ आणि कधीच न संपणाऱ्या युद्धांचा सैनिकांना अतिशय वीट आला. *परंतु औरंगजेब कोणाचाही मित्रत्वाचा सल्ला ऐकण्यास किंवा विरोधी विचार मनावर घेण्यास अजिबात तयार नव्हता. त्याचा वजीर आसदखान याने ज्यावेळी विजापूर आणि गोवळकोंडा आपण जिंकल्याने आता आपल्याला दक्षिणेत कोणतेच काम उरले नाही म्हणून दिल्लीस परत येण्याचा आपण विचार करीत आहोत असे सुचविण्याची हिंमत केली त्यावेळी त्यालासुद्धा औरंगजेबाचे दटावणीचे आणि रागाचे पत्र आले,

"तुझ्यासारख्या जुन्या वृद्ध मोगल सेवकाने अशी विनंती करावी याचे मला अत्यंत आश्चर्य वाटते. ....माझ्या शरीरात जोपर्यंत प्राण आहेत तोपर्यंत मला विश्रांती नाही."
ज्यांनी कधीही शहरात प्रवेश केला नाही किंवा विटांचे किंवा दगडांचे घर पाहिले नाही आणि ज्यांनी आपले सर्व जीवन तंबूत घालविले आणि एका छावणीतून दुसऱ्या छावणीत जाण्यातच ज्यांचे सारे जीवन खर्ची पडले अशा मोगल अनुयायांची एक पिढीच्या पिढी दक्षिणेत उदयाला आली. पुढल्या पिढीमध्ये आम्हाला मोगल साम्राज्याची सेवा करता येणार नाही कारण आपल्याला आपले सर्व जीवन दक्षिण युद्धातच घालवावे लागले आणि घरी परतायला आणि प्रजोत्पादन करण्याला आम्हाला सवडच सापडली नाही अशी तक्रार राजपूत सैनिक करू लागले. दक्षिणेतील मोगल

(*टीप : "वाळवंटातून आणि जंगलातून मी सतत कूच करीत असल्याने माझे अधिकारी माझ्या मृत्यूची इच्छा करीत आहेत." ॲनेक्डोट्स, ११)

छावणीत राहणाऱ्या आणि घराची ओढ निर्माण झालेल्या एका मोगल सरदाराने आपली बदली दिल्लीला व्हावी ह्याकरिता खुद्द बादशहालाच एक लाख रुपयांची लाच देऊ केली !

५. प्रशासकीय अध:पतन आणि सार्वजनिक उपद्रव

अव्वाच्या सव्वा झालेला खर्च आणि दक्षिणेत सतत चाललेले युद्ध यांचा उत्तर हिंदुस्थानातील परिस्थितीवर विपरीत परिणाम घडून आला. मोगल साम्राज्यातील जे जुने आणि जास्त सुस्थिर झालेले संपन्न सुभे होते त्यात मानवी शक्ती, संपत्ती आणि बुद्धी यांची मोठ्या प्रमाणात ओहोटी घडून आली. त्या सुभ्यातील उत्तम सैनिक, सर्वोच्च अधिकारी आणि सुभ्यात वसूल झालेले महसुलाचे संपूर्ण उत्पन्न हे दक्षिण हिंदुस्थानात पाठविले गेले तर उत्तर हिंदुस्थानातील सुभ्यांचा कारभार दुय्यम अधिकाऱ्यांमार्फत पाहिला गेला. ह्या अधिकाऱ्यांजवळ मोगल साम्राज्याची सत्ता टिकवून धरण्याकरिता आवश्यक असणारे सैन्य पुरेशा प्रमाणात नसल्याने आणि त्यांच्याजवळ त्याकरिता पुरेसा पैसाही नसल्याने सत्ता टिकवून धरणे त्यांना कठीण होऊन बसले. त्यामुळे कायदा न जुमानणारे सर्व वर्गातील बंडखोर लोक आता उत्तर आणि इतर हिंदुस्थानात आपले डोके वर काढू लागले परंतु त्याचे प्रमाण दक्षिणेपेक्षा उत्तरेत जास्त होते. मोगलांच्या आगमनापूर्वी ज्यांचे वाडवडील हिंदुस्थानात राज्य करीत होते असे स्वाभिमानी जमीनदार, निरनिराळ्या परगण्यांमध्ये (विशेषत: बंगाल, जौनपूर, माळवा, अलाहाबाद आणि उत्तर ओरिसा ह्यात) स्थायिक झालेल्या आणि अजूनही आपण हिंदुस्थानात आपले राज्य परत मिळवू शकू अशी स्वप्ने ज्यांना पडत होती अशी अफगाण कुटुंबे, औरंगजेबाच्या हुकुमान्वये ज्यांची राज्ये किंवा जहागिरी हिरावून घेण्यात आलेली होती त्यांचे वारस, आग्र्याच्या पश्चिमेकडील जाट शेतकरी आणि दिल्लीच्या नैर्ऋत्येला मेवाती यांसारख्या बंडखोर टोळ्या आणि अवधमधील बंडखोर राजपूत खेडूत आणि दक्षिण बिहारातील उज्जैयिनी लोक ह्या सर्वांनी मोगल शासनाविरुद्ध बंड पुकारले आणि आपल्या दुर्बळ शेजाऱ्यांवर हल्ले करण्याला त्यांनी प्रारंभ केला. स्थानिक सुभेदारांना त्यांचा बंदोबस्त करता आला नाही कारण त्यांचे उत्पन्न त्यांच्या प्रचंड जबाबदारीच्या मानाने अगोदरच कागदपत्रांवर अपुरे होते, ते सुद्धा प्रत्यक्षात झपाट्याने कमी होऊ लागले. ही जी सर्वसाधारण अस्वस्थतेची परिस्थिती निर्माण झाली, त्यामुळे शेतकऱ्यांकडून वसूल होत असलेल्या महसुलाच्या उत्पन्नात सुद्धा त्यामुळे घट निर्माण झाली. मोगल जहागिरींची व्यवस्था किंवा कारभार ज्या प्रकारे पाहिला जात होता तशी शेतकऱ्यांचे नुकसान करणारी आणि त्यामुळे शासनाचीही दीर्घकालीन हानी करणारी दुसरी कोणतीही पद्धती असेल याची कल्पना

करणेही कठीण होते. ह्या पद्धतीचा परिणाम म्हणून विरोधी जहागीरदारांच्या प्रतिनिधींकडून किंवा त्याच जहागीरदाराने नेमलेल्या, एकामागून एक आलेल्या दिवाणजींकडून शेतकऱ्यांची बेगुमानपणे लूट होत होती. ''त्याच अधिकाऱ्याकडे पुढील वर्षी जहागीर राहील किंवा नाही याची अजिबात शाश्वती नाही. ज्यावेळी एखादा जहागीरदार महसूल वसूल करण्याकरिता एखादा दिवाणजी आपल्या जहागिरीत पाठवितो त्यावेळी तो प्रथमत: ह्या दिवाणजीकडून कर्जाच्या स्वरूपात काही रक्कम आगाऊ घेतो. हा दिवाणजी खेड्यात आल्यानंतर, आपल्यापेक्षा जास्त रक्कम कर्जाऊ देणारा एखादा दुसरा दिवाणजी आपल्या मागोमाग आपल्याला मदत करण्याकरिता म्हणून जहागीरदार पाठवेल ह्या भीतीच्या पोटी, वाटेल तसे अत्याचार करून शेतकऱ्यांकडून महसुलाची वसुली करण्याला, मागेपुढे पाहत नाही. यामुळे कुळांनी शेती करण्याचे सोडून दिले आहे; जहागीरदारांना त्यामुळे एका पैशाचेही उत्पन्न मिळत नाही'' (भीमसेन). महसूल वसुलीबाबतीत असेच हानिकारक धोरण बादशहाच्या जहागिरीतही अमलात आणण्यात आले आहे. (माझे 'स्टडीज इन मोगल इंडिया' हा ग्रंथ पाहा. पा.नं.२२३)

अशा रीतीने एक दुष्टचक्र निर्माण झाले. राजकीय अव्यवस्था निर्माण झाल्याने (महसुलाची पद्धती चुकीची होती हेही कारण आपण ह्या ठिकाणी नमूद केले पाहिजे) जहागिरींपासून कमी कमी उत्पन्न मिळत गेले. हे उत्पन्न कमी आल्याने सुभेदारांना आपल्या हाताखाली कमी सैन्य ठेवणे भाग पडले. सैन्याची संख्या अशा रीतीने कमी झाल्याने सर्वसाधारण लोकांत बंडाळीचे प्रमाण वाढले आणि त्याचा परिणाम म्हणून पुन्हा शेतकरी नागविले गेले आणि त्यामुळे महसुलाचे उत्पन्न पुन्हा घटले.

क्षत्रिय जातीत आपण जन्मलो आहोत असा दावा सांगणाऱ्या सर्व राजपुतांचा आणि तसा दावा सांगणाऱ्या सर्वच हिंदूंचा प्रमुख व्यवसाय युद्ध हाच होता. उत्तर हिंदुस्थानात शांतता प्रस्थापित झाल्याने तिथल्या लोकांना पश्चिमेकडे हिंदुस्थानच्या बाहेरील प्रदेशात किंवा दक्षिणेत अजून ज्या ठिकाणी मोगलांचे वर्चस्व प्रस्थापित झाले नाही, त्या प्रदेशात फक्त नोकऱ्या मिळण्याचा संभव राहिलेला होता. राजपुतांनी मोगलांच्या नेतृत्वाखाली मध्य-आशिया आणि कंदाहार ह्या प्रदेशात लढाया लढलेल्या होत्या. काबूल जरी मोगल साम्राज्याचा एक भाग समजला जात होता तरी औरंगजेबाच्या कारकिर्दीत मोगलांच्या लष्करी हालचाली हिंदुस्थानपुरत्याच मर्यादित होत्या. त्याने दक्षिण हिंदुस्थानातील उरलेले प्रदेश जिंकून घेतले त्यामुळे राजपुतांत दोन प्रकारे बेकारी निर्माण झाली. पहिली गोष्ट म्हणजे जी राज्ये जिंकून घेतली तिथल्या स्थानिक सैन्याला आता कोणीच वाली न उरल्याने त्यांना नोकरी पुरविण्याची जबाबदारी बादशहावरच

येऊन पडली आणि दुसरी गोष्ट म्हणजे आता फारच थोडासा प्रदेश जिंकण्याकरिता बाकी राहिला. अशा परिस्थितीत राजपुतांच्या ह्या महत्त्वाकांक्षी वंशजांना आपल्या वंशपरंपरागत जहागिरीकरिता आपल्याच बांधवांशीच भांडणे किंवा दरोडेखोरीचा व्यवसाय पत्करणे एवढाच पर्याय उरला नाहीतर औरंगजेबाकडून जहागिरी मिळविण्याकरिता धर्म बदलण्याचा मार्गही त्यांना मोकळा होताच.

६. औरंगजेबाच्या कारकिर्दीत भारतीय संस्कृतीचा ऱ्हास, त्याची लक्षणे आणि कारणे

औरंगजेबाच्या कारकिर्दीत मध्ययुगीन भारतीय संस्कृतीचा जो ऱ्हास घडून आला, तो केवळ निरनिराळ्या ललितकलांमध्येच दृगोचर होत होता असे नसून उदयाला आलेल्या नवीन पिढीत निम्नश्रेणीच्या बुद्धिमत्तेचा जो स्तर दिसून येत होता त्यातून विशेषत्वाने प्रत्ययाला येत होता. १७वे शतक जसजसे समोर सरकू लागले तसतसे अकबर आणि शहाजहान यांच्या पुरुषार्थाच्या वारशावर पोसली गेलेली, सरदारांची जुनी पिढी, ज्या पिढीला धाडसाचे आणि स्वातंत्र्याचे बाळकडू मिळालेले होते आणि ज्यांना सामर्थ्य आणि जबाबदारी ह्यांची विशेष जाणीव होती, ती पिढी आता पडद्याआड जाऊ लागली आणि त्यांच्या जागी, छावणीत आणि दरबारात आता सर्वच दृष्टीने खुजी माणसे दिसू लागली. ही नवीन पिढी कोणतेही नवीन धाडस करण्याला, कोणतीही नवीन जबाबदारी स्वीकारण्याला अनुत्सुक होती आणि संशयी औरंगजेबानेही मर्यादित साधनसंपत्ती त्यांच्या स्वाधीन केली होती. खोटी स्तुती करून ह्या पिढीला प्रत्येक क्षेत्रात समोर यावयाचे होते. औरंगजेबाला जे दीर्घ जीवन मिळाले ते अपवादात्मक समजावे लागेल. ह्या जीवनात त्याचे अनुभवाचे आणि माहितीचे भांडार वाढतच गेले आणि बौद्धिकदृष्ट्या नवीन पिढी त्याच्यासमोर अतिशय खुजी दिसू लागली. वाढत्या वयाबरोबर त्याची स्वतःवर अवलंबून राहण्याची वृत्ती आणि हट्टीपणा हाही वाढू लागला. शेवटी तर अशी अवस्था आली की त्याला विरोध करण्याची कोणाचीही हिंमत राहिली नाही. त्याला प्रामाणिक सल्ला देणे कठीण होऊन बसले आणि त्याला रुचणार नाही असे सत्य सांगणे अशक्य बनले. सतत युद्ध चालल्याने आणि त्यामुळे कोणतेही स्वास्थ्याचे जीवन अशक्य होऊन बसल्याने आणि त्याचबरोबर दूरच्या दक्षिणच्या प्रदेशात छावणीतील अत्यंत खडतर जीवन घालवावे लागल्याने वरच्या अमीर उमराव वर्गाची वैभवशाली संस्कृती हळूहळू नाहीशी होऊ लागली आणि वरच्या वर्गाद्वारे एकूण समाजाला सुधारणेचे वळण लागत असल्यामुळे भारतातील संपूर्ण बुद्धिवादी वर्गाचा दर्जा घसरत जाऊन हळूहळू तो अतिशय खालच्या पातळीवर जाऊन पोहोचला.

ह्याचे उत्कृष्ट उदाहरण म्हणजे फैजीच्या नीतिमान प्रवचनाऐवजी लोक आता जाफर जटालीच्या गावंढळ प्रवचनात आनंद घेऊ लागले.

त्या काळातील पत्रे आणि दंतकथा ह्यातून जुन्या पिढीचा वाढता निराशावाद जो दिसून येतो आणि अविचारी इतिहासकारांच्या लिखाणातही त्याचे जे प्रतिबिंब दिसून येते, त्यावरून शासकीय वर्गाचे नैतिक अध:पतन कसे झाले होते, याची आपल्याला कल्पना येते. पूर्वी होऊन गेलेला काळ म्हणजे सुवर्णयुग आणि आताची पिढी म्हणजे पूर्वीच्या कर्तबगार वाडवडिलांची दर्जा घसरलेल्या आणि अध:पतन झालेल्या वारसांची पिढी असे म्हणण्याची पूर्वेकडील देशात प्रथाच आहे असे म्हणून त्यांच्या लिखाणाला कमी लेखता येणार नाही. कारण त्या लिखाणात व्यक्त झालेला निराशावाद अतिशय सखोल आणि प्रामाणिक आहे. भीमसेन आणि खाफीखान यांच्यासारखे इतिहासकारसुद्धा भारतीय जगतात जे वाईट बदल घडून आले, ते पाहून आश्चर्यचकित होतात आणि अकबर आणि शहाजहान यांच्या काळातील माणसांनी जोपासलेले सद्गुण आणि पराक्रम आठवून त्या, स्वप्नरंजनात ते मश्गुल होतात. भविष्यकाळात पुढे काय घडणार आहे, याची कल्पना येऊन वृद्ध औरंगजेब सुद्धा दु:खाने स्वत:ची मान हलवितांना आपल्याला दिसतो. आपल्या मृत्यूनंतर प्रलय अशी भविष्यवाणीही त्याने केलेली आपल्याला आढळते. एका निराशावाद्याला उत्तर देताना सादुल्लाखानाने सांगितले ते सत्य आहे असे म्हणावे लागते, ‘‘प्रत्येक युगातच कर्तबगार माणसे आढळून येतात. परंतु त्यांना शोधून काढण्याकरिता, त्यांना फुलविण्याकरिता, त्यांच्याकडून कामे करुन घेण्याकरिता म्हणून उत्तम धन्याची आवश्यकता असते. अशा कर्तबगार माणसांविरुद्ध स्वार्थी माणसांनी कितीही तक्रारी केल्या तरी अशा धन्याने त्याकडे दुर्लक्ष करण्याचीही आवश्यकता असते.’’ परंतु औरंगजेबाच्या उत्तर कारकिर्दीत ह्या सुज्ञ तत्त्वाचा कधीही वापर करण्यात आला नाही आणि त्याच्यानंतर आलेल्या वारसांनी तर त्या तत्त्वाचा उघडपणे त्याग केला. योग्यतेनुसार नोकऱ्या देण्यात आल्या नाहीत. एक पवित्र विश्वस्त ह्या नात्याने नोकऱ्यांकडे आता पाहिले जात नव्हते. तर लबाड माणसाला, स्तुतीपाठकाला, राजासमोर लाळ घोटणाऱ्या दिखाऊ माणसाला, मोठ्या अधिकाऱ्यांच्या नातेवाईकांना आणि जुनी जी सरदार घराणी होती त्यातील मुलांना खूष करण्याकरिता देण्यात येणारी जागा, असे आता समीकरण तयार झाले होते. औरंगजेबाच्या स्वभावातील हटवादीपणा आणि अदूरदृष्टी आणि त्यानंतर होऊन गेलेल्या मोगलांचे पापाचरण आणि आळशीपणा ह्यामुळे मोगल साम्राज्यातील सर्व राज्यकारभाराचा ऱ्हास झाला आणि ह्या कोसळत्या साम्राज्याबरोबर भारतीय जनतेचेही अध:पतन घडून आले.

७. मोगल सरदार वर्गाचे नैतिक अध:पतन

मोगल साम्राज्यात हे जे नैतिक अध:पतन घडून आले ते सर्वांत जास्त प्रमाणात मोगल सरदारांत दिसून येत होते आणि त्यामुळे मोगल साम्राज्याची सर्वांत जास्त हानी घडून आली. १७व्या शतकाच्या उत्तरार्धात मोगल सरदारांचा जो पिढीजाद वर्ग होता त्यांचे चारित्र्य पाहून कोणीही व्यथित व्हावे, असेच ते होते. चांगल्या घराण्यातून जी "नवीन माणसे" पुढे आलेली होती आणि ज्यांना राज्यात मोठमोठ्या पदांवर सरदार म्हणून सेवा करण्याची संधी मिळालेली होती त्यांचा, जुनी मंडळी मत्सराच्या भावनेतून पदोपदी पाणउतारा करीत होती आणि इतकेच नव्हे तर त्यांच्या मार्गात वारंवार अडथळे निर्माण करण्याचे कार्य त्यांच्या हातून होत होते. स्वत: मात्र ते राज्य करण्याच्या दृष्टीने सर्वस्वी नालायक बनलेले होते. मोगल सरदारांत नैतिक अध:पतन कोणत्या मर्यादेपर्यंत जाऊन पोहोचले होते त्याचे आपल्याला एक वैशिष्ट्यपूर्ण उदाहरण सापडते. पंतप्रधानाचा नातू मिर्झा तफाखूर हा आपल्या दिल्लीच्या निवासस्थानातून आपल्या टोळभैरव मित्रांसह बाहेर पडत असे, बाजारातील अनेक दुकानांची लूट करीत असे, रस्त्यांवरून डोलीत बसून जाणाऱ्या किंवा नदीवर पाणी भरण्यास जाणाऱ्या हिंदू स्त्रियांना पळवून नेऊन त्यांच्यावर बलात्कार करीत असे आणि इतके भयानक प्रकार अनेक वेळा होऊनही त्याला कडक शिक्षा करणारा एकही नि:स्पृह न्यायाधीश निघाला नाही किंवा कोणत्याही पोलिसांनी सुद्धा त्याला ह्या गुन्ह्यापासून परावृत्त केले नाही. "ज्या-ज्या वेळी अशी घटना घडली, त्या-त्या वेळी ज्यांच्यावर असे अत्याचार घडले त्यांच्या संबंधितांनी ते बादशहाच्या नजरेस आणून दिले. सरकारीरीत्या सुद्धा अशा घटना बादशहाच्या कानावर घातल्या जात. परंतु कित्येक वेळी बादशहाने त्याची चौकशी पंतप्रधानाकडे सोपविली आणि त्याबाबतीत पुढे कोणतीही कारवाई केली नाही."

साम्राज्यातील सर्वच सुपीक प्रदेशांवर निसर्गाची कृपा असल्याने उत्पन्न भरपूर होत असे आणि खर्च वजा जाता जे काही वाचेल ते सर्व मोगल सरदारांच्या खिशात जात असे आणि त्यामुळे इराणच्या किंवा मध्य आशियातील सम्राटांनी ज्याची स्वप्नातसुद्धा कल्पना केली नसेल असे सुखविलास मोगल सरदारांच्या वाट्याला आले. ह्यातच दिल्लीच्या मोठमोठ्या सरदार घराण्यांतून चैन-विलासाचा अतिरेक करण्यात आला. त्यांच्या जनानखान्यात मोजता येणार नाही इतक्या स्त्रियांची त्यांनी भरती केली. त्या स्त्रियांत विविध वंशांच्या, निरनिराळ्या बुद्धिमत्तेच्या आणि चारित्र्याच्या स्त्रिया होत्या. मुसलमान कायद्यानुसार ठेवलेल्या स्त्रियांपासून झालेल्या मुलांना, कायदेशीर विवाहापासून झालेल्या मुलांइतकाच वडिलांच्या मालमत्तेत वारसाहक्क प्राप्त होतो आणि समाजात त्यांना कायदेशीर मुलांइतकेच सन्मानाचे स्थान प्राप्त होते. कायदेशीर विवाहाने

झालेली संतती वयाच्या मानाने लवकर हुशार होत असे आणि जनानखान्यात ज्या गोष्टी चालत किंवा कानावर पडत त्यामुळे फार लवकर ते पापाचरणाला प्रवृत्त होत. याउलट, त्यांच्या आयांना, त्यांच्याच घरात सौंदर्य आणि तारुण्य यांमुळे प्रभाव आणि वैभव प्राप्त झालेल्या आणि चारित्र्य नसलेल्या व हलक्या कुळातल्या इतर प्रतिस्पर्धी राण्यांकडून क्षणोक्षणी अपमान सहन करावे लागत. बहुपत्नीत्वाची चाल असलेल्या अशा जनानखानातल्या गर्दीतून कॉर्नेलियासारखी स्वाभिमानी आणि महाराणीसारखे डोळे खिळवून टाकणारे, व्यक्तिमत्त्व असणारी स्त्री निर्माण होणे अशक्य होते; आणि अशा आयांमध्ये कॉर्नेलिया निर्माण न झाल्यास मुलांमध्ये ग्रच्छीसारखा मुलगा निपजणेही शक्य नव्हते.

मोगल सरदारांच्या मुलांना देण्यात येणारे शिक्षणही चांगल्या प्रकारचे नव्हते किंवा त्यांना कोणतेही व्यावहारिक प्रशिक्षणही दिले जात नव्हते. खोजा आणि मोलकरणी हे त्यांचे फार लाड करीत आणि जन्मापासून तर वयात येईपावेतो त्यांचे सारे आयुष्य मोठे बंदिस्त आणि प्रेमळ संरक्षणाखाली जाई. त्यांच्या मार्गात कोणत्याही अडचणी उद्भवल्यास भोवतालचे सेवक तत्परतेने धावून त्याचे निराकरण करीत. पापाशी त्यांचा फार लवकर परिचय होई. सतत सुखसोयी आणि विलास यांच्यात डुंबत राहिल्याने त्यांच्या पराक्रमाला धार चढत नसे. किंबहुना त्यांच्या अंगभूत गुणांचे तेज त्यामुळे मावळून जाई. तरीसुद्धा परमेश्वराने आपल्याला इतरांपेक्षा अगदी वेगळे बनविले आहे आणि आपल्या संपत्तीला जगात तोड नाही, त्यामुळे इतरांपेक्षा आपण अत्यंत भपक्यात आणि डामडौलात राहिले पाहिजे अशी त्यांना प्रारंभापासून शिकवणच दिली जाई. त्यांना घरातल्या घरात शिकविण्याकरिता म्हणून जे शिक्षक नेमलेले असत त्यांची स्थिती फार दयनीय असे. आपल्या विद्यार्थ्यांच्या संमतीनेच त्यांना आपल्या विद्यार्थ्याला शिक्षा करता येई. विद्यार्थ्याचे भले करावयाचे तर शिक्षा आवश्यक होती. पण त्याला विद्यार्थ्याचीच संमती आवश्यक झाली होती. त्यात पुन्हा (जनानखानातल्या स्त्रियांच्या पाठिंब्याने) ह्या शिक्षकांना खोजांकडूनही सतत अपमान सहन करावे लागत. अशा रीतीने विद्यार्थीही ज्यांची अवज्ञा करीत. असा हा शिक्षक शेवटी खुशामतखोर तरी बनत असे किंवा त्याला ते काम सोडून तरी द्यावे लागे. चांगल्या शाळेत जे उत्तम दर्जाचे शिक्षण मिळते, विचारांची जी त्यात खुल्या प्रकारे देवाणघेवाण होते (ज्यात चारित्र्य घडविले जाते आणि त्याचबरोबर स्वभावातील बोचणारे कंगोरे त्यामुळे निघून जातात) अशा शाळांतील शिक्षण आणि तसेच शिस्तबद्ध सैन्यात कोणत्याही साधारण सैनिकाला जे उत्तम दर्जाचे लढायाचे शिक्षण किंवा शिस्तीचे बाळकडू मिळते, ते मोगल सरदारांच्या मुलांच्या वाट्यालाही येत नसे किंवा त्यांना त्याची माहितीही नसे. त्यामुळे

त्यांचे नैतिक अध:पतन अतिशय झपाट्याने घडून आले आणि त्याला कोणी आवरही घालू शकले नाही. ह्यापैकी बहुतेक मुले,- त्यात औरंगजेबाची शहा आलम आणि कामबक्षासारखी मुले होती, पूर्णपणे वाया गेली आणि त्यांच्या सुधारण्याची कोणतीही आशा शिल्लक राहिली नाही. त्यांना उपदेश करून करून थकलेला औरंगजेब स्वत:च मोठ्या दु:खाने म्हणताना दिसतो, ''सतत बोलून बोलून मी नुसता बडबड्या बनलेलो आहे. परंतु तुमच्यापैकी एकानेही माझ्या उपदेशाकडे यत्किंचितही लक्ष दिलेले नाही.''

अनेक सरदारांना आणि मध्यमवर्गीयांना, अनियंत्रित कामवासना, मद्यपान आणि जुगार यांच्या गुप्त सवयी तर होत्याच परंतु ह्याशिवाय अनैसर्गिक समागम करण्याचेही (Pederasty) त्यांना जबरदस्त व्यसन होते. ह्या व्यसनापासून तर मोठमोठे तथाकथित संतसुद्धा मुक्त नव्हते. औरंगजेबाने वेळोवेळी अनेक मनाई हुकूम काढून आणि प्रजेचे चारित्र्य उत्तम राहावे म्हणून सरकारी पातळीवर-सार्वजनिक नीतिमत्ता संवर्धन समिती नेमून तिच्यामार्फत अनेक उपाय करून सुद्धा मोगल सरदार दारूच्या व्यसनापासून परावृत्त होऊ शकले नाहीत. तत्कालीन सरदारांच्या विविध लहरी आणि विकृत गोष्टींत त्यांना वाटणारा आनंद ह्यासंबंधीच्या अनेक गोष्टी आपल्याला तत्कालीन वाङ्मयात वाचावयास मिळतात.

(मनुकी, खंड ४था, २५४-५६, २६२)

८. तत्कालीन लोकांच्या धर्मभोळेपणाच्या समजुती

समाजातील सर्वच वर्ग धर्मभोळ्या समजुतींमध्ये पार बुडून गेले होते. गरीब आणि श्रीमंत ह्या दोन्ही वर्गांतील लोकांत भविष्य पाहूनच लहानसहान गोष्टी केल्या जात. हिंदू आणि मुसलमान ह्या दोन्ही जमातीत पवित्र अवशेषांची पूजा करण्याची प्रथा सार्वजनिक होती. औरंगजेबासारखा सनातनी माणूससुद्धा मोहंमद पैगंबराच्या तथाकथित पायाच्या उशाभोवती आणि पवित्र केसाभोवती (आसर-ई-शरीफ), त्याठिकाणी जणू प्रत्यक्ष अल्लाचेच वास्तव्य आहे ह्या भावनेने प्रदक्षिणा घालण्यात धन्यता मानीत होता. पाषाणावर उमटलेल्या विष्णूच्या पदचिन्हाभोवती भक्तिभावाने प्रदक्षिणा घालणारा एखादा हिंदू आणि औरंगजेबाची वरील वृत्ती यांच्यात काही विशेष फरक होता असे दिसून येत नाही. अशा प्रकारे अत्यंत ओबडधोबड स्वरूपात व्यक्तीपूजेस प्रारंभ झाल्याने सर्वसाधारण जनतेच्या नीतिमूल्यांचे मोठे अध:पतन घडून आले. हिंदू आणि शीख ह्या दोन जमाती गुरू आणि महंत यांची पूजा करू लागले, इतकेच नव्हे तर त्यांच्याबरोबर मुसलमान सुद्धा साधुसंत आणि फकीर यांच्या भजनी लागले आणि त्यांनी चमत्कार करावेत, गंडेदोरे, ताईत द्यावेत, अंगात आणावे आणि रोगमुक्त होण्याकरिता रामबाण औषधे द्यावीत ह्याकरिता धरणे धरून बसू लागले. ह्या गोष्टींचा

फायदा घेऊन लुच्च्या जादुगारांनी उत्तम धंदा करून अमाप पैसा जमविला. आध्यात्मिक गुरूंनी सुद्धा याचा योग्य तो फायदा घेतला. ह्या सर्वांना प्रमुख सरदारांनी आणि सर्वसाधारण लोकांनी आश्रय दिला. एका वस्तूचे रूपांतर दुसऱ्यात करण्याची जी किमया-विद्या होती, त्यावर सर्वसाधारण लोकांची गाढ श्रद्धा होती आणि मोठमोठ्या पदांवर काम करणारे अधिकारी आणि चांगले सुशिक्षित लोकसुद्धा ह्या विद्येला आश्रय देत आणि तिच्या संवर्धनाकरिता भरीव मदत करीत. इतकेच नव्हे तर अशा शास्त्रात प्रवीण असलेल्या व्यक्तींची बादशहाची ओळख करून देण्याचे धाडसही करीत.

याविषयाची दुसरी काळी बाजूसुद्धा पाहावयास सापडत असे. सोन्याची प्राप्ती व्हावी म्हणून मनुष्याला बळी दिल्याची उदाहरणे आपल्याला आढळून येतात. मनुष्यबळीची पद्धती हा कायद्याच्या दृष्टीने गुन्हा होता आणि अशा गुन्ह्याचा पत्ता लागल्यास त्याबाबतीत गुन्हेगाराला शिक्षा होत असे. काही मुसलमान हकीम आपल्या रोग्यांना दुरुस्त करण्याकरिता मानवी चरबीचा उपयोग करीत असत. हिंदूंमध्ये धर्मभोळेपणा किती खोलवर गेला होता, याचे उत्तम उदाहरण म्हणजे ज्यांचे हात लांब असतील त्यांची हिंदू पूजा करीत असत कारण अशा व्यक्ती म्हणजे हनुमानाचे अवतार आहे अशी त्यांची कल्पना असे!

ह्या अज्ञानाचा आणि वृथा अभिमानाचा साहजिक परिणाम म्हणून समाजातील सर्वच वर्गांना परकीय लोकांबाबत तिरस्कार वाटत असे. मोगल समाजातील काही श्रीमंत लोकांनी, तोफा तयार करणाऱ्या, बंदूक चालविणाऱ्या काही युरोपियन लोकांना आणि (काही) युरोपियन डॉक्टर्सना आश्रय दिला होता ही गोष्ट जरी खरी होती तरी त्यांनी आपले श्रेष्ठ दर्जाचे कौशल्य त्यांच्या समक्ष सिद्ध केले होते, हे त्यामागील प्रमुख कारण होते. युरोपियन चैनीच्या ज्या वस्तू होत्या, त्यांची अशा श्रीमंत लोकांना आवश्यकता होती. म्हणूनही अशा लोकांना आश्रय मिळत असे. परंतु ह्या सर्व कालखंडात कोणत्याही मोगल सरदाराने किंवा पंडिताने युरोपियन भाषा * किंवा कला किंवा त्यांची लष्करी पद्धती आत्मसात करून घेण्याचा किंवा त्यांची माहिती करुन

(***टीप :** मोगल दरबारात कोणा युरोपियन माणसाने भेट दिल्यास दुभाषाचे काम फारशी भाषा जाणणाऱ्या आर्मेनियन किंवा युरोपियन माणसाकडून केले जात असे. फक्त एका मुसलमानाला (मुतामदखान) इंग्रजी भाषेचे ज्ञान होते असा उल्लेख औरंगजेबाच्या पत्रात आढळतो. गोव्यातील काही शेणवाई ब्राह्मणांना पोर्तुगीज येत असे. मुंबईच्या इंग्रजांच्या विनंतीवरून ते मराठी कागदपत्रांचे पोर्तुगीज भाषेत भाषांतर करून देत असत. मद्रासच्या इंग्रज आणि फ्रेंच वखारींमध्ये काही ब्राह्मण अनुवादक नेमले जात असत. त्यांना त्यांच्या धन्याची भाषा म्हणजे इंग्रजी भाषा माहीत असे. ह्याशिवाय त्यांना ''मूर'' (म्हणजे फारशी) भाषेचीही ज्ञान असे.)

घेण्याचा यत्किंचितही प्रयत्न केला नाही. १६व्या आणि १७व्या शतकातील मोगल सम्राट आणि मोगल सरदार-वर्ग हा किती अंध आणि झापड लावलेला होता याची कल्पना, ते दरवर्षी लक्षावधी रुपये युरोपातील चैनीच्या वस्तू किंवा कलात्मक वस्तू खरेदी करण्यात खर्च करीत असत. परंतु एकही छापखाना किंवा छापखान्याची सामग्री त्यांनी सर्वसाधारण लोकांना मुद्रणकलेची माहिती करून देण्याच्या किंवा तो व्यवसाय सुरू करण्याच्या इच्छेने, विकत घेतली नाही, छापखाना स्थापन केला नाही किंवा ती सामग्री त्यांनी आयातही केली नाही, यावरून येऊ शकेल.

भारतीय समाजात गुलाम फार मोठ्या संख्येने असल्याने ह्या समाजाचा नैतिक आणि बौद्धिक दर्जा खालावला. युद्धात पकडलेल्या सैनिकांच्या आणि पराभूत कुटुंबीयांच्या नशिबी गुलामगिरी येत असे परंतु ह्याशिवाय दुष्काळात किंवा कर्ज फेडण्याच्या उद्दिष्टाने स्त्री-पुरुषांची गुलाम म्हणून विक्री करण्यात येत असे. कर्ज घेणाऱ्या व्यक्तीने कर्ज न फेडल्यास त्याच्या सावकाराच्या विनंतीवरून कर्जदाराची त्याच्या सर्व कुटुंबीयांसहित विक्री करता येत असे. ही प्रथा हिंदू-मुसलमान ह्या दोघांतही फार प्राचीन काळापासून प्रचलित होती. काही गुन्ह्यांच्या बाबतीत गुन्हेगारांना शिक्षा द्यावयाची असल्यास त्यांना गुलाम म्हणून विकणे हीही एक प्रथा अस्तित्वात होती; गुन्हेगार स्त्रियांना गुलाम म्हणून विकण्याची प्रथा आपल्याला ''पेशव्यांच्या रोजनिशीत'' नमूद केलेली आढळते. गुलामांची ही प्रथा १९व्या शतकाच्या पूर्वार्धापर्यंत ब्रिटिशांच्या ताब्यातील पूर्णिया जिल्ह्यात प्रचारात असलेली दिसून येते (मार्टिन याचे ''इस्टर्न इंडिया''). पुष्कळसे लोक आपल्या मुलांना खोजा बनवून विकत असत. ह्या गुन्ह्याकरिता ओरिसा आणि सिल्हट जिल्हे सर्वांत जास्त प्रसिद्ध होते. औरंगजेबानेसुद्धा ह्या प्रथेचा निषेध केलेला आढळतो.

९. शासकीय भ्रष्टाचार; शासकीय जगातील जीवन आणि स्वरूप

सुशिक्षित मध्यमवर्गात, चिकित्सक आणि उच्चवर्णीय पुरोहित कुटुंबे यांचा अपवाद केल्यास राज्यातील सर्व अधिकारी वर्गाचा अंतर्भाव होत होता. व्यापारी वर्ग आणि लहानसहान जमिनी बाळगणारा जो वर्ग होता, तो उत्पन्नाच्या दृष्टीने मध्यम वर्गातच मोडत होता. परंतु शिक्षणाच्या दृष्टीने त्या वर्गाशी त्याची तुलनाच करता आली नसती. वाङ्मय निर्माण करण्याचाही ह्या वर्गाने कधी प्रयत्न केला नाही. मोगलांचा जो मुलकी आणि लष्करी राज्यकारभार होता, तो कारकून आणि हिशेबनीस यांच्या प्रचंड ताफ्याच्या मदतीने चालविला जात असे. त्यांचा अधिकृत पगार अतिशय कमी असे (१७व्या शतकात ईस्ट इंडिया कंपनीच्या वखारीत ''कारकुनांना'' जो पगार मिळत असे तसाच ह्यांचाही पगार असे.).

परंतु शासनाच्या प्रत्येक पातळीवर आपले काम करून घेण्याकरिता चिरीमिरी देणे किंवा बक्षीस देणे ही इंग्लंडमध्ये ट्युडर काळात किंवा स्टुअर्ट काळात ज्याप्रमाणे सार्वत्रिक प्रथा बनलेली होती, त्याप्रमाणे मोगलांच्याही काळात ही प्रथा होती. ह्याशिवाय वरपासून खालपर्यंतचा प्रत्येक अधिकारी एखादी चाकोरीबाहेरील अशी मेहेरबानी दाखविण्यासाठी किंवा खरा न्याय बाजूला ठेवून काम करावयाचे झाल्यास भरपूर लाच घेत असे. असे असले तरी सरकारी अधिकाऱ्यांनी लाच घेणे समाजात अनैतिक समजण्यात येत असे आणि त्यामुळे हे सर्व व्यवहार अंधारातच चालत. औरंगजेबाच्या कारकिर्दीत तरीसुद्धा अनेक अधिकारी भ्रष्टाचारापासून अनेक योजने दूर असलेले दिसून येतात परंतु सत्तेवर असणाऱ्या अधिकाऱ्यांनी बक्षिसे स्वीकारणे किंवा त्यांची मागणी करणे हा सार्वत्रिक नियमच झाला होता आणि याला सार्वजनिकरीत्या मान्यताही मिळालेली होती. * बादशहासुद्धा ह्या मोहापासून मुक्त नव्हता. एक मोठी पदवी मिळवू इच्छिणाऱ्या एका व्यक्तीला औरंगजेबाने विचारले, ''तुझ्या वडिलांनी त्यांच्या पदवीला ''अलीफ'' हा शब्द जोडण्याकरिता आणि ''अमीरखान'' ही पदवी मिळविण्याकरिता शहाजहानला १ लाख रुपये दिले होते. मी तुला जी पदवी देणार आहे त्याकरिता तू किती पैसे देणार आहेस ?''

बादशहाच्या सभोवती सतत राहण्याची ज्या मंत्र्यांना आणि दरबारात वजन असणाऱ्या ज्या लोकांना संधी मिळे, त्यांना तर श्रीमंत होण्याची सुवर्णसंधीच सापडत असे. ज्यांना प्रशासनात जागा पाहिजे असत किंवा काही काम करून घ्यावयाचे असेल त्यांच्याकरिता बादशहाशी खाजगी रीतीने बोलून ते शब्द टाकीत असत. काबीलखान नावाचा एक सेवक २॥ वर्षे औरंगजेबाच्या सेवेत होता. त्याने ह्या पद्धतीने १२ लाख रुपये रोख रकमेत जमा केले. ह्याशिवाय त्याने अनेक बहुमोल वस्तू मिळवल्या शिवाय एक नवीन घरही पटकावले. निरनिराळ्या अधिकाऱ्यांनी त्यांना संरक्षण द्यावे, त्यांच्या

(*टीप : नूरजहानचे वडील जहांगीरच्या कारकीर्दीत पंतप्रधान होते. ते उघडउघड बक्षीस मागत असत. त्याचप्रमाणे औरंगजेबाच्या प्रारंभीच्या काळात जे वझीर होऊन गेले, त्यांपैकी जाफरखान नावाचा वझीरसुद्धा बक्षीस मागण्याकरिता प्रसिद्ध होता. जयसिंगाने आपल्याकडे दक्षिणेकडील सेनापतीपद कायम ठेवण्याकरिता वझिराला ३०,००० रु. देऊ केले होते. दिलेले पद कायम ठेवण्याकरिता किंवा लहानसे पद मिळविण्याकरिता दरबारात प्रत्येकाला काहीनाकाही बक्षिसी द्यावी लागते याचा भीमसेनाला वीट आला होता आणि त्याने त्याबाबत नापसंतीही व्यक्त केली होती. लाच घेऊन काझी अतिशय श्रीमंत बनले होते. अशा प्रकारे श्रीमंत होणाऱ्यांत अब्दुल वहाब याचे नाव फार प्रसिद्धीला आले होते. इतर अनेक सरदारही अशाच प्रकारे श्रीमंत झालेले होते.)

दोषांवर त्यांनी पांघरूण घालावे, त्यांच्यासाठी बादशहाकडे मध्यस्थी करावी (वशिला) आणि त्यांच्या गैरहजेरीत दरबारात त्यांच्या हितसंबंधांचे रक्षण करावे याकरिता अशी माणसे ह्या लोकांचा सतत अनुनय करीत आणि त्यांच्यावर देणग्यांचा वर्षाव करीत. हा आर्थिक बोजा जो तो आपल्यापेक्षा खालच्या माणसाकडे ढकलत असे. बादशहापासून तो खालच्या शेतकऱ्यापर्यंत सर्वत्र हाच प्रकार दृष्टोत्पत्तीस येई. आपल्यापेक्षा वरच्या अधिकाऱ्याला जे बक्षीस द्यावे लागे, त्याची भरपाई तो आपल्यापेक्षा खालच्या अधिकाऱ्याकडून बक्षीस घेऊन करीत असे. अशा रीतीने समाजातील वरचा वर्ग हा खालच्या वर्गाला पिळून घेत असे आणि ह्यात शेवटी शेतकरी आणि व्यापारी यांचा बळी जात असे.

कायस्थ आणि खत्री जमातीतील कारकुनांचा जो वर्ग होता आणि त्याचप्रमाणे राजपूत सैनिकांचा जो गट होता, त्या सर्वांमध्ये दारूचे व्यसन फार मोठ्या प्रमाणात होते. मद्यसेवनाला कुराणात मनाई करण्यात आलेली असूनसुद्धा अनेक मुसलमान सरदारांना आणि अधिकाऱ्यांना, त्यात मुलकी आणि लष्करी अशा दोन्ही प्रकारच्या अधिकाऱ्यांचा अंतर्भाव होता, दारूचे अतिरेकी व्यसन होते. तुर्की अमीर आणि अधिकारी तर त्याकरिता विशेष प्रसिद्ध होते. खालचा जो अधिकारी वर्ग होता, त्याला आपल्या घरापासून फार दूरच्या प्रदेशात काम करावे लागत असल्याने ते स्थानिक रखेल्यांचा लहानसा जनानखानाच बाळगीत असत. रेल्वे प्रचारात येऊन हा अंतराचा प्रश्न नाहीसा झाल्यानंतर, त्याचप्रमाणे १९व्या शतकाच्या उत्तरार्धात आस्तिकवादी धर्मजागृतीच्या चळवळी निर्माण झाल्या आणि भारतात इंग्रजी शिक्षण येऊन नैतिक जागृती निर्माण झाल्यानंतर ह्या सार्वत्रिक अनैतिक प्रथेचा शेवट झाला.

हिंदू-मुसलमान ह्या दोन्ही जमातींतील जो कारकून वर्ग होता, त्यांच्यात मोठा बंधुभाव नांदत होता. त्यांना करावी लागणारी कामे, त्यांचे हितसंबंध, त्यांचे शिक्षण आणि डोळ्यांसमोरील ध्येय, त्यांचे सामाजिक जीवन, इतकेच काय त्याचे दुर्गुण यांच्या विलक्षण एकरूपता असल्यामुळे त्यांच्यात एवढी समरसता आणि बंधुभाव निर्माण झाला होता. त्यांच्या राखीव अधिकार क्षेत्रात इतर कोणाही आगंतुकाने प्रवेश केल्यास ह्या शासकीय जगात त्यांच्याबाबत पराकोटीचे वैर आणि तिरस्कार निर्माण होत असे. ज्या कुटुंबात कारकून आणि हिशेबनीस यांची पदे अनेक पिढ्यांपासून चालत आलेली आहेत आणि त्यांची परंपरा ज्यांच्या कुटुंबात निर्माण झालेली आहे अशाच कुटुंबांकरिता अधिकाऱ्यांच्या जागा राखीव ठेवण्यात येत असत. राज्याचा अशा प्रकारे जो ''वंशपरंपरागत सेवक'' (खानाजाद सेवक) नसेल आणि खालून बढती मिळून ज्याला वरची जागा मिळाली असेल त्याला मरणोन्मुख झालेल्या रोमच्या साम्राज्यात ज्याप्रमाणे

''नोव्हम होमो'' ("Novum Homo") म्हणून हिणवीत असत, त्याचप्रमाणे ह्याही साम्राज्यात अवहेलना वाट्याला येत असे. अगदी वरच्या वरिष्ठ दर्जाच्या सरदारापासून ते अगदी कनिष्ठ दर्जाच्या कारकुनापर्यंत ही प्रवृत्ती सार्वत्रिक होती.

१०. सर्वसाधारण जनतेचे निर्मळ जीवन आणि लहानसहान गोष्टीत आनंद घेण्याची प्रवृत्ती

मोगल हिंदुस्थानातील वर रेखाटलेल्या सामाजिक जीवनाकडे पाहून ते अत्यंत काळेकुट्ट होते अशी आपली कल्पना होते परंतु त्या जीवनाची इतर अंगे जोपर्यंत आपण लक्षात घेत नाही तोपर्यंत त्याची संपूर्ण कल्पना आपल्याला येऊ शकत नाही आणि म्हणून त्याचे खरे स्वरूपही आपल्या डोळ्यांसमोर येऊ शकत नाही असे म्हणावे लागते. हिंदुस्थानात ह्या काळात जे लक्षावधी लोक राहत होते त्यांचे खाजगी जीवन अतिशय निर्मळ आणि साध्यासुध्या सुखदु:खानी परिपूर्ण होते असेच आपल्याला दिसून येते. त्यांच्या जीवनात हा जो साधेपणाचा गुण होता, त्यामुळेच सर्वनाशापासून त्यांचा बचाव होऊ शकला. रोमनांच्या उतरत्या काळात त्यांच्या ह्या गुणांचा अपकर्ष झाल्याने त्यांना मात्र सर्वनाशाला तोंड द्यावे लागले. ज्यांनी मानवी दु:खी आत्म्यावर सहानुभूतीची फुंकर घातली, अमानवी धीर ज्यांनी शिकविला आणि अशिक्षित आणि असंस्कारित हृदयात ज्यांनी करुणा निर्माण केली अशी अनेक लोकप्रिय गाणी, पोवाडे आणि गोष्टी याच काळात निर्माण झाल्या. हिंदी बोलल्या जाणाऱ्या प्रत्येक प्रांतातील प्रत्येक हिंदू कुटुंबात ज्याचे मोठे भक्तिभावाने गायन केले जाते, ज्याचे दरवर्षी प्रयोग केले जातात असे तुलसीदासाचे रामायण ह्याच काळात लिहिले गेले. ह्या रामायणामुळेच लक्षावधी हिंदू जनतेच्या अंत:करणात स्वकर्तव्य, पुरुषार्थ आणि त्याग यांच्या भावना जागृत झाल्या आणि त्यामुळेच त्यांना सार्वजनिक जीवनात आणि खाजगी जीवनात शहाणपणाने कसे वागावे, ह्याचेही ज्ञान प्राप्त झाले.

बंगाल, तिरहूत, ओरिसा आणि इतर काही प्रदेशांत वैष्णव पंथ प्रचारात आला. हा पंथ लोकप्रिय करण्याचे कार्य शंकरदेव आणि चैतन्य यांनी केले. ह्या पंथाच्या शिकवणुकीमुळे तांत्रिक उपासना त्या प्रदेशात अस्तित्वात असल्याने जो रानटीपणा आणि हिंसाचार सर्वत्र प्रचारात होता, तो जाऊन त्या ठिकाणी परस्पर सद्‌भावाचे, प्रेमाचे आणि दयेचे वातावरण निर्माण केले. मनुष्यातील पशुत्व नाहीसे करून त्याच्या अंत:करणातील देवत्व जागृत करण्याचे महत्त्वाचे कार्य ह्या पंथाने केले. १७व्या शतकातला हा कालखंड वैष्णव धर्माचा प्रसार मोठ्या प्रमाणात होण्याचा कालखंड समजला जातो. परमेश्वराबाबत भक्तिभाव, लहान मुले आणि अपंग यांच्याबाबत अपार प्रेम, अभिजात वाङ्मय निर्मिती (लोकांची दररोज बोलण्याची जी भाषा असेल

त्यात आणि संस्कृत भाषेत, अशा दोन्ही भाषांत) आणि समाजातल्या अगदी खालच्या तळाचा जो दरिद्री माणूस असेल त्याला धरून प्रत्येक माणसाच्या जीवनात कोमल सौंदर्यवादी भावना निर्माण करून त्याच्या जीवनात खरेखुरे संगीत निर्माण करावयाचे ही सारी वैशिष्ट्ये वैष्णव पंथाचीच समजली जातात (ख्रिस्ती धर्म सुधारणा चळवळीतही आपल्याला अशीच वैशिष्ट्ये आढळून येतात). समाजात जी विषमता किंवा भेद निर्माण झाले होते आणि त्याचप्रमाणे जो उच्चनीच भाव निर्माण झाला होता, तो नाहीसा करण्याला ह्या पंथाने हातभार लावला आणि खऱ्या अर्थाने त्याने लोकशाही आणि समता प्रस्थापित केली. हे जे धार्मिक लोकप्रिय वाङ्मय निर्माण झाले, त्याव्यतिरिक्त निरनिराळ्या प्रदेशात बहुजन समाजाने* त्या त्या प्रदेशातील लोकगीतांची निर्मिती केली होती. त्यामध्ये पंजाबमध्ये रांझा आणि हिर यांचे गुणगान करणारे लोकप्रिय काव्य उत्कृष्ट उदाहरण म्हणून सांगता येईल. ती लोकगीते सर्वसाधारण लोकांच्या अंत:करणापर्यंत सहज जाऊन पोहोचत. त्यामुळे दिवसभराचा शीण आणि राजकीय दडपशाही यांचा त्यांना सहज विसर पडे. गद्यात सांगितलेल्या रसाळ धार्मिक कथा (मधूनमधून त्यात गाणीसुद्धा असत) किंवा कीर्तन हा प्रकार सर्व हिंदुस्थानात, उत्तरेत आणि दक्षिणेत दोन्ही ठिकाणी विलक्षण लोकप्रिय होता. प्रवचन, भाषण आणि साहित्य यांची जागा कीर्तनाने घेतलेली होती. लोकशिक्षणाचे ते प्रभावी साधन होते.

(हिंदी भाषा बोलणाऱ्या लोकांचा प्रदेश सोडल्यास) मुसलमान धर्मात त्या काळात स्थानिक भाषेत सर्वसाधारण लोकांकरिता कोणतेही धार्मिक काव्य निर्माण झालेले नव्हते. परंतु मुसलमानात निरनिराळ्या संतांचे वार्षिक उरुस त्यांच्या कबरस्थानापाशी भरविण्याची प्रथा होती आणि त्याकरिता लांबून लांबून सर्व पंथांचे, धर्माचे स्त्री-पुरुष येत असत. असे यात्रेकरू हजारोंनी जमत आणि अशा ठिकाणी यात्रासुद्धा भरविल्या जात असत. ह्याशिवाय शहरात राहणाऱ्या स्त्री-पुरुषांनी उपनगरातील संतांच्या कबरस्थानाला आणि तिथल्या उद्यानांना आठवड्यातून एकदा भेट द्यावी अशी ही प्रथा अस्तित्वात आली होती. परंतु ह्यामुळे धर्मसंवर्धन होण्याऐवजी चैन आणि विलास वाढू लागले, त्यातून पापाचरणाचा प्रसार होऊ लागला आणि शेवटी परिस्थिती इतकी हाताबाहेर गेली की, औरंगजेबाला (त्याच्यापूर्वी होऊन गेलेल्या फिरोजशहा तघलकाप्रमाणे) ही प्रथा थांबविण्याकरिता एक हुकूम काढावा लागला. परंतु ही प्रथा

(***टीप :** मी ह्या ठिकाणी स्थानिक भाषेतील धार्मिक वाङ्मय आणि लोककथा ह्यांचा उल्लेख केलेला आहे. परंतु वरिष्ठ वर्गाकरिता स्थानिक भाषांमध्ये जे वाङ्मय निर्माण झालेले होते, त्याची दखल औरंगजेबाने घेतलेली आढळत नाही. औरंगजेबाचा मृत्यू झाल्यानंतर १० वर्षांनी औरंगाबादच्या वलीच्या प्रेरणेने ते वाङ्मय उजेडात आले.)

इतकी लोकप्रिय झाली होती की, ती नष्ट होणे शक्यच नव्हते. वेळोवेळी भरणाऱ्या ह्या यात्रांना जाणे आणि पवित्र तीर्थस्थानांना भेटी देणे यात हिंदुस्थानातील खेड्यातील साध्यासुध्या माणसांना मोठा आनंद वाटत असे. किंबहुना आनंद मिळविण्याचे तेच एकमेव साधन त्यांच्यापाशी उरलेले होते. खेड्यापाड्यातील लोक ह्या यात्रांची उत्कंठतेने वाट पाहत असत. अजमेर, कुलबर्गा, निझामउद्दीन औलिया आणि बऱ्हाणपूर ही मुसलमानांची यात्रेची ठिकाणे होती तर मथुरा, अलाहाबाद, बनारस, नाशिक, मदुराई आणि तंजावर ही हिंदूंची तीर्थस्थाने होती. निरनिराळ्या संस्कृतींचा ह्याच ठिकाणांहून प्रसार होत असे आणि मनाची संकुचितता आणि प्रादेशिक अनुदारता घालविण्याचे महत्त्वाचे कार्य ह्या ठिकाणी कोणताही गाजावाजा न होता होत असे.

११. औरंगजेबाची व्यक्तिरेखा आणि त्याचे चारित्र्य

मध्ययुगीन जगात आणि त्यातल्या त्यात हिंदुस्थानात प्रजेच्या कल्याणाकरिता राजाला सर्वस्वी जबाबदार समजण्यात येत असे आणि तसे समजण्याची कारणेही होती. ह्या पृथ्वीतलावरील तो परमेश्वराचा प्रतिनिधी समजला जात असे. ह्या नात्याने त्याला अमर्याद सत्ता आणि अधिकार प्राप्त होत असत आणि त्या अधिकारांना आव्हान देण्याचा कोणालाही अधिकार नव्हता. राज्यातल्या संपत्तीचा तोच मालक समजला जात असे आणि म्हणून ज्यावेळी औरंगजेबाच्या कारकिर्दीच्या शेवटी शेवटी सगळेच विपरीत घडू लागले, त्यावेळी या संपूर्ण मोगल साम्राज्याचा नाश का घडून आला आणि सार्वजनिक शांतता का लयाला गेली, ह्याचे विश्लेषण करण्याकरिता म्हणून तात्कालीन इतिहासकार औरंगजेबाची कर्तबगारी, त्याचा स्वभाव आणि त्याचे चारित्र्य यांची तपासणी करू लागले.

औरंगजेब हा तुलना करता येणार नाही इतका शूर होता. बादशहाचे नालायक नातू-पणतू सोडल्यास तिमूर वंशातील सर्वच वंशजात धाडस आणि शूरपणा हे गुण मोठ्या प्रमाणात उतरले होते. परंतु, उत्तर युरोपातील जमातींना ज्या विशेष गुणांचा वारसा मिळाला होता, त्यांचीही जोड औरंगजेबाच्या वरील गुणांना मिळालेली होती. ते गुण म्हणजे कोणत्याही परिस्थितीत चित्तवृत्ती स्थिर ठेवणे आणि कोणत्याही संकटातून शांत वृत्तीने मार्ग काढणे. ह्या गुणांचे वरदानच औरंगजेबाला लाभलेले होते. वयाच्या पंधराव्या वर्षापासूनच म्हणजे त्याने ज्यावेळी उन्मत्त झालेल्या हत्तीला कोणाचेही संरक्षण नसताना तोंड दिले, तेव्हापासून ते वयाच्या ८७व्या वर्षापर्यंत म्हणजे वागीनगेरा किल्ल्याला दिलेल्या वेढ्याच्या वेळी तिथल्या खंदकात तो चिवटपणे उभा राहिला तिथपर्यंत अशा अनेक वेळा निर्भय वृत्ती आणि बेडरपणा यांचे त्याने दर्शन घडविले. अतिशय प्रतिकूल परिस्थितीत त्याने स्वतःच्या मनावर जो ताबा ठेवला, सर्व बाजूंनी

संकटांनी घेरून टाकलेले असताना सुद्धा त्याने आपल्या सैन्याला कसे प्रोत्साहित केले आणि धरमत आणि खाज्वाच्या लढाईत त्याने प्रत्यक्ष मृत्यूची सुद्धा कशी पर्वा केली नाही, ह्या सर्व घटना तर हिंदुस्थानच्या इतिहासात अमर बनलेल्या आहेत.

मनाचा समतोल आणि धाडस ह्या गुणांबरोबरच औरंगजेबाने प्रारंभीपासूनच राजपदाला आवश्यक असणाऱ्या सर्व गुणांची जाणूनबुजून जोपासना केली होती आणि त्याकरिता येणाऱ्या संकटांना कसे तोंड देता येईल, याची पूर्वतयारीही केली होती. राजपदाचा काटेरी मुगूट धारण केल्यावर स्वत:च्या जीवनात कोणती बंधने पाळावी लागतील, कोणती शिस्त अंगी बाणवावी लागेल आणि राजपदाचा आदर वाढविण्याकरिता स्वत:ला कोणती तपश्चर्या करावी लागेल ह्याकरिता त्याने फार मोठी पूर्वतयारी केली होती. औरंगजेब हा इतर सामान्य शासकांसारखा नव्हता. तो एक नामवंत विद्वान होता. त्याचे वाचन दांडगे होते. आपल्या मरणाच्या शेवटच्या दिवसापर्यंत त्याने ग्रंथवाचनाचे वेड कायम ठेवले होते. एका धर्मवेड्या माणसाने धर्मप्रेमातून यांत्रिक पद्धतीने स्वत:च्या हस्ताक्षरात कुराणाच्या अनेक प्रती लिहून काढल्या म्हणून त्याचे ते कार्य जरी आपण क्षणभर बाजूला ठेवले तरी बादशहा ह्या नात्याने सतत उद्योगात गुंतलेल्या औरंगजेबाने जो काही थोडाबहुत विश्रांतीचा आणि फुरसतीचा काळ मिळेल तो एखाद्या ग्रंथवेड्या माणसाप्रमाणे नेहय्या, अहिया-उल-उल्म आणि दिवाण-ई-साहिब यांसारख्या जुन्या ग्रंथांची मूळ दुर्मिळ हस्तलिखिते शोधून काढण्यात आणि न्यायशास्त्र, धर्मशास्त्र यावरील अरबी भाषेत लिहिलेले ग्रंथ वाचण्यात खर्च करावा हे आपण विसरू शकत नाही. त्याचा विस्तृत पत्रव्यवहार जरी आपण पाहिला तरी फारशी काव्यावर आणि अरबी पवित्र धर्मग्रंथावर त्याला किती प्रभुत्व प्राप्त झालेले होते, याची कल्पना आपल्याला येऊ शकते. कारण ह्या पत्रातील एकूण एक पत्रात ह्या वाङ्मयातील उतारेच्या उतारे किंवा काव्यातील योग्य ती उद्धरणे ठिकठिकाणी दिलेली आपल्याला आढळून येतात. अरबी आणि फारशी भाषेबरोबरच त्याला तुर्की आणि हिंदी भाषाही सहजपणे बोलता येत असे. त्याच्याच प्रेरणेने आणि त्याच्याच पुढाकाराने आपल्याला हिंदुस्थानातील मुसलमान कायद्याचा एक महान ग्रंथ तयार झालेला आढळतो. त्यानेच तो तयार केल्याने त्याला ''फतवा-ई-आलमगिरी'' असे समर्पक नाव देण्यात आले. ह्या ग्रंथामुळे भारतातील मुसलमान न्याय पद्धतीला प्रथमत:च योग्य शब्दात ग्रंथित करण्यात आले आणि हा कायदा प्रथमत:च सुटसुटीत आणि सोपा बनविण्यात आला.

ग्रंथ-वाचनाबरोबरच औरंगजेबाने अगदी लहानपणापासून वागावे कसे, बोलावे कसे याचेही शिक्षण घेतले होते. विशेषत: इतरांशी वागताना तो अतिशय काळजीपूर्वक

वागत असे. राजपुत्र ह्या नात्याने त्याच्या वागण्यातील अदब, सौजन्य, शहाणपण आणि नम्रता ह्या गुणांमुळे त्याने आपल्या वडिलांच्या दरबारातील मोठमोठ्या सरदारांची मने आपल्याकडे आकृष्ट करून घेतली होती. बादशहा बनल्यानंतर त्याने त्याच गुणांचा साक्षात्कार इतरांना घडविला होता. प्रजाजन ह्या नात्याने ज्या गुणांचा अभिमान वाटावा तेच गुण बादशहात दिसून येत होते. म्हणूनच त्याच्या समकालीनांनी ''शाही वेशातील दरवेश'' हे जे त्याचे वर्णन केलेले आढळते, त्यात काहीच आश्चर्य नाही.

त्याचे खाजगी जीवन म्हणजे त्याचा पोशाख, भोजन आणि करमणूक वगैरे अगदी साधे होते परंतु त्यात एक प्रकारची शिस्त होती. पापाचरणापासून तो पूर्णपणे मुक्त होता. इतकेच नव्हे तर श्रीमंत माणसांची जी करमणुकीची साधने असतात त्यापासूनही तो सर्वस्वी दूर होता. कुराणात चार *स्त्रियांशी विवाह करण्यास अनुमती दिलेली आहे त्यापेक्षाही कमी स्त्रियांशी त्याने विवाह लावला होता आणि ज्यांच्याशी त्याने विवाह लावला त्यांच्याशी तो शेवटपर्यंत एकनिष्ठ होता. त्याचे सर्वांत आवडते खाद्यपदार्थ कोणते, हे जर सांगितले तर वाचकांना खचितच हसू येईल. एक म्हणजे कॉरिंडा नावाचे आंबट फळ, आणि दुसरे म्हणजे खरदाली नावाचा एक चघळण्यायोग्य पदार्थ. राज्यकारभार चालविण्याकरिता तो जी अपार मेहनत घेत होता ती खरोखरी स्तिमित करणारी होती. रोज तो दरबार भरवीत असे (कधीकधी तर दिवसातून दोनदा दरबार भरवावे लागत). बुधवारी तो न्यायालयातील खटल्यांचा न्यायनिवाडा करीत असे. त्याच्यासमोर जे अर्ज येत किंवा पत्रे येत त्यावर तो तिथल्या तिथे स्वतःच्या हस्ताक्षरात सरकारी भाषेत हुकूम लिहीत असे. इटालियन डॉक्टर गेमेली कॅरेरी ह्याने बादशहाच्या दरबाराचे पुढीलप्रमाणे वर्णन केलेले आढळते (२१ मार्च १६९५). ''तो उंचीने ठेंगणा होता, त्याचे नाक मोठे होते, सडपातळ बांधा असून वयामुळे तो किंचित वाकलेला दिसत होता. त्याच्या गव्हाळी रंगापुढे त्याच्या दाढीचा पांढरा रंग मोठा उठून दिसत असे.....(त्याच्याकडे निर्णयाकरिता) जे अर्ज येत त्यावर स्वतःच्या हस्ताक्षरात लिहिताना त्याच्याकडे इतरांना पाहत बसावेसे वाटे. कारण तो डोळ्यांना चष्मा न लावता मोठ्या हसतमुखाने हे कार्य करीत असे. त्या कार्यात त्याला मोठा आनंद वाटतो आहे हे दुरूनही दिसत असे.''

(*टीप : दिलरसबानूचा १६५७ मध्ये मृत्यू झाला, १६९० नंतर नबाबबाईला वानप्रस्थाश्रम स्वीकारण्याला भाग पाडण्यात आले, औरंगाबादी आपल्याला मृत्यूपर्यंत म्हणजे १६८५ पर्यंत औरंगजेबाजवळ राहिल्याचे दिसून येते. म्हणजे औरंगजेबाच्या कारकीर्दीपैकी शेवटच्या अर्धकालखंडात उदेपुरी (तिचा १६६० च्या सुमारास विवाह झाला) हीच केवळ (औरंगाबादीनंतर) औरंगजेबाजवळ राहिल्याचे दिसून येते.)

बादशहाचा मृत्यू जरी ९०व्या वर्षी झाला तरी शेवटपर्यंत त्याची सर्व इंद्रिये शाबूत होती असे मुसलमान इतिहासकारांनी लिहून ठेवलेले आढळते. त्याची स्मरणशक्ती तर अद्‌भुत होती. ''एकदा पाहिलेला चेहरा तो कधीही विसरत नसे किंवा एकदा ऐकलेला शब्दही तो कधीही विसरत नसे.'' शेवटपर्यंत त्याच्या सर्व शक्ती आणि इंद्रिये शाबूत राहिली. वय झाल्याने त्याला किंचित बहिरेपणा आलेला होता आणि एकदा पाय घसरून पडल्याने त्यावर त्याच्या हकिमांनी यथायोग्य उपचार न केल्यामुळे उजव्या पायात किंचित लंगडेपण आले होते. ही गौण व्यंगे सोडल्यास त्याची प्रकृती ठणठणीत होती असे नमूद करावे लागेल.

१२. औरंगजेबाच्या बोकांडी अतिकेंद्रीयकरणाचे बसलेले भूत आणि राज्यकारभारावर त्याचा घडून आलेला भयानक परिणाम

परंतु स्वत:ला त्याने हे जे वळण लावून घेतले आणि त्याकरिता जे अपार कष्ट घेतले आणि त्याचप्रमाणे सतत कार्य करण्याची त्याच्यात जी जीवनशक्ती होती, ह्या गोष्टी एका दृष्टीने शापदायक ठरल्या. कारण ह्यामुळे त्याच्यात कमालीचा आत्मविश्वास परंतु त्याचबरोबर इतरांबाबत मोठा गैरविश्वास निर्माण झाला. त्याचबरोबर आपल्या कल्पनेप्रमाणे योजनेची तंतोतंत आणि निर्दोष अंमलबजावणी झाली पाहिजे असा आग्रहही त्याच्यात निर्माण झाला. त्यामुळे राज्यकारभारातील प्रत्येक लहानसहान तपशिलांवर आणि लढाईतल्या लहानसहान हालचालींवर सुद्धा आपली स्वत:चीच देखरेख असली पाहिजे असा दुराग्रह त्याच्यात निर्माण झाला. राज्याच्या प्रमुखाने अशा रीतीने सतत असा अवास्तव हस्तक्षेप चालविल्याने औरंगजेबाचे सर्व सुभेदार आणि सेनापती आणि इतकेच नव्हे तर दूरदूरच्या परगण्यात ''प्रत्यक्ष घटनास्थळी असणाऱ्या'' व्यक्तीसुद्धा यामुळे औरंगजेबाच्या पालकत्वाखालीच सतत राहिल्या; त्यांची जबाबदारीने कार्य करण्याची वृत्ती त्यामुळे पूर्णपणे नष्ट झाली. कोणत्याही वेळी स्वत:हून पुढाकार घेण्याची आणि झपाट्याने बदललेल्या परिस्थितीशी मिळतेजुळते घेण्याची जी प्रवृत्ती त्यांच्यात वाढावयास हवी होती, त्यांचा त्यांच्यात विकास होऊ शकला नाही. ह्यामुळे राजधानीतून बादशहाने सूत्रे हलवावीत आणि त्यानुसार ह्या सहायकांनी यांत्रिकपणे हालचाली करण्यात अशा कळसुत्री बाहुल्यांचे त्यांना स्वरूप प्राप्त झाले. हिंदुस्थानसारख्या विस्तृत आणि विविध स्वरूपांच्या साम्राज्यात प्रशासकीय अध:पतन घडून येण्याकरिता ह्यापेक्षा जास्त अचूक मार्ग विचार करूनसुद्धा दुसरा कोणाला सापडला नव्हता. मोगलांच्या नोकरीत बुद्धिमान, धाडसी आणि प्रचंड कार्यशक्ती असणारे जे अधिकारी होते त्यांना असे सतत मागे ओढल्यामुळे ते निरुत्साहित होऊन हळूहळू निष्क्रिय बनले. औरंगजेबाच्या ह्या कार्य करण्याच्या पद्धतीमुळे ते मनातून

निराश बनले. जुन्या सरदारांचा वर्ग नाहीसा झाल्यानंतर औरंगजेबाच्या दरबारातून त्याला परखड आणि जबाबदार सल्ला देणाऱ्या सरदारांची पिढीच नाहीशी झाली आणि टिलसिटचा तह झाल्यानंतर पहिल्या नेपोलियनला ज्याप्रमाणे कोणाचाच सल्ला मानवेनासा झाला त्याप्रमाणे औरंगजेबालाही त्याच्या उत्तर जीवनात कोणाचाही विरोध सहन होईना. तो म्हणतो त्यापेक्षा वेगळे सत्य असल्यास ते सत्य ऐकण्याची त्याची तयारी राहिली नाही आणि इतकेच नव्हे तर मृदू भाषा बोलणाऱ्या स्तुतीपाठकांचा पडलेला गराडा त्याला गोड वाटू लागला आणि स्वत:च्याच म्हणण्याचा प्रतिध्वनी ऐकण्यात त्याला धन्यता वाटू लागली. त्याच्या हुकमांची नोंदणी करणाऱ्या कारकुनापेक्षा त्याच्या मंत्र्यांची स्थिती वेगळी राहिली नाही.

अशा बादशहाला राजकीय किंवा प्रशासकीय चतुरस्र बुद्धी होती असे कोणालाही म्हणता येणार नाही. तो केवळ प्रामाणिक होता आणि त्याची अतिशय कष्टाळू वृत्ती होती असे फार तर म्हणता येईल. जास्तीत जास्त एखाद्या खात्याचा उत्तम दर्जाचा प्रमुख म्हणून आपल्याला त्याला मान्यता देता येईल. परंतु येणाऱ्या पिढ्यांचे जीवन घडविण्याकरिता दूरदृष्टी ठेवून त्यांचे विचार आणि जीवन घडविण्याच्या दृष्टीने काही नवीन धोरण अमलात आणणारा किंवा काही नवीन कायदे कानून तयार करणारा तो असाधारण मुत्सद्दी होता असे काही आपल्याला म्हणता येणार नाही. हिंदुस्थानात होऊन गेलेल्या सर्व मोगल शासकांत असा प्रतिभावंत फक्त एकच होऊन गेला आणि तो म्हणजे अकबर. तो निरक्षर आणि शीघ्रकोपी होता तरी आपल्याला ह्याबाबतीत त्याचेच नाव घ्यावे लागते.

आपल्या डोळ्यांसमोर संकुचित कर्तव्याचे ध्येय ठेवून आणि आपल्या कर्तबगारीच्या मर्यादा कोणत्या याबाबतीत पूर्णपणे अज्ञानात राहून औरंगजेबाने संताच्या जीवनातील कडक पथ्ये आणि त्याग आपल्या जीवनात आणण्याचा प्रयत्न केला आणि यातूनच त्याने मुसलमान धर्मात सांगितलेले आचरणाचे सर्व नियम रोज नियमितपणे आणि दैनंदिन जीवनात अमलात आणण्याचा अट्टाहास केला. ह्यामुळे त्याच्या राज्यातील मुसलमान प्रजाजनांना तो एक मोठा आदर्श धर्मभिरू शासक वाटू लागला. चमत्कार करणारा एक अवलिया (आलमगिर, जिंदा पीर !) असा मान ते त्याला देऊ लागले आणि आपल्या वर्तनातून औरंगजेबानेही अप्रत्यक्षपणे ह्या कल्पनेला पाठिंबाच दिला. म्हणून राजकीयदृष्ट्या औरंगजेबाचा सर्वांगीण विचार करिता, त्याच्याजवळ अनेक गुण होते तरी तो पूर्णपणे अपयशी ठरला असे मत नोंदवावे लागेल. परंतु त्याची कारकीर्द अपयशी ठरली याला त्याच्या वैयक्तिक चारित्र्यापेक्षाही जास्त सखोल कारणे आहेत असे विचारांती आढळून येते. मोगल साम्राज्याच्या पाडावाला तो एकटाच

कारणीभूत होता हे म्हणणे जरी खरे नसले तरी तो टाळण्याचा त्याने यत्किंचितही प्रयत्न केला नाही आणि कोणत्याही ईश्वरसत्ताक धर्म-राज्यात ते राज्य नष्ट करण्याकरिता अनेक नाशकारी शक्ती नेहमीच सिद्ध असतात हे माहीत असूनही त्याने त्यांना आवर घालण्याऐवजी उलट अशा शक्तींना गती मिळेल असेच धोरण जाणूनबुजून अमलात आणले. याचे कारण उघड होते. औरंगजेब स्वभावत:च प्रतिगामी होता आणि कोणत्याही सुधारणा अमलात आणण्याची त्याची यत्किंचितही इच्छा नव्हती. ह्या शक्ती कोणत्या होत्या, त्याचे आता परीक्षण करू.

१३. मोगल शासनाचे खरे स्वरूप आणि ध्येय

मोगल साम्राज्याने हिंदुस्थानात अनेक चांगल्या गोष्टी केल्या परंतु येथे त्यांनी राष्ट्र घडविले नाही किंवा आपल्या साम्राज्याला त्यांनी स्थायी बनविण्याचा किंवा मजबूत बनविण्याचा यत्किंचितही प्रयत्न केला नाही.

सोन्याचांदीचा लखलखाट, ताजमहालचे किंवा मयूर सिंहासनाचे झगमगते दर्शन ह्यांमुळे डोळे दीपून जाऊन मोगल हिंदुस्थानात साध्या माणसाला तिरस्काराने आणि अवहेलनेने वागविले जात होते ह्या वस्तुस्थितीकडे आपण दुर्लक्ष करता कामा नये :- सर्वसाधारण जनतेला कोणतेही आर्थिक स्वातंत्र्य नव्हते, व्यक्तिगत स्वातंत्र्याचा किंवा न्याय मागण्याचा मूलभूत अधिकार नव्हता आणि त्यातल्या त्यात पिळवणूक करणारा हा उच्चपदस्थ अधिकारी असेल किंवा सुभेदार असेल किंवा जमीनदार असेल तर सर्वसाधारण जनतेला न्याय मिळण्याची सुतराम शक्यता नव्हती. राजकीय अधिकाराची स्वप्नातही कोणी कल्पना करू शकत नव्हती. साम्राज्यातील सर्वच प्रजाजनांची स्थिती मेंढरांपेक्षा वेगळी नव्हती आणि सरदारांची ही परिस्थिती राजा बलिष्ठ आणि हुशार असल्यास मुक्या प्राण्यांसारखीच होत होती. राज्याच्या एकूण व्यवस्थेत त्यांना घटनात्मक कोणतेही निश्चित स्थान नव्हते कारण मोगल शासनाला कोणतीही घटना लागू करण्यात आली नव्हती किंवा कोणतीही घटना तयारही करण्यात आलेली नव्हती. ह्याचबरोबर सरदार जी काही संपत्ती कमावतील त्यावरही त्यांचा पूर्ण अधिकार राहत नसे. गादीवर जो कोणी राजा बसला असेल त्याच्या इच्छेवर सर्व काही अवलंबून असे. खरे पाहता, ह्या शासनाचे खरे स्वरूप पूर्णपणे हुकूमशाही होते. क्रांती करूनच नवीन शासन प्रस्थापित होत असे. अशा शासनाला नवीन क्रांतीची भीती नेहमीच वाटत असे. ह्या सर्व सत्तेतून आणि देशातल्या सर्व साधनसंपत्तीतून दरबाराची निर्मिती होत असे. ह्या दरबाराचा केंद्रबिंदू म्हणजे राजघराण्यातील राजपुत्र असे. शेवटी ह्या संघटित जीवनाची अखेरीची फलश्रुती एकच असे आणि ती म्हणजे बादशहा हा स्वयंपूर्ण कसा होईल, याचीच फक्त या शासन यंत्रणेत काळजी घेतली जात असे.

मोगल साम्राज्यात इतर हुकूमशाही राजांप्रमाणेच अगदी उत्तम राजा जरी गादीवर आलेला असला तरी व्यक्तीचे सुख हे नेहमीच अस्थिर असे कारण ते एकाच व्यक्तीच्या चारित्र्यावर आणि लहरीवर अवलंबून असे. ''मोगलांनी जी शिक्षणपद्धती अमलात आणली आणि राज्यकारभाराचे जे प्रशिक्षण देऊ केले, त्यातून उत्तम राज्यकर्त्यांची आणि त्यांच्या उत्तम वारसांची परंपरा निर्माण होऊ शकली नाही.....राजपुत्र जसे वयात येत असत त्यावेळी स्पर्धक राण्यांचा मत्सर जागृत होत असे आणि त्यामुळे या राजपुत्रांना राजधानीतल्या राजकारणात भाग घेणे अशक्य होऊन बसे....जो राजपुत्र आपल्या दर्जानुसार राज्याच्या राजकारणात यथायोग्य सहभागी होईल तो बादशहाविरुद्ध कारस्थाने करतो आहे अशी त्याबद्दल संशयाची भावना निर्माण होत असे....ज्या ठिकाणी जबाबदारी मंत्रिमंडळावर पडते आणि ज्या ठिकाणी मंत्रिमंडळाला गादीवर येणाऱ्या वारसाची तो राज्य करण्याला लायक आहे किंवा नाही किंवा तो व्यसनाधीन आहे किंवा नाही याची चौकशी करता येते अशाच राज्यात वंशपरंपरागत वारसापद्धती ही चालू शकते.'' ''अशा प्रकारचे जबाबदार मंत्रिमंडळ निर्माण करणे मोगलांना कधीही जमले नाही. मोगल सम्राटाला त्याच्या दरबारात त्याच्याभोवती जे संधीसाधू एकत्रित होत असत, त्यांचाच आधार घेणे भाग पडत असे....ही संधीसाधू मंडळी राजाला खूष करण्यात धन्यता मानीत. आधुनिक मंत्रिमंडळ ह्या नात्याने आपले कार्य पार पाडावे, हे त्यांच्या गावीसुद्धा नसे.....वंशपरंपरागत सरदार वर्गाची निर्मिती आणि जोपासना करावी हे मोगलांचे धोरण कधीही नव्हते'' (फ्रुक्सचे नॉर्थ वेस्टर्न प्रॉव्हिन्सेस १०२-१०४) .

इस्लामच्या धर्मसिद्धांताप्रमाणे मोगल शासन हे सर्वस्वी लष्करी स्वरूपाचे होते. ह्या पद्धतीत सर्वसाधारण प्रजेतील प्रत्येक जण हा इस्लाम धर्माचा सैनिक समजला जात असे. त्यांचा सेनापती (खलिफा) म्हणजे बादशहा समजला जाई. अशा या धार्मिक सैन्यात अधिकाऱ्यांबरोबरच इतर कोणत्याही मुलकी नागरिकालाही आपल्या सर्वोच्च सेनापतीला त्याच्या कोणत्याही आज्ञेचे कारण विचारण्याचा किंवा त्याच्याकडून कोणतेही स्पष्टीकरण मागण्याचा अधिकार नव्हता. खलिफा-बादशहा हा अल्लाचीच प्रतिकृती होती (झिल-सुभानी) आणि ईश्वरांच्या दरबारात ''का किंवा कसे'' असा प्रश्न विचारणे गैर होते. बादशहाचा राज्यकारभार हा ईश्वराच्याच दरबाराचा एक नमुना असतो. (नमुना-ई-दरबार-ईलाही) त्यामुळे त्यात उणिवा असणे शक्यच नव्हते किंवा त्यात काही भर टाकावी अशीही स्थिती नव्हती. इस्लाम राज्याच्या मूलभूत तत्त्वानुसार हिंदू आणि इतर जे काफिर होते त्यांचा 'राष्ट्रात' कोणत्याही प्रकारे अंतर्भाव नव्हता. राष्ट्राच्या बाहेरच त्यांचे अस्तित्व होते. परंतु राज्यातील बहुसंख्य प्रमुख वर्ग म्हणजे

मुसलमान. परंतु केवळ त्यांचा अंतर्भाव करूनसुद्धा राष्ट्र बनत नव्हते. बंधुभावनेने एकत्रित आलेल्या सैनिकांमध्ये त्यांचा अंतर्भाव होत होता. मुसलमान धर्माचे संरक्षण करण्याकरिता जे कायम सैन्य उभारले होते त्यात त्यांचा कायम अंतर्भाव होत होता.

१४. जीवनातील ध्येय आणि जीवनपद्धतीतील भेद यांमुळे हिंदू–मुसलमानांत ऐक्य होणे अशक्य होऊन बसले होते

मुसलमान समाजाला नियंत्रित करणाऱ्या मूलभूत तत्त्वांनुसार, अल्पसंख्य जमातींना कोणतेही राजकीय अधिकार नव्हते. राष्ट्रांतील जो प्रमुख पंथ असेल त्यात राष्ट्रातील इतर जमातींनी स्वत:ला विलीन करावे अशी अपेक्षा होती आणि राष्ट्रातील प्रमुख धर्म सोडल्यास त्यापेक्षा इतर कोणताही वेगळा धर्म, मतप्रवाह किंवा जीवनपद्धती असल्यास तिला चिरडून राष्ट्रात धर्माच्या दृष्टीने आणि सामाजिक जीवनाच्या दृष्टीने एकरूपता असेल असा समाज निर्माण करावा अशी त्यांच्याकडून अपेक्षा होती. एक राजकीय गरज म्हणून केवळ राष्ट्र निर्माण झाले ही कल्पनासुद्धा कोणाला सहन होण्यासारखी नव्हती आणि परिस्थिती अशी असताना तशा प्रकारचे राष्ट्र निर्माण होईल ही गोष्टही अशक्य होती. हिंदुस्थानात अधिकृत अल्पसंख्य असलेला वर्ग किंवा राजकीयदृष्ट्या अस्पृश्य मानला गेलेला वर्ग हा संख्येने बहुसंख्य होता, सरकारवर ज्यांचे प्रभुत्व होते त्या वर्गाशी त्यांचे तिनाला एक असे प्रमाण होते. असा संख्येने जास्त असलेला वर्ग आर्थिकदृष्ट्या तुलनेने संपन्न होता, त्यांच्याजवळ भांडवल आणि म्हणूनच संपत्तीचे उत्पादन करण्याची जास्त क्षमता होती आणि राज्य चालविणाऱ्या मंडळींपेक्षा त्यांच्याजवळ जास्त बुद्धिमत्ता आणि शारीरिक क्षमता होती. ह्या वैशिष्ट्यपूर्ण परंतु विचित्र परिस्थितीमुळे मोगल राज्यात अधिकच वाईट परिस्थिती निर्माण झाली.

जीवनपद्धती आणि परस्परांची ध्येये यांच्यात दोन विरुद्ध ध्रुवांइतके अंतर असल्याने अनेक शतके होऊन गेली तरी ह्या दोन जमातींत ऐक्य निर्माण होणे अशक्य होऊन बसले. हिंदू हा स्वभावत:च एकाकी जीवन व्यतीत करणारा, अनाक्रमक आणि इथल्यापेक्षा मरणोत्तर जगाची जास्त काळजी करणारा असा होता. त्याच्या डोळ्यासमोर आत्मसाक्षात्काराचे ध्येय असावयाचेच. स्वत:च्या प्रयत्नांनी स्वत:ची उन्नती करून, देवाची भक्ती करून आणि खडतर तपश्चर्या करून तो स्वत:चा आत्मोद्धार करण्याचे ध्येय आपल्या डोळ्यासमोर ठेवीत असे. मानवी जन्म दु:खमय असून भोवतालचे जग हे आत्मसाक्षात्काराच्या मार्गात येणारे विघ्न होय अशी त्याची समजूत होती. त्याला खरे अविनाशी सुख आता इंद्रियांच्या उपभोगातून नव्हे तर सर्व सुखांचा त्याग करून आणि आपल्या इच्छांना नियंत्रणात आणून मिळविता येईल हे हिंदूंचे तत्त्वज्ञानच होते. ह्या उलट इस्लामच्या लढाऊ वातावरणात आपण त्या धर्माचा एकनिष्ठ सैनिक नसल्यास

आपण कोणीच नव्हे अशी मुसलमानाला शिकवण देण्यात आलेली होती. त्याने अल्लाची प्रार्थना सामुदायिकच केली पाहिजे अशी त्याच्याकडून अपेक्षा होती. काफिरांचा नायनाट करण्याकरिता आणि इस्लाम धर्माचा प्रसार करण्याकरिता त्याने प्रामाणिकपणे प्रयत्न केले पाहिजेत किंवा जिहादमध्ये सामील झाले पाहिजे आणि इस्लामवर आपली खरी श्रद्धा आहे ह्याचा प्रामाणिक पुरावा दिला पाहिजे अशी त्याच्यावर सक्तीच होती. तो धर्मप्रचारक आहे आणि म्हणून आपल्या शेजाऱ्यांच्या आत्म्यांना खरीखुरी शांती लाभली पाहिजे याकडे तो दुर्लक्ष करू शकत नाही. इतकेच नव्हे तर त्याच्याजवळ जी काही भौतिक आणि आध्यात्मिक साधने असतील त्यांचा उपयोग करून घेऊन त्याने इतरांनाही मुक्ती दिली पाहिजे, नव्हे अशी मुक्ती त्यांना मिळेल हे स्वत:चे कर्तव्य समजून त्याबाबतीत त्याने नेहमीच सावधानता बाळगली पाहिजे अशी ही खऱ्या मुसलमानांकडून अपेक्षा होती. ह्याचबरोबर आपला ह्या जगात जन्म झाला ही फार आनंदाची गोष्ट आहे, आपल्या खऱ्या मुसलमान अनुयायांना खरेखुरे सुखोपभोग घेता यावेत म्हणून अल्लाने त्याला ह्या जगतात पाठविले आहे अशी घोषणा मुसलमान धर्म उघडउघड करीत होता.

मुसलमानांनी आपल्या डोळ्यांसमोर जो व्यावहारिक दृष्टिकोन ठेवला आणि जी सामाजिक एकी निर्माण केली त्यामुळे हिंदू जमातीपेक्षा त्यांच्यात (वाङ्मयाचा अपवाद सोडल्यास) चांगल्या दर्जाच्या कला आणि संस्कृती ह्यांचा विकास होऊ शकला. त्यांचे चैनीचे, विलासाचे आणि करमणुकीचे जे प्रकार होते, त्यात मोठ्या प्रमाणात विविधता, रंजकता आणि नाजूकपणा होता. मोगलकालीन हिंदू सुभेदारांनी ह्याबाबतीत मुसलमान सुभेदारांचे मोठ्या ओबडधोबड पद्धतीने अनुकरण केले असे म्हटले पाहिजे. सर्वसाधारण मुसलमानांचा जो वर्ग होता, (भिकारी आणि मजुरांचा अपवाद करून) हा जास्त सुसंस्कृत होता आणि त्यांचे राहणीमानही जास्त खर्चाचे होते. ह्याउलट त्यांच्याच वर्गातील तत्कालीन हिंदू समाज श्रीमंत असूनही ओबडधोबड आणि जास्त असंस्कृत होता. परंतु हिंदूंमधील जे खालचे वर्ग होते ते त्यांच्याच बरोबरीच्या मुसलमान वर्गापेक्षा जास्त स्वच्छ, बुद्धिमान आणि सुसंस्कृत होते असे दिसून येते.

१५. औरंगजेबाच्या काळात हिंदू राजकीयदृष्ट्या अस्पृश्य आणि अध:पतीत होते

भोजन, धर्मातील भेद, उपासना पद्धतीतील भेद आणि आंतरजातीय विवाद ह्या सर्वच विषयांवर दोन्ही जमातींत अगदी परस्परविरुद्ध दृष्टिकोन होते आणि त्यामुळे हिंदू-मुसलमान एकी होणे अशक्य होते. ह्याबरोबरच सनातनी मुसलमान शासनामध्ये कुराणात राज्यकारभारासंबंधी ज्या कल्पना सांगितल्या होत्या, त्या अमलात आल्याने हिंदूंचे जीवन असह्य बनत असे. कुराणात निर्देशित केलेल्या राज्यकारभारासंबंधीच्या

कल्पना, अल्लाचा एक एकनिष्ठ सेवक म्हणून कोणाच्या मर्जीची किंवा गैरमर्जीची पर्वा न करता, तर्कशुद्ध रीतीने त्या व्यावहारिक पातळीपर्यंत अमलात आणणारा एक नीतिवादी आणि प्रखर धर्मनिष्ठ सम्राट म्हणून आपल्याला औरंगजेबाचेच नाव घ्यावे लागेल आणि त्याचे काय भयंकर परिणाम होतात ह्याचे उत्तम उदाहरण म्हणून सुद्धा आपल्याला औरंगजेबाच्याच कारकिर्दीचेच उदाहरण घ्यावे लागेल. त्याने हिंदूंची जी ज्ञानपीठे होती ती बंद करून टाकली, हिंदूंची जी देवालये होती ती नष्ट करून टाकली, हिंदूंच्या यात्रांना बंदी घालण्यात आली, सार्वजनिक जीवनात हिंदूंना अवहेलनेचे आणि कनिष्ठ प्रतीचे जीवन तर वाट्याला आलेच परंतु ह्याशिवाय त्यांच्यावर विशेष कर लादण्यात आले आणि सरकारी नोकऱ्यांतून आपण, प्रकरण ८ मध्ये पाहिल्याप्रमाणे त्यांचे उच्चाटन करून त्यांना त्यांची दारे कायमची बंद करण्यात आली. हे परिणाम महाभयंकर ठरले.

अशा रीतीने औरंगजेबाच्या कारकिर्दीत हिंदूंच्या वाट्याला जे जीवन आलेले होते, ते जीवन म्हणजे अज्ञान अंधकाराचे, ज्यात हिंदूंना धर्माचे आत्मिक समाधान मिळणार नाही असे, ज्यात सामाजिक देवाणघेवाण, संघटन आणि उत्सव यांची संधी नाकारण्यात आलेली होती, संपत्तीचा संग्रह करण्याची ज्यात हिंदूंना मुभा नव्हती अशा प्रकारचे जीवन नव्हते. थोडक्यात जीवन समृद्ध करण्याकरिता ज्या ज्या नैसर्गिक गोष्टी आवश्यक असतात आणि जीवनात ज्यामुळे सर्वांनाच सहजपणे आत्मविश्वास प्राप्त होतो त्या सर्व गोष्टी औरंगजेबाने हिंदूंना सहजपणे नाकारलेल्या होत्या. थोडक्यात औरंगजेबकालीन हिंदूंचे जीवन म्हणजे सतत सार्वजनिक अवहेलना आणि राजकीय अधिकारशून्यता यांचे उत्तम उदाहरण समजावयास हवे. तो जोपर्यंत हिंदू होता तोपर्यंत त्याला स्वर्गाची आणि पृथ्वीची या दोहोंचीही द्वारे बंद होती. औरंगजेबाने आपल्या कारकिर्दीत हे जे धोरण अमलात आणले त्याचा परिणाम म्हणून हिंदू जमात सतत बंड करून उठली आणि राज्यात नेहमी उपद्रव निर्माण झाले. एवढ्यापुरताच तो मर्यादित राहिला नाही तर त्यामुळे हिंदू जमातीच्या बुद्धिमत्तेचा, संघटनेचा आणि आर्थिक शक्तीचा दिवसेंदिवस ऱ्हास होत गेला आणि ही जमात मोगल साम्राज्यात संख्येने २/३ पेक्षा जास्त असल्याने त्यामुळे साम्राज्याला फार मोठी दुर्बलता प्राप्त झाली.

१६. हिंदुस्थानातील मुसलमानांचा ऱ्हास; त्याची कारणे

अशा प्रकारच्या राज्यव्यवस्थेत मुसलमानांचाही उत्कर्ष घडून आला नाही. अर्थात त्याची कारणे वेगळी होती. तुर्क मुसलमान हे फक्त सैनिक होते आणि सैनिकांच्या व्यवसायाशिवाय त्यांना दुसरा व्यवसायही माहीत नव्हता. वयात आल्यानंतर कोणताही तुर्की माणूस सहजपणे सैन्यात जाणार ही गोष्ट स्पष्ट होती. युद्ध हा त्यांचा प्रमुख व्यवसाय होता. कायम सज्ज-सैन्य उभारले गेले की, त्यामुळे कुटुंब जीवन सातत्याने निर्माण

होण्याला अडथळा निर्माण होतो ही गोष्ट तर उघडच आहे. तथाकथित मोगलांमध्ये खराखुरा शासकवर्ग म्हणजे तुर्की मुसलमानांचाच वर्ग होता. म्हणून मोगल कारकिर्दीतील मुसलमान समाजात आणि कित्येक मुलकी कुटुंबात सुद्धा लष्करी सवयी आणि शिष्टाचार असलेले आपल्याला आढळून येतात. कारण त्यांचे शासनच मुळी लष्करी स्वरूपाचे होते आणि सैनिकच त्यामुळे समाजाचे स्वरूप ठरवीत असत.

हिंदुस्थानात मुसलमानी अनुयायी ज्या विशिष्ट परिस्थितीत सापडले होते, त्यामुळेही मुसलमानांचा बौद्धिक ऱ्हास अत्यंत जलदगतीने घडून आला. वास्तविक त्यांनी हिंदुस्थानला आपले कायमचे निवासस्थान बनविले होते. त्यांच्यापैकी काही तर वंशदृष्ट्या भारतीयच होते आणि आता तर इतकी वर्षे हिंदुस्थानात राहिल्याने ते विचारांनी, शिष्टाचारांनी, रीतीरिवाजांनी आणि दिसण्यातसुद्धा पुरेपूर भारतीय बनले होते आणि तरीही त्याचे धर्मगुरू त्यांना त्यांनी पुरातन अरबस्थानाकडे मागे वळून पवित्र भावनेने पाहावे आणि जुन्या काळी होऊन गेलेल्या मोहंमद पैगंबरापासून त्यांनी आपली स्फूर्ती घ्यावी अशी शिकवण देत होते ! त्यांच्या धर्माची भाषा अजूनही अरबीच असावी अशी सक्ती करण्यात येत होती आणि हिंदुस्थानातल्या शंभर मुसलमानांपैकी एकाही मुसलमानाला ती भाषा समजत असेल किंवा नाही याची शंका होती. त्यांची संस्कृती दर्शविणारी भाषा फारसी होती. ती काहीच जण मोठ्या कष्टाने शिकत असत आणि ती इतक्या अशुद्ध पद्धतीने बोलली जाई की त्याला इराणात जन्मलेल्या सरदारांचे उपहासात्मक हास्य आणि तिरस्कार सहन करावा लागे! भारतीय मुसलमान (अगदी १८व्या शतकापर्यंत) वाङ्मयनिर्मितीकरिता स्थानिक भाषेचा किंवा बोलीभाषेचा उपयोग करणे प्रतिष्ठेचे लक्षण मानीत नव्हता. ह्यामुळे हिंदुस्थानातील बहुसंख्येत असलेल्या ह्या वर्गाजवळ स्वत:चे असे वाङ्मयही नव्हते. ह्यामुळे ह्या वर्गाच्या शिक्षणात गंभीर अडचणी निर्माण झालेल्या होत्या आणि त्यामुळे त्यांच्या खाजगी जीवनात (ज्या थोड्या लोकांना फारसी भाषा उत्तम रीतीने बोलता येत होती त्यांचा अपवाद सोडल्यास) ते बौद्धिक आनंदाला मुकले होते. ह्या वर्गाकरिता जिवंत चैतन्यमय असे धार्मिक वाङ्मय निर्माण होत नव्हते. हिंदुस्थानी भाषेत निर्माण झालेले प्रेमविषयक वाङ्मय किंवा भक्तीपर गीते आणि फारसी भाषेत निर्माण झालेले सुफी काव्य हे काही निरनिराळ्या संस्कृतींमध्ये ऐक्य निर्माण करण्याकरिता किंवा संपूर्ण समाजातून सर्व साधारण अज्ञान घालविण्याकरिता पुरेसे उपाय नव्हते.

अशा रीतीने सनातनी मुसलमानाला हिंदुस्थानात राहूनही आपण हिंदुस्थानचे नाही असे वाटत होते. आपल्या आत्म्याचा उद्धार होणार नाही ह्या भीतीने तो ह्या भूमीशी अतुट नाते जोडू शकत नव्हता. निदान त्याला तशी शिकवण देण्यात येत होती. तसे

नाते जोडावे अशी त्याची इच्छा असली तरी तशी त्याची हिंमत नव्हती. ह्या भूमीचे रीतीरिवाज, भाषा आणि संस्कृतीची विजयचिन्हे यांना त्याने आपले मानू नये अशीच त्याला शिकवण होती. ह्या सर्व गोष्टींची त्याने इराण आणि अरबस्थानातून आयात करावी अशी त्याच्याकडून अपेक्षा होती. इतकेच काय त्याने आपला मुलकी आणि फौजदारी कायदा तयार करतानाही बगदाद किंवा कैरो इथल्या न्यायाधीशांनी दिलेल्या निर्णयांचा आधार घ्यावा आणि तिथल्याच कायदेपंडितांनी बनविलेल्या कायद्याच्या ग्रंथावर आधारून आपले कायदे तयार करावेत अशीही त्याच्याकडून अपेक्षा होती. हिंदुस्थानातील मुसलमान यामुळे बौद्धिकदृष्ट्या स्वतःलाच परकीय ठरला होता. ह्यामुळे बाह्यपरिस्थितीशी त्याला जमवून घेता आले नव्हते. मुलकी समाजाच्या संचालनाकरिता आणि मानवी व्यवहार नीट चालावेत म्हणून त्यांच्या मार्गदर्शनाकरिता कुराणात जे नियम तयार करण्यात आले होते, ते अनेक वर्षांपूर्वी होऊन गेलेल्या भटक्या जमातींकडे पाहून तयार करण्यात आलेले होते. अशा परिस्थितीत बुद्धिवादी अकबराने सांगितल्याप्रमाणे, अरबस्थानाशी कोणतेही साम्य नसलेल्या एका दूरच्या देशात राहणाऱ्या १६व्या किंवा १७व्या शतकातील लोकांवर ते कायदे बंधनकारक समजले जावेत असे सांगणे ही फार मोठी विसंगती समजली पाहिजे.

अशा प्रकारे अनैसर्गिक, परकीय आणि अव्यावहारिक ध्येय डोळ्यांसमोर ठेवून ते लोकांच्या गळी उतरविण्याचा प्रयत्न केल्यामुळे जी बौद्धिक पोकळी निर्माण झाली त्यामुळे भारतीय मुसलमानांची मानसिक आणि सामाजिक प्रगती खुंटली. इतकेच नव्हे तर त्यामुळे त्यांच्या अंतःकरणात वाईट विचारांची विषवल्ली रुजण्याला अनुकूलता निर्माण झाली. अरबी धर्मग्रंथाची घोकंपट्टी करून (हिफ्ज-इ-कलम-उला) किंवा सार्वजनिकरीत्या समुदायाने (जमैत) दिवसातून पाच वेळी नमाजाची कंटाळवाणी निर्जीव शारीरिक क्रिया करून माणसाची जी खरीखुरी वैयक्तिक धर्माची किंवा श्रद्धेची भूक होती ती भागणे शक्य नव्हते. असे व्याकुळ आत्मे आसपासच्या परिसरात राहणाऱ्या प्रत्येक संत-महात्म्यांकडे आणि पूर्वी होऊन गेलेल्या संत महात्म्यांच्या कबरींपाशी सेवा करीत असलेल्या लोभी शिष्यगणाकडे वळत असत. हे दोन्ही लोक चमत्कार करतात अशी भाविकांची श्रद्धा होती.

कुराण आणि सुन्नी कायदा ज्यांनी निर्माण केला त्या सेमेटिक लोकांचे वांशिक गुणधर्म आणि भारतीय लोकांचे गुणधर्म हे एकमेकांपासून अगदी वेगळे होते आणि भारतीय मुसलमानांनी अरबांचा धर्म स्वीकारला ह्या वस्तुस्थितीमुळे त्या दोघांतील वांशिक भेद पूर्णपणे लोपले असे बिलकूल नव्हते. भारतीय मुसलमानांच्या मार्गातील ह्या न ओलांडता येण्यासारख्या गंभीर अडचणी होत्या.

१७. हिंदू समाजाचे अध:पतन आणि त्यांच्यातील आंतरिक दुर्बलता

मध्ययुगीन हिंदुस्थानातील हिंदू समाजाचे चित्रही तितकेच दु:खदायक होते. त्यांचे एक राष्ट्र तयार होऊ शकत नव्हते किंवा त्यांची एक सुसंघटित जमातही होऊ शकत नव्हती. मुसलमानांमध्ये जी सामाजिक एकरसता होती किंवा जी एकरूपता होती तशा एकरूपतेची हिंदू समाजात कल्पना करणे सुद्धा अशक्य होते. कारण संपूर्ण हिंदू समाज हा असंख्य जातींमध्ये विभागला गेला होता आणि ह्या सर्व जातींमध्ये मौंजीबंधनाचा अधिकार, वैदिक मंत्र म्हणण्याचा अधिकार, सार्वजनिक विहिरींवर पाणी भरण्याचा अधिकार, देवळात प्रवेश करण्याचा अधिकार ह्या सर्व प्रश्नांवरून एकमेकांत जीवघेणी भांडणे होती. ह्या शिवाय ह्या सर्व समाजात अस्पृश्यता आणि दक्षिण हिंदुस्थानात सोवळ्याओवळ्याचा प्रश्न होताच. बराच काळ निघून गेला, देशात संपन्नताही आली परंतु हे भेद नष्ट होण्याऐवजी उलट ते दिवसेंदिवस वाढतच गेले आणि परिस्थिती दिवसेंदिवस अधिकाधिक वाईट होत गेली. ''जास्त भेद निर्माण झाल्याने जात निर्माण होते'' ह्या न्यायानुसार मुसलमान काळात जे अंतर्गत प्रवाह जागृत झाले होते त्यामुळे नवीन उपजाती निर्माण झाल्या आणि त्यामुळे हिंदू समाज हा आणखी विभागला गेला आणि दुर्बळ बनला.

हिंदू-जमातीची ह्या परिस्थितीतून सुटका करण्याकरिता ज्ञानी किंवा देशभक्त असे धर्मगुरू कोणीही समोर आले नाहीत. हिंदू धर्मात जशी फुटीरपणाची वृत्ती बलिष्ठ आहे त्याचप्रमाणे ती हिंदू समाजातही आहे. हिंदू धर्मात मूळ जो मुक्तीचा मार्ग सांगितला आहे त्याला संघटित पुरोहित वर्गाचा किंवा राज्य धर्मसंस्थेचा विरोधच आहे. चुकलीमाकली मेंढरे भलत्याच मेंढपाळाच्या मागे गेल्यास ती ढोंगी आणि चैनी धर्माला बळी पडणार ही गोष्ट उघड आहे. वल्लभाचार्य, कार्तुभाज आणि इतर काही पंथातील गुरू-भक्तीचे अध:पतीत मार्गांकडे किंवा देवदासी किंवा मुरळी-स्त्रिया यांनी निरनिराळ्या देवालयांतून जे अनाचार चालविले आहेत किंवा इतर काही लहानसहान पंथीयात आपल्याला जे विकृत वामाचार चाललेले दिसतात ते जरी आपण क्षणभर बाजूला ठेवले आणि आपण आपली दृष्टी कोट्यवधी लोक ज्याची मूर्तीपूजा करतात त्या मूर्तीपूजाकडे वळविली तर त्याही ठिकाणी देव झोपला आहे, जेवतो आहे, तो आजारी आहे, त्याला ताप आलेला आहे (जगन्नाथ प्रत्येक वर्षातून एक आठवडा करतो त्याप्रमाणे) असा देव भक्तांसमोर ठेवून आणि अवधच्या नबाबालाही लाज वाटेल किंवा कुतुबशहा आपल्या जनानखान्यात करीत नसेल असे कामाचार आणि विलास देवाच्या नावावर करून हा पुरोहित वर्ग सगळ्या भक्तवर्गाला सगळ्याच दृष्टीने खाली ओढताना आपल्याला आढळून येतो. सर्व-साधारण लोक ज्या धर्माचे पालन

करतात, त्या धर्मसंस्थेबाहेरच त्याच्या लहानशा उपपंथातच सुधारणा शक्य झाली. म्हणजे ज्यांचे, मूळ हिंदू धर्माशी पटले नाही आणि ज्यांनी आपला वेगळा गट स्थापन केला अशा गटातच, ते सर्वसंगपरित्याग करून सत्याचा शोध घेण्यास तयार असल्याने, सुधारणा शक्य झाली. परंतु त्यांच्यातही तो पंथ स्थापन झाल्यानंतर एक-दोन पिढ्या ह्या सुधारणा टिकून राहिल्या परंतु पुढे तेही गुरुपूजेत आणि त्या सोबत येणाऱ्या इतर दुर्गुणात पूर्णपणे बुडून गेले. हिंदूंचे हे मोठे दुर्दैव समजले पाहिजे.

१८. हिंदुस्थानात हिंदू-मुसलमान कसे राहत होते; प्रासंगिक एकोपा, संघर्ष होण्याची किंवा इतर संकटाची अदृश्य भीती

वर वर्णिलेली परिस्थिती जरी वस्तुस्थिती होती तरी हिंदू-मुसलमान समाज हा काही प्रसंगी एकत्रित येत असे असे दिसून येते. वास्तविक दोन्ही धर्मांतील मूळ तत्त्वे समान होती. एकाच परमेश्वराची भक्ती, पृथ्वीतलावरील भौतिक आनंदापासून दूर राहणे, सर्व प्राणिमात्रांवर दया करणे इत्यादी ध्येये दोन्ही धर्मांत समान होती. परंतु धर्मांधांना आणि इतर सर्वसाधारण लोकांना विचारांच्या इतक्या उच्च पातळीवर पोहोचणे अशक्य होते. तपाचरणाचा उच्चांक गाठणारे किंवा निरनिराळे चमत्कार करण्याची शक्ती बाळगणारे मुसलमान संत, महंताची, अवलियांची, हिंदू राजेरजवाडे आणि हिंदू लोक सुद्धा भक्तिभावाने पूजा करीत असत. त्याचप्रमाणे सुफी पंथाने तर दोन्ही धर्मांतील अनुयायांना मित्रत्वाच्या भावनेने एकत्रित आणले. परंतु सुफी पंथाचा प्रसार हा फक्त सुशिक्षित आणि सरकारी अधिकारी वर्गापुरताच मर्यादित असल्याने त्या धर्माचा प्रभाव सर्वसामान्यांवर विशेष नव्हता. सुशिक्षित वर्गाची एक भावनिक आणि बौद्धिक गरज आणि करमणूक म्हणूनच या पंथाकडे पाहिले जात होते.

संपूर्ण विश्व म्हणजेच गूढ असा परमेश्वर आणि सर्व मानवात विश्वबंधुत्वाचे नाते आहे अशा प्रकारच्या ज्या उच्च कल्पना होत्या, त्या सर्वसाधारण लोकांच्या डोक्यावरून जाणाऱ्या होत्या. विचारी तत्त्वज्ञानी लोकांपेक्षा सामान्य लोकांच्या मनावर अतिरेकी लोकांचेच जास्त प्रभुत्व होते. हिंदू-मुसलमान, शिया-सुन्नी यांच्यात काही काळ संघर्ष झाल्यानंतर (ह्यात शासन नेहमी सनातनी पंथाला पाठिंबा देत असे) समाजातील खालच्या वर्गांनी शेवटी प्रत्येक वस्तीमध्ये बराच काळापासून प्रत्येक धर्मात ज्या काही पवित्र चालीरीती, रूढी चालत आलेल्या होत्या त्यांच्या आधारावर प्रत्येक धर्मीयांचे अधिकार कोणते, त्यांच्या मर्यादा कोणत्या ह्या ओळखून त्यानुसार तडजोडी घडवून आणल्या. अशा रीतीने त्यांनी आपल्या मर्यादित क्षेत्रात गुण्यागोविंदाने आणि शांततेने नांदण्यास प्रारंभ केला. परंतु जोपर्यंत हा स्थानिक समाज स्थिर होता तोपर्यंतच ही धार्मिक शांतता टिकवून राहणारी होती. परंतु ह्या दोन्ही समाजातील कोणत्याही एका

समाजातील लोकसंख्येत थोडी बहुत जरी वाढ झाली किंवा त्यांच्या वस्तीला बाहेर गावाच्या एखाद्या क्रियाशील धर्मवेड्या प्रचारकाने भेट दिल्यामुळे त्यांच्या मन:स्थितीत थोडा बहुत जरी बदल झाला किंवा राज्यातील गादीवर एखाद्या धर्मवेड्या राजाचा राज्याभिषेक समारंभ झाला तर ह्या एवढ्याशा कारणामुळे सुद्धा ह्या सगळ्या समाजात दबून बसलेला ज्वालामुखी एकदम पेट घेत असे आणि त्याचे पाहता पाहता वणव्यात रूपांतर होत असे. इ.स.१६८५ मध्ये श्रीनगरला जी शिया पंथीयांची कत्तल घडून आली, औरंगजेबाने हिंदू देवालयांचा जो विध्वंस केला आणि जी देवालये भ्रष्ट केलीत, माळव्यातील राजपुतांनी जिझिया कर वसूल करण्याकरिता आलेल्या अधिकाऱ्यांची कापलेली दाढी आणि देशप्रेमाने प्रेरित झालेल्या काही धाडशी राठोड आणि मराठा राजपुत्रांनी मशिदी भ्रष्ट करून घेतलेला सूड ह्या सर्व प्रकरणांवरून ह्या ज्वालामुखीची सहज ओळख होऊ शकते. यामुळे औरंगजेबाच्या कारकिर्दीत मिश्र लोकवस्ती असलेल्या प्रत्येक ठिकाणी अस्थिरता होती आणि त्या ठिकाणच्या भारतीय समाजाचे चित्र म्हणजे तोल गेलेल्या समाजाचे चित्र होते असे म्हणावे लागते.

१९ भारतीय समाजात प्रगती करण्याच्या प्रेरणेचा अभाव होता आणि म्हणून त्यांचा ऱ्हास घडून आला

आणि शेवटचा दोष सांगावयाचा म्हणजे मोगल काळातील मुसलमान आणि हिंदू ह्या दोन जमातींत ''जैसे थे'' राहण्याच्या वृत्तीचा मोठा दोष होता. त्यांच्यात जुने ते सोने अशी वृत्ती होती. पूर्वजांचे ते सर्व चांगले आणि पवित्र आणि आजचा काळ म्हणजे सर्वांत वाईट काळ अशी त्यांची भावना होती. म्हणून कोणताही नवीन प्रयोग करणे आणि नवीन विचार मांडणे म्हणजे जुन्या सर्वमान्य पवित्र पूर्वजांना उद्धटपणे आव्हान देणे आणि भूतकाळात जे संत महात्मे होऊन गेले त्यांच्या प्रखर ज्ञानासमोर आपल्या संकुचित बुद्धीची पणती दाखविणे असा त्याचा अर्थ लावला जात होता आणि म्हणून त्याची निंदाही केली जात होती. ह्या वृत्तीमुळे अकबराच्या मृत्यूबरोबरच हिंदुस्थानातील प्रगतीची प्रेरणाही नष्ट झाली. त्यानंतर इथल्या संस्कृतीला ''जैसे थे'' संस्कृतीचे स्वरूप प्राप्त झाले आणि अशा संस्कृतीत सुधारणेला अजिबात वाव नसल्याने अशा संस्कृतीचा ऱ्हास घडून येणार ही गोष्ट उघडच होती.

''इस्लाम धर्मात ताठरपणा किंवा कडकपणा असल्यामुळे त्याचा फायदा घेऊन ह्या धर्माच्या अनुयायांना सर्वच ठिकाणी एका विशिष्ट मर्यादेपर्यंत यश मिळविता आले. परंतु त्यानंतर त्यांची प्रगती खुंटली. जिवंत जगात प्रगती ही चैतन्यमय जीवनाची प्रमुख प्रेरणाशक्ती असते. युरोपात धीरे धीरे संथपणे प्रगती होत असताना स्थिर पूर्वेमध्ये मात्र कसलीही हालचाल नव्हती, पूर्व मागेमागे पडत होती आणि ह्यामुळे ज्ञान, संघटना,

साधनशक्ती, कार्यक्षमता ह्या प्रत्येक बाबतीत युरोप आणि आशिया यांच्यातील अंतर दिवसेंदिवस वाढत होते. ह्यामुळे आशियातील लोकांना युरोपातील लोकांशी स्पर्धा करणे दिवसेंदिवस कठीण होऊन बसले होते. इंग्रजांनी मोगल साम्राज्य जिंकून घेतले हा युरोपियन राष्ट्रांनी सर्वच आफ्रिका आणि आशिया खंडावर आपले प्रभुत्व प्रस्थापित केले ह्या अपरिहार्य प्रक्रियेचाच एक लहानसा भाग होता असे म्हणावे लागेल. वेगळ्या शब्दात सांगावयाचे झाल्यास पुरोगामी वंशीयांनी सनातनी लोकांवर मात केली असेच म्हणावे लागेल. उद्योगी कुटुंबे ज्यावेळी आपल्या समाजाच्या नेतृत्वस्पर्धेत उतरतात त्यावेळी ती स्वत:च्याच समाधानात दंग असणाऱ्या आळशी कुटुंबाना जसे मागे टाकतात आणि हा प्रकार वारंवार घडत असतो तसेच राष्ट्रांच्याही बाबतीत घडत असते.'' (''माझे मोगल शासन'' प्रकरण १५, ११ हा ग्रंथ पहा.)

२०. औरंगजेबाच्या कारकिर्दीचे वैशिष्ट्य : भारतीय राष्ट्रीयत्व कसे घडविता येईल याची चर्चा

ह्या ५० वर्षांच्या दीर्घ आणि कष्टकारक कारकिर्दीचा तपशीलवार अभ्यास केल्यानंतर एक निखालस सत्य आपल्या नजरेसमोर येते. हिंदुस्थानला कधी राष्ट्र म्हणून स्वत:ला घडवायचे असेल, आपल्या राज्यात शांतता राहावी आणि आपल्या सीमांचे रक्षण व्हावे असे ह्या राष्ट्राला वाटत असेल, आपल्या राष्ट्रातील आर्थिक साधनांचा विकास व्हावा आणि त्याचबरोबर ह्या राष्ट्रातील कला आणि विज्ञान यांचा विकास व्हावा अशी इच्छा असेल तर हिंदू आणि मुसलमान ह्या दोन्ही जमातींनी मृत्यू पत्करावा आणि नंतर पुन्हा जन्म घ्यावा हेच ते धडधडीत सत्य होय. ह्यापैकी प्रत्येक जमातीला तावून-सुलाखून घेतले पाहिजे. प्रत्येकाच्या मनातील घाण काढून मन निर्मळ केले पाहिजे आणि ह्या जमातींची तर्क आणि विज्ञान यांच्या आधारावर पुनर्निर्मिती केली पाहिजे. आपल्या काळात तुर्कस्थानच्या विजेत्याने जे दैदीप्यमान उदाहरण घालून दिले त्यावरून इस्लामचा पुनर्जन्म अशक्य नाही हे साऱ्या जगाला दिसून आलेले आहे. जगातील सर्वांत मोठ्या मुसलमान राज्याची घटना निधर्मिक असू शकते, बहुपत्नीत्वाचा कायदा त्या ठिकाणी रद्द होऊ शकतो, स्त्रियांना बरोबरीचे स्थान मिळू शकते, राज्यातल्या सर्व पंथांना, लोकांना राजकीय समतेचा अधिकार मिळू शकतो आणि तरीही ते राज्य मुसलमान राज्य असू शकते ही गोष्ट गाजी मुस्तफा केमाल पाशा याने सिद्ध करून दाखविली आहे.

राज्यातील आपल्या प्रजाजनांमध्ये निरनिराळ्या जाती-जमाती आहेत, सर्व हिंदुस्थान आपल्या पायापाशी शरण आलेला आहे आणि आपले साम्राज्य गिळंकृत करण्याकरिता कोणतेही युरोपियन बुभुक्षित नजरेने टपून बसलेले हे पूर्णपणे माहीत

असूनही औरंगजेबाने आपल्या डोळ्यांसमोर असे ध्येय ठेवलेले नाही याचे मोठे आश्चर्य वाटते. उलट अकबराने अशा प्रकारच्या राष्ट्रीय आणि तर्कशुद्ध धोरणाचा पाया घालण्याला प्रारंभ केलेला होता. त्याची औरंगजेबाने जाणूनबुजून मोडतोड केली. त्याचा मागमूसही दिसू नये अशी त्याने व्यवस्था केली.

इतिहासाचा जर नीटपणे अन्वयार्थ लावला तर इतिहास हा ईश्वरी-तत्त्वाचे समर्थन आहे आणि एका विशिष्ट काळात फार मोठे ईश्वरी कार्य त्यामुळे केले जाते ह्याचाही साक्षात्कार आपल्याला त्यामुळे होतो. औरंगजेबासारख्या एका आदर्शवादी मुसलमान राजाला, गादीवर आल्यानंतर सर्व साधनसंपत्ती त्याच्या हाताशी आली असताना आणि बादशहा स्वत: नैतिक दृष्टीने उच्च चारित्र्याचा असून त्याला राज्यकारभाराचे उत्तम शिक्षण मिळाले असतानाही अपयश प्राप्त झाले यावरून कोणतेही साम्राज्य मोठे होण्याकरिता किंवा चिरकाल टिकण्याकरिता त्यातील प्रजा ही गुणांनी थोर असली पाहिजे. प्रजा ही थोर होण्याकरिता त्या प्रजेला राष्ट्र घडविण्याचे शिक्षण दिले गेले पाहिजे. अशा एकजीव झालेल्या संघटित राष्ट्रात सर्वांना समान संधी आणि अधिकार मिळाले पाहिजेत. ह्या राष्ट्रातील सर्व घटक सजातीय असले पाहिजेत, त्यांच्यात जीवनातील सर्व महत्त्वांच्या अंगांबाबत आणि विचारांबाबत सहमती असली पाहिजे. परंतु त्याचबरोबर खाजगी जीवनातील आणि व्यक्ती व्यक्तीतील जे लहानसहान व्यक्तिगत मतभेदाचे मुद्दे असतील त्यांना त्यांनी सहन केले पाहिजे, सामाजिक स्वातंत्र्याचा आधार म्हणजे व्यक्तीस्वातंत्र्य याला त्याने त्याचबरोबर मान्यता दिली पाहिजे, ह्या राष्ट्रातील शासनाने राष्ट्रीय किंवा सांप्रदायिक हितसंबंधांना उचलून धरता कामा नये आणि अशा राज्यात कोणतीही मर्यादा न बाळगता, कोणाचीही भीती न बाळगता अविरतपणे ज्ञानसाधना झाली पाहिजे, ही जी अविनाशी ऐतिहासिक सत्ये आहेत त्याचा स्पष्ट पडताळा आपल्याला औरंगजेबाच्या कारकिर्दीत मिळतो असे आपण म्हटले पाहिजे. अशा ''सत्यं-शिवं-सुंदरं'' च्या निर्मळ प्रकाशातच भारतीय राष्ट्रीयत्वाचा त्याच्या पूर्ण सामर्थ्यासह विकास होऊ शकेल असे आम्हाला वाटते.

❑

प्रकरण विसावे

औरंगजेबाचे साम्राज्य : त्याची साधनसंपत्ती, व्यापार आणि प्रशासकीय व्यवस्था

१. साम्राज्य : त्याचा आकार आणि महसूल

औरंगजेबाच्या मृत्यूच्या वेळी (१७०७) त्याचा साम्राज्यात २१ सुभ्यांचा किंवा स्वतंत्र प्रांतांचा अंतर्भाव होत होता. यांपैकी १४ सुभे हिंदुस्थान किंवा उत्तर हिंदुस्थानामध्ये, ६ सुभे दक्षिणेत आणि १ सुभा (काबूल) आता ज्याला आपण अफगाणिस्थान म्हणतो यात होता. त्यांची नावे पुढीलप्रमाणे होत.

१.हिंदुस्थानातील सुभे – आग्रा, अजमेर, अलाहाबाद, बंगाल, बिहार, दिल्ली, गुजराथ, काश्मिर, लाहोर, माळवा, मुलतान, ओरिसा, अवध आणि तट्टा (किंवा सिंध).

२.दक्षिणेतील सुभे – खानदेश, वऱ्हाड, औरंगाबाद (जुने अहमदनगर), बिदर (जुने तेलंगणा), विजापूर आणि हैद्राबाद.

एक शतक अगोदर म्हणजे अकबराच्या कारकिर्दीच्या अखेरीस (१६०५) मोगल साम्राज्यात हिंदुस्थानातील १४ ही सुभ्यांचा अंतर्भाव झालेला होता आणि वर उल्लेखिलेल्या दक्षिणेतील सुभ्यांपैकी पहिल्या दोन सुभ्यांचा अंतर्भाव होता. अकबराने अहमदनगर जिंकले होते ते केवळ नाममात्र होते. मोगल साम्राज्याच्या शासकीय कागदपत्रात कंदाहार किंवा दक्षिण अफगाणिस्थान याचा मोगलांचा सुभा म्हणून फार जुन्या काळापासून उल्लेख केलेला आढळतो. परंतु मोगलांचा हा ताबा केवळ नाममात्र होता कारण इराणचे राजे आणि दिल्लीचे शासक यांच्यात त्याची मालकी वारंवार बदलत असे. इ.स.१६४९ मध्ये मोगलांना त्याची मालकी कायमची गमवावी लागली. मोगलांच्या अत्यंत उत्कर्षाच्या काळात सुद्धा कंदाहारचा प्रदेश हा नापिकी प्रदेश आणि तुटीचा प्रदेश समजण्यात येत असे. नादीरशहाने काबूल किंवा उत्तर अफगाणिस्थान जिंकून घेतले (१७३९) तोपर्यंत हा प्रदेश मोगल सम्राटांच्या ताब्यात होता. अकबराच्या काळात या प्रदेशाचा महसूल २० लाख रुपये येत असे तर औरंगजेबाच्या काळात ४० लाख महसुलाचे उत्पन्न त्या प्रदेशापासून मिळत असे. परंतु हा महसूल बहुतांशी वसूलच केला जात नसे. म्हणून या प्रकरणापुरता अफगाणिस्थानच्या या दोन सुभ्यांचा आपण विचार करणार नाही.

औरंगजेबाच्या काळात मोगल साम्राज्यात पुढील प्रदेशांचा अंतर्भाव होता. उत्तरेकडे काश्मिर आणि हिंदुकुशच्या दक्षिणेकडील सर्व अफगाणिस्थान, ईशान्येकडे गझनीच्या दक्षिणेकडे ३६ मैलांवर रेघ ओढल्यास ती इराणी राज्य आणि मोगल साम्राज्य यांच्यातील सीमा मानली जात होती. पश्चिम किनाऱ्यावर फायद्याच्या दृष्टीने ती गोव्याच्या उत्तरेपर्यंत आणि (मुंबई, कर्नाटक किंवा कॅनरामधील) बेळगाव आणि तुंगभद्रा नदीपर्यंत पोहोचलेली होती. यानंतर पश्चिमेकडून पूर्वेकडे जाणारी मोगल साम्राज्याची सीमा ही नेहमी बदलणाऱ्या आणि विवाद्य प्रदेशातून परंतु म्हैसूरच्या मध्य भागातून आग्नेय दिशेने कोळेरुन नदीपर्यंत (तंजावरच्या उत्तरेला) पोहोचत होती. अगदी ईशान्य दिशेला मोनस नदीमुळे (गोहत्तीच्या पश्चिमेकडे) आसामच्या स्वतंत्र राज्यापासून मोगल साम्राज्याचे दोन भाग पडत होते. परंतु ईशान्य, दक्षिण आणि आग्नेय या दिशांकडील मोगल साम्राज्यात म्हणजे महाराष्ट्र, म्हैसूर, कॅनरा आणि पूर्व कर्नाटक या प्रदेशातील मोगलांच्या सत्तेबाबत विवाद होता आणि ह्यातील बहुतेक ठिकाणी दुहेरी राज्यव्यवस्था (दो अमली) किंवा दोन धन्यांची सत्ता प्रस्थापित झालेली होती. या प्रदेशातील इंग्लिश आणि फ्रेंच वखारींमध्ये जी कागदपत्रे सापडलीत, त्यात हाच दु:खदायक वृत्तांत आपल्याला वाचावयास सापडतो.

अफगाणिस्थानचा अपवाद करून मोगल साम्राज्यातील महसुलाचे उत्पन्न अकबराच्या काळात १३ कोटी २१ लाख रुपये होते तर औरंगजेबाच्या काळात ते ३३ कोटी २५ लाख रुपये होते. मोगलांना जमीन महसुलापासून मिळणारे हे नियमित अपेक्षित उत्पन्न होते. परंतु एवढ्या रकमेची वसुली कधीच होत नसे आणि प्रत्यक्षात होणारी वसुली नेहमीच या रकमेच्या पुष्कळ कमी असे. वर निर्देशित केलेल्या रकमेत फक्त जमीन महसुलाचाच अंतर्भाव होता आणि त्यात जकात (मुसलमानांना जे वार्षिक उत्पन्न येई त्याचा १/४० वा हिस्सा त्यांनी धर्मदायामध्ये फक्त खर्च करावा याला जकात म्हणत असत.) आणि जिझिया यांसारख्या करांपासून मिळणाऱ्या उत्पन्नाचा अंतर्भाव नव्हता. राज्याला निरनिराळ्या साधनांपासून किती उत्पन्न मिळत असे, याची साधारण कल्पना औरंगजेबाच्या काळातील गुजराथच्या उत्पन्नाचे आकडे हे जर आपण पाहिले तर त्यावरून येऊ शकेल :-

जमीन महसूल ११३ लाख रुपये, जिझिया ५ लाख रुपये, सुरत बंदरात फक्त लावलेल्या जकात करापासूनचे उत्पन्न वार्षिक १२ लाख रुपये, (औरंगजेबाच्या कारकिर्दीच्या शेवटी मच्छलीपट्टण आणि हुगळी ही दोन बंदरे सोडल्यास इतर बंदरात फार थोडा व्यापार चालत असे) लष्करी जहागिरी म्हणून आणि खालसा शरीफ म्हणून देण्यात आलेल्या जमिनीवरचे उत्पन्न पुढीलप्रमाणे सांगता येईल. सिरका (Ciraca) –

(१६९०) :- लष्करी जहागिरींवर आकारलेले जमीन महसूल २७.६४ कोटी रुपये आणि खालसा जमिनीवरचे महसूल उत्पन्न ५.८१ कोटी रुपये (संपूर्ण साम्राज्याकरिता) इतके होते.

२. मनसबदारी पद्धती

मुलकी आणि लष्करी शासन हे सैन्यात नोंदविलेल्या आणि त्यात नाममात्र २०,००० घोडेस्वारांपासून ते २० घोडेस्वारांपर्यंत (अकबराच्या कारकिर्दीत फक्त १०) सैन्य बाळगणाऱ्या सेनापतींचा विविध दर्जा (मनसब) दाखविणाऱ्या अधिकाऱ्यांकडून चालविला जात असे. यात ३००० च्या वर ज्यांना वरची मनसबदारी किंवा वरचा दर्जा मिळालेला असे त्यांना 'ग्रॅंडिज' (उमारा-इ-आझम) किंवा थोर सेनापती (हेच अधिकारी उमदात-उल-मुल्क किंवा उमदा या नावाने ओळखले जात असत), ज्यांना ५०० ते २५०० अशी झाट मनसबदारी मिळालेली होती त्यांना फक्त उमारा म्हणत असत. तर पाचशे पेक्षा कमी घोडेस्वारी (नाममात्र) ज्यांच्या हुकमाखाली दिले असते त्यांना मनसबदार असे म्हणत असत.

	१५९६	१६२०	१६४७	१६९०
ग्रॅंडिजची संख्या (म्हणजे राजपुत्र धरून तीन हजार वरील)	६३	११२	९९	-
एकूण बेरीज, मनसबदार आणि उमारा यांचा अंतर्भाव करून	१८०३	२९४५	८०००	१४४४९

वरील तक्त्यावरून औरंगजेबाच्या कारकिर्दीत सैन्यातील अधिकाऱ्यांची संख्या ही कशी मर्यादेबाहेर फुगली होती आणि त्यामुळे राज्यावरील आर्थिक बोजा किती प्रमाणाबाहेर वाढला होता, हे आपणाला दिसून येते.

औरंगजेबाच्या कारकिर्दीतील १४,४४९ मनसबदारांपैकी सुमारे ७,००० हे जहगीरदार होते आणि ७,४५० हे नगदी, (त्यांना रोख रकमेत पैसे दिले जात). म्हणजे अर्धे जहागीरदार आणि अर्धे नगदी आढळून येतात. सैन्याचा पगार धरून (शहाजहानच्या कारकिर्दीत प्रत्येकाला जो दर्जा देण्यात आलेला असेल त्याच्या कमीत कमी एक चतुर्थांश इतके सैन्य त्याने प्रत्यक्षात बाळगलेच पाहिजे असा नियम होता.) मनसबदारांचे भत्ते आणि वार्षिक पगार यांची एकूण रक्कम पुढीलप्रमाणे होत होती. प्रत्येक दर्जातील प्रथम श्रेणीकरिता :-

सात हजारी	....	३.५ लाख रुपये
पाच हजारी	....	२.५ लाख रुपये
हजारी	....	अर्धा लाख रुपये

वीस सैनिकांचा सेनापती ... रुपये १०००. साम्राज्याची १६४७ मधील हजेरीपटावरील आणि प्रत्यक्ष भरती केलेली सैन्याची संख्या ही २ लाख होती.

८,०००	मनसबदार
७,०००	अहाडी आणि बरकंदाज
१,८५,०००	राजपुत्र, उमरा आणि मनसबदार यांचे जास्तीचे सैन्य
४०,०००	पायदळ बंदूकधारी, तोफखाना चालविणारे आणि अग्निबाण फेकणारे.

औरंगजेबाने दक्षिण हिंदुस्थानात नवीन नवीन मोहिमा आपल्या हाती घेतल्या आणि दक्षिणेतील नवीन मुलूख जिंकून घेतला. त्यामुळे वर जी सैन्यसंख्या दिलेली आहे त्यात आणखी वाढ झाली आणि त्यामुळे या सैन्याच्या खर्चाच्या बोज्याखाली त्याची सर्व आर्थिक व्यवस्था ही कोलमडून पडली.

बर्नियर ज्याचे वर्णन ''रानटी आणि प्राचीन रीतीरिवाज'' असे करतो ती पद्धती म्हणजे मोगल नोकरी असणाऱ्या कोणाचाही मृत्यू झाल्यास बादशहा त्याची मालमत्ता जप्त करीत असे. ही पद्धती मोगल साम्राज्यात प्रचलित होती. दुसऱ्या शब्दांत सरदारांना त्यांचीच मालमत्ता वंशपरंपरागत पद्धतीने मिळत नसे. अशा सरदारांचा मृत्यू झाल्यानंतर बादशहा त्याने जमविलेली सर्व संपत्ती आणि मालमत्ता आपल्या ताब्यात घेई आणि त्यातून आपल्या मनाला वाटेल तेवढी संपत्ती तो अशा सरदारांच्या मुलांना बक्षीस म्हणून देई. ह्या सरदारांच्या मुलांना आपल्या वडिलांच्या मालमत्तेवर कोणताही कायदेशीर अधिकार नसे. याचा राज्यावर आणि एकूण भारतीय संस्कृतीवर अतिशय वाईट परिणाम घडून आला. मोगल सरदार अत्यंत उदारतेने खर्च करू लागले आणि आपण काटकसर केल्यास त्याचा फायदा शेवटी मोगल बादशहालाच होणार आहे आणि आपल्यामागून आपल्याला आपल्या कुटुंबीयांकरिता कोणतीही संपत्ती ठेवता येणार नाही याची जाणीव होऊन ते सर्व संपत्ती विलासात आणि चैनीत उधळू लागले. मोगल सरदारांच्या संपत्तीबाबत अशा प्रकारची असुरक्षितता असल्यामुळे खाजगी भांडवलात कोणतीही वाढ होणे अशक्य होऊन बसले आणि देशाचा आर्थिक विकास होणे ही गोष्ट खाजगी भांडवलाच्या वाढीवरच अवलंबून असल्यामुळे देशाची आर्थिक वाढही खुंटून बसली असे दिसून येते. देशाची आर्थिक सुबत्ता, संस्कृती यांची पातळीसुद्धा खालावली कारण मागील पिढीने जमविलेली संपत्ती आणि केलेली प्रगती यांचा फायदा त्यांना

मिळण्याऐवजी त्यांना आर्थिक क्षेत्रात पुन्हा पहिल्यापासून सुरुवात करावी लागत होती.

मालमत्ता मृत्यूनंतर जप्त करण्याच्या या पद्धतीचा राजकीय परिणाम अतिशय वाईट घडून आला. सरदारांचे पद आणि दर्जा हे राजाच्या मर्जीवर प्रत्येक पिढीत अवलंबून असल्यामुळे आणि त्यामुळे त्यांना बादशहाच्या हुकूमशाहीला विरोध असण्याची हिंमत प्राप्त झाल्यामुळे हिंदुस्थानात ज्याला आपण वंशपरंपरागत सरदारकी म्हणतो (Peerage) ती निर्माण होऊ शकली नाही. अशी सामर्थ्यशाली वंशपरंपरागत मनसबदारी पद्धती भारताच्या राज्यकारभारात एक जमेची बाजू झाली असती आणि त्यामुळे मोगल सम्राटांच्या निरंकुश सत्तेवर आपोआपच आळा बसला असता. परंतु दुर्दैवाने भारताला असा फायदा मिळू शकला नाही. यामुळेच मोगल सरदार म्हणजे स्वार्थी लोकांचा एक गट बनला त्यामुळेच कोणत्याही वारसाच्या युद्धाच्या वेळी किंवा परकीयांच्या आक्रमणप्रसंगी हे स्वार्थी मोगल सरदार सहजपणे जी बाजू विजयी होण्याची शक्यता असेल त्या बाजूला जाऊन सामील होऊ लागले. आपल्या इनामी जमिनींना आणि वैयक्तिक मालमत्तेला कोणतीही कायदेशीर हमी नाही आणि प्रत्यक्षात जो कोणी राजा असेल त्याच्या मर्जीवर आपली संपत्ती अवलंबून आहे ही गोष्ट त्यांना पक्की माहिती होती. मध्ययुगीन भारतात सर्वांत वरच्या श्रेणीला सर्वश्रेष्ठ राजा आणि सगळ्यांत खालच्या श्रेणीला असंख्य गरीब शेतकरी आणि मजूर यांच्यामध्ये अडथळा निर्माण करील अशा प्रकारचा स्वतंत्र व्यापारी वर्ग किंवा स्वतंत्र सरदारकी याच्या श्रेणी निर्माणच झालेल्या नव्हत्या. असे कोणतेही सरकार नेहमीच अस्थिर आणि सदोष असते.

३. उत्पादन आणि व्यापार

मोगल शासनाने काही विशिष्ट प्रकारच्या वस्तू निर्माण करण्याकरिता स्वत:चेच कारखाने काढलेले होते. त्यातून त्या वस्तूंचे विपुल प्रमाणात उत्पादन होत होते. या दृष्टिकोनातून मोगल शासन हे कारखानदार शासन बनलेले होते. या कारखान्यांचे तपशीलवार वर्णन ''मोगल प्रशासन'' या माझ्या ग्रंथात प्रकरण १० मध्ये (शासकीय उद्योगधंदे) केलेले आहे. विविध प्रांतातील खाजगी उद्योगधंद्यांची तपशीलवार माहिती 'औरंगजेबाचा हिंदुस्थान' या माझ्या ग्रंथात आलेली आहे. मोगल साम्राज्यात आयात करांपासून होणारे उत्पन्न हे साधारणपणे तीस लाख रुपयांपेक्षा कमी होते तर जमीन महसुलापासून मात्र त्याच्यापेक्षा एकशेअकरा पटींनी जास्त उत्पन्न राज्याला मिळते. विदेशी व्यापाराचे प्रमाण हे अशा रीतीने अतिशय कमी असल्यामुळे मोगल साम्राज्याच्या आर्थिक चित्रांमध्ये विदेशी व्यापाराला अतिशय गौण स्थान देण्यात आलेले आढळते. बर्नियरने ह्या बाबतीत पुढील मतप्रदर्शन केलेले आढळते. ''व्यापाराची परिस्थिती अशी असल्यामुळे आणि शासनातर्फे तो अशा प्रकारे चालविला जात असल्यामुळे

युरोपमधील व्यापारासारखी त्याची भरभराट होणे शक्यच नव्हते. ...ज्या ठिकाणी व्यापाऱ्याला एखाद्या लष्करातील उच्च दर्जाच्या लष्करी अधिकाऱ्याचे संरक्षण मिळालेले असलेल्या ठिकाणी अशा माणसाने व्यापारी धाडस करावे अशी त्यांच्याकडून अपेक्षा असे. नव्हे तसे तो धाडस करीतही असे. परंतु त्याला संरक्षण देणाऱ्या सेनानायकाची गुलामगिरी अशा व्यापाऱ्याला पत्करावी लागे. इतकेच नव्हे तर तो म्हणेल त्या अटी व्यापाऱ्याला मान्य कराव्या लागत.''

"इंग्लिश ईस्ट इंडिया कंपनीने भारतात व्यापार सुरू केला त्याच्या पहिल्या साठ वर्षांत (१६१२ ते १६७२) निर्यात होणाऱ्या भारतीय मालाची किंमत सरासरीने १,००,००० पौंड (किंवा ८ लाख रुपये) यापेक्षा जास्त जात नसे. (१६८१) मध्ये केवळ बंगालमध्ये २,३०,००० पौंडापेक्षा ती अधिक झाली. यावेळी डच कंपनीचा हिंदुस्थानशी चाललेला व्यापार हा इंग्लिश कंपनीच्या व्यापाराइतकाच मोठा होता. परंतु पोर्तुगीजांचा भारताशी चाललेला व्यापार मात्र अतिशय कमी होता असे दिसून येते. हिंदुस्थानातील जे स्थानिक व्यापारी होते, त्यांच्या हातात समुद्रावरून चालणारा व्यापार मोठ्या प्रमाणात होता असा कोणताही पुरावा आढळून येत नाही. परंतु खुष्कीच्या मार्गाने मात्र इराण आणि तुर्कस्थान (आणि त्याचप्रमाणे तिबेट) यांच्याशी लहान प्रमाणात व्यापार चालू होता असा मात्र पुरावा आढळून येतो. आंतरराष्ट्रीय व्यापार करून भारतीय लोकांना बहुमोल हिरेमाणके आणि श्रीमंत लोकांना लागणाऱ्या काही चैनीच्या वस्तू सोडल्यास त्यांना विशेष प्राप्ती होत होती असे दिसून येत नाही. हा जो माल आयात होत असे, त्याची किंमत सुती कापड, काळे मिरे, नीळ आणि सोरामीठ यांसारख्या कच्च्या मालातील काही पदार्थ निर्यात करून त्यांची किंमत चुकविली जात असे. आर्थिकदृष्ट्या पाहता हिंदुस्थान हा स्वयंपूर्ण होता असे म्हणावे लागते. (सी.जे.हॅमिल्टन,३२-३३)."

मोगल सम्राटांनी आयात कर अतिशय कमी आकारलेले होते. (३ टक्के सरसहा यात १ टक्का जिझिया कर होता.) यावरून त्यांना विदेशी व्यापाराला प्रोत्साहन द्यावयाचे होते असे दिसून येते. स्थानिक उद्योगधंद्यांना (भरमसाट कर आकारून) संरक्षण देण्याचा प्रश्नच उद्भवत नव्हता. मोगल दरबारात सोन्या-चांदीच्या दुर्मिळ वस्तू आणि चैनीच्या वस्तू यांचा सतत पुरवठा होण्याकरिता निर्यात व्यापार हे एकमेव साधन आहे या दृष्टीनेच निर्यात व्यापाराकडे पाहिले जात होते आणि त्या दृष्टिकोनातून (दिल्लीच्या मोगल शासनाने) निर्यात व्यापाराला मान्यता दिलेली होती. (सी.जे.हॅमिल्टन, २०).

सतराव्या शतकाच्या पहिल्या पूर्वार्धात इंग्लिश ईस्ट इंडिया कंपनीचा जो पूर्वेशी व्यापार चाललेला होता तो साधारणपणे पाच वर्गांतील मालापुरता मर्यादित होता.

इंग्लंडच्या बाजारात आणि आर्कीपिलागो आणि मसाल्याची बेटे यांतून येणारे मसाल्याचे पदार्थ, इराणचे रेशीम आणि भारतातून येणारे सोरामीठ आणि नीळ यांना विशेष मागणी होती. उच्च आणि मुलायम दर्जाचे सुती कापड आणि उच्च दर्जाचे रेशमी कपडे यांनाही बरीच मागणी इंग्लंडमध्ये होती आणि त्यामुळे हा माल इंग्लंडमध्ये आयात केला जात असे, परंतु ब्रिटिश ईस्ट इंडिया कंपनी ही सुती कापडाची खरेदी करीत असे ती इंग्लंडमध्ये आयात करण्यासाठी नसे. आणखी दूर पूर्वेकडे आणि इराणमध्ये हा माल विकण्याकरिता म्हणून ही खरेदी होत असे. भारताला विदेशी बाजारांमध्ये खरोखरीच सुती कापडाच्या उत्पादनाचा एकाधिकार प्राप्त झालेला होता परंतु रेशमी कापडाची निर्यात मात्र अतिशय थोडी होती. इंग्लंडमध्ये कच्च्या रेशमाची जी आयात केली जात असे, ती साधारणपणे इराण आणि चीन यांमधून होत असे.

सतराव्या शतकाच्या पहिल्या पूर्वार्धात इंग्लंडला जे रेशमी कापड लागत असे, त्याची बहुतांश गरज चीन भागवित असे. (सी.जे.हॅमिल्टन, ३१-३२).

मोगलांच्या काळात भारतात आयात होणाऱ्या प्रमुख वस्तूंमध्ये सोने आणि चांदी (नाण्यांच्या स्वरूपात) आणि कमी प्रमाणात तांबे आणि जस्त यांचा अंतर्भाव होता. या धातूंकरिता आपण सर्वस्वी परक्या देशांवर अवलंबून होतो. लोखंड आणि पोलाद याबाबतीत मात्र आपण विशेष अवलंबून नव्हतो. या वस्तू अत्यंत स्वस्त किंमतीत भारतात आयात होत असत. उच्च दर्जाच्या लोकरी कापडाकरिता आपण युरोपवर (विशेषत: फ्रान्सवर) अवलंबून होतो. उत्तम दर्जाचे तलम लोकरीचे कापड आणि इतर लोकरी कपडे (अरबी भडक रंगाचे लाल कपडे) यांचा वापर भारतात मोगल दरबारात आणि श्रीमंत लोकांत विशेष केला जात असे. यानंतर आयातीतील जास्त किंमतीची वस्तू म्हणजे घोडा. त्यांची बहुसंख्य आयात इराणाच्या आखातातून जहाजाद्वारे होत असे आणि खुरासान, मध्य आशिया आणि काबूल यातून वायव्य प्रदेशातील खिंडीमधून खुष्कीच्या मार्गानेसुद्धा घोडे आयात केले जात असत. उंच पहाडात आवश्यक असणाऱ्या तट्टूंची (त्यांना तंगन असे म्हणत) पूर्व हिमालयातील राज्य, तिबेट आणि भूतान या राज्यांतून बंगाल, कूचबिहार, मुरांग आणि अवध या मार्गाने आयात होत असे. उत्तर हिंदुस्थानात हिवाळ्यात ताजी फळे आणि संपूर्ण वर्षभर कोरडी फळफळावळे प्रचंड प्रमाणात फस्त केली जात. त्यांचा पुरवठा मध्य आशिया, अफगाणिस्थान आणि इराण या देशांमधून होत असे. मसाल्याचे पदार्थ (उदाहरणार्थ लवंगा, जायफळ, दालचिनी आणि वेलदोडे) हे मसाल्याच्या बेटांवरून डच पुरवीत असत. हे पदार्थ पुरविण्याचा त्यांना एकाधिकारच प्राप्त झालेला होता. कस्तुरी, चिनी मातीची भांडी यांसारख्या चैनीच्या वस्तू चीनमधून येत. इराणचे आखात आणि सिलोन यांमधून

मोत्यांचा पुरवठा होई. पेगू आणि सिलोन यातून उत्तम दर्जाचे हत्ती मिळत. उत्तम दर्जाचा तंबाखू अमेरिकेहून येत असे. दारूची काचेची सुंदर भांडी आणि इतर चित्ताकर्षक वस्तू युरोपवरून येत असत. तर ॲबिसिनियामधून गुलामांचा पुरवठा होत असे. या वस्तूंच्या किंमती अतिशय जास्त असल्यामुळे आणि त्यांचा उपयोग फार थोडे लोक करीत असल्यामुळे या वस्तूंची आयात अतिशय लहान प्रमाणात होत असे. युरोपियन कंपन्या अगदी अडचणीच्या वेळी कधी कधी बंदुका आणि बंदुकीकरिता लागणारा दारूगोळा (अतिशय थोड्या प्रमाणात) स्थानिक शासकांना विकत असत. परंतु ह्याचा नियमित व्यापार नव्हता आणि अशा प्रकारची शस्त्रविक्री बेकायदेशीर असल्यामुळे असे व्यवहार त्यामुळे नेहमी गुप्ततेने होत असत. हिमालयातल्या प्रदेशातूनसुद्धा अवधमार्गे (आणि त्यानंतर पाटणामार्गे) भारताशी अतिशय थोडा व्यापार चालत असे. हिमालयातील तट्टूंवर आणि मेंढरांवर लादून त्या प्रदेशातून आपल्याकडे थोड्या थोड्या प्रमाणात सोने, तांबे, कस्तुरी, याक-गाईच्या शेपटांचे केस (पंखे किंवा चवऱ्या तयार करण्याकरिता), पहाडावर उपयोगी असणारे तट्टू इत्यादी मालाचा पुरवठा होत असे. ह्या वस्तू विकल्यानंतर ते परत जाताना आपल्याबरोबर मीठ, कापूस, काचेची भांडी इत्यादी वस्तू घेऊन जात असत. युरोपातल्या कागदाची आयात पोर्तुगीज आणि त्यानंतर डच हे करीत असत. (परंतु तरीसुद्धा या कागदाला पोर्तुगीज कागद या नावानेच ओळखले जाई. हा आयात होणारा कागद दक्षिणेतील स्वतंत्र सुलतान राज्यांमध्ये वापरला जाई.) मोगल बादशहांनी मात्र अतिशय चांगल्या दर्जाचा कागद मिळावा म्हणून कागदाचे कारखाने काश्मिर आणि इतर काही जागी स्थापन केलेले होते (या कागदालाच युरोपात भारतीय कागद म्हणून ओळखले जाऊ लागले). या उलट दैनंदिन कचेऱ्यांच्या कामाकरिता आणि सर्वसाधारण माणसांना जो कागद लागत असे, तो कागद मुसलमान कागद उत्पादकांकडून पुरविला जात असे. मुसलमान समाजात कागदाचे उत्पादन करणाऱ्या लोकांचा एक खास वर्गच निर्माण झालेला होता. त्यांना 'कागझी' असे म्हणत असत. असे लहान लहान कागदाचे कारखाने प्रत्येक शहरात असत आणि राजधानीच्या शहरात त्यांचा एक खास 'पुरा' असे. त्या ठिकाणी ते आपली वस्ती करून राहत असत.

भारतातून त्या काळात निर्यात होणाऱ्या मालात प्रमुख माल म्हणजे साधे सुती कापड किंवा रंगीत कापड (त्याला 'कॅलिकोस' म्हणत) इंडियन आर्किपेलिगो मध्ये या कापडाचा मोठ्या प्रमाणात वापर केला जाई. सतराव्या शतकाच्या शेवटी इंग्लंडमध्येसुद्धा या कापडाचा वापर होऊ लागला. निर्यात होणाऱ्या मालामध्ये अत्यंत चांगल्या दर्जाची मलमल किंवा मुलायम सुती कपडे आणि त्याचबरोबर सारा, सोरामीठ,

नीळ, रेशीम आणि काळे मिरे (याशिवाय स्वयंपाकाला लागणारे मसाले वगैरे) इत्यादी वस्तूंचा त्यात अंतर्भाव होता. याशिवाय हुगळीवरून थोड्या प्रमाणात पांढरी साखर, मच्छलीपट्टणमार्गे हिरे आणि माणके, बंगाल आणि मद्रासवरून गुलाम आणि त्याचप्रमाणे इंग्लंडमधील दिव्यांच्या वाती बनविण्याकरिता कापसाचा धागा इत्यादी वस्तूंची निर्यात होत असे. या शतकाच्या अखेरीस टॅफेटा रेशमी कापड आणि किनखाबी कापड यांची मोठ्या प्रमाणात निर्यात होऊ लागली. आणि यामुळे रेशीम रंगविणे आणि विणणे या कार्यात इंग्लिश कंपनीने बंगालमध्ये फार मोठी सुधारणा घडवून आणली. मच्छलीपट्टणपासून तो पाँडेचरीपर्यंत संपूर्ण मद्रास किनारा हा भारतात कापूस उद्योगधंद्याकरिता अतिशय प्रसिद्धीस आलेला होता (त्यानंतर कापूस उद्योगधंद्याकरिता कर्नाटक किंवा हुबळी ते कारवार या मधला प्रदेश नावाजलेला होता. परंतु मद्रास किनाऱ्याशी त्याची तुलना होऊ शकत नव्हती). गोवळकोंडा सुलतानशाहीचा पाडाव झाल्यानंतर जी युद्धे घडून आली आणि त्यानंतर जो मराठ्यांचा उदय घडून आला त्यामुळे हे सगळे प्रदेश बेचिराख झाले आणि सुती कापडाच्या उद्योगधंद्यात वा प्रदेशाला जे अग्रेसरत्व मिळालेले होते ते नष्ट होऊन त्याबाबतीत अठराव्या शतकाच्या प्रारंभी बंगालला ते अग्रेसरत्व प्राप्त झाले.

४. प्रशासकीय व्यवस्था

हे मुसलमान राज्य लष्करी राज्य होते आणि त्याचा आधारच मुळी निरंकुश राजसत्तेचा होता. हा राजा युद्धामध्ये धर्माशी एकनिष्ठ असणाऱ्या सैनिकांचा सर्वोच्च सेनापती समजला जात असे. अशा मुसलमान राज्यात राजा कोणत्याही नियमित मंत्रिमंडळाची नेमणूक करीत नसे. राजाच्या खालोखाल सर्वोच्च अधिकारी म्हणजे वझीर किंवा दिवाण समजला जाई. इतर मंत्री हे राजापेक्षा कनिष्ठ श्रेणीचे समजले जात. ते त्याचे सहकारी समजले जात नसत. राजा आणि वझीर हे मंत्र्यांना न कळविताच किंवा सल्लामसलत न घेताच पुष्कळशा प्रश्नांवर स्वतंत्रपणे निर्णय घेत असत. परंतु कोणत्याही मंत्र्यांना किंवा वझिरालासुद्धा राजाच्या अधिकारावर नियंत्रण घालण्याचा यत्किंचितही अधिकार नसे. राजाच्या मर्जीवर त्यांचे स्थान अवलंबून असे. यामुळे त्यांना आधुनिक काळात ज्याप्रमाणे मंत्रिमंडळ स्थापन करता येते, तशा अर्थाने मंत्रिमंडळ स्थापन करता येत नसे. कायद्याच्या काटेकोर दृष्टीतून पाहता प्रत्येक मुसलमान सम्राट हा धर्मसंस्थेचा आणि त्याचप्रमाणे राजसंस्थेचाही प्रमुख असतो. तो त्या काळातील प्रजेचा 'खलिफा' समजण्यात येतो.

मोगल शासनाची प्रमुख खाती पुढीलप्रमाणे सांगता येतील –

१. अर्थ आणि महसूल खाते (दिवाण किंवा वझीर यांच्या हाताखाली.)

२. खाजगीचा अधिकारी किंवा राजवाड्याचा अधिकारी (खान-इ-सामान याच्या हाताखाली.)

३. सैन्य मंत्री (बक्षीच्या हाताखाली.)

४. न्याय खाते (प्रमुख काझीच्या हाताखाली.)

५. धर्मादाय खाते (प्रमुख सद्र या अधिकाऱ्याच्या हाताखाली.)

६. सार्वजनिक नीतिमत्ता निरीक्षक (मुहतासिब या अधिकाऱ्याच्या हाताखाली.)

या खात्यांच्या खालोखाल परंतु खात्यांसारखेच ज्यांना अधिकार दिलेले होते ती खाती म्हणजे -

७. तोफखाना (मीस आतीष याच्या हाताखाली) आणि

८. गुप्तहेर खाते आणि डाक विभाग (डाक चौकीच्या दरोग्याच्या हाताखाली.)

महसूल मंत्र्याकडे सर्व महसूल कागदपत्रे आणि प्रांतातून आणि सैन्यांकडून येणारा सर्व पत्रव्यवहार जात असे. या महसूल मंत्र्याला किंवा दिवाणाला महसूल वसुली किंवा महसूल आकारणी यासंबंधीचे सर्व प्रश्न निश्चित करावे लागत आणि त्यासंबंधात निर्णय घ्यावे लागत. प्रांतातील सर्व दिवाणांची नेमणूक करण्याचा आणि त्यांच्यावर नियंत्रण ठेवण्याचा त्याला पूर्ण अधिकार होता. पैसे देण्याच्या सर्व देयकांवर त्याची सही अत्यंत आवश्यक असे. त्याच्या सहीशिवाय कोणालाही पैसे मिळत नसत. बादशहाची इच्छा कळविण्याकरिता तो स्वत:च्या नावाने परंतु बादशहाच्या हुकमावरून पत्रे लिहीत असे. महत्त्वाच्या राजकारणी व्यक्ती आणि परक्या राष्ट्रांचे शासक यांना लिहावयाच्या पत्रांचे मसुदे बादशहाला तोच लिहून देत असे.

मुलकी आणि लष्करी या सर्व अधिकाऱ्याची (कारण दोघेही मनसबदाराप्रमाणेच होते) पगारपत्रके तयार करणे आणि त्याला मान्यता देणे हे कार्य बक्षीला करावे लागे. त्याचप्रमाणे युद्धाला सज्ज झालेल्या सैन्याचा पगारसुद्धा त्याच्याच खात्यामार्फत दिला जात असे. औरंगजेबाच्या कारकिर्दीच्या अखेरीस, साम्राज्यात कमालीची वाढ घडून आल्याने प्रमुख बक्षी (त्याला प्रथम बक्षी असे म्हणत) आणि त्याच्या सहाय्याला तीन सहाय्यक नेमण्यात येत. त्यांना दुसरा, तिसरा आणि चवथा बक्षी असे म्हणत असत. युद्धाला जाणाऱ्या प्रत्येक सैन्यतुकडीला त्या लढाईकरिता म्हणून नेमलेल्या सेनापतीच्या हाताखाली सोपविण्यात येई. अनेक वेळा जरी आपल्याला पुष्कळ मोगल अधिकाऱ्यांना सिपहसालार किंवा सैन्याचा प्रमुख ही पदवी दिलेली आढळते तरी ती पदवी केवळ सन्मानदर्शक होती आणि त्या अधिकाऱ्यांच्या हाताखाली संपूर्ण मोगल सैन्य देण्यात आलेले नव्हते ही वस्तुस्थिती आपण लक्षात घेतली पाहिजे. बादशहा हाच फक्त सरसेनापती राहत असे.

बादशहाच्या अंतर्गृहाचा प्रमुख खान-इ-सामान हा अधिकारी असे. बादशहाच्याच वैयक्तिक सर्व सेवकांवर त्याचे नियंत्रण असे. बादशहाच्या दैनंदिन खर्चावर, भोजनावर, कोठीघरावर देखरेख ठेवण्याचे कार्य त्याला करावे लागे. बादशहा प्रवासात निघाल्यास त्यालाही त्याच्याबरोबर जावे लागे. राज्यातील कारखाने त्यालाच सांभाळावे लागत आणि त्या ठिकाणचे पैशाचे वाटपही त्यालाच करावे लागे.

बादशहा हा न्यायक्षेत्रात सर्वोच्च न्यायाधीश समजण्यात येई आणि प्रत्येक बुधवारी तो स्वत: न्यायनिवाडा करत असे.

परंतु त्याचे न्यायालय म्हणजे अपिलाचे सर्वोच्च न्यायालय समजण्यात येई. कोणताही खटला अगदी प्राथमिक अवस्थेत राजाकडे येत नसे. मुसलमानांच्या गुन्हेगारीच्या खटल्यात आणि बहुतांशी दिवाणी खटल्यात प्रमुख काझी हा न्यायाधीश असे. मुसलमान कायद्याप्रमाणे न्यायदान देण्यात येई. त्याला मदत करण्यासाठी म्हणून मुफ्तीची नेमणूक करण्यात येई. हा मुफ्ती खटल्याच्या अनुरोधाने अरबी ग्रंथात सांगितलेले न्यायशास्त्र वाचून त्यातील कायदा सांगत असे आणि ही कायद्याची मूलभूत तत्त्वे लक्षात घेऊन काझी त्या खटल्यात निर्णय देत असे.

प्रमुख काझीला 'काझी-उल-काझन' असे म्हणत असत. तो नेहमी बादशहाबरोबर असे आणि त्याला प्रत्येक प्रांतातील मोठ्या गावात आणि शहरात स्थानिक काझी नेमण्याचा आणि त्याला काढून टाकण्याचा अधिकार होता.

राजाने आणि राजपुत्रांनी साधुसंत, विद्वान पंडित आणि भिक्षुक यांच्या उदरभरणाकरिता ज्या जहागिरी बक्षीस दिलेल्या असतील, त्यांच्यावर देखरेख ठेवण्याचे आणि त्याबाबतीत निर्णय देण्याचे कार्य प्रमुख सद्र (या अधिकाऱ्याला सद्र-उस-सदूर असेही म्हणत असत) या अधिकाऱ्याकडे दिलेले होते. या दिलेल्या देणग्यांचा उपयोग दिलेल्या कार्याकरिताच होतो हे पाहण्याचे कार्य याच अधिकाऱ्याकडे होते. नवीन देणग्यांकरिता जे अर्ज येतील, त्यांचाही विचार याच अधिकाऱ्याला करावा लागे. बादशहाचा तो धर्मादाय अधिकारीसुद्धा होता आणि याकरिता राज्याचा धर्मादायनिधी हा त्याच्याच स्वाधीन असे. प्रांतीय सद्रांच्या नियुक्त्या करणे आणि त्यांच्यावर देखरेख ठेवणे हेही कार्य त्याच्याचकडे सोपविण्यात आलेले होते.

कुराणात निर्देशित केल्याप्रमाणे लोकांचे जीवन व्यतीत होते किंवा नाही हे पाहण्याचे कार्य मुहतासिब या अधिकाऱ्याकडे सोपविलेले होते. दारू, भांग आणि इतर उत्तेजक पेये यांच्या सेवनाला प्रतिबंध करणे, त्याचप्रमाणे द्यूतगृहे आणि वेश्यागृहे यांना बंदी घालणे इत्यादी कार्येही याच अधिकाऱ्याकडे सोपविण्यात आलेली होती. या बाबतीत महंमद पैगंबराने दिलेली शिकवण, त्याने काटेकोरपणे समाजात अमलात आणावी

अशी त्याच्याकडून अपेक्षा होती. पाखंडी मते, प्रेषित महंमद पैगंबर याची निंदा आणि रमझानच्या महिन्यात रोज पाच वेळा अल्लाची प्रार्थना न म्हणणे याकरिता शिक्षा देण्याचा अधिकारसुद्धा त्यालाच देण्यात आलेला होता. जी नवीनच देवळे बांधण्यात आलेली होती ती पाडण्याचा अधिकारही त्यालाच देण्यात आलेला होता.

मोगल साम्राज्यातील विविध प्रांतांत तंतोतंत केंद्राप्रमाणेच शासन व्यवस्था अमलात आणण्यात आलेली होती. प्रांतात राज्यपाल (त्यालाच सरकारीरीत्या 'नाझीम' असे म्हणत, सर्वसाधारण लोक त्यालाच सुभेदार म्हणत.) दिवाण, बक्षी, काझी, सद्र, बैतूत (सरकारची मालमत्ता राखणारा आणि सरकारी विश्वस्त) आणि मुहतासिब इत्यादी अधिकारी होते. परंतु त्यात खान-इ-सामन याचा अंतर्भाव नव्हता. आपल्या अधिकारक्षेत्रात प्रत्येक सुभेदार राजासारखा वागत असे.

प्रांतीय शासन हे तिथल्या राजधानीच्या शहर एकवटलेले असे. महत्त्वाच्या ठिकाणी किंवा उपविभागात त्या प्रदेशात शांतता ठेवण्याकरिता बंडखोरांना आणि गुन्हेगारांना शिक्षा देण्याकरिता आणि विरोध झाल्यास महसूल वसूल करण्याकरिता फौजदार नेमलेले होते. खेड्यांकडे पूर्णपणे दुर्लक्ष करण्यात आलेले होते. ग्रामीण जीवनाबाबत तिरस्कार वाटत असल्यामुळे म्हणा किंवा अधिकारीवर्ग अकार्यक्षम असल्यामुळे म्हणा, खेड्यातील जीवनाला कोणताही धक्का लावण्यात आलेला नव्हता. त्यामुळे खेड्यांचे स्वरूप स्वशासित, स्वयंभू, लोकसमुदायाचे झालेले होते.

मोठ्या शहरात कोतवालाकडे शांतता आणि सुव्यवस्था ठेवण्याचे कार्य होते. इतकेच नव्हे तर त्याच्यावर आधुनिक नगरपालिकेकडे जी कामे सोपविण्यात येतात तीही कामे सोपविण्यात आली होती. याशिवाय त्याला बाजारनियंत्रण (वजने, मापे आणि किमती) आणि लोक कुराणात सांगितल्याप्रमाणे लोक सद्वर्तन ठेवतील ह्याहीकडे लक्ष द्यावे लागत असे.

हेर आणि खबरे, यांत गुप्त आणि उघड हेरांचा अंतर्भाव होता. यांच्यामार्फत साम्राज्यातल्या सर्व भागात काय घडते आहे याची माहिती केंद्र शासनाला होत असे. या हेरांचे चार वर्ग होते -

वाकनवीस, स्वानी-ह-निगर, खुफीयानवीस (गुप्त पत्रे लिहिणारा) आणि हरकारा (हेर आणि जासूद). त्यांना ठराविक दिवसांनंतर वर वृत्त कळवावे लागे. प्रत्येक खात्यामध्ये एकेका जासूदाची नेमणूक केलेली असे. सर्व वार्ता शेवटी पत्रव्यवहार प्रमुखामार्फत बादशहापर्यंत जाऊन पोहोचत असत.

सम्राटांनी अनेक वेळा मनाई करून सुद्धा अनेक स्थानिक अधिकाऱ्यांनी (पुष्कळ वेळा सुभेदारांनीसुद्धा) अनेक प्रकारच्या मिषांनी व कारणांनी कारागीर, व्यापारी, मजूर

आणि सर्वसाधारण लोक यांच्यातील विविध वर्गांकडून बेकायदेशीर कर वसूल केले. (त्यांना 'अबवाब' असे म्हणत असत.) ''मोगल प्रशासन'' या माझ्या ग्रंथात प्रकरण ५ मध्ये स्पष्टीकरण टीपांसहित मी अशा ६७ अबवाब करांची सूची दिलेली आहे. काही काही सुभेदार व्यापाऱ्यांनी पाठविलेला माल मार्गातच जप्त करीत असत. त्याकरिता पुष्कळ वेळा ते त्या मालाची थोडीबहुत किंमत चुकती करीत किंवा अजिबातच किंमत देत नसत आणि त्यानंतर हा माल खुल्या बाजारात आपला मनाला वाटेल त्या किमतीत विकत असत आणि त्यावर नफा मिळवीत किंवा त्यातील उत्तम वस्तू आपल्या स्वत:च्या उपयोगाकरिता ठेवून घेत असत. या प्रथेमार्फत होणारा असा जुलूम नेहमी चालू असे. सावध आणि बलिष्ठ बादशहालाच फक्त ही प्रथा बंद पाडता आली.

❐

कालानुक्रमे घडलेल्या घटना

(या ग्रंथातील सर्व तारखा या जुन्या पद्धतीप्रमाणे किंवा असुधारित पंचांगातून घेतलेल्या आहेत. नवीन पद्धतीप्रमाणे तारखा निश्चित करावयाच्या असल्यास त्यात १० दिवस (किंवा काही वेळा ११ दिवस) मिळवा.

१६१८ ऑक्टोबर २४	औरंगजेबाचा जन्म.
१६२९ एप्रिल १०	शिवाजीचा जन्म
१६२८ फेब्रुवारी ४	शहाजहान स्वत:ला राज्याभिषेक करतो. (जहांगीरचा मृत्यू २९ ऑक्टोबर १६२७.)
१६३३ मे २८	औरंगजेबाचा एका हत्तीशी लढा.
१६३५ सप्टेंबर–डिसेंबर	बुंदेला युद्धात औरंगजेबाचे नेतृत्व.
१६३६ मे	शहाजहान आणि आदिलशहा यांच्यात विभाजनाचा तह.
१६३६ जुलै–१६४४ मे	औरंगजेबाची दक्षिणेची पहिली सुभेदारी.
१६३६ ऑक्टोबर	शहाजी भोसले याची मोगलांसमोर शरणागती आणि विजापूरच्या नोकरीत प्रवेश.
१६३७ मे ८	औरंगजेबाचा दिलरसबानूशी विवाह (तिचा मृत्यू ८ ऑक्टोबर १६५७ रोजी झाला.).
१६३८ फेब्रुवारी १५	औरंगजेबाची सर्वांत वडील अपत्य झेबुन्निसा हिचा जन्म (मृत्यू २६ मे १७०२).
१६३८ जून	औरंगजेबाने बागलाण जिंकले
१६३९ डिसेंबर १९	मोहम्मद सुलतान याचा जन्म (मृत्यू ३ डिसेंबर १६७६).
१६४३ ऑक्टोबर ४	मुअज्जम (शहा आलम पहिला) चा जन्म
१६४४ मे	औरंगजेबाला नोकरीवरून काढून टाकून त्याची पदावनती केली. नोव्हेंबर महिन्यात पुन्हा कामावर परत घेतले.
१६४५ फेब्रुवारी १६४७ जानेवारी	औरंगजेब गुजराथचा सुभेदार.
१६४७ मार्च ७	दादोजी कोंडदेव यांचा मृत्यू; शिवाजी स्वतंत्र होतो, शिवाजीने आदिलशाही किल्ले ताब्यात घेतले.

मे २५	औरंगजेब बल्ख शहरात पोहोचला; ऑक्टोबरात माघार.
१६४८ मार्च-१६५२ जुलै	औरंगजेब मुलतान आणि सिंधचा सुभेदार.
१६४९ मे १४ सप्टेंबर ५	औरंगजेबाचा कंदाहारला पहिला वेढा.
१६५२ मे २-जुलै ९	औरंगजेबाचा कंदाहारला दुसरा वेढा.
१६५२-१६५८	औरंगजेबाची दक्षिणची दुसरी सुभेदारी.
१६५५ नोव्हेंबर २१	कुतुबशहाने मीर जुमल्याच्या मुलाला तुरुंगात टाकले.
१६५६ जानेवारी १५	शिवाजीने जावळी जिंकली, ६ एप्रिल रायगड जिंकले.
जानेवारी	औरंगजेबाची गोवळकोंड्यावरील स्वारी; मोगलांनी हैद्राबादचा ताबा मिळविला, २३ जानेवारी औरंगजेबाचा गोवळकोंड्याला वेढा, फेब्रुवारी-मार्च ३० एप्रिलमध्ये तह.
१६५६ जुलै	मीर जुमलाचे दिल्लीस प्रयाण. वझीर म्हणून नेमणूक,
नोव्हेंबर ४	मोहम्मद आदिलशहा याचा मृत्यू, दुसरा अली गादीवर.
१६५७	विजापुरशी युद्ध. वेढा घालून औरंगजेबाने बिदर जिंकले. २-२९ मार्च, कालिनी ४ मे-१ऑगस्ट माघार, ऑक्टोबर ४ सप्टेंबर ६ शहाजहान दिल्लीला आजारी पडला. तो आग्र्याला ऑक्टोबर २६ला पोहोचला.
नोव्हेंबर	शुजाने बंगालमध्ये स्वतःला राज्याभिषेक करून घेतला.
डिसेंबर ५	मुरादने स्वतःला राज्याभिषेक करून घेतला. सुरत जिंकले आणि सुरतेची लूट डिसेंबर २०.
१६५८ फेब्रुवारी ५	सिंहासन मिळविण्याकरिता औरंगजेबाने औरंगाबादेहून कूच केले, फेब्रुवारी १४ बहादूरपूर या ठिकाणी शुजाचा सुलेमान शुकोहकडून पराभव.
१६५८एप्रिल १५	औरंगजेब आणि मुराद यांनी धरमत या ठिकाणी जसवंतसिंगाचा पराभव केला.
मे २३	औरंगजेबाच्या कारकिर्दीच्या प्रथम वर्षाला कायदेशीर सुरुवात.

मे २९	सामूगड या ठिकाणी दाराचा पराभव.
जून ८	शहाजहान याला पकडण्यात येऊन आग्र्याच्या किल्ल्यात ठेवण्यात आले.
जून २५	औरंगजेबाने मुरादला कैदेत टाकले (मुरादचा ४ डिसेंबर १६६१ रोजी वध).
जुलै २१	औरंगजेबाचा पहिला राज्याभिषेक.
१६५९ जानेवारी ५	खाज्वा या ठिकाणी शुजाचा पराभव.
मार्च १३	देवराई या ठिकाणी दाराचा पराभव.
जून ५	औरंगजेबाचा भव्य राज्याभिषेक समारंभ.
जून ९	दारा आणि सिपहर शुकोह यांना कैद केले.
ऑगस्ट ३०	दाराचा वध.
नोव्हेंबर १०	शिवाजीने अफझलखानाचा वध केला.
१६६० मे ९	शायिस्तेखानाने पुणे ताब्यात घेतले, चाकणवर हल्ला ऑगस्ट १५.
मे ६	शुजाचे डाक्क्यावरून पलायन, मीर जुमलाने डाक्का जिंकले (शुजाचा आराकानामध्ये वध फेब्रुवारी १६६१).
डिसेंबर २७	कैदी म्हणून सुलेमान शुकोहला दिल्लीला आणण्यात आले.(त्याचा वध मे १६६२).
१६६१ फेब्रुवारी ३	शिवाजीने कारतलबखानाचा उंबरखिंडीत पराभव केला.
मे	मोगलांनी शिवाजीपासून कल्याण जिंकले.
मे २२	इराणी वकील बदक बेग आणि औरंगजेब यांची मुलाखत.
डिसेंबर १९	मीर जुमलाने कूचबिहार शहर जिंकले.
१६६२ मार्च २७	मीर जुमलाने आसामची राजधानी गरगाव जिंकले.
१६६२ मे १२	औरंगजेबाचे आजारपण, जून २४ पर्यंत. औरंगजेब खडबडीत बरा झाला.
१६६३ जानेवारी १	आसामच्या राजाने मीर जुमलाशी तह केला, जून १० पासून मीर जुमलाच्या माघारीला प्रारंभ, मीर जुमलाचा मृत्यू मार्च ३१.

एप्रिल ५	शिवाजीचा शायिस्तेखानावर रात्री अकस्मात हल्ला.
मे १४	औरंगजेबाने काश्मिरला भेट दिली.
ऑगस्ट १६	
१६६४ जानेवारी ६-१०	शिवाजीची सुरतेची लूट (प्रथम लूट)
जानेवारी २३	शहाजी भोसले याचा मृत्यू
१६६५ मार्च ३०	जयसिंगाने पुरंदरच्या वेढ्याला प्रारंभ केला; शिवाजीने जयसिंगाची मुलाखत घेतली, भेट ११ जून, पुरंदरचा तह, १३ जू
एप्रिल १०	औरंगजेबाने हिंदूंवरचा जकात कर दुप्पट केला.
नोव्हेंबर २०	जयसिंगाच्या विजापुरवरील स्वारीस प्रारंभ, माघारीला प्रारंभ-५ जानेवारी १६६६; २८ ऑगस्ट १६६७ रोजी त्याचा मृत्यू.
१६६६ जानेवारी २२	शहाजहानचा मृत्यू
जानेवारी २६	शायिस्तेखानाने चितगाव जिंकून घेतले
मे १२	शिवाजीला औरंगजेबाच्या दरबारला आणला, पळाला १९ मे
१९	ऑगस्ट शिवाजी राजगडला परत आला. १२ सप्टेंबर १६६६ मोगलांचे वर्चस्व मान्य केले. सप्टेंबर १६६७.
१६६७ फेब्रुवारी २४	कामबक्षचा जन्म.
मार्च	पेशावर येथे युसुफझाई टोळीचे बंड.
१६६८ फेब्रुवारी	औरंगजेबाने दरबारात संगीतावर बंदी घातली.
फेब्रुवारी	औरंगजेबाची शिवाजीला राजा म्हणून मान्यता.
१६६९ एप्रिल ९	औरंगजेबाने आपल्या साम्राज्यातील सर्व देवालयांचा विध्वंस करा असा आदेश दिला, बनारसच्या विश्वनाथ देवालयाचा विध्वंस- ऑगस्ट महिना; मथुरेचे केशवाचे देवालय उद्ध्वस्त केले पुढील जानेवारी.

१६७०जानेवारी १	शिवाजीने मोगलांशी पुन्हा युद्धाला प्रारंभ केला, आपले किल्ले जिंकून घेतले, चौफेर हल्ले.
ऑक्टोबर ३-५	शिवाजीची सुरतेची लूट (दुसऱ्यांदा)
ऑक्टोबर १७	शिवाजीने दाऊदखानाचा दिंडोरी या ठिकाणी पराभव केला.
डिसेंबर	शिवाजीने खानदेश आणि वऱ्हाड लुटले.
१६७१ जानेवारी	औरंगजेबाने महसूल खात्यातून सर्व हिंदू अधिकाऱ्यांचे उच्चाटन केले. छत्रसालाने बुंदेलखंडात औरंगजेबाशी युद्धाला प्रारंभ केला. (राजा म्हणून छत्रसालाचा इ.स.१७३१ मध्ये मृत्यू)
१६७२	अकमलच्या नेतृत्वाखाली आफ्रिडी टोळ्यांचे बंड
मार्च	सतनामी बंड
एप्रिल २१	अब्दुला कुतुबशहा याचा मृत्यू, अबुल हसन उत्तराधिकारी
नोव्हेंबर २४	अली आदिलशहा दुसरा याचा मृत्यू, शिकंदरशहा उत्तराधिकारी, खवासखान वझीर बनतो (त्याचे ११ नोव्हेंबर १६७५ ला उच्चाटन)
१६७३	शिवाजीने पन्हाळा जिंकला ६ मार्च; परळी १ एप्रिल; सातारा २७ जुलै.
१६७४ फेब्रुवारी २४	प्रतापराव नेसरी या ठिकाणी ठार मारला गेला, हंबीररावाची सेनापती म्हणून नेमणूक.
एप्रिल ७	हसन अब्दाल या ठिकाणी जाण्याकरिता औरंगजेबाने दिल्लीवरून कूच केले, त्या ठिकाणी डिसेंबर १६७५ पर्यंत मुक्काम.
जून ६	शिवाजीचा राज्याभिषेक समारंभ, जिजाबाईचा मृत्यू १८ जून.
१६७५ एप्रिल-मे	शिवाजीने कोंडा किल्ला आणि कारवार किल्ला जिंकून घेतला.
नोव्हेंबर ११	विजापुरचा वझीर म्हणून बहलोलखानाची नेमणूक (२३ डिसेंबर १६७७ रोजी त्याचा मृत्यू)

१६७५ डिसेंबर	गुरू तेजबहादूर याचा शिरच्छेद, व्यंकोजीने तंजावर जिंकले आणि आपल्या राज्याला जोडले.
१६७६ जून १	बहलोलखानाने हलसंगी या ठिकाणी बहादूरखानाचा पराभव केला, इस्लामखान ठार मारला गेला.
ऑक्टोबर ८	औरंगजेबाचा वझीर म्हणून आसदखानाला बढती
१६७७ जानेवारी १	शिवाजीने कर्नाटक स्वारीवर प्रयाण केले, फेब्रुवारी महिन्यात त्याचा हैद्राबादला मुक्काम, श्रीशैल्य या ठिकाणी २४ मार्च, १ एप्रिल, १३ मे रोजी जिंजी किल्ला जिंकून घेतला, वेल्लोरला वेढा २३ मे (२१ जुलै १६७८ ला किल्ला शरण आला), तिरुवाडी या ठिकाणी शेरखानाचा पराभव २६ जून तिरुमलवाडी या ठिकाणी व्यंकोजीची भेट घेतली. १८ ते २३ जुलै, घरी परत येताना म्हैसूरचा घाट चढून आला. ५ नोव्हेंबर, व्यंकोजीचा शांताजीवर हल्ला १६ नोव्हेंबर, शिवाजी सुखरूपपणे महाराष्ट्रात पोहोचला (पन्हाळा) ४ एप्रिल १६७८.
१६७७ मार्च १९	अफगाणिस्थानचा सुभेदार म्हणून अमीरखानाची नियुक्ती (८ जून १६७८ ह्या तारखेला आगमन ,२८ एप्रिल १६९८ प्रयाण).
जुलै ७	बहादूरखानाने गुलबर्गा जिंकले, ऑगस्ट महिन्यात बहादूरखानाच्या जागी दिलेरखानाची नेमणूक, दिलेरखानाची गोवळकोंडयावर स्वारी, सप्टेंबर महिन्यात मालखेडला त्याची पीछेहाट.
नोव्हेंबर १८	औरंगजेबाने आपल्या दरबारात निर्मळ साधेपणा यावा म्हणून उपाय योजलेत.
१६७८ फेब्रुवारी २१	विजापुरचा वझीर म्हणून सिद्दी मसूदची नेमणूक, १६८३च्या डिसेंबर महिन्यात त्याचा राजीनामा, याच्या जागी अकवाखुसराऊ याची नेमणूक, ११ ऑक्टोबर १६८४ रोजी खुसराऊचा मृत्यू.

डिसेंबर १०	जसवंतसिंगाचा जमरुड या ठिकाणी मृत्यू.
डिसेंबर १३	संभाजीचे पलायन, दिलेरखानाला जाऊन मिळाला, पन्हाळ्याला परत आला ४ डिसेंबर १६७९.
१६७९ फेब्रुवारी १९	औरंगजेब अजमेर या ठिकाणी जाऊन पोहोचला, मारवाडवर स्वारी, मारवाड इंद्रसिंगाच्या स्वाधीन केले – मे २६.
१६७९ एप्रिल २	औरंगजेबाने मुसलमानेतर प्रजेवर पुन्हा जिझिया कर आकारला.
जुलै १५	अजितसिंगाला दुर्गादासाने दिल्लीबाहेर पळवून नेले.
सप्टेंबर २५	औरंगजेब पुन्हा अजमेरला जाऊन पोहोचला. मारवाड जिंकून ऑक्टोबर महिन्यात ते साम्राज्याला जोडण्यात आले.
ऑक्टोबर ७	दिलेरखानाचा विजापूर किल्ल्यावर हल्ला, त्यानंतर
नोव्हेंबर १४	सभोवतालच्या प्रदेशात लुटालूट.
नोव्हेंबर ४	शिवाजीने मोगल परगण्यांवर हल्ले चढविले, जालन्याची लूट १५–१८ नोव्हेंबर, रणमस्तखाना–कडून पराभव, पट्टा या ठिकाणाकडे माघार २१ नोव्हेंबर.
१६८० जानेवारी २३	औरंगजेबाचे उदयपुरास आगमन, चित्तोडला भेट २२ फेब्रुवारी, अजमेरला परत – २२ मार्च.
एप्रिल ४	शिवाजीचा मृत्यू.
जून १८	राजा या नात्याने संभाजीचे रायगडावर आगमन.
ऑक्टोबर २२	महाराणा राजसिंगाचा मृत्यू, जयसिंगाची उत्तराधिकारी म्हणून नेमणूक, शायिस्तेखानाची बंगालची दुसरी सुभेदारी १६८०–१६८८.
१६८१ जानेवारी	राजपुत्र अकबराने स्वत:ला राज्याभिषेक करवून घेतला.
जानेवारी १६	बंडात अपयश आले म्हणून राजपुत्र अकबराचे पलायन, १ जून रोजी महाराष्ट्रात पाली या ठिकाणी आगमन.
जानेवारी ३० फेब्रुवारी १	मराठ्यांनी बऱ्हाणपूरची सर्व उपनगरे लुटून घेतली.

मार्च	गंगाराम नागर (बिहारमधील बंडखोर याने पाटण्याच्या किल्ल्याला वेढा दिला (मृत्यू १६६४).
जून १४	महाराणा जयसिंगाचा औरंगजेबाशी राजसमुद्राचा तह
सप्टेंबर ६	जहानआराचा मृत्यू
सप्टेंबर ८	दक्षिणेत जाण्याकरिता औरंगजेबाने अजमेरहून कूच केले, १३ नोव्हेंबरला तो बऱ्हाणपूरला पोहोचला आणि २२ मार्च १६८२ रोजी औरंगाबादला पोहोचला.
ऑक्टोबर	संभाजीने त्याच्याविरुद्ध कट करणाऱ्या अण्णाजी दत्तो, सोयराबाई आणि इतरांना ठार मारले.
नोव्हेंबर १३	पाली या ठिकाणी संभाजी आणि अकबर यांची मुलाखत.
१६८२ जानेवारी	संभाजीचा जंजिरा किल्ल्यावर जबरदस्त हल्ला
एप्रिल	मोगलांनी रामसेज किल्ल्याला वेढा दिला परंतु अपयश येऊन ते ऑक्टोबर महिन्यात परत गेले.
मे १८	शाहू (किंवा शिवाजी दुसरा) याचा जन्म.
नोव्हेंबर	मोगलांनी कल्याण ताब्यात घेतले. परंतु पुढील २३ मार्चला त्यांना त्याचा ताबा सोडावा लागला.
डिसेंबर	अकबराची छावणी पालीहून बांद्याला नेण्यात आली.
१६८३ एप्रिल ५	संभाजीचा पोर्तुगीज युद्धाला प्रारंभ
सप्टेंबर	अकबराचे बिकोलीनला स्थलांतर आणि तेथून इराणकरिता जहाज मिळविण्याचा प्रयत्न.
सप्टेंबर २०	रामघाट स्वारीवर जाण्याकरिता म्हणून शहा आलमने औरंगाबादेवरून कूच केले.
ऑक्टोबर २२	गोव्याच्या गव्हर्नरने फोंडा किल्ल्याला वेढा दिला ३१ ऑक्टोबरला संकटमय माघारीला प्रारंभ.
नोव्हेंबर १४	मराठ्यांनी इस्टेव्हाव्ह जिंकले आणि त्यामुळे गोवा संकटात.
१६८३ डिसेंबर १	मराठ्यांनी बार्ड आणि साष्टी जिल्ह्यांवर स्वारी केली (ही लुटालूट १ महिना चालली होती.)

१६८४ जानेवारी ५	शहा आलम बिकोलीन या ठिकाणी जाऊन पोहोचला. तिथून गोव्याकडे प्रयाण. सावंतवाडी आणि दक्षिण रत्नागिरीवर हल्ले चढविले. तो रामघाटला २० फेब्रुवारी रोजी परत येऊन पोहोचला आणि १८ मे ला अहमदनगरला येऊन पोहोचला.
जानेवारी २०	अकबराने भीमगड या ठिकाणी संभाजी आणि पोर्तुगीज यांच्यात तह घडवून आणला.
मे	संभाजीने मुंबईच्या इंग्रजांशी मैत्रीचा तह केला.श्रीनगरमध्ये शिया-सुन्नी संघर्ष.
१६८५ जानेवारी	व्यंकोजीचा मृत्यू, तंजावरला शहाजी दुसरा हा गादीवर बसला.
फेब्रुवारी	खेम सावंताचे संभाजीविरुद्ध बंड.
एप्रिल १	मोगलांनी विजापूरच्या वेढ्याला प्रारंभ केला.
एप्रिल १	राजारामाच्या नेतृत्वाखाली जाटांची बंडाळी.
ऑक्टोबर ८	मोगलांनी हैद्राबाद आपल्या ताब्यात घेतले. (दुसऱ्यांदा)
ऑक्टोबर	खोजा धर्मवेड्यांनी भडोचच्या किल्ल्याचा ताबा घेतला.
डिसेंबर	मूलकचंदाने माळव्यात पहारसिंग गीर याला ठार मारले, परंतु गौर बंडाळी १६९२ पर्यंत चालूच राहिली.
१६८६ मार्च ७	मादाण्णाचा गोवळकोंडा या ठिकाणी खून.
१६८६ जुलै ३	औरंगजेब विजापुरच्या वेढ्याच्या मोर्च्यापाशी येऊन पोहोचला.
सप्टेंबर १२	विजापुरचा पाडाव, शिकंदर आदिलशहा याचे उच्चाटन, (मृत्यू ३ एप्रिल १७००).
ऑक्टोबर २८	बंगालमधील इंग्रजांचा हुगळीवर हल्ला आणि युद्धाला प्रारंभ.
१६८७ जानेवारी २८	मोगलांनी हैद्राबादचा ताबा घेतला (शेवटचा).
फेब्रुवारी ७	गोवळकोंड्याच्या वेढ्याला प्रारंभ, सप्टेंबर २१ रोजी गोवळकोंड्याचा पाडाव.

१६८७ फेब्रुवारी २१	शहा आलमला तुरुंगात टाकले.
फेब्रुवारी	अकबराचे जहाजाद्वारे इराणला प्रयाण, तो इस्फाहन या गावी २४ जानेवारी १६८८ रोजी पोहोचला (मृत्यू १७०४).
मार्च	दुर्गादास याचे मारवाडात पुनरागमन, राठोडांच्या मोगलांवरील भीषण स्वाऱ्या, दुर्जनसाल हाडा याने बुंदी जिंकून घेतले.
जून ११	इंग्रज बंडखोरांनी हिजलीचा ताबा सोडला.
नोव्हेंबर २८	पाम नायकाने शरणागती घेऊन बेरडांची राजधानी सागर हिचा ताबा सोडला (मृत्यू १ जानेवारी १६८८).
१६८८ जानेवारी ११	मराठ्यांची कांजीवरम लूट.
फेब्रुवारी	राजाराम जाट याने शिकंदरा येथील अकबराची कबर उद्ध्वस्त केली (तो ४ जुलैला ठार मारला गेला.).
मार्च	आझमने बेळगाव जिंकले.
ऑगस्ट ५	सिद्दी मसुदने आडोणीचा किल्ला सोडून दिला.
ऑक्टोबर	इंग्रजांनी औरंगजेबाविरुद्ध, पश्चिम किनाऱ्या-विरुद्ध युद्ध जाहीर केले.
नोव्हेंबर	विजापुरला ब्युबोनिक प्लेगची साथ (ही साथ २ महिने चालली).
१६८९ फेब्रुवारी १	संभाजी आणि कवी कलश यांना कैद करण्यात आले. १५ फेब्रुवारी रोजी ते मोगलांच्या छावणीत जाऊन पोहोचले, ३ मार्च रोजी शिरच्छेद.
फेब्रुवारी ८	रायगड या ठिकाणी राजारामाला राज्याभिषेक, ५ एप्रिल रोजी राजारामाचे रायगडाहून पलायन, १ नोव्हेंबर रोजी तो जिंजीला जाऊन पोहोचला.
मार्च २७	मातबरखानाने कल्याण परत घेतले.
ऑक्टोबर १९	झुल्फिकरखानाने शाहूसहित रायगड जिंकला.
डिसेंबर २५	औरंगजेबाने इंग्रज व्यापाऱ्यांना क्षमा केली, त्यांच्याशी तह केला.

१६९० जानेवारी २८	मोगलांनी सिनसानीवर हल्ला चढविला.
मे २१	औरंगजेबाने गलगला याठिकाणी छावणी स्थापन केली.
१६९० मे २१	त्याठिकाणी त्याचा मार्च १६९५ पर्यंत मुक्काम. (मार्च १६९१-मे १६९२) एवढा कालावधी सोडून)
मे २५	मराठ्यांनी साताऱ्याजवळ रुस्तुमखानाला कैद केले.
ऑगस्ट २४	इंग्रजांनी कलकत्त्याचा पाया घातला.
ऑगस्ट	झुल्फिकरखान कांजीवरमला जाऊन पोहोचला.
सप्टेंबर	झुल्फिकरखान जिंजीनजीक जाऊन पोहोचला, जिंजीच्या वेढ्याला प्रारंभ.
१६९१ डिसेंबर १६	आसदखान आणि कामबक्ष यांचे जिंजीला आगमन
१६९२ डिसेंबर १३	संताजी घोरपडे याने अली मर्दानखान (कांजीवरमचा फौजदार) याला कैद केले.
डिसेंबर १६	धनाजी जाधव याने जिंजीच्या बाहेर इस्माईलखान माका याला कैद केले.
डिसेंबर २०	आसदखानाने कामबक्षाला कैद केले.
१६९३ जानेवारी २३	झुल्फिकरखानाने जिंजीचा वेढा उठविला आणि तो वाँडिवॉशला निघून गेला.
१६९३ जानेवारी २३	मातबरखानाने उत्तर कोकणातील पोर्तुगीजांविरुद्ध युद्धाला प्रारंभ केला.
१६९४ फेब्रुवारी-मे	झुल्फिकरखानाने तंजावरपासून खंडणी वसूल केली आणि दक्षिण अर्काट जिल्हा जिंकून घेतला.
सप्टेंबर	झुल्फिकरखानाने जिंजीच्या वेढ्याला पुन्हा प्रारंभ केला, डिसेंबर १६९५ मध्ये तो वेढा उठविला आणि अर्काट या ठिकाणी त्याने आपली छावणी ठेवली. (जानेवारी १६९६-मार्च १६९७)
	दुर्गादासाने अकबराची मुलगी औरंगजेबाच्या स्वाधीन केली.
१६९५ मे २१	ऑक्टोबर १९ औरंगजेबाने इस्लामपुरी या ठिकाणी

१६९९	आपली छावणी प्रस्थापित केली.
मे	शहा आलमची सुटका आणि पंजाबचा सुभेदार म्हणून पंजाबकडे रवानगी.
सप्टेंबर ८	गंज-इ-सबाई यावर चाचेगिरी, मोगलांनी वेल्लोरच्या
ऑक्टोबर	वेढ्याचा प्रारंभ केला. किल्ला १४ ऑगस्ट १७०२ ह्या तारखेला शरण आला.
१६९५ नोव्हेंबर	संताजी घोरपडेचा दोड्डेरी या ठिकाणी कासीमखानावर हल्ला, खानाचा मृत्यू.
१६९६ जानेवारी २०	संताजीने बसवपट्टण ह्याठिकाणी हिंमतखानाचा वध केला.
मार्च	संताजी पूर्व कर्नाटकात जाऊन पोहोचला; त्यानंतर नोव्हेंबर-डिसेंबर महिन्यात मध्य-म्हैसूरवर त्याची स्वारी.
मे	शोवासिंग आणि रहीमखान यांची बंडाळी, बख्त बुलंद गोंड यांची बंडाळी, बख्त बुलंद गोंड याने देवगडामध्ये युद्धाला प्रारंभ केला.
१६९७ मार्च	धनाजीने संताजीचा सातारा जिल्ह्यात पराभव केला.
जून	संताजीचा खून.
१६९७ मे-जून	झरबरदस्तखानाने बंडखोर रहीमखानाला हाकलून लावले (रहीम खानाचा ऑगस्ट १६९८ मध्ये वध केला.).
नोव्हेंबर	बंगालचा नवीन सुभेदार राजपुत्र आझीम-उस्-शान याचे बरद्वानला आगमन.
नोव्हेंबर	झुल्फिकरखानाने जिंजीच्या वेढ्याला पुन्हा प्रारंभ केला.
१६९८ जानेवारी ८	झुल्फिकर खानाने जिंजी जिंकून घेतली.
मे	दुर्गादासाने अकबराचा मुलगा बुलंद अख्तर याला औरंगजेबाच्या स्वाधीन केले. औरंगजेबाने दुर्गादासचा आणि अजितसिंगाचा जहागीर आणि मनसब देऊन सत्कार केला.
१६९९ फेब्रुवारी	राजाराम विशालगडावर सुखरूप येऊन पोहोचला.
मार्च	हिंदुस्थानच्या किनाऱ्यांचे रक्षण करण्याकरिता बादशहा

	आणि युरोपियन व्यापारी यांच्यामध्ये करार झाला.
ऑक्टोबर १९	मराठ्यांच्या किल्ल्यांना वेढा देण्याकरिता औरंगजेबाचे इस्लामपुरीहून कूच.
ऑक्टोबर २६	राजाराम साताऱ्याच्या किल्ल्यातून बाहेर पडला.
नोव्हेंबर १	मराठ्यांची माळव्यावर स्वारी (कृष्णा सावंत याच्या नेतृत्वाखाली)
डिसेंबर ९	औरंगजेबाने साताऱ्याला वेढ्याला प्रारंभ केला. (किल्ला २१ एप्रिल १७०० रोजी शरण आला.)
१७०० मार्च २	राजारामाचा सिंहगडावर मृत्यू; त्याचा मुलगा कर्ण याला राज्याभिषेक, परंतु त्याचा २३ मार्च रोजी मृत्यू. त्याच्यानंतर शिवाजी तिसरा (ताराबाईचा मुलगा) हा गादीवर आला.
१७०० जून ९	औरंगजेबाने परळी आपल्या ताब्यात घेतले.
ऑक्टोबर १	खवासपूर या ठिकाणी असलेली बादशाहची सैन्याची छावणी वाहून गेली, बादशहाच्या पायाचा घोटा दुखावला गेला.
१७०१ मार्च ९	औरंगजेबाने पन्हाळ्याला वेढा दिला (पन्हाळ्याचा पाडाव २८ मे).
एप्रिल	सर डब्ल्यू नोरिस याची वकील म्हणून औरंगजेबाशी भेट. मुर्शीद कुलीखानाची बंगालचा दिवाण म्हणून नेमणूक.
१७०२ जानेवारी १६	औरंगजेबाचे खेळणानजीक आगमन, वेढ्याला प्रारंभ, ७ जूनला किल्ल्याचा पाडाव. दुर्गादास आणि अजितसिंग यांचे औरंगजेबाविरुद्ध पुन्हा बंड.
डिसेंबर २७	औरंगजेबाने कोंडाणा किल्ल्याच्या वेढ्याला प्रारंभ केला, किल्ल्याचा पाडाव ८ एप्रिल १७०३ रोजी
१७०३ ऑक्टोबर	नेमाजी शिंदे याची वऱ्हाड आणि माळवा यावरील स्वारी, फिरोजजंगाने त्याला पुढील फेब्रुवारी महिन्यात हाकलून लावले.
१७०३ डिसेंबर २	औरंगजेबाचा राजगडाला वेढा, १६ फेब्रुवारी १७०४ रोजी किल्ल्याचा पाडाव.

१७०४ फेब्रुवारी २३	औरंगजेबाने तोरणा किल्ल्याला वेढा दिला, तोरणा किल्ल्याचा पाडाव १० मार्च रोजी.
१७०५ फेब्रुवारी ८	औरंगजेबाने वागीनगेरा किल्ल्याला वेढा दिला, किल्ल्याचा पाडाव २७ एप्रिल रोजी झाला.
मे–ऑक्टोबर	औरंगजेबाचा देवपूर या ठिकाणी मुक्काम, औरंगजेबाचे आजारपण
नोव्हेंबर	दुर्गादास याने पुन्हा औरंगजेबासमोर शरणागती घेतली. परंतु पुढल्या एप्रिल महिन्यात त्याने पुन्हा बंड पुकारले.
१७०६ जानेवारी २०	औरंगजेब अहमदनगर या ठिकाणी जाऊन पोहोचला.
मार्च	मराठ्यांची गुजराथवरील स्वारी, मोगलांचा रतनपूर या ठिकाणी दारुण पराभव (१५ मार्च) आणि बाबा पिआरा बडोद्यावर हल्ला.
१७०७ फेब्रुवारी	औरंगजेबाने कामबक्षाला विजापूरला (दिनांक ९) आणि आझमला माळव्याला (दिनांक १३) रवाना केले.
फेब्रुवारी	१७ फेब्रुवारी रोजी औरंगजेब आजारी पडला. २० तारखेला मृत्यू.
मार्च ८	अजितसिंगाने जोधपूर पुन्हा आपल्या ताब्यात घेतले.

❑